100 சிறுகதைகள்

தமிழ்மகன்

விலை : ரூ.850/-

பதிப்பக வெளியீடு - 22

100 சிறுகதைகள் / சிறுகதைத் தொகுப்பு

ஆசிரியர் : தமிழ்மகன் ©

முதல் பதிப்பு : 2020

வெளீயீடு : மின்னங்காடி பதிப்பகம்
24, அண்ணா 3-வது குறுக்குத் தெரு,
அவ்வை நகர், பாடி, சென்னை - 50.

அட்டை ஓவியம் : ட்ராட்ஸ்கி மருது

Rs.850/-

100 Sirukathaiakl / Short story collection

Author : Tamilmagan ©

First Edition : 2020

Published by : Minnangadi Publications
24, Anna 3rd Cross Street,
Avvai Nagar, Padi, Chennai - 50
writertamilmagan@gmail.com
www.minnangadi.com

ISBN : 978-93-92973-04-8

ஆசிரியர் குறிப்பு

பிறப்பு, படிப்பு, பணி:

- தமிழ்மகன் என்கிற பா.வெங்கடேசன் சென்னையில் 1964இல் பிறந்தவர்.
- படிப்பு; B.Sc., M.A. மாநிலக் கல்லூரி, சென்னைப் பல்கலைக்கழகம்.
- 1989 தொடங்கி போலீஸ் செய்தி, தமிழன் நாளிதழ், வண்ணத்திரை, தினமணி, குமுதம், ஆறாம் திணை, குங்குமம், ஆனந்த விகடன் இதழ்களில் 2019 வரை பணியாற்றியவர்.
- மாநிலக் கல்லூரியில் படித்தபோது 'பூமிக்குப் புரியவைப்போம்', 'ஆறறிவு மரங்கள்' என இரண்டு கவிதைத் தொகுதிகள் வெளியாகின.
- இளைஞர் ஆண்டையொட்டி, 1984இல் டி.வி.எஸ். நிறுவனமும் இதயம் பேசுகிறது இதழும் இணைந்து நடத்திய போட்டியில் இவரது வெள்ளை நிறத்தில் ஒரு காதல் புதினம் முதல் பரிசு பெற்றது. இதயம் பேசிறது இதழில் தொடராக வெளியானது. அரசியல் விமர்சகர் சின்னக்குத்தூசி தேர்வு செய்தார். இதுவும் கல்லூரி படிக்கும்போதே நிகழ்ந்தது. பேராசிரியர்கள் இரா.இளவரசு, கவிஞர் மு.மேத்தா, பொன். செல்வகணபதி, இ.மறைமலை, பி.சிவகுமார் போன்றோர் ஆசிரியர்களாக - வழிகாட்டிகளாக- அமைந்தனர்.

விருதுகள்

- 1984-ல் இதயம் பேசுகிறது - டி.வி.எஸ் நிறுவனம் நடத்திய போட்டியில் வெள்ளை நிறத்தில் ஒரு காதல் நாவலுக்கு விருது.
- மொத்தத்தில் சுமாரான வாரம் குறுநாவல் தி.ஜானகிராமன் நினைவு போட்டியில் தேர்வு செய்யப்பட்டது. 1986-ல் தேர்வு செய்தவர் எழுத்தாளர் அசோகமித்திரன்.
- இவர் எழுதிய மானுடப் பண்ணை நாவல் 1996இல் தமிழக அரசின் விருது பெற்றது.
- எட்டாயிரம் தலைமுறை சிறுகதைத் தொகுப்பு 2008-ம் ஆண்டுக்கான தமிழக அரசின் விருது பெற்றது.
- எழுத்தாளர் சுஜாதா நினைவு அறக்கட்டளை, ஆழி பதிப்பகம் இணைந்து நடத்திய போட்டியில் அறிவியல் புனைகதை விருது (2008).
- வெட்டுப்புலி நாவல் (2009) கோவை ரங்கம்மாள் நினைவு விருது,

ஜெயந்தன் அறக்கட்டளை விருது பெற்றது.

- ஆண்பால் பெண்பால் நாவலுக்கு (2011) விகடன் விருதும் ஜி.எஸ். மணி நினைவு விருதும் கிடைத்துள்ளன.
- வனசாட்சி நாவல் (2012) சுஜாதா அறக்கட்டளை விருது, மலைச்சொல் விருதுகள், அமுதன் அடிகள் விருது ஆகியன பெற்றது.
- வேங்கை நங்கூரத்தின் ஜீன் குறிப்புகள் நாவலுக்கு கனடா இலக்கியத் தோட்ட புனைவு இலைக்கிய விருது (2017) பெற்றார்.
- திராவிடர் கழகத்தின் பெரியார் விருது (2014), விஜய் டி.வி நீயா? நானா? வழங்கிய இலக்கிய விருது (2016) உள்ளிட்ட பல விருதுகள் பெற்றவர்.
- படைவீடு நாவல் (2021) வென்றுமண்கொண்டார் விருது, சௌமா விருது, வள்ளுவப் பண்பாட்டு விருது, உலகத் தமிழ்ப் பண்பாட்டு மைய விருது ஆகியன பெற்றது.

எழுதிய நூல்கள்

- பூமிக்குப் புரியவைப்போம், ஆறறிவு மரங்கள் இரண்டும் கவிதைத் தொகுப்புகள்.
- வெள்ளை நிறத்தில் ஒரு காதல் (1984), மானுடப் பண்ணை நாவல் (1996), சொல்லித் தந்த பூமி (1997), ஏவி. எம். ஸ்டூடியோ ஏழாவது தளம் (2007), வெட்டுப்புலி (2009),ஆண்பால் பெண்பால் (2011), வனசாட்சி (2012), ஆபரேஷன் நோவா (2014), தாரகை (2016), நான் ரம்யாவாக இருக்கிறேன் (2018), படைவீடு (2020), தொடாதே துரத்து (2021) ஆகியவை இவரது நாவல்கள்.
- எட்டாயிரம் தலைமுறை (2008), சாலை ஓரத்திலே வேலையற்றதுகள் (2006), மீன்மலர் (2008), அமரர் சுஜாதா (2013), மஞ்சு அக்காவின் மூன்று முகங்கள் (2014), தமிழ்மகன் 100 சிறுகதைகள் ஆகியவை இவரது சிறுகதைத் தொகுப்புகள்.
- இவருடைய நூல்கள் பலவும் முனைவர் பட்டத்துக்கும் ஆய்வு பட்டயங்களுக்கும் எடுத்தாளப்பட்டுள்ளன. கல்லூரிகளில் பாடமாக வைக்கப்பட்டுள்ளன.
- திரைப் பிரமுகர்கள் பற்றிய அரிய செய்திகளைச் சொல்லும் செல்லுலாயிட் சித்திரங்கள் (திரை) (2009), நூற்றாண்டு கண்ட தமிழ்ச் சிறுகதைகளை அறிமுகப்படுத்தும் தமிழ்ச் சிறுகதைக் களஞ்சியம் - (2013) ஆகிய கட்டுரைத் தொகுப்புகளும் இவர் படைப்புகள். சென்னையின் வரலாற்றை

மெட்ராஸ் நல்ல மெட்ராஸ் (2016) என்ற பெயரில் எழுதியிருக்கிறார். விகடன் இணைய இதழில் வெளிவந்து பெரும் வரவேற்பைப் பெற்றது.

- ஆனந்த விகடனில் வெளியான ஆபரேஷன் நோவா (2014), ஜூனியர் விகடனில் வெளியான 'நான் ரம்யாவாக இருக்கிறேன்' (2018) ஆகிய அறிவியல் புனைகதைகள் பெரும் வாசக வரவேற்பைப் பெற்றன. திரையுலகைப் பின்னணியாகக் கொண்டு தாரகை என்ற நாவலை எழுதியுள்ளார்.

திரைத்துறைப் பணிகள்

- உள்ளக்கடத்தல், ரசிகர் மன்றம், பீட்ஸா மம்மி -3, கொற்றவை உள்ளிட்ட திரைப்படங்களுக்கு வசனம் எழுதியுள்ளார். நான் ரம்யாவாக இருக்கிறேன், ஆபரேஷன் நோவா நாவல்கள் சினிமாவுக்காக ஒப்பந்தமாகியுள்ளன.

குடும்பம்

தந்தை க.பாலகிருஷ்ணன் - தாய் பார்வதி. மனைவி திலகவதி.

மகன் மாக்ஸிம் - மருமகள் த.சந்தியா. பேத்தி அகல்விழி.

மகள் அஞ்சலி - மருமகன் ஸ்ரீதர். பேரன்கள் அதியமான், அகிலன்.

தொடர்புக்கு:

writertamilmagan@gmail.com

7824049160

ஜன்னல்மலர்

எஸ்.சங்கரநாராயணன்

பதினைந்து இருபது வருடங்களுக்கு முன்பே, தமிழ்மகனின் ஒரு புத்தகத்துக்கு முன்னுரை தந்திருக்கிறேன். 'தமிழ்மகன் ஆற்றுப்படை' என்று அதற்குத் தலைப்பு வைத்ததாக நினைவு. இப்போதும் அதே வேலையை, இரண்டாம் முறையாகச் செய்ய வந்திருக்கிறேன். அவரது 'மஞ்சு அக்காவின் மூன்று முகங்கள்' நூலை வெளியிடவும், அவரை வாசகருக்கு சிபாரிசு செய்யவுமாக இப்போது இங்கே என் பணி அமைகிறது.

எனக்கு தமிழ்மகனின் எழுத்து பிடித்திருக்கிறது. ஆகவே இரண்டாம் முறையும வந்திருக்கிறேன். எல்லாருக்கும் தமிழ்மகனின் எழுத்து பிடிக்கும். உறுத்தாத, வாசிக்க சிரமம் இல்லாத எழுத்து அவருடையது. பிரமைகள் அற்றது அது. தத்துவார்த்த அலட்டல்கள் அவரிடம் இல்லை. ஆகவே அது அவரது எழுத்திலும் இல்லை. அதனால், தன் பாத்திரத்தையும் வாசகனையும் அவர் ஒருபோதும் இவ்விதத்தில் தொந்தரவு செய்வது கிடையாது. வாழ்க்கை ஒருபோதும் தத்துவங்களால் ஆளப் படுவதே இல்லை. சாமானிய வாழ்க்கையில் தத்துவங்களுக்கு இடம் இருக்கிறதா என்ன? அடுத்த நொடி என்னவாகும் என்றறியா எளிய சராசரி வாழ்க்கை, நம்மையும் அது இழுத்துக்கொண்டு ஓடுகிறது. அதை சற்று எட்ட நின்று வேடிக்கை காட்டவும், வேடிக்கை பார்க்கவுமாக ஒரு சராசரி மனநிலையிலேயே கதைகளை எழுத தமிழ்மகன் முடிவு செய்கிறார். அதுவே நியாயம் என அவர் உணர்கிறார். இந்தப் பாத்திரங்கள் உணராத ஆத்ம அழுத்தம், தத்துவ தரிசனம் என்றெல்லாம் அவர் வாசகனைக் குழப்புவது இல்லை. பாத்திரங்களுக்கு அவ்வளவில் பெரிதும், தான் நியாயம் செய்வதாகவும் உணர்கிறார்.

கடைசிவரி வரை வாசகனை அழகாக சிரமம் இல்லாமல் கூட நடத்திக்கொண்டு வந்து, தன் தெரு வந்ததும் பிரிந்து செல்லும் நல்ல நண்பனைப் போல, அவர் விடைபெற்றுக் கிளம்பி விடுகிறார். சுவாரஸ்யமான கதைகள் இவை. திடுக்கிடும் திருப்பங்கள் இல்லாத

கதைகள். எதிர்பாராத முடிவுகள் இருக்கலாம். அவை திடுக்கிடும் திருப்பங்கள் அல்ல.

எம்.ஏ. மாணவர் இவர். கல்லூரிக் காலங்களில் ருஷ்யாவின் மொழிபெயர்ப்பு இலக்கியங்கள், அன்டன் செகாவ், கோகல், துர்கனேவ் என்று ஒரு வாசிப்பு. பிறகு பிரபஞ்சன், வண்ணதாசன், வண்ணநிலவன்... அப்புறம் அடடே, சுஜாதா... என வாசிப்பு வரிசையை விரிவுபடுத்தியிருக்கிறாற் போலிருக்கிறது. இவை எல்லாமான கதைப்போக்குகள் இந்தச் சிறுகதைகளில் காணக் கிடைக்கின்றன.

சுஜாதாவின் அஸ்திரங்களைக் கையாண்டு, இன்றும் அவரது வாரிசுகளாக எழுத்தாளர்கள் உருவாகிக் கொண்டே வருகிறார்கள். 'பத்திரிகைப் பேராளுமை', என்று சுஜாதாவைப் பற்றி நான் ஏற்கனவே குறிப்பிட்டிருக்கிறேன். அவை இன்றைய இளைஞர்களின் எழுத்தை பாதிக்காமல் இருந்தால்தான் ஆச்சர்யம். அவரது மேற்கத்திய இலக்கியத் தாக்கமான எழுத்து என்றால் இரவிச்சந்திரன், இரா. முருகன் போன்றோர், மர்மக்கதை என்றால் சுபா, பட்டுக்கோட்டை பிரபாகர் போனறோர் நினைவு வருகிறார்கள். இந்திய சாமான்யன் சார்ந்த எழுத்துச் சுழிப்புகளுக்கு தமிழ்மகன், சுஜாதாவின் அடையாளங்களுடன் எழுதுவதாகச் சொல்ல முடியும். இது ஒன்றும் அபசாரம் அல்ல. மேலை நாடுகளில் ஸ்கூல் ஆஃப் ஹெமிங்வே, ஸ்கூல் ஆஃப் சாமர்செட் மாம் என்று நம்மால் அடையாளங்காட்ட முடிகிறது அல்லவா? கற்றாரைக் கற்றாரே காமுறுவர். அந்த ரகம் இது.

தவிரவும் இப்படி அடையாளமான எழுத்து, அது சுஜாதாவின் சாதனை. சுஜாதாவின் பெருமை.

கதைக்களன் என ஒரு தேர்வு நிகழ்த்துகையில், கதைகளில் ஒரு புதிதான முடிச்சைப் போட தமிழ்மகன் முயல்கிறார். ஆனால் அதை சாதாரணத் தளத்தில் நிகழ்த்திக் காட்டுவது தன் சவாலாக அவர் ஏற்கிறார். அ. முத்துலிங்கம் போல ஒரு பளீரென்ற முதல் வரி அமைக்க முயல்கிறார். அந்தக் கதை சார்ந்த பின்னணிக்கு சில செய்திகளை, விவரங்களைத் திரட்டிக் கொள்கிறார். அதுவரை பரவலாக அறியப்படாத தகவலாக அது இருந்தால் சிலாக்கியம். அது, அந்தத் தகவல்கள் படைப்பில் இன்னும் மெருகூட்டும். சுவாரஸ்யம் கூட்டும், ஒரு கொத்துமல்லி, பெருங்காய எஃபெக்ட் தரும். அதை இந்த சாமான்யப் பாத்திரத்தோடு கதைசொல்கையில் இணைக்க, முடிச்சுப் போட கதையில் ஒரு கயிற்று முறுக்கம் அமைகிறது. சம்பவத் தேரை இந்தக் கயிறு கொண்டு இழுக்க வெள்ளைப் பக்கங்களான வீதியில் கதைத் தேர் பவனி காண்கிறது.

என்றால் கதை சொல்ல அவர் தன்னை தூரத்திலேயே நிறுத்திக்

கொள்கிறார். ஜன்னல் மலரை அதோ என்று காட்டுகிறார். இதோ, அல்ல. அதோ. தன் நிழல் போலும் அதில் கலவாமல், கவியாமல் காய் நகர்த்தி, கதை நகர்த்துகிறார். ஆகவே தான் இந்தக் கதைகளில், நான் என வரும் பாத்திரங்கள் உட்பட, எங்கேயும் தமிழ்மகன் தட்டுப்படுவதே இல்லை. அதேபோல இவர் தேர்வு செய்யும் பாத்திரங்கள் எதையும் இவர் தன் விமர்சனமாகக் கொச்சைப்படுத்துவதும் இல்லை. பாத்திரங்களுக்கு சக பாத்திரங்கள் சார்ந்து விமர்சனங்கள் உண்டு. அது தமிழ்மகனின் விமர்சனம் அல்ல. கதையின் போக்கு அது.

தமிழ்மகன் பெரும்பாலும் எளிய உரையாடல்களுடனேயே பாத்திரங்களை நகர்த்திச் செல்கிறார். எழுத்தாளனாக தான், தன் முகம் அடையாளப் படாமல் இருக்க அவர் இப்படியொரு வகைமையை தன்சாதக அம்சமாக நினைத்திருக்கலாம். உரையாடல் இடையிலான பத்திகளில் வரும் விவரணைகளும் பாத்திரங்களின் நினைவு ஓட்டமாகவே மேலும் கதையை விரிப்பது அவருக்குப் பிடிக்கிறது. அப்போது கதையில் ஒரு மகா நம்பகத்தன்மை வாய்த்து விடுவதை நான் முன்பே அவர் கதைகளில் அவதானித்து, அவரை என் முன்னுரையில் வியந்திருக்கிறேன். சட்டென வாசகனை இப்படி கதையில் ஈடுபடுத்த, ஈர்த்துவிட, ஒன்றச் செய்துவிட அவரால் முடிகிறது.

இதை விளக்குவோம். ஒரு தொழிற்சாலையில் வேலைக்கு ஆள் எடுக்கிறார்கள். தினக்கூலி என்று இவன் போய் வரிசையில் நிற்கிறான். இருபது பேர் தேவை, என்றால் வந்திருப்பதோ எண்பது பேர். மேஸ்திரி வந்து அந்தக் கூட்டத்தை நோட்டமிடுகிறான். நீ, நீ - என ஒவ்வொருவராய் ஒரு பக்கமாய் ஒதுக்குகிறான். என்னைக் கூப்பிடாமல் விட்டுவிடுவானோ என்று இவன் பதட்டப்படுகிறான். மேஸ்திரி நீ, என்று இவனையும் இப்போது இழுத்துக் கொள்கிறான். உடனே தனக்கு வேலை கிடைத்து விட்டதாக அவன் மகிழ முடியவில்லை. இப்படி தனியே ஒதுக்கியவர்களை வேலைக்கு வேணாம் என்று வெளியே அனுப்பி விடுவானோ, என்று இவன் பயப்பட்டான்... என எழுதிச் செல்கிறார் தமிழ்மகன்.

இப்படி இடங்கள் இந்தக் கதைத் தொகுதியிலும் உண்டு. தகவல், என்று ஒரு கதை. கண்காணிப்பு காமெரா பொருத்திய அலுவலகத்தில் வேலை செய்யும் ஒரு சுத்திகரிப்புத் தொழிலாளி. அவனை விசாரணைக்கு அழைத்துப் போகிறார்கள். அந்த அதிகாரி அறையைத்தான் தான் சரியாக சுத்தம் செய்யவில்லையோ, என்று யோசித்தபடியே போகிறான், என எழுதுகிறார் தமிழ்மகன். பக்கத்து வீட்டு அன்க்கிள் சினிமாவுக்கு அழைத்துப் போகிறார். படம் முடிந்து வெளியே வந்தபோது “படம் நல்லா யிருந்ததா?” என்று கேட்கிறார்.

செலவு செய்து அழைத்துப் போனவரின் மனம் நோகக் கூடாது, என்று அவன் "நல்லா இருந்தது" என்று சொல்கிறான். இப்படி நுணுக்கமான பதிவுகள் தான் கதையை நிமிர்த்தி எழுத்தாளுமையை உயர்த்தி வாசகரிடம் காட்டும். வாழ்த்துக்கள் தமிழ்மகன்.

பளிச்சென்ற வார்த்தை வியூகங்களில் கதை நகர்வது கதையின் சுவாரஸ்யத்துக்கு கட்டுக்கோப்புக்கு அவசியமாகிறது. வார்த்தைச் சிக்கனமும், சுருங்கச் சொல்லி காட்சியை விளக்கிவிடுவதும் இவர் அறிந்து வைத்திருக்கிறார். தன் நண்பனுடன் காஷ்மீருக்கு ஊர் சுற்றிப் பார்க்க வந்தவன் அவன். நண்பனின் தங்கை மெஹரின் அழகில் கிறங்கிவிடுகிறான். அதை எழுத்தாளர் விவரப்படுத்தும் லாவகம் அருமையானது.

"சலீம் காட்டிய வரலாற்று முக்கியத்துவம் வாய்ந்த இடங்கள் எல்லாம் எனக்கு சாதாரணமாக இருந்தன. பனித் தொப்பி அணிந்த மலைச் சிகரங்கள், ஸ்வெட்டர் போட்ட மனிதர்கள், ஆவி பறக்கும், ஆனால் சூடாக இல்லாத டீ, எல்லாமே சாதாரணமாகத்தான் இருந்தது. மோதிலால் நேரு படித்த பள்ளி இதுதான்" என்றான். அப்போதெல்லாம் ஆச்சர்யப் படாத கதாநாயகன். அந்தப் பெண் மெஹர் படித்த பள்ளியைக் காட்டுகிறான். அதை ஆச்சர்யமாகவும் தவிப்புடனும் பார்க்கிறான் கதாநாயகன், என விவரிக்கிறார் தமிழ்மகன்.

தி.ஜானகிராமன் ஒரு கதையில் எழுதுவார். கோவில் சந்நிதியில் தேவதாசி சாமி கும்பிட வரும்போது கூட்டம் மொத்தமும் சாமியையா பார்த்தது, அவளைப் பார்த்தது, என எழுதுவார். அதைப் போன்ற நல்ல உத்திதான் இது.

நிகழ்காலச் சூழல் சார்ந்த கதைக் கரு தேர்வு இவரது கதைகளின் வெற்றிக்கு முக்கிய அம்சம் என்று சொல்ல முடியும். கதையில் இதுவரை சொல்லாத கோணத்தில் கதையை யோசிக்க முடியுமா என்கிற தேடல் இவரிடம் காண முடிகிறது. முன்பே இவரது வேறு வேறு தொகுதிகளிலும் இந்த அம்சம் இவரை மிகுந்த தனித்தன்மையுடன் அடையாளப்படுத்தி விடுகிறது. அவ்வகையில் இவரது 'எட்டாயிரம் தலைமுறை' எனக்குப் பிடித்த இவரது கதைகளில் ஒன்று. உதயகண்ணன் தொகுதி 'வானவில் கூட்டம்' உலகத் தமிழர் கதைகள் தொகுதியிலும் அது சிறப்பிடம் பெற்றது.

காதலர் தினம் பற்றிய கதை. காதலைச் சொல்ல ரோஜாப் பூ தரும் வழக்கம் எப்படி வந்திருக்கக் கூடும்? - என தனக்குள் கேள்வி கேட்டுக்கொண்டு அதன் விளைவான ஒரு புனைவை அவர் தருகிறார்.

இந்தத் தொகுப்பின் முதல் கதையான 'நினைவின் நிழல்'

கதையே இப்படியான ஒரு மாற்றுக் கோண சிந்தனை வாய்த்த கதைதான். கோமாவில் கிடக்கும் ஒரு மனிதனைப் பற்றிய கதை. எல்லாரையும் போல பிற பாத்திரத்தின் வழியாக கோமாவில் கிடப்பவரைக் காட்டும் நடைமுறைப் பாணியைத் தவிர்த்து, கோமாவில் கிடந்தாலும், நினைவில், புலன்களில் சுற்றுச் சூழலை எப்படி நோயாளி அவதானிக்கிறார் என்று கதையை விரித்துச் செல்கிறார் தமிழ்மகன். புதிய வாசகஅனுபவமாய் அமைகிற கதை.

அவர் காதுபடவே "இவருக்கு நினைவு இல்லை. இவர் பிழைக்க மாட்டார்" என்று மருத்துவர்கள் இவர் மனைவியிடமும் நண்பனிடமும் பேசகிறார்கள், என கதை நகர்கிறது. நீங்கள் அவசியம் வாசிக்க வேண்டிய கதை இது.

மூன்று துண்டுகள் போல தனித்தனியே காட்டி மூன்றையும் ஒன்றாக்கி கதையை முடிக்கிற உத்தியும் இவருக்கு எழுதப் பிடித்திருக்கிறது. இதில் பாம்பாட்டி பற்றிய ஒரு கதையும், மஞ்சு அக்கா பற்றிய கதையும் இப்படியே வளர்கின்றன.

பாம்பாட்டி ஒருவனைக் கதாநாயகன் பஸ் நிறுத்தத்தில் சந்திக்கிறான். பாம்புக்கு முட்டை வாங்கிக் கொடுக்கும்படி பணம் கேட்கிறான் பாம்பாட்டி. அவனுடன் அது சிநேகம் பாராட்டிக் கொண்டிருப்பது இவனுக்கு ஆச்சர்யமாய் இருக்கிறது. அது தானாகவே இவனோடு வந்து சேர்ந்துகொண்டது, என்கிற தகவலையும் பாம்பாட்டி சொல்கிறான்.

அதன்பிறகு பாம்புகள் பற்றிய ஒரு கூட்டத்தில் சில தகவல்கள் அறிகிறான் இவன். பாம்பு திரும்பத் திரும்ப ஒருவனைக் கடித்தால் அவன் அந்த விஷத்தை முறிக்கிற சக்தி பெற்றுவிடுகிறான். பாம்புகள் உடலில் சுரக்கிற ஒரு திரவத்தினால் சோடிப் பாம்புடன் இணை சேர்கின்றன, பாம்பை அடிக்கும் போது அந்த திரவம் வெளியே வரும், அதைத் தேடி சோடிப் பாம்பு, தன்சோடி மரணமடைந்த இடத்துக்கு வரும், போன்ற விவரங்கள் தெரிகிறது.

அந்தப் பாம்பாட்டி பற்றி அறிந்த ஒருவர் கூட்டத்தில் பார்வையாளராக இவனுக்கு அறிமுகம் ஆகிறார். அந்தப் பாம்பாட்டியின் மனைவி பாம்பு கடித்து இறந்து விட்டதாகவும் அவர் சேதி சொல்கிறார்.

மனைவியைக் கடித்த பாம்பை அவன் கொன்றிருப்பான், எனவும், அதன் சோடிப் பாம்பு அதே இடத்துக்கு வந்தபோது இவன் அதை வளர்க்க ஆரம்பிக்கிறான், எனவும் யூகங்களுடன் கதை முடிகிறது. பாம்புக்கடியால் விஷம் ஏறாத பாம்பாட்டி அவன். ஆதலால் பாம்புகளிடம் அவன் பயமற்று சிநேகம் பாராட்டுகிறான். அவளோ பாம்புக்கு பயந்ததாலேயே ஆபத்து உணர்ந்து பாம்பு

அவளைக் கடித்து அவள் இறக்க நேர்கிறது... எனவும் கதையில் கிளைக்கதைகளை நாமாக யூகிக்க வைக்கிறார் தமிழ்மகன்.

தொகுப்பின் ஆகச் சிறந்த கதை 'தகவல்' என்பது என் கணிப்பு. ஒரு ஐ.டி. கம்பெனியில் வேலை பார்க்கும் துப்புரவுப் பணிக்காரனின் கதை. தெருவில கையை விட்டுவிட்டு சைக்கிளில் போகிற ஒருவனை எச்சரிக்க அவன் சன்னலில் இருந்து வீசியெறிந்த காகிதம் அவன் வேலைக்கே உலை வைக்கிறது. அலுவலக ரகசியங்களைக் கடத்தி வெளியே கொண்டு செல்வதாக அவனைப் போலிசில் பிடித்துக் கொடுத்து விடுகிறார்கள். கச்சிதமாய் இந்தக் கதையில் கதாபாத்திரத்தோடு நெருக்கமாய் காட்சிகளைப் பின்னிச் செல்கிறார் தமிழ்மகன். வீணான விவரங்களோடு, சுவாரஸ்யம் கருதி சேர்க்கலாம் என்கிற விவரங்களோ இல்லை. அது நல்ல விஷயம் தான். ஒரு ஜெர்மானியக் கம்பெனியுடன் இணைந்து பணியாற்றும் கம்பெனி இது. இதன் வேலை நேரமே ஜெர்மானிய நேரம் தான். அதன்படி இவன் காலை 7.28க்கு உள்ளே நுழைந்து மாலை 4.32க்கு வெளியே போக வேண்டும். சந்தேகப் பின்னணியில் மாட்டிக்கொண்ட இவன் போலிசாரால் விசாரணைக்கு என்று அழைத்துப் போகப்படும்போது திரும்பி மணி பார்த்தான். மணி 4.32 என முடிக்கிறார் கதையை.

இதுதான் சுஜாதாவின் பாணி. கதையில் பயன்படுத்திய ஒரு விவரத்தை சற்றும் எதிர்பாராமல் முடிவில் அவர் பயன்படுத்துவார். எனக்கு அந்த உத்தி பிடிக்கும்.

ஒரு வேடிக்கை கருதி ஜெர்மன் கதை ஒன்று சொல்கிறேன். ஒரு போர்க்காலப் பின்னணியில் நதிக்கரையில் பாலத்துக்கு கீழே அமர்ந்திருக்கும் ஜெர்மன் சிப்பாய். அந்தப் பாலம், அந்த நதி, என எல்லாவற்றையுமே அவன் ஓவியம் ஒன்றில் பார்த்திருப்பான். யார் அந்த ஓவியர் என்று தனக்குள் முட்டி மோதி யோசித்தபடி இருப்பான். அந்த ஓவியர் பெயர் நினைவுக்கு வராது. இந்நிலையில் அதிகாரி ஒருவர் அந்தப் பக்கம் வந்து அவனது அடையாள அட்டை கேட்பார். அதை எங்கோ தவறவிட்டிருப்பான் அவன். நான் ஜெர்மன் படைக்காரன் தான், என அவன் வாதிடுவதை அவர் ஏற்கமாட்டார். பெரும் சிக்கலாகிவிடும். பிடிவாதமாக அவனை விசாரணைக்கு என்று வண்டியில் ஏற்றுவார் அவர். அவன் வண்டியில் ஏறும் அந்தக் கணத்தில் அவனுக்கு ஞாபகம் வரும் அந்த ஓவியர் வான்கோ, என்று முடியும் அந்தக் கதை.

ஜான் அப்டைக் எழுதிய 'வால்ட்டர் பிரிக்ஸ்' கதையும் இப்படித்தான். மனைவியின் நினைவாற்றலின் முன் தன்னை பலவீனமாக உணரும் கணவன். ஒரு பழைய சிநேகிதனின் பெயரை அவளுக்கு நினைவூட்டத் திணறுவான். அந்த விஷயத்தையே மறந்து

அவள் அவனோடு உரையாடிக் கொண்டிருப்பாள். திடீரென்று அந்த உரையாடல் இடையே புன்னகையுடன் கணவன் "அவன் பெயர் வால்ட்டர் பிரிக்ஸ்" என்பான், என்று முடியும் அந்தக் கதை.

தமிழ்மகனின் எழுத்து சமத்காரமான, உத்தி பூர்வமான எழுத்து. தன்னை பிற எழுத்தாளர்களில் முழுக்க வித்தியாசப்படுத்திக் காட்டிக்கொள்ள அவர் முயல்கிறார். பாம்பாட்டி, ஐ.டி. போன்ற கதைகளில் அவர் வெற்றியும் பெறுகிறார். ஒரு கதைக்கும் மற்றொரு கதைக்கும் அவர் வேறுபட்ட தளங்களை கையெடுத்துக் கொள்கிறார். அலுப்பூட்டாத நடையில் சுவாரஸ்யமான தகவல்களுடன் அவர் கதையை உரையாடல் பாணியில் அடுக்கிச் செல்கிறார். பாத்திரங்களும் இயல்பாய், அதிதங்கள் அற்று உரையாடுகின்றன.

அப்புறம், திருக்குறளை, எழுதுகையில் ஞாபகம் வந்தால் கதைகளில் இயல்பாகப் பயன்படுத்திவிடுகிறார். கச்சிதமான புதிய உவமை வீச்சுகள். இந்தக்காலக் கதை என அவற்றை உணர்த்த உவமைகளின் வாசனை அவருக்கு பெரிய அளவில் கைகொடுக்கிறது. சம்பவத்தைக் காட்சிப் படுத்த உவமைகள் எப்பவுமே பேருதவி செய்கின்றன.

அழகு பிம்பம் சார்ந்த மஞ்சு அக்காவைப் பின்னாளில் நினைப்பதைப் பற்றி எழுதுகிறார் தமிழ்மகன்.

"நினைவின் ஆழத்தில் நிறம் மங்கி, சாயம் இழந்த மயில் தோகைபோல்..."

இன்னொரு இடம் - அதிகாரியின் தொந்தி பற்றிய வர்ணனை. "தொந்திக்கு மேல் அரிசி மூட்டைக்குப் பட்டை கட்டிய மாதிரி பெல்ட்."

"அவள் சிரிக்க எத்தனிக்கும் போது முன் இரண்டு செவ்வகப் பற்கள் மட்டும் கார்ட்டூன் முயலுக்கானது போல் வெளியே தெரியும்." (நாங்கள் அணில் பற்கள் என்றோ, வாழைப்பூ போல என்றோ தான் எழுதுகிறோம்.)

போலிசிடம் சிக்காமல் தப்பித்து சுவாமி சத்தியானந்தா நேபாளுக்கு, அங்கிருந்து வெளிநாட்டுக்குத் தப்பித்துப் போக முயற்சிக்கிற கதை ஒன்று இருக்கிறது. கல்யாண அலங்காரத்துடன மாப்பிள்ளை யார் என்றே தெரியாமல் காத்திருக்கும் மணப்பெண் பற்றிய கதை இருக்கிறது. அதிகாரியைச் செருப்பால் அடிக்க என்று சந்தர்ப்பம் தேடி அவர் கூடவரும் தொழிலாளி கதை இருக்கிறது.

அவரது இளம் வயதிலேயே 'ஆறறிவு மரங்கள்' போன்ற கவிதைத் தொகுதிகளை வாசித்திருக்கிறேன். 'முப்பது வயதில் விதவைகள் இருக்கலாம். முதிர் கன்னிகள் இருக்கிறார்கள் இங்கே' என்று

கோபம் தெறிக்க எழுதியவர் அவர். இன்னுமான அதே வேகமும் ஆத்திரமும் கோபமும இவரிடம் மிச்சம் இருக்கின்றன. 'நியாயச் சங்கிலி' என்ற கதையில் திடுதிப்பென்று இப்படி ஒரு வாக்கியம் குதிக்கிறது.

"கோடி கோடியாக ஊழல் செய்கிறவர்கள், ஆயிரக் கணக்கில் ஊழல் செய்கிறவர்களை வேலையை விட்டு அனுப்புவது என்ன நியாயம்?"

வித்தியாசமான கதைக் களங்களுக்காகவும், சுவாரஸ்யமான வாசிப்புக்காகவும் தமிழ்மகன் தனக்கான கவனம் பெற்று விடுகிறார்.

மஞ்சு அக்கா பற்றிய புத்தகம் இது. அடுத்து தன் அண்ணன் பற்றியும், தம்பி தங்கை பற்றியும் அவர் எழுத வேண்டும், என்று காத்திருக்கிறேன்.

'மஞ்சு அக்காவின் மூன்று முகங்கள்' சிறுகதைத் தொகுப்பு வெளியீட்டின்போது தனி நூலாக வழங்கிய முன்னுரை.

நகையுணர்வுடன் கூடிய விமர்சனப் பார்வை

கவிஞர் ராஜமார்த்தாண்டன்

தமிழ்மகன் இருபதாண்டுகளுக்கும் மேலாகப் பத்திரிகைத் துறையில் பணியாற்றுகிறவர். அதன் காரணமாக அரசியல்வாதிகள், திரைப்படக் கலைஞர்கள், கலை இலக்கியவாதிகள், சாதாரண மனிதர்கள் எனச் சமூகத்தின் பலதரப்பட்டவர்களுடனும் பழகும் வாய்ப்புப் பெற்றவர். நானும் அவரும் ஒருசில ஆண்டுகள் சென்னையில் 'தினமணி' நாளிதழின் இதழ்கள் பிரிவில் சேர்ந்து பணியாற்றியிருக்கிறோம். அந்தக் காலகட்டத்தில் அவரைப் பற்றி ஓரளவில் புரிந்து கொண்டிருப்பவன்.

எல்லோரிடமும் சகஜமாகவும் இனிமையாகவும் பழகக்கூடியவர் தமிழ்மகன். எந்தவிதமான விமர்சனங்களையும் மனம் கோணாமல் ஏற்றுக்கொள்பவர். அதுபோல் பிறர் மீதான தனது விமர்சனங்களையும் நகைச்சுவையுடன் வெளிப்படுத்தக் கூடியவர். 'நீர் வழிப் படூஉம் புணைபோல' வாழ்க்கையை எதிர்கொள்ளப் பழகியவர். அதனால் இந்த வாழ்க்கை குறித்தான பெரிய புகார்கள் ஏதும் அவரிடமில்லை. அதனால் சமகாலத்திய மதிப்பீடுகளுடன் சமரசம் செய்துகொள்பவர் என்றும் கூறிவிட முடியாது. எதையும் வித்தியாசமாகச்செய்யவேண்டுமென்று நினைப்பவர். அவருக்கென்று ஒரு பார்வை, கருத்துநிலைப்பாடு உண்டு. எதிலும் பட்டும் படாத ஒரு தன்மை கொண்டவர். ஒரு மனிதர் - பத்திரிகையாளர் என்ற வகையில் தமிழ்மகனைப் பற்றிய என்னுடைய புரிதல் இது.

ஒரு கதாசிரியர் என்ற வகையிலும் அவருடைய சிறுகதைகள் மூலமாக நான் அறியும் தமிழ்மகன் மேலே குறிப்பிட்ட குணாம்சங்களுடன் சிறிதும் முரண்படாதவராகவே தெரிய வருகிறார். படைப்புக்கென்றொரு வித்தியாசமான முகத்தை அணிந்துகொள்ளாதவர். எல்லாவற்றையுமே புரட்டிப் போட

முனையும் ‘கலகக்கார’ப் பாவனையேதும் அவரிடம் கிடையாது. இன்றைய வாழ்க்கையின் புதிர்களையும் அபத்தங்களையும் அவற்றை எதிர்கொள்ளும் மனிதர்களையும், ஒரு பார்வையாளனாக விலகி நிற்காமல் ஒரு பங்கேற்பாளனாகத் தன்னையும் உள்ளடக்கி நகைச்சுவை கலந்த கிண்டலுடன் விமர்சனம் செய்கிறவர். இன்றைய அரசியல், ஊடகங்கள், திரைப்படங்கள், சமூக மதிப்பீடுகள் அனைத்தின் மீதும் தமிழ்மகனுக்கு விமர்சனங்கள் உண்டு. அந்த விமர்சனங்கள் கதைசொல்லியின் குறுக்கீடாக -தொகுத்துச் சேகரித்து வைத்துக்கொள்ள வசதியான ‘பொன் மொழி’களாக - அல்லாமல் கதைப் போக்கினூடாகவே வெளிப்படுவது தமிழ்மகன் கதைகளில் குறிப்பிடத் தகுந்த அம்சமாகும்.

தனது கதைகள் ஒன்று போலில்லாமல் வித்தியாசமாக அமைய வேண்டும் என்கிற பிரக்ஞைபூர்வமான அவரது எத்தனிப்பை இத்தொகுப்பிலுள்ள கதைகளின் மூலம் தெளிவாகவே அறிய முடிகிறது. ஒரு கதாபாத்திரத்தின் பார்வையில் கதையை நகர்த்திச் செல்வது (‘கன்று’, ‘அக்கா’, ‘மகள்’, ‘ஹூம்’), முழுக்கவும் பாத்திரங்களின் உரையாடல் மூலமாகவே அமைவது (‘பத்தினி’, ‘நேசம்’), சிறுசிறு சம்பவங்களின் மூலமாக நகர்வது (‘முன்னாள் தெய்வம்’) என்ற வகையிலான அமைப்புக்கொண்ட கதைகள் இவை.

தமிழ்மகன் தனது கதையை எவ்வாறு கட்டமைக்கிறார் என்பதை, இத்தொகுப்பிலுள்ள ‘அக்கா’ சிறுகதையை முன்வைத்துப் பார்க்கலாம். சிறிய கவனப் பிசகிலும் மிகையுணர்ச்சி கொண்டதாக மாறிவிடக்கூடிய சம்பவத்தை, அவ்வாறாகிவிடாமல் யதார்த்தமாகச் சித்தரித்திருக்கிறார் தமிழ்மகன்.

சாராயக் கடையில் வேலை பார்க்கும் கணேஷ் என்கிற இருபத்து நாலு வயதான இளைஞனின் பார்வையில் கதை சொல்லப்படுகிறது. மில்லில் வேலை பார்க்கும் அப்பா. மில் சம்பளம் அவரது குடிச் செலவுக்கே போதுவதில்லை. எனவே மகனுக்கு டி.பி. என்றும், மகளுக்குத் திருமணம் என்றும் ‘லோன்’ வாங்கிக் குடிப்பவர். அக்காள் மாடாக உழைத்துக் குடும்பத்தைச் சமாளித்து வருகிறாள். தம்பியையும் பத்தாவது வரை படிக்க வைக்கிறாள். இருபத்தொன்பது வயதாகியும் அவளுக்குத் திருமணம் செய்து வைக்க அந்தத் தந்தை முயற்சி எதுவும் எடுக்கவில்லை. திடீரென்று ஒருநாள் அவள் தனக்குப் பிடித்தவனுடன் ஓடிப்போகிறாள். இவ்வளவுதான் கதை. அதைக் கதையாக்கியிருக்கும் விதம் சிறப்பாக இருக்கிறது. கதைப் போக்கிற்குத் தேவையில்லாத சம்பவங்களோ, வரிகளோகூட இல்லாமல் கச்சிதமான அமைப்புக்கொண்ட கதை இது.

தந்தையையும் தம்பியையும் விட்டுவிட்டு அவள் ஓடிப் போனது ஏன்? அவளுக்கு வயது இருபத்தொன்பது. எட்டு ஆண்டுகளுக்கு

முன்னால், மில்லில் லோன் வாங்குவதற்காக அப்பா அச்சடித்த அழைப்பிதழ்களில் சிலவற்றை அவளது பெட்டியில் ஒருநாள் தம்பி பார்க்கிறான். இதைக் கதைசொல்லியான தம்பி நினைவுகூர்வதன் மூலம் அவள் வீட்டை விட்டுச் சென்றதற்கான அவள் பக்கத்து நியாயம் உணர்த்தப்படுகிறது. அவள் யாருடன் சென்றாள் என்கிற விவரமெல்லாம் கதையில் சொல்லப்படவில்லை.

அக்காள் வீட்டைவிட்டுச் சென்றுவிட்டதை அப்பா மூலம் அறிந்த தம்பி, அவள் செய்தது 'தப்பா?' என்று தீர்மானிக்க முடியாமல், அப்பா வற்புறுத்தியும் சாப்பிடாமல், 'நைட் ஷிப்டு' என்று பொய் சொல்லிவிட்டு, மீண்டும் சாராயக் கடை நோக்கிப் போகிறான். "நாளையிலிருந்து யார் சமைப்பார்கள் என்று தெரியவில்லை. அக்கா நிஜமாகவே வரமாட்டாளா?" என்ற சிந்தனையுடன் ¼ குடித்துவிட்டு, சாராயக் கடையிலிருந்து வரும் வழியில் அவன் மீது 'திடீர் பாசம்' கொண்ட தெரு நாய்க்காக 'இரண்டு பொறைகள்' வாங்கிக்கொண்டு போகிறான். (அந்த நாயினைப் போன்ற விசுவாசம் கலந்த பாசத்தைத் தன் அக்காளிடம் எதிர்பார்க்கிறவனா அந்தத் தம்பி?) கதையின் முடிவு, வாசகரின் யூகத்துக்கானது. அவரவர் வாசிப்பனுபவம் சார்ந்து, கதையின் கதாபாத்திரங்கள் குறித்தான அபிப்பிராயத்தை உருவாக்கிக்கொள்ளலாம்.

புதுமைப்பித்தன், ந.பிச்சமூர்த்தி, கு.ப.ரா., மௌனி போன்றவர்களை முன்னோடிகளாகக் கொண்ட தீவிர இலக்கியச் சிறுகதைப் போக்கின் வாரிசு அல்ல தமிழ்மகன். அதேசமயம் இன்றைய வெகுஜனச் சிறுகதைகளின் கிளுகிளுப்புகளும் அபத்தங்களும் கொண்ட கதைகளை எழுதுபவரும் அல்ல. தரமான வெகுமக்கள் சிறுகதைகளுக்குத் தமிழ்மகனின் கதைகளைச் சிறந்த உதாரணமாகக் குறிப்பிடலாம். அப்படியொரு வெகுஜனக் கதை மரபு தமிழில் ஒரு காலத்தில் இருந்து, இன்று காணாமல் போய்விட்ட அல்லது தரம் தாழ்ந்துவிட்ட சூழ்நிலையில், தமிழ்மகனின் கதைகள் கவனிப்புக்குரியவையாகின்றன. தீவிர இலக்கியவாதிகளும் பொருட்படுத்தி வாசிக்கத் தகுந்தவையாகின்றன என்பது என் நம்பிக்கை.

இடையன்விளை

23.7.2008

எட்டாயிரம் தலைமுறை சிறுகதைத் தொகுப்புக்கான முன்னுரை.

தமிழ் எழுத்துலகின் பெருமைமிகு அடையாளம்

கீதாபிரகாஷ்

உலகத்திலேயே கடினமான செயல் எது என்பதை இதோ இப்பொழுதுதான் உணர்ந்து கொண்டேன். தமிழ்மகன் அவர்கள், தமிழ் எழுத்துலகில் மிக முக்கியமான எழுத்தாளர். எழுத்தை அவர் எவ்வளவு நேசிக்கிறார் என்று அவர் எழுத்தை வாசித்தவர்களுக்குப் புரிந்திருக்கும். எழுத்தை மட்டுமல்ல சக மனிதர்களையும் இயற்கையையும், இந்த பூமியில் வாழும் எல்லா உயிரினங்களையும் நேசிக்கவும் சிந்திக்கவும் கூடிய மனிதனால் மட்டுமே நல்ல சிறுகதைகளையும் நாவலையும் எழுத முடியும்.

எழுத்தின்மீது தீராக் காதல் கொண்ட மனிதனின் நேரத்தையும் காலத்தையும் பேனா முனை என்ற ஆயுதம் எப்படி விழுங்கிவிடும் என்பதை நான் நன்கு அறிவேன். தன் வாழ்க்கையை மட்டுமின்றி அடுத்தவர்களுக்காவும் சிந்திக்கக்கூடிய நல்ல எழுத்துக்குச் சொந்தக்காரர்தான் தமிழ்மகன் அவர்கள். அவர் எழுதிய சுமார் 65 சிறுகதைகளைப் படித்திருக்கிறேன். நூறு சிறுகதைகளுக்கு மேல் எழுதியிருப்பதாக அறிகிறேன். இன்னும் அவர் எத்தனை சிறுகதைகளை எழுதி புத்தகமாக்கக் காத்துக்கொண்டிருக்கிறார். இன்னும் எத்தனை சிறுகதைகள் அவர் மூளைக்குள் வார்த்தைகளாக சுழன்றுக்கொண்டிருக்கின்றன என்று தெரியவில்லை. அவர் எழுதிய சிறுகதைகளைப் படித்த அனுபவத்தில் சொல்கிறேன், எழுத்தாளர் தமிழ்மகன் அவர்களின் ஒவ்வொரு சிறுகதையும் படித்த பின்பு அவருடைய கதாபாத்திரங்களோடு பயணம்செய்வது போன்ற பிரமை எனக்குத் தோன்றியுள்ளது. எங்கேனும் யாரேனும் ஒருவர், அவர் கதாபாத்திரமாக எனக்குக் காட்சியளிக்கிறார்.

சின்னச்சின்ன கதைகள் சொல்வதால் அவை சிறுகதைகள் ஆகிவிடாது என்பது என் எண்ணம். ஆனால், சிறுகதைகளானாலும்

பெரும் வலியை அல்லது ஆகச்சிறந்த சிந்தனையை அல்லது படித்து முடித்த கணத்தில் ஆழ்மனதில் ஏதேனும் ஒரு தாக்கத்தை ஏற்படுத்திவிட்டால், அந்தச் சிறுகதை வெற்றிதான். சிறுகதையோ நாவலோ, கவிதையோ கட்டுரையோ... என்னளவில் படித்தவர்களை எழுத்து ஏதேனும் செய்ய வேண்டும். அழவைக்கவோ, சிரிக்க வைக்கவோ, சிந்திக்கவைக்கவோ, நம்பிக்கையான வார்த்தைகளைத் தருவதாகவோ, எழுத்து என்பது யாரோ ஒருவரின் மரணத்தை தடுத்து நிறுத்துவதாகக்கூட அமையலாம். ஆம். தமிழ்மகன் அவர்களின் சிறுகதைகளைப் படிக்கும்போது, சில நேரங்களில் மேலே சொன்ன உணர்ச்சிகளில் நாம் கலந்திருப்போம் என்பதே நிதர்சனமான உண்மை.

எழுத்தாளர் தமிழ்மகனின் தீவிர ரசிகை நான் என்பதைவிட, அவருடைய கதை மாந்தர்களின் தீவிர ரசிகை நான். ஆமாம். எடுத்தவுடன் நான் கடினமான வேலை என்று சொன்னேன் அல்லவா? அவர் எழுதிய சிறுகதைகளில் ஏதேனும் 10 கதைகளை மட்டும் தேர்வுசெய்ய வேண்டும் என்பதுதான் அந்தக் கடினமான வேலை. நாம் படிக்கும் புத்தகங்களில் ஏதேனும் ஒரு கதை மட்டும் நன்றாக இருந்தால் அதைப் பாராட்டிச் செல்லலாம். ஆனால், அவர் எழுதிய மூன்று சிறுகதைத் தொகுப்புகளில்...

எட்டாயிரம் தலைமுறை (20 கதைகள்)

மீன்மலர் (21 கதைகள்)

மஞ்சு அக்காவின் மூன்று முகங்கள் (25 கதைகள்)

இத்தனை சிறுகதைகளில் ஏதேனும் 10 கதைகளை மட்டும் தேர்வுசெய்யச் சொல்வது எப்படி இருக்கிறது தெரியுமா?

பலதரப்பட்ட மிட்டாய்கள், ஐஸ்கிரீம், கேக், இன்னும் பல வகை இனிப்புகளை ஒரு குழந்தையின் முன் நீட்டி, ஏதேனும் ஒன்றை மட்டும் எடுத்துக்கொள் என்று சொன்னால் அந்தக் குழந்தை என்ன செய்யும் பாவம்! குழம்பிப் போய்விடாதா... அந்தக் குழந்தையின் நிலையில்தான் நானும் தவித்துப்போய் நிற்கிறேன்.

"ஆமாம். தமிழ் எழுத்துலகில் தனக்கென தனி முத்திரை பதித்து, சுமார் 30 ஆண்டுகளுக்கும் மேலாக எழுதிக்கொண்டிருக்கும் தமிழ்மகன் அவர்களின் சிறுகதைகள் பற்றி மிகப்பெரிய எழுத்துலக ஜாம்பவான்கள் எழுதுவதுதான் உத்தமம். ஆனால்,

"நீ யார் சிறுகதைகளைத் தேர்வுசெய்து எழுத? அதற்கு என்ன தகுதி இருக்கிறது... என்று யாராவது கேட்டால், எனக்கு இருக்கும் ஒரே தகுதி எழுத்தாளர் தமிழ்மகனின் எழுத்தின் தீவிர ரசிகை நான் என்பதுதான். Customer is very important person என்று மகாத்மா காந்தியின் கருத்தை ஆமோதித்தாரா தமிழ்மகன் என்பது எனக்குத்

தெரியவில்லை. ஆனால், இந்த வாய்ப்பு எனக்குக் கிடைத்ததில் மகிழ்ச்சியே.

தமிழ்மகன் அவர்களின் சிறுகதைகளில் எனக்கு ஆச்சரியப்பட வைத்தது என்னவென்றால், தன் கதைகளின் வழியே எண்ணற்ற நல்ல சிந்தனைகளைக் கடத்தும் விதம்தான் அவரை மற்ற எழுத்தாளர்களிடமிருந்து வேறுபடுத்திக் காட்டுகிறது. இவருடைய பெரும்பாலான கதைகளில் சமூகப் பிரச்சனைகளைப் போகிற போக்கில் எள்ளல் தன்மையோடு சுட்டிக்காட்டுவதிலும் டநம்பிக்கைகளைச் சாதியப் பிரச்சனைகளை சமூக அவலங்களை மறைமுகமாகச் சாடுவதிலும் கதை சொல்லும் விதத்திலும் தமிழ்மகன் யாருடைய சாயலும் இல்லாமல் தனித்துவமாக இயங்குகிறார் என்பதற்கு அவருடைய கதை மாந்தர்களும், குறிப்பாக பெண் கதாபாத்திரங்களுமே சாட்சி. பல எழுத்தாளர்கள், தங்கள் சிறுகதைகளில் பெண்களைப் போகப் பொருளாக அல்லது ஆபாசமாகச் சித்திரிப்பார்கள். இல்லை, அழுது வடியும் வாழ்கையில் கஷ்டமே படக்கூடிய சிண்ட்ரெல்லா என்று சொல்லி நம்மையும் அழவைப்பார்கள். இந்த மாதிரி எந்தவித உறுத்தலும் இல்லாமல் பெண் கதாபாத்திரங்களைப் படைத்திருப்பதுதான் அவருக்கு சபாஷ் போட வைக்கிறது.

ஒரு கதை விஞ்ஞானம் பேசுகிறது, ஒரு கதை பெரியாரியம் பேசுகிறது, ஒரு கதை யாருமற்ற கிழவனுக்காகப் பேசுகிறது, ஒரு கதை மகனைத் தேடும் தாயைப் பற்றி பேசுகிறது, ஒரு கதை இறக்கப்போகும் மனிதனைப் பேசுகிறது. நீங்கள் நம்பினால் நம்புங்கள்... இவருடைய ஒரு கதையில், சிங்கம் சரளமாக ஆங்கிலம் பேசுகிறது.

காதல், நட்பு, நேசம், காமம், இயற்கை, விலங்குகள் அழிவு, ஏக்கம், அழுகை, ஆற்றாமை, அரசியல், திருவள்ளுவர், சாதி, திருமணம்... இப்படி எல்லாவற்றையும் கதைக்கிறது.

இவருடைய எழுத்துகளில், சில நேரம் எள்ளலும் நையாண்டிச் சொல்லாடல்களும் தானாக வந்து விழும்.

'நோக்கம்' என்ற சிறுகதையில், விஷ்ணுவின் காலைப் பிடித்து அமர்த்தும் லக்ஷ்மியிடம், "ஏன் இப்படி காலை அழுத்திக் கொண்டிருக்கிறீர்கள் தேவி? என்று அனுமன் கேட்கிறார். அதற்கு லக்ஷ்மியோ, 'சினிமாவிலும் காலண்டரிலும் என்னை இப்படித்தான் படம் போடுகிறார்கள். அதே பழக்கம் வந்துவிட்டது. உள்ளங்கையிலிருந்து பொற்காசுகளாகப் பிரவகிப்பதற்கு இது எவ்வளவோ மேல். வேறு என்ன செய்ய?" என்கிறார். சிரிப்பை அடக்க முடியவில்லை. இந்தச் சிறுகதை பேசக்கூடிய அரசியல் முக்கியம். கடவுளின் பேரைச் சொல்லி நடத்தும் அரசியலை

கடவுளை வைத்தே அதே அரசியலைக் கையாண்ட விதம், புரிந்தவர்களுக்குப் புரிந்தால் நம் நாடு விளங்கிவிடும். பல பிரச்சனைகளுக்குத் தீர்வு கிடைத்துவிடும்.

ஒரு சில எழுத்தாளர்கள், தனக்குத் தெரிந்த எல்லா விசயங்களையும் திணித்துவிட்டு, தன் மேதாவித்தனத்தைக் காட்டிவிட வேண்டும் என்று படிப்பவர்களைப் பயமுறுத்துவார்கள். இவருடைய பலமே, அந்தந்த கதைக்குத் தேவையான செய்திகளை மட்டும் சொல்லி, எளிமையாக அந்தக் கதாபாத்திரங்களை வாசகர்களோடு இணைக்கும் வித்தையைச் செய்வதுதான். ஒரு கதையைப் படித்தால், அந்த எழுத்தாளர் நம்மோடு பயணிக்கக் கூடாது. அந்தக் கதை மாந்தர்கள்தான் நம்மோடு உலாவ வேண்டும். எழுதுவதுதான் என் வேலை. அதற்குமேல் அதை வாசகனிடமே விட்டுவிட வேண்டும். தன் கதை மாந்தர்களை அத்தனை நம்பிக்கையோடு படைக்கிறார் தமிழ்மகன்.

இவருடைய சிறுகதைகள், ஒன்றிலிருந்து மற்றொன்று வேறுபட்டு இருப்பதுதான் சிறப்பே.

மனைவியை இழந்த முதியவர், மகன்கள் யாரும் கவனிக்காமல் ஆதரவின்றி இருக்கும் பெரியவர், நட்பாகப் பழகும் குடும்பத்தினரின் வீட்டுக்கு தினமும் சென்று, தான் வீர சாகசம் செய்தவர் என்றும் புரூஸ் லீ-யைவிட பலசாலி என்றும், விஷம் ஏறினாலும் தனக்கு ஒன்றும் ஆகாது என்று நண்பரின் பேரக்குழந்தையிடம் சொல்கிறார். அதை அந்தக் குழந்தையும் நம்புகிறது. புரூஸ் லீ-யைவிட வலிமையானவர் இந்த தாத்தா என்று குழந்தை நம்புகிறது. தினமும் இப்படிப் பேசி, குழந்தையின் தாய் தரும் மோரையோ கூழையோ வாங்கி குடிக்கிறார் முதியவர். அவர் அங்கிருந்து நகர்ந்த பின்பு, அவரின் நண்பர் தன் மருமகளிடம்... "அவன், ஒரு வாய் கூழுக்காகத்தான் இங்கே வந்து இவ்வளவு பேச்சு பேசுறான். அவன் வந்தா ஒரு சொம்பு குடுத்துடுங்க" என்றதும் அவரின் நண்பர்மீது, அவரின் கம்பீரமான புரூஸ் லீ தாத்தா மீது நமக்கு அத்தனை பச்சாதாபம் உண்டாகிறது. மனைவியை இழந்து வாழும் ஆண்களின் நிலை எத்தனை பரிதாபத்திற்குரியதாக இருக்கிறது! படித்து ஐந்து வருடங்களுக்கு மேலாகியும் என் மனதை விட்டு நீங்காத கதை, இந்த புரூஸ் லீ தாத்தா கதை.

மனிதன் இறக்கப்போகும் தருவாயில், அவர்களைச் சுற்றி இருப்பவர்கள் படும் பாடு, வேதனையை, சுற்றி இருப்பவர்களின் கஷ்டங்களைப் பேசும் கதைகளை நாம் அறிவோம். ஆனால், இறப்பின் விளிம்பில் பொருத்தியிருக்கும் செயற்கை சுவாசக் கருவியை அகற்றிவிட்டால், அசைவின்றி இருக்கும் அவர் பேசுவதைபோல் ஒரு கதை எழுதியிருக்கிறார். கதையின் பெயர், 'நினைவின் நிழல்'.

இறப்பின் விளிம்பில் நாம் என்ன சிந்திப்போம் என்று யோசித்துப் பார்த்தால், இந்தக் கதையில், மருத்துவமனையில் செயற்கை சுவாசத்தோடு அசைவின்றி படுத்திருப்பவர் நினைப்பது போலத்தான் சிந்திப்போம் என்று தோன்றுகிறது. இறப்புக்கும் இடைப்பட்ட வாழ்வுக்கும் ஊடே, மனிதனின் நினைவு நிழல் என்ன பேசும் என்பதைப் பேசிய வித்தியாசமான சிறுகதை இது.

எழுத்துலகில் இருந்துகொண்டு, லட்சம் லட்சமாய் அல்லது கோடிகளில் சம்பாதித்தார்கள் என்று அயல்நாடுகளில் சொன்னால் நம்புவார்கள். ஆனால் தமிழ்நாட்டில்... எழுத்தாளர் என்று சொன்னாலே 'சரி, இருக்கட்டும் சாப்பாட்டுக்கு என்ன பண்றீங்க' என்ற அடுத்த வினாவைத் தொடுத்து காயப்படுத்திவிடுவார்கள். கேரளாவில்கூட எழுத்தாளர்களுக்கு நல்ல மரியாதை உண்டு. நம் தமிழ்நாட்டில் நிலைமை வேறு. யாரோ ஒரு சிலர் சினிமா பக்கம் போய் தக்கவைத்துக்கொண்டால், அது அவர்கள் சாமர்த்தியம் என்றுதான் சொல்ல வேண்டும். 'பாதிப்பு' என்ற கதையில்... எழுத வேண்டுமெனில் எழுதும் சூழல் நன்றாக அமைய வேண்டும். தனக்கான அங்கீகாரம் என்பது ஏதேனும் பத்திரிகையில் பிரசுரமாவதும், அதைப்பாராட்டி ஒருவார்த்தைவாசகர்களிடமிருந்து வருவதும்தான். தன் வீட்டில் உதாசீனப்படுத்தப்படும், திருமணமாகாமல் இருக்கும் எழுத்தாளன், பெரிய அளவில் தன் எழுதுதினால் சம்பாதிக்காததால் ஏற்படும் கவலைகளுக்கு மருந்து, அவன் எழுதும் கதைகள்தான். வலி நிறைந்த ஒரு நள்ளிரவில்... அவன் அப்பா, மகனின் கதை ஒன்றைக் குறிப்பிட்டு, 'நல்லாருக்கு' என்று சொல்லும்போது அவனின் மனநிலை எப்படி இருக்கும் என்பதை ஒரு நிமிடம் நம்மையும் சிந்திக்கவைத்துவிட்டார். ஆம். எழுத்தாளரான அவருக்குத்தானே அந்த வலியும் ஆனந்தமும் புரியும்.

போலி சாமியார்களைப் பற்றி நாம் நிறைய படித்திருப்போம். அதில் என்ன புதிதாக இவர் எழுதிவிடுவார் என்று நினைத்து 'துன்பம் நேர்கையில்' கதையைப் படித்தால், பல இடங்களில் சிரிப்பை என்னால் கட்டுப்படுத்த முடியவில்லை. அந்தச் சாமியார், அந்தப் பிரச்சனையிலிருந்து தப்பித்து ஓடுவதை அத்தனை எள்ளலோடு சொல்லியிருப்பார். பிரபலமான சாமியாராக வலம் வந்துகொண்டிருந்தவர், திடீரென செக்ஸ் சாமியார் என அழைக்கப்பட்டு அவரைக் கைதுசெய்யும் நிலையில், நாட்டை விட்டு ஓட நினைக்கிறார். அப்போது, பழைய நிகழ்வுகளை நினைத்துப் பார்க்கிறார். தான் ஒரே நேரத்தில், கேன்சர் பாதித்த பெண்ணோடு ஆந்திராவில் இருந்ததாகவும் அதே நேரத்தில் நியூஜெர்சியில் மேயரோடு இருந்தாகவும் பக்தர்கள் கூறியது நினைவுக்கு வருகிறது. ஆனால், உண்மையில் அந்த நேரத்தில், அந்தச் சாமியார்

மலச்சிக்கலில் முக்கிக்கொண்டு இருந்தாக எழுதியிருப்பார். உண்மையில் போலி சாமியார்கள் பற்றி எழுத வேண்டும் என்று அங்கு நடக்கும் அக்கிரமங்களை எழுதி அடுக்கிக்கொண்டு போய், ‘பராசக்தி’ படத்தில் வரும் கலைஞரின் வசனத்தை உல்டாவாக மாற்றி, இந்தக் காலகட்டத்திற்கு ஏற்றாற்போல் எழுதும் எழுத்தாளர்களுக்கு நடுவே, அந்த போலி சாமியாரே தன்னைப் பற்றி பேசுவது போல் கதை அமைத்ததற்கும் இந்த வித்தியாசமான பார்வைக்கும் சபாஷ் போட வேண்டும்.

இன்றைய சாதி அரசியலும் சாதி, மனிதனை மனிதனாக வாழ வைக்காமல் இருப்பதற்கான அப்பட்டமான வெளிப்பாடாக, ‘ஒரு தேர்தல் ஒரு பசு’ கதையைச் சொல்லலாம். அந்தக் கதையை 1985 ஆம் ஆண்டு எழுதியிருக்கிறார். சுமார் 36 ஆண்டுகள் ஆகியும் இன்னும் நம் நாட்டில் சாதியும் அரசியலும் எவ்வித மாற்றமும் இல்லாமல் இருக்கின்றன. தேர்தலின்போது மட்டுமல்ல சாதி எப்பொழுதும் மனிதனை சாக்கடை ஆக்கும். எவர் ஒருவர் பெரிதாக ஆடுகிறாரோ அவர் சிறிய புத்தியோடும் தாழ்ந்தவர்கள் ஆகிறார்கள். ஆனால், எளிய மனிதர்களிடம்தான் மனிதர்களையும் விலங்குளையும் பாகுபாடின்றி நேசிக்கும் குணம் இருக்கும் என்பதை அத்தனை அழுத்தமாகச் சொன்ன கதைதான், ‘ஒரு தேர்தல் ஒரு பசு’ கதை.

தன் வீட்டில் ரோஜா செடி வளர்க்க ஆயிரம் காரணங்கள் சொல்பவர்களைப் பார்க்கலாம். ஆனால், தன் வீட்டில் ரோஜா செடி வளர்க்க எட்டாயிரம் தலைமுறைக்கு முன்னே வாழ்ந்த காதலனும் காதலியும்... அவர்கள் காதல் கதையைச் சொன்ன விதமும், அப்பொழுதும் காதலை எதிர்த்தார்கள் என்றும், எதற்காக இந்த முட்செடியான ரோஜா செடி காதலின் அங்கம் ஆனது என்று விளக்கத்துடன் எழுதியிருந்த ‘எட்டாயிரம் தலைமுறை’, ஓர் அருமையான சிறுகதை. ‘காதலர்கள் காதலித்தார்கள், முத்தமிட்டார்கள்... வீட்டில் சம்மதிக்கவில்லை ஓடிப்போனார்கள்’ என்று காதல் கதை சொல்லாமல், ‘ஆதிக் காதலனுக்கும் ஆதிக் காதலிக்கும் காதல் பிரச்சனையாகத்தான் இருந்தது’ என்று சொன்ன விதம் மிகவும் அருமையாக இருந்தது.

வாழ்கை என்பதே தேடல்தானே. தேடலின் வெளிப்பாட்டில் பிறந்ததுதானே பிறப்பு. தேடலின் பொருட்டுதான் மனிதன் இத்தனை வளர்ச்சி அடைந்தான். ஆன்மிகத் தேடல், அறிவியல் தேடல், அறிவு தேடல் என எல்லா தேடலின் முடிவும் வெற்றியாக அமைந்தால் நல்லது; மகிழ்ச்சிதான். காதலியைத் தேடி, காதலனைத் தேடிப் போகும் கதைகளைப் படித்து, அதில் இறுதியாக சுபம் என்று போட்டுவிட்டால் நமக்கு அத்தனை மகிழ்ச்சியாக இருந்துவிடும். ஆனால், எதார்த்தம் என்பது எளிய மனிதர்களின் வாழ்க்கையில்

அப்படி அமைவதில்லை. தான் பெற்று வளர்த்த மகனை தேடித்தேடி கலைத்துப்போகும் தாய் ஒருத்தி, தன் மகன் இருக்கும் இடம் அறிந்து போகிறாள். அவள் உருவத்தைக் கண்டு, பிச்சை எடுக்கும் கிழவி என்று துரத்துகிறார்கள். எத்தனை கொடுமை! இறுதியில், கலைத்துப் போய் சுருண்டு படுக்கும் கிழவியைக் கண்டும் காணாமல் கடக்கும் மகனை, கதைக்குள் சென்று இரண்டு அடி அடிக்க வேண்டும் என்று தோன்றியது எனக்கு. எவ்வளவு மோசமான மனிதர்களுக்கு நடுவே இவ்வுலகம் இயங்குகிறது என்பதற்கு இந்த 'தேடல்' கதையே சாட்சி.

தனக்கும் அப்பாவுக்கும் சமைத்துப்போடும் அக்கா. குடும்பத்தைப் பொறுப்போடு கொண்டுபோன அக்கா. வீட்டு வேலைகளைச் செய்து வந்த அக்கா, ஒருநாள் 'யாருடனோ ஓடிப்போய்விட்டாள்' என்று வேலை விட்டு வீடு திரும்பிய தம்பியிடம் தந்தை சொல்கிறார். அடுத்ததாக, தம்பி ஓவர் ஷிஃப்ட் என்று சொல்லி வேலைக்குச் செல்கிறான். அடுத்த நாளிலிருந்து சமைக்கத் துவங்குகிறான். இந்தக் கதையில் நான் வியந்தது... எந்த இடத்திலும் அந்தப் பெண் கதைக்குள் வரவில்லை. ஆனால், அந்த அக்கா என்கிற பெண்தான் கதையே. அவள்தான் அந்தக் குடும்பத்தை இயக்கிறாள். அவளுக்கு யார்மீதோ ஆசை இருந்தது. தன் காதலை தன் தம்பியிடமும் தகப்பனிடமும் சொல்லவில்லை. அந்த அக்காளுக்கும் தெரியும், அவள் சென்றால் இவர்கள் கஷ்டப்படுவார்கள் என்று. இத்தனைக்கும் நடுவே, அவளைத் தம்பியும் தகப்பனும் புரிந்துகொள்ளவில்லை என்று நினைத்தோ, அல்லது தன் ஆசை அடுக்களையோடு போய்விடுமோ என்று அவள் நினைப்பதாக எதையும் எழுத்தாளர் சொல்லவில்லை. ஆனால், அந்த அக்காவைப் பற்றி நிறைய விசயங்களை நீங்களே சிந்தித்துக்கொள்ள வேண்டும் என்று தமிழ்மகன் நம்மிடம் விட்டுவிட்டார். சிறந்த கதைகளில் இந்த 'அக்கா' கதையும் ஒன்று.

ஒவ்வொருவரின் வாழ்விலும் ஏதோ ஒன்று நடந்துகொண்டிருக்கிறது என்பதை 'மொத்தத்தில் சுமாரான வாரம்' என்ற சிறுகதையில் எழுதியிருக்கிறார். வேலைக்குப் போகும் பெண்ணுக்குக் குடிநீர்க்கு குடம் வரிசையில் நிற்கும் பிரச்சனை, வேலையில் நடக்கும் பிரச்சனை ரேஷன் வாங்குவதில் பிரச்சனை, சாராயம் காய்ச்சுவது, வேலை வாய்ப்பு பிரச்சனை பெண் கல்யாணச் செலவு பிரச்சனை, காதல் பிரச்சனை... இப்படி பல பிரச்சனைகள். ஒவ்வொருவருக்கும் ஒவ்வொரு நாளிலும் ஒவ்வொரு பிரச்சனை. இறுதியாக, பள்ளிக்கூடத்தில் கணக்கு வாத்தியர் பிரச்சனை என்றும், அதிலும் வாத்தியார் விடுப்பு எடுத்தால் பிள்ளைகள் உற்சாகமாக இருக்கிறார்கள் என்று அவர்களின் மன நிலையில் கதை சொல்லியிருப்பார் தமிழ்மகன். உண்மையில் இப்படி எல்லாம் வித்தியாசமான கதைகளை எழுதியதற்கு நாம் அவரைப்

தமிழ்மகன் | 23

பாராட்டியே ஆக வேண்டும்.

‘நான் உயிரோடு இருப்பதற்கு சாட்சியாக எழுதிக்கொண்டிருக்கிறேன்’ என்று நம்பும் தமிழ்மகன் அவர்கள், எழுத்தை எவ்வளவு நேசிக்கிறார் என்று நன்றாகப் புரிந்துக்கொள்ள முடிகிறது. தான் நேசிக்கும் ஒன்று, நான் உண்மையாக நேசிக்கும் எழுத்தோ அல்லது கலையோ ஒருபோதும் நம்மை கைவிடாது என்று நம்புவள் நான். ஒரு பொழுதும் வாசகர்களை முகம்சுளிக்க வைக்கக்கூடிய அபத்தமான எழுத்தை ஒருபோதும் தராமல், தரமான எழுத்தை வாசகர்களுக்குத் தரும் எழுத்தாளர் அவர்களுக்கு நம் தமிழ்ச்சமூகம் நன்றி சொல்ல வேண்டும். மனமார்ந்த வாழ்த்துகள்! நீங்கள் தமிழ் எழுத்துலகின் பெருமைமிகு அடையாளம்.

நன்றி

பொள்ளாச்சி
08.04.2021

அம்ருதா பதிப்பகம் வெளியிட்ட முத்துக்கள் பத்து தொகுப்புக்கான முன்னுரை

தமிழ்மகனாகிய நான்!

ஆயிரத்து தொள்ளாயிரத்து எண்பத்தி ஆறு முதல் 2021 வரை சுமார் 35 ஆண்டுகளில் நூற்றுக்கு மேற்பட்ட கதைகளை எழுதி விட்டேன். வெள்ளை நிறத்தில் ஒரு காதல் தொடங்கி படைவீடு வரை பத்துக்கும் மேற்பட்ட நாவல்கள் எழுதியிருக்கிறேன்... எழுதிக் கொண்டும் இருக்கிறேன்.

இந்த 35 ஆண்டுகளில் நான் பணியாற்றிய இதழ்கள்... அவற்றுக்கு எடிட் செய்த பணிகள், எழுதிய செய்திகள், எடுத்த பேட்டிகள் என எழுத்துக்களால் ஆன வாழ்க்கை.

இருப்பினும் எப்படி சாத்தியமாயின இத்தனை கதைகள்? நான் பணியாற்றிய அத்தனை இதழ்களிலும் என்னைத் தொடர்ந்து எழுத ஆதரித்தார்கள். மின்மினி வார இதழ், சத்யா - சுஜாதா மாத நாவல்கள், ஆறாம் திணை, தினமணி கதிர், குங்குமம், குமுதம், ஆனந்த விகடன் என என்னுடைய அனைத்து பணியிடங்களும் தந்த வாய்ப்புகள் அலாதியானவை. விகடனிலும் தினமணி கதிரிலும் சுமார் 50 கதைகள் எழுதி இருக்கிறேன்.

நூறு கதைகள் என வரையறுத்துக் கொண்டது ஒரு முழுமையை உணர்த்துவதற்காகத்தான். 22 வயது முதல் 58 வயது வரையிலான அனுபவம் இவற்றிலே தெரியும். இளம் வயதில் எழுதிய கதைகள், நடு வயதில் எழுதிய கதைகள், நரை எழுதிய கதைகள் என இதில் பல ரகங்கள் உண்டு.

பெரிய எழுத்தாளர்களின் அங்கீகாரங்களுக்கோ, விருதுகளின் அங்கீகாரங்களுக்கோ நான் ஏங்கியது இல்லை... அதேபோல யாரையும் அங்கீகரிக்கும் துணிவும் எனக்கு இல்லை. நான் யார் அங்கீகரிப்பதற்கு என்று நினைத்துக் கொள்வேன். இது ஒரு மனநிலை அவ்வளவுதான். யாரையும் தேடிச்சென்று பழகிக்கொள்ள விரும்பாத, குழு சேர்த்துக்கொள்ளாத அநேக பலவீனங்கள் என்னிடம் உண்டு. நான் பார்த்த ஒரு சில எழுத்தாளரும் என் பணி நிமித்தமாக சந்தித்தவர்கள்தான். பணியாற்றிய இதழ்களுக்காகப் பேட்டி காணவோ, இதழ்களுக்காகக் கதைகள் கேட்கவோ எழுத்தாளர்களிடம் பேசவும் பழகவும் செய்தேன்.

ஆனாலும் எனக்கு சில விசேஷமான வாசகர்கள் உண்டு. என்னுடைய ஒரு கதையைப் படித்துவிட்டு தேடி வந்து வாழ்த்து

பெற்று சென்ற காதலர்களை நினைத்துக் கொள்கிறேன்.

கடந்த 44 ஆண்டுகளாகப் பார்வையாளனாகச் சுற்றிவந்த எனக்கு ஓர் அரங்க உரிமையாளராகப் புத்தகக் கண்காட்சியில் அமரும் வாய்ப்பு. என்னுடைய மின்னங்காடி பதிப்பகம் இந்த ஆண்டு புத்தகக் காட்சியில் இடம்பெற்றது. நூல்களை வாங்க வருபவர்களின் மனநிலைகளை ஆராய்கிற அனுபவமாகவும் இருந்தது.

புத்தகக் கண்காட்சிக்கு ஒரு பெண் வந்தார். கல்லூரி மாணவி. “சிவஞானபோதம் குறித்த நூல் ஏதும் உள்ளதா?” என்று கேட்டார்.

சென்னை பல்கலைக்கழகத்தின் சைவ சித்தாந்த துறைத் தலைவர் முனைவர் திரு.நல்லூர் சரவணன் அவர்களின் விளக்க உரையுடன் கூடிய நூல் ஒன்றைக் காட்டினேன்.

அவர் யார் என்பதையும் சொல்ல ஆரம்பித்தேன். “தெரியும் சார். நீங்கள்தான் உங்கள் படைவீடு நாவலில் அவரைப் பற்றி முன்னுரையில் எழுதி இருக்கிறீர்களே?” என்றார்.

எதிர்பாராத அதிர்ச்சி. “படைவீடு படித்திருக்கிறீர்களா?” என்று கேட்டேன். கல்லூரி மாணவி என அறிமுகப்படுத்திக் கொண்ட அவர், என்னுடைய எல்லா நூல்களையும் படித்து இருப்பதாகவும் சொன்னார்.

ஒரு மருத்துவர் ஒருவர் என் நூலை வாங்கிவிட்டு, தடால் என காலைத் தொட்டு வணங்கிவிட்டுச் சென்றார். பதைத்துப் போனேன்.

இன்னொருவர் என் நூல்கள் அனைத்தையும் ஒரு செட் கேட்டு வாங்கினார். மிடுக்காகவும் பதற்றமின்றியும் பொறுமையாகவும் பேசினார். விடைபெறும்போது, ஒரு நீதிபதியின் பெயரைச் சொல்லி அவர்தான் உங்கள் நூல்களைப் பற்றி எனக்குச் சொன்னார் என்றார். ஒரு நீதிபதியின் பரிந்துரை என்பது பெருமையாக இருந்தது.

“நீங்கள் என்ன செய்கிறீர்கள்?” என்றேன்.

“நானும் நீதிபதிதான்.”

பதறி எழுந்து நின்றேன்.

இருபது நாட்கள் நடைபெற்ற புத்தகத் திருவிழாவில் தினம் இப்படி சில அனுபவங்கள். நூல்கள், படைப்பாளியையும் வாசகனையும் இணைக்கும் ‘நூலாக’வும் இருக்கின்றன. நூல் என்பதைவிட மாயக் கயிறு என்று சொல்லலாம்.

இந்த மாயக் கயிறு உருவாக்கும் பிணைப்பு வினோதமானது. ஒரு சம்பவம். இது விகடனில் பணியாற்றிய போது நடந்தது. இப்போது அங்கு பணியாற்றும் பரிசல் கிருஷ்ணா எனக்கு போன் செய்து உங்களைப் பார்க்க இரண்டு பேர் வந்திருக்கிறார்கள் என்றார்.

யார் என்று தெரிந்துகொள்ள மாடியிலிருந்து இறங்கி ரிசப்ஷனுக்கு வந்தேன். வயதான தம்பதி.

முதியவர் தன் மனைவியை பார்த்துச் சொல்கிறார்... "சொன்னேனா இல்லையா... இன்னைக்கு இவர பார்க்கிற ப்ராப்தம் இருக்கு."

என்னைப் பார்ப்பது ஒரு பிராப்தம் என்ற வார்த்தை எல்லாம் அதிகபட்சம். விகடனில் என்னுடைய கதைகளைப் படித்து இருப்பதாக சொன்னார்கள். வணங்கினேன். பதிலுக்கு வணங்கிவிட்டு, சென்றுவிட்டார்கள். சும்மா பார்க்க வேண்டும் என்பது மட்டுமே அவர்களின் எதிர்பார்ப்பு.

2010 இல் நடந்த சம்பவம்.

நான் டெல்லியில் இருந்து ரயிலில் சென்னைக்கு திரும்பிக் கொண்டிருந்தேன். அப்போது ஒரு போன். எஸ்.வி.ராமகிருஷ்ணன் என்ற ஐபிஎஸ் அதிகாரி என் வெட்டுப்புலி நாவலைப் படித்துவிட்டு பேசினார். வைசராயின் கடைசி நிமிடங்கள் என்ற சுவையான வரலாற்று நூலை எழுதியவர். (அவர் காலத்தில் ஐபிஎஸ் படிப்பை ஐசிஎஸ் என்பார்கள்.) நாவலில் பல்வேறு வரிகளைக் கோடிட்டு வாசித்துக் காட்டினார். பயணத்தின் இடையில் சில இடங்களில் சிக்னல் இல்லை. தொலைபேச்சு துண்டிப்பானது. மீண்டும் போராடி அவரே பேசினார். குறிப்பாக அவர் சொன்னது. "இந்த நாவலுக்கு 100 வயசுக்கு மேல ஆயுள் இருக்கும்."

ஒரு சில ஆண்டுகளில் அவருக்கு உடல்நிலை சரியில்லாமல் போனது. ஹைதராபாதில் ஏதோ மருத்துவமனையில் இருப்பதாக ஒருவர் போனில் பேசினார். 'என் எண் உங்களுக்கு எப்படித் தெரியும்' என்று கேட்டேன்.

"ராமகிருஷ்ணன் அவர்கள் சுயநினைவை இழந்துவிட்டார். உங்கள் பெயரைத் திரும்பத் திரும்பச் சொல்கிறார். எங்கள் குடும்பத்தில் யாருக்கும் உங்களைத் தெரியவில்லை. பிறகுதான் அவருடைய போனில் உங்கள் பெயரைக் கண்டுபிடித்தோம். நான் அவருடைய நண்பர்... நீங்கள் யார் என்று தெரிந்து கொள்ளலாமா?" என்றார்.

எனக்கு அழுகை. "நான் ஒரு எழுத்தாளன். நான் எழுதிய ஒரு கதையை அவர் படித்திருக்கிறார்" என்றேன்.

மறுநாள் திரு.ராமகிருஷ்ணன் இறந்துவிட்டார். கடைசி வரை நான் அவரை நேரில் சந்திக்கவேயில்லை. இலக்கிய விமர்சகர் திரு.வெங்கட் சுவாமிநாதனும் என் வெட்டுப்புலியின் காதலர். மிக நீண்ட விமர்சனம் எழுதி அனுப்பினார். அது இப்போதும் தமிழ் ஹிந்து இணைய தளத்தில் இருக்கிறது. என்னைச் சந்திக்க வேண்டும்

என தினமணி கதிரின் ஆசிரியராக இருந்த திரு.சிவகுமாரிடம் பேசியிருக்கிறார். இறுதி வரை அந்த சந்திப்பு நிகழாமலேயே போய்விட்டது.

இவை எனக்கு நேர்ந்தவை. இது போலவே எழுத்தாளர்கள் பலருக்கும் பல்வேறு அனுபவங்கள் இருக்கும். வாசகர்களுக்கும் தங்கள் பிரியமான எழுத்தாளர்களைச் சந்தித்த அனுபவங்கள் நிறையவே இருக்கும்.

எழுத்து என்ன செய்கிறது?

அது வாசகனின் மனதில் விதையாக விழுந்து பயிராகிறது. எழுத்தாளனையும் வாசகனையும் இணைக்கிறது. எங்கோ இருக்கிற படைப்பாளியையும் எங்கோ இருக்கிற வாசகரையும் இணைக்கிற ஒரு காந்தவிசையாகப் புத்தகங்கள் இருக்கின்றன.

பிரிட்டிஸ் எழுத்தாளர் சாமுவல் ஜான்சனை சந்திக்க அவருடைய வாசகர் பாஸ்வெல் காத்திருந்ததை சுவையான கதையாக என் தந்தை சொல்லுவார். பாஸ்வெல் ஸ்காட்லாந்துகாரர். பிரிட்டீஸ் காரரான ஜான்சனுக்கு ஸ்காட்லாந்துகாரர்கள் மீது பெரிய அபிப் ராயம் இல்லை. சொல்லப்போனால் வெறுப்பு இருந்தது. ஆனால் பாஸ்வெல்லுக்கு ஜான்சனை சந்தித்து ஒரு வார்த்தையாவது பேசிவிட மாட்டோமா என்றிருந்தது. ஜான்சன் வழக்கமாக வரும் ஒரு புத்தகக் கடையில் காத்திருக்கிறார் பாஸ்வெல். புத்தகக் கடைக்காரரோ, "ஜான்சனின் மனநிலை வினோதமானது. அவர் உன்னிடம் பேசுவாரா என்று தெரியாது" என பயமுறுத்தி வைத்திருக்கிறார். ஜான்சன் மூடு அப்படி. தவிப்போடு காத்திருக்கிறார் பாஸ்வெல்.

ஜான்சன் எப்படி இருப்பார் என்றுகூட பாஸ்வெல்லுக்குத் தெரியாது. புகைப்படங்கள் இல்லாத காலம். அப்போது தெரு முனையில் ஒரு இரட்டைநாடி மனிதர் வந்துகொண்டிருக்கிறார்.

புத்தகக் கடைக்காரர், அவரைக்காட்டி, "Its comes" என்கிறார். அது வருகிறது என்றுதான் அதற்கு அர்த்தம். பாஸ்வெல் பதறி எழுந்து ஓடி ஜான்சனைப் பார்க்கிறார்.

பின்னாளில் ஜான்சன் நூல்களுக்கு பாஸ்வெல் எழுதிய முன்னுரையே ஓர் இலக்கியமாக கல்லூரிகளில் பாடமாக வைக்கப்பட்டன என்பது தனிக்கதை.

வாசகர்கள், எழுத்தாளர்கள் ஆவதன் அடுத்த கட்டம் அது. பொதுவாக ஒரு நல்ல வாசகரை 'சைலன்ட் ரைட்டர்' என்பார்கள். எல்லா வாசகர்களுக்கும் எழுத்தாளர் ஒளிந்திருக்கிறார். எழுதாத எல்லோரும் எழுத்தாளர்கள் இல்லை என்பதல்ல. அவர்கள் அமைதியாக மனதில் எழுதிக்கொண்டிருக்கிறார்கள். அந்த

வகையில் நானும் ஒரு வாசகன். கொஞ்சம் அதிகப் பிரசங்கியாக மனதில் எழுதுவதோடு நிற்காமல் தாள்களிலும் எழுதி வருகிறேன்.

• • •

மொத்தமாகப் புரட்டிப் பார்க்கும்போது இந்தத் தொகுப்பில் பல நல்ல கதைகளை அடையாளம் காண முடிந்தது. பின்னாட்களில் இந்தக் கதைகளைப் படிக்கும்போது தமிழகத்தின் காலச் சூழலை உணரும் பல சம்பவங்கள் நினைவுக்கு வரலாம்.

ஒரு படைப்பாளி ரத்தத்தை மையாக மாற்றி எழுத வேண்டும் என்பார் டி.எஸ்.எலியட். 'ரத்தம் என் ஆறாவது விரல் வழியே வழிகிறது' என்பார் அப்துல்ரகுமான். நான் மையை ரத்தமாக மாற்றினேனா என்பதை உறுதியாகச் சொல்ல முடியாது. ஆனால் ரத்தமும் சதையுமான உணர்வுகள் நிறைய உள்ளன.

எழுத்தாளர் எஸ்.சங்கரநாராயணன் அவர்கள் என்னுடைய கதைகளைத் தொடர்ந்து சிலாகித்துப் பேசி வருகிறவர். அவருடைய பல தேர்வு நூல்களின் என்னுடைய சிறுகதைகள் இடம்பெற்றன. இந்த நேரத்தில் அவர்களுக்கு மீண்டும் என் நன்றி. எழுத்தாளர்கள் அ.முத்துலிங்கம், அசோகமித்திரன், பிரபஞ்சன் உள்ளிட்ட முக்கியமான எழுத்தாளர்கள் என்னுடைய சிறுகதைகள் சிலவற்றைப் பாராட்டிப் பேசியிருக்கிறார்கள்.

கவிஞர் யூமா வாசுகி தொகுத்த என்னுடைய 'எட்டாயிரம் தலைமுறை' தமிழக அரசின் சிறந்த சிறுகதைத் தொகுப்பாகத் தேர்வு செய்யப்பட்டது. ஒரு சிறுகதைக்கு இலக்கிய சிந்தனை விருதும் கிடைத்திருக்கிறது. சிலரது மனதில் இடம்பிடித்து இருக்கிறேன் என்றுதான் அர்த்தம். காத்திருந்தால் காலம் இன்னும் விசாலமான இடத்தை வழங்கலாம். மஞ்சு அக்காவின் மூன்று முகங்கள் நூலுக்கு எழுத்தாளர் எஸ்.சங்கரநாராயணன் வழங்கிய மதிப்புரையை இங்கே தந்திருக்கிறேன். அவருக்கு என் நன்றி. எட்டாயிரம் தலைமுறை சிறுகதைத் தொகுப்புக்கு கவிஞர் ராஜமார்த்தாண்டன் வழங்கிய முன்னுரையையும் எழுத்தாளர் திலகவதி அவர்கள் தொகுத்த முத்துக்கள் பத்து நூலுக்கு கவிஞர் கீதாபிரகாஷ் வழங்கிய முன்னுரையையும் இங்கே தந்திருக்கிறேன்.

கதைகள் எழுதுவதற்கு வாய்ப்பளித்த அனைத்து இதழ்களுக்கும் நன்றியைத் தெரிவித்துக் கொள்கிறேன். இனி வாசிக்க இருக்கும் வாசகர்களுக்கும் வரவேற்பு கூறி அமைகிறேன்.

அன்புடன்,
தமிழ்மகன்
சென்னை-50.
writertamilmagan@gmail.com

1. நினைவின் நிழல் 35
2. இது பாம்புக் கதை அல்ல 44
3. நியாயச் சங்கிலி 51
4. வயசு 57
5. துன்பம் நேர்கையில் 64
6. கட்டில் தோழன் 75
7. ஒரு மரப்பெட்டி கனவு 83
8. மெஹர் 90
9. தகவல் 96
10. மணமகள் 104
11. அதிகாரி ஸார் 110
12. மஞ்சு அக்காவின் மூன்று முகங்கள் 117
13. புரூஸ் லீ தாத்தா 123
14. நிரம்பி வழியும் வீடு 129
15. சம்பா 135
16. சிறு துணை 141
17. மாலதி 148
18. அச்சம் 152
19. காதல் தன் வேலையைக் காட்டுதடி 156
20. போர் 160
21. சுற்றம் 165
22. கோணம் 169
23. சமாதி 177
24. இப்படிக்குப் பூங்காற்று 183
25. இடுக்கண் களைதல் 189
26. அங்குசம் 197
27. கலாவுக்கு கல்யாணம் 203
28. தெரிந்தவர் 208
29. நீல நிற கோலி குண்டு 214
30. போக்சா 225
31. எமதர்மன் 232
32. ஏகாவின் வீடு 240
33. களவு மெய்ப்பட வேண்டும் 247

34. ஆசை முகம்	256
35. பரவசம்	264
36. பாஸ்வேர்டு	273
37. உதிரிப்பூக்கள்	283
38. தேகவலை	291
39. பேய் ஆபிஸ்	300
40. அதிபர்	306
41. எம்.டி.	315
42. இரவில் தட்டப்பட்ட கதவு	321
43. மை தீட்டிய விழிகள்	332
44. கம்போடியா பரிசு	340
45. தோடுடைய செவியன்	348
46. பொன்மகள் வந்தாள்	355
47. துமரியா	362
48. கிளாமிடான்	371
49. சாலை ஓரத்திலே வேலையற்றதுகள்	379
50. இல்	384
51. துவிஜன்	391
52. காஸ்மிக் திரை	399
53. ஔவை	408
54. கால பிம்பம்	412
55. கடைசி புத்தகம்	418
56. வார்த்தையுள் ஒளிந்திருக்கும் கிருமி	425
57. மீன்மலர்	433
58. நோக்கம்	439
59. நோவா	447
60. பழையன புகுதலும்	454
61. அம்மை	462
62. புண்ணியவதி	467
63. அமரர் சுஜாதா	471
64. அது இது	476
65. காதல் தேனீ	484
66. பிரபஞ்சக் கைக்குட்டை	513
67. வீடு	519

68.	கடவுள் தொகை	525
69.	எதிர் மென் அரக்கன்	532
70.	சோரியம்	537
71.	மொத்தத்தில் சுமாரான வாரம்	542
72.	இரண்டு கடிதங்கள்	566
73.	சவிதா முத்துக்கிருஷ்ணன் சிந்தனைகள்	571
74.	ஜெயந்தி	577
75.	ஹும்	583
76.	கன்று	589
77.	பத்தினி	594
78.	ஒரு தேர்தல் ஒரு பசு	600
79.	கூட்டத்தின் கடைசியில் ஒருவன்	606
80.	எட்டாயிரம் தலைமுறை	613
81.	அடுத்த பக்கம் பார்க்க	619
82.	கற்றதனால்	626
83.	அக்கா	631
84.	முன்னாள் தெய்வம்	637
85.	அரிதிற் கடத்திகள்	642
86.	நேசம்	647
87.	இரக்கம்	653
88.	இன்டர்வியூ	658
89.	பென்டியம் மனிதர்கள்	662
90.	ஆக்ஷன் செண்டிமெண்ட் கலந்த நட்பின் கதை	668
91.	இருட்டில் வந்தவன்	672
92.	பையன்	678
93.	வாய்ப்பு	684
94.	இதுவும் தோல்விதான்	689
95.	சதி	693
96.	ஜிட்டு	798
97.	#நானும்தான்	706
98.	தமிழ் எந்தன் உயிருக்கு நேர்	729
99.	மகா பெரியவர்	737
100.	அமில தேவதைகள்	760

கதைகளின் காதலன்
ரா.கண்ணன் அவர்களுக்கு...

[நினைவின் நிழல்]

1

நான் அமைதியாகக் கண் அயர்ந்து இருந்தேன். எனக்கு உயிர் இருக்கிறதா என்பதைப் பலரும் நம்பிக்கையே இல்லாமல் பரிசோதித்துக்கொண்டிருந்தார்கள். உடலில் ஒரு அசைவும் இல்லை. பத்து குதிரைத்திறன் உள்ள நீர் இறைக்கும் இயந்திரத்தைத் தோளில் சுமந்து செல்லக்கூடிய என் தோள்கள் துடைத்துப் போட்ட கரிக்கந்தை போல கிடந்தன. இமையைக்கூட அசைக்க முடியவில்லை. என்னைச் சுற்றி நான்கைந்து டாக்டர்கள் நின்றிருப்பதை மிக யோசனைக்குப் பிறகே உணர்ந்தேன். எல்லோருமே நான் பிழைப்பது அரிது என்பதைத் தங்கள் மருத்துவ அறிவைக்கொண்டு தீர்மானமாகச் சொன்னார்கள்.

நெடிய உருவம் கொண்ட ஆங்கிலேயரை நினைவுபடுத்தும் தோற்றம் உள்ள அந்த மருத்துவர்- இது அவருடைய குரலை வைத்து நான் செய்த கற்பனை- என்னை ஏறத்தாழ இறந்துவிட்டதாகவும் இனி எனக்குச் செய்யும் மருத்துவ உதவி வீண்விரயம் என்றும் சொன்னார். என்னால் அதற்கு பதில் சொல்ல முடியவில்லை. நாக்கையோ, உதடுகளையோ அசைக்கும் முயற்சிகள் பயனளிக்கவில்லை. சொல்லப்போனால் அதற்கு எப்படி முயற்சி செய்ய வேண்டும் என்பது விளங்கவில்லை. நான் உயிரோடுதான் இருக்கிறேன் என்பதை என்னால் சொல்ல முடியவில்லை.

என் வாயும் மூக்கும் பிராணவாயு செலுத்துவதற்கான கருவிகளால் மூடப்பட்டிருந்தன. சிரமப்பட்டு சுவாசிக்கிறேன்.

“வென்டிலேஷன் வெக்கணும்னா ஒரு நாளைக்கு 50 ஆயிரம் ரூபா ஆகும்னு சொல்லிட்டீங்களா?”

“சொல்லிடுறோம் சார்.”

“அதை மொதல்ல சொல்லிடுங்க. அட்டண்டர் யாரு இருக்காங்க?” என்னைப் பொறுத்தவரை அந்த நேரத்தில் அங்கு இருந்தவர்கள் எல்லோருமே டாக்டர்கள் என்பதைப் புரிந்துகொள்கிறேன்.

ஒரு பெண் குரல் “அவங்க வொய்ஃப் இருக்காங்க சார்” - இது நர்ஸாக இருக்கலாம்.

“இப்ப எங்க இருக்காங்க?”

“வெளிய வரான்டாவுல நிக்கறாங்க சார்.”

“வரச் சொல்லுங்க.”

என் மனைவி வரப்போகிறாள்.. அவளை இவர்கள் அழவைக்கப் போகிறார்கள்... என்னால் எதுவும் செய்ய முடியாது.. எனக்குச் சிந்திப்பதற்கே சோர்வாக இருந்தது. சில நேரங்களில் எங்கிருக்கிறேன் என்பதையே உணர முடியாமல் இருந்தது. எங்கிருக்கிறேன் என்பதைத் தெரிந்துகொள்ளவோ, தெரிவிக்கவோ திராணி இல்லை.

டாக்டர் ஒருவர், “இதுவரைக்கும் எத்தனை நாளா வென்டிலேஷன்ல வெச்சு இருக்காங்க?” என்று விசாரித்தார். அவருடைய கேள்வியில் இருந்து அவர் இப்போதுதான் என்னை முதன்முதலாகப் பார்க்க வந்திருக்கிறார் என்பதை அனுமானித்தேன். சிறப்பு விருந்தினராக வந்திருக்கும் பெரிய மருத்துவராக இருப்பார்.

“வாம்மா... என்ன ஆச்சு இவருக்கு?”

“வேலைக்குப் போயிட்டு வந்தாரு.. காலைல இருந்து சாப்படல. கஷ்டமான வேலை சார்... கஷ்டமான குடும்பம் சார்.”

“அழாதம்மா. விஷயத்தைச் சொல்லுங்க.”

“பசி எடுக்குது. சாப்பாடு போடுன்னு சொன்னாரு. ஒரு வா தான் சாப்புட்டாரு. கை எல்லாம் வலிக்குதுன்னு துடிச்சாரு. வாயெல்லாம் இழுத்துக்குச்சி.. என்னமோ சொல்றாரு. ஆன ஒண்ணுமே புரியலை...” எனக்கும் அவள் சொல்கிற சம்பவம் நினைவுக்கு வந்தது. கணபதிராமன் நிலத்தில் ஆழ்துளைக் கிணற்றில் சப் மெர்ஸிபிள் மோட்டாரைப் பொருத்தினேன். பூமிக்குள் இறக்கப்பட்டிருந்த குழாயில் லேசாக வளைவு இருந்தது. மோட்டர் உள்ளே செல்வதில் சிரமம் ஏற்பட்டது. பெரும்பாடு. ஒவ்வொரு முறை மேலே ஏற்றி சர்ஜிங் செய்துவிட்டு மோட்டரை இறக்கி... காலையில் இருந்து வேலை இழுத்துவிட்டது. சரியான டென்ஷன். சாப்பிடவே இல்லை. ஆறு மணிக்குத்தான் வீட்டுக்கு வந்தேன்.

சாப்பிட உட்கார்ந்தேன். இடது கையில் அப்படி ஒரு வலி. தலை வெடித்துவிடுவதுமாதிரி ஒரு பிரமை. வெடித்துவிட்டதா என்று தெரியவில்லை. தொட்டுப் பார்த்து உறுதிசெய்ய நினைத்தேன். அய்யோ என் கை? அது எங்கே இருக்கிறது?

"அப்புறம்..?"

"ஜி.ஹெச்.சுக்குத் தூக்கினு போனோம்... அங்க ஒண்ணும் முடியாதுன்னு சொல்லிட்டாங்க..."

"எம்.ஆர்.ஐ. ஸ்கேன் எடுத்தாங்களா?"

"அங்க எடுக்கலை... இங்க கொண்டுவந்த பிறகுதான் எடுத்தாங்க" என்று இன்னொரு டாக்டர் பதில் சொன்னார்.

"இப்பவும் ஒண்ணும் சொல்றதுக்கு இல்லம்மா.."

"எப்பிடியாவது காப்பாத்திடுங்க சார்."

"99 சதவிதம் வாய்ப்பே இல்லம்மா. இப்ப இந்தக் கருவிய எடுத்துட்டா அவர் கதை முடிஞ்சுடும். இதலதான் ஓடிக்கிட்டு இருக்கு."

"அப்பன்னா இதை எடுக்காதீங்க சார்..." குரல் பதறியது. பயப்படாதே விமலா.

"இதுக்கு ஒரு நாளைக்கு அம்பது ஆயிரம் வாடகை.. அப்புறம் மருந்து, வாடகை, டாக்டர் ஃபீஸ் எல்லாம் இருக்கு. முடியுமா உங்களால?"

"எத்தனை நாளிக்கி இப்பிடி வெச்சிருக்கணும்? அப்புறம் நல்லாயிடுமா?"

"அத சொல்ல முடியாதும்மா.. இதை வெச்சி இருந்தா உயிர் இருக்கும். எடுத்துட்டா சொல்ல முடியாது."

விசும்பலும் கேவிக் கேவி அழுவதும் கேட்டது. நான் எழுந்துகொள்ள விரும்பினேன். அதை எப்படி செய்வதென்று தெரியவில்லை.

"மனச தேத்திக்கம்மா... இதுவரைக்கும் மூணு நாள் வெச்சிருக்காங்க. ஒன்றை லட்சத்துக்கு மேல ஆகிருச்சு. அதுக்குத்தான் சொல்றேன்."

மூன்று நாட்களா? அதிர்ச்சியாக இருந்தது. படுக்கையில் மூன்று நாட்களாகவா இருக்கிறேன்? கொடுத்த செக் என்ன ஆனது? கடையை யார் பார்த்துக்கொள்கிறார்கள்? மேனேஜரிடம் ஸ்டாக் வைக்கச் சொன்னார்களா? கதிரேசன் மோட்டர் கேட்டானே? அய்யோ மூன்று நாட்களா..?

"எத்தனை நாள் வேணா இருக்கட்டும் சார்" அழுதாள்.

"அழாதம்மா. நீங்க சொன்னாத்தான் எடுப்போம். ரெண்டு நாளைக்கு ஒரு தரம் பணம் கட்டிடுங்க. வேற யாராவது விபரம் தெரிஞ்சவங்க இருந்தா வரச் சொல்லுங்க." ஒவ்வொருவரின் காலடிச் சத்தமும் நின்று நின்று நகருவது கேட்டது. என் மனைவி மட்டும் என் அருகே நின்று அழுது கொண்டிருந்தாள். அவள் என் கையைப் பிடித்துக்கொண்டிருப்பதை உணர முடிந்தது. பதிலுக்கு உணர்த்த முடியவில்லை. அவளுடைய கைச்சூடு இதமாக இருந்தது. ஆனால் அழுதுகொண்டே அங்கிருந்து சென்றுவிட்டாள்.

வெகு நேரத்துக்கு யாருமே இல்லை. யாருமற்ற சூனியவெளியில் நான் உருவமற்று இருந்தேன். எடையும் இருப்பதாகத் தெரியவில்லை. நான் என்பது ஒரு வெற்றிடம் போல இருந்தது. இதையெல்லாம் நான் சிந்திக்கிறேனா, எனக்காக யாரோ சிந்திக்கிறார்களா? எதாவது ஒரு இடத்தில் இருக்கிறேனா, எல்லா இடங்களிலும் இருக்கிறேனா? யுகமா, வினாடியா? யாரோ என் நெற்றியில் அழுத்துவது தெரிந்தது. ஓ விமலா விபூதி பூசி விடுகிறாள். விபூதித் துகள்கள் நெற்றியில் நமைக்கின்றன. கடவுள் அருள் வேலை செய்கிறது. கடவுள் துகள்.. ஆஹா..

"நாலு நாலா இப்பிடியேத்தாண்ணா இருக்காரு." கூட வேறு யாரோ நிற்கிறார்கள்.

"என்ன சொல்றாங்க?"... அட இந்தக் குரல்.. அரசு... திருநாவுக்கரசு.. வந்துவிட்டாயா..? இந்த டாக்டர்களுக்குப் புரியவை. நான் உயிருடன்தான் இருக்கிறேன். டாக்டர்களுக்குச் சொல். என் மனைவிக்கு நம்பிக்கைக் கொடு.

"நீங்க வந்தா பெரிய டாக்டரு பாக்கணும்னு சொன்னாரு. இருண்ணா இப்ப ரவுண்ட்ஸ் வருவாரு."

"ரமேஷ்.. ரமேஷ் எழுந்திர்றா... டேய் ரமேஷ்... நான் பேசறது கேக்குதா?" அரசு என் காதருகில் கத்தினான்.

கேட்கிறது. நன்றாகக் கேட்கிறது.

"என்னடா எல்லாத்தையும் போட்டது போட்டது மாதிரி இங்க வந்து படுத்துட்ட? எழுந்துரு."

என்னை மெல்ல உலுக்கினான்.

"சார் அப்பிடிலாம் அசைக்கக் கூடாது..."

வேறு ஒரு பெண்ணின் குரல். நர்ஸ்.

"கால் அசையுதே..." என்றான் ரமேஷ்.

"நாம எந்த எடத்திலயாவது கிள்ளினா, அசைச்சா அந்த இடத்தில மட்டும் ஒரு ஸ்டிமுலேஷன் இருக்கும்.. இத பாருங்க... பாத்தீங்க

38 | 100 சிறுகதைகள்

இல்ல? எங்க கிள்றமோ அந்த இடத்தில அசையும்.. அவ்வளவுதான். அதுக்கும் பிரெய்னுக்கும் சம்பந்தமில்ல.. பல்லி வால் அறுந்து கீழ விழுந்தாலும் துடிக்கும் தெரியுமா? அப்பிடித்தான். மூளை கண்ட்ரோல் இல்லை..”

அடிப்பாவி எங்கேயோ கிள்ளிக்காட்டி விளக்குகிறாள். சிறிய மவுனமும் மெல்லிய காலடிச் சத்தமும் கேட்டது.

“என்னம்மா முடிவு பண்ணே?”

“அண்ணா கிட்ட சொல்லுங்க.”

“சொந்த அண்ணனா?”

“இல்ல சார். சின்ன வயசுல இருந்து ஃப்ரண்ட்...”

“ரத்த சம்பந்தம் இருந்தாத்தான் சொல்ல முடியும்..”

“ரிலேஷனும்தான்.. ஊர்ல பங்காளிங்க..”

நல்லவேளை. நன்றாகச் சமாளித்துவிட்டான்.

“ஓ.கே. இவங்க சொல்லி இருப்பாங்க. பாயிண்ட் ஒன் பர்சன்ட் சான்ஸ்தான் இருக்கு. வென்டிலேஷன் வெச்சி இருக்கறதால மூச்சு போய்கிட்டு இருக்கு.. ரொம்ப கஷ்டம். வீட்டுக்கு எடுத்துக்கிட்டு போயிடுறது நல்லது.”

“வேற சான்ஸ் இல்லையா டாக்டர்?”

“அமெரிக்காவுல இருந்து டாக்டர் வந்தாலும் காப்பாத்த முடியாது.. அப்படி ஒரு சான்ஸ் இருந்தா நாங்களே சொல்லி இருப்போம்.”

“வேற ஏதாவது ரிஸ்க் எடுக்கலாம்னாலும் சொல்லுங்க டாக்டர்.”

“இல்ல சார். எதாவது இருந்தா இன்னேரம் செஞ்சி இருப்போம்... இப்ப ஒரு நாளைக்கு சராசரியா அம்பதாயிரம் ஆகுது. வசதியானவங்க பத்து நாள் இருபது நாள்கூட வெச்சிருக்காங்க.”

“அப்படி வெச்சிருந்தா குணமாகுமா?”

டாக்டர் எதுவும் சொல்லவில்லை. அவர் உதட்டைப் பிதுக்கி இருக்கலாம். ஆள்காட்டி விரலை வானத்தை நோக்கிக் காட்டி இருக்கலாம்.

“வெச்சுருக்கறது பலனளிக்குமா? எத்தனை பர்ஸெண்ட் ஹோப்?”

“அதான் சொல்லிட்டனே.. நேத்தே இந்த அம்மாகிட்ட வீட்டுக்குக் கூட்டிக்கிட்டுப் போறதுதான் நல்லதுன்னு எங்க பி.ஆர்.ஓ. டிபார்ட்மென்ட்ல இருந்து கன்வீன்ஸ் பண்ணியிருக்காங்க... சொன்னாங்களா, இல்லியாம்மா?”

"சொன்னாங்க சார்" அவள் குரல் உடைந்திருந்தது.

"நல்லா யோசிச்சுக்கம்மா. டாக்டர் சொல்றது புரியுதில்ல? தினமும் அம்பதாயிரம் கொடுத்து..." அரசுவின் குரல்.

"இன்னும் வீடுகூட கட்டி முடிக்கலையே?"

"அதுக்குத்தான் சொல்றேன்... வீட்டுக்கு எடுத்துக்கிட்டு போறதுதான் புத்திசாலித்தனம்... புரிஞ்சுக்கம்மா."

டேய் அரசு.. என்னடா இப்படி சொல்லிட்டியே... நான் உயிரோடதான்டா இருக்கேன். நண்பா...

விமலாவின் அழுகை மட்டும் கேட்டுக்கொண்டு இருந்தது.

"சார் அப்படின்னா இன்னும் ஒரு நாள் இருக்கட்டும். நான் வேற சில டாக்டர் கிட்ட ஒபீனியன் கேட்டுக்கிட்டு சொல்றேன்."

"ஓ.கே. உங்க இஷ்டம்.."

செருப்புகள் தரை உரசும் சப்தம் மெல்ல தேய்ந்து மறைந்தது. அப்புறம் வெகு நேரத்துக்கு யாருமே வரவில்லை. சோர்வில் நினைவு மங்குவதும் திடீரென விழிப்பதும் நர்ஸ் வந்து குளுகோஸ் ஏறும் ஊசியை அழுத்திப் பார்த்துவிட்டுப் போவதுமாக இருந்தது. எத்தனையோ யுகமாகப் படுத்திருப்பது போல இருந்தது. திடீர் திடீரென நினைவு தப்பிப் போனது.

மீண்டும் சப்தங்கள். யாரோ அருகே வந்து நிற்கிறார்கள். போகிறார்கள்.

"மூளைக்கு ரத்தம் சப்ளை ஆகுற ரெண்டு முக்கியமான நாளங்கள் ப்ளாக் ஆகி இருக்கு. மூளைக்கு இப்ப ரத்தம் போகல. அதாவது மினிமம் ஃபங்ஷன் ஆகுற அளவுக்குப் போகுது. ஹார்ட் வேலை செய்யுது. லங்ஸ் வேலை செய்யுது.. கிட்னி வேலை செய்யுது.. ஐ திங்க் பிரெய்னுக்குக் கொஞ்சூண்டு சப்ளை இருக்கு. இந்த பிளாக்கை சரி பண்ண இன்னும் மருந்து கண்டு பிடிக்கல. அதைக் கரைக்க முயற்சி பண்ணா அது மூளைக்குள்ள போய் இன்னும் காம்பிளிகேஷன் அதிகமாகும். புரியுதுங்களா?"

டாக்டர் யாருக்கோ விளக்கிக்கொண்டிருந்தார். எதிரில் தலை அசைத்துக்கொண்டிருப்பது யாரென்று தெரியவில்லை.

"நீங்க உடல்தானம் பற்றி யோசிக்கறதுதான் நல்லது."

"காதுகிட்ட போய் பேசினா கண்ணுக்குள்ள பாவை அசையுது டாக்டர்." - அரசு.

"நீங்க பாத்தீங்களா?"

"நான் பாத்தன் சார்.. வாயில விபூதி போட்டன். நெஞ்சுக்குழி

ஏறி எறங்குச்சு சார்."

"ஏம்மா இது என்ன ஆஸ்பித்திரியா, மாரியம்மன் கோயிலா? அவரால எதையும் முழுங்க முடியாது. சளியை எல்லாம் ட்யூப் வழியாத்தான் எடுக்குறோம். சளி லங்ஸ்குள்ள போயீ இங்ஃபெக்ஷன் ஆகிடுமோ, நிமோனியா வந்துடுமோன்னு பயந்துகிட்டு இருக்கேன்.. நீ பாட்டுக்கு விபூதிய வாயில போட்டன்னு சொல்றியே... இன்னொரு முறை இப்படி பண்ணா வீட்டுக்கு அனுப்பிடுவேன்... புரியுதா?"

"எங்க குலசாமி கோயில்ல மந்திரிச்சு எடுத்தாந்தாங்க சார்.. அதனாலதான்... இனிமே குடுக்க மாட்டன் சார்."

டாக்டர் ஒரு பெருமூச்சை வெளியேற்றி, "என்ன பண்ணலாம் சொல்லுங்க?" என்றார்.

விமலாவும் அரசுவும் மட்டும் இருந்தனர். இருவரில் யார் என்னை என்ன செய்யப் போகிறார்கள் என்று தெரியவில்லை.

"எல்லாரும் கிராமத்து ஆளுங்க. வென்டிலேஷனை எடுத்தா இறந்துடுவாங்கன்னா அதுக்கு ஒத்துக்க மாட்டாங்க. சென்டிமென்ட்ஸ்... வீடு வாசல் எல்லாத்தையும் வித்தாவது உசுர காப்பாத்தணும்னு நினைப்பாங்க டாக்டர்."

"அதுக்காக எண்ட்லஸ்ஸா இப்படி வெச்சுக்கிட்டுருந்தா? பணம் இல்ல வேஸ்ட்...? உனக்கு பொண்ணு இருக்கில்லம்மா?"

"பத்தாவது போவுது."

இந்திராவை மறந்துவிட்டேனே.. என் இனிய இந்திரா...

"ம் பின்ன?"

மவுனம்.

எல்லோரும் கையைப் பிசைந்துகொண்டிருக்கிறார்கள். நான் பிழைப்பேனா, மாட்டேனா என்பது எனக்கும் தெரியவில்லை.

"எடுத்திடலாம்மா..." அரசு மெதுவாகச் சொன்னான். சொன்னானா, கேட்டானா?

விமலா அழுவது பிசிறாகக் கேட்டது.

"அமாவாசை வரைக்கும் எடுக்க வேணாம் சார்.."

"அமாவாசை என்னைக்கு?"

"ரெண்டு நாள் இருக்கு சார்."

"உங்க இஷ்டம். மீன் டைம் வென்டிலேஷன் இல்லாம சர்வைவ் ஆகிறாரான்னு ட்ரை பண்ணி பாக்கறம்.. அப்புறம் உங்க லக்."

"அதனால ஏதாவது ஆபத்து இருக்குமா?"

"நோ.. நோ.. கிராஜுவலாத்தான் செய்வோம்... டோன்ட் வொர்ரி"

எல்லோரும் நகர்ந்தனர். மின்விசிறி சுழலும் சப்தம் கேட்டது. அது குளிரூட்டப்பட்ட அறையும்கூட. அவர்கள் சொல்லும் வெண்டிலேஷன் என்ற கருவிதான் என்னைக் கட்டுப்பாட்டில் வைத்திருக்கிறது. கருவிதான் சிந்திக்கிறது. கருவி இல்லையேல் உயிர் இல்லை; சிந்தனை இல்லை.

டாக்டர்கள் வருகிறார்கள். நர்ஸுகளுக்குக் கட்டளை இடுகிறார்கள். ரிப்போர்ட் எழுதி என் கட்டில் கம்பியில் அட்டையில் தொங்கவிட்டுவிட்டுப் போகிறார்கள்.

"நாலு லிட்டர் கொடும்மா போதும்" என்கிறார்கள். பி.பி., நார்மல் என்றது கேட்டது. டிரக்கியா பண்ணிடலாம் என்கிறார்கள்.

அமாவாசை வந்துவிட்டதா என்று தெரியவில்லை. எல்லா நாளும் அமாவாசை மாதிரி இருந்தது.

யாரோ வருகிறார்கள். விமலா, விமலாவின் அம்மா, அரசு, அரசுவின் மனைவி... எல்லோர் குரலையும் அடையாளம் தெரிந்தது. என் காதருகே வந்து எழுந்திரு.. எழுந்திரு என்று அன்பாகச் சொல்கிறார்கள். நம்பிக்கையாகச் சொல்கிறார்கள்.

"நீங்க சொல்றது எதுவுமே அவருக்குக் கேட்காது.." டாக்டர் மட்டும் பிடிவாதமாக இருந்தார்.

"இல்லை டாக்டர். நான் கூப்பிட்ட போது அவர் அவர் மூச்சை இழுத்து விட்டார்.." அரசுவின் மனைவி சொல்வது சரிதான். அவர் சரியாகக் கண்டுபிடித்துவிட்டார். என்னால் மூச்சு விட முடிந்தது. அதையே சைகையாகப் பயன்படுத்தத்தான் அப்படிச் செய்தேன். "எங்க இன்னொரு வாட்டி கூப்பிடுங்க நானும் பார்க்கிறேன்.."

"அண்ணா... ரமேஷ் அண்ணா... இங்க பாருங்க... நான் பேசறது கேக்குதா?"

மூச்சை வேகமாக இழுத்து விடுவதற்கு சக்தி திரளவில்லை. வழக்கமாக விடும் மூச்சே நின்று போனது போல இருந்தது. பெரும் போராட்டத்துக்குப் பின் ஓரளவுக்கு இழுத்துவிட்டேன்.

"பார்த்தீங்க இல்ல சார்?"

"ஓ.கே. உங்களுக்கு நார்மலா நடக்கிற எல்லாமே அதீதமா தெரியுது.. ஆன ஒரு விஷயம். இப்ப ஓரளவுக்கு முன்னேற்றம் இருக்கு... வெண்டிலேஷன் ரிமூவ் பண்ணிட்டோம். ஆக்ஸிஜன் மட்டும் வெச்சிருக்கோம். அது ஒரு சப்போர்ட்டுக்குத்தான். அவரால சுவாசிக்க முடியுது. ஆனா இதனால எல்லாம் பொழைச்சுடுவார்னு சொல்ல முடியாது."

"அப்படின்னா இன்னும் ரெண்டு நாள் இருக்கட்டும் சார்."

"பத்து நாள் ஆகிடுச்சு.. இத்தனை நாளா மூளைக்கு ரத்தம்

போகலைன்னா அந்த செல்லெல்லாம் என்ன கதி ஆகி இருக்கும்னு நினைச்சுப் பாருங்க. பெட் ஷோர் வேற. உடம்பே ஊதினாப்பல ஆகிடுச்சு."

யாரோ கை அழுத்திப் பார்க்கிறார்கள். பெண்ணின் கை. விமலாவா? அரசுவின் மனைவியா?

டாக்டர் "உங்க இஷ்டம்" என்றார்.

எல்லோரும் போய்விட்டார்கள்.

இரவு கண்ணைத் திறந்தேன். அது அன்று இரவா, அடுத்த வருட இரவா என்பது தெரியவில்லை. இரவு என்பது மட்டும் தெரிந்தது. ஏனென்றால் என்னைச் சுற்றி நட்சத்திரங்கள் மின்னிக் கொண்டிருந்தன. அங்கு ஒரு நிலவும் இருந்தது.

- ஆனந்த விகடன், 2013.

இது பாம்புக் கதை அல்ல

2

"பாம்பு ரெண்டு நாளா சாப்பிடல சார்.. ஏதாவது தர்மம் பண்ணுங்க சார்" என்ற குரல் பஸ்ஸின் ஜன்னல் ஓரத்தில் இருந்து வந்தது.

நான் திரும்பி குனிந்து பார்ப்பதை அறிந்து, பாம்புகள் தவிர வேறெதையும் பத்திரப்படுத்தி வைக்க முடியாத அந்தப் பிரத்யேக மூங்கில் கூடையை எனக்கு உயர்த்திப்பிடித்துக் காண்பித்தான் பாம்பாட்டி. அவன் காட்டிய கூடையில் நல்ல பாம்பு ஒன்று சுருண்டு படுத்திருந்தது. அவ்வளவு நெருக்கத்தில் இதுவரை நான் எந்தப் பாம்பையும் பார்த்ததில்லை. என் கையில் உரசும் தூரத்தில் பாம்பின் தலை இருந்தது.

"கடிச்சிடப் போகுதுப்பா.. தள்ளிப்புடி."

"கடிக்காது சார்... ரெண்டு நாளா அதுவே சாப்புடாம பட்னியா கெடக்குது சார்."

அதுதான் மேலும் பயமுறுத்தியது. இருக்கிற பசியில் கவ்வியெடுத்துவிட்டால்..?

பாம்பின் தலை மீது ஒரு தட்டுத் தட்டி அதை சீறும்படி செய்தான் பாம்பாட்டி.

"பாம்புக்குப் பசி எடுத்தா என்னை என்னப்பா பண்ண சொல்றே?"

"முட்டை வாங்கித்தந்தா சாப்பிட வெச்சுடுவேன் சார்."

அவனுக்கு இருபத்தைந்து மதிப்பிடலாம். ஆனால் அதை

வெளிப்படுத்துவதில் காட்டிய அலட்சியத்தால் இன்னொரு பத்து வயது கூடுதலாகத் தெரிந்தான்.

ஐந்து ரூபாய் கொடுத்து அனுப்பிவைத்தேன். பஸ் கிளம்புகிற மாதிரி தெரியவில்லை. பஸ்ஸில் என்னைத் தவிர வேறு யாரும் இல்லாதது சந்தேகத்தை ஏற்படுத்தியது. இறங்கி விசாரிக்கலாம் எனக் கீழே வந்தேன். பேருந்து அலுவலகத்தில் கொட்டாவி விட்டுக் கொண்டிருந்தவர், வாயை அவசரப்பட்டு மூடும் எத்தனம் எதுவும் இல்லாமல் "ஆ.....றுமணிக்கித்தான்" என்றார். ஆ...றுமணிக்கு இன்னும் ரொம்ப நேரம் இருந்தது.

நேரத்தைக கடத்த உடனடியாக அங்கு செய்ய முடிவது ஒரு டீ குடிப்பதுதான். ஆனால் அதற்கு அவசியம இருக்கவில்லை. அந்தப் பாம்பாட்டி பாம்பின் பக்கத்தில் முட்டையை வைத்துக் காத்துக் கொண்டிருப்பதைப் பார்த்தேன். பாம்பு எப்படித்தான் முடடையை விழுங்குமா என்று ஆச்சர்யமாக இருந்தது.

அவன் என்னைப் பார்த்துவிட்டான்.

"உடம்பு சரியில்ல இவனுக்கு. முன்னெல்லாம் லொடுக்குனு முழுங்கிட்டு ஓட்டை மட்டும் வெளிய துப்பிடுவான்... பாம்பு டாக்டர் யார்ன்னா தெரிமா சார் உனுக்கு?"

"எதுக்கு பாம்பை வெச்சுக்கிட்டு அவஸ்தை பட்றே..? காட்ல வுட்டா பொழைச்சு போவுது."

அவன் துயரம் கொட்டும் பார்வையோடு என்னைப் பார்த்தான்.

"என்ன வுட்டா அதுக்கு யாரும் இல்ல சார்... அதுவாத்தான் என்னைத் தேடி வந்துச்சி. அதான் சார் பிரச்னை. நம்மளைத் தேடி வந்த ஜீவனைத் தொரத்தி அடிச்சா எங்க சார் போவும்?"

ஆரம்பத்திலிருநதே அவனுடைய போக்கு விபரீதமாகத்தான் இருந்தது. பாம்புக்கு உடம்பு சரியில்லை என்பதும் பாம்பு டாக்டர் இருக்காங்களா என்பதும் பாம்புதான் என்னைத் தேடி வந்தது என்பதும் எல்லாமே ஆர்வம் தருவதாக இருந்தன. ஆறு மணி வரைக்கும் இவனே போதும். அவனுக்குப் பக்கத்தில் பேருந்து திண்டில் உட்கார்ந்தேன்.

"நான் பாம்பாட்டி கெடையாது சார். கொளுத்து வேலதான செஞ்சிக்னு இருந்தன். வூடு கட்றதுக்கு பக்தா நாயுடு சூளை பிரிக்கும்போது நிறைய பாம்பு கெடக்குதுன்னு சொன்னாங்க. பத்து வருஷத்துக்கு முன்னாடி போட்ட சூளை சார். இப்பத்தான் வீடு கட்றதுக்கு வேலை வந்துது. கட்டுவேலை பாத்துகுனு இருந்தவன் பராக்கு பாக்கறதுக்குப் போனேன். பாம்பைப் பார்த்துட்டு எல்லாரும் பயந்து ஓடினப்ப நானு முன்னாடிப் போயி சின்னதும்

பெருசுமா பதனாறு நல்ல பாம்பை அடிச்சுப் போட்டேன். அதாங்க பர்ஸ்ட்டு.. அப்புறம் எங்க பாம்பு புடிக்கணும்னாலும் என்னைத்தான் கூப்புடுவங்க.”

அதன் பிறகு அவன் சொன்னது இதுதான்.

சித்திரையின் சொந்த ஊர் செங்கல்பட்டு அருகே சிறுனியம். புதிதாக மணமாகி வனிதா என்ற அழகான இளம் மனைவி. கணவன் இபபடி பொழுதுக்கும் பாம்பு பிடிக்கிற வேலையில் தீவிரமாக ஈடுபட்டுவருவதில் அவளுக்கு எரிச்சல் இருந்தது. ஒரு சினிமா இல்லை. விசேஷம் இல்லை.

அன்றைக்கு பாம்பு பிடிக்க வருமாறு அழைத்தான் பாளையம். குடிசையின் வாசலில் இருந்து அவன் விளித்த அபயக்குரலில் இருந்த பதற்றத்தைச் சித்திரையால் அனுமானிக்க முடிந்தது. சித்திரை இன்றைய சம்பாத்தியத்துக்கு வழி கிடைத்துவிட்ட சந்தோஷத்துடன் லுங்கியை அவிழ்த்து இறுக்கிக் கட்டுவதற்குள் வனிதா குறுக்கே வந்தாள். “எங்க கௌம்பறே இப்போ? நீ பாம்பு புடிக்கப் போனியனா நான் என் ஆத்தா வூட்டுக்கு பஸ் ஏறிடுவேன்.. சொல்லிட்டேன்” தீர்மானமாகச் சொன்னாள்.

சித்திரை மனைவியின் பேச்சைத் தட்ட முடியாமல், “அவன்கிட்டே வரமுடியாதுன்னு சொல்லிட்டு வந்துட்றேன்” என்றபடிதான் வெளியே வந்தான். பாளையத்தின் பதற்றமான முகத்தைப் பார்த்தபோது அவனால் ‘எங்கே இருக்குது?’ என்பதாகத்தான் கேட்கமுடிந்தது.

வீட்டின் கட்டிலுக்கு அடியில் பாம்பைப் பார்த்ததாகச் சொன்னான் பாளையம். ஆவேசமாக வெளியில் வந்த வனிதா, புடவை முந்தானையை உதறிய வேகத்தையும் கொண்டையை முடிந்து கொண்ட வேகத்தையும் பார்த்தபோது அவள் புறப்பட்டுப் போய்விடுவாள் போலத்தான் இருந்தது. அவள் போகவில்லை.

வனிதாவின் அம்மா இது விஷயமாக மருமகனைத் திருத்துவதற்கு வந்தாள்.

“நாகதோஷம் பொல்லாததுப்பா.... நாகாத்தம்மன் கோயில்ல நாப்பது நாள் வெளக்கு வெச்சு பூஜை பண்ணாக்கா சரியாயிடும்.”

“நான் இங்க சோறு இல்லாத, தண்ணி இல்லாத கஷ்டப்பட்றேன். பாம்பு புடிக்கிறனாங் காட்டியும் ஏதோ செலவுக்கு வந்துக்குனுக்கிது.. அதையும் வுட்டுட்டு இன்னா பண்ண சொல்றே?” என்ற தர்க்கரீதியான கேள்வியை மாமியாரிடம் கேட்டான்.

அவன் பாம்பு பிடிப்பதை விடுவதாக இல்லை என்பது அடுத்த ஆறு மாதங்களில் உறுதியாகத் தெரிந்துவிட்டது. வனிதா அடிக்கடி

அம்மா வீட்டுக்குக் கிளம்பிப்போய்விடுவதும் வருவதுமாக இருந்தாள்.

வனிதா அவனிடம் பட்டாணி வாசனை வருவதாகவும் அது பாம்புகளுக்கான வாடை என்றும் ஒருதரம் அருவருப்பாகச் சொன்னாள். அவள் அப்படிச் சொன்னது அவனுக்குப் பெருமையாக இருந்தது.

நடுவே ஒருதரம் சித்திரையை பாம்பு தீண்டிவிட்டது. வாயில் நுரைதள்ளி ஒருவழியாகப் பிழைத்துவந்தான். அத்துடன் அவன் பாம்பு பிடிப்பதை விட்டுவிடுவான் என்று வனிதா எதிர்பார்த்தாள். ஆனால் அதன் பிறகு அவனுக்கு பயம் சுத்தமாகப் போய்விட்டது. அடுத்தமுறை அவனை பாம்பு தீண்டிய போது விஷமே ஏறவில்லை. பாம்பு கடித்த இடத்தில் கொஞ்சம் சுண்ணாம்பு மட்டும் தடவிவிட்டு சும்மா இருந்துவிட்டான். அவனைக் கடித்த பாம்புதான் இறந்து போய்விட்டதாக ஊருக்குள் பேசிக் கொண்டார்கள்.

வனிதா அவனே பாம்பாக மாறிவிட்டது போன்று அவனை நெருங்கவே பயந்தாள். எல்லா பாம்புகளும் அவனுக்குத் தண்ணி பாம்பு போலத்தான். அவள் பாம்புக்கு ரொம்பவும் பயப்பட ஆரம்பித்தாள். அதனால் ஒருநாள் முடிவாக அவனைவிட்டுப் பிரிந்துபோய்விட்டாள்.

இதுதான் அவன் சொன்னக் கதை.

அவன் இன்னும் சொல்லிக் கொண்டிருப்பவன் போலத்தான் இருந்தான். அதற்குள் பஸ்ஸை எடுக்கவே நான்தான் கிளம்பிவிட்டேன்.

இந்தக் கதை இன்னொரு இடத்தில் இருந்து மறுபடியும் தொடரும் என்று நான் எதிர்பார்க்கவில்லை.

சென்னையில் தேவநேய பாவாணர் அரங்கங்கத்தில் சுற்றுச்சூழல் ஆர்வலர் ஒருவர் பாம்புகள் குறித்துப் பேசுவதாகச் சொல்லி நண்பர் அழைத்துச் சென்றார். சிறிய அரங்கம். மேடையில் இருப்பவர்களையும் சேர்த்துப் பதினாறு பேர் இருந்தனர். ஒருவர் வேட்டி சட்டை அணிந்து தனியாகத் தெரிந்தார். காலில் மாட்டியிருந்த ரப்பர் செருப்பின் ஒரு பட்டை நீல நிறத்திலும் ஒரு பட்டை பச்சையிலும் இருநதது. முன் வரிசையில் அமர்ந்து கொண்டு அவருக்காகத்தான் மேடையில் இருப்பவர் பிரத்யேகமாகப் பேசுவது போல வேகமாக தலையசைத்து, பேசுபவரை ஆமோதித்துக் கொண்டிருந்தார்.

பாம்புகள் குறித்து அன்று பேசியவர் சொல்லியதில் இரண்டு முக்கியமான விஷயங்களைத் தெரிந்து கொண்டேன்.

பாம்புக்குக் கால்கள் இல்லை என்றுதான் இதுவரை நினைத்திருந்தேன். சில பாம்புகளுக்கு இரண்டு சிறிய கால்கள் இருக்கின்றன. அவற்றில் நகங்களும் உண்டு என்றார்.

அப்படியா என அங்கிருந்தவர்களில் பனிரெண்டு பேர் அவசரமாக ஆச்சர்யப்பட்டு கேட்டனர். மீதி மூன்றுபேருக்கும்கூட ஆச்சர்யம் இருந்தது. ஆனால் கேட்க தயங்கியவர்களாக இருந்தனர்.

அவை எப்போதும் அதன் உடலுக்குள் புதைந்தபடியே இருக்கும். எதையாவது பற்றிக்கொள்ள வேண்டியிருக்கும் போதுதான் அவற்றைப் பயன்படுத்துகின்றன. நல்ல பாம்பு தன் இணையைச் சேரும்போது அந்தக் கால்கள் மூலம்தான் இணையைப் பிடித்துக் கொள்கிறது என்றார்.

ஒரு பாம்பைக் கொன்றுவிட்டால் அதன் இணை கொன்றவர்களைப் பழிவாங்குவதற்கு வருமா என்று ஒருவர் கேட்டார். எனக்கு அது அபத்தமான கேள்வியாக இருந்தது. ஒரு நடிகை பாம்பாக ஒரு படத்தில் நடித்தார். அவள் தேவைப்படும் நேரங்களில் பெண்ணாகவும் பாம்பாகவும் மாறிக் கொள்ளும் வசதி கொண்டவளாக இருப்பாள். பெண்ணாக இருக்கும் தருணங்களில் கவர்ச்சியான உடை அணிந்துவந்து தன் பாம்புக் கணவனைக் கொன்றவர்களைப் பழி தீர்ப்பாள். பாம்பு வந்து பழி வாங்குவது அந்த அளவுக்குத்தான் நம்பகத்தன்மை கொண்டதாக இருந்தது.

ஆனால் அந்தப் பாம்பு ஆய்வாளர் பாம்புகளைக் கொன்றால் வேறு ஒரு பாம்பு அந்த இடத்தைத் தேடி வருவதுண்டு என்றார்.

"பாம்புகள் இனப்பெருக்கத்துக்கான வேட்கை கொள்ளும்போது பிரோமோன் என்ற வாசனையை வெளியிடுகிறது. அந்த வாசனையைக் கொண்டே பாம்புகள் தங்கள் ஜோடியைக் கண்டடைகின்றன. பாம்புகளை நாம் தாக்கும்போது தன்னிச்சையாக பாம்பின் உடம்பில் இருந்து பிரோமோன் வெளியாகிவிடுகிறது. அந்த வாசனைக்காக அடுத்த நாளில அந்த இடத்துக்கு ஒரு பாம்பு தேடி வருவதற்கான வாய்ப்பு நிறைய உண்டு. அதையே மக்கள் பாம்பு பழி வாங்க வந்ததாக நினைத்துக் கொள்கிறார்கள்" என்ற தகவலைச் சொன்னார்.. இந்த இரண்டு தகவல்களும் 'அன்று பெற்றவை'யாக இருந்தன.

அதையட்டி ஒரு சம்பவத்தைச் சொன்னார். "கிராமத்து வீடு ஒன்றில் மனிதனை ஒரு பாம்பு தீண்டிவிட்டது. அவன் இறந்து போய்விட்டான். அங்கிருந்த பாம்பைக் கண்டுபிடித்து அடித்துக் கொன்றுவிட்டார்கள். அடுத்த ஒரு வாரம் அதே வீட்டில் அவன் மனைவியும் இன்னொரு பாம்பு கடித்து இறந்து போய்விட்டாள். மக்கள் உடனே நாகதோஷம் என்று கிளப்பிவிட்டார்கள். பாம்பை

அடித்துவிட்டால் அந்த இடத்தில் வேறு வாசனை திரவியத்தை அந்த இடத்தில் தெளித்துவிட்டாலே போதும். அந்தக் காலத்தில் பாம்பை அடித்தால் மஞ்சளைக் கரைத்துத் தெளிக்கும் சடங்குகள் இருந்தன” அவர் பேசிக்கொண்டு போனார்.

கூட்டத்தில் வேட்டி சட்டையில் அமர்ந்திருந்தவர், “எங்க ஊர்ல பாம்பு புடிக்கிறவன் ஒருத்தன் இருந்தான். அவனுக்குப் பாம்பு கடிச்சா விஷம் ஏர்றது இல்ல. சும்மா கொஞ்சம் சுண்ணாம்பு தடவிப்பான். அவ்ளதான். அதெப்படி?” ஏதோ புதிர்போட்டுவிட்டு விடைகண்டுபிடிக்கச் சொன்னவர் மாதிரி கேட்டார்.

“ஏற்கெனவே சின்னச் சின்ன பாம்புகள் கடித்து விஷம் பழகியவர்களுக்கு நம் உடம்பிலேயே விஷ முறிவு உருவாகிவிடும்.. அதே போல ஒரு நல்ல பாம்பு அடுத்தடுத்து யாரையாவது தீண்டினாலும் இரண்டாவதாகக் கடிபட்டவருக்கு விஷத்தின் வீரியம் கம்மியாகத்தான் இருக்கும். பாம்பு தீண்டியதும் பதறாமல் இருக்க வேண்டும். பதறினால் ரத்தவோட்டம் அதிகமாக இருக்கும். விஷம் வேகமாக பாதிப்பை ஏற்படுத்தும். நீங்கள் சொல்கிற நபர் இப்படி ஏதாதொரு காரணத்தால் தப்பித்திருக்கலாம்” என்று பொறுமையாக பதில் சொன்னார்.

அந்த பதில் அவருக்குப் போதுமானதாக இருந்தது. “அவன் எம காதகனாச்சே... பதறவே மாட்டான்...” என சமாதானம் சொல்லிக் கொண்டார்.

கூட்டம் முடிந்து அந்தச் சிறிய குழு மெள்ள கலைந்தபோது வேட்டிக்காரரிடம் எனக்குப் பேசுவதற்கு விஷயம் இருப்பது போல இருந்தது.

“நீங்க சித்திரையைப் பத்தித்தான் சொன்னீங்களா?“ என்று ஆரம்பித்தேன்.

“அட அவனைத் தெரியுமா... அவனை எப்பிடித் தெரியும்?”

“செங்கல்பட்டு பஸ் ஸ்டாண்டில் பார்த்தேன்.”

“அவன் பொண்டாட்டி பாம்பு கடிச்சு செத்துப் போன பொறவு அவன் ஊர்லயே தங்கறதில்லே.. அவனாச்சு அவன் பாம்பாச்சு.. எங்கயாவது சுத்திக்கிட்டு இருப்பான்... நான் இங்க டி.வி.எஸ்.ல பேரிங் வாங்கறதுக்கு வந்தேன் ... பாத்தாக்கா பாம்பபத்தி பேசறதா ‘போடு’ல எழுதி வெச்சிருந்தாங்க. சரி இன்னான்னு பாக்கறதுக்கு வந்தேன்.. செங்கல்பட்டு வந்தா சிறுனியத்துக்கு வாங்க. இப்ப பஸ் உட்டுக்கிறானுங்க. சம்பந்தம் வூடுன்னா யார்ன்னாலும் சொல்லுவாங்க..” -மூன்று விஷயங்களை மூன்று சிறிய நிறுத்தங்களுக்குப் பிறகு தொடர்ச்சியாகச் சொன்னார்.

நான் தலையை மட்டும் ஆட்டினேன்.

அவருடைய அன்பான அழைப்பை என் காது ஏற்கவே இல்லை. வனிதா கோபிச்சுக்கிட்டுப் போனதாகச் சொன்னது ஏன் என்ற சந்தேகம் விஷம் மாதிரி இறங்கியது.

இந்தக் கதையைத் தொடங்குவதற்கு எனக்கு முதல்வரி கிடைத்துவிட்டது.

வனிதாவை அந்தப் பாம்புதான் கடித்தது என்று தெரிந்தும் சித்திரை அதைச் செல்லமாக வளர்ப்பதற்கு ஒரு காரணம் ஏற்பட்டது.

... இனிமேல்தான் எழுத வேண்டும் இந்தக் கதையை.

- ஆனந்த விகடன், 2012.

நியாயச் சங்கிலி

3

ஜூலியா ஒரு முறை சிரித்துப் பேசிக்கொண்டிருந்ததைப் பார்த்தபிறகு அவளை எனக்குப் பிடித்துப் போய்விட்டது. அதற்கு முன்னால் அவளை சட்டென வித்தியாசம் காண இயலாத மங்கோலிய பெண் தரத்தில்தான் வைத்திருந்தேன்.

அவளுடைய பல்வரிசை அலாதியானது. அவளை அருகே அழைத்து கொஞ்ச நேரம் சிரிக்கச் சொல்லிப் பார்த்துக் கொண்டிருக்கலாம்போல இருந்தது. அடுத்த கட்டமாக அந்தச் சிறிய நாசிக்குள் உடலுக்குத் தேவையான ஆக்ஸிஜன் எப்படி சென்று உருமாறித் திரும்புகிறது என்ற ஆச்சர்யமும் உடன் சேர்ந்து கொள்ளும்.

சிரிக்க எத்தனிக்கும்போது முன் இரண்டு சிறிய செவ்வக பற்கள் மட்டும் கார்ட்டூன் முயலுக்கானது போல வெளியே தெரியும். அவளைப் பிடித்துப் போக அதுவும் போதுமானதுதான். முழு அழகையும் தரிசிக்கவேண்டுமானால் அவளுக்குப் பிடித்தமாதிரியான நல்ல ஜோக்கைச் சொல்ல வேண்டும். ஜோக்கைவிட அவளுக்குப் பிடித்தமானதாக அது இருக்க வேண்டும் என்பதுதான் முக்கியம்.

"பழனிச்சாமி இன்னும் வரவில்லையா?" என்று நான் ஒரு தரம் அவளைக் கேட்டபோது சிரித்தாள். இது ஒரு ஜோக்கா என்று கேட்கக்கூடாது. அவளுக்குப் பிடிக்க வேண்டும் என்று அதனால் தான் முதலிலேயே சொன்னேன். அப்படிச் சிரிக்கும்போது அவள் முகம் சட்டென தேவதையின் முகமாக மாறிவிடும். வடகிழக்கு தேவதை.

பழனிச்சாமி அந்த மூன்று நட்சத்திர ஓட்டலின் ரெஸ்டராண்ட் மேனேஜர். எம்.பி.ஏ. படித்தவன் என்பது அவனுடைய நடவடிக்கையில் சுத்தமாகத் தெரியாது. அவன் வந்துவிட்டால் ஓட்டல் ஊழியர்கள் அவனுடைய கட்டுப்பாட்டுக்குள் இயங்குவார்கள். அவனுக்கு அடிமை போல நடிப்பார்கள். நான் ஜூலியாவிடம் கேட்டபோது அவன் வந்திருக்கவில்லை.

இந்த ஓட்டலில் நடக்கும் ஊழலை வேவு பார்க்க அனுப்பியிருப்பதால் முதலில் என் கவனம் அவன் மீதுதான் இருந்தது. அவன் பெண்களைப் பணிய வைப்பதில் கவனமாக இருந்தான். என்னைப் பணித்திருப்பது இந்த மாதிரி செக்ஸ் ஊழல்களைக் கண்காணிக்க அல்ல. ஓட்டலின் லாபம் அதனாலும் குறைந்திருந்தது வேறுவிஷயம்.

ஓட்டலின் லாபம் பலவிதங்களில் கணிசமாகக் குறைந்திருந்தது. அதற்கான காரணத்தை மூன்று மாதங்களுக்குள் கண்டுபிடிக்க வேண்டும் என்று எனக்கு அங்கேயே ஒரு அறை ஒதுக்கிக் கொடுத்து கேட்கும்போதெல்லாம் காளான் சூப், இறால் பிரியாணி... எனக் கொடுத்துக் கொண்டிருந்தார்கள்.

இந்தியாவின் வடகிழக்கு மாகாணங்களில் இருந்து நிறைய பெண்கள் அங்கே ஹவுஸ் கீப்பிங், சமையல் எடுபிடி வேலைகளுக்கு அமர்த்தப்பட்டிருந்தார்கள். நாளெல்லாம் பாத்திரங்கள் கழுவிக் கொண்டும் காய்கறிகளை நறுக்கிக் கொண்டும் அறைகளைச் சுத்தம் செய்து கொண்டும் இருந்தார்கள். எப்போதும் ஈரத்தில் அவர்கள் எப்படித் தாக்குப் பிடிக்கிறார்கள் என்பது புதிராக இருந்தது. அவர்கள் யாருக்கும் ஐந்தாயிரத்துக்கு மேல் சம்பளம் வழங்கப்படவில்லை. அங்கு வேலை பார்க்கிற பெண்கள் எல்லோரும் கொட்டிவாக்கத்தில் ஒரு வீடு எடுத்துக் குழுவாகத் தங்கியிருக்கிறார்கள் என்றார்கள். சாப்பாடு ஓட்டலில். சம்பளத்தில் பெரும்பகுதியை ஊருக்கு அனுப்பி வைத்துவிட்டு அன்றலர்ந்த மலர்கள் போல எப்போதும் கலகலப்பாகவும் இருந்தார்கள்.

அவர்களுக்குச் சம்பளம் வழங்குவதில் அட்மின் மேனேஜர் தரப்பில் சிறிய அளவுக்கு ஊழல் நடப்பதை அறிந்தேன்.

இணக்கமானவர்களுக்கு சில சலுகைகள் இருந்தன. அதிகார துஷ்பிரயோகம்தான். அதற்கு ஊழல் என்ற பெரிய வார்த்தையை பிரயோகிக்காமல் தவிர்த்தேன். பழனிச்சாமி அதற்கு ஒரு படி அதிகம். சிலரை பயன்படுத்திக் கொள்வதும் தெரிந்தது.

பாலுக்குப் பூனையைக் காவல் வைத்தது போல செக்யூரிட்டி மேனேஜர் அலெக்ஸாண்டர் ஸ்டோர்ஸ் அவனுடைய கண்ட்ரோலில் இருந்தது.

இந்த மூன்று பிரிவும் தனித்தனி ராஜாங்கமாக இருந்தது. ஒருவர் தயவு இல்லாமல் ஒருவர் தவறு செய்ய முடிந்தது. அல்லது ஒருத்தர் தவற்றை மற்றவர் கண்டு கொள்ளாமல் இருந்தனர்.

இதைக் கண்காணிக்கத்தான் நான் வந்திருக்கிறேன் என்பது தெரிந்ததும் என் முப்பதுக்கும் குறைந்த வயதைக்கூட கணக்கில் எடுத்துக் கொள்ளாமல் மூவருமே இறங்கி வந்து வழிந்தனர்.

காபி ஆர்டர் செய்வதற்கே யோசனையாக இருந்த என்னை "வொய் டோன்ட் யு பிரஃபர் மஸ்ரூம் சூப்?" என பழனிச்சாமி விசாரித்ததில் கொஞ்சம் ஐஸூம் பெருந்தன்மையும் இருந்தது.

"வீட்டுக்கு பிரியாணி பார்ஸல் பண்ணி வெச்சிருக்கேன்" என்கிறார் அலெக்ஸாண்டர்.

இந்த சூப்புக்கும் பிரியாணிக்கும் பணியாத மனம் ஜூலியாவின் புன்னகைக்குப் பணிந்தது. தினமும் என்னுடைய டேபிளைத் துடைத்து தண்ணீர் நிரம்பிய கண்ணாடிக் குடுவையில் அழகான மலர் ஒன்றை சொருகி வைத்துவிட்டுப் போவாள். நான் பேசவில்லை என்றால் அவளும் பேச மாட்டாள். அதனால் நான் எப்படியும் முதலில் பேச்சை ஆரம்பிக்க வேண்டிய கட்டாயத்தில் இருந்தேன். அவளுடன் பேசுவதற்கு விஷயமே இல்லாததால் வீட்டில் இருந்து கிளம்பும்போதே அதற்காக யோசித்து வைக்க வேண்டியிருந்தது.

"மஞ்சள் நிறம்தான் உனக்கு பிடிக்குமா? நீயும் மஞ்சள்.. உன் உடையும் மஞ்சள்."

நான்கைந்து நாட்களாக இதை யோசித்து வைத்திருந்து இன்றுதான் அவள் மஞ்சள் உடையில் வந்திருந்ததால் சொன்னேன். சிரித்தாள். ஜென்ம சாபல்யம்.

அவள் ஜீன்ஸ் பேன்ட்டும் களங்கம் இல்லாத மனதோடு கை வைக்காத பனியனும் அணிந்து வந்தாள்.

ஒருமுறை அவள் கம்ப்யூட்டரைத் துடைத்துக் கொண்டிருந்தபோது எதேச்சையாக என்னுடைய விரல்கள் அவளுடைய விரல்களோடு பட்டபோது மின்தாக்குதல்போல உணர்ந்தேன்.

அன்று நான் சாரி என்று சொன்னதற்காகச் சிரித்தாள்.

பரவாயில்லை என்றது அந்தச் சிரிப்பு.

"உங்கள் குடும்பத்தில் எத்தனை பேர்?"

அவள் மூன்று விரலைக் காட்டிவிட்டு ஒரு விரலை உடனே மடித்துவிட்டாள். "அண்ணனை மிலிட்டரிக்காரர்கள் சுட்டு விட்டார்கள். இரண்டு தங்கைகள்.. திரிபுராவில் படிக்கிறார்கள். நான்தான் வேலைசெய்து பணம் அனுப்புகிறேன்" என்றாள்

ஆங்கிலத்தில். சில நேரங்களில் தமிழில் முயற்சி செய்வாள். அவளுடைய தமிழ் உச்சரிப்பில் இருந்த பிழைகளும்கூட அழகாகத்தான் இருந்தன.

"எதற்காக சுட்டார்கள்?"

அவள் கண்கள் அதற்குள் சிவந்து போயின. "என் அண்ணன் நல்லவன். நியாயம் பேசுபவன்" அந்த நேரம் பார்த்து பழனிச்சாமி உள்ளே வரவே எதுவுமே பேசிக் கொள்ளவில்லைபோல துரிதமாக மாற்றிக் கொண்டாள். நான்தான் சுதாரித்துக் கொள்ளமுடியாமல் தடுமாறினேன்.

எம்.டி. அழைப்பதாகச் சொன்னான் பழனிச்சாமி.

ஓட்டலின் டைரக்டர் கிருஷ்ணதாஸ் உடுப்பிக்காரரர். ரோஸ் திரவத்தால் நிரப்பப்பட்ட பலூன் மாதிரி இருந்தது அவருடைய முகம்.

வந்த ஒரு மாதம் கழித்துத்தான் இப்போதுதான் அவரைப் பார்த்துப் பேச முடிந்தது. அவருக்கு பெங்களூரில், மும்பையில், டெல்லியில் என்று ஓட்டல்கள் இருந்தன. பறந்து கொண்டே இருப்பவர்.

"ஏதாவது தெரிந்ததா?" என்றார்.

கே.ஓ.டி.யில் நடக்கும் ஊழலைச் சொன்னேன்.

கிச்சன் ஆர்டர் டோக்கன். சாப்பிட வருபவர்களிடம் ஆர்டர் எடுப்பவர்கள் இரண்டு கார்பன் காப்பி வைத்து மொத்தம் மூன்று ரசீது தயாரிப்பார்கள். ஒன்று கிச்சனுக்குப் போகும். இன்னொன்று அக்கவுண்ட் டிபார்ட்மெண்டுக்கு இன்னொன்று கஸ்டமருக்கு. பெரும்பாலும் கார்பன் வைக்காமல்தான் ஆர்டர்கள் எடுக்கப்படுகின்றன என்றேன். சாப்பிட வருபவர்களுக்கு அவர்கள் கேட்கும் உணவு பரிமாறப்பட்டுவிடும். அதற்கான பில்லும் கொடுக்கப்படும். ஆனால் சமையல் கூடத்தில் இருக்கும் பில்லும் அக்கவுண்டுக்கு வரும் பில்லும் அதைக்காட்டாது. ஒரே நாளில் ஆயிரக்கணக்கில் அதில் இழப்பு ஏற்படும் வாய்ப்பு இருப்பதாகச் சொன்னேன்.

கிருஷ்ணதாஸ் உஷ்ணமாவது தெரிந்தது. அமைதியாகத் தலையை மட்டும் அசைத்துக் கொண்டிருந்தார்.

மறுநாள் டை கட்டி ஆர்டர் எடுத்துக்கொண்டிருந்த பத்து பதினைந்து பையன்கள் வீட்டுக்கு அனுப்பப்பட்டனர். புதுப்பையன்கள் டை கட்டி நின்றிருந்தார்கள். எல்லாம் ஒரே நாளில். எனக்குத் தூக்கி வாரிப் போட்டது. அவசரப்பட்டுவிட்டோமோ, அவசரப்பட்டுவிட்டாரா என்று குழம்பினேன். அடுத்து அவரைச்

சந்தித்து வேலையைவிட்டு அவர்களை நீக்கியிருக்க வேண்டாம் என்று சொல்வதற்கு முயன்றேன். எம்.டி. டெல்லி போய்விட்டார் என்றார்கள்.

முதன் முறையாக எல்லோரும் என்னைக் கண்டு அஞ்சியதைப் பார்த்தேன். மானேஜர்களின் அச்சம்கூட பாதிக்கவில்லை. ஜூலியா மழையில் நனைந்த பூனைபோல ஒடுங்கிப் போய் என் அறைக்குள் வந்தாள். என்னை நேர்கொண்டு பார்க்கவும்கூட பயந்தாள். அதிகார வர்க்கத்து ஆசாமிபோல பார்த்தாள். அவளுடைய புன்னகையைக் கொலை செய்த குற்றம் என்னை உறுத்த ஆரம்பித்துவிட்டது.

அதே நாளில் தொழிலாளர் கணக்கெடுப்பு அதிகாரிகள் வந்திருப்பதாகச் சொன்னார்கள். ஓட்டலுக்குப் பெரிய சிக்கல்தான். நிறைய பேர் கணக்கில் வராத தொழிலாளர்கள்தான். பலரும் தினக்கூலி போலத்தான் இருந்தார்கள். நிர்வாக மேலாளரைப் பார்த்துவிட்டு, மத்தியான சாப்பாட்டை ஒரு கை பார்த்துவிட்டுக் கிளம்ப இருந்த அவர்கள் தொழிலாளர்கள் விஷயத்தில் நியாயமாக இருப்பார்கள் என்று தோன்றவில்லை. அன்று இரவே அவர்களுக்கு ஐந்தாவது மாடியில் ரூம் போட்டு கவனித்ததையும் அறிந்தபோது எரிச்சலும் வருத்தமும் அதிகமானது. அன்று அங்கு அனுப்பி வைக்கப்பட்டவள்... வேண்டாம் அது உண்மையாக இருக்கக் கூடாது.

போதாதா? தொழிலாளர் நலன்கள் மிகச் சிறப்பாகப் பேணப்படுவதாக சான்றிதழ் கொடுத்துவிட்டுப் போய்விட்டார்கள்.

நான் என்னுடைய பாஸை சந்தித்து ஓட்டலில் இப்படியெல்லாம் நடப்பதைச் சொன்னேன். என்னுடைய முதலாளி சென்னையின் முக்கியமான ஆடிட்டர். அவர் பார்வைக்குப் பல நிறுவனங்களின் வரவு செலவுகள் வரும். கேரட் வில்லைகளை சுவைத்துக் கொண்டே பதற்றமில்லாமல் ராட்சஷத்தனமாக வேலை பார்ப்பார்.

நான் சொன்னதையெல்லாம் பொறுமையாகக் கேட்டுவிட்டு, சிறிய ஏப்பத்தோடு, “நம்ம வேலையே எல்லா ஊழலையும் நேர்மையாக செய்ய வைப்பதுதான்” என்றார்.

“மிகக் குறைந்த சம்பளத்துக்குப் பெண்களை வேலை வாங்குவதோடு எதற்கெல்லாமோ பயன்படுத்துகிறார்கள். பாவம் அந்த வெளியூர் பெண்கள்.. நம்மால் எதுவுமே செய்ய முடியாதா?”

ஆடிட்டர் செல்போனில் யாருக்கோ போன் போடுவதில் தீவிரமாக இருந்தார். அவருடைய அலட்சியம் என்னை மேலும் குரலை உயர்த்த வைத்துவிட்டது.

“கோடி கோடியாக ஊழல் செய்கிறவர்கள் ஆயிரக்கணக்கில் ஊழல் செய்கிறவர்களை வேலையைவிட்டு அனுப்புவது என்ன நியாயம் சார்?”

"உன் வேலையை மட்டும் பார்" ஆடிட்டர் கோபமாக செல்போனை டேபிளின் மீது வீசினார். அது மூடி தனியாக பேட்டரி தனியாகக் கழன்று தொடர்ந்து வேலைசெய்யுமா என்ற சந்தேகத்தை ஏற்படுத்தியது.

"ஒரு ஓட்டல் நடத்தணும்னா எவ்வளவு பேருக்குக் கப்பம் கட்டணும் தெரியுமா? எத்தனை அரசியல்வாதி, எத்தனை அதிகாரி, எத்தனை போலீஸ்காரன்... நேர்மையா இருந்தா சைக்கிள்ல ட்ரம் டீ கூட விக்க முடியாது தெரியுமா?.. உன்னை அங்க எதுக்கு அனுப்பினேன்?... முதலாளிக்கு யாரெல்லாம் துரோகம் பண்றான்னு பாக்கச் சொன்னேன்... முதலாளி என்ன துரோகம் பண்றான்னா பாக்கச் சொன்னேன்? நீ என்ன பெரியண்ணாவா... நாட்டையே கண்காணிக்கிறதுக்கு?"

எதிர்பாரா தாக்குதலால் நிலைகுலைந்து போனேன்.

"ஒவ்வொரு மட்டத்தில ஒவ்வொருவிதமா ஊழல் நடந்துகிட்டு இருக்கு. நம்ம எல்லையோட நாம நின்னுடணும்.. தொடர்ந்து போய்க்கிட்டே இருந்தா அது அமெரிக்க ஜனாதிபதி வரைக்கும் போகும்.. முடியுமா?" அறிவுரை போல சொன்னார்.

நான் பொறுமையாக டேபிளில் கிடந்தவற்றை ஒன்று சேர்த்து அவரிடம் கொடுத்துவிட்டு மெத்தென்று அடியெடுத்து வைத்து வெளியேறினேன். 'செல்லிடத்துக் காப்பான் சினம் காப்பான்' என சம்பந்தமில்லாமல் திருக்குறள் ஒன்று நினைவுக்கு வந்தது.

ஒரு ஓட்டல் நிர்வாகம் உலகையே புரிய வைத்துவிட்ட ஞானோதயம். அவரவர் தரப்பில் குற்றங்களும் அதற்கான நியாயங்களும் கற்பிக்கப்பட்டன.

கன்னிமரா நூலகத்துக்கு எதிரே பைக்கை நிறுத்தி இரண்டு "வில்ஸ்களை' ஒரே நடையில் புகைத்துவிட்டுக் கிளம்ப இருந்த நேரத்தில் ஜூலியா அவர்கள் ஊர் பையனோடு வருவதைப் பார்த்தேன்.

'அண்ணனை எதற்காகக் கொன்றார்கள்' கேள்வி அப்படியே உறைந்துபோய் இருந்தது மனத்தில். பையன் தன் ஒல்லியான கால்களுக்குக் கச்சிதமாக ஜீன்ஸ் பேண்ட் போட்டிருந்தான். ஜூலியா என்னைப் பார்த்துச் சிரித்தாள். நான் அதைத் தவறவிடவில்லை. அவனைக்காட்டி, "நான் மணக்க இருப்பவர்.. என் அண்ணனோட நண்பர்' என்றாள்.

இருவர் மீதும் ஒரே நேரத்தில் பரிதாபம் ஏற்பட்டு, வேகமாக அவர்களின் முகங்களைப் பார்த்தேன். அவன் என்னோடு கைகுலுக்க தயாராகியிருந்தான்.

- தினமணி தீபாவளி மலர், 2011.

வயசு

4

சபரிமலைக்குப்போவதற்குமாலைபோட்டிருந்தான் பீட்டர். அது எனக்கு வினோதமாக இருந்தது. விபூதியிட்டு கழுத்திலே கருப்புத் துண்டு சுற்றிக் கொண்டு செருப்பு போடாமல் இருந்தான். பீட்டர் எங்கள் வங்கியின் அட்டண்டர். குழந்தைக்கு ஜுரம் வந்தால் தர்காவுக்குப் போய் தண்ணீர் தெளித்துக் கொண்டு வருகிற பழக்கமும் அவனுக்கு இருந்தது. அவனுடைய சர்வமத நல்லிணக்கத்தைக் கண்டு பூரிக்க முடியாதபடி அவனுடைய செருப்பு போடாத கால் என் கவனம் பற்றிக் கொண்டது.

எனக்கு மாணிக்கம் ஞாபகத்துக்கு வந்துவிட்டான். வாழ்நாள் முழுதும் ஒரு கேள்விக்குறியாக மனதில் தங்கிவிட்டவன். திருமணத்தன்று காசியாத்திரை செல்லும் சடங்கின்போதும்கூட மாணிக்கம் நினைவுக்கு வந்துவிட்டுப் போனதுகூட கல்யாணமாகி இருபத்தெட்டு ஆண்டுகள் ஆன பின்பும் மறக்கவில்லை. சரண்யாவின் தம்பி என் கால்களைக் கழுவி மஞ்சள், குங்குமமிட்டு புதுச் செருப்பை மாட்டிவிட்டு கையில் குடையைக் கொடுத்தான். செருப்பை மாட்டிய தருணத்தில் மூளையில் ஏதோ ஒரு பகுதியில் மின்னல் போல மின்னிவிட்டுப் போனான். இப்போது பீட்டரைப் பார்த்தபோது மின்னியது போல.

மாணிக்கத்துக்குப் பள்ளிக்குப் பக்கத்திலேயே வீடு. ஆனால் அவன் என்னுடன் பள்ளிக்குச் செல்லவேண்டும் என்பதற்காக இரண்டு கிலோமீட்டர் தள்ளியிருந்த என் வீட்டுக்கு வருவான். என்னை வந்து அழைத்துக் கொண்டு அவன் வீட்டுக்குப் பக்கத்தில்

இருந்த பள்ளிக்கூடத்துக்குச் செல்வான். மாலையிலும் என்னை வீட்டில் வந்து விட்டுவிட்டுப் போவான். அவ்வளவு பிரியமா என்ற கேள்வி இன்னேரம் உங்கள் மனதில் தோன்றியிருக்கும். என் மீது அவனுக்குப் பிரியம் இருந்தது உண்மைதான். அவனுடைய இந்தச் சுற்றுப் பயணத்துக்கு வேறொரு முக்கியமான காரணம் இருந்தது, என் செருப்பு.

முதல் முறை வீட்டுக்கு வந்து அழைத்துச் செல்ல ஆரம்பித்தபோதே செருப்பு போட்டு நடப்பவர்கள் பாதங்கள் மெத்தென்று இருக்கும் என்று பேசிக் கொண்டு வந்தான். தனக்கும் செருப்பு போட்டுக் கொண்டு நடந்து செல்வதில் மிகுந்த ஆர்வம் இருப்பதாகச் சொன்னான். அவனுடைய அபிப்ராயத்தை அவன் சொல்லிக் கொண்டு வருகிறான் என்பதாகத்தான் என் பிஞ்சு மனம் அப்போது நினைத்திருக்கக் கூடும். அன்றைய தினம் என் காலில் இருந்த செருப்பையும் அவனுடைய வெறும் காலையும் திரும்பத் திரும்ப ஒப்பிட்டுவிட்டு வேறொன்றும் சொல்லாமல் போய்விட்டான்.

அது அவனுடைய ஆசையோ, அபிப்ராயமோ இல்லை; விண்ணப்பம். இரண்டாவது நாளில் மாணிக்கம் நன்றாகப் புரிகிற மாதிரியே சொன்னான்: "உன் செருப்பைத் தாடா. எனக்கு செருப்பு போட்டு நடக்கணும்னு ரொம்ப ஆசைடா."

அதுவரை என்னிடம் யாரும் செருப்பை கடனாகக் கேட்டதில்லை. ஒரு நான்காம் வகுப்பு மாணவனிடம் வேறு எந்தக் கடனைத்தான் கேட்டிருக்கப் போகிறார்கள்?

ஞாபகத்தில் அது ஒருவேளை முதல் கடனாகவும் இருக்கலாம். யாராவது கடன் கேட்டால் இப்போதும் தவிர்க்க முடியாமல் தவிப்பதுபோலவே அப்போதும் தவித்துப் போனேன். மாணிக்கத்தின் கண்களில் நான் ஒரு பரிதாபத்தை உணர்ந்திருக்க வேண்டும். நட்ட நடு மார்க்கெட் சாலையில் செருப்பைக் கழற்றிவிட்டு தரையில் நின்றேன். அது சொத சொதவென ஈரமான தரையாக இருந்தது.

ஆரம்பத்தில் காலை வைக்கக் கூச்சமாக இருந்தது. மாணிக்கம் கொஞ்ச தூரம் செருப்பு போட்டு நடந்துவிட்டு செருப்பைத் தந்துவிடுவான் என்று எதிர்பார்த்தேன்.

பள்ளிக்கு அருகே வந்த பிறகு தந்துவிடுவான் என்று மனதைத் தேற்றிக் கொண்டேன். அவன் தரவில்லை. உள்ளே நுழைந்ததும் பிரேயருக்கு கிரவுண்டுக்குப் போக வேண்டும். அப்போதும் தரவில்லை. மீண்டும் வகுப்பில் வந்து அமர்ந்தபோதும் தரவில்லை.

எப்போது தரப்போகிறான் என்ற யோசனை படிப்பில் சிந்தனையைச் செலுத்தவிடாமல் இம்சிக்க ஆரம்பித்துவிட்டது.

இடையில் ரீஸஸ் பெல் அடித்தபோதும் மத்தியானம் சாப்பாட்டு மணி அடித்தபோதும் அவன் செருப்பு சரசரக்க என் முன்னால் நடந்துகொண்டே இருந்தான்.

என்றுமில்லாத அளவுக்கு நடப்பது மாதிரி இருந்தது. எனக்கு செருப்பைத் திருப்பிக் கேட்பதில் அப்படி என்ன தயக்கமோ.. அவனையே பார்த்துக் கொண்டிருந்தேனே ஒழிய திருப்பிக் கேட்கவில்லை. எப்போதாவது நான் அவனையே கவனிக்கிற எண்ணம் மோலோங்கிவிட்டால் ஒருதரம் திரும்பிப் பார்த்து ஒரு புன்னகையைச் சிந்துவான். செருப்பு உன்னுடையதுதான்.. எனக்கு ஞாபகம் இருக்கிறது என்ற அர்த்தம் அதில் புதைந்திருக்கும்.

மாலை வீட்டுக்குப் போவதற்கான நீண்ட மணியும் அடித்தாகிவிட்டது. அப்போது அவன் நிச்சயம் தந்துவிடுவான் என்று எதிர்பார்த்தேன். அவன் கண்டுகொள்ளவே இல்லை. செருப்பை அணிந்து கொண்டிருப்பதில் அவனுக்கு இருக்கும் ஆசையெல்லாம் தீரும் வரை அவன் அதைத் தரமாட்டானோ என்ற பயம் கவ்வியது நினைவிருக்கிறது.

வீட்டுக்குப் போய் செருப்புக்கு என்ன பதில் சொல்வது என்ற அச்சமும் இப்படி ஏமாந்துவிட்டோமே என்ற தன்னிரக்கமும் உலுக்க ஆரம்பித்துவிட்டது.

மாணிக்கம் என்னுடன் என் செருப்பைப் போட்டுக் கொண்டு என் வீடு வரை வந்தான். வீட்டுக்குப் பத்தடி தூரம் இருக்கும்போது தெரு ஓரத்தில் செருப்பைக் கழற்றிவிட்டு அதை என்னை அணிந்து கொள்ளுமாறு சைகையில் சொன்னான். இப்படி ஒருவர் செருப்பை இன்னொருவர் மாற்றிக் கொள்வது வெட்கப்படும்படியாக இருந்தது. நான் அவசரமாக செருப்பைப் போட்டுக் கொண்டேன்.

ஒருவித நிம்மதி மனதில் குடியேறியது. செருப்பு மிகவும் சூடாகவும் பிசுபிசுப்பாகவும் இருந்தது. கைக்கு கிடைத்த திருப்தியில் வீட்டை நோக்கி ஓடினேன்.

மறுநாள் காலை பள்ளிக்குப் புறப்படும்போது மாணிக்கம் வந்தபோதே தயக்கம், பயம், லீவு போட்டுவிடலாம் போன்ற மன உணர்வு எல்லாம் சேர்ந்து கொண்டது.

மாணிக்கம் வழக்கத்துக்கு மாறாக உற்சாகமாக இருந்தான். அவன் பார்வை சுவர் ஓரம் கிடந்த செருப்பின் மீதே இருந்தது.

தினமும் மாணிக்கம் என்னை அழைத்துச் செல்ல வீட்டுக்கு வர ஆரம்பித்தான். தினமும் என் செருப்பின் மீதுதான் அவன் சவாரி செய்தான். எதற்காகவோ அவனுக்குத் தரமறுப்பதில் எனக்கு தயக்கம் இருந்தது. மறுக்க இயலாதவாறு அவன் என்னைக் கேட்டிருப்பான் என்று நினைக்கிறேன்.

மார்க்கெட் சாலை வந்ததும் செருப்பை வாங்கிக் கொள்வான். அன்று முழுதும் அவனே போட்டிருப்பான். மாலையில் திருப்பித் தந்துவிடுவான். தெருவில் பிள்ளையார் கோவிலைப் பார்த்தால் நடந்தபடியே புத்தி போட்டுக் கொள்வதுமாதிரி மார்க்கெட் சாலை வந்ததும் செருப்பை கழற்றிவிடுவது வழக்கமாகிவிட்டது. ஒவ்வொரு முறை செருப்பை அணியும்போதும் "ரொம்ப ஆசைடா" என்பான். பக்கத்து வீட்டு மாமா நெய் தோசையும் துவையலும் சாப்பிடும்போது கண்களில் வெளிப்படுத்தும் பிறவிப் பயனை மாணிக்கத்தின் ஆர்வத்தில் கண்டதை இப்போது ஒப்பிட்டுப் பார்க்கிறேன்.

வீட்டில் அடம்பிடித்து வாங்கிய செருப்பை இப்படி ஒருவன் அனுபவித்துக் கொண்டிருப்பதை என் பிஞ்சு நெஞ்சம் எப்படித்தான் தாங்கிக் கொண்டதோ?

கார்த்திகேயன் "உன் செருப்பைக் கேட்டு வாங்குடா" என்று ஆவேசப்பட்டான். அவனுக்கு நான் படும்பாடு நன்றாகத் தெரிந்திருந்தது.

"எப்படி கேக்கறதுன்னு தெரியலை."

"நான் கேட்டு வாங்கித் தரட்டா?"

"வேணாம்.. வேணாம்.. இருக்கட்டும்."

கார்த்திகேயன் லூஸு பையனா இவன் என்பதாக என்னைப் பார்த்தான்.

இப்படியாக இது தினசரி நிகழ்ச்சியாகிவிட்டது.

ஒரு வாரம் போனதும் நான் துணிச்சலாக "நீ ஏன் உனக்கு ஒரு செருப்பு வாங்கிக் கொள்ளக்கூடாது?" எனக் கேட்டேன்.

"நானா?" இப்படி கேட்டுவிட்டு, கொஞ்ச தூரம் மௌனமாக வந்தான். என் கேள்வியில் ஏதோ பிழை இருந்துவிட்டது போல நானும் பேசாமல் நடந்துவந்தேன்.

"எனக்கு அப்பா இல்லைடா. அம்மாதான் வீட்டு வேலை செஞ்சி காப்பாத்தறாங்க. இதையெல்லாம் வாங்கித் தரமாட்டாங்க." தெரு முடிவுக்கு வந்ததும் இப்படி முடித்தான்.

நாங்கள் குடியிருந்த வீட்டில் எல்லா பையன்களுக்குமே அப்பா இருந்தார்கள்.

அம்மா மட்டும் உள்ள வீட்டை நான் அறியாதவனாக இருந்தேன். மாணிக்கம் இதைச் சொன்னபோது வருத்தப்படவும்கூட தெரியவில்லை. செருப்பை அவனே அணிந்து வரட்டும் என்று விட்டுவிட்டேன்.

அதன் பிறகு அந்தச் செருப்பு, என் பாத அழுத்தத்துக்குப் பொருந்தாத இடத்தில் குழியாகி யாருடைய டவுசரையோ போட்டுக் கொண்டிருப்பது மாதிரி ஆகிவிட்ட நேரத்தில் அவன் வேறு வீட்டுக்கு மாறிப் போய்விட்டான்.

பள்ளிக்கூடமும் மாறிவிட்டான். இருந்தாலும் செருப்புப் பள்ளம் ஆறாத வடுவாக எனக்குள் தங்கிவிட்டது.

பரதன் பாதரட்சையைக் காட்டுக்கு வந்து பெற்றுச் சென்றுவிட்டான் என்ற போது ராமன் காட்டில் செருப்பில்லாமல் எப்படி அவதிப்பட்டிருப்பான் என ஒரு பட்டிமன்ற பேச்சாளர் சிரிப்பு மூட்டிக் கொண்டிருந்தார். அப்போதும் மாணிக்கம் உருவில் பரதன் தோன்றி மறைந்தான்.

மாணிக்கம் ஏறத்தாழ இரண்டு வருஷம் என் செருப்பின் மீது இருந்தான் என்பதோடு அவன் நினைவு செருப்போடு சேர்ந்து போனதற்கு இன்னொரு காரணமும் இருந்தது.

அதன் பிறகு அவனைப் பல வருடங்களுக்குப் பார்க்கவேயில்லை. குடும்பத்தோடு படம் பார்க்கப் போயிருந்தபோது தியேட்டரில் அவனைப் பார்க்க முடிந்தது. அவனும் அவனுடைய மனைவி, குழந்தையுடன் வந்திருந்தான்.

அவனுடைய குழந்தை செருப்பு போட்டிருக்கிறதா என்று அவசரமாகப் பார்த்தேன். என் வன்மத்தை அவன் உணர்ந்து கொள்வானோவென சட்டென்று சுதாரித்ததை அவன் பார்த்துவிட்டான்.

"எப்படி போகுது லைஃப்?" இயல்பாக பேச்சைத் துவங்கினேன். ஆனால் அது செயற்கையாக இருந்தது.

"செருப்பு கம்பெனில சூப்பர்வைஸரா வேலை பாக்கறேன். ஜெயிலுக்குப் போய் வந்ததில அந்தத் தொழிலையாவது ஒழுங்கா கத்துக்குனு வந்தேன்."

"ஜெயிலுக்கா?" பதறியபடி கேட்டேன். அவன் மெதுவாக தெரிவித்ததை என்னையும் அறியாமல் போட்டு உடைத்துவிட்டேன். என்னுடைய நண்பர்களில் உறவினர்களில் யாருமே ஜெயிலுக்குப் போய் வந்தவர்கள் இல்லை. ஜெயிலை பஸ்ஸில் போகும்போது பார்த்ததோடு சரி. அவனை புதிய ஜீவராசி போல எதிர் கொள்ளும் பிரமிப்பு என்னிடம் இருந்தது.

"நிஜமாவே தெரியாதா?" என்னை ஊடுருவிப் பார்த்தான். எனக்கு உண்மையிலேயே தெரிந்திருக்கவில்லை என தெரிந்து கொண்டான்.

"சரி நம்பர் குடு. போன்ல சொல்றேன்."

தமிழ்மகன் | 61

அவன் சொன்னது எனக்கு ஒரு காட்சியாகப் பதிவாகியிருந்தது.

துணைப்பாடப் புத்தகத்தை மறந்து வைத்துவிட்டிருந்ததால் அன்றைக்கு மத்தியானம் புத்தகத்தை எடுத்துச் செல்ல வீட்டுக்கு வந்திருக்கிறான் மாணிக்கம்.

வீட்டு வாசலில் ஒரு ஜோடி செருப்பு இருந்திருக்கிறது. அது ஆண்கள் அணியும் செருப்பு. கதவு தாழிடப்பட்டிருந்தது. வாசலிலேயே உட்கார்ந்திருக்கிறான் மாணிக்கம். கொஞ்ச நேரத்தில் கதவைத் திறந்துகொண்டு கணேச மேஸ்திரி வெளியே வந்தார். பையனைப் பார்த்ததும் தடுமாற்றம். அவசரமாக செருப்பை மாட்டிக் கொண்டு குனிந்த தலை நிமிராமல் வேகமாகப் போய்விட்டார்.

மாணிக்கம் வீட்டுக்குள் போனான். அங்கே அவன் அம்மா.. அவளும் இவனை எதிர்பார்க்காமல் தடுமாறினாள். ஆறாம் வகுப்பு படிக்கும் பையனாக இருந்தாலும் அவனுக்கு இதில் இருக்கும் தவறு புரிந்திருக்கும் என்பதை உணர்ந்திருந்தாள். எதுவும் பேசாமல் டி.வி.க்குப் பக்கத்தில் குத்துக்காலிட்டு அமர்ந்து தலையைமுட்டிக்காலுக்கு மேல் சாய்த்துக் கொண்டு குலுங்கி அழ ஆரம்பித்திருக்கிறாள். மாணிக்கம் வேறு எதுவும் விசாரிக்க வேண்டிய அவசியம் இருக்கவில்லை.

அடுப்புக்கு மேலே பாத்திரங்கள் வைக்கும் ஸ்டாண்டில் காய்கறி நறுக்கும் கத்தி பளபளத்துக்கொண்டிருந்தது. அதை உறுதியாகப் பிடித்துக் கொண்டான்.

அம்மா தலை கவிழ்ந்து அழுது கொண்டிருந்தாள். கத்தியை கழுத்துக்குக் கீழே சொருகி தீவிரமாக ஒரு இழுப்பு இழுத்தான். குபுக்கென ரத்தம் பீச்சியடித்தது. தலை மட்டும் முட்டிக்காலில் இருந்து நழுவி தொங்கியது.

அந்த நேரத்தில் அம்மாவின் முகத்தில் வலியைவிட அதிர்ச்சிதான் அதிகமாகத் தெரிந்ததாக மாணிக்கம் சொன்னான்.

சிறுவர் சீர்திருத்தப் பள்ளியில் செருப்பு தைக்கக் கற்றுக் கொண்டு வெளியே வந்ததும் ஜெயிலரின் ஆதரவில் செருப்பு கம்பெனி வேலையில் சேர்ந்ததாகவும் சொன்னான்.

அதே கம்பெனியில் வேலை பார்த்த பெண்ணையே திருமணம் செய்து கொண்டு வாழ்க்கை ஓடிக் கொண்டிருக்கிறது என்றான்.

எல்லோரிடமும் சொல்வது போல உடனே "ஃபேமலியோட ஒரு தரம் வீட்டுக்கு வாடா' என்று அழைக்க யோசனையாக இருந்தது. அவன் எதை எதிர்பார்க்காமல் மேற்கொண்டு பேசிக் கொண்டு போனான்.

கடைசியாக அவன் சொன்னான்: "ஜெயில்ல இருந்து வந்ததும்

கணேச மேஸ்திரி என்னைப் பார்க்கறதுக்கு வந்தாரு. "உங்க அம்மாவும் நானும் கல்யாணம் பண்ணிக்கிறதா இருந்தோம். பையன் என்ன சொல்வானோன்னு பூங்காவனத்துக்கு யோசனை. நானே கூப்புட்டுப் பேசிப் பாக்கறேன்னு சொல்லியிருந்தேன்... அன்னைக்குத்தான் இந்த மாரி ஆய்டுச்சி'ன்னு சொன்னாரு." மாணிக்கம் அதற்கு மேல் பேச முடியாமல் அழுதான்.

நான் ரிஸீவரை காதில் வைத்துக் கொண்டு அவன் மீண்டும் பேசும் வரை பொறுமையாக இருந்தேன்.

"அம்மாவுக்கு ஒரு ஓடம்பும் மனசும் இருந்தது தெரியாம போச்சுடா.. அந்த வயசுல தெரியல. இந்த வயசுல தெரியுது."

"ஒவ்வொரு வயசுல ஒவ்வொரு பாடம். பத்தாங்கிளாஸ் பாடத்தை ரெண்டாங்கிளாஸ்ல படிக்க முடியுமா? கவலைப்படாதே மனச சந்தோஷமா வெச்சிக்கோ" என்றேன்.

"இந்தமாதிரி அவசரப்பட்டு எவ்வளவு தப்பு பண்ணிட்டமோன்னு இருக்குடா... நீ ரொம்ப பொறுமைசாலிடா" சிறிய கனைப்புக்குப் பிறகு பெருமையாகச் சொன்னான்.

- கல்கி தீபாவளி மலர், 2011.

துன்பம் நேர்கையில்...

5

“சுவாமி ஜி, மொத்தம் 25 சிம் கார்டுகள் இருக்கின்றன. ஒரு நாளைக்கு ஒரு சிம் கார்டைப் பயன்படுத்தவும். மேலும் ஒரு சிம்கார்டை ஒரு தடவைக்கு மேல் பயன்படுத்த வேண்டாம். தொடர்ந்து ஒரே ஊரில் இருக்க வேண்டாம். குறைந்த பட்சம் 50 கிலோ மீட்டர் நகர்ந்துவிடவும்.. தமிழகம், ஆந்திரம், கர்நாடகம் ஆகிய மாநிலத்து போலீஸ் தேடிக் கொண்டிருக்கிறது. ஜாக்கிரதையாக இருக்கவும்.”

அந்தத் துண்டுச் சீட்டில் இவ்வளவுதான் எழுதியிருந்தது. அதற்குக் கீழே சிவப்பு மையில் ‘யாரையும் நம்ப வேண்டாம்.’ என்று அடிக் குறிப்பு. அதை மட்டும் சிவப்பு மையில் எழுதியிருந்த விதம் அச்சுறுத்தும்படி இருந்தது. அந்தக் குறிப்புக் காகிதத்தைக் கிழித்து குப்பையில் எறிந்தேன்.

‘எழுத மறந்து போய் கடைசி நிமிடத்தில் கையில் கிடைத்த வேறு பேனாவில் எழுதியிருக்கலாம். அது சிவப்பு பேனாவாக அமைந்து போனது எதேச்சையானது.’ மனதைத் தேற்றிக் கொள்வதற்காக அப்படி நினைத்தாலும் யாரையும் நம்ப வேண்டாம் என்பது முக்கியமான ஒன்றுதான். நிதானமாக மடித்து வைத்துவிட்டு ஜன்னலுக்கு வெளியே பார்த்தேன். பெயர் தெரியாத மலையொன்று என்னையே பார்த்துக் கொண்டிருந்தது. காலை வெயில் எங்கேயோ பதுங்கியிருந்தது. விட்டுவிட்டு மழை பெய்து கொண்டிருந்ததால் தயக்கமான சூழல்.

உலகம் முழுதும் 142 மடங்கள் ஸ்தாபித்து 15 ஆயிரம் பிரசங்கங்களுக்கு மேல் செய்து உலகத்தை ஏழு முறை பிரயாணித்து, கடவுளின் அவதாரமாகப் போற்றப்பட்டு லட்சக்கணக்கானோரின் நம்பிக்கைக்குப் பாத்திரமாகி... இன்று 'யாரையும் நம்ப வேண்டாம்' நிலைக்கு ஆளாகி... வார்த்தைகள் கொடூரமானவை. சுலபத்தில் காயப்படுத்தக் கூடியவை.

"அச்சம் அறிவின் சத்ரு. வானக்கூரையின் கீழே யாரும் எதற்கும் அஞ்ச வேண்டியதில்லை." திருப்பூர் கூட்டத்தில் போனவாரம் பேசியது நினைவு வந்தது. இப்போது அச்சம் என்பது ஒரு வார்த்தையாக இல்லாமல் ஒரு உருவமாகவும் உணர்வாகவும் கண் முன்னாலும் மனத்திலும் திரண்டு நின்றபடி கிலி ஏற்படுத்திக் கொண்டிருந்தது.

அச்சப்பட வேண்டியதில்லை என்று சொல்வது சுலபமாக இருந்தது. எனக்கு உண்மையிலேயே மக்களின் அச்சம் வேடிக்கையாக இருந்தது அப்போது. வீணாக மக்கள் அச்சத்திலேயே காலத்தைக் கழித்துக் கொண்டிருப்பதாக நினைத்தேன். பிரசங்கத்தில் வலியுறுத்தினேன். இப்போது அச்சத்திலிருந்து வெளியே வருவது கடினமாக இருந்தது.

'சொல்லுதல் யாருக்கும் எளிய அரியவாம்

சொல்லிய வண்ணம் செயல்'

எத்தனை சுலபமாகச் சொல்ல முடிந்தது? வார்த்தையில் ஏதும் இல்லை என்று.

"வார்த்தை என்பது சில எழுத்துக்களின் சேர்க்கை. உங்களை ஒருவன் முட்டாள் என்று திட்டினால் உடனே நீங்கள் கோபப்படுகிறீர்கள், கவலைப்படுகிறீர்கள். அந்த நான்கு எழுத்துக்களின் சேர்க்கை உங்களை அந்த நிலைக்கு ஆளாக்குகிறது. வெறுமனே மு என்றோ, ள் என்றோ, ட் என்றோ, டா என்றோ சொல்லும்போது உங்களுக்குக் கோபம் ஏற்படுவதில்லை. முட் என்றாலுமோ, டாள் என்றாலுமோ கோபம் வருவதில்லை. டாள்முட் என்றாலும் அதற்கு ஒரு பொருளும் கொள்ள முடிவதில்லை. அந்த நான்கு எழுத்துக்களை அந்த வரிசையில் அடுக்கினால் மட்டுமே கோபம் ஏற்படுகிறது.

இதில் உள்ள வினோதத்தைப் புரிந்துகொள்ளுங்கள். அந்த வரிசை மட்டும் உங்களை ஏன் பாதிக்க வேண்டும். "ஒண்ணு இன்ட்டு ரெண்டு இன்ட்டு மூணு இன்ட்டு நாலு." இதுதான் அந்த நான்கு எழுத்துக்களைக் கொண்டு உருவாக்க முடிகிற அதிகபட்ச வாய்ப்பு. 32 வகையாக எழுதலாம். அதில் ஒன்றைத் தவிர மீதி 31 வகை உங்களைக் கோபம் ஏற்படுத்தாதவை. அதே எழுத்துக்களின் மற்ற சேர்க்கைகள் ஏற்படுத்தாத வலியை இந்த காம்பினேஷன் மட்டும்

ஏற்படுத்துவதற்கு அனுமதிப்பது நம்முடைய பலவீனம் மட்டுமே. ஒவ்வொரு ஓசைக்கும் ஒவ்வொரு உணர்வை வெளிப்படுத்துகிறோம். அவ்வளவுதான். வெரிகுட் என்றால் சந்தோஷப்படுகிறோம். மடையன் என்றால் கோபப்படுகிறோம். வார்த்தைகளிலிருந்து விடுபடுங்கள்.

அந்த நிலையை நீங்கள் எய்த வேண்டும். அதற்காகத்தான் இந்த 'முக்தி ஜீவ மோட்ச' பயிற்சி முகாமை நடத்துகிறோம். எந்த எழுத்தும், எந்த செயலும் உங்களைப் பாதிக்காது. எதுவும் உங்களைத் தீண்டாது. சலனமற்ற மனம் உங்களுக்கு வாய்க்கும்."

நேற்றுதான் பேசியது போல இருந்தது.

டி.வி.யில் காட்டுகிறார்கள். 'சத்தியானந்தாவைச் செருப்பால் அடிக்க வேண்டும். நேரில் கிடைக்காததால் போட்டோவை அடிக்கிறோம்.' மக்கள் ஆசிரம வாசலில் செருப்பாலும் உருட்டுக் கட்டையாலும் போஸ்டர்களை அடித்துக் கொண்டிருந்தனர். அவர்கள் திட்டுவதும் அடிப்பதும் வலித்தது.

'அவர்களின் வார்த்தைகளுக்குப் பொருளில்லை; அவர்கள் விளாசும் உடல் எனக்கானதல்லை. குடுவையை உடைத்தாலும் அதற்குள் இருக்கும் காற்றும் ஆகாயமும் உடைந்து போவதில்லை...' நான் போதித்தவை என்னையே ஏளனமாகத் திரும்பிப் பார்க்கின்றன. புத்திக்கு எட்டியது உணர்வுகளுக்கு எட்டவில்லை. அல்லது உணர்வுகளுக்கு எட்டியது புத்திக்குப் புரியவில்யோ?

'புத்தியும் உணர்வும் உடலுக்கானது. குளிரென்று உணர்வதும் குழப்பமென்று உழல்வதும் உடம்புதான்.... உடம்போடு ஒட்டிப் பிறந்த புத்திதான். ஆன்மாவுக்கு சலனமில்லை. அதற்கு அனலும் ஒன்றுதான் புனலும் ஒன்றுதான்.' பக்தர்கள் உறைந்துபோய் உட்கார்ந்து கேட்டுக் கொண்டிருந்தார்கள்.

"உடல் சட்டை போல. ஆத்மா அடிக்கடி சட்டையை மாற்றிக் கொண்டிருக்கிறது. நாம் சட்டையைப் பற்றிக் கவலைப்படுகிறோம். ஆத்மா பற்றி யோசிப்பதில்லை' எத்தனை பேர் எத்தனைவிதமாகச் சொல்லிச் சென்றிருக்கிறார்கள். நானும்தானே மாறாத புன்னகையோடும் கருணை வழியச் சொன்னேன்? கீதையின் கண்ணனோடு உருவகப்படுத்தி காலண்டர் போட்டார்களே?

என்னை அடிப்பதே என் சட்டையை அடிப்பதாக இருக்கும்போது என் போஸ்டரை அடிப்பது எதில் சேர்த்தி? என் சட்டையின் உருவத்தைத்தான் செருப்பால் அடிக்கிறார்கள்... சொல்லப்போனால் செருப்பால் என்பதுகூட பொருளற்றது. நானோ, செருப்போ, அடிப்பவரோ எல்லாமே ஒன்றுதான். பரமாத்மாவின் பல்வேறு வடிவங்கள். அடிப்பவனும், அடிவாங்குபவனும் அடிக்கும்

பொருளும் எல்லாமே பரம்பொருள். நான் ஏன் கலங்க வேண்டும்?

என்னிடம் இருக்கும் சிம் கார்டை செல் போனுக்குள் பொருத்தினேன். 'பரம்பொருளுக்குள் பரம் பொருளைப் பொருத்தினேன்.' யாரிடம் பேசுவதென்று தெரியவில்லை.

ஆசிரமத்தின் மேலாளர்தான் இப்போது முதுகில் குத்தியவர். தொலைக்காட்சியில் ஆசிரமத்தின் அடாவடி செயல்பாடுகள் என்று வீடியோவைப் போட்டு நாசப்படுத்தியவர். எனக்கு வலதுகரமாக இருந்து அத்தனை நிர்வாகத்தையும் பார்த்தவர். அவரே காட்டிக் கொடுத்துவிட்டார். யாரை நம்புவது என்று முடிவெடுக்க முடியவில்லை.

பத்மாஷினிக்கு போன் போடலாமா? வேண்டாம். பெண்களிடம் பேசினால் விஷயம் விபரீதமாகிவிடும்.

'ஆணென்ன, பெண்ணென்ன? அல்லாது அலியுமென்ன? எல்லாமே அவன் சொரூபம்தான். உருவங்கள் தற்காலிகமானவை. உருவங்களுக்கு வழங்கப்பட்டிருக்கும் உணர்வுகளும் தற்காலிகமானவை. ஓர் ஆத்மா ஆண் உடம்பில் இருக்கும்போது, மீசை வைத்த ஆம்பளை என்று கர்வம் கொள்கிறது. பெண் உடம்பில் இருக்கும்போது கற்பில் சிறந்தவள் என்று நிரூபிக்க நினைக்கிறது. சட்டைக்குள் இருக்கும் ஆத்மாக்களை உணர்வுகள் என்றைக்கும் பாதிப்பதில்லை.'

மக்கள் ஆரவாரமாகக் கேட்டார்கள். பூரித்துக் கைதட்டினார்கள். என் பேச்சுகள் அடங்கிய சி.டி. பல லட்சம் விற்பனையானது. நான் எழுதிய புத்தகங்கள் பல லட்சம் விற்பனையானது. ஒரே நாளில் மூன்று லட்சம் பிரதிகள் விற்றதாக சாதனை சொன்னார்கள்.

இப்போது நடிகையைத் தழுவியது குற்றம். அகலிகைக்கு இந்திரனைத் தழுவும்போது, இந்திரனையே வீழ்த்திவிட்ட தன் அழகின் மீது கர்வம் இருந்தது. அப்படி ஒரு கர்வத்தைத்தான் அந்த நடிகை என்னைத் தழுவியபோது அடைந்தாள். உலக ஆன்மீக பைத்தியங்கள் எல்லாம் டி.வி.யில் பார்ப்பதற்கே பரவசப்பட்டுக் கொண்டிருக்கிறவனை சட்டையை உரிக்க வைத்துவிட்டேனே என்ற கர்வம். எனக்கும் பதில் கர்வம். அவளையும் டி.வி.யில் பார்த்து பரவசப்பட்டுக் கொண்டுதானே இருக்கிறது ஜனத்திரள்? ஒருவேளை அது ஆன்மீக பைத்தியத்தைவிட அதிக எண்ணிக்கை கொண்டதாக இருக்கும். அகலிகை கர்வத்துக்கு முனிவன் சாபமிட்டான். என்னுடைய கர்வத்துக்கு மக்கள் இடுகிறார்கள். ஆரவாரமாக கைதட்டியவர்கள், புத்தகம் வாங்கியவர்கள், கட்டுரைகளை பிரசுரித்த பத்திரிகைகள் எல்லாமே எழுதுகின்றன. பரமஹம்சர், ஜகத்தேவோ, சுவாமிஜி.. எல்லா பட்டங்களும் பதுங்கிக் கொண்டன.

செக்ஸ் சாமியார் தலைமறைவு.

இப்போது யார் எடுத்துச் சொல்வது? பிரம்மச்சரிய பயிற்சியின் ஒரு அங்கம்தான் அந்தச் சம்பவம். காந்தி ஜியும் இளம்பெண்களோடு படுத்திருந்து பரீட்சை செய்து பார்த்த பயிற்சிதான்.... இப்படி சமாதானம் சொன்னால் மக்கள் ஏற்றுக் கொள்வார்களா? எங்கும் நீக்கம் அற நிறைந்திருக்கிற உனக்கு அந்த டி.வி. ஒளிபரப்பை நிறுத்த வக்கில்லையா என்பார்களோ? எனது சக்தி சந்தேகத்துக்கு இடமாகிவிட்டது. நான் சக்தியற்றவன். நான் சக்தியற்றவன் என்பதை மக்கள் மறப்பதற்கு கொஞ்ச காலமாகலாம். அப்போது மீண்டும் சக்திமானாக ஏற்றுக் கொள்ளப்பட்டுவிடுவேன்.

என் மீது நீங்கள் வைத்திருக்கும் பக்தியையும் சிரத்தையையும் சோதிக்கவே அப்படியான ஒளிபரப்பை நிகழ்த்தினேன் என்று அப்போது சொல்லிப் பார்க்கலாம். ஆன்மிகம் வேறு.. சித்துவேலைகள் வேறு. அந்த டி.வி. ஒளிபரப்பை நிறுத்த நினைத்திருந்தால் எனக்கு ஒரு நொடி போதும். இப்போதே சொல்லிப் பார்க்கலாம்.

கோர்ட் கேட்குமா? போலீஸ், அரசியல்வாதிகள், அறிஞர்கள்.. இத்தனை நாளாய் நம்பிக் கொண்டு பின்னால் வந்த பக்தர்கள், சீடர்கள்? யாரும் ஏற்கப் போவதில்லை. தத்துவங்கள் வேறாக... சட்டங்கள் வேறாக.. நம்பிக்கைகள் வேறாக இருக்கின்றன. பத்மாஷினி இப்போது என்னை நம்பிக் கொண்டிருக்கிறாளா, எதிரணியில் இருக்கிறாளா, அரசாங்கத்துக்குக் காட்டிக் கொடுப்பதாக வாக்குக் கொடுத்திருக்கிறாளா? போன் செய்தால் அதை ரெக்கார்ட் செய்து போலீஸில் ஒப்படைப்பாளா? உதவுவதற்காக துடித்துக் கொண்டிருக்கிறாளா?

செல்போன் அடித்தது.

பேசியது, திருவண்ணாமலையிலிருந்து ஒரு பக்தர்.

"நேபாளத்துக்குச் சென்றுவிட எல்லா ஏற்பாடுகளும் நடந்து கொண்டிருக்கின்றன. இப்போது இருக்கிற இடத்தில் இருந்து 60 கிலோ மீட்டர் தொலைவில் ஷிவ் கன்ச் என்றொரு இடம் இருக்கிறது. அங்கு சென்றுவிடுங்கள். அங்கு உங்களுக்கும் உங்களுடன் இருக்கும் மூவருக்கும் தங்குவதற்கும் உணவுக்கும் ஏற்பாடு செய்யப்பட்டிருக்கிறது."

"நடந்தா?"

"இல்லை, கார் வரும். டிராவல் ஏஜென்ஸி கார். உங்கள் பெயரை அருணாச்சலமா? என்று கேட்பான். ஆமாம் என்று சொன்னால் போதும்."

பூர்வாசிரமத்தில் ஒரு பெயர். சன்னியாசி ஆனதும் இன்னொன்று.

இப்போது ஊருக்கு ஒரு பெயர். “சரி.”

“இந்த சிம் கார்டை இத்துடன் அகற்றிவிடுங்கள். அடுத்த கார்டை போட்டு வையுங்கள். அடுத்த போன் வரும். நீங்கள் யாரையும் தொடர்பு கொள்ள வேண்டாம்.”

பேசியவர் யாரென்று கூட தெரியவில்லை. அசரீரி. குரல் மட்டும். பேச்சில் பக்தி இருந்ததாகவும் தெரியவில்லை. புத்திசாலித்தனமாக வேறு இடத்தில் சேர்க்க வேண்டிய பொறுப்பு மட்டும் இருந்தது. பேச்சில் சுவாமிஜி இல்லை, அறிமுகம் இல்லை, மரியாதைகூட இல்லை. அதற்கெல்லாம் நேரமில்லை என்று விட்டுவிட்டிருக்கலாம். யாருடைய நேரம் யாருக்கு இல்லாமல் போய்விட்டது? யாரோ எங்கிருந்தோ சொன்னபடி செய்ய வேண்டியிருந்தது. சொன்னபடி என்பதுகூட நாகரிகம் கருதித்தான். யாரோ இட்ட கட்டளையை நிறைவேற்ற வேண்டியிருந்தது.

சட்டம், ஒழுக்கம், தத்துவம், தர்க்கம் எல்லாமும் சிதைந்துவிட்டன. நடைமுறை என்ற ஒன்றுதான் சாஸ்வதம்.

எல்லாம் சுமுகமாக இருக்கும்போது அவை ஒன்றோடு ஒன்று இணைந்துவிட்ட மாயத்தோற்றம் தெரிகிறது. அசாதாரண நிலைகளில் அவை சுலபமாகப் பிரிந்துவிடுகின்றன.

நிலநடுக்கம், போர், நம்பிக்கை மறைதல் போன்ற நிலைகுலைவான நேரங்கள் மனிதத் தன்மையை உப்புக் கல்லை மழை நீர் போல கரைத்துத் தள்ளிவிடுகின்றன. எஞ்சுவது மிருக குணம் மட்டும்தான். வறுமையும் வறட்சியும் நிலவும்போது யார் நாகரிகமாக ஹலோ சொல்லி கண் சிமிட்டி சிரிக்க முடியும்? ஒருவர் வாய்க்குப் போகும் உணவை இன்னொருவர் பிடுங்கித் தின்னும் நேரத்தில் தத்துவம் யாருக்கு வேண்டும்?

வெளியில் ஹார்ன் சத்தம் கேட்டது. “துமாரா நாம் அருணாச்சல்?”

என்னையும் அறியாமல், “அச்சா” என்றேன்.

ஆளுக்கு ஒரு பெட்டி வீதம் மூவரும் எடுத்துக்கொண்டோம்.

எண்ணிறந்த ரூபமாய் கண்ண பரமாத்மா கோபியரோடு விளையாடி மகிழ்ந்தது பக்தியென்றால் நான் ஒரு பெண்ணோடு இணைந்திருந்தது மட்டும் எப்படி குற்றமாகும்? நான் ஒரே நேரத்தில் இந்தியாவிலும் நியூஜெர்ஸியிலும் காட்சி தந்ததாக எழுதினார்களே? நியூஜெர்ஸி ஆசரமத்தில் இருந்தபோது, ஆந்திராவில் ஒரு பெண்மணி கேன்சரால் அவதிப்பட்டதாகவும் அவள் அனுமதிக்கப்பட்டிருந்த ஹாஸ்பிடலில் திடீரென்று நான் தோன்று அவளைக் குணமாக்கிவிட்டதாகவும் ஆசரமத்தின் சஞ்சிகையில் போட்டிருந்தார்கள். சஞ்சிகையைப் பார்த்துத் தெரிந்து

கொண்டேன். அதே நேரத்தில் நியூஜெர்ஸியில் அந்த நகர மேயரோடு உரையாடிக் கொண்டிருப்பதாக பக்கத்தில் ஒரு போட்டோ. சரி ஜனங்களுக்கு இந்த மாதிரி சித்து வேலைகளில் எல்லாம் தேவையாகத்தான் இருக்கிறது. அதாவது சித்துவேலை செய்வதாகப் பிரசாரம் செய்வது... எல்லாம் பொய். அவர்கள் சிலாகித்த நேரத்தில் நான் பாட்டுக்கு மலச்சிக்கலில் அவதியுற்றிருந்தேன். சளிபிடித்திருந்ததால் ஆவிபிடித்துக் கொண்டிருந்தேன். நியூஜெர்ஸியிலும் ஆந்திராவிலும் தோன்றினேனாம். ஜெராக்ஸ் காப்பியா எடுக்க முடியும் ஒருத்தனை? ஃபேக்ஸில் அனுப்பி வைக்க முடியுமா? ஹா.. ஹா. அபூர்வ ஆற்றல் என்றார்கள்.. பிள்ளை வரம் கேட்டு காலில் விழுந்த பெண்ணுக்கு ஆசிர்வதித்தேன். குழந்தை பிறக்கும் என்றேன். அவளோ மீண்டும் சுற்றி வந்து காலில் விழுந்தாள். மீண்டும் ஆசிர்வதித்தேன். காரில் ஏறப் போகும்போது மீண்டும் வந்து காலில் விழுந்தாள். மீண்டும் ஆசிர்வதித்தேன். அவளுக்கு ஒரே பிரசவத்தில் மூன்று குழந்தைகள் பிறந்தன. மூன்று ஆசிர்வதிப்புக்கு மூன்று குழந்தைகள் பிறந்ததாக சிலாகித்தார்கள். நல்லவேளை அவள் நூறு முறை ஆசிர்வாதம் வாங்கவில்லை என்று நினைத்துக் கொண்டேன். இன்னொரு குந்தி ஆகியிருப்பாள். அவையத்து குந்தியிருப்பச் செயல்! ஹா.. ஹா.. ஹா!

"எதுக்குச் சிரிக்கிறீங்க சாமி?"

'உலகத்தை நினைச்சேன், சிரிச்சேன்'. மௌனமாக இருந்தேன். உடல்வேறு ஆத்மா வேறு. உடலின் இச்சைகளுக்கு ஆன்மா பொறுப்பாகுமா? ஆன்மாவின் தூண்டல் இல்லாமலேயே உடல் தன்னிச்சையாக 'இச்சை' கொள்ளுவதுதான் சாத்தியமா?

கார், ஈரச் சாலையில் மெல்லிய சரசரப்புச் சத்தத்துடன் ஓடிக் கொண்டிருந்தது. இருபக்கமும் அடர்த்தியான மரங்கள். வனம் தீவிர அமைதியாக இருந்தது.

'ஆப்ரிக்காவில் இருந்து பிரிந்த நிலத்துண்டு ஆசிய பிராந்தியத்தில் மோதித் தள்ளியதால்தான் இமயம் உருவானது. அமைதியான மலைக்குக் கீழே கொந்தளித்துக் கொண்டிருக்கும் பாறைக்குழம்பு. எந்த நேரத்திலும் இமயம் தரை மட்டமாகலாம். கடலாக இருந்த இடம் உலகத்தின் உயரமான மலைச்சிகரமாக ஆகும்போது, மீண்டும் அது தரை மட்டமாவதுதானா பெரிய விஷயம்? என்ன ஒவ்வொரு நிகழ்வுக்கும் இடையே ஒரு லட்சம் வருஷம் இடைவெளி. மனிதனுக்கு ஒரு லட்சம் ஆண்டுகள் என்பது மலைப்பாக இருக்கிறது. ஆன்மாவுக்கு... யுகங்களெல்லாம் ஒரு நொடியாம்' - கடந்த மாதம் இங்கிலாந்தில் பேசியபோது மக்கள் வாய் பிளந்து கேட்டுக் கொண்டிருந்தார்கள்.

“கார் கண்ணாடியை இறக்கிடட்டுமா?”

“வேணாம் சுவாமிஜி. யார் கண்ணுலயாவது பட்டா ஆபத்து. மூணு ஸ்டேட் போலீஸ் தேடுது. டி.வி.யில வேற தொடர்ந்து போட்டுக் காட்டிக்கிட்டே இருக்காங்க. யார் கண்ணுல பட்டாலும் ஆபத்து. நீங்ககூட காவிய கழட்டிட்டு பேண்ட், சர்ட் போட்டுக்கிட்டா நல்லது.”

தீர்மானமாக முறைத்தேன்.

“எப்படியாவது இந்தியாவை விட்டு தப்பிச்சுட்டா அப்புறம் மாத்திக்கலாம்னு சொல்ல வந்தேன்.”

“தப்பிக்கணுமா? யாரு?, யார் கிட்ட இருந்து?”

அனந்தானந்தாவுக்கு இருக்கிற சூழ்நிலைக்கு நான் இப்படி கேட்டது, விதண்டாவாதம்போல இருந்திருக்கலாம். கண்ணாடிவழியாக வெளியே பார்க்க ஆரம்பித்தார்.

ராட்சஷ விருட்சங்கள் நிழலால் சாலையை மூடியிருந்தன. மழைமேகம் வேறு. மழை வலுக்க ஆரம்பித்தது. அப்படியே காரைவிட்டு இறங்கி காட்டுக்குள் சென்றுவிடலாம் போல இருந்தது. ஒரு மின்னல் காருக்கு முன்னால் நெடுக்க வானத்தில் ஒளிர்ந்து மறைந்தது. சாலையில் ஒரு நீண்ட நாகம் நெளிந்தோடி மறைவதைக் கண்டேன்.

காரே சிறை போலத்தான் இருந்தது. ஒரு சரிவில் நீண்ட புல்வெளியும் அதன் முடிவில் அழகான குளமும் இருப்பதைப் பார்த்தேன். காரை நிறுத்தச் சொன்னேன்.

இயற்கை உபாதை தணிப்பதற்காக நிறுத்தச் சொல்வதாக அவதானித்து நிறுத்தினர். அங்கியைக் கழற்றிவிட்டு, வேட்டியுடன் வெளியே இறங்கி நின்றேன். மழை, பாவங்களைக் கரைக்க வந்தாற்போல பெய்தது. குளிப்பதும் மழையில் நனைவதும் ஒன்றா? இல்லவே இல்லை. மழை கங்கை. புனித நீர். ஆகாச கங்கா. அது மண்ணுக்குள் புகுந்து ஊறி, அடிபம்பில் வெளியேற்றி, பிளாஸ்டிக் பக்கெட்டில் பிடித்து வைத்து, சோப்பும் ஷாம்பூவும் போட்டு குளித்துவிட்டு வருவதும் கொட்டும் மழையில் பத்துநிமிஷம் கலந்து கரைவதும் எப்படி ஒன்றாக முடியும்? மழையின் சில துளிகள் பட்டதுமே உடல் நடுங்க ஆரம்பித்தது. மழை ஊசிகள். காரில் இருந்தவர்கள், சுவாமி உள்ளே வாங்க என்று குரல் கொடுத்தனர். எதிர்காலத்தில் இப்படியொரு அத்துவானக் காட்டில் மீண்டும் ஒரு தரம் இறங்கி நிற்க முடியுமா என்று திடீரென்று ஓர் எண்ணம் கவ்வியது. குளத்தை நோக்கி ஓடினேன். இத்தனைக் கோடி பண வரவு இல்லாமல் ஆசிரமம் சிறியதாக தஞ்சையில் ஒரு குடிசையில் இருந்த

நினைவும் கூடவே சேர்ந்து கொண்டது. எத்தனை ஆனந்தமான கால கட்டம். காவிரி ஆறு ஓரத்தில் ஆசிரம குடிசை. இரண்டு மாமரங்கள், நான்கு கொய்யா மரங்கள் இவ்வளவுதான் மொத்த சொத்து. எப்போது பணம் சேர ஆரம்பித்தது?

சென்னையிலும் ராஞ்சியிலும் நெல்லூரிலும் கிளைகள் துவங்க பக்தர்கள் வந்தனர். கல்யாணம் ஆகவில்லையா, குழந்தை பிறக்கவில்லையா, வேலை கிடைக்கவில்லையா, நோய் தீரவில்லையா, பணம் தேவையா எல்லாவற்றுக்கும் நான்தான் தீர்வு.

மன அமைதியும் சில உணவு முறையும் சில உடற்பயிற்சியும் செய்யுங்கள் என்றேன். எல்லாவற்றுக்கும் பலன் இருந்தது. ஒன்றைப் பத்தாக பிரசாரம் செய்தார்கள். விளைந்த பலனும் என் அமானுஷ்ய சக்தியின் விளைவு என்று பிரசாரம் தேவைப்பட்டது. பிரசாரம் பணமாகியது. பணம் பிரசாரத்துக்கு செலவானது... மீண்டும் அது பெரும் பணமானது.. பணம்.. மேலும் பணம். கட்டுப்படுத்த முடியாத பணம். விரைவிலேயே இங்கிலாந்திலும், கனடாவிலும்... கோடி, கோடியாக நன்கொடைகள், பைத்தியம் போல பக்தர் கூட்டம். சாமியாராக இருந்தால் என்ன? சமுதாயத்தில் மரியாதை கிடைத்தால் யாருக்குத்தான் பிடிக்காது? முதல் சறுக்கல் அங்குதான். பற்றிக் கொண்டு எழுந்து நிற்க முடியாத சறுக்கல்.

அழுது கொண்டே குளத்தை நோக்கி ஓட ஆரம்பித்தேன். பளிங்கு போல இருந்தது நீர். கூழாங்கற்கள் தெரிந்தன. நீரில் இறங்கினேன். நீர் மேலும் சில்லென்று இருந்தது. நடுக்கம் கூடியது. பற்கள் அடித்துக் கொண்டன. சிறிது தூரம் நீந்தி மீண்டும் கரைக்கு வந்தேன். அதற்குள் அனந்தானந்தாவும் மற்ற இருவரும் ஓடிவந்து “”என்ன இது விளையாட்டு? இரவுக்குள் நேபாளம் போய்விட வேண்டும் இல்லையென்றால் ஆபத்து” என்று அச்சுறுத்தினர்.

ஒருவர் குடையை விரித்து தலைதுவட்ட துவாலை கொடுத்தார். மற்றவர் புதிய ஆடையைத் தயாராக எடுத்து வைத்துக் கொண்டு காத்திருந்தார்.

“வா ஸாம்ஸி ஜீர்ணானி யதா விஹாய

நவானி க்ருங்ணாதி நரோபராணி

ததா ஷரீராணி விஹாய ஜீர்ணான்

யன்யானி ஸம்யாதி நவானி தேஹி.” என் உதடுகள் முணுமுணுக்கின்றன.

ஸாங்கிய யோகத்தில் கண்ணன் எவ்வளவு அற்புதமாகச் சொல்கிறான்? பழைய ஆடைகளைக் களைந்துவிட்டு புதிய ஆடையை அணிவது போன்று ஆத்மா பழைய உடலை விட்டு புதிய உடலுக்கு மாறுகிறது.

பைத்தியம் முற்றிவிட்டதாக அவர்கள் நினைத்திருக்கக் கூடும். கையைப் பிடித்து இழுத்துக் கொண்டு போய் காரில் ஏற்றினர். புதிய ஆடைக்குப் போய்விடுவது கீதையில் சொன்னதுபோல நிஜமா? அப்படியானல் இப்போதே புதிய உடைக்கு நம் ஆன்மாவை மாற்றிவிட்டால்?ஐயோ... ஒருவேளை மாறாமல் போய்விட்டால்?

மாறாமலேயே போய்விட்டால்தான் என்ன என்றும் இருந்தது. எந்த ஆடையும் வேண்டியதில்லை. 120 ஆண்டுகள் வாழ்ந்து மறைவேன் என்று ஆஸ்திரேலிய தமிழர்கள் மத்தியில் பேசியது நினைவு வந்தது. இன்னும் 90 ஆண்டுகள் வாழ்ந்து அதை நிரூபித்தாக வேண்டும். அடக் கொடுமையே இன்னும் 90 ஆண்டுகளா? அப்படியானால் எத்தனை நாள்கள்... 90ஐ 365 ஆல் பெருக்கி... செல்போனில்தான் கால்குலேட்டர் இருக்கிறதே... கணக்குப் போட ஆரம்பித்தேன்.

புதிய சிம்கார்டு போட்டு ஒரு போனும் வரவில்லை.

நேபாளம் வழியாக எந்த நாட்டுக்குப் போக வேண்டியிருக்கும் என்று தெரியவில்லை. ஒரு திருப்பத்தில் டீக்கடை ஒன்று இருந்தது. 'நடுக்கமாக இருக்கிறது டீ சாப்பிட வேண்டும்' என்றேன்.

அனந்தானந்தா என் மீது மிச்சமிருந்த கடைசி மரியாதையைப் பிரயோகித்துக் காரை நிறுத்த சம்மதித்தார்.

காரிலேயே இருக்குமாறு கூறிவிட்டு கண்ணாடி டம்ளரில் டீ வாங்கிக் கொண்டு வந்தார். தேவாமிர்தமாக இருந்தது.

செல்போன் ஒலித்தது.

மூவருக்கும் பாஸ்போர்ட் தயாராகிவிட்டதாகவும் நார்வேயில் ஒரு வாரம் தங்கிவிட்டால் பிறகு கனடா போய்விடலாம் என்றும் சொன்னார்கள். பூமியைவிட்டு வேறெங்கும் போய்விட முடியாதல்லவா? பூமியின் ஒழுக்க விதிகள் ஏறத்தாழ எல்லா நாட்டிலும் ஒன்றுதானே?

அடுத்த சிம்கார்டு மாற்றப்பட்டது. யாரும் பேசிக் கொள்ளவில்லை. டிரைவர் மட்டும் ஏதோ இந்தி பாட்டை முணுமுணுத்துக் கொண்டிருந்தான்.

"போனில் பேசியது யாரென்று தெரியவில்லையே" என்றேன்.

"நார்வே போய் சேருகிற வரை இப்படியான குரல்களைத்தான் நம்ப வேண்டியிருக்கும். வேறு வழியில்லை" அனந்தானந்தா விரக்தியோடு சிரித்தார்.

நாங்கள் நினைத்திருந்ததைவிட பெரிய வீடாக இருந்தது அது. காம்பவுண்டு சுவரிலிருந்து நன்கு உள்வாங்கிய வீடு. தரை, சுவர் பகுதிகள் மரச்சட்டங்களால் உருவாக்கப்பட்டு குளிர் பெருமளவு

கட்டுப்பட்டிருந்தது. வீட்டில் இருந்தவர் வீட்டுப் பாதுகாப்புக்காக அங்கேயே தங்கியிருப்பவர்.ஏற்கெனவே போதுமான அளவுக்கு அவருக்கு விளக்கப்பட்டிருக்க வேண்டும். கார் வருவதைப் பார்த்ததும் வீட்டின் கதவுகளைத் திறந்துவிட்டதோடு, பெட்டிகளையும் உள்ளே கொண்டு செல்வதற்கும் உதவினார்.

"ஓய்வெடுத்துக் கொள்ளுங்கள். நான் உணவு தயாரிக்கிறேன்" என்பதைத்தான் அவர் ஹிந்தியில் சொல்கிறார் என்பதைப் புரிந்து கொள்ள முடிந்தது. காரை ஓட்டி வந்தவர் நெற்றி வரைக்கும் கையை உயர்த்தி மரியாதை செலுத்திவிட்டு காரை எடுத்துக் கொண்டு புறப்பட்டார்.

இங்கிருந்து வேறு காரில் பயணிக்க வேண்டியிருக்கும்.

புதிய ஆட்கள், புதிய மொழி, புதிய இடம், புதிய உணவு... நாங்கள் மூவரும் முடிவெடுக்க முடியாதென்று முடிவாகத் தெரிந்தது. எங்கிருந்தோ, யாரோ ஆட்டுவித்தால் ஆடுகின்ற பொம்மைகள்.

ஜன்னல் வழியாகப் பார்த்தபோது வலது பக்கத்தில் திடீரென்று தோன்றி மற்றொரு வளைவில் மறைந்து கொண்ட கருப்புத் தார்சாலையின் துண்டு மட்டும் தெரிந்தது. அது நாங்கள் வந்த சாலையா, போக வேண்டிய சாலையா என்று தெரியவில்லை. ரம்மியமாக இருந்தது.

குறை காலத்தையும் இங்கேயே கழித்துவிட்டால்கூட போதும் என்று இருந்தது. அந்தத் துண்டுச் சாலையில் இரண்டு ஜீப்புகள் சர்ரென்று விரைந்ததைக் கவனித்தேன். என்னுடைய யூகம் சரியாக இருந்தால் அது போலீஸ் ஜீப். வனச் சரக ஜீப்பாகவும் இருக்கலாம். வீண் அச்சம். வீண் அச்சம் என்றாலும் அதுதான் வேகமாகப் பரவியது. உடலும் ஆத்மாவும் ஒன்றேயாகி தவித்தன. மாயத்தோற்றம். கயிறுதான் பாம்பாகத் தோற்றம் காட்டுகிறதோ?

தலைமறைவாகி ஓட ஆரம்பித்ததில் இருந்து யாரை நம்புவதென்றும் குழப்பம் மிகுந்து வருகிறது.

கடவுளை நம்பியிருக்கலாம்... திடீரென்று இந்த எண்ணம் மனதின் குறுக்கே வெட்டிச் சென்றது.

கட்டில் தோழன்

6

முட்டையிட்ட பதினெட்டாவது நாள் புறா குஞ்சு பொறிக்கும். நான் இறப்பதற்குள் அந்தப் புறா குஞ்சு பொறித்துவிடுமா? அதற்கு வாய்ப்பு இருப்பதாகத் தெரியவில்லை. நான் வந்து சேர்ந்து இரண்டாவது முறையாக அது முட்டை இட்டு, வீணடித்துவிட்டது. கால் இடறி முட்டைகள் அனைத்தும் கீழே விழுந்து நொறுங்கிவிட்டன.

இந்த ஆஸ்பித்திரியில் சேர்க்கப்பட்ட யாரும் உயிர் பிழைத்துப் போனதாக சரித்திரமே இல்லை. எந்த ஆஸ்பித்திரியில் சேர்ந்தாலும் சாகாமல் தப்பித்து இருக்க முடியுமா என்ன? ஆனாலும் இந்த ஆஸ்பித்திரிக்கு ஒரு பிரத்யேக லட்சணம் உண்டு. அதைச் சொல்கிறேன். எல்லோரும் மரணமடைவதற்காகவே இங்கு வந்து சேருவதாகப் பட்டது. இத்தனைக்கும் பெரிய சிபாரிசு இருந்தால்தான் அங்கு சேர முடிந்தது. ஐஐடியில் படிக்க இடம் கிடைத்த மாதிரிதான் எனக்கு இங்கு இடம் கிடைத்தது. மனிதர்களுக்கு இருக்கும் உயிராசைதான் இந்த ஆஸ்பித்திரி நடப்பதற்கான ஆதாரம். ஒரு நிமிடமாவது ஆயுளை உயர்த்திக் கொள்ள வேண்டும் என்ற கடைசி சொட்டு ஆசை இருக்கிறவரை இதற்கு பூர்ண ஆயுசுதான்.

சொத். இருந்த இன்னொரு முட்டையையும் உருட்டி உடைத்துவிட்டது அந்தப் புறா. அந்த இடம் புறாக்கள் முட்டையிடுவதற்காக உருவாக்கப்பட்டதல்ல, மழை நீர் வடிந்து செல்வதற்காக துத்தநாகத் தகட்டால் அடிக்கப்பட்ட 'ப' வடிவ கால்வாய். மேலே இன்னொரு மாடி கட்டிவிட்டதால் இதன்

வழியாக மழைநீர் செல்ல வேண்டிய அவசியம் இல்லாமல் போய்விட்டது. நிர்வாகமும் அதைக் கழற்றுவதற்கான செலவைவிட அதை அப்படியே விட்டுவிடுவது லாபம் என்று நினைத்திருக்கலாம்.

புறாக்கள் ஓயாமல் சிறகுகளைக் கோதிவிட்டபடி இருந்தன. அந்தப்புரத்து ராணிகள் தலைகோதியபடியே இருப்பது போன்ற ஞாபகத்தை ஏற்படுத்தின. அது சப்ஜா வகைப் புறா. இந்தியாவில் அதற்கு அப்படித்தான் பெயர். இறக்கைப் பகுதியில் இரண்டு கோடுகள் இருக்கும். அவசரத்தில் ஒரு விரலின் விபூதி சரியாகப் பூசப்படாத சைவ நெற்றி போல.

நேற்று மூட்டையாகக் கட்டித் தூக்கிச் செல்லப்பட்டவரின் படுக்கையில் இன்று வேறு ஒரு ஆசாமியைக் கொண்டுவந்து கிடத்தினார்கள். உயரமானவர். திடகாத்திரமாகவும் சிவப்பாகவும் இருந்திருப்பார் என்று தோன்றியது. ஒரு யூகம்தான். இங்கு வருகிறவர்கள் ஒட்டி உலர்ந்து போய் மொட்டை அடிக்கப்பட்டு போன மாதம் பார்த்தவருக்கே அடையாளம் தெரியாமல் போய்விடுவதுண்டு. நிறைய பேரை அப்படிப் பார்த்த அனுபவத்தில் இங்கு வந்து சேருகிறவர்களின் கடந்த மாத உருவத்தை உருவகிக்கும் திறன் எனக்கு அதிகமாகிவிட்டது.

இப்போது வந்தவர் பெரிய நிறுவனத்தில் பெரிய அதிகாரியாக இருந்தவர் என்றார்கள். எப்பேர்பட்ட சிம்மமாசனத்தில் இருந்தாலும் நோய்படுக்கை ஒன்றுதான். அடடா எப்படியெல்லாம் சிந்திக்கிறேன். இருந்தாலும் அவர் சிட்டிகை போட்டால் எல்லோரும் அவர் எதிரில் குனிந்து ஏவல் செய்ய காத்திருந்தனர்.

“ஏன் ஜெனரல் வார்ட்ல போட்டிருக்கீங்க?” என்று அவர் கேட்டபோது, வேறு அறை எதுவும் காலியாக இல்லை என்பதைச் சொல்ல பதறினர். உடன் வந்திருந்த நான்கு பேரும் ஒருவர் முகத்தை ஒருவர் பார்த்துக் கொண்டனர்.

நான் “வேறு அறை எதுவும் காலி இருந்திருந்தால் சேர்த்திருப்பார்களே?” என்றேன்.

அவரைப் போலவே ஒடுங்கிப் போய் படுத்திருந்த இன்னொரு மொட்டைத் தலையனான என்னைப் பார்த்து அவருக்குக் கோபப்படுவதா? சிரிப்பதா என்ற குழப்பம் ஏற்பட்டிருக்க வேண்டும். என்னைப் போல் சிரிப்பதற்கு அவருக்கு தைரியம் பத்தாது. அவர் கோபம்தான் பட்டார். அதையும் பார்வையால் மட்டும்தான் படமுடிந்தது.

“எந்த ஊர்?” என்றார் கம்பீரமாகக் கேட்கும் தொனியில். ஏற்கெனவே பழகியவர்களாக இருந்தால் மேற்படி வாக்கியத்தின் இறுதியில் இருக்கும் ‘கேட்கும் தொனியில்’ என்ற வார்த்தைகள் தேவைப்பட்டிருக்காது.

“சென்னைதான்” என்றேன்.

அதை அவர் அலட்சியமாக ஏற்றார். தென் தமிழகத்தில் இருந்து வருகிற பலர் அப்படித்தான். சென்னைவாசிகள் அடாவடியாக ஆட்டோ கட்டணம் வசூலிப்பவர்கள் என்று எண்ணுகிறார்கள்.

என் பக்கத்துக் கட்டிலில் புதிதாகச் சேர்ந்தவரைப் பார்க்கப் புதிதாக ஒரு தம்பதி வந்திருந்தது. அவர்கள் பொருத்தமான ஜோடியாகத் தோன்றவில்லை. இந்த நேரத்தில் எனக்கு இப்படியரு ஆராய்ச்சி தேவையா? என்னால் ஒருவிஷயத்திலேயே தொடர்ச்சியாகச் சிந்தனையைச் செலுத்த முடியவில்லை. மரண நிமிடங்கள் என்னை அப்படி அவசரப்படுத்துகிறதோ என்னவோ? இருக்கப் போகிற நாள்களில் நல்ல விஷயங்களாக நினைப்போம் என்று முடிவெடுத்தேன். நல்ல விஷயங்களைப் பட்டியலிட முயற்சி செய்தேன்.

எனக்கு வயிற்றில் புற்று இருப்பதாக முடிவானது. வயிறு வீக்கம் கணிசமாக இருந்தது. கதிர்வீச்சு தெரபி சிகிச்சைகள் முடிந்து இப்போது ஈமோதெரபியில் வந்து நிற்கிறது. கட்டிலில் படுத்துக் கொண்டு உலகத்தை வெறித்துக் கொண்டிருப்பதற்கு எதற்காக இவ்வளவு வைத்தியம், எதற்காக இத்தனை செலவு? வயிற்றுக்குள் ரப்பரை வைத்துத் திணித்தது போல இருக்கிறது. தேவையில்லாத எதையோ திணித்து வைத்திருப்பதுபோல இருக்கிறது வயிற்றுக்குள். சுமப்பது தலைவலியாக இருந்தது. கையைவிட்டு வயிற்றுக்குள் பிசைய முடிந்தால் நன்றாக இருக்குமென்று தோன்றியது. ச்சே... நல்ல விஷயமாக நினைக்க வேண்டும்.

புறா முட்டையிட்டுக் குஞ்சு பொறிப்பதைப் பார்க்க வேண்டும் என்பது குறைந்தபட்ச ஆசையா? பேராசையா? அதுகூட வேண்டாம்.

பக்கத்துப் படுக்கையில் இருப்பவரைச் சிரிக்க வைப்பதை ஒரு சவாலாக எடுத்துக் கொள்ளலாம். முடியும் என்று தெரியவில்லை. அவருக்கு எரிச்சல் கொண்ட முகம். நன்றாக இருந்த நாளிலேயே சிரித்தவராகத் தெரியவில்லை.

அல்லது புதிதாக வேலைக்கு வந்திருக்கும் இளம் மருத்துவர் செங்கோட்டையைச் சேர்ந்தவராக இருப்பார் என்று யூகித்ததை உறுதிப்படுத்த முடிந்தால்கூட நல்ல விஷயமாகத்தான் இருக்கும்.

இப்படியொரு படுக்கையில் இருந்து கொண்டு வேறு நல்ல சிந்தனை கொள்ள முடியுமா என்று தெரியவில்லை. நல்ல உடம்புக்குள்தான் நல்ல சிந்தனை இருக்கும். நல்ல சிந்தனை என்றால் என்ன என்ற குழப்பம் தொற்றியது. யாருக்கும் தீங்கு செய்யாமல் இருப்பது நல்ல சிந்தனைதான். பின்லேடன்,

மகாத்மா காந்தி எல்லோரும் நீடூழி வாழ்க. யாருக்கும் தீங்கு இல்லாமல் சிந்திப்பது எப்படி உடலும் உயிரும் பற்றி சிந்திக்கலாம் என்று ஆசையாக இருந்தது. நமக்கு ஏற்பட்டிருக்கிற இந்த உபாதையெல்லாம் உடலுக்குத்தான். உயிரை இந்த வலிகள் எதுவும் செய்வதில்லை. பால் பாயிண்ட் பேனா ரீபிள் போல. மேலே உள்ள கூடு உடைந்திருந்தாலும் நசுங்கியிருந்தாலும் ரிபீள் நன்றாக இருந்தால் எழுதும். உபயோகப்படுத்த முடியாமல் போனால் இந்த ரீபிளை வேறு பேனா கூட்டுக்கு மாற்றிக் கொள்ளலாம்.... அட.. இப்படியொரு உதாரணத்தை யாராவது சொல்லியிருப்பார்களா?

ஆனால் இது உயிர், உடலுக்குச் சிறந்த உதாரணமாகத் தெரியவில்லை. ரீபிள் தீர்ந்து போனால் வேறு ரீபிள் போடுவது மாதிரி இந்த உடம்புக்குப் புது உயிர் போட முடியுமா என்ன? எதையுமே சிந்திக்க வேண்டாம் என நினைத்தேன். மண்டைக்குள் ஒரு வெற்றிடம் இருப்பதாக நினைப்பது சந்தோஷமாக இருந்தது. யார் அடுத்துப் பிரதமரானால் நாட்டுக்கு நல்லது என வேறுபக்கம் திரும்பியது. நல்லது, நல்லவர் என்பதெல்லாம் என்ன என்ற குழப்பம் தொற்றி அசதி ஏற்பட்டது.

“ஹாட் வாட்டர்” என்றார் பக்கத்துக் கட்டில் பெரியவர். ஆனால் அவருடன் வந்தவர்களோ, அவரைப் பார்க்க வந்த தம்பதியோ பக்கத்தில் இல்லை. என் ப்ளாஸ்க்கில் இருந்து கொஞ்சம் சுடுதண்ணீரை டம்ளரில் ஊற்றிக் கொடுத்தேன். அவருடைய தலையைச் சற்றே உயர்த்தி பருகச் செய்தேன். அவர் என்னை நல்லவன் என்று நினைத்திருக்கலாம். இந்தச் செயலுக்குப் பெயர் நற்செயல் என்பதில் மாற்றுக் கருத்து இருக்க முடியுமா? நல்லவன் என்று அவர் நம்மை நினைக்காமல் போயிருக்கக் கூடுமெனில் “யார் இவன்’ என்று நினைத்திருக்கலாம். நல்லவன் என்பதும் யார் இவன் என்பதும் ஒன்றுதான்.

“உனக்கு எவ்வளவு நாளாக இருக்கிறது?” என்றார்.

“ஒரு வருஷமாக” என்றேன்.

“எனக்கு ரெண்டு வருஷம் ஓடிவிட்டது. ப்ராஸ்டேட்டில் கேன்ஸர். வலியும் இப்போதெல்லாம் பொறுத்துக் கொள்ள முடியவில்லை. ஓல்டு டிஸ்டம். இனி தாளாது. அலுவலகத்தில் என்னை “ஃபயர் பிராண்ட்’ என்பார்கள். சிங்கம் போல இருந்தேன். நான் அப்படி இருக்கக் கூடாது என்பது காலத்தின் ஆசை போலும்.”... அவருடைய ஆங்கில உச்சரிப்பு தமிழ்போல இருந்தது. ஒவ்வொரு வார்த்தையையும் தேவைக்கு அதிகமாக இழுத்து உச்சரித்தார்.

நோய்வாய்ப்பட்டு படுத்திருப்பதில் சிலருக்கு விருப்பம் இருக்கும் என்பார்கள். பெரும்பாலும் அத்தகையவர்களுக்கு நோய்கள் வருவதில்லை. சிங்கம் போல இருப்பவர்களுக்குத்தான் வருகிறது.

என்னை முயல் என்று சொல்லலாம். அதாவது முயல்போல துறுதுறுவென இருந்தேன் என்பதைவிட, இவரைப் போன்ற சிங்கங்களுக்கு 'ஒருவாய்' உணவாக இருந்தேன் என்பது பொருத்தமாக இருக்கும்.

"எல்லோர் முகத்திலும் சவக்களையாக இருக்கிறது. அப் கோர்ஸ் என் முகத்திலும்தான். தனி ரூம் கேட்டிருக்கேன்" என்றார். என்ன நினைத்தாரோ கொஞ்ச நேரம் கழித்து "உன் முகத்தில் அந்தச் சாயல் தெரியவில்லை" என்றார்.

மரணத்தை எதிர் கொள்ளும் உறுதி தெரிந்தது. அவர் சொன்னதில் ஓல்டு சிஸ்டம் இனி தாங்காது என்ற வார்த்தை பிடித்திருந்தது. ஒவ்வொரு மனிதனுக்கும் எது தெரிந்திருக்கிறதோ, இல்லையோ இது தெரிந்திருக்கும். 'வயசாகிவிட்டது. இனி தாக்குப் பிடிக்க முடியாது' அதை ஒத்துக் கொள்வதில் எவ்வளவு தயக்கம் பலருக்கும்.

ஆயா படுக்கையில் விழுந்தபோது தாத்தா பதறி அடித்துக் கொண்டு அவரை ஆஸ்பித்திரிக்குத் தூக்கிச் செல்லாதது இரக்கமற்ற தன்மையாகத் தோன்றியது. "ஒண்ணும் வேண்டியதில்லை. அவ ஆனந்தமா இருக்கா" என்று ஸ்ருதி பெட்டியை இயக்கியபடி "ஹரே ராம கிருஷ்ணா... ஜெயராம கிருஷ்ணா" என்று பாட ஆரம்பித்தார். ஆயாவின் முணகலைக் கேட்கவிடாமல் உச்சஸ்தாயியில் கத்திக் கொண்டிருந்தார். பட்டிக்காடு அது. ஆஸ்பத்திரிக்குப் போக வேண்டுமானால் டாக்ஸி வரவழைத்து பதினைந்து கிலோ மீட்டராவது பயணிக்க வேண்டும். அந்தத் தூரத்தில் 24 மணி நேர மருத்துவமனை ஒன்று உண்டு. பெரும்பாலும் கம்பவுண்டர் வைத்தியம்தான். யார் கையால் செத்தால் என்ன என்பது போல் அவனிடம் போய் கொண்டிருந்தார்கள் மக்கள். எப்போதெல்லாம் பாட்டி வலி பொறுக்கமுடியாமல் கத்துகிறாளோ அப்போதெல்லாம் தாத்தா ஸ்ருதி பெட்டியைப் பக்கத்தில் கொண்டு வந்து வைத்தபடி முகுந்தா, வைகுந்தா, முருகா, ஆனை முகத்தானே என்று ஒரு சாமிப்பாட்டு பாடினார். உடம்பு ஊதி, நீர் கோர்த்து முதுகுப் புண்ணால் துடித்தார் பாட்டி. ஐந்தாம் நாளில் அடங்கிவிட்டது. "அவ்வளவுதான். எடுத்துடுங்கப்பா" என்றார். திண்ணையில் போய் அமர்ந்து கொஞ்ச நேரம் கண்களில் நீர் வழிய உட்கார்ந்திருந்தார். அதில் ஆர்ப்பாட்டம், மிகை உணர்ச்சி எதுவும் இல்லை. அமைதியாக உட்கார்ந்திருந்தார். "பொழுதோட எடுத்துடுங்கடா" என்றார் பலமுறை. சடங்குகள், சாங்கியங்கள் இருந்தன. பாட்டி விடைகொடுக்கும் தைரியமும் தன் மரணத்தை எதிர் நோக்கும் திராணியும் எனக்குப் புதிய அனுபவங்கள். சுற்றத்தார் எல்லோரும் அந்த அனுபவத்தைக் கிரகித்துக் கொள்ளாதது ஆச்சர்யமாக இருந்தது.

என்னை அழைத்து, "பசியா இருக்குடா.. சாப்பிட ஏதாவது இருக்குமா பாரு... இல்லாட்டி நாடார் கடையில கடலை உருண்டை ரெண்டு வாங்கியாந்து குடு" என்றார்.

"மிஸ்டர். நான் தனி ரூம் கேட்டு வாங்கிட்டேன். முதல் மாடி. நேரம் இருந்தா வா" என்றார் பக்கத்துப் படுக்கைப் பெரியவர்.

"வருகிறேன்" என்றேன்.

"இது ராக் பிக்யான் தானே?" புறாவைக் காட்டிக் கேட்டார்.

"இதைப் பந்தயக்காரர்கள் சப்ஜா என்பார்கள்."

"சப்ஜா..? புறா ஒவ்வொர் முறையும் இரண்டு முட்டைப் போட்டதும் அடைகாக்க உட்கார்ந்துடும். ஒரு முட்டைக்கும் அடுத்த முட்டைக்கும் சுமார் இரண்டு நாள் இடைவெளி இருக்கும். முதல் முட்டை ஆண், இரண்டாவது முட்டை பொட்டை... பொட்டை எப்பவுமே இரண்டாவதுதான்... ஹா.. ஹா.. ஹா."

"பொட்டைதான் எப்பவும் புதுசு... ஆம்பளை எப்பவுமே பழசு" என்றேன்.

"ஹா.. ஹா.. லாஜிக்."

அவரை சக்கரம் வைத்த படுக்கையில் வைத்து லிஃப்ட் பக்கம் நகர்த்திக் கொண்டு போனார்கள். படுத்தபடியே "வர்றேன்" என்றார்.

தாத்தா மரணத்துக்குத் தயாரானது பலருக்கும் தெரியாது. பொங்கல் திருநாளில் சர்க்கரை பொங்கலும் கடலை பருப்பு வடையும் உற்சாகமாகச் சாப்பிட்டவர் அடுத்த சில நாளில் பேதியும் வாந்தியுமாகப் படுத்தார். என்ன உற்சாகம் அவருக்கு. "அவ்வளவுதான்டா... கிளம்ப வேண்டிய நேரம் வந்துடுச்சு. அப்பப்ப ஓடியாந்து சுத்தம் பண்ண வேண்டியதில்லே. ஒரு நாளைக்கு ஒரு தரம் போதும். மருந்து மாத்திரை, ஆஸ்பித்திரி எதுவும் வேண்டாம். என்னை இங்க அங்க தூக்கிட்டுத் திரியாதீங்க" என்று தீர்மானமாக அறிவித்தார். கை காலெல்லாம் நீர் கோர்த்து முதுகுப் புண்ணோடு மிகவும் போராடினார். பாட்டியாவது ஐந்து நாளில் போய் சேர்ந்தார். இவர் இரண்டு மாதம் கிடந்து துடித்தார். பக்கத்தில் இருந்து பக்தி பாட்டு பாடுவதற்குக்கூட யாருமில்லை. உடம்பை நோக்கி சாரை, சாரையாக எறும்புகள் படையெடுத்தன. அவரைச் சுற்றி எறும்பு மருந்தை தூவி வைத்தனர். அப்போதும் எறும்புகள் சுற்றுவதைப் பார்த்து யாரோ அவர் உடம்புக்குக் கீழேயெல்லாம் எறும்பு மருந்தைத் தூவிவிட்டனர். தாத்தாவால் வலி பொறுக்க முடியவில்லை. தன்னை மீறி முணகினாரே தவிர, "ஆஸ்பத்திரியும் வேணாம் ஒரு மண்ணாங்கட்டியும் வேண்டாம்' என்பதை மட்டும் நினைவு தப்பிய பின்னும் சொல்லிக் கொண்டிருந்தார்.

கடுமையான உழைப்பாளி அவர். மரணத்தோடு மல்லு கட்டிக் கொண்டிருந்தபோது அதை நான் முழுமையாக உணர்ந்தேன்.

இரவு தூங்கிக் கொண்டிருந்தபோது என் படுக்கைக்கருகே இன்டர் காம் மணி அடித்தது. எடுத்தபோது "எஸ்.எம்.டி. பேசறேன். மேலே வர்றியா?" என்று குரல்.

"எஸ்.எம்.டி.னா?"

"அட, உன் பக்கத்துக் கட்டில் தோழன், மிஸ்டர்."

"ஓ. நீங்களா..? வர்றேன் சார்."

தனி அறை. "யாரும் கூட இருக்க வேணாம்னு அனுப்பிச்சிட்டேன். உட்கார். அந்தப் பேப்பரைத் தூக்கிக் கீழ கிடாசிட்டு உட்காரு மிஸ்டர்."

"ஏன் யாரும் கூட இல்லை? தனி அறை எடுத்ததற்கு..."

"யாரும் இருக்கக் கூடாதுன்னுதான் தனி அறை கேட்டேன். அவங்களுக்கும் தொந்தரவு.. எனக்கும் தொந்தரவு. எண்பது கிலோ இருந்தேன். இப்ப நாப்பது கிலோ.. கண்ணு அவுட்.... ரெட்டினா டேமேஜ். மூணு அடி தள்ளி நின்னா தெரியலை."

"நல்லதா ஏதாவது பேசுவோம்..."

சிரித்தார். "என்னையே எடுத்துக்க... பாதி பேர் அவரை மாதிரி வருமான்னு சொல்லுவான். பாதி பேர் அயோக்கியன்னு ஏசுவான்... எனக்கு எல்லாம் ஒண்ணுதான். சரி... நல்லதா ஏதாவது பேசுமே. அதில என்ன கஷ்டம் இருக்கு?"

நல்லதாக ஏதாவது பேசுவார் என்று எதிர்பார்த்து உட்கார்ந்திருந்தேன். ஏதோ யோசித்துக் கொண்டிருந்தவர் அப்படியே தூங்கிவிட்டார். கீழே போய்விடலாம் என்று எழுந்தபோது நாற்காலி அசைவில் கண்விழித்தார். "துரியோதனன் கதை மாதிரிதான். கண்ணுக்கெட்டிய தூரம் வரைக்கும் ஒரு நல்லதும் தெரியல எனக்கு. ஒரு இன்ஜெக்ஷன் போடணும். போட்றியா?"

"நர்ஸ் யாராவது இருக்காங்களானு பார்க்கிறேன்."

"அது என்ன மிஸ்டர் பிரமாதம்? எடு அதை நான் சொல்லித்தர்றேன். இவ்வளவு நாள் ஆஸ்பித்திரில இருந்து இதை கத்துக்கலைன்னா எப்படி?"

கட்டுப்பட்டேன். சரக்கென்று பாட்டிலில் இருந்து இன்ஜெக்ஷனால் மருந்து உறிஞ்சினார். "இடுப்புல போட்டுடு'. போட்டேன்.

மருந்து பாட்டிலையும் ஊசியையும் ஜன்னல் பக்கம் வீசி எறிந்தார்.

அது புறாக்கள் வசிக்கும் துத்தநாக தகட்டில் போய் விழுந்தது. படபடவென சிறகோசை கேட்டது. "உனக்கு எல்லாமே நல்ல விஷயமா இருக்கா?" என்றார்.

"தெரியலை. அதுக்கு இன்னும் நாளாகும்" என்று சிரித்தேன்.

என்னுடைய பதில் அவருக்குப் பிடித்திருந்தது. "சரி. நீ போய் படு மிஸ்டர்."

"காலையில் பார்க்கலாம்" என எழுந்தேன். நம்பிக்கையற்றுச் சிரித்தார். நான் அனிச்சையாகத் தூக்கியெறியப்பட்ட மருந்து பாட்டில் விழுந்த இடத்தைப் பார்த்தேன்.

"இன்னொரு மருந்து பாட்டிலும் இன்ஜெக்‌ஷனும் இருக்கு. உனக்குத் தேவைப்படும். எடுத்து வெச்சுக்க" கண் சிமிட்டிச் சிரித்தார்.

"இந்த நேரத்தில இதை வாங்கித் தந்தவனும் இதை இன்ஜெக்ட் பண்ணவனும்தான் நல்லவன்."

நான் திகைத்தபடி நின்றிருந்தேன். மனிதர் கலக்கமின்றி இருந்தார்.

"சீக்கிரம் கீழே போயிடு மிஸ்டர்." அந்த ஹீனசுரத்தில் அதட்டலை உணர்ந்தேன். மருந்தை எடுத்துக் கொண்டேன். விழிகளை மூடித் திறந்து வழியனுப்பினார்.

நான் கீழே வந்தேன். ஜெனரல் வார்டில் எல்லோரும் உறங்கிக் கொண்டிருந்தனர். ஒரே ஒரு பூஜ்ஜிய பல்பு மட்டும் எரிந்தது. புறாக்கள் அடுத்து முட்டையிடுவதற்கான ஏற்பாட்டில் தீவிரமாக இருந்தன.

- அம்ருதா, ஆகஸ்ட் 2009.

ஒரு மரப்பெட்டிக் கனவு

7

பெட்டிக்குள் ஏதோ ஒரு பிணம் இருப்பதாக சரவணனுக்கு இரண்டாவது முறையாகக் கனவு வந்தது. கண்ணம்மா ஆயாவுக்கு கல்யாணத்தின் போது சீதனமாகத் தந்த பெரிய மரப்பெட்டி அது. அதில் எராளமான துணி மூட்டைகள் இருந்தன. யார் வளர்ந்துவிட்டாலும் அவர்களுக்கு “சின்னதாகிவிட்ட’ ஆடைகள் எல்லாம் அதில் எதற்காகவாவது பயன்படும் என்று எடுத்து வைத்துவிடுவார்கள். சரவணன் தன் பதினாறு வயது அனுபவத்தில் பயன்பட்டதாகப் பார்த்ததில்லை . கொஞ்சம் முக்கியமாக வைக்கவேண்டிய பொருள்களும் அதில் இருக்கும். ஊறுகாய் ஜாடி, விநாயகர் அகவல், கார்த்திகை தீபத்துக்கான அகல்விளக்குகள் இப்படி...

ஆனால் அதனுள் ஒரு பிணம் இருக்கக் கூடுமோ என்று பயமாக இருந்தது சரவணனுக்கு. ரொம்ப சின்ன வயதில் ‘கண்டுபிடிக்கிற விளையாட்டு’ விளையாடும்போது அதனுள் சென்று ஒளிந்து கொண்டது ஞாபகம் இருக்கிறது. மூச்சுத் திணறிப் போய், மேற்கொண்டு ஒளிந்திருக்க முடியாது என்பது தெரிந்ததும் உயிர் பிழைத்து வெளியே வந்துவிட்டான். கண்டுபிடிக்கிறவனிடம் வலிய சென்று பிடிபட்டு, விளையாட்டில் இருந்து விலகிக் கொண்டதும்கூட நினைவிருக்கிறது. அதன் பிறகு அந்தப் பெட்டி மீது ஒருவித அச்சமும் அருவருப்பும்கூட வந்தவிட்டது. இப்போது இப்படியொரு கனவு வந்த பின்பு அதை ஒரு முறை திறந்துதான் பார்த்துவிட்டால் என்ன என்றெண்ணினான்.

சே.. இது என்ன பைத்தியக்காரத்தனம் கனவில் வந்தது எப்படி நிஜமாக இருக்கும் எனவும் ஒருவேளை ஏதாவது இருந்து தொலைத்தால் என்ன செய்வது எனவும் அதைத் தவிர்த்துவிட்டான். அந்தப் பெட்டியைக் கடக்கும்போது அவனால் மட்டுமே உணரக்கூடிய துர்நாற்றமும் வெளிப்பட்டது.

இந்த ஆண்டு திருவிழாவுக்கு நாடகம் போடலாம் என்று பஞ்சாயத்துத் தலைவர் கேட்டபோது இளைஞர் குழாமிலிருந்து "அதுக்கு நாங்க பொறுப்பு" என்று குரல் வந்தது. பெண்களும் கூடியிருந்ததால் வெடுக்கென இப்படி ஒருவன் பதில் சொன்னான். ஆனால் அது யார் என்று யூகிக்கவிடாமல் செய்துவிட்டார் பஞ்சாயத்துத் தலைவர். தலைவர் தானாகவே அதைச் சொன்னது பசுபதியாகத்தான் இருக்கும் என்று முடிவு செய்து அவனை நோக்கியே அடுத்தடுத்துப் பேச ஆரம்பித்தார். பெண்கள் எதிரில் பின் வாங்கிவிடக் கூடாது என்று அவனும் முடிந்த வரை சமாளித்துப் பார்த்துக் கொண்டிருந்தான்.

"பவளக்கொடியா?, காத்தவராயனா?.. என்ன கூத்துன்னும் சொல்லிட்டீங்கன்னா நோட்டீஸ்ல போட வசதியா இருக்கும்."

பசுபதி தன் இளைஞர் பட்டாளத்தை ஒருதரம் பார்த்து, அவர்கள் அனுமதியோடுதான் அறிவிக்கிறேன் என்ற தோரணையில் "நாங்க புதுசா பண்றதா இருக்கோம்" எனப் பன்மையில் சொன்னான்.

"எங்களுக்குத் தேவை ஒரு தலைப்பு... எதாவது யோசிச்சு வெச்சிருப்பீங்கல்ல?"

பசுபதி மீண்டும் கெத்தாக தலையைத் திருப்பாமல் பின்பக்கமாகச் சாய்ந்து செவிமடுத்தான். அதாவது பின்னாடி இருக்கும் யாராவது ஒரு தலைப்பைச் சொல்லுங்கள் என்பதாக.

"ராஜதுரோகி" பின்னால் இருந்துதான் யாரோ சொன்னார்கள். பசுபதி அதை 'முன்மொழி'ந்தான்.

ராஜதுரோகி என்ற தலைப்பைச் சொன்னவன் யார் என்பதையும் யாரும் ஒத்துக் கொள்ளவில்லை. திருவிழா குறித்து ஊர் மக்கள் உட்கார்ந்து பேசிக் கொண்டிருந்தபோது பசுபதியின் பின்னால் கதிர்வேலு, சண்முகம், பஞ்சா, குமரேசன், கன்னியாம்பாளையத்தார் பையன் சரவணன், புளிமூட்டை எல்லாரும்தான் இருந்தார்கள். பசுபதி தன் நினைவை விளிம்புகட்டி அந்தக் குரலைக் கட்டிப்பிடிக்க முனைந்தான். அது அவனுக்கு வசப்படவே இல்லை.

"அது அவ்வளவு முக்கியமா? ராஜதுரோகி கதை என்னான்னு முடிவு பண்ணிட்டா போவுது.." கதிர்வேலு சாந்தப்படுத்தினான்.

ராஜதுரோகி என்றால் அது அரசர்கள் இடம் பெற வேண்டிய

கதை என்பதை முடிவு செய்து மன்னாதி மன்னன், நாடோடி மன்னன், மனோகரா, ஆயிரத்தில் ஒருவன், வீரபாண்டிய கட்டபொம்மன் போன்ற திரைப் படங்களின் காட்சிகளை முன்னும் பின்னுமாக வரிசையாக அடுக்கினார்கள்.

ராஜவர்மனின் மகள் வசுமதியை கங்க நாட்டு மன்னன் குலோத்துங்கள் வலுக்கட்டாயமாகக் கடத்திச் சென்று திருமணம் செய்ய துணிகிறான். மகளை மீட்டு வருபவர்களுக்கு ஆயிரம் பொற்காசுகள் தருவதாகத் தண்டோரா போடுகிறான் மன்னன். நளமாறன் கிளம்பிச் செல்கிறான். குலோத்துங்கனின் ஆட்சியில் மக்கள் எல்லோரும் அவதிப்படுகிறார்கள். அவன் மந்திரி சகுனிதேவனின் பிடியில் சிக்கி அவனுடைய கைப்பாவையாக இருப்பதை அறிகிறான். மன்னனையே சிறைபிடித்து வைத்துவிட்டு வசுமதியை மணக்கத் துடிக்கிறான் சகுனிதேவன். மக்களைத் திரட்டிப் போராடி சகுனி தேவனை வீழ்த்தி மன்னரை மீட்கிறான் நளமாறன். வசுமதியை அவனுக்கே மணமுடித்து நாட்டையும் ஒப்படைக்கிறான் குலோத்துங்கன்.

கதை இப்படி பிரமாதமாக அமைந்துவிட்டதில் பசுபதிக்குத் தலைகால் புரியவில்லை. மக்களைத் திரட்டிப் போராடுதல் என்றால் எப்படி மேடையில் காட்டுவது என்பதில் அவனுக்குப் பெரிய சந்தேகம் வந்துவிட்டது. மேடையில் குதிரைகளும் யானைகளும் போர் வீரர்களும் அம்பும் வேல்கம்பும் எப்படிக் கொண்டு வருவது என்று இரண்டு இரவுகள் ஓயாமல் சிந்தித்துவிட்டு நாடக விவாதம் நடக்கும்போது கேட்டும் விட்டான். யாருக்கும் விடை தெரியவில்லை.

நளமாறன் கிளம்பிப் போகிறான் என்று ஒருவரியில் சொல்லிவிட்டதையும் மேடையில் எப்படிக் காட்டுவது என்று தெரியவில்லை. பசுபதியின் மனத்திரையில் குதிரையில் ஏறி ‘அச்சம் என்பது மடமையடா அஞ்சாமை திராவிடர் உடமையடா’ என்று பாடிச் செல்வதாக ஓடிக் கொண்டிருந்தது அது.

காட்சி ஒன்று, காட்சி இரண்டு என சிவராம ஆசாரிதான் அவசரமாக அதை ஓரளவுக்கு நாடகமாக்கினார். அரசர்கள் கதை என்றாலும் அதிலே “இதோ டூ மினிட்ஸ்ல வந்து விடுகிறேன் அம்மா” போன்ற வசனங்களும் இருந்தன. மக்கள் சிரிப்பார்கள் என்று அதற்குக் காரணம் சொல்லிவிட்டார் அவர். அவர் இதற்கு முன்னர் நடந்த ‘பூலோக நாகம்மா’ கூத்திலும் நடித்து அனுபவப்பட்டவர். அவர் மட்டும் இல்லையென்றால் நாடகம் ஒரு இம்மியும் நகர்ந்திருக்காது. நாடகத்தில் யார் யாருக்கு என்னென்ன வசனம் எந்தக் காட்சியில் வரும் என்பதைச் சொன்னார். கதை வசனமாக மாறியபோது அது அடிப்படை கதையிலிருந்து விலகி

வேறொரு கதைபோல இருந்தது பசுபதிக்கு. சகுனிதேவன் பகடை விளையாட்டில் கைதேர்ந்தவன் என்பது புதிதாக சிவராம ஆசாரியால் சேர்க்கப்பட்டது. அந்தக் கலையின் மூலம் ஐம்பத்து நான்கு தேசத்து அரசர்களையும் சிறைபிடித்து வைத்திருப்பதாக கதையை வளர்த்தியிருந்தார். அதற்கு அவர் சொன்ன காரணம் கதை மிகவும் சிறியதாக இருக்கிறது என்பதுதான். அவர் இதைச் சேர்த்தபிறகும் நாடகத்தில் ஒன்பது காட்சிகள்தான் இருந்தன. ஒவ்வொரு காட்சியும் ஸ்கிரீன் தூக்கி இறக்கும் நேரத்தையும் சேர்த்து) ஐந்து நிமிடங்கள்கூட நீடிக்கவில்லை. ஒரு மணி நேரத்துக்குள் நாடகம் முடிந்துவிடும் போல தோன்றியது. நாடகம் விடிய, விடிய நடக்கப் போவதாகவும் விளம்பரம் செய்திருந்தது நாடகத்துக்குப் பொறுப்பேற்றிருந்த அனைவருக்கும் வயிற்றில் புளியைக் கரைத்தது.

"நாடகத்தில் காமெடி காட்சிகளே இல்லை" என்பதை ஞாபகப்படுத்தினான் பஞ்சா.

கன்னியாம்பாளையத்தார் பையனையும் சோமுவையும் காமெடி செய்ய சொன்னார்கள். ஒவ்வொரு காட்சியைத் தொடர்ந்தும் அவர்கள் மேடைக்கு வந்து அடுத்த காட்சியை எடுத்துக் கொடுத்து விளக்கிவிட்டு, சினிமா பாடல்களை இட்டுக் கட்டிப் பாட வேண்டும் என்று தீர்மானிக்கப்பட்டது. உண்மையில் இந்த யோசனைக்கு நல்ல பலன் இருந்தது. நாடகம் காட்டுப் பாய்ச்சலாக இரண்டு மணி நேர நாடகமாகிவிட்டது.

"சின்ன பொண்ணே கோக்கிலமடி கட்டாணி கட்டாணி..

சீக்கிரமா வந்தியனா வாங்கித்தர்றேன் பட்டாணி...

ஒவ்வொன்னா பொறுக்கு....

என் மீசைய கொஞ்சம் முறுக்கு" என கன்னியாம்பாளையத்தார் பையனுக்கு ஒரு அறிமுகப்பாட்டும் அமைக்கப்பட்டது. சோமு காமெடியனுக்கு ஜோடியாகப் பெண் வேடம் கட்டி ஆடவேண்டும்.

நாடகத்தில் இப்போது இரண்டு பெண் வேடங்கள்.. ஒன்று வசுமதி. கடத்தப்பட்டுவிடுவதால் ஆரம்பத்திலும் முடிவிலுமாக இரண்டு தடவை மேடையில் தோன்ற வேண்டும்.

"மூன்றெழுத்தில் ஒரு மாடிருக்கும்

அது மூன்று படி பால்கறக்கும்...

எருமை... அது எருமை...."

எனவும்

"பாலிருக்கும் பசி இருக்கும்

பழமிருக்காது...

பஞ்சணையில் தூக்கம் வரும்

காத்துவராது”

எனவும் கன்னியாம்பாளையத்தார் பையன் அதை நன்றாக மெருகேற்றினான்.

எல்லாம் சரியாக இருந்தது. வீரன் நளமாறன் வேடத்துக்கு பசுபதியைப் போட்டதுதான் வேதனையிலும் வேதனையாக இருந்தது. சுட்டுப் போட்டாலும் வசனம் வரவில்லை. அரசரே என்று அழைப்பதற்கே தட்டுத் தடுமாறிப் போனான். “நான் மாடக்கூடலை நாடி வந்தக் காரணம் என்ன தெரியுமா? நவில்கிறேன் கேளுங்கள்..” உணர்ச்சி கொந்தளிக்கும் வசனத்தை அவன் உள்ளங்கையில் எழுதி வைத்து வாசித்துவிடுவதாக ஒத்திகையின் போதே முடிவு செய்துவிட்டனர். தனித் தனியாக வசன மனப்பாடம் செய்வதும் சேர்ந்து எல்லோரும் நடித்துப் பார்ப்பதும் நடந்து கொண்டிருந்தது. நளமாறன் வேடம் மட்டும் வெற்றிடமாகவே இருந்தது. பசுபதி எப்போதும் நடிப்பதற்கு வருவதே இல்லை. “நீங்கள்லாம் நடிங்கடா நான் சமாளிச்சுடுவேன்’ என்பான். பஞ்சாயத்துத் தலைவருக்கு பசுபதியின் மீது அபார நம்பிக்கை இருந்தது. அவன் ஒருத்தனால்தான் இந்த நாடகமே சாத்தியமானது என்று உறுதியாக இருந்தார். நாடக வசனங்கள் அவனுக்கு மட்டும்தான் தலைகீழ் பாடம் என்பதாக நினைத்து அவனை திருவிழாவுக்கான மற்ற வேலைகளுக்கு ஏவிக் கொண்டிருந்தார். அதை எதிர்பார்த்துக் கொண்டிருந்தவன் மாதிரி உடனே பைக்கை எடுத்துக் கொண்டு மறைந்துவிடுவான். அவன் மறைந்த கொஞ்ச நேரத்தில் நாடகப் பட்டாளத்துக்கு டீ வரும். சமயங்களில் பிஸ்கட்டும் சேர்ந்துவரும். “பசுபதி அண்ணன் குடுக்கச் சொன்னாரு’ என்பான் டீ பையன். இது போன்ற காரணங்களுக்காக யாரும் பசுபதியைக் கோபித்துக் கொள்ளவும் முடியாமல் இருந்தது. ஆடி மாதம் நான்காவது வெள்ளிக்கிழமை அம்மனுக்குக் கூழ் ஊற்றி அன்று இரவே ராஜதுரோகி நாடகம் நடப்பதாக அறிவிக்கப்பட்டிருந்தது. ஊர்க்காரர்களின் உறவினர்கள் சிலர் அழைப்பின் பேரில் நாடகம் பார்க்க வந்திருந்தனர்.

காலையில் இருந்தே ராட்டினம் சுற்றுபவன், பலூன் விற்பவன், ரிப்பன்- வளையல் விற்பவன் எனக் களை கட்டியிருந்தது ஊர். பசுபதியை மட்டும் காணவில்லை. கன்னியாம்பாளையத்தார் பையனை வேகமாக ஓடி பார்த்துவிட்டு வரச் சொன்னதில் பசுபதி படுத்தபடுக்கையாக இருப்பதாகச் சொன்னான். குளிர் ஜுரம் தூக்கித் தூக்கிப் போடுவதாக விவரித்தான், பார்த்துவிட்டு வந்தவன். யாருக்கும் கைகால் ஓடவில்லை. பிரம்மாண்டமாக அமைக்கப்பட்ட மேடைக்குக் கீழே பஞ்சாயத்துத் தலைவரை அணுகி இப்படி

ஆகிவிட்டதைச் சொன்னார்கள். பஞ்சாயத்துத் தலைவர் அந்த நேரத்திலும் "வேறு எல்லாருக்கும் சீக்கு வந்திருந்தாக்கூட கவலைபட்டிருக்க மாட்டேன். ஏன்னா பசுபதி சமாளிச்சுடுவான். பசுபதியே படுத்துட்டானே?" என நம்பிக்கையாக இடிந்துபோனார்.

"பசுபதி பேச வேண்டிய வசனம் வேறு யாருக்குத் தெரியும்?" வறட்சியாக விசாரித்தார்.

"கன்னியாம்பாளையத்தார் பையன் சரவணனுக்குத் தெரியும்" என்றனர்.

"அவன் பொடியனாச்சே?"

"மீசை வெச்சு.. பனியனுக்குள்ள கொஞ்சம் துணியை அடைச்சுட்டா தெரியாது ரெட்டியாரே."

தலைவர் அரைமனதுடன் சம்மதித்தார். மானம் தாளாமல் ஊரைவிட்டு ஓடிவிடுவார் போல இருந்தது அவர் முகம்.

காமெடி வேடத்திலும் நளமாறன் வேடத்திலும் சரவணனே நடித்தான். மூன்றாவது காட்சிக்கு அப்புறம் 'சகுனிதேவன்' குவார்ட்டர் அடித்துக் குப்புற விழுந்துவிட்டான்.

வசுமதியை மீட்டு வருவதாக அரசனிடம் சத்தியம் செய்துவிட்டு மேடைக்குப் வந்த சரவணனுக்கு இது பேரதிர்ச்சியாக இருந்தது. என்ன காரணத்தினாலோ அவன் கண்ட கனவு ஞாபகம் வந்தது.

மந்திரி இல்லாமலேயே காட்சியை முடித்துவிடலாம் என்றான் சரவணன்.

அதாவது தந்திரக்கார மந்திரியைத் தந்திரத்தாலே வீழ்த்தினான் நளமாறன். மன்னனுக்கு உண்மை புரியும் வரை மந்திரியை மயக்க மருந்திட்டு பெட்டியில் அடைத்துவிட்டான் என்று ஜோக்கராக வந்து காட்சி விளக்கம் தந்தான். தன் வீட்டில் இருந்த மரப் பெட்டியைக் கொண்டு வரச் சொல்லி அதில்தான் சகுனிதேவனை மயக்க மருந்திட்டு அடைத்து வைத்திருப்பதாகக் காட்டினான். குடித்துவிட்டு விழுந்து கிடந்தவனைத் தூக்கி வந்துப் பெட்டியில் போடுவதாகக் காட்டினான். ஒவ்வொரு காட்சியிலும் அந்தப் பெட்டி பார்வையாளரை திகிலூட்டியது. பெட்டி தென்படும் காட்சிகளில் குறிப்பாக அந்தப் பெட்டியின் மீது நளமாறன் ஒய்யாரமாகச் சாய்ந்து அரசனிடம் பேசிய காட்சியில் மக்கள் பரபரப்பானார்கள். ரெட்டியார் "உள்ள கிடந்து அவன் செத்துகித்துத் தொலைக்கப் போறான்டா" என்றார்.

முதல் காட்சியில் ஸ்கிரீன் மாற்றியபோதே அவனை வெளியே எடுத்துவிட்டதைச் சொன்னபோது, "அடராமா.. அவன் உள்ளதான் இருக்கான்னு பயந்துட்டன்டா" என்றார்.

கடைசி வரை பசுபதிக்குப் பின்னால் இருந்து 'நாடகத்துக்கு நாங்கப் பொறுப்பு, ராஜதுரோகி' எனக் குரல் கொடுத்தது தான்தான் என சரவணன் யாரிடமும் சொல்லவில்லை.

இதன் பிறகு இரண்டு ஆண்டுகள் கழித்துதான் சரவணன் ஹிச்காக்கின் 'தி ரோப்' படத்தைப் பார்த்தான். படம் டைரக்ட் செய்வதற்கான தகுதி இருப்பதாக அவன் மனதில் நம்பிக்கை உதித்தது. அடுத்த மூன்றாண்டுகளில் அவன் 'நாடகப் பட்டாளம்' என்ற திரைப்படத்தை எடுத்தான்.

- ஆனந்த விகடன், 2009.

மெஹர்

8

“நீங்கள் மதராஸியா?” என்று அவள் கேட்டபோது, “இல்லை, நான் தமிழ்நாடு” என்று சொல்லியிருக்க வேண்டாம் என்று இப்போது தோன்றியது. இப்படியொரு விளக்கம் கொடுத்து அவளுடைய கேள்வியை மறுத்துவிட்டோமே என்று வருத்தமாக இருந்தது. சலீமுடன் காஷ்மீர் வருவது உறுதியானதும் இங்கே எனக்கான ஒரு காதலி பிறந்து வளர்ந்து கொண்டிருக்கிறாள் என்று என்னால் எப்படி யோசித்திருக்க முடியும்? ஒரு தேசத்தின் இரு எல்லையில் பிறந்தவர்களுக்கு ஏற்படப் போகும் பிணைப்பை நினைத்தபோதே சிலிர்த்தது. ஒரு வாரம் கல்லூரி விடுமுறை என்ற காரணத்தால்தான் வந்தேன். இங்கு வருவதற்கு வேறு ஒரு காரணமும் எனக்கு இருக்கவில்லை. சலீமுக்கு மிகப்பெரிய பூ வனம் சொந்தமாக இருந்தது. அதில்தான் நான் மெஹரைச் சந்தித்தேன். கை நிறைய பூக்களோடு அவள் அந்தப் பூவனத்தில் இருந்தாள். சலீம் என்னை அவளுக்கு அறிமுகப்படுத்தினான். செக்கச் சிவந்த அவளுடைய முகத்தில் கரிய இமைகளோடு அந்த விழிகளைப் பார்த்தேன். வியப்பும் வினாக்களும் பொதிந்து கிடந்த அபூர்வமான கண்கள்.

பைத்தியக்காரத்தனமாக இருந்தாலும் மிகச் சிறந்த யோசனை ஒன்று அப்போது தோன்றியது. நாம் இங்கேயே தங்கிவிடலாமா, அல்லது அவளை அழைத்துச் சென்றுவிடலாமா?.. படபடவென அவள் இமைச் சிறகு அடித்துக் கொண்ட அந்த நொடியில் மிக இயல்பாக ஏற்பட்ட யோசனை அது.

காஷ்மீரில் சம்பிரதாயமான சில நடவடிக்கைகளை செய்ய வேண்டியிருந்தது. அங்கிருக்கிற தால் ஏரி, ரோஜா தோட்டம், அரசு வனப் பூங்கா, படகு சவாரி, ஹுக்கா என.. ஆனால் எனக்கு மெஹர் இருக்கும் இடத்தைவிட்டு அதிக தூரம் விலகியிருக்கும் எந்த இடத்தையும் பிடிக்கவில்லை. சலீம் காட்டிய வரலாற்று முக்கியத்துவம் வாய்ந்த இடங்கள் எல்லாம் எனக்குச் சாதாரணமாக இருந்தன. பனித் தொப்பி அணிந்த மலைச் சிகரங்கள், ஸ்வெட்டர் போட்ட மனிதர்கள், ஆவி பறக்கும் ஆனால் சூடாக இல்லாத டீ... எல்லாமே சாதாரணமாகத்தான் இருந்தது. 'மோதிலால் நேரு படித்த பள்ளி இதுதான்' என்றான்.

எல்லோரும் எங்காவது படிக்கத்தானே செய்கிறார்கள்? நானும் சலீமும் இப்போது தில்லிக்கு வந்து படிப்பதுமாதிரி. 'இது எந்தப் பிரபலமும் படிக்காத பள்ளிக்கூடம்' என ஒன்றைக் காட்டினாலாவது ஆச்சர்யப்பட்டிருப்பேன். புத்தி பேதலித்துதான் போய்விட்டது எனக்கு. அவன் மெஹர் படித்த பள்ளியைக் காட்டியபோது அதை ஆச்சர்யமாகவும் தவிப்புடனும் பார்க்கத் தவறவில்லை. "தினமும் இந்தப் பள்ளிக்குத்தான் போவாளா?" என்ற அசட்டுத்தனமான கேள்வியைக் கேட்டுவிட்டு சலீம் பார்த்த பார்வையை எதிர்கொள்ள முடியாமல் வெட்கத்தால் திக்கிப் போனேன். மேற்கொண்டு இது போன்ற உளறல்களைத் தவிர்க்க நான் அங்கிருந்த அத்தனை நாளும் படாத பாடுபட்டேன்.

எனக்கு ஏற்பட்ட மாதிரி மெஹருக்கும் ஏற்பட்டிருக்க வாய்ப்பில்லை. அவளை வசீகரிக்கக் கூடிய சிறந்த அம்சம் எதுவும் என் தோற்றத்தில் இல்லை. அவளுடைய அழகின் முன்னால் எனக்கு இவ்வளவு நாளாய் இருப்பதாக நினைத்திருந்த திறமையும்கூட துச்சமாக இருந்தது. சலீம் என்னை அறிவாளியாகப் போற்றிப் பழகி வருகிறான். அதற்காக நான் அவள் தங்கைக்கு அறிவாளியாகத் தோன்ற வேண்டுமா என்ன? அவள் மீது காதல் கொள்வதற்கு என்னிடம் என்னதான் தகுதி இருக்கிறது என்று தத்தளித்தேன். அவளோ தேவதையாகத் தோன்றினாள். கவிஞர்கள் பொய்யாக வர்ணிக்கவில்லை என்பதைச் சத்தியமாக இதோ என் இருபத்தி இரண்டாவது வயதில்தான் முதல் முறையாக ஏற்றுக் கொள்கிறேன். அவளைச் சுற்றி எப்போதும் ஒளிவீசிக் கொண்டிருந்தது. பெரும்பாலும் எனக்கு எதிர்பட்ட நேரங்களில் அவள் கருப்பு அங்கி அணிந்திருந்ததால் நான் அவள் விழிகளை மட்டும்தான் பார்க்க முடிந்தது. அதைப் பார்த்துக் கொண்டே இருக்க வேண்டும் என்று நான் துடித்தேன். ஆனால் ஒரு வினாடியில் பத்தில் ஒரு பகுதி நேரம்கூட அவள் விழியை நான் பார்க்க முடிந்ததில்லை.

பூர்வீகமான பழைய வீடு. பூந்தோட்டத்தையொட்டி

அமைந்திருந்தது. மெஹர், அவளுடைய அப்பா, அம்மா, தம்பி ஆகியோர் பின் கட்டில் இருந்தனர். சலீமின் அறை முகப்பிலேயே இருந்தது. அதிலேதான் நானும் இருந்தேன். வந்த மூன்றாம் நாள்தான் அவள் 'நீங்கள் மதராஸியா?' என்று கேட்டது. ஆனால் நான் அந்த வாய்ப்பை அப்படியா பயன்படுத்திக் கொள்ள வேண்டும்? ஏதாவது முக்கியமான ஒரு சொல்லை அந்த நேரத்தில் நான் பதிலாகத் தந்திருக்க வேண்டாமா? எனக்கு அறிவு அவ்வளவுதான். காதலின் தெய்வீகத்தைச் சுருக்கமாகச் சுண்டக் காய்ச்சிய 'ஒரு சொல் கவிதை' ஒன்றைச் சொல்லியிருக்க வேண்டும். தமிழ்நாடு என்று திருத்துவதுதான் அத்தனை முக்கியமா? அவளுக்குத் தமிழ்நாடு எந்தத் திசையில் இருக்கிறது என்பதுகூட அத்தனை உறுதியாகத் தெரியுமா என்று தெரியவில்லை. சரி என்று தலையசைத்து... தலையசைத்தாள் என்று சொல்ல முடியாது.

சரி என்றது போல ஏதோ ஒரு எதிர்வினை அவளிடம் வெளிப்பட்டது. 'பேச்சுக்குக் கேட்டேன்... இவ்வளவு உறுதியாக எனக்குத் தெரிந்துகொள்ள வேண்டிய அவசியமில்லை' என்ற எள்ளல் பாவனை போலவும் இருந்தது. அடுத்த நாள் அவளைப் பார்க்க முடியவில்லை. அவள் காலடி ஓசையை நான் சுலபமாகக் கணிக்கக் கூடியவனாக மாறியிருந்தேன். அவளது குரலும்கூட எனக்கு நன்றாக அடையாளம் தெரிந்தது. மொழி புரியவில்லை. ஆனால் அவள் என்ன பேசினாலும் கேட்டுக் கொண்டிருக்கலாம். அது இசையின் ஒரு வடிவம்.

நீங்கள் மதராஸியா என்பதை அவள் எனக்காக இன்னொருதரம் சொல்வதாக இருந்தால் அதை ஒலி நாடாவில் பதிவு செய்து வைத்துக் கொள்ளச் சித்தமாக இருந்தேன். அல்லது அது போல ஏதாவது வேறு ஒரு வார்த்தை என்னிடம் பேச வேண்டியிருந்தால் அதை...

ஐந்தாவது நாள் அவளைத் தோட்டத்தில் பார்த்தேன். பூக்களைப் பறித்துக் கொண்டிருந்தாள். பூக்கள் அவளால் பறிக்கப்படுவதை எதிர்பார்த்துக் கிடப்பதை நான் பார்த்தேன். அந்த விரல்கள் பூக்கள் பறிப்பதற்கென்றே பிரத்யேகமாக உருவானவை போல இருந்தன. மிக நளினமான, மென்மையான விரல்கள். அது அசைவது வழக்கமாக எல்லோரது விரல்களின் அசைவு போல இல்லை. பூக்களுக்கும் அந்த விரல்களுக்குமிடையே சிறிய உடன்பாடு இருப்பதாகத் தோன்றியது. இல்லையென்றால் அத்தனை மென்மையான விரல்களால் அந்தப் பூக்களைப் பறித்திருக்க முடியாது என்பது என் எண்ணம். பூக்கள் தானாகவே தங்களை அவளிடம் வழங்கிக் கொண்டிருந்தன. அத்தகைய விரல்களை நான் வெகு நேரம் பார்த்துக் கொண்டிருக்கிற வாய்ப்பு கிடைத்தது. சலீம் கடைக்குப் போயிருக்கிறான் இப்போது

வந்துவிடுவான் என்ற தகவலை இந்தியில் சொன்னபடி அவனுடைய அம்மா தேநீர் கோப்பையை என்னிடம் கொடுத்தார். "உன் அம்மா, அப்பால்லாம் மதராஸ்லதான் இருக்காங்களா?" -இதுவும் இந்தியில். மற்றபடி அவர்கள் வீட்டில் எப்போதும் உருது பேசினார்கள். சாப்பிடும்போதும் அவர்கள் வரை உருதிலும் சப்பாத்தி வேண்டுமா என்பது போன்றவற்றை என்னிடம் இந்தியிலும் பேசினார்கள்.

ஆறாவது நாள்...

அறையில் டி.வி. பார்த்துக் கொண்டிருந்தேன். அன்று பார்த்து தூர்தர்ஷனின் மதிய ஒளிபரப்பாக ஒரு பாடாவதி தமிழ்ப் படத்தைப் போட்டிருந்தார்கள். ஆனாலும் அப்போது அதை நான் இப்போது போல பாடாவதி படம் என்று நினைக்கவில்லை. 80 களில் அதை வரம் போல பார்த்தேன். அசாமி படம் போட்டாலும் அதை நகராமல் பார்த்துக் கொண்டிருப்பேன்.

மெஹர் வந்து அண்ணன் இல்லையா என்று கேட்டுவிட்டு அதற்கான பதிலை அறையில் தேடித் தெரிந்துகொண்டு புறப்பட்டாள். அண்ணன் வந்ததும் சொல்கிறேன் என்ன விஷயம் என்றேன்.

"இல்லை எழுதுவதற்கு பேனா வேண்டும், அதற்காகத்தான்" என்றாள்.

அவளுடைய சிவந்த உதடுகள் அந்த வார்த்தைகளை எப்படித் தயாரிக்கின்றன என்று ஆழ்ந்து பார்த்தேன்.

"என்னிடம் கேட்டால் தரமாட்டேனா?" என்று என் சட்டைப் பையில் இருந்து பேனாவை எடுத்துக் கொடுத்தேன்.

பெண்கள் நாணத்தால் கால் விரல்களால் தரையில் கோலமிடுவது பொது அம்சம் போலிருக்கிறது. அவள் பாதங்களில் மிளகாய்ப் பழச் சிவப்பில் மிளகாய் போலவே மருதாணி அலங்காரம். பேனாவை வாங்கிக் கொண்டு "ஏன் என்னை அப்படிப் பார்க்கிறீர்கள்?" என்றாள்.

என்னால் தகுந்த பொய்யைத் தயாரிக்க முடியவில்லை. உண்மையையும் சொல்ல முடியவில்லை. தலையிறங்கி நின்றேன். நான் வித்தியாசமாகப் பார்க்கவில்லையே... சாதாரணமாகத்தான் பார்த்தேன் என்று சொல்ல நினைத்தேன். அதைச் சொல்வதற்கு எனக்கு இந்தியில் புலமை போதாது என தயங்கினேன்.

காஷ்மீரில் இருந்து ஏழாம் நாள் நானும் சலீமும்தான் புறப்படுவதாக இருந்தோம். மதப் பிரச்சினை முற்றிக் கொண்டிருப்பதாகக் கூறி என்னை மட்டும் பாதுகாப்பாக டாக்ஸி பிடித்து அனுப்பி வைக்க முடிவெடுத்தான்.

தமிழ்மகன் | 93

தயாராக இருக்கச் சொல்லிவிட்டு டாக்ஸிக்கு ஓடினான். அவனுடைய அம்மா அந்த நேரத்திலும் குங்குமப் பூ, ஸ்வெட்டர், பாதாம் இருந்தால் வாங்கி வா என்றார்கள். சலீம் சற்று நேரம் நின்றான். 'கடையெல்லாம் அடைத்துவிட்டார்கள்' என்ற தகவலைச் சொன்னான். 'எங்காவது இருக்கிறதா பார்' என மெஹறும் 'எதற்கு அதெல்லாம்?' என நானும் ஒரே நேரத்தில் சொன்னோம். எனக்குச் சிலிர்ப்பாக இருந்தது.

மெஹர் என்னைவிட மூன்று வயதாவது இளையவளாக இருக்கக் கூடும். ஆனால் அவள் பார்வையில் என்னைப் பணிய வைத்துவிடும் மிடுக்கு இருந்தது. 'மெஹர் சொல்கிறபடியே செய்' என்று சலீமை அழைத்துச் சொல்லிவிடுவேன் போல இருந்தது. நல்லவேளையாக அப்படி நான் சொல்வதற்குள் சலீம் அங்கிருந்து போய்விட்டான்.

நான் துணிகளை எல்லாம் சுருட்டி பைக்குள் சொருகிவிட்டு, தோட்டத்தில் போய் நின்றேன். காஷ்மீரையும் மெஹரையும் அப்படியே மனதுக்குள் பருகிவிடவேண்டும் என்று பரபரத்தது.

உடனே ஒரு சிகரெட் பிடிக்க வேண்டும்போல இருந்தது. புகையோடு சேர்த்து நினைவுகளையும் உள்வாங்கிக் கொள்ளும் அரிய அனுபவம். பாக்கெட்டைத் துழாவிய போது சிகரெட் மட்டும் இருந்தது. தீப்பெட்டி? அடடா... சலீம் வருவதற்குள் சிகரெட் குடித்தால்தான் நான் மெஹரையும் காஷ்மீரையும் மனதுக்குள் பருக முடியும் என்ற நம்பிக்கை வளர்ந்தது. ஐயோ நான் எங்கே போவேன்? சாலைக்கு மறுபுறம் ஓடி தீப்பெட்டி வாங்கிக் கொண்டு வந்து புகைக்கலாம் என்றாலும் கடைகளை அடைத்துவிட்டார்கள் என்கிறார்களே? சலீம் வந்துவடுவானோ என்ற பயமும் சூழ்ந்தது. பதட்டம்... என் நம்பிக்கை முட்டாள்தனமானதாக இருக்கலாம். ஆனால் சிகரெட்டின் மூலம் அது சாத்தியமாகும் வாய்ப்பு இருந்தால் அதைத் தவறவிடக் கூடாதல்லவா?

யாரும் எதிர்பார்க்க முடியாத ஒரு நிகழ்ச்சி அப்போது என் வாழ்வில் நடந்தது. வாயில் சிகரெட்டுடன் நான் பாக்கெட்டுகளைத் துழாவிக் கொண்டிருப்பதைப் பார்த்து அவளே வந்தாள். அவள் கையில் தீப்பெட்டி இருந்தது.

"ஒரு நாளைக்கு எத்தனை?" என்றாள் கிண்டலாக. நியாயமான உண்மையான பதிலைச் சொல்வதற்காக நான் மனதில் எண்ணிக் கொண்டிருந்தேன். ஆனால் நான் பதில் சொல்வதற்குள் அவள் "உங்களுக்குத் தங்கை இருக்கிறாளா?" என்றாள். தலையசைத்தேன். "எத்தனை பேர்?" என்றாள். "மறுபடியும் எண்ண ஆரம்பித்துவிடாதீர்கள்" என்று சிரித்துக் கொண்டே ஓடினாள்.

வாழ்நாளெல்லாம் நான் காதலித்து மகிழ எனக்கான முகம் அது

என்பதில் எனக்கு எந்த மாற்றமும் இல்லை. என்னிடம் கேமிரா இல்லாமலேயே அவள் முகத்தை என் கண்களால் விழுங்கிக் கொண்டேன். டேப் ரிக்கார்டர் இல்லாமலேயே அவளுடைய குரலை என் காதுகளால் பதிவு செய்து கொண்டேன். கண்களும் காதுகளும் எவ்வளவு முக்கியமானவை என்பது அந்தக் கணத்தில் எனக்கு வலுவாகப் புரிந்தது. என்னுடைய கண்களும் காதுகளும் தவம் செய்தவை என்று தோன்றியது. முக்கால் நிமிட நேரம் நாங்கள் இருவரும் பேசியிருப்போம். ஆனால் அது பொக்கிஷ நிமிடமல்லவா? யோசித்துப் பாருங்கள்.. நமக்குச் சற்றும் தேவையற்ற பேச்சை நாம் நாளெல்லாம் பேசிக் கொண்டிருக்கிறோம். எதிரில் இருப்பவர் பேசுகிறாரே என்பதற்காக நாமும் பேசுகிற பேச்சா இது? ஒரு நாளில் நாம் ஆத்ம சுத்தியோடு எத்தனை வார்த்தை பேசுகிறோம்? தினம் ஒரு வார்த்தையாவது தேறுமா? எல்லாமே யாரையோ வசை பாடுவதற்காக, தேவைக்கு அதிகமாகப் புகழ்வதற்காக, ஒருவர் பேச்சை ஒருவர் விஞ்சி நிற்பதற்காக, கூழைக் கும்பிடு போடுவதற்காக... எல்லாமே குப்பை வார்த்தைகள்.

மெஹர் என்னிடம் பேசியவை இரண்டு ஆத்மாக்களின் கோடி வாக்கியங்களின் சுருக்கம். அதை வேறு வார்த்தைகளால் விவரித்து இட்டு நிரப்பவும் வழியிருப்பதாகத் தெரியவில்லை. அந்தக் கோடி வாக்கியங்களை விஸ்தரிப்பது மொழிகள் சொல்லும் சொற்களால் சாத்தியமில்லை என்று தோன்றியது. அது மனதின் மொழி. அதாவது சம்பந்தபட்ட எங்கள் இருவரின் மனதின் மொழி. ஒருவேளை மெஹரால்கூட இது முடியுமா என்று தெரியவில்லை. என் ஒருவனுக்கான மொழி. அதே போல அந்த முகம். அது என் வாழ்நாளுக்கெல்லாம் போதுமானதாக இருந்தது.

டாக்ஸி புறப்படும்போது சலீமின் அப்பாவுக்குப் பின்னால் அவளுடைய முகம் வழியனுப்பியது. அதில் இன்னும் சொல்லப்பட வேண்டிய எத்தனையோ வார்த்தைகள் ஏக்கத்தோடு நின்றன.

- தினமணி கதிர், 2009.

தகவல்

9

வானத்தில் இருந்து தேவதூதன் யாரும் காட்சி தரவில்லை. வழக்கமான விடியல்தான். எப்போதும்போல ஐந்து நிமிட தாமதம் அதைச் சரிகட்ட ஓட்டம். ஓடும்போது டிபன் பாக்ஸ் திறந்து கொண்டதால் சாப்பாடு கூடையில் கொட்டிக் குழம்பியது. இதுவும்கூட வழக்கமான ஒன்றுதான். இது எல்லாமே முருகனுக்கான வழக்கம் பற்றியது. அவன் அலுவலகத்தில் கெடுபிடி அதிகம். ஒரு ஜெர்மன் நிறுவனத்துடன் முருகன் வேலை பார்க்கும் அலுவலகம் ஒப்பந்தத்தில் இருந்தது. அதற்காக அதனுடைய வேலை நேரம் முதற் கொண்டு எல்லாமே சராசரி இந்த அலுவல் நேரங்களுக்கு மாறுபட்டிருந்தது. காலை ஏழு இருபத்தெட்டுக்கு அவனுக்கான அலுவல் நேரம் தொடங்கும். நான்கு முப்பத்திரண்டுக்கு வெளியே அனுப்புவார்கள். ஒவ்வொரு விநாடியும் முக்கியம் என்று பணியாளர்களுக்குச் சுட்டிக் காட்டத்தான் இந்த ஏற்பாடு.

‘உச்சி வெயில்ல எங்கடா கிளம்பிட்டே?’, ‘விளக்கு வெச்ச பிறகு சாப்பிட மாட்டேன்’.. என நேரத்தைக் குத்து மதிப்பாகச் சொல்கிற குடும்பச் சூழலில் அவன் இந்த ஏழு இருபத்தெட்டு விஷயத்தை காலைல ஏழரை மணிக்கு ஆபீஸ் என்றுதான் சொல்ல முடிந்தது. அவர்களும் அதை எட்டு மணிக்குள் என்று புரிந்து வைத்துக் கொண்டு சாப்பாடு தயார் செய்வதையோ, முருகனை தயார் செய்வதையோ செய்து வந்தனர். வீட்டுக்கு நிலைமையை விளக்குவது சிரமம் என்று முருகனுக்குத் தெரியும்.

அதனால் ஆபிஸில் புரிந்து கொள்வார்கள் என்று அவனாக எதிர்பார்த்தான். அதாவது அவன் ஐந்து- பத்து நிமிடங்கள் தாமதமாக வருவது காலப் போக்கில் அவர்களுக்குக் குற்றமாகத் தெரியாமல் போய் பரிதாபத்துக்குரியவனாக எண்ணுவார்கள் என்று நினைத்தான். ஆனால் அவனைப் பொருட்படுத்த வேண்டிய நிர்பந்தம் ஒரு மின்னணு எந்திரத்திடம் இருந்தது. அவனுடைய கட்டைவிரல் ரேகையின் மூலம் அவனுடைய வருகைப் பதிவேற்றம் நிகழ்த்தப்பட்டது. விநாடி சுத்தமாக இருந்தது அந்தப் பதிவு. நான்கு தாமதங்களுக்கு ஒரு முறை அவனுக்கு ஒரு நாள் சம்பளத்தைப் பிடித்தம் செய்தது அது. இப்படியாக அவனுக்கு மாதத்துக்கு இரண்டு நாள் சம்பளம் பிடித்தம் செய்யப்பட்டபோது அம்மட்டில் பிரச்சினைகள் ஓய்ந்தது என்று சந்தோஷம்தான்பட்டான். வீட்டில் சம்பளமே அவ்வளவுதான் என்று சொல்லிக் கொள்வதில் அவனுக்குப் பிரச்னை இருக்கவில்லை. வீட்டில் இருப்பவர்களைப் பொறுத்தவரை முருகனுக்கு அவ்வளவுதான் சம்பளம் தரமுடியும் என்று நம்பினார்கள். அலுவலகத்திலும்தான்.

அன்றும் முருகன் தன் இடது கட்டை விரலைப் பதித்தபோது இரண்டு நிமிடம் தாமதம்தான். நாளையில் இருந்து ஆறே கால் மணிக்கு வரும் பேருந்தைப் பிடித்தால்தான் சரிபட்டு வரும் என்பதையும் வழக்கம்போல நினைத்துக் கொண்டான்.

மூன்றாவது மாடியில் அவனுக்காக ஒதுக்கப்பட்ட டிபன் பாக்ஸ் ஸ்டேண்டில் சாப்பாட்டை ஒழுக ஒழுக வைத்துவிட்டு, சில்லென்று தண்ணீர் பிடித்துக் குடித்தான். அவனுக்கான பிரத்யேக ஆடையை எடுத்து அணிந்து கொண்டான். மஞ்சள் நிற பருத்தித் துணியில் எல்லார் மேசை, நாற்காலி, கணினிகளைத் துடைக்க வேண்டும். எட்டு மணிக்கு இவன் துடைத்து வைத்தவற்றை அழுக்காக்குபவர்கள் வருவார்கள். அதனால் மேஜையைத் துடைக்கும்போது அதற்கான நாற்காலியில் அமர்ந்து கொள்வது, அப்படியே கிர்ர் என ஒரு சுற்று சுற்றுவது எல்லாம் செய்வான். அறையில் கேமிரா பொருத்தியிருப்பதைச் சொன்ன பிறகு அப்படி செய்வதில்லை. கேமிரா எதிரில் வரும்போது சட்டென அடக்கமான- ஒழுக்கமான- பரிதாபமான முகத்தை எதேச்சையாக காட்டுவதுபோல காட்டுவான். யாரோ உயர் அதிகாரியின் பார்வையில் பட்டு தன் அடக்கத்துக்கும் பரிதாபகரமான தோற்றத்துக்கும் இரக்கம் சுரந்து அது சம்பள உயர்வாக மாறும் என்பது அவன் ஐந்தாண்டு கனவு. தன் விசுவாசம் கேட்பாரற்றுக் கிடப்பதாக அவனுக்கு வருத்தம் இருந்தது. மேஜையைத் துடைக்கும் போது அதிலிருந்த துண்டுக் காகிதங்களைத் தன் பிரத்யேக ஆடையில் பிரத்யேகமாகத் தைக்கப்பட்ட பாக்கெட்டில் போட்டுக்

கொண்டான். பேப்பர்களைப் பச்சைக் கூடையிலும் பிளாஸ்டிக் உறைகளை மஞ்சள் கூடையிலும் போட வேண்டும்.

அடுத்து என்ன செய்வது என்று கிழக்கு பக்க ஜன்னலோரத்தில் நின்று யோசித்தான். அங்குதான் பெரிய மனிதர்கள் நடமாட்டம் இருக்காது. கொஞ்ச நேரம் நின்றாலும் தெரியாது. ஜன்னலை ஒட்டிய தெருவில் ஒரு பையன் இரண்டு கையையும் மேலே தூக்கியபடி சைக்கிள் ஓட்டிக் கொண்டிருந்தான். கைகளை தலைக்கு மேலே தூக்கிக் கொண்டு ஓட்டுவதைவிட சைக்கிளின் கைப்பிடியைப் பிடித்து ஓட்டுவதுதான் சுலபமாக இருக்கும் என்று தோன்றியது. அவன் கஷ்டப்பட்டு அப்படி செய்வது யாருக்கும் பலனின்றி போவதோடு மற்றவர்களுக்கு உபத்திரவமாகவும் போய்விடும் போலவும் இருந்தது. அதாவது அவன் யார் மீதாவது இடித்துவிடக் கூடும். போன வாரத்தில் ஒருநாள் அந்தப் பையன் இதே போல வந்தான். அவனைத் திடுக்கிட வைத்து அனுப்பினான் முருகன். திடுக்கிட வைத்த பின்பு அந்தப் பையன் சைக்கிளை ஒழுங்காக ஓட்டிச் செல்ல ஆரமம்பித்தான். அந்தப் பையன் தெருமுனை வரை சென்று மீண்டும் திரும்பி வந்தான். முருகன் போன வாரம் போலவே சட்டென அவனைசலனப்படுத்த ஆசைப்பட்டான். பாக்கெட்டில் துழாவிய கையில் கிடைத்த பேப்பரைச் சுருட்டி பையனை நோக்கி எறிந்தான். அது பையன் தலைமீது விழுந்ததா என்று எட்டிப் பார்த்தான். பையன் காகிதம் வந்து விழுந்த திசையை திடுக்கிடலோடு பார்த்துவிட்டு வேகமாகச் சென்று மறைந்தான். முருகனுக்கு தன் பொருட்டு உலகில் ஏற்பட்ட இந்த மாற்றத்தால் மகிழ்ச்சி பொங்கியது. அப்படி இருந்தவனை இப்படி ஆக்கிய சந்தோஷம். கீழே வந்து அந்தந்த அறைக்கான டேபிள் டாப் தண்ணீர் குடுவைகளைக் கொண்டு போய் வைக்கத் தொடங்கினான்.

நாள் வழக்கம் போல நகர்ந்து கொண்டிருந்தது.

பதினோரு மணி வாக்கில் அவனுடைய ஹவுஸ் கீப்பிங் துறை கண்காணிப்பாளர் அழைத்தார். இடுக்கான ஒரு அறை. வெளிச்சம் குறைவு. அங்கிருந்த பீரோவுக்கு சில ஃபைல்களும் ஏராளமான டாய்லட் கிளினிங் அமில பாட்டில்களும் வாசனை தரும் பொருள்களும் பாட்டில்களில் அடுக்கி வைக்கப்பட்டிருந்தன. அறை முழுதும் அவற்றின் கலவையான மணம் சூழ்ந்திருந்தது. பெரும்பாலும் அந்த அறையிலேயே இருப்பதால் அவர் மீதும் அந்த வாடை பரவியிருந்தது.

“எத்தனை மணிக்கு வந்தாய்?” என்றார்.

முருகன் தலையைச் சொறிந்தான். சரியான நேரத்துக்கு வரவில்லை என்பதை அப்படித் தெரியப்படுத்தினான். கண்காணிப்பாளர்,

கடுமையான முகத்தோடு இருந்தார்.

"வந்ததும் என்ன செய்தாய்?"

"எல்லா அறை மேஜை, நாற்காலியையும் துடைத்தேன்."

"அப்புறம்?"

"தண்ணீர் குடுவைகளை..."

"அதற்கப்புறம்?"

எந்த மேஜையாவது சுத்தமாக இல்லை என்று புகார் வந்திருக்கக் கூடுமோ? கணினி விசைப்பலகையின் கீழே எங்காவது தூசு தப்பித்திருந்திருக்கக் கூடும்.

"உங்கள் வீடு எங்கிருக்கிறது?"

சொன்னான். முழு முகவரியையும் எழுதிக் கொண்டார்.

"போன் நம்பர் இருக்கிறதா?"

"இல்லை. தம்பியிடம் இன்னொரு செல் போன் இருக்கிறது."

அந்த நம்பரை முகவரிக்குக் கீழே குறித்துக் கொண்டார்.

"எல்லாத்தையும் சுத்தமாகத்தான் துடைத்தேன்" முருகன் சொன்னதைக் கவனித்தில் கொள்ளாது, "நீ வேலை எதுவும் செய்ய வேண்டாம். ஓய்வறையில் இரு" என்ற கண்காணிப்பாளரின் குரலில் அவனுடைய ஓய்வு முக்கியமானதாகத் தெரியவில்லை.

டாய்லட்டுகளுக்கு பெனாயில் உற்ற வேண்டிய நேரத்தில் எப்படி ஓய்வெடுப்பது என்று முருகனுக்கு பெருங்குழப்பமாக இருந்தது.

ஓய்வறை என்பது பணியாளர்கள் திடீர் சுகவீனம் அடைந்தால் சற்றே படுத்திருக்க சில மரப் பலகைகள் அடிக்கப்பட்ட கூடம். அங்கே கிடந்த பழைய தினத்தாளை மரப் பலகை மீது விரித்துப் படுத்தான். ஒரே ஒரு மின் விசிறி தலைக்கு மேல் இருப்பதை வெகு நேரம் கழித்தே கவனித்தான். அதைப் பயன்படுத்தலாம் என முடிவெடுத்த கணத்தில் ஒரு பணியாள் வந்து மனிதவள அதிகாரி அழைப்பதாகச் சொன்னான். அவர் இருப்பது இரண்டாவது மாடி. அந்த அறையைத்தான் தாம் சரியாகச் சுத்தம் செய்யவில்லை என்று தீர்மானித்து போனதும் மன்னிப்பு கேட்கத் தயாராக அவர் அறைக்குள் நுழைந்தான்.

"காலையில் வந்ததும் என்ன செய்தாய்?"

"இனிமே சுத்தமா துடைச்சுவிட்டிர்றேங்க."

"கேட்டதுக்கு பதில் சொல்."

கண்காணிப்பாளரிடம் சொன்ன தகவலை மறுபடி சொன்னான்.

தமிழ்மகன்

கண்காணிப்பாளர் போலவே இவரும் திரும்பத் திரும்பக் கேட்டார். அவர்கள் தாம் என்ன சொல்ல வேண்டும் என்று எதிர்பார்க்கிறார்களோ அதைத் தெளிவுபடுத்தினால் அந்தச் சரியான வாக்கியத்தைச் சொல்லிவிட்டு வேறு வேலையைப் பார்க்கலாம் என்பதுதான் முருகனின் சிந்தனையாக இருந்தது.

"உன் தம்பிக்கு நீதான் செல் போன் வாங்கித் தந்தாயா?"

இந்தக் கேள்விக்கு 'எப்படித் தெரியும் என்பதா?, ஆமாம் என்பதா' என்பதில் சிறிய தடுமாற்றம் ஏற்பட்டது முருகனுக்கு. அந்த முகக் குறிப்பு மனித வள அதிகாரிக்கும் புரிந்தது.

"சரி. என்ன விலை?" அடுத்தக் கேள்விக்குத் தாவினார்.

அதிகாரிகள் கேட்கிற கேள்விகளுக்கெல்லாம் பதில் சொல்ல வேண்டியது நம் கடமை என்று கருதுபவன்தான் முருகன். ஆனால் அதிகாரிகளுக்கு இப்படியெல்லாம் கேட்பதற்கு அதிகாரம் இருக்கிறதா என்று தத்தளித்தான். எதற்கு இதையெல்லாம் கேட்கிறீர்கள் என கேட்பதற்கு அவனுக்கு நா எழவில்லை. அதனால் அதிகாரி கோபமடைந்துவிடக்கூடும் என்பது அவன் யூகம்.

அந்த யூகத்தினூடே அதிகாரிக்குக் கட்டுப்படவில்லையாயின் அது நம் வேலையைப் பாதிக்குமா என்பதையும் யோசித்தபடியே விலையைச் சொன்னான்.

"உன் சம்பளத்துக்கு இந்த விலை கட்டுபடியாகுமா? வீட்டில் வேறு யார் சம்பாதிக்கிறார்கள்?"

"நானும் இந்த மாதத்திலிருந்து தம்பியும்."

"அப்படியானால் போன மாதம் வரை நீ மட்டும்தான்" -இப்படித் தெளிவாகக் கேட்பதின் அர்த்தம் புரிந்து கொள்ள முடியவில்லை. நாமும் அதைத்தானே சொன்னோம், நாம் சொன்னதை அவர்கள் கண்டுபிடித்ததுமாதிரி ஏன் திரும்பச் சொல்கிறார்கள் என்பதும் முருகனுக்குப் புரியவில்லை.

"பைக் வாங்கியிருக்கிறாயா?"

"மாதத் தவணை... அம்மா வளையலை வைத்து... தம்பிதான்..." அதிகாரி அனைத்தையும் குறித்துக் கொள்வதைப் பார்த்து ஓர் அசட்டு தைரியத்தில் "எதுக்கய்யா கேட்கிறீங்க?" என்றான் மெதுவாக. அது அதிகாரியின் காதில் விழாமல் இருந்தால் நல்லது போல இருந்தது அந்தக் குரலின் வலிமை. அதிகாரியும் அவன் கேட்டதைக் கண்டு கொள்ளாமல் இருந்தது நிம்மதியாக இருந்தது முருகனுக்கு. ஏசி அறை அதிக குளிர்ச்சியுடன் இருந்தது. அதிகாரியிடம் அதிகப் பிரசிங்கித்தனமாகக் கேட்டுவிட்டது சரியா, தவறா என்று யோசித்துக் கொண்டிருந்தான்.

இரண்டு மணிக்கு மேல் பொது மேலாளரைப் பார்க்கும்படி கூறிவிட்டு வெளியே செல்லச் சொன்னார். பொதுமேலாளரைப் பார்க்கும்வரை வேலை செய்யலாமா, கூடாதா என்று யாரும் கட்டளையிடவில்லை. என்ன நடக்கிறது, எல்லா பணியாளரையும் இப்படி ஐந்து ஆண்டுகளுக்கு ஒருமுறை விசாரிப்பது வழக்கம் என்று பதில் சொல்வார்களா? நம் வேலையில் ஏதாவது குற்றம் கண்டார்களா?... அனைத்துச் சாத்தியக்கூறுகளையும் தம்மால் யோசிக்க முடியாது என்பது தெரிந்திருந்தாலும் நாம் நினைப்பதில் ஏதாவது ஒன்று சரியாக இருக்கும் போல தோன்றியது அவனுக்கு. சாப்பாட்டுக்கூடையில் கொட்டிய நிலையிலேயே இருந்த சாப்பாட்டைப் பக்குவமாக வெளியே எடுத்து சாப்பிட்டான். டிபன் பாக்ஸைக் கழுவி பைக்குள் திணித்துவிட்டு கடிகாரத்தைப் பார்த்தால், இன்னும் இரண்டு மணி ஆவதற்கு இரண்டு மணி நேரம் இருந்தது. இவ்வளவு சீக்கிரம் சாப்பிட்டிருக்க வேண்டாமோ?.. ஆனால் அதைத் தவிர்த்து வேறு என்ன செய்வது என்பது தெரியாமல்தான் பசியே எடுக்காத நிலையிலும் அவன் சாப்பிட்டான். காத்திருக்கும் நேரம் விரைவாகவும் கடிகார ஓட்டம் மெதுவாகவும் இருந்தது. ஜன்னல் வழியே தெருவைப் பார்த்தான். சாலை மரங்களின் இடைவெளியில் வெயில் இருந்தது. ஆள் நடமாட்டம் இல்லை. திரும்பி பணியாளர் ஓய்வறையில் சென்று அமர்ந்தான். பல மணி நேரங்களுக்குப் பிறகே இரண்டு மணி நேரம் கடந்தது.

இப்போது பொது மேலாளரின் கேள்வி நேரம்.

முதல் இரண்டு பேர் கேட்ட கடுகடுப்பும் இல்லாத தொனியில் ஆனால் கூர்மையான பார்வையோடு அவர் கேட்டார். அவருடைய கேள்வி மிக இயல்பான விசாரிப்பாக இருந்தது. அவருக்குத் தமிழும் தெரிகிறதே என்ற ஆச்சர்யம் முருகனுக்கு. அவர் அறையில் இருந்து யாருடனாவது பேசியபடியே வெளியே வரும்போதும், யாருடனோ லிப்ட்டுக்காகக் காத்திருக்கும்போதும் ஆங்கிலத்தில் மட்டுமே பேசுவதைப் பார்த்திருக்கிறான். சாயங்காலம் வீட்டுக்குப் போகும்போது மேனேஜருக்கு நன்றாகத் தமிழ் பேசத் தெரிவதை பழனியிடம் சொல்ல வேண்டும் என்று மனதில் குறித்துக் கொண்டான். பழனியைக் காலையிலிருந்தே பார்க்க முடியவில்லை. காலையில் இருந்தே யாரையும் பார்க்க முடியவில்லை. யாரையும் பார்க்காமல் இப்படி அரை நாளை எப்படிக் கழிக்க முடிந்தது? ஏன் யாரும் தம்மைப் பார்க்க வேண்டும் என்று நினைக்கவில்லை?

“திடீர் என்று உங்களிடம் இவ்வளவு பணம் எப்படி வந்தது?” மேலாளரின் கேள்வி வெளியே அலைந்து கொண்டிருந்த முருகனை இறுக்கிப் பிடித்தது.

இரண்டு நாளுக்கு முன் சம்பளம் வாங்கியதால்.. என்ற பதில் மேலாளருக்கு முருகனின் தெனாவட்டு போல இருந்திருக்க வேண்டும். ஏறிட்டுப் பார்த்துவிட்டு குனிந்தார்.

"ஏன் அடிக்கடி ஜன்னல் பக்கம் போனாய் என்ற காரணத்தை மட்டும் உண்மையாக ஒப்புக்கொண்டால் உன்னை விட்டுவிடுவோம்" என்றார்.

முருகன் உறைந்த நிலையில் இருந்தான். 'விட்டுவிடுவதென்றால் பிடித்து வைத்திருக்கிறார்கள் என்று அர்த்தமா?'

"எதற்கு?" என்ற வார்த்தை அவனுடைய பயம் காரணமாக உரக்க வெளியானது.

தன் மேஜை அறையில் இருந்து ஒரு கசங்கிய தாளை வெளியே எடுத்தார். அதை மேஜை மீது வைத்து நீவிவிட்டுக் கொண்டே முருகனின் முகத்தைப் பார்த்தார். அந்தக் கசங்கிய தாள் அவருடைய அறையின் மதிப்பைக் குறைத்து விட்டதாகத் தோன்றியது. மேலாளரின் கோட்டுக்கும் தங்க பிரேம் போட்ட கண்ணாடிக்கும் பளபளக்கும் கிரானைட் மேஜை மேற்பரப்புக்கும் அது பொருத்தமில்லாமல் இருந்தது. அந்தக் காகிதத்தை அவன் பார்க்க வேண்டும் என்ற விருப்பம் அவருடைய பார்வையில் தெரிந்த காரணத்தால் சுய காரணம் இல்லாமல் பார்த்தான்.

இருவரின் பார்வையும் சந்தித்துக் கொண்ட வினாடியில் "இது என்ன தெரிகிறதா?" என்றார்.

அவன் அப்போதும் உண்மையைச் சொன்னான். "தெரியவில்லை."

"இதைக் காலையில் நீ தெருவில் எறிந்திருக்கிறாய்."

"ஓ.. அதுவா சார்..?"

"நீதானே எறிந்தாய்?"

"எப்பவுமே பச்சைக் குப்பைக் கூடையில்தான் போடுவேன். இது வந்து ஒரு பையனை..."

"எத்தனை முறை இப்படி எறிந்தாய்?"

"இரண்டு.. மூன்று தடவை..."

"உண்மையைச் சொல்.. எத்தனை வருடமாக இது நடக்கிறது?"

மேலாளரின் குரல் மாறிவிட்டது. "போலீஸோடு போய் காலையில் உங்கள் வீட்டில் தேடிப் பார்த்தோம்... வேறு எங்கு பதுக்கி வைத்திருக்கிறாய்?"

"என்ன சார் சொல்றீங்க?" ரொம்ப தாமதமாக இந்தக் கேள்வியைக் கேட்டான்.

மேலாளர் பதில் சொல்லவில்லை. காலால் ஏதோ பட்டனை அழுத்தினார். இரண்டு போலீஸ் அதிகாரிகள் உள்ளே நுழைந்தனர். எப்படி சொல்லி வைத்த மாதிரி நடக்கிறது என்று ஆச்சர்யமாக இருந்தது.

முருகனை ஏற இறங்க பார்த்துவிட்டு அமர்ந்தனர்.

"இவன்தானா?" போலீஸ் அதிகாரி தீர்மானமாகக் கேட்டார்.

போலீஸ் அதிகாரிகளுக்கு மேலாளர் ஆங்கிலத்தில் விளக்க ஆரம்பித்தார். முருகனுக்கு ஆங்கிலம் புரியாது. அதிலும் மேலாளரின் ஆங்கிலம் மிகுந்த வேகம் கொண்டது. பின் தொடர முடியாதது. ஓரிரு வார்த்தையாவது புரியுமா என்று கவனித்தான். தன்னைப் பற்றி தவறாக எதையோ புரிந்து கொண்டு அதை உறுதியாகச் சொல்லிக் கொண்டிருக்கிறார் என்று தெரிந்தது.

இந்த நாள் தன் வழக்கமான நாளாக இல்லாமல் போனதற்காக முருகன் வருந்தியபடி இருந்த வேளையில் மேலாளர் ஆங்கிலத்தில் சொல்லிக் கொண்டிருந்தது இதைத்தான்... "எங்களின் எல்லா அறையும் கண்காணிக்கப்படுகின்றன. தேவைப்பட்டால் நாங்கள் உடன்படிக்கைப் போட்டிருக்கும் ஜெர்மன் நிறுவனத்துக்கும் அந்தப் பதிவுகளை அனுப்புகிறோம். அப்படி ஒப்பந்தத்திலேயே இருக்கிறது. அவர்கள்தான் இவனின் நடவடிக்கையை எங்களுக்குச் சுட்டிக் காட்டினார்கள். சில டெண்டர்கள் எங்களுடைய போட்டியாளர்களுக்கு எப்படிக் கிடைக்கிறது என்பதையும் இதன் மூலம் தெரிந்துகொள்ள முடிந்தது. இவனுடைய சில ஆயிரம் ரூபாய் பேராசைக்காக நாங்கள் பல கோடிகளை இழந்திருக்கிறோம். எப்படி விசாரிப்பீர்களோ, ஆனால் எவ்வளவு ஆவணங்கள் கடத்தப்பட்டுள்ளன, யார் யாருக்கெல்லாம் போயிருக்கிறது என்பது தெரியவேண்டும். இப்போது இவனை விசாரிப்புக்குக் கூட்டிச் செல்லலாம்."

போலீஸ் அதிகாரிகள் விடைபெறும்போது முருகனை நோக்கி "சரி, வா" என்றனர்.

மேலாளரின் மேஜை கடிகாரத்தைப் பார்த்தான். சரியாக நான்கு முப்பத்திரண்டு.

- வார்த்தை மாத இதழ், 2008.

மணமகள்

10

பூரணிக்கு மட்டும் ஒரு மேஜை விசிறி வைத்திருந்தார்கள். மேலே இன்னொரு பேன் சுழன்று கொண்டிருக்க இது தனி. வாழ்க்கையில் இதற்கு முன்னரோ, இதன் பின்னரோ அவளுக்குக் வாய்க்க முடியாத ஒரு அந்தஸ்து அது. சாயங்காலம் ஐந்து மணி வரைகூட தனக்கு இப்படியொரு மரியாதை கிடைக்கும் என்று அவள் எதிர்பார்க்கவில்லை. தயார் நிலையில் இருந்த தாழம்பு ஜடையைத் தலையில் பொருத்தி கைக்கு ஒரு டஜன் கண்ணாடி வளையலை மாட்டி, மஞ்சளும் குங்குமமாக நலங்கு வைத்து முடித்ததும் தானும் மணப்பெண்போல மாறிவிட்டதை பூரணி உணர்ந்தாள். மணமகள் அறையில் டி.வி. பெட்டி அளவுக்கு மாட்டியிருந்த பெரிய நிலைக்கண்ணாடியில் தன்னை முதன்முதலாகப் பார்த்தபோது தானும் மின் விசிறிக்குத் தகுதியானவள்தான் என்று நம்பினாள்.

எங்கிருந்துதான் தன்னைச் சுற்றி இத்தனைப் பெண்கள் வந்து சேர்ந்தார்கள் என்பதும் அவளுக்கு வியப்பாகத்தான் இருந்தது. எப்போதும் ஏறிட்டும் பார்க்காத விஜயாகூட தனக்கு பவுடர் போட்டு மை வைத்துவிட்டதை நினைத்துப் பார்க்கும்போது இது வாழ்விலே ஒரு நாள் என்றுதான் தோன்றியது. எல்லோரும் கொஞ்சிக் கொஞ்சிப் பேசுகிறார்கள். வலிந்து வந்து கிண்டல் செய்கிறார்கள். வியர்த்திருந்தால் துடைத்துவிடுகிறார்கள். "ஜாக்கெட் கலர் இன்னும் கொஞ்சம் டார்க்காக இருந்திருந்தால் மிகப் பொருத்தமாக இருந்திருக்கும்' என்கிறார்கள்.

நேற்றுவரை தலைக்கு எண்ணெய் இல்லாமல், முகமெல்லாம் எண்ணெய் வழிய தையல் பிரிந்த ஜாக்கெட் போட்டிருந்தபோது அவளை யாரும் பொருட்படுத்தாமல் இருந்ததை எல்லோருக்குமேவா நினைவில்லாமல் போயிருக்கும்? ‘வழக்கமாக நாங்கள் அப்படித்தான் தமாஷ் செய்து கொள்வோம்’ என்பது போல நடந்து கொண்டார்கள்.

உபயோகிக்காமல் கிடந்த நெல் மண்டியை ஒரு அவசரத்துக்காகக் கல்யாண மண்டபமாக மாற்றியிருந்தார்கள் போலும். அவசரத்துக்கு இந்த மண்டபம்தான் கிடைத்தது என்று பேசிக் கொண்டார்கள். நிதானமாக ஏற்பாடு செய்திருந்தாலும் இதைத்தான் தீர்மானித்திருப்பார்கள். கல்யாண பந்தலும் வாசல் பக்கம் கட்டியிருந்த தோரணங்களும் இது கல்யாண மண்டபம் எனக் காட்டினாலும் நெல் சுணை இன்னும் மிச்சமிருந்தது. மண்டபத்தின் ஒரு மூலையில் கோணிகளும் உமியும் குவிக்கப்பட்டிருந்தன. விசிறிக்காற்றில் இது இன்னும் அதிகமாகவே உறைத்தது. வேறுப் பக்கம் திருப்பி வைத்தாலோ கொசுத் தொல்லை. கேலிப் பேச்சுகள், வலிந்து காட்டிய மகிழ்ச்சிகள், உற்சாகங்கள் எல்லாம் ஓய்ந்து எல்லோரும் தூங்கிக் கொண்டிருந்தனர்.

பூரணிக்குச் சுதந்திரமாக யோசிப்பதற்குக் கொஞ்சம் நேரம் கிடைத்தது.

அப்பாவுக்கு ரொம்ப முடியாமல் போய், கடந்த இரண்டு மாதமாகவே யார், யாரோ பெண் கேட்டு வந்து போனார்கள். நான்கு மணிக்கு பெண் பார்க்க வருகிறார்கள் என்று மூன்று மணிக்கு வந்து சொல்லுவார்கள். பக்கத்து சோடா கலர் அண்ணாச்சியிடம் கடையைப் பார்த்துக் கொள்ளச் சொல்லிவிட்டு, உள்ளே போய் அந்தப் பிரத்யேக புடவையைச் சுற்றிக் கொண்டு காபி போட்டு வைத்துவிடுவாள். சாயங்கால நேரத்தில் வருகிறவர்களுக்கு காபியோடு கடையில் இருந்து கொண்டு வந்த பஜ்ஜியும் வைப்பாள். காலையில் வந்தால் காபியும் மசால் வடையும். காலையில் இட்லியும் மசால் வடையும்தான் கடையில் போடுவது வழக்கம். அம்மா உயிரோடு இருந்தபோதிலிருந்தே அப்படித்தான்.

யாராவது பெண் பார்க்க வந்தால் எப்படா கிளம்புவார்கள் என்ற தவிப்புதான் எல்லாவற்றையும்விட அதிகமாக இருக்கும். சாயங்கால நேரத்தில் அண்ணாச்சி கடைக்கு சரக்கு எடுக்க ஆள்கள் வந்துவிடுவார்கள். பெண் பார்க்க வருகிற நேரத்தில் அவரோட சம்சாரம் லோகாவும் பூரணிக்கு ஒத்தாசைக்கு வந்துவிடுவதால் அவர் பாடு பெண்டு நிமிர்ந்து போகும். ‘வந்தமா பார்த்தமா போனமானு இல்லாம இங்கயே தங்கப் போறது மாதிரி’ பேசிக் கொண்டிருக்கும்போது பூரணிக்குக் கொஞ்சம் எரிச்சலாகக் கூட

இருக்கும். இரண்டு வருஷத்துக்கு முன்னால், பெண் பார்க்க வருகிறார்கள் என்றால் பாட்டி ஊரில் இருந்து யாரையாவது வந்து தங்க வைத்து கொஞ்சம் முன்னேற்பாடெல்லாம் நடக்கும்.

பூரணிக்கே பெண் பார்க்கும் சடங்கு ஓரளவுக்குத் தெரிந்து விட்டதாலும் அடிக்கடி யாரையாவது கூப்பிட்டுக் கொண்டிருக்க முடியாததாலும் பஜ்ஜிக்கு மாவு கரைக்கிற மாதிரி, துணி துவைக்கிற மாதிரி அதையும் வேலையோடு வேலையாகச் செய்து முடித்துவிடுவாள்.

விடிந்தால் கல்யாணம். இந்த நேரத்தில் இப்படி ஒரு திண்டாட்டம். தாம் கழுத்தை நீட்டப் போவது யாருக்கு என்று அவளுக்குத் தெரிவிக்கப்படவேயில்லை. மணமகன் யாரென்று கேட்பது அதிகப்பிரசங்கித்தனமாக இருக்குமோ எனச் சில நாளும் அட அதுகூடத் தெரியாமத்தான் கழுத்த நீட்டப் போறீயா என்று கேலி பேசுவார்கள் என்று சிலநாளும் தவித்துக் கொண்டிருந்தாள். தெரிந்துதான் என்னப் பண்ணப் போகிறோம் என்ற கேள்விக்கு அவளிடம் விடையில்லைதான்.

ராமாபுரம் செல்லமுத்து முதலிதான் மாடுபிடிக்கிற கையோடு போகிற இடங்களில் மாப்பிள்ளைக்கும் சொல்லி வைத்திருந்தார். இதே மாதிரி மெயின் ரோட்டில் சாப்பாட்டுக் கடை வைத்திருக்கிற நான்கைந்து பேரை சமீபத்தில் கூட்டி வந்திருந்தார். இட்லிக்கு மாவு ஊறப்போட வேண்டிய அவசரத்திலோ, எண்ணெய் கடாயை அணைக்காமல் வந்துவிட்ட தவிப்பிலோ எந்த மாப்பிள்ளை முகமும் சரியாக ஞாபகம் இல்லை.

“எலாவூரான் மாப்பிள்ளையே படிஞ்சு போச்சும்மா... உனக்கு சம்மதம்தான?’ என்று ஒப்புதல் கேட்கிற தொனியில் விஷயத்தைச் சொல்லிவிட்டுப் போய்விட்டார். அப்பாவுக்குக் கைகால் விழுந்த பிறகு அவர் எது சொன்னாலும் அவரவர் வசதிக்கு அவர் சொல்வதை அர்த்தப்படுத்திக் கொள்கிறார்கள். அவர் “ஊஹுூம்’ என்று தலையசைத்தாலும் ‘அவனே ஊம் சொல்லிட்டான் அப்புறம் என்னம்மா’ என்று சொல்லிவிடுவார்கள். இதற்கப்புறம் இன்னொரு தரம் மாப்பிள்ளை வீட்டார் வந்து போவார்கள் என்று பூரணியும் மாப்பிள்ளையை அப்போது பார்த்துக் கொள்ளலாம் என்று இருந்துவிட்டாள். கல்யாணத்துக்கு முன்னர் மாப்பிள்ளை யாரென்று தெரிந்து கொள்வது தமக்கான உரிமை என்றுகூட இரவில் கொஞ்சம் யோசித்துப் பார்ப்பாள். ஆனால் பெரியவர்கள் அப்படி நரகத்திலா தள்ளிவிடுவார்கள் என்ற சமாதானமும் கூடவே தோன்றும்.

“கல்யாணத்தன்னைக்கே நிஸ்தாம்பலம் வெச்சுக்கலாம்’ என்று முடிவாகிவிட்டதாக அப்புறம்தான் தெரிந்தது.

அதன் பிறகு யார் மாப்பிள்ளை என்று எப்படி விசாரிப்பது என்று தெரியவில்லை. திருமணம் முடிவானதும் சொந்த பந்தங்கள் எல்லாம் மாப்பிள்ளை வீட்டுக்குப் போய் பார்த்துவிட்டு வந்தனர். அதில் யாரிடம் மணமகனைப் பற்றி விசாரிப்பது என்று தெரியவில்லை. விசாலாட்சி கிழவியும் சுசீலா அத்தையும் மாமாவும் போய் வந்தார்கள். மூன்று பேராகப் போகக் கூடாது என்பதால் செல்லமுத்து முதலியும் அவருடைய அக்காவும்கூட போனார்கள். ஆனால் யாருமே மாப்பிள்ளையைப் பற்றி விவரிக்கவில்லை. போய் வந்ததும் விசாலாட்சி கிழவி, “எம்மாடி... உன்னாட்டம் ஒண்ரையணா கடை இல்லடி அது... அண்டா, குண்டா, அடுக்குச் சட்டினு டெய்லி நீ தேச்சுப் போட வேண்டியது ஒரு வண்டி சாமான் இருக்கு” என்றது.

கிழவி சொன்ன இந்த அடையாளத்தை வைத்துப் பார்க்கும்போது முதலில் வந்து ஆவணி மாசம் அமாவாசைக் கழிச்சு வந்தவங்களாத்தான் இருக்கும் என்று தோன்றியது. ஆள் கொஞ்சம் கருப்புதான். முன் வழுக்கையும் இருந்தது.

வெள்ளை வேட்டியும் சட்டையும் போட்டிருந்தது ஞாபகம் இருந்தது. “பேச்செல்லாம் கொஞ்சம் தூக்குதலாகத்தான் இருந்தது. நல்ல உழைப்பாளியாட்டம் இருந்தது. கண்ணு ரொம்ப சிவந்து இருந்தது. குடிப்பாரா இருக்கலாம். பொழுதன்னைக்கும் வேலையா இருக்கிற மனுஷன் ராத்திரி ரவ குடிச்சாத்தானே தூக்கம் வரும்?”

இப்படித்தான் மனசில் தன் கணவனை உருவாக்கி வைத்திருந்தாள் பூரணி. லோகாதான் குழப்புகிறாள். “ஏண்டி ஒரு தடவை கடைக்கு வந்து பார்த்துட்டுப் போனாரே அவர்தான் மாப்பிள்ளை’ ’என்கிறாள்.

“எலாவூர்ல இருந்து வந்து பொண்ணு பார்த்துட்டுப் போனது அவர்தான்டீ” என்று அடித்துச் சொல்கிறாள்.

ஒரு நாள் மத்தியானம் கடையில் உட்கார்ந்து கரும்பு மென்று கொண்டிருந்தபோது வந்தார் அவர். அவர்கள் அப்பாவும் அம்மாவும் வந்தபோது அவருக்கு ஏதோ வேலை என்று வரமுடியவில்லை. பெண் எப்படி என்று பேச்சுக் கொடுப்பதற்காக வந்திருந்தார். வந்தவர், கடை வாசலில் நின்றபடி “பனங்கிழங்கா அது? என்னவிலை எனக்கு ரெண்டு குடுமா?” என்று ஆரம்பித்தார். “இது விக்கிறதுக்கு இல்லண்ணே.. சும்மா நான் சாப்பிட்றதுக்கு வெச்சிருக்கேன்... இது பனங்கிழங்கில்லண்ணே, கரும்பு...’ என்றபடி வாயில் மென்று கொண்டிருந்த கரும்புச் சக்கையை எடுத்து ஆதாரத்தோடு காண்பித்தாள்.

முகத்தருகே நீட்டப்பட்ட கரும்புச் சக்கையைப் பார்த்துச் சிரித்து விட்டுப் போய்விட்டான்.

அவர் சிவப்பா ஓடிசலா பேண்ட் போட்டுக்கிட்டு இருந்தார். எலக்ட்ரிக் வேலை செய்வதாக சொல்லியிருந்தார்கள்.

‘இது ரெண்டுல யாரா இருந்தாலும் பரவாயில்லை’ என மனதைத் தயார் படுத்தியிருந்தாள். செல்லமுத்து முதலி நேத்து வந்து புதுதாகக் குழப்பிவிட்டுப் போய்விட்டார்.

“உனக்கென்னம்மா நல்ல நாத்தனார் கிடைச்சுட்டா. பொண்ணு பாக்கும்போதே உங்கிட்ட சினேகிதமாயிடுச்சே அந்தப் பொண்ணு” என்றார்.

பூரணிக்கு மேலும் சிக்கலான குறிப்பாக இருந்தது இது. ஏனென்றால் அவள் யோசித்து வைத்திருந்த அந்த இரண்டு பேரும் இல்லாத இன்னொருத்தரைத்தான் அவர் சொல்கிறார். அப்படி அண்ணனும் தங்கையுமாக வந்தது இந்த இருவருமற்ற வேறொருவர் என்பதாக நினைவு. செல்லமுத்து முதலி யாரையோ யாருடனோ மாற்றி அண்ணன் தங்கையாகச் சொல்கிறார். அன்று வந்தவர் வேட்டியும் ரோஸ் கலர் சட்டையும் போட்டிருந்தார். ஓயாமல் இருமிக் கொண்டிருந்தார். வந்த வேகத்தில் பத்து பீடி பிடித்தார். திண்ணைப் பக்கம் சளியாகத் துப்பி வைத்திருந்தார். தான் மணக்கப் போவது அவராக இருக்கக் கூடாது என்று நினைத்தாள். யாராவது ஒரு போட்டோ கொண்டு வந்து காட்டினால் நன்றாக இருக்குமே என்ற தவிப்பு இருந்தது. ஆனால் பத்திரிகை அடித்து, கூரை புடவை எடுத்து, பத்து பாத்திரமெல்லாம் வாங்கியான பின்பு யார் மாப்பிள்ளையாக இருந்து என்ன செய்ய முடியும் என்று ஒரு அசூசையும் இருந்தது மனதுக்குள்.

கடைசி கடைசியாக அவளுக்குத் தோன்றியதெல்லாம் தாம் யோசித்த இந்த மூவரில் ஒருத்தர்தானா? இது இல்லாத வேறு ஒருத்தரா என்பதைத் தெரிந்து கொள்கிற சிந்தனையாக மாறிவிட்டது. எப்போது தூங்கினாள் என்று நினைவில்லை. எழுப்பி குளித்துவிட்டு வரச் சொன்னார்கள். மேளச் சத்தம் கேட்டது. கூடத்தில் பார்த்தபோது அப்பாவை யாரோ குளிப்பாட்டி புது வேட்டியும் சட்டையும் மாட்டி உட்கார வைத்திருப்பது தெரிந்தது. அப்பாவையும் வீட்டில் வைத்துப் பார்த்துக் கொள்வதாகச் சொல்லியிருக்கிறார்கள். அதற்காக ரோட்டு மேல் இருக்கிற கடையை மாப்பிள்ளைக்குக் கிரயம் செய்து கொடுப்பதாகப் பேச்சு. குறை காலத்தை அவரை முகம் சுளிக்காமல் பார்த்துக் கொண்டால் போதும். அம்மா செத்த பிறகு எல்லாமே அவர்தான். ஒத்த ஆள், ஒரு பொட்டை புள்ளையை ஆளாக்கிறது அவ்வளவு சுலபமா? அவர் அங்கிருந்து தன்னைத்தான் பார்த்துக் கொண்டிருப்பதாகத் தோன்றியது. யாரோ தலையைச் சீவி நேற்றைய ஜடையை மீண்டும் மாட்டினார்கள். கையில் வரிசைத் தட்டைக் கொடுத்து

மணமேடைக்கு அழைத்துச் சென்றார்கள். பந்தலில் மணமகன் அமர்ந்திருப்பது உத்தேசமாகத் தெரிந்தது.

யாரோ "பொண்ணுக்கு வெக்கத்தப் பாரு" என்றார்கள். பூரணிக்கு ஒருவித பயம்தான் இருந்தது.

மணப் பலகையில் அமர்ந்து ஓரக்கண்ணால் தன் அருகில் அமர்ந்திருப்பவரைப் பார்த்தாள்.

- **திண்ணை.காம், தினமணி கதிர், 2010.**

அதிகாரி ஸார்

11

அவரால் ஒரு ஆபத்தும் இல்லை என்று நன்றாகத் தெரிந்தும் அனைவருக்கு அதிகமாகவே பயப்பட வேண்டியிருந்தது. சொல்லப் போனால் இன்று இரவுக்குள் அவர் நரகத்துக்குப் போய் விட்டால் (அங்குதான் போவார் என்பதில் உறுதியாக இருந்தனர்) தங்கள் வாழ்க்கையின் பெரும் தொல்லை யெல்லாம் ஓர் நாளில் ஒழிந்ததென்று கொண்டாடவும் தயாராக இருந்தனர்.

அவர் மரணம் எப்படி அமைய வேண்டும் என்று சகலருக்கும் ஒரு தனித்தனியே ஆசைகள் இருந்தன.

அவர் போகிற கார் குப்புற கவிழ்ந்து பாழுங்கிணற்றில் விழுந்து ஒருவாரம் கழித்துதான் அவரை கண்டெடுக்க வேண்டும் என்பது ஃபோர்மேன் சதாசிவத்தின் கனவாக இருந்தது.

ஆஸ்திரேலியா போகும்போது விமானம் ஹைஜாக் செய்யப்பட்டு தீவிரவாதிகளால் இவர் முதல்பலியாக வேண்டும் என்பது மானேஜர் பிரகாஷின் ஆசை.

“கத்தி எடுத்துக் குத்திட்டு ஜெயிலுக்குப் போறேன்டா.. மத்தவங்க ளாவது சந்தோஷமா இருக்கட்டும்” என்பான் மிஷின் ஆபரேட்டர் செல்வராஜ்.

பாதைகள் வேறுவேறாக இருந்தாலும் எல்லோருடைய இலக்கும் ஒன்றாகத்தான் இருந்தது. அவரவர் நிலைமைக்கு ஏற்பத்தானே நினைவுகளும் இருக்கும்....? வெள்ளத்தனையது மலர் நீட்டம்.

அந்த மனிதர் மீது அப்படியென்ன கோபம்? என்னதான் மன

வருத்தம் இருந்தாலும் ஒரு மனிதன் தான் விரோதித்த மனிதன் இறந்து போய்விடவேண்டும்என்றுநினைப்பானா?மனிதநாகரிகம்இதுகாறும் கற்பித்த சகிப்புத்தன்மையும் நேயமும் இதைத்தானா? என்று பதறுபவர்கள் மட்டும் மேற்கொண்டு இக்கதையைப் படியுங்கள்.

நீங்கள் பார்க்கத் துடிக்கும் அந்த நபரின் பெயர் பஞ்சாபகேசன். தென்னிந்தியாவில் பெயிண்ட் தயாரிக்கும் மிகவும் பெயர் பெற்ற நிறுவனத்தின் ஐந்து டைரக்டர்களில் மூத்தவர். சொத்து சமாசாரத்துக்காக வயதில் மூத்த அவரையும் ஒரு டைரக்டராகச் சேர்த்து அவருக்கும் பிரம்மாண்டமாய் ஒரு அறையும் அட்டண்டரும் சமத்துவமான அந்தஸ்தும் கொடுத்திருந்தாலும் மற்ற நான்கு பேர் எடுக்கிற முடிவுதான் முடிவு. இவர் ஒப்புக்குச் சப்பாணி மாதிரிதான்.

பெயிண்ட் தயாரிப்பு பற்றியோ, அது எங்கெல்லாம் அனுப்பி வைக்கப்படுகிறதென்றோ, ஷேர் நிலைமை எப்படி இருக்கிறதென்றோ, ஆண்டு வருமானம் எவ்வளவு என்றோ அவர் கிஞ்சித்தும் அறிந்தவர் இல்லை. அப்படியிருக்கும் ஓர் அப்பிராணியை எதற்காக எல்லோரும் இப்படி நிந்திக்க வேண்டும்?

தினமும் அவர் அலுவகத்துக்கு வருவார். வந்ததும் வராததுமாக அழைப்பு மணியை ஆவேசமாக அழுத்தி தலைமுழுகிப் போகிற காரியம்போல அட்டண்டரை அழைப்பார்.

"அவனைக் கூப்பிடு" என்பார். அட்டண்டர் ஒரு போதும் "எவனை?" என்று எதிர் கேள்வி கேட்டதில்லை. அப்படி கேட்டவன் எல்லோரும் ஒருவாரம் டிஸ்மிஸ் செய்யப்படுவார்கள். சஸ்பென்ட் என்பதைத்தான் அவர் டிஸ்மிஸ் என்பார்.

"என்னையே எதிர்த்து கேட்கிறீயா நீ? உனக்கு நான் சம்பளம் தர்றேனா... இல்லை எனக்கு நீ சம்பளம் தர்றீயா? கூப்படச் சொன்னா கூப்பிட வேண்டியதுதானேடா மடையா. நீ என் கண் முன்னாடி நிக்கக் கூடாது. ஒரு வாரம் டிஸ்மிஸ்... நீ போய் அவனைக் கூப்பிடு."

மீண்டும் "எவனை?" என்று கேட்டு இன்னொரு வாரம் டிஸ்மிஸ் ஆகும் தைரியமில்லாமல் சின்ன முதலாளியைப் பார்த்து விஷயத்தைச் சொல்லி இரண்டொரு நாள் அவர் கண்ணில் படாமல் வேறு ஒரு டிபார்ட்மண்டில் வேலை பார்ப்பான் அட்டண்டர்.

ஆகவே "கூப்பிடு அவனை" என்றால் எவனையாவது எதிரில் போகிறவனைக் கூப்பிட்டு "சார் கூப்பிட்டாரு" என்பது அட்டண்டரின் வழக்கம்.

அன்றொரு நாள் சிக்கியவன் அக்கவுண்ட்ஸ் மேனேஜர்.

அட்டண்டர் சொன்னதின்பேரில் உள்ளே போனவனை, "நீ ஏன் உள்ள வந்தே?" என்றார். அக்கவுண்ட் மேனஜர் புதிதாக

வேலைக்கு வந்தவர். "நீங்கதான் கூப்பிட்டீங்கன்னு அட்டண்டர் சொன்னான்" என்றான்.

"எவனாவது சொன்னா உள்ள வந்திட்றதா? சரி.. சரி .. நீ என்ன வேலை செய்யறே?"

"அக்கவுண்ட்ஸ் மேனேஜர்."

"கணக்கு வழக்கெல்லாம் நல்லா தெரியுமா?"

"தெரியும்."

"சரி. நான் ஒரு கணக்கு சொல்றேன்... அஞ்சு ரூபா குடுத்தா மீதி எவ்வளவு?"

"......"

"தெரியும்னா தெரியும்னு சொல்லு. தெரியாதுனா தெரியாதுனு சொல்லு. இந்த முழி முழிக்கிறே?"

ஆசாமி கிண்டல் செய்கிறாரா, கிறுக்கனா, நமக்குத்தான் கேள்வி புரியவில்லையா என்ற பல்வேறு வாய்ப்புகளையும் யோசித்து முடிப்பதற்குள் "முட்டாப் பயலையெல்லாம் வேலைக்கு எடுத்திருக்காம்பா" என்று சகட்டுமேனிக்கு ஏறி அடிக்க ஆரம்பித்தார்.

"அஞ்சு ரூபா கொடுத்து என்ன வாங்கச் சொன்னீங்கன்னே சொல்லலையே சார்..."

"நீ என்ன கம்பெனிக்கு சேமிக்க வந்தியா? செலவழிக்க வந்தியா? சரி போ.. நீ போய் அவனை வரச் சொல்லு."

அக்கவுண்ட்ஸ் மேனேஜர் இதை ஒரு புகாராக ஜெனரல் மேனேஜரிடம் சொல்ல... "அவர் அப்படித்தாம்பா. நீ கண்டுக்காதே" என்றார்.

அப்படி கண்டுகொள்ளாமல் விட்டவர்கள் இங்கு நெடுங்காலமாகப் புலம்பியபடியே வாழ்ந்துவந்தனர். கண்டு கொண்டவர் வேறு வேலைக்குப் போய்விட்டனர்.

அன்றொரு நாள் பஞ்சாபகேசன் ரவுண்ட்ஸ் வரும்போது, லாரிக்காரன் கிடங்கின் வாசலிலேயே எண்ணெய் ட்ரம்மை இறக்கி வைத்துவிட்டுப் போய்விட்டதைக் கண்ணுற்றார். "டேய் இதை ஓரமாகத் தள்ளி வைடா" என்றார் எதிர்பட்டவனை.

அந்த எண்ணெய் ட்ரம்மின் மூடியைக்கூட தள்ளும் திராணியற்றவன் அவன்.

அவன் அனுபவப்பட்டவன். அடுத்த வினாடி அவன் தன் உதட்டைக் கடித்துக் கொண்டு தம் பிடித்து ட்ரம்மைத் தள்ள முயற்சி செய்தான். அதாவது ஒரு கோழியின் இறகைத் தள்ளும்

அளவுக்குக்கூட அழுத்தம் கொடுக்கவில்லை. வெறும் பாவனை மட்டும் செய்தான்.

இப்படியான விசுவாசமான ஊழியனை அவர் மனதார நேசித்தார். தன்னால் முடியாவிட்டாலும் சிரமப்பட்டு முயற்சி செய்கிறானே என்று பூரித்துப் போனார். "ஏண்டா மடையா, ஒரு ஆளால தள்ள முடியுமாடா... போய் நாலு பேரைக் கூட்டிக் கிட்டு வாடா."

போனவன், அந்தப் பக்கம் இருந்த நாலுபேரை "ஐயா கூப்பிட்றாரு' என்று அனுப்பிவிட்டு வேறு பக்கம் கம்பி நீட்டினான்.

உண்மையில் இந்த மாதிரி ட்ரம்முகளை லாவகமாக நகர்த்து வைப்பதற்கென்றே லிஃப்ட் வாகனங்கள் அங்கு இருந்தன. அதைப் பயன்படுத்தலாம் என்று கருத்து சொன்னால் என்ன பின் விளைவுகள் ஏற்படுமோ என அந்த நால்வரும் சொந்த சக்தியாலேயே நகர்த்தி முடித்தனர்.

யோசித்துப் பார்த்தால் அவருக்கு அங்கு எந்த வேலையும் இல்லை. ஆனால் எல்லோரையும் வேலை வாங்க வேண்டுமென்று அவர் விரும்பினார். நாம் ஒரு நாள் கம்பெனிக்குள் செல்ல வில்லையென்றாலும் எல்லாமும் குட்டிச் சுவராகிவிடும் என்று அவர் நம்பினார். ஊழியர்களுக்கு அவர் ஒரு நாள் வரவில்லையென்றாலும் தீபாவளியாக இருந்தது. இந்த மாதிரி ஒரு நபரை மற்ற டைரக்டர்கள் எதற்காக கம்பெனிக்குள் அனுமதிக்கிறார்கள் என்பது புரியாத புதிராக இருந்தது. இந்த மாதிரி ஒரு அதட்டலுடன் ஒரு பெருசு உலாவிக் கொண்டிருப்பதும் நல்லதுதான் என்று அவர்கள் விட்டுவிட்டார்கள் போலும்.

ஏதோ கிறுக்கன் என்று அவரை உதாசீனப்படுத்திவிடவும் முடியாது. அவர் உணரும் விதமாக அவரை அவமானப்படுத்திவிட்டால் போயிற்று. அதோடு சீட்டைக் கிழித்துவிடுவார்கள். தான் அவமானப்படுவதை அவர் எந்தச் சந்தர்ப்பத்தில் உணர்வார் என்பது தெரியாது. மேலே சொன்ன சம்பவத்தில் முதலில் அந்த ட்ரம்மை தள்ளியவன் சொல்லிக் கொள்ளாமல் கம்பி நீட்டி விட்டது அவரை அவமானப்படுத்திய செயல் என்று நினைத்தால் அதை அவர் பெரிதாக எடுத்துக் கொள்ளவில்லை. ஐந்து ரூபாய்க்கு என்ன வாங்க வேண்டும் என்று திருப்பிக் கேட்டவன் அவமானப்படுத்தியவன் ஆகிறான். அவர் அவமானப்படும் மையம் மற்றவர்களின் இயல்பில் இருந்து மாறுபட்டிருந்தது.

இந்தக் கம்பெனியில் பணியாற்றுவதற்குப் பெயிண்ட் தயாரிப்பு முறை தெரிந்திருந்தாலோ, கம்பெனி நிர்வாகம் தெரிந்திருந்தாலோ, வாகனம் ஓட்டத் தெரிந்திருந்தாலோ போதுமானதாக இல்லை.

பஞ்சாபகேசனின் மனதைப் புரிந்துகொண்டு செயல்படுவது முக்கியமானதாக இருந்தது.

மனித மனம் எப்போதும் சுதாரிப்போடு இருக்க முடியுமா?

ஒரு சில நேரங்களில் 'அவர் பார்வையில்' எதிர்த்துப் பேச வேண்டியதாகவும் அவரை அவமானப்படுத்துவதாகவும் அமைந்துவிடுகிறது. குறைந்த பட்சம் இந்த டிபார்ட்மென்டில் இருந்து இன்னொரு டிபார்ட் மென்டுக்குத் தூக்கி எறிவது முதல் அல்லது நாமாக வேலையை விட்டுப் போவது வரை நடந்துவிடுகிறது. அதனால் எப்போதும் நித்தியகண்டம் பூர்ண ஆயுசு நிலை. இந்தக் கிறுக்குப் பயலுக்காக வேலையை விட்டுவிட வேண்டுமா என்று நினைப்பவர்கள், வேறு போக்கிடம் இல்லாதவர்கள், எந்த கம்பெனிக்குப் போனாலும் இப்படி ஒரு லூஸுப் பயல் இருக்கத்தான் செய்வான். இப்படியெல்லாம் சமாதானம் சொல்லிக் கொண்டவர்கள் மட்டும்தான் அங்கு பணியாற்றிக் கொண்டிருந்தார்கள். இச் சூழல் நிமித்தமாகத்தான் பஞ்சாபகேசன் இந்த பூமியில் இல்லாமல் இருந்தால் சிறப்பாக இருக்கும் என்று ஊழியர்கள் எண்ணுவதற்குக் காரணம்.

செல்லமுத்துவுக்கு ஒரு குறைந்தபட்ச ஆசை இருந்தது. பஞ்சாபகேசனை ஒரு அசந்தர்ப்பமான நேரத்தில் சட்டென செருப்பைக் கழற்றி அடித்துவிட வேண்டும் என்று திட்டமிட்டு வைத்திருந்தான். தனியாக இருக்கும் நேரத்தில் அப்படி செய்துவிட்டால் பதிலுக்குத் திருப்பி அடிப்பானா, அல்லது வேலையைவிட்டு நீக்குவானா? அல்லது கழுத்தை வெட்டி விடுவானா, போலீஸில் சொல்லி ஜெயிலில் தள்ளுவானா என்று நீண்ட நாள்களாக யோசித்து வைத்திருந்தான்.

இரவு எட்டு மணி வாக்கில் தாமதமாகப் புறப்பட்டார் பஞ்சாபகேசன். கம்பெனி இருந்த வளாகத்திலேயே பின் பக்கத்தில் அவருக்கு வீடு. நடந்துதான் போவார். வெளிச்சம் கொஞ்சம் இருந்தால் அந்த தூரத்தையே இரண்டு நடையாக நடந்து வாக்கிங் பயிற்சி போலவும் செய்வார்.

தொந்திக்கு மேல் அரிசி மூட்டைக்குப் பட்டை கட்டியது மாதிரி பெல்ட் கட்டியிருந்தார் பஞ்சாபகேசன். கம்பெனிக்கு வருவதற்கு மட்டும்தான் பேண்ட், சட்டை. மற்ற நேரங்களில் எப்போதும் முழங்கால்வரை தூக்கிக் கட்டிய நாலு முழம் வேட்டி மட்டும்தான்.

கிளம்பி வெளியே போனவர் இருட்டைப் பார்த்துவிட்டு திரும்பினார். மனிதருக்குப் பேய் பயம் அதிகம். "டேய் யாருடா?" அங்கே என்றார்.

செல்லமுத்து இந்த மாதிரி தருணத்துக்காகத்தான் காத்திருந்தான்.

பேச்சு கொடுத்தபடியே நடந்தார்.

"இந்த ஷிப்ட்ல எத்தனை பேரு?"

"12 பேர் இருக்கோம்யா."

"உம் பேர் என்ன சொன்னே?"

பார்க்கும் போதெல்லாம் கேட்கிற வழக்கம்தான். சொன்னான். பின்பக்கமாகவே அடித்துவிடலாமா என்று யோசித்தான். கிழம் வேகமாக நடைபோட்டுக் கொண்டிருந்தது. நின்று செருப்பைக் கழற்றுவதற்குள் திரும்பிவிட்டால் என்ன செய்வதென்று தெரியவில்லை. கொக்கி வைத்த செருப்பு. சட்டென்று அவசரத்துக்குக் கழலுமா என்பதே சந்தேகமாக இருந்தது. செருப்பையும் அவருடைய பின் மண்டையையும் பார்வையால் அளந்து கொண்டான்.

"என்னடா கேட்ட கேள்விக்கு பதிலைக் காணோம்?"

"என்னங்கய்யா?"

"எத்தனை பசங்க உனக்குன்னேன்? இந்த உலகத்திலேயே இல்ல போல..."

"ரெண்டு. பையன் ஒண்ணு. பொண்ணு ஒண்ணு."

செல்லமுத்து குனிந்து செருப்பை...

"என்னடா... செருப்பு அறுந்துப் போச்சா" என்பது மாதிரி நின்றார். வீடு கிட்டத்தில் வந்துவிட்டது. இனி பயமில்லை அவருக்கு.

"நீ என்டா என்கூட வந்தே? வேலை நேரத்தில என் பின்னாடி அலையறே?"

"ஐயா நீங்க பேசிக்கிட்டு வந்தீங்க. நானும் பதில் சொல்லிக்கிட்டு வந்துட்டேன்யா."

"அடப் பயித்தியக்காரா... உனக்கு எத்தனைக் குழந்தைங்கங்கிறது அவ்வளவு முக்கியமா... நாளைக்குப் பொழுதோட கேட்டுத் தெரிஞ்சுக்க மாட்டனா? சரி.. ஓடு."

பேச்சுத் துணைக்கு இழுத்து வந்துவிட்டு இப்படி பழி போடுகிறானே என்ற ஆத்திரமும் சேர்ந்தது செல்லமுத்துக்கு. அவசரமாக நடந்து போய்க்கொண்டிருந்த பஞ்சாபகேசனை விரட்டிச் சென்று செருப்பால் ஒரு போடு போட்டுவிடவேண்டும் என்ற சிந்தனை உடலில் உஷ்ணத்தைக் கிளப்பியது. வினாடியில் ஜுரம்போல கொதித்தது உடம்பு. கண்கள் ஜிவ்விடுவது தெரிந்தது. செருப்பைக் கழிற்றிக் கொண்டான். இந்த லூஸுப் பயலை எதற்காக அடிக்க வேண்டும். அப்படி என்ன கெட்டது பண்ணிவிட்டான் நமக்கு என்றும் தோன்றியது. அவரை நோக்கிப் போகலாமா,

வேலையைப் பார்க்கப் போகலாம் என்ற மனக் குழப்பம். கால்கள் முன்னும் பின்னுமாக நடைபோட்டுப் பின்னிக் கொண்டது. கையில் செருப்போடு மாயக் கயிறு கொண்டு கட்டப்பட்டவன் மாதிரி தத்தளித்தான்.

"டேய் என்னடா இன்னும் நிக்கிறே....?"

இந்த நேரத்தில் பின் வாங்குவது மிகப் பெரிய கோழைத்தனமாக இருந்தது அவனுக்கு. சட்டென பஞ்சாபகேசனை நோக்கி வேகமாக நகர முற்பட்டான். நிலை தடுமாறி பொத்தென்று கீழே விழுந்தான். கால் இடறியதா? நினைவு தப்பியதா? கல் எதுவும் தட்டியதா? சட்டென உணரமுடியவில்லை. "என்னடா ஆச்சு... பாத்து வரப்படாது" என்று ஓரடி நெருங்கி வந்தவர், செல்லமுத்து தலையைப் பிடித்துக் கொண்டு துடிப்பதைப் பார்த்து பதறினார். கல் பாய்ந்து ரத்தம் வழிந்து கொண்டிருந்தது.

"டேய் யாருடா அங்கே?" என உரத்துக் குரல் கொடுத்தார்.

காக்கிச் சட்டை பேண்டுடன் ஒருவன் ஓடிவந்தான்.

"யாருடா நீ?"

"செக்யூரிட்டி."

"செக்யூரிட்டியா நீ..? அப்பிடித்தான் சொல்லிக்கிட்டு திரியறயா..? செக்யூரிட்டினா என்ன மீனிங் தெரியுமாடா உனக்கு..? யாராவது என்னைச் சுட வந்தா நீ முன்னாடி வந்து உயிரைக் கொடுக்கணும். நீ எனக்காக உயிரைக் கொடுப்பியா..? சும்மா ஒரு பேச்சுக்காவது சொல்லேன் பாக்கலாம். ம்... சரி.. சரி. ஓடு. அதோ அங்க ஒருத்தன் மயக்கம் போட்டு விழுந்துட்டான். மானேஜர் கிட்ட சொல்லி அவனை அஸ்பித்திரில சேக்கிற வழிய பாரு. அவன் உயிரையாவது காப்பாத்துவியான்னு பார்க்கிறேன்" உலகத்தின் அத்தனை தொழிலாளர்கள் மீதும் சலிப்புற்று வீட்டை நோக்கி நடந்து கொண்டிருந்தார்.

வாசலில் "செவிட்டுக் கிழம்... எத்தனைவாட்டி கூப்பிட்றது? அங்க என்ன செக்யூரிட்டிகிட்ட பேச்சு?" - அது அவருடைய மனைவியின் குரல்.

"வேலையெல்லாம் முடிச்சுட்டு வரணுமில்ல?" என்று இரண்டடி ஓர் அடியாகத் தாவி ஓடினார் பஞ்சாபகேசன்.

"கிழிச்ச" என்றாள் கிழவி.

- தினமணி, இளைஞர் மணி. 2009.

மஞ்சு அக்காவின் மூன்று முகங்கள்

12

நான் நான்காம் வகுப்பு படித்த போது பார்த்த அந்த முகம்தான் கடந்த நாற்பது ஆண்டுகளுக்கும் மேலாக என்னைப் பொறுத்தவரை மஞ்சு அக்காவுக்கான முகம். ஏனென்றால் அதன் பிறகு அவரை நான் பார்க்கவில்லை. தொடர் வண்டியின் எத்தனை நிறுத்தங்களைக் கடக்கும் போதும் அதிக மாற்றமில்லாமல் தோன்றும் ரயில் நிலையம் போல என் வயதுக்குமான முகமாக இருக்கிறது மஞ்சு அக்காவின் முகம். அந்த முகத்துக்கு மட்டும் முதிர்ச்சியே இல்லை. பளிச்சென்று துறு துறு முகம் அது. அந்தக் கண்களும் உதடுகளும் இன்றும் பிரகாசமாகவே இருக்கின்றன. தேவைப்பட்ட போதெல்லாம் மனதின் ஆழத்தில் இருந்து மிதந்து மிதந்து மேற்பரப்புக்கு வந்து பரவச மூட்டுவதாக அது இருக்கிறது.

சொல்லப் போனால் அக்கா என்று அவரை நான் அழைப்பது அத்தனை சரியில்லை. அது அந்த உறவின் பெயரைக் கொச்சைப் படுத்துவதாக இருக்கும்.

நான் மீன் வரைவதற்குக் கைபிடித்துச் சொல்லித் தந்தவர் மஞ்சுளா அக்காதான். அவர் மிகச் சுலபமாக மீன்களை வரைந்தார். பென்சிலை இப்படியும் அப்படியும் சுழற்றினால் அது மீனாக மாறிவிடுவதாக நான் ஆச்சர்யப்பட்டேன். அவர் கையெழுத்து முத்து முத்தாக இருக்கும். புதிதாகத் திருமணமாகி நாங்கள் இருந்த வீட்டுக்குக் குடிவந்திருந்த மஞ்சு அக்காவுக்குக் குழந்தைகள் இல்லாததால் எனக்கு அவர்கள் வீட்டில் மிகுந்த செல்வாக்கு இருந்தது. சுரேஷ் அங்கிள் எனக்காக என்றே கேக்கும் சாக்லெட்டும்

வாங்கி வர ஆரம்பித்திருந்தார். நான்காம் வகுப்பு படித்தபோது எனக்கு வேறென்ன தேவை இருக்க முடியும்? சாப்பிட சாக்லெட், ஹோம் ஒர்க் செய்ய ஒரு ஆள்.

சுரேஷ் அங்கிள் என்னை 'மயங்குகிறாள் ஒரு மாது' என்ற படத்துக்கு அழைத்துச் சென்றார். அது என் வயதின் ருசிக்கு ஏற்ற படம் அல்ல. அதில் கணவன் மனைவிக்குள் சந்தேகம் வந்து தத்தளிக்கிற படம். மனைவி வேறொருவனுடன் பழகியதைத் தெரிந்து கணவன் அவனைச் சந்தேகிப்பதுகூட ஓரளவுக்குப் புரிந்தது; ஆனால் அதற்காகக் கணவனும் மனைவியும் ஏன் அவ்வளவு கவலைப்படுகிறார்கள் என்பதுதான் அப்போது புரியாததாக இருந்தது.

"படம் பிடிச்சிருக்கா?" ரிக்ஷாவில் வீடு திரும்பும்போது சுரேஷ் அங்கிள் கேட்டார்.

செலவு செய்து அழைத்துச் சென்றவரின் மனம் நோகக்கூடாது என்பது போன்ற ஒரு காரணத்தால் பிடித்திருக்கிறது என்று சொன்னேன்.

கொஞ்ச நேரம் சைக்கிள் ரிக்ஷாவின் செயின் சுழலும் சத்தம் மட்டும் கேட்டுக் கொண்டிருந்தது. அவர் "சந்தேகம் வீட்டுக்குள்ள நுழைஞ்சுட்டா வீடு அவ்வளவுதான்" என்றார்.

ஒரு அதிகாலைப் பொழுதில் அவர் எங்கள் வீட்டுக்கு வந்து "மஞ்சுவைக் காணலை" என்றார். வீட்டுக்குள் தூங்கிக் கொண்டிருந்தவர் எப்படிக் காணாமல் போய்விட முடியும் என்று குழம்பிப் போய் நான் பதறினேன்.

"நைட் எனக்கும் அவளுக்கும் சண்டை... அடிச்சுட்டேன். ராத்திரி முழுக்க தூங்காம உட்கார்ந்து அழுதுகிட்டு இருந்தா. மூணு மணிக்குக் கொஞ்சம் அசந்துட்டேன். நாலு மணிக்குப் பார்க்கிறேன்... காணோம்" என்றார்.

அதன் பிறகு என்னை அவர்கள் அங்கே இருக்க அனுமதிக்கவில்லை. ஆனால் அதன் பிறகு அவர்கள் தனியாகப் பேசிக் கொண்டிருந்த அடுத்த சில மணி நேரத்தில் அந்த வீட்டின் குடித்தனக்காரர்கள் எல்லோரும் பேசிக் கொண்டிருக்கும் விஷயமாக இருந்தது. வீட்டின் எதிரில் இருந்த லாண்டரி கடை, பக்கத்தில் இருந்த தையல் கடை எல்லாவற்றிலும் அந்தப் பேச்சு ஓடியது.

மஞ்சு அக்கா இதே வீட்டில் இருக்கும் மனோகரிடம் தொடர்பு வைத்திருந்ததால்தான் அந்தச் சண்டை என்று அப்போது காதில் வாங்கிக் கொண்டு அடுத்த பத்தாண்டுகளில் அந்த விவகாரத்தைப் புரிந்து கொண்டேன்.

வீட்டை விட்டுப் போன மஞ்சு அக்கா கங்காதீஸ்வரர் கோவில் அருகே விஷம் குடித்து மயங்கி விழுந்து கிடக்க யாரோ காப்பாற்றி வீடு கொண்டு வந்து சேர்த்திருந்தார்கள். அடுத்த சில நாட்களில் அவர்கள் தங்கள் சொந்த ஊருக்குப் போய் குடியேறினார்கள். எங்கள் தெரு வாய்களுக்கும் சில நாள்களில் மெல்லுவதற்கு வேறு அவல் கிடைத்தது. அக்கா திடீரென்று ஊரைவிட்டுப் போய்விட்டார்கள் என்பது பெரிய வருத்தமாக இருந்தது. அக்காவைப் பற்றி யார் என்ன பேசிக் கொண்டிருந்தாலும் எனக்குக் கண்களில் நீர் துளிர்ப்பது வழக்கமாக இருந்தது. சமயத்தில் அவர்கள் அக்காவைப் பற்றி அவதூறாகப் பேசிக் கொண்டிருந்தாலும் நான் ஒரு மௌன சாட்சியாக அழுது கொண்டிருந்தேன்.

மஞ்சு அக்காவின் முதல் முகம் இதுதான்.

நான் கல்லூரிக்கு விண்ணப்பித்துக் கொண்டிருந்த வேளை. வேறு ஒரு புரிதலில் நான் அவரைப் புரிந்து கொண்டது அப்போதுதான். நான்கைந்து குடித்தனக்காரப் பெண்கள் உள்ளறையில் உட்கார்ந்து கதையளந்து கொண்டிருந்தார்கள். விஷயம் மஞ்சுவைப் பற்றி.

இ-மெயில், இண்டெர் நெட், செல் போன் போன்ற எந்த வசதியும் இல்லாமல் இத்தகைய விஷயங்கள் எப்படி விநியோகமாகின என்பது இப்போது நினைத்தால் ஆச்சர்யமாகத்தான் இருக்கிறது.

“அவன் அப்பவே செத்துப் போயீ... இவ இன்னொருத்தனைக் கல்யாணம் பண்ணக்கிட்டுப் போயிட்டாளாம்” இதுதான் சட்டென ஈர்த்தது.

அவர்களின் பேச்சில் அடுத்த அரை மணி நேரத்தில் என்னால் கிரகிக்க முடிந்தது இதுதான்... இங்கிருந்து சென்ற மூன்றாம் ஆண்டிலேயே அதிக குடிப் பழக்கம் காரணமாக சுரேஷ் இறந்துவிட்டார் என்பதும் அடுத்த மூன்றாண்டுகளில் மஞ்சு அக்கா வேறு யாரையோ கல்யாணம் செய்து கொண்டதாகவும் பேசிக் கொண்டிருந்தார்கள். மஞ்சு அக்காவின் இரண்டாவது முகம் அப்போதுதான் மனத் தடாகத்தில் மிதக்கத் தொடங்கியது.

அன்றொரு நாள் பள்ளியை விட்டு வீட்டுக்கு வந்த சந்தோஷத்தில் ஓடிப் போய் மஞ்சு அக்காவின் மடியில் விழுந்தேன். மஞ்சு அக்கா தன் வீட்டு வாசப்படியை ஒட்டி உட்கார்ந்திருந்தார். நான் இப்படி வந்து விழுவேன் என்று அவர் எதிர்பார்க்கவே இல்லை. பதறிப்போனார். அக்கம் பக்கத்துப் பெண்கள் எல்லாம் அதைவிட பதறினார்கள். “ஐயோ... ஐயோ” என்று தலையில் அடித்துக் கொண்டார்கள். அதன் பிறகு என்னை அவர் எழுந்து செல்ல விடவில்லை. “நீயும் அக்காகூடவே குளிச்சுட்டு வந்து வேற ட்ரஸ் போட்டுக்க” என்றார்கள். நான் யாருடன் குளிக்க வேண்டும் என்று குடித்தனக்காரப் பெண்கள் முடிவு செய்தது அநீதியாக இருந்தது. அம்மாவும் நான்கு

குடித்தனத்துக்கும் பொதுவாக இருந்த குளியல் அறையில் எனக்கான வேறு ட்ரஸ்ஸை கொண்டு போய் வைத்துவிட்டு வந்தார்கள்.

மஞ்சு அக்கா தன் கைகள் ஆரம்பிக்கும் இடம் வரைக்கும் பாவாடையை இழுத்துக் கட்டிக் கொண்டு என் பள்ளிக் கூட ஆடைகளைக் கழற்றிக் குளிப்பாட்டினார். எனக்கு அழுகை பீறிட்டது. கதறி அழுதேன். “இப்ப ஏன் அழறே?... நான் உன்னை இப்படிப் பார்க்கக் கூடாதா?” என்று கன்னத்தைக் கிள்ளினார். குளியல் என்ற பெயரில் இரண்டு சொம்பு தண்ணீரைத் தலையில் ஊற்றிக் கொண்டு நான் வெளியில் தப்பி ஓடி வந்தேன். மஞ்சு அக்காவே என் டிரஸ்ஷஸ துவைத்துக் கொண்டு வந்து கொடுத்தார். “அக்காவைத் தொட்டுட்டுக் குளிக்காம வந்தா தேள் கொட்டிடும்” என்றாள் அம்மா.

மஞ்சு அக்காவின் இரண்டாவது முகம் உண்மையில் கொட்டும் தேளாக இருந்தது. அது என் நினைவின் தகிப்புக்கு ஏற்ற ஜோடியாக இருந்தது. மஞ்சு அக்கா சுகத்துக்காக ஏங்கிய ஒரு பெண்ணின் படிமமாக நெஞ்சில் நிலைகுத்தியது. மஞ்சு அக்காவுடன் தொடர்பு படுத்தப்பட்ட மனோகர் என் நினைவுக்கு வந்தார். பருவம் தரும் புதிய பாடமாக இருந்தது எல்லாமும். அவரைப் பற்றி நினைத்துப் பார்க்க நேர்ந்தது சற்று ஏன் என்பது மெல்ல புரிந்தது. அவர் மீது சற்று பொறாமை கொள்ள பழகிக் கொண்டேன். அது எனக்குப் பிடித்திருந்தது. என்னை பிறந்த மேனியாகப் பார்த்த வேற்றுப் பெண் என்றால் அது மஞ்சு அக்கா மட்டும்தான். ‘நான் உன்னை இப்படிப் பார்க்கக் கூடாதா?’ என்ற வாக்கியம் எனக்குப் போதையூட்டும் வாக்கியமானது. மஞ்சு, அக்கா இரண்டும் சேர்ந்து ஒரு பெயர்ச் சொல்லாக மாறிவிட்டது. அது உறவின் பெயராக இல்லை. என் கனவுப் பெண்ணாக, காதலியாக, எண்ணி உருகும் தகிப்பின் வடிகால இருந்தார். அதனால்தான் அந்த உறவைக் கொச்சைப்படுத்துவதாகச் சொன்னேன்.

அதன் பிறகு அவரைப் பார்க்க வேண்டும் என்று நினைத்தேன். என் மன பிம்பத்தை நிஜத்தோடு ஒப்பிட்டுப் பார்க்க வேண்டும் என்று தவித்தேன். நேரில் சென்று பார்ப்பதற்கு ஒரு புள்ளி அளவு தயக்கம் மட்டுமே இருந்தது. ஆனால் அந்தப் புள்ளியின் வலிமை என்னை கடைசி வரை தடுத்துவிட்டது. நான் பார்க்க முடியாத ஏக்கம் என்னை வாட்டியது. வாடுவது மனதின் வடு போல நீக்கமற இருந்தது. அவரைத் தேடிச் சென்று பார்த்து அந்த வடிவத்தைச் சிதைத்துக் கொள்ள வேண்டியிருக்குமோ எனவும் இருந்தது. இச்சைக்குக் நான் கொடுத்துக் கொண்ட வடிவமாகவும் இருந்தார் மஞ்சு அக்கா.

அவரோடு எனக்கிருந்த மிகச் சில நினைவுகளைத் தூசு தட்டி ஊதிப் பெரிதாக்கி அசைபோட ஆரம்பித்தேன்.

ஒரு நாள் இரவு என்னை மஞ்சு அக்கா வீட்டின் ஓட்டுக் கூரை மீது ஏற்றிவிட்டு பக்கத்துவீட்டு மாமரத்தில் காய்த்துத் தொங்கிய மாம்பழத்தைப் பறிக்க வைத்தது ஞாபகம் வந்தது. அது விசேஷமான மரம். அதன் ஒரு கிளையில் புளிப்புச் சுவை உள்ள மாம்பழமும் இன்னொரு கிளையில் இனிப்புச் சுவையுள்ள மாம்பழமும் காய்த்தது. எங்கள் வீட்டுக் கூரையின் பக்கம் புளிப்புச் சுவைக் கிளை. அது எங்கள் வீட்டு ஓட்டின் மீது ஓய்வாகப் படுத்திருப்பதுபோல இருந்தது. திருடித் தின்றதால் மாற்றான் தோட்டத்து மாம்பழம் எங்களுக்கு இனிப்பாகவே இருந்தது.

'மயங்குகிறாள் ஒரு மாது' படம் மீண்டும் திரையிட்டால் பார்க்க வேண்டும் என்று நினைத்திருந்தேன். ஆனால் அந்தப் படம் மீண்டும் எங்கும் திரையிட்டதாகத் தெரியவில்லை. மஞ்சு அக்கா என்றதும் மஞ்சள் நிறத்தில் சிறிய சிறிய பூ போட்ட புடவை அணிந்து அவர் குறு குறுவென பார்க்கிற பார்வை ஞாபகத்துக்கு வருகிறது. அவர் நல்ல உயரம் என்றும் கச்சிதமான உடல் வாகும் சிவந்த மேனியும் உள்ளவர் என்றும் மனச்சித்திரம் பதிந்திருந்தது.

என் இரண்டு குழந்தைகள் வளர்ந்து நிற்கும் இந்த வயதில் மஞ்சு அக்கா நினைவின் ஆழத்தில் நிறம் மங்கி, சாயம் இழந்த மயில் தோகைபோல இருந்தார். எங்கள் குடும்பமும் குடித்தன வீடுகளுக்கு நடுவே புழங்கும் நிலை மாறிவிட்டது.

ஓட்டலுக்குக் காய்கறி சப்ளை செய்யும் அவருடைய கணவர் நட்டாற்றில் விட்டுவிட்டுப் போய்விட்டதாகவும் ஒரே ஒரு பையன் இருப்பதாகவும் அவனைப் படித்து ஆளாக்க ரைஸ் மில்லில் உமி அள்ளும் வேலை செய்துவருவதாகச் சொன்னார்கள். இந்தமுறை எங்கள் வீட்டு டெலிபோனுக்குத்தான் தகவல் வந்தது. பிறந்த வீட்டு உறவும் அறுந்து புகுந்த வீட்டு உறவும் பொருந்தாமல் மஞ்சு அக்கா நிராதரவாகிப் போனதாகப் புரிந்து கொண்டேன். ஏனென்றால் தகவல் தந்தவர்கள், "அவன் எவன்கூடவோ ஓடிப்போய் உருப்படாமப் போயிட்டாளாம்" என்பதாகத்தான் சொன்னார்கள். உண்மையில் எந்த விஷயத்தையும் அவர்களுக்கு வசதியாகத்தான் வெளிப்படுத்துகிறார்கள். புரிந்து கொள்கிறவர்களும் அவரவர் வசதிக்கு ஏற்பத்தான் புரிந்து கொள்கிறார்கள். மொழியின் சூட்சுமம் அது.

தொடருமா எனச் சந்தேகித்த எத்தனையோ மனிதத் தொடர்புகள் இப்படியாகத் தொட்டுத் தொடர்ந்து கொண்டிருப்பதில் ஆச்சர்யமாகத்தான் இருந்தது. மஞ்சு அக்காவின் ஞாபகத்தடங்கள் எனக்குள் அழுந்தப் பதிந்து ஒற்றையடி பாதையாக ஓடிக் கொண்டிருப்பதால்தான் அந்தத் தொடர்பு காப்பாற்றப்பட்டு வருகிறது. ஞாபகச் சங்கிலிகளின் கண்ணிகள்.

என் மகளின் திருமணத்துக்காகப் பட்டுப்புடவை எடுக்கக் காஞ்சிபுரம் போயிருந்தபோது நடுவே குளிர் பானத்துக்காகக் காரை நிறுத்தினோம்.

“ஏம்பா மொத்தம் ஏழு நாளு...” என்று அந்தப் பெண்மணி முறையிட்டுக் கொண்டிருந்தாள்.

“கெழ்வி சும்மா இருக்க மாட்டே.... நாலு நாளுதான் கணக்கு வருது... செவ்வா ஒண்ணு, புதன் ரெண்டு, வியாயன் மூணு, வெள்ளி நாலு...”

“இல்ல கண்ணு... சனிக்கிழமலேர்ந்துப்பா”

எனக்குப் பகீரென்றது. அது மஞ்சு அக்காதான். புகையிலைப் போட்டு காவி ஏறிய பற்கள்... முகத்துச் சுருக்கம் உலர்ந்து போன உதடுகள், குங்குமம் தடம் மறைந்து போன நெற்றி, கணுக்காலுக்கு மேலே சுருங்கி தூக்கிக் கிடந்த எட்டுகஜம் புடவை. மஞ்சு அக்காவின் மூன்றாவது முகம். மனச்சித்திரம் நொறுங்கிய கணத்தில் நான் நிர்கதியாக நின்றேன்.

“மஞ்சு அக்கா?”

அவரை யாரும் அப்படி அழைத்திருக்க வாய்ப்பில்லை. கண்களை இடுக்கி நெருங்கி வந்து பார்த்தாள். கிழவிக்கு எல்லாமே சொல்ல சொல்ல நிதானமாக ஞாபகத்துக்கு வந்தன. ஆனால் அந்த ஞாபகங்கள் அவளுக்குச் சுவையூட்டுவதாகவோ, பெருமிதமானதாகவோ இருந்ததாகத் தெரியவில்லை. என் அம்மாவின் பெயரைச் சொன்னபோது சற்றே நினைவு துளிர்த்து “உம் பேரென்ன மறந்தே போயிட்டேனே” என்றார்.

அது எனக்கு பெருத்த ஏமாற்றமாக இருந்தது. ஏதாவது ஒரு கட்டத்தில் மாங்காய் திருடியதையோ, குளிப்பாட்டியதையோ சொல்லுவாள் என்று எதிர்பார்த்தேன். இல்லை. என் தடயம் சற்றும் அவரிடத்தில் இல்லை. தன் மகன் வேலைக்குப் போக ஆரம்பித்திருப்பதாகவும் இனி தனக்கு ஒரு கவலையும் இருக்காது என்று நம்புவதாகவும் சொன்னாள். அது மகனின் புரிதலையும் மருமகளின் மனதையும் பொறுத்தது. ஒரு பெண் தன் அறுபதைக் கடந்த வயதில் இனி தனக்கு ஒரு கவலையும் இருக்காது என்று நம்புவதின் சுமை அழுத்தியது.

புடவை எடுக்க வந்தவர்கள் அவசரப்பட்டார்கள். அவளிடம் என் ஒரு முகம்கூட இல்லை என்ற வலியை ஏற்றுக்கொள்ள முடியாமல் காரைச் செலுத்திக் கொண்டிருந்தேன். முற்றிலும் வேறு சுவையுடைய வேறு கிளை.

– ஆனந்த விகடன், 2010.

புரூஸ் லீ தாத்தா

13

கடந்த முறை வந்து போன பிறகு கிராமத்தில் ஏற்பட்டிருந்த மகத்தான மாற்றம் என்றால் பேருந்து நிறுத்தத்தில் இருந்த டீக்கடை சாராயக் கடையாக மாறியிருந்ததுதான்.

அந்த நிறுத்தத்தில் அதிகபட்சமாக பஸ்ஸில் இருந்து இறங்கியது நாம்தானோ என்று சங்கரன் திடீரென நினைத்தான். ஏனென்றால் அவன் பஸ்ஸை விட்டு இறங்கும்போதெல்லாம் அவனைத் தவிர வேறுயாரும் அதில் இருந்து இறங்கியதில்லை. ஒருவேளை நாம் மட்டும்தான் இங்கு பஸ்ஸில் இருந்து இறங்குகிறோமோ என்றும் நினைத்தான். எப்பவுமே இப்படி கடைசி பேருந்தைப் பிடித்துத்தான் ஊருக்கு வருவது என்று வழக்கமாகிவிட்டது. இந்த நேரத்தில் ஊர்க்காரர்களுக்கு வெளியே போய் வருவதற்கு என்ன வேலை இருக்கப் போகிறது?

“பட்டணத்தில இருந்தா வர்றே?” என்ற வழக்கமான கேள்வியைக் கேட்டுவிடுவதற்காக பஞ்சாயத்து ஆபிஸ் படியில் உட்கார்ந்திருந்த தனுசு ரெட்டி ஆயத்தமானார். அவர் மெல்ல எழுந்து நின்று விசாரிப்பதற்கு முன்னர் ஒரு பத்து ரூபாயை அவர் கையில் திணிப்பதற்காக பாக்கெட்டைத் துழாவ ஆரம்பித்தான் சங்கரன். இது சங்கரன் படிக்கிற காலத்திலிருந்து ஏற்பட்ட பழக்கம். அப்போதெல்லாம் ஒரு ரூபாய்.

“உம் பையன்தாம்பா எனக்கு இப்ப தோஸ்த்து” என்றார்.

“லீவு முடியுது. கூட்டிக்கிட்டுப் போகத்தான் வந்தேன்.”

“அதுக்குள்ளேயேவா?”

“ஆமா. இது அரை பரீட்சைதானே?”

கூடவே இரண்டு அடி எடுத்து வைத்துவிட்டு பிறகு பஞ்சாயத்து ஆபிஸ் பக்கமே போய் உட்கார்ந்துவிட்டார். “காலைல வர்றேம்பா.”

இன்றைக்கு நேற்றா வருகிறார்? நினைவு தெரிந்த நாளாகக் காலையில் வந்து திண்ணையில் அப்பாவிடம் அமர்ந்து ஒரு மூச்சு பயிர் பச்சை பற்றி பேசிவிட்டு, கூழோ, மோரோ ஒரு வாய் குடித்துவிட்டுப் போனால்தான் அது அவருக்கு நாள் கணக்கில் வரும்.

பையன்கள் இரண்டுபேர் வேலைக்குப் போகிறேன் பேர்வழி என்று போய்விட்டார்கள். இருக்கிற இரண்டு காணி நிலத்தை ஆளுக்குப் பாதியாகப் பிரித்து விற்றுவிட்டுப் போக நேரம் பார்த்துக் கொண்டிருக்கிறார்கள். நிலம் தனுசு ரெட்டி பெயரில் இருப்பதால் எப்போது மண்டையைப் போடுவார் என்பது எதிர்பார்ப்பு.

விடுமுறைக்கு வசந்தாவையும் முகிலனையும் கூட்டிவந்தபோது தனுசு ரெட்டி ரொம்பவும் குறைபட்டுக் கொண்டார்.

“பொண்டாட்டி செத்த அஞ்சாவது நிமிஷம் புருஷன் செத்துப் போயிடணும். இல்லாட்டி அவன் வாழ்க்கை நரகம்தாம்பா.”

சொன்னது போலவும் வழக்கம்போலவும் தனுசு ரெட்டியார் காலை பத்துமணிக்கெல்லாம் வந்தார்.

அப்பா முன்பு போல உழவு, உரம் என்று பெரிதாகப் பேசுவதில்லை.

“என்னய்யா அரிசி இது? எட்டு மணிக்கு சாப்பிட்டா பத்துக்கெல்லாம் பசியெடுக்குது? சிறுமணி, கார் அரிசி, நீருட் சம்பா... இதெல்லாம் காலைல சாப்பிட்டா அதோட ஏர் முடிஞ்சி வீட்டுக்கு வந்தாதான் லேசா பசிக்கும்... என்னமோப்பா தோசைங்கிறானுங்க, இட்லிங்கிறானுங்க.. எனுக்கு எதுவும் ஒத்துக்கிறதில்ல.”

“இல்ல ரெட்டியாரே ... உலகமே மாறிப்போச்சு இப்ப. எல்லாம் இப்பவே நாத்து நட்டு அடுத்த நாளே அறுப்புக்கு வரணும்னு பாக்றான். நீ சொல்ற நெல்லெல்லாம் ஆறுமாசத்துக்குப் பயிராவும்... அவசர யுகம்யா இது.”

-கொஞ்சநாள் முன்புவரை இந்த ரீதியில் ஏதோ பேசிக் கொண்டிருந்தார்கள். இப்போது அப்பாவுக்கு அதுவும் போரடித்துப் போய் இன்னும் எவ்வளவு நாளைக்கு இதைப் பற்றியே பேசிக் கொண்டிருப்பது என தனுசு ரெட்டியாரின் பேச்சுக்கு ‘உம்’ கொட்டுவதோடு சரி.

முகிலன் ஓடிவந்து "அப்பா, அப்பா இந்தத் தாத்தா புருஸ் லீயை அடுச்சிடுவாராம்பா" மாபெரும் தவறைத் தகுந்த ஆதாரத்தோடு தவிடுபொடியாக்குகிற தொனி. மூன்றாம் வகுப்பிலேயே கராத்தே வகுப்பு. புருஸ் லீயை பீரங்கி கொண்டோ, வாளால் வெட்டியோ வீழ்த்த முடியாது என்பது அவனது தீர்மானம்.

சங்கரன் தனுசு ரெட்டியாரைப் பார்த்துச் சிரித்தான். "அம்மாவும் ஆமாங்கிறாங்கப்பா" என்று வசந்தாவைப் பார்த்தான் முகிலன்.

பையனின் நிலைமையைப் பார்க்க பரிதாபமாகத்தான் இருந்தது.

நிலைமையை யூகித்த தனுசு ரெட்டி "முகிலா இங்க வாடா எப்படின்னு சொல்றேன். உங்க பூசினி எப்படி செத்தான்?... சிரிக்காத.. அவன் பேரு எனக்கு வாயில வர்ல. விஷம் வெச்சுக் கொன்னுட்டாங்கன்னு சொன்னே இல்ல?" என்றார்.

"ஆமா.."

"என்னை எத்தினிவாட்டி பாம்பு கடிச்சிருக்குது தெரியுமா? என்னைக் கடிச்ச பாம்புதான் செத்துப் போகும். எனக்கு ஓர்ரொரு பாம்பு கடிக்கும்போதும் பலம் கூடிக்கிட்டே போகும்" அவர் தன் முழங்கைக்கு மேலே சட்டையை மடித்துக் காண்பித்தார். தோல் பை என தொங்கிக் கொண்டிருந்தது அவர் காட்டிய பலம்.

"நிஜமாவாப்பா?"

"உங்கப்பனைக் கேட்டுப் பாரு..."

சங்கரன் தலையசைத்தது முகிலனுக்குப் பிரமிப்பாகிவிட்டது.

தன் முன் தொள தொள சட்டையுடன் உட்கார்ந்திருந்த தாத்தாவைப் பார்த்தான்.

"விஷம் ஏறிச் செத்தவன் பெரிய ஆளா? நா பெரிய ஆளா சொல்லு?"

முகிலன் இந்தத் தாத்தாவிடம் வேறு என்னென்ன திறமைகள் ஒளிந்து கிடக்கிறதோ என யூகிக்க முடியாமல் திணறினான். நாம் அவர் உருவம் பொறித்த பனியனைப் போடாமல் புரூஸ் லீ படத்தைப் போட்டிருப்பது ஏன் என்ற இயல்பான சந்தேகம் வந்தது.

"ஒரு தடவை சமுத்திரத்தில எறங்கி நடந்தேன். நடக்கிறேன்.. நடக்கிறேன்.. நடந்துக்னே இருக்கேன். முட்டிக்காலுக்கு மேல தண்ணி ஏறவே இல்ல. ஒரு ராத்திரி ஒரு பகல் நடந்துட்டேன்னா பாத்துக்கியேன். நடுக்கடல். இந்தப் பக்கம் ஒரு கப்பல் போவுது. அந்தப் பக்கம் ஒரு கப்பல் போவுது. சில்லுனு காத்து. அண்ணான்டை கரையே வந்துடும்போல இருக்குது. அப்பவும் முழங்கால் ஆழம்கூட இல்ல. வெறுத்துப் போய் திரும்பி வந்துட்டேன். சாவு வரணும்னு

இருந்தா டம்ளர்ல தண்ணி குடிக்கும்போது புரையேறி செத்துப் போறான். நடுக்கடல்ல போய் நாலு நாள் நின்னாலும் எனக்கு சாவு வரலே."

முகிலன் திகைப்பும் திகிலுமாக தாத்தாவைப் பார்த்துவிட்டு, உறுதிப்படுத்திக் கொள்ள அப்பாவைப் பார்த்தான்.

"குழந்தைகிட்ட அதையெல்லாம் ஏன் தாத்தா சொல்றீங்க?" என்றாள் வசந்தா.

தாத்தா தன் சொந்தக் கதையோடு சோகக் கதையையும் கலந்து அடிப்பது வழக்கம்தான். சாவு பற்றி குழந்தைகளுக்குச் சொல்வது ஒருபுறம் என்றாலும் கடல் முழங்கால் அளவுதான் ஆழம் என்று ஏதாவது விஷப்பரீட்சையில் இறங்கிவிட்டானானால்?

"தப்பும்மா.. தப்பும்மா" என்று தன் கன்னத்தில் தானே மெல்ல தட்டிக் கொண்டார். என்றாலும் முகிலனுக்குத் தாத்தாவிடம் ஈர்ப்பு ஏற்பட்டது ஏற்பட்டதுதான். அவன் தாத்தாவையே குறுகுறுவென பார்த்துக் கொண்டிருந்தான். சற்றைக்கெல்லாம் தாத்தாவும் வேறொரு சம்பவத்தைச் சொல்லுவதற்குத் தயாரானார்.

"கராத்துன்றீயே அப்படினா என்னது?"

முகிலன் புரிந்து கொண்டு "வெறும்கை" என்றான்.

"வொரும் கைல சண்ட போட்றதா?"

"ஆமா."

"விளாம்பாளையத்தான் தெரியுமா? தோள் செக்கட்டைல பனைமரத்தையே சாச்சிடுவான்."

"எப்படி?"

"தோள்ல இடிச்சே பனை மரத்தை விழ வெச்சுடுவான். அப்பேர்பட்ட சாமார்த்தியக்காரன்."

முகிலின் மனதில் புருஸ்லீ கழன்று, தாத்தா வந்து பரவினார்.

"அவனுக்குக் கோவம் வந்தா பனை மரத்தையெல்லாம் புடுங்கி கிடாசிடுவான். அடப்பாவி.. இப்பேர்பட்ட சமாசாரத்தைக் கையில வெச்சுக்கிட்டு சாப்பாட்டுக்குக் கஷ்டப்பட்றியேனு நான்தான் அவனுக்கு ஒரு வழி சொன்னேன். பனைமரம் சாய்க்கிற வித்தைனு ஊர் ஊரா போய் சாகஸம் செய்ய ஆரம்பிச்சான். அப்புறம் அவனை அமெரிக்காகாரன் கூட்டிக்கினு போய்ட்டான். அமெரிக்காவுல பனை மரம் ஜாஸ்தியாச்சே... அதையெல்லாம் புடுங்கிக் கிடாசரத்துக்கு.. காரு.. பங்களால்லாம் கொடுத்து ராஜா மாதிரி வெச்சிருக்காங்க அங்க.."

தாத்தா கோணி உதற ஆரம்பித்தால் இப்படித்தான் இப்படி அரிசியும் வந்து விழும் அதைவிட அதிகமாக தூசும் பறக்கும். நாம்தான் உண்மை எது பொய் எது என்று அன்னபப்ட்சியாகப் பரித்துக் கொள்ள வேண்டும். எல்லோருமே கூடத்தைவிட்டு உள் அறைகளுக்குச் சென்றுவிட்டனர். அவருடைய சாதனைகளுக்கு செவி மடுக்க முகிலன் மட்டுமே மிச்சமிருந்தான். தவிர சங்கரின் அப்பா. அவர் கூடத்தின் ஒரு முலையில் கயிற்றுக் கட்டிலில் படுத்துக் கொண்டு அரை நிஷ்டையில் கனவும் நிஜமும் கலப்படப்பட்டுக் கிடந்தது அவருக்கு. முகிலன் கேட்பது கனவில் மாதிரிதான் கேட்டுக் கொண்டிருந்தது.

“ஸீ லாம் ஆழமா இருக்காதா?”

“ஸீன்னா?”

“கடல் தாத்தா.”

ஞாபகமில்லாமல் “அய்யோ... ரொம்ப ஆழமாச்சே?” என்றார்.

“உங்களுக்கு கால் அளவுக்குத்தான் வந்துதுன்னு சொன்னீங்க”

“அதுவா? நான் தாயத்துகட்டியிருக்கன்ல?” அரைஞான் கொடியில் அழுக்கேறிப் போயிருந்த தாயத்தை இழுத்துக் காண்பித்தார். அது அவர் சற்று புஷ்டியாக இருந்த நேரத்தில் கட்டியதாக இருக்க வேண்டும். அது நழுவி கீழே விழாமல் இருக்க அதன் மேல் வேட்டியை இறுக்கிக் கட்டிக் கொண்டார். அவருடைய இவ்வளவு சாகஸத்தையும் நம்பும்படி செய்வதற்கு அவரிடம் எஞ்சியிருந்தது மீசை மட்டுமே.

“ஏம்மா வசந்தா” என்று குரல் கொடுத்தார் சங்கரின் அப்பா. “ரெட்டியாருக்கு கூழ் இருந்த ஒரு சொம்பு குடுக்கக்கூடாது?”

“இதோ தர்றேன் மாமா.” வசந்தா கூழும் ஊறுகாய் மிளகாயும் கொண்டு வந்தாள். தனுசு ரெட்டி ஒரே மூச்சில் கூழை வாயில் சாய்த்துக் கொண்டார்.அவர் குடித்த கூழின் மீது மீசைக்கும் ஆசைதான்போலும். கூழோடு சேர்த்து மீசையை தடவிக் கொண்டபோது அது மேலும் விரைப்பாக நின்றது. “குடுக்கு வண்டி செஞ்சித்தர்றேன் வர்றீயா?” என்று முகிலனை அழைத்துக் கொண்டு பின்கட்டுக்குப் போனார். நேற்று வெட்டிப் போட்ட பனங்காயில் இரண்டை பொறுக்கி எடுத்து பையன் ஓட்டி விளையாட வண்டி செய்ய ஆரம்பித்தார்.

சங்கரனின் அப்பா வசந்தாவை அழைத்து “நான் சொல்லித்தான் தெரியணுமா? அவன் ஒரு வா கூழுக்காகத்தான் இங்க வந்து இவ்வளவு பேச்சு பேசறான்.”

“இல்ல மாமா....வந்து..”

"ஒரு பானை கூழு குடிப்பான். பொண்டாட்டி செத்தபிறவு செஞ்சி குடுக்க ஆள் இல்ல... வந்தான்னா ஒரு சொம்பு குடுத்துடுங்க. அவனும் எவ்வளவு நாழி பேசுவான்?" என்றார்.

– தினமணி கதிர், 2008.

நிரம்பி வழியும் வீடு

14

"அபியும் வர்றானாம்" அழுத்தம் கொடுத்துச் சொன்னாள் செண்பகம். முதலில் சண்முகத்துக்கு அதற்கான முக்கியத்துவம் புரிபடவில்லை. திடுக்கென புரிந்து, இப்போது என்ன செய்வது என்று பரிதாபமாகப் பார்த்தான். ஸ்தம்பித்தான் என்றோ நிலைகுலைந்தான் என்றோ விவரிக்கலாம்.

அபியின் வருகை அவர்களை மிகவும் பயமுறுத்துவதாக இருந்தது. பயப்படும்படியாக அபி முரட்டு மீசையும் வீச்சருவாளும் திரண்ட தோளும் போதை ஏறிச் சிவந்த கண்களும் உடையவன் அல்ல. அவன் இரண்டடி உயரமுள்ள கிண்டர் கார்டன் சிறுவன்.

போன காலாண்டு பரீட்சை விடுமுறைக்கு வந்தான். சண்முகத்தின் தங்கைப் பையன். வந்த சில நிமிடங்கள் வரை அம்மாவின் முந்தானையைப் பிடித்துக் கொண்டு அதாலேயே முகத்தை மறைத்துக் கொண்டு இருந்தான். பிருந்தாவும் இரண்டொரு தடவை "மாமாகிட்ட பேசுடா' என்று தன்னிடமிருந்து அவனைப் பிடுங்கி சண்முகத்திடம் தர முயன்றாள். அது அவ்வளவு சுலபமானதாக இல்லை.

"ஏய் குட்டி என்ன படிக்கிறே? கமான்... கமான்..." கொஞ்சுகிற ஆசையோடு இரண்டொரு முறை அழைத்தபோதும் அவன் இன்னும் இடுக்கிக் கொண்டு பின் வாங்க ஆரம்பித்தான். எந்த வீட்டிலும் குழந்தையை அழைத்துக் கொண்டு விருந்தாளி வந்தால், மொத்த பேரின் பொது இலக்காகி விடும் குழந்தை. சொல்லி

வைத்தது மாதிரி எல்லோரும் ஒரே நேரத்தில் கொஞ்சுவார்கள். குழந்தையின் பெருமையை, புத்திசாலித்தனத்தை, ஒருவர் சொல்லி முடித்ததும் இன்னொருவர் ஆரம்பிப்பார்கள். நாமும் நம் பங்குக்குக் குழந்தை குறித்து ஏதாவது பேச வேண்டுமென "எங்க வீட்ல ரெண்டு வாலு இருக்கு..." என்று ஆரம்பிப்பார்கள் சிலர். சபை நாகரீகமில்லாமல் 'லுல்லு லுல்லு,,, மில்லிம்மா மில்லிக்குட்டி' என்று கொஞ்சுவார்கள்.

சண்முகம் இதற்கெல்லாம் ரொம்ப தூரம். சண்முகம் பேச விரும்புகிற குழந்தை குறைந்தபட்சம் பத்தாவதாவது தேறியிருக்க வேண்டும். குழந்தைகள் ஏதோ தேர்வாணையத்தில் தேர்வாகி இண்டர்வியூக்கு வந்தது மாதிரிதான் பேசுவான்.

"ஸ்கூல் பேர் என்ன?" என்று கேட்பது அவனைப் பொறுத்தவரை மழலைகளிடம் கொஞ்சும் வார்த்தை. இந்த மாதிரி நேர்முக வினாக்களுக்கு அபி செவி சாய்க்கவில்லை. "தொல்ல மாட்டன் போ" என்பதையே எல்லாக் கேள்விக்கும் பதிலாகச் சொன்னான்.

தன்னை மையப்படுத்தியப் பேச்சு மெல்ல மெல்ல மறைந்ததும் அபி ஹாலில் இருந்து மறைந்து உள் அறையில் போய் ஏதோ விளையாட ஆரம்பித்தான்.

அநேகமாக அவனை எல்லோரும் மறந்துவிட்டனர். முதலில் பிருந்தாதான் 'அச்' என்று தும்மினாள். அதை இயல்பானதாக எடுத்துக் கொண்டனர். தொடர்ந்து செண்பகமும் சண்முகமும் தும்மினார்கள். இது சண்முகத்துக்குச் சற்று யோசிக்கும் விஷயமாகப் பட்டது.

"அபி எங்கே?" என்று அவசரமாகத் தேடினர். தும்மலுடன் அபியைத் தொடர்புபடுத்தியது சரிதான். உள்ளே கட்டில் மெத்தையைக் கத்திரி கொண்டு கிழித்து உள்ளிருக்கும் பஞ்சை புதையல் பறிக்கும் தீவிரத்தோடு கிளறிக் கொண்டிருந்தான் அபி. அறை முழுதும் பஞ்சு கலந்த காற்று. இரவு படுக்கையில் எப்படிப் படுப்பது, படுக்கையைக் கொண்டுபோய் தைப்பவனிடம் கொடுக்க வேண்டுமா, அல்லது தைப்பவனை அழைத்து வந்து படுக்கையில் விடவேண்டுமா இதற்கு எவ்வளவு செலவாகும், எத்தனை நாள் ஆகும் உள்ளிட்ட குழப்பங்கள் அத்தனையும் ஒரே நேரத்தில் தாக்கியதில் சண்முகம் பிருந்தாவைப் பார்த்தான்.

அவளோ, "ஒரு நிமிஷம்கூட சும்மாவே இருக்க மாட்டான்" என்பதைச் சான்றிதழ் போல சொன்னாள்.

பீறிட்டு வந்த எரிச்சலை அடக்கிக் கொண்டு "குழந்தைன்னா அப்படித்தான்" என்றான் சண்முகம். செண்பகத்துக்கு அவ்வளவு நாகரீகம் போதாது. அவள் ஒரு மாதிரி இறுக்கத்தோடு படுக்கை

மீது ஒரு படுக்கை விரிப்பைப் போட்டு மூடிவிட்டு சமையல் கட்டுக்குப் போய்விட்டாள். போதாததற்கு அபி அவளுடைய அக்கா குழந்தையாக இல்லாததும் இந்தப் பல்லைக் கடிக்கும் இறுக்கத்துக்குக் காரணம்.

பையனை படுக்கை அறையில் இருந்து அகற்றி ஹாலில் உட்கார வைத்தார்கள். இந்த முறை அவனை வித்தியாசமாகத்தான் பார்த்தான் சண்முகம். டி.வி.யில் பிரைம் டைம் சீரியல் ஓடிக் கொண்டிருந்தது. பத்து நிமிடம் டி.வி. பார்த்துக்கொண்டே பிருந்தா கிளம்பிப் போனதும் செண்பகம் எப்படி வெடிப்பாள் என்று மனத்திரையில் படம் ஓட்டிக் கொண்டிருந்தான். பையனின் அமானுஷ்யமான மௌனம் சண்முகத்தைத் திடுக்கிட்டுத் திரும்பிப் பார்க்க வைத்தது.

ஜன்னல் ஸ்கிரீன் துணியின் கீழ்ப் பகுதிகளை ரிப்பன் ரிப்பனாக வெட்டிக் கொண்டிருந்தான் அபி. பையனை அறையில் இருந்து அப்புறப்படுத்திய கையோடு அவன் கையில் இருந்த கத்திரியையும் அப்புறப்படுத்தியிருக்க வேண்டும். சண்முகம் இப்படி நிலைக்குத்தி உட்கார்ந்துவிட்டதைப் பார்த்த பிருந்தா... சனியனே கொஞ்ச நேரம் சும்மா இருக்க மாட்டே... என்றபடியே அபியின் பின்புறத்தில் தட்டிவிட்டு அதேவேகத்தில் கத்திரியைப் பிடுங்கி சண்முகத்திடம் கொடுத்தாள். “கத்திரி கிடைச்சா போதும். எதையாவது வெட்டிக்கிட்டே இருப்பான்”... மீண்டும் சான்றிதழ்.

இந்த முறையும் செண்பகம் எதுவும் சொல்லவில்லை. அதுதான் வயிற்றைக் கலக்கியது. புலி பதுங்குகிறது. எங்கே இது டைவர்ஸ் வரை போய்விடுமோ என்றும்கூட அஞ்சினான். அது அவளே தேர்வு செய்து வாங்கி ரசித்து ரசித்து தைத்து மாட்டிய கர்டெய்ன்.

அது இப்படிக் காற்றாடி வால் மாதிரி அறுந்து தொங்குவது அவளை என்ன பாடு படுத்தியிருக்கும் என்பது புரிந்து கொள்ள முடியாத ரகசியமா?

அந்தக் கணம் முதல் தனக்கு யாரும் கட்டளை இடாதபோதும் சண்முகம் தானாகவே அவனையே கவனிப்பது என்ற பணியை ஏற்றுக் கொண்டான். அவனைக் கவனிக்கப்படுவதை அபியும் கவனித்தான். இது எவ்வளவு நேரம் ஓடுகிறது பார்க்கலாம் என்ற சவால் அவன் முகத்தில் தெரிந்தது. ஆனால் இவ்வளவு இழப்புக்கு மேல் சண்முகம் அலட்சியமாக இருந்துவிட விரும்பவில்லை. மேற்கொண்டு சமாளிக்க முடியாமல் அவன் எழுந்து வெளியே போனான். தன்னுடைய மன உறுதிக்குக் கிடைத்த வெற்றி என்றுதான் அதை சண்முகம் நினைத்தான்.

வெளியே அவன் தும்சம் செய்கிற மாதிரி பொருள் எதுவும் இல்லை என்பதால் எல்லோரும் டி.வி. பார்த்துவிட்டு திரும்பி

வந்தவனை மடக்கி படுக்க வைத்து தூங்க வைத்தாள் பிருந்தா. இனி ஒரு பயமும் இல்லை என்றுதான் எல்லோரும் தூங்கினர். காலையில் எழுந்து கோலம் போட போன செண்பகம், மிரட்சியோடு உள்ளே ஓடிவந்தாள். அவளது அமைதியிலேயே ஒருவினாடியில் அத்தனை ஆபத்தையும் புரிந்துகொண்டு வெளியே ஓடிப்போய் பார்த்தான் சண்முகம்.

தொட்டியில் வளர்த்திருந்த அத்தனை பூச்செடியும் குரோட்டன்ஸும் இலையிலையாகக் கிள்ளி எறியப்பட்டு வேறோடு பிடுங்கி எறியப்பட்டிருந்தது. இரவு ஏற்பட்ட கதி. செண்பகம் செடிகளை அப்படியே முறத்தில் வாரி எடுத்துக் கொண்டு சண்முகத்தை ஒரு முறை 'ஒருமுறை' முறைத்தாள். இந்த ஜென்மத்துக்குப் போதுமானதாக இருந்தது.

பிருந்தா பார்த்துவிட்டு,"டேய்... இப்படியெல்லாம் பண்ணே அப்புறம் வீட்டுக்கே கூட்டிக்கிட்டுப் போகமாட்டேன். இங்கேயே விட்டுட்டுப் போய்டுவேன்" என்றாள். தண்டனை பையனுக்கா? தமக்கா என்று சண்முகம் வேர்த்து விறுவிறுத்துப் போய்விட்டான்.

ஏதாவது ஒரு சந்தர்ப்பத்தில் கோபமாகத் திட்டிவிடலாமா என்று நினைத்தான். ஆனால் என்னவோ அதற்கான தருணம் வரவில்லை என்று ஒவ்வொரு முறையும் தவிர்த்துவிட்டான்.

எதையாவது உடைப்பது, கிழிப்பது, நொறுக்குவது, அழிப்பது, பாழாக்குவது போன்றவற்றை ஒரு வேள்வி போல கடைப்பிடித்தான் அவன். டி.வி.யின் ரிமோட் கண்ட்ரோலை எடுத்துக்கொண்டு ஒவ்வொரு சானைலையும் எத்தனை வேகமாக மாற்ற முடியும் என்பதை நிறைவேற்ற ஆரம்பித்தான். மன்மோகன் சிங், வடிவேலு, சிம்ரன், ரோஜா செடி, மேட்டூர் அணைக்கட்டு, சிங்கம், பிங்க் பாந்தர் எல்லாம் கண்ணிமைக்கும் நேரத்தில் மாறிக் கொண்டிருந்தது. ஒன்றையும் உருப்படியாகப் பார்க்க முடியவில்லை. அப்புறம் அது வெறுப்படித்துப் போய் சோபா விட்டு சோபாவுக்குத் தாவினான். குஷனை எடுத்து சுவற்றில் வீசினான். அது ஒரு தடவை டி.வி. மீது விழுந்து டி.வி. கீழே விழப் பார்த்தது. பிருந்தாவிடமிருந்து "டேய் அபிய்ய்" என்று ஓர் அதட்டல். அதை அவன் ஒரு மைக்ரோ வினாடிகூட மதிக்கவில்லை.

தலையணையை எடுத்துக் கிரிக்கெட் பேட் போல ஆடிக் கொண்டிருந்தான். எவர் சில்வர் டம்ளரைப் பந்தாகப் பாவித்தான். யார் தலை வெட்டுப்படப் போகிறதோ என்ற அச்சத்தில் அடுத்த அரை மணி நேரம் கழிந்தது.

மனசுக்குள் அடிக்கும் களேபரத்தை மறைத்துக் கொண்டு எத்தனை நேரம்தான் அமைதிக் கவசத்தோடு அமர்ந்திருப்பது?

சகிப்புத்தன்மையின் எல்லையை வகுக்கும் விளையாட்டாக இருந்தது அது. நல்லவேளையாக சண்முகம் எல்லை தாண்டிய சகிப்புத் தன்மையை எட்டவில்லை.

ஆனால், செண்பகத்தின் அலாதியான மௌனத்தால் அதிருப்தியை ஓரளவுக்குப் புரிந்து கொண்டாள் பிருந்தா. மறுநாள் "அவரு தனியா இருப்பாரு. நா வர்றேன் அண்ணி" என விடைபெற்றாள்.

ஷேவிங் கிரீமைப் பிசுக்கி ஆபீஸ் ஃபைலில் பூசிவிட்டு அவனும் விடைபெற்றான்.

அபி போன பிறகு தன் கம்ப்யூட்டர் கீ போர்டில் தெப்பக் குளமாக தண்ணீர் நிரம்பியிருந்ததையும், மோட்டர் பைக்கின் இரண்டு சக்கரத்திலும் காற்று இறக்கப்பட்டு இருந்ததையும் சண்முகம் யாரிடமும் பகிர்ந்து கொள்ளவில்லை.

பகிர்ந்து கொள்ளவில்லையென்றால் என்ன கஷ்டம் கஷ்டம்தானே? காற்று இல்லை என்பதை மறைப்பதற்காக பைக்கை அப்படியே ஓட்டிச் சென்றதால் இரண்டு ட்யூப் மவுத்தும் பிய்ந்து போய் இரண்டையும் வேறு மாற்ற வேண்டியதானது. கீ போர்டு புதிதாக வாங்கி வந்து மனைவிக்குத் தெரியாமலேயே மாட்டினான்.

ஆனால் இது எல்லாமே செண்பகத்துக்குத் தெரிந்துதான் இருந்தது. தனக்குத் தெரியாமல் புதிய கீ போர்டை மாட்டி, பழைய கீபோர்டை பைக்கின் சைடு பாக்ஸில் வைத்ததை அவள் இரவு ஒரு மணி தூக்கக் கலக்கத்திலேயே பார்த்தாள். பைக் டயரில் காற்று இல்லாமல் அது நெளிந்து நெளிந்து போவதை அவள் 'டாடா' காட்டிவிட்டுத் திரும்பும்போது கவனித்தாள். தனக்குத் தெரியக்கூடாது என சண்முகம் படுகிற பாட்டை எண்ணி, அபி சமையல் கட்டில் செய்த சேட்டைகளைக்கூட சண்முகத்திடம் சொல்லவே இல்லை அவள். உதாரணத்துக்கு அவள் சேகரித்து வைத்திருந்த ஆடியோ கேசட்டுகளை எல்லாம் அவன் ஃப்ரிட்ஜின் ஃப்ரீஸருக்குள் வைத்து மூடிவிட்டதைக்கூட அவள் சண்முகத்திடம் சொல்லவே இல்லை. அத்தனை கேசட் டேப்புகளும் ஒரு மாதிரி நெளிநெளியாக முறுக்கிக் கொண்டு பாழாகி குப்பைத் தொட்டியில் போட்டுவிட்டாள்.

சில நாள்களில் வீடு மீண்டும் அமைதியாகி சகஜநிலைக்கு வந்தது. குழந்தையின் இருப்பு என்பது வீட்டை நிறைத்து வைக்கிற அம்சம்தானோ என்று நினைத்தான் சண்முகம். குழந்தையில்லாமலேயே பழகிவிட்ட வீடு. அதனால்தான் அபியின் சேட்டைகள் தமக்கு வித்தியாசமாக இருந்ததோ என்றும் தேற்றிக் கொண்டான். ஏனென்றால் பிருந்தா எதையும் பொருட்படுத்தாமல்

இருந்ததே அதற்கு ஒரு ஆதாரம்தான். என்னதான் சமாதானம் சொல்லிக் கொண்டாலும் அபியை நினைத்து ஒரு பயம் இருக்கத்தான் செய்தது.

முதல்வரியில் ‘அபியும் வர்றானாம்’ என்று செண்பகம் அதிர்ந்தது இந்த அபிக்காகத்தான்.

ஆட்டோவைவிட்டு இறங்கி பிருந்தா உள்ளே நுழைந்ததும் பின்னாலேயே அபியை எதிர்பார்த்தனர். ஆட்டோவில் இருந்து யாரும் இறங்கவில்லை. ஆட்டோ சீட்டைக் கிழித்துக் கொண்டிருக்கிறானோ என்னவோ?

“அபி வர்லயா?” ரொம்பவும் எதிர்பார்த்துக் காத்திருந்த தொனியில் கேட்க நினைத்து, சந்தோஷத் தொனியில்தான் கேட்க முடிந்தது.

“அவன் வர்லணா... இங்க அவனுக்கு ஒரே போரடிக்குதாம்... உங்க வீட்ல விளையாட்றதுக்கு எதுவுமே இல்லையாம்... பாருங்க, இந்த வயசிலேயே எப்படிலாம் பேசுதுங்க?” என்றாள்.

இப்படி ஒருவரியில் தம் வீட்டை நிராகரித்துவிட்டானே என்ற தவித்த ஒரு கணத்தை, தனியாக அவனிடம் அகப்பட்டுக் கொண்ட வீட்டை நினைத்துத் தேற்றிக் கொண்டான் சண்முகம்.

- தினமணி கதிர், 2008.

[சம்பா]

15

“நீ சப்தத்தை யார் உடைப்பது என்று எல்லோருமே எதிர்பார்த்திருந்தது மாதிரி இருந்தது. வேட்டியை முழங்கால் வரை தூக்கிவிட்டு, மரத்தடி சிமெண்ட் திண்டு மீது குத்துக்காலிட்டு அமர்ந்திருந்த மாரிமுத்து நாயகர் “க்கும்” என்று கனைத்துக் கொண்டார். அதாவது நான் ஆரம்பிக்கிறேன் என்று அதற்கு அர்த்தம்.

“ஜீப் எதுக்குப்பா வந்துட்டுப் போச்சு?” என்று கேட்டார்.

இதற்கான பதில் அங்கிருந்த சோமசுந்தரம், கருப்புசாமி, திருமலை, சண்முகாசாரி எல்லோருக்குமே தெரிந்ததுதான். கேள்வியைக் கேட்ட மாரிமுத்து நாயகருக்கும் தெரியும்தான். இருந்தாலும் கேட்டார். விஷயத்தை ஆரம்பிக்க வேண்டுமே?

“ஆபிஸரும் பி.டி.ஓ.-வும் வந்தாங்க” என சொக்கலிங்கம் ஆரம்பித்ததும் “பி.டி.ஓ.வும் ஆபிஸர்தான்டா” திருமலை ஓவெனச் சிரித்தான்.

“குழா பேண்ட் போட்டுக்குனு ஜீப்ல வந்தா உடனே ஆபிஸர்னு சொல்றதா?” திருமலையின் சிரிப்பில் ஆத்திரமுற்றவராகப் பேச ஆரம்பித்தார் சண்முகாசாரி. “ஒரு ஏக்கர் நெலம் குடுத்தா ஆஸ்பித்திரி கட்டி தர்றேங்கிறானுங்க. அவசர அங்கலாப்புன்னா நமக்கு வைத்தியம் பாத்துக்க முடியல. நம்ம புத்தூரார் பையன பாம்பு கடிச்சப்ப ஊசி போடறதுக்கு ஒரு டாக்டர் இருந்திருந்தா காப்பாத்தியிருக்கலாம்.. ரெண்டு வருஷத்துக்கு ஒரு தடவை இப்படி

யாராவது ஒருத்தர் அநியாயமா மண்டைய போட்றாங்க..”

“ராமாயணத்தை எடுத்துக் கிட்டார்பா. இப்ப நெலத்துக்கு ஒரு வழி சொல்லிங்கப்பான்னா..” திருமலை விஷயத்துக்கு இழுத்தான்.

இந்த இடைப்பட்ட நேரத்தில் மாரிமுத்து நாயகருக்குச் “சேர்ந்தாப்ல ஒரு ஏக்கர் நெலம்னா... காவாக்கரை மேடு. கணக்கன் மேடு ஓடை, கோயில் கம்பத்தம்’ போன்ற ஊர் பொதுச் சொத்துக்களாக உள்ள இடங்களைப் பற்றிய கணக்கு ஓடிக் கொண்டிருந்தது.

நான்கு பிரசவ வார்டும், மருந்து கொடுக்கிற இடமும் கொண்ட டவுனில் இருப்பது மாதிரியான ஒரு மருத்துவமனையை மனத்திரையில் கட்டி முடித்துவிட்டு மேலே சொன்ன இடங்களில் ஒவ்வொன்றாக அதைப் பொருத்திப் பார்த்துக் கொண்டிருந்தார்.

அவர் மனதில் இருந்த கட்டடத்துக்கு அம்சமான இடம் கோவில் கம்பத்தம்தான்.

“இதில பேசறதுக்கு என்னடா இருக்குது? கோயில் நிலம்தான் சரி” என்றார்.

மாரிமுத்து நாயகர் துணிச்சல்காரரர். அவரால் மட்டும்தான் இப்படித் தேங்காய் உடைத்தது மாதிரி சொல்ல முடியும் என்று அங்கிருப்பவர்களுக்குத் தெரியும்.

ஆஸ்பத்திரி கட்டறதுக்குக் கோயில் நிலம்தான் சரியான இடம் என்பதைச் சொல்வதற்கு என்ன துணிச்சல் தேவை என்று நினைக்கலாம். கோயில் நிலத்தில் பரம்பரை பரம்பரையாக விவசாயம் பார்த்துக் கொண்டு வருபவர் காளி நாயகர். கோயிலுக்குச் சேர வேண்டிய வாரத் தொகையாக வருஷத்துக்கு ஆறுமூட்டை நெல்லை கோயிலுக்கு அளந்துவிட்டுத் தம் சொந்த நிலம் போலவே ஆண்டு வருபவர் அவர். அது கோயில் சொத்து என்ற விவரம்கூட அவருக்கு ஞாபகம் இருப்பதில்லை. கோயிலுக்குத் தானமாக நெல் அளப்பது போலத்தான் அவரது நடவடிக்கை இருக்கும்.

அப்படி ஒருவரின் ஆதிக்கத்தில் இருக்கும் நிலத்தை டப்பென்று காட்டிக் கொடுப்பதுதான் துணிச்சலுக்கான சமாசாரம்.

அவரிடமிருந்து நிலத்தை மீட்பதற்கு இது சரியான சந்தர்ப்பம் என்ற எண்ணம் ஏறத்தாழ எல்லார் மனதிலும் ஒரே நேரத்தில் உதித்தது.

காளி நாயகர், ஆத்திரப்படுவார், ஊரே இரண்டுபடப் போகிறது என்றுதான் அவரிடம் கோவில் நிலம் கேட்டுப் போனவர்கள் எதிர்பார்த்தார்கள்.

“மோர் இருந்தா குடும்மா வந்திருக்கவங்களுக்கு” என மகளிடம்

கூறிய இயல்போடு, "ஆஸ்பித்திரி கட்டறதுக்கு அதுதான்டா சரியான இடம்" என்றும் உறுதியாகச் சொன்னார்.

அவர் இவ்வளவு சுலபமாக உடம்பட்டது அசாதாரணமாகத் தோன்றவே, "ஊர் ஜனங்க எல்லாருக்கும் பயன்பாடா இருக்கட்டுமேன்னுதான் இப்படி யோசிச்சோம்"- சொக்கலிங்கம் வலிந்து விளக்கம் தந்தார்.

"நீ குடுத்த ஐடியாத்தானா இது? சரியான எடத்தத்தான் ராசா சொல்லியிருக்கே" என்று சொக்கலிங்கம் பக்கம் திரும்பினார் காளி நாயகர். சொக்கலிங்கம் பயந்து போய், "நான் சொல்லல. மாரிமுத்து நாயகர்தான்" என பதறினார்.

"அட என்னய்யா... யாரோ சொன்னாங்க. நல்ல இடம்... அதுதான் பொருத்தமா இருக்கும் இல்லையா?" என்றார்.

வந்திருந்தவர்கள், "ஆமா அதுக்காகத்தான்" என ஆமோதித்து "நீங்க இதில சங்கடப்படக் கூடாது" என்றனர்.

வந்திருந்தவர்கள் இப்படித் தர்மசங்கடப்படுவதை ரசிப்பவர் மாதிரி, "பின்ன... ஜனங்களுக்குப் பயன்பாடா இருக்கறதுக்கு தானே ஆஸ்பித்திரி. தொல்லை குடுக்கறதுக்கா?" சொக்கலிங்கத்தைப் பார்த்து சம்மதம் கேட்பதுபோல தலையாட்டிவிட்டுச் சிரித்தார் காளி நாயகர்.

"ஆனாப்பா ஒரு விஷயம்" என்று மீண்டும் காளி நாயகரே ஆரம்பித்தார். "ஊர்க்காரங்க வீடுகட்ட இடமில்லாம ஏரியில குடிசைபோட்டு இருக்கானுங்க. மழைக்காலத்தில இதனால எவ்வளவு அவஸ்தைப் படறாங்கன்னு தெரியுமா?"

"தெரியும் நாயக்ரே. அதுக்கு என்ன பண்ண முடியும், சொல்லுங்க?" என்றார் வந்திருந்தவர்களில் ஒருவர்.

"நமக்குக் கொஞ்சம் ஓய்வு இருக்கிற சமயம்னா அது இந்தச் சம்பா காருதான். மனசு வெச்சா இந்த நேரத்தில அவங்களுக்கும் நல்லது செய்யலாம். ஊர்கூடி இழுத்தா தேர் நகரும்."

"எப்படி?" நிஜமாகவே ஆர்வமாகக் கேட்டார் சொக்கலிங்கம்.

"ஏரிய ஒரு பக்கம் மேடாக்கி அந்த இடத்தில ஆஸ்பித்திரியக் கட்டிட்டு... எங்கப் பாட்டன் காலத்தில தூர்வாரினதோட சரி. அது இப்பவே மேடாத்தான் இருக்கு. அதனால அங்க ஆஸ்பித்திரியக் கட்டிட்டு கோவில் நெலத்தில அங்க குடிசைபோட்டுக்கிட்டு அவஸ்தைபட்றவனுக்கு வீடுகட்ட இடம் கொடுத்தா என்ன?... உங்க இஷ்டம்தான். அரசாங்கத்துக்கிட்ட சொல்றதுக்கு முன்னாடி நாம ஒரு முடிவா இருக்கணும். என்ன சொல்றீங்க... கோவில்

நிலம் ஊரோட இருக்கு ஏரியில வீடு கட்டிக்கிட்டு இவனுங்க ஏன் தனியா இருக்கணும்? அதுதான் என் யோசனை.”

இதில் ஏதோ போர்த் தந்திரம் இருப்பதாக உணர்ந்த சொக்கலிங்கம், “பெரிய வூட்டுக்காரங்க எல்லாரையும் கலந்து பேசித்தான் முடிவெடுக்கணும்” என்று பாதுகாப்பாக ஒரு வார்த்தைப் போட்டார்.

பெரிய வீட்டுக்காரர்கள் என்று ஊரில் ஐந்து பேர் இருந்தார்கள். அய்யாவூடு. தென்னந்தோப்பு ரெட்டியார் வீடு, குதிரை நாயகர் வீடு, ஆசாரி வீடு ஆகிய ஐந்து குடும்பத்தின் வம்சா வழியினர்தான் ஊரின் பூர்வ குடிகள். இந்த ஐந்து வீட்டுப் பிரதிநிதிகள் ஒரு மனதாக ஏற்றுக் கொண்ட விஷயம் பெரும்பாலும் நடைமுறைப்படுத்தப்பட்டுவிடும்.

ஊருக்குப் பள்ளிக்கூடம் கட்ட, நீர்த் தேக்கத் தொட்டி கட்ட, காட்டுக் கோவிலைப் புதுப்பிக்க என்று ஐந்து வீட்டுக்காரர்களும் சம்மதம் தெரிவித்து, நிறைவேறிய திட்டங்கள் நிறைய உண்டு.

சம்பா பட்டம் ஐந்து மாதப் பயிர்ப் பருவம். விவசாயிகள் தினமும், ஏர்பிடிப்பதும், களையெடுப்பதுமாகச் சொல்லி வைத்ததுமாதிரி தினம் ஒரு வேலையில் தங்களை மூழ்கடித்துக் கொள்வது, சம்பாச் சாகுபடியின்போது சற்றே குறையும். பெரிய வேப்பமரத்தடியில் அமர்ந்து ஆடுபுலி ஆட்டம் ஆடுகிறவர்களையும் கோவில் வாசலில் அமர்ந்து அரசியல் நிலைமைகளை அசை போட்டுக் கொண்டிருப்பவர்களையும் அந்த நேரத்தில்தான் அதிகம் பார்க்க முடியும். பொது விவகாரங்கள் பேசப்படுவதும் வீண் சண்டைகள் உருவாவதும்கூட அப்போதுதான்.

இந்தச் சம்பா பருவ நேரத்திலேயே ஆஸ்பத்திரி விவகாரத்தையும் ஏரிக்கரையில் குடிசை போட்டு இருப்பவர்களின் வீட்டு நிலப் பிரச்சினையையும் முடித்துவிடுவது என்று ஐந்து வீட்டுப் பிரதிநிதிகள் முதல் சமீபத்தில் வந்து குடியேறிய முத்து நாடார் வரை ஆர்வப்பட்டார்கள்.

“ஏரியில் குடிசைப் போட்டு இருக்கவனுக்கு மட்டும்தான் கோவில் நெலத்துல எடம் தரப் போறாங்களா? ஊர்க்காரனுங்ககூடத்தான் வீடு போதாம எடம் தேடிக்கிட்டு இருக்கான். அவங்களுக்கும் எடம் ஒதுக்குவாங்களா?” டீக்கடையில் அமர்ந்திருந்தபோது திருமலைதான் இப்படி ஒரு சந்தேகத்தைக் கிளப்பிவிட்டான்.

“வீட்டுக்கு எடம் இல்லாதவன் எல்லாருக்கும்தான். மனை குடுக்கணுனா ஏரியில குடிசை போட்டிருக்கணும்னு சட்டமா?” என்று மாரிமுத்து நாயகரும் சூடாக இருந்த டீயை ஊதி ஆற்றிக் கொண்டே பதில் அளித்தார்.

மாரிமுத்து நாயகரே சொல்லிவிட்டார் என்று ஊர்க்காரரர்கள் சிலர் தங்களுக்கும் இடம் ஒதுக்க வேண்டும் என்று விண்ணப்பிக்க ஆரம்பித்தனர். ஆளாளுக்கு வெள்ளை பேப்பரில் மனு எழுதிக் கொண்டு வந்தனர்.

“எனக்குக் குடியிருக்க வீட்டுமனை இல்லாததால் எனக்கும் மனை ஒதுக்க ஆவண செய்ய வேண்டுகிறேன்’ என்று ஆறுமுக ஆசிரியர் யாரோ ஒருவருக்கு எழுதித் தந்ததையே அனைவரும் வரிவரியாகக் காப்பியடித்து எழுதி வந்தனர். வந்த மனுவைப் பார்த்தால் ஏறத்தாழ இன்னொரு ஊர் தயாராகிவிடும் போல இருந்தது.

இது சம்பந்தமாக மீண்டும் கோயில் பிரகாரத்தில் கூடினர்.

“ஊர்க்காரன்ல இவனுக்கு எடம் தந்து அவனுக்கு எடம் தரலன்னா பிரச்சினை வராது?” காளி நாயகர் கேட்டார்.

“யார் யாருக்கு வேணும்னு சொல்லட்டும். ஒரு வீட்டு மனைக்கு இன்ன விலைன்னு நிர்ணயிப்போம். கோவில் செலவுக்கு ஆகும். வாங்கறவங்க வாங்கிக்கட்டும்” புதிதாக விலையைப் பற்றி பேச ஆரம்பித்தார் சொக்கலிங்கம்.

“என்னப்பா இது... ஏரிக்கரையில இருக்கிற கொட்டாயை விட்டுட்டு வர்றவனும் அதே விலை குடுக்கணுமா?” காளி நாயகர் கேட்டார்.

“நம்ம நோக்கம் ஆஸ்பித்திரிக்கு எடம் வேணும்” ஞாபகப்படுத்தினார் மாரிமுத்து நாயகர்.

“ஏரிக்கரைல கட்றதா, கோவில் நெலத்தில கட்றதான்னு முடிவு பண்ணுங்கன்னு சொல்றேன். அவ்வளவுதான்” காளி நாயகர் தெளிவுபடுத்தினார்.

“ஏரியில நாங்க எப்படியாவது சாவறம். நீங்க கோவில் நெலத்துல ஆஸ்பித்திரி கட்டுங்கப்பா” துண்டை உதறித் தோளில் போட்டுக் கொண்டு விருட்டென்று வெளியேறினான் படவேட்டான்.

“ஏரித் தண்ணில வெள்ளத்தில தவிக்கிறவனுக்கு வீடுகட்றதுக்கு இடம் கொடுங்கப்பா... ஆஸ்பித்திரியாவது மண்ணாங்கட்டியாவது” என்றார் சோமசுந்தரம்.

“என்னய்யா இது அநியாயம். ஆஸ்பித்திரி கட்றம்னு ஆரம்பிச்சு இப்ப வீட்டு மனைனு விவகாரம் பண்றீங்க?” மாரிமுத்து நாயகர் சொன்னது யார் காதிலும் விழுந்ததாகத் தெரியவில்லை.

“சரிப்பா. நீங்க பேசி ஒரு முடிவுக்கு வந்துட்டுச் சொல்லுங்க. எனக்கு ஒடம்பு முடியல. கிளம்பறேன். கோவில் நெலத்தை

எப்ப வேணும்னு கேட்டாலும் கொடுக்கறதுக்கு நா ரெடி" கைத்தாங்கலுக்காகக் கருப்புசாமியை அழைத்துக் கொண்டு வீட்டுக்குக் கிளம்பினார் காளி நாயகர்.

வீட்டு வாசலில் காலைக் கழுவியபடி, "பயலுகளுக்குச் சும்மா இருக்கிற நேரத்தில இப்படியெல்லாம் சமூக அக்கறை வந்துடும். பிரச்சினையைத் திருப்பி விட்டாச்சு. அடுத்த சம்பா வரைக்கும் வரமாட்டானுங்க" என்று தன் மனைவியிடம் சொல்லிக் கொண்டே கயிற்றுக் கட்டிலை நோக்கி நடந்தார் காளி நாயகர்.

- **தினமணி கதிர், 1997.**

சிறு துணை

16

"நீ கவிதை எழுதுவியா?" கேள்வியில் கோபம் அதிகமாக இருந்தது. பத்ரியின் கண்கள் சிவந்திருந்தன. அவனைத் தயக்கத்தோடு பார்த்தாள் புவனா. எழுதுவேன் என்று சொன்னால் அடுத்த வினாடி கன்னத்தில் அறை விழலாம். எழுதத் தெரியாது என்றாலும் அடிக்கலாம். அவனுக்குத் தேவை அடிப்பதற்கான ஒரு பதில்.

"தெரியாது."

"அப்புறம் எப்படிடீ அவனோட கவிதையை திருத்திக்கொடுத்தே?" பேச்சின் நடுவிலேயே கன்னத்தில் ஓங்கி அறைந்தான். கவிதைய திருத்துற அளவுக்குப் பெரிய கவியா நீ? கவிதாயினி இல்ல?" இந்த முறை இடுப்பில் உதைத்தான்.

புவனா, "நான் எதுவும் திருத்தலையே?" என்று ஒடுங்கி நின்றாள். சோபாவில் உட்கார்ந்து பாடம் எழுதிக்கொண்டிருந்த சுரேஷ் பயம் காரணமாக எழுந்து நின்று "அம்மா" என்றான் மெதுவாக.

"நீ போய் படிடா.. நீ ஏன் எழுந்த இப்ப?" பத்ரியின் அதட்டலுக்குப் பயந்து சுரேஷ் பழையபடி சோபாவில் உட்கார்ந்தான். மீண்டும் புவனாவின் பக்கம் திரும்பிய, "கவிதைய திருத்திக் கொடுத்துட்டு இல்லைன்னு வேற பொய் சொல்றே நீ..."

புவனாவுக்குக் கடந்த வாரம் மளிகைக்கடையில் நடந்த எல்லாம் ஒரு கணத்தில் நினைவுக்கு வந்தன. அவசரமாக டீ தூள் வாங்க வேண்டியிருந்தது. பால் குக்கரில் விசில் வருவதற்குள் வாங்கி வந்துவிட வேண்டும் என்று வேகமாக எதிர்த்தக் கடைக்கு ஓடினாள். காலையில் எழுந்திருக்கும்போதே டீ தயாராக இல்லை என்றால்

சில நேரங்களில் கத்துவதோடு நிறுத்தாமல் டம்ளரை எடுத்து முகத்தில் எறிவான். விசில் சத்தம் வருவதற்குள் டீ தூளோடு திரும்பிவிட்டாள். தப்பித்தோம் என்று நினைத்தாள்.

டீ தூள் எடுத்துத் தருகிற வினாடி அவகாசத்தில் கடைக்காரப் பையன் அந்தக் கவிதையை நீட்டினான்.

"நல்லாருக்கான்னு சொல்லுக்கா."

"ஓ கவிதையெல்லாம் எழுதுவியா?"

பூரிப்பும் வெட்கமுமாகச் சிரித்தான்.

'நிழலாகப் பின்தொடர்வேன்

என்றாய்.

இருள் வந்தாலுமா?'

என்று எழுதியிருந்தான். அபிப்ராயம் சொல்வதற்கு ஒன்றும் இல்லை. காண்பித்த கடமைக்காக இருள் வந்தாலுமா என்பதை 'இருளில்?' என்று ஒரு வார்த்தையாக்கிவிட்டு 'நல்லா எழுதறே' என்று ஒரு வார்த்தை சொன்னாள்.

"இருட்லயும் அவன் உன் கூடவே இருக்கணுமா?" என்றான் பத்ரி.

இப்போதும் என்ன பதில் சொன்னாலும் அடி விழும். பேசாமல் இருந்தால் விழாமல் இருக்க உத்தரவாதம் இல்லை. எதற்கு அடிப்பான்... எதற்கு அடிக்க மாட்டான் என்பதை என்றாவது ஒருநாள் சரியாக யூகித்துவிட முடியுமா என்பதைத்தான் இந்த ஜென்மத்தின் சவாலாக நினைத்தாள். இடுப்பின் மீது உதைக்கும்போதுதான் கொஞ்சம் பயமாக இருந்தது. தன் பொருட்டு வயிற்றில் வளரும் இன்னொரு உயிரும் அடிவாங்கும்.

"அந்தக் கடைக்குப் போக வேணாம்னு எத்தனை தடவை சொல்லியிருக்கேன். எதுக்கு அங்கப் போனே?" அடுத்த அஸ்திரம்.

"திடீர்னு டீ தூள் தீந்துபோச்சு.. அவசரத்துக்கு."

"என்னடி அவசரம்? மொத நாளே தெரியாதா? நான் தூங்கிட்டு இருக்கும்போது கடைக்கு ஓடி கவிதை எழுதறீங்களா, கவிதை?"

புவனாவின் இத்தனை ஆண்டு அனுபவத்தில் இந்த நேரத்தில் எதுவும் பேசாமல் மௌனமாக இருந்தால் அவன் அடிக்க மாட்டான். புவனா பேசாமல் இருந்தாள்.

செய்தது தவறுதான் என்பதாகத் தலையைக் கவிழ்ந்து நின்றிருந்தாள். தவறை உணர்ந்துவிட்டாள் என்பதாக அவனே ஒரு முடிவுக்கு வந்து, இனிமேல் இந்த மாதிரி செய்யக்கூடாது என்று எச்சரிப்பான். அப்புறம் ஒரு சிகரெட்டைப் புகைத்தபடி டி.வி.

பார்ப்பான். இப்படித்தான் புவனா யூகித்தாள். எதிர்பாராதவிதமாக அவளுடைய தலையை உயர்த்தி சுவற்றில் டமார் என அடித்தான். நெற்றியில் இருந்து ஈரமாக முகத்தில் இறங்கியது. சுரேஷ் ஓடி வந்து அவன் காலைப் பிடித்துக்கொண்டு கதற ஆரம்பித்தான். “அம்மாவ விட்டுடுங்கப்பா.. பாவம்பா அம்மா.”

“நாயே.. போய் படிடா.. பெரிய மனுஷனாட்டம் நியாயம் பேசவந்துட்டியா” சுரேஷை சோபாவை நோக்கித் தள்ளினான். புவனா ரத்தத்தையோ, கண்ணீரையோ துடைக்காமல் இனிமேல் அடிப்பதை நிறுத்துவான் என்று யூகித்தாள். பத்ரி ஹாங்கரில் தொங்கிக் கொண்டிருந்த சட்டையில் இருந்து சிகரெட்டை எடுத்தான். வெற்றி. அந்த நேரத்திலும் தான் யூகித்தது சரிதான் என்ற சந்தோஷம். இப்போதைக்கு அவனுக்கு அதிகாரம் போரடித்துவிட்டது.. வேறுவகையான உற்சாகத்தைத் தேடுவான். இப்போதைக்கு சிகரெட். இரண்டாம் ஜாமத்தில் எழுப்பி சமாதானக் கொடி பிடிக்காமல் இருந்தால் போதும். அதன் தொடர்ச்சியாக ஒருவேளை நாளை வரைக்கும்கூட அடிக்காமல் இருந்துவிடுவான்.

புவனா வியர்வையைத் துடைக்கும் எளிமையோடு நெற்றியில் வழிந்த ரத்தத்தை முந்தானையால் அகற்றினாள். வாஷ்பேஷனில் கண்ணீர் ரத்தம் இரண்டும் நீங்கக் கழுவிக்கொண்டாள். உலைவைத்து இறக்கி, ரசமும் உருளைக்கிழங்கு வறுவலும்செய்தாள். விவாகரத்து என்பது பெரிய வார்த்தை. கல்யாணம் ஆன புதிதில் இனிமேல் பிறந்தவீட்டிலேயே இருந்துவிடலாம் என்ற அளவுக்கு சிலநேரம் யோசித்திருக்கிறாள். மகளின் நிலைகுறித்து வருந்துவதை வெளிக்காட்டுவதே பிரச்னையைப் பெரிதாக்கிவிடுமோ என்று அப்பா பயப்படுவதை புவனா நன்றாகவே உணர்ந்திருந்தாள். பத்ரி டி.வியில் ஏதோ ஜப்பான் மொழிப் படம் பார்த்துக்கொண்டிருந்தான். அதில் மனிதர்களைக் கூறுகூறாக வெட்டி சில பகுதிகளை எரித்தும் சில பகுதிகளை மீன்களுக்கு உணவாகவும் போடும் ஒரு மனோவியாதி மனிதனைப் பற்றிக் காட்டிக்கொண்டிருந்தார்கள். பத்ரி அதை புன்முறுவல் மாறாமல் பார்த்தான். சமையல் வேலைகளுக்கு நடுவே புவனா அதை சில சமயம் அடுத்து என்னமாதிரி அதிர்ச்சிக் காட்சி வரப்போகிறதோ என்ற அச்சத்தின் காரணமாக மிரட்சியோடு பார்த்தாள். சின்ன வயதிலேயே சுரேஷ் இதையெல்லாம் பார்ப்பது அவளுக்குப் பயத்தை ஏற்படுத்தியது. குழந்தையின் எதிரில் இதுபோன்ற படங்களைப் பார்க்க வேண்டாம் என்று கோரிக்கை வைக்கலாம். ஆனால், அவனாக வேறு சேனலுக்கு மாற இருந்த யோசனையையும் கெடுத்துவிடும். பால்வண்ணம்பிள்ளைகளின் உலகம் இது. புதுமைப்பித்தனின் கதை நினைவு வந்தது. கல்லூரி.. கவிதை எழுதிய நோட்டுப் புத்தகம்.. கல்யாணப் புதிதில் அதை பத்ரியிடம் காட்டி அவமானப்பட்டது.. எல்லாம் போன பிறவியில்

நடந்தது போல இருந்தது. சூறாவளியிலும் தாக்குப் பிடிக்கும் சிறுமலர் போல மிச்சம் இருக்கும் நினைவுகள் இவைதான்.

அந்த வீட்டில் செருப்பு வைக்கிற ஸ்டாண்டுக்கு இருக்கும் மரியாதைகூட இல்லாமல் ஒரு ஜீவனாக நடமாடுவது சில நேரங்களில் அதிக வருத்தமாகிவிடும். இறந்துவிடலாம் என யோசித்தால் அம்மா, அப்பாவின் பரிதாபமான முகம் நினைவுவரும். சுரேஷின் முகம்.. தன் இழப்பால் வருந்தும் அனைவரையும் நினைத்துப் பார்த்தாள்.

செத்துத் தொலைப்பதைவிட வாழ்ந்தே தொலைக்கலாம்போல இருந்தது. 'யாரோ ஒருவரின் நினைவு நம்மை இழந்துவிடாமல் காக்குமென்றால் யாருடைய முயற்சியால் வாழ்கிறேன் நான்?' என்று ஒரு வரி ஓடி மறைந்தது. மனதில் ஓடிய வரியைப் பிடிக்கமுடியவில்லை. கவிதையாகச் செய்யக்கூடிய வரி என்று மட்டும் நினைவில் மலர்ந்து உடனே மறந்துவிட்டது.

ஒருவகையில் புவனாவுக்கு இருந்த ஒரே வசதியே அதுதான். இப்போது எல்லாம் மறந்துபோய்விடுகிறது.

படிக்க விரும்பியதைப் படிக்காமல் போனதை, அணிய விரும்பியதை அணியாமல் போனதை, கேட்க விரும்பியதைக் கேட்காமல் போனதை, வாழ விரும்பியதை வாழாமல் போனதை... அவளால் வசதியாக மறக்க முடிந்தது. கரும்பலகையில் ஒரு கை எழுதிச் செல்லும் வாக்கியத்தை இன்னொரு கை ஈரத் துணியால் அழித்துக்கொண்டே வந்தது. இரண்டொரு முறை நியாயம் கேட்கவந்த அப்பாவையும் இனி வீட்டுப் பக்கம் வரக்கூடாது என்று விரட்டியடித்துவிட்டான். அப்பாவும் அம்மாவும் ஏதாவது கல்யாண வீட்டில் பார்த்தாலும் பேசக்கூடாது என்பது நிபந்தனை. கணவனோடு செல்லும் எல்லா பயணங்களும் ஒரு மனக்கசப்பில் வந்து முடிவதால், கல்யாணம் காட்சி என்று போக அவளுக்கு விருப்பம் இருந்ததில்லை. கொஞ்சம் தீவிரமாக யோசித்துப் பார்த்தால் அவளுக்கு விருப்பங்களே இருந்ததில்லை என்று சொல்லிவிடலாம்.

அதனால்தான் மறுநாள் அவள் புதிதாக விழித்து எழுந்தாள். நம்பிக்கையே இல்லாததால் எதிர்பார்ப்பும் இல்லை. பத்தடி கூண்டுக்குள் சிக்கிய மான் போல வாழப் பழகியிருந்தாள். எப்போது புல்லைச் சாப்பிட வேண்டும்; எப்போது தண்ணீர் குடிக்க வேண்டும் என்று பழகிக்கொள்வதில் பெரிய சிரமும் இருக்கவில்லை.

சுரேஷ் பள்ளிக்குக் கிளம்பிக்கொண்டிருந்தான். அவனைப் பள்ளிக்கு அழைத்துச் செல்லும் பொறுப்பு புவனாவுக்கு. அழைத்து

வருவதும் அவளுடைய வேலைதான். அவனுக்குத் துணி துவைப்பது அவளுடைய வேலை. அவனுக்குப் பாடம் சொல்லித் தருவது அவளுடைய வேலை. எல்லா வேலையும் அவளுடைய வேலையாக இருந்தாலும் எல்லாவற்றையும் இப்படித் தனித் தனியாகப் பிரித்துப் பார்த்து எளிமையாக்கிக்கொள்வாள்.

பத்ரி செய்தித்தாள் படித்துக்கொண்டிருந்தான். அசப்பில் பார்த்தால் அவன், ஆண்களின் எல்லா கடமைகளையும் நிறைவேற்றுவதுபோல இருக்கும். அதில் ஒன்று காலையில் செய்தித்தாள் படிப்பது. பள்ளிக்கூடப் பையைத் தூக்கிக்கொண்டு புவனா சுரேஷுக்குப் பின்னால் நடந்தாள்.

"எதுக்குடா... இவ்ளோ புக்ஸ்?" என்று பத்ரி சுரேஷை அதட்டினான்.

சுரேஷ், அம்மாவின் பையைப் பிடுங்கி முதுகில் மாட்டியபடி, "இன்னைக்கு ஹோம் ஒர்க் நோட் சப்மிட் பண்ணணும்பா" என்றான்.

சுரேஷ் சொன்ன பதிலைக் காதில் வாங்கிக்கொள்ளவில்லை. அவன் சொல்கிற பதிலைக் கேட்பது அவனை மதிப்பதுபோல ஆகிவிடும்.

"கொஞ்சம் நோட்டை மத்யானம் லஞ்ச் கொண்டு வரும்போது..." புவனா ரொம்ப நாளைக்கு அப்புறம் ஒரு யோசனையை முன் வைக்க முனைந்தாள்.

சுரேஷ் அதற்குள் மாடிப்படி இறங்கிவிட்டான். விட்டால் தனியாகவே பள்ளிக்குப் போய்விடுவான் போல. புவனா வேகமாக ஓடி அவனைக் கடைசிப் படிக்கட்டுக்கு முன்னால் பிடித்தாள்.

"என்ன அவசரம் உனக்கு?"

சுரேஷ் பதில் சொல்லமாட்டான். பள்ளிக்குழந்தையைப் போல இருக்காது அவனுடைய நடவடிக்கை. இரவில் பத்ரியின் படுக்கைத் தொல்லைகளின்போது எழுந்துபோய் அவனாகவே ஹாலில் படுத்துக்கொள்வான். எதையோ கடந்துவந்துவிட்டவன் போலத்தான் நடந்துகொள்வான்.

தெருவைக் கடந்து வலதுபக்கம் திரும்பியதும், ஒரு ஆட்டோவை அணுகி, 'கோயம்பேடு போகணும் வர்றீங்களா அங்கிள்?'

"எதுக்கு கோயம்பேட்டுக்கு?" என்ற புவனாவை ஆட்டோவில் அவசரமாகத் தள்ளினான்.

அவனும் ஏறி அமர்ந்தான். "நாம தாத்தா வீட்டுக்குப் போறோம்."

"திருச்சிக்கா?"

தமிழ்மகன் | 145

ஆமாம் என்று அவன் சொல்லவே இல்லை.

“அய்யோ...” பதறினாள்.

ஆட்டோ ஓட்டுபவர் எதேச்சையாகப் போல திரும்பிப் பார்த்தார். சுரேஷ் கண்களால் புவனாவை எச்சரித்தான். இது என்ன விபரீதம்? பத்ரி பைக்கில் துரத்தி வருவதுபோல திகில் பரவ ஆரம்பித்துவிட்டது புவனாவுக்கு. கட்டியிருந்த புடவையை ஒரு தரம் நேர்த்தியாக இருக்கிறதா என்று பார்த்துக்கொண்டாள். பத்து வயசுப் பையனை நம்பி... காதைப் பிடித்துத் திருகிக் கீழே இறக்க வேண்டும் என்று ஏன் முயற்சி செய்யவில்லை? அவளுக்கு வியர்த்துகொட்டியது. இப்படி கட்டியப் புடவையோடு போய் நின்றால் அப்பாவும் அம்மாவும் என்ன சொல்லுவார்கள். உறவினர், புகுந்தவீடு, சமூகம், குடும்பம்.. எதிர்காலம்? எல்லா வார்த்தைகளும் அவளை அச்சுறுத்தின. “பயமா இருக்கு சுரேஷ்.. வீட்டுக்குப் போயிடலாம்டா” என்று மெதுவாகச் சொன்னாள்.

பாந்தமாக அம்மாவின் கைகளைப் பிடித்துக்கொண்டான்.

எப்படியாவது பயணத்தை நிறுத்திவிட வேண்டும் என்பதுமட்டுமே நோக்கமாக இருந்தது. எந்தத் தடயமும் இல்லாமல் மீண்டும் பத்ரியிடம் போய் வழக்கமான அடிகளையும் திட்டுகளையும் வாங்கிக்கொண்டு இருந்தால் போதும்போல இருந்தது. அவளுக்குப் பழக்கமான வருத்தங்களோடு வாழ்ந்துவிடுவதே பரவாயில்லைபோல நினைத்தாள்.

“ஊருக்குப் போக பணம்?”

சுரேஷ் பள்ளிக்கூட பையைத் திறந்தான். புவனாவின் கல்லூரிச் சான்றிதழ்கள், நகைப் பெட்டி, பணம்.. பீரோவில் இருந்து எப்போது இதையெல்லாம் எடுத்துவைத்தான்? சிக்கியிருந்தால் இன்னேரம் என்ன கதியாகியிருப்போம்? ஆட்டோவின் பின்புறம் இருந்த நீள்வட்ட ஜன்னல் வழியே பார்த்தாள்.. இன்னும்கூட சிக்குவதற்கு வாய்ப்பு இருக்கிறது. பள்ளிக்கூடம் விட்டு அரை மணி நேரத்துக்குள் திரும்பவில்லை என்றால்? பள்ளிக்கூடத்தில் சில நேரம் ஏதாவது விசாரணைகள் இருக்கும். கொஞ்சம் முன்ன பின்னே ஆகும்.. சில நேரத்தில் அப்படியே காய்கறி வாங்கிக்கொண்டு வருவாள். ஒரு மணி நேரம் வரை தேட மாட்டார்கள். பிறகு சந்தேகம் வரும். மளிகைக் கடை பையன்மீதும் வரும். அய்யோ கொடுமையே... அதற்குள் சென்னையைவிட்டுப் போய்விட வேண்டும்.

“இதையெல்லாம் எப்ப எடுத்தே?”

“காலையில..”

திருச்சி பஸ் எங்கே நிற்கும் என்று விசாரித்து, கையைப் பிடித்து இழுத்துச் சென்றான். பஸ்ஸில் நல்ல இடமாகப் பார்த்து

உட்கார வைத்தான் சுரேஷ். அடிக்கொரு தரம் அவன் முகத்தைப் பார்த்தாள். அது குழந்தைக்கான முகம்தான். பெரியவர்களின் செருப்பை போட்டு நடக்கும் சிறுவனுடைய பாதம் போல பொருத்தமில்லாமல் இருந்தது; ரசிக்கும்படியாகவும் இருந்தது. ரசிப்பதற்கான தருணம்தான் இல்லை. குழாய் அடிச் சண்டையில் நிலவை தவறவிடுவதுமாதிரிதான் தருணங்களும் நெருக்கடிகளும் போட்டி போடுகின்றன.

டிரைவர், அவருக்கான பிரத்யேக கதவு வழியாக ஏறி அமர்ந்தார். பஸ் என்ஜினின் உறுமல். நகரவும் ஆரம்பித்தது.

"தாத்தா ஏன் இப்படி வந்தீங்கன்னு திட்டினா?"

"திட்ட மாட்டார்.."

ஜனத் திரளில் பஸ் ஊர்ந்தது. பிரதான சாலைக்கு வரும் வரைக்கும் பயப்பட வேண்டும் போல நினைத்துப் பார்த்தாள்.

"திட்டினா?" என்றாள் மறுபடி.

சுரேஷ் தீர்க்கமாகப் பார்த்தான். "நீயும் திருப்பித் திட்டுமா."

உதட்டின் மேல் ஒரு நீர்த் துளி வழிந்து உறைத்தது. கண்ணீரா? வியர்வையா?

நெரிசலில் இருந்து மீண்டு அகன்ற சாலையில் திரும்பி, விரைந்தது பஸ். சுரேஷ் அம்மாவின் தோள்மீது சாய்ந்துகொண்டான்.

- ஆனந்த விகடன், 2013.

மாலதி

17

அம்மா மிகச் சுலபமாகக் கேட்டுவிட்டார்கள். "மாலதி வீடு உனக்குத் தெரியுமில்லப்பா?" என்று.

மாலதி வீடு தெரியாது என்று சொல்லலாமா... மாலதியையே தெரியாது என்று சொல்லலாமா. இந்த இரண்டு கேள்விகளும் ஏறத்தாழ ஒரே நேரத்தில் உற்பத்தியாகி செயலிழந்தன.

மாலதியை எனக்கு இன்னும் ஞாபகம் இருக்கிறது என்பது ஒரு குற்றம்போல ஏனோ தோன்றியது.

அவள் ஐந்து வயது குழந்தையாக இருந்தபோது பார்த்தது. ஆதலால் அவள் உருவமாக எனக்கு நினைவில் இல்லை.

"பல்லாவரத்திலப்பா..." என்று அம்மா என் பதிலுக்காகக் காத்திருந்தார்.

நான் என்னையும் அறியாமல், "தெரியும்" என்றேன்.

அவளுக்கு இப்போது 20 வயதுஇருக்கலாம். இப்போது எப்படி இருக்கிறாள் என்று பார்க்கவேண்டும் போல குறுகுறுப்பாக இருந்தது.

நான்குக்கும் ஐந்துக்கும் இடைப்பட்ட வயதில் ஒரு பெண்ணுக்கு அவ்வளவு தெரிந்திருக்குமா? அவ்வளவு சாமர்த்தியம் இருக்குமா... என்று இப்போது ஆச்சர்யமாக இருந்தது.

அந்தச் சிறிய வயதில் என் மனதில் குறுகுறுப்பை உணரவைத்தவள்

அவள்தான். பாலியல் பற்றிய கல்லூரி நாள் அரட்டைகளில் என் கவனத்தில் தீயாக எரிந்து துன்புறுத்தும் அளவுக்கு என்னை உளவியல் சித்ரவதை செய்தவள்.

அந்த வயதில் என்னை வசீகரிப்பதற்கு குரூரமாகச் சிந்திக்கிறேனா என்று தெரியவில்லை கவர்வதற்கு, திசைதிருப்புவதற்கு போன்ற எந்த வார்த்தையைப் போட்டாலும் அந்தக் குழந்தைத்தனத்துக்கு மிகையாகப்படலாம். ஆனாலும் அவளிடம் மிகையானதன்மை இருக்கத்தான் செய்தது.

பல்லாவரத்தில் அவர்கள் வீட்டில் குடியிருந்தநாங்கள், அப்பா வேலைபார்க்கும் நிறுவனம் தந்த குவார்ட்டர்ஸ் வசதியை அனுபவிப்பதற்காக வீடுகாலிபண்ணிவிட்டோம்.

லாரியில் பொருட்களையெல்லாம் ஏற்றிக்கொண்டு கிளம்பும்போது,காலை6மணி. அப்போதுமாலதிஎழுந்திருக்கவில்லை. அவள் எழுந்திருப்பதற்குள் போய்விடவேண்டும் போலதான் எனக்கு இருந்தது. அவளிடமிருந்து தப்பித்துவிடவேண்டும் போலதுடித்த உணர்வு, இப்போதும் ஞாபகம் இருக்கிறது.

அங்கிருந்து வந்துவிட்டபின், நான் மாலதியை முழுக்க மறந்துவிட்டேன். மறுபடி மாலதி என் ஞாபகத்துக்கு வந்தது, என் 16 வயதில். அதன் பிறகு, அவள் ஞாபகம் என்னை விடவேயில்லை... இன்றுவரை. அவள் ஒரு பாலியல் சின்னமாக என்னுள் இருந்தாள்.

அவள் என் ஞாபகத்தில் இருப்பதைத் தெரிந்துகொண்டுதான் அம்மா இப்படிக் கேட்டார்களா என்று அச்சமாக இருந்தது.

“முருகேசன் இறந்துபோய்ட்டாரு. 23 ஆம் தேதி காரியம்னு அவங்க வீட்டுக்குத் தகவல் சொல்லணும்பா” என்று அம்மா சொன்னார்.

“சரிம்மா... ஞாயிற்றுக் கிழம போறேன்” என்றேன்.

“என்னப்பா ஞாயித்துக் கிழமைதான் 23 ஆம் தேதி.”

“அதுக்காக..? இன்னைக்கே போகச்சொல்றியா?” என் ஆர்வத்தைத்தான் நான் வெறுப்புடன் வெளிப்படுத்துகிறேனா?

“ஆமாம்பா... இன்னைக்கு உனக்கு லீவ்தானே?”

“சரி சரி.”

எனக்கு மூளைக்குள் புயல்போல ஏதோ நடந்தது. உடம்பு கொஞ்சம்சூடாக மாறி இருந்த்து. அவள் அப்பா ஓர் ஓவியர். பிற்காலங்களில் அவர் ஒரு கார்ட்டூனிஸ்ட் என்று புரிந்துகொண்டேன். அவர் டேபிளின்மீது பென்சில் கோடுகளாகவோ, வண்ணமிடப்பட்ட நிலையிலோ ஓவியங்கள்

இருக்கும். அவ்வளவு பிரமாதமான கார்ட்டூனிஸ்ட் என்று அவரைச் சொல்லமுடியாது. அரசியலுக்கான கேலிச்சித்திரங்களைவிட நகைச்சுவைத் துணுக்குகளுக்கான ஓவியங்கள் அவர் நிறைய வரைந்திருக்கிறார்.

அவள் அப்பா அறையில் என்னை அனுமதித்ததுதான் அவள் சாமர்த்தியம் என்று நான் நினைக்கிறேன்.

அந்த அறையில் எனக்கு ஆர்வமூட்டும் நிறைய விஷயங்கள் இருந்தன. ரப்பர்பேண்டில் இறுக்கிக் கட்டிய தூரிகைகள், பலவகைப் பேனாக்கள், சுருட்டிச் சுருட்டிவைக்கப்பட்டிருந்த வெண்தாள்கள். அந்த அறைக்குள் வீசிய ஒரு மெல்லிய ஸ்பிரிட் வாசனையும்கூட எனக்கு ஞாபகம் இருக்கிறது. நிறைய கார்ட்டூன் பத்திரிகைகள், படக்கதைகள் அவர் டேபிளின்மீது இருக்கும்.

எனக்கு அந்தப் புத்தகங்களைப் புரட்டிப் படம் பார்ப்பதில் அப்படி ஓர் ஆர்வம் இருந்தது. அந்த ஆர்வத்தை அவள் தவறாகப் பயன்படுத்திக்கொண்டாள். ஐந்து வயதில் அவள்... சே! எப்படிச்சொல்வது? அப்பா-அம்மா விளையாட்டில் குழந்தைகள் தவிர்த்துவிடும் பகுதி அது. அப்பா-அம்மா என்றால், அவர்கள் ஒன்றாகப் படுத்துத் தூங்கவேண்டும் என்று நினைத்தாள். விளையாட்டின் தர்ம சங்கடமான பகுதிஅது. அந்த நினைவு என் நெஞ்சில் ஆழப்பதிந்து கிடக்கிறது. வயது ஏறஏற அந்த நினைவுகளும் பருவச்செழிப்போடு தன்னை அலங்கரித்துக்கொண்டன.

எனக்கு காமிக்ஸ் புத்தகங்கள்மீது அப்படி ஆர்வம் இருந்த்து. காமிக்ஸ் புத்தகங்களைப் பார்ப்பதற்குப் பணயமாக அவள் என்னை என்ன காரியம் பண்ணச்சொல்லிவிட்டாள்!

குழந்தை... தெரியாமல் செய்தகாரியம் என்று அதை என்னால் தேற்றிக்கொள்ளவே முடியவில்லை.

பதினாறாவது வயதில் அவள் என் ஞாபகத்துக்கு வந்தமாதிரி, நானும் அவள் ஞாபகத்துக்கு வந்திருப்பேனா என்று யோசித்துப் பார்த்தேன்.

ஒரு ஐந்து வயது குழந்தைப்பிராயத்தில் நடந்தவை. 15 வருடம் கழித்து அதெல்லாம் ஞாபகம் இருக்குமா என்று தெரியவில்லை.

உதாரணத்துக்கு, என் ஐந்து வயது அனுபவம் இப்போது ஏதாவது மிஞ்சுகிறதா என்று யோசித்தேன்.

அப்பாவும் நானும் ஃபோட்டோ எடுப்பதற்காக ஸ்டூடியோவுக்குப் போனது ஞாபகம் இருக்கிறது. நாங்கள் சென்ற ரிக்ஷாக்காரரோடு அப்பா சண்டை போட்டதுகூட ஞாபகம் இருக்கிறது.

அதனால் இந்தச் சம்பவத்தை நான் தொடர்ந்து ஞாபகத்தில்

தக்கவைத்ததுக்கு அப்போது எடுத்துக்கொண்ட ஃபோட்டோ ஒரு காரணம். அந்த ஃபோட்டோவைப் பார்க்கும்போதெல்லாம் எனக்கு அந்த சண்டையும் இலவச இணைப்பு மாதிரி ஞாபகத்துக்குவரும்.

மாலதியின் அம்மாவுக்கே என்னை ஞாபகம் இருக்கவில்லை. ரொம்பவும் அறிமுகப்படுத்திக் கொள்ளவேண்டியிருந்தது. அப்புறம் தான், "அடடே... நீயாப்பா? எவ்வளவு பெரிய ஆளாயிட்டே..." என்று வியந்து உள்ளே உட்காரச்சொல்லி, குடும்பத்தினரைப் பற்றி விசாரித்தார்கள்.

"பால்கணக்கு எழுதிட்டு என் பேனாவ எங்கவெச்ச?" என்று குரல் கொடுத்தபடி அறைக்குள் இருந்து வெளிப்பட்டவள் மாலதிதான் என்பதை நான் சட்டென்று அடையாளம் கண்டுகொண்டேன்.

நான் அவளை அவ்வளவு தீவிரமாகப் பார்ப்பதைக்கண்டு, "அண்ணனைத் தெரியுதாம்மா?" என்று மாலதியின் அம்மா மகளிடம் கேட்டார்.

முதலில், விருந்தாளி வந்திருப்பது தெரியாமல் அம்மாவை அதட்டிக்கொண்டு வந்துவிட்டோமே என்பதற்காக வெட்கப்பட்டு விட்டு, "தெரியலையே" என்றாள்.

எனக்கு வாழ்நாள் முழுவதும் மறக்கமுடியாத அனுபவத்தைத் தந்துவிட்டு, 'தெரியலையே' என்றது ஏமாற்றமாக இருந்தது.

"என்ன படிக்கிறீர்கள்?" என்று கேட்டு முடிப்பதற்குள் தொண்டை வறண்டு போயிற்று.

"பாட்டனி."

அவள் அம்மா என்னைப் பற்றி மேற்கொண்டு தந்தவிளக்கங்களைக் கேட்டுக்கொண்டு, என்னைப் பார்த்து மரியாதை நிமித்தம் சிரித்துவிட்டு, எந்த அறையிலிருந்து வெளிப்பட்டாளோ... அதே அறைக்குள் போய்விட்டாள்.

நான் வெட்டு வெட்டென்று நடுஹாலில் உட்கார்ந்திருந்தேன்.

மாலதி மறுபடி வெளியேவந்து, "இந்தாங்க" என்று ஆஸ்ட்ரிச் ஒப்லிக்ஸ் படக்கதைப் புத்தகம் ஒன்றைப் படிக்கும்படி கூறுவாளோ என்று நான் குறுகுறுப்போடு எதிர்பார்த்துக்கொண்டிருந்தேன்.

- தினமணி கதிர், 1997.

[அச்சம்]

18

"உங்களுக்கு பெரிய அளவில் ஆபத்திருக்கும் என்று எதிர்பார்த்தால், ஒரு வாரம் விடுப்பு எடுத்துக்கொண்டு ஊருக்குப் போய் இருங்கள்."

தன்னைக் குறித்து எடிட்டர் இந்த அளவுக்குக் கவலைப் படுவது மாதவனுக்குப் பெருமையாக இருந்தது.

"எனக்குப் பயமில்லை சார்." எடிட்டரின் அக்கறையை அங்கீகரிக்கிற தொனியில் சொன்னான் மாதவன்.

"விஷயம் பயம் பற்றியதல்ல; தற்காப்பு பற்றியது."

"தற்காத்துக் கொள்ளவேண்டிய அவசியமும் இல்லை சார்."

எடிட்டர் சிரித்தார்.

மிகவும் பரபரப்பாக அமைந்துவிட்டது. 'கவர்ஸ்டோரி' நெற்றி யடியான ஆதாரங்கள். அரசு மருத்துவமனையின் தில்லுமுல்லுகள் அனைத்தையும் தோலுரித்துக்காட்டும் கட்டுரை. 'மருத்துவக் கருவிகள் வாங்குவதில் 50 லட்சம் முறைகேடு; தலைமை மருத்துவர் - சுகாதார அமைச்சர் கூட்டுக்கொள்ளை. இடைத்தரகர்களைக் குளிரவைத்த நர்ஸுகள்' என நான்கு வண்ண சுவரொட்டிகள் தயார். பத்திரிகை நாளை கடைக்கு வந்ததும் அரசியல் மட்டத்திலும் மருத்துவமனை மட்டத்திலும் நெருப்பு பறக்கும்.

படித்த வேகத்தில் கோபப்படுவதற்குக்கூட அவகாசம் இருக்காது. விஷயம் வெளியே கசிந்தது எப்படி என்பதை யூகிக்கவே மண்டைகாயும். பிறகு ஃபோனில் மிரட்டுவார்கள். மிஞ்சிப் போனால் நேரில் வந்துமிரட்டுவார்கள்.

அவர்கள் மிஞ்சிப்போனார்கள். எதிர்பார்த்தபடியே கட்சிப் பிரமுகர்கள் வந்து, “எதிர்க்கட்சிக்காரன்கிட்டே எவ்வளவு வாங்கினே?” என்று ஆரம்பித்து எடிட்டரின் தாய், சகோதரி உள்ளிட்டோரின் கற்பையெல்லாம் கொச்சைப்படுத்தி கோஷம் போட்டுவிட்டுப் போனார்கள்.

சுகாதாரத்துறை அமைச்சகத்திலிருந்து மறுப்புக் கடிதமும் மருத்துவமனை டீன் மூலம் வக்கீல் நோட்டீஸும் வந்தன.

“எதற்கும் அஞ்சவேண்டியதில்லை. நம்மிடம் போதிய ஆதாரங்கள் இருக்கின்றன. இந்த மாதிரி, மாதத்துக்கு இரண்டு ‘ஸ்டோரி’ வந்தால் போதும். சர்குலேஷன் இரண்டு லட்சத்தை எட்டிவிடும்” எடிட்டோரியல் மீட்டிங்கிலேயே பெருமைப்படுத்தினார் எடிட்டர்.

அடுத்தநாள், உருட்டுக்கட்டை சகிதமாக ஏழெட்டு ஆட்டோக்களில் குண்டர்கள் நுழைந்ததை யாரும் எதிர்பார்க்கவில்லை. ஆபீஸே கதிகலங்கிப் போனது. மாடியிலிருந்து பின்பக்கமாக வெளியேறுவதற்கு இன்னொருவழி இருந்ததால், முக்கிய நபர்களெல்லாம் தப்பித்துஓட முடிந்தது.

நான்கைந்து பேருக்கு நல்ல அடி. யாரையும் கொலைசெய்யும் நோக்கமற்ற காயங்கள். ‘இனி எங்கள் விஷயத்தில் தலையிடாதே’ என்ற மிரட்டல்தான் அதில் வெளிப்பட்டது. இப்படியெல்லாம் சாமர்த்தியமாக அடிப்பதற்கு எங்காவது ட்ரெயினிங் எடுப்பார்களா என்று தெரியவில்லை. கம்ப்யூட்டர்கள், கண்ணாடிக் கதவுகள் அடித்து நொறுக்கப்பட்டிருந்தன. காகித வஸ்துகள் ஒரு ஹாலில் வைத்து எரிக்கப்பட்டிருந்தன. அசப்பில் ஒரு கலவரம் தொனித்தாலும் ஊழியர்கள் அனைவருக்கும் சவால் மனப்பான்மைதான் இருந்தது.

இரண்டு நாளைக்கு, அடிபட்டவர்களின் பக்கத்திலேயே இருந்து பார்த்துக்கொண்டார் எடிட்டர்.

“இதைநான் கொஞ்சமும் எதிர்பார்க்கவில்லை. செக்யூரிட்டியை இன்னும் அதிகப்படுத்தியிருக்கலாம்” என்று வருத்தப்பட்டார்.

மறுநாளே அலுவலகக் காவலுக்கு ஆட்கள் பணிக்கப்பட்டார்கள். நான்கு முரட்டு மீசை ஆசாமிகள் ஷிஃப்ட்டு போட்டுக்கொண்டு காவல் காத்தார்கள். ஒவ்வொருத்தனுக்கும் பத்துப் பேரை சமாளிக்கும் திராணி. இன்ஷூரன்ஸ் இருந்ததால் இரண்டே நாட்களில் அலுவலகம் புதுமெருகோடு இயங்கத் தொடங்கியது.

“நல்லவேளை மாதவன், நீங்கள் அந்த நேரத்தில் இல்லை. உங்கள் பேரைச் சொல்லித்தான் எல்லாவற்றையும் போட்டு உடைத்தார்கள்.” தலையில் கட்டுடன் கம்போஸிங் செல்வராஜ் சொன்னபோது மாதவனுக்கு ஒருவித வீராப்பு மேலோங்கியது.

‘ஃபாலோ அப்’பாக அலுவலகம் நொறுக்கப்பட்ட செய்தியோடு, ரொம்ப பகைத்துக் கொள்ளவேண்டாம் என விட்டுவிட்ட செய்திகளையும் சேகரிப்பதில் இறங்கினான் மாதவன்.

அந்த நேரத்தில்

“உங்களைப் பார்க்க ஒருவர் வந்திருக்கிறார்” இன்டர்காமில் தெரிவித்தார் செக்யூரிட்டி.

“எது சம்பந்தமாக?”

“சொல்ல மறுக்கிறார்.”

“தனியாகவா?”

“ஆமாம்.”

“அலுவலகத்துக்கு அருகே ஆட்டோவில் யாராவது மறைந்திருக்கிறார்களா கவனியுங்கள்!”

“பார்த்துவிட்டேன் அப்படி எதுவுமில்லை.”

ரிசப்ஷனுக்குப் போய் பார்ப்பதற்கு சற்று பயமாக இருந்தது மாதவனுக்கு.

கிளம்பும்போது, “கேர்ஃபுல் மாதவன். நாங்களும் இங்கிருந்து குளோஸ் சர்க்யூட் மானிட்டரில் பார்த்துக்கொண்டே இருக்கிறோம்” என நம்பிக்கை தந்து வழியனுப்பி வைத்தார் சுந்தரம்.

ஏனோதானோவாக இருந்தது அவன் தோற்றம். போலீஸ்காரன் போல பெல்ட்டையும் மிஞ்சி வழியும் தொப்பை. தலைகலைந்து, தாடியும் மேலோங்கியிருந்த்து.

“போன வாரம் போட்ட ஹாஸ்பிட்டல் மேட்டர் விஷயமாத்தான் சார்” என்றான்.

“சொல்லுங்க.”

இதற்காகத்தான் காத்திருந்தவன் போல இன்னும் ஓரடி நெருங்கினான்.

“அதில் மாலாவப் பத்தி போட்டிருந்தீங்களே... அவளோட ஹஸ்பண்ட் நானு.”

“மாலாவா?”

“அதாங்க... இடைத்தரகர்களையெல்லாம் குளிர வைக்கிற நர்ஸ்...” வார்த்தைகளில் இருந்த உறுதி, அவன் கண்களுக்கு இல்லை. கண்ணீரைக் கட்டுப்படுத்த முயன்றான்.

“நாலு நாளா என் வொய்ஃப்கிட்ட பேசல. எனக்கு ரெண்டு பெண் குழந்தைங்க. ஒண்ணு ஏழாவது படிக்குது; இன்னொன்னு அஞ்சாவது.”

"ரொம்ப கஷ்டமா இருக்கு சார். நீங்க போட்டிருந்தது நிஜமான்னு தெரிஞ்சிக்கதான் வந்தேன்."

"................."

"வெளியில தலைகாட்ட முடியல சார். அவளும் வேலைக்குப் போறதில்ல இப்ப."

சட்டென்று மாதவனின் கையைப் பிடித்துக்கொண்டு கேவ ஆரம்பித்தான்.

"அதில் எந்த அளவுக்கு உண்மை இருக்குன்னு விசாரிச்சு சொல்றேன். நீங்க ஒருவாரம் கழிச்சுவாங்க."

"நடைப்பிணமா இருக்கிற நாங்க, நிஜப் பிணமா மாறறது உங்க வார்த்தைலதான் இருக்கு."

அவனை ஒரு வழியாகத் தேற்றி அனுப்புவதற்குள் போதும்போதுமென்றாகி விட்டது.

மாடி ஏறி, எடிட்டர் அறைக்குள் நுழைந்தான். மாதவனும் அவனும் பேசிக்கொண்டிருந்ததை அவரும் கவனித்திருந்தார்.

"மிரட்டினானா?" என்றார்.

"அதெல்லாம் ஒன்றுமில்லை சார். ஒரு வாரம் லீவ் வேண்டும்."

காரணத்தைப் புரிந்துகொள்ள முடியாமல் மாதவனை யோசனையாகப் பார்த்தார் எடிட்டர்.

- *குமுதம்,* 2000.

[காதல் தன் வேலையைக் காட்டுதடி]

19

அந்த போட்டோவில் முரளியையும் சேர்த்து நான்குபேர் இருந்தார்கள். இரண்டு பெண்கள், இரண்டு ஆண்கள். நால்வருக்குள்ளும் ஓர் அன்யோன்யம் தெரிந்தது. ஒருபெண், முரளியின் காதைப் பிடித்து திருகிக்கொண்டிருந்தாள். இன்னொருத்தி, பைக்மீது ஒய்யாரமாகச் சாய்ந்திருந்தாள்.

"இதில் ப்ரியா யாருன்னு சொல்லுங்க சார் பார்க்கலாம்." செல்லமாக சவால் விட்டான் முரளி.

காதைப் பிடித்து திருகிக் கொண்டிருந்தவளைச் சொல்லலாமா என நினைத்தேன். சவால் விடுகிற தைரியத்தைப் பார்த்தால், அவளாக இருக்காது என்று தோன்றியது. நான், ஒய்யாரமாக நின்று கொண்டிருந்தவளைச் சொன்னேன்.

"சார், எப்படி சார்?" என்று ஆச்சரியமாகக் கேட்டான்.

"உன் ஆளு எப்டினு என்னால 'கெஸ்' பண்ண முடியாதா?"

"என்ன சார் சொன்னீங்க..? என் ஆளா?"

"சரி... உன் லவ்வர்."

"போங்க சார். என் ஃப்ரெண்டு சார்."

"நிஜமா ஃப்ரெண்டு மட்டும்தானா?" என்றேன்.

"அந்தக் காலத்து ஆளாகவே இருக்கீங்க சார். பஸ்ல ஏறும்போது லேசா இடிச்சிக்கிட்டாவே காதல் வந்துடுற டைப் சார் நீங்க. கேர்ள் ஃப்ரெண்டுனா என்னன்னே உங்க ஜெனரேஷனுக்குப் புரியல. உங்க ஏஜ் ஆளுங்க எல்லாருமே காதலான்னு கேக்குறாங்க."

“அடப்பாவி! என்னை பெருசுங்க லிஸ்ட்ல சேர்த்துட்ட பார்த்தியா?” என்று முரளியை சமாதானப்படுத்த முயன்றேன். முரளி சொல்வது உண்மையாக இருக்கலாம். பத்து வருஷத்துக்கு முன்பு இப்படியொரு கலாசார சூழல் இல்லை. பெண்களை தூரத்தில் பார்த்து கிண்டலடிப்பது அல்லது காதல்கொள்வது என்ற இரண்டு வகைதான் இருந்தது.

முரளி சற்று இறங்கி வந்து, “இன்னொரு விஷயம் சொல்றேன் சார். நானும் ரமாவும்தான் நிறைய சினிமாவுக்குப் போயிருக்கிறோம். ப்ரியாகூட சினிமாவுக்குப் போனா தலைவலி. பேசவே மாட்டா. ரமா கூடத்தான் அதிகமா சுத்தறேங்கிறதுக்காக அவதான் என்னோட திக் ஃப்ரெண்டுனு சொல்ல முடியுமா? ரமாவே ஒத்துக்கமாட்டா” என்று விளக்க ஆரம்பித்தான்.

கடைக்குள் வாடிக்கையாளர் யாரோ வந்தார். எனக்கும் முந்தைய காலகட்டத்தைச் சேர்ந்த ஆசாமி. ‘அன்பே வா’ படத்தின் வீடியோ கேசட் வேண்டுமென்று கேட்டு வாங்கிச் சென்றார்.

முரளி மீண்டும் தொடர்ந்தான். “ஃப்ரெண்டு வேற... கேர்ள் ஃப்ரெண்டு வேற... காதல் வேற. மூணுக்கும் வித்தியாசம் இருக்கு.”

உணர்வுகளின் அளவுகோல் இப்படியெல்லாம் மிகவும் நுணுக்கமாக மாறிவிட்டதைத் தெரிந்துகொள்ளாமல் இருந்துவிட்டதற்காகச் சற்றே வெட்கமாகவும் இருந்தது.

அவர்கள் பயின்று கொண்டிருப்பது உயர்தரமான கம்ப்யூட்டர் பயிற்சி நிறுவனம். அவர்களின் படிப்பே அவர்களின் வாழ்க்கைக்கு நல்ல திட்டங்களை வகுத்துக் கொடுத்து, வேலைதேடி வெளிநாட்டுக்குச் செல்வது குறித்தோ, பிரௌஸிங் சென்டர் அமைப்பது குறித்தோ ஆலோசித்தார்கள். தானாக நிறுவனம் துவங்க முடியாதவர்கள் சுலபமாக ஓரிடத்தில் வேலைக்குச் சேர்ந்தார்கள். திருத்தணியில் பி.ஏ தமிழிலக்கியம் படித்துக் கொண்டிருக்கிற இதே வயது மாணவனையும் இவர்களையும் ஒப்பிடுவது சரியாக இல்லை.

நான் பி.ஏ. முடித்துவிட்டு வீடியோ லைப்ரரி துவங்கியபோது, புத்திசாலித்தனமாகத் திட்டமிட்டதாகக் கருதப்பட்டேன். கேபிள் டி.வி, இன்டர்நெட் என்று பொழுதுபோக்குவதற்கான வசதிகள் பெருகப்பெருக, வீடியோ லைப்ரரிக்கான மவுசு குறைந்துவிட்டது. இந்த நேரத்தில்தான் பக்கத்து தெருவில் குடியிருந்த முரளியிடம் பழக்கம் ஏற்பட்டது. வீடியோ லைப்ரரியிலேயே இன்டர்நெட் சர்ஃபிங் சென்டர் தொடங்கலாம் என்று ஐடியா கொடுத்தான். புதிய தேவைகளை அடைய புதிய மனிதர்கள் கடைக்கு வாடிக்கையாளர்களாகக் கிடைத்தார்கள்.

ரொம்ப நாள் கழித்து முரளி கடைக்கு வந்தான்.

தமிழ்மகன் | 157

"எனக்கு இ-மெயில் வந்திருக்கான்னு பார்க்கணும்" என்று கம்ப்யூட்டரைத் தட்டித் துழாவிவிட்டு வந்தான்.

"அழவெக்கிறா சார்?" என்றான்.

"யாரு...?"

"ப்ரியாதான். கோர்ஸ் முடிஞ்சதும் பெங்களூர் போய்ட்டா. அங்கதான் அவங்க வீடு. ரெண்டு மாசத்தில் மெட்ராஸ் வந்துடுவேன்னு சொன்னா. வரலை. மெயில் அனுப்புவான்னு பாத்தா, அதுவும் இல்லை. இங்க எல்லாரும் எப்படியிருக்காங்க. என்னென்ன பண்றாங்கன்னு ஒன்றரைப் பக்கத்துக்கு மெயில் அனுப்பிச்சா, 'ஐ ரிசீவ்டு யுவர் மெசேஜ்'னு ஒரு வரில பதில் அனுப்பியிருக்கா."

"அங்க என்ன வேலையா இருக்காளோ விடு முரளி. வர்றியா அண்ணா நகர் வரைக்கும் போய்ட்டு வரலாம்.?"

வந்தான். பைக்கை நான் ஓட்டிக்கொண்டிருந்தேன். பின்னால் முரளி.

"ப்ரியா வண்டி ஓட்டினா நா ரோடையே பார்க்க முடியாது" என்றான்.

"ஏன்?"

"அவ தலைமுடியெல்லாம் என் மூஞ்சி மேலதானே இருக்கும்?" என்று சிரித்தான்.

முரளி அடிக்கடி ப்ரியாவை நினைவுபடுத்திப் பேசிக்கொண்டிருந்தான்.

"என்ன முரளி... ப்ரியா உன்னை ரொம்பத்தான் டிஸ்டர்ப் பண்றா" என்றேன்.

"சேச்சே... ஒரு ரிப்ளை கொடுக்க மாட்டேங்கிறாளேன்னு யோசிச்சேன்."

வேலையை முடித்துக்கொண்டு மீண்டும் கடைக்குத் திரும்புகிற வரை முரளி எதுவும் பேசவில்லை. மறுபடி கம்ப்யூட்டரில் கொஞ்சம் தேடிவிட்டு, ஏமாற்றமாக எதிரில்வந்து அமர்ந்தான்.

"நீ படிச்சு முடிச்ச கோர்ஸுக்கு இப்ப எவ்வளவு வாங்கறாங்க முரளி?"

சொன்னான்.

"எக்ஸாம்லா உண்டுல்ல?"

"ம்... ஒருமுறை எக்ஸாம்ல ஒரு வட்டம் போடவேண்டியிருந்தது. எனக்கு சரியாபோட வரல. ரெண்டு டேபிள் தள்ளி உட்கார்ந்திருந்த

ப்ரியா இதப் பார்த்துட்டா. உடனே அவளோட வளையலைக் கழற்றி தரையில சக்கரம்போல உருட்டிவிட்டா. அத வெச்சு ஈஸியா வட்டம் போட்டுட்டேன்."

நான் முரளியையே பார்த்துக்கொண்டிருந்தேன்.

"தங்க வளையல் சார். வரைஞ்சு முடிச்சிட்டு, பாக்கெட்ல எடுத்துப் போட்டுக்கிட்டேன். ரெண்டுநாளா கெஞ்சிக்கெஞ்சி நொந்துபோயிட்டா. அழவெச்சுட்டேன்."

நான் முரளியையே பார்த்துக்கொண்டிருந்தேன். நான் நினைப்பது சரியாக இருக்குமா என்று தெரியவில்லை. அவசரப்பட்டு ஏதாவது சொல்லிவிட்டு, வாங்கிக்கட்டிக்கொள்ள விருப்பமில்லை எனக்கு.

- ஆறாம் திணை, 2000.

போர்

20

அறைக்குள் முன்பு போட்ட துண்டுச் சிகரெட்டுகளையெல்லாம் தேடித்தேடி, முடிந்தவரை புகைத்தாயிற்று. நிலைமை இப்படியே நீடித்தால் மீனாட்சிக்குத் தெரியாமல் காகிதத்தைச் சுருட்டிப் புகைக்க வேண்டும் என்று ஒரு அற்பத்திட்டம் போட்டுவைத்திருந்தேன்.

இரண்டுநாட்களுக்குமுன்னர் மாலை பொன்னருவியின் முதற்பாடல் கேட்க ஆரம்பித்த நேரத்தில் எங்கள் வீட்டு ஜன்னல்மீது கற்கள் வந்து விழஆரம்பித்தன.

"யார்ரா..." என்று கோபமாக அறைக்குள் இருந்து வெளியேவந்தபோது, எதிர் போர்ஷனில் குடியிருக்கும் கோபாலசாமி தடுத்து நிறுத்தினார்.

"உப்பரபாளையத்துக்கும் கரிமேட்டுக்கும் சண்டை நடக்குது. வெளியே போகாதீங்க" என்றார்.

"அட என்ன சார் நீங்க... கல்லெல்லாம் அடிக்கறாங்களே வீட்டு மேலே" என்றேன்.

"கல்லா? சரியானவரா இருக்கீங்களே. இதுவரிக்கும் எட்டு உப்பரபாளையத்து ஆளுங்களை வெட்டிட்டாங்களாம். நீங்க இப்ப வெளிய போனீங்கன்னா, ஓம்போதாயிடுவீங்க" என்று பயமுறுத்தினார்.

"ஆமா உப்பரபாளயம், கரிமேடு இதெல்லாம் எங்க இருக்கு?" என்றேன்.

கொஞ்ச நேரம் பயங்கரமாக சிரித்தார்.

“என்ன சார் நீங்க... நாம இருக்கிற ஏரியாதான் உப்பரபாளையம். மகாலக்ஷ்மி நகர் தான் கரிமேடு” என்று சரித்திர விளக்கம் கொடுத்தார்.

எனக்கு நினைவு தெரிந்த நாளாக நான் இருக்கிற இடத்துக்கு இளங்கோ நகர்னு தான் பேர். நண்பர் புதிதாக உப்பரபாளையம் என்ற போது எனக்கு ஆச்சர்யமாய் இருந்தது. என்னுடைய மௌனத்தைப் பார்த்ததும் நண்பருக்கு இன்னும் கொஞ்சம் உற்சாகம் வந்துவிட்டது.

“நீங்க என்ன நினைக்கிறீங்கன்னு எனக்கு தெரியும் சார். இந்த நகர்லாம் இப்ப வெச்சது. இதுக்கு முன்னாடி இந்த இடத்துக்கு உப்பரபாளையம்னுதான் பேர். ரௌடிங்களுக்குப் பேர்போன இடம். கொஞ்ச நாளா தகராறு இல்லாம இருந்த்து. மறுபடியும் சில சமயங்கள்ல, ஒரு வாரம்கூட தொடர்ந்து நடக்கும். நீங்க வெளிய தலையக் காட்டாதீங்க” என்று நீளமாகப் பயமுறுத்தி, அவரது கடந்தகால அனுபவங்களையெல்லாம் கொட்டினார்.

இரண்டு நாட்களில் வீடு சிறையைவிட மோசமாகிவிட்டது. அடிக்கடி கண்ணீர்ப்புகையின் நெடியும், குடிசைகள் எரிவதும், என்னவோ உலகமே அழுகிவிட்டது மாதிரி உணர்வை ஏற்படுத்தின.

‘வாயிலிருந்து ரத்தம் ஒரு கோடு மாதிரி வழிந்திருந்தது. அவன் கொலை செய்யப்பட்டு அரைமணி நேரம்கூட ஆகியிருக்காது என்று தெரிந்தது. இன்ஸ்பெக்டர் சுந்தர், அறையை ஒரு நோட்டம் விட்டார்’ என்று மாத நாவலைத் தொடங்கினேன்.

திடீரென்று கதவு பலமாகத் தட்டப்பட்டது. மிகவும் பயந்து போனேன். எழுதிக் கொண்டிருந்த கதையை எடுத்து ஓரமாகப் போட்டுவிட்டு, ஓடிப்போய் கோபால்சாமியை எழுப்பினேன்.

“என்னங்க, டீத்தூள் வேணுமா? ஜானகி... கொஞ்சம் டீத்தூளாம் குடு சாருக்கு” என்று திரும்பிப் படுத்துக்கொண்டார்.

“அதில்லீங்க, கதவைத்தட்றாங்க.”

“யாரு?”

“ரவுடிங்க.”

எழுந்து உட்கார்ந்து கொண்டார்.

“நம்ம ஆளுங்களா... அவங்க ஆளுங்களா?” என்றார்.

“தெரியலை.”

மூடிய ஜன்னலின் துவாரங்கள் வழியாகப் பார்த்தார்.

“பக்கிரி, படவேட்டான்... நம்ம ஆளுங்கதான்” என்றார்.

“சின்ன வயசுல என்கூட கோலி வெளையாட்ன பசங்கதான்...” என்று பெருமைப்பட்டுக் கொண்டார்.

கொஞ்சம் மரியாதையாக கதவருகே சென்று, கதவைத் திறக்காமல், கம்பிகளின் இடைவெளி வழியே அறிமுகம் செய்துகொண்டோம். ஒருவர், கைநிறைய டியூப் லைட்டுகளை வைத்திருந்தார். ஒருவர், கூடை நிறைய புட்டிகளை வைத்திருந்தார்.

"என்யா, கதவ திறக்குறதுக்கு இவ்ளோ நேரமா? நம்ம பாளையத்துக்குத்தானே நாங்கள்லாம் கஷ்டப்பட்றோம். நீ மாத்திரம் இன்னா பொண்டாட்டி பக்கத்துல பட்துக்குனு இருப்பியா? எழுந்து வாய்யா வெளியே" என்று ஒருவன் குரல் கொடுக்க,

"கரெக்ட் பக்கிரி. வூட்டுக்கு ஒருத்தன் வெளிய வாங்கய்யா" என்று சிலர் வழிமொழிந்தனர்.

"எங்களால் இன்னாம்மா சண்டை போடமுடியும்? பணம்னா கொடுத்திறோம்."

"...த்தா இதான வேணான்றது" என்று ஒருவன் சொல்ல, வெளியேவரச் சொல்லி மிகவும் கெட்ட அடைமொழிகளோடு மற்றவர்கள் கத்த, "ச்சி சும்மா இருங்கடா" என்று அவன் அதட்டல் போட்டுவிட்டு, "சரி மச்சி எவ்ளோ குடுப்பே" என்று ஏளனமாகக் கேட்டான். கோபாலசாமி வசமாக மாட்டிக்கொண்டார் என்பதை உணர்ந்தேன்.

"அம்பதோ நூறோ..." என்று இழுத்தார்.

"நான் தர்றேன். வர்றியா நீ?" என்றான். கும்பலாகச் சிரித்து ஓய்ந்தார்கள். ஏதோ விபரீதம் நடந்துகொண்டிருக்கிறது என்பது எனக்குப் புரிந்தது.

"சரிமச்சி, விஷயத்துக்குவா. இதெல்லாம் தேறாத கேஸு" என்று ஒருவன் அவர்கள் வந்த விஷயத்தை ஞாபகப்படுத்த, "சரி, சரி... உன் வீட்ல இருக்கிற பாட்டில எல்லாம் எடுத்துக்குனுவா. சண்டைய நாங்க பாத்துக்றம்" என்றான். கோபாலசாமிக்கு உயிர் கொஞ்சம்வந்தது. ஓடிப்போய் ஒரு பை நிறைய பாட்டிகளைக் கொண்டுவந்து, பாளையப் பற்றோடு கொடுத்தார்.

வீர்ர்கள் பேசாமல் நின்றுகொண்டிருந்த என்னைப் பார்த்து, "என்ன, நீயாவது வர்றியா?" என்றனர்.

"இல்லை சார். அது... எனக்குக் கொஞ்சம் எழுதற வேலை இருக்கு..." என்றேன்.

"கதையா எழுதற? எழுது எழுது. எங்களைப் பத்தி எழுதறியா?"

"ம்..."

"சரி, உங்கிட்ட எதனா டியூப் லைட் இருக்குதா?"

"இன்னும் ப்யூஸ் போகலை."

"ப்யூஸ் போலைன்னா பரவால்ல எடுத்தா, நாங்க போக வைக்கிறோம்."

ஒன்றும் பேசாமல் ஓடிப்போய் டியூப் லைட்டைக் கழற்றினேன்.

"எதுக்கு கழட்றீங்க?" என்றாள் மீனாட்சி.

"சும்மாதான் தமாஷுக்கு" என்று சொல்லிவிட்டு, அவர்களிடம் கொண்டுபோய் கொடுத்தேன்.

நான் கொடுப்பதற்கும் தெரு முனையில் போலீஸின் பூட்ஸ் சத்தம் கேட்பதற்கும் சரியாக இருந்தது.

"...த்தா. இரும்புத் தொப்பி வர்றாண்டா..." என்று எல்லோரும் ஓட, நானும் நண்பரும் கதவை சாத்திக்கொண்டு உள்ளே வந்து அமர்ந்தோம்.

"ஏன்யா, டியூப் லைட் கேட்டா இல்லைனு சொல்ல வேண்டியதுதானே? ப்யூஸ் போனது போகாதது எல்லாம் யார் கேட்டது?" என்று கோபாலசாமி நொந்துகொண்டார்.

மறுபடியும் கதவு தட்டப்பட்டது. இன்னும் பாட்டில்களுக்கு எங்கே போவது? 40 வாட்ஸ் பல்ப் மட்டும்தான் மிச்சம். நண்பர் மெதுவாக எட்டிப்பார்த்தார்.

"யாரோ பேன்ட்-சர்ட் போட்டிருக்காங்க. உங்க பேர் சொல்றார்" என்று கோபாலசாமி வந்து சொன்னார்.

லேசாக எட்டிப் பார்த்தால், என்னுடைய பால்ய நண்பர் சுந்தரேசன்.

"அட நீயா?" என்று ஓடிப் போய்க் கதவைத் திறந்து உள்ளே அழைத்துவந்தேன். "குருக்ஷேத்ரம் என்பது இதுதானா?" என்றார் சுந்தரேசன்.

அம்புலிமாமாவில் போட்டோ வாக்கியப் போட்டிக்கு எழுதியதிலிருந்து இன்றுவரை சுத்தமான இலக்கியவாதிகள்.

கோபாலசாமி, அவர் வீட்டில் இருந்த கடைசி கையிருப்பான டீத்தூளையும் எனக்கு விருந்தோம்பல் செய்வதற்கு வழங்கிவிட்டார். மீனாட்சியும் உபசரித்து இரண்டு மூன்று நாட்கள் ஆகிவிட்டதால், உற்சாகமாக டீ போட ஆரம்பித்தாள். நண்பர், புதிய சிகரெட்டாகப் பார்த்து ஒரு பாக்கெட் வாங்கிவந்திருந்தார்.

"என்னத்துக்கு இவ்ளோ ரகளை?" என்றார் சுந்தரேசன்.

"கர்மேட்டு ஆளுங்கமேலதான் சார் தப்பு" என்றார் கோபாலசாமி.

"என்ன செஞ்சாங்க அவங்க?"

"அது ஒண்ணும் இல்லைங்க. நம்ம உப்பரபாளையத்து

பொம்பளை ஒண்ணு, கரிமேட்டு ரேஷன் கடைக்குப்போயிருக்குது. அங்க இருக்கிறவங்க, அவளோட குடுமியைப் பிடிச்சி கட் பண்ணி அனுப்பிச்சிட்டாங்களாம். அதான்...” என்றார்.

“என்னங்க இது, திடீர்னு எதுக்குக் குடுமியப் பிடிச்சு அறுக்கணும்?”

கோபாலசாமிக்குக் கொஞ்சம் யோசிக்கவேண்டியிருந்தது.

“அது ரொம்ப நாளாவே... கரிமேட்டுக்கும் உப்பரபாளையத்துக்கும் தகராறுங்க” என்றார்.

“அவ்வளவு ஒண்ணும் சிம்பிளா நினைக்க முடியலையே... ஆவடில இருந்து ரிசர்வ் போலீஸ் வந்து டியர் காஸ் விட்ற அளவுக்கு என்ன தகராறு இது?” என்றார். தொடர்ந்து, “பர்ட்டிகுலரா அந்தப் பொம்பளையோட குடுமியை அறுக்கறதுக்கு ஏதாவது காரணம் இருக்கணும்” என்றார் சுந்தரேசன் உறுதியுடன்.

“அதுவந்து... ஒருமுறை கரிமேட்டு தெரு குழாய்ல தண்ணிவரல. அதனால அங்க இருக்கிற பொம்பளைங்கல்லாம், இங்க தண்ணி எடுக்கவந்தாங்க. அப்ப கொஞ்சம் குழாயடிச் சண்டைவந்திருக்கு.”

எனக்கு மிகவும் ஆச்சரியமாகப் போய்விட்டது.

“உங்களுக்கு நல்லா தெரியுமா? குழாயடிச் சண்டைதான்னு” என்றேன் கோபாலசாமியைப் பார்த்து.

“நல்லாவே தெரியும். நம்ம தெருக் குழாய்ல தண்ணி எடுக்க வந்தபோது, நம்ம தெருப் பொம்பளை தண்ணிவிட மாட்டேன்னு தகராறு பண்ணி, ஒருத்தர் குடுமிய ஒருத்தர் பிடிச்சி தகராறு...”

“கார்ப்பரேஷன் குழாயா இருந்தாக்கூட, ஒவ்வொரு முறை ரிப்பேர் ஆகும் போதும் கார்ப்பரேஷன்காரனா வந்து சரி பண்றான்? ஆளுக்கு நாலணா போட்டு வாஷர் போட்றதோ... நட்டு போட்றதோ செஞ்சிக்கிறாங்க. இவங்க ரிப்பேர்பண்ணிவெச்சிட்டு, கண்டவனும் தண்ணி அடிக்கிறதுக்கு விடமுடியுமா? சொல்லுங்க. கரிமேட்டு ஆளுங்கமேலதான் சார் தப்பு. நீங்களே யோசிச்சு பாருங்க” என்று அறிவார்ந்த கேள்வியை எழுப்பினார் கோபாலசாமி. அதற்குள் மீனாட்சி டீயுடன் வந்தாள்

வந்த நண்பர் கொஞ்சம் டீயை உறிஞ்சிவிட்டு, “அப்ப நாலணா தானா?” என்றார்.

நண்பர் கேட்ட கேள்வி எனக்கு மட்டுமல்ல, இவ்வளவு நேரம் பாளையத்துக்காக வாதிட்டுக்கொண்டிருந்த கோபாலசாமிக்கே கொஞ்சம் அதிர்ச்சியாக இருந்தது. எந்தப் போருக்குமே உருப்படியான காரணம் இருந்ததாகவே தெரியவில்லை.

– சரயு மாத இதழ், 1983.

[சுற்றம்]

21

சோடியம் லைட் வெளிச்சத்தில் மழை அழகாக இருந்தது. விளக்கைச் சுற்றி சுமார் இரண்டு மீட்டர் வரை மழையின் ஆவேசம் தெரிந்தது. மற்ற இடமெல்லாம் இருட்டு. வெறும் இருட்டு.

ரவீந்திரன் ஜன்னலோரம் அமர்ந்தபடி இந்த நேரங்கெட்ட நேரத்தில் தெரு விளக்கில் பிரகாசிக்கிற மழையை ரசித்துக்கொண்டிருப்பதற்கு ஒரு சுலபக் காரணம் இருந்தது. அவனுக்குத் தூக்கம் வரவில்லை.

கட்டிலுக்குப் பக்கத்திலிருந்த கைக்கடிகாரத்தை எடுத்துப் பார்த்தான். 4.20 என்றது சோடியம். பால்காரி வர இன்னும் ஒரு மணி நேரமாகும்.

தெருவில் ஆட்டோ ஒன்று தயங்கித் தயங்கி வந்தது. வீட்டின் முன் வந்ததும் நின்றது.

ஒரு பெண் சூட்கேஸுடன் இறங்கினாள். ஆட்டோவை அனுப்பிவிட்டு அவள் கேட்டைத் திறந்தாள். ரவீந்திரன் அவசர அவசரமாக விளக்கை எரியவிட்டு கதவைத் திறந்தான். அதற்குள் மழையில் அவள் முக்கால்வாசி நனைந்து போயிருந்தாள்.

ரவீந்திரனைப் பார்த்து, "இது சுப்ரமணியம் வீடுதானே?" என்றாள்.

அவனுக்குக் குழப்பமாக இருந்தது.

"எதுவாக இருந்தாலும் வீட்டுக்குள் வந்து பேசுங்க" என்றான்.

"நீங்க?" என அவள் தயங்கினாள்.

"நான்தான் சுப்ரமணியம். உள்ள வாங்க."

உள்ளே வந்து அவசரமாகப் பாதுகாப்பான இடம்தானா எனப் பார்வையால் அளந்தாள். சோபாவைக் காட்டி உட்காரச் சொன்னான்.

“எங்கிருந்து வரீங்க?” என்றான்.

“என் பேர் மீனா. திருச்சியிலிருந்து வரேன். என்னோட அக்காவும் உங்க மிஸஸ்ஸும் ஃபிரண்ட்ஸ். நான் ஒரு இன்டர்வியூக்காக மெட்ராஸ் வந்தேன். நான் வர்றது பத்தி உங்க மிஸஸ் சொல்லலவே இல்லையா?”

“அவ திடீர்ன்னு அவ அப்பா வீட்டுக்குப் போக வேண்டியதா போச்சு. அவ போயி ரெண்டு நாள் ஆகுது” என்றான் ரவீந்திரன்.

அப்படியானால் இப்போது இந்த வீட்டில் என்னையும் உங்களையும் தவிர வேறு யாருமே இல்லையா என்று அவள் அஞ்சுவது அழகாக இருந்தது.

என் பெயர் சுப்ரமணியம் இல்லை. நீ தேடி வந்தது என்னை அல்ல என்று சொல்லிவிடலாமா என்று நினைத்தான். அவனால் முடியவில்லை. அப்படிச் சொன்னால் நான் இந்த இருட்டில் எங்கே போய் சுப்பிரமணியம் வீட்டை தேடுவாள் என்று எண்ணினான். குளித்துவிட்டு காலையில் இன்டர்வியூவுக்குப் போக வேண்டும்... அவ்வளவுதானே... அந்த ஒரு மணி நேர இருப்புக்கு ஓர் இடம் வேண்டும். இங்கிருந்துதான் கிளம்பட்டுமே என நினைத்தான். மேலும் இப்போது மனித அருகாமை அவனுக்கு அவசியமாக இருந்தது.

“என்ன படிச்சு இருக்கீங்க. எங்க இன்டர்வியூ” என்று பேச்சை மாற்றினான்.

அவள் அதிர்ச்சியில் இருந்து மீளாமலேயே, ‘டிப்ளமா இன் எலக்ட்ரானிக்ஸ். சதன் எலக்ட்ரானிக்ஸ்ல இன்டர்வியூ” என்றாள்.

“கொஞ்ச நேரம் தூங்கணும்னா உள்ள கட்டில்ல படுத்துக்கங்க...”

”இல்ல சார். வேணாம்.” பெண்ணில்லாத வீடு என்ற அச்சம், தயக்கம் இருந்தது. அடிக்கடி வீட்டைக் கண்களால் அளந்தாள். பெண் புழக்கமில்லாத வீடு எனக் கண்டுபிடித்துவிடுவாளோ?

“என்ன கேள்வி கேட்டாலும் நிதானமா யோசிச்சு பதில் சொல்லுங்க. ஒரு முறை நான் ஒருத்தரை என்று பண்ணும்போது ஒரு கேள்வி கேட்டேன். ஜோர்டன் பிரதமரோட மூணாவது மகளோட பெயர் என்னென்னு. நீங்களா இருந்தா இந்த கேள்விக்கு என்ன பதில் சொல்வீங்க?”

“பிரதமரின் மூன்றாவது மகள் இந்த எந்தவிதத்தில் முக்கியமானவன்னு எனக்குப் புரியலை சார்” என்றாள்.

“குட். ஆனா அவன் என்ன சொன்னான் தெரியுமா? ஜோர்டான்ல பிரதமர் பதவியே கிடையாதுன்னு சொன்னான். எந்த முட்டாள்தனமான கேள்விக்கும் ஒரு புத்திசாலித்தனமான பதில் உண்டு” என்றான் ரவீந்திரன்.

மீனா புன்னகைத்தாள். கொஞ்சமாகப் பேசுவதற்கான சகஜ நிலைக்கு அவள் வந்திருக்கக்கூடும்.

“ஓகே. நீங்க குளிச்சுட்டு ரெடியா இருங்க. வேணும்னா என்னோட வைஃப் சாரி கட்டிக்கங்க.”

“இல்ல நான் கொண்டு வந்திருக்கேன்” என்றவள் சூட்கேசை காட்டினாள்.

பொழுது மெல்ல விடிந்தது. மழையும் விட்டிருந்தது. மேஜையில் இருந்த பழைய பத்திரிகைகளைப் புரட்டிப் பார்த்தாள். ரவீந்திரன் அதற்குள் குளித்துவிட்டு வந்தான்.

“சரி நான் கொஞ்சம் வெளியே போக வேண்டி இருக்கு. வீட்டைப் பூட்டிட்டு சாவியைப் பக்கத்து வீட்டுல கொடுத்துட்டு போயிடுங்க. ஆல் பெஸ்ட். நான் ஈவினிங் தான் வருவேன். நீங்க ஊருக்குப் போயிட்டு லெட்டர் போடுங்க.”

அவனுக்கு மத்திய அரசு உத்தியோகம். வீட்டை எதிர்த்து காதல் திருமணம். ஒன்றாக வாழ்ந்தது ஓராண்டுக்கும் குறைவுதான். அதற்குள் மல்லிகாவின் பெற்றோர் ரவீந்திரன் தன் பெண்ணைக் கடத்தி போய் வைத்திருப்பதாக ஹேபிஎஸ் கார்பஸ் வழக்கு போட்டார்கள். ரவீந்திரனை போலீசார் இழுத்துக்கொண்டு போனார்கள். கோர்ட்டில் வைத்து நீதிபதி மல்லிகாவிடம் கேள்வி கேட்டார்.

“நீ உங்க பெற்றோரிடம் வாழ விரும்புகிறாயா அல்லது ரவீந்திரனு டனா?”

மல்லிகா பெற்றோரின் தற்கொலை மிரட்டலுக்கு பயந்து, பெற்றோருடன் சென்றாள். வீட்டுக்கு போனதும் தூக்கு மாட்டி செத்துப் போனாள்.

அவன் இரவு உணவு முடிந்து, வீடு வந்து சேர்ந்தான். வீடு திரும்பிய போது மணி 9. வீட்டில் விளக்கு எரிந்து கொண்டிருந்தது. மீனா படித்துக்கொண்டிருந்தாள்.

“நீங்க ராக்போர்ட் ல போறதா சொன்னீங்களே அதனால்தான் லேட்டா வந்தேன்.”

“போகலை” என்றாள் ஒரே சொல்லில்.

“என்னாச்சு இன்டர்வியூ?“

அவள் தம்ஸ் அப் காட்டினாள்.

"ட்ரீட்?"

"மொதல் மாசம் சம்பளம் வந்ததும் கொடுக்கிறேன்."

"சாரி. நீங்க சாப்டீங்களா?"

"உனக்கு தெரிஞ்ச வரைக்கும் சமைச்சிருக்கேன் சாப்பிடுங்க."

"சமைச்சிங்களா?" ஆச்சரியமாக சமையல் கட்டை பார்த்தான்.

"உங்க வைஃப்-போட புடவையைக் உங்களைக் கேட்காமலேயே கட்டிகிட்டேன்."

"வந்ததும் கவனிச்சேன். வித் ப்ளஷர்."

வீட்டில் யாராவது சமைத்து சாப்பிட்டு எவ்வளவு நாட்கள் ஆகிவிட்டன என்று யோசித்தான்.

வந்து உடனே போய் விடுவா என்று பார்த்தால் அவள் இரவு தங்குவது சங்கடமாக இருந்தது. உண்மையைச் சொல்லிவிட வேண்டும் என்று யோசித்தார்.

இரவில் அவளை பீதியடைய வைக்க வேண்டாம் என்றும் சிந்தனை ஓடியது.

கிச்சடி போல எதையோ செய்து இருந்தாள். நம்ம வீட்டில் சமைத்தது என்பதே சந்தோஷமாக இருந்தது. விரும்பிச் சாப்பிட்டான். அவளை பத்திரமாக படுக்க வைத்துவிட்டு அறையை சாத்திக் கொள்ள சொன்னான்.

ஹாலில் சோபாவில் படுத்து தூங்கி, எந்த சங்கடமும் இல்லாமல் அவளை பத்திரமாக அனுப்பிவைக்க வேண்டும் என்பது யோசனையாக இருந்தது. காலையில் காபியுடன் எழுப்பினாள். பயணத்துக்குத் தயாராக இருப்பது தெரிந்தது.

"எத்தனை மணிக்கு பஸ்?"

"ஏழு முப்பது... திருவள்ளுவர்." ஒரு கைப் பையுடன் கிளம்புவதற்கு எத்தனித்தபோது...

நரேந்திரன், "மீனா" என்றான்.

"சொல்லுங்க சார்."

"என்னை மன்னிக்கணும் மீனா. தேடி வந்த சுப்பிரமணி நான் இல்லை. என் பேர்..."

"தெரியும் சார். உங்க பேர் ரவீந்திரன். நேத்து காலையில் பக்கத்து வீட்டு அம்மா எல்லா விஷயத்தையும் சொல்லிட்டாங்க."

- மின்மினி வார இதழ், 1991.

கோணம்

22

நம்முடைய வீடுகளைப்பற்றி எனக்கு நன்றாகவே தெரியுமாதலால், ஷூவை வாசலிலேயே கழற்றி வைத்துவிட்டு உள்ளே நுழைந்தேன். கடந்த மூன்று வருடங்களில் ஒருமுறையும் படுக்கைக்கு முன்பு கழற்றியதில்லை. சிமெண்ட் தரையில் காலை பதிக்கும்போது அலாதியாக இருந்தது. கால் எந்த நேரமும் புழுக்கத்தில் ஆட்பட்டிருப்பது எனக்குப் பிடிக்கவில்லைதான். என்னுடைய அலுவலுக்கு இதை அணியாமல்போனால், காலே இல்லாமல் வந்து விட்டவன் மாதிரி பார்க்கிறார்கள். எல்.கே.ஜி-யில் ஏற்பட்ட பழக்கம் இருபது வருடங்களாகத் தொடர்ந்து ஜட்டி மாதிரி அதுவும் ஆகிவிட்டது. கூடத்தில் யாருமே இல்லை. கூடம் இப்படி யாருமே இல்லாமல் இருக்கும் என்று நான் எதிர்பார்க்கவில்லை.

கனைத்தால் ஏதாவது ஓர் அறையில் இருந்து யாராவது வெளிப் படுவார்கள் என்று தோன்றியது. அதே சமயத்தில் இப்படி உள்ளே நுழைவதற்கு எனக்குப் பூரணசுதந்திரம் உண்டு என்றும்பட்டது.

கயிற்றுக்கட்டிலில் என்னுடைய சூட்கேஸை வைத்துவிட்டு யாராவது வருவார்கள் என்று காத்திருந்தேன்.

“நீயாருப்பா... எப்பவந்தே? கொரலு குடுத்திருக்கக்கூடாது? யாரோன்னு பயந்துட்டேன்” என்றபடி எதிர்ப்பட்டாள் அத்தை.

லுங்கியெல்லாம் சரியாகக் கட்டிக்கொண்டு, நான் கயிற்றுக் கட்டிலில் உட்கார்ந்து, அவர்களைப் பார்த்து சிரிக்கிறவரை காத்திருந்தாள்.

“சுரேஷையும் மாலதியையும் இட்டுக்னு வர்றதானே? அப்பா சௌக்கியமா?” என்றாள்.

“இன்னும் வீட்டுக்குப் போகலே. பாம்பேல இருந்து சென்ட்ரலுக்குத்தான் டிக்கெட் எடுத்தேன். அரக்கோணத்திலேயே இறங்கி பஸ்புடிச்சு இங்க வந்துட்டேன்.”

“துபாய்ல இருந்தா வர்ரே?” என்று பிரமிப்பாய்க் கேட்டுவிட்டு, சூட்கேஸைப் பார்த்தாள். நான் எதையும் வாங்கிவரவில்லை. யாரையும் பிரமிக்கவைக்கும் நோக்கம் எனக்கில்லை. ஆனால், ஏர்ப்போர்ட்டில் செக்யூரிட்டி ஒருமாதிரி பிரமிப்பாய்தான் பார்த்தான்.

அத்தைக்கு என்னிடத்தில் பேசுவதற்கு நிறையவிஷயம் இருந்தன. முதலில் “இன்னா உத்தியோகம்பார்த்து இன்னாப்பா... அம்மா சாவுக்குக்கூட வரமுடியலையே” என்றாள்.

செய்தி வந்தபோது நான் அலுவலிலும் இல்லாமல், அறையிலும் இல்லாமல் ஒரு வாரம் லீவ் எடுத்துக்கொண்டு விட்டேற்றியாய் சுற்றிக்கொண்டிருந்தேன். சேக்குக்காய் அயராது உழைத்து, அலுத்துப் போய், ஒரு சின்னமாற்றம் வேண்டி திரிந்து கொண்டிருக்கிறேன்.

அம்மாவுக்கும் எனக்கும் பாசம் ஏற்படுவதற்கு வழியே இல்லாமல் போனதுகுறித்து வருந்தினேன். கான்வென்ட் டியூஷன் முடிந்து வீடுவந்து அம்மாவிடம் ஹோம்வொர்க் சம்பந்தமாய் ஏதாவது கேட்டால், சாப்பிட்டுத் தூங்குடா என்பாள். அம்மா படிக்கவில்லை. மற்ற பசங்களெல்லாம் வீட்டுப்பாடங்களை அம்மாவிடம் ஒப்படைத்துவிட்டு விளையாடுவார்கள்.

எனக்கு அம்மாவிடமிருந்து தெரிந்துகொள்வதற்கு எதுவுமே இருக்கவில்லை. பி.டெக், ஹாஸ்டலில் கழிந்தது. படிக்காதிருந்திருந்தால் அம்மாவிடம் பழகியிருக்க முடியும்.

அப்பா என்னை வெளிநாட்டில் வேலை செய்வதற்காகவே தயாரித்தார் போலும். இப்போதெல்லாம், “போதும் வந்துர்றா” என்ற ரீதியில் கடிதம் எழுதுகிறார்.

“இப்ப வருத்தப்பட்டு இன்னா லாபம்? அசலூரு ஆதாயமும் உள்ளூர் நஷ்டமும் ஒண்ணுதான்” என்றாள் அத்தை.

அத்தை மோர் கொண்டுவந்து கொடுத்தாள்.

“மாமாவும் முத்துவும் பம்ப்-செட்டாண்ட இருப்பாங்க. செட்டு தெரியுமா?” என்றாள்.

அஞ்சாவது படிக்கும்போது பார்த்தது. “முத்து யார்? என்று கேட்க நினைத்தேன். கண்டுபிடிச்சிடுவேன் என்று எழுந்தேன்.

வெளி வாசல் வரை வந்துவிட்டு திரும்பிப் பார்த்தபோது, அத்தை என்னையே பார்த்துக்கொண்டிருப்பது தெரிந்தது. கூடவே அவள் மகளும். மாமாவின் வீடு, ஊரிலேயே கடைசி வீடு மாதிரி அமைந்திருந்தது. தெருவிலிறங்கி ஒருமாதிரி தோரணையோடு அளந்து விடுகிறவன் மாதிரி பார்த்தேன். பூரிப்பாய் இருந்தது. முதலில் அந்நியமாய் இருந்தாலும், நானும் சுப்ரமணியும் கோலி விளையாடிய புளியமரத்தடி முதலாவதாக நினைவுக்கு வந்தது. எதிர்பார்ப்போடு இடதுபக்கம் திரும்பியபோது, கட்டைவண்டி இன்னமும் இருந்தது. கட்டை வண்டியில் உட்கார்ந்துகொண்டு சுப்பிரமணி நிறைய பேய்க் கதைகள் சொல்லியிருக்கிறான். சில கதைகள் அவனே நேரில் பார்த்ததாகவும் சொல்வான். நான் அவனையே ஒரு பேயைப்போல எண்ணிப் பயந்திருக்கிறேன்.

சாலைத் திருப்பத்தில் பிள்ளையார் கோயிலும் டீக்கடையும் எதிரும் புதிருமாய். இரண்டு பெட்டிக்கடையும் சற்று பிரதானமாய் ராஜாமணி ஸ்டோர்ஸ் என்று போர்டு (நாடாரே எழுதியிருக்க வேண்டும்) மாட்டிய கடையும் இருந்தது.

பெட்டிக்கடை பக்கம் திரும்பி, ரெண்டு வில்ஸ் ஃபில்ட்டர் கேட்டேன்.

கடைக்கார பெண், அவசரமாய் குழந்தையை இறக்கி வைத்துவிட்டு, "உம்" என்றாள்.

"ஃபில்ட்டர் வில்ஸ்" என்றேன்.

"நம்மலாண்ட கிடையாதுங்க."

"வேற என்ன சிகரெட் இருக்கு?"

"ப்ளூபேர்ட், சார்மினார்..."

"வேற..."

"கணேஷ் பீடி, காஜா, மங்களூர் பீடி."

சிகரெட் சூட்கேஸில் இருந்தது.

போய் எடுத்து வருவதற்குத் தயக்கமாகவும் சோம்பலாகவும் இருந்தது.

"மங்களூர் பீடி ஒண்ணு எவளோ?"

"ஒண்ணுல்லாம் கிடையாது. பத்து பைசாவுக்கு மூணு."

எங்க பூட்டு இந்த ஆம்பளை என்று துணைக்குக் கணவனை எதிர்பார்த்தாள். அதற்குள், குழந்தை கடையில் இருந்த தக்காளியை எடுத்துக்கடிக்க, "சனியனே" என்று சாத்தினாள்.

பத்து பைசாவுக்கு வாங்கிக்கொண்டேன். சுலபமாக பம்ப்-

தமிழ்மகன் | 171

செட்டை கண்டுபிடிக்க முடிந்தது. கடந்த பதிமூன்று வருடங்களில் பக்கத்தில் இன்னும் இரண்டு பம்ப்-செட்டுகள் விழுந்திருப்பதைத் தவிர்த்து, புதிதாக ஒன்றும் மாறிவிடவில்லை.

செட்டுக்கு முன்னால் இரண்டு இலவம் பஞ்சுமரங்கள் பயிராகியிருந்தன. அதனருகில் பையன் ஒருவன் ஜியோமிதி பெட்டியின் சாதனங்களைத் தரையில் சுற்றிலும் இறைத்து வைத்துக் கொண்டு கணக்குப் போட்டுக் கொண்டிருந்தாள்.

சட்டென்று திரும்பி, விநாடியில் என்னை அடையாளம் கண்டு கொண்டான். "வா மாமா" என்றான்.

"நீதான் முத்துவா?"

தலையசைத்தபடி கணக்குகளை ஓரமாகத் தள்ளினான்.

"நீ படிப்பா... எதுக்கு எழுந்துக்கறே?" என்றதும் புத்தகத்தை ஒருமுறை சர்ர்ர் என நீவிவிட்டபடி, இப்பதான் வந்தியா..." என்றான்.

"ஆமா."

"சுரேஷ் வந்துக்கறானா?"

"இல்லை" என்று மட்டும் சொன்னேன்.

முத்து, மறுபடியும் என்ன ஆரம்பிக்கலாம் என்று யோசனையில் ஸ்கேலால் டப்டப் என்று தட்டிக்கொண்டிருந்தான்.

"எத்தினியாவது படிக்கிறே?"

"நைந்த்."

முத்து, நாற்கரத்தின் மூலவிட்டம் கண்டுபிடிப்பதில் மூழ்கினான். வெளியே வந்து பீடியைக் கொளுத்திக்கொண்டு அமர்ந்தான்.

அவசரப்பட்டு அரக்கோணத்தில் இறங்கிவிட்டதாக உணர்ந்தேன். எப்படி அத்தையிடம் விஷயத்தைத் தெரிவிப்பதென்று தெரியவில்லை. அல்லது மாமாவிடம் சொல்லலாமா? அப்பாவிடம் சொல்லுவதற்குத் தயக்கமாக இருக்கிறது. சொன்னால் அப்பா வெட்கப்படுவாரா... கோபப்படுவாரா?

நான் இங்கு வந்ததில் அத்தை பூரித்துப் போய் இருக்கிறாள். என் திருமண விஷயமாகத்தான் வந்திருக்கிறேன் என்று மகிழ்ந்து போயிருக்கிறாள். அத்தையே மன்னிக்கவேண்டும்.

பீடியை அணைத்துவிட்டு உள்ளே போனபோது, ஒரு மில்லி மீட்டர் அளவு வித்தியாசம் ஏற்பட்டுவிட்ட முக்கோணத்தின் ஒரு பக்கத்தைக் கொஞ்சம் கனமான கோடாக வரைந்து சரி செய்து கொண்டிருந்தான்.

"இவளோ பட்டையா கோடு போடக்கூடாது."

“இல்ல மாமா... ஏழு புள்ளி ஒண்ணு வர்றதுக்கு ஏழு சென்டி மீட்டர்தான் வருது... அதான்.சரி, போலாமா?” என்று சிரித்தான்.

புத்தகத்தை அடுக்கிவிட்டு, செட்டைப் பூட்டிக்கொண்டு வீட்டுக்கு நடந்தோம்.

“நீ இன்னா வேலை செய்ற மாமா?”

“சூப்பர் கண்டக்டர்னா தெரியுமா?”

உத்தேசமாய் தலையசைத்தான். “ஆமா...”

“ஹைவோல்டேஜ் செலுத்தும்போது, பல சமயங்களில் காயல் எரிஞ்சு போயிடுதில்ல? வழக்கமா காயலுக்கு காப்பர் ஒயர் யூஸ் பண்ணுவோம். இப்ப அதோடு செராமிக் பவுடர்னு ஒன்றை யூஸ் பண்றாங்க.”

“அந்தப் பவ்டரை எதில செய்றாங்க?”

“ஜிங்க்ஆக்ஸைட், மெக்னீசியம் கார்பனைட், ஃபெர்ரிக் ஆக்ஸைட். உம்... காப்பர் எல்லாத்தையும் ஒரு குறிப்பிட்ட விகிதங்களில் கலந்து, ஒரு பெட்டி மாதிரி செய்து, அதுக்குமேல காயல் சுத்தும்போது அதில எவ்வளவு அதிகமான வோல்ட்டேஜையும் அனுப்பலாம். இந்தத் துறைல நிறைய விஷயங்கள் ஆராய்ச்சில இருக்கு. மேக்னடிக் ஃபீல்டு மூலமா சக்கரம் இல்லாம ரயில் விட்றதும் அதுல ஒண்ணு.”

“பறக்கும் ரயில்னு பேப்பர்ல போட்டேனே?”

தலைப்பு கொடுப்பது துணுக்கு எழுதுகிறவர்களுக்கு கைவந்தகலை.

பறக்கும் ரயில், சிரிக்கும் கப்பல்னு ஏதாவது தலைப்பு கொடுத்து அதிர்ச்சி தருவது போல நான்குவரி எழுதி, இது இந்தியாவில் அல்ல, அமெரிக்காவில் என்று இந்தியாவை மட்டம் தட்டி முடிப்பார்கள்.

“ரிசர்ச்லதான் இருக்கு. இன்னும் பறக்கவைக்கலே.”

நான் வீட்டில் நுழைந்தபோது மாமாவோடு வேறொருவரும் திண்ணையில் அமர்ந்திருந்தார்.

மாமா, “வாப்பா...வாப்பா” என்று வரவேற்று, துண்டால் திண்ணையை ஒரு தட்டுத்தட்டி, “உட்காரு” என்றார்.

ஒருவரை ஒருவர் புன்முறுவலோடு பார்த்து, சில விநாடிகளை நகர்த்தி முடித்தோம்.

“வரதா, இது யாரு தெரியுதா? வூட்ல இருக்குதே அதுக்கு அண்ணாத்த புள்ள. துபாய்ல வேலை செய்து” என்று மாமா அவருக்கு அறிமுகப்படுத்தினார்.

“வணக்கம்” என்றேன்.

"அட இன்னாப்பா நீ! மருமக புள்ளனு நேரா சொல்ல வேண்டியத்தானே?" என்று அவர் மாமாவைப் பார்த்து சிரித்தார்.

"நேரா இங்கதான் வர்றியா?" என்று மாமா பேச்சைத் தொடங்கினார்.

நானும் துவங்க வேண்டிய சந்தர்ப்பம் இதுதான் என்று உணர்ந்தேன். பக்கத்தில் அமர்ந்திருந்த வரை ஒருமுறை பார்த்துக் கொண்டேன்.

"அப்பா லெட்டர் போட்டிருந்தாரு."

"எதைப் பற்றி?" என்ற ஆவலோடு தலையசைத்துக் காத்திருந்தார் மாமா.

"எனக்கு உங்க மகளைக் கல்யாணம் பண்ணப்போறதா எழுதியிருந்தார்."

எல்லோர் முகத்திலும் அந்த எதிர்பார்ப்பு நிலவியது.

"எனக்கு ஜெர்மன்ல ஒரு ஆஃபர் கிடைச்சிருக்கு. ரிஸர்ச் அண்ட்டெவலப்மென்ட் செக்ஷன். நிச்சயமாக நம்ம ரூபாபடி 20,000 சம்பாதிக்க முடியும். இப்ப இருக்கிற வேலையை விட்டுட்டு, அதுல ஜாய்ன் பண்லாம்னு ஐடியால இருக்கேன்..."

அவரின் பெண்ணை மறுப்பதாகவோ, அவருக்கும் கௌரவக் குறைச்சலை ஏற்படுத்தி விட்டதாகவோ தோன்றக்கூடாது என்று மிகவும் ஜாக்கிரதையான வார்த்தைகளில் சொன்னேன்.

மாமா ஒன்றும் சொல்லவில்லை. விரலால் தரையில் என்னமோ எழுதி எழுதி அலைத்தார்.

"சரி, உன் இஷ்டம்..." என்று மாமா, அத்தையைப் பார்த்துக் கொண்டு சொன்னது, நாக்கையும் உதட்டையும் வலுக்கட்டாயமாய் அசைத்து வெளியே தள்ளிய வார்த்தைகளாகவே பட்டது.

சிறிது இடைவெளி கொடுத்து, "குழந்தைகளைப் பாத்துக்க ஒரு ஆள் தேவைங்கறதுதான் அப்பாவோட எண்ணம்" என்றேன்.

வரதன் என்பவர் அவசரமாய், "ஹாங் அதுதான் முக்கியம். ஏதோ ஒண்ணுக்குள்ள ஒண்ணு ஒரே ரத்தம். குடும்ப நிலவரம் தெரிஞ்ச பொண்ணு... பசங்களை அன்பா வெச்சிக்க முடியும். பணம் வரும்போவும்... இன்னா பெரிய பணத்த கண்டே? ம்...? உங்க மாமாகிட்ட இல்லாத பணமா? ஒண்ணு சொல்றேம்பா... வெளியூர் ஆதாயமும் உள்ளூர் நஷ்டமும் ஒண்ணுதான். நீ பணத்த பாக்காதே. கொழந்தங்கள பாரு. வெளிய இருந்து பொண்ணெடுத்தா இந்த மாதிரி பாத்துக்குமானு யோசி. அவ்ளதான்" என்றான்.

மாமாவும் அத்தையும் இப்போது என்னைப் பார்த்தார்கள்.

“அப்படியும் யோசிச்சேன். இப்ப நா வேலை செய்ற இடத்திலேயும் அக்ரிமென்ட் முடியறதுக்கு இன்னும் ஒண்ணரை வருஷம் இருக்கு. பசங்களைப் பாத்துக்கணுங்கறதுக்காக நா உங்க மகளைக் கல்யாணம் பண்ணி விட்டுட்டு போய்ட்டா... அடிசனலா இன்னொரு குழந்தையை எங்கப்பாகிட்ட விட்டுட்டு போறாமாதிரிதான் இருக்கும். சமைக்கத் தெரியும் என்ற காரணத்துக்காக ஒரு பொண்ணுக்கு இப்படி ஒரு சிரமத்தை ஏற்படுத்த வேணாம்னு நினைக்கிறேன்.”

மாமா, அத்தை சார்பில் மறுபடி வரதன்தான் பேசினார். “சரிப்பா, ஒண்ணரை வருஷம்ற... அதுவரைக்கும் ஒரு வேலைக்காரி வெச்சிக்கலாம். அப்புறமா வந்து கல்யாணம் பண்ணிக்கிறதுக்கு இன்னா சொல்றே?”

எதற்காக நிறுத்த வேண்டும்? அவள் என்னைத்தான் மணப்பேன் என்று ஒற்றைக்காலில் நிற்கிறாளா என்று கேட்க நினைத்தேன்.

“ஒன்றரை வருஷத்துக்குப் பின்னாடி நடக்கிறதை இப்பவே யோசிக்க வேணாம். இதெல்லாம்விட வேற ஒரு ஐடியா பண்ணேன்... இத அப்பாகிட்ட எப்படிச் சொல்றதுனுதான் இங்க வந்தேன். நீங்கல்லாம் மனது வெச்சா முடியும்னு நினைக்கிறேன்.”

மாமா “சொல்லு” என்பது போல தலையசைத்தார்.

“அப்பா ரிட்டையர் ஆறதுக்கு இன்னும் பத்து வருஷத்துக்குமேல இருக்கு. அப்படி ஒன்றும் வயசாயிடல. பசங்களுக்காக மட்டுமில்லாம அவருக்கும் ஒரு துணை தேவைதான். அவருக்கு ஏற்ற வயசுல பெண்கள் நிச்சயமா கிடைப்பாங்க.”

நான் சொல்வதில் ஏதேனும் உள்நோக்கம் இருக்குமா? என்ற சந்தேகத்தோடும், அதிர்ச்சியோடும் பார்த்தனர்.

“நடக்கற கதையாப்பா..?” என்றார் வரதன்.

“என்னைவிட அவருக்குப் பண்றதுதான் ஈஸியானதும் தேவையானதும்.”

“அவரு ஒத்துக்கணுமே..?”

“அதுக்குத்தான் உங்கள் உதவி தேவை!” என்றபடி எல்லோரையும் பார்த்தேன். அத்தை உள்ளே போய்விட்டாள்.

“சர்ரீ... வர்றவ கொடுமைக்காரியா இருந்துட்டா..? பண்ணி பிரயோஜனம் இல்லாம போயிடுமே...”

“முதல்ல தோல்வியப் பத்தி சிந்திக்க வேணாம். அப்படி ஆனா, நா உடனே கல்யாணம் பண்ணி பசங்களை என்கூட வெச்சிப்பேன்.”

“சரி வரதா... வுடு. அவரு இன்னா சொல்றாருனு பாத்துக்குனு

மத்த கத...” என்று மாமா சடாரென்று பேச்சை முடித்து, “சாப்டலாம்ப்பா...” என்றார் என்னைப் பார்த்து.

மொட்டை மாடியில் வெகுநேரம் வரை உலவினேன். பேசியபடி எல்லாம் முடியவேண்டும் என்று எண்ணினேன்.

குளிர் வெறுக்கும் படியாக இல்லை. சட்டையில் இன்னும் இரண்டு பீடிகள் இருந்தன. கூடத்தில் சாமிபடம் அருகே தீப்பெட்டி இருந்ததாக ஞாபகம். கீழே போகலாமா அல்லது இப்படியே படுக்கலாமா... என்று யோசித்து, முடிவாய் கீழே இறங்கினேன். விளக்குகள் அணைக்கப்பட்டு இருளும் அமைதியாய் இருந்தது.

உற்றுப் பார்த்ததில், கூடத்தில் ஒருவரும் இல்லை என்றுதெரிந்தது. வலப்பக்க அறையில் ஃபேன் சுற்றும் சத்தம் கேட்டது.

“பத்தாயிரம் சம்பாதிக்கிற லட்சணம், எல்லமுத்து கடைல 10 பைசா பீடி வாங்கி புடிக்கிறானே?” என்று மாமாவின் குரல் மெல்லியதாய்க் கேட்டது.

அதற்கு அத்தை சொன்ன பதில் தெளிவாய்க் கேட்கவில்லை. அவர்கள் வெகுநேரமாகவே என்னைப்பற்றிய சம்பாஷணையில் இருப்பதாகப் பட்டது. “வரதப்புள்ள எதிர்க்க மானத்தை வாங்கிட்டான். உங்க அண்ணன் பையனாச்சேனு பார்த்தேன்.”

“அண்ணன் பையனா இருந்தா என்ன? இப்பில்லாம் பேசனா வுட்டுருவாங்களா..? வரட்டும் நல்லா நாலு கேள்வி கேக்கறேன் அவரை.

வத்திப்பெட்டி கிடைத்தது. எடுத்துக்கொண்டு திரும்பும்போது, “அங்க எவளையோ வெச்சிகினுகிறான். அதான் இப்பிடிலாம் மடிச்சி மடிச்சி திரிகிஸ் பேசறான்” என்று அத்தை தீர்மானமாகச் சொல்லிக் கொண்டிருந்தாள்.

கால் பெருவிரல் நச்சென்று வாசற்படியில் பட்டது. ரத்தம் கசியும் போல தோன்றியது. வலிக்கவில்லை.

- மின்மினி மாத இதழ், 1991.

சமாதி

23

டாக்டர் சின்ன செருமலோடு எக்ஸ்ரே-வை விளக்கு வெளிச்சத்தில் பொருத்திவிட்டு, யோசனையாய் கொஞ்சநேரம் 'பேப்பர் வெயிட்டை' உருட்டினார். விளக்கின் வெளிச்சம் எனது நுரையீரலை பகிரங்கப்படுத்திக் கொண்டிருந்தது.

"சிகரெட் பிடிப்பீங்களா?" என்றார்.

இவ்வளவு வெளிப்படையாகக் கேட்டுவிட்ட பிறகு, "இல்லை" என்று சொல்லி என்னைக் காப்பாற்றிக் கொள்ளத் தோன்றவில்லை. என்னதான் அவர் என் அப்பாவின் இருபத்தைந்தாவது வயதிலிருந்து எங்கள் குடும்ப உடல்நிலையைப் பராமரித்துக் கொண்டிருக்கிற போதிலும்.

"ஆமாம்" என்றேன்.

"நிறுத்தி விடுங்களேன்... தட்ஸ் சிம்பிள்."

யோசனையாய் "சரி" என்றேன்.

"இங்க பாருங்க..." என்று நுரையீரல் பக்கமாய்த் திரும்பினார். "எக்ஸ்ரே'ல எப்பவுமே காற்று இருக்கிற இடம் 'ப்ளாக்'கா தெரியும். மற்ற இடங்கள் 'வொய்ட்டா தெரியும். உங்க லங்ஸ்ல ஆக்ஸுவலா ப்ளாக்கா தெரியவேண்டிய இந்த இடத்திலெல்லாம்... வெள்ளை, வெள்ளையா என்னமோ புகைமாதிரி தெரியுது பாருங்க. அந்த இடமெல்லாம் பாதிக்கப்பட்ட இடங்கள். உங்களுக்கு சுருக்சுருக்'னு வலியெடுக்கிற தெல்லாம் இதனால்தான். சிகரெட்டை விட்டுட்டா தன்னால போய்டும். நோ நீட் ஃபார் மெடிசின்ஸ்."

"தேங்க்யூ சார். கண்டிப்பா விட்டுர்றேன்" என்றேன் மனப்பூர்வமாக.

"வெரிகுட்" என்றார்.

"ஃபீஸ்..?" என்று எழுந்தபோது..

"நோ... உங்களுக்கு நா ஒண்ணுமே பண்ணலையே..." என்றார்.

பத்து ரூபாயை கிட்டத்தட்ட திணித்தபோது, வாங்கிக்கொண்டு "தேங்க்யூ" என்றார்.

விடைபெற எழுந்தபோது, "நீங்க வரும்போது வெளிய ஏதாவது பேஷன்ட்ஸ் இருந்தாங்களா?" என்றார்.

"இல்லை."

"உங்களுக்கு முக்கியமான வேலைகள் ஏதும் இல்லை என்றால் உட்காருங்கள், பேசலாம்."

"வித் ப்ளஷர்" என்று அமர்ந்தேன்.

"ஃபைவ் தர்ட்டிக்கு வந்து உட்கார்ந்தேன். நீங்கள்தான் முதல் ஆள். இன்னிக்கு நீங்களேதான் கடைசி ஆளாகவும் இருப்பீங்கன்னு நினைக்கிறேன்." புன்முறுவலோடு தன் வருத்தத்தைத் தெரிவித்துக் கொண்டார்.

"நீங்கள் எப்படி என்றால் கட்டணம் கூட வசூலிப்பதில்லையே?"

சிரித்துக் கொண்டார்.

"அதுதான் நான் செய்த தவறு. ஜனங்கள், நிறைய வசூலிக்கிற டாக்டர்களையே திறமையானவர்களாகப் போற்றுகிறார்கள். சென்ற மாதம் என்னிடம் ஒருவர் வந்தார். மாதம் 600 சம்பாதிக்கிற ஃபேக்டரியில் புழுங்குகிற இளைஞன். தலைவலி என்று வந்தான். 'எவ்வளவு நாட்களாக' என்று விசாரித்தேன். 'நான்கு வருடங்களாக' என்றான்."

"யூ மீன் ஃபோர் இயர்ஸ்?"

"எஸ்... இவ்வளவு நாட்களாக என்னசெய்து கொண்டிருந்தாய்?" என்றேன். வேறொரு டாக்டரிடம் வைத்தியம் பார்த்ததைச் சொன்னான்.

"ஒவ்வொரு முறையும் அந்த டாக்டர் 50 ரூபாய் வாங்கியிருக்கான் ராஸ்கல்... இவ்வாறு சொல்வதற்காக மன்னிக்க வேண்டும்" என்றார்.

"நான்கு வருடங்களாக ஏமாற்றியவனை நீங்கள் அவ்வாறு சொல்லலாம்" என்றேன்.

"அந்த டாக்டரை எனக்குத் தெரியும். ஆரம்பத்தில் அபார்ஷன் செய்வதையே தொழிலாகக் கொண்டிருந்தவன் அவன். இப்போது,

‘மூன்று மாருதி கார்’ வைத்திருக்கிறான். கார் வைத்திருப்பதில் எனக்குப் பொறாமை இல்லை. அவன் செய்த ட்ரீட்மென்ட்டைப் பார்ப்போம். முதலில் தலைவலிக்கு எக்ஸ்ரே எடுக்கச் சொல்லியிருக்கிறான். அடுத்தாற்போலஇ.சி.ஜி. பிறகு, தொடர்ச்சியாய் வண்ணவண்ணமாய் மாத்திரைகள் எழுதிக் கொடுத்திருக்கிறான்.”

“எப்படி தொடர்ச்சியாய் ஏமாற்ற முடிகிறது?”

“அதுதான் எனக்கும் ஆச்சரியம். அவன் எழுதிக்கொடுத்திருந்த பிரிஸ்கிரிப்ஷனைப்பார்த்தேன். ஒவ்வொருரசீதிலும்என்னென்னவோ பெயரில் மாத்திரைகள். என்ன ஆச்சரியம்! மாத்திரைகளின் பெயர்தான் வேறு. அதில் உள்ள கன்டென்ட்லைமீன் அவற்றில் இருக்கிற சாராம்சம் ஒன்றுதான். நிறைய மருந்துகளை எழுதிக் கொடுக்கிற டாக்டர்களைத் திறமையானவர்களாகக் கருதுகிறார்கள்” என்று பேசிக்கொண்டே போனவர், சட்டென்று நிறுத்தி, “உங்களது மாலை நேரத்தை மேலும் நான் வீணாக்க விரும்பவில்லை. ம்... ஒரு விஷயம். அநேகமாய் அடுத்தமாதம் அமெரிக்காவில் இருப்பேன்” என்றார்.

அதிர்ச்சியாக இருந்தது.

“எப்போது வருவீர்கள்?” என்றேன்.

“அங்கேயே சமாதி.”

“ஏன்?”

“என் ரெண்டு பசங்களும் அங்கேயே செட்டில் ஆகிட்டானுங்க. நௌ ஐஹேவ் கிரீன்கார்ட்.”

“எனக்கு மிகவும் அதிர்ச்சியாக இருக்கிறது” என்றேன்.

“இந்தப் பகுதியில் நானொருவன் தனியாக 45 வருடங்கள் போராடி விட்டேன். இந்த ஜனங்கள் ஏமாறுவதை என்னால் தடுக்க முடியவில்லை... என்னால் தொடர்ந்து ஈயோட்ட முடியாது” என்றார்.

“ஒரு நல்ல சென்டரில் உங்கள் கிளினிக்கை மாற்றிப் பாருங்களேன்.”

“வாடகை 5,000 கேட்பான். வாடகைக்காகவே நான் பிடுங்க வேண்டியிருக்கும்.”

மேற்கொண்டு அவருக்கு ஏதாவது சமாதானம் சொல்லத் தோன்றினாலும் என்ன சொல்வது என்று புரியவில்லை.

“ஏன் டாக்டர்... வேறு எவரிடமோ வைத்தியம் பார்த்துக் கொண்டிருந்த அந்த தலைவலிக்காரனுக்கு உங்கள் மீது நம்பிக்கை ஏற்பட்டு வந்திருக்கிறானே... இப்படியே சில பேர் உங்கள் பக்கம் திரும்பலாமில்லையா?”

சத்தம் போட்டு சிரித்தார்.

"அந்தத் தலைவலிக்காரன் பற்றி நான் இன்னும் சொல்ல வில்லையே... நான்கு வருடம் தொடர்ந்து தலைவலிக்கிறது என்றால், அதற்கு டென்ஷன், மனக்கவலை ஒருகாரணமாக இருக்கலாமே. குடிப்பழக்கம், சிகரெட் காரணமாக இருக்கலாம். ஏதாவது அலர்ஜி சமாசாரம் இருக்கலாம். 'இதெல்லாம் எதுவுமே இல்லை' என்றான். உங்களுக்குத் தெரியுமா? தலைவலி ஒரு வியாதியே இல்லை. அது நோய்க்கான அறிகுறி மட்டுமே. உடலின் வேறுபாகங்கள் பாதிக்கப்பட்டால் தலைவலி ஏற்படும்.

"அவருக்கு என்னதான்...?"

"வெகுநேரம் விசாரித்தபிறகு, அவனது வீட்டில் ஜன்னல்கள் இல்லை என்பது தெரியவந்தது. அவன் சொன்னதை வைத்து கற்பனை செய்து பார்த்தால், கிட்டத்தட்ட புகைபடிந்த ஒரு குகைபோல அவன் வீடு இருக்க வேண்டும்.

"தலைவலிக்கும் ஜன்னலுக்கும்?"

"சம்பந்தம் இருக்கிறது. ஆக்ஸிஜன் டெஃபீஷியன்ஸி காரணமாகவும் தலைவலி ஏற்படலாம். அவனை முதலில் காற்றோட்டமான வீட்டுக்கு குடிபோகச் சொன்னேன். காற்றோட்டமான இடங்களில் பெரிதும் உலவச் சொன்னேன். அவன் திருப்திக்காக சில மாத்திரைகளை எடுத்துத் தந்தேன். பிறகு, தலைவலி தணிகிறதா என்று வந்து சொல்லச்சொன்னேன்."

"தணிந்து விட்டதா?"

"தெரியவில்லை. அவனை மறுபடி சந்திக்க முடியவில்லை."

"சரியாய்ப் போயிருக்கும்" என்றேன் தீர்மானமாய்.

டாக்டர் "எனக்கு அப்படித் தோன்றவில்லை" என்றார் சாதாரணமாய்.

"பின்?"

"அவன் என்னைப் பைத்தியக்காரன் என்று நினைத்திருப்பான். என் மேல் நம்பிக்கையற்று வேறு டாக்டரை நாடியிருப்பான்."

டாக்டரின் மீது எனக்குப் பரிதாபமாக இருந்தது. டாக்டருக்கு 70 வயது இருக்கலாம். இந்த வயதில் தொழில் செய்து பிழைக்க வேண்டிய கட்டாயம் அவருக்கு இல்லை. பேரக் குழந்தைகளோடு காலத்தைத் தள்ளிவிடலாம்.

"சரி. இந்தக் கதையை விடு. உங்கள் தாத்தா, அப்பாவெல்லாம் சௌக்கியமா? நான் இங்கிருந்து கிளம்புவதற்குள் ஒருமுறை வந்து போகச்சொல்லு."

"சொல்கிறேன்."

யாரோ நோயாளிகள் வெளியே உள்ள நாற்காலியில் வந்து அமருகிற சத்தம் கேட்டது. டாக்டர், "கம்-இன்" என்று காத்திருந்தார். சில யோசனைக்குப் பிறகு, எழுந்து வந்தது இரண்டு பெண்கள். அம்மா, மகள் என்கிற பொறுப்புகளில் இருப்பார்கள் என்பது போலபட்டது.

"வாங்க... வாங்க" என்றார்.

"சுரேஷ் வரலையா..? சிக்ஸ்த் இல்ல இப்போ?" என்று கரிசனமாய் விசாரித்தார்.

வந்தவர்கள் அதற்கெல்லாம் பதில் சொல்கிற மனநிலையில் இல்லை. டாக்டரின் டேபிளுக்கு முன்புறம் இருந்த இருக்கைகளில் அமர்ந்து, நோயை வெளியிடுவதற்குத் தயங்கிக் கொண்டிருந்தனர்.

நான் வெளியே சென்று அமர்ந்தேன்.

"எனக்கு இருவரில் யார் நோயாளியாக இருக்கமுடியும்? என்ற சந்தேகம் எழுந்தது. தாயும் மகளும் ஒரே மாதிரியாக, ஒல்லியாக இருந்தனர். சமீபத்தில் இளைத்தவர்கள் மாதிரி தெரியவில்லை. இளைத்துப் போனதை ஒரு பிரச்சனையாக இங்கு கொண்டு வந்திருப்பார்கள் என்று தோன்றவில்லை."

டாக்டரிடம் மாத்திரைகளை வாங்கிக்கொண்டு தாயும் மகளும் புறப்பட்டனர்.

டாக்டர், வந்துபோனது ஒரு டிஃபிக்கல் கேஸ். ம்... சில காரணங்களுக்காக அதை நான் வெளியே சொல்லக்கூடாது. "நம்ம நாட்ல அறியாமையே பெரிய வியாதியா இருக்கு. எல்லா வியாதிக்கும் மருந்து நம் உடம்பிலேயே இருக்கு. நாங்க குடுக்கிற மருந்தெல்லாம் பாசாங்கு... பஜனை. ஒரு மனிதன் டாக்டரை அணுகவேண்டிய நேரங்கள் சொற்பமானவை" என்றார்.

"இப்போது வந்துபோன பெண்களை நீங்கள் அடுத்த மாதம் வரச் சொன்னீர்களே?"

"ஆமாம்..."

"அமெரிக்கா போவதாகச் சொன்னது?"

சற்றுநேரம் கண்களை மூடித்திறந்தார்.

"நீங்கள் ஒரு டாக்டரா இருந்தா, இந்த மாதிரி ஜனங்களை இப்படியே விட்டுட்டுப் போய் விடுவீர்களா?"

'போவேன்' என்பதற்குத் தயங்கினேன்.

"என்னால் முடியவில்லை. என் பையன் 10 வருஷமாய்

என்னை வரச் சொல்லிக் கொண்டிருக்கிறான். இவர்களிடமிருந்து துண்டித்துக் கொண்டு நான் எப்படி அங்கிருக்க முடியும்?"

"அப்படியானால்?"

"என்னுடைய சமாதியை சென்னையிலேயே வைத்துக் கொள்வதாய் இருக்கிறேன்" என்றார் சிரித்துக்கொண்டே.

- தினமணி கதிர், 1984.

இப்படிக்குப் பூங்காற்று

24

சரஸ்வதியின் முகத்தில் கலவரம் தூக்கலாக இருந்தது. காபி கொடுக்கும்போது புன்னகைக்க முயற்சி செய்தாள். அது, அத்தனை இயல்பாக அமையவில்லை.

"எந்த நேரமும் போன் வரலாம் சார்..." என்றாள்.

என்னமோ இப்போதெல்லாம் என்னை உதயா என்று அழைப்பது இல்லை.

கடந்த ஒரு வாரமாக ஒருவன் தினமும் நேரம் காலம் இல்லாமல் தொலைபேசுகிறான். தொல்லையாகப் பேசுகிறான். இதுதான் அவள் போனில் சொன்னது. துணைக்கு இருக்கும் அம்மாவும் அப்பாவும் காசி யாத்திரை போயிருப்பதாக இங்கு வந்தபோதுதான் சொன்னாள். 16 நாள் டூர். இன்னும் இரண்டு நாட்களில் வந்துவிடுவார்கள். ஆனால், அதற்குள் போன்காரன் தொல்லை அதிகரித்துவிட்டது. 'நக்கலா சிரிக்கிறான்... கிண்டலாகப் பாடுகிறான்.'

ஆபாசமாகப் பேசுகிறானா என்றபோது, 'இல்லை அதற்கான ஆரம்பம்போல இருக்கிறது' என்றாள் சுருக்கமாக.

இருவரும் செல்போனையே பார்த்தபடி காத்திருந்தோம். அவளுக்கு சென்னையில் இருந்த சொந்தங்கள் அத்தனை நெருக்கம் இல்லை. மேலும் இதுபோன்ற விஷயங்கள் தெரிந்தால், வீணான கற்பனைக்கு வழி வகுத்துவிடும் என்று நினைத்தாள். அவளுக்கு இருந்திருக்க வேண்டிய நெருங்கிய சொந்தம் வெகு தூரத்தில்

இருந்தது. அபுதாபியில். கணவன் அங்குதான் வேலைபார்க்கிறார்.

கொஞ்ச நேரம் முன்பு வரை ஜன்னலுக்கு வெளியே தெரிந்த மரம், இப்போது இருட்டுடன் கலந்துவிட்டது.

"ஏழு மணிக்கே இருட்டுடிச்சே?"

மழைக்காலத்தில் இருட்டிப்போவது ஆச்சர்யப்படும் விஷயம் இல்லை. இருந்தாலும் ஆச்சர்யப்பட்டாள்.

"எத்தனை மணிக்கு போன் செய்றான்?"

இதுவும் ஏற்கெனவே கேட்கப்பட்ட கேள்விதான்.

"நேரம் காலம் எல்லாம் இல்லை. இரவு ஒரு மணிக்குக்கூட பண்ணுகிறான்" என முதலிலேயே சொன்னாள்.

"ஒரு நாளைக்கு ஆறேழு தரம் பண்ணுகிறான்" என்றாள் இந்த முறை.

அவள், எதிரில் உள்ள நாற்காலியில் அமராமல் தரையில் அமர்ந்துகொண்டாள். கொசு கடி அதிகமாக இருந்தது. அடிக்கடி என்னை நானே அடித்துக்கொண்டிருந்தேன்.

"கதவைச் சாத்திடவிடலாமா?" என்றாள்.

அவள் தனியாக இருப்பதை உத்தேசித்து, "பரவாயில்லை."

"பரவாயில்லை என்றால் கொசு கொஞ்ச நேரத்தில சாப்பிட்டுடும்."

சிரித்தபடி எழுந்துபோய் கதவைச் சாத்தினேன். அழுத்தி சாத்துவதில் தயக்கம் காரணமாகக் கதவின் இடையில் மெல்லிய இடைவெளி இருந்தது.

"இந்த மாதிரி இடைவெளிதான் கொசுவுக்கு செம ஜாலியா இருக்கும். ஆவேசமா உள்ளே நுழையும்" என்றபடி கதவை அழுத்திச் சாத்திவிட்டு, ஜன்னல்களையும் சாத்தினாள். அறைக்குள் ஒரு கும் குடியேறியது.

அவள் மனது தும்பைப்பூ வெள்ளை. அவளை யாரும் சந்தேகிக்கவே முடியாது. அவளும் சிலரை சந்தேகிக்கவே மாட்டாள். அதில் நான் ஒருவன். முக்கியமான ஒருவன். இளம் பருவத்து தோழன். பள்ளித் தோழன். அரசுப் பள்ளிக்கூடம். ஆண்டு விழாவுக்கு நாடகம் போட்டோம். தமிழய்யா ராசகோபாலன் நாடகக் குழுவினரை அழைத்து மொத்த விழாவும் எப்படி இருக்க வேண்டும் என்று விவரித்தார். நாங்கள் மொத்தம் ஆறு பேர் அவர் முன்னால் அமர்ந்திருந்தோம்.

கடவுள் வாழ்த்து முடிந்ததும் வரவேற்புரை... சிறந்த மாணவர்களுக்குப் பரிசளிப்பு... தலைமை உரை... என்று

சொல்லிக்கொண்டே போனார். என்னுடன் வந்திருந்த அத்தனை பேரும் குறிப்பெடுக்க நோட்டுப் புத்தகம் வைத்திருந்தார்கள். என்னிடம் இல்லை. 'வரும்போதே ஒரு நோட்டு கொண்டாரணும் தெரிய வேணாமா?' என்று ஆசிரியர் கவனித்துவிட்டுக் கண்டிப்பதற்கு அரை விநாடி அவகாசம்தான் இருந்தது. திட்டு வாங்குவதைத் தவிர்க்கவே முடியாது. சரஸ்வதி, சட்டென அவளுடைய நோட்டில் இருந்து ஒரு பக்கத்தைக் கிழித்தாள். அப்பாடா அவளுக்குத்தான் என் மனசுபடும் பதைப்பு புரியும்... பேப்பரை வாங்க கையை நீட்டினேன். பேப்பர் கனமாக இருந்தது. அதிர்ச்சியோடு திரும்பிப்பார்த்தேன். கிழித்த பேப்பரை அவளுக்கு வைத்துக்கொண்டு எனக்கு அவளுடைய நோட்டைக் கொடுத்துவிட்டாள். என்னருமை சரஸ்... எத்தனை நட்பு. என் சக பையனிடம்கூட அப்படி பேசியது இல்லை. அவ்வளவு பேசினோம். இணைபிரியாத நட்புக்கு இடையே ஏதோ டி.என்.ஏ. சிமிலாரிட்டி இருக்கும் என்று ஆராய்ச்சி சொல்கிறது. இருக்கலாம்.

பள்ளிக்கூடத்தில் நம்மை வைத்து எத்தனையோ கதைகள் கிளம்பின. அவற்றை நாம் மட்டும் நம்பவே இல்லை. பள்ளிப் படிப்புக்குப் பிறகு நான் அண்ணா யூனிவர்சிட்டியில் மெக்கானிக்கல் இன்ஜினீயரிங்... நீ உள்ளூரிலேயே டைலரிங் கிளாஸ். ஆனால், ஆச்சர்யமாக ஒரே நாளில் நம் இருவருக்கும் வேறு வேறு இடங்களில் திருமணம் ஆனது. நான்கு வருடங்கள் கழித்து இன்றுதான் போன் செய்து...

"என்ன பேசினான்... எப்படி உங்கள் நம்பர் அவனுக்குத் தெரியும்?"

"எதேச்சையாக என் நம்பருக்கு வந்தவன்தான். முதன்முதலாகப் பேசியபோது, 'டே அழகப்பா... கோயமுத்தூர்க்கு வந்திருக்கேன்டா... நீ எங்க இருக்கே'னு கேட்டான். எனக்கு சிரிப்பு வந்துவிட்டது. நான் அழகப்பன் இல்லை... ராங் நம்பர்னு சொன்னேன்."

"சிரித்ததுதான் தப்பாகிவிட்டது..." என்றேன். ஆனால், யாராக இருந்தாலும் சிரிப்புதான் வரும். பொம்பளை சிரிச்சா போச்சு... புகையில விரிச்சா போச்சு...

"இப்படி உயிர் எடுப்பான்னு நினைக்கலை..."

"உங்க வீட்டுக்காரர்கிட்ட சொல்லிட்டீங்களா?"

அவள் பதில் சொல்லவில்லை. தரையில் குத்துக்காலிட்டு அமர்ந்து தன் மெட்டியை விரல்களால் சுழற்றிக்கொண்டிருந்தாள்.

சொல்லவில்லை என்று சொல்லவில்லை.

அபுதாபியில் இருக்கிறவருக்கு திகில் கொடுக்க வேண்டாம் என்று எண்ணியிருக்கலாம். அமைதியைப் போக்கும்விதமாக மழைச்

சாறல் ஜன்னல் வழியே சொ கொட்டியது. மழைச் சத்தம் மேலும் அமைதியை அதிகப்படுத்தும். தனிமையை தண்ணீர் சுவரால் பாத்திகட்டும்.

எதையாவது பேசியே ஆக வேண்டும்போல, "கடைசியா என்ன பேசினான்?" என்றேன்.

"பேசவில்லை... பாடினான்.... 'மலரே ஒரு வார்த்தை பேசு... இப்படிக்குப் பூங்காற்று' நல்ல கட்டைக் குரல்ல..."

"திமிர் பிடிச்சவன்... பார்ப்போம். இல்லைனா கமிஷனர் ஆபீஸ் சைபர் க்ரைம்ல கம்ப்ளைன்ட் கொடுத்துடுவோம்"

"அதனால வேற எதாவது பிரச்னை ஆகிடுமோனு பயமா இருக்கு"

தனியாக இருக்கும் பெண்ணுக்கு தொல்லைதான். போன் நம்பரை மாற்றுவதிலும் சிக்கல். எல்லோருக்கும் எதற்கு என்று காரணம் சொல்ல வேண்டியிருக்கும். குறிப்பாக கணவனுக்கு.

போன் வந்ததும் மிரட்டினால் போதும். ஒதுங்கிக்கொள்வான். தேவைப்பட்டால் சைபர் க்ரைம்.

"வருஷத்துக்கு ஒருதரம் வருவார்... ரெண்டு வாரம் இருப்பார்" சொல்லிக்கொண்டே நிமிர்ந்துபார்த்தாள். கால் விரலில் இருந்த மெட்டியைக் கழற்றி கை விரலில் போட்டுப் பார்த்தாள். லூஸாக இருந்தது.

"ஓ." அந்த எழுத்தைத் தொடர்ந்து என்ன பேசுவது?

"இங்கேயே வேறு வேலைக்கு மாறிக்கொள்ளலாமே?"

"பதினஞ்சு நாளே அதிகம்தான்."

அவள் முகத்தைப் பார்த்தேன். அவளும் பார்த்தாள்.

"மகிழ்ச்சியா இருக்கணும்னு நான் ஆசைப்படுவதுகூட இல்லை... அது என் யோசனையிலயே இல்ல."

"குழந்தை?"

உதடு பிரியாத சோகப் புன்னகையோடு, "இன்னைக்குப் பார்த்து போனே வரலை... இரு, தோசை வார்க்கிறேன்... ச்சும்மா ரெண்டு சாப்பிடு.."

நான் மறுக்கலாம் என்று முடிவெடுப்பதற்கு முன் சமையல்கட்டுக்குள் மறைந்தாள். டி.வி போடலாம் என ரிமோட்டைத் தேடினேன். டீ பாய், அலமாரி, டி.வி ஸ்டாண்ட் எல்லாவற்றிலும் பாண்டிச்சேரி அன்னை. டி.வி-யில் டீஃபால்டாக சுப்ரபாதம் சேனல்.

ஆளுக்கு இரண்டு இரண்டு தோசைகள். புதினா சட்னி.

"நாம ஒரு முறை ஸ்கூல் மாமரத்து கிளையில உக்காந்து பேசிக்கிட்டு இருந்தோம். அப்ப நம்ம பாட்டனி மிஸ் சொன்னது ஞாபகம் இருக்கா?"

இருக்கு என்பதாகச் சிரித்தேன்.

"அவங்க நம்பர் இருந்தா, இந்த ராத்திரியில... ஒரே வீட்ல ஃப்ரெண்டாத்தான் இருக்கோம்னு சொல்லலாம்ல... இந்த ஃப்ரெண்ட்ஷிப்லாம் எதில போய் முடியும்னு தெரியும்னாங்களே... இரு, பானுமதிகிட்ட அந்த அம்மா நம்பர் இருக்கானு கேட்டுப்பார்க்கிறேன்..."

"சே வேணாம்விடு சரஸ்..."

அவள், பானுமதிக்கு போன் செய்ய போனை எடுக்க எத்தனித்த நேரம்... போன் அடித்தது. ப்ரைவேட் கால்.

"அவன்தான் அவன்தான்" என்றாள் போனைத் தொடாமலேயே.

நான் பச்சை பட்டனை அழுத்தி, அழுத்தமாக "ஹலோ" சொன்னேன்.

மறுமுனை மௌனம் சாதித்தது.

சரஸ்வதி என்னையே பதற்றமாகப் பார்த்துக்கொண்டிருந்தாள்.

"நீ யாரு மிஸ்டர்? எதுக்கு போன் பண்ற இப்ப? தொலைச்சுடுவேன்" கிட்டத்தட்ட போலீஸ் குரலில் சொல்லிவிட்டேன்.

நிதானமாக, "நீ யாருடா? இந்த நேரத்தில நீ என்ன பண்றே என் வீட்ல? போனை அவகிட்ட குடு" என்றது குரல்.

சரஸிடம் கொடுத்தேன்.

"இல்லை. என்னோட ஃப்ரெண்ட்..." என்று சொல்லிவிட்டு, வெகுநேரம் போனை காதில் இருந்து எடுக்காமல் 'ம்' மட்டும் சொல்லிக்கொண்டிருந்தாள். நடுவே, "ஒருத்தன் போன் பண்ணி டார்ச்சர் பண்ணிக்கிட்டு இருந்தான்... அதுக்காகத்தான்" என்றாள். நான்கைந்து நிமிடங்களில் அவ்வளவுதான் பேசினாள்.

சிவப்பு பட்டனை அழுத்திவிட்டு, "அபுதாபி" என்றாள் தட்டையாக. "சாரி... உன்னை எதுவும் சொல்லிட்டாரா உதயா?" என்றாள்.

"சாரி" என்றேன். மழை விட்டிருந்தது.

"நீ கிளம்பு... ரொம்ப லேட் ஆகிடுச்சு..."

"போன் வந்தா..?"

"வந்தா பாத்துக்கலாம்... இனிமே ரெண்டு பேரோட போன் டார்ச்சரை சமாளிக்கணும்."

ஒரு பயம் இன்னொரு பயத்தை சாய்த்துவிட்டதுபோல இருந்தது. கதவைத் திறந்தபோது, மழைக்கால அடர் இருட்டு. எதிர் ப்ளாட்டில் வேட்டியும் பனியனுமாக ஒருவர் என்னை ஏற இறங்கப் பார்த்துவிட்டு, 'டம்' என்று கதவைச் சார்த்திக்கொண்டார்.

குனிந்து ஷூ-வைப் போட்டுக்கொண்டிருந்தவனை, "அப்புறம் எப்போ வர்றே?" என்றாள்.

- ஆனந்த விகடன், 2014.

இடுக்கண் களைதல்

25

அன்று தொழிலாளர் தினம். மே தினப் பூங்காவில் இருந்து கடற்கரைக்குப் பேரணி போய்விட்டு, சமுதாய மாறுதல் குறித்த ஏக்கத்தோடு வீட்டுக்கு வந்த அன்று இரவுதான், அண்ணாமலை காரில் வீட்டுக்கு வந்தான்.

வெள்ளைச் சட்டையும் கறுப்பு பேண்ட்டும் அவனுக்கு ஒரு மிடுக்காக இருந்தது.வியர்வையால் உடம்போடு ஒட்டியிருந்த சட்டையைக் கிள்ளி உயர்த்தி, உட்புறமாக ஊதிக்கொண்டான்.

அவன் வந்த காரில் மொத்தம் 5 பெண்கள் இருந்தனர். கார் கண்ணாடிகளை ஊடுருவிக்கொண்டு அவர்களைப் பார்ப்பதற்கு கூச்சமாக இருந்தது. அவர்கள் அனைவரும் என்னைப் பார்த்துக்கொண்டிருப்பார்கள் என்பதே என்னை சங்கடப்படுத்தியது. ஆனாலும் அண்ணாமலையிடம் பேசிக்கொண்டே அடிக்கொருதரம் எதேச்சையாக காரைப் பார்த்தேன். காருக்குள் ஊதுவத்தி அளவு வெளிச்சம்தான். அந்த பலவீனமான வெளிச்சம் பலவீனத்தை அதிகப்படுத்துவதாக இருந்தது.

டீக்கடையை மூடுகிற நேரம்.

“நாயர் ஏழு டீ” என்று ஒருவித கட்டளைத் தொனியோடு சொன்னேன். என்னைப் பார்க்க காரில் விருந்தினர் வந்திருக்கிற கர்வம் என்று அதைச் சொல்லமுடியாது. காரில் வந்திருக்கிறவர்கள் எதிரில் என்னை அசிங்கப்படுத்திவிடாதே என்ற அறிவுறுத்தல்.

நாயரும் பெருந்தன்மையாக டீ போடுவதற்கு முனைந்தார். அவர் கண்களில் காசை இப்போதே கொடுத்துவிடுவேனோ என்ற நப்பாசை மின்னல். அது சந்தேகமாக வலுவடையும்முன், நான் அண்ணாமலை பக்கம் திரும்பிப் பேச ஆரம்பித்தேன்.

தெரு அடங்கும் இரவு. வீட்டு விளக்குகள் அணைக்கப்பட்டு தெருவிளக்கு வெளிச்சத்தில் பெருச்சாளிகள் பவனி வரும் நேரம். 11 மணிக்கு மேல் இருக்கும். தூங்க ஆரம்பித்த பின்புதான் கதவைத் தட்டி எழுப்பினான் அண்ணாமலை. கல்லூரி முடிந்த பிறகு, ஐந்தாறு வருஷங்களுக்குப் பிறகு திடுதிப்பென்று இப்படி வந்து நிற்கிறான். அர்த்த ராத்திரியில் வந்ததால், என்னவோ... ஏதோ என்று பதறிப்போய் லுங்கியை இறுக்கி, சட்டையைப் போட்டுக்கொண்டு வெளியே வந்தேன். பயப்படும்படியாக ஒன்றும் இல்லை போல அவன் எனக்கு முன் நடந்து, தெருவைக் கடந்து ஓரம் கட்டி நிறுத்தப்பட்ட காரில் இருந்து சிகரெட்டை எடுத்துப் பற்ற வைத்துக்கொண்டான். அது, வாடகைக் கார். வாழ்க்கையில் என்னைக் காரில் தேடி வந்த முதல் நண்பன் இவனாகத்தான் இருக்கும். என்னைப் பார்க்கத்தான் வந்திருக்கிறார்கள் என்பதை என் சார்பில் தெருவினர்க்குத் தெரியப்படுத்தும்விதமாக, அதில் சாய்ந்து பேச நினைத்தபோதுதான் கார் முழுக்க...

சற்றே விலகி டீக்கடை பக்கமாக வந்து, "வீட்டை எப்படியோ கண்டுபிடிச்சுட்டியே..?" என்றேன்.

"குத்து மதிப்பாத்தான் வந்தேன்."

"யாருப்பா இந்தப் பொண்ணுங்கல்லாம்?" இதுதான் நான் முதலில் கேட்க நினைத்த கேள்வி.

அவன் சொன்ன சிறிய பதில், ஏகப்பட்ட விளக்கங்களைத் தருவதாக இருந்தது.

"கேர்ள்ஸ்."

மீண்டும் கார் கண்ணாடிகளுக்குள் ஊடுருவிப் பார்க்க வேண்டியிருந்தது.

"மலேசியாவுக்கு அனுப்பி வெக்கிறேம்பா. ஒன்னொன்னும் அரை லட்சம்."

மூளை அத்தனை விழிப்படைந்துவிட்டது. குற்றம், தவறு, கைது, புரோக்கர், அபாயம், ஆபத்து என்ற கோர்வையற்ற வார்த்தைகள் அலைமோதின. ஒவ்வொன்றும் வார்த்தைகளாக இல்லாமல் வாக்கியங்களாகவும் சம்பவங்களாகவும் தோன்றி மறைந்தன. என்னுடைய தூக்கம் சுத்தமாக விலகிவிட்டது.

"அண்ணாமலை, இதெல்லாம் என்னடா?"

“தப்பா எதுவும் செய்யல செல்வா. பாவப்பட்ட பொண்ணுங்க. ஏதோ கல் உடைக்கிற காட்டானைக் கட்டிக்கிட்டு மாரடிக்க இஷ்டமில்லாம, அதுகளாவே வருதுங்க. எல்லாம் ஆந்(த்)ரா. ஒவ்வொரு குடும்பத்துக்கும் 10,000 குடுத்து கூட்டியாந்திருக்கேன். அவங்களுக்கு எவ்ளோ சந்தோஷம் தெரியுமா? தெய்வத்தப் பாக்குறா மாதிரிதான் என்னைப் பாக்கறாங்க.”

மேற்கொண்டு விவரம் தெரிந்துகொள்கிற ஆர்வமா, விருந்தோம்பலா என்று தெரியவில்லை. அந்த நேரத்தில்தான், “நாயர் ஒரு ஏழு டீ” என்றேன்.

கல்லூரியில் உடன் படித்தவன். வசதியான வீட்டுப் பையன். ரைஸ் மில், எண்ணெய் மில் இருந்தன. பையனைப் பார்க்க ஹாஸ்டலுக்கு வரும் அண்ணாமலையின் அப்பாவைப் பார்க்கும்போது, கல்லூரிக்கே முதலாளிபோல தோன்றும். திருவல்லிக்கேணி மெஸ்ஸில் மதிய சாப்பாட்டுக்காக அவனுக்கு மாதக் கூப்பன் வாங்கித் தந்துவிட்டுச் செல்வார் அவனுடைய அப்பா. 30 நாட்களுக்கு 60 டோக்கன் வாங்கித் தந்தாலும், அது பதினைந்தே நாட்களில் தீர்ந்துவிடும். நண்பர்களை அழைக்காமல் சாப்பிடப் போக மாட்டான். எத்தனை நாள் அவனுடன் சாப்பிட்டிருப்பேன்... இடையில் என்ன நடந்ததோ... எதற்காக இப்படி ஒரு தொழிலோ?

சப்தத்தோடு தயாராகிக்கொண்டிருந்தது டீ. “பொண்ணுங்களுக்கு டூரிஸ்ட் விசா எல்லாம் ரெடி. நம்ம வேலை ஏர்போர்ட்ல போய் அனுப்பிவைக்க வேண்டியதுதான். ஏர்போர்ட்ல வெச்சே அஞ்சு லட்சம் கைக்கு வந்துடும்.”

‘இதெல்லாம் பாவச் செயல்’ என்று அறிவுரை சொல்லும் மனோநிலைக்கு வந்தபோது, அண்ணாமலை அதற்கு வாய்ப்பு தராமல் ஓர் உதவி கேட்டான்.

“என்னோட பார்ட்னர் இப்ப ஹைதராபாத்ல இருக்கார்ப்பா. காலையிலதான் வர்றாரு. இப்ப என்னான்னா, இவங்களை எல்லாம் பாதுகாப்பா ஒரு ஹோட்டல்ல தங்க வைக்கணும். உன்கிட்ட ஒரு 10,000 இருக்குமா?”

என்னிடம் யாரும் அத்தனை பெரிய தொகையைக் கடனாகக் கேட்டதில்லை. அந்தத் தொகை எனக்கு அச்சமூட்டுவதாக இருந்தது. நாயர் காதில் விழுந்தால் நிச்சயம் சிரிப்பார். ஏன்? மொத்தமாக அவ்வளவு பணத்தை நான் கற்பனை செய்ததில்லை. விலாசம் மாறிவந்த விண்ணப்பத்தை எண்ணி, உண்மையில் நான் இப்படியான யோசனையில் இருந்தேன். மவுனமாக இருந்த இந்த நேரத்தை, தயங்குவதாக அண்ணாமலை நினைத்திருக்கக்கூடும்.

“நாளைக்கு இருபதாயிரமா திருப்பித் தந்திட்றேன்பா.”

இந்தப் பரிவர்த்தனையை மட்டும் நிறைவேற்ற முடிந்தால், என்னுடைய எல்லா பிரச்சனைகளும் சரியாகிவிடும். இரண்டு குழந்தைகளுக்கும் இந்த மாதத்துக்கான ஸ்கூல் ஃபீஸ், இரண்டு மாத வாடகை பாக்கி, பால், மளிகைக்கடை, மார்வாடி கடையில் மூழ்கிக் கொண்டிருக்கும் கம்மல் எல்லாவற்றுக்கும் சேர்த்து 20,000 இருந்தால் போதும். என்னிடம் சுத்தமாக காசு இல்லை. இரண்டு மாதங்களுக்கு முன்னால் வேலை போய்விட்டது. முட்டாள்தனமாக அதை இப்படி வெளிப்படுத்தினேன்.

"என்னிடம் அவ்வளவு இருக்காதே?"

"எவ்வளவு இருக்கிறதோ அவ்ளோ குடு, போதும்."

"சாரே... டீ."

ஆளுக்கு இரண்டிரண்டு டீ கப்புகளை எடுத்துக்கொண்டு காரை நோக்கி நடந்தோம். மாருதி ஆம்னி. நாங்கள் காரை நெருங்கியதும் கதவு விலகி, எதிர் எதிராகப் போட்டிருந்த இருக்கைகளின் இருபுறமும் பெண்கள் அமர்ந்திருப்பதைப் பார்க்க முடிந்தது. நான் எதற்காகவோ அவர்களைத் தவறான கண்களால் பார்க்கவில்லை என்பதை வெளிப்படுத்தப் போராடினேன். கதவு ஓரத்தில் அமர்ந்திருந்த ஒரு பெண், எங்கள் கையில் இருந்த டம்ளர்களை வாங்கி மற்ற பெண்களுக்குக் கொடுத்தாள்.

"நேக்கு டீ ஒத்தண்ணா" என்றவளை, "பரவாயில்லை குடி" என்றான் அண்ணாமலை.

அவள், என் அதிகார வரம்பைப் பயன்படுத்தி உதவ முடியுமா என்பதாகப் பார்த்தாள். இரண்டு பெண்கள் சுடிதார் அணிந்திருந்தார்கள். வயது பதினேழு, பதினெட்டுக்குள் இருக்கலாம். இன்னும் மூன்று பெண்கள் சேலை கட்டியிருந்தார்கள். அவர்கள் இருபதைக் கடந்தவர்களாகத் தென்பட்டார்கள். மலிவான சரிகை வைத்த வெங்காயச் சருகுச் சேலை. சிவப்புச் சேலையில் இருந்தவள் அநியாயத்துக்கு அழகாக இருந்தாள். சேலை வழியாக ஜாக்கெட்டும் ஜாக்கெட் வழியாக...

மறுபடி டீக்கடைக்குப் போய் இன்னும் இருந்த மூன்று டீயை நான் இரண்டும் அண்ணாமலை ஒன்றுமாக எடுத்து வந்தோம். கார் ஓட்டுநர் ஒன்றும் இன்னும் ஒரு பெண்ணும் ஆளுக்கொரு கோப்பையை எடுத்துக்கொள்ள, 'அட 8 டீ சொல்லியிருக்க வேண்டும்'... "நான் இப்பத்தான் சாப்பிட்டேன்" என்றேன் அவசரமாக. அண்ணாமலை டீயை உறிஞ்சினான். காரைவிட்டு விலகி வந்து, "கையில எவ்வளோ இருக்கோ குடு" என்றான்.

வீட்டில் 500 ரூபாய் இருந்தது. காலில் விழாத குறையாகக்

கொஞ்சிக் கூத்தாடி ஆறுமுகத்திடம் கைமாற்றாக வாங்கிவந்தது. நாளை, முதலில் கழுத்தை நெறிக்கும் ஒரு செலவுக்கு அதை உடைக்கலாம் என்று திட்டமிட்டிருந்தேன். தளபதி அலுவலகத்தில் நாளை வேலைக்கு வரச்சொல்லி இருந்தார்கள். அடுத்தடுத்த மாதத்தில் நிலைமையைச் சரியாக்கிவிடலாம்.

“குழந்தைக்கு ஃபீஸ் கட்றதுக்காக ஒரு 500 ரூபாய் வெச்சிருக்கேன்.”

அண்ணாமலை விடவில்லை.

“நாளைக்கு 11 மணிக்கெல்லாம் பணம் கைக்கு வந்துடும். இதுகளை ஃப்ளைட் ஏத்தியாச்சுனா பிரச்சனை முடிஞ்சிடும். 500 குடு... ஆயிரமா வாங்கிக்க. ரெண்டாயிரமாகூட வாங்கிக்க. ஏதாவது கல்யாண மண்டபம் மாதிரி ஒரு இடம் கிடைச்சா நைட் பொழுதைத் தள்ளிடலாம்... அதுக்காகத்தான். பெரிய சங்கடமா போச்சு. என்ன சொல்றது செல்வா... வீட்டுல அப்படி ஒரு ப்ராப்ளம். நிதானமா நாளைக்கு வந்து சொல்றேன். உன் வீட்ல தங்கறதுக்கு இடம் இருக்குமா?”

அதைப் பற்றி யோசிக்காமலேயே மறுப்பு தெரிவித்து அசைந்தது தலை. வற்புறுத்துவானோ என்ற அழுத்தத்தை வெளிக்காட்டாமல் பதறினேன்.

“சரி, அந்த 500 ரூபாயைக் குடு.”

“ஃபீஸு...”

“நான் அஞ்சு பொண்ணுகள வெச்சுக்கிட்டு அல்லாடிக்கிட்டு இருக்கேன்... இந்த வண்டிக்காரனுக்கு எவ்ளோ தரணும்னு தெரியல. இப்படிச் சொன்னா எப்படிப்பா?”

“வேற யாரையும் தெரியாதா?”

“இந்த ராத்திரியில இன்னும் எங்க போய் தேடச் சொல்றே? சாயங்காலம் 6 மணிக்கு சென்ட்ரல்ல ரயிலவிட்டு இறங்குச்சிங்க. இன்னும் பச்சைத் தண்ணிகூட கண்ணுல காட்டல. இதோ, நீ இப்பத்தான் வாங்கிக்குடுத்திருக்க. வேற எவனுக்காவது தெரிஞ்சா அசிங்கமா நினைப்பானுங்க. எங்கயாவது வாங்கிக்குடு. ராத்திரில பொண்ணுகள வெச்சுக்குட்டு சுத்திக்கிட்டு இருக்கறது டேன்ஞ்சர்பா. ரெண்டு மடங்கா தர்றேன்னு சொல்லு.”

அதற்கு மேல் தாமதிக்காமல், நாயரிடம் காலையில் தருவதாகச் சொல்லிவிட்டு... அவனுடைய முகபாவனையையோ, பதிலையோ எதிர்பாராமல் வீட்டுக்கு ஓடினேன். தட்டுத்தடுமாறி விளக்கைப் போட்டபோது அருணா கண்ணைத் திறக்க முயற்சிசெய்து உடனே மூடிக்கொண்டாள்.

“எதுக்கு ராத்திரில லைட்டைப் போட்டுக்கிட்டு நிக்கிறீங்க?”

டி.வி, கட்டில், பீரோ எல்லாம் அடங்கிய ஓர் அறை வீடு அது. 170 ரூபாய் வாடகை.

“அந்த 500 ரூபாயைத் தர்ரீயா... காலைல 1,000 ரூபாயா திருப்பித் தந்துடுவாரு.”

“யாரு?” கண்ணைத் திறந்தாள். அதில் சடுதியில் அவநம்பிக்கையும் எரிச்சலும் வெளிப்பட்டது.

“என் கூட படிச்சவரு. அஞ்சாறு வருஷம் கழிச்சு தேடி வந்திருக்காரு. ஒரு அவசரம். காலைல திருப்பித் தந்துடுவாரு.”

அருணா தலைமுடியைச் சுழற்றி கொண்டை போட்டபடி, “யாருங்க அது? ஆகாஷுக்காவது ஃபீஸைக் கட்டிடலாம்னு பாத்தா... இரண்டு பசங்களும் 10 நாளா ஸ்கூல் போகல. ஞாபகம் வெச்சுக்கங்க” என்றாள்.

அருணாவிடம், வெளியில் 5 பெண்களோடு அவன் காத்திருப்பதைத் தவிர வேறு என்னென்னவோ சொல்லிப்பார்த்துவிட்டேன். அவள் மனது கரைவதாகத் தெரியவில்லை. பணத்தை வாங்கிச் சென்று, நம்பிக் கழுத்தறுத்தவர்களை மட்டும்தான் அவளுக்குத் தெரியும்.

கடைசியாக ‘நம்மிடம் இருக்கும் 500 ரூபாயையும் கொடுத்துவிட்டு நாளைக்கு நடுத்தெருவில் நிற்க முடியாது’ என்று உறுதியாகச் சொல்லிவிட்டாள்.

யாரிடமாவது காசைக் கொடுத்துவிட்டால் அதைத் திருப்பி வாங்குவதற்கு உங்களுக்குத் தெரியாது என்பது அவளுடைய தீர்மானம்.

தலையைத் தொங்கப் போட்டபடி வெளியே வந்தேன்.

எவ்வளவு மோசமான காரியமாக இருந்தாலும் கஷ்டமான நேரத்தில் உதவ முடியாமல் போய்விட்டதே என்ற குற்ற உணர்வு பாடாய்ப்படுத்தியது. வெளியே தெரு வெறிச்சோடிக் கிடந்தது. டீக்கடை மூடப்பட்டுவிட்டது. கார் இருந்த இடத்தில் ஒரு நாய் மட்டும் சுருண்டு படுத்திருந்தது. பெண்களுக்கான மணம் மட்டுமே அங்கே மிச்சம் இருந்தது.

தெருவின் இரு முனைகளையும் தீர பார்த்தேன். கார் எதுவும் நிற்கவில்லை. கோபித்துக்கொண்டு போய்விட்டானா...வேறு எங்காவது காத்திருக்கிறானா... கார் டிரைவருக்கு விஷயம் தெரிந்துபோய் இறங்கச் சொல்லிவிட்டானா... ஹைதராபாத் பார்ட்னர் வேறு இடத்தில் பணத்துக்கு ஏற்பாடு செய்து தந்தானா... பணம் தரமுடியாததற்கு, அவனாகப் போய்விட்டதில் ஒரு

திருப்திதான். வீட்டுக்கு வந்து படுத்துவிட்டேன். வெகுநேரத்துக்கு தூக்கமே வரவில்லை.

காலையில் பையனுக்கு மட்டும் ஃபீஸ் கட்டி, ஹெட்மாஸ்டரைப் பார்த்து இனிமேல் இப்படி ஆகாது என்று உறுதி சொல்ல வேண்டியிருந்தது. இதுவரைக்கும் ஏழெட்டு முறை மன்னிப்பு கேட்டாகிவிட்டது. மீதி 75 ரூபாயில் அரிசி, பருப்பு, எண்ணெய், கடுகு, தக்காளி, வெங்காயம் என முப்பதே ரூபாயில் மளிகை சாமான் வாங்கிக் கொடுத்துவிட்டு, 'தளபதி' ஆபீஸுக்குப் போனேன்.

வேலைபார்த்து இரண்டு மாதங்களுக்கு மேல் ஆகிவிட்டதால், தானாகவே ஈடுபாடு கொப்பளித்தது. 3 மணிக்குத்தான் சாப்பாட்டு ஞாபகமே வந்தது. சாப்பிட எதிரில் தள்ளுவண்டி கடையைக் காட்டினார்கள்.

சேர்ந்த அன்றைக்கே நிலைமையைச் சொல்லி 1,000 ரூபாய் அட்வான்ஸ் கேட்டிருந்தேன். அது கிடைக்குமா எனத் தெரிந்துகொண்டு சாப்பிடப் போகலாம் என்று காத்திருந்ததில் இவ்வளவு நேரம் ஆகிவிட்டது. சாப்பிட்டுவிட்டு மரத்தடியில் உட்கார்ந்து சிகரெட் பற்றவைத்தேன். பேப்பர் வெயிட்டாக ஒரு செங்கல் வைக்கப்பட்ட மாலை பேப்பர் ஒன்று கிடந்தது. இரண்டாம் பக்கத்தைப் புரட்டியபோது, அண்ணாமலையும் அந்த 5 பெண்களும் வரிசையாக நிற்கும் போட்டோ. இரவு, திடீரென்று காணாமல் ஆம்னியோடு அண்ணாமலை போனதிலிருந்து நான் சில வாய்ப்புகளை யோசித்தேன்.

'போலீஸ் வந்து பிடித்துக்கொண்டு போய்விட்டதோ...' என்பதை மட்டும் பிடிவாதமாக யோசிக்காமல் தவிர்த்தேன். ஒன்றை யோசிக்காமல் இருக்க வேண்டும் என்று பிடிவாதமாக இருக்க முடியுமா என்று கேட்காதீர்கள். எப்படியோ அப்படி இருந்துவிட்டேன்.

அட்வான்ஸ் தொகையைக் கொடுத்தார்கள். நண்பன் உத்தரவாதம் கொடுத்திருந்தான். ஒரு நண்பன் உதவிய நாளில் இன்னொரு நண்பனுக்கு உதவ முடியாமல் போய்விட்டது வருத்தமாகத்தான் இருந்தது.

1,000 ரூபாயை விதம்விதமாகப் பிரித்தாள் அருணா. பெண்ணுக்கு ஃபீஸ். வீட்டு வாடகை பாக்கிக்குக் கொஞ்சம். மளிகைக்கடை பாக்கி.

"உங்க ஃப்ரெண்ட் இன்னிக்கி வந்திருந்தார்னா ஹெல்ப் பண்ணியிருக்கலாம்" என்றாள்.

சாரி செல்வா,

இந்தக் கடிதம் உன் கையில் கிடைக்குமா என்று தெரியவில்லை. உன் முகவரியை ஞாபகத்தில் இருந்து எழுதியிருக்கிறேன். திடீர் என்று போலீஸ் வந்துவிட்டது. அந்த நேரத்தில் நீ வந்துவிடுவாயோ என்று பயந்தேன். நல்லவேளை.

- அண்ணாமலை

இரண்டு நாள் கழித்து வீட்டுக்கு வந்த ஓர் அஞ்சல் அட்டையில், அவன் இவ்வளவுதான் எழுதியிருந்தான்.

'வீட்ல ஒரு ப்ராப்ளம்' என்றானே, என்னவாக இருக்கும்? என்று நிதானமாக யோசிக்க ஆரம்பித்தேன்.

- ஆனந்த விகடன், தீபாவளி மலர், 2014.

அங்குசம்

26

“யானை டீ குடிக்குமா?” யாரிடத்தும் பதிலை எதிர்பார்க்காமலேயே இப்படி ஒரு கேள்வி கேட்டேன்.

நாயரிடம் டீ ஒன்று பணித்துவிட்டுத் திரும்பியபோது தான், நெற்றி முழுக்க நாமத்தோடு தெருவையே அடைத்துக்கொண்டு யானை ஒன்று வருவதைக் கண்டேன். ஒவ்வொரு கடையிலும் வாழைப் பழமோ குறைந்தபட்சம் பத்துப் பைசாவோ கடைகாரர்கள் மகிழ்ச்சியோடு வழங்கினர்.

ஒருவேளை, நாயர் யானைக்கு சிங்கிள் டீ போட்டு கொடுத்துவிடுவானோ என்ற வியப்பில்தான் அப்படிக் கேட்டேன்.

பின்னால் இருந்து ஒருவன் சிரித்தான்.

“அதானே!” என்று என்னைப் பார்த்து ஆமோதித்துவிட்டு, ‘யோவ் நாயரே... சொம்பு நிறைய டீ போட்டு வையா யானைக்கு” என்றான்.

ஒருவர், “சூடா இருந்தா உறிஞ்சுமாப்பா?” என்றார் தீவிரமாய்.

“சரி... உறிஞ்ச வேணாம். கிளாஸ்லேயே வெச்சிட்டா, அப்படியே எடுத்து வாயில ஊத்திக்காது..?”

“அட, கிளாஸ சேத்து முழுங்கிட்டா?”

பெரிய கருத்த சுவர் மாதிரி எங்களைக் கடந்து, டீக்கடையின் வாசலருகே யானை நின்றது.

இவ்வளவு காலையிலும் யானையின் பின்னால் பசங்களின் கூட்டம் இருந்தது. பெரியவர்களும் அப்போது பசங்களின் பரபரப்போடுதான் இருந்தார்கள்.

ஒருவர் அவசரமாய் அஞ்சு காசு கொடுத்து ஆசீர்வாதம் வாங்கிக்கொண்டார். நாயர் பெருந்தன்மையாய், பன்னும் பொறையும் கொடுத்து யானையைக் கவர்ந்தார்.

அட, கஷ்டகாலமே! பெரிய பெரிய மூங்கில்களை ஒடித்துத் தின்றது போய், உனக்கா இப்படி? பிச்சைதான், இது வேறென்ன? டெய்லி இதேமாதிரி இவன் அழைச்சுக்குனு வர ஆரம்பிச்சா, கடைகாரனுங்க இல்ல போப்பா'னு சொல்றதுக்கு எவ்வளவு காலமாகும்?

யானை, நாய் மாதிரி பன்னைக் குதப்பியவாறு வாலை ஆட்டிக்கொண்டிருந்தது.

மேலே உட்கார்ந்திருந்தவன் அங்குசத்தால் ஒரு குத்து குத்த, யானை லேசான முனகலோடு காலை ஏணியாக நீட்டியது. பாகன் துள்ளலாய் இறங்கி, "டீ ஒண்ணு போடுப்பா" என்று கட்டளையிட்டான்.

எத்தனை டன் இருக்கும் யானை? அது இருக்கிற இருப்புக்கு சற்று வேகமாகத் திரும்பினாலே போதும். அத்தனை பேரும் துண்டக் காணோம் துணியக் காணோம்னு ஓடுவான். எத்தனை கிராம் இருக்கும் அவன் கையில் இருக்கிற அந்த இரும்பு? நேமலாய் அதைக் கையில் வைத்து அதட்டிக்கொண்டிருக்கிற அவனை லேசாய் வாலால் தட்டினாலே போதும். யானையே, உன் பலம் தெரியுமா உனக்கு?

சைக்கிளை நகர்த்திக்கொண்டு நடந்தேன். செயின் மட்கார்டில் உராய்ந்து, க்யிங் க்யிங் என்று பாடிக்கொண்டு வந்தது. எட்டு மணிக்கெல்லாம் வில்லிவாக்கம் போகமுடியுமா என்று தெரியவில்லை. கடிகாரத்தைப் பார்த்துவிட்டு, திரும்பி ஒரு முறை யானையைப் பார்த்துவிட்டு, சைக்கிளில் ஏறி அமர்ந்தேன்.

"ஏம்ப்பா... ஃபைல் கீழ விழுது பாரு" என்று பின்னால் சைக்கிளில் வந்துகொண்டிருந்தவன் சுத்த, பிரேக்கை அழுத்திக் கொண்டு திரும்பினேன். ஃபைல் கேரியரின் கடைசி பகுதியில் தொற்றிக்கொண்டிருந்தது. இறங்கி சரிப்படுத்திக்கொண்டு ஏறுவதற்குள் அவன் சமீபத்தில் வந்தான்.

"நீங்க தண்டபாணியோட அண்ணந்தானே?" என்றான்.

தண்டபாணியின் அண்ணன் என்று சொல்லிக்கொள்வதில் எனக்கு எந்தவிதப் பெருமையும் இருக்கவில்லை. வெறுமனே தலையை அசைத்தேன்.

:அதானே, எங்கேயோ பாத்தாப்ல இருக்கேனு பாத்தேன். டீ குடிக்கும்போதே கேக்கலான்னு இருந்தேன்."

அவன் சைக்கிளும் பாடிக்கொண்டு வந்தது. சங்கரோடு இணைந்த கணேஷ் மாதிரி இசைக்குக் குறைவில்லாமல் போனது.

"தண்டபாணிய ரெண் (டு) நாளா காணமே?" என்றான்.

"தெரில" என்றேன்.

தண்டபாணியில் எனக்கு சுவாரஸ்யம் இல்லை என்பதைப் புரிந்துகொண்டவன் மாதிரி,

"என்னா, வேலைக்கி போறீங்களா?" என்றான்.

"இல்ல... வெல விஷயமா..."

"எங்க?"

"பால் பண்ணைல ஆள் எடுக்கிறாங்களாம்."

"கிடைக்குமா?"

பதில் சொல்வதற்குப் பயமாய் இருந்தது. முந்திக்கொள்வானோ என்ற பயம்.

"போட்டுப் பாருங்க. இப்ப எங்க செய்றீங்க?" என்று திருப்பினேன்.

"சி.எம்.சி-ல"

"பர்ம்னென்டா?"

உதட்டைப் பிதுக்கினான்.

கொஞ்சதூரம் கடந்து, "என்னைக்கி லாஸ்ட் டேட்டு?"

"இன்னும் பத்து நாள் இருக்குது."

"இன்னா கேக்றான்?"

"என்னது?"

"எவ்ளோ படிச்சிருக்கணுமாம்?"

"வொர்க்கர்னா எய்த். க்ளார்க்னா ப்ளஸ் டூ பாஸ் பண்ணியிருக்கணும். மூணு பாஸ்போர்ட் சைஸ் போட்டோ வெசு அனுப்பணும்."

நிறைய தகவல் சொல்லிவிட்டேனா என்று நினைத்தேன்.

"எவ்ளோ குடுப்பான்?"

"எவ்ளோ குடுக்கப்போறான்... வொர்க்னா பன்னெண்டு ரூபா குடுப்பான்."

"க்ளார்க்னா?"

“ஒரு பதினெட்டு.”

“போட்டுப் பார்க்கலாமா?” என்று ஆலோசனை கேட்டான்.

“ஸி.எல் தான் மூணு மாசம் கழிச்சி தொரத்திடுவான். மறுபடியும் பத்து நாள் கழிச்சு எடுப்பான். பர்ம்னென்ட் என்ற பேச்சே கிடையாது” என்று பயமுறுத்தினேன்.

“மசிவதாய்க் காணோம்.” இப்போ யாரு பர்ம்னென்ட் பண்றான்? போட்டுப் பாக்றேன்.” சாலை ஒன்று குறுக்கே வந்ததும் “எந்தப் பக்கம் போறீங்க?” என்றான். காட்டினேன்.

“அப்ப சரி, நா இப்டிக்கா போவணும்” என்று வேகத்தக் குறைத்தான்.

“நீ ப்ளஸ் டூ பாஸா?” என்றேன்.

“பி.ஏ ஹிஸ்ட்ரி” என்று வேகமாய்ப் போனான்.

“வில்லிவாக்கத்தில் பரந்தாமன் என்று பிளாஸ்டிக் எழுத்துகளால் பொறிக்கப்பட்டிருந்த வீட்டை 8.10-க்கு கண்டுபிடிக்க முடிந்தது.

அப்பா பயமுறுத்தி அனுப்பிவைத்ததைப் பார்த்தால், போர்டிகோவில் காரையும் கேட்டருகில் அல்சேஷனையும் எதிர்பார்த்தேன். கால் மனையில் வீடும், வீட்டின் முன்னால் முருங்கை மரத்துக்கும் சைக்கிளுக்கும் இடம் ஒதுக்கியிருந்தார்.

கதவைத் தட்டி காத்திருந்தபோது, முதலில் சிறுவன் ஒருவன் விவரங்களைக் கேட்டுக்கொண்டு உள்ளே போனான். சிறிது நேரத்தில் லுங்கியை இறுக்கிக் கட்டியவாறு 40 வயதில் ஒருவர் வந்து நின்றார். கொட்டாவி விட்டபடி “யாரு?” என்று தலையசைத்தார்.

“பரந்தாமன்றது?”

“நாந்தான்.”

“ஆறுமுகம் சொல்லியனுப்பிச்சாரு... நா, அவரோட பையன்.”

“எந்த ஆறுமுகம்?”

“தேனாம்பேட்ல வெத்தலை பாக்கு கடை வெச்சிருக்காரே...”

“ஹூம், அவரு பையனா நீ..?

“வா” என்று சொல்லிவிட்டு உள்ளே போய் நாற்காலியில் அமர்ந்து கண்களை மூடிக்கொண்டார். இன்னமும் அவர் விழித்ததாய்த் தெரியவில்லை. எட்டு மணிக்கு மேல போனா இருக்க மாட்டாரு” என்று அப்பா அவசரப்படுத்தி அனுப்பினார்.

கண்களைத் திறக்காமலேயே “சர்ட்டிஃபிகேட்லாம் கொண்டாந்திருக்கியா?” என்றார்.

“உம்…”

“போட்டோ?”

“கொண்டாந்திருக்கேன்.”

கண்ணைத் திறந்தார். நின்றுகொண்டிருப்பவனைப் பார்த்து, “உட்காரு! என்று இருக்கையைக் காட்டினார்.

மிகவும் பணிவோடு, அப்ளிகேஷன், படித்ததற்கான ஆதாரங்களின் நகல், போட்டோ ஆகியவற்றை நீட்டினேன்.

“ஷிஃப்ட்லாம் போட்டா செய்வியா?”

“செய்வேன் சார்.”

“ஓட்டிலாம் வந்தா வுடாதே.”

தலையசைத்தேன்.

“பேர் இன்னா சொன்னே..?” என்று அப்ளிகேஷனில் தேடினார்.

“பாலசுந்தரம்.”

“சர், இருவத்தஞ்சாந்தேதி நோட்டீஸ் போர்டுல வந்து பாரு.”

“கிடைக்குமா சார்?”

“சி.எல்-லாம் நாந்தாம் பாக்கறது. போட்டு வுட்ருவேன் கவலப்படாதே.”

என்னுடைய போட்டோவை சீட்டு மாதிரி குலுக்கிக்கொண்டே சொன்னார்.

வேற என்ன பேச வேண்டும் என்று தெரியவில்லை. விடைபெற வேண்டிய நேரம் சற்று முன்னர் கடந்துவிட்டது தெரிந்தது. இன்னொன்றையும் கேட்டுத் தெரிந்துகொள்ளலாம் என்றிருந்தது. கேட்பதற்குத் தயக்கமாக இருந்தது.’போற இடத்தில வாய வெச்சிகிட்டு சும்மா இருக்கணும்’ என்று அப்பா மனதில் திட்டுவது கேட்டது.

பரந்தாமன், ‘அப்புறம்?” என்றார்.

“ஒண்ணுமில்ல சார்… பர்மெனன்ட் ஆகறதுக்கு சான்ஸ் இருக்குதா?”

கொஞ்ச நேரம் அதிர்ச்சியடைந்தவராய்ப் பார்த்தார். பின்னர், மேசை அறையைத் திறந்து, கத்தையாய் காகிதங்களை உருவினார். “பாரு” என்று நீட்டினார்.

அனைத்தும் அப்ளிகேஷன்கள், தற்காலிகமாய் சேர்த்துக்கொள்கிற வேலைக்கு வந்து குவிந்த விண்ணப்பங்கள். மூன்று மாதம் கழித்து

பெயரை நீக்கி, மறுபடியும் மூன்று போட்டோவும் அப்ளிகேஷனும் கொடுத்து சேர்த்து, மறுபடி நீக்கி, சேர்த்து...

"பாத்தியா?" என்று கேட்டபடி அவற்றை வாங்கி மறுபடி அறைக்குள் அடுக்கினார்.

"ஒவ்வொருத்தனும் பி.ஏ, பி.காம்-னு பாஸ் பண்ணியிருக்கான். அவனுங்களுக்லாம் குடுக்காம, உனக்குப் போட்றேன். ஏன்? பத்து வருஷமா உங்கப்பாவ எனக்குப் பழக்கம். அதுக்காகதான், இத்தினிக்கும் பிளஸ் டூ மூணு வாட்டி கோட் அடிச்சிருக்க இல்லே?"

தலையசைத்தேன்.

ரோஷமும் ஆவேசமும் வருவதற்குப் பதில் வெட்கமும் பயமும் வந்தது.

"இல்லை சார்..."

"என்னது இல்ல சார்? உன்னை விட்டா ஆயிரம் பேர் காத்துக்னு இருக்றான் வெளியில. 'காசுவல் லேபர்களை நிரந்தரம் செய்'னு செவுத்துல எழுதி வெச்சிருக்கானுங்களே... அத பாத்துட்டு கேக்றியா?"

"அதெல்லாம் இல்ல சார்..."

"உம்... ஒழுங்கா இருந்தியனா மாசம் 700 ரூபா சம்பாரிக்கலாம். சொல்லிட்டேன்."

"சரி சார்."

"இருவத்தஞ்சாந்தேதி வந்து பாரு."

"சரி சார்."

மனசுக்குள் ஒரு யானை திமிரடங்கிக் கட்டுப்பட்டது.

- தாய் வார இதழ், 1984.

கலாவுக்கு கல்யாணம்

27

வெள்ளை ஜாக்கெட், நீல நிறப் பாவாடை, சற்றே வெளிர் நீல நிறத்தில் தாவணி. கலாவுக்கு தாவணிதான் சற்றே இடையூறு. போன வருஷம் வரை வெள்ளைச் சட்டையும் நீலப் பாவாடையும்தான் சீருடையாக இருந்தன. பத்தாம் வகுப்பு வரைதான் பாவாடை சட்டைக்கு அனுமதி. ஊரிலிருந்து ஆறு கிலோமீட்டர் தூரத்தில் இருக்கிற பள்ளிக்கூடத்துக்கு அரக்க பரக்க ஓடுவதற்கு, பாவாடை சட்டையில் இருந்த சௌகர்யம் தாவணி போட்ட பிறகு குறைந்துவிட்டது.

கொசஸ்தலை ஆற்றில் மணல் ஏற்றிக்கொண்டு கோயில் மேட்டுத் திருப்பத்துக்கு வரும் லாரிகளின் பின்னால் ஓடி தொற்றிக்கொண்டு ஏறிவிட்டால், நாலு கிலோ மீட்டர் ஓட்டம் மிச்சமாகும் என்ற வசதி, தாவணி கட்டிய பிறகு சிரமானதாக மாறிவிட்டது. என்னதான் முந்தானையை இழுத்துக்கட்டி இடுப்பில் சொருகிக்கொண்டாலும் ஓடிச்சென்று லாரியில் ஏறும்போது, அங்கே இங்கே விலகி அவஸ்தைப்படுத்தியது.

கோயில் மேட்டுத் திருப்பத்தில் லாரிகள் சிரமப்பட்டு மேடு ஏறும். லோடு கியர் போட்டு, பழநி மலையில் ஏறும் ரோப் ட்ரெயின் போல மெல்ல நகரும். பள்ளிச் சிறுவர்கள், அந்த அசந்த நேரத்தில் லாரியின் பின்புறங்களில் தாவி ஏறி, மணல் குவியலில் அமர்ந்துகொள்வார்கள். ஒருவன் ஏறிவிட்டால், மற்றவர்களை ஒருவர் ஒருவராக இழுத்து மேலே ஏற்றிவிடுவான். லாரி, மேட்டைத் தாண்டிவிட்டால் ஏறமுடியாது. அடுத்த மணல் லாரி அந்த இடம் வரும் வரை பொறுத்திருந்து ஏறவேண்டும்.

லாரியில் ஏறிவிட்ட பின்பு, அதில் பயணிப்பது தனிக் கலை. 'சடன் பிரேக்' போடும் நேரங்களில் நிலை தவறிக் குப்புற விழுந்து தலையில் அடிபடும் சாத்தியங்கள் உண்டு. மணல் குவியலில் உட்கார்ந்து, லாரியின் பாடியில் காலை அழுத்தமாக ஊன்றிக்கொள்ள வேண்டும். புத்தகப் பைகளை ஒரு கையில் சமாளிக்க வேண்டும். இடையில் புத்தகப் [பையை நழுவ விட்டுவிட்டால் அதோகதிதான். லாரிக்காரன் அடித்துக்கொண்டு போவான்.

ஒரு லோடு மணலுக்கு 1000 ரூபாய் சம்பாதித்துக்கொண்டிருக்கும் அவர்களுக்கு, அவர்களின் அனுமதி இல்லாமலேயே நடந்து கொண்டிருக்கிற இந்த கல்விப் பணியில் கவனம் இருப்பதில்லை. சமயத்தில் லாரியை நிறுத்தி, தயவு தாட்சண்யம் பார்க்காமல் இறக்கிவிடுவதும் உண்டு.

சோழவரம் பள்ளிக்கூடத்தருகே சாலையில் பெரிய ஸ்பீட் பிரேக்கர் போட்டிருப்பதால், மணல் லாரிகள் அங்கே சற்று வேகம் குறைக்கும். பசங்க எல்லாம் வேகவேகமாகக் குதிப்பார்கள்.

பஸ் வசதி இல்லாத இந்தக் கிராமத்தில், இந்த 'லாரிப் பயண வசதி' மட்டும் இல்லையென்றால், ஊரில் பாதி பேர் பள்ளிக்குப் போயிருக்க மாட்டார்கள் என்பது அரசாங்கத்துக்கோ, பள்ளி நிவாகத்துக்கோ புரிந்திருக்க நியாயமில்லை.

இந்த லாரிப் பயணத்தின் ஒரே ஒரு பெண்பால் பயணி, கலா. பத்தாம் வகுப்பின் இடையிலேயே கலாவின் படிப்புக்கு 'கெடு' வைக்கப்பட்டது. 'வயதுக்கு வந்துவிட்டாள்' என்ற பிரதான காரணம் காட்டி படிப்பை நிறுத்த பேச்சுவார்த்தை எழுந்தது. ஊரில் நாலு பேர், 'பரவால்ல. எஸ்.எஸ்.எல்.சி வரைக்கும் முடிச்சுட்டா நல்லதுதான்' என்று போகிறபோக்கில் சம்மதம் கொடுத்ததால் தப்பித்தாள்.

இந்தச் சம்மதம், ஊர் பெரியவர்களுக்கு அப்படியொரு தர்மசங்கடத்தை ஏற்படுத்தும் என்று யாரும் எதிர்பார்க்கவில்லை. பத்தாம் வகுப்பில், சோழவரம் பள்ளியில் முதல் மாணவியாக வந்துவிட்டாள் கலா. நன்றாகப் படிப்பவளை பள்ளிக்கூடம் போக வேண்டாம் என்று சொல்லுகிற துணிச்சல் பெண்ணுக்கு சம்பந்தம் உள்ள, சம்பந்தம் இல்லாத யாருக்கும் வரவில்லை.

ஆனால், பெண் இப்படி ஓடிப்போய் லாரியில் ஏறி படாத இடத்தில் பட்டு அங்கஹீனமாகிவிடப்போகிறாள் என்ற கவலை அப்பாவுக்கும், தினமும் யாராவது பையன் கையைப் பிடித்து இழுத்து லாரியில் ஏற்றிவிடுகிற துயரம் அம்மாவுக்கும் தொற்றிக்கொண்டு வருத்திக்கொண்டிருந்தது. ஆனால், இதை ஒரு விஷயமாக எடுத்துப் பேசும் தருணம் வராததால், கலாவின் படிப்பு தொடர்ந்துகொண்டிருந்தது.

பதினோராம் வகுப்பில் சயின்ஸ் குரூப்பில் படித்துக்கொண்டிருந்த கலாவுக்கு, அடுத்து ஐந்து வருஷத்தில் முடிக்க வேண்டிய ஒரு கனவு இருந்தது.

லாரியில் உடன் பயணிக்கும் மணி, துண்டுப் பீடிகளைப் பொறுக்கி எடுத்து 'தம்' அடிப்பான்.

'அடப் பாவி! லங்ஸ் பாழாயிடும்டா' என்பாள் கலா.

'இந்தம்மா பெரிய்ய டாக்டரு...' என்பான் மணி.

மணியின் இந்த ஏளனப் பட்டம்தான் கலாவின் கனவு.

ஒரு ஞாயிற்றுக்கிழமை மதிய வேளையில் சுற்றமும் சொந்தமுமாக கலா வீட்டு வாசலில் ஒரு ஸ்டேண்டர்ட் ட்வென்டி வேன் வந்து நின்றது.

வந்தவர்கள் ஸ்வீட், பலகாரம், பூ எல்லாம் கொடுத்துவிட்டு, இரண்டு மணி நேரம் பேசிக்கொண்டிருந்ததன் சாராம்சம், கலாவைத் தம் வீட்டு மருமகளாக்கிக்கொள்வது.

அப்பா, 'பொண்ணு படிச்சிக்கிட்டிருக்கா' என்று சொன்னது அவர்களுக்கு, 'சப்பை'க் காரணமாக இருந்த்து.

'படிச்சு என்ன பண்ணப்போறா? வீட்டை பொறுப்பா பாத்துக்கணும், அதுக்கு இந்தப் படிப்பே அதிகம்தான்' என்பது அவர்கள் வாதம்.

தனக்கு ஓர் ஆசையும் கனவும் இருப்பதை அவர்கள் மத்தியில் எடுத்துச் சொல்கிற தைரியம் கலாவுக்கு எழவில்லை. அவர்கள் போனதும் பொறுமையாக அம்மா அப்பாவிடம் பேசிக்கொள்ளலாம் என்று நினைத்தாள்.

அடுத்து அப்பா பேசியது அவளுக்கு அதற்கான சாத்தியத்தையும் அழித்தது. "ஊருக்கு பஸ் வசதி இல்லை. இதோ அடுத்த மாசம் வந்துடும், அடுத்த வாரம் வந்துடும்னு வருஷக் கணக்கா சொல்லிக்கிட்டு இருக்காங்க. எப்ப வருமோ! லாரில தாவி ஏறிப்போய் படிச்சுட்டு வர்றத நினைச்சா பயமாத்தான் இருக்கு.." என்று பேசிக்கொண்டுபோனார்.

பெண்ணைப் பெற்றவர், வயிற்றில் நெருப்பைக் கட்டிக்கொண்டிருப்பவர். வந்த வரனைத் தட்டிக்கழிக்கிற தெம்பு அப்பாவுக்கு இல்லை. அவருடைய நோக்கமெல்லாம், உடனே ஒத்துக்கொண்டு, 'சரண்டர்' ஆகிவிடக்கூடாது என்பதில்தான். 'ரெண்டு வருஷம் போகட்டுமே... என்பதும்கூட அந்த வகை'பிகு'தான். இன்னும் கொஞ்சம் வற்புறுத்திக் கேட்ட பிறகு சம்மதம் சொல்ல வேண்டும் என்ற பெண் வீட்டாருக்கே ஆன வழக்கமான கவனத்துடன் பேசிக்கொண்டிருந்தார்.

ஒரு வழியாக, 'பேசிட்டு லெட்டர் எழுதறோம்' என்று அனுப்பிவைத்தார்.

சென்னையில் இருந்து பெண் கேட்டு வந்தவர்கள், அப்பாவுக்கு அத்தை உறவு. சமீபத்தில் பையனுக்கு ரயில்வே கோ ஆபரேட்டிவ் பேங்க்கில் வேலை கிடைத்த சந்தோஷத்தில் சம்பந்தம் பேச வந்திருந்தார்கள். 'பொண்ணுக்கு உங்க இஷ்டம்போல செய்ங்க. அதுல எங்க விருப்பம் எதுவும் இல்ல' என்று சொல்லிவிட்டார்கள்.

அவர்கள் போய் ஒரு வாரமாக வீட்டில் அதே பேச்சாக இருந்தது. கலாவிடம் சம்மதம் கேட்கிற தொனியில் யாருமே எதுவும் கேட்காததால், படிக்க விரும்புவதை எப்படி ஆரம்பிப்பது என்று குழம்பினாள். இன்னும் ரெண்டு வருஷம் போகட்டுமே என்றும் பேசிக்கொண்டார்கள்.

இந்த நேரத்தில் மணல் குவாரி கான்ட்ராக்ட் ரத்து செய்யப்பட்டு, இனிமேல் யாரும் ஆற்று மணலை எடுக்கக்கூடாது என்று அரசு சட்டம் போட்டதில் கலா நிலை குலைந்துபோனாள். லாரிகள் வருவது ஒரே நாளில் நின்றுபோனது. தினமும் காலையும் மாலையும் யாராவது ஒருவர், கலாவை மெனக்கெட்டு பள்ளிக்கு அழைத்துச்செல்வதும் வருவதுமாக இருக்க வீட்டில் வாய்ப்பில்லை. தினமும் பையன்களோடு சேர்ந்து, வயல் வரப்பு, சவுக்குத் தோப்பு பாதைகளில் ஆறு கிலோ மீட்டர் ஓடுவதற்கு கலா தயாராக இருந்தாலும் 'வயசு வந்த' பெண்ணை இப்படி அனுப்பி வைப்பதில் வீட்டில் யோசனை அதிகமாகிக்கொண்டே இருந்தது.

ஒரே ஒரு முறை தன் வாழ்நாள் ஒட்டுமொத்த தைரியத்தையும் சேர்த்து, “நான் படிக்கப் போறேம்பா” என்று அப்பா எதிரில் கேட்டாள் கலா. அதற்கே அவளுக்கு பதறிப்போய்விட்டது.

“என்ன பண்ணணும்னு அப்பாவுக்குத் தெரியாதாம்மா” என்று அவர் திருப்பிக் கேட்டுவிட்டாலே, அது இந்தப் பதினேழு வயதில் அவரிடமிருந்து அவள் எதிர்கொண்ட முதல் கடுஞ்சொல்லாக அமைந்திருக்கும்.

எதிரில் வந்து பேசுகிற அளவுக்கு படிப்பின்மீது அப்படியொரு ஆசையா என்று அவருக்குத்தான் அதிர்ச்சியாக இருந்த்து.

“தினமும் எப்படிம்மா போய் வருவே?” என்றார்.

“சைக்கிள் கத்துக்கட்டுமாப்பா?”

அவருக்கு, கலா கேட்டது பரிதாபமாக இருந்தது. இன்னொரு முறை கேட்டால் படிக்கச் சொல்லிவிடுவோமோ என்று உணர்ச்சிவசப்பட்டார்.

“நல்லா சாப்பிடும்மா. மெலிஞ்சு போய்ட்டியே” என்றார்.

கலாவுக்கு, இனி பேசுவது பயனில்லை என்று புரிந்தது. சற்றே தயங்கி, "சரிப்பா" என்று அறைக்குள் போய்விட்டாள்.

கலாவுக்கு நினைவு தெரிந்து, இதுதான் அப்பாவுடன் அவள் நிகழ்த்திய நீண்ட உரையாடல். அப்பா மனதைச் சங்கடப்படுத்திவிட்டோமோ என்ற எண்ணமும், இனி படிக்க முடியாதே என்ற ஏக்கமும் பெரும் துக்கமாக இருந்தது. அழுகை வரும்போல இருந்தது. ஆனால், அதை வெளிப்படுத்துவது குடும்ப நிம்மதியைக் குலைத்துவிடும் என்று அஞ்சினாள்.

தாமு சித்தப்பா அச்சாபீஸிலிருந்து, 'மணமகன் வெங்கடேசன், மணமகள் கலா' என்று அச்சிட்ட பத்திரிக்கை கட்டோடு வந்தார். யார் யாருக்கு பத்திரிகை வைக்க வேண்டும் என்று பேச்சு ஆரம்பித்து, நகைக் கடை, பட்டுப்புடவை என்று போனது.

கூடவே, தாமு சித்தப்பா சந்தோஷமாகச் சொன்னார்.

"நம்ம கலாவோட கல்யாண ராசி, ஊருக்கு நாளைல இருந்து பஸ் வரப்போகுது. கலெக்டர் ஆபீஸ்ல இருந்து பொன்னேரி டிப்போவுக்கு ஆர்டர் வந்துருச்சாம். பஸ் ரூட், T41."

"எம் பேத்தியாச்சே... இனிமே மாப்பிள்ளையோட ஜம்முனு பஸ்ல வந்து இறங்குவா" என்றாள் பாட்டி.

"நாளைல இருந்தா சித்தப்பா..?" என்று கலா ஆர்வமாகக் கேட்டதை அப்பா கவனித்தார்.

- *குங்குமம் இதழ்,* 2005.

தெரிந்தவர்

28

ஒரு கணம், திரும்பிப் போய்விடலாம் என்றுகூட நினைத்தான். கடும் கோபத்தில் இருந்தார் மனிதர்.

இந்த மாதிரி நேரத்தில் அறிமுகம் செய்துகொள்வது பயன் தராது. முதலில் நான் யாரென்று ஞாபகப்படுத்த வேண்டும். அடடே நீயா? என்பார். நிச்சயம் சொல்வார். அதன் பிறகு பேரத்தை ஆரம்பிக்க வேண்டும். (சகாய விலைக்கு வாங்கிவிட வேண்டும்...) ஒருவேளை மறந்து விட்டிருந்தால்...

எதிராளி என்ன பேசினான் என்பது கேட்கவில்லை. அவர், 'பல்ல பேத்துருவேன்' என்றார்.

நிசப்தம். எதிரே வேறு யாருமில்லை என்று புரிந்து கொள்ள முடிந்தது. போனில்தானா இவ்வளவும்?

சந்தானம் தரைக்கு வலிக்காமல் நடந்து உள்ளே எட்டிப் பார்த்தான்.

"யாரு?"

"உங்கிட்ட வண்டி ஏதோ இருக்கிறதா சொன்னாங்க" என்றான் சந்தானம். உடனடியாய் அறிமுகம் செய்துகொள்ள வேண்டும் என்று நினைத்திருந்ததெல்லாம் மறந்துபோய்விட்டது.

"வண்டியா?"

"ட்ரக் வண்டி"

"ஹாங்... ஹாங்" என்றபடி உட்காரச் சொல்லி சைகை காட்டினார்.

சோபாவில் தினத்தந்தி ஞாயிறு மலர் சகிதம் பரவலாய்

இருந்தது. தினத்தந்திக்குப் போக மீதியிருந்த இடத்தில் ஓரமாய் உட்கார்ந்துகொண்டான்.

"எங்கேயோ பாத்தாப்ல இருக்கு" என்றார்.

ஞாபகம் வைத்திருக்கிறார்!

"இட்லிக்கடை அன்னம்மா புள்ளைங்க. ஞாபகம் இருக்குதுங்களா?" என்றான். இட்லிக்கடை திண்ணையில் உட்கார்ந்து அவர் இட்லி சாப்பிட்டதையும் நினைவுபடுத்த நினைத்து தவிர்த்தான்.

"அடடே, அம்மா சௌக்கியந்தானா?"

"காலமாயிட்டாங்க."

"ச்சோ..." என்றார்.

"இப்ப என்ன பண்றே?"

"அரிசிக் கடைல லோடு அடிக்கிறேன்."

"ம்... மாடு வெச்சிருக்கியா?"

"வண்டி, மாடு ரெண்டுந்தான் வெச்சிருந்தேன். போன மாசம் சம்சாரத்துக்கு சீமந்தம். செலவுக்கு வண்டிய வித்துட்டேன்."

புன்முறுவலாய்... "கல்யாணம் ஆயிடுச்சா?" என்றார்.

"ஒண்ணரை வருஷமாச்சுங்க."

"நல்லா ஒக்காந்துக்கோ. வண்டி என்னமோ இருக்குது. ஆரம்பத்துல வாங்கினது. ரொம்ப ராசியான வண்டி. லாரி வாங்கிட்ட பின்னால அதை எடுக்கரதில்ல. அப்படியே போட்டுட்டேன். விக்கிறதுக்கு மனசு வல்ல."

"அப்படியா இருந்தா வண்டி வேணாங்க..."

"ம்... நா மட்டும் இனிமே அதை என்ன பண்ணப்போறேன்? ஆயிரங் கல்லு ஏத்தமுடியும். ஒரு காலத்துல ரொம்ப உதவியா இருந்துச்சு."

பத்து வருஷத்துக்கு முந்தைய வண்டி. பயன்படுத்தி ரொம்ப நாள் ஆகிவிட்டதால், அந்த வண்டியையே மறந்து போய் இருந்தார். அதை வாங்கவும் ஒரு மனிதர் ஊரில் இருப்பது அவருக்கே சற்று அதிர்ச்சியான ஆச்சரியம்.

பெல்லைத் தட்டி, "மேஸ்த்ரீ...ய்" என்றார் சத்தமாய்.

மேஸ்திரி என்பவன் லுங்கி கட்டிக்கொண்டு வெள்ளைச் சட்டை போட்டிருந்தான்.

"தம்பிக்கு அந்த வண்டியக் காட்டு."

செங்கற்களை கன செவ்வகமாய் அடுக்கி வைத்திருந்தார்கள்.

தூண் தூணாய் வசீகர செங்கல் வரிசையில் நுழைந்து நுழைந்து அழைத்துப் போனான். மேஸ்திரி. கண்ணாமூச்சி ஆடலாம் போல இருந்தது.

"அப்பல்லாம் எங்க கடைலதான் இட்லி வாங்கி சாப்பிடுவாரு."

மேஸ்திரி குழப்பமாய், "யாரு?" என்று திரும்பிப் பார்த்தான். அவனது பற்கள் சிலிர்த்தெழுந்தது மாதிரி இருந்தன.

"உங்க முதலாளிதான்."

"...."

"அதெல்லாம் பத்து வருஷத்துக்கு முன்னாடி."

மேஸ்திரி நம்பவில்லை போல இருந்தது.

"பத்து வருஷத்துக்கு முன்னாடி சைதாப்பேட்டை ஸ்டேஷன் பக்கத்லதான் பெட்டிக்கடை வெச்சிருந்தாரு. வேபாரம் டல்லா இருக்கும். எங்களுக்கு நெறைய பாக்கி. திடீர்னு கடைய வித்துட்டு காணாமப் போய்ட்டாரு."

"ம்?"

"அதையெல்லாம் மறந்திருக்க மாட்டாரு."

"இத்தான் வண்டி..."

நாலு டயருமே காற்றிறங்கி இருந்தது. இரண்டு ரிம்களும் துப்பேறிப்போய் உதிரும் நிலையில் இருந்தன. மேலே பலகைகள் சில மாற்ற வேண்டி மங்கிப் போய்...

"இதுவா?"

"ஆறு மாசமா மழையிலேயும் வெயில்லேயும் நிக்குது."

"ரிம்மு கூட..."

மேஸ்திரி அப்போதுதான் கவனித்தது போல குனிந்து பார்த்துவிட்டு, "அது ஒண்ணுமில்ல... கிருஷ்ணாயில் போட்டு தேய்ச்சா போயிடும்" என்றான்.

சந்தானம் சந்தேகமாய் அந்த வண்டியைப் பார்த்துவிட்டு,

"இருபது மூட்டை தாங்கினாகூட போதும்" என்று அவனுக்கே சொல்லிக்கொண்டான்.

"பலக வேற மோசமா இருக்கு."

"தேக்குப்பா..."

"தேக்கா இது?" தேங்காய் முற்றிவிட்டதா என்று பார்ப்பதுபோல தட்டிப்பார்த்தான்.

"குழி என்ன வெல விக்குது தெரியுமா?"

“சரி, என்ன வெல சொல்றாரு..?”

“என்கிட்ட சொல்லல...”

“லாரி அவர்தா?” என்றான் சந்தானம்.

“ஆமா. ஆறு மாசந்தான் ஆச்சி.”

சரவணபவா லாரியை ஒருமுறை சுற்றிப் பார்த்துவிட்டு வந்தான்.

“இன்னா வெல?”

“என்கிட்ட சொல்லலன்னு சொன்னேனில்ல?”

“அதில்லப்பா, லாரி.”

“ரெண்டு.”

“ரெண்டு லட்சமா?”

“.........”

“மேஸ்திரீ...ய்” என்று அவர் அறையிலிருந்து குரல் கொடுத்தார்.

மேஸ்திரி ஓட, பின்னாலேயே சந்தானமும் ஓடினான்.

அறையில் புதிதாக இரண்டு பேர் உட்கார்ந்திருந்தார்கள்.

“மேஸ்திரி, சாருக்கு நாலு லோடு வேணுமா... கூட்டிப்போய் காட்டு. இவ்ளோ நாளா பாண்டியன்கிட்ட வாங்கியிருக்காங்க. சாருக்கு நம்ம கல்ல காட்டு.”

புதியவர், “நல்லார்ந்தா சரி” என்றார்.

“பாக்கப் போறீங்களே..?”

மேஸ்திரி அவர்களை அழைத்துக்கொண்டு வெளியே போக, சந்தானத்தைப் பார்த்து, “பாத்தியாப்பா?” என்றார்.

“பாத்தேங்க.”

“ம்...”

“எவ்ளோங்க சொல்றீங்க?”

“டெய்லி யாராவது வந்து கேட்டுட்டுப் போறாங்க. நேத்துக்கூட 2500-க்கு கேட்டுட்டுப் போனான். எனக்குத்தான் மனசில்ல. ராசியான வண்டி. நீ வந்து கேக்கிறதால பாக்றேன்.”

“என் வண்டியை ரெண்டாயிரத்துக்கு வித்தேங்க. அருமையான வண்டி. பேரிங்லாம் புதுசு.”

“ம்...”

மேற்கொண்டு அவர் பேசவில்லை. தினத்தந்தியை இப்படியும் அப்படியும் புரட்டினார். ‘மூவாயிரத்துக்கு விற்றிருக்கலாம். அவசரம். வந்தவரைக்கும் விற்க வேண்டியதாயிடுது.’

"இன்னா சொல்றே?" என்கிட்ட 2400 தான் இருக்குது" என்றான்.

சற்று யோசித்துவிட்டு, "சரி, குடு" என்றார்.

"அதில்லங்க... வாங்கி கொஞ்சம் ரிப்பேர் பண்ண வேண்டியது இருக்குது."

"ஆமா..."

"ரெண்டாயிரம்னாகூட பரவால்லங்க."

"முடியாது தம்பி. வேணும்னா யாரையாவது கேட்டுட்டு வாங்கு."

"கேட்கிறதுக்கு இன்னா இருக்கு?"

"என்ன பண்ணச் சொல்றே?"

மேஸ்திரி உள்ளே வந்தான்.

"என்ன சொல்றாங்க?" என்றார்.

"குடிக்க தண்ணி கேட்டாங்க" என்றான். "கல்ல பத்தி என்ன சொல்றாங்க?"

"கல்லு பரவால்ல... வெலதான் ஜாஸ்தியா இருக்குன்றாங்க."

"வெல முன்ன பின்ன பாத்துப் போடலாம்னு சொல்லு. ஆமா... வண்டி கேட்டுட்டு போனானே நாராயணன். அப்புறம் வந்தானா?"

மேஸ்திரி சுதாரித்து, "ஆ... சாயங்காலம் வரேன்னான்" என்றான்.

"கேட்டுக்கப்பா... ஆள் ரெடியா இருக்கு, 2500-க்கு."

"இல்லன்னு சொல்லல... வாங்கனதும் செலவிருக்கு அதாம் பாக்றேன்."

"இப்போ எவ்ளோ இருக்கு?"

"2400 இருக்கு. செலவு வேற."

"சரி. 2300 குடுத்துட்டு எடுத்தும் போ. ஏதோ தெரிஞ்சவன்னு குடுக்கறேன்."

மேஸ்திரி தண்ணீர் எடுத்துக்கொண்டு வெளியே போனான். வண்டி அவ்வளவு தேறுமா... அல்லது அவசரத்துக்கு வேறு வண்டி கிடைக்குமா என்பதை என்பதை யோசித்தான். குழப்பமாய் இருந்தது. ஒரு 100 ரூபாய் தாளை மட்டும் உருவி, மறுபடி பாக்கெட்டில் வைத்துக்கொண்டு மீதியை நீட்டினான்.

"2500-க்கு நகை வெச்சேங்க. வட்டி எழுவத்தஞ்சு ரூபா போவ மீதி குடுத்தான். 20 ரூபா அரிசி வாங்கிப் போட்டேன்."

அவர் சற்றே அதிர்ந்து,

"அட்டே..." என்றார்.

"இந்தா வெச்சுக்க" என்று ஒரு 50 ரூபாயை எடுத்துக் கொடுத்தார்.

"இப்ப சந்தோஷமா?"

"மறந்திட்டு இருப்பீங்கன்னு பாத்தேன்."

"மறக்க முடியுமா? ம்... சரி. வண்டிய எப்ப எடுக்கப்போறே?"

"மாடு ஓட்டிக்குனு வரேங்க... சாயங்காலமா வரட்டுங்களா?"

"எப்ப வேண்ணாலும் வந்து எடுத்துக்குனு போ. டயர்லாம் காத்து அடிச்சி வெக்கச் சொல்றேன்."

"வர்றேங்க."

"டீ சாப்பர்றியா?"

"இருக்கட்டுங்க. வரேன்."

சந்தானம் வெளியே வந்தான். அண்ணாச்சிக்கு எப்படி இவ்வளவு வசதி வந்தது என யோசித்தபடியே, பீடியைக் கொளுத்திக்கொள்ள நெருப்புக்கு ஆள் தேடிபோது, மேஸ்திரி எதிரே வந்தான்.

"என்னாச்சி?"

"முடிச்சிட்டேன்..." என்றான் சந்தானம்.

"எவ்ளோத்துக்கு?"

"ரெண்டாயிரத்து எர்நூற்றி அம்பது" சந்தானம் புன்னகைத்தான்.

மேஸ்திரி, "தெரிஞ்சவர்னியே?" என்று கேட்டான். கேட்டபடியே நெருப்புக்குத் தன் பீடியை நீட்டினான்.

- சத்யா மாத இதழ், 1989.

நீல நிற கோலி குண்டு

29

வானம் பொய்த்தால் எல்லாமே பொய்க்குமோ? ஆறுகள் பொய்த்தன. மண் பொய்த்தது. மனிதர்கள் பொய்த்தனர். மானுடம் பொய்த்தது. ஏரியும் குளமுமாகப் பரந்து கிடந்திருந்த நீர், பாட்டில்களில் சுருங்கிவிட்டது. நீர் சுருங்கியதும் மனங்களும் சுருங்கின. தனக்கு வழங்கப் பட்டிருந்த அன்றைய ஒதுக்கீடான நீரைக் கையில் எடுத்துப் பார்த்தார் சுந்தரம். எண்ணி நிரப்பப் பட்ட மில்லி லிட்டர்கள்.

அவருடைய தேவையும் அவருக்கான ஒதுக்கீடும் பொருந்த வேயில்லை. மலைக்கும் மடுவுக்குமான வித்தியாசம். மடுவா? என்ன வேதனை... அப்படியொன்று இப்போது இல்லையே? மடுவை வைத்து வித்தியாசத்தை அளப்பது பல்லாயிரம் ஆண்டு சிந்தனையின் விளைவு. இப்போது பேச்சு மொழியில் இல்லையெனினும் சிந்தனை அளவில் இருந்தது. கடலளவு செல்வம், தண்ணீராய் செலவு செய்வது என்பன போன்ற நீரைக் குறைத்து மதிப்பிட்ட உதாரணங்கள் இப்போது வழக்கத்தில் இல்லை. சுந்தரம் இன்றும் பழைய வாக்கியங்களை நினைவில் வைத்திருப்பதால் ஏற்பட்ட பழக்கதோஷத்தில் இப்படிப் பல நேரங்களில் சிரமப்பட்டார்.

அதிபர் இட்ட கட்டளை அவரைத் துரிதப்படுத்தியது. நேரமில்லை. ஆறாவது மாடிக்கு உடனே சென்றாக வேண்டும். அங்கேதான் நகரத்துக்கான விவசாயம் நடக்கிறது. நகர மக்களின் உணவுத் தேவையைப் பூர்த்தி செய்யும் பொறுப்பு சுந்தரம் தலைமையில்தான்

நடைபெற்றது. அவர்தான் வயல் பிரிவின் தலைவர். மந்தமான சூரியனின் தயவில் குறைந்த நீரில் விளையும் தாவரங்களை உருவாக்குவதும் பிறகு அவற்றை உற்பத்தி செய்வதும் அங்கே தனித் தனிப்பிரிவுகளாகச் செயல்பட்டன. இரண்டு பிரிவுகளாக இருந்தாலும் இரண்டுக்கும் அவர்தான் தலைவர்.

உருவாக்கும் பிரிவில் நாற்பது பேரும் உற்பத்தி பிரிவில் 160 பேரும் இருந்தனர். உருவாக்கும் பிரிவில் நெல் ரகமொன்றைப் புதிதாக உருவாக்கியிருந்தனர். அதிபர் அதை இன்று நாட்டு மக்களுக்கு அர்ப்பணிப்பதாக அறிவித்திருந்தார். அதற்கான விழாவும் இன்றுதான். விழா என்றால் பெருங்கூட்டமெல்லாம் இருக்காது. அங்கே சுந்தரம் மட்டுமே இருப்பார். ஒலிகாண் முறையில் அதிபர் தலைமையிடத்திலிருந்து கொடியசைத்துத் தொடங்கிவைப்பார். சுந்தரம் ஒலிகாண் முறையில் அந்த விதைகளை ஹைபர்நேட் செய்ய வேண்டும். அவ்வளவுதான். விழா நிறைவு பெற்றுவிடும். என்றாலும் அதை நாட்டு மக்கள் அனைவருக்கும் திரையிடுவார்கள். மக்கள் அவரவர்க்கு விதிக்கப்பட்ட நேரத்தில் நிகழ்வைப் பார்த்துவிட வேண்டும். பார்க்காமல் விடுவது தண்டனைக்குரிய குற்றம். பார்ப்பதற்கு வேறு என்ன இருக்கிறது அதைத்தவிர? அனைவருமே பார்த்துவிடுவார்கள்.

அதிபர் ஒலிகாண் மூலம் கொடியசைத்தார். சுந்தரத்தைப் பார்த்துப் புன்னகைத்தார். நாட்டு மக்களுக்குப் புதிய நெல்லை அர்ப்பணிப்பதாகச் சொன்னார். அவ்வளவுதான் நிகழ்ச்சி முடிவடைந்துவிட்டது.

எளிமையான நகரம். சிலவரிகளில் புரிந்துகொள்ளலாம்.

பகல் நேரம் முழுவதும் பணி செய்ய வேண்டும். பின்பு குடியிருப்புப் பகுதிகளுக்குச் சென்றுவிட வேண்டும். குடியிருப்புப் பகுதி எட்டாவது மாடியில் இருந்தது. அதுதான் கடைசி மாடியும்கூட. கீழே உள்ள ஏழு மாடியில் பணியாற்றுகிறவரும் இரவு எட்டாம் மாடிக்கு வந்துவிடுவார்கள். மக்கள் ஒருவரை ஒருவர் பார்த்துப் பேசிக்கொள்வதே அங்குதான் நடக்கும். நீராவி, உணவு, உடை, மருந்து, கல்வி, தொழில்நுட்பம், ஆட்சி என ஏழுப் பிரிவுகளுக்கு ஏழு மாடிகள். ஒரு பிரிவில் வேலை செய்கிறவர் இன்னொரு மாடிக்குச் செல்ல இயலாது. செல்ல விரும்புதல் கூடாது. அதனால் எல்லோருக்கும் பொதுப் புகலிடமாகவும் எட்டாம் மாடி அமைந்திருந்தது.

அந்தக் கட்டடம்தான் நகரம். இது போல் பல நகரங்கள் நாட்டில் இருப்பதாகப் பேசிக்கொள்வார்கள். யாரும் நேரில் பார்த்ததில்லை. சில ஒலிகாண் நிகழ்ச்சிகளில் பார்த்ததோடு சரி. ஏழு மாடிகளில்

மாடிக்கு இருநூறு பேரென ஆயிரத்தி நானூறு பேர் இருந்தனர். அனைவருமே ஒவ்வொரு பிரிவில் விற்பன்னர்கள். அதில் பெண்கள் எண்ணிக்கை குறைவு. இன்பம் துய்க்கக் கட்டுப்பாடுகளும் ரேஷன் முறையும் இருந்தது. இனப் பெருக்கம் செய்ய இயலாது. சொல்லப்போனால் அதில் வேட்கையும் ஈடுபாடும் கொண்டவர்கள் குறைவாகவே இருந்தனர்.

பொதுவாக மழை பெய்வதில்லை. அதாவது மழை பெய்வதற்கு முன்பே பெய்யும் சூழலைக் கண்டறிந்து காற்றிலிருந்து நீரைப் பிரித்துவிடுவார்கள். நீர் வீணாக்கக் கூடாது என்பதற்காக இந்த ஏற்பாடு. நீராவிப் பிரிவில் இருப்பவர்களின் வேலையே அதுதான்.

"உணவும் நீரும் இத்தனை சீக்கிரம் தட்டுப்பாடாகிவிடும் என்று நினைக்கவில்லை." பொது உணவு அரங்கத்தில் மரபு மாற்றம் செய்யப்பட்ட ஹைபர்நேட் காய்கறிகளைச் சுவைத்தபோது சுந்தரம் இப்படி முனகினார்.

"வயல் பிரிவு தலைவரே இப்படிச் சொன்னால் நாங்கள் என்ன செய்வது?" என்றாள் கேத்தரின். மருத்துவப் பிரிவில் வேலை செய்பவர். அன்பான பெண்மணி.

அதன் பிறகு அவர்களுக்குப் பேசிக்கொள்வதற்கு எதுவுமில்லை போல இருந்தது. அமைதியாகச் சாப்பிட்டார்கள். சிலவற்றைக் கடித்தும் சிலவற்றைக் குடித்தும் விழுங்க வேண்டியிருந்தது. ஏழு மாடியில் பணியிலிருப்பவருக்கும் ஒரே இடத்தில்தான் சமையல். யாரும் தனியே சமைப்பதற்குத் தடையிருந்தது. பொது உணவுதான். எல்லோருக்கும் ஒரே உணவு. ஒரே அளவு. நெனோ நுட்பத்தில் நோய்கள் பலவற்றை அகற்றியபோதே சுவை உணர்வையும் அகற்றிவிட்டதால் வாகனத்துக்கான எரிபொருள் போல உணவு வயிற்றுக்கு அனுப்பப்பட்டது. இதில் வேறு என்ன பேச இயலும்?

"இயற்கையோடு போரிடுவது எளிதல்ல. தாவரங்களைப் போலவே வேறு உயிரினங்களையும் இனப்பெருக்கப் போகிறார்களாம். தேனீ அழிந்தாலே மனித இனம் அழிந்துவிடும் என்றார்கள். புல் பூண்டு முதற்கொண்டு கொசு வரை எல்லாமே அழிந்துவிட்டது என்கிறார்கள். இயற்கையின் கண்ணிகள் கழன்றுவிட்டன. ஒருவேளை நம்மோடு மனித இனம் அழிந்துவிடும் என்றே நினைக்கிறேன்." சுந்தரம் நம்பிக்கை இழந்துவிட்டார். ஐம்பது வயதுதான் ஆயுள் என நிர்ணயித்திருந்தார்கள். புதிய மனிதர்களை உருவாக்குவதிலும் சில நேரங்களில் பிழைகள் ஏற்பட்டன. மூன்று கண்கள், இரண்டு வாய் உள்ள குழந்தைகள் பிறந்தபோது சுந்தரம் மிகவும் கவலைப்பட்டார்.

பெற்றோர் சகவாசமே (சுகவாசம்?) இல்லாமல் வளர்த்தெடுக்கப் படும் புதிய தலைமுறை எப்படியிருக்கும் என்பது விபரீதமாகத்தான் இருந்தது. ஆரோக்கியமான இளைஞர்களைக்கொண்டு புதிய தலைமுறை உருவாக்கப்படுகிறது. அவர்கள் வேறு ஒரு நகரத்தில் வளர்க்கப்படுகிறார்கள். அவர்களுக்கு வழங்கப்படும் உணவும் பராமரிப்பும் கல்வியும் நகரத்தைப் பராமரிக்கிற தகுதியை மட்டும் வளர்க்கும். முட்டையிலிருந்து பொரிந்து நடக்கத் தொடங்கிய எறும்பு உணவை நோக்கிப் படையெடுப்பதுபோல... பறக்கத் தொடங்கிய தேனீ மலரைக் கண்டடைவது போல. புதிய தலைமுறைக்கு ஒரு நோக்கம்தான். அவரவர் வேலையை நிறைவேற்றி மடிய வேண்டும். உறவுகள், நட்புகள் எதுவும் இருக்கப் போவதில்லை.

"மனித இனம் என்பது புழு பூச்சியின் தொடர்ச்சி.. பரிணாமத்தின் முதிர்ச்சி. ஒன்று இல்லாமல் இன்னொன்று இல்லை. யானைகள் அழிந்ததால் எத்தனையோ தாவரங்கள் அழிந்துபோனதை ஒப்புக்கொண்டவர்கள், இல்லாமல்போன ஏதோ ஓர் உயிரினத்தால் நாளை மனிதனும் இல்லாமல் போவான் என்பதை மறந்துவிட்டார்கள்" என்றார் சுந்தரம்.

"இழந்த கண்ணிகளை மீண்டும் உருவாக்கும் முயற்சிகள் பலனளிக்காதா?" வலப்பக்கக் கேசத்தை இடப்பக்கமாக நீவி விட்டபடி கேட்டார் கேத்தரின்.

"அளிக்கலாம். ஆனால் மனிதர்களின் அவசரம் அந்த முயற்சியை முறியடித்துவிடும்."

கேத்தரின் யோசனையில் ஆழ்ந்தாள். "சில நூறு ஆண்டுகளாவது தேவைப்படும்தான்" எனச் சொல்லிக்கொண்டார். யாரோ அவருடைய ஆலோசனையைக் கேட்டதுபோல தலையை அசைத்து ஆமோதித்தாள். சுந்தரத்தைவிட கேத்தரினுக்கு பத்து வயது அதிகம். ஆகவே, ஆயுள் எல்லையை எட்டியிருந்தாள்.

"நாம் பார்க்கப் போவதில்லை... பார்த்துதான் என்ன செய்யப் போகிறோம்? பொது உடை, பொது உணவு, பொது மொழி, பொது இன்பம்... இதிலே வாழ்வதற்கு என்ன இருக்கிறது?" கேத்தரினுக்கு ஆறுதல் சொன்னார் சுந்தரம்.

இன்னும் சில நாளில் கேத்தரினுக்குப் பயனற்றவர் சான்றிதழ் வழங்கப்பட்டுவிடும். வாழ்வே பயனற்ற வாழ்வுதான் என்று சொல்வது அவருக்கு ஆறுதலாக இருக்குமென நினைத்தார் சுந்தரம். கேத்தரின் ஆறுதலடையவில்லை. அவர் கண்கள் கலங்கியிருந்தன.

"வாழவே வழியில்லையென்றாலும் வாழப் பிடிப்பதுதான் எளிதில் மாற்ற முடியாத மனிதப் பிடிவாதமாக இருக்கிறது. இந்தக்

குணத்தை மாற்றிக்கொள்ள வேண்டும்” அதிபர் வேண்டுகோள் வைத்தார்.

ஒரு கட்டடம்தான் நகரம் என்பதை ஏற்கப் பழகிவிட்டபின்னும் வாழப் பிடிப்பது ஆச்சர்யமாகத்தான் இருந்தது. வாழும் ஆசையின் கடைசித் துளி உள்ளவரை மனிதம் காக்கப்படும் என நினைத்தாள் கேத்தரின். இன்று ஆயுள் சான்றிதழ் கைக்குக் கிடைத்துவிடும் என்று சொல்லியிருந்தார்கள். சாகடிப்பதற்குச் சான்றிதழ்... அதில் ஒன்றும் குறைச்சலில்லை. கதிர்வீச்சைத் தடுக்கும் கண்ணாடிகளுக்கு வெளியே சூரியன் புள்ளிபோல தெரிந்தது. உச்சிவெயில் வேளையே மாலை நேரம்போலத்தான் இருந்தது.

வயல் உற்பத்திப் பிரிவில் நல்ல விளைச்சல் என்றுதான் சொல்ல வேண்டும்.. சுவரெங்கும் பச்சைப் பசேல் எனப் பயிர். ஒவ்வொரு செடிக்கும் தினமும் ஐந்து சொட்டு நீர் இறைக்கப்படுகிறதா என்பதைக் கண்காணித்துக்கொண்டிருந்தார் சுந்தரம். கதிர்வீச்சு விளைவுகளால் மரபுப் பிறழ்வு ஏற்பட்டு சில காய்கறிகள் வினோதமான வடிவங்களில் விளைந்தன. மரபு நீக்கம் செய்யப்பட்டதால் விபரீத சுவையுடன் அவை இருந்தன. சுந்தரத்துக்கு ஆச்சர்யமாக இருந்தது. மக்கள் அந்தச் சுவைக்குப் பழகிவிட்டனரா... சுவை நீக்கம் செய்யப்பட்டதால் ஏற்றுக்கொண்டனரா என யோசித்தார்.

நெற்பயிர் பிரிவுக்குச் சென்றார். விதையிலிருந்து தழைகள் தோன்றுவதற்கு முன்பே கதிர்கள் தோன்றும் விதமாக அவை உருவாக்கப்பட்டிருந்தன. “இதுவும் சரிதான். மாடுகள் இல்லாதபோது வைக்கோல் மட்டும் எதற்கு?” சுந்தரத்தின் உதடுகள் மனதைத் தாண்டி இயங்கின.

கதிர்கள் ஏன் இப்படியிருக்கின்றன என நெருங்கிச் சென்று பார்த்தார். நெல் மணிகள் போல இல்லாமல் பச்சைப் பட்டாணி போல இருந்தன. பச்சையாக உருண்டையாக இருந்தது ஒவ்வொரு நெல்லும். என்னதான் சுவை தெரியாமல் போனாலும் பார்வைக்காகவாவது அரிசியை நினைவுபடுத்திக்கொண்டிருந்தனர். இப்போது அதற்கும் முடிவு வந்துவிட்டது. நெனோ மரபு மாற்றத்தால் இப்படிச் செய்யப்பட்டிருக்கலாம் என முதலில் நினைத்தார். பிறகு கதிர்வீச்சு மரபுப் பிறழ்வாக இருக்குமோ என அச்சப்பட்டார். மாதிரிக்காக சில நெல் மணிகளை எடுத்து தொழில்நுட்பப் பிரிவுக்கு அனுப்பினார். “எதிர்பாராமல் நிகழ்ந்ததா?” எனக் கேட்டார்.

தொ.நு. பிரிவு அதிகாரியிடமிருந்து “எதிர்பார்த்துதான்” என பதில் வந்தது.

“அரிசியைப் பட்டாணி போல் செய்வதால் என்ன பலன்...?”

ஏன் இப்படி செய்கிறார்கள் என அவருக்குக் கோபம் வந்தது.

"ஒரு பட்டாணி பத்து நெல்லுக்குச் சமம்" என விளக்கமளித்தார் அந்த அதிகாரி. சுந்தரம் மிகவும் நொந்துபோனார். இனி அரிசி என்ற உணவுக்கு முழுக்குப் போடப்படும் என்பதை உணர்ந்தார்.

இரவு கேத்தரினிடம் பேசியபோது தன் வருத்தத்தைப் பகிர்ந்துகொண்டார் சுந்தரம். கேத்தரின் வழக்கமாக வருத்தமாகவே இருப்பவர் எனினும் இன்று வழக்கத்துக்கு மாறான வருத்தத்தில் இருந்தார். சுந்தரம் சொன்னதைக் காதில் ஏற்றுக்கொண்டாரா என்பதும் தெரியவில்லை.

"ஏன் அமைதியாக இருக்கிறீர்கள் கேத்தரின்?"

"எனக்கு ஆயுள் சான்றிதழ் கொடுத்துவிட்டார்கள்" என்றாள் இறுக்கமான முகத்துடன்.

"அதற்காக வருந்த வேண்டியது இல்லை. நிம்மதி என உணருங்கள். சொல்லப்போனால் எனக்கும் சான்றிதழ் கொடுத்தால் நானும் வாழ்க்கைக்கு முற்றுப்புள்ளி வைத்துவிடுவேன்."

"சான்றிதழுக்காக வருந்தவில்லை. எனக்கு ஓர் ஆசையுண்டு. அதை நிறைவேற்றிட அவகாசம் தேவைப்படுகிறது."

சுந்தரத்துக்கு ஆச்சர்யமாக இருந்தது. "என்னது ஆசையா? எத்தனை ஆண்டுகாலம் ஆகிவிட்டது, இந்த வார்த்தையைக் கேட்டு. அப்படி என்ன ஆசை? அதை நிச்சயம் நிறைவேற்றி வைக்கிறேன்."

கேத்தரின் யோசித்தாள். தயக்கமாக இருந்திருக்க வேண்டும். நிதானமாகப் பேசினார். "என் நினைவுகளில் தோய்ந்த ஓர் உருவத்தை வரைய ஆரம்பித்திருக்கிறேன். அதை முடிக்க வேண்டும் என்ற ஆவல் ஏற்பட்டிருக்கிறது."

"ஓவியமா?" சுந்தரம் வியப்பில் ஆழ்ந்தார். கல்விப் பிரிவில் ஓவியம் என்பது ஒழிக்கப்பட்டுவிட்டது. சொல்லப்போனால் பொதுமொழியில் அப்படியொரு வார்த்தை இருப்பதே இப்போது கேத்தரின் பேசுவதிலிருந்துதான் தெரிந்தது. வரைவதற்கான எந்த உபகரணமும் இப்போது இல்லவே இல்லை. காகிதம், தூரிகை, வண்ணங்கள் எதுவுமே இல்லை. கேத்தரினின் கடைசி ஆசையை நிறைவேற்றுவதற்கான ஒரு பாதையும் கண் முன் இல்லை.

"ஆமாம் ஓவியம்தான். நீங்கள் நினைப்பது போல இதற்கு ஓவிய சாதனங்கள் எதுவும் தேவையில்லை. எனக்குத் தேவை மேலும் இரண்டு நாட்கள் மட்டுமே."

ஓவியம் வரைவதற்கான சாத்தியங்கள் எதுவுமில்லாமல் ஓவியமா? எப்படி வரைவார்... எதில் வரைவார்... ஏன் வரைகிறார்... முதல்

கேள்வியாக "அப்படியென்ன வரையப் போகிறீர்கள்?" என்று மட்டும் கேட்டார்.

"என் இறுதி ஆசை. எப்படியும் தெரியத்தான் போகிறது. வரைந்து முடிந்தபின்பே தெரியட்டுமே." கேத்தரினின் குரலில் ஜீவன் வற்றியிருந்தது.

குடும்பமாக வாழ்வதற்கு வழி செய்தால் வாழும் விருப்பம் அதிகரித்துவிடும் என்பதால் அரசு அதை ஏற்க மறுத்திருந்திருந்தது. தனித்தனி சமையல் வேண்டாம் என்பதுபோல தனித்தனி இனப்பெருக்கமும் தேவையில்லை என்பதே அரசின் முடிவு. வாழும் விருப்பம் குறைய வேண்டும். ஆனால் உற்பத்தி பெருக வேண்டும் என்பது அரசின் நிலைப்பாடு. இப்படி இயந்திரத்தன்மையை மனிதத்தன்மைக்குப் பொருத்துவது பெரும்பாலும் ஒத்துவரவில்லை. பலர் அரசின் போக்கை மீறுவதற்குத் தயாராகிக்கொண்டிருந்தார்கள். சில தருணங்களில் அது வெளிப்பட்டு, அடக்கப்பட்டது நினைவிருந்தது. பழைய வாழ்விடத்துக்குத் திரும்பிவிட வேண்டும் என்று சிலர் கோரிக்கை வைத்தார்கள். "பழைய வாழ்விடம் வாழ உகந்ததாக இல்லை. உகந்ததாக மாற்றும் பணி நடைபெறுகிறது" என மறுத்துவிட்டது அரசு.

மொழிகளை அழித்துப் பொதுமொழி உருவாக்கியபோதே பாதி உயிர் போய்விட்டது. மீண்டும் பழைய நிலைமை என்றேனும் ஏற்படும் என்ற நப்பாசைதான் மீதி உயிரை இறுக்கிப் பிடித்து வைத்திருந்தது. இதில் இரண்டு நாட்கள் வாழ்வதற்கு அவகாசம் கேட்கும் கேத்தரினின் மீது பரிதாபமாகத்தான் இருந்தது.

சுந்தரம் கேத்தரினின் கைகளை இறுகப்பற்றிக்கொண்டார். அவள் கைகள் வியர்த்திருந்தன. அவள் முகத்தைப் பார்த்தார். கண்களில் திரண்டிருந்த நீர் மின்னியது. சுந்தரத்தின் உதடுகள் நம்பிக்கையுடன் முனகின. "நான் எப்படியாகினும் இரண்டு நாட்கள் பெற்றுத் தருகிறேன்."

அவள் இந்த உலகுக்கு விட்டுப் போகும் நினைவுச் சின்னம் என்னவாக இருக்கும் என்ற ஆர்வம் சுந்தரத்துக்கு ஏற்பட்டது. நினைவில் இருக்கும் யாரையோ உருவமாக்க விரும்புகிறாள். ஆனால், அதை எப்படிச் செய்வாள் என்பது அதைவிட மிகுந்த எதிர்பார்ப்பை ஏற்படுத்தியது.

அரசுப் பிரிவில் விசாரித்துப் பார்த்தார் சுந்தரம். பொதுவாக ஆயுள் நீட்டிப்புக்கு நிபந்தனைகள், வாய்ப்புகள் உள்ளனவா என சட்டரீதியான வாய்ப்புகளைத் தேடினார். ஒருவருக்கு வழங்கப்பட்ட பணித் திட்டத்தை முடிக்க வேண்டிய அவகாசம் தேவைப்பட்டால்

அதுவரை ஒத்திப் போடலாம் என்பது மட்டுமே சட்டத்தில் இருந்தது. ஐம்பது வயதை நெருங்குகிறவர்களுக்கு அப்படி எந்த ப்ராஜெக்டையும் அரசு வழங்குவதில்லை. நாற்பத்தொன்பதாவது வயதிலிருந்தே வெகுமதி போன்ற வாழ்க்கைதான். அவர்களிடமிருந்த பெரும்பான்மையான பணிகள் தவிர்க்கப்பட்டுவிடும். கேத்தரின் சில மாதமாகவே பணியற்றவளாகவே இருந்தாள். அதனால் சட்டரீதியான வாய்ப்பு இல்லை.

சட்டத்துக்கான புறம்பான வழிகளை யோசிக்க வேண்டியிருந்தது. பிறந்த தேதியைத் திருத்துவது. அதாவது, இரண்டு நாட்களுக்கு அடுத்த தேதியை கேத்தரினின் பிறந்த நாளாக மாற்றி எழுதுவது. அரசுப் பிரிவினர் அதற்கு ஒத்துழைக்க வேண்டும். ஆயினும் அது அத்தனை சுலபமானதாக இல்லை. அப்படியிருந்தால் அரசுப் பிரிவில் பணியாற்றுகிறவர்கள் எல்லோரும் அவர்களின் வாழ்நாட்களை நீட்டித்துக்கொள்ள இயலுமே?

அதற்கு சில விதிமுறைகள் இருந்தன. அதில் இரண்டு ஆபத்துகளைக் கடக்க வேண்டியிருந்தது. முதல் ஆபத்து... அரசப் பிரிவின் தலைவர் மட்டுமே பிறந்த நாட்களைப் பார்வையிட முடியும். அவரைச் சம்மதிக்க வைக்க வேண்டும். அவரோ கெடுபிடியும் அச்சமும் அதிகம் கொண்டவர். ரஷ்ய தேசத்தவர். அலெக்சேய் ரஸ்னிகோவ் அவர் பெயர். அவர் மூலமாக ஏதாவது தில்லுமுல்லு செய்ய நினைத்தால், அவரே முதல் ஆளாக நின்று பிடித்துக்கொடுத்துவிடுவார் என்பதைத் தெரிந்துகொள்ள முடிந்தது. அப்படியே அது நடந்துவிட்டாலும் இரண்டாவது கண்டம் ஒன்று இருந்தது. ஆயுள் சான்றிதழை மாற்றித் தருவது. அதிபரின் நேரடி உதவியாளர் மட்டுமே ஆயுள் சான்றிதழை மாற்றித் தர முடியும். ஆக இரண்டு நெருப்பாற்றைக் கடந்துதான் கேத்தரினின் வாழ்க்கையை இரண்டு நாட்கள் அதிகரிக்க இயலும். நம்பிக்கையான சிலரிடம் கேத்தரினுக்கு இரண்டு நாட்கள் அவகாசம் தேவைப்படுவதைச் சொல்லிப் பார்த்தார். அதை மனதில் போட்டுக்கொள்ளவோ, ஏன் காதில் போட்டுக்கொள்ளவோ யாருக்கும் ஈடுபாடு இல்லை. ஒரே ஒரு மார்க்கமிருந்தது. கணிவாசலின் கடவு எண்ணைக் கண்டுபிடிப்பது. அது இருந்தால் இந்த இரண்டு கண்டங்களையும் தாண்டிவிட முடியும். அது அசாத்தியமானது என்றாலும் அது ஒன்றுதான் கடைசி வழி. சுந்தரம் உண்மையில் துவண்டு போனார். கணிவாசல் கடவு எண் யாருக்கும் தெரிந்திருக்க வாய்ப்பில்லை. நகரத்தின் ஒட்டுமொத்த கணி கேந்திரத்தை நிர்மாணிக்கும் அதிகாரம் படைத்தவர் இந்த எட்டாவது மாடியில் பொது வசிப்பிடத்தில் இருக்க வாய்ப்பே இல்லை.

தமிழ்மகன் | 221

அன்று இரவு எல்லோரும் பொது உணவு உண்ணும்போது கேத்தரினுக்கு அது கடைசி விருந்து என்பது ஊர்ஜிதமாகிவிட்டது. அவளுக்குக் கொடுத்த வாக்குறுதியை நினைத்து வெட்கினார். வருந்தினார். கேத்திரின் முகம் ஆழ்ந்த விரக்தியில் இருந்தது. அருகில் இருந்தவர்களுக்கு கேத்தரினுக்கு இது இறுதி நாள் என்பது தெரிந்திருந்தும் வருத்தமோ, பரபரப்போ இல்லாமல் அமைதியாகச் சாப்பிட்டுக்கொண்டிருந்தனர். அனைவருக்கும் அது பழகியிருந்தது. உறக்கத்துக்குச் செல்லும் முன் இறுதி நாள் கொண்டாடப்படும். ஓய்வு பெறுகிறவர் முன் நின்று எல்லோரும் உதடுகளில் விரல்களைத் தொட்டு முத்தங்களைப் பறக்க விடுவார்கள். ஆயுள் சான்றிதழ் பெற்ற அந்த ஓய்வு பெறுநர் அவற்றைக் கைகூப்பி ஏற்றுக்கொள்ள வேண்டும். அதுதான் நடைமுறை.

உணவு உண்டுகொண்டிருந்த நேரத்தில் சுந்தரம் சற்றே பரபரப்படைந்தார். அவர் பெரும்பாடுபட்டு வேகமாகத் தன்னைக் கட்டுப்படுத்திக்கொண்டார். கண்களில் செவ்வரி ஓடி அடங்கியது. அவர் முக தசைகள் இறுக்கமடைவதை யாரும் கவனிக்கவில்லை. தன் நோக்கின்றி கேத்தரினைப் பார்த்தார்.

வழக்கமான முறைப்படி எல்லோரும் முத்தம் பறக்கவிட்டனர். கேத்தரின் இறுதியாக ஒரு முறை சுந்தரத்தைப் பார்த்தாள்.

மறுநாள் காலை எல்லோரும் எதிர்பாராத ஒரு நிகழ்ச்சி நடந்தது. காலை உணவுக்கு கேத்தரினும் வந்தாள். எல்லோருக்கும் ஆச்சர்யம். சுந்தரத்தைப் பார்த்து பெரு மகிழ்ச்சியுடன் தனக்கு ஆயுள் சான்றிதழ் இரண்டு நாட்கள் ஒத்திவைக்கப்பட்டிருப்பதாகச் சொன்னாள். அனைவரும் கேத்தரினுக்கு வாழ்த்துகள் சொன்னார்கள்.

“மகிழ்ச்சி” என்றார் சுந்தரம்.

கூடுதலாக இரண்டு நாட்கள் என்பது மலைப்பாக இருந்தது. நிறைய நேரமிருப்பதாக மகிழ்ந்தாள் கேத்தரின். “எப்படி இந்த சலுகை கிடைத்தது எனத் தெரியவில்லை. யாரோ உதவி செய்திருக்கிறார்கள். சுந்தரம்… அது நீங்களாகவும் இருக்கலாம். உங்களைப் போல சிலரிடம்தான் நான் என் விருப்பத்தைச் சொன்னேன். அது இறைவனின் காதுகளை எட்டிவிட்டது. இறைவன்… ஆ.. எத்தனை பழைய வார்த்தை. வழக்கொழிந்துபோய்விட்டாலும் இப்போது சொல்வதற்கு உவப்பாக இருக்கிறது. இறைவன் சித்தம்.” கேத்தரின் சந்தோஷத்தில் திளைத்தாள். உணவு முடிந்து பலரும் பணிக்குச் சென்றுவிட்டனர். வெறிச்சோடியிருந்தது பொது உணவகம்.

“சரி… இப்போதாவது சொல்லுங்கள்… என்ன வரைகிறீர்கள்?” சுந்தரம் கேட்டார்.

"உண்மையில் அது அத்தனை பெரிய சாதனையாக இருக்காது. அதை ஓவியம் என்பது பெரிய வார்த்தை. வரைவது என் மனத் திருப்திக்காகத்தான். அதனால் அது ரகசியமாகவே இருக்கட்டும். நான் நீக்கப்பட்ட பிறகு நிச்சயம் உங்கள் எல்லோருக்கும் அது தெரிந்து போகும். அந்த ஓவியம் அப்போது தெரிவதுதான் நல்லது."

அன்று இரவும் அடுத்த நாள் இரவும் கேத்தரின் திருப்தியாக இருந்தாள். கேத்தரினின் கண்களில் நிறைவு தெரிந்தது.

இறுதிவிடைக்கு முன், "நீங்கள்தான் எனக்கு உதவினீர்கள் என்று என் உள் மனது சொல்கிறது" என்றாள் கேத்தரின்.

சுந்தரம் தலையசைத்து மறுத்தார். "உங்களுக்கு உதவி செய்தது யாரென்று உண்மையிலேயே தெரியவில்லை. நேற்றைய முன்தினம் சாப்பிட்டுக்கொண்டிருந்தோமே அப்போதுதான் கணிவாசல் கடவு எண் எனக்குக் கிடைத்தது. நான் சாப்பிட்ட தட்டிலே அந்தப் பனிரெண்டு இலக்க எண் எழுதப்பட்டிருந்தது. சாப்பிட்டு முடிக்கும் தறுவாயில் தட்டிலே அந்த எண்கள் தெரிய ஆரம்பித்தன. ஆரம்பத்தில் அதை ஏதோ கிறுக்கல் என இருந்தேன். பிறகுதான் அதைக் கடவு எண் என யூகிக்க முடிந்தது. என் தட்டிலே அதை யார் எழுதினார்கள் என்று தெரியவில்லை. ஒவ்வொரு நாளும் அந்தக் கடவு எண் மாறிவிடும். அன்று ஒருநாள்தான் அந்த எண்ணுக்கு மரியாதை. அதை யாரோ எனக்குச் சரியான நேரத்தில் தெரிவித்தார்கள். அதன் மூலம்தான் உங்கள் பிறந்த தேதியை மாற்றினேன்."

"நீங்கள் முயற்சி எடுக்காவிட்டால் நடந்திருக்குமா?" எனக் கேட்டாள்.

"என் முயற்சியை யாரோ மதித்திருக்கிறார்கள். அதுதான் பெரிய விஷயம். சட்ட திட்டங்களை மீறுவதற்கு யாரோ சிலர் தயாராகிவிட்டார்கள் என்பதன் அறிகுறி அது."

"நல்லது நடக்கட்டும்" என்றாள் கேத்தரின்.

மறுநாள் அவர் இருக்கப் போவதில்லை. ஆனால் அவள் வரைந்த ஓவியம் இருக்கும்.

காலையில் கேத்தரின் படுக்கையில் இல்லை. அவள் இருந்த படுக்கையைச் சுற்றி சிலர் அமைதியாக நின்றிருந்தனர். சுந்தரம் அவர்களில் ஒருவராகப் போய் நின்றார். படுக்கைப் போர்வையில் வட்டமாகத் நீல நிறத் துணியொன்று தைக்கப்பட்டிருந்தது. ஓவியமென அவள் சொன்னது இதைத்தான். அவளுடைய சட்டை நூலையே பிரித்தெடுத்து அந்த வெள்ளைப் போர்வையில்

நீலத் துணியைத் தைத்திருந்தாள். நீலநிற வட்டத்தில் சோற்றுப் பருக்கைகளை திட்டுத்திட்டாக ஐந்து இடங்களில் ஒட்டியிருந்தாள்.

ஆ...

சோற்று பருக்கைகள் நிலங்களைக் குறிப்பன. நீலம்... கடல். அது... அது.. முன்பு எப்போதோ மானிடர் வாழ்ந்த நீலப் புவிக்கோளம். கேத்தரின் அதைத்தான் வரைந்திருந்தாள். வெகுநாட்களாகப் பார்க்க மறந்துவிட்ட அந்தக் கோளத்தை விண்வெளியில் தேடினார். அது ஒரு நீல கோலி குண்டென கதிர் தடுப்புக் கண்ணாடி ஜன்னலுக்கு வெளியே தெரிந்தது.

- ஆனந்த விகடன், 2021.

[போக்ஸா]

30

"ஈவினிங் பப்புக்கு போகலாமா?" என்று மீரா ரகசியக் குரலில் கேட்டாள்.

பன்னீர் பெண்களோடு பப்புக்குப் போய் பழக்கமில்லை. அதுவும் மீரா? கலாய்க்கிறாள் என்றுதான் உடனடியாக நினைத்தான்.

"நீ குடிப்பியா?" மீராவை ஏற இறங்கப் பார்த்தான் பன்னீர். அவள் ஒரு விதமாகக் கண்களை சுருக்கி, வெட்கம் அலட்சியம் இரண்டையும் சரி விகிதத்தில் கலந்து "எப்பவாவது" என்றாள்.

மீராவோடு குடிக்கப் போகிறோம் என்பது பன்னீருக்கு எதிர்பார்ப்பும் தவிப்புமாக இருந்தது.

மாலை எப்போது வரும், எந்தப் பப்புக்கு போகலாம் என்ற சிந்தனையின் அலைக்கழிப்பிலேயே பொழுதெல்லாம் ஓடியது. அது அத்தனை சீக்கிரம் ஓடவில்லை. கிராமத்தின் பச்சை மண் வாசம் விலகாத முரட்டு மென்பொறியாளன். நகரத்துக்குப் பொருந்தாத அதிக உணர்ச்சிவசம் அவனிடம் மிச்சமிருந்தது. ப்ரோக்ராம் பணிகளுக்கிடையே மீராவையும் கவனித்தபடியே இருப்பதை பன்னீரால் தவிர்க்க முடியவில்லை. ஷிப்ட் நேரம் முடிந்து மீரா தன் தோளில் கைப்பையை மாட்டிக்கொண்டு பன்னீரை நோக்கி பார்த்தப் பார்வையில் ரகசிய அழைப்பு முத்திரையிட்டிருந்தது. நடமாட்டம் உணர்ந்து திறந்து மூடும் கண்ணாடிக் கதவைக் கடந்து, அவள் கட்டைவிரலால் வருகையைப் பதித்துவிட்டு, கண்களால் சீக்கிரம் வா என்றாள்.

பார்க்கிங் ஏரியாவில் தவிப்புடன் நின்றுகொண்டிருந்தவளை அவசரம் அவசரமாக அணுகி பைக்கில் ஏற்றிக்கொண்டான் பன்னீர். துப்பட்டாவால் அவள் தன் முகத்தை மூடிக்கொண்டபோது பன்னீருக்குக் குறுகுறுப்பாக இருந்தது. ஒரு பெண் தன் பொருட்டு ரகசியம் காக்கிற சுகம். வேகத்தடைகளில் வேகமாக வண்டியை ஏற்றி இறக்கியபோது அவள் பாதுகாப்பாகத் தன் கைப் பையை மார்போடு அணைத்திருந்தாள்.

வசதி படைத்தவர்களுக்கான பார். இதமான வெளிச்சத்தை மிதமான இருட்டு போர்த்தியிருந்தது. இனிமையான சிறிய குற்றங்களுக்கு வழிமொழியும் இருட்டு. அதிக லிப்ஸ்டிக், தொடை தெரியும் குட்டைப் பாவாடை என்று வரும் பெண்களைவிட மீராவைப் போல சுடிதார், குங்குமம், மையிட்ட விழி என பாருக்கு வரும் பெண்களை அதீத ஏக்கத்துடன் பார்ப்பவர்கள் அதிகம்.

"என்ன விசேஷம் எதுக்கு இந்த திடீர் ட்ரீட்?" உரிமையான குரலில் கேட்டான் பன்னீர்.

மீரா, "ட்ரீட் எல்லாம் இல்லை. ஒரு ஐடியா கேட்கணும்?" என்றாள்.

கேள் என்பதுபோல் காத்திருந்தான்.

"சுகுமாரன் பத்தி என்ன நினைக்கிற?"

"ஏன் அவனுக்கு என்ன.. இருக்கிறதிலேயே சின்சியரான ஆள். நேர்மையானவன்."

அந்த சான்றிதழை நிராகரிப்பவள் போல மீரா அமைதியாக இருந்தாள்.

"ஒருத்தருக்கு நேர்மையானவனா இருப்பவன் இன்னொருத்தருக்கு அயோக்கியனா இருக்கான்."

"அயோக்கியனா... அவனா? இன்ட்ரஸ்ட்டிங் கம்ப்ளைன்ட்... சரி என்ன சாப்பிடறே சொல்லு."

"நல்ல பியரா சொல்லு."

மெனு கார்டை இரண்டு முறை புரட்டிவிட்டு அவன் எப்போதும் சாப்பிடும் பியரையே ஆர்டர் கொடுத்தான்.

"ஆம்பளைங்களுக்கு நல்லவனா இருக்கான். கேர்ள்ஸ் கிட்ட அநியாயம் பண்றான். கை கொடுத்தா உள்ளங்கைல சுரண்டறான்."

"உன்னையா?"

"நாலஞ்சு பேருகிட்ட அப்படி பண்ணியிருக்கான். என்னையுந்தான்."

“என்ன சொல்ற.. அவனுக்குதான் ஆபிஸிலேயே நல்ல பேர். பெரிய டெவலப்மன்ட் அவனாலதான். அந்தக் கொரியா ஆடர் கெடச்சதுகூட அவனாலதான் தெரியும்ல? டைரக்டர் ரெண்டு முறை அவனுக்கு ஸ்பெஷல் இன்கிரிமெண்ட் போட்டார். டீம் மெம்பரை எவ்வளவு சாஃப்டா டீல் பண்றான்?”

“எல்லாம் சரிதான். இப்படி ஒரு வீக்னஸ் இருக்கு. நான் தொடர்ந்து டீம்ல இருக்க முடியுமான்னு தெரியல. அவனுக்கு சம்மதிக்கணும். இல்ல வேற வேலைய பார்த்துட்டு போகணும். அதான் வேற வேலைக்கு ட்ரை பண்ணலாம்னு பாக்கிறேன். உன்கிட்ட ஒரு சஜஷன் எடுக்கலாம்னு பார்த்தேன்.”

ஒரு பெண் தான் எடுக்க வேண்டிய ஆதாரமான முடிவு குறித்து தன்னிடம் அபிப்பிராயம் கேட்பது மிகப்பெரிய பொறுப்பான பணியாக இருந்தது. பெருமிதமும் அக்கரையும் உருவானது என்றுதான் சொல்ல வேண்டும்.

“அவசரப்படாதே பார்த்துக்கிறேன்.” பன்னீரின் பேச்சில் ஆவேசம், ரோஷம், அக்கறை, பொறுப்பு எல்லாம் மிகுந்திருந்தது.

கேன்டீனில் சுகுமாரன் மீராவிடம் கடுமையான முகத்துடன் பேசிக்கொண்டிருப்பது தெரிந்தது. பன்னீர் இப்போது சுகுமாரனின் நடவடிக்கைகளைக் கூர்ந்து கவனிக்க ஆரம்பித்திருந்தான். மீராவை மிரட்டுகிறான். இடையில் போய் ஏன் மிரட்டுகிறாய் எனக் கேட்கலாமா என நினைத்தான். என்ன நடந்தது என்பதை மீராவே வந்து சொல்லட்டும் என அந்த ஆவலை அடக்கினான். சிறிது நேரத்தில் மீரா வேகமாக அங்கிருந்து கண்களைத் துடைத்துக்கொண்டு சென்று மறைந்தாள். டீ குடிக்க வந்தது போல சுகுமாரன் எதிரில் வந்து அமர்ந்தான் பன்னீர்.

எதிரில் பன்னீரைப் பார்த்ததும் வேகமாக சூழ்நிலையை மாற்ற நினைத்து, “ஹாய் பன்னீர்” என்றான். சுறுசுறுப்பும் திறமையும் உள்ள நகரத்து இளைஞன். தினந்தோறும் பராமரிக்கப்படும் கச்சிதமான தாடி.

“ஏன் மீரா அழுதுகிட்டுப் போறா?”

“சொல்றேன். சாயங்காலம் வெய்ட் பண்ணு” என்றான் சுகுமாரன்.

‘நானும் அதுக்குத்தான்டா வெயிட் பண்ணிக்கிட்டு இருக்கேன்’ என்றது பன்னீரின் மனக்குரல்.

நேற்று மீராவுடன் வந்த அதே பார். நேற்று மீரா இருந்த இடத்தில் இன்று சுகுமாரன். நேற்று அவள் அழைத்தாள். இன்று இவன். என்ன நடக்கிறது?

“மீரா ஒரு வேலையும் ஒழுங்கா செய்றதில்ல. ஏதாவது ஒரு காரணம் சொல்லிட்டே இருக்கா.. அவளை என் டீம்ல இருந்து ரிமூவ் பண்ணிடலாம்னு பார்க்கிறேன்..”

சுகுமாரன் ஏன் பழி வாங்குகிறான் என்பது நன்றாகவே தெரிந்தது.

அலுவலகச் சூழலில் ஆண்களால் பெண்கள் பாதிக்கப்படுவது குறித்து பொது நல அமைப்பு ஒன்று வகுப்பெடுத்தது.. போக்சா சட்டத்தைப் பயன்படுத்துவதற்குப் பயிற்சி அளித்தது. அந்த விழிப்பு உணர்வு முகாமில் மீரா கலந்துகொண்டாள்.

பெண்கள் மட்டுமே கலந்துகொண்ட நிகழ்வு.. பெண்கள் தைரியமாக இருக்க வேண்டும்; முறை தவறி நடப்பவர்களிடம் தைரியமாக எதிர்கொள்ள வேண்டும்; அலுவலக அதிகாரிகளிடமோ, காவல்துறையிடமோ ஆதரவு தேட வேண்டும் சக ஊழியர்களிடம் பகிர்ந்துகொள்ள வேண்டும். என்றெல்லாம் வகுப்பில் தைரியம் சொன்னதாகச் சொன்னாள். நல்ல நேரத்தில் நல்ல வகுப்பு.

மீராவை லிஃப்ட்டில் சந்தித்தான் பன்னீர். முகத்தில் குரூர அமைதி. “உனக்காகவே க்ளாஸ் எடுத்திருக்காங்க” என்றான் பன்னீர்.

“கம்ப்ளைன்ட் கொடுத்து விடட்டுமா? உடனே அவனை உள்ள தூக்கிப் போட்டுடுவாங்க” என்றாள்.

“அதுக்கு ஆதாரம் எல்லாம் தேவை இல்லையா?”

“ஆதாரம் கேட்டா எதுவும் இல்லைதான்.”

“அவன் அனுப்பிய மெசெஜ், பேசிய பேச்சு எல்லாமே அலுவல் சம்பந்தமாகப் பேசுவது போலவே இருக்கும். அதைச் சொன்னா எடுபடுமான்னு தெரியலையே” என்றாள் மீரா.

மெசெஜ்களைக் காட்டினாள்.

‘ப்ராஜெக்ட் இன்று முடிக்கலாமா?’, நைட் ஷிப்ட் ஓ.கே.வா?, ‘எப்ப ட்ரீட்’ போன்ற பழக்கமான வார்த்தைகள். இதேபோல பலரும் பலருக்கும் மெசெஜ் அனுப்புவது வழக்கமான ஒன்றுதான்.

“இது மாதிரி செய்தி யாரும் யாருக்கும் அனுப்புவதுதானே? நானும்தான் உனக்கு இப்படி அனுப்பியிருக்கேன்” என்றான் பன்னீர்.

மீரா வறட்சியாக சிரித்தாள்.

“அதுதான் அவனுடைய புத்திசாலித்தனம். பழக்கமான வார்த்தைகளை வெச்சே மூவ் பண்ணுறான்.”

விவகாரத்தின் தீவிரம் உணர்ந்து லிஃப்டை விட்டு வெளியே வந்தபின்னும் சில மணித்துளிகள் இருவரும் பேச வேண்டியதாக இருந்தது. பன்னீருக்கு சுகுமாரனின் அயோக்கியத்தனத்தின்மீது

ஆத்திரம் பொங்கியது.

"இந்த மாதிரி ஆளை எல்லாம் போட்டுத்தள்ளுவதுதான் ஒரே வழி." இயல்பான கிராமத்துக் கோபம்.

"போட்டுத்தள்ளலாம் வேண்டாம். அவன் மேல கம்ப்ளைன்ட் கொடுத்தா போதும். எனக்கு புகார் கொடுக்க பயமா இருக்கு."

"யார் கிட்ட புகார் கொடுக்கணும்... போலீஸ்லயா?"

"அவ்வளவு தூரம் வேண்டாம். ஹெச். ஆர்-க்கு மெயில் போட்டா போதுமாம்."

நடமாட்டத்தை உணர்ந்து இருவரும் பிறகு பேசலாம் அவரவர் கம்ப்யூட்டர்களின் முன் சென்று அமர்ந்தனர்.

மீராவை இன்டர்காமில் அழைத்தான் சுகுமாரன்.

"பன்னீரிடம் என்ன பேசிக் கொண்டிருந்தாய்?"

"நீங்க நல்லா கவனிச்சீங்களா நானா பேசிக்கொண்டிருந்தேன்? அவன்தான் பேசிக்கிட்டிருந்தான். ரொம்ப வழியறான்."

"சரி என்ன பேசினான்?"

மீரா மௌனமாக இருந்தாள்.

"தைரியமா சொல்லு."

"உங்க மேல கோவமா இருக்கான். அவன் டீம் லீடராக இருக்கவேண்டிய பொசிஷனில் நீங்க இருப்பதாகவும் அவனுடைய பிரமோஷன் பாதிக்கப்படுவதாவும் சொல்கிறான்."

"அப்படியா சொல்றான்?"

"நல்லாதான இருந்தீங்க? உங்களுக்குள்ள என்ன பிரச்னை?" என்றாள் மீரா.

சுகுமாரனுக்கு உண்மையிலேயே புரியவில்லை. பன்னீருக்குள் இப்படி ஒரு பொறாமை இருக்கும் என்று நினைத்துப் பார்க்கவில்லை.

"அதுமட்டுமில்ல. உங்க மேல ஏகப்பட்ட கம்ப்ளைன்ட் இருக்காம். சீக்கிரமே உங்களைத் தூக்கிடுவாங்களாம். அடுத்து நான்தான் டீம் லீடர்னு சொல்லிக்கிட்டு இருக்கான்."

"என் மேல என்ன கம்ப்ளைன்ட்?"

"வேணாம்... அவன்கிட்டயே கேட்டுக்கோ..."

"அவன் சொல்ல மாட்டான். நீயே சொல்லு."

மீரா தயங்குவதாகப் போக்கு காட்டினாள். "நான் சொன்ன

பிறகு அவன்கிட்ட கேட்டா... நான்தான் சொன்னேன்னு ஆகிடும்."

"அவன்கிட்ட எதுவும் கேக்க மாட்டேன்."

"எனக்கு சொல்லவே ஒரு மாதிரியா இருக்கு. ஆபீஸ்ல யார் காதுலயாவது விழுந்தா இன்னும் பிரச்னையாகிடும்."

"அவனை டெர்மினேட் செஞ்சுட்டா எல்லா பிரச்னையும் சரியாகிடும்." சுகுமாரன் அழுத்தமாகச் சொன்னான்.

"ஈவனிங் பப்புக்கு போலாமா?" என்றாள் மீரா.

நார்வே ஆர்டர். சுளையாக ஐம்பது கோடி ரூபாய் ஆர்டர். அதை பன்னீர்தான் கவனிக்கிறான். சுகுமாரன் செய்ததெல்லாம் சுலபமான சதி மட்டும்தான். அந்த ப்ராஜக்டைத் தாமதித்தான். புரோக்கிராம் கோடிங்கை சிதைத்தான். பழியை பன்னீர்மீது சுமத்தினான். அவனுடைய சொதப்பல்களையெல்லாம் சுட்டிக் காட்டி, டெக்னிக்கல் அப்டேட்ஸ் சாதகமாக இல்லையென டைரக்டருக்கு மெயில் போட்டான். அதிகார பலம் இருப்பதால் அவனால் எல்லாவற்றையும் சிரமமில்லாமல் செய்ய முடிந்தது.

பன்னீர் இரண்டு முறை தன் தரப்பை விளக்க சுகுமாரனைச் சந்திக்க வந்தபோதும் எம்.டி-யிடம் பேசிக்கொள்ளுமாறு சொல்லிவிட்டான். தன்னுடைய இயலாமை மீது ஏற்பட்ட கோபத்தை எங்கே கொட்டுவது எனத் தெரியவில்லை அவனுக்கு. மீராவிடம் சொல்லி புலம்பினான்.

"பதற்றப்படாதேடா. எம்.டி இன்னும் உன் விஷயத்தில் முடிவு எடுக்கல. நீ உடனே சுகுமாரனை கார்னர் பண்ணு. வித்யாகிட்ட பேசு. என்கிட்ட அவன் தப்பா பிகேவ் பண்றான்னு எடுத்து சொல்லு. அவ ஏற்கெனவே சுகுமாரன் மேல செம காண்ட்ல இருக்கா. இதுதான் டைம்" என்றாள்.

மீரா சொன்னது வேகமாக வேலைசெய்தது. அலுவலகத்தில் பாதிக்கப்பட்ட பெண்களைத் திரட்டி வித்யாவின் தயவுடன் சுகுமாரனுக்கு எதிராகத் தூண்டினான் பன்னீர். மீராவுக்கு நேர்ந்திருக்கும் பாலியல் தொந்தரவைச் சொல்லி, ஹெச்.ஆருக்கு மெயில் அனுப்பச் சொன்னான். மீரா அதைத்தான் அவனிடம் எதிர்பார்த்தாள்.

"சொல்லிட்ட இல்ல, நான் பாத்துக்குறேன்" என்றாள் வித்யா.

அது உண்மைதான். நிஜமாகவே பார்த்துக்கொண்டாள். ஹெச். ஆரின் இணைய முகவரிக்கு வரிசையாகப் புகார்கள் பாய்ந்தன. போக்ஸா சட்டம் பாய்ந்தால் சுகுமாரனுக்கு மட்டுமல்ல, அலுவலகத்துக்கும் கெட்ட பெயர். அலுவலகம் அப்படித்தான்

யோசித்தது. கண்ணும் கண்ணும் வைத்ததுபோல காரியத்தை முடித்தது.

பல கோடி ரூபாய் இழப்புக்குக் காரணமாக இருந்த பன்னீரையும் பெண்களிடம் தகாத முறையில் நடந்துகொண்ட சுகுமாரனையும் விளக்கம் கேட்டு மெமோ கொடுத்தார் டைரக்டர். சாஃப்ட்வேர் துறையில் அது ஒரு சடங்கு. ஆளை வேலையிலிருந்து தூக்க வேண்டும் என்று முடிவெடுத்துவிட்டால் வேறு நியாயங்கள் எடுபடாது. இருவரும் எம்.டி-யை சந்தித்துப் பேசுவதற்குக்கூட நேரம் தரப்படவில்லை.

தனக்கு இடையூறாக இருந்த இரண்டு பேரையும் வெளியேற்றிவிட்டு, மீரா இப்போது டீம் லீடராக இருக்கிறாள்.

- 2021.

எமதர்மன்

31

அந்தப் பெண்மணிக்கு முப்பதுக்கு சற்று அதிகமான வயது. கூடத்தில் அமர வைக்கப் பட்டிருந்தாள். அவள் மடியில் கைக்குழந்தை இருந்தது.

வேட்டியும் கை பனியனுமாக இருந்த முத்துசாமிக்குச் சட்டையைப் போட்டுக்கொண்டு வந்திருக்கலாமோ என அறைக்குத் திரும்பிப்போக நினைத்து, மேல் துண்டை வைத்து போதுமான அளவுக்குப் போர்த்திய படி அவள் எதிரே ஈஸி சேரில் அமர்ந்தார்.

“யாரம்மா நீ?” என்றார்.

அந்தப் பெண் குழந்தையுடன் பதற்றமாக எழ முனைந்தாள். குழந்தையைத் தூக்கிக்கொண்டு எழுந்திருக்க இயலாமல் சரிந்து அமர்ந்தாள்.

“பரவால்லம்மா.”

“சார் ஜெகநாதபுரத்தில மணி ஞாபகம் இருக்குதா சார்... அதோட சம்சாரம். எம் பேரு கனகா.” அவள் நாற்காலியில் இருந்து மீண்டும் எழுந்து நிற்பதில் முனைப்பாக இருந்தாள்..

“உட்காரும்மா.”

“காபி சாப்பிட்றயா? ஜெகநாதபுரம்... ஆமா... அங்க கொஞ்ச நாள் இருந்தேனே?”

“சாப்பிட்டன் சார். இப்பத்தான் அம்மா கொடுத்தாங்க.”

“இவ்வளவு காலையில வந்திருக்கியே... ஊர்ல இருந்தா வர்றே?”

“இல்ல சார். இப்ப நாங்க அம்பத்தூர் வந்துட்டோம். கோயம்பேடு வந்து பஸ் புடிச்சி வந்துட்டன். சார் எங்கயாவது வெளிய கிளம்பிப் போயிடுவிங்கன்னுதான் விடிகாலைல பொறப்பட்டேன்.”

மணி என்பது யார், இவள் எதற்காக வந்தாள், என்ன அவசரம் என முத்துசாமிக்கு யோசனை தாவியது. அவளாகச் சொல்வாள் என சிறிது நேரம் கொடுத்தார். அவளுக்கும் எப்படி தொடங்குவது என்ற யோசனை ஓடுவதை உணர்ந்து, “குழந்தைக்கு என்ன பேரு?” என்றார்.

“உங்க பேர்தான் சார்...”

“முத்துசாமியா?”

“ஆமாங்க சார்! அவருக்கு உங்க அட்ரஸைக் கண்டுபிடிச்சு உங்ககிட்ட கொழந்தையோட வந்து ஆசிர்வாதம் வாங்கணும்னு ஆசை!”

“மணின்னு சொல்றியே அதுதான் சட்டுன்னு நினைவு வர்ல.”

கனகா அவருக்கு நினைவுபடுத்த ஓர் உத்திவைத்திருந்தாள். அது மணி அவளுக்குச் சொன்னதுதான். “ஒரு வேளை சார் என்னை மறந்திர்ந்தார்னா. எருமை மாட்டுமேல உக்காந்து இஸ்கூலுக்கு வருவாரே... அவருன்னு சொன்னா பளிச்சுனு நியாவகம் வந்துடும். எமதர்மன்னுதான் என்னைக் கூப்பிடுவாருன்னு சொன்னாரு.”

‘எருமை மாட்டு மேல உக்காந்து பள்ளிக்கூடத்துக்கு வருவாரே... அவரு!’ முத்துசாமி ஆசிரியர் முகத்தில் ஒரு ‘பளிச்’ ஏற்பட்டு அது மேலும் பிரகாசமாக விரிந்தது.

மணி, எருமை மாட்டின் மீது அமர்ந்தபடி பள்ளிக்கூடத்துக்கு வந்தபோது கொஞ்சம் அதிர்ச்சியாகத்தான் இருந்தது. புதிதாகத் தலைமை ஆசிரியராக வந்திருந்த முத்துசாமி, “யாரப்பா நீ?” என்றார். “மணி சார். இங்கதான் படிக்கிறேன்” என்று அறிமுகப்படுத்திக்கொண்டான்.

எருமையோடு சேர்த்து அவனை எடைபோட்டார். அவனுக்குச் சுமார் பதினேழு, பதினெட்டு வயது இருக்கும். லுங்கி கட்டி, சிவப்பு கலரில் கட் பனியன் போட்டிருந்தான்.

“படிக்கிறியா... இங்கயா?” என்றார்.

“எட்டாப்பு சார்.”

“எரும மாட்டு மேலெல்லாம் ஸ்கூலுக்கு வரக்கூடாது” என்று கண்டித்தவர், “யூனிஃபார்ம் எங்கே?” என்றார்.

“உள்ள வர்ல சார். அட்னஸ் சொல்லிட்டு போயிடுவேன் சார். டெய்லி அப்படித்தான் சார்” என்றான்.

“மாட்டை மரத்தில கட்டிட்டு உள்ள வா.”

பைக்கை ஸ்டாண்ட் போட்டுவிட்டு வருகிற லாகவத்தோடு அதை ஓரம் கட்டிவிட்டு வந்தான். வினோதமாக இருந்தது. தலைமையாசிரியர் முத்துசாமி விசாரணையைத் தொடங்கினார்.

அவன் சொன்னபடி வருகைப்பதிவேட்டில் அவனுடைய பெயர் இருந்தது. தினமும் அவன் பள்ளிக்கு வந்ததாகவும் பதிவாகியிருந்தது. ஆனால், தினமும் காலை வந்து ஆசிரியரிடம் ஒரு "வணக்கம் சார்" சொல்லிவிட்டு செல்வது மட்டும்தான் பழக்கம் என்பதையும் சொன்னான்.

"பள்ளிக்கூடத்தில் அப்படி எல்லாம் விதி இல்லை. தினமும் வரவேண்டும். யூனிபார்ம் அணிந்து வரவேண்டும். புத்தகப்பை கொண்டு வரவேண்டும்" என்று அவர் சொன்னார்.

மணி சிரித்துக்கொண்டே, "நெறிய வேலைகிது சார். டெய்லிலாம் வர முடியாது சார்" என்றான் மிகச் சாதாரணமாக. அவனிடம் எப்படி பேச்சைத் தொடங்குவது என்று தெரியவில்லை.

"உனக்கு என்ன வயசு?"

"18."

"பதினெட்டு வயசுல எட்டாவது படிக்கிறது தப்பு. பேரன்ட்ஸைக் கூட்டிக்கிட்டு வந்து டிசி வாங்கிட்டுப் போய்விடு" என்றார்.

"சார் நான் எட்டாவது படிக்கிறதே, முடிச்சுட்டு போலீஸ் வேலையில் சேர்றதுக்குத்தான். எட்டாவது முடிச்சா போதும்னு சொல்லிக்கிறாங்க. அதனால்தான் சார் வரேன். பெயில்னு போட்டுக் கொடுத்துட்டாக்கூட போதும்."

உலக வழக்கத்துக்கு மாறான ஒரு பேச்சு வார்த்தையாக இருந்தது. "தம்பி, சொன்னா கேளு. அதெல்லாம் நான் பண்ண மாட்டேன். இதுக்கு முன்னாடி எப்படியோ இருந்திருக்கலாம். உன்ன ஒரு நாகூட அனுமதிக்க முடியாது" என்று கறாராகச் சொல்லிவிட்டார்.

மணிக்குத் தூக்கிவாரிப்போட்டது. பள்ளிக்கூடத்தில் இருந்து நீக்கிவிடுவார்கள் என்பதெல்லாம் அவன் நினைத்துக்கூடப் பார்த்தது இல்லை. "சார் முன்னாடி இருந்த ஹெட் மாஸ்டர் ஒண்ணும் சொல்ல மாட்டார். நான் பாத்துக்கிறேன்னு சொல்லியிருந்தாரு. என்ன பத்தி அவருக்கு நல்லாத் தெரியும் சார். அவர்கிட்ட வேணா கேட்டுக்கங்க" என்று நியாயமே இல்லாத சிபாரிசை துணைக்கு அழைத்தான்.

"முதல்ல உன் எருமை மாட்டை ஓட்டிக்கிட்டு கிளம்பு. நாளைக்கு உங்க அப்பா அம்மாவோட வா. போ வெளியே." சத்தம்போட்டு அதட்டிக் கூறினார். மணி வழக்கம்போல "இன்னா சார்..." என

ஏதோ சொல்ல ஆயத்தமானான். ஆசிரியர் அடித்துவிடுவார் போல ஆக்ரோஷமாக எழுந்து நின்ற காட்சியைப் பார்த்து தலையைச் சொறிந்துகொண்டு வெளியே வந்தான்.

எருமை மாட்டுக்கு அருகே வந்து தன் வாழ்க்கையே முடிந்துவிட்டது போல கொஞ்ச நேரம் நின்றிருந்தான். மறுபடி மாட்டின்மீது ஏறி, காலால் அதன் வயிற்றில் லேசாகத் தட்டினான். அவன் துக்கம் உணர்ந்ததுபோல அதுவும் மெல்ல நடக்க ஆரம்பித்தது. ஆற்றங்கரைப் பக்கமாக மேய்ச்சலுக்கு ஓட்டிச் செல்வதை முத்துசாமி பார்த்தபடி இருந்தார்.

ஆற்றங்கரை கரம்பு மேட்டில் பொழுதெல்லாம் எருமை மாடு மேய்ப்பதுதான் இன்றைய வேலை. அறுவடை வேலைக்குப் போவதும் உண்டு. இன்னும் சில நேரங்களில் நாற்று பிடுங்குவான். இது எல்லாமே பள்ளிக்கூடத்துக்குப் போய் அட்டனன்ஸ் போட்டுவிட்டுத்தான். இதற்கு முன்னால் இருந்த தலைமையாசிரியர். இதைப் பெரிதாகக் கண்டுகொள்ள மாட்டார். “அட்டனன்ஸ் போட்டுர்றண்டா. நீ இங்க வர்றதுதான் பயமா இருக்கு. நீ வரவே வேணாம்” என்றுதான் அவனுக்குச் சொல்லியிருந்தார்.

ஆனால் மணிக்கு அது தர்மம் இல்லை போல தோன்றியது. “எல்லாத்துக்கும் ஒரு தர்மம் நியாயம் இருக்கில்ல சார். வராதியே வந்துட்டதா அட்னஸ் போட்றது தப்பு சார்” எனப் பிடிவாதமாக தினமும் வந்தான்.

இவ்வளவு நியாயமாக இருந்தும் என்ன புண்ணியம்? புதிய ஹெட்மாஸ்டர் இப்படி காலை வாரி விட்டாரே.. எட்டாவது படித்தால் போலீஸ் வேலைக்குப் போகலாம் என்பது பொய்த்துப் போய்விட்டரே என்றெல்லாம் வருந்திக்கொண்டு நிழலான ஓர் இடத்தில் மாட்டைக் கட்டிவிட்டு உட்கார்ந்தான்.

மாணவர்களிடம் தலைமையாசிரியர் மணியைப் பற்றி விசாரித்தார். இந்தப் பள்ளியில் முதலில் ஐந்தாம் வகுப்பு வரைதான் இருந்தது. அப்போது மணி ஐந்தாம் வகுப்பு வரை படித்ததையும் பிறகு ஐந்து ஆண்டுகளுக்கு முன்னர் எட்டாம் வகுப்பு வரை பள்ளிக்கூடம் தரம் உயர்த்தப்பட்ட பிறகு மீண்டும் ஆறாம் வகுப்பில் வந்து சேர்ந்ததையும் சொன்னார்கள். அதாவது அவ்வப்போது வந்துபோவான். ஆறாவது, ஏழாவது படித்ததில் ஒன்றும் பிரச்னை இல்லை. பாஸ் மார்க் போட்டு எட்டாவது அனுப்பிவிட்டார்கள்.

மணிக்கு ஓர் ஆசை இருந்தது. எட்டாவதை எப்படியாவது பாஸ் ஆகி பிரைவேட்டாக 10-ம் வகுப்பு எழுதி ஃபெயில் ஆகி விட்டாலும் போதும். நல்ல அரசு உத்தியோகத்தில் ஏட்டாக சேர்ந்துவிடலாம் என்ற கனவு இருந்தது. உண்மையில் போலீஸ் வேலை மட்டும்தான்

அரசு உத்தியோகம் எனவும் அவன் நினைத்திருந்தான். யாரோ அப்படி தப்பிதமான கனவை வளர்த்திருந்தார்கள். மாணவர்கள் ஆளுக்கு ஒருவிதமாகச் சொன்னதில் முத்துசாமி புரிந்துகொண்டது இதைத்தான்.

தலைமை ஆசிரியர் யோசித்தார். இது சட்டப்படி சரியா? ஏற்கெனவே இருந்த ஹெட்மாஸ்டர் செயல் சரியானதா?... என்றெல்லாம் யோசித்தபடி இரண்டாம் பெல் அடித்து அடுத்த வகுப்பைத் தொடங்கப் போய்விட்டார். பழைய ஹெட் மாஸ்டர் இப்போது சோழவரத்தில்தான் இருந்தார். முத்துசாமி, மனசு கேட்காமல் அவரிடமும் பேசிப் பார்த்தார். "விடுங்க சார். மூணு மாசம்தானே?" அவர் சொல்வது விசித்திரமாக இருந்தது.

பாலாம்பிகா டென்ட் கொட்டாயில் படம் பார்க்கப் போன ஹெட் மாஸ்டர், அங்கே மணியைப் பார்த்தார். ஊதிக்கொண்டிருந்த பீடியை மரியாதை நிமித்தம் கீழே போட்டு நசுக்கிவிட்டு, லுங்கியை சற்று இறக்கிவிட்டபடி வந்து நின்றான் மணி.

"இன்ன சார் இன்னும் நாலு மாசம் கிது. அதுவரைக்கும் விட்டூங்கன்னா போதும் சார்" என்றான்..

மணி என்பவனின் சித்திரம் கட் பனியன் போட்டு, லுங்கி கட்டி, கோடு போட்ட டவுசர் பாக்கெட்டில் பீடி, வத்திப்பெட்டி சத்தத்தோடு உலா வருபவன் என்பதாக ஆசிரியரின் மனதில் பதிந்திருந்து.

மணி சொன்னபடி அவன் அப்பாவை அழைத்துக்கொண்டு ஸ்கூலுக்கு வந்தான்.

ஒரு படி வேர்க்கடலை, கொஞ்சம் கிழங்கு, கொஞ்சம் முந்திரி கொட்டை என்று ஒரு பையில் போட்டு எடுத்து வந்திருந்தார் மணியின் அப்பா.

"சார் இதான் எங்களால முடிஞ்சது. ஒரு மூணு மாசம் விட்டுட்டூங்கன்னா போலீஸ் வேலைல சேர்த்துடுவான்" என்றார் மணியின் அப்பா முனுசாமி.

"போலீஸ் வேலையில் சேருவது லேசு கிடையாது. படிச்சிருக்கணும். எட்டாவது சர்டிபிகேட் மட்டும் போதாது படிக்கத் தெரியணும்... எழுத தெரியணும்... வெறும் சர்டிபிகேட் மட்டும் எடுத்துட்டு போயி என்ன பண்ணுவீங்க?" என்று லாஜிக் பேசினார்.

"சார் பட்சவன் எல்லாம் என்ன சாதிக்கிறான்? எல்லாம் ஒன்னுதான் சார்" முனுசாமி ஏதோ நியாயத்தைப் பேசிக்கொண்டிருந்தார்.

ஹெட் மாஸ்டருக்கு அதற்கு மேல் பேச பிடிக்கவில்லை. "சரி இந்தப் பையை எடுத்துக்கிட்டு நீங்க கிளம்புங்க. நாளைக்கு வந்து

டி.சி வாங்கிக்கங்க.”

யாரும் எதிர்பார்க்காத தருணத்தில் தடாலென்று காலில் விழுந்து, “ஐயா எப்படி பேசறதுனு எனக்குத் தெரியாது. ஏதோ தெரியாம உளறிட்டேன். தப்பா நினைச்சுக்காதீங்க. இத வெச்சுக்கோங்க. எம் புள்ளைய சீட்டு கிழிச்சு அனுப்பிடுங்க... பரவாயில்ல” என்றார் முனுசாமி.

முத்துசாமிக்கு உடம்பு நடுங்கிவிட்டது. வகுப்பில் அத்தனை மாணவர்களுக்கு முன்னால் ஒரு பெரியவர் தடால் எனக் காலில் விழுந்து கெஞ்சுவது பதறவைத்துவிட்டது. அவர் மனம் நெகிழ்ந்து போனார். கையைப் பிடித்துத் தூக்கி நிறுத்தினார். அமைதியாக அவரையும் மணியையும் பார்த்தார்.

“சரி. தினமும் ஒரு மணி நேரமாவது கிளாஸில் இருக்க சொல்லுங்க... நான் கொஞ்சம் கொஞ்சம் கத்துக் கொடுக்குறேன். ஒருநாலு எழுத்து தெரிஞ்சுக்கறது நல்லது” என்றார்.

“அது போதும் சாமி. டேய். டெய்லி அய்யா கிட்ட வந்து ஒரு மணி நேரம் கத்துக்கடா” என்றார் பையனிடம். மணி தலையாட்டினான்.

ஆனால், தினமும் ஒரு மணி நேரம் என்பதை அவன் வேறு விதமாகப் புரிந்துகொண்டான்..

அவனுக்கு வசதி படுகிற ஒரு மணி நேரத்துக்கு அவன் வந்து போவான். மதியம் சாப்பாட்டுக்கு பிறகு... அல்லது காலையில் வகுப்பு தொடங்குவதற்கு முன்பு. அல்லது மாலை வகுப்பு விட்ட பிறகு என்று ஏதாவது ஒரு நேரத்தில் வருவான். முத்துசாமியும் அதற்கு மேல் அவனை வளைக்க முடியாமல் அவன் போக்குக்குப் போக ஆரம்பித்தார்.

அவனிடம் ஒரே ஒரு நோட்டும் ஒரு பேனாவும் இருந்தது. சில சின்ன வாக்கியங்கள் சின்ன சின்ன சொற்றொடர்கள் எல்லாவற்றையும் எழுதிப் பழகச் சொன்னார். ஒவ்வொரு வார்த்தையிலும் குறைந்தது ஒரு பிழை இருந்தது. கொஞ்சம் சரித்திரம், கொஞ்சம் தமிழ், கொஞ்சம் கணிதம் என்று எல்லாமே சுருங்கிய வடிவில் எட்டாம் வகுப்பு பாடத்தை உருவாக்கியிருந்தார் ஹெட்மாஸ்டர்.

மணியைப் பொருத்தவரைக்கும் அதுவே மலைப்பான பாடமாக இருந்தது. ஒரு பாடத்தையும் நடத்தி முடித்து அதை மறுநாள் ஐந்து ஐந்து முறை எழுதி வரச் சொல்வார். அது கேள்வி பதிலாக இருக்கும் அல்லது ஒரு செய்யுளாக இருக்கும். மணிக்கு பெரும்பாலும் நேரம் இருக்காது. சிலநாள் எழுதி வருவான். ஒரு சில நாள் “மன்னிச்சுக்கோங்க சார்” என்பான். தினமும் வகுப்புக்கு வரும்போது சாருக்கு வாழையிலை, வாழைக்காய், வாழைத்தண்டு

கொண்டு வந்து தருவான். ஆரம்பத்தில் அதை லஞ்சம் போல பாவித்து வெறுத்து திருப்பியனுப்பினார். ஓரிரு வாரத்தில் அவனுடைய அன்பை புரிந்துகொண்டு வாங்கிக் கொள்ள ஆரம்பித்தார். "இதெல்லாம் தேவையில்லடா... என் பேரைக் காப்பாத்துடா போதும்" என்பார்.

எட்டாம் வகுப்பு பொதுத்தேர்வு ஆரம்பித்தது. அந்தத் தேவை நம்பிக்கையோடு எழுதினான். இரண்டு மணி நேரத் தேர்வில் முழு நேரம் உக்கார்ந்து எழுதுவதற்கான வேலை இருந்தது. பொதுவாகக் கேள்வித்தாள் கொடுத்ததும் அதில் இருப்பதையே பதில் எழுதும் தாளிலும் எழுதிவிட்டு வந்து விடுவது வழக்கம். இந்த முறை ஒரு கேள்விக்கு பதில் எழுதும் துணிச்சலும் அவனுக்கு இருந்தது.

தேர்வு முடிவு எப்படி இருக்கும் என்பதில் அவனைவிட ஆசிரியருக்கு ஆர்வம் அதிகமாக இருந்தது. ஆனால் அந்த முடிவை... அவனுடைய முடிவைத் தெரிந்துகொள்ள வாய்ப்பு இல்லாமலேயே போய்விட்டது. ஆசிரியரை செங்கல்பட்டுக்கு மாற்றிவிட்டார்கள். மணி என்ன ஆனான் என்பதைப் பற்றி யோசிக்ககூட வாய்ப்பில்லாத தூரமாகிவிட்டது.. அங்கிருந்து தொலைபேசியோ, வந்துபோக வாகன வசதியோ சரியாக இல்லை. ஒரு வசதி இருந்தது. போஸ்ட் கார்டில் எழுதி அனுப்பலாம். அது மணிக்குப் போய் பதில் வருமா என்றெல்லாம் யோசித்து, விதியின் மீது பழியைப் போட்டுவிட்டு பேசாமல் இருந்துவிட்டார். அடுத்த ஆறு ஆண்டுகள் போனது தெரியவில்லை. பிஎஃப் பென்ஷன் பணம் எல்லாம் போட்டு செங்கல்பட்டிலேயே ஒரு வீட்டை வாங்கி... இதோ அந்த வீட்டில்தான் ஈஸி சாரில் உட்கார்ந்து இருந்தார். கனகா கைக் குழந்தையுடன் அமர்ந்திருந்தாள்.

"மணி எப்படியிருக்கான்? ஏன் அவன் வரலே" என்றார் முத்துசாமி.

கனகா முந்தானையால் முகம் பொத்தி விசுக் என அழுதாள். "அவர் இப்ப இல்லீங்க அய்யா."

முத்துசாமி ஆறுதல் சொல்ல எத்தனித்தார். அதற்குள் அவர் மனைவி நிலைமையை உணர்ந்து பெண்ணின் அருகில் அமர்ந்து தோளில் பாந்தமாக சாய்த்துக்கொண்டார்.

"அவர் ஆக்ஸென்ட்ல செத்துட்டார். பையனுக்கு உங்க பேர்தான் வெச்சாரு. இந்த வாழ்க்கைக்கே நீங்கதான் வழிகாட்னீங்கன்னு சொல்லுவாரு. உங்களை ஒரு தடவையாவது நேர்ல பார்த்து நன்றி சொல்லிடணும்னு அவருக்கு ஆத்மா. அதான் வந்தேன்." தனித்தனி விஷயங்களை ஒரே மூச்சில் சொன்னாள். அவள் பேசுவது பலவும் எப்படியோ ஆரம்பித்து எப்படியோ முடிப்பது போல இருந்தாலும் கணக்கு வாத்தியாரால் கூட்டிக்கழித்துப்

புரிந்துகொள்ள முடிந்தது. எட்டாம் வகுப்பில் மணி பாஸ் ஆகி விட்டான். ஏதோ ஒரு குருட்டு முயற்சிதான். போலீஸ் வேலைக்கும் தேர்வானான் என்பதைப் புரிந்துகொண்டார்.

“நாங்க அம்பத்தூர்ல இருந்தோம். உங்கள மெரியா ஒரு வாத்தியார் ஊட்லதான் வாடகைக்கு இருந்தோம். உங்களைப் பத்தி அப்பப்ப சொல்வாரு. அந்த வாத்தியார் வூட்டு பத்திரத்தில ஏதோ சிக்கல். இன்னொரு கோஷ்டி வந்து அதை அவங்க வூடுன்னு வம்பு பண்ணிக்கிட்டு இருந்தாங்க. ரவுடிகள வெச்சி அந்த வாத்தியாரை மிரட்ட ஆரம்பிச்சாங்க.”

“உங்க வீட்டுக்காரர்தான் போலீஸ் ஆச்சே? என்னன்னு விசாரிச்சிருக்கலாமே?”

“விசாரிக்காமியா? விசாரிச்சாரு. உங்கள மெரியா அவரும் ஒரு வாத்தியார்னு அவருக்கு ஒரு இது. அவனுங்க மசியல. அந்த பட்டா, பத்திரம் எல்லாம் பொய். மூணு பேருக்கு மாறிட்டாப்ல செட்டப் செஞ்சிருந்தாங்க. எம் புருஷன் வாத்தியாருக்கு எல்ப் பண்றதுக்காகத் தெரிஞ்ச ஆபிஸர் கிட்டல்லாம் பேசிப் பார்த்தாரு. ஒரு கட்டத்துல டிஎஸ்பி கன்ட்ரோல்ல இந்த விஷயத்தைக் கொண்டு போய்ட்டாரு. அந்த ரவுடி கும்பலுக்கு ஆத்திரம். எங்க வூட்டுக்கார் மேல காண்டு ஆயிடுச்சு. ஒரு நா சைக்கிள்ல வீட்டுக்குத் திரும்பி வரும்போது லாரி அடிச்சு செத்துப் போய்ட்டாரு. அந்த ரவுடி பசங்கதான் காரணம்னு பேசிக்கிட்டாங்க. ஆனா அதுக்கு ஆதாரம் இல்லியே... என்ன பண்றது சார்? ஏதோ அந்த வீடு வாத்தியாருக்குத்தான் முடிவாச்சு... அது போதும்.”

“அடடா...” என்றபடி குட்டி முத்துசாமியைத் தூக்கி மடியில் வைத்துக்கொண்டார் ஹெட்மாஸ்டர்.

“கமிஷனர் ஆபீஸ்லயே எனக்கு வேல போட்டுக் கொடுத்தாங்க சார்” என்றாள்.

“நல்லா இருங்கம்மா” என்றார் முத்துசாமி.

“சரிங்க சார். நாங்க கிளம்புறோம்” என்றபடி, அவள் தன் பையில் கொண்டு வந்திருந்த ஒரு சீப்பு வாழைக்காயையும் ஒரு வாழைப் பூவையும் எடுத்து ஹெட்மாஸ்டரின் மனைவியிடம் கொடுத்தாள்.

எருமை மாட்டின்மீது வந்து வணக்கம் சொன்ன மணியின் முகம் அவர் நினைவில் பனி போல படர்ந்து மறைந்தது.

- ஆனந்த விகடன், 2020.

ஏகாவின் வீடு

32

வெங்கடேசனைப் பார்க்க, ஏகாவின் பையன் ஆறுமுகம் வந்திருந்தான். கையில் கொஞ்சம் பணமிருப்பதாகச் சொல்லி, 'முகப்பேரில் இந்த பட்ஜெட்டில் வீடு வாங்க முடியுமா' என விசாரித்தான். அவனுடைய அப்பா சேர்த்தது, இவன் சேர்த்தது எல்லாமாக ஒரு பத்து ரூபாய் இருந்தது. மீதி லோன் போட்டுக்கொள்ளலாம் என்பது திட்டம். வெங்கடேசன் வீட்டு புரோக்கர் இல்லை என்றாலும் நிலவரம் ஓரளவுக்குத் தெரியும்.

"ஒரு வாரத்தில் பார்த்துவிட்டுச் சொல்கிறேன்" என்று அனுப்பிவைத்தான். பைக்கில் அவனுக்கும் அவன் மனைவிக்கும் இடையில் இரண்டு குழந்தைகள். ஒரு டாக்ஸி புக்பண்ணிக்கொண்டு வராமல் இப்படிப் பயணம் செய்கிறானே என்ற அச்சம் வெங்கடேசனுக்கு அவன் தெருமுனையைத் திரும்புகிற வரை இருந்தது. ஆனாலும் அப்பனைவிடப் பரவாயில்லை எனத் தேற்றிக்கொண்டான். ஏகா எப்படியெல்லாம் சேர்த்தான் என்பது இன்றைக்கு எல்லோருக்கும் ஆச்சர்யமாக இருக்கும். ஐம்பது ஆண்டுக்கு முன்னால் 30 ரூபாய் சம்பளத்தில் இருந்தவன், ஒரு ஒரு பைசாவாகச் சேர்த்தது அது.

சென்னையில் சரஸ்வதி என்ற பெயரில் ஒரு தியேட்டர் இருந்தது எத்தனை பேருக்கு நினைவிருக்கும் எனத் தெரியவில்லை. அந்தத் தியேட்டரில் 'குலேபகாவலி' பார்க்க வேண்டும் என்பது ஏகாம்பரத்தின் நீண்டநாள் கனவு... ஆசை. பெஞ்ச் டிக்கெட் முப்பது பைசா. சேர் 50 பைசா, முதல் வகுப்பு 65 பைசா என மூன்றே

பிரிவினைதான் அந்த தியேட்டரில். அதில் மாடி கிடையாது. 30 பைசா டிக்கெட்டுக்குமேல் ஆசைப்பட்டதில்லை. ஆனால், அதுவே பெரிய பட்ஜெட்டாக இருந்தது. 'அடுத்த மாதம் சம்பளம் வாங்கியதும் முதல் வேலையாக குலேபகாவலி பார்க்க வேண்டும். ராமச்சந்திரன் புலியோடு சண்டைபோடும் காட்சியை மனதார ரசிக்க வேண்டும்' என்பது ஏகாம்பரத்தின் ஜென்ம சாபல்யம். கையில் காசு இருக்கும்போதோ 'திருநீலகண்டர்', 'ராஜமுக்தி' இப்படி எதையாவது போட்டுவிடுகிறார்கள்... காசு இல்லாதபோது 'குலேபகாவலி'... சம்பளத்தை உண்டியலில் போட்டுவிட்டால் அதன்பிறகு அதைத் தொடமாட்டான். இதுவரை நான்கு மாம்பழ உண்டியல்கள் சம்பளத்தால் நிரம்பிவிட்டன. அது, கல்யாணச் செலவுக்கு.

'கல்யாணம் பண்ணிட்டு ஜோடியா போய் பயாஸ்கோப்பு பாருடா' என்றுகூடக் குடித்தன வாசலில் கிண்டல் செய்துவிட்டார்கள். அது கிண்டல் இல்லை, நிஜம் என்பது மீஞ்சூரில் இருந்து அத்தை வந்துவிட்டுப் போனதும்தான் தெரிந்தது. ஏகாம்பரம் இருக்கிற பத்துக்கு எட்டு அறையில் தன் மருமகப்பிள்ளை கையிருப்பாக, சிக்கனமாகக் குடியிருக்கிற அழகைப் பார்த்துப் பூரித்துப்போய், புஷ்பவள்ளிக்கு ஏற்ற புருஷன்காரன் இவன்தான் என்ற முடிவுக்கு வந்துவிட்டாள். நான்கு உண்டி நிறைய சம்பளப் பணத்தைப் போட்டு வைத்திருக்கிற அழகை, அதிசயத்தைச் சொல்லியே பெண்ணைச் சம்மதிக்க வைத்துவிட்டாள். குட்டையாக, கட்டையாக இருந்தாலும் சிவப்பாக இருக்கிறான் என்ற காரணத்துக்காகத் தன்னை 'ராமச்சந்திரன் கலரு' என அவனே சொல்லிக்கொள்வான்.

ஏகாம்பரத்தின் 'குலேபகாவலி' ஆசையும் புஷ்பவள்ளியின் வரவும் ஒரு புள்ளியில் இணைந்தன. குடித்தனக்காரர்களின் கிண்டல் பலித்தது. ஆனால், அதற்கும் வந்தது ஒரு வேட்டு. முதல் முறையாகப் பெண்டாட்டியோடு படத்துக்குப் போகிறவன் முதல்வகுப்பில் படம் பார்க்க வேண்டும் எனச் சொல்லியிருந்தார்கள். அதாவது 65 பைசா டிக்கெட். அதுவும் இரண்டு பேருக்குத் தனித்தனியாக 65 பைசா என்றபோது அவனுக்குத் தலையே சுற்றியது.

"நாம பெஞ்ச்லயே உக்காந்து படம் பார்க்கலாமா?" எனக் கேட்டான். மீஞ்சூரில் தரை டிக்கெட், பெஞ்ச் இரண்டு வகையறாதான். பெஞ்சில் அமர்ந்து பார்க்கலாமா எனக் கேட்டதில் புஷ்பவள்ளிக்குப் புல்லரித்துப்போனது. நாணத்தால் முகம் சிவந்துவிட்டது என்றுதான் சொல்ல வேண்டும். அவள் இதுவரை பெஞ்சில் உட்கார்ந்து படம் பார்த்ததே இல்லை. எண்கள் ஓரளவுக்குப் பரிச்சயம். எழுத்து விஷயத்தில் பூஜ்ஜியம். கணவன் சொல்லே மந்திரம்.

மனைவியின் ஏகோபித்த ஆசையுடன் பெஞ்ச் டிக்கெட் எடுக்க முடிவெடுத்தான். பெஞ்ச் டிக்கெட்டில் ஒரு வில்லங்கமான வழக்கம் இருந்தது. பெண்கள், பெண்களுக்கான க்யூவிலும் ஆண்கள் ஆண்களுக்கான க்யூவிலும் நின்று டிக்கெட் எடுத்து தியேட்டருக்குள் வரவேண்டும். பெஞ்ச் டிக்கெட் வரை தியேட்டரை இரண்டாக வகிடெடுத்ததுபோலப் பிரித்து வைத்திருப்பார்கள். பெண்களுக்கு இடப்பக்கம் இருக்கை. ஆண்களுக்கு வலப்பக்கம் இருக்கை. ஆணும் பெண்ணும் சேர்ந்து அமர்வதற்குச் சட்டம் இல்லை. அவசரத்தில் இதை யோசிக்கவில்லையே என்றிருந்தது. புஷ்பவள்ளிக்கு ஏகாம்பரத்தினும் எம்.ஜி.ராமச்சந்திரனைச் சென்னையில் வந்து பார்க்கிற பரவசம். பெண்கள் பகுதியில் புகுந்து ஃபேன் இருக்கிற இடமாகப் பார்த்து அமர்ந்துகொண்டாள். ஏகாம்பரம் ஒரு சின்னக் கணக்குப் போட்டிருந்தான். இந்தப் பால் பிரிவினைக்கு இடையே சம்பிரதாயத்துக்கு ஓர் அட்டையை வைத்திருந்தார்கள். பெண்கள் பிரிவில் அவளும் ஆண்கள் பிரிவில் இவனும் அந்த அட்டையை ஒட்டி இடம்பிடித்துவிட்டால் இருவரும் சேர்ந்து அமர்ந்து படம் பார்த்தமாதிரி ஆகிவிடும் என நினைத்தான். அவளை அழைத்துத் தன் பக்கம் உட்காரவைத்தான். அந்த சமயோசித புத்தி அவளுக்குப் பிடித்துப்போய் கண்கள், வாய் எல்லாம் விரிய ஆச்சர்யப்பட்டாள். 30 பைசா டிக்கெட்டின் கடைசி வரிசையில் இருவரும் அமர்ந்தனர்.

இப்படியாக அவர்கள் சுமார் பதினைந்து ஆண்டுகள் ஒன்றாகப் படம் பார்த்தனர். டிக்கெட் விலை அப்போது ஒரு ரூபாய் ஆகிவிட்டது. முதல் வகுப்பிலோ டிக்கெட்டை ஒரே அடியாக இரண்டு ரூபாய் ஆக்கினார்கள். ஆனால், 65 பைசாவாக இருந்தபோது 35 பைசா மிச்சமானது. இப்போதோ ஒரு ரூபாய் மிச்சம். அவனுடைய பொருளாதார மூளை ஒவ்வொரு படம் பார்க்கும்போதும் ஒரு ரூபாய் மிச்சமாவதை உணர்த்தியது. அதாவது மாதத்துக்கு ஒருமுறை இப்படியாக ஒரு ரூபாய் சேமித்தான். பையனுக்கு 14 வயசு வரை அரை டிக்கெட்டுதான். இன்னும் ஐந்து வயசு ஆகவில்லை எனச் சாதித்து மடியிலேயே உட்கார வைத்துக்கொள்வான்.

ஒரே மகன், ஆறுமுகம். அதற்குமேல் வேண்டாம் என இருவருமே முடிவெடுத்தார்கள். அவர்களின் தாம்பத்யச் சிக்கன நடவடிக்கை அது. அந்தப் பத்துக்கு எட்டு அறை மூன்று பேருக்கும் போதுமானதாக இருப்பதாக அவர்கள் தினமும் சொல்லிக் கொள்வார்கள். விருந்தினர்கள் யாரும் வருவதில்லை. வந்தால் ஐந்து நிமிடங்களுக்குமேல் தங்கி மூச்சு முட்டிச் சாக விரும்புவது இல்லை. அந்தச் சின்ன அறைக்குள்ளாகவே சுவரில் சாமி படங்கள் மாட்டி அதற்கு ஸ்கிரீன் போட்டு மூடிவைத்திருந்தார்கள். விசேஷ

நாள்களில் ஸ்கிரீன் விலகும். தீபாவளிக்கு 100 கிராம் ஆட்டிறைச்சி வாங்குவான். எலும்பு, ஈரல் எனக் கொசுறு கேட்டு இன்னொரு 100 கிராம் தேற்றிவிடுவான்.

நெற்றி நிறைய பட்டை போடுவான். எந்தக் கோயிக்குப் போனாலும் கை நிறைய விபூதி வாங்கி அதைத் தயாராகக் கொண்டுவந்த பேப்பரில் பத்திரப்படுத்திச் சேகரிப்பான். நீறில்லா நெற்றி பாழ் என அவனை யாரும் இகழ்ந்துவிடாதபடிக்கு எப்போதும் திருநீறு வீட்டில் இருக்கும்படியாக விபூதிக்காக ஒரு காலி ஹார்லிக்ஸ் பாட்டில் (அது மகன் பிறந்தபோது கம்பெனி ஊழியர்கள் சார்பில் வழங்கப்பட்டது) நிறைய விபூதி உஷார் செய்துவைத்திருந்தான்.

கல்யாண வீடுகளுக்கு மூவருமாகச் செல்வார்கள். குறைந்தது இரண்டு வேளை சாப்பாடாவது கல்யாணத்தில் முடித்துவிடுவார்கள். இரண்டு ரூபாயிலிருந்து ஐந்து ரூபாய் வரை மொய் எழுதுவது வழக்கம். அது சாப்பாட்டை உத்தேசித்துத்தான்... மனுஷாளின் பழக்கமோ போக்குவரத்தோ அதில் சம்பந்தப்படாது.

இந்த மாதிரியான காலகட்டத்தில் ஒருநாள் வெங்கடேசனை வழியில் பார்த்தான் ஏகாம்பரம். ஏகாம்பரத்தின் மாமன் மகன். நனைந்த கோழிபோல பஸ் ஸ்டாண்டில் தலையைத் தொங்கப்போட்டுக்கொண்டு நின்றிருந்தான் வெங்கடேசன். "இன்னா கண்ணு இங்க நின்னுன்கிற?" என விசாரித்தான்.

"நம்ம மீசார் பேட்டை முத்து இல்ல... அவங்க வீட்ல வாத்துக்கறி வாங்கியாறச் சொல்லியிருந்தாங்க. ஊருக்குப் போனா வாங்கியாறேன்னு சொல்லிவெச்சிருந்தேன்."

"கையில இன்னா வாத்துக்கறியா?"

"ஆமா.. இப்ப இன்னாடான்னா. இன்னிக்கி கிர்த்திகையாச்சே... நாங்க கவுச்சி சாப்பிட மாட்டம்னு சொல்லிட்டாங்க. என் பிரெண்டு அபுபக்கர் வருவான்... வந்தா அவன்கிட்ட கொடுத்துல்லாம்னு நிக்கறன்."

"காசுக்கா?"

"காசாவது கீசாவது... காலையிலேருந்து இத யார் தலையிலயாவது கட்டில்லாம்னு பாத்தா... கிர்த்திக... அமாசன்னு பஜனை பாட்றாங்கோ."

"சும்மாதான் குடுக்கப்போறன்னா... என் கிட்ட குடுப்பா" என்று கேட்டபடியே கிட்டத்தட்ட பிடுங்கிக்கொண்டான்.

"நீங்க கிர்த்திக..." அவனுடைய விபூதிப் பட்டையைப் பார்த்தபடி கேட்டான் வெங்கடேசன்.

“நம்ம வூட்ல சாமிக்கி ஒரு ஸ்கிரீனு. அத மூடிட்டா சாமி வேற, நான் வேற. இல்லாட்டி அத்தனூண்டு வூட்ல ஒரு புள்ளையப் பெத்திருக்க முடியுமா?” கண் சிமிட்டி வேகமாக வீட்டுக்குக் கிளம்பினான். சென்னையில் ஒரு வீடு வாங்க வேண்டும் என ஏகாவுக்கு ஒரு லட்சியம் இருந்தது. அதையாவது கொஞ்சம் காலை நீட்டிப் படுப்பதுபோல வாங்குவானா எனத் தெரியவில்லை.

அன்று, ஏகாவின் அடுப்பு அந்த ஆண்டு இரண்டாம் முறையாகக் கறி சுமந்தது. சிக்கனம் என்றால் மாட்டுத் தோலில் வடிகட்டிய சிக்கனம். துணி எடுப்பது, மளிகை சாமான் வாங்குவது எல்லாவற்றிலும் ஒரு கணக்கு. அதைத் தாண்ட மாட்டான். வீட்டில் ஒரே ஒரு 15 வாட்ஸ் பல்பு மட்டும்தான். ஃபேன் காத்து உடம்புக்குச் சூடு என அவனே ஒரு மருத்துவக் கருத்து வைத்திருந்தான்.

சரஸ்வதி தியேட்டரில் கக்கூஸுக்குப் பக்கத்திலேயே கேன்டீன். இன்டர்வெல் விட்டால் அனல் பறக்கச் சிறுநீர் கழித்துவிட்டு, நேராக வந்து அதே விரலில் சமோசா சூடாக இருக்கிறதா என்று அமுக்கிப் பார்ப்பார்கள். கேன்டீன் கவுஸ் பாய் சமோசாவுக்குத் தனியாக உப்புப்போட வேண்டிய அவசியம் இருக்காது என்றால் பார்த்துக்கொள்ளுங்கள். ஏகா, சமோசா எதுவும் நாளதுவரை வாங்கியது இல்லை. சமோசாவின் விலையை விசாரிக்கிற சாக்கில் சமோசாத் தூள்களை எடுத்து உரிமையாக வாயில் போட்டுக்கொள்வான்.

சேமித்த பணத்தை கிசான் விகாஸ் பத்திரத்தில் ஐந்தே ஆண்டுகளில் இரட்டிப்பாக்கினான். இரட்டிப்பை மீண்டும் இரட்டிப்பாக்கினான். சீட்டு கட்டினான்... சீட்டுப் பிடித்தான். வட்டிக்குப் பணம் கொடுத்தான். எல்லாம் ஐந்து வட்டி. அப்போதே அவனிடம் இரண்டு லட்ச ரூபாய் ரொக்கம் இருந்ததாகப் பேசிக்கொண்டார்கள். அப்படிச் சேர்த்த பணம்.

ஒருநாள் இரவு வந்து படுத்த ஏகா தூக்கத்திலிருந்து எழாமலேயே மாரடைப்பால் இறந்துபோனான். அப்போது அவனுக்கு 51. “கம்பெனியிலயே ரெண்டு தபா மய்க்கமாயிட்டான். ‘ப்ரஸரு இருக்கு.. டெஸ்ட் எடுத்துப் பாரு’ன்னு கம்பெனி டாக்டரு சொன்னாரு” கம்பெனியிலிருந்து வந்திருந்த அவனுடைய சகாக்கள் உச் கொட்டி வருத்தப்பட்டார்கள். வீட்டில் அவன் கிடத்தப்பட்டிருந்த பாய் அவனுக்கே சரியாக இருந்தது. பாக்கெட்டில் மகாலட்சுமி டாக்கீஸ் டிக்கெட் இருந்தது. 2.90 பாக்ஸ் டிக்கெட் அது. அவன் கனவிலும் கற்பனை செய்யாத டிக்கெட். அது எப்படி அவன் பாக்கெட்டுக்குள் வந்தது என யாருக்கும் தெரியவில்லை. புஷ்பவள்ளிக்கும் தெரியவில்லை. மரணத்தைவிட அதிகமான அதிர்ச்சியாக இருந்தது எனச் சொல்வது ஒரு துயரச்

செய்தியின் மதிப்பைக் குறைப்பதாக இருக்கலாம். ஒப்பாரி வைத்து ஓலமிட்ட நிலையிலும் புஷ்பவள்ளிக்கு அந்த ரோஸ் நிற 2.90 டிக்கெட் ஓயாமல் நினைவைக் கிளர்வதாக இருந்தது.

சாவுக்கு வந்திருந்த வெங்கடேசனைத் தனியாக அழைத்துச் சென்றான் ஆறுமுகம். டீக்கடையில் வெங்கடேசன் இரண்டு டீ என இரண்டு ரூபாயை எடுத்து நீட்டியபோது, ஆறுமுகம் தடுத்துவிட்டு அவனே காசு கொடுத்தான்.

"கொஞ்ச நாளாவே எனக்கும் அப்பாவுக்கும் சண்டை மாமா." எதற்காக இதை இப்போது சொல்கிறான் என அவதானிக்க முயன்றேன். அவனே தொடர்ந்தான். இவ்ளோ பணம் வெச்சுக்கிட்டு எதுக்கு இந்த வூட்ல இருக்கணும்னுதான்."

"அவரு சிக்கனமாவே இருந்து பழகிட்டாரு."

"அன்னைக்கு நீங்க வாத்துக்கறி கொண்டாந்தபோதே எனக்கு மனசு வுட்டுப் போச்சு. ஊர்ல இருந்து எவ்ளோ கஷ்டப்பட்டுக் கறி எடுத்தாந்தீங்க. நீங்க காசு கொடுத்துதானே வாங்கியாந்திருப்பீங்க? அதைச் சுலுவா வாங்கிச் சாப்பிட்டுட்டாரு. நான் அதைத் தொடவே இல்ல."

"அதனால ஒண்ணுமில்லப்பா. பழைய கதை. அதையெல்லாம் கிளறாதே..."

"வீட்ல பீரோவுல ஒரு ட்ரங்க் பெட்டி நிறைய ரூபாத் தாளா சேர்த்துவெச்சிருந்தாரு. என்ன கருமத்துக்குன்னே தெரியலை... அதான் நான் எடுத்துச் செலவு பண்ண ஆரம்பிச்சேன். தினம் ஒரு பத்து ரூபா செலவுக்கு எடுக்க ஆரம்பிச்சேன்." 'அப்பனுக்குப் பிள்ளை தப்பாமப் பொறந்திருக்கு. பெட்டி நிறைய பணம் இருந்தாலும் தினம் பத்து ரூபாய் எடுப்பானாம்' என வெங்கடேசன் நினைத்தான்.

வெங்கடேசனுக்கு இதற்கு என்ன தீர்ப்புச் சொல்வதென்று தெரியவில்லை. அமைதியாக இருந்துவிட்டான். அதன்பிறகு பத்து வருஷம் கழித்து ஆறுமுகத்தை இப்போதுதான் பார்க்கிறான். 'அம்மாவுக்கு உடம்புக்கு முடியவில்லை. அவர் இருக்கும்போதே வீடு வாங்கி அம்மா பெயரை வீட்டுக்கு வைக்க வேண்டும்' எனத் தனக்குள் இருக்கும் சபதத்தைச் சொன்னான். சரஸ்வதி, மகாலட்சுமி தியேட்டர்களின் படம் பார்த்த கதையை எல்லாம் சொன்னான். அப்பாவின் நினைவுகளில் மூழ்கியவன் திடீரென ஒரு கட்டத்தில் உடைந்து பேசினான்.

"அப்பாவை நான்தான் கொன்னுட்டேன்" எனக் குலுங்கிக் குலுங்கி அழ ஆரம்பித்தான்.

தமிழ்மகன் | 245

"என்னடா சொல்றே?" வெங்கடேசன் நிஜமாகவே பயந்து போனான்.

"மகாலட்சுமில பாக்ஸ் படம் பார்த்துட்டு, நான் படிக்கெட்ல இறங்கி வரும்போது அப்பா பாத்துட்டாரு. டிக்கெட்ட காட்டுன்னு கேட்டாரு. கொடுத்தேன். அதைக் கொஞ்ச நேரம் பாத்துட்டு பாக்கெட்ல வெச்சுக்கிட்டாரு. அப்புறம் வேகமா போய்ட்டாரு."

2.90 என ஒரு டிக்கெட் இருப்பதை அவர் மனதாலும் ஏற்றுக்கொள்ளாதவர்தான். ஆறுமுகம் சொல்வது ஒருவேளை உண்மையாக இருக்கலாம். பேச்சு வீடு வாங்குவது சம்பந்தமாகத் திரும்பியதில் நிலைமை சகஜமானது. வாயைக் கட்டி வயிற்றைக் கட்டி வீட்டைக் கட்டும் சபதம். அவன் வாங்கி வந்து தந்துவிட்டுப் போன சாத்துக்குடி நான்கு டேபிளின் மீது கிடந்தன.

- ஆனந்த விகடன், தீபாவளி மலர் 2018.

களவு மெய்ப்பட வேண்டும்

33

'உடல் வேட்கையைத் தீர்த்துக்கொள்வதற்கு, ஒரு பெண் கல்யாணம் செய்துகொள்வதைத் தவிர வேற வழியே இல்லையா, என்னடா அராஜகம்?' அந்த ஃபேஸ்புக் பதிவு, அப்படித்தான் ஒரு நேரடி கேள்வியோடு இருந்தது. இப்படி ஒரு கேள்வி கேட்ட அந்தப் பெண்ணின் முகத்தை, அவளுடைய முகப்புத்தகத்தின் அடையாளப் படத்தில் பார்த்தேன். அழகிய இளம் பெண்.

பொதுவாக ஃபேக் ஐடி-காரர்கள் ஏதோ நடிகை, மாடல், விளையாட்டு வீராங்கனையின் படத்தைப் போட்டு, செல்மா, ஷில்பா எனப் பெயர் வைத்து, போக்குக்காட்டுவார்கள். அப்படியான ஒன்றாகத்தான் அதை முதலில் நினைத்தேன்.

அந்தப் பெண் சங்கீதா. அவளைப் பற்றிய தகவல்களும் இருந்தன. பெயர், படிப்பு, வேலை எல்லாவற்றையும் வேலைக்கு விண்ணப்பிக்கும் வகையில் தெளிவாகக் குறிப்பிட்டிருந்தாள். குளியல் அறை தவிர்த்து எல்லா இடங்களிலும் அவள் புழங்கும் படங்கள். அணிந்திருக்கும் டீ-ஷர்ட்டை இடுப்பிலிருந்து மேல் நோக்கிக் கழற்றத் தொடங்கும் ஒரு படத்தைப் போட்டு, கண்ணடிக்கும் புகைப்படம் சுண்டுவதாக இருந்தது. 'பெண்ணே, பூட்டிய சிறையை விட்டு வெளியே வா!' என்றெல்லாம் நானும் கதைகள் எழுதியிருந்தாலும், வெளியே வருகிற வழி சரிதானா என்ற மன இடர் கொக்கிகள் இருந்தன.

என் வயது காரணமாக, 'இப்படியெல்லாம்கூட வெளிப்படையாகப்

பேச ஆரம்பித்துவிட்டார்கள்' என்ற அளவில் சுமாராக மனதைத் தேற்றிக்கொண்டு, அடுத்த பதிவுகளைப் பார்வையிட்டேன். முகப்புத்தகம், பெரும்பாலும் நொடிப்பித்துக் குவியல்; கொட்டித் தீர்ப்பதற்கான குப்பைத்தொட்டி; அதிர்ச்சி, மகிழ்ச்சி, புகழ்ச்சி, இகழ்ச்சி என எல்லா 'ச்சி'களும் உண்டு. இறந்தவருக்குக் கண்ணீர், தேர்வானவருக்கு தம்ஸ்அப். பிறந்த நாள்காரருக்கு ஹாட்டின்... என ஆயத்த எமோஜிகளை வழங்குவது ஓர் 'உள்ளேன் ஐயா' வேலை. காலையில் அதைச் செய்துவிட்டு அலுவலக வேலையில் கவனமானேன்.

மாலை முகப்புத்தகத்தைத் திறந்ததும் மறுபடியும் அந்த போஸ்ட், மாயாஜாலம்போல முதலில் வந்து நின்றது. இந்த ஃபேஸ்புக்காரன், எத்தனை குடும்பங்களில் விளையாடுவான் எனத் தெரியவில்லை. கணவன், குழந்தையையெல்லாம் கொன்றுவிட்டுக் காதலனுடன் ஓடும் பெண், பக்கத்து வீட்டு ஆன்ட்டிக்கு உதவுவதாக நினைத்து, அவளுடைய கணவனைக் கொன்றுவிட்டு உல்லாசமாக இருந்த கல்லூரி இளைஞர்கள்... இப்படியாக முகப்புத்தகக் குற்றங்களுக்கு வசீகரம் இருந்தது. சங்கீதாவின் போஸ்ட் அப்படியான பயத்தைத்தான் முதலில் ஏற்படுத்தியது.

அவள் போட்டிருந்த போஸ்டுக்கு ஏகப்பட்ட பதில்கள். 'காபி சாப்பிட வேண்டுமென்றால், ஹோட்டலையே வாங்க வேண்டுமா?' என்று ஒருவன் கேட்டிருந்தான். 'செல்லம் நான் ரெடி' என்று ஒருவன். சில கொச்சை கமென்ட்டுகளும் இருந்தன. சில பெண்களும் 'வாரே வா... யூ ஆர் கிரேட் சங்கீதா' என்றெல்லாம் வாழ்த்து மடல் வாசித்திருந்தார்கள். அக்கறையான சில யோசனைகளும் பொழியப்பட்டிருந்தன. தங்களைத் தாங்களே நீதிபதிகளாகப் பட்டம் சூட்டிக்கொண்ட சில பேர், 'கலி முத்திடுச்சு' டைப்பில் வறுத்துக்கொண்டிருந்தார்கள்.

ஒருவன் அப்பாவியாக, 'தேவைப்படும் ஒரு பெண், வேறு என்னதான் செய்ய வேண்டும்..? தேவைப்படும் ஓர் ஆண் சார்பிலும்தான் கேட்கிறேன்' என்று கேட்டிருந்தான்.

அதற்கு சங்கீதா போட்டிருந்த பதில், சற்றே வில்லங்கமாக இருந்தது. 'சிம்பிள். தேவைப்படும் இருவரும் ஒன்றிணைய வேண்டும். அதற்கு என்ன செய்ய வேண்டும் எனத் தெரிந்துகொள்ள விரும்புபவர்கள் இன்பாக்ஸுக்கு வரவும்.' இது வம்பை விலை கொடுத்து வாங்குவதாக இருந்தது.

இரண்டாவது நாளும் அது முக்கியமான விவகாரமாகப் பேசப்பட்டுக்கொண்டிருந்தது. 'ழகரத்தை ஒழுங்காக உச்சரிக்கத் தெரியாதவர்கள், பெண்களை உச்சத்துக்குக் கொண்டுபோக முடியாதவர்களாக இருப்பார்கள்' என்று பிரேம் எழுதிய ஒரு

புத்தகத்தின் பின் அட்டைக் குறிப்பு, சமூக வலைதளத்தில் காரசாரமாக ஓட, சங்கீதா அதில் கருத்து சொல்லியிருந்தாள். ‘அவன், ‘எங்க ஊர்ல நேத்து நல்ல மலை’ என்றுதான் சொல்வான்... அவ்வளவு ஒன்றும் மோசமில்லை.’

அடுத்த நாள் ‘ஆண்கள் சலித்துவிட்டது’ என போஸ்ட் போட்டு, கலவரம் ஏற்படுத்தினாள்.

அவளுடைய வயதைத் தெரிந்துகொள்ள விரும்பினேன், 28.

பெற்றோர் இருக்கிறார்களா, உடன் பிறந்தவர்கள் இருக்கிறார்களா, தனியாக இருக்கிறாளா என அவளுடைய விவரக் குறிப்புகளை ஆராய்ந்தேன். அவள், தனி ஆள்; சுதந்திரமானவள். ஏனோ அவள்மீது இனம்புரியாத கவலை உருவானது. அவளுக்கு லைக் போடும் ஒரு கோஷ்டியைப் பார்த்தபோது, அவளுடைய தோழிகளும் அப்படித்தான் இருக்கிறார்கள் என்பது புரிந்த, இனம்புரிந்த கவலையாகி, முதல் நாள் அவள் போட்ட பதிவுக்கு, என் பங்குக்கு நானும் ஒரு கமென்ட் பதிந்தேன்.

எழுத்தாள அக்கறை பொதிந்த பதிவு. ‘நீ சொல்வது ஏற்றுக்கொள்ளவேண்டிய கருத்துதான். ஆனால், பொதுவெளியில் அதைச் சொல்லத் தேவையில்லை என நினைக்கிறேன்.’

அவள் இன்பாக்ஸில் பதில் சொன்னாள். ‘சார், இதெல்லாம் ஒரு விளையாட்டுக்காகச் சொல்வது. சீரியஸாக எடுத்துக்கொள்ள வேண்டாம். பையன்கள் எப்படியெல்லாம் நடந்துகொள்கிறார்கள் என்பதைத் தெரிந்துகொள்வதற்கு என்னைப் போன்றோர் வைக்கும் டெஸ்ட் சார்.’

மதித்து பதில் சொன்ன மாதிரி இருந்தது. ‘இல்லம்மா... இப்படியெல்லாம் போஸ்ட் போட்டா சிலர் மிஸ்பிகேவ் பண்ணுவாங்க. பிரச்னை ஆகும். கோர்ட் கேஸ், போலீஸ் ஸ்டேஷன் எல்லாம் இதனாலதான் வருது... அதான், சொல்லணும் தோணுச்சு’ பதிலிட்டேன்.

நீண்ட பதிவைப் பதிலாகப் போட்டிருந்தாள். ‘சார், பெண்கள் போகப்பொருளா? ஆண்கள் விரும்பும்போதெல்லாம் எடுத்துப் பயன்படுத்திக்கொள்ளும் ஒரு வஸ்துவா? நீங்கள் என்ன நினைக்கிறீர்கள்? காதல், அதில் கிடைக்கிற ஓர் இன்பம், நேசம், அதில் கிடைக்கும் சுகம், சூடு... இவைதானே நியாயமாக இருக்க முடியும்? அது கல்யாணத்துல முடியும்போது அதனுடைய புனிதத்தை இழந்துவிடுகிறது. காதல், பந்தமற்றது. அது உறவுமல்ல... நட்புமல்ல. பாலினம் சார்ந்த ஓர் ஈர்ப்பைச் சொல்ற ஒரு பிரியம். அதை உணர்ந்துதான் காதலும் காமமும் போதும் என்கிறேன்.

கல்யாணக் காமம் ரொம்ப கஷ்டம் சார். என்னுடைய பிணைப்பு, என்னுடைய பெட்டர் ஹாஃப், இனிய பாதி... என நான் நினைப்பது எல்லாமே காதலுடன் நின்றுவிட வேண்டும். தமிழ் இலக்கியம் சொல்லும் களவுக்காதல் என வைத்துக்கொள்ளுங்கள். திருமணமும் சடங்கும் அதைத் தொடர்ந்து சமூகமும் தருகிற கட்டுப்பாடுகளும் ஏனோ எனக்கு அறவே பிடிக்கவில்லை, முழுதாய் வெறுக்கிறேன். வாழ்க்கை காதலோடு நிற்கட்டும் என நினைக்கிறேன்... இது தவறா சார்? திருமணம் என்பது, சம்பிரதாயங்களால் ஆனது; மிகவும் போலித்தனமானது என நினைக்கிறேன். அதில் உண்மையே இல்லை என்பது என்னுடைய கருத்து. நீங்கள் என்ன நினைக்கிறீர்கள் சார்?"

சாட்டிங்... விவாதமாக மாறுவது தெரிந்தது.

'நீ சொல்வது எல்லாமே தர்க்கரீதியா சரிதான். ஆனா, உடனடியா பின்பற்றக்கூடியதாக இல்லையே!'

'எத்தனை நாள் கழித்துப் பின்பற்றலாம்?' அடுத்த நொடி கேள்வி.

'எத்தனை நாளா..?' சிரிப்பு சிம்பள் போட்டுவிட்டு சும்மா இருந்தேன்.

'சார், பெரியார் என்ன சொன்னார்? வாழ்க்கை ஒப்பந்தம் போதும்னு சொன்னார்; பெண், நகை மாட்டும் ஸ்டாண்டு அல்ல என்றார்; குழந்தை பெறும் மெஷின் அல்ல என்றார். அதைத்தான் சார் நானும் சொல்றேன். பெரியார் சொல்லும்போது கைதட்றீங்க. அதை ஒரு பெண் பின்பற்றும்போது எதிர்ப்பது என்ன சார் நியாயம்?" என்றாள்.

'அறிவு தயாராகிட்டாலும் மனசு தயாராகணுமில்ல...? கொஞ்சம் டயம் எடுக்கும். குடும்பத்துல முதல் காலடி எடுத்து வைக்கிறவங்க, நிறைய எதிர்ப்பு சம்பாதிக்கவேண்டியிருக்கும். அந்தத் தயக்கம்தான் எல்லாருக்கும்.'

'நான் எடுத்து வைக்கிறேன்.' அதன் பிறகு அவள் விவாதத்தில் ஈடுபடவில்லை.

மீண்டும் ஒருநாள் அவளாக திடீரென இன்பாக்ஸுக்கு வந்தாள்.

'சார், எனக்கு ஒரு ஹெல்ப் பண்ண முடியுமா?'

நான் எதிர்பார்த்த ஏதோ வில்லங்கம். 'என்ன?'

'என் வீட்டுக்கு வர முடியுமா... கொஞ்சம் பேசணும்!'

'என்ன விஷயம் என்பதைச் சொன்னால் நன்றாக இருக்கும்.'

'ஒருத்தன் எங்கிட்ட தகராறு பண்றான்.'

நினைத்தேன். 'தகராறா... நான் என்ன பண்ண முடியும்?'

'ஆலோசனை சொன்னா போதும்.'

நான் எதையோ எழுதி... மறுபடி அழித்து... மீண்டும் எழுதிக்கொண்டிருப்பதைப் பார்த்துவிட்டு, 'இவ்வளவு நேரமா என்ன சார் டைப் பண்றீங்க?' என்றாள் பொறுமையில்லாமல்.

எல்லாவற்றையும் அழித்துவிட்டு கடைசியாக, 'சரி' என்றேன் இரண்டு எழுத்துகளில்.

முகவரி கேட்டேன்... தொலைபேசி எண் கேட்டேன். தயக்கமே இல்லை. கேட்ட நொடியில் கொடுத்தாள். வருகிற நேரம் கேட்டாள்... சொன்னேன். தம்ஸ்அப் போட்டு, சாட்-ஐ முடித்துக்கொண்டாள். எதிலும் இரண்டு சிந்தனைகளே இருக்காதா? விளம்பரப் படம்போல துண்டுத்துண்டாக வாழ்கிறார்கள்... ட்விட்டர்போல 280 எழுத்துகளில் முடிவுசெய்கிறார்கள்.

'அடுத்து நான் செய்யவேண்டியது என்ன?' என, எனக்குள்ளே கேள்வி கேட்டுக்கொண்டேன். என்னுடைய வக்கீல் நண்பனிடம் மொத்த சாட் பரிபாஷைகளையும் அனுப்பி, எனக்கு ஏதாவது வம்பு வராமல் பார்த்துக்கொள்ளச் சொல்லிவிட்டுக் கிளம்பினேன்.

அவளுடைய வீடு, அழகான ஒரு சிங்கிள் ரூம் அப்பார்ட்மென்ட். காவல்காரர், வாசலில் இருந்த இன்டர்காமில் அவளை அழைத்து அனுமதி கேட்டுவிட்டுத்தான் உள்ளே அனுப்பினார். ஜி 3 என மூன்றாம் மாடிக்கு வழிகாட்டி, லிஃப்ட் கதவைத் திறந்துவிட்டார். லிப்டுக்குப் பக்கத்திலேயே ஜி 3. அழைப்பு மணிக்கான பொத்தானை அழுத்துவதற்குள் அவள் கதவைத் திறந்தாள். டீ-ஷர்ட், ஜீன்ஸ் பேன்ட் அணிந்திருந்தாள். டீ-ஷர்ட்டில் ஏதோ ஆங்கில வாக்கியம். அதை ஒருமுறைக்கு இரண்டு முறை படிக்கவேண்டியிருந்தது.

என்ன அர்த்தம் எனத் தமிழில் புரிந்துகொள்வதற்குள், "என்னைப் பத்தி ரொம்பத் தப்பா நினைச்சிருப்பீங்க. நான் அவ்ளோ தப்பெல்லாம் பண்ணலை சார்" என வரவேற்றாள். மாடங்களில் டிவிடி-கள், புத்தகங்கள், புத்தர், சதா நேரமும் குடத்திலிருந்து நீர் ஊற்றிக்கொண்டிருக்கும் பெண் சிலை என, எல்லா இடங்களிலும் ஒரு நேர்த்தி இருந்தது. சோபாவில் அமரும் வரை புன்சிரிப்போடு காத்திருந்தாள்.

"என்ன சாப்பிடுறீங்க?" எனக் கேட்கப்போவதை அறிந்து, உட்காரச்சொல்லி சைகை காட்டிப் பேச ஆரம்பித்தேன்.

"சரி, தப்பு எல்லாம் சட்டத்துக்குத்தான். மனிதர்களுக்கு அவரவர் தேவை மட்டும்தான்" என்று சொன்னேன்.

"என் தேவை என்னன்னு தெரியுதா?"

"ஓரளவுக்குத் தெரியுது. சுருக்கமா சொல்லணும்னா, காதல்... நிபந்தனையற்ற காதல்."

“ஆனா, அப்படி ஒண்ணு கிடைக்குமான்னு எனக்குத் தெரியல. ‘ஒருத்தன் தகராறு பண்றான்’னு சொன்னியே?”

“இதுதான் சார் தகராறு... நான் லவ் பண்ண மாதிரியே, என்னை அவன் லவ் பண்ணலை. இதுதான் பிரச்னை.”

“உன்னை மாதிரியே லவ் பண்ணச் சொல்றது அராஜகம் இல்லையா?” அவளுடைய போஸ்ட்போலவே கேட்டேன்.

“நான் எப்படி லவ் பண்றேன்னு சொல்லிடுறேன் சார்!”

“சொல்லு.”

“கட்டுப்பாடு இருக்கக் கூடாது. பரஸ்பரம்னு சொல்வாங்களே அதுகூட இருக்கக் கூடாது. நான் விரும்பியபடி அவனை லவ் பண்ணுவேன்... அவன் விரும்பியபடி என்னை லவ் பண்ணணும்.”

“சுத்தமா புரியலை. நீ விரும்பியபடி பண்ணணுமா, அவன் விரும்பியபடி பண்ணணுமா?”

“அவன் விரும்பியபடி பண்ணினா போதும்.”

“அதுதான் உனக்குப் பிடிக்கலையே!”

“அவன் விரும்பியபடி அவனுக்குப் பண்ணத் தெரியலை சார்.”

அவள் சொல்லவருவதைக் கிரகிப்பது எனக்கும் சிரமமாக இருந்தது. “அவன் விரும்புறது என்னன்னு அவனுக்கே தெரியலையா?”

“கிட்டத்தட்ட ஆமா சார். உயிருக்கு உயிரான்னு... டயலாக் பேசறான் சார். அது நேச்சரா இல்லை.”

“ஏம்மா, அது ஒரு தப்பா?”

“எனக்கு எப்ப வேணுமானாலும் பிரிஞ்சு போகிற ஒரு கம்பெனிதான் தேவை. உயிர்லாம் தேவையில்ல. காலம் ஃபுல்லா கட்டி அழ முடியாது. கூட கடைக்கு வரணும், ஹோட்டலுக்கு வரணும், சினிமாவுக்கு வரணும். படுக்கைக்கு வர்றதும் அப்படித்தான். தேவையானபோது என்கூட இருந்தா போதும். மத்தபடி நான் என் வேலையைப் பார்ப்பேன்... அவன் வேலையை அவன் பார்க்கணும். அட்வான்டேஜ் எடுத்துக்கிட்டு நச்சரிக்கக் கூடாது. நெஞ்சை நக்குற வேலையெல்லாம் எனக்குப் பிடிக்காது. எனக்கு இதுதான் நல்லதுன்னுலாம் சொல்றான். இதான் சார் பிரச்னை.”

“இதெல்லாம் ஒரு பிரச்னையா? கல்யாணம் பண்ணிக்கிட்ட பல பேர் என்ன பாடுபடுறான் தெரியுமா? புருஷன் சொல்றதுக்கு நேரெதிரா இருப்பா பொண்டாட்டி. இவன் கிழக்குன்னா அவ

மேற்கு. இந்தியா முழுக்க இருக்கிற 90 பர்செண்ட் குடும்பத்துல இதுதான் நடக்குது. பிள்ளைய இவ இந்த ஸ்கூல்ல சேர்க்கலாம்னு சொன்னா, அவன் அந்த ஸ்கூல்தான் சரிம்பான்... இவன் காபின்னா அவ டீ. இப்படித்தான் ஓடிட்டு இருக்கு வாழ்க்கை. கல்யாணம் ஆனதிலிருந்து சுடுகாட்டுக்குப் போற வரைக்கும் ரெண்டு பேருக்குமே நடக்கிற 'நீயா நானா' போட்டிதான் வாழ்க்கையே. அதை என்ஜாய் பண்ணத் தொடங்கிட்டா முடிஞ்சிடுச்சு. அதுக்குப் பேருதான் விட்டுக்கொடுத்து வாழறது... விட்டுப்பிடிச்சு வாழறதுன்னு கதையிலயும் சினிமாவுலயும் சீரியல்லயும் சொல்லிக்கிட்டிருக்கோம். நீ என்னடான்னா இதை ஒரு பிரச்னைனு சொல்ற. இதெல்லாம் உனக்கே ஓவரா தெரியலையா?"

"இந்த உலகத்துல பறவை, பட்டாம்பூச்சி, எறும்பு, சிங்கம்... எந்த ஜீவராசியாவது உடல் சுகத்தைக் காரணம்காட்டி இப்படிப் பண்ணுமா சார்? கண்றாவி. அதான் சார்... எனக்கு செட் ஆகாதுன்னு முடிவுபண்ணிட்டேன். அவன் அதைப் புரிஞ்சுக்காம 'சூசைட் பண்ணிக்குவேன்...', 'நீ இல்லாம வாழ முடியாது'ன்னு தொல்லை பண்றான். அவன என்ன பண்ணலாம் சார்? இந்த லெவல்லயே அவனைக் கழட்டிவிட்டுட்டா, யாரையாவது கல்யாணம் பண்ணிக்கிட்டு நலங்கு, சீமந்தம்னு சரியாயிடுவான்."

"இந்த மாதிரி பஞ்சாயத்து எல்லாம் எனக்கு விநோதமா இருக்கு."

"நான் ரொம்ப ஓவரா எதிர்பார்க்கிறேனா... அவன் ரொம்ப ஓவரா எதிர்பார்க்கிறானா? அதைச் சொல்லுங்க."

"காதல் பண்றான். அது ஒரு குற்றமா? அவனை இவ்வளவு கஷ்டப்படுத்தணுமா?"

"அவன், கல்யாணத்தை நோக்கி இழுக்கிறது தெரியலையா? அது எங்க போய் முடியும்னு தெரியுதில்ல! விட்டுக்கொடுத்து வாழறது... எதுக்கு எனக்கு அந்தத் தலைவலி? நான் விட்டுக்கொடுக்காம வாழறதை விரும்புறேன். அவனும் விட்டுக்கொடுக்காம வாழ்ந்துட்டுப் போகவேண்டியதுதானே!"

சிரித்தேன். எனக்கு ஏனோ காற்றாடி நினைவுக்கு வந்தது. வடசென்னைப் பகுதியில் காற்றாடி விடுபவர்கள் எதிராளியின் காற்றாடியை வீழ்த்தக் காத்திருப்பார்கள். இரண்டு காற்றாடிகளின் நூலும் தொட்டுக்கொண்ட நொடியில் இரண்டு தரப்பினரும் பரபரப்பாக நூலை வேகமாக விடுவார்கள். யார் அதிகமாக நூல் விடுகிறார்களோ அவர்கள் காற்றாடி தப்பிக்கும். சற்றே சுணங்கினால் நூல் அறுந்துவிடும். "டீல், மேல போயிடுச்சி" என அறுந்த நூலோடு நிற்பார்கள். இது காதல் டீல்!

"எல்லா நேரத்திலும் நீ சொல்றது சரியா இருக்குமா?"

“சரியா இல்லாதவனோடயே வாழ்ந்து தொலைக்கிறது கல்யாணம். சரியானவனைத் தேடிக் கண்டடையுறது காதல்.”

“எனக்கென்னமோ நீ சொல்றவன் சரியா வருவான்னுதான் தெரியுது. நீ நினைக்கிற மாதிரி ஒருத்தனை பட்டறையில குடுத்துச் செஞ்சாதான் உண்டு. இன்னும் பொறக்கல.”

“இல்ல சார். எங்கியோ இருக்கான். அவனைத்தான் தேடுறேன்.”

“டிரையல் ரூம்ல சுடிதாரைப் போட்டுப் பார்க்கிற மாதிரி சொல்றியே?”

நான் சொன்னது, அவளைக் காயப்படுத்தியிருக்க வேண்டும். “ஏன் சார் கவுன்ட் பண்றீங்க? நாலு பேரை லவ் பண்ணியிருக்கேன். ஒத்துவரலைன்னதும் பிரிஞ்சுபோயிட்டாங்க. இவன் இப்படிப் பண்ணுவான்னு நினைக்கல.”

“ ‘காதல் ஒருவனைக் கைப்பிடித்தே... அவன் காரியம் யாவிலும் கைகொடுத்தே’ன்னு பாரதி சொல்லியிருக்கிறார். அது பொய்யா?”

“நீங்க சொல்றது கற்புக்காதல். நான் சொல்றது களவுக்காதல். இயக்கவியல் பொருள் முதல் வாதம், வரலாற்றுப் பொருள் முதல்வாதம்னுலாம் எழுதுவீங்க. தத்துவார்த்தம்னு வந்தா இதயம் ஒரு கோயில்னு பாட்டுல இருந்து கருத்து சொல்றீங்க” அவள் கோபமாவது தெரிந்தது.

“இன்னும் தயாராகாத உலகத்துக்கு ஆசைப்பட்டுச் சிரமப்படப் போறேங்கிறதுக்காகத்தான் இவ்வளவும் சொல்றேன். நான் அவன்கிட்ட பேசிப்பார்த்துட்டுச் சொல்லட்டுமா?” என்று கோரிக்கை வைத்தேன்.

“பேசி, பிரயோஜனம் இல்லை சார். அவனை எப்படி அவாய்ட் பண்ணலாம்னு மட்டும் சொல்லுங்க.”

“இப்ப என்ன... ‘நீ இல்லாம உயிரோடு இருக்க முடியாது’ன்னு சொல்றானா?”

“ஆமா சார் அதுதான். அதுக்குப் பேர் காதல்னு சொல்றதுதான் வயித்தெரிச்சல். அவனுக்குத் தேவை, சுலபமாகக் கிடைக்கும் நான். கல்யாண லைசென்ஸ் வாங்கிட்டா இன்னும் வசதியா இருக்கும்னு நினைக்கிறான். அது தெரிஞ்ச பிறகுதான் கஷ்டமாயிடுச்சு.”

“அப்ப போலீஸ்கிட்ட போ. ‘கமிஷனர் ஆபீஸ்ல கம்ப்ளைன்ட் குடுப்பேன்’னு சொல்லு. ஓடிப்போயிடுவான். அட்வகேட் கிட்ட பேசு.”

சங்கீதா, அமைதியாக இருந்தாள். வெகுநேரம் அமைதியாக இருந்தாள். எவ்வளவு நேரம் எதிரில் உட்கார்ந்திருப்பது எனத் தெரியவில்லை. “நான் கிளம்பட்டுமா?” என்றேன்.

என்னை ஏமாற்றத்துடன் பார்த்தாள். என்னிடமிருந்து அவளுக்குத் தேவையான தீர்வு கிடைக்கவில்லை. “எப்படி கல்யாணத்துமேல நம்பிக்கை இல்லையோ... அதே மாதிரி போலீஸ், கோர்ட்மேலயும் நம்பிக்கை இல்லை சார். நான் சொல்றது அந்தச் சிவப்புக் கட்டடங்களுக்குப் புரியாது. நானே அவனை டீல் பண்ணிக்கிறேன்” என்றாள்.

வெளியேறும் நோக்கத்தோடு கதவைத் திறந்து, “எப்படி?” என்றேன். அவள் முகம் ஏனோ மாறுவது தெரிந்தது. “ஏன், என்ன ஆச்சு?” என்றேன்.

“சார், நான் உங்களை ஹக் பண்ணிக்கலாமா?”

என் வாழ்நாளில் யாரும் இப்படிக் கேட்டதில்லை. ஓர் எழுத்தாளனிடம் வாசகியின் வேண்டுகோள் என எடுத்துக் கொள்ளலாமா என முடிவெடுப்பதற்குள் அவள் நெருங்கி வந்தாள். பெருந்தன்மையோடு அவள் விருப்பத்தை ஏற்றுக்கொள்வதைத் தவிர வேறு வழியில்லாத அளவுக்கு நெருங்கி வந்தாள். அணைத்தாள். மௌன அஞ்சலிக்காக எழுந்து நின்ற தருணம்போல் எவ்வளவு விநாடிகள் ஆயின எனத் தெரியவில்லை. நிமிடங்கள் கடந்தனபோல இருந்தது. “தேங்க் யூ சார்!” என விடுவித்தாள்.

புன்னகையுடன் நான் என் காலணியை அணிந்தபோது, அங்கே ஓர் இளைஞன் கோபமாக நிற்பதைப் பார்த்தேன். அது அவனா எனத் தெரியவில்லை. சங்கீதாவின் முகத்தைப் பார்த்தேன். அவன் என்னையே பார்த்துக்கொண்டிருந்தான்.

“வா... கோபி. சார் தெரியும்ல?”

அவன் விருப்பம் இல்லாமல் என்னைப் பார்த்தான்.

“இவர்தானா?” என்றபடி அவனுக்குக் கைகுலுக்க எத்தனித்தேன். அவன் கையை நீட்டவில்லை. சந்தேகமும் கோபமும் அவன் முகத்தில் அதிகரித்திருந்தன. சங்கீதா டீலை முடித்துவிட்டதுபோலத்தான் இருந்தது.

- ஆனந்த விகடன், 2017.

[ஆசை முகம்]

34

ரஞ்சிதா என்ன நம்பிக்கையில் உறங்கிக் கொண்டிருக்கிறாளோ தெரியவில்லை. அவளைத் தோளில் தாங்கியிருந்த ராஜனுக்கு ஆச்சர்யமாக இருந்தது. ஜன்னல் காற்று, காருக்குள் ஆவேசத்தோடு வீசியது. அவள் தலைமுடி அலைந்து ராஜனின் முகத்தில் சிறுகிளர்ச்சியை ஏற்படுத்திய வண்ணம் இருந்தது. காரின் கண்ணாடியை அறைவாசி மூடி, காற்றைக் கட்டுப்படுத்தினான். அவனுடைய அசைவு அவளுடைய உறக்கத்தைக் கலைத்துவிடக் கூடாது என்ற எத்தனிப்பையும் மீறி, அவள் கண்களை லேசாகத் திறந்து, அவனோடு மேலும் நெருங்கி அமர்ந்து புன்னகைத்தாள். துப்பட்டாவைப் போர்த்திக் கொள்ளும் சாக்கில் மெல்லத் தோளில் கடித்தாள்.

விடியற்காலையிலேயே கிளம்பியது... வழியில் சாப்பிட்ட வெண்பொங்கல் எல்லாம் சேர்ந்து ஏற்பட்ட மயக்கநிலை. சமீப காலங்களில் பசுமை தாகம் ஏற்பட்டு, இப்படி ஒரு பயணத்தையும் முடிவுசெய்தாள். 'சுயமாக முடிவெடுக்கக் கூடிய, அழகியல் சிந்தனை கொண்ட, அழகான, நல்ல, நாகரிகமான' என பல முன் ஒட்டுக்கள் போட்டு 'மணமகள் தேவை' என விளம்பரம் கொடுத்துத் தேடிப்பிடித்தது போல ராஜனுக்கு கிடைத்தவள். அவளுக்கு அம்மா மட்டும்தான். அவனுக்கு அம்மாவும் இல்லை. சொந்தக்காலில் சௌகர்யமாக நிற்கிற சாஃப்ட்வேர் வேலை. திகட்டத் திகட்ட காதலித்து முடித்து, சமீபத்தில் காதலுக்கான இலக்கணங்களையும் மீறத் தொடங்கியிருந்தார்கள். கண்ணுக்கெட்டிய தூரம் வரை உறவுகள் இல்லை எனினும் எல்லோருக்கும் போல அவனுக்கும்

ஒரு சொந்த ஊர் இருந்தது. சொந்தமாக ஓர் உறவும் இல்லாத, சொந்தமாக ஒரு வீடும் இல்லாத ஒரு சொந்த ஊரை சொந்தம் கொண்டாடுவதில் உருவான கூச்சத்தில் குவிந்துகிடந்தது மனது.

யாரைப் பார்க்கப் போகிறோம்... அவருக்கு நம்மை நினைவிருக்குமா... அவர் இப்போது இருக்கிறாரா... அவர் நமக்கு என்ன உறவு என்கிற அத்தனை கேள்விகளும் புறப்பட்டு வந்த பாதிவழியில் கொக்கிகளாகக் கீறிக்கொண்டிருந்தன.

இத்தனையும் மீறி அந்த ஊரை நோக்கிப் பயணிப்பதற்கு சொந்தமாக அவனுக்கு ஒரு முகம் இருந்தது. அவனுடைய நினைவு சரியாக இருந்தால், அந்த முகத்துக்குரியவரின் பெயர் ராஜாமணி. நினைவு என்னமோ அந்தப் பெண்மணியின் விஷயத்தில் சரியாகத்தான் இருந்தது. ஐந்தாம் வகுப்பு படிக்கும்போதே அறுந்துபோய்விட்ட சங்கிலியை இணைக்கிற ஒரு சந்தர்ப்பமாகவும் ராஜன் அதை நினைத்தான். அவன் அந்த ஊரில் இன்னமும் அன்பு பாராட்டும் என எதிர்பார்த்தது அந்த முகத்தைத்தான்.

ராஜாமணியோடு சேர்ந்தே நினைவுக்கு வந்தது. ஓம் சக்தி டென்ட் கொட்டாய். அந்த டென்ட் கொட்டாய் இப்போது என்னவாக மாறியிருக்கிறதோ? அங்குதான் முதன் முதலாக அந்த முகம் அறிமுகம். சினிமா கொட்டகையில் படம் பார்த்துக்கொண்டிருந்தபோது, இருட்டில் துழாவி துழாவி தேடி வந்து கண்டுபிடித்து, இரண்டு கஜடாவை இரண்டு கைகளிலும் திணித்துவிட்டுப் போனபோது, அந்தப் பெண்மணியின் முகம் ஏறத்தாழ இருட்டுபோலத்தான் இருந்தது. அம்மாவின் மடியில்தான் ராஜன் அமர்ந்திருந்தான். அம்மா ,"வாங்கிக்கடா" என்றார். அந்தப் பெண்மணியைப் பார்த்துப் புன்னகைத்தபடி. அந்த டென்ட் கொட்டாய் இப்போது ஓர் அடையாளமாக இருக்க முடியாது. டென்ட் கொட்டாய்களுக்கான அனுமதி இப்போது எங்கும் இல்லை. அந்தப் பெண்மணியை இரண்டாவது முறை பார்த்தது நன்றாக நினைவிருந்தது. சினிமாவில் பார்த்த அடுத்த நாள் அது. இருட்டில் பார்த்ததால்... அல்லது அந்த முகத்தை நினைவுபடுத்திக்கொள்ள வேண்டும் என்ற எத்தனிப்பு இல்லாததால்... அதைவிட கஜடா முக்கியமாக இருந்ததால்... அந்த முகத்துக்குச் சொந்தமானவர் ஒரு பெண் என்பதைக்கூட அவன் மறந்திருந்த அந்த இரண்டாவது நாளில் அவரைப் பார்த்தான்.

ஊரில் தடுப்பூசி போட வந்த நர்ஸ் அக்காவுக்குத் துணையாக அவனை எல்லாருடைய வீட்டையும் காட்டச் சொல்லியிருந்தார்கள். வீடுகளைக் காட்டினான், அந்த நர்ஸ் அக்காவுக்குத் துணையாக இருந்தான் என்றெல்லாம் சொல்ல முடியாது. ஜாண் பிள்ளை ஆண்பிள்ளை கணக்கில் அந்த அக்காவின் முன்னால் அவன் ஓடிக்கொண்டிருந்தான். "ஆட்டுக்குட்டி முட்டை இட்டு, கோழி

குஞ்சு வந்ததுன்னு யானை குஞ்சு சொல்லக் கேட்டு பூனைக்குட்டி சொன்னதுண்டு...” என்ற பாடலைப் பாடியபடி ஓட்டம்.

டென்ட் கொட்டகையையொட்டி அந்தக் குடிசை இருந்தது. “எனக்கு எதுக்கும்மா தடுப்பூசி?” என்றவர், “இது யார் வூட்டுப் புள்ள?” என்றார். அவன் அப்போதும் அந்தப் பாட்டைப் பாடிக்கொண்டிருந்தான், இடையில் நிறுத்த மனம் இல்லாமல். அறிமுகம் நடப்பதற்குள் அந்த சரணத்தைப் பாடி முடித்துவிட வேண்டும் என்பதுமட்டும்தான் முக்கியமாக இருந்தது.

“கூத்துக்கட்டுவாரே... தில்லை அண்ணன்... அவரோட பையன்.” நர்ஸ் அக்கா சொன்னார்.

“அப்படியா? நேத்து டென்ட் கொட்டாய்ல பாத்தனே? இங்க வா ராசா” என்றபடி வாரி அணைத்துக்கொண்டார். வேகவைத்து வைத்திருந்த வள்ளிக்கிழங்கை சூடு ஆற, ஊதி ஊதி ஊட்டினார். ராஜன் அழைத்துவந்த நர்ஸ் என்பதற்காகவே கண்ணை இறுக மூடி, ஊசி போட்டுக்கொள்ளவும் சம்மதித்தார். அடுத்த சந்திப்புகளிலும் அந்த முகத்தோடு சேர்ந்து சில தின்பண்டங்கள்தான் நினைவுக்கு வந்தன. வெற்றிலை காவி ஏறிய உதடு. முப்பதின் ஏற்ற இறக்கத்தில் வயது. ஆனால், தின்பண்டங்களை வழங்குவதன் பின்னணியில் இருந்தது அவருடைய எளிய அன்பின் தாய்மை. அம்மாவும் அதைத்தான் சொன்னார். “அவங்களும் உனக்கு அம்மா மாதிரிதான்.”

தில்லைராஜன் ராஜபார்ட் நடிகர். ‘ராஜகுரு’, ‘பவளக்கொடி’ இரண்டும் அவருக்குத் தண்ணிப்பட்டபாடு. சரக்குப் போட்டுவிட்டால் இரவெல்லாம் அவருடைய வசன பாராயணங்களை மனப்பாடமாகச் சொல்லுவார். இத்தனைக்கும் எழுதப்படிக்கத் தெரியாது. டேப் ரெக்கார்டர் மாதிரிதான். என்ன சொன்னார்களோ அதை அப்படியே தருவார். ஒருமுறை ஊர் திருவிழாவுக்கு அடவுகட்டி ஆடியவர், பின்னர் அக்கம் பக்கத்தில் கூத்து போட்டால் போய்வரத் தொடங்கினார். ராஜா வேடம் கட்டிவிட்டால், வேடம் கலைத்தபின்னும் ஒரு சிற்றரசன் மிடுக்கு ஒட்டியிருக்கும்.

“அதாகப்பட்டது... காட்டு ஜந்துக்கள் ஊரை நாசம் செய்வதை அறிந்து... பொதுஜனங்களுக்கான சிரமங்களை நீக்குவதற்கு அரசனானவர் முடிவெடுத்துக் காட்டுக்குப் புறப்பட்டார். புலியும் கரடியும் சிங்கமும் யானையும் சிறுத்தையும் நரியும் பெருகியிருந்த காரணத்தாலே... அதாகப்பட்டது அவற்றின் அட்டகாசம் அதிகரித்ததாலே அரசனானவர் அந்த முடிவை எடுத்தார். அந்த நேரத்திலே... பட்டத்து ராணியானவள் எதிரே தலைப்படவே,

“ராணி... நான் இப்போதே காட்டுக்குப் புறப்படுகிறேன்... காட்டு விலங்குகள் நாட்டு மக்களை இம்சித்து வருவதை நீயும் கேள்விப்பட்டு இருப்பாய்... அவற்றை துவம்சம் செய்துவிட்டு, விரைவாகத் திரும்பிவருகிறேன். நீ அதுவரை அந்தப் புரத்திலே அமைதியாக ஓய்வெடுத்துக்கொண்டிரு. நான் திரும்பிவந்ததும் இல்லறத்திலே ஈடுபட்டு, நம் வம்சம் தழைத்திட ஒரு ஆண் மகனை ஈன்றெடுப்போம்” என்றபடி புறப்பட்டார்.”

அரசனே கதையையும் சொல்லி அவருடைய வசனத்தையும் சொல்லிக்கொண்டிருப்பார். அதைக்கேட்க ஒரு கூட்டம் எப்போதும் ஆர்வமாக இருக்கும். பெண் வேஷம் போடும் அருணாசல ஆசாரியும் அதே ஊரில்தான் இருந்தார். இன்னும் பல வேஷக்காரர்கள் அக்கம் பக்க ஊரிகளில் இருந்து வருவார்கள். திருவிழாக் காலங்களில் அவர்களைக் கையில் பிடிக்க முடியாது. தில்லையிடம் ராஜாமணி சொக்கிப் போனதும் அந்தக் காலகட்டத்தில்தான்.

அடுத்த கொஞ்ச நாட்களில் வீடியோ பிரபலமாகிவிட, புதுப்புது சினிமா டேப்புகளை வாடகைக்கு எடுத்துவந்து திருவிழாவை சிக்கனமாக முடித்துக்கொள்ள ஆரம்பித்தனர். வீடியோக்களில் ரஜினியும் கமலும் ஸ்ரீதேவியும் ஸ்ரீப்ரியாவும் கூத்துகட்டுகிறவர்களைவிட அதிகமாகவே ஜொலித்தார்கள். தில்லையின் நடிப்பாசை, டென்ட் கொட்டகை வாசலில் தன் கம்பி மீசையைத் தடவிக்கொண்டு நிற்பதில் வந்து நின்றது. அங்கே அவருக்கு என்ன வேலை என்பதைக் கோடு கிழித்தால் போல சொல்ல முடியாது. கவுன்டர், டிக்கெட் கிழிக்கிற இடம், மசால்வடை விற்கிற இடம், புரொஜக்டர் இருக்கும் இடம் என எல்லா இடங்களிலும் சுழன்றுகொண்டிருப்பார். எடுபிடியா, மேனேஜரா என உறுதிப்பட சொல்லமுடியாது. பெரிய வருமானம் இல்லை. அரை ஏக்கர் நிலம் அவர் பெயரில் இருந்தது. ஈடாகக் கடனும் இருந்ததால் ஒரு நல்ல முகூர்த்தத்தில் அதை பைசல் செய்துவிட்டார். டென்ட் கொட்டகையில் மட்டும் அவருக்கு ஒரு ‘பவர்’ இருந்தது எனச் சொல்லலாம். ராஜாமணி அங்குதான் பலகாரக்கடையில் வேலைபார்த்தார். இடைவேளை தருணங்களில் டீ, வடை, பிஸ்கட்டுகள் விற்கிற சின்ன கூரை ஒன்று டென்ட் கொட்டகைக்குள் இருக்கும். ஒண்ணுக்குப் போன கையோடு ஆளுக்கு ஒரு மசால்வடையை சுவைத்துவிட்டு பீடியோ, சிகரெட்டோ பிடிப்பார்கள். விருத்தாச்சலம் மார்க்கெட்டில் அம்மாவும் அப்பாவும் லாரி அடித்து இறந்தபோது, ராஜனுக்கு ஒரே துணை அவனுடைய படிப்பு மட்டும்தான். வீட்டுமனை, நஷ்ட ஈடு என ஒவ்வொன்றாய் கையில் வந்தபோது அது அவனுக்கு

அத்தனை பயனுள்ளதாக இருக்கவில்லை. அதற்குள் அவன் ஹெச். சி.எல் சாஃப்ட்வேரில் டீம் ஹெட்டாகி இருந்தான்.

ரஞ்சிதாவுக்கு ஜன்னல் வெயில் சற்றே அதிகப்படியாகத் தெரிந்திருக்க வேண்டும். துப்பட்டாவால் முகத்தை மூடிக்கொண்டாள். இமைதிறவாமல், "இன்னும் எவ்ளோ தூரம்?" எனக் கேட்டபோது ராஜனும் ஏதாவது கிலோ மீட்டர் பலகைகள் கண்ணில் படுகின்றனவா எனத் தேடினான். "வந்துடுச்சு."

'கர்ணாவூர் என்ற பலகைக் கண்ணில் பட்டது. ராஜன் இதுவா கர்ணாவூர் என காரின் எல்லா ஜன்னல்கள் வழியாகவும் ஒரு முறை சொந்த ஊரைத் தேடினான். காரை ஓரங்கட்டி நிறுத்திவிட்டு, மாபெரும் குழப்பத்தோடு அந்தக் கூட்டுரோட்டில் இருந்து, தன் ஊருக்குத் திரும்பும் பாதையைத் தேடினான்.

"கர்ணாவூர்னு தான் போட்டிருக்கே?" அப்புறம் ஏன் முழிக்கிறே என்பதைத்தான் ரஞ்சிதா அப்படிக்கேட்டாள். புழுதி பறக்கவிட்டுக் கிளம்பிப் போனது பேருந்து ஒன்று. நிறுத்தத்தில் நின்றிருந்த யாரோ ஒருத்தரும் அந்தப் பேருந்தில் ஏறிப்போய்விட்டனர். சாலை மிகவும் அகலப்படுத்தப்பட்டு ஊரின் அடையாள மரங்கள் நீக்கப்பட்டிருந்தன. பஸ் நிறுத்தத்திலேயே ஒரு பூவரசு மரம் இருக்கும். சாலையின் இரண்டு பக்கமும் ஆலமரம், அரசமரம், புளியமரம் என வரிசைகட்டி நிற்கும். அங்கிருந்து சென்னைக்குப் பஸ் ஏறிய காட்சி நினைவிருந்தது. கூட்டுரோட்டில் டென்ட் கொட்டகை. அதை ஒட்டி ஒரு பஞ்சர் கடை. அடையாளத்துக்கு ஒரு டயரை மரத்தில் கட்டித் தொங்கவிட்டிருப்பார்கள். ஒரே ஒரு அடையாளமும் இல்லை. ஜார் ஆட்சி முடிந்து கம்யூனிச ஆட்சி வந்ததுபோல வேரடி மண்ணோடு புரட்டிப்போட்டிருந்தார்கள்.

"ட்ரஸ்ஸர் ஐலண்ட்" என்றாள் ரஞ்சிதா. பள்ளிக்கூடத்துப் பழக்கம். ஒன் பாத் ரூம் போக அப்படி சங்கேத பாஷை வைத்திருந்தார்களாம். "யாரும் இல்ல. அந்த மரத்துப் பின்னாடி போய்ட்டுவா" அவன் காட்டிய மரத்துக்கு ஒரு வயசுகூட ஆகவில்லை.

"அது ஒரு மரமா?"

"கண்டுக்காதம்மா... நாந்தான் நிக்றன்ல?"

அவள் உட்கார்ந்து எழுந்திருக்கிறவரை சாலையின் பக்கமாக அரண்போல காரை நிறுத்தி, நின்றான்.

டென்ட் கொட்டகை, அதை ஒட்டிய சின்ன சந்தில் ராஜாமணி வீடு எனத்தான் நினைவுக்குறிப்பில் இருந்தது. அந்த அடையாளங்களைக் கண்டுபிடிக்க இயலவில்லை. "இங்கத்தான்

பக்கத்தில எங்க சொந்த ஊர். நூத்தம்பது கிலோ மீட்டர் கூட இல்ல” இப்படிச் சொல்லியிருந்தான். ரஞ்சிதா, போய் பார்த்துவிட்டு வரலாம் என்றாள். அவளுக்குப் பண்ணைவீடு அமைக்கும் கனவு ஒன்று இருந்தது.விவசாயத்தில் ஜெயிப்பது அவ்வளவு சாதாரணம் இல்லை. அது கிரிக்கெட்டில் ஜெயிப்பது மாதிரி இல்லை. பல ஏக்கர் நிலம் வைத்திருப்பவர்களே விற்றுவிட்டு நகரத்துப்பக்கம் நடையைக் கட்டிக்கொண்டிருக்கிறார்கள். அவளுடைய பண்ணைவீட்டுக் கனவில் அழகான தோட்டம், காய்கறி, பூக்கள், பம்ப் செட்டு, சுற்றி மரங்கள், நடுவே வீடு என இருந்தது. இவ்வளவும் உருவாக்கவே பல ஆண்டுகளும் லட்சங்களும் ஆகும். கூலி ஆள் கிடைப்பது, கரன்ட் கிடைப்பது, இன்டெர் நெட் இல்லாமல் தவிப்பது, தண்ணீர் பற்றாக்குறை எல்லாவற்றுடனும் இயற்கை அழகை ரசித்துக்கொண்டு வாழ்வது சிரமம் என அவளை அச்சுறுத்தவில்லை. புதிதாக ஒரு விவசாயி உருவாவது ரொம்ப காஸ்ட்லியான சமாசாரமாகிவிட்டதை அவளுக்குப் புரியவைக்க முடியவில்லை. பசுமை விகடனுக்கு ஆண்டு சந்தா செலுத்திவிட்டதாலேயே அவள் ஒரு விவசாயியாக நினைக்கத் தொடங்கிவிட்டாள்.

இதோ இடம் தேடி வந்தாகிவிட்டது.

யாரும் இல்லாத குறுக்கு சாலையில் சைக்கிளில் பெல் அடித்தபடி வந்துகொண்டிருந்த சிறுவனை அணுகி, “இங்க ராஜாமணின்னு ஒரு அம்மா” என்றான்.

அவனும், “ராஜாமணின்னு ஒரு அம்மா” என யோசித்தான்.

“இங்க ஒரு டென்ட் கொட்டா இருந்துச்சே, அதில வேலை பார்த்தாங்க.”

“டென்ட் கொட்டாயா...?”

இன்னொருவர் பைக்கில் வந்தார். முகவரி விசாரிப்பது அறிந்து, நிறுத்தினார். அவருக்கு டென்ட் கொட்டகை தெரிந்திருந்தது. ராஜாமணியைத் தெரியவில்லை. ஆனால், “இந்தப் பக்கம் குடியிருந்தவர்கள் எல்லாம் காட்டில் குடிசை போட்டு இருக்காங்க” என்றார்.

ராஜாமணி அம்மா இப்போது போட்டிருந்த குடிசை முன்பு பார்த்ததைவிட நன்றாக இருப்பதாக ராஜன் நினைத்தான். மறுபடி மடியில் உட்காரவைத்து கைமுறுக்கு ஏதாவது தின்னக்கொடுப்பாரோ என்றபடிதான் இருந்தது, அவள் காட்டிய பரவசம். 23 வருஷம் கழித்துப் பார்த்தபோதும் அவரை அடையாளம் காண முடிந்தது. அறுபதை நெருங்கியிருப்பார் எனக் கணக்குப்போட்டான்.

“இது நான் கட்டிக்கப் போற பொண்ணு” என அவர்களுக்கான மொழியில் சொல்லிவிட்டு, ரஞ்சிதாவும் அதைப் புரிந்துகொண்டாளா என்பதாகப் பார்த்தான். ராஜாமணி நெருங்கிவந்து பார்த்து, “பவளக்கொடியில் பாத்த ராஜா, ராணி கணக்கா இருக்கீங்க... எத்தினி வருஷம் ஆயிப்போச்சு. இங்க ஒருத்தி இருக்கான்னு தேடி வந்தியே அதுபோதும். ராஜபார்ட்டு பெத்த புள்ளையாச்சே... ராஜா மாதிரிதான் இருக்கும்” அழுகையும் ஆச்சர்யமும் விசாரிப்புமாக பேசிக்கொண்டே இருந்தார் ராஜாமணி.

‘குழந்தை, குட்டிலாம் இல்ல. தனிக்கட்டை.’ பேச்சின் நடுவே ரஞ்சிதாவுக்கு சொன்னார். ‘எங்கப்பன் ஒரு குடிகாரன்... என்னையும் என் அம்மாவையும் அறுவடைக்கு ஆள் வேணும்னு இந்த ஊருக்குக் கூட்டியாந்தாங்க. இங்கயே தங்கிட்டோம்...’ என்ற தகவல் ராஜனுக்கே புதிதுதான்.

ரஞ்சிதாவின் விவசாய ஆசையைச் சொல்லி, ‘இங்கே ஏதாவது இடம் வாங்க முடியுமா?’ என விசாரித்தான். “மகேஷை வரச் சொல்றேன்... கார்லயே வந்து போறாமாரி ரோட்டுமேல நல்ல இடமா காட்டுவான்.”

ரஞ்சிதா ராஜனும் ராஜாமணியும் பேசுவதை செல்போனில் எடுத்து அவர்கள் இருவருக்கும் காட்டினாள். ராஜாமணிக்கு ஆச்சர்யம் தாளவில்லை. “போட்டா நல்லா இருக்கும்மா. எனக்கு ஒரு போட்டா போட்டு தர்ரியா?” என்றார். அப்படியே செல்போனில் இருக்கிற வேறு சில போட்டோக்களையும் ரஞ்சிதா காட்டினாள். “நீங்க ரெண்டு பேர் இருக்கிற மெரியாவும் ஒரு போட்டோ குடும்மா... அதுக்கு என்னா செலவோ அதைக் குடுத்திர்றேன். அப்பல்லாம் போட்டோ ஏது?”

“அதெல்லாம் ஒண்ணுமில்லம்மா. அடுத்த முறை வரும்போது கொண்டுவர்றேன்.”

மகேஷ் பம்பு செட்டோடு நான்கு ஏக்கர் நிலம் இருப்பதாகச் சொல்லி அழைத்துச் சென்று காட்டினான். கொஞ்சம் உள்ளே இருந்தது. மெயின் ரோட்டில் இருந்து மூன்று கிலோமீட்டர் செம்மண் சாலை. ‘25 ரூபாய்’ சொல்வதாக சொன்னான். ‘ரெண்டோ மூணோ குறைக்கலாம்.’

ரஞ்சிதாவுக்கு இடம் பிடித்திருந்தது. பம்பு செட்டு அருகே நாவல் மரங்கள் இரண்டும் தென்னை மரங்கள் நான்கும் ஒரு மாமரமும் இருந்தன.

கிளம்பும்போது, சொல்ல சொல்ல கேட்காமல், ஒரு கைப் பையில் முந்திரி பருப்பைப் போட்டுக் கொடுத்தார். “நல்ல இடம்மா...

262 | 100 சிறுகதைகள்

வாங்கிப் போடு... நான் கூட இருந்து பாத்துக்குறேன். 'போட்டா' மறந்துடாதே..."

ராஜன், 'செலவுக்கு வெச்சுக்கங்க' என ஒரு ஐநூறு ரூபாய் தாளைக் கொடுத்தபோது, அது பத்து ரூபாயா, நூறு ரூபாயா எனக்கூட பார்க்காமல் கையில் சுருக்கி அவன் பாக்கெட்டிலே சொருகினார். காரில் ஏற இருந்த நேரத்தில் ராஜனின் கன்னத்தை வருடி, "அப்பா கூட ஒரு போட்டா எடுத்துக்காமப் போய்ட்டேன்... ராஜா வேஷம் கட்டினா அப்பிடி இருப்பாரு. முகமே மறந்துபோச்சு" என்றாள். கலங்கிய கண்களில் இருந்து நீர் கன்னத்தில் இறங்காமல் மினுமினுத்தது.

- ஆனந்த விகடன், 2017.

பரவசம்

35

'மக்கள்தொகைக் கணக்கெடுப்பில் இந்துக்கள் பிறப்புவிகிதம் குறைந்துள்ளது' - இந்திய சென்சஸ் துறை அறிவிப்பு.

"நமஸ்தே... மொத்தம் 743 பேர் இருக்கிறீர்கள்" என்ற குருஜி, "எண்ணிக்கை சரிதானே?" என்றார் அருகில் இருந்த ஆசாமியைப் பார்த்து. 'அருகில் ஆசாமி' கையால் வாயைப் பொத்திக்கொண்டு தலையை மட்டும் அசைத்தார்.

அந்த இடம் அமைதியாக இருந்தது. வெண்மையாக இருந்தது. அநியாயத்துக்கு வெண்மை. தரை, திரைச் சீலை, சுவர், சாய்ந்துகொள்ளும் திண்டு எல்லாமே. சுற்றுப்புறத்தை மழுங்கடிக்கும் ஒரே மாதிரியான வெளிச்சம். ஒரே மாதிரியான சீதோ மட்டும்... உஷ்ணம் இல்லை. எனக்கு எதிரே அமர்ந்திருந்த பெண்ணின் கூந்தலில் இருந்து, ஒரு மல்லிகை சிந்தினாலும் சத்தம் உண்டாகும் எனத் தோன்றியது. அப்படி ஓர் அமைதி. குருஜி பேசுவது ஒவ்வொருவரின் காதிலும் வந்து பேசுவதுபோல மென்மையாகக் கேட்டது. குருஜி, எங்களுக்கு எதிரே ஒரு மேடையில் மெல்லிய படுக்கையில் அரசர் போல அமர்ந்திருந்தார்.

"உங்களில் எத்தனை பேருக்கு சர்க்கரை வியாதி இருக்கிறது?" என்றார்.

எனக்குப் பக்கத்தில் இருந்தவர், என்னை ஏதோ உத்தரவு கேட்பதுபோல பார்த்துவிட்டு, கையை உயர்த்தினார். பிறகு, அங்கு

இருந்த முக்கால்வாசி பேர் உயர்த்தினார்கள். குருஜி புன்னகைப் பூத்தார்.

"எத்தனை பேருக்கு மூட்டுவலி?"

இப்போதும் நிறையப் பேர் கையை உயர்த்தினார்கள்.

"எத்தனை பேருக்கு ரத்த அழுத்தம் இருக்கிறது?"

இதற்கும் சிலபேர்.

"எத்தனை பேருக்கு மனக் கவலை இருக்கிறது?"

கொஞ்சம் தயங்கி அங்கு ஒன்றும் இங்கு ஒன்றுமாக கைகள் உயர்ந்தன.

குருஜி கண்ணை மூடித் திறந்தார்.

"650 பேருக்கு சர்க்கரை, 384 பேருக்கு மூட்டுவலி, 280 பேருக்கு ரத்த அழுத்தம்... 180 பேருக்கு மனக் கவலை."

'ஹே' என்ற மெல்லிய ஆச்சர்யம் எங்கள் பக்கம் இருந்து வெளிப்பட்டது.

"இங்கே யாருக்கோ கேன்சர் இருக்கிறது..." குருஜி கூட்டத்தைக் கூர்ந்தார்.

"ஆமாம் குருஜி" எனக் கையை உயர்த்தி, கேவி அழுதார் ஒருவர். சமீபத்தில்தான் பென்ஷன் வாங்க ஆரம்பித்திருப்பார்போல இருந்தார்.

"இன்னும் ஒரு மணி நேரத்தில் இங்கே சொல்லப்பட்ட எந்தப் பிணியும் யாருக்கும் இருக்காது. உடம்பே காற்றுபோல மாறப்போகிறது. ஆஸ்துமா, கிட்னி பழுது, லிவர் வீக்கம், வயிறு உப்புசம்... எல்லாமே நிவர்த்தியாகும். தாமரை இலை மீது முத்துப்போல இருக்கும் பனி நீர், சூரியன் வந்ததும் மறைவதுபோல பரிசுத்தம் ஆகும். இன்னும் ஒரு மணி நேரம் பொறுத்துக்கொள்ளுங்கள். என்னுடைய மனோசக்தியால் உங்களுக்கு வரம் அளிக்க முடியும். அதுவும் ஆண்டுக்கு ஒரு முறை. ஆன்ம சக்தியை அப்படியே உங்களுக்குப் பகிர்ந்து அளிக்கப் போகிறேன்... இதோ... இன்னும் சிறிது நேரத்தில்..."

அவருடைய பேச்சு ஒவ்வொருவருக்கும் பிரத்யேகமாக ஒலித்தது. நிறுத்தி நிதானமான ஆங்கில உச்சரிப்பு. கொஞ்சம் ஆங்கிலம் தெரிந்தாலே, அவரவர் தாய்மொழிபோல புரியும்படியான பாந்தமான தொனி.

"எல்லோரும் பத்து நிமிடம் அறைக்கு வெளியே உங்களைச் சுத்தப்படுத்திக்கொண்டு உள்ளே வாருங்கள்."

அறையின் மூன்று புறமும் விசாலமான மடிப்புக் கதவுகள்

திறந்தன. தியான மண்டபத்தில் இருந்து காந்த ஈர்ப்புப் போல மூன்றாகப் பிரிந்து, மூன்று வாயில்கள் வழியாக வெளியே வந்தனர். சத்தம் இல்லாமல் ஆயிரம் பேரும் அங்கு இருந்து வெளியேறி அரங்கத்தைச் சுற்றியிருந்த தாழ்வாரப் பகுதிக்கு வந்தனர்.

வெள்ளைத் துணிகளால் வேயப்பட்ட தடுப்புகள். ஆசிரம சிப்பந்திகள் ஒவ்வொருவரையும் கருணையான முகத்தோடு அணுகி, சுத்தப்படுத்திக்கொள்ளும் முறையை விவரித்தனர்.

'தனித்தனியே குளிக்க வேண்டும். உடம்பில் பொட்டுத் துணி இருக்கக் கூடாது. பூ, ஆபரணம் எதுவும் இருக்கக் கூடாது. அனைத்தையும் கழற்றி அந்த அறைக்குள்ளேயே போட்டுவிடுங்கள். அங்கே ஒரு வெள்ளாடை இருக்கும். பெண்கள், ஆண்கள் இருவருக்குமானது, வெள்ளை அங்கி. அதை அணிந்துகொண்டு மீண்டும் அரங்கில் சென்று அமருங்கள்.'

சிஷ்யர், ஒருவரை அழைத்தார்.

"தூக்கிக்கொண்டு ஓடிவிடுவார்கள் என்றுதானே நினைத்தாய்?"

"ஐயோ இல்லை சுவாமி... மன்னித்துவிடுங்கள்... அப்படித்தான் நினைத்தேன்."

"பாவ மூட்டைகளைச் சுமக்காத, பரிசுத்தமான உடலைத்தான் குருஜி சுகப்படுத்த முடியும். உங்கள் ஆடைகள், ஆபரணங்கள் எல்லாவற்றிலும் பாவக் கறை இருக்கிறது... உங்கள் சொத்துக்கள் எங்கேயும் போய்விடாது. அதைப் பத்திரமாகப் பூட்டிவிட்டு வாருங்கள். உங்களுக்கான பிரத்யேக எண்ணைப் பொருத்துங்கள். அதை யாரும் திறக்க முடியாது. போதுமா?"

"குருஜி நார்த்ல இருந்து வந்திருக்காரா? இப்படி ஒரு சாமிஜியை இதுவரை எந்த மீடியாவிலும் பார்க்கவில்லையே..." - சிலர் விசாரித்தார்கள்.

"குருஜி ஆண்டு முழுதுமே தியானத்தில் இருப்பார். இமயமலை சிகரத்தில் இடுப்புத்துணி மட்டும்தான். குளிர் அவரை நெருங்காது. உடம்பைச் சுற்றி ஒளி வீசும்."

அது ஓர் ஐந்து நட்சத்திர ஹோட்டல். நான் மெள்ள மாடியில் இருந்து இறங்கி ரிசப்ஷனுக்கு வந்தேன். கூட்டம் நடத்தும் சுவாமிஜி பற்றி கேட்டேன்.

"ஹரித்துவார்ல இருந்து ரூம் புக் பண்ணாங்க. ஏதோ யோகா கிளாஸ்னு சொன்னாங்க" என்றான் ஃப்ரன்ட் ஆபிஸ் ஊழியன்.

"எனக்கு இவர்கள் மேல் சின்ன சந்தேகம் இருக்கிறது. அவர்களின் முகவரி, போன் நம்பர் ஏதாவது தர முடியுமா? என் பெயர்

கணேசன்... அசிஸ்டென்ட் கமிஷனர்" என் காவல் துறை பதவி அடையாள அட்டையைக் காட்டினேன்.

"ஏன்? என்ன சந்தேகம்? ஏதாவது பிரச்னையா?"

"இதுவரை ஒரு பிரச்னையும் இல்லை. வந்திருப்பவர்களை ஏமாற்றிவிட்டுப் போய்விடுவார்களோ என ஒரு யூகம்."

சற்று யோசனைக்குப் பிறகு, அவர்களின் லெட்டர் பேடில் யோகா வகுப்பு நடத்துவதற்கான அனுமதிக் கடிதம் எழுதப்பட்ட நகலைக் காண்பித்தான். நான் நம்பரையும் முகவரியையும் குறித்துக்கொண்டு, என் டெல்லி நண்பருக்கு போன் போட்டேன். இங்கே நடப்பவற்றை விவரித்தேன். விசாரிக்கச் சொல்லிவிட்டு, மீண்டும் யோகா வகுப்பு நடக்கும் இடத்துக்கு வந்தேன்.

"எங்கே போய்விட்டீர்கள்... சீக்கிரம் சுத்தப்படுத்திக்கொள்ளுங்கள்" என்றார் ஒரு சிப்பந்தி.

எல்லோரும் குளித்துவிட்டு வெள்ளை அங்கியோடு இருந்தார்கள். 999 ஆடுகள். ஆட்டு மந்தைக் கூட்டம்.

வேகமாக தண்ணீரில் தலையைச் சிலுப்பிவிட்டு அங்கியை மாட்டிக்கொண்டு வந்தேன். என்னுடைய லாக்கரில் செல்போனும் வாட்ச்சும் மட்டும்தான். பர்ஸில் நானூத்திச் சொச்சம் பணம் இருந்தது. போனால் போகட்டும்... கையும் களவுமாகச் சிக்கவைத்தால் போதும்; சின்ன மீனைப் போட்டு பெரிய மீனைப் பிடிப்போம்.

சின்னச்சின்ன ஆசனங்களை, அதனால் உடலுக்கு ஏற்படும் நன்மைகளை மெதுவாக விளக்கினார். 36 ஆசனங்களைக் கற்பித்தார் குருஜி. "எல்லா வயதினரும் எல்லா பாலினரும் செய்யக்கூடியவை" எனச் சொன்னார்.

அடுத்து வாழ்வின் நிலையாமை குறித்த சிறிய பிரசங்கம். பிறகு, ஓர் ஆண்டு தவப்பலனை அப்படியே தலைக்குள் இறக்கப்போவதாகச் சொன்னார். ஒவ்வொருவரும் அவர் அருகே குனிந்து நிற்க, அவர் தன் கையை தலை மீது வைத்து ஆசீர்வதித்தார். சிலர் அவருடைய கை தலையில் பட்டதும் உடல் சிலிர்த்து மின்சாரம் பாய்ந்ததுபோலத் துடித்தார்கள். சிலர் கோவென அழுதார்கள். என்னுடைய முறைக்காகக் காத்திருந்தேன். ஏறத்தாழ இதை எல்லாம் நம்பிவிடுவேன்போல இருந்தது. ஏதோ தவறு நடக்கிறது... எங்கோ இடித்தது. கண்டுபிடிக்க வேண்டும்.

நான் குருஜியை நெருங்கினேன். புன்முறுவினார். 'என்னையே எடைபோடுகிறாயா?' என்ற கிண்டல் போல இருந்தது.

"டெல்லி நண்பர் என்ன சொல்வார் எனச் சொல்லட்டுமா?"

மிரட்சியுடன் "அது வந்து..." என்றேன்.

குருஜி கண்ணை மூடித் திறந்தார். "ஹரித்துவாரில் விசாரித்துக் கொண்டிருக்கிறார்... அங்கே அப்படி யாரும் இல்லை எனச் சொல்லிக்கொண்டிருக்கிறார்கள்... எனக்கு முகவரி ஏது? அவசரமாக உனக்கு போன் செய்கிறார். ஓ! உன் போன் லாக்கரில் இருக்கிறதா?"

அவசரமாக, "ஆமாம்" என்றேன்.

"எல்லோரும் செல்போனை சைலன்டில் போட்டு வைக்குமாறுதான் சொன்னேன். பரவாயில்லை. வெளியில் போய் நிதானமாக அவருக்குப் பதில் சொன்னால் போதும்."

அடுத்து வந்த ஒருவர், "குருஜி எனக்கு பணக் கஷ்டம்" என்றார். "நான் பணம் அடிக்கும் எந்திரம் இல்லை" - குருஜி சிரித்தார்.

பணக் கஷ்டம் என்றவர் திடுக்கிட்டு, அவர் பாக்கெட்டில் இருந்து செல்போனை எடுத்தார். "குருஜி என் அக்கவுன்டுக்கு திடீரென நான்கு லட்சம் வந்திருக்கிறது" என்றார் சந்தோஷமாக.

கூட்டத்தில் இருந்த ஒருவர், அவசரமாக அவருடைய செல்போனை எடுத்துப் பார்த்தார். "அய்யா நான் இவருக்கு உதவலாம் என நினைத்தேன். என்னுடைய அக்கவுன்டில் இருந்து நான்கு லட்சம் குறைந்திருக்கிறது. உங்கள் மகிமையே மகிமை" - குருஜி அதேபோலச் சிரித்தார்.

ஒருவர், "அய்யா நான் ஒரு பாவம் செய்துவிட்டேன். பரிகாரம் வேண்டும்."

"நீ செய்த பாவம் பரிகாரம் இல்லாதது. சொந்தச் சகோதரனையே கொன்றிருக்கிறாய்..."

"ஆமாம் குருவே... ஆமாம்... எனக்குப் பரிகாரம் அருளுங்கள்" - அழ ஆரம்பித்தார்.

"பாவத்தைப் பரிகாரத்தால் கரைக்க முடியாது. எப்படி பாவம் செய்தாயோ... அப்படியே புண்ணியம் செய்" - ஆசீர்வதித்தார்.

இந்த ஆளை நம்புவதா, கூடாதா?

என் முறை. என்னுடைய தலையிலும் கைவைத்தார். ஏதோ உள்ளே பாய்ந்ததுபோல... இல்லை அதிர்வதுபோல... சுகமாக இருந்தது.

ஆசி பெற்ற எல்லோருக்கும் ஓர் அதிர்வு. நோய் என ஒன்று இருப்பதாகத் தெரியவில்லை. பரவசம் பாய்ச்சப்பட்ட நிலை.

முடிந்தது. எல்லோரும் அவரவர் உடையில் வெளியே வந்தோம்.

என் டெல்லி நண்பர் போன் செய்தார். "குருஜி என யாரும் இங்கே இல்லை. நம்பாதே" என்றார்.

"குருஜியை நம்பக் கூடாது என நினைப்பதே பாவச் செயல்" என்றேன்.

"என்ன சொல்கிறாய் நண்பா... நீதானே விசாரிக்கச் சொன்னாய்?"

"யாரைச் சந்தேகப்படுவது என ஒரு வரைமுறை இருக்கிறது."

மறுமுனையில் நண்பனிடம் பேச்சு இல்லை.

நிற்க. இந்த விநாடியில் இருந்து இந்தக் கதையைச் சொல்லப்போவது கணேசனின் டெல்லி நண்பனாகிய நான். நான் ஒரு டாக்டர்.

நான் உடனே சென்னைக்குத் திரும்பினேன். கணேசன் ஒரு மாதிரி பரிபூரண நிலையில் இருந்தான். 'குறை ஒன்றும் இல்லை மறைமூர்த்தி கண்ணா...' பாடினான். அவனுடைய மனைவி சுமித்ரா, "அங்க போய் வந்ததில் இருந்து இப்படித்தாங்க இருக்காரு" என்றாள்.

"எப்படி?"

"எப்பவும் ஏகாந்தமா. குழந்தைக்கு ஃபீஸ் கட்றது... வீட்டு வாடகை தர்றது எல்லாம் எதுக்குன்னு கேட்கிறார். நான் கிட்ட போனா தெய்வீகமா சிரிக்கிறார்... நெருங்க மாட்டேங்கிறார்."

அந்த குருஜிதான் என்னவோ செய்திருக்கிறார்.

ஹோட்டலில் சென்று விசாரித்தபோது, அந்த யோகா வகுப்பினர் தந்த லெட்டர் பேடைக் காட்டினர். அப்படி ஒரு முகவரியைக் கண்டுபிடிக்கவே முடியவில்லை. ஒரு வெட்டவெளி மலையைத்தான் அங்கே பார்க்க முடிந்தது. அந்த முகவரியைத் தேடும்போது, ஒரு போன் வந்தது நினைவுக்கு வந்தது. மறு முனையில் பேசியது யார் எனத் தெரியவில்லை. 'குருஜியைச் சந்தேகிக்காதே' எனச் சொன்னது நினைவிருக்கிறது. அது சென்னை நம்பர். கணேசன் என்னிடம் குருஜியைப் பற்றி விசாரிக்கச் சொன்னதை அறிந்த யாரோ பேசியிருக்கிறார்கள். யோகா வகுப்பின்போது போன்களை ஓர் இடத்தில் வைக்கச் சொல்லியிருப்பார்கள். கணேசன் கடைசியாக என்னிடம் பேசிய எண்ணைப் பார்த்து, எனக்குப் பேசியிருக்கிறார்கள்.

யோகா வகுப்பில் எதையோ சாப்பிடக் கொடுத்திருக்கிறார்கள். கணேசன், 'அங்கே எதுவும் சாப்பிடவில்லை... வீணாகச் சந்தேகப்படாதே' என்கிறான். 'குண்டலினி யோகா... குண்டலினியை உச்சந்தலைக்குக் கொண்டுவந்தார் குருஜி' என்கிறான்.

லௌகீகங்கள் அற்ற நிலைக்கு வந்துவிட்டான். சுமித்ரா நெருங்கினால், தெய்வீகமாகச் சிரிப்பதாகச் சொன்னாள். ஏற்கெனவே சுமித்ராவை நெருங்காமல் இருந்தபோது நான் சில யோசனைகளையும் மாத்திரைகளையும் கணேசனுக்குத் தந்தேன்.

ஏதோ பிரெய்ன் கன்ட்ரோல் புரோகிராம். அன்று கலந்துகொண்ட

எல்லோருக்கும் அப்படி ஆனதா? இவனுக்கு மட்டுமா?

மெனக்கெட்டு விசாரித்ததில் இன்னும் ஒரு நபர் அகப்பட்டார். அவரும் கணேசனின் நிலையில்தான் இருந்தார். ஒரே ஒரு வித்தியாசம். இவருக்கு ஒரு விஷயம் கூடுதலாகத் தெரிந்தது. வரப்போகிற உலக யோகா தினத்தில் குருஜி தலைமையில் 5,000 பேர் கலந்துகொள்கிறார்கள். அதற்கு முன்பணமும் வசூலிக்கப்பட்டுவிட்டது.

இந்த இரண்டு பேரை ஆராய்ந்ததில், நோய்கள் எல்லாம் குணமாக்கப்பட்டுவிட்டன என்பதைவிட, நோயை அலட்சியம் செய்யும் போக்குதான் வெளிப்பட்டது. நோயை மதிக்கவிடாமல் செய்யும் யுக்தி.

அவசரமாக 15 ஆயிரம் ரூபாய் கட்டி, யோகா வகுப்புக்குப் பதிவு செய்தேன். அவர்கள் கொடுக்கிற பச்சை தண்ணீரையும் அருந்தாமல் கவனமாக இருக்க வேண்டும்.

உலக யோகா தினம்.

எல்லோரும் காரில் வந்தவர்கள்தான். பெரிய மைதானம் முழுக்க சாமியானா எழுப்பி, எப்படியோ சவுண்டு புரூஃப் –ஆக இடத்தை வைத்திருந்தார்கள். ஒவ்வொரு சத்தத்தையும் சுத்தமாகத் துடைத்து வைத்தமாதிரி அப்படி ஓர் அமைதி. அங்கி மாட்டிக்கொண்டு வரச்சொன்னார்கள். பொருட்களை லாக்கருக்குள் வைக்கச் சொன்னார்கள். ஒருவனுக்கு பணம் தேவைப்பட்டபோது, இன்னொருவனின் அக்கவுன்டில் இருந்து பணம் பரிமாறப்பட்டது. ‘இது ஏதோ தில்லுமுல்லு. அவர்களின் ஆட்கள் இருவர் நடத்துகிற நாடகம். அவங்களோட ஆள் எவனோ ஒருவன் அப்படியாக அவர்கள் இருவருக்கும் எஸ்.எம்.எஸ் அனுப்புகிறான். நம்பாதே...’

யோகா வகுப்பு முடிந்து, குருஜி ஒவ்வொருத்தரையும் அழைத்து ஆசீர்வதித்தார்.

தலையில் அவர் கை வைத்ததும் எல்லோரும் ஒரு விநாடி சிலிர்த்தார்கள். அது வினோதமாக இருந்தது. குருஜிக்கு எதிரே தரையில் ஒரு சாக்பீஸ் வளையம்போல மெல்லிசாக வரைந்து வைத்திருந்தார்கள். யோகா அன்பர்கள் அதன் நடுவே நிற்கவைக்கப்பட்டார்கள்.

அதில்தான் ஏதோ விஷயம் இருக்கிறது. குருஜி ஆசீர்வதிப்பதற்கு வசதியாக, கை எட்டும் தூரத்தில் அங்கே நிற்கவைக்கப்படுவதாகச் சொல்லப்படுவது ஏற்றுக்கொள்ளும்விதமாக இல்லை. ‘டேய் டேய் என்னடா பண்றீங்க?’

நான் மன உறுதியுடன் போய் வளையத்தில் போய் நின்றேன்.

குருஜி சிநேக... சந்தேகப் பார்வையோடு புன்னகைத்தார். தலையில் கையை வைத்தார். உடம்பு அதிர்ந்தது. குலுங்கியது போலவும் இருந்தது.

சாஷ்டாங்கமாக குருஜியின் காலில் விழ இருந்தே... விழவில்லை. சுதாரித்தேன்.

டென்மார்க்கில் நடைபெற இருக்கும் டாக்டர்கள் மாநாடு நினைவுக்கு வந்தது. நானும் அதில் ஒரு சிறப்பு விருந்தினன். அதில் டாக்டர்கள் சமர்ப்பிக்க இருக்கும் பேப்பர்... ஓ மை காட். எல்லாம் பனிக்காற்றின் ஊடே மலைச் சிகரம்போல பிசிறாகத் தெரிய ஆரம்பித்தன.

விவரமாக ஒரு கடிதம் எழுதினேன். பிரதமர், உளவுத்துறை, குடும்பநலம் மற்றும் சுகாதாரத் துறை, இந்திய மருத்துவக் கழகம் எல்லாவற்றுக்கும் ஒரு பிரதி அனுப்பிவைத்தேன்.

'அவசரம்... அவசியம்.

இப்படியான யோகா வகுப்பு இந்தியா முழுக்க உள்ள நகரங்களில் நடந்திருக்கிறது. குருஜியின் முன் அன்பர்கள் நிற்பதற்கான வளையம் ஒரு துத்தநாகத் தகரத்தால் ஆனது. குருஜி ஒரு செம்பு ஜடாரியை வைத்து ஆசீர்வதிக்கிறார். இதில் ஓர் எளிமையான விஞ்ஞானம் இருக்கிறது.

ஒரு பயாலஜி ஆய்வுக்கூடத்தில் தவளையை அறுத்து பாடம் நடத்திய ஆசிரியருக்கு ஷாக் அடித்தது. முதலில் தவளையின் உடம்பில் மின்சாரம் இருப்பதாக நினைத்தார்கள். பிறகுதான் உண்மையைக் கண்டறிந்தார்கள். தவளை வைக்கப்பட்டிருந்த மேடை ஒரு செம்புத் தகட்டால் ஆனது. பாடம் நடத்திய ஆசிரியர் துத்தநாக கத்தியால் தவளையை வெட்டியிருக்கிறார். தவளையின் உடம்பில் உப்புத் திரவம் அதிகமாக இருக்கும். தாமிரத்துக்கும் துத்தநாகத்துக்கும் இடையில் உப்புக் கரைசலை வைத்தால், மின்னோட்டம் ஏற்படும் என்பது ஐந்தாம் வகுப்புப் பாடம். சுவர் கடிகாரங்களுக்கு நாம் பயன்படுத்தும் பேட்டரி கண்டுபிடிக்கப்பட்டது இப்படித்தான்.

அதைத்தான், அந்த அறிவியலைத்தான், கொஞ்சம் அதிகமாக்கியிருக்கிறார்கள். அந்த மின்னோட்டத்தை மூளையின் ஆர்கஸ்மிக் செயல்பாட்டுப் பகுதியோடு தொடர்புபடுத்தியிருக்கிறார்கள். மின் காந்தவியல் மையத்தில் மனிதர்களை நிறுத்தி, 0.8 செகண்டு பரவசத் துடிப்புகளாக... சிற்றின்பத்தையே பேரின்பமாக்கி இருக்கிறார்கள். உடனடியாக சில ஹார்மோன் இம்பேலன்ஸ் இதனால் நிவர்த்தியாவதால், நோய் தீர்ந்த உணர்வும் தற்காலிக உற்சாகமும் ஏற்படும். வெளித் தோற்றத்தில் மக்களை ஏமாற்றி

பணம் சம்பாதிப்பது புரியும். இன்னொரு முக்கியமான ஆபத்து, செக்ஸ் ஆர்வம் இன்மை. இது மனித இனத்தையே பாதிக்கும்.

கடந்த யோகா தினத்தில் இந்த அமைப்பினர் நடத்திய இந்தியக் கூட்டங்களில் சுமார் 80 ஆயிரம் பேர் செக்ஸ் ஆர்வம் இழக்கவைக்கப்பட்டிருக்கிறார்கள். இது, மேலும் வேகமாக நிகழ்த்தப்படுகிறது. இதை நிவர்த்திசெய்வதற்கான மருந்தை வரும் நவம்பர் மாதம் டென்மார்க்கில் நடக்கும் செக்ஸாலஜிஸ்ட் மாநாட்டில் அறிவிக்க இருக்கிறார்கள். இது சர்வதேச மருந்து நிறுவனங்களின் சதி. விரைந்து நடவடிக்கை எடுக்கவும்.'

இதுதான் நான் அனுப்பிய கடிதத்தின் சாரம்.

பின்குறிப்பு: மனைவியிடம் விலகிப்போக வேண்டியிருக்கிறது. நானும் அந்த மருந்துக்காகத்தான் காத்திருக்கிறேன் நண்பர்களே!

- ஆனந்த விகடன், 2016

பாஸ்வேர்டு

36

நட்டநடு சாலையின் மஞ்சள் கோட்டில் அவனும் அவளும் நின்றிருந்தனர். அவர்களுக்கு முன்னும் பின்னும் கொக்கியில் மாட்டிய ரயில்பெட்டிகள் போல வாகனங்கள் தொடர்ச்சியாகப் போய்க்கொண்டிருந்தன. ஐந்து நிமிடங்களுக்கு மேலாக சாலையைக் கடக்க வழிகிடைக்காமல் நின்றிருந்தனர். அது சாலையைக் கடப்பதற்கான தடம் அல்ல. வாகனங்களுக்கு இடையே அரிதாக இடைவெளி விழும்போது, தற்கொலை முயற்சி போல பாய்ந்து சென்று சாலையைக் கடந்துவிட வேண்டும். ஆனால், இடையில் வெளியே இல்லாத வாகனச் சுவர்.

சற்று தூரத்தில் சிக்னல் இயந்திரம் இருந்தது; ஆனால் அது வேலை செய்யவில்லை; போக்குவரத்து போலீஸாரும் இல்லை. இரண்டு பேருக்குப் பரிதாபப்பட்டு வாகனங்கள் நிற்பதாகவும் இல்லை. ஒருவரை ஒருவரை ஒருவர் வழித்துணைபோல பார்த்துக்கொண்ட அந்தத் தருணத்தில்தான் அவர்களுக்குள் பார்வை அறிமுகம் நிகழ்ந்தது.

“சிட்டி பேங்க் நான்கு மணி வரைக்கும்தானே?” என அவள் கேட்டபோதுதான் அவனும் ஒரு புன்னகையோடு தயார் ஆனான். அவளும் புன்னகைத்தாள்.

அவன் கடிகாரத்தைப் பார்த்துவிட்டு, “இன்னும் அஞ்சு நிமிஷம்தான் இருக்கு. இன்னைக்கு லாஸ்ட் நாள் வேற” என்றான். அந்த வாகனத் திரளில் மனிதர்கள் இருவர் பேசுவதற்கான சூழ்நிலை இயல்பாகவே உருவாகியது.

உடனடியாக அவள் ஒரு காரியம் செய்தாள். அவளுடைய கைப்பையில் இருந்து செல்போனை எடுத்தாள். வேகமாக சில பட்டன்களை அழுத்தினாள். பொறுமை இன்றி காத்திருந்தாள். அவள் முகத்தில் புன்னை மலர்ந்தது. "ஆன்லைன்லயே கட்டிட்டேன்." செல்போன் குறுஞ்செய்தியைப் பார்த்தபடி, பொதுவாக சொன்னாள். ஆனால், அதைக் கேட்பதற்கு அங்கு அவன் ஒருவன் மட்டும்தான் இருந்தான்.

அவள் முடிவெடுத்த வேகம், தொழில்நுட்பத்தை சட்டென பிரயோகித்த திறமை, விழிகளைச் சுழற்றியபடி சொன்ன பாணி... எதனாலோ அவனுக்கு அவளைப் பிடித்துப்போனது. அவள் மஞ்சள் நிறப் புடவை கட்டியிருந்தாள். அதே நிறத்தின் சகோதர வேறுபாடுதான் அவளுடைய நிறம். அவ்வளவு மலர்ச்சியான விழிகள். கேமிரா படம் எடுப்பதுபோல் அதன் இமைகள் மெல்ல மூடித் திறந்தன. சுருள் சுருளான கருப்பான தலைமுடி, வாகன ஓட்டத்துக்கு ஏற்ப காற்றில் அலைபாய்ந்தது. மஞ்சள் நகப்பூச்சு. நீளமான விரல்கள். 10 வினாடியில் மிக அதிகமாகவே அவனால் கவனிக்க முடிந்தது.

"நீங்க எவ்வளவு கட்டணும்?"

"பனிரெண்டாயிரம்."

"இப்ப கட்டப்போறீங்களா?"

"செல்போன்ல ('கட்டத் தெரியாதே' என்பது பாவனையில்)... இன்னைக்குத்தான் கடைசி தேதி..." என்றபடி பாக்கெட்டைத் தொட்டான்.

"கடைசி தேதியா?... கடைசி நிமிஷம். சரி, உங்க கிரிடிட் கார்டை எடுங்க." மேஜிக் செய்பவர்கள் திடீரென எதிர்வரிசையில் ஒருவரை அழைத்து, 'உங்ககிட்ட ஒரு பத்து ரூபா நோட்டு இருந்தா கொடுங்க' என்பாரே அப்படி... ஆச்சர்யம் நடக்கக் காத்திருக்கும் சந்தர்ப்பம் போல கட்டுப்பட்டு, கிரிடிட் கார்டை எடுத்து நம்பரைக் காட்டினான். சில வினாடிகளில் அவனுடைய தொகையையும் கட்டிவிட்டு, அவளுக்கு வந்த குறுஞ்செய்தியைக் காட்டினாள். "ஆக்டிவேட்டட்."

"பனிரெண்டாயிரத்தை எடுங்க."

எல்லாம் கனவுபோல இருந்தது. அவன் பணத்தை எடுத்துக் கொடுத்தான்.

"இனிமே "நாம ரோடை கிராஸ் பண்ண வேண்டியது இல்லை." அவளுடைய பேச்சில் சிநேகமும் உரிமையும் இருந்தது.

"திரும்பிப் போகணுமே? கிராஸ் பண்ணித்தான் ஆகணும்."

என்னமாக மடக்கிவிட்டோம் என ஓர் அசட்டுப் பூரிப்பு அவனிடம்.

"யா. அப்கோர்ஸ். இந்தப் பக்கம் அவ்வளவு ட்ராஃபிக் இல்லை. நீங்க எங்க போகணும்?" உரிமையாகக் கேட்டாள்.

"இங்க ஒரு மல்டிமீடியா இன்ஸ்டிட்யூட் நடத்துறேன். ஆனந்த் தியேட்டர் பக்கத்தில."

அவர்கள் சாலையைக் கடந்து, ஸ்பென்ஸர் பக்கத்தில் வந்து நின்றனர். "ஆனந்த்னு ஒரு தியேட்டரா? நான் கேள்விப்பட்டதே இல்ல."

"அந்த தியேட்டரை இடிச்சுட்டு காம்ப்ளெக்ஸ் கட்டிட்டாங்க... நீங்க மெட்ராஸுக்குப் புதுசா?"

"ஆமா. ரெண்டு வருஷமாச்சு.. ஸ்பென்ஸர்ல பொட்டிக் வெச்சிருக்கேன்."

விசிட்டிங் கார்டை எடுத்துக்கொடுத்தாள். தன்னுடைய கார்டை கொடுக்கும் சந்தர்ப்பத்துக்காக ராகவேந்தரருக்கு நன்றி சொல்லிக்கொண்டான். அவனுக்கு ரஜினியின் மூலமாக ராகவேந்தர் அறிமுகம். அதே நேரத்தில் அவளுடைய செல்போன் மெல்லிய 'டிங்' ஒலியை எழுப்பியது. எடுத்துப் பார்த்துவிட்டு, "உங்க அமௌன்ட் ட்ரான்ஸ்பர் ஆகிடுச்சு" என்றாள்.

"ஓ... தாங்க்ஸ்."

புன்னகையைக் காட்டிவிட்டு, பதில் வழியலை ஏற்றுக்கொண்டு ஸ்பென்ஸர் கட்டடத்துக்குள் நுழைந்து, கண்ணில் இருந்து மறைந்தாள். மனதில் இருந்து மறையவில்லை. அவளுக்கு முப்பது வயது இருக்கலாம். அவனுக்கு 42. அவனுக்குத் திருமணம் ஆகி ஒரு பையன். மாமனார் கண்காணிப்பில் ஹாஸ்டலில் ப்ளஸ் டு. அவளுக்கும் கல்யாணம் ஆகி இருக்கக்கூடும். மகனோ, மகளோ இருக்கலாம். இது சரியில்லை. இந்த வயதில் மனதைப் பறிகொடுப்பது பொருத்தமாகவே இல்லை. வீண் பிரச்னைகளும் மன உளைச்சலும்தான் ஏற்படும் என தேற்றிக்கொண்டு, அரும்பிய காதலை அப்படியே கிள்ளி எறிய நினைத்... அப்போது அவளிடம் இருந்து போன் வந்தது. "நூறு ரூபாய் அதிகமா இருக்கு. ஓ.எம்.ஜி. உடனே, எனக்கு நீங்க இந்த நம்பருக்கு கால் பண்ணுங்களேன்" என அவசர அவசரமாக போனை கட் செய்துவிட்டாள். இப்படி கணக்கு பார்க்கிறாளே என்ற சிறிய எரிச்சலுடன்தான் அவளுக்குப் போன் செய்தான். என்ன ஆச்சர்யம்? அவளுடைய ரிங் டோனும் 'டோன்ட் வொர்ரி பீ ஹாப்பி' என பாப் மெர்லியின் குரல். 'ஆச்சர்யமா இருக்கில்ல? அதுக்காகத்தான் போன் பண்ணச் சொன்னேன்.

அவளோடு பழகவும் அவளைப் பிடித்துப்போகவும் காரணங்கள் கூடின. அவர்களுக்குள் வேறு என்னென்ன ஆச்சர்யங்கள் இருக்கக் கூடும்? இருவருக்கும் அண்ணா சாலையிலேயே ஆபீஸ். அப்புறம்...? இருவரின் அலைபேசி எண்களும் 88 என முடிந்திருந்தன. எடுத்துச் சொன்னபோது, “ஓ! சர்ப்ரைஸ்” என்றாள்.

ஏதாவது காரணங்கள் சொல்லி அவளுடைய ‘துலிப் பொட்டிக்’குக்கு இரண்டு முறை போனான். முதல் முறை ஸ்பென்ஸரில் ஒரு சட்டை எடுக்க வந்ததாகச் சொன்னான். “ஓ... இங்கதான் உங்க ஷாப்பா?” என செயற்கையாகச் சொல்ல வேண்டியிருந்தது.

இரண்டாவது முறை டீ சர்ட். அதன் பிறகு நிறைய முறை சென்றான். காரணங்கள் தேவைப்படவில்லை. அவள் அறிவாலயத்துக்கு எதிரே ஒரு பெரிய அப்பார்ட்மென்ட்டில் தனியாக வீடு எடுத்து தங்கியிருந்தாள். வைத்தது வைத்த இடத்தில் இருக்கும் அழகான வீடு. அவளுக்கு யாருமே இல்லை. சொந்த ஊர் பெங்களூரு. பெயர் ரஞ்சனி. அவளுடைய பெற்றோருக்கு ஒரே ஒரு மகள். பெற்றோர் ஷீரடிக்கு காரில் பயணம் சென்றபோது விபத்தில் இறந்துபோனதால் பெற்றோரையும் கடவுள் நம்பிக்கையையும் ஒரே நாளில் இழந்துவிட்டதாகச் சொன்னாள். அவளுக்கு அப்போது 12 வயது. மாமாவும் மாமியும் உடன் இருந்தனர். 20 வயதில் திருமணம் நடந்தது. 21-வது வயதில் டைவர்ஸ் மனு கொடுத்து, 24-வது வயதில் விடுதலை. மாமா, மாமிக்கு கொஞ்சம் பணத்தைக்கொடுத்து ஊருக்கு அனுப்பிவைத்தாள். வீட்டை விற்று எடுத்துக்கொண்டு மும்பையில் போய் செட்டில் ஆனாள். அங்கே நான்கு வருடங்கள். கார்மென்ட்ஸ் வைத்திருந்தாள். சென்னைக்கு வந்து இரண்டு வருடங்கள் ஆகிவிட்டன. இதுதான் அவள் சொன்ன சுருக்கமான வரலாறு. அவளுடைய வாழ்க்கை ஆங்காங்கே நிரப்பப்படாத ரகசியங்களால் மூழ்கியதாக இருந்தது. ஆங்காங்கே சில ஏன்கள் இருந்தன.

அவன் பெயர் குமார். அவனுடைய வாழ்க்கையில் இத்தனை அட்வென்ச்சர்கள் இல்லை. பிறந்தது, படித்தது, வளர்ந்தது, தொழில் தொடங்கியது, நான்கே ஆண்டுகளில் ப்ரஸ்ட் கேன்சரில் மனைவியைப் பறிகொடுத்தது எல்லாமே சென்னையில்தான். தன் வாழ்வில் வேறு ஒரு பெண்ணுக்கு இடம் இல்லை என முடிவெடுத்து பத்து ஆண்டுகள் ஓடிவிட்டன. ரஞ்சனி அந்த முடிவை மாற்றிவிட்டாள். இருவருக்குமான இழப்புகளே அவர்களின் சிறப்பு சலுகை ஆகிவிட்டது. குமார் அவ்வப்போது அவளுடைய வீட்டிலேயே தங்கிச் செல்வதற்கு அளவுக்குப் போதுமானதாக அந்த சலுகை இருந்தது.

அவள் எல்லாவற்றையும் நீட்டி முழக்கிச் சொல்பவளாக

இருக்கிறாள் என குமார் நினைக்கவில்லை. எதையும் கருத்தாகப் பேசுபவளாக அவனுக்குத் தெரிந்தாள். “என்னுடைய ப்ரீபெய்ட் கார்டை போஸ்ட் பெய்டா மாத்திட்டேன். கடைக்காரன், ரேஷன் கார்டு இருக்கான்னு கேட்டான். நான் இல்லைன்னு சொல்லிட்டேன். ஆதார் அட்டை இருக்கான்னு கேட்டான். அதுவும் இல்லைனு சொன்னேன். ஓட்டர் ஐடி இருக்கான்னு கேட்டான். அதுவும் இல்லைன்னு சொன்னேன். அப்ப உங்களுக்கு எப்படி குடுக்கறதுன்னு சொல்லிட்டான். நல்ல வேளையா என்கிட்ட பாஸ்போர்ட் இருந்துச்சு. அது அப்பா, அம்மா இருக்கும்போது வாங்கிவெச்சது. நடுவுல நல்ல பொண்ணா ரினிவல் பண்ணியிருந்தேன். ஒருவழியா பாஸ்போர்ட்டை வெச்சு போஸ்ட் பெயிடா மாத்த முடிஞ்சது” என்பாள். இது ஒரு உதாரணம்.

இன்னொரு உதாரணம்... “காலையில் ஓட்டலுக்குப் போனேன். தோசை இருக்கான்னு கேட்டேன். பொங்கல்தான் இருக்குன்னு சொன்னான். எனக்கு நல்ல பசி. தோசைக்காக ஓட்டல் ஓட்டலா அலைய முடியுமா? சரி சாப்புடுவோம்னு முடிவுபண்ணேன். பொங்கலுகுக்கு வடைகறி கிடைக்குமான்னு கேட்டேன். சாம்பார், சட்னின்னு சொன்னான். எனக்கென்னவோ அந்த காம்பினேஷனே பிடிக்காது. வேண்டாம்னு சொல்லிட்டு சப்பாத்தி சாப்பிட்டேன்.”

இவள் தரப்பை அவளுடைய வழக்கமான குரலிலும் அவளுடன் உரையாடிய மாற்று ஆட்களின் குரல்களுக்கு சற்றே பேஸ் வாய்ஸிலும் பேசி, அதை நடித்துக்காட்டாத குறையாக விவரிப்பது கொஞ்சம் அதிகம்தான். சுமதி அப்படி பேச மாட்டாள். பல சம்பாஷணைகளுக்கு ஒரே எழுத்தில் ‘ம்’ என முடித்துவிடுவாள்.

ரஞ்சனியிடம் பேச்சுக்கு செவிசாய்க்கும் சுவாரஸ்யம். காலையில் அவள் சப்பாத்தி சாப்பிட்டதைத் தெரிந்துகொள்வதே குமாருக்கு மேலதிக தகவல்தான். பிரீ பெய்ட், போஸ்ட் பெய்ட் ஆனது என்ற ஒரு வரி தகவல்கூட அவனுக்குக் கொஞ்சமும் அவசியம் இல்லாததாக இருந்தது. ஆனாலும் ரசிக்க முடிந்தது. அவள் பேசப் பேச அவளுடைய தனிமைதான் அத்தகைய நீளமான உரையாடல்களுக்குக் காரணமாக இருக்க வேண்டும் என அவன் வருத்தப்பட்டான். குழந்தையின் விவரிப்புகள் போல அதை அவன் ரசித்தான். யாரும் இல்லாத அவள் இத்தனை நாட்களாக யாரிடம் இவ்வளவு நேரம் விவரித்திருப்பாள் என பரிதாபமும் பாசமும் அதிகரித்தன. அவள் நிறைய பேசினாலே ஒழிய அவளுடைய சில பகுதிகளைப் பகிர்ந்துகொள்வதில் மிகுந்த கவனமாக இருந்தாள்.

ஆனால், இன்னொரு ஆபத்து மெல்ல வளர்ந்தது. அவளும் அவனிடமும் அதே போன்ற விரிவான பேச்சை எதிர்ப்பார்த்தாள்.

‘ஏன் சொன்ன நேரத்துக்கு வரலை’ எனக் கோபப்பட்டாள்.

'வழியில் ஒரு ஆக்ஸிடென்ட்.'

'அடிபட்டுவிட்டதா?' - பதறிப்போய் கேட்டாள்.

'ஆக்ஸிடென்ட் எனக்கில்லை. வழியில் வேறு ஒருத்தருக்கு.'

'சரியா சொன்னாத்தானே? காரா?'

'இல்லை. பைக், ஆட்டோ.'

'அடிபட்டுடுச்சா?'

'அடிபடலைன்னு சொன்னேனே?'

'உங்களுக்கு இல்ல. பைக்ல வந்தவருக்கு.'

'எதுக்கு அவ்ளோ டீடெய்ல்? நீ போய் மருந்து போடப்போறியா?'

'பச்.'

'சாரி... சாரி. சின்ன சிராய்ப்புதான். பெரிய காயம் எதுவும் இல்லை.'

'அதற்கும் தாமதமாக வந்ததற்கும் என்ன சம்பந்தம்?'

'இரண்டு பேரும் வாகனங்களைக் குறுக்கும் நெடுக்குமாக நிறுத்திவிட்டு சண்டை போட்டுக்கிட்டானுங்க. அதனால் ட்ராஃபிக் ஜாம்.'

அவனுக்கு பதில்சொல்லும் சுவாரஸ்யம் இல்லை. ஆனால், சுவாரஸ்யமாகக் கேள்வி கேட்டபடி இருந்தாள். கிளம்பிப் போய் அவர்களின் பிரச்னையைத் தீர்த்துவிட்டு வரப் போகிறாயா எனக் கேட்க நினைத்தான். கேட்கவில்லை. மனம் வாயைக் கட்டுப்படுத்திவிட்டது.

மனிதர்களுக்குள் நெருக்கம் ஏற்படுவது என்பது அவர்களின் உரிமைகளில் நாம் எத்தனை சதவிகிதம் தலையிடுகிறோம் என்பதைப் பொறுத்துதானே? 'எதுக்கு வீண்பேச்சு?' என ஒரு தரம் சொன்னான்.

"எதுவும் பேசக் கூடாதா நான்? என்னைப் பற்றி ஒரு அக்கறையும் இல்லை." இது அவள் அவன் மீது தொடுத்த உரிமை மீறல்.

குமார் தனிக்கட்டை என்று சொல்லிக்கொள்வது ஒரு சம்பிரதாயம்தான். தூரத்தில் இருக்கும் சொந்த பந்தங்களால் அந்தக் கட்டை புதர் சூழப்பட்டிருந்தது. மாமனார் கண்காணிப்பில் பையன் படித்துக்கொண்டிருந்தான். ஆனால், குமாரும் மாமனாரின் கண்காணிப்பில்தான் இருந்தான். கொஞ்ச நாட்களாக குமார் சரியாக அவர்களுடன் தொடர்பில் இருக்கவில்லை என்ற சின்ன வித்தியாசமே அவர்களை விபரீதமாகச் சிந்திக்க வைத்திருக்க வேண்டும். ஆரம்பத்தில் நல்லபடியாக, அவர்களாகவே

மாப்பிள்ளைக்கு என்ன துக்கமோ என வருந்தினர். பிறகு மாப்பிள்ளை இப்போதுதான் சந்தோஷமாக இருக்கிறார் என்பதை அறிந்ததும் மேலும் வருந்த ஆரம்பித்தனர். அவன் மட்டுமே இருக்கும் அவனுடைய அவன் சரியாக வருவது இல்லை எனத் தெரிய ஆரம்பித்தது.

வீட்டுக்கு வருவது இல்லையாமே என ஜாடை மாடையாக விசாரிப்பார்கள். இன்ஸ்ட்டிட்யூட்டில் கொஞ்சம் வேலை என்று காரணம் சொல்வது அவனுக்கே ஓவராக இருந்தது. அவர்கள் தரப்பு சந்தேகங்கள் நாகரிகமாக ஆரம்பித்து, எதற்கு உடம்பைக் கெடுத்துக்கொள்ள வேண்டும்? இன்ஸ்டிட்யூட்டே வேண்டாம். வீட்டில் சும்மா இருந்தால் போதும் என்பதாக மாறியது. வேறு என்ன, மாப்பிள்ளை தவறான பாதையில் போகிறார் என்ற வருத்தம்தான்.

எல்லா ரகசியங்களும் அதை ஆராய்வதற்கு ஆட்கள் இல்லாதவரைதான். நிறுவனத்தில் வேலை செய்பவன், நண்பன், உறவினர்... எல்லாத் தரப்பினருக்கும் சந்தேகம் வந்தது. யாரோ சிலர் ரஞ்சனியைப் பூக்காரி எனச் சொல்லிவிட்டனர்.

மாமனார், மாமியார் ஊரில் இருந்து கிளம்பிவந்தனர். “வேணும்னா ரெண்டாந்தாரமா கல்யாணம் பண்ணிக்கங்க மாப்பிள்ளை” அவருக்குத் தெரிந்த பாஷையில் நேரடியாகச் சொன்னார் மாமனார்.

‘அவங்களுக்கு கல்யாணத்தின் மேலே எல்லாம் நம்பிக்கை இல்லை.’

‘பூ யாவாரம் செய்றதா சொன்னாங்களே?’

‘இல்லை. பொட்டிக் ஷாப்.’

‘ஏதோ ஒண்ணு. பையனை வேணும்னா நானே பாத்துக்குறேன். நீங்க சந்தோஷமா இருந்தா போதும்.’

இந்த விவாதமே தலைவலியாக இருந்தது. பெண்ணோடு பழகுவது என்றாலே வெச்சுருக்கான், கீப்பு, எவளோ வளைச்சுப்போட்டுட்டா இப்படித்தான் பேசுகிறார்கள். ரஞ்சனி பெருமைக்குரியவள். மரியாதைக்குரியவள். பண்பானவள்... எப்படிச் சொன்னாலும் சமூகத்தின் வாய் தவறாகத்தான் பேசும். கண் தவறாகத்தான் பார்க்கும்.

அவளைக் கல்யாணத்துக்கு சம்மதிக்க வைப்பதுதான் பேச்சையும் பார்வையையும் சீராக்கும். அதற்கான பேச்சுவார்த்தைக்கான சூழலை அவளே உருவாக்கியிருந்தாள். அன்று மாலை அவன் அவள் வீட்டின் காலிங் பெல்லை அழுத்த எத்தனித்துக்கும் முன்

கதவில் அந்த பலகையைப் பார்த்தான். பீங்கான் எழுத்தில் ரஞ்சனி குமார் என்று போர்டு மாட்டியிருந்தது. தகுந்த காரணத்தைச் சொன்னாள்.

‘பேப்பர் பையன், கொரியர் பையன், சிலிண்டர் கொண்டு வருபவன், எலக்ட்ரீஷியன் என்று ஒரு நாளைக்கு ஒருவன் வருகிறான். இந்தப் பெயர்தான் பாதுகாப்பு. குமார் என்றால் நீங்கள்தான் என்று யாருக்குத் தெரியப் போகிறது?’

“நான்தான் குமார் எனத் தெரிந்தால் எனக்கு ஓ.கே-தான்.” சிறிய இடைவெளிவிட்டு, ஓய் டோன்ட் வி மேரி?” என விண்ணப்பித்தான். ஏற்கெனவே சாதாரணமாக இந்தப் பேச்சு வந்தபோதும் அவள் அதைத் தவிர்ப்பது தெரிந்தது.

“நான் கல்யாணத்துக்கெல்லாம் சரியான ஆள் இல்லை. என்னுடைய சுதந்திரம் முக்கியம்னு நினைப்பேன். என்னோட மாமா, மாமி, என் கணவன், டெல்லியில என் தோழி.. எல்லாருமே ஏதாவது ஒரு சந்தர்ப்பத்தில பிடிக்காம போயிட்டாங்க. எனக்கு டயம் கொடுங்க.”

அவளுக்கு மிகுந்த யோசனையாக இருந்தது. உள்ளே வந்ததும் கதவை மெல்ல சாத்தினாள். அவள் எதுவுமே சொல்லவில்லை. இரண்டு நாட்கள் கழித்து, “அதுமட்டும் வேண்டாம்” என்றாள்.

அடுத்த மாதமே இன்னொரு வளையம்.

அவனும் அவளும் எடுத்துக்கொண்ட செல்ஃபி ஒன்றை வீட்டு ஹாலில் போட்டோ ஸ்டாண்டில் வைத்திருந்தாள். அவள் அவன் தோளில் சாய்ந்திருக்க, அவன் அவளுடைய கன்னத்தைக் கைகளால் தாங்கியிருப்பது மாதிரியான படம். அவள் கருப்பு சுடிதாரில். அவன் மஞ்சள் நிற டீ சர்ட்டில்.

“கல்யாணம் மட்டும் வேணாம். அப்ப, இதை எதற்கு ஹாலில் மாட்டணும்?”

அந்தப் படத்தைப் பார்த்து அவன் மகிழ்வான் என எதிர்ப்பார்த்திருந்தாள் என்பது புரிந்திருந்தும் அப்படிக் கேட்டான்.

“கல்யாணம் பண்ணாம இருக்கறது ரெண்டு பேருக்கும் நல்லதுதானே?”

“சிம்பிளா கேட்கிறேன். ஏன் கல்யாணம் வேண்டாங்கிறே?”

“சொன்னேனே? அது பெரிய கமிட்மென்ட். அதுக்கு நா தயாராகிட்டேனான்னு தெரியலை.”

“இன்னும் என்ன தயாராகணும்?” அந்தக் கேள்வியில் பொதிந்திருந்த கொச்சைத் தன்மை, அவளை முகம் வாடவைத்தது.

எழுந்து அந்த போட்டோ ஸ்டாண்டை எடுத்து, பீரோவில் வைத்துவிட்டாள்.

குமாருக்குப் பிடித்த நண்டு பொரியல் செய்துகொண்டிருந்தாள். ரஞ்சனியின் லேப்டாப் கட்டில் மேல் கிடந்தது. ஃபேஸ்புக்கில் விஜயகாந்த் மீம்ஸ், மோடி மீண்டும் இந்தியாவுக்கு வருகை புரிந்திருப்பது, நீயில் இருக்கிறேன் நான் எனக் காதல் புலம்பல்... இப்படியாகப் படித்துவிட்டு, அதே மூடில் ரஞ்சனிக்கு ஒரு கவிதை எழுதி மெசேஜ் பாக்ஸில் போட்டான்.

அதற்கு அவள் எப்படி ரியாக்ட் செய்வாள் என்பது அவனுக்குத் தெரியும். "வாவ்... ஃபன்டாஸ்டிக்... எப்படிப்பா எழுதறே?"

அவளுடைய பாஸ்வர்டு தெரிந்தால் அதையும் நாமே பதிலாகவும் போடலாமே என நினைத்தான். அவளுடைய பாஸ்வேர்டு என்னவாக இருக்கும்? மூன்று ஆப்ஷன்களில் கண்டுபிடிக்க வேண்டும். சவாலான விஷயமாக இருக்கவே, சிறிய பேப்பரில் வெவ்வேறு காம்பினேஷனில் பல வார்த்தைகளை எழுதிப் பார்த்தான்.

ரஞ்சனி சமையல் அறையில் இருந்து, 'என்ன யோசனை?' என்றாள்.

"சர்ப்ரைஸ்" என்றான்.

1.பெங்களூர்

2.ஷிர்டி

3.துலிப்

கடைசியாக இந்த மூன்றைத் தேர்ந்தெடுத்தான். முதல் ஆப்ஷன்... ம்ஹூம். இரண்டாவது? இன்னும் ஒரு வாய்ப்புதான் இருக்கிறது என்றது எஃப்.பி.

மூன்றாவது ஆப்ஷனில் அவளுடைய பேஸ்புக் திறந்துகொண்டது. மண்டு இத்தனை லகுவாகவா பாஸ்வேர்டு வைப்பாள்?

"ஹாய்... கம் இயர்... ஒரு சர்ப்ரைஸ்."

அவள் ஆர்வமாக வந்து அமர்ந்தாள். "என்ன கே?"

"நான் ஒரு காதல் கவிதை எழுதினேன். உனக்கு...?"

"சூப்பர்."

"இரு... அந்தக் கவிதையைப் படிச்சுட்டு நீ எப்படி ரியாக்ட் பண்ணுவேன்னு நானே கற்பனையா ஒரு போஸ்ட் போட்டிருக்கேன்."

அவள் கவனம் ஊன்றிப் படித்தாள். "இது என் எஃப்.பி. அக்கவுன்ட் ஆச்சே?"

தமிழ்மகன் | 281

“ஆமா... உன் பாஸ்வேர்டைக் கண்டுபிடிக்கிறது பெரிய விஷயமா?”

கையில் பீங்கான் தட்டில் வைத்திருந்த நண்டு பொரியலை அப்படியே கீழே போட்டாள். “கெட் அவுட் ஐ ஸே... பிளீஸ் கெட் அவுட். நான் மிருகமா மாறதுக்குள்ள வெளிய போய்டு. தட் இஸ் த லிமிட்.”

“ஏய் என்ன ஆச்சு?”

“என்னுடைய பர்ஸனல்னு ஒண்ணு இருக்கு. அங்கே தலையிட்டீங்கன்னா, அது எனக்குப் பிடிக்காது.”

“நமக்குள்ள என்ன பர்ஸனல்? படுக்கைய ஷேர் பண்ணும்போது, பாஸ்வேர்டை ஷேர் பண்ணக்கூடாதா?”

“மூணு எண்றதுக்குள்ள வெளிய போயிடு. யூ கிராஸ் த லிமிட்.”

“நீயும்தான்” குமார் கார் சாவியை எடுத்துக்கொண்டு விருட்டென அங்கிருந்து வெளியேறினான். அவனுக்கு அவமானமாக இருந்தது. பாஸ்வேர்டு அத்தனை பெரிய விஷயமா என்ற அதிர்ச்சியில் இருந்து அவன் மீளவே இல்லை. கொஞ்சநாளில் எல்லாம் சரி ஆகிவிடும்... ஆறட்டும் எனக் காத்திருந்தான். அவளுடைய பிறந்தநாள். வாழ்த்துச் செய்தி அனுப்பினான். நாட் சிஸீவ்டு. போன் செய்து பார்த்தான், அந்த எண் உபயோகத்தில் இல்லை. கடைக்குச் சென்று பார்த்தான், அங்கே வேறு ஒரு மொபைல் கடை இருந்தது. வீட்டுக்குச் சென்று பார்த்தான், அங்கே ஒரு மார்வாடி குடும்பம் இருந்தது.

உச்சிப்பொழுதில் பனி நீர் போல அவள் மறைந்துவிட்டாள். புதிய பாஸ்வேர்டுடன் அவளுக்கான பிரத்யேக ரகசியங்களுடன் ரஞ்சனி எங்கோ இருந்தாள்.

- ஆனந்த விகடன், 2016.

உதிரிப்பூக்கள்

37

"மத்தவங்கள்லாம் வரலையா?" - அனுஷா கதவைத் திறந்தவுடன் பிரகாஷ் கேட்டான்.

"மொதல்ல உள்ள வா. எல்லாரும் வர்ற நேரம்தான். வந்ததும் வராததுமா 'எப்படி இருக்கே'னு கேட்கத் தோணுதா உனக்கு?"

"எப்படி இருக்கே அனு? பார்த்து ரொம்ப நாளாச்சு."

'இப்ப கேளு ட்யூப் லைட்.... மர மண்டை' -நினைத்ததைச் சொல்லாமல் அடக்கிக் கொண்டாள்.

அவளை சந்தோஷத்துடன் பார்த்தான் பிரகாஷ். ஜீன்ஸ் பேன்ட் சர்ட்டில் இன்னமும் கல்லூரிப் பெண்போலத்தான் இருந்தாள். நிறம்கூட கல்யாணத்துக்குப் பிறகு இன்னும் மினுமினுப்பாக மாறியிருந்தது. அனுஷாவின் பின்னாலே நடந்து, அவள் சோபாவில் அமர்ந்ததும் அவளுக்கு எதிரே இருந்த ஓர் ஒற்றை இருக்கை சோபாவில் அமர்ந்தான்.

பெரிய ஹால். இடது பக்கத்தில் சமையல்கூடம் தெரிந்தது. வலது பக்கம்... படுக்கை அறையாக இருக்க வேண்டும். அனுஷா உட்கார்ந்திருந்த சோபாவுக்குப் பின்னால் பால்கனியும் அதை ஒட்டி ட்ரெட்மில் ஒன்றும் இருந்தது.

"வீடு நல்லாருக்கு. உங்க ஹஸ்பெண்ட் இல்லையா?"

பிரகாஷ் வீட்டை அளந்து முடிக்கிற வரை அவனையே பார்த்துக்கொண்டிருந்த அனுஷா, "இல்ல" என்றாள்.

மீண்டும் பால்கனி வழியே கடலைப் பார்க்க ஆரம்பித்திருந்த பிரகாஷ், அவள் எதற்காக 'இல்ல' என்றாள் என்பதை, அவன் கேட்ட கேள்வியை நினைவுபடுத்திப் புரிந்துகொள்ள வேண்டியிருந்தது. வீட்டை ஆச்சர்யமாகப் பார்த்தபடி இருந்தான். நினைவுச் சிதறல்கள்... என்ன பேசுகிறோம் என்பதில் அவனுக்கே பிடிமானம் இல்லை.

"பொண்ணு எங்கே?" என்றான் திடீரென நினைவு வந்த பாவனையில்.

அனுஷா அவனையேதான் பார்த்துக்கொண்டிருந்தாள்.

"பாட்டி வீட்டுக்குப் போயிருக்கா" என அவள் கேட்ட கேள்விக்கு மட்டும் பதில் சொல்லிவிட்டு, 'வேறு என்னதான் பேசுவான்?' என அவன் சங்கடங்களை ரசித்தாள்.

'நல்லவனாக இருப்பது நல்லதா?' என ஓர் ஏடாகூடமான கேள்வி அவளுக்கு உதித்தது. நல்லவனாக இருப்பதில்தான் எவ்வளவு இழப்புகள்? இழப்பு அவனுக்கா... அவளுக்கா? எத்தனை சந்தர்ப்பங்கள்... ஒருமுறையாவது நம்மைப் புரிந்துகொண்டிருக்கலாம் என நினைத்துப்பார்த்தாள். என்ன இந்தக் கடற்கரை வீடும் காரும் இல்லாமல்போயிருக்கும். ஒவ்வொரு அன்புக்குப் பின்னாலும் எத்தனை காரணங்கள் ஒளிந்திருக்கின்றன? காதல், காமம், ஆதாயம், பிரதிபலன் எதுவுமே தேவையிருக்காதா இவனுக்கு? அன்புக்குப் பதிலாக அன்பு மட்டுமேவா, இவன் நல்லவனா... அப்பாவியா, இந்த லட்சணத்தில் 'சினிமாவில் சேர்ந்து ஜெயிக்கப்போகிறேன்' என்ற கனவு வேறு...'

வெகுநேரமாக மௌனம் மட்டுமே அந்த இடத்தை ஆக்கிரமித்திருப்பதைச் சுதாரித்த நொடியில், சமையல்கட்டைப் பார்த்து, "லஷ்மி" எனக் குரல்கொடுத்தாள். அங்கு இருந்து ஒரு பெண்மணி சொல்லிவைத்ததுபோல, ஒரு பேப்பர் பிளேட்டில் பர்கரையும் தண்ணீரையும் கொண்டுவந்து வைத்துவிட்டு, அடுத்த விநாடியே சமையல் அறைக்குள் மறைந்துவிட்டார். சொல்லிவைத்ததுபோல அல்ல... சொல்லிவைத்தபடி என நினைவைத் திருத்தினான் பிரகாஷ். மூன்றாவதாக இன்னோர் ஆள் இருப்பது, பிரகாஷுக்கு ஏனோ இறுக்கத்தைக் குறைத்தது.

"உங்க வொய்ஃப் எப்படி இருக்காங்க?"

"நல்லாயிருக்காங்க."

கேள்வி, பதில் இரண்டுமே வெகுசம்பிரதாயமாக இருந்தன. மற்ற நான்கு பேரையும் 12 மணிக்கு வரச் சொன்னவள், பிரகாஷை மட்டும் 11 மணிக்கே வரச் சொன்னது, அவன் அந்த ஒரு மணி

நேரத்தில் எப்படி எல்லாம் நினைக்கிறான், தடுமாறுகிறான், சங்கடப்படுகிறான், நெளிகிறான் என ரசிப்பதற்காகத்தானா என, அனுஷாவும் இப்போது அவனை உற்றுப் பார்க்கும்போதுதான் உணர்ந்தாள்.

ஐந்து பேருமே திரைப்படக் கல்லூரியில் ஒன்றாகப் படித்தவர்கள். அனுஷா டாக்டருக்கு வாழ்க்கைப்பட்டு சினிமா பார்ப்பதோடு தன் திரைக்கலையை நிறுத்திக்கொண்டவள். பிரகாஷ் இன்னமும் உதவி இயக்குநர் படியில் ஜான் - முழம் என சறுக்குமரம் ஆடிவருபவன். இன்னும் கொஞ்ச நேரத்தில் வர இருக்கிற திவ்யாவும் மணியும் விளம்பரப்பட கம்பெனியில் வேலை பார்க்கிறார்கள். அசோக் ஒரு டி.வி சேனலில் இருக்கிறான்.

"எப்படிப் போகுது வேலை?"

"டிஸ்கஷன் போய்க்கிட்டிருக்கு. லவ் ஸ்டோரி. இப்ப கொஞ்சம் தெளிவாகிட்டேன். இனிமே மரமண்டையா இருக்க மாட்டேன்."

"நான் உன்னை ஹர்ட் பண்ணணும்னு எதையும் சொல்லலை. என்னமோ அந்த நேரத்தில அப்படிப் பொங்கிட்டேன்."

"நீ சொல்லாமயே இருந்திருக்கலாம்..." என்றவன், "நீ சொன்னது ஒருவகையில நல்லதுதான். இப்பல்லாம் நான் கவனமா இருக்கேன். வார்த்தையில் மட்டும் டபுள் மீனிங் இல்லை... வாழ்க்கையிலும் டபுள் மீனிங் இருக்குனு தெரியவெச்சுட்ட."

"என்னென்னவோ பேசுறே. எனக்குத்தான் ஒண்ணும் புரிய மாட்டேங்குது" எனப் பொய்யாக அலுத்துக்கொண்டாள் அனுஷா.

"பெருமையா இருக்கு" என பிரகாஷ் தோளைக் குலுக்கினான்.

"சரி... நீ சினிமாவுக்குப் பண்ணிவெச்சிருக்கிற கதையைச் சொல்லு."

சொல்லிச் சொல்லி மனதில் ஒரு திடப்பொருள் போல மாறிவிட்ட அந்தக் கதையின் அவுட் லைனை சில வரிகளில் சொல்ல முனைந்தான் பிரகாஷ்.

"படம் ஒரு கல்யாணத்திலதான் ஸ்டார்ட் ஆகுது. ஹீரோ, ஹீரோயின் ரெண்டு பேருக்குமே விருப்பம் இல்லாத கல்யாணம். குடும்ப வற்புறுத்தலால் கல்யாணம் நடக்கிறது. ஃபர்ஸ்ட் நைட்ல ரெண்டு பேரும் வேறு ஒருவரைக் காதலிப்பதாகச் சொல்றாங்க. இருவரும் அவரவர் காதல் ஜோடியுடன் இணைய விருப்பமா இருப்பதைத் தெரிவிக்கிறாங்க. குடும்பச் சச்சரவுகள் நீங்கும் வரை ஒரே வீட்டில் இருப்பதாக முடிவெடுக்கிறார்கள். ஜென்டில்மென் அக்ரிமென்ட்."

“‘ஜென்டில்’னாலும் ‘மென்’னாலும் ஒண்ணுதான். ஜென்டில்வுமன் அக்ரிமென்ட்னு சொல்லு.”

“நல்லாருக்கு. படத்தில யூஸ் பண்ணிக்கிறேன். ரெண்டு பேரும் அவங்க ஜோடியைப் பார்த்தது இல்லை. ஃபேஸ் புக் லவ்வர்ஸ். ஃபேக் ஐடி-யில பழகினவங்க. கடைசியில பார்த்தா...”

“இவங்கதான் அவங்களா?”

“அதுக்குள்ள கண்டுபிடிச்சுட்ட... நான் சுருக்கமா சொன்னேன். இன்னும் நிறைய ட்விஸ்ட் இருக்கு.”

“வேணான்டா... ஒரு நாள் கே-டி.வி பார்த்தவன் கூட இது பழைய கதைன்னு சொல்லிடுவான்.”

பிரகாஷ் மௌனமாகிவிட்டான்.

“சாரிடா... அன்னைக்கு உன்கிட்ட பேசினதுக்கு சாரி சொல்லத்தான் கூப்பிட்டேன். மறுபடி இன்னொரு தப்பு பண்ணிட்டேன்.”

“என் நல்லதுக்குத்தான சொல்றே. நான் இன்னும் கொஞ்சம் வொர்க் - அவுட் பண்றேன்.”

“இல்லை... நான் இன்னைக்கு உங்க எல்லாரையும் கூப்பிட்டதே உன்னைக் கூப்பிடத் தான் பிரகாஷ். உன்னை மட்டும் கூப்பிட்டா வர மாட்டேன்னு தெரியும். அன்னைக்கு ரிசப்ஷன்லயே உன்னைப் பார்க்க முடியலை. நீ என்னை அவாய்டு பண்ற மாதிரி இருந்தது. அதுக்கு சாரி சொல்லத்தான் கூப்பிட்டேன். உன்னைப் பார்த்ததும் மறுபடி பழையபடி பேச ஆரம்பிச்சுட்டேன். ஐ அம் எக்ஸ்ட்ரீம்லி சாரிடா.”

ஃப்லிம் இன்ஸ்ட்யூட்டில் இவர்கள் ஐந்து பேரும் பென்ச்மேட்டாக இருந்து, குறும்பு டீம் ஆக இருந்து, குறும்பட டீம் ஆகி, அந்த ஆண்டின் சிறந்த படம் என பாலுமகேந்திரா கையால் ஷீல்டு வாங்கி, சினிமா... சினிமா... சினிமா! ‘சில்ரன் ஆஃப் ஹெவன்’, அமரோஸ் பெரோஸ்’, பெர்க்மென், அகிரா, ழான் ரெனுவார்... பேச்சின் பெரும்பகுதி சினிமா சொற் களாக மாறியிருந்த காலம். அனுஷாவுக்கு அந்தச் சொற்கள் ஒவ்வொன்றாக நினைவுகளில் இருந்து உதிர்ந்துகொண்டிருப்பது நன்றாகவே தெரிந்தது.

“ரிசப்ஷன்ல திடீர்னு எங்க போனே நீ?”- அனுஷா கேட்டாள்.

மறக்க முடியாத அந்தத் திருமண ரிசப்ஷனை அனுஷா நினைவுபடுத்தினாள். திவ்யாவுக்கு ரிசப்ஷன் நடந்த அந்தத் திருமண மண்டபத்தில், இதேபோல அனுஷாவும் பிரகாஷூம் சற்று முன்னதாகவே வந்துவிட்டால், தனியே அமர்ந்து பேசினர்.

இன்னிசைக் கச்சேரி. ஓர் ஆணும் பெண்ணும் பாடுவது சன்னமாகக் கேட்டுக்கொண்டிருந்தது. உருக்கமான காதல் பாடல். 'நீ பார்த்தப் பார்வைக்கொரு நன்றி... நமை சேர்த்த இரவுக்கொரு நன்றி.'

"ஒவ்வொரு கல்யாண வீட்டிலும் ஒரு காதல் முறிக்கப்படுதுல?" - திடீரென ஆழ்ந்த குரலில் அனுஷா கேட்டாள். அது கேள்விபோல இல்லை. கேள்விக்குறியுடன் ஒட்டிப்பிறந்த பதில்போல இருந்தது.

"ஒரு காதலா... பல காதல்கள். ஆட்டோகிராஃப் பார்த்தல?" - புத்திசாலித்தனமும் நினைவாற்றலும்கூடிய பதிலைச் சொல்லிவிட்டதாக பிரகாஷ் பெருமிதம் காட்டினான்.

"ஆனா நான் யாரையும் லவ் பண்ணவும் இல்ல. என்னையும் யாரும் பண்ண மாட்டாங்க. ஸோ... என் கல்யாணத்தில் எந்தக் காதலும் முறிய வாய்ப்பு இல்லை" எனத் தன்னிரக்கம் பொங்கச் சிரித்தான்.

அந்தப் பாழாய்ப்போன தன்னிரக்கத்தில் ஒரு தெனாவட்டு தெரிந்தது. அதுதான் அனுஷாவை ஆத்திரம் ஊட்டியது. கோபமும் கிண்டலும் கலந்ததொனியில் அனுஷா சொன்னாள்... "உனக்குக் காதலிக்கவும் தெரியாது. காதலிக்கப்பட்டதும் தெரியாது... மரமண்டை!"

"ஹேய் சும்மா சொல்லாதே. என்னை யார் காதலிப்பாங்க? கறுப்பு, கிராமத்துப் பையன். பைக்... காஸ்ட்லி டிரெஸ் எதுவும் இல்லை."

"பைக்கும் காஸ்ட்லி டிரெஸ்ஸும் இருந்தாத்தான் காதல் வருமா... என்ன பிரகாஷ் பேசற? நீ தெரிஞ்சுதான் பேசுறியா, இல்ல..."

யாரோ வந்து கூல்ட்ரிங்ஸ் கொடுத்துவிட்டுப் போனதால் சற்றே இருவரும் பேசுவதைத் தவிர்த்தனர். அவர்கள் இருந்த இடம் அமைதியாக இருந்தது. அனுஷா அந்தச் சில விநாடித் துளிகளில் நிதானத்துக்கு வந்துவிட்டாள் என்றுதான் சொல்ல வேண்டும்.

"நிஜமாத்தான் அனு... என்னை யார் காதலிப்பாங்க?"

"ஒண்ணு சொல்லட்டுமா பிரகாஷ்! காலேஜ்ல இருந்து நாம எல்லோரும் தீவுத்திடல் போயிருந்தப்ப, ஜெயின்ட் வீல்ல சுத்தினமே... அப்ப நான் உன் பக்கத்துலதான் உட்கார்ந்தேன்."

"ஆமா..."

"உன் கையைக் கெட்டியா புடிச்சுக்கிட்டேன்."

"நீ செமையா பயந்துட்ட!"

"அடையார் பேக்கரியில லிட்டில் ஹார்ட் வாங்கித் தரச் சொன்னேன்."

ஜெயின்ட் வீல் சம்பவத்தில் இருந்து திடீரென லிட்டில் ஹார்ட்டுக்கு ஏன் மாறினாள்? எனப் புரியாமல் பிரகாஷ் கொஞ்சம் நிதானித்தான். அவள் வேறு ஏதோ சொல்லவருவது அவனுக்கு உறைத்திருக்க வேண்டும்.

“ஃபேர்வெல்ல உன்கிட்ட மட்டும்தான் ஆட்டோகிராஃப் வாங்கினேன்.”

அவள் பேச்சை உள்வாங்கியபடி அமைதியாக இருந்தான் பிரகாஷ். அவள் சொல்லவருவது அதைத்தானா என அவனால் நம்ப முடியவில்லை. அவள் வாயாலேயே சொல்லட்டும் எனக் காத்திருந்தான்.

“ஷார்ட் ஃபிலிம்ல உனக்கு சிஸ்டரா நடிக்கச் சொன்னப்போ, நான் ‘வேணாம்’னு சொன்னனே!”

“அனு... நீ என்ன சொல்றே?”

அவளுடைய கண்கள் சிவப்பேறியிருந்தன. எந்த விநாடியிலும் நீர்த்திரளும் ஓர் உணர்ச்சிகர சூழ்நிலை. கண்களில் நீர் தளும்பி நின்றதே தவிர வழியவில்லை.

“நான் உனக்கு ஆட்டோகிராஃப்ல என்ன எழுதியிருந்தேன்னு படிச்சியா நீ! புரிஞ்சுதா உனக்கு?”

வழக்கமான அன்புப் புலம்பல் எனத்தான் நினைத்திருந்தான் அதை.

“நீ ஏன் சொல்லவே இல்ல?” என ஒரு மோசமான கேள்வியைக் கேட்டான்.

“ஒரு பொண்ணால அவ்வளவுதான் சொல்ல முடியும். நீ ஒரு ட்யூப்லைட். ஆனா, நீ அப்படி இருக்கிறதுதான் எனக்குப் புடிச்சிருந்தது“ - ஆக்ஸிஜன் போதாமை ஏற்பட்டு, மூச்சை இழுத்துவிட்டாள்.

இப்போது ரிசப்ஷனில் கொஞ்சம் கூட்டமும் சத்தமும் அதிகரித்தன. உடன்படித்த பலரும் வந்திருந்தனர். ‘எப்படி இருக்கே... என்ன பண்றே?’ விசாரிப்புகள், சிரிப்புகள்... செல்போனில் கிளிக்குகள்...

மணி, ஒரு ஜோக் சொல்வதாக நினைத்து ஒரு உண்மையைச் சொன்னான்.

“சாயங்காலம், ஷார்ட்ஸ் போட்டுக்கிட்டு ஷட்டில் காக் ஆடக் கிளம்பறவன் இந்தச் சமூகத்துக்கு என்ன சொல்லவர்றான் தெரியுமா? நான் லைஃப்ல செட்டில் ஆகிட்டேன்கிறதைத்தான்.”

“ஆனந்த விகடன் ‘வலைபாயுதே’ல போன வாரமே படிச்சுட்டேன்” என்றான் அசோக்.

எல்லோர் நடவடிக்கையிலும் கல்லூரியின் உற்சாகத்தை மீட்டெடுக்கிற முயற்சி தெரிந்தது. அது முயற்சி மட்டும்தான் என்பதும் தெரிந்தே இருந்தது.

"என்னடா இப்படி கல்யாணத்தோடு கல்யாணம் மீட் பண்ணா போதுமா? இப்படியே கொஞ்சம் கொஞ்சமா நாம ஒருத்தரை ஒருத்தர் மறந்துடுவோம்டா" - அசோக் நிஜமாகவே ஆதங்கப்பட்டான்.

ஒன்றாகவே இருக்கப்போகிறோம் என எல்லா உதிரிப்பூக்களும் நினைக்கின்றன. கோயிலுக்கு, அரசியல் மேடைக்கு, கல்யாணத்துக்கு, சாவுக்கு... ஒரு கொடியின் பூக்கள் இப்படி எங்கு வேண்டுமானாலும் பிரியத்தான் வேண்டியிருக்கிறது. ஆனால், பிரகாஷுக்கு அனுஷா ட்யூப் லைட் எனச் சொன்னதிலேயே தங்கிவிட்டது மனசு. நண்பர்களின் எந்த உற்சாகமும் மனதில் ஏறவில்லை.

'அவ்வளவு மடையனா நான்?' என பிரகாஷ் நழுவிப்போன சந்தர்ப்பங்களில் இருந்து அனுஷா சொன்ன ஆதாரங்களைத் தேடிக் கொண்டிருந்தான். பளிச்சென விளக்கு போட்டதுபோல எல்லாமே அவனுக்குப் புரிந்தன.

கல்யாணத்தில் களை கூடக்கூட பிரகாஷின் முகம் இருட்டிக் கொண்டிருந்தது நன்றாகவே தெரிந்தது. அவன் யாரிடமும் பேசவில்லை. அவன் ஒதுங்கி, விலகிச் சென்றபடி இருந்தான். அனுஷாவுக்கு இப்போது இதை எதற்குச் சொன்னோம் என இருந்தது. உணர்ச்சி வேகத்தில் தேவையில்லாமல் வார்த்தைகளைக் கொட்டிவிட்டோம் என நினைத்தாள். அந்தக் கல்யாண ரிசப்ஷனில் அதன் பிறகு பிரகாஷும் அனுஷாவும் பேசிக்கொள்ளவே இல்லை. மணமக்களோடு புகைப்படம் எடுக்கும் வைபவத்திலும் அனுஷா ஓர் எல்லையிலும் பிரகாஷ் மற்றோர் எல்லையிலும் நின்றனர். சொல்லப்போனால், அதன் பிறகு அவர்கள் விடைபெற்றுக்கொள்ளவும் வாய்ப்பு இல்லாமலேயே போய்விட்டது; அல்லது பிரகாஷ் தவிர்த்துவிட்டான்.

பிரகாஷும் அழுதிருக்கிறான் என அனுஷா நினைத்தாள். சொல்லாமலேயே தவிர்த்திருக்கலாம். காதல் ஒருவர் மனதில் மட்டும் இருந்திருந்தால் கால ஓட்டத்தில் எல்லாமே மறைந்து போயிருக்கும்; மாறிப்போயிருக்கும். இரண்டு மனங்களுக்கு ஏற்றிய பிறகு, அது நினைவுச் சிற்பமாக மாறிவிடுவதை அனுஷா உணர்ந்து, பிரகாஷுடம் மன்னிப்பும் கேட்க இருந்த நேரத்தில்... அந்த இடத்தில் பிரகாஷ் இல்லை.

எதிரில் அமைதியாக உட்கார்திருந்தான் பிரகாஷ்.

"ஏன் யாரும் இன்னும் வரலை?"

“அவங்களை எல்லாம் 12 மணிக்கு வரச் சொன்னேன்.“

ஏறிட்டுப் பார்த்த பிரகாஷின் முகத்தில் ‘ஏன்?’ ஒளிர்ந்து, மறைந்தது. புரிந்தது.

“நான் உன்கிட்ட சொல்லியிருக்கக் கூடாது. அந்த நேரத்தில் ஏதோ பேச்சு நேசத்துல சொல்லிட்டேன். என்னை மன்னிச்சுடு பிரகாஷ். தான் காதலிக்கப்பட்டதைச் சம்பந்தப்பட்டவர் உணரவே இல்லைங்கிறது அவ்வளவு பெரிய குற்றமா?”

“இல்ல அனு. மிஸ் பண்ணிட்டோமேனு ஒரு வலி மட்டும் இருக்கு.”

“உன்கிட்ட சொல்லிட்ட பிறகு எனக்கு அந்த வலி இல்லாமப் போயிடுச்சு. வலியை டிரான்ஸ்ஃபர் பண்ணிட்டேன்போல.”

பிரகாஷ் ஜீரோ வாட்ஸில் சிரித்தான்.

“டைரக்டர் மகேந்திரன் சொன்னது நினைவிருக்கா? ‘லைப்ஃல ரெண்டாவது டேக் கிடையாது. எல்லாமே ஒரு டேக்தான்’னு சொன்னாரு” - நிதானமாகச் சொன்னான். அவர் அப்படியா சொன்னார் எனக் கேட்க நினைத்தாள். அவர் வேறு ஏதோ சொன்னதாக ஞாபகம். அவர் சொன்னதாக பிரகாஷ் சொன்னதும்கூட நன்றாகத்தான் இருந்தது.

அனுஷா, தலையசைத்தபோது, கண்கள் சிவக்க ஆரம்பித்திருந்தன. அடுத்து பேச வார்த்தைகள் இல்லாத அந்த நேரத்தில் காலிங்பெல் ஒலித்தது. அனுஷா சென்று கதவைத் திறந்தாள். மொத்த நண்பர் களும் ஆரவாரமாக உள்ளே நுழைந்தனர்.

- ஆனந்த விகடன், 2017.

தேக வலை

38

அம்மாவின் கற்பைச் சந்தேகிப்பது அனிதாவுக்கு வருத்தமாகத்தான் இருந்தது. தொடர்ச்சியான சில சம்பவங்கள், அம்மாவைப் பற்றி அப்படி யோசிக்க வைத்துவிட்டது. கேம்பஸ் இன்டர்வியூவில் தேர்வாகி முதல் நுகத்தடியைக் கழுத்தில் சுமக்கத் தொடங்கியிருந்தாள் அனிதா. கொஞ்சம் சரியான வேலை கிடைக்கும்வரை ரமேஷைக் காதலிக்கும் திட்டத்தைத்தள்ளிவைத்திருந்தாள்.இந்தநேரத்தில்தான் அம்மாவின் புதிய நடவடிக்கைகளைக் கவனித்தாள். சந்தேகத்துக்கான காரணங்கள் சாதகமாக இருந்தன. அம்மாவின் கைப்பையில் இருந்த அந்த மருந்துச் சீட்டு. அது கருக்கலைப்புக்கான மருந்து என்பதை 'நெட்' உதவியால் அனிதா உறுதி செய்திருந்தாள். அடுத்தது, அம்மாவின் கார் டேஷ் போர்டில் இருந்த லாட்ஜ் பில். அடுத்தது அம்மாவின் கைப்பேசியில் புதிதாகப் பதிவுசெய்யப்பட்டிருந்த ஆண் பெயர், எண். அந்த எண்ணில் இருந்து அடிக்கடி வரும் போன்கால்கள், வாட்ஸ்அப் மெசேஜ்கள்...

மகள் தன்னிடம் ஏதோ வித்தியாசமாகப் பழகுவதை ஜானகியும் உணர்ந்திருந்தாள். அனிதா பிறந்த அடுத்த ஆண்டே ஜானகி விவாகரத்து வாங்கிக்கொண்டு தனியாக வந்துவிட்டாள். ஜானகியின் உலகத்தில் அனிதா மட்டும்தான். உயிரே அவள்தான். வாழ்வதற்கு ஒரு நோக்கம் இருக்கிறது என்றால், அதற்கு அனிதா நன்றாக இருக்க வேண்டும் என்பதைத் தாண்டிய காரணம் எதுவும் இல்லை. படிப்பு, உணவு, உடை... எல்லாவற்றிலும் மகள் விஷயத்தில்

கவனமாக இருந்தாள். சோப்பு வாங்குவதில், செருப்பு வாங்குவதில், வேலை வாங்குவதில்... எல்லாவற்றிலும் அக்கறை காட்டுபவள். ஆனால், சில நாட்களாக ஜானகியை அனிதா பார்க்கும் பார்வையிலேயே ஒரு பிழை தெரிந்தது. தாயைப் பழிக்கும் பிழை. 'நாமாக முயன்று அவளுடைய சந்தேகத்தைத் தீர்த்துவைக்கலாம். அல்லது அவளாகக் கேட்பது வரைக் காத்திருக்கலாம். இது என்ன தர்மசங்கடம்? மனதுக்குள்ளேயே விபரீதமாகக் கற்பனை செய்து கொண்டிருப்பவளை என்ன செய்வது?'

காலையில் வாக்கிங் போகும்போது, "அம்மா நீ ஏற்காட்டுக்கு எதுக்குப் போனே?" என்றாள்.

ஜானகிக்கு ஒன்றும் புரியவில்லை.

"ஏற்காடா? நான் அங்கு போனதே இல்லை. இளநீர் சொல்லட்டுமா, அருகம்புல் ஜூஸா?"

அம்மாவால் எப்படிச் சரளமாகப் பொய் சொல்ல முடிகிறது? அவசரமாக இளநீர், அருகம்புல் எனப் பேச்சை மாற்றுகிறாள். காரில் டேஷ் போர்டில் ஏற்காடு லேக் வியூ ஹோட்டலின் லாட்ஜ் பில் இருந்ததைச் சொன்னால், என்ன சொல்வாள்? ரவி என்பவரின் பெயரில் புக் செய்யப்பட்ட டபுள் பெட்ரூம் ஏ.சி. டீலக்ஸ் அறை. அவசரமாக இன்னொரு பொய்யைத் தயாரிக்கவைத்து அவளைச் சங்கடப்படுத்த வேண்டியிருக்கும் என விட்டுவிட்டாள்.

அதுவும் தான் பெங்களூருவுக்கு இன்டர்வியூ போன நேரத்தில் நிகழ்ந்திருக்கிறது இந்த மலைப் பயணம். மகளைத் தாய் கண்காணிக்க வேண்டிய தருணத்தில், அம்மாவை மகள் போட்டு வாங்குவதில் ஒரு குரூரமான சுவை இருந்தது அனிதாவுக்கு. குரூரம் என்பது பெரிய வார்த்தை... குறுகுறுப்பு இருந்தது.

இந்த வயதில் 'நீ பார்த்த பார்வைக்கொரு நன்றி' ஹம்மிங் செய்தபடி மீன் பொறித்துக்கொண்டிருந்தது மகளுக்குக் கொஞ்சம் வேடிக்கையாகவும் இருந்தது. அம்மாவைக் காயப்படுத்தாமல் அவளுடைய ரகசியங்களை அவிழ்க்க வேண்டும் எனவும் அனிதா நினைத்தாள். அம்மாவுக்கென பிரத்யேகமாகக் கொஞ்சம் ரகசியம் இருந்தால்தான் என்ன எனவும் நினைத்தாள்.

லஞ்ச் பிரேக்கில் ஜானகி சாப்பிட உட்கார்ந்த நேரத்தில் மகள் கேட்டது நினைவுக்கு வந்தது. 'ஏற்காடு...' அதைப்பற்றி மேற்கொண்டு அவளிடம் கேட்காமல் விட்டுவிட்டோமே? ஏற்காடு போயிருக்கிறாயா என அவள் கேட்கவில்லை. போகலாமா எனவும் இல்லை. எதுக்குப் போனே? இப்படித்தானே கேட்டாள். அவளை விட்டுவிட்டு தனியாக நான் ஏன் போகப் போகிறேன். அதுவும் அவளிடம் சொல்லாமல்? அனிதாவுக்கு போன் போட்டுக் கேட்டாள்.

“ஏன் அப்படி கேட்டே?”

சட்டென்று, “உன் கார் டேஷ் போர்டில் ஏற்காடு லாட்ஜ் பில் பார்த்தேன். அதான் கேட்டேன்” என்றாள். ஜானகிக்கு அது அடுத்த அதிர்ச்சியாக இருந்தது. நான் இதைப் பற்றித்தான் கேட்கிறேன் என அவள் எப்படி அத்தனை சுருக்காகப் பேச முடியும்? ஜானகிக்கு கோபமாகவும்கூட இருந்தது. எதுவாக இருந்தாலும் அம்மாவிடம் நேரடியாகக் கேட்க வேண்டியதுதானே? அதில் ஏதோ உள் அர்த்தம் வைத்துக்கொண்டு யாரையோ கேட்பது மாதிரி ஏன் கேட்க வேண்டும்?

“லாட்ஜ் பில்லா? என்ன அனிதா... பார்த்தவுடன் உடனே கேட்க வேண்டியதுதானே? யார் அதை என் டேஷ் போர்டில் வைச்சதுனு தெரியலையே? யாரையாவது ட்ராப் பண்ணும்போது மறந்து வைத்துவிட்டுப் போயிருக்கலாம்... அதை அப்படியா கேட்பே?”

“ஸாரிம்மா... ஏதோ ஆபீஸ் டூரா இருக்குமோன்னு கேட்டேன். நான் அப்ப பெங்களூர் இன்டர்வியூவுக்குப் போயிருந்தேன். அதான்!”

“நீ அப்படிக் கேட்ட மாதிரித் தெரியலை.”

“ஸாரிம்மான்னு சொன்னேன்ல? விளையாட்டாத்தான் அப்படி கேட்டேன். நீ ஏன் சீரியஸா எடுத்துக்கிற?”

‘குற்றமுள்ள நெஞ்சு குறுகுறுக்கும். சே... அம்மாவைப் பற்றி தொடர்ந்து அப்படியான நினைவை வளர்ப்பது சரியல்ல. யாரோ லாட்ஜ் பில்லை மறந்து வைத்துவிட்டார்களாம். இருக்கட்டும் அம்மா. இருபத்தாறு வயதில் கணவரைவிட்டுப் பிரிந்தாய்... எனக்காகவே வாழ்ந்தாய். யாருடனோ நெருங்கிப் பழகுகிறாய் என்பதால், என் நேசம் குறைந்துவிடாது அம்மா. என் மீது இவ்வளவு அக்கறை எடுத்துக்கொள்ளும் அம்மா, உன் மீதும் கவனம் எடுத்துக்கொள்ள வேண்டும். கருத்தடை மாத்திரை எல்லாம் எதற்கு? முன்னெச்சரிக்கையாக இருந்திருக்கலாமே? நானே எப்படி உனக்குச் சொல்ல முடியும்?’

அனிதாவுக்கு 22 வயது. ரமேஷுக்கும் அவளுக்கும் பெங்களூருவிலேயே வேலை கிடைத்துவிடும். பிறகு அம்மாவிடம் அறிமுகப்படுத்திவிட்டுக் கல்யாணத்துக்குத் தேதி குறிக்கலாம் என்றுதான் நினைத்திருந்தாள். அதற்குள் அம்மாவே இப்படிக் குறுக்குசால் ஓட்டுவாள் என நினைக்கவில்லை.

‘ஓ!’ ஜானகிக்கு நினைவு வந்துவிட்டது. ‘ரவி ஒருநாள் தன் காரை வாங்கிக்கொண்டு வெளியூர் போனார். அது ஏற்காடாக இருக்கலாம். ஏதோ கான்ஃபரன்ஸ் என்றார். அந்த பில்தான்.

காரிலேயே வைத்துவிட்டார். யெஸ். அனிதா பெங்களூர் போயிருந்த சமயம். அதற்குள் என்ன கேள்வி கேட்டுவிட்டாள்? இந்தக் காலத்துப் பசங்களுக்கு தைரியம் அதிகம்தான். அம்மாவையே போட்டுப் பார்க்கிறார்கள்.'

அனிதாவின் செல்பேசி எண்ணை அழுத்திவிட்டுக் காத்திருந்தாள். தன்னுடன் வேலை பார்க்கும் ரவி என்பவர் ஏற்காட்டுக்கு கார் எடுத்துக்கொண்டு போய் வந்ததைச் சொன்னாள். எதற்காக அத்தனை அவசரமாக இப்படி விளக்கம் கொடுக்கிறோம் என ஜானகிக்கே குழப்பமாகத்தான் இருந்தது.

இரவு சாப்பிட உட்கார்ந்தபோது ஜானகியிடம் அந்த மருந்து ரசீதைக் காட்டினாள் அனிதா. "இது என்ன மாத்திரை அம்மா?"

"இதெல்லாம் உனக்கு எதற்கு?... எங்கிருந்து எடுத்த இதை?"

'அம்மாவிடம் அதற்கு மேல் கேட்க முடியவில்லை. இந்த மருந்து ரசீது என்னுடைய ஹேண்ட் பேக்கில் இருந்திருந்தால், வேறு நியாயம் பேசுவாள்' அதற்குள் ரவி என்ற நபரிடம் இருந்து ஜானகிக்கு போன் வந்துவிட்டது. பாதிச் சாப்பாட்டில் அப்படியே செல்போனை எடுத்துக்கொண்டு பால்கனி பக்கம் போய் நின்றுகொண்டு அரைமணி நேரம் பேசினாள். அனிதா சாப்பிட்டுவிட்டு டி.வி-யின் முன்வந்து அமர்ந்தாள். சிவாஜிகணேசனும் கே.ஆர்.விஜயாவும் பாடுவதாகக் காட்சி. 'ஐம்பதிலும் ஆசை வரும்... ஆசையுடன் பாசம் வரும்' வேண்டுமென்றே கொஞ்சம் சத்தமாக வைத்தாள். ஜானகியும் தன் நிலைக்கு வந்ததுபோல போனை முடித்துக்கொண்டு உள்ளே வந்தாள்.

"யாரும்மா அது ரவி?"

"அதான் சொன்னேனே... என் ஆபீஸ் ஃப்ரெண்ட். உனக்கு இன்ட்ரடியூஸ் பண்றேன். வெரி நைஸ் ஜென்டில்மென்."

எவ்வளவு சொல்லியும் கேட்காமல் லோன் சேங்க்ஷன் செய்தது ரவியின் தவறு. 45 லட்ச ரூபாய். கடன் வாங்கிய மனிதர் இரண்டு டியூகூட ஒழுங்காகக் கட்டவில்லை. இன்னும் நான்கு மாதங்கள் கட்டவில்லை என்றால், ஏல நோட்டீஸ் அனுப்ப வேண்டியதுதான். பிசினஸில் ஏகப்பட்ட வருவாய் இருப்பதாகக் கணக்குக் காட்டியிருந்தான் லோன் வாங்கியவன். இரண்டு வருட இன்காம்டாக்ஸ் ஃபைலிங் ரிப்போர்ட் எல்லாம் இருந்தது. ஆனால், இரண்டு வருடமாகத் திட்டமிட்டு அத்தனை பேப்பர்களையும் தயார் செய்திருக்கிறான். இப்போது லாஸ் கணக்குக் காட்டுகிறான். வேறு சோர்ஸ் இல்லை. ஊரில் தன் பெயரில் நிலம் இருப்பதாகவும் விற்று லோனை அடைத்துவிடுவதாகவும் சொல்கிறான். ஊரில் உள்ள நிலத்துப் பத்திரத்தை அடமானமாக வைக்குமாறு

சொன்னால், இன்னும் பங்கு பிரிக்கவில்லை என ஜகா வாங்குகிறான். யாரோ நம்பிக்கையான ஆள் சொன்னதால், ரவி நம்பிவிட்டார். ஜானகிதான் அவ்வப்போது ரவிக்கு ஆலோசனை சொல்லிக்கொண்டிருந்தாள்.

பேப்பர்களைவிட மனிதர்கள் நம்பகமானவர்கள் இல்லை. ரவிக்குத் தெரியவில்லை. மனிதர்கள் மீது நம்பிக்கை. படிக்கும் வயதில் தொடங்கி மூன்று தங்கைகளையும் கரைசேர்க்கும் பொறுப்பு. அவருடைய அம்மாவும் அப்பாவும் ரயில்விபத்தில் இறந்துபோனார்கள். தன் 42-வது வயதில்தான் அவருக்குக் கடமை முடிந்தது. நேர்மையான, பண்பான மனிதர். தனக்கு ஓர் உறவைத் தேடிக்கொள்ளலாமா, இப்படியே இருந்துவிடலாமா என மேலும் ஐந்து வருடங்கள் ஊசலாடி, இப்போது திருமணம் வேண்டாம் என்ற முடிவுக்கு வந்துவிட்டார். அவர் முடிவெடுப்பது அவ்வளவு முக்கியமா? அவருக்கு முன்பே சமூகம் எடுத்துவிட்டது.

அனிதா ஸ்கூட்டியை நிறுத்திவிட்டு போனை எடுத்தாள். அம்மாதான். “என் ஹாண்ட் பேக்ல ஒரு மருந்து சீட்டு இருந்ததே அதை எங்க வெச்சேன்னு தெரியலை. நீ எங்கயாவது பார்த்தாயா?”

“அம்மா ட்ராஃபிக்ல நிக்கிறேன். வீட்டுக்கு வந்து சொல்றேன்.”

“கொஞ்சம் அவசரம்மா.”

“ரசீது எங்க இருக்குன்னு தெரியாது. அந்த ரசீதை செல்போன்ல எடுத்து வெச்சிருக்கேன். இப்ப வாட்ஸ்அப்ல அனுப்பறேன்.”

“போட்டோ எடுத்து வெச்சிருக்கியா? அதை எதுக்குடீ போட்டோ எடுத்த?”

“சும்மாத்தான்...”

“என்னது சும்மாத்தான்?”

அனிதா சிவப்பு பட்டனை அழுத்திவிட்டு, வாட்ஸ்அப்பில் அந்த ரசீதை அனுப்பினாள்.

வீட்டுக்கு வந்ததும் ஜானகி கேட்ட முதல் கேள்வியில் அனிதாவுக்கு ஆத்திரம்தான் வந்தது.

“ஏம்மா... எதுக்கு அதை போட்டோ எடுத்தேன்னு வந்ததும் வராததுமா கேட்கறீயே... உனக்கு எதுக்கு அந்த மருந்துன்னு நான் கேட்கட்டுமா?”

ஜானகி தீர்மானத்தன்மை மிகுந்த முகத்தோடு, “கேளுடீ... எங்க பேங்க் அட்டெண்டர் ராஜலட்சுமிக்கு ஏற்கெனவே மூணு பொம்பளைப் பசங்க. இப்ப மறுபடி கன்சீவ் ஆகிட்டா. இதுதான் முதல் மாசம்... கலைக்கணும்னு சொன்னா. டாக்டரிடம்

கூட்டிக்கிட்டுப் போனேன். மருந்துச்சீட்டு என் பேக்ல மாட்டிக்கிச்சு. நேத்து நீ வேற அது என்ன மருந்துன்னு கேட்டே... இப்ப அவளுக்கு போன் பண்ணி அந்த மருந்து பேரைச் சொல்லிட்டேன். போதுமா?”

லாஜிக்காக சரியாகத்தான் இருந்தது. ஜானகி இப்படி பொருத்தமாக ஒரு காரணத்தைச் சொல்லிவிட்டதால், அனிதாவுக்கும் சற்றே இயல்பாக மாற முடிந்தது. அம்மாவால் சமாளிக்க முடியாமல் போயிருந்தால், இருவருக்கும் அல்லவா தர்மசங்கடமாக இருந்திருக்கும்? காரில் லாட்ஜ் பில்லை ஒருவர் மறந்து வைத்துவிட்டுப் போகிறார். இன்னொருத்தர் மருந்து சீட்டை மறந்துவிட்டுப் போகிறார். அனிதா மனதுக்குள் சிரித்துக்கொண்டாள்.

ஆனால், சில நிமிடங்களிலேயே தன் அபத்தக் கற்பனையை அவள் எதிர்கொள்ள வேண்டியிருந்தது. அவசர அவசரமாக அந்த மருந்துச் சீட்டின் தேதியைப் பார்த்தாள். அவள் பெங்களூருக்கு இன்டர்வியூ போன தேதி. அந்த மருந்து ரசீதில் இருந்த தேதியும் அம்மா ஏற்காட்டில் இருந்ததாக, தான் நினைத்த தேதியும் ஒன்றுதான். ஒரே நாளில் அம்மா இரண்டு இடங்களில் இருக்க முடியாது. சே... அம்மாவை சந்தேகப்பட்டதன் ஆரம்பமே தப்பு எனத் தெரிந்தது. அம்மா எந்தத் திட்டமும் போட்டு சமாளிக்கவும் இல்லை. பொய் சொல்லவும் இல்லை. மகளுக்கு ஒருவேளை சந்தேகம் ஏற்பட்டிருக்குமோ என்ற கவலையில் சில விளக்கங்களை மெனக்கெட்டு சொன்னாள். ‘ஸாரி அம்மா.’ ஒருத்தரிடம் குறை காண்பதில்தான் மனிதர்களுக்கு எவ்வளவு வேகம்? மனசுக்குள்ளாகவே கன்னத்தில் போட்டுக்கொண்டாள் அனிதா.

சமீபகாலமாக அனிதா தன்னைச் சந்தேகிப்பதை ஜானகியால் உணர முடிந்தது. ‘அந்த மருந்து உனக்கு எதற்கு?’ எனக் கேட்டாளே... அது சந்தேகமா, கோபமா? குற்றச்சாட்டா? ரவியை ஒருமுறை வீட்டுக்கு அழைத்துவந்து இவர்தான் அவர் என்பதை விளக்கிவிட்டால், ஒருவேளை அனிதாவுக்கு சந்தேகங்கள் நொறுங்கிவிடும் என நினைத்தாள். அனிதாவின் மனதிலிருக்கும் தீப்பொறியை உடனே அணைப்பது நல்லது. மகளுக்குத் தேவைப்படும் விளக்கம் அவளுக்கேகூட தேவைப்படும் நிலைமை சில நாள்களுக்கு முன் நிகழ்ந்தது.

வங்கியில் மேனேஜர் அறைக்குப் பறவையின் சிறகுகள் போல மார்பளவு உயரத்தில் ஓர் ஊஞ்சல் கதவு உண்டு. போவோரும் வருவோம் அந்தப் பக்கமும் இந்தப் பக்கமும் தள்ளிவிட்டபடி ஓடிக்கொண்டிருப்பார்கள். ஒருமுறை ரவி தன் இரண்டு கைகளாலும் அந்தக் கதவை வெளிப்பக்கம் இருந்து தள்ள முயற்சிப்பதற்குள், ஜானகி உள்பக்கம் இருந்தபடி அதை இழுத்தாள். இரண்டும்

ஒரே நேரத்தில் நிகழ்ந்துவிட்டது. ரவியின் உள்ளங்கை இரண்டும் ஜானகியின் மார்பகத்தில் அழுந்திவிட்டன. இருவருக்கும் திகைப்பு. ரவி சற்றும் எதிர்பாராதவிதமாக ஜானகியின் காலைத் தொட்டு "ஸாரி" என்றார். "அய்யோ என்ன சார் நீங்க... பரவாயில்லை" என ஜானகியும் உடனே திகைப்பில் இருந்து பெருந்தன்மைக்குத் திரும்பிவிட்டாள். இது நடந்து சில நாட்களாக ரவி எதிர்ப்படவில்லை. எதிர்ப்பட்ட ஒரு நேரத்தில் ஜானகியை ரவி ஏறெடுத்துப் பார்க்கவே சங்கடப்படுவது தெரிந்தது.

"ஏன் ரவி என்கிட்ட பேசாம போறீங்க?" என ஜானகிதான் கூப்பிட்டுக் கேட்டாள். அப்போது கேபினில் யாருமில்லை.

"உங்களைப் பார்க்கும்போதெல்லாம் அந்த ஞாபகம்தான் வருது" ரவிக்கு மறைத்துப் பேசவும் தெரியாது. ஜானகிக்குச் சிரிப்புதான் வந்தது.

"தெரியாம நடந்ததுதானே... அதுக்காகப் பேசாமலே இருப்பீங்களா?"

அதன்பிறகு ரவி சொன்னதுதான் பரிதாபமாக இருந்தது. "எனக்கு அந்த ஷாக்ல இருந்து மீளவே முடியலை."

"சரி ரவி... நான் கிளம்பறேன்." ஜானகி விருட்டெனக் கிளம்பிவிட்டாள்.

இரண்டு பேரும் ஒரே புள்ளியில் சிந்தித்தனர். ரவியை ஒருமுறை பார்க்க வேண்டும் என அனிதாவும் நினைத்தாள். அவரைப் பார்த்தால், எல்லா மேகமும் விலகிவிடும் என்பது ஜானகியின் எண்ணமாகவும் இருந்தது. அனிதாவுக்கு ஏதோ சந்தேகம் வந்துவிட்டதைத் தீர்த்துவைப்பது நமக்கு ஒரு வேலையா என நினைக்கும்போதே, மகள் இந்த வயதில் தன்னைச் சந்தேகிப்பதும்கூட ரசனைக்குரிய நினைவாகத்தான் ஜானகிக்கு இருந்தது.

ரவி வீட்டுக்கு வந்த நேரத்தில் அனிதாதான் முதலில் பேசினாள்.

"அங்கிள், நீங்கள்தான் ரவியா?"

"ஆமாம் அனிதா" எனக்கும் உன் பெயரைத் தெரியும் என்பதாகக் கண்களைச் சிமிட்டினார். மிருதுவான கைகுலுக்கலில் ஒளி பொருந்திய உண்மையான அந்தக் கண்களில் அனிதா குற்ற உணர்வுக்கு ஆளானாள் என்றுதான் சொல்ல வேண்டும்.

"காலைல கோயமுத்தூருக்கு ட்ரான்ஸ்ஃபர். அங்கே போய் சார்ஜ் எடுக்க வேண்டும். எல்லாமே தப்பாகிவிட்டது. வீட்டை ஏலம் விட்டுத்தான் கடனைத் திருப்ப முடியும் என்று முடிவாகிவிட்டது. எனக்கு ஒரு ப்ளாக் மார்க் இந்த விஷயத்தில்" என்று அனிதாவுக்கும் எல்லாமே தெரிந்திருக்கும்போலச் சொன்னார் ரவி.

ஜானகி, "பேங்க் விவகாரம் எல்லாம் அவளுக்குத் தெரியாது" என அவசரமாக முன்வந்தாள். வீட்டில் ஓர் ஆணின் குரலும் வாசனையும் ஜானகிக்கு அந்த நேரத்தில் வினோதமாகத்தான் இருந்தது.

சாப்பிடுவாரா, வெறும் டீயோடு கிளம்பிவிடுவாரா என மனதுக்குள் நினைத்துக்கொண்டே சப்பாத்தி, கோழிக் குருமா, கேசரி அல்வா என ஜானகி விதம்விதமாகச் சமைத்திருந்தாள். இரவு மூவரும் சாப்பிட்ட போது, அறையைக் காலிசெய்துகொண்டு வந்துவிட்டதைச் சொன்னார்.

"எல்லா மெட்டீரியலையும் வேன்ல ஏத்தி கோயமுத்தூர் அனுப்பிட்டேன். இதோ இந்த ஒரு பெட்டி மட்டும்தான்."

"அய்யோ அங்கிள். அப்ப நைட் எங்கே ஸ்டே பண்றீங்க?"

"எனக்கு நிறைய ஃப்ரெண்ட்ஸ் இருக்காங்க. இந்த ஒரு நைட் தங்கிக்க முடியாதா?"

"காலையில எத்தனை மணிக்கு ட்ரெய்ன்?"

"ஆறரை."

"அதுவரைக்கும் தங்குறதுக்கு ஓர் அறை தேடுவீங்களா? இந்த ரூம் சும்மாத்தான் இருக்கு. நீங்க இங்கயே தங்கலாம்... என்னம்மா சொல்றே?"

இப்படி அதிகப்பிரசங்கித்தனமாக ஒரு யோசனை சொல்லிவிட்டு அதற்குச் சம்மதம் கேட்கும் மகளை ஒரு கண்டிப்பு கலந்த பார்வை பார்த்த ஜானகியை ரவியும் கவனிக்கத் தவறவில்லை. "அது சரியா இருக்காது. நான் கிளம்பறேன்."

"நோ ப்ராப்ளம் ரவி சார்... அதனால் என்ன? இப்பவே மணி 9 ஆகிடுச்சு. இனிமே போய் எங்க தங்கிட்டு, காலையில போய் ட்ரெயினைப் பிடிப்பீங்க?" மகள் அத்தனை அழுத்தமாகவும் பெருந்தன்மையாகவும் அழைப்பு விடுத்தபின்பு ஜானகி மட்டும் என்ன செய்வாள்?

"பயப்படாதீங்க அங்கிள்..." அந்த அறையின் விளக்கையும் ஃபேனையும் இயங்கவைத்து, "ரொம்ப மோசமாக இருக்காது. வந்து பாருங்க" என்றாள் அனிதா.

அவன் இத்தனை நாள் தங்கியிருந்த அறையைவிட அது அழகாகவே இருந்தது. ரவி சிரித்துக்கொண்டே சொன்னார். "இது எனக்கு அரண்மனை" ஒரு வழியாக அனிதாவின் அன்புக்காகவும் பிடிவாதத்துக்காகவும்தான் அன்று ரவி அங்கே தங்குவதற்குச் சம்மதித்தார்.

டி.வி ஓடிக்கொண்டிருந்தது.

"அம்மாவுக்கு முரசு சேனல், சன் லைஃப் இந்த மாதிரிதான் பார்க்கப் பிடிக்கும் அங்கிள். சிவகார்த்திகேயனை விஜய்சேதுபதிம்பாங்க. விக்ரம் பிரபுவை கார்த்திக் பையனாம்பாங்க..."

"சிவகார்த்திகேயன்னா யாரு?" என்றார் ரவி.

"அங்கிள் நிஜமாத்தான் சொல்றீங்களா?"

"கிரிக்கெட் பிளேயரா?"

"போதும் அங்கிள். நீங்க ரெண்டு பேரும் சன் லைஃப் பாருங்க" சேனலை மாற்றிவைத்துவிட்டு, அனிதா வாட்ஸ்அப்பில் எதையோ பார்க்க ஆரம்பித்தாள். அனிதாவுக்கு ரவியை முழுதுமாகப் புரிந்துபோயிருக்கும் என்பதே ஜானகிக்கு சந்தோஷமாக இருந்தது. சோபாவிலேயே சாய்ந்து உறங்க முயற்சி செய்த அனிதாவை, "உள்ளே போய் படு" என அதட்டினாள்.

ரவி வெகு நேரம் புரண்டு புரண்டு படுத்துக்கொண்டிருந்தார். புதிய இடம் தூக்கம் வரவில்லை. நினைவுகளின் துரத்தலும் ஒரு காரணம். 'தற்செயல் என ஏதாவது உண்டா? செயல் மட்டும்தான் உண்டு. தானாக எதுவும் நடப்பதே இல்லை. ஜானகியின் மீது மோதியது தற்செயலா? இல்லை... நற்செயல்... ஹா... ஹா! சே! தற்செயல் இல்லை. எதிர்பாராதவிதமாக நிகழ்ந்ததா? எதிர்பாராமல் எதிர்பார்த்தது.'

ரவிக்கு இந்த இரவை எப்படியாவது முடித்துவிட்டுக் கிளம்ப வேண்டும்போல இருந்தது. அவர் கையில் எதுவும் இல்லைபோல தோன்றியது. ரவி அறையைவிட்டு வெளியே வந்தபோது, ஹாலில் ஊதா நிறத்தில் மெல்லொளி பாய்ச்சிய ஒரு விளக்குமட்டும் எரிந்துகொண்டிருந்தது. அதே நேரத்தில் ஜானகி அவள் இருந்த அறையில் இருந்து வெளியே வந்தாள். தற்செயல்தான்! உள்ளே மகள் இருக்கிற அவதானிப்பில் மெல்ல கதவைச் சாத்தி வெளிப்பக்கம் தாழ்ப்பாள் போட்டுவிட்டு, "என்ன ரவி?" என்றாள்.

"தாகமா இருந்தது" என்றார் ரவி.

- ஆனந்த விகடன், 2015.

பேய் ஆபீஸ்

39

“வாட்ச்மேன் நேத்து ராத்திரி ரத்தம் ரத்தமா கக்கி, பயந்துபோய் சொந்த ஊருக்கே போய் சேர்ந்துட்டான்.”

“என்னடா சொல்றே... என்னது ஆபிஸ்ல வாட்ச்மேன் இல்லையா?”

“பேய் அடிச்சு ஒவ்வொருத்தனா ஊரைப் பார்த்து ஓடிக்கிட்டிருக் கான்றேன்... வாட்ச்மேன் இல்லயான்னு விசாரிக்கிறே?”

– காலையில் ஆபீஸ் வந்தவர்கள் எல்லோரும் இப்படித்தான் பேசிக்கொண்டிருந்தார்கள்.

ஆபீஸில் ஒவ்வொரு நாளும் ஒவ்வொரு அதிர்ச்சியாக இருந்தது. இவன் இரண்டாவது வாட்ச்மேன். ஏற்கெனவே இருந்தவனும் சொல்லாமல் கொள்ளாமல் ஓடியவன்தான். இந்த ஆபீஸில் வேலைக்குச் சேர்ந்தவன் ஒருத்தனுக்கும் நல்லது நடந்தது மாதிரி தெரியவில்லை. பைக்கில் போய் அடுத்தடுத்து இரண்டு பேர் ஆக்ஸிடென்ட் ஆகி கால் உடைந்து கிடந்தார்கள். எல்லாம் ஆவியோட வேலை. பேய்களுக்குக் கால்கள் இருக்கின்றனவோ, இல்லையோ... எல்லா பேய்க் கதைகளுக்கும் கால்கள் இருக்கும். இது ஒரு மார்வாடி பெண் பேய். ஒரு தமிழ்ப் பையனை அந்தப் பெண் காதலித்ததால், அப்பா குலோப்ஜாமூனில் விஷம்வைத்து அவளைக் கொன்றுவிட்டார். அந்த மகள் ஆவி செய்த அட்டகாசத்தில் வீட்டை கால்வாசி விலையில் விற்றுவிட்டு ராஜஸ்தானுக்கே போய்விட்டாராம். பேயும் அப்பாவுடன் ராஜஸ்தானுக்குப் போகாமல் இதே வீட்டில் இருந்து இப்போது இங்கே செல்வம் ஃபைனான்ஸ் பணியாளர்களைப் பழி வாங்கிக்கொண்டிருக்கிறது.

காதலுக்குத்தான் கண்ணில்லை என்பார்கள் காலம் காலமாக. காதல் செய்த பேய்க்குமா? குறிப்பாக பேய்கள் தங்கள் சொந்த கிராமங்களைவிட்டு வெளியூர்களில் பிரச்னை வளர்ப்பது இல்லை. மற்ற பிராந்தியங்களில் இருப்பவர்களுக்குப் பேயை அடையாளம் தெரியாமல் போகும் என்பதோடு, பேய்க்கும்கூட மற்ற பிராந்தியங்களை அடையாளம் தெரியாதோ என அதிக பிரசங்கித்தனமாக நினைத்தேன்.

இரவு நேரங்களில் பெரும்பாலும் வாட்ச்மேன் மட்டும்தான் கடையில் இருப்பான். சில நேரங்களில் அட்டெண்டர் பாபுவும் இருக்க வேண்டியிருக்கும். அவனிடம் ஓர் ஓட்டை மொப்பட் வண்டி உண்டு. சில நேரங்களில் அந்த வண்டி அவனை இழுத்துக்கொண்டு வரும். சில நேரம் அவன் அதை இழுத்துக்கொண்டு திரிவான். 'பெல்ட் அறுந்துட்சி சார்!' ஆனாலும் 100 வேலைகளை இழுத்துப்போட்டு செய்வான். பாபு அப்படி கடையில் தங்கியிருந்த நாளின் மறுநாளில் கடைக்கு வந்த ஊழியர்கள் பதறித்தான் போனார்கள். பாபு நட்ட நடு ரோட்டில் கோரைப் பாய் போட்டு கடைக்கு எதிரே படுத்துத் தூங்கிக்கொண்டிருந்தான். ட்ராஃபிக் ஜாம். வாகன ஓட்டிகள் கண்டபடி திட்டியபடி போய்க்கொண்டிருந்தார்கள். அண்ணாச்சி அதட்டி எழுப்பியபோது, "கடைய உள்பக்கம் தாழ்ப்பா போட்டுப் படுத்திருந்தேன். எப்படி நடு ரோட்டுக்கு வந்தேன்னே தெரியலை" என்றான். அப்போது அவனுடைய கன்னத்தில் பேயின் ஐந்து விரல்களும் பதிந்திருந்ததாக விசாலாட்சி சொன்னாள். இரவு நேரத்தில் மட்டுமல்ல; பகலில்கூட பேயின் அட்டகாசம் இருப்பதாகவும் கிசுகிசுத்தாள். பேய்க்குக் கேட்டுவிடக் கூடாது என்ற அவளுடைய அச்சம் அனைவரையும் பயமுறுத்துவதாக இருந்தது. கவுன்டரில் நிற்கும்போது காலில் நகத்தால் கீறிவிட்டுப் போவதாகச் சொன்னாள். அப்போதே அது ஏதோ எலியாக இருக்கும் எனக் கமென்ட் அடித்த சண்முகசுந்தரம் மறுநாள் பைக்கில் வரும்போது அடிபட்டு கால் உடைந்து பரணி ஹாஸ்பிடலில் சேர்ப்பிக்கப்பட்டான். விசாலாட்சியின் காலில் இருந்த கீறலும் பைக் ஆக்ஸிடென்டில் சண்முகசுந்தரத்தின் காலில் ஏற்பட்ட கீறலும் ஒரே மாதிரி இருந்ததாக பார்த்தசாரதி சொன்னான். இது எல்லாமே பேயை நிரூபிப்பதற்கான வாய்ப்புகளாக இருந்தன.

எனக்கு பேய் நம்பிக்கை கம்மி. அதாவது அது நம்முடைய வாழ்க்கையில் எல்லாம் குறுக்கிடாது என்ற அளவில் இருந்தேன். ஆனால், மற்ற சிலரைப் போல பேய் இல்லை என பொதுவெளியில் சொல்லி என்னை வெளிக்காட்டிக்கொள்ளாமல் சாத்தியங்களை ஆராய்ந்தேன். வெளிப்படையாகச் சொல்லி ஏதாவது எதேச்சையாக நடந்து அதுவும் பேய் லிஸ்ட்டில் சேர்ந்துவிடாமல் இருக்கவே, அதைத் தவிர்த்தேன். ராஜஸ்தான் சென்ற மார்வாடி அப்பாவையும்

அந்தப் பெண்ணால் காதலிக்கப்பட்ட காதலனையும் கண்டுபிடிக்க விரும்பினேன். அப்பா மீது வெறுப்பு கொண்ட அந்தப் பேய் அவரைப் பழி வாங்காமல் இருப்பதையும் காதலனைச் சென்றடைய விரும்பாமல் இங்கே குண்டு சட்டியில் குதிரை ஓட்டிக்கொண்டிருப்பதையும் ஆதாரபூர்வமாகச் சொல்லலாம் என நினைத்தேன். என் ஆதாரத் தேடலில் மண் விழுந்தது. சரியாகச் சொல்ல வேண்டுமானால் மரம் விழுந்தது.

பைக் கம்பெனிக்காரன் நடத்திய லோன் மேளா காரணமாக ஏகப்பட்ட பிராஸஸிங் வேலை பாக்கியிருந்ததால் அன்று இரவு 11 மணி வரை அலுவலகத்தில் இருக்க வேண்டியிருந்தது. நேரம்போனதே தெரியவில்லை. ஜன்னல் ஓரத்தில் ஒரு சரசரப்பு கேட்டபோது அலட்சியமாக இருந்துவிட்டேன். அமானுஷ்யமான சரசரப்பு அது என சற்று தாமதமாகத்தான் உணர்ந்தேன். கம்ப்யூட்டரில் கவனமாக இருப்பதுபோன்ற பாவனையுடன் எச்சரிக்கையாக சரசரப்பு வந்த திசையை ஓரக்கண்ணால் பார்த்தேன். கண்ணாடிக்கு வெளியே ஒரு முகம் தெரிந்தது. அது ஒரு இளம் மார்வாடிப் பெண்ணின் முகம். அதிர்ந்துபோய் எழுந்து பார்த்தபோது, அந்த முகம் இல்லை. ஜன்னல் அருகே இருந்த மரக்கிளை ஒன்று காற்றில் சரசரத்துக்கொண்டிருந்தது. கிளை, நான் பார்த்துக்கொண்டிருந்தபோதே காற்றின் வேகத்தில் சடக்கென முறிந்து விழுந்தது. மரம் விழுந்தது எனச் சொன்னது இதனால்தான். பேயை நேரில் பார்த்த சாட்சி ஆகிவிட்டேன். மணி 11 ஆகிவிட்டதையும் அப்போதுதான் கவனித்தேன்.

அதன்பிறகு விசாலாட்சி சொல்வது எதையும் அலட்சியப்படுத்தாமல் கேட்டேன். குறிப்பாக அவள் அலுவலகத்தின் பின்புறம் இருக்கும் சமையல்கட்டு பக்கம் போகவே மாட்டாள். அங்குதான் குடிப்பதற்குத் தண்ணீர் வைத்திருந்தார்கள். அவள் வீட்டில் இருந்தே தண்ணீர் கொண்டுவந்துவிடும் ரகசியமும் பல மர்மங்களை உள்ளடக்கியதாக இருந்தது.

யாருமே இல்லாத தருணம் ஒன்றில் அங்கே யாரோ தண்ணீர் குடிக்கும் சப்தமும் சலங்கை சத்தமும் கேட்டதாம். அதன்பிறகு அங்கே யார் சென்றாலும் இன்னும் சிலரைத் தயவுக்கு அழைத்துக் கொண்டுதான் செல்வதாகச் சொன்னாள்.

அவள் சொன்னதை உறுதிப்படுத்தும் சம்பவம் ஒன்று அடுத்த சில நாட்களிலேயே நடந்தது. தலைவலிக்கிறது என்று புண்ணியமூர்த்தி அங்கே சென்று படுத்திருந்தான். குட்டையான அகலமான பையன் அவன். யாருடைய தொல்லையும் இருக்காது என்பது அவனுக்கு வசதி. அவன் அங்கு படுத்த பிறகுதான் ஓனரும்கூட அங்கே செல்வது இல்லை என்பது தெரிந்தது. ஓனர் வருவார் என்றால் அந்த வழியில் ஓர் ஊழியன் படுப்பானா? புண்ணியமூர்த்தி

படுத்த அரைமணி நேரத்தில் "அய்யய்யோ... அம்மாடியோ" எனக் கத்திக்கொண்டு ஓடி வந்தான். அவனுடைய முன் தலை நன்கு வீங்கியிருந்தது. யாரோ அவனுடைய தலைமுடியைப் பிடித்து இழுத்து சுவரில் ஓங்கி அடித்ததாகக் கதறினான். இருந்தாலும் அந்த மார்வாடி பெண், தன் தகப்பனார் மீது இருந்த கோபத்தை இப்படி தலைவலிக்குப் படுக்கிறவர்கள், தண்ணீர் குடிக்க வருபவர்கள் மீதெல்லாம் காட்ட வேண்டியது இல்லை என நான் நினைத்ததை அந்தப் பேய் அறிந்திருக்க வாய்ப்பு இல்லை. எப்படிச் சொல்கிறேன் எனில், நான் அங்கு வேலை பார்த்த வரை என்னை எதற்காகவும் பேய் தாக்கவில்லை. புண்ணியமூர்த்தியும் விசாலாட்சியும் வேறு வேலையைப் பார்த்துக்கொண்டு போன பிறகு எனக்குப் பேய் பற்றி புதிய தகவல்களைச் சொல்வதற்கு யாரும் இல்லாமல் போய்விட்டது.

இந்தக் கட்டடத்தைப் பாதிவிலைக்கு வாங்கி, பெரிய மால் ஒன்றைக் கட்ட நினைத்த பில்டர் ஒருவர்தான் இந்தப் பேய் புரளிகளுக்குக் காரணம். புரளிகள் பயத்துக்குக் காரணமாகி, அந்த பயம் மனத்தில் ஏற ஏற தானாகவே எனக்கும் பேய் தோற்றங்கள் ஏற்படவும் வாய்ப்பாகிவிட்டது. புண்ணிய மூர்த்தி செய்தது திட்டமிட்ட நாடகம். விசாலாட்சி அப்புராணி. பயந்தாங்கொள்ளி. குழந்தையில் இருந்தே பாட்டியிடம் பேய்க்கதை கேட்டு வளர்ந்தவள். வாட்ச்மேன்கள் அந்த பில்டரால் அனுப்பப்பட்டவன்... எல்லோருக்கும் பேய் பயம் பறந்துவிட்டது!

இப்படித்தான் இந்தக் கதையை முடித்துவிட இருந்தேன்.

யாரும் எதிர்பாராதவிதமாக அந்த மார்வாடி பெண் கடைக்கு வந்தாள். வந்தாள் என்றால்... நிஜமாகவே காரை விட்டு இறங்கி வந்தாள். மெல்லிய பெண். தகதக என உடை அணிந்து இடுப்பை இறுக்கிய கயிறு கட்டியிருந்தாள். இடுப்பு அவள் கையைவிட சற்றுதான் சுற்று அதிகமாக இருந்தது.

"இது நாங்க குடியிருந்த வீடு. எல்.கே.ஜி படிக்கும்போதிலிருந்து காலேஜ் முடிக்கிற வரை இங்கதான் இருந்தேன். ஏதோ திடீர்னு இந்த வீட்டைப் பார்க்கணும் தோணுச்சு... அதான் வந்தேன்." சாதாரணமாகச் சொன்னாள். மேக் அப் திரவிய வாசனை அதிகமாக இருந்தது. மிகமிக அழகாக இருந்தாள் என சுருக்கமாக வர்ணிப்பதற்கு அவளிடம் உடனடியாகக் கேட்க வேண்டிய கேள்வி ஒன்று இருந்தது.

நான் உடனடியாக, "நீங்கள் உங்கள் அப்பாவுக்கு ஒரே பெண்ணா?" என்பதைத் தெளிவுபடுத்திக்கொண்டேன்.

"அப்படீன்னா நீங்க இன்னும் சாகலையா?" என யாரோ கேட்டது அவளுக்குக் கேட்டிருக்கவில்லை. அவள் அன்ன நடை நடந்து

தமிழ்மகன் | 303

எல்லா அறையையும் பார்த்தாள். சமையல்கட்டில் வெகு நேரம் இருந்தாள். "அம்மா இந்த இடத்திலதான் சப்பாத்தி தெரட்டுவா" என தமிழை அழகாகவே பேசினாள். அவளுக்குக் கால்கள் இருந்ததையும் சிலர் கவனித்து, பின்னர் தெரிவித்தனர். அந்த ரோஸ் நிறக் கால்களில் மருதாணி அலங்காரம் மிக அற்புதமாக இருந்ததாக புவனேஸ்வரி சொன்னாள். முன்னர் முடிக்க இருந்த இறுதிவரியை இப்போதும் எழுதிவிடலாம்தான். 'எல்லோருக்கும் பேய் பயம் பறந்துவிட்டது!'

ஆனால், என்னைத் தவிர எல்லோருக்கும் பேய் பயம் அகன்றுவிட்டது என்றுதான் சொல்லவேண்டும். ஒருநாள் இரவு 11 மணி வாக்கில், அவள் எனக்கு ஜன்னல் வழியாக தோன்றிய மாதிரியே அச்சு அசலாக இருந்ததும் காரில் ஏறி அமர்ந்து கண்ணாடியை உயர்த்திய சாக்கில் என்னை நோக்கிச் சிரித்ததும் ஏன் என்பதுதான் தெரியவில்லை. ஏன் அந்த முகத்தையும் இந்த முகத்தையும் ஒப்பிட்டேன்? அதுபோல இதுவா?... இதுபோல அதுவா? தேவையில்லாமல் தொடர்புபடுத்துவதாக மனதைத் தேற்றிக்கொண்டேன்.

ஓனர் என்ன நினைத்தாரோ, ஒருநாள் காலை எல்லோரையும் வரச்சொன்னார். வந்தபின்புதான் தெரிந்தது... தீயசக்திகளை அகலச் செய்வதற்கான பூஜை ஒன்றுக்கு ஏற்பாடு செய்திருந்தார். கேரளத்துக்காரர் போல இருந்த ஒரு மந்திரவாதி அலுவலகத்தையே பார்வையால் அளந்தபடி அழுத்தமான நோக்கோடு உள்ளே வந்தார். கழுத்திலே நிறைய ருத்ராட்ச மாலைகள். வேறு சில இலச்சினைகள் கழுத்திலே இருந்தன... அவற்றின் பெயர் எல்லாம் தெரியவில்லை. பல வண்ணங்களில் நூல் சரடுகள் கழுத்திலே இருந்தன. சில கைகளிலும் கட்டப்பட்டிருந்தன.

"இருக்கு!" என்று மட்டும் ஒருதரம் சொன்னார். 'மறுபடியும் முதலில் இருந்தா' என அச்சத்துடன் பார்த்துக்கொண்டிருந்தனர் பலரும்.

அந்த மலையாள ஆசாமியை நம்பூதிரி என அழைத்ததோடு அவர் பிரசன்னம் பார்ப்பவர் எனவும் சொன்னார்கள். நம்பூதிரி சில வினாடி கண்ணை மூடி இருந்துவிட்டு, விசுக்கென திறந்தார். அவர் என்னைத்தான் வெறித்துப் பார்க்கிறார் என்பதை உணர்ந்து என் பார்வையை வேறு பக்கம் திருப்ப எத்தனித்தேன். அதற்கு முன்னரே அவர் என்னை கையசைத்து அருகே அழைத்தார். அருகே போய் நின்றேன்.

"நீ பார்த்தியா?" என்றார்.

குப் என வியர்த்துபோய்விட்டது. "ஒரு தடவை பார்த்தேன்" என்பதை தன்முனைப்பு இல்லாமலேயே சொன்னேன்.

“எப்ப?”

“ஒரு மாசத்துக்கு முன்னாடி. ஒருநாள் நைட் 11 மணிக்கு... ஜன்னல் பக்கத்தில நின்னுச்சு.”

“எப்படியிருஞ்சது?”

“அன்னைக்கு ஆபிஸைப் பார்த்துட்டுப் போக வந்த மார்வாடி பொண்ணைப்போல.”

“ஆபீஸ பார்த்துட்டுப் போனது நிஜமில்லா... சூக்குமம்!”

பயப்படுவதற்கான விஷயம் என்பது அகராதியில்லாமல் புரிந்தது.

“போன ஜென்மத்தில நீயும் அவளும் பிரேமிச்சு... அதாயிட்டு உன்ன தேடி இவிட வந்துருக்குன்னு!”

“என்ன சார் சொல்றீங்க?”

சுற்றி நின்றிருந்த அனைவரும் என்னையே பேய் மாதிரி பார்க்கத் தொடங்கினர்.

“ஈ விவகாரம் அறிஞ்சு ஆ பெண்ணோட அப்பன் அவளை குலோப் ஜாமூனில் விஷம் வெச்சு கொன்னு!”

“சார்!”

தீயசக்தி விலக ஒரு மந்திரம் சொல்லி அதை தினமும் ஆயிரத்து எட்டு முறை உச்சரிக்கச் சொன்னார். கதையின் நாயகனே நானாகிவிட்ட பின், பேய் அனைவரின் நெஞ்சிலும் என் சார்பில் நங்கூரம் இட்டுவிட்டது. ஒவ்வொருவராக வேலையில் இருந்து விலகிக்கொண்டனர். அண்ணாச்சியும் வந்தவரைக்கும் இடத்தை விற்றுவிட்டு ஆவடி பக்கத்தில் பைக் டீலர் ஷிப் வாங்கிக்கொண்டு போய்விட்டார்.

எனக்கு துர்சொப்பனங்கள் அதிகமாகி, 1008 முறை உச்சரிக்க வேண்டிய மந்திரத்தை கணக்கு வழக்கு இல்லாமல் உச்சரித்துக்கொண்டிருந்தேன். எங்கள் பேய் ஆபீஸ் இப்போது மால் ஆகிவிட்டது. நடிகர் விஜய்ராம் திறந்துவைப்பதாக சொன்னார்கள். விஜய்ராமின் பினாமி பெயரில் மால் இருப்பதாகச் சொன்னார்கள். எல்லாவற்றையும் மறுநாள் வெளியான செய்தித்தாளில் போட்டிருந்தார்கள். விஜய்ராம் பக்கத்தில் அவருடன் நடிக்க இருக்கும் கதாநாயகியும் இருந்தாள்... என் கண்கள் விரிந்தன. தெறித்தன. அவள்... அவளைப்போலவே இருந்தாள். அந்தப் போட்டோவின் ஒரு இடுக்கில் நம்பூதிரியின் முகம் கால் பங்கு தெரிந்தது.

- 2019.

அதிபர்

40

நிஷாவின் திருமணம் நிச்சயமான அன்றுதான் அதிபரின் அறிவிப்புச் செய்தி பரவ ஆரம்பித்தது. முதலில் இந்த அறிவிப்பு வாட்ஸ்அப் மூலம் பரவலாகிக்கொண்டிருந்தது. வேடிக்கை என நினைத்தே அதைப் பலரும் ஃபார்வேர்டு செய்துகொண்டிருந்தனர். அந்த அறிவிப்பு ஒரு மீம்ஸ் செய்யும் அளவுக்கான தரத்தோடுதான் இருந்தது.

எல்லோரும் நினைத்ததுபோல அவ்வளவு எளிமையானதாக இருக்கவில்லை அந்த அறிவிப்பு. திடீரென நாட்டு மக்களின் நன்மை கருதி இந்த அறிவிப்பைச் செய்திருந்தார். அது நிஜமாகவே அதிபரின் அறிவிப்புதான் எனத் தொடர்ந்து செய்தி சேனல்கள் உறுதிப்படுத்தின. நிஷா, டி.வி-யை உயிரூட்டிப் பார்த்தபோது, எல்லா சேனல்களிலும் அதிபர்தான் கையை உயர்த்திப் பேசிக்கொண்டிருந்தார். அதிபரின் உரை தீர்க்கமாக இருந்தது. நீள் அங்கி அணிந்து, சீன அறிஞர் கன்ஃபூசியஸ் உருவத்தை நினைவுபடுத்தும்விதமாக இருந்தார் அதிபர். அவருடைய ஆங்கில உச்சரிப்பு அழுத்தமாக... கருங்கல்போல உறுதியுடன் இருந்தது. சொல்லே கல்.

அவர் நிறுத்தி, நிதானமாக ஒவ்வொரு சொல்லாக எறிந்தார். “இன்று இரவு முதல் திருமணங்கள் செல்லாது.” இதுவரை நடந்த திருமணங்களா, இனி நடக்க இருப்பவையா? அதுபற்றி யாருக்கும் தெரிந்திருக்கவில்லை. அறிவிப்பைத் திரும்பத் திரும்ப மக்கள் பார்த்துக்கொண்டே இருந்தனர். அந்தப் பிரசங்கம் திரும்பத் திரும்ப வந்துகொண்டிருந்ததால், திரும்பத் திரும்பப் பார்க்க வேண்டியதாக இருந்தது. எத்தனைமுறை பார்த்தபோதும்

அவருடைய அந்த விநோத அறிவிப்பில் எந்த மாற்றமும் இல்லை. அதே வார்த்தைகளைத்தான் சொன்னார். பதிவு செய்யப்பட்ட ஒரு வீடியோ பேச்சு அப்படித்தான் இருக்கும் எனினும் அது, பார்க்கப் பார்க்க அச்சத்தை அதிகப்படுத்துவதாக இருந்தது. ஒரே பேச்சை மறுபடி மறுபடி கேட்கும்போது அது கெட்டியாக மாறுகிறது. பாலாக இருந்து தாராக மாறிவிடுகிறது.

"இன்று இரவு பன்னிரண்டு மணிக்குமேல் யாரும் தம்பதியராக இருக்க முடியாது. இன்று நள்ளிரவுக்குப் பிறகான பாலுறவுகள் அனைத்தும் கள்ளத்தனமானவை எனக்கருதப்படும். மக்கள்தொகைப் பெருக்கத்தைக் கட்டுப்படுத்தும் நியாயமான காரணத்துக்காக அரசு எடுத்திருக்கும் இந்த அவசர நடவடிக்கைக்குத் தம்பதியர் யாவரும் 'ஒத்துழைக்காமல்' இருப்பதன்மூலம் ஒத்துழைக்க வேண்டும்" என்ற வரிகளில் அதிபரின் இலக்கிய ரசனை வெளிப்பட்டிருப்பதாக ஒரு சேனலில் கருத்துச் சொல்லிக்கொண்டிருந்தார் ஓர் ஆதரவாளர். ஆனால், அதிபர் அதைத் தன் நகைச்சுவை உணர்வை வெளிப்படுத்துவதற்காகப் பயன்படுத்தியிருந்தார். மிக முக்கியமான ஆலோசனைகளின் நடுவே அதிபர் அப்படித்தான் தன் நகைச்சுவை உணர்வை வெளிப்படுத்துவார். முன்னர் ஒருமுறை நிலநடுக்கம் ஏற்பட்டு மக்கள் மூக்கில் மண் ஏறி, பூமியின் அழுத்தத்தால் இறந்தபோது 'பூகம்பம் ஏற்படும் வேளைகளிலும் வான்கோழி உடலுறவில் ஈடுபடும். அந்தப் பகுதியில் வான்கோழி உண்டா?' எனத் தன் அறிவியல் நகைச்சுவையை வெளிப்படுத்தினார்.

இந்தமுறை இப்படி ஒரு நகைச்சுவை. அடுத்த சில மணி நேரங்களில் அதிபரின் அறிவிப்பால் ஒவ்வொரு குடும்பமும் புயல் பாய்ந்த வயல்போல சிதைந்துகிடந்தது. பழைய மனைவிகளை எங்கு கொடுத்து, என்னவாக மாற்றுவது என்கிற கவலை கணவர்களுக்கு. கணவன்களை வைத்துக்கொண்டு இனி என்ன செய்வது என்ற கவலை மனைவிகளுக்கு.

'நிச்சயிக்கப்பட்ட திருமணங்கள் செல்லுமா?' என்ற கேள்வியில் எந்த அர்த்தமும் இல்லாவிட்டாலும் நிஷா அதைத் தனக்குள் கேட்டுக்கொண்டாள்.

இரவு முழுவதும் நாடே உறக்கத்தை உதறிப்போட்டுவிட்டுக் கேள்விக்குறிகளுடன் அலைந்தது. கேள்விகளின் பாரம் அழுத்தியது. இல்லறத்துக்காக இல்லை எனினும் பல முதியோர்கள், குடும்ப ஓய்வூதியம் இனி கிடைக்குமா எனக் கலங்கிப்போய்த் தம் வயதொத்த ஓய்வூதியதாரர்களிடம் தொலைபேசி உரையாடல்களில் மூழ்கியிருந்தனர். 'இன்று இரவு முதல் யாரும் உயிருடன் இருக்கக் கூடாது' எனத் தெளிவாகச் சொல்லித் தொலைத்திருக்கலாம் என நிஷாவின் பாட்டி புலம்பிக்கொண்டிருந்தார். கணவன் இறந்த பிறகு

குடும்ப பென்ஷன் மூலம் வாழ்க்கை நடத்திக்கொண்டிருந்தார் அவர். அவருடைய புலம்பலைத் தவிர்க்க ஓர் அறையில் வைத்துப் பூட்ட வேண்டியிருந்தது.

'செல்லாத திருமணச் சட்டம்' தாம்பத்யத்தைச் சில சட்ட விதிகளுக்குட்பட்டு அனுமதிக்குமா என்பதற்கான விடையை இணையத்தில் தேடிக்கொண்டிருந்தனர் சில தம்பதிகள். பெரும்பாலும் புதிதாகத் திருமணமானவர்கள் அவர்கள். நிஷாவின் அண்ணனும் அண்ணியும் நள்ளிரவுக்குள் ஒரு கடைசி வாய்ப்பைத் தவறவிடக் கூடாது என நினைத்திருந்தனர்.

திருமணங்கள் செல்லாமல் போனதில் மகிழ்ந்த சில ஆண்களும் பெண்களும் இருக்கத்தான் செய்தனர். அதை வெளியே காட்டிக் கொள்ளாமல் வருந்துவதுபோல நடிக்க வேண்டியிருந்தது.

திருமண வயதில் இருந்த பலர் பதறிப்போயிருந்தனர். அதில் நிஷாவையும் முக்கியமாகச் சேர்த்துக்கொள்ள வேண்டும். அவளுக்கு இப்போதுதான் மாப்பிள்ளை பார்த்து முடிவு செய்திருந்தனர். செல்போன் எண்களைப் பரிமாற்றி, இதுவரை இரண்டு முறைதான் பேசியிருந்தனர். கற்பு என்பது கணவனுக்கு மனைவி சமர்ப்பிக்கவேண்டிய பொக்கிஷம் என்பதில் நம்பிக்கை நிறைந்திருந்த நிஷாவுக்கு இந்த அறிவிப்பு, வாழ்வையே கேள்விக்குறி ஆக்கியிருந்தது. தனக்கு இனி திருமணம் ஆகாது என்பதை நினைத்து அழுவதை மற்றவர்கள் பார்ப்பதுகூட கற்புக்குக் களங்கமாகி விடக்கூடும் என நினைத்த அவள், யாரும் பார்க்காத நேரத்தில் மனதுக்குள் மட்டுமே அழுவதற்குத் தன்னைத் தயார்படுத்தியிருந்தாள்.

இதுவரை ஒருமுறையும் திருமணம் செய்யாதவர்கள் அனைவருக்குமே ஏறத்தாழ அந்த வருத்தத்தின் விகிதம் இருந்தது. எதற்காகத் திருமணங்கள் நடைபெறுகின்றதோ, அதை ஒருபோதும் அனுபவிக்காதவர்கள் என்பதில்தான் அவர்களின் ஏக்கமும் பதற்றமும் பல மடங்காக ஒளிந்திருந்தன.

நிஷாவின் அம்மாவுக்கு இனியும் தான் அவளுக்கு அம்மா முறை கொண்டாடலாமா என்பதில் குழப்பம் இருந்தது. தம்பதி உறவு இல்லை என்றால், எல்லா உறவும் அர்த்தம் இழந்துவிடுமா எனத் தொலைக்காட்சிகளில் விவாதங்கள் நடந்தன. விடைதான் கிடைக்கவில்லை.

அதிபரின் அறிவிப்பு அந்த இரவைக் கடித்துக் குதறியிருந்தது. உலகில் மனித ஜீவராசிகள் சிந்திக்கத் தொடங்கியிருந்த காலத்துக்குப் பின்னர், நினைவுகூரத்தக்க மோசமான இரவு. தொலைக்காட்சியில் புதிய சட்டத்தின் விளக்கங்கள் ஏதேனும் வெளிவருகிறதா என

விழி இமைக்காமல் பார்த்துக்கொண்டிருந்தனர் மக்கள். இரவு முடித்து மறுநாள் இரவு வந்த பின்னரும் அதிபரிடமிருந்து விளக்கம் வரவில்லை.

அதிபர் முதல் நாள் அறிவித்ததையே மீண்டும் மீண்டும் ஒளிபரப்பிக்கொண்டிருந்தார்கள். அந்தத் திருமணச் சட்டத்தின் பிரிவு, 13ஏ என்பதாக விவாதத்தின்போது தெரிந்துகொள்ள முடிந்தது. திருமணத்துக்கு என ஒரு சட்டம் இருப்பதைப் பலர் அப்போதுதான் அறிந்தனர். ஏராளமான வாக்குறுதிகள் கொடுத்து, பதவிக்கு வந்த அதிபரால் அவற்றில் ஒன்றைக்கூட நிறைவேற்ற முடியாததால்தான் மக்களை இப்படித் திசை திருப்பியிருக்கிறார் என்பதைச் சிலர் வதனப்புத்தகத்தில் கருத்தாகச் சொல்லியிருந்தார்கள். ஆனால், அவர்களின் சமூகவலைப் பக்கங்கள் உடனே அழிக்கப்பட்டன. அவர்களும் சேர்த்தே அழிக்கப்பட்டுவிட்டதாகவும் ரகசியமாகப் பேசிக்கொண்டார்கள்.

இரண்டாம் நாள் இரவில் அதிபர் நிச்சயமாகத் தொலைக்காட்சி உரையின் வழியே இந்தப் பிரச்னையைத் தீர்த்துவைப்பார் எனச் சொன்னார்கள். இப்படிச் சொன்னவர்கள் எல்லாம் அதிபரின் கட்சியைச் சேர்ந்த முக்கியப் பிரமுகர்கள்தான். திருமணங்கள் நடப்பதால் தேவையில்லாமல் மக்கள்தொகை பெருகுவதாகவும் அதைக் கட்டுக்குள் கொண்டு வருவதற்காகவும் மட்டுமின்றி, இனிப் பிறக்கப்போகும் குழந்தைகளுக்கு 'செனிரியோ சைனி' எனும் விபரீதமான நோய் ஒன்று தாக்க இருப்பதை அறிந்தே அதிபர் இப்படி ஒரு முயற்சி எடுத்திருப்பதாகவும் விஞ்ஞான ரீதியாகக் காரணம் சொல்லிக்கொண்டிருந்தார்கள். ஆனால், அதிபரின் கட்சியைச் சேர்ந்த பலர் தொடர்ந்து தங்கள் மனைவியரிடமும் பிற பெண்களிடமும் கள்ள உறவு மேற்கொண்டதைச் சில பத்திரிகைகள் வெளிச்சம்போட்டுக் காட்டின.

தொடர்ச்சியான திருமணங்களால் நாட்டில் பரம்பரை நோய்கள் பெருகுவதாக அதிபரின் ஆதரவாளர் ஒருவர், கடைந்தெடுத்த நியாயமான தொனியில் சொன்னார். அதேசமயம், உலகின் பல நாடுகளில் இந்தத் திட்டத்தால் நல்ல பயன் விளைந்திருப்பதாகச் சொன்னவர்களால் உலக வரைபடத்தில் அப்படி ஒரு நாட்டையும் அடையாளம் காட்ட இயலவில்லை. அதை நம்பவைக்கும் பொருட்டுப் புதிதாக ஒரு நாட்டின் பெயரையும் சொல்லக்கூடும் என நிஷாவின் தந்தை தன் மகளுக்கு மட்டும் கேட்கும்படி சொன்னபோது, அவருக்கு வியர்த்துப்போய்விட்டது. காதுகளின் இருபுறம் மட்டும் நரைத்த வழுக்கைத் தலையரான அவர், தன் மெல்லுடல் மகளே தன்னைக் காட்டிக்கொடுத்துவிடுவாளோ எனப் பயந்துபோவதை அவரால் கட்டுப்படுத்த முடியவில்லை. தன்

தமிழ்மகன் | 309

அழகிய, அன்பான மகள் அத்தகையவள் அல்ல என நன்றாகத் தெரிந்திருந்தும் தானாகவே அச்சத்தால் அவருடைய உடல் வியர்த்துக் கொட்டியது. அப்பா தன்னை சந்தேகித்த காரணத்துக்காக வேதனைப்படுவதைத் தவிர்க்க, "என்னப்பா புழுக்கமா இருக்கா?" என்று கேட்டுவிட்டு, 17 டிகிரியைக் காட்டிக்கொண்டிருந்த ஏ.சி ரிமோட்டை 16 டிகிரிக்கு மாற்றிவைத்தாள் நிஷா.

அதிபர் நான்காம் நாள் நள்ளிரவு தொலைக் காட்சியில் பேசினார். "மக்கள் படும் அவதிகளுக்கு நான் மனப்பூர்வமாக மன்னிப்பு கேட்கிறேன். ஓர் ஆண்டில் நிலைமை சரியாகிவிடும். நிலைமையைச் சமாளிக்கும் பொருட்டு புதிய முடிவு எடுத்திருக்கிறேன். இரண்டு முறை திருமணம் செய்தவர்களின் திருமணங்கள் மட்டும் செல்லும். அதை அவர்கள் ஆதாரத்துடன் நிரூபிக்க வேண்டும். இந்த அதிரடி அறிவிப்பில் நாட்டில் பத்து சதவிகிதம் தம்பதியர் பலன் அடைவார்கள்" என அதிபர் தன் இரண்டாம் அறிவிப்பின் இறுதி வரிகளில் தெளிவுபடுத்தினார். அதற்கு அதிபர் சொன்ன காரணம் விநோதமாக இருந்தது. மக்களின் பிரச்னையைத் தீர்க்கப் பலவிதங்களில் ஆலோசனை நடத்தியதாகவும் ஒரு பிரிவினருக்காவது மீண்டும் திருமண உரிமையை அளிக்கலாம் என முடிவெடுத்ததாகவும் அதிபர் சொன்னார். அந்த 'ஒரு பிரிவினர்' யார் என்பதை வகைப்படுத்துவதில் வெற்றிகண்டுவிட்டதாக அதிபர் சொன்னார். இரண்டு முறை திருமணம் செய்தவர்கள் நாட்டில் பத்து சதவிகிதம் பேர்தான் என்பதால், அவர்களுக்கே அந்தச் சலுகையின் பலனைத் தருவதற்குத் தீர்மானித்ததாகச் சொன்னார். 'பலன் அடைவார்கள்' என்பது 'தாம்பத்யம் மேற் கொள்ளலாம்' என்பதைக் குறிப்பதாக மக்கள் அவர்களாகவே அர்த்தம் கற்பித்துக்கொள்ள வேண்டியிருந்தது. அது அவருடைய நகைச்சுவையின் சாதுர்யம் என்பதை அறியாதவர்கள் அல்ல அவர்கள். 90 சதவிகிதம் தம்பதியர் பயன் பெறத் தகுதியற்றவர்கள். அவர்களின் விவரங்கள் தயாரித்து முடிக்கப்பட்டுவிட்டதாகவும் அவர்களில் யாராவது தாம்பத்யத்தில் ஈடுபட்டால், உடனடியாகக் கைதுசெய்யச் சட்டம் இயற்றப்படுவதாகவும் அரசுத்துறையினர் பயமுறுத்தினார்கள். பயன்பெறா தம்பதியர் தங்கள்மீது கைது நடவடிக்கை எடுக்கப்பட்டுவிடுமோ என்ற அச்சத்தில் எல்லா நேரமும் விலகியிருந்தனர். எவரும், 'இரண்டு முறை திருமணம் செய்தவர்களால் மக்கள் பெருக்கம் ஏற்படாதா?' எனக் கேட்கவில்லை. ஒரு முறையும் திருமணம் ஆகாதவர்களுக்கு அந்த வாய்ப்பை வழங்கலாமே எனவும் கேட்கவில்லை.

வழக்கம்போல சாலைகளில் வாகனங்கள் ஓடின. சூரியன் தோன்றி மறைந்தது. மேகம் அற்ற வானில் நட்சத்திரங்கள் பிரகாசமாகவே ஒளிர்ந்தன. மனிதர்கள் மட்டும் உயிர் இல்லாமல்

நடமாடிக் கொண்டிருந்தார்கள். மறுநாள் காலை எல்லா குடும்ப மையங்களிலும் இரண்டு முறை திருமணம் ஆனதற்கான ஆதாரங்களைக் காட்ட மக்கள் நீண்ட வரிசைகளில் காத்திருந்தனர். நிஷாவின் அண்ணன் அந்த வரிசையில் காத்திருந்தான். அண்ணியும் அண்ணனுக்குத் தெரியாமல் இன்னொரு வரிசையில் நின்றிருந்தார். முன்னாள் காதலனோடு, காதலிகளோடு எடுத்திருந்த புகைப்படங்களை முதல் திருமணம் என நிரூபிப்பதற்கான முயற்சி அது. அந்த உத்தி பலிக்காமல் திரும்பினர். இரண்டாவது திருமணம் முதல் மனைவிக்குத் தெரிந்திருக்க வேண்டும் என்பதோடு, இரண்டு மனைவிகளும் சாட்சிக் கையெழுத்திட வேண்டும் என்றும் கட்டாயப்படுத்தப்பட்டதால், பத்து சதவிகிதப் பயனாளிகளும்கூட பயனடைய வாய்ப்பு இல்லை.

இரண்டாவது, மூன்றாவது திருமணங்கள் ரகசியமானவை, கள்ளத்தனம் நிறைந்தவை... கள்ளக்காதல்கள் என அவற்றைப் புறந்தள்ள வேண்டியிருந்தது. கள்ளம் இல்லாத காதல் என்பதை நிரூபிப்பதற்கான 41ஏ படிவத்தை அவர்கள் பூர்த்திசெய்து தர வேண்டியிருந்தது. ஒரே பெண்ணை இரண்டு ஆண்களோ, ஒரே ஆணை இரண்டு பெண்களோ அடையாளம் காட்டினர். சரியான ஆதாரங்கள் திரட்டுவதற்காக மக்கள் விழிபிதுங்கிப் போயிருந்த ஐந்தாம் நாள் இரவில் அதிபரின் அடுத்த அறிவிப்பை வெளியிட்டனர்.

“ஒரு பெண்ணே பல ஆண்களை மணமுடித்திருந்தால், அது மக்கள்தொகைப் பெருக்கத்தை வெகுவாகக் கட்டுப்படுத்திவிடும்”- இந்த அறிவிப்பை அதிபருக்குப் பதிலாக எரிசக்தித்துறை அமைச்சர் வெளியிட்டார். அதிபர் தன் அதிகாரத்தைத் தன் அமைச்சகத்தில் உள்ள சகலருக்கும் பகிர்ந்தளிப்பதன் பெருந்தன்மையை அதிபரின் ஆதரவாளர்கள் போஸ்டர் அடித்துக் கொண்டாடினர். நாடே விழாக் கோலமாக இருந்தது. ஒரு நாடு எப்படி முன்னேற்றப் பாதையில் வீறுநடை போடுகிறது என்பதற்கு அதிபரின் அதிகாரப் பகிர்வு நல்ல உதாரணம் என எரிவாயு விநியோக நிலையங்களில் கட்-அவுட் வைத்தனர். ஆனால், அதை ஏன் எரிசக்தித்துறை அமைச்சர் மூலம் வெளியிட்டார் என்பது யாருக்கும் புரியவில்லை. ஆனால், இந்த அறிவிப்பு நிஷாவின் அப்பாவுக்கு வயிற்றில் புளியைக் கரைக்கும் விஷயமாக இருந்தது. மகாபாரதத்தில் பலரைத் திருமணம் செய்த பெண் கதாபாத்திரங்கள் உதாரணம் தரப்படும் ஊடகங்களில் நிகழ்ச்சிகள் காட்டப்பட்டன.

பத்தாம் அறிவிப்பு நடந்த இரவு.

நிஷாவுக்கு ஒரு போன் வந்தது. பேசியவள் ஹாசினி. அவள் குஜராத்திப் பெண். “அவசரமாகச் சந்திக்க வேண்டும்” எனச்

சொன்னாள். நிஷாவுக்கு இருந்த மன அழுத்தத்தில் அவள் யாரையும் சந்திக்க விரும்பவில்லை. அதே மன அழுத்தம்தான் யாரையாவது சந்தித்தால் நன்றாக இருக்கும் எனவும் எண்ண வைத்தது. நிஷா இதில் எந்த முடிவையும் எடுக்கும் முன்னரே, ஹாசினி, “இரவு ஒன்பது மணிக்குள் வந்துவிடுவேன்” என்று சொல்லிவிட்டு போனை வைத்துவிட்டாள்.

சொன்னபடி ஹாசினி வந்துவிட்டாள். ஒரே ஒரு தகவலை மட்டும் அவள் மறைத்துவிட்டாள். அவளுடன் அவளுடைய காதலன் ரித்திக்கும் வந்திருந்தான். மறுநாள் காலை அவன், வெளிநாடு புறப்பட வேண்டியிருந்தது. அங்கு அவனுக்கு வேலை நிரந்தரமாகியிருந்தது. காலையில் செல்ல வேண்டியிருப்பதால், விமான நிலையம் அருகில் இருக்கும் நிஷாவின் வீட்டில் தங்க முடிவெடுத்ததாக ஹாசினி சொன்னாள். அவள் முகத்தில் பதற்றம் தெரிந்தது. பாதி சொல்லிக்கொண்டிருக்கும்போதே, அது நிஜமான காரணம் இல்லை என நிஷாவுக்கு நன்றாகவே தெரிந்துவிட்டது என ஹாசினிக்கும் தெரிந்தது. நிஷாவின் தந்தை வீட்டில் அனுமதிக்க முடியாது என்று கண்டிப்புடன் சொன்னார். இரவில் அவர்கள் அந்த வீட்டில் என்ன காரியம் செய்ய நினைக்கிறார்கள் என்பது அவர்கள் முகத்தைப் பார்த்தாலே தெரிந்தது. அவருக்கு மிகுந்த அச்சமாக இருந்தது. அவர்களை உடனே வெளியேறிவிடும்படி சொன்னார். நிஷாவுக்குத் தன்னைத் தேடி வந்தவளை விரட்டி அனுப்ப மனதில்லை. அதுவும் இல்லாமல் இரவு ‘நல்’லை நெருங்கிக்கொண்டிருந்தது. அண்ணனுக்கும் அண்ணிக்கும் அன்று இரவுப் பணி என்பதால், அவர்களுடைய கருத்துகளுக்காகக் காத்திருக்க வேண்டியது இல்லை.

அப்பா உக்கிரமாகக் கேட்டார்: “அவர்களை வெளியே அனுப்பப் போகிறாயா, இல்லையா?”

“யாரும் பார்த்திருக்க மாட்டார்கள் அப்பா. இருவரும் ஜீன்ஸ் பேன்ட், சட்டை போட்டுக்கொண்டு வந்ததால், இருட்டில் இருவரையும் ஆண்கள் என்றே நினைத்திருப்பார்கள்” என்றாள் வந்தவர்களுக்கு ஆதரவாக.

அம்மாவுக்கு அந்த அச்சச் சூழல் அப்பாவின் பதற்றத்தால் உணர்த்தப்பட்டிருக்க வேண்டும். “ஒன்று அவர்கள் இருக்க வேண்டும். இல்லை, நாங்கள் இருக்க வேண்டும்” என்ற அரதப் பழசான சவாலைப் பிரயோகித்துப் பார்த்தார். நிஷா அமைதியாக இருந்தாள்.

ஹாசினி காலையில் பூரண திருப்தியோடு நிஷாவுக்கு நன்றி சொல்லிவிட்டு வெளியேறியபோது, போலீஸ் அதிகாரி ஒருவர் தம்

வீட்டை நோட்டம் விட்டுக்கொண்டிருந்ததாக அப்பா பயத்துடன் சொன்னார்.

ரத்தம் உறையக் காத்திருக்கும் வெட்டுண்ட ரணம்போல மக்கள் அதிபரின் அறிவிப்புகளை எதிர்பார்த்துக்கிடந்தனர். உண்மையிலேயே நலம் தரும் திட்டம் ஒன்றை அதிபர் அறிவிக்கக்கூடும் என்ற நம்பிக்கை அவர்களுக்கு இருந்தது. ஆனால், மக்கள்தொகை கட்டுப்பாட்டில் உறுதியாக இருந்த அவர், "நான் நினைத்திருந்தால், ஒரே நாளில் மக்கள் அனைவருக்கும் கருத்தடை செய்திருக்க முடியும். மக்கள்தொகைப் பெருக்கத்தைக் குறைக்க அதுதான் சரியான வழி என்பதை அறியாதவன் அல்ல நான்" எனக் குரல் உயர்த்திச் சொன்னார். அப்போது அவருடைய முகம் ரத்தமெனச் சிவந்திருந்தது. "அந்த ஈவிரக்கமற்ற செயலை நான் செய்ய விரும்பவில்லை" என்ற அவருடைய பத்தாம் நாள் அறிவிப்பின்போது அதிபருக்கு ஈவிரக்கத்தின்பால் நம்பிக்கை இருப்பது தெளிவாகவே உணர்த்தப்பட்டது. அதனால் மக்கள் அச்சத்துடன் அவருடைய அறிவிப்பைக் கைதட்டி வரவேற்றனர்.

நிஷாவுக்கு ஒரே ஒரு வாய்ப்பு மட்டும்தான் இருந்தது. பலதார மணத்துக்குச் சம்மதிப்பது. அவள் முகம் வாடியிருந்தது. அப்படி ஒரு திருமணம் தனக்கு வேண்டாம் எனச் சொல்லும் தைரியம் அவளுக்கு இல்லை. செல்லாத திருமணத் திட்டத்துக்கு முன்னர் அவளுக்குப் பார்க்கப்பட்ட மணமகன் ரவி. ஐந்து கணவன்மார்களில் ஒருவராக இருக்க அவளுக்கு முழுச் சம்மதம் எனத் தெரிவித்துவிட்டான் அவன். மணமானால் போதும் என அவனும் நினைத்தான்.

நிஷாவுக்கு ஐந்து பேரை மணம் முடிப்பதாகத் தீர்மானித்து மேலும் நான்கு வரன்களைத் தேட ஆரம்பித்தனர். குறைந்தபட்சம் 10 பேரையாவது ஒரு பெண் மணக்க வேண்டும் என்ற அறிவிப்பு விரைவில் வரப்போவதாகவும் அதனால், உடனடியாக ஐந்து பேரைத் தேர்வு செய்யும்படி அவசரப்படுத்தப்பட்டதால், நல்லவேளையாக நாம் தப்பித்தோம் என நிஷாவின் பெற்றோர் தங்கள் குலதெய்வத்துக்கு நன்றி கூறினர்.

நிஷாவுடன் ரவியும் சேர்ந்து மற்ற நான்கு பேரைத் தேடிக் கண்டுபிடித்தான். இளைஞர்களும் இந்தக் கடைசி வாய்ப்பை நழுவவிடக்கூடாதென தீவிரமாக இருந்தனர். ஆனால், இளைஞர்கள் பற்றாக்குறையால் ஒரு இளைஞனே வெவ்வேறு பெயர்களில் போலி ஆதாரங்களுடன் அலைய ஆரம்பித்திருந்தான். நிஷா, ரவியிடம் தீர விசாரித்து முடிவெடுக்குமாறு சொல்லியிருந்தாள். ஒரு தடவைக்குப் பத்து முறை தீர விசாரித்துத்தான் முடிவெடுத்திருப்பதாகவும் நம் குடும்பத்தில் அத்தகைய எந்தச் சச்சரவுக்கும் இடம் இல்லை என உறுதியாகச் சொன்னான். ரவி கண்டுபிடித்துக் கொண்டு வந்திருந்த

நான்கு நபர்களும் உண்மையான நபர்கள்தான் என்று சொன்னான். நிஷாவுக்கு விஜயன் மீது சற்றே அவநம்பிக்கை இருந்தது. ஒருவேளை அவன் போலி நபராக இருக்கக்கூடும் எனச் சந்தேகித்தாள். அவனை நகரின் சந்தேகத்துக்குரிய கடற்கரை பிரதேசத்தில் பார்த்திருப்பதாக நிஷாவின் அண்ணனும் சொன்னான். அண்ணன் ஏன் அந்தச் சந்தேகத்துக்குரிய பகுதிக்குச் சென்றான் என நிஷா கேட்கவில்லை.

அப்பா மிகவும் அவசரப்பட்டார். மகளுக்கு எப்படியாவது கல்யாணம் ஆகிவிட வேண்டும் என்ற நிஜமான தவிப்பு. தன் மகளுக்குக் கல்யாணம் செய்து பார்த்த திருப்தியோடு அவர் கண்ணை மூட விரும்பினார். நிஷா திருமணம் சிறப்பாக நடந்த அன்று, போலீஸ் அதிரடியாக உள்ளே நுழைந்தது.

"ஹாசினி விவகாரம்தான். அந்தப் பெண் நம் வீட்டுக்கு வந்தபோதே நினைத்தேன்" என அப்பா புலம்ப ஆரம்பித்தார். போலி ஆவணத்தோடு ஓர் இளைஞன் நிஷாவைத் திருமணம் செய்ய வந்திருப்பதாகச் சொன்ன போலீஸ், அந்தப் போலி இளைஞன் என ரவியைக் கைது செய்தது. ஒருமுறை திருமணம் தடைபட்டவர்கள், அடுத்த திருமணம் செய்ய வாய்ப்புள்ளதா என நிஷாவின் அப்பா திருமணச் சட்ட அலுவலகத்தில் விசாரிக்க ஆரம்பித்திருந்தார்.

- ஆனந்த விகடன், 2015.

எம்.டி.

41

சிந்து எனக்கு கேக் ஊட்டிய நேரத்தில் செல்போன் அடித்தது. மகனும், மகளும் இன்னமும் ‘ஹாப்பி பர்த் டே டாடி’ பாடிக் கொண்டிருந்தார்கள். கேக்கை விழுங்கிவிட்டு செல்போனை எடுக்கலாம் என நினைத்தேன் அதுதான் இமாலய தவறு.

செல்போனில் அழைத்தது எம்.டி. வாயைத் துடைத்துக் கொண்டு போனை எடுப்பதற்குள் இணைப்பு துண்டிக்கப்பட்டுவிட்டது. எம்.டி. தேவையில்லாமல் அழைக்க மாட்டார். மிக அவசரமான வேலையாக இருந்தால்தான் அழைப்பார். நாகரிகமாகத்தான் பேசுவார். ‘உன்னை ஏதும் டிஸ்டர்ப் பண்ணவில்லையே? ஒரு ஹெல்ப் வேணும்’ இப்படித்தான் பேசுவார். ஒருபோதும் எம்.டி. அழைத்து, எடுக்காமல் விட்டதில்லை. எதற்கு அழைத்தாரோ, என்ன அவசரமோ என வேகமாக மனதில் ஓட்டிப் பார்த்தேன். கேக் சாப்பிடுகிற ஆசையில் போனை எடுக்காமல் விட்டுவிட்டோமே? என்ன நினைப்பாரோ என்ற புதிய கேள்வியும் மனத்தில் உதித்தது. உப கேள்விகள் பிறந்து ஏகப்பட்ட கொக்கிகள் நியூரான் எங்கும் நிரம்பி, குப்பென்று வியர்த்தது.

உடனே அழைத்தேன். போன் எங்கேஜ்டாக இருந்தது. மறுபடி நம்மைத்தான் அழைத்துக் கொண்டிருக்கிறாரோ... அவருக்கும் எங்கேஜ்ட் டோன் வருமே... நாம் அலட்சியமாக வேறு யாரிடமோ பேசிக் கொண்டிருப்பதாக நினைத்துவிட்டால்... போனை அப்படியே வைத்துவிட்டுக் காத்திருந்தேன். வியர்வை அதிகமாகிக் கொண்டிருந்தது.

என் மனைவி சிந்து கிராமத்துப் பெண். என்னை சார்ந்தே யோசித்துப் பழக்கப்பட்டுப் போனவள். கணவனுடைய அதிர்ச்சியோ, பயமோ அவளை உடனடியாகப் பாதித்துவிடும். நான் பயப்படும் அளவுக்கு சற்று கூடுதலாகவே பயப்படுவாள். 'ஊருக்கே போய்விடலாங்க' என்கிற அளவுக்குப் போய்விடுவாள். ஆனால், நான் மகிழ்கிற அளவுக்கு மகிழ்கிற பழக்கம் அவளுக்கு இல்லை.

பெரியவனுக்கு அம்மா குணம்தான், அவனும் அப்பா மீண்டும் இயல்பு நிலைக்கு மாற வேண்டும் என்ற எதிர்பார்ப்பில் காத்திருந்தான். சின்னவளுக்கு இன்னமும் யாருடைய குணம் என்பதை அத்தனை 'சுகுராக' வரையறுக்க முடியவில்லை.

ஒட்டு மொத்தக் குடும்பமும் இப்போது எம்.டி. எதற்காக அழைத்தார் என்ற குழப்பத்தில் இருந்தது. "ஏம்பா போன் பண்ணா எடுக்கமாட்டியா?" என கொஞ்சம் டோஸ்விட்டு விட்டு வைத்து விட்டாலும் போதும் என்றிருந்தது.

பேசாமல் காத்திருப்பதுதான் நல்லதென்று காத்திருந்தேன். மனைவியும் குழந்தைகளும் மகிழ்ச்சியான நேரத்தில் அப்பாவுக்கு இப்படி ஒரு சங்கடம் ஏற்பட்டு விட்டதே என ஸதம்பித்துப் பார்த்திருந்தனர். நான் எம்.டி. போனுக்கு எப்படி பயப்படுவேன் என அவர்களுக்கு நன்றாகவே தெரியும்.

பத்து நிமிடங்கள் ஆகியும் அவரிடம் இருந்து பதில் வரவில்லை. பிறந்த நாளுக்கு விடுப்பு எடுத்திருந்தேன். காஞ்சிபுரம் கோயிலுக்கு போய் வருவதாக பிளான். கால்டாக்ஸிக்கும் சொல்லி ஆகிவிட்டது.

"ஒருவேளை அர்ஜெண்ட் வேலையா ஆபீஸுக்கு வரச் சொல்லியிருப்பாரோ?" என குடும்பத்தாரின் ஆலோசனையைக் கேட்டேன்.

சிந்துவுக்கும் குழந்தைகளுக்கும் என்ன பதில் சொல்வதென்று தெரியவில்லை.

மறுபடி போன். பதறிப்போய் எடுத்தேன். "சார் டாக்ஸி... அட்ரஸ் சொல்லுங்க சார்."

"ஒரு நிமிஷம்பா" கை விரிக்க முடியும் தூரத்தில் போனை வைத்துக்கொண்டு, 'டாக்ஸி' என்றான் ரகசிய குரலில்.

காஞ்சிபுரம் போவதா, வேண்டாமா என ஒரு நொடி அவகாசத்தில் யோசிக்க வேண்டியிருந்தது.

சிந்து, "வேண்டாம்னு சொல்லிடுங்க" என்றாள் மகளைப் பார்த்தபடி. அவள்தான் அங்கே பட்டுப் பாவாடை சட்டை எடுக்க வேண்டும் எனத் துடித்துக் கொண்டிருந்தார்கள்.

“காஞ்சிபுரம் ப்ரோகிராம் கேன்சல் ஆகிடுச்சுப்பா“ என்று போனில் சொன்னது குடும்பத்துக்கும் சேர்த்துத்தான். டாக்ஸி காரனின் பதிலுக்குக் காத்திருக்காமல் சட்டென சிவப்பு பட்டனை அழுத்தினான். கேக் யாரும் சாப்பிடாமல் அப்படியே கிடப்பதைப் பார்த்து, சிந்து ஆளுக்குக் கொஞ்சமாக மூன்று தட்டுகளில் வெட்டிக் கொடுத்தாள்.

நான் மறுபடி எம்.டி-க்கு போன் போட்டேன். முழுதாக ‘ரிங்’ போனது. அவர் எடுக்கவே இல்லை. கோபத்தில் இருப்பாரோ? அல்லது போனை வைத்துவிட்டுக் குளிக்கப் போயிருப்பாரோ போனையே பார்த்துக்கொண்டு அமர்ந்திருந்தேன்.

பத்து நிமிடங்கள் காத்திருந்தும் போன் வரவில்லை.

இன்னொரு முறை போன் போடலாமா? ஒருவேளை முக்கியமான வி.ஐ.பி-யோடு பேசிக்கொண்டிருந்தால்..? நச்சு நச்சென்று போன் செய்து இம்சை செய்த கோபமும் அல்லவா சேர்ந்துகொள்ளும்? ஒரு நாள் காலைப்பொழுது இப்படியா எம்.டி-யைக் கோபப்படுத்தும்விதமாக ஆரம்பிக்க வேண்டும். கேக்-கைப் பார்த்தால் ஆத்திரமாக வந்தது. அந்த நேரம் பார்த்தா அது வாய்க்குள் இருக்க வேண்டும்? எம்.டி. வி.ஐ.பி-யிடம் பேசிவிட்டு மீண்டும் பேசுவார் எனத் தெரியவில்லை. அந்த வி.ஐ.பி. யாராக இருக்கும்? பிசினஸ் விஷயமாக யாராவது வந்திருக்கலாம். அவருடைய மகளின் கல்யாண விசயமாகக்கூட இருக்கலாம். அதை எல்லாம் நாம் ஏன் யூகிக்க வேண்டும் என இருந்தது.

“போன் பண்ணினா என்னன்னு திரும்ப கேட்க மாட்டியா?” என்று கேட்டுவிட்டால்?

பதினைந்து நிமிட இடைவெளியில் மீண்டும் அவருக்கு போன் செய்தேன். இந்த முறையும் முழு ரிங் போனது. அவர் எடுக்கவே இல்லை. நிச்சயமாக மினிஸ்டர் வீட்டில்தான் இருக்கிறார். தொடர்ந்து போன் செய்தது தப்புதான். இன்றைக்கு செம கச்சேரி இருக்கிறது என லேசாக நடுக்கமாக இருந்தது. முதல் கோணல் முற்றும் கோணல். முதலிலேயே எடுத்துவிட்டிருந்தால் எந்தப் பிரச்னையும் இல்லாமல் போயிருக்கும்.

“எதற்கு கூப்பிட்டார்னு தெரியலையே? எதற்கும் ஆபீஸுக்கு ஒரு நடை போயிட்டு வந்துறவா?”

“சரி போயிட்டு வாங்க.”

உடனே நான் ஹெல்மெட்டை எடுப்பேன் என சிந்துவோ, மகனோ நினைக்கவில்லை. எனக்காக சர்க்கரைப் பொங்கலும் பாயசமும் தயாராகிக் கொண்டிருந்தன.

"பத்து நிமிஷம் இருங்க. கொஞ்சம் சாப்பிட்டுட்டு கிளம்பிடுங்க" என்றாள் சிந்து. சில்லென்ற நீரால் முகத்தைத் துடைத்தேன். பசியே இல்லை. "இன்னும் பத்து நிமிஷம் ஆகுமா?" என்றேன் சம்பந்தம் இல்லாமல். "அதுக்குள்ள ஆபிஸுக்குப் போய் என்னன்னு பார்த்துட்டு வந்திட்றேன்."

"பத்து நிமிஷத்தில எப்படி ஆபீஸுக்கு போய்ட்டு வர முடியும்?... கொஞ்சம் இருங்க."

சிந்துவின் ஆலோசனைகளைக் கேட்டால், வேலை பறிபோவது நிச்சயம் என மூளைக்குள் பெல் அடித்தது.

"இல்லை... இல்லை... பசியே இல்லை... நான் இதோ இப்ப வந்துருவேன்." வேகமாக ஹெல்மெட்டை மாட்டினேன்.. இனி யாரும் என்னைத் தடுக்க முடியாது என்பது போல பைக்கை உதைத்து கிளம்பினேன். ரியர் வியூ கண்ணாடியில் மூன்று சோக முகங்கள் தெரிந்தன.

ஆபீஸில் போய் வண்டியை நிறுத்தியபோது, அங்கே எம்.டி-யின் கார் கண்ணில் படவில்லை. இன்னும் வரவில்லையா?... வந்து போய்விட்டாரா?

மேனேஜர் ரூம் வழக்கத்தை விட பரபரப்பாக இருந்தது. யாரையும் அருகே அணுகாத தீ காய்வார் முகம் அவருக்கு. "ஏன் லேட்டு?" என்றார்.

"இன்னைக்கு லீவு சார்?"

"பின்ன ஏன் வந்தே?"

"எம்.டி. கூப்பிட்டாரு. போனை எடுக்கறதுக்குள்ள கட் ஆகிடுச்சு. என்னன்னு தெரியலை. அதான் நேர்ல வந்துட்டேன்."

"அப்படியா?... சுரேஷ் கிட்ட கேட்டுப்பாரு. அவன்தான் கொஞ்சம் முன்னாடி உன்னைத் தேடிகிட்டு இருந்தான்."

தேடிக்கிட்டு இருந்தாரா? செத்தேன். சுரேஷ், எம்டியின் பி.ஏ. அவரும் அறையில் இல்லை. அதிகாரிகளின் உதவியாளர்களும் அதிகாரிகள்தான். அவர்களும் மிரட்டுவார்கள். அவர்களுக்காகவும் காத்திருக்கத்தான் வேண்டும். சிந்து போன் செய்தாள். எம்.டி. வெளியில் போயிருக்கிற விஷயத்தைச் சொன்னேன். அவளுக்கு, கொஞ்சம் சர்க்கரை பொங்கலாவது சாப்பிட்டு விட்டுப் போகக் கூடாதா என்பதைத் தவிர வேறு இமாலய கோரிக்கை எதுவும் இருக்கவில்லை. "சுரேஷ் சார் வந்துட்டாரு. அப்புறம் கூப்புடுறேன்."

சுரேஷ், "எதற்காக கூப்பிட்டார்னு தெரியலையே" என்று மட்டும் சொன்னார். பி.ஏ-வுக்கே தெரியவில்லை என்றால் அது

சாதாரண விஷயமாகத்தான் இருக்கும் என நினைத்தேன். பி.ஏ-வுக்கே தெரியவில்லை என்றால் அது அதிமுக்கிய ரகசியமாகவும் இருக்கலாம்தானே?

எங்கே போயிருக்கார் என விசாரிப்பது அதிகப்பிரசங்கித்தனம். எப்ப வருவார் என்பதும்தான். மனிதர்கள் மிக சாதாரணமாகப் பேசிக்கொள்வது எல்லாம் முதலாளிகள் விஷயத்தில் ஆபத்தானவை ஆகிவிடுகின்றன.

“எம்.டி. காலையிலியே வந்துட்டுப் போய்ட்டாரா?” என்றேன்.

“இப்ப வர்றேன்னு போனாரு. அவருக்காகத்தான் வெயிட்டிங்” இது சுரேஷ் கேரட் துண்டுகள் சாப்பிடும் நேரம். சாப்பிட ஆரம்பித்தான். எனக்கும் டேபிள், சேர் இருக்கிறது என்பதற்காக நான் இதெல்லாம் சாப்பிட முடியாது.

வெளியே வந்தேன். “எம்.டி. கொஞ்ச நேரத்தில் வந்துடுவார்னு சொல்றாங்க. என்னன்னு கேட்டுட்டு வந்துட்றேன் முடிஞ்சா காஞ்சிபுரம் போயிட்டு வந்துடலாம்” சிந்துவிடம் சொன்னேன்.

“எம்.டி. வந்தா என்ன வேலை வைப்பாரோ? வந்து சாப்பிட்டு போயிடுங்க” என்றாள்.

மத்தியானம் வரை எம்.டி. வரவில்லை. அவர் போனில் வந்தால், என்னை எதற்காக அழைத்தார் எனக் கேட்டு வைக்குமாறு மேனேஜரிடமும் சுரேஷிடமும் சொல்லி வைத்தேன். என் முழு பிறந்த நாளும் லீவு எடுத்திருந்தும்கூட ஆபிஸிலேயே முடிந்துவிட்டது.

மாலை ஏழு மணிக்கு, “சார் க்ளப்புக்கு போய் விட்டாராம்” என்று சொல்லிவிட்டு மேனேஜரும் கிளம்பிப் போய்விட்டார்.

எனக்கு ஆபிஸைவிட்டுக் கிளம்பத் தயக்கமாக இருந்தது. எம்.டி. எந்த நேரத்திலும் என்னை எதிர்பார்த்து ஆபிஸுக்கு வந்துவிட்டால் என்ன செய்வது? பொழுதெல்லாம் எனக்காக அவர் காத்திருந்திருக்கக் கூடும். சே... எனக்காக அவர் காத்திருந்தார் என நினைப்பதே தவறு. தமிழில் வேறு எப்படி சொல்வது? பொழுதெல்லாம் எனக்கு ஒரு வேலை கொடுப்பதற்கு எண்ணி அதை ஒப்படைக்க முடியாமல் தவித்திருக்கலாம். ஆபிஸ் வாசலில் டீக்கடை. பிறந்தநாளில் ஒன்றுமே சாப்பிடாதது நினைவு வந்தது. வெளியே வந்து குமார் கடையில் ஒரு டீயும் பஜ்ஜியும் சாப்பிட்டேன். இனி ஆபிஸில் இருந்து பிரயோஜனம் இல்லை. ஹெல்மெட்டை மாட்டி, பைக்கை எடுக்க இருந்த நேரத்தில் செல்போன் அடித்தது.

எம்.டி.!

“சார் வணக்கம் சார்!”

"என்னப்பா நாலைஞ்சு முறை கூப்பிட்டுருந்தியே?"

"இல்ல சார்... வந்து காலையில நீங்க எனக்கு போன் பண்ணீங்க. எடுக்கறதுக்குள்ளே கட் ஆகிடுச்சு. அதான் என்னன்னு கேட்கலாம்னு பண்ணேன் சார்!"

"எதுக்கு பண்ணேன்னு ஞாபகம் இல்லையேப்பா!... எத்தனை மணிக்கு பண்ணேன்?"

"சார்... காலையில ஒரு எட்டு... எட்டரை இருக்கும்.."

"ம்ம்ம்ம்... சரி... ஓ.கே. நோ ப்ராப்ளம்..."

எம்.டி. போனை வைக்கவில்லை. அல்லது அணைக்காமல் அப்படியே விட்டுவிட்டாரா எனத் தெரியவில்லை. திடீரென நினைவுக்கு வந்து ஏதாவது சொல்வாரா என போனை கண்ணுக்கும் காதுக்குமாக மாற்றி மாற்றி வைத்தேன். "காலைல ஆபீஸ்ல கேட்டப்ப நீ லீவ்ல இருக்கறதா சொன்னாங்களே?... என்ன உடம்புக்கு?" என்றார்.

"உடம்புக்கு ஒண்ணும் இல்ல சார். இன்னிக்கு எனக்கு பிறந்தநாள்."

"ஓ... ஹாப்பி பர்த் டே" ஆச்சர்யம் தொனிக்கும் சிரிப்புச் சத்தம்.

"தாங்க் யூ, சார்!"

"யா... ஐ காட் இட். காலைல அதைச் சொல்லத்தான் போன் பண்ணேம்பா."

எம்.டி. போனை அணைத்துவிட்டார்.

ஹேப்பி பர்த் டே என அவர் உச்சரித்த மாதிரியே உச்சரிக்க முயற்சி செய்தேன். முடியவில்லை.

- ஆனந்த விகடன் தீபாவளி மலர், 2017.

இரவில் தட்டப்பட்ட கதவு

42

இரவு 9.10

இரண்டு பேர் வெகு நேரமாக எதையோ விவாதிப்பதை இன்ஸ்பெக்டர் பரந்தாமன் கவனித்தார். அது எந்த நேரமும் கைகலப்பாக மாறும்போல இருந்தது. அரைமணி நேரமாகியும் மாறவில்லை. அங்கிருந்து அவர்கள் கிளம்புவதாகவும் தெரியவில்லை.

கான்ஸ்டபிளை அழைத்து, "அவனுங்கள இங்க கூட்டிட்டுவா" என்றார். காவலர் சென்று அழைத்ததும் அவர்கள், அங்கிருந்தே ஜீப்பின் மீது சாய்ந்து நிற்கும் இன்ஸ்பெக்டரைப் பார்த்தனர்.

காவலருக்கு இரண்டு பக்கமும் பாடி கார்டு போல அந்த இருவரும் நடந்துவந்தனர்.

'நிகழ்ந்தது... நிகழப்போவது எல்லாமே நிகழ்ந்து கொண்டிருப்பவை தான்' என்று காரல் சேகன் சொன்னார். அதை சமீபத்தில் வெளியான ஒரு சினிமாவிலும் கையாண்டார்கள். நம்மால் ஒரு மணிநேரம் பின்னோக்கி பயணிக்க முடிந்தால் அந்த இருவரின் பிரச்னை என்ன என்பதை உள்வாங்கிக்கொள்ள முடியும்.

இரவு 8.40

புனிதவேல் பாண்டியன் பேசி முடித்தார். நன்றி வணக்கம்... போன்ற கடைசி வினாடிக்கான தருணம். பார்வையாளர் வரிசையில் இருந்து ஒரு கேள்வி வந்தது. "இந்த அரங்கத்தில் அந்த வார்த்தைக்கு என்ன அர்த்தம், அதைச் சொல்லுங்க?"

அது வினா அல்ல; வில்லங்கம். பார்வையாளர் வரிசையில் நங்கூரன் அமர்ந்திருப்பதைப் பார்த்தபோதே ஏடாகூடமாக ஏதாவது கேட்டு இங்கே பிரச்னையை ஆரம்பிப்பான் என்று புனிதவேல் பாண்டியனுக்கும் தெரியும்தான். பேச்சை முடிக்கிற நேரத்தில் கோழி அமுக்குவது மாதிரி அமுக்கிவிட்டார். கூட்டம்... 100 பேர் அமரக்கூடிய அரங்கத்தில் 60 பேர் இருந்தார்கள். கிட்டத்தட்ட அதில் பாதி பேர் நங்கூரனையும் பாதி பேர் புனிதவேல் பாண்டியனையும் பார்த்துக்கொண்டிருந்தனர்.

"எந்த வார்த்தைக்கு?"

"ஆரம்பத்துல சொன்னீயே அந்த வார்த்தைக்கு."

"எந்த வார்த்தையாக இருந்தாலும் அதற்கு ஓர் அர்த்தம் கிடையாது. எல்லா வார்த்தைகளும் நிறைய அர்த்தங்களைக் கொண்டவை."

"இப்படி பொத்தாம் பொதுவா சொல்லாதே. அம்மான்னா என்ன அர்த்தம்... அப்படித்தானே பேச ஆரம்பிச்சே?" நங்கூரன் நேரடியாகக் கேட்டார். தொனியிலும் ஒருமை ஆவேசம் கூடியிருந்தது.

புனிதவேல் பாண்டியனுக்கும் இப்படி நேரடியாகப் பதில் சொல்வதில் விருப்பம் இருந்தது. "இப்பவும் சொல்றேன்... அம்மா என்ற வார்த்தைக்கு தமிழ்நாட்டில் ஓர் அர்த்தம், கேரளாவில் ஓர் அர்த்தம், டெல்லியில் ஓர் அர்த்தம், பாண்டிச்சேரியில் ஓர் அர்த்தம்... இதைப் புரிந்துகொள்வதில் என்ன கஷ்டம் உங்களுக்கு?"

"டெல்லி, பாம்பே, கல்கத்தா கதை எல்லாம் வேணாம். இங்க.. இந்த இடத்தில அம்மான்னா என்ன அர்த்தம்?"

"மிஸ்டர் நங்கூரன், இந்த அரங்கமும் தமிழ்நாட்லதான் இருக்கு."

இப்போது உட்கார்ந்திருந்த நங்கூரன், ஆவேசமாக எழுந்தார். அவருடைய கதர் ஜிப்பா, தோளில் மாட்டியிருந்த ஜோல்னா பை எல்லாமே பார்வையாளருக்குத் தெரிந்தது. பைக்குள் இருந்து 'க்ளங்' என்ற கண்ணாடி உரசும் சத்தம். அதற்கான வீச்சம். கறுப்பு பிரேம் போட்ட பெரிய கண்ணாடி போட்டிருந்தார். 60 வயதைக் கடந்தவர் என்பது சட்டென யூகிக்கும் வயது. யோசித்துப் பார்த்தால் இன்னும் அதிகமாகவோ, குறைவாகவோ இழுபறி

காட்டும். மெலிந்த கருத்த தேகம்.

“அப்படீன்னா ஒரு சொல் புவியியல் சார்ந்ததா?” இந்தக் கேள்வியின் கூடவே அவர் பாக்கெட்டில் இருந்து ஒரு பீடியை எடுத்துப் பற்ற வைத்தார். அந்தச் சிறிய அரங்கில் எழுத்தாளர்களுக்குச் சம்பந்தம் இல்லாதவர்களும் இருந்தனர். அது ஒரு கவிதை நூல் வெளியீட்டு விழா. கவிதை நூலின் ஆசிரியர் சென்ட் வாசத்தோடு புதிய ஜிப்பா அணிந்து, சுற்றமும் சூழ வந்திருந்தார். மல்லிகைப் பூ சூடி, பட்டுப்புடவை அணிந்திருந்த பெண்களும் அவர்களின் கணவன்மார்களும் எண்ணெய் கடாயில் விழுந்த தண்ணீர் திவலைகள் போல கூட்டத்தில் தனித்துத் தெரிந்தனர்.

நட்டநடு கல்யாணத்தில் ஒருவர் எழுந்து சண்டைக்கு வந்ததுமாதிரியும் தாலி கட்டும் இடத்தில் பீடி பிடிப்பது போலவும் நங்கூரனை அவர்கள் எடுத்த எடுப்பிலேயே விரோதத்துடன் பார்க்க ஆரம்பித்தனர்.

பு. பாண்டியன் ஒரு நக்கல் சிரிப்புடன், “புவியியல்... உயிரியல் எல்லாம் இல்லை. ஒரு சொல், கேட்கும் மக்களின் உள்வாங்கும் திறனையும் சம்பந்தப்பட்டது... விற்பவர், வாங்குபவர் இருவரும் சேர்ந்ததுதான் வர்த்தகம் என்பதுபோல... மொழியும் சொல்பவர், கேட்பவர் சம்பந்தப்பட்டது.”

“அப்ப எதுக்கு ஊர் பேரைச் சொன்னே? ஒவ்வொரு ஊர்லயும் ஒவ்வொரு அர்த்தம்னு எதுக்குயா ஒளர்னே?”

நங்கூரன் தீர்த்தம் சாப்பிட்டிருக்கிறார் என்பது கிட்டத்தட்ட 60 பேருக்கும் தெரிந்துபோனது. வார்த்தை தடிக்க ஆரம்பித்தது. அடுத்த சில வினாடிகளில்தான் உட்கார்ந்திருந்த பிளாஸ்டிக் நாற்காலியை உத்தேசமாக ஒரு பக்கம் தூக்கி எறிந்தார். ஆனால் அப்படிச் சொல்வது தவறு. அவருடைய வேட்டி அந்த நாற்காலியில் எங்கோ சிக்கிக்கொண்டது. அதை வேகமாக இழுத்ததால் அது அப்படி நகர்ந்து கீழே விழுந்தது. கூட்டம் பயந்ததைப் பார்த்து, தான் வீசி எறிந்ததாக அவரும் ஏற்றுக்கொண்டார்.

வந்திருந்த எழுத்தாளர் அல்லாத பகுதியினருக்கு கிலி அதிகரித்தது. அவர்கள் தரப்பில் வாட்டசாட்டமான ஆள், நங்கூரனை கொத்தாக இழுத்து அரங்கத்துக்கு வெளியே தள்ளினார்.

“போய்யா வெளியே... செவுள் பிஞ்சிடும்” என்றும் மிரட்டிவிட்டு நிறுத்தியிருந்தார். இந்த அவமானத்தை நங்கூரன் சற்றும் எதிர்பார்க்கவில்லை. இழுத்துவந்து வெளியே வெளியேவிட்டவரின் உடல்பலம் குறித்து அவருக்கு அபரிமிதமான நம்பிக்கை இருந்தது. என் பஞ்சாயத்து உன்னிடம் இல்லை என்பதாக வேகமாக

அரங்கத்துக்கு வெளியே மரத்தடிக்கு வந்தார்.

"பதில் தெரியாம போக மாட்டேன்" என்றபடி சற்றே நகர்ந்து இருட்டான இடத்துக்குப் போனார். பையில் இன்னும் கொஞ்சம் சரக்கு இருந்தது. அதை வாயில் ஊற்றிக்கொண்டு, பீடியைப் பற்ற வைத்துக்கொண்டார். அதன் பிறகு நன்றி தெரிவிக்கிற ஒரு சொற்ப நிகழ்வு மட்டும்தான் பாக்கி. ஒரு டூரிஸ்டர் வேனில் அந்தக் கல்யாண கோஷ்டி ஏறிப்போனது. கவிதை நூல், பேனர் இதை எல்லாம் ஒரு சிலர் கட்டி எடுத்துக்கொண்டிருந்தனர். பேச வந்திருந்த எழுத்தாளர்கள் ஒவ்வொருவராக நண்பர்கள் பைக்குகளில் கைக்கடிகாரத்தைப் பார்த்தபடி நகர்ந்தனர்.

இன்னும் பு. பாண்டியன் வெளியே வரவில்லை. நங்கூரன் காத்திருப்பான் என அவருக்குள் அலார கிலி. அரங்க வாசலில் இருந்தபடியே கண்களால் ஓர் அவசரத் தேடல். "நல்லா பதிலடி கொடுத்தீங்க ஸார்" என ஒருவர் கைக்குலுக்கியதுகூட அவருக்கு மண்டையில் ஏறவில்லை.

பு. பாண்டியன் பஸ்ஸில் போகிற ஆசாமி. அது நங்கூரனுக்கும் தெரியும். இன்னைக்குப் பார்த்து யாருடைய பைக்கிலாவது தொற்றிக்கொண்டு போகக் கூடாதே என்று தவிப்பாக இருந்தது.

பு. பாண்டியன் வெளியே வந்து பஸ் ஸ்டாப்பை நோக்கி நடக்க ஆரம்பித்தார். நங்கூரன் பின் தொடர்ந்தார். தான் தொடரப்படுவது தெரிந்து அவரும் தன் காலடிகளுக்கான இடைவெளியை அதிகப்படுத்தி நடையின் வேகத்தையும் கூட்டத் தொடங்கினார். நங்கூரன் சளைக்கவில்லை. நடையை ஓட்டமாக மாற்றியிருந்தார். இந்த வேக வித்தியாசம் சில வினாடிகளியே அவர்களை நெருங்க வைத்தது.

"நில்லுடா" என்றார் நங்கூரன்.

"என்ன இப்ப?" புனித பாண்டியனுக்கு இரைத்தது.

"பதில சொல்லிட்டுப் போ... எதுக்கு ஓடுறே?"

"உனக்குத் தெரியாதா, ஒரு சொல்லுக்கு பல அர்த்தம் இருக்குன்னு?"

"அப்படியே போஸ்ட்மார்டனிஸம் பக்கம் போகாதே.. நான் கேட்ட கேள்விக்கு பதில சொல்லு."

"நான் அப்பவே சொல்லியாச்சு" பாண்டியன் நகர ஆரம்பித்தார். நங்கூரன் பாய்ந்து அவர் சட்டையைப்பிடித்தார்.

இரவு 9.12

போலீஸ் பாட்ரோல் ஜீப்பில் சாய்ந்து நின்றிருந்த இன்ஸ்பெக்டர், "என்ன பிரச்னை?" என்றார். இருவரையும் வினாடி வித்தியாசத்தில் மாறி, மாறி பார்த்தார்.

நங்கூரன்... "எ பீஸ் கீப்பிங் ஆபிஸர் லைக் யூ ஒன்லி சால்வ் அவர் ப்ராப்ளம்" என்றபடி அவருக்கு ஒரு ச்ல்யூட் வைத்தார்.

"என்னன்னு சொல்லுய்யா. குடிச்சிருக்கீங்களா?"

"இவந்தான்..." என்று ஒதுங்கி நின்றார் பு. பாண்டியன்.

"நான் சாப்ட்ருக்கேன்... ஒத்துக்கிறேன்" -பவ்யமாக ஏற்றுக்கொண்டார் நங்கூரன்.

"சார் தெரிதா என்ன சொல்றாரு.. 'ஈஸ் அவர் லாங்குவேஜ் பிலீவபள்?' நாம பேசற மொழி அவ்வளவு நம்பகமானதா?... ஒரு சொல்லுக்கு பல அர்த்தம் இருக்கா இல்லையா?" தங்கள் பஞ்சாயத்து என்ன என்பதை விரைந்து விளக்க முடிவு செய்து, "பை த பை ஐ ஆம் அ ரைட்டர். புனிதவேல் பாண்டியன்" என்றும் சொன்னார். கூடவே கைகுலுக்க வலது கையை நீட்டினார். இன்ஸ்பெக்டருக்கு தெருச் சண்டை பேர் வழிகளுக்கு கைகொடுத்துப் பழக்கம் இல்லை. அதனால் "என்ன பிரச்னை?" என்றார் இன்னொரு முறை.

"டிட் யூ அக்ஸப்ட் ஹிம் சார்?" என்றார் நங்கூரன். ஓர் உயர் அதிகாரியிடம் ஆங்கிலத்தில் பேசுவதுதான் சரியாக இருக்கும் என்பதில் இருவருக்கும் ஒற்றுமை இருந்தது.

தாடையை ஷேவ் பண்ணிக்கொள்ளலாமா போல தேய்த்துவிட்டபடி, 'யார்ரா இவனுங்க' என யோசித்தார். "என்னது?" என்றபடி நங்கூரன் பக்கம் திரும்பி நின்று புனிதவேல் பாண்டியனை நோக்கினார்.

"சார் ஐ ஆம் நங்கூரன்.. இந்த வாரம் 'மொழியின் ஒளிச்சிற்பம்'னு 'கதம்பம்'ல கட்டுரை எழுதியிருக்கேன்" சற்று இடைவெளிவிட்டு, "பார்த்திருப்பீங்க" என ஆமோதிப்பை எதிர்ப்பார்த்தார்.

"கதம்பமா?"

புனிதவேல் பாண்டியன் அதைப் பயன்படுத்த முனைந்தார். "சாருக்கே தெரியாத பத்திரிகைல எழுதிட்டு... அதைப் பெருமையா சொல்லிக்கிறான்."

"கதம்பம் படிச்சிருக்கீங்களா, இல்லையா?" நங்கூரனுக்கு அது கிரேட் இன்சல்டாக இருந்தது. இன்ஸ்பெக்டர் மட்டும் அதை நான் ரெகுலாரா படிப்பேன் என்று ஒரு வார்த்தை சொல்லிவிட்டால்

போதும் என்று இருந்தது. இன்ஸ்பெக்டர் அப்படிச் சொல்லவில்லை. இருவரையும் அளப்பது போல பார்த்தார்.

இருவருக்கும் 60-க்கு மேல் வயது. கறுப்பாகவும் ஒல்லியாகவும் கம்பி மீசை வைத்திருந்தவர் ஆவேசமாக இருந்தார். இன்னொருத்தர் சற்றே பூசினாற்போல நரை தாடியுடன் சிவப்பாக இருந்தார்.

“நீங்க எங்க இருந்து வர்றீங்க?” என்றார்.

“சார் நான் தேனாம்பேட்டை.... இவன் கே.கே. நகர்ல கிருஷ்ண பாரதி ரூம்ல தங்கியிருந்தான். இப்ப எங்க இருக்கான்னு தெரியலை” என நங்கூரனே பதில் சொன்னார்.

“ஏன் வீட்டுக்குப் போகாம ரோட்ல சண்டைப் போட்டுக்கிட்டு இருக்கீங்க?”

“சார் லேங்குவேஜுக்கு நம்பகத்தன்மை இல்லைனு சொல்றதுக்கு இவன் யாரு?”

இன்ஸ்பெக்டர் நெற்றியை சுருக்கி இவர்களின் பிரச்னையைப் புரிந்துகொள்ள முயன்றார்.

“நம்பகத்தன்மை இல்லைனு எப்படி சொல்றீங்க? நம்ம தாய் மொழிய நாம நம்பித்தானே ஆகணும்?” இன்ஸ்பெக்டருக்கு ஒரு பாயின்ட் கிடைத்துவிட்டது.

“நல்லா கேளுங்க சார்” என்றார் நங்கூரன். “சொல்லுக்கு பலம் இல்லையா, சொல்றவனுக்கு பலம் இல்லையான்னு கேளுங்க... புரியற மாதிரி இவனுக்கு சொல்ல தெரியலைங்கறதுக்காக மொழிய எப்படி பழி சொல்லலாம்? விடாதீங்க சார்.. இஃப் யூ டோன்ட் மைன்ட் நான் ஒரு பீடி பிடிக்கலாமா?”

“நோ” என்றார் இன்ஸ்பெக்டர். எடுத்த பீடியை காதுக்கு மேல் சொருகிக்கொண்டு, “ஓகே சார்” என்று ஒரு சல்யூட் வைத்தார்.

புனிதவேல் பாண்டியனுக்கு தன் பக்க நியாயம் செல்வாக்கு இழப்பதாகத் தோன்றியது. “ஐ வில் ஆஸ்க் அ சிம்பிள் கொஸிஸன்... மரம்னா என்ன சார்?”

இன்ஸ்பெக்டர் இடுப்பில் இடக்கையை ஊன்றிக்கொண்டார். கண்களால் துழாவி, “இதுதான் மரம்” என சாலை ஓரத்தில் இருந்த மரத்தைக் காட்டினார். அது ஓங்கி வளர்ந்த ஒரு தூங்கு மூஞ்சி மரம்.

“மரம்னா தூங்குமூஞ்சி மரமா சார்... ஏன் வேப்ப மரம் இல்லையா, பனை மரம் இல்லையா தேக்கு மரம் இல்லையா... அவ்ளோ ஏன் சார்... இந்த டேபிள் கூட ஒரு மரம்தான்.” பக்கத்து டீக்கடையில்

இருந்த டேபிளைக் காட்டினார்.

"சரி அதுக்கு என்ன இப்போ?"

"அதுக்கு இன்னா இப்போன்னு விட்டுட முடியுமா? மரம் என்பது கருத்தின் உருவம்னு சொல்றாரு ஏங்கெல்ஸ்... ஒரு வார்த்தை ஒரு நமக்குள்ள ஒரு உருவத்தை நினைவுபடுத்துது... விறகு கட்டையும் மரம்தான்... வீரபாண்டித் தேரும் மரம்தான்..." புனிதவேல் பாண்டியனுக்கு பொங்கிக் கொண்டு வந்தன உதாரணங்கள். இன்ஸ்பெக்டர் தன் அசுவாரஸ்யத்தில் இருந்து அ-வை அகற்றினார். "அது சரி" என்றார் தன்னையும் அறியாமல்.

"அதெல்லாம் சரியில்ல... சரியே இல்ல" அனுமதி கேட்காமலேயே பீடியைப் பற்ற வைத்துக்கொண்டார் நங்கூரன். "மொழி உருவாகறதுக்கு முன்னாடியே சிந்தனை உருவாகிடுச்சு... அப்படி பார்த்தா எல்லாமே கருத்துருதான்... நீங்க என்ன சொல்றீங்க சார்? செல்மா லாகர்லேவ் படிச்சிருப்பீங்க. செகாவைவிட செல்மா லாகர்லேவ் பெஸ்ட் ரைட்டர்னு பேசறான் சார்... அதான் சார் இவன்மேல எனக்குக் கடுப்பு. நீங்க ஒத்துப்பீங்களா?"... பீடியைக் கீழே போட்டு கரகரவென தேய்த்துவிட்டு, "செகாவ் வேஸ்ட்டுன்னு சார் சொல்லட்டும்..." என இன்ஸ்பெக்டரைப் பார்த்தார். அவருக்கு ஒன்றும் புரியவில்லை. பதில் சொல்ல அவசரப்படவில்லை. இருவரையும் இந்த முறை ஆழமாகப் பார்த்தார்.

புனிதவேல் பாண்டியன், "உங்களுக்கு ஒரு ரகசியம் சொல்றேன்... என்றபடி இன்ஸ்பெக்டரின் காதருகே தன் வாயைக்கொண்டு சென்றார். இன்ஸ்பெக்டர் சற்றே தள்ளி நிற்க வேண்டியிருந்தது.

"இவன் ஒரு ஆஸ்பிடலுக்குப் போயிருக்கான். அங்கே ரிஸப்ஷன்ல ரெண்டு பெரிய போட்டோ மாட்டி பூ மாலை போட்டிருந்தது. ஒண்ணு தொண்டு கிழவி படம். இன்னொண்ணு ஒரு அறியாத வயசு பையன் படம். 'இந்தப் பாட்டிக்கும் பேரனுக்கும் எப்படியும் 60 வயசு வித்தியாசம் இருக்கும்'னு ரிசப்ஸனிஸ்ட் கிட்ட கேட்டிருக்கான்... இவனுக்கு ஏன் அந்த வேலை? அந்த ரிஸப்ஷனிஸ்ட் பொறுமையா, 'சார் உங்களுக்கு என்ன உடம்பு... எந்த டாக்டரைப் பார்க்கணும்'னு கேட்டிருக்கா. இவன் மென்டல் சார். எத்தனை வயசு வித்தியாசம்னு தெரிஞ்சாத்தான் வைத்தியம் பார்த்துப்பேன்னு பிடிவாதம் பிடிச்சுருக்கான். செக்யூரிட்டியைக் கூட்டிக்கிட்டுவந்து குண்டுகட்டா வெளிய தூக்கிப் போட்டுட்டாங்க... தேவையா இவனுக்கு?"

ரகசியத்தை ஒட்டுக்கேட்கும் முயற்சியாக நங்கூரனும் நெருங்கி வந்தார். "நம்பாதீங்க... இவன் டைவர்ட் பண்றான்."

“வயசு வித்தியாசத்தை கேட்டா என்ன தப்பு... சொல்லிட்டுப் போக வேண்டியதுதானே?” இன்ஸ்பெக்டர் ஆர்வமிகுதியில் கேட்டார்.

நங்கூரன் ஏதோ சொல்ல வர, “இருங்க... இருங்க நான் சொல்றேன்... அந்தப் பையனும் அந்தக் கிழவியும் புருஷன் பொண்டாட்டி சார். 19 வயசுலயே அந்தப் பையன் செத்துப் போயிட்டாரு. பொண்டாட்டி 90 வயசு வரைக்கும் இருந்திருக்கு” விளக்கினார் பு.பாண்டியன்.

இன்ஸ்பெக்டர் “ஓ!” ரசித்துவிட்டு, சிரித்தார்.

“பேசிக்கிட்டு இருந்த விஷயத்தை எப்படி டைலூட் பண்றான் பாருங்க” நங்கூரன், தான் கேலி செய்யப்படும் விதத்தால் காயப்பட்டார்.

“தாஸ்தயேவ்ஸ்கி குப்பையா எழுதறான்னு சொன்னவனும் இருக்கான். ராபின் குக் பிரமாதமா எழுதாறான்னு பீத்திக்கிறவனும் இருக்கான். அதுவா சார் ஸ்கேல்? எல்லாருக்கும் எல்லா எழுத்திலும் ஒரே கருத்து இருக்க முடியும்னு நீங்க நினைக்கிறீங்களா? நீ கேட்கற விஷயத்தை டைலூட் பண்ணிட்டாம நாங்க?” இன்ஸ்பெக்டரிடம் தோழமை பாராட்டும்விதமாக புனிதவேல் பாண்டியன் முறையிட்டார்.

இன்ஸ்பெக்டருக்கு இப்போது ஓர் அளவுக்குப் புரிந்துவிட்டது. நேரடியாக விஷயத்துக்கு வந்தார்.

“நீ எங்க போகணும்?” என்றார் நங்கூரனை நோக்கி ஒருமையில்.

“கே.கே. நகர்.”

“இந்தப் பக்கம் போயி 37 பஸ்ஸைப் பிடி.... போ... போ போய்கிட்டே இரு.”

“நீ?”

“அதான் சொன்னனே சார்... தேனாம்பேட்டை.”

“பஸ் நம்பர் தெரியுமா?”

“11 ஏ”

“சரி. நீ இந்தப் பக்கம் போய் உன் பஸ்ஸைப் பிடி. கடைசி பஸ்ஸை விட்டுட்டு நடுத்தெருவுல நிக்கப் போறீங்க... போய்ட்டே இருக்கணும். மறுபடியும் சண்டை போடறத பார்த்தேன். லாக்கப்ல கொண்டுபோய் வெச்சுடுவேன்.”

திடீர் என இருவரும் சுதாரித்து மௌனமாக இந்த

உடன்பாட்டுக்குக் கட்டுப்பட்டனர். எதிர் எதிர் திசையில் பஸ் ஸ்டாப்பை நோக்கி நடந்தனர்.

இரவு 11.02

மனைவி ஊருக்குப் போயிருக்கிற தைரியத்தில், பரந்தாமனை வீட்டுக்கு வரச் சொல்லியிருந்தார் சுந்தர். நண்பரை வீட்டுக்கு வரச் சொல்லுவதற்கு என்ன தைரியம் வேண்டிக்கிடக்கிறது என்று சிலருக்கு சந்தேகம் வரலாம். பலருக்கு வராது. மனைவி ஊருக்குப் போயிருக்கிற நேரத்தில் சந்தித்துக்கொள்கிற நண்பர்களுக்கு ஒரே ஒரு தேவை மட்டும்தான். அது பாட்டில் வடிவில்.

“இன்னைக்கு ஒரு செமை கேரக்டரைப் பார்த்தேம்பா... ரெண்டு பேரு அப்பிடி முட்டிக்கிட்டு நிக்றானுங்க. என்னடான்னு கேட்டா போஸ்ட் மார்டனிஸம்கிறான்... பூஸ்ட் மார்டனிஸங்கிறான்.. என்னமோ வரப்பு வாய்க்கா தகாறாறுமாதிரி ஒருத்தனை ஒருத்தன் கம்ப்ளைன்ட் பண்றானுங்க... நமக்கே பைத்தியம் பிடிச்சுரும் போல ஆகிப்போச்சு. இன்னிக்கு ஒரு ஆஃப் அடிச்சாத்தான் சரிபட்டு வரும்.”

பாட்டிலை எடுத்து வாஞ்சையாகத் தடவிப் பார்த்துக்கொண்டார் பரந்தாமன்.

“அட உனக்கும் போஸ்ட் மார்டனிஸம்லா தெரிஞ்சுபோச்சா?” என ஆச்சர்யப்பட்ட சுந்தரைப் பார்த்து பரந்தாமன் மேலும் ஆச்சர்யமானார். “அப்ப உனக்கு அதெல்லாம் தெரியுமாப்பா?”

“தெரியும்... தெரியும்.”

“நிஜமாவா?”

“அதை எழுதறவனும் கம்மி. அதைப் புரிஞ்சுக்கிறவனும் கம்மி.”

“தமிழ் நாட்ல ரெண்டு பேரை நான் பார்த்துட்டேன். என்ன எழவுடா அது?”

“அப்பிடிலாம் சொல்லக் கூடாது. ஒண்ணு சொல்லட்டா? காதல், கல்யாணப் பிரச்னை, சகோதரன் சண்டை, கைவிடப்பட்ட பெத்தவங்கன்னு சொன்ன கதையையே எத்தனை வாட்டி எழுதறது... எத்தனை வாட்டி படிக்கிறது? அடுத்தகட்டம் போகணும் இல்ல? அதுக்குதான் போஸ்ட் மார்னிஸம், மேஜிக்கல் ரியலிஸம்... இப்படிலாம் ட்ரை பண்றாங்க.”

“சரிதான்டா... ஆளவுடு... அவனுங்க கிட்ட இருந்து தப்பிச்சு உங்கிட்ட மாட்டிக்கினேம் பாரு.”

இருவரும் சியர்ஸ் சொன்னார்கள்.

இரவு 1.30

புனிதவேல் பாண்டியன் தன் அறையில் ஆசுவாசமாகப் படுத்திருந்தார். செல்மா, செக்காவ் இருவர் எழுதிய நூல்களும் அவரிடம் இருந்தன. மதகுருவில் சில பக்கங்களையும் நாய்க்கார சீமாட்டியில் சில பக்கங்களையும் புரட்டினார். "ஒருத்தருக்கு ஒருத்தர் சளைச்சவங்க இல்ல" என தனக்குத்தானே உறுதிப்படுத்திக் கொண்டார். யாரோ அழைத்தது மாதிரி இருந்தது. முதலில் தாம்தான் சற்று உரக்கப் பேசிவிட்டோமோ என நினைத்து இருந்து விட்டார். இந்த முறை நன்றாகவே கேட்டது. யாரோ கதவைத் தட்டி அழைக்கிறார்கள்.

கதவைத் திறந்ததும் பு.பாண்டியன் பதறிப்போனார். நங்கூரன்.

"கோகுல்நாத் ரூமுக்குத்தான் போனேன்... எங்கயோ போயிட்டான். பூட்டிக்கிடக்கு... அதான் இங்க வந்தேன்."

வரவேற்பதா, வெளியேற்றுவதா என்ற தயக்கத்தின் இடையில் நங்கூரன் அந்த எட்டுக்கு எட்டு அறைக்குள் வந்து, கட்டிலின் மீது அமர்ந்துகொண்டார். "அந்த இன்ஸ்பெக்டர் சரியான லூஸுப் பயலா இருப்பான் போல... அவன்கிட்ட டயம் வேஸ்ட் பண்ணிட்டோம்" என்ற அவருடைய குரலில் விரக்தி வெளிப்பட்டது.

"நானும் அதத்தான் நினைச்சேன்" என்றார் பு.பாண்டியன்.

இன்னும் கொஞ்சம் இரவுதான் மீதம் இருந்தது.

இரவு 1.31

இன்ஸ்பெக்டர் பரந்தாமன் கிளம்பும்போது கேட்டார்:

"எனக்கு ஒரே ஒரு டவுட்டு... உனக்கு எப்படி தெரியும்?"

"எது?"

"போஸ்ட் மார்டனிஸம்?"

"சாமி உனக்கு ஒரு கும்புடு. எனக்கு ஒண்ணும் தெரியாது... என் மச்சான் ஒருத்தன் இருக்கான். கல்யாணம் பண்ணிக்கல. போஸ்ட்மார்டனிஸம்தான் அவனுக்கு பொண்டாட்டி... அவங்க அப்பாவும் அம்மாவும் சாவும்போது என் தலையில கட்டிட்டு செத்துப் போனாங்க."

"அதான பார்த்தேன்.... எங்க இருக்கான்?"

"மேல் மாடியில..."

கதவை ஒட்டி மேலே சென்ற படிக்கட்டைப் பார்த்து ஒரு கும்பிடு போட்டார். "நல்லவேளை... நான் கிளம்பறேன்."

இரவு 1.36

இன்ஸ்பெக்டர் எதற்காகத் தங்களை ஃபாலோ பண்ணி வந்தார் என்பதைத் தெரிந்துகொள்வதற்காக புனித பாண்டியன் கீழ் போர்ஷனுக்கு இறங்கி வந்து கதவில் கை வைத்தபோது, அவனுடைய மாமா உள் அறையில் ஏஸியைப் போட்டுக்கொண்டு ஆழ்ந்த உறக்கத்தில் இருந்தார்.

வெகுநேரம் கதவைத் தட்டிப் பார்த்துவிட்டு, அக்கா இல்லாத நேரத்தில் மாமா இப்படி ஒரு முடிவை எடுத்திருக்கக் கூடாது என்று நினைத்தார். அதை நங்கூரனிடம் சொல்லவில்லை.

- ஆனந்த விகடன், 2016.

மை தீட்டிய விழிகள்

43

அந்தகாரம். அடர் மழை... அடர் இருள்... அடர் காடு. தொட்டால் ஒட்டிக் கொள்ளும் இருட்டு. மழையைக் குழைத்த மையிருட்டு. இருளின் பிசுபிசுப்பு மழையில் கரைந்தோடுவது போன்றும் இருந்தது. திடீரென கண்ணுக்கு ஒரு முழம் தூரத்தில் உலகம் முடிந்துவிட்டதுபோல இருட்டின் சுவர். எதுவுமே தெரியவில்லை. எந்த திக்கில் திரும்பினாலும் இருளன்றி வேறில்லை. அடுத்த ஓர் அடியை எந்தப் பக்கம் வைப்பது. எதிரில் இருப்பது பள்ளமா, மரமா, சுவரா, விசும்பா? சூனிய பெருவெளியில் திசை தொலைந்துபோன விண்கல் போல இருந்தான்.

எப்படி இங்கே வந்தோம் என்பது ஒரு தத்துவார்த்தக் கேள்வியாக, புதிராக அவன் உள்ளே எழுந்தது. திசையோ, பாதையோ தெரியவில்லை. மனிதன் உருவாக்கிய பல கோடி செயற்கைப் பொருள்களில் ஒன்றுகூட அவன் கண்ணில் படவில்லை. கட்டடம், வாகனம், மைல்கல், செங்கல், பிளாஸ்டிக் காகிதம், மின்விளக்கு வெளிச்சம் ஏதாவது ஒன்று தெரிந்தாலும் அவனுக்குக் காலம் புலப்படும். காலதேச வர்த்தமானங்கள் அற்ற பெருவெளி. அங்கிருந்த மரங்களும்கூட இன்னதென்று தெரியவில்லை. இருட்டு இருட்டு இருட்டு. மழை மழை மழை. குளிர் குளிர் குளிர். அடிவயிறு வரை ஆடியது. கைகள், கால்கள் ஈரத்தால் பழுத்துவிட்டன. செயற்கை, இயற்கை இரண்டுமே அவனுக்கு வழிகாட்ட உதவவில்லை. அவள் இங்கா வரச் சொன்னாள் என்ற சந்தேகம் துளிர்விட்டது. சந்தேகத்தை ஆராய்ச்சி செய்யும் மனநிலைகூட இல்லை. தேவை, அவள் வீடடைய ஒரு பாதை. அதுதான் அவனுடைய இனிய லட்சியமாக இருந்தது. ஒரு வெளிச்சம் அதை அடுத்த லட்சியம்.

பிறகு, குளிருக்கு இதம். பாதை, வெளிச்சம், இதம் எல்லாமே அவளாகவும் இருக்கலாம். இங்கேதான் அருகே இருக்கிறாள் என்ற ஒரு சொட்டு எரிபொருளில் ஓடிக்கொண்டிருந்தது மன இயந்திரம்.

“பெடகாடு எனச் சொன்னாள் யாருக்கும் தெரியாது. பொட்டன் காட்டில் ஒரு வியூ பாயின்ட் இருக்கும். அதில் நின்று பார்த்தால், இடதுபுறம் ஓர் அரசமரம் தெரியும்... அந்த மரத்தடியை ஒட்டி ஒற்றைத் தடம் தெரியும். அதிலே இருநூறு மீட்டர் நடந்தால் அங்கே ஒரே ஒரு வீடுதான் இருக்கும். அதுதான் எங்கள் வீடு” அவள் சொல்லும்போது எல்லாமே தூரமாகத் தெரியவில்லை. அவள் பேசிய மலையாளமும் தமிழ் போலவே புரிந்தது. அவள் சொன்னபடி இதுவரைக்கும் தட்டு தடுமாறி வந்துவிட்டான். இங்கே பக்கத்தில்தான் பெடகாடு. கைக்கெட்டும் தூரத்தில் அந்த வனதேவதை, கண்ணாமூச்சு காட்டுகிறாள். வியூ பாயின்ட் எங்கே எனக் கேட்க வேண்டும். அந்த டீக்கடைக்காரர்... “பெடகாடோ?” என அதிர்ந்து, காட்டு மாடுகள் அலையுமே என்பதை மலையாளத்தில் சொன்னான். இங்கே எந்தப் பாதையும் பாதையாக இல்லை.

சென்னையிலிருந்து கம்பம் ஒரு பஸ். அங்கிருந்து கட்டப்பனா செல்ல ஒரு பஸ். அங்கிருந்து வேன். முதல் நாள் இரவு தொடங்கிய பயணம். அவள் சொன்ன டீ கடையும் இருந்தது. வேன்காரன் சொன்னபடி வந்து இறக்கிவிட்டான். காலையில் மதுரையில் பஸ்காரன் நிறுத்தியபோது, ரெண்டு இட்லி. மதியம் கம்பம் வந்து சேர்ந்தபோது, மீன் குழம்பு சாதம். கட்டப்பனாவில் புட்டு. இப்படியான ஆகாரமார்க்கம்.

அவள் சொன்ன வழியில்தான் வந்தான். இரண்டு பஸ்களில் மாறி... தொடர்ந்து ஒரு வேன் பயணம். இடுக்கி மலை. இடுக்கியில் இருந்து மூணாறு போகிற சாலையில் பொட்டன் காடு எனச் சொன்னாள். சாலை என்றதும் சென்னை திருச்சி ஹைவேஸ் மாதிரி மனதில் உருவான சித்திரம் தவறிழைத்துவிட்டது. இது சாலை அல்ல, காடு. மலைக்காடு. அதில் ரோடு. அவள் சொன்ன டீக்கடை எல்லாமே சரியாக இருந்தது. இந்த ராத்திரியில் டீக்கடையின் கதவைத்தட்டி பொட்டன் காடு போகிற வழி கேட்டபோது, அந்த டீக்கடை ஆசாமி மிரண்டது தெரிந்தது. அது டீக்கடை அல்ல... டீ வீடு. வீட்டின் கதவுதான் டீக்கடைக்கும் கதவு. ஒவ்வொரு பலகையாகக் கழற்றி, ஓரமாக அடுக்கினால் கடை. மூன்று பலகைகள். ஒரே ஒரு பலகையை மட்டும் கழற்றினால் வீட்டு வாசல். “யாரானு?” என்றான் கண் சுருக்கி.

“பெடகாடு... பெடகாடு போகணும்.”

“பெட...காடோ?” என அவன் இழுத்ததில் தெரிந்தது அதன் தூரம்.

“அங்கே சொர்ணா வீடு தெரியுமா?” என்றான்.

“சொர்ணாவோவ்?” என யோசித்தார். ‘தெரியவில்லை’ எனத் தலையசைத்தார். அது வழக்கம்போல இயங்கும் டீக்கடைகூட இல்லை. யாராவது வழி தவறி வந்தால், தொலைதூரத்தில் இருந்து வன அதிகாரியோ, தேயிலைத் தோட்ட அதிகாரிகளோ வந்தால் அடுப்புப் பற்றவைத்து டீ போட்டுத் தருவார்கள். “இருந்து காலையில் கண்டுபிடிக்கலாம். இருட்டில் செல்வது சரியில்லை” என அவர் மலையாளத்தில் சொன்னது இத்தனை வீரியமாக அப்போது புரியவில்லை.

சொர்ணா வீட்டுக்குத் தெள்ளிய தமிழில் முகவரி தந்திருந்தாலும் கண்டுபிடிக்க முடியாது. அந்த இடம் முகவரியால் ஆனது அல்ல... அடையாளங்களால் ஆனது. கருவேல மரம், அதைக்கடந்த சிற்றோடை, மேற்கே ஒரு பெரிய பாறை, அதன் மீதேறி இறங்கினால் சறுக்கிச் செல்லும் சரளைச் சரிவு, அங்கே தென்படும் ஓர் ஒற்றையடிப்பாதை மேற்கு நோக்கி நடந்தால் தென்படும் புதர் மரங்கள்... இப்படித்தான் சொல்லலாம். மனதில் ஓடிய வழியில் குமார் சென்றுகொண்டிருந்தான். வழிகாட்டியது செல்போனில் தெரிந்த அந்த முகம். அந்த மை தீட்டிய விழிகள். அதுதான் இவ்வளவு தூரத்துக்கு வழிகாட்டியது. அதுவே மேலும் காட்டும். ஒரு மின்னல் வெட்டியபோது தூரத்தில் காட்டு மாடு நின்று ஆர்வமாகப் பார்த்துக்கொண்டிருப்பது தெரிந்தது. முட்டி வீசினால் நூறடி தாண்டி விழுவோம். ஒரு மலைக்காட்டின் இருட்டு மழையில் ஒரு மாடும் ஒரு மனிதனும் நனைந்து தேடும் வினோதமானஉயிரியல் வேட்கை. புல் மேயும் மாட்டின் வேட்கையும் சொர்ணாவைத் தேடி வந்த குமாரின் வேட்கையும் தராசின் சம பாரமாக இருக்குமா? இல்லை, வேறா? ஏறத்தாழ ஆயிரம் கிலோ மீட்டர் பயணித்தாகிவிட்டது. இன்னும் சில தூரத்தில் ஒளிந்திருக்கிறாள் அந்த தேவதை. மறைந்து ஜாலம் காட்டும் மாயமோகினி. சில நூறு மீட்டரில் பதுங்கியிருக்கும் சொர்க்கம். இந்தத் தருணம்... அது மட்டுமே அவன் இயக்கியது.

ஒரு வார திட்டமிடல் ஒரு முழு நாள் பயணம். எல்லாமே செல்போனில் பூத்த அவளுடைய புன்னகைக்கு. அது மட்டும்தானா? அவள் கண்களிலும் ஒரு புன்னகை இருந்தது. அவளால் உதடாலும் கண்களாலும் சிரிக்க முடிந்தது. கண்களில் புன்னகையை மிஞ்சிய ஒரு காந்தம் இருந்தது. சுண்டி இழுக்கும் காந்தம். இமைகள் வழி புரட்டிப்போடும் புயல் வீசியதை உணர்ந்தான். நடுக்காட்டில் யாருமற்ற வெளியில் உடல் நடுங்கும் குளிரில் உள்ளிருந்த ஒரு

தீபம், ஒரே ஈர்ப்பு... அவள் சிரிப்பு.மைதீட்டிய அந்த விழிகளின் சிரிப்பு.

இருட்டு கண்களுக்குக் கொஞ்சம் கொஞ்சமாகப் பழகியது. சற்றே புதர் குறைந்திருந்த வழி பாதை எனப்பட்டது. டீக்கடைக்காரர் தோராயமாக ஆள்காட்டி விரலை நீட்டிக் காட்டிய வழி இதுவாகத்தான் இருக்கும் என ஏற்றுக்கொண்டான். கடைக்காரர் இன்னொன்றையும் சொன்னார். "இந்த அந்தகாரத்திலா?"... அதை அவன் ஏற்றுக்கொள்ளவில்லை.

இந்த மலையையும் குளிரையும் இருட்டையும் அவளிடம் ஒப்படைக்க வேண்டிய தன்னையும் ஒரு வரம்போல நினைத்தான். சொர்ணா...ஆ!

சொர்ணாவை முதன்முதலாகப் பார்த்தது ஒரு முடி வெட்டும் கடையில் என்றால் ஆச்சர்யமாகத்தான் இருக்கும். குமார் வழக்கமாகச் செல்லும் கடைதான். ஆவடிக்கு குடிவந்த நாளிலிருந்து அந்தக் கடையில்தான் முடி வெட்டிக் கொண்டிருந்தான். அந்தக் கடைக்குப் புதிதாக முடிவெட்டும் வேலைக்கு வந்து சேர்ந்தான் எலீசா. 50 வயதுக்கான பரப்பில் இருந்தது அவனுடைய வயது வரம்பு. 70 சதவிகிதம் மலையாளமும் 30 சதவிகிதம் தமிழ் போன்ற ஒன்றையும் கலந்து பேசினான். தலை, வழுக்கை ஏறியிருந்தது. அதை சரிகட்ட தாடியை ஈடுகட்டியிருந்த அந்த லாகவம் பிடித்திருந்தது. திறமைசாலி. எந்த மண்டையை எப்படிக் கையாளவேண்டும் என அறிந்திருந்தான். எலீசா ஒருவித சோகத்தில் இருந்தான். அது தாடி ஏற்படுத்திய தோற்றமா, உள்ளே ஏதேனும் சோகம் அடர்ந்து கிடக்கிறதா எனப் பிரித்தறிய இயலவில்லை.

அன்று கடையில் போய் அமர்ந்ததும் கண்களைத் துடைத்துக்கொண்டு, "வாங்க சாரே" என அழைத்தான். கண்கள் ஈரம் பாய்ந்து சிவந்திருந்தது. "சாரே... குறைச்ச சமயம் கடைய கண்டுட்டோ? இந்தா வரும்" என ஓடினான். அவன் சொன்னதை மலையாளத்தில் சரியாக இப்போது எழுத முடிந்ததா என எனக்கும் சரியாகத் தெரியவில்லை. எலீசா வரட்டுமெனக் கடையில் இருந்த அன்றைய தினசரியை புரட்டிக்கொண்டிருந்தான் குமார். சுவாரஸ்யமான கள்ளக்காதல் செய்திகள், ஊழல்கள், நடிகர்களின் அரசியல் சினிமா முயற்சிகள் என வழக்கமாகத்தான் இருந்தது. அப்போதுதான் அந்த செல்போன் மணி. எலீசா செல்போனை மறந்து வைத்துவிட்டுப் போயிருந்தான். அது வீடியோ கால். அதில் தெரிந்தது ஒரு பெண் முகம். போனை கையில் எடுத்து அந்த முகத்தைப் பார்த்தான். முகமல்ல அது... ஜொலிக்கும் தங்கம். அசந்துபோய் பார்த்தபடி இருந்தான். அது, இன்னொருத்தரின் போனை எடுத்துப் பேசுகிற அளவுக்கு குமாருக்கு தைரியத்தையும்

ஈர்ப்பையும் கொடுத்தது. பச்சைப் பட்டனை அழுத்தச் செய்தது அவனுள் விழித்த ஆண்மை. அழுத்த வைத்தது அவளுடைய பெண்மை.

அப்போது அந்த வீடியோவில் தோன்றியவள்தான் சொர்ணா. குமாரின் முகத்தைப் பார்த்தவுடன் அவள் முகத்தில் ஒரு மெல்லிய அதிர்ச்சியோடு கூடிய மகிழ்ச்சி. பெரிய விழிகளை மேலும் அதிகம் உரு பெருக்கிப் பார்த்தாள். அது, மிகுந்த பாவனைகள் நிரம்பியதாக இருந்தது. பாவாடையும் முண்டும் மட்டும் கட்டிய ஒரு பெண்ணை அத்தனை நெருக்கமாகப் பார்ப்பது குற்றம்போல உணர்த்தியது.

"ஓ... எண்ட அச்சன் அவிட இருக்கின்னோ?" என்ற அதிர்ச்சி வினா.

"மறந்து வெச்சிட்டு போயிட்டாரு" என்று துல்லியமாகத் தமிழில் சொன்னான். ஆனால் அவளுக்குப் புரிந்தது. சிரித்தாள்.

"நிங்களுடைய பேர் குமார் அல்லே? அச்சன் பறைஞ்சுட்டுண்டு" என்றாள்.

"என்னைத் தெரியுமா?"

"வளர நன்னாயிட்டு அறியாம்." நெஞ்சில் வைத்துச் சொன்னாள். தன்னையே அங்கே வைத்ததுபோல, எல்லாமே உயர் பாவனைகள்.

அடுத்து அவள் கேட்ட கேள்விதான் அதிர்ச்சியின் உச்சம். "நிங்ஙளு எப்போழானு என்ன நோக்கான் வருன்னது?"

குமாருக்கும் மலையாளம் புரிந்தது.' எப்போ வருவே?' என்கிறாள்.

"நானா... எதுக்கு?"

"எந்தினுவென்னு நிங்ஙள்க்கு அறியில்லே?"

'எதுக்குன்னு தெரியாதா?' என்கிறாள் என்பது புரிந்தது.

அந்த மை விழியும் புன்னகையும் நெற்றிச் சுருக்கமும் கன்னக் குழியும் அவனை மயக்கி, செல்போனில் சொருகிப் போட்டது.

"எதுக்கு வரணும்? எனக்குப் புரியலை."

"நேரிட்டு கண்டால் மனசிலாவும்."

அப்போதுதான் இந்தப் பொட்டன் காடு, பெட காடு என வழி சொன்னாள்.

"அச்சன் வந்நிட்டுண்டு. ஈ நம்பர் ஒண்ணு நோட் செய்தோளு. அச்சன் அறியருது" வேகமாக எண்ணைச் சொன்னாள். ரகசிய எண். குருதியில் ஊடுறுவிய செல் இலக்கம்.

அப்பாவுக்குத் தெரியாமல் என்னைப் பார்க்கப் போகிறாளா

எதற்கு? புரிந்தும் புரியாமல் இருந்தது. தவறும் குற்றமும் செய்யத் தூண்டும் அழைப்பு. குமாருக்கு எல்லையில்லா ஆசையிருந்தது.

இதோ இப்போது ராத்திரியில் அங்கே வந்து நிற்கிறான் குமார். இனி ஓரடி எடுத்து வைக்க முடியாது. குமாருக்குக் கண்கள் சொருகின. விழுந்துவிடுவோம் எனப் பயந்தான். நரிகளோ, நாய்களோ கடித்துக் குதறுமோ? தூரத்தில் ஒலிக்கும் ஓர் ஊளைச்சத்தம் செவியில் நிரம்பியது. அதுதான் அவளா? கீழே விழுவதைத் தடுக்க அப்படியே சுருண்டு அமர்ந்தான். பார்வை மங்கியது. விடியும் வரை உயிரைப் பாதுகாப்பது இயலுமெனத் தெரியவில்லை. அவனை அவனால் போர்த்தி சூடேற்ற முயன்றான்.

யாரோ நடந்துவரும் சத்தம். மிருகமா... மனிதனா? ஈரடி காலடி. மனித நடமாட்டம். நெருங்கும் மனித வாசனையை உயிரால் நுகர்ந்தான். கண்கள் ஏங்கின. வருவது யார்? உயிர் துளிக்க ஓர் உபாயம். அது... அது... அவளேதான். அதே பாவாடை முண்டாவுடன் வந்தாள். "எண்ட குமார் இத்தன காலம் தாமசிக்கின்னு?" என மிகச் சாதாரணமாய் கேட்டாள்.

ஜீவனை எல்லாம் ஒன்று திரட்டி அவள்தான் அவள் என அறிந்து குமாரின் உதடுகள் துடித்தன... "சொர்ணா" என்றான் பரவசத்தோடு. சாதாரணமாக அவன் அருகே அமர்ந்தாள். காத்துவைத்திருந்த உயிரை அவள்மீது சாய்த்துவிட்டுக் கண் மூடினான். அவள் ஒரு போர்வையாக அவன்மீது படர்ந்தாள். ஊனுக்குள் திரண்டிருந்த சூட்டால் தன்னை மீட்பதை அவன் கனவுபோல உணர்ந்தான். ஒரு நொடியா, ஒரு யுகமா? காலம் அளக்கக் கருவியில்லாத சூனியத் தனிமை. தானும் அவளாக மாறிவிட்டோமா? அவள் அவனாக மாறிவிட்டாளா? உடல்களை உருக்கி ஓர் அச்சில் வார்த்துவிட்ட மாயம். அவன் அப்படியே கிடந்தான். அப்படியே கிடக்கத்தான் விரும்பினான்.

விறகு பொறுக்கப் போகும் ஒரு மலைவாசிப் பெண், குமாரை பார்த்தாள். வெட்டவெளியில் வெளிரிப் போய் விழுந்து கிடந்தவனைக் கண்டு அச்சம் கொண்டு அலறினாள். ஆகாயம் பார்க்கக் கிடந்தது, உயிர் இறைஞ்சும் வெற்றுடல். எப்படியோ தகவல் கிடைத்து கேரள போலீஸ் உதவியுடன் ஆம்புலன்சில் சென்னைக்குக் கொண்டுவந்து போட்டார்கள். ஏன் அங்கு போனான், என்ன நடந்தது என்று முன்னுக்குப் பின்னாகச் சொன்னான். சொர்ணாவைக் காட்டிக்கொடுக்க அவன் விரும்பவே இல்லை. நடந்த உண்மையை யாரிடமும் சொல்லவில்லை. ஊர் சுற்றிப் பார்க்கச் சென்றேன் என அவன் சொன்ன காரணத்தை யாரும் நம்பவில்லை.

கட்டிலில் கிடந்து அவன் பிதற்றும் வாக்கியங்களின் பொருள் புரியாமல் தவித்தது அவனுடைய குடும்பம். இடுக்கிக்குப் போனதாகப் பிதற்றினான். பெடகாடு என்றான். ஒன்றும் புரியவில்லை. ‘அவனிடம் எதையும் கேட்க வேண்டாம். அப்படியே விட்டுவிடுவோம்’ என அவனுடைய அப்பா சொல்லிவிட்டார்.

சில மாதங்களாகவே அவன் இடுக்கி மாவட்டப் பகுதிகளை கூகுள் மேப்பில் பார்த்துக்கொண்டிருந்ததை அவரும் கவனித்து வந்தார். அவனுடைய நிலை உணர்ந்து மிகவும் கவனமாகப் பாதுகாத்து வந்தார். மகன் மாத்திரைகளைச் சரியாகப் போட்டுக்கொண்டு வருகிறானா என மனைவியிடமும் விசாரித்தார். அவனே போட்டுக்கொள்கிறான் என சொல்லியிருந்தாள் மனைவி. இடுக்கிக்கு போய் வந்ததாக அவன் புலம்பியபடி இருந்தான். இரவும் பகலும் உணவு உறக்கமின்றி கூச்சலிட்டபடியே இருந்தான். சொர்ணா என்பது யார் என்பதும் தெரியவில்லை. குமாரை நினைத்து அவனுடைய அப்பா மிகவும் கலங்கிப்போனார். கட்டிலுக்கு அடியில் அத்தனை மாத்திரைகளும் பேப்பரில் சுற்றப்பட்டு மறைக்கப்பட்டிருந்ததைக் கண்டெடுத்தார். குமாரைக் கண்டித்தார். அவன் உறக்கமற்றக் கண்களால் வெறித்துப் பார்த்தான். அது அச்சமூட்டுவதாக இருந்தது. டாக்டர் மருத்துவமனையில் ஒரு வாரம் இருக்கட்டும் என ஆலோசனை சொன்னார். கொஞ்சம் கொஞ்சமாக அவன் அந்த ஊர்களை, பெயர்களை காற்றில் கரைந்த புகையென இழந்துகொண்டிருந்தான். மாத்திரைகள் அவனைச் சோர்வடையச் செய்தன.

மருத்துவமனையில் இருந்துவந்த மறுநாள் குமார், சலூனுக்குப் போய் எலீசாவை விசாரித்தபோது, ‘அவர் இல்லை’ என்றார்கள். சொர்ணாவின் போன் ‘நாட் இன் யூஸ்’ என்றே இருந்தது. இரவில் குடையோடு வந்தவள், தன்னை நெஞ்சோடு அணைத்துக்கொண்டது நினைவில் இருந்தது. இரண்டு பேரும் சேர்ந்து ஒன்றாக ஆகிவிட்டது நினைவிருந்தது. இரண்டு தனித்தனி உடல்களாக உணர முடியாத ஆகர்ஷணம் இப்போதும் சிலிர்த்தது. அப்புறம் என்ன ஆனது எனத் தெரியவில்லை. அவை எல்லாமே எட்டமுடியாத புதிர்களாக மூளைக்குள் புதைந்திருந்தன. மாத்திரைகளில் இருந்து வெளியேறும் மார்க்கங்களை யோசித்தான். புதிர்களை அவிழ்க்கும் உத்திகளை மருந்துகள் தடுத்துக்கொண்டிருப்பது அவனுக்கு நன்கு தெரிந்தது. இந்த முறை மாத்திரைகளைச் சாப்பிட்டதற்கான தடயங்களை உருவாக்கினான். பாத்ரூமில் அவற்றை உடைத்துப் பொடியாக்கி நீரில் கரைத்து மறையவைத்தான். மாத்திரை உரிக்கப்பட்ட வெற்று அட்டைகள் குடும்பத்தினரை ஏமாற்றிக்கொண்டிருந்தது. குமார் இன்னொரு முறை பெடக்காடு போய்வர தயாராகிக்

கொண்டிருந்தான். புதிய எண்ணிலிருந்து சொர்ணாவிடமிருந்து போன் வந்தது. "நீங்க மயங்கி விழுந்துட்டீங்க. நான் ஆட்களைக் கூட்டிவர ஊருக்குப் போனேன். திரும்பி வந்தபோது நீங்கள் அங்க இல்லை. எப்ப வருவீங்க. நா அதே இடத்தில் காத்திருப்பேன்" என்று மட்டும் சொன்னாள்.

- குங்குமம், 2020.

[கம்போடியா பரிசு]

44

தோளில் பாந்தமாக அழுத்திய அந்த விரல்கள் சரவணனுடையவை என நினைத்தேன். மிக மிருதுவாக அழுத்திய படி இருந்தன அந்த விரல்கள். எதிரில் அமர்ந்திருந்த ரமேஷ் சிரிக்கவேதான் சந்தேகம் வந்தது. கண்களைத் தாழ்த்தி, அழுத்திய அந்த விரல்களைக் கவனித்தேன். இரண்டு கைகளின் விரல்களிலும் செக்கச் சிவப்பாய் நகப்பூச்சு. திடுக்கிட்டுத் திரும்பிப் பார்த்தேன். இன்னும் சிவப்பாய் உதட்டுச் சாயம் பூசிய கறுப்பு ஸ்கர்ட் போட்ட ஒரு பெண் நின்றிருந்தாள். மேலும் திடுக்கிட்டு எழுந்து நின்றேன். அந்தப் பெண் சிரித்தாள். "உட்கார்" என்றாள் ஆங்கிலத்தில். ராகம்போல இழுத்துப் பேசும் அவளின் உச்சரிப்பு பாணியும், கெஞ்சலான அல்லது கொஞ்சலான குரலும் பதிலுக்குச் சிரிக்கவைத்தன. 'சின்னப் பெண். என்ன துணிச்சலில் என்மீது கை வைத்து அழுத்துகிறாள்?' "நோ" என்றேன்.

அவள் உரிமையோடு என் கையைப் பிடித்து அழுத்தி உட்காரவைத்தாள். நண்பர்கள் அனைவரும் சிரித்தனர். எனக்கு வெட்கம் பிடுங்கித் தின்றது. நானும் சிரித்தேன். சிரிப்பதைத் தவிர்த்து வேறு என்ன செய்வது எனத் தெரியவில்லை. நண்பர்களின் ஏற்பாடு இது எனத் தெளிவாகப் புரிந்தது. கம்போடியா வந்து இன்று ஆறாவது நாள். ஆயிரம் வருஷத்து அங்கோர்வாட் தமிழ்க்கோயிலில் ஆரம்பித்து நாம்பென் நகரத்து நவீனயுகம் வரை பார்த்தாயிற்று. நாளை சென்னைக்குக் கிளம்ப வேண்டும். அதற்குள் என்னை வைத்து அவர்களுக்கு ஒரு விளையாட்டு தேவையாக இருக்கிறது. சரவணன் நெருங்கி வந்து கண் சிமிட்டி, 'என்ன சொல்றே?'

என்றான் பார்வையாலேயே நான் “ஆளை விடுங்கப்பா” என எழுந்தேன்.

அந்தப் பெண் என்னைத் தோளில் அழுத்தி, தன்மேல் சாய்த்துக்கொண்டு, “ஃபிப்தி தாலர்” என்றாள். அதிகம் பாலூற்றிய தேநீரின் நிறத்தில் இருந்தாள். மஞ்சளுக்கும் வெண்மைக்கும் இடையில் ஒரு நிறம். லிப்ஸ்டிக் தீட்டிய உதடு. இங்கு எல்லாப் பெண்களுமே தீட்டியிருக்கிறார்கள். உதடும் கண்களும் சேர்ந்து சிரித்தன. நான் அவளைப் பார்க்கிறேன் என்பது தெரிந்ததும் போலீஸுக்கு அளவெடுக்க நிற்பதுபோல சற்றே விறைப்பாக நின்று அவளைச் சரிபார்த்துக்கொண்டாள். மங்கிய வெளிச்சத்தில் கறுப்பு உடையில் அவளுடைய நிறம் மட்டுமே தெரிந்தது. “ஃபிப்தி தாலர் ஓகே?” “என்னம்மா சொல்றே?” என்றேன்.

“தமிழ்ல கேட்கிறான் பாரு... ஃபிப்டி டாலர் கேக்கறாப்பா” என்ற ரகு, “ஓகே... ஓகே” என்றான் அவளைப் பார்த்து. “உனக்கு ஓகே-ன்னா நீ கூட்டிட்டுப் போ... என்னை வம்புல மாட்டிவிடாத.” “ஒண்ணும் பண்ணிட மாட்டா. பயப்படாமப் போடா.” மணி, நள்ளிரவைக் கடந்துவிட்டது. இரவு மையம் கொள்ளக் கொள்ள பெண்கள் அதிகமாக நடமாடுவது தெரிந்தது.

நாம்பென் நகர பார் ஒன்றில் இப்படி என்னை ஏடாகூடமாகச் சிக்கவைக்க, நண்பர்கள் திட்டமிட்ட சம்பவத்தின் பின்னணியில் என்னுடைய டீடோட்டலர் விரதம் முக்கிய காரணமாக இருந்தது. எனக்காக ஒருவர் ஐம்பது டாலரை எடுத்துக் கொடுக்க, ஒருவர் என் அறை எண்ணை அவளிடம் சொல்லி அரை மணி நேரம் கழித்து வரச் சொல்ல, என்னை உடனே மூட்டை கட்டி ரூமுக்குச் சென்று தயாராகச் சொல்ல... எல்லாமே சில விநாடிகளில் நடந்தன.

“உனக்குப் பிடிக்கலைன்னா... மசாஜ் பண்ணச் சொல்லிட்டுப் போகச் சொல்லிடு. புரொஃபஷனல் மசாஜ் டிரெய்னர்ஸ் இவங்கள்லாம்” என என் காதருகே கிசுகிசுத்தான் ரகு.

ஒரு மாதிரியாக மனதைத் தேற்றிக்கொண்டு, அறைக்குக் கிளம்பினேன். எங்கள் மூவருக்குமே தனித்தனி அறைகள். அறையில் போய் டிவி போட்டுவிட்டு ‘கியாமித்தாய்... கிச்சாய்... மியாய்’ என அவர்கள் கெமர் மொழியில் இழுத்து இழுத்துப் பேசும் விவாத நிகழ்ச்சி ஒன்றைச் சிறிது நேரம் பார்த்துக்கொண்டிருந்தேன். ஜில் ஏசி-யில் சின்னச்சின்ன வியர்வைத் துளிகள் அரும்பிக் கொண்டிருப்பதை உணர முடிந்தது.

‘டிங்.. டிங்...’

இதயம் நின்று துடித்தது. மனைவிக்குத் துரோகம், பிறன்மனை நோக்கும் சிற்றாண்மை, பொதுவெளியில் சொல்லத் தயங்கும்

செயல் என்ற குற்ற உணர்வு, குறுகுறு எதிர்பார்ப்பு... எல்லாமாக வயிற்றிலிருந்து புறப்பட, எச்சில் விழுங்கி... கதவைத் திறந்தேன்.

அவ்வளவு கிட்டத்தில் வந்து "ஹாய்..." என்றாள். இன்னும் அழகாக மாறியிருந்தாள்.

"ஹாய்!"

பெர்ஃப்யூம் வாசனை. கட்டிலின் மேல் துள்ளி அமர்ந்து குஷன் அதிர்வில் அப்படியே மகிழ்ந்து ஆடினாள். வாட்சைக் கழற்றி போன் அருகே வைத்தாள்.

"இரவில் இந்த பாரில்தான் தங்குவியா?"

"இல்லை... தினமும் என் வீட்டுக்குப் போயிடுவேன்."

"வீடு எங்கே?" - இது தேவையற்ற கேள்வி. எனக்கு, நான் இருக்கும் ஹோட்டலின் பக்கத்துத் தெருவில் விட்டாலே திரும்பி வருவதற்கு வழி தெரியாது.

ஆனால், அவள் பதில் சொன்னாள். "இங்கிருந்து 15 கிலோமீட்டர். ஒரு கிராமம். எங்கள் ஊரிலிருந்து நான்கு பேர், இங்கு உள்ள பார்களில் வேலைசெய்கிறோம்."

தேவையில்லாத... தேவைக்கு அதிகமான விளக்கம். பேச்சு போதும்போல இருந்தது. அவளுக்கும் அப்படி இருந்திருக்கவேண்டும். "குளித்துவிட்டு வந்துவிடட்டுமா?" என்றாள்.

"நிச்சயமாக."

சரக்கென ஜிப்பை இழுத்து அவளுடைய மேலாடையை அகற்றினாள். பதறிப்போய் ஓடி அறைக் கதவைச் சாத்தினேன். அதுவரை அது திறந்தே கிடந்தது. அவள் சிரித்தாள். ஸ்கர்ட்டைக் கழற்றினாள். இரட்டை ஆடையில் மேலும் வெள்ளை வெளேர் எனத் தெரிந்தாள். குளியல் அறைக் கதவைத் திறந்து வழிகாட்டினேன். கழற்றிய இரண்டு துணி வகையறாவையும் தோளில் போட்டுக்கொண்டு லேசாக உரசியபடி உள்ளே சென்றாள்.

"நீ குளிக்கவில்லையா?" என்றாள்.

"அப்பவே குளிச்சுட்டேன்." தமிழில்தான் சொல்ல வந்தது. அவள் புரிந்துகொண்டு, கதவைச் சாத்திக்கொண்டாள். ஷவர் சத்தம் கேட்டது. இதுதான் தருணம் என வெளியில் ஓடி, பாரில் கிண்டலடித்து உட்கார்ந்திருக்கும் நண்பர்களுடன் ஐக்கியமாகி விடலாமா என நினைத்தபோது, அவள் வெள்ளை டர்க்கிடவலை நடுவாகக் குறுக்கில் கட்டிக்கொண்டு வெளியே வந்தாள்.

"நான் தயார்."

அருகே வந்து அணைக்க நினைத்தவள், இன்னொரு கையால் பாத்ரூம் கதவை இழுத்து அறைந்து சாத்தினாள். ‘க்ளுக்’ என ஒரு சத்தம் கேட்டது. அது, சாத்திய கதவிலிருந்து வந்தது.

கண்களை அழகாக உருட்டி... ‘என்ன சத்தம்?’ என்பதாகப் பார்வையால் கேட்டாள். நான் முன்வந்து கதவை ஒருமுறை தள்ளித் திறக்கப் பார்த்தேன். திறக்கவில்லை. அவளும் நான் என்ன செய்கிறேன் என்பதைக் கவனிக்க ஆரம்பித்தாள். குளியல் அறையைத் திறப்பதற்கான குமிழைத் திருகித் திறக்க முயன்றேன். அது அசையவில்லை. அவளும் சேர்ந்து என் கையோடு சேர்த்து குமிழைத் திறக்க எத்தனித்தாள். உட்பக்கம் தாழிட்டுக்கொண்டது தெரிந்தது.

மூர்க்கமாக இரண்டு மூன்று முறை இழுத்தும் திருகியும் பார்த்தாள். நான் மெள்ள என் கைகளை எடுத்துக்கொண்டேன்.

“ஏன் திறக்கவில்லை?” என்றாள்.

“உள் பக்கம் பூட்டிக்கொண்டுவிட்டது” சைகையும் ஆங்கிலமுமாகச் சொன்னேன்.

“என் டிரெஸ் எல்லாம் உள்ளே இருக்கிறது.”

அவள் கண்கள் பதறுவதைப் பார்த்தேன். கடிகாரத்தைப் பார்த்தேன். இரவு 1:50.

ஒரு திருப்புளி இருந்தால் தாழ்ப்பாள் இருக்கும் இடத்துக்குள் விட்டு நெம்பிப் பார்க்கலாம். பாக்கெட்டில் இருந்த பால்பாயின்ட் பேனாவால் ஏதாவது செய்ய முடியுமா என நம்பிக்கையில்லாமல் முயன்றேன்.

“திறக்கவில்லையா?...” என்றது அவளுடைய பெருமூச்சுடன் வந்த குரல்.

உள்ளே சென்று வேறு உபகரணங்கள் கிடைக்குமா எனப் பார்த்தேன். கப், டிஷ்யூ பேப்பரில் சுற்றிய கண்ணாடி டம்ளர், சர்க்கரை நிரப்பிய சாஷே, ஸ்பூன்.

ஸ்பூனை எடுத்துக்கொண்டு கதவு அருகே வந்தேன். அது உள்ளே செல்ல வழியில்லை. அதை வைத்து இப்படியும் அப்படியும் குத்திப்பார்த்தேன். அவள் ஏதோ அமானுஷ்யம் நிகழ்த்திக்காட்டுவேன் என, விழி பிரமித்துக் காத்திருந்தாள். அவள் பார்ப்பதை நானும் பார்த்தேன்.

“ப்ளீஸ்!” என்றாள்.

டெலிபோன் அருகே சென்று அதில் ஒட்டப்பட்டிருந்த அவசர சேவைக்கான எண்களைப் பார்த்தேன். ரூம் சர்வீஸ் - ஒன்று பூஜ்ஜியம் பூஜ்ஜியம்.

வெகுநேரம் அடித்தது. நம்பிக்கையிழந்த நேரத்தில் ஒருவன் எடுத்தான். 'கிய்ய முய்ய' என என்னவோ சொன்னான். அந்தப் பெண்ணிடமே கொடுத்து விளக்கச் சொன்னேன்.

அவள் வாங்கிப் பேசினாள். ஏமாற்றத்துடன் போனை வைத்தாள். "காலை 10 மணிக்குதான் கார்ப்பெண்டர் வருவாராம்."

"என் சட்டையையும் ஷார்ட்ஸையும் போட்டுக் கொண்டு போய்விடு... நாளைக்கு உன் ஆடைகளை எடுத்துவந்து அந்த பாரில் கொடுத்து விடுகிறேன்."

நல்ல யோசனைபோல முகத்தில் ஒரு மலர்ச்சி ஏற்பட்டு அடுத்த விநாடியே மறைந்து விட்டது. "இல்லை... அம்மா திட்டுவார். நான் இப்படிச் செய்வது வீட்டில் தெரியாது."

"எப்படிச் செய்வது?"

"பாரில் வேலை செய்வதற்கு மட்டும்தான் அனுமதி. 3 மணிக்கு பார் மூடிவிடுவார்கள். எங்களை எங்கள் கிராமத்துக்கு அழைத்துச் செல்ல டுக் டுக் வந்துவிடும்."

டுக் டுக் என்பது, நம் ஊர் ஆட்டோ போன்ற ஒரு வாகனம். கடிகாரத்தைப் பார்த்தாள். 2:20.

அவளுக்கு அழுகை வந்தது. எந்த உணர்ச்சியும் இல்லாமல் கண்ணில் மட்டும் நீர் கொட்டிக்கொண்டிருந்தது. "அழாதே" என்றேன். துடைத்துவிட நினைத்து தைரியம் இல்லாமல் தவிர்த்துவிட்டேன்.

முதலில் அவள் பதற்றத்தைப் போக்க வேண்டும். வென்டிலேஷனுக்காக மேலே சிறிய திறப்பு இருந்தது. ஸ்டூலை இழுத்துப் போட்டு அதன் வழியாக எட்டிப்பார்த்தேன். அந்தவழி, கண்ணாடிப் பட்டைகளால் ஏணிபோல வரிசையாக அடுக்கி மூடப்பட்டிருந்தது. ஆனால், அதை உள்பக்கம் இருந்துதான் ஒவ்வொன்றாக எடுக்க முடியும். உடைத்து அகற்றலாம். ஆனால், அதன் வழியாக உள்ளே செல்ல முடியுமா எனத் தெரியவில்லை. கையில் கைக்குட்டையை நன்றாகச் சுற்றிக்கொண்டு ஒரு குத்து விட்டேன். கண்ணாடிச் சில்லுகளை அகற்றிவிட்டு, தலையை மெள்ள உள்ளே நுழைக்க முயன்றேன். காது வரை மட்டுமே உள்ளே போனது. தலையை பத்திரமாக வெளியே எடுத்தேன்.

"உள்ளே தாழ்ப்பாள் எதுவும் இல்லை. இது எலெக்ட்ரானிக் தாழ்ப்பாள்போல் இருக்கிறது."

அவளுக்குப் புரியவில்லை. "என்னால் போக முடிகிறதா பார்க்கிறேன்" என்ற அவள் என்னைக் கீழே இறங்கச் சொன்னாள்.

இறங்கி, அவள் ஸ்டூலில் ஏறுவதற்கு உதவினேன். அவளுக்கு அந்த வென்டிலேஷன் எட்டவில்லை. “கொஞ்சம் தூக்கிவிடுங்கள்.”

அவளுடைய கால்களைப் பிடித்துத் தூக்கினேன். எதிர்பாராத விதமாக அந்த டர்க்கி டவல் அவிழ்ந்து என் மேல் விழுந்தது. அவள் பதறி, கீழே குதித்து டவலை வாங்கிக் கட்டிக்கொண்டாள். “சிறிய வழி. அதற்குள் போக முடியாது.”

சம்பந்தமில்லாமல் அந்த வழியையும் தாழ்ப்பாளையும் பார்த்தேன். “நேரமாகிவிட்டது. வண்டி வந்துவிடும்.”

தோள்பட்டையால் மோதி கதவை உடைத்துத் திறக்கும் கதாநாயக உத்திகள் எடுபடவில்லை. கெட்டியான மரக்கதவு அது. இரண்டு அங்குல தடிமன் இருக்கலாம். கம்போடியாவில் மரத்துக்குப் பஞ்சமில்லை. கொத்தி, இடித்து, உடைத்து, நெம்பி என இருக்கும் வாய்ப்புகள் எதுவுமே சரியாக வராது என நன்றாகத் தெரிந்தது. 3 மணிக்கு இன்னும் 10 நிமிடங்களே இருந்தன.

எல்லாமே எலெக்ட்ரானிக்ஸ். கதவைத் திறக்க ஒரு காந்த அட்டை கொடுத்திருந்தார்கள். அதைக் காட்டினால்தான் வெளிக்கதவு திறக்கும். அதை உள்ளே சுவரோடு பிணைத்த காந்தப் படிப்பானில் செருகினால்தான் மின் இணைப்பு கிடைக்கும். சிறு யோசனை. அந்தக் காந்தத் தகட்டை எடுத்தேன். ஒரு நிமிடத்தில் விளக்குகள் அனைத்தும் அணைந்தன. அவள் அருகில் நிற்கிறாள். வாசனையும் மூச்சும். “என்ன?” என்றாள் ராகமாக.

மீண்டும் அந்தத் தகட்டைச் செருகினேன். விளக்குகள் எரிந்தன. ஏசி மோட்டார் சத்தம். நான் மெள்ள பாத்ரூம் கதவைத் திறந்து பார்த்தேன். சரக்... திறந்துகொண்டது. அவளுக்கு ஆச்சர்யம் தாளவில்லை. வேகமாக உள்ளே நுழைந்து ஆடைகளை அணிந்தாள். சுவர்க் கடிகாரத்தைப் பார்த்தாள். மணி 3 ஆக 5 நிமிடம் இருந்தது.

“ஸோம் ஆர்குன்!”

நன்றி சொல்கிறாள்.

வெளியே செல்ல நினைத்தவள், “ஓ... நீ இன்னும் எதுவும் செய்யவில்லையே!” என நின்றாள்.

“பரவாயில்லை. உனக்கு நேரமாகிவிட்டது.”

“வெரி ஸாரி... இந்தா உன் நண்பர் கொடுத்த பணம்.”

50 டாலரில் 10 டாலர் மட்டும் எடுத்துக்கொண்டாள். “இந்த ‘10 டாலரை என் பார் முதலாளிக்குக் கொடுக்க வேண்டும். அது முறை.”

“பரவாயில்லை. 50 டாலரையும் வைத்துக்கொள்.”

“எதற்கு?”

“உன் செலவுக்கு.”

“வேண்டாம்.”

“பிரச்னையில்லை.”

வாங்கிக்கொண்டாள். “நாளைக்கும் இருப்பீர்களா?”

“இல்லை. காலை 10 மணிக்குக் கிளம்பிவிடுவோம்.”

சுவர்க் கடிகாரத்தைப் பார்த்தாள். இன்னும் ஒரு நிமிடத்தில் என்ன செய்துவிட முடியும்?

இறுகக் கட்டிப்பிடித்து ஒரு முத்தம் கொடுத்தாள். அவள் கண்கள் நீர் துளிப்பதற்கு முன்பான சிவப்பில் மாறியிருந்தன. நன்றி, அன்பு, இயலாமை, மன்னிப்பு எல்லாம் கலந்திருந்த முகம்.

“என் பெயர் நவி. மீண்டும் எப்போது வருவீர்கள்?”

“தெரியாது.”

லிஃப்டுக்குள் பட்டனை அழுத்திவிட்டுக் காத்திருந்தாள். புன்னகைத்தபடி பார்த்துக் கொண்டிருந்தேன். லிஃப்ட் அவளைக் கவ்விய நேரத்தில், சிறிய இடைவெளியில் மலர்ச்சியுடன் “ஐ லவ் யூ” என்றாள். நானும் சொல்லலாம் என நினைத்தபோது மூடிக்கொண்டது.

கதவைச் சாத்திக்கொண்டு உள்ளே வந்தேன். அவளுடைய வாட்ச் டெலிபோன் அருகே இருந்தது. அடடா... எங்கோ ஒரு டுக் டுக் கிளம்பும் சத்தம் கேட்டது. அவளும் அவள் தோழிகளும் அவர்களின் கிராமத்துக்குச் செல்லும் அந்த வாகனமாக இருக்கலாம். பால்கனி வழியாகப் பார்த்தேன். மீகாங் ஆறு, நாம் பென் நகரத்தின் வண்ண விளக்குகளில் ஜாலம் காட்டியது. சில்லென்ற காற்று. பெண்களால் ஆன நகரம். கடைகளில், ஹோட்டலில், படகில், பாரில்... எங்குமே பெண்கள். விவசாயம், டிரைவிங் என ஆண்களின் அடையாளங்கள் பெண்களுக்குப் பின்னால் பதுங்கியிருந்தன.

திடீரென்று போன் ஒலித்தது. மனைவி. ‘இந்தியாவில் இப்போது என்ன நேரம்?’

“என்னங்க... சாப்பிட்டீங்களா?”

“பொழுது விடியப்போகுது...”

“ஓ... அங்க என்ன டைம்?”

“மூணு.”

"இங்க ஒன்றரை. திடீர்னு ஒரு கெட்ட கனவு..."

"ஒண்ணுமில்ல... தைரியமாத் தூங்கு. நாளைக்கு வந்துடுவேன்."

"எனக்கு என்ன வாங்கிட்டு வர்றீங்க?"

குறிப்பாக அவளுக்கென்று எதுவும் வாங்கவில்லை. காலையில் வாங்குவதற்கும் நேரம் இருக்காது.

"வாட்ச்!" என்றேன் அவசரமாக.

- ஆனந்த விகடன், 2018.

தோடுடைய செவியன்

45

வேணுகோபால் தன் மகள் திருமணத்துக்காக மண்டபத்துக்கு முன்பணம் கட்ட மேலாளர் முன் உட்கார்ந்து இரண்டாயிரம் ரூபாய் தாள்களை எண்ணிக்கொண்டிருந்த போதுதான் அந்த போன் வந்தது.

"யாரு?"

மறு முனையில் பேசியவரின் குரல் சரியாகக் கேட்கவில்லை. வேணுகோபால், தொலைபேசியை இப்படியும் அப்படியும் திருப்பிவைத்து குரலைப் பிடித்தார். "உங்க பொண்ணு கல்யாண விஷயமா பேசணும்" என்பது மட்டும் தவணை முறையில் கேட்டது.

"கல்யாண விஷயமாவா... மேட்ரிமோனியில் இருந்து பேசுறீங்களா... என் பொண்ணுக்கு கல்யாணம் ஃபிக்ஸ் ஆகிடுச்சு சார்" என்றார் வேணுகோபால்.

மறுமுனையில், "ஃபிக்ஸ் இல்லை... கல்யாணமே ஆகிடுச்சு... கேக்குதா?" என்றார் ஒருவர்.

"என் பொண்ணுக்கு வர 15 ஆம் தேதிதான் சார் கல்யாணம். நீங்க வேற யாரையோ சொல்றீங்கன்னு நினைக்கிறேன்."

மறுமுனையில் பேசியது எதுவும் தெளிவாகக் கேட்கவில்லை. "சார் கொஞ்ச இருங்க. நான் வெளிய வந்து பேசறேன்." பேச்சைத் துண்டித்து மீண்டும் பணத்தை எண்ணுவதில் மூழ்கினார். வேணுகோபாலுக்கு ஐம்பத்தெட்டு வயதுக்கு மேல். ஓய்வுபெற்ற தலைமையாசிரியர் என மகள் கல்யாண பத்திரிகையில் தெளிவாகக் குறிப்பிட்டிருந்தார்.

“கல்யாணத்துக்கு பத்து நாட்களுக்கு முன் மீதி ரெண்டு லட்சத்தைத் தந்துடணும்” நினைவுபடுத்தினார் மேனேஜர்.

“அதான் மொதல்லயே சொல்லிட்டீங்களே?”

தன்னுடைய திருமணத்துக்கு மொத்தமாக முப்பதாயிரம்கூட செலவாகவில்லை என்பதை நினைத்துப் பார்த்தார் வேணுகோபால். மகளுடைய திருமணத்தை அப்படி ஒன்றும் ஜாம் ஜாம் என்று நடத்தவில்லைதான்... இருந்தாலும் பதினைந்து லட்ச ரூபாய் வரைக்கும் கணக்கு வந்தது. அவருடைய பி.எஃப். பணம் கிட்டத்தட்ட காலி.. வெளியே வந்து எதிர்கடையில் ஒரு சோடா வாங்கி குடித்தார். ஏப்பம் வந்தபோது மறுபடியும் போன் வந்தது.

“சார் உங்க நல்லதுக்குதான் சொல்றேன். உங்க பொண்ணுக்கு ஏற்கெனவே கல்யாணம் ஆகிடுச்சு.. வீணா இன்னொரு கல்யாணத்துக்கு மண்டபம் பார்த்து செலவு பண்ணாதீங்க. அத சொல்றதுக்குதான் போன் பண்ணேன்.”

“சார்... நீங்க வேற யாரையோ நினைச்சுகிட்டு என்கிட்ட பேசிகிட்டிருக்கீங்க. என் பொண்ணு பேரு ராஜலட்சுமி... எனக்கு இருக்கிறது ஒரே ஒரு பொண்ணுதான். போன வாரம்தான் நிச்சயதார்த்தம் ஆச்சு. வர்ற 15 ஆம் தேதி கல்யாணம்.”

“ராஜலட்சுமி பி.காம், எத்திராஜ் காலேஜ். வயசு 19. புரசைவாக்கம் தாணா தெருவுல வீடு. உங்க பேரு வேணுகோபால், உங்க வைஃப் பேரு கலாவதி. எல்லாம் சரியா இருக்கா? உங்க பொண்ணுக்கு நாலு மாசம் முன்னாடியே கல்யாணம் ஆகிடுச்சுங்க. சொல்ல சொல்ல கேக்காம ரெண்டு லட்சத்தை சுளையா எடுத்து மண்டபத்தில் கொடுத்துட்டீங்க. திருப்பி கேட்டா தருவானா?”

வேணுகோபால் அப்படியே கடைவாசலில் சரிந்து உட்கார்ந்து நெஞ்சைப் பிடித்துக்கொண்டார். சம்பந்தி வீட்டில் தெரிந்தால் கல்யாணம் நின்றுவிடும். பெயர் கெட்டுவிடும். தெருவில் தலை காட்ட முடியாது. கொஞ்சம் ஆசுவாசப்படுத்திக் கொண்டு எழுந்து ஓரத்திலிருந்த மரத்தடிக்கு வந்தார். வெள்ளை வேட்டி, சட்டை, கையில் குடை, கைப்பிடி வைத்த கருப்பு தோல் பை... அவருடைய தோற்றத்துக்கு சம்பந்தமில்லாமல் அந்த மூத்திர சந்தில் ஒடுங்கிக் கிடந்தார். இன்னும் பதற்றம் தணியவில்லை. போனை கண்ணுக்குக் கிட்டே கொண்டுவந்து அந்தப் பதற்றம் தந்த எண்ணைத் தேடினார். கவனமாகப் பார்ப்பதன் மூலம் அவருடைய மனத்தில் நடுக்கம் அதிகரித்தது. பச்சை பட்டனை அழுத்திவிட்டுக் காத்திருந்தார்.

“என்ன பெரியவரே.. நேர்ல வந்தா பேசித் தீர்த்துக்கலாம். உங்க பொண்ணுக்கு மேரேஜ் ஆன சர்டிபிகேட் என் கைலதான் இருக்கு.

நேரா வந்தா வாங்கிட்டுப் போயிடலாம்... ராயபுரம் கல்மண்டபத்து கிட்ட வந்து நில்லுங்க. பதினோரு மணிக்கு வந்துருங்க. ஓகேவா?"

பெரியவர் கடிகாரம் பார்த்தார். மணி பத்தரை. இன்னும் அரை மணி நேரம்தான் இருந்தது. இடிப்பது போல வந்த ஆட்டோவின் முன் துண்டைக் காட்டி, ஏறி அமர்ந்தார். "ராயபுரம் கல்மண்டபம் போப்பா."

அதிகமாக வியர்த்தது. சாலையைப் பார்த்துக்கொண்டிருந்தாரே தவிர, எதுவும் கண்ணில் நிலைக்கவில்லை. கல்மண்டபம் பக்கத்தில் ஒரு வெள்ளை சுமோ. அதில் நான்கு பேர் இருந்தார்கள். "பெரியவரே வந்து காரில் ஏறிக்கங்க."

காரில் ஏறி அமர்ந்தார். காரில் அவர் அறியாத வேறு வாசனை வீசியது. காரில் இருந்த நால்வரின் கண்களும் சிவந்திருந்தனர். அதில் கோபமில்லை. ஏளனம் இருந்தது.

"இது உங்க பொண்ணுக்குக் கல்யாணம் ஆனதுக்கான சர்டிபிகேட்டோட ஜெராக்ஸ். ஒரிஜினல் வேணுமுன்னா கொஞ்சம் செலவாகும். கல்யாணத்துக்கு உங்க பட்ஜெட் எவ்ளோ?"

பயத்தில் பிதற்றினார். "ஐயா... கன்னாபின்னான்னு செலவு ஆச்சுங்க. பதினைஞ்சு லட்ச ரூபா வரைக்கும் ஆகிடுச்சு. கல்யாணம் ஆகிற நேரத்தில் பிரச்சனை பண்ணிடாதீங்க. அந்த சர்டிபிகேட்டையெல்லாம் கிழிச்சுப் போட்டுடுங்க."

"பெரியவரே... ஏற்கெனவே கல்யாணமான பொண்ணுக்குக் கல்யாணம் பண்ண முடியாதுங்களே!"

"ஐயா. எம் பொண்ணு வாழ்க்கையைக் கெடுத்துடாதீங்க. அவ இந்த வருஷம்தான் காலேஜ் முடிச்சா."

"அது சரிங்க. கல்யாணமாகி நாலு மாசம் ஆகியிருக்கு. தேதி பாருங்க. உங்க மாப்பிள்ளை பேரைத் தெரிஞ்சுக்கங்க. தசரதன். நல்லாருக்கா? இப்ப மறுபடி கல்யாணம் பண்ணீங்கன்னா சட்டப்படி குத்தமாகிடும்... சரியா? இவங்க ரெண்டு பேரையும் சேத்துவெச்சுட்டு போயிட்டே இருங்க."

"ஐயா இப்ப நடக்கிற கல்யாணமே அவ விருப்பப்பட்டுதான் நடக்குது. அமெரிக்க மாப்பிள்ளைங்க. கல்யாண ஏற்பாடெல்லாம் முடிஞ்சுது. இந்தக் கல்யாணத்தை நிறுத்த முடியாதுங்களே?"

பெரியவரின் தர்மசங்கடமான நிலைமையை ஏற்றுக்கொள்பவன் போல, "அப்ப சரி. அதுக்கு வேற டீல் இருக்கு. அதான் உங்க கல்யாண பட்ஜெட் என்னன்னு கேட்டோம்" என்றான்.

"பதினைஞ்சு லட்சம் தாண்டுதுங்க." அப்பாவியாக அவர்கள் முகத்தைப் பார்த்தார்.

“சரி. அதை இருபது லட்சமாக்கிடுங்க. எப்ப தர முடியும்னு சொல்லுங்க. ஒரு வாரத்துக்குள்ள?”

“அஞ்சு லட்சமா? ஐயா கொஞ்சம் டைம் கொடுங்க. நடந்தது எனக்கு ஒண்ணுமே புரியல. என் பொண்ணு கிட்டயும் பேசிப் பார்க்கிறேன்.”

“நல்லா பேசுங்க.... தாராளமா பேசுங்க. எதுவா இருந்தாலும் ஒரு வாரத்துக்கு மேல பேசாதீங்க. அப்பறம் இதனுடைய இன்னொரு ஜெராக்ஸ் காப்பி உங்க சம்பந்தி கைக்குப் போய்விடும்.”

பெரியவருக்கு அழுகை வந்தது. வயதுக்கும் அனுபவத்துக்கும் பொருந்தாத அழுகை. “எதுவா இருந்தாலும் ஒரு வாரத்துக்குள்ள சொல்றேங்க.”

கந்தலாக வீடு வந்து சேர்ந்தார் வேணுகோபால். மனைவியிடம் விஷயத்தைச் சொன்னார். மகளை அழைத்து அதட்டி விசாரித்தார். விஷயத்தைச் சொன்னதும் அவளுடைய முகத்தில் பயம் பரவியதைப் பார்த்தார். “எனக்குக் கல்யாணம் ஆகலைப்பா. என்னை நம்புங்கப்பா” எனக் கதறினாள். அவளுடைய அழுகையை அவர் நம்பவில்லை. “என்னடி பொண்ணை வளத்து வெச்சிருக்க?” என மனைவியைத் திட்டினார். பிளாஸ்க்-கை கோபத்தில் போட்டு உடைத்தார்.

“உண்மையைச் சொல்லி தொலைடி” மகளைத் தோளில் சாய்த்துக்கொண்டு அழுதார் கலாவதி.

“நான் யாரையும் கல்யாணம் பண்ணிக்கலம்மா” என்பதை மட்டும் விசும்பல்களுக்கு இடையே திரும்பத் திரும்பச் சொல்லிக்கொண்டிருந்தாள் ராஜலட்சுமி. கட்டிலில் படுத்து அழுதபடியே இருந்தவளைப் பார்க்கப் பரிதாபமாக இருந்தது. அவளுடைய நெருங்கிய தோழியான சகுந்தலாவுக்கு போன் செய்து இதைப்பற்றி ஏதாவது தெரியுமா என விசாரித்தாள் கலாவதி.

அவளுக்கும் எதுவும் தெரிந்திருக்கவில்லை. “அம்மா கவலைப்படாதீங்க. நான் சாயங்காலம் நேரில் வந்து ராஜலட்சுமி கிட்ட பேசுறேன்” என்றாள்.

“இதெல்லாம் சரிப்பட்டு வராது. வேகமா பணத்துக்கு ஏற்பாடு பண்றேன். அந்த ராட்சஷனுங்க எதுக்கும் துணிஞ்சவனுங்க” வேணுகோபாலன் ஐந்து லட்சம் கொடுத்து விவகாரத்தை முடிப்பதில் குறியாக இருந்தார். ஆறு வட்டிக்குக் கடன் வாங்கித் தருவதாக அவருடைய நண்பர் ராமசாமி எங்கேயோ அழைத்துக்கொண்டு போனார்.

சகுந்தலா மாலை வந்து சேர்ந்தாள். கதவைத் தாழ்ப்பாள்

போட்டுக்கொண்டுதான் ராஜலட்சுமியும் சகுந்தலாவும் பேசினார்கள். அவர்கள் சுதந்திரமாகப் பேசட்டும் என்று கலாவதியும் காத்திருந்தார்.

“என்னடி நடக்குது.. என்னது ஒண்ணுமே புரியல.” சகுந்தலா விசாரணையை ஆரம்பித்தாள்.

“எனக்கு கல்யாணம் ஆகலடி. பொய்யா ஒரு சர்டிபிகேட் ரெடி பண்ணியிருக்காங்க.”

“உனக்கே தெரியாம உனக்கு ரிஜிஸ்டர் மேரேஜ் பண்ணிட்டாங்கன்னு சொல்றியா?”

“ஆமா சகுந்தலா.. நீயாவது என்ன நம்பு.”

“உன்னைக் கல்யாணம் பண்ணதா சொல்றாங்களே... அவனை நீ பாத்ததுகூட இல்லையா?”

அவள் முகத்தில் ஏற்பட்ட உணர்வு... குற்ற உணர்வு. “பாத்திருக்கேன்... நீகூட பாத்திருக்கே” என்றாள்.

“நானா?”

“நம்மள ஃபாலோ பண்ணி வருவான் தெரியுமா?”

“ரோடுல ஆயிரம் பேர் ஃபாலோ பண்ணி வருவான். இதெல்லாம் ஞாபகம் இருக்குமா?”

“இல்லடி... நீ கூட சொல்லுவே. அவனைத் தோடுடைய செவியன்னு.”

சகுந்தலா யோசிக்கத் தொடங்கும் முன்னே அவன் முகம் நினைவுக்கு வந்துவிட்டது. ஆமாமா... தலைமுடி எல்லாம் ஒரு மாதிரி செம்பட்டை கலரிங் பண்ணியிருப்பான். பைக் முழுக்க கலர்கலரா ஸ்டிக்கர் ஒட்டி இருப்பான். கிழிஞ்ச ஜீன்ஸ் போட்டிருப்பான். ஒரு காதுல கடுக்கன் போட்டிருப்பான். அவன்தானே?”

“அவனுக்கு எப்படி உன் டாகுமெண்ட்ஸ் எல்லாம் கிடைச்சது?”

“தெரியலைடி... அவன் எப்பவுமே அந்த ஜெராக்ஸ் கடைலதான் உக்காந்திருப்பான். நாம நம்முடைய ஆதார் கார்டு, சர்டிபிகேட்டெல்லாம் அங்கதான் ஜெராக்ஸ் எடுத்தோம். நமக்குத் தெரியாமயே அவன் ஒரு காப்பி எடுத்திருக்கான்.”

சான்றிதழ்களை நகல் எடுப்பதில் இப்படியொரு பிரச்னை வருமா? சகுந்தலாவுக்குத் தானும் அங்கே நகல் எடுத்தது நினைவு வந்து நெஞ்சம் நடுங்கியது.

சகுந்தலா, “நீ அவனையே கல்யாணம் பண்ணிக்கணும். இல்ல பணத்தைக் கொடுத்து செட்டில் பண்ணணும். அல்லது நிம்மதியா

சூசைட் பண்ணிக்கணும். உனக்கு இந்த மூணு வழிதான் இருக்கு." என்றாள் வெளுத்த முகத்துடன்.

"என்னடி சொல்ற?"

"எல்லா இடத்திலும் இதுதானே நடக்குது? உன்னையும் சேர்த்து ஐநூறு பொண்ணுகளுக்குத் தெரியாமயே ரிஜிஸ்டர் கல்யாணம் பண்ணி வெச்சிருக்கானுங்க. பொண்ணுங்களை மிரட்டி பணம் சம்பாதிக்க... பணக்கார பொண்ணா இருந்தா கல்யாணம் பண்ணிக் கிட்டு செட்டில் ஆக இப்படித்தான்டி பண்றானுங்க."

சகுந்தலா தன் ஏழ்மைக்காக மகிழ்ந்தாள் என்றுதான் சொல்ல வேண்டும்.

ராஜலட்சுமி, "அப்பா முகத்தில எப்படி முழிப்பேன். எவ்வளவு கனவோட என் கல்யாண வேலையை எடுத்துச் செஞ்சுகிட்டிருக்காரு. இந்தக் கல்யாணம் நின்னு போனா அவர் உயிரோட இருப்பாரா? அவனைக் கைது பண்ணுங்கன்னு போலீஸ்ல கம்ப்ளைன்ட் கொடுக்கப் போறேன்."

"அப்படியெல்லாம் செஞ்சு வாழ்க்கைய கெடுத்துக்காத. உங்கப்பா பாத்துக்குவாரு. பெசாம இருந்துடு." சகுந்தலா நிதானமாக சொன்னாள்.

ராஜலட்சுமியின் முகத்தில் பயம் பரவியது.

"கெட்ட கனவா நினைச்சு மறந்துடு."

"பெண்கள் போராட மாட்டாங்கன்னுதானே இப்படியெல்லாம் துணிச்சலா பண்றாங்க?" ராஜலட்சுமி கண்களில் திகிலுடன் உதட்டில் மட்டும் தைரியம் காட்டினாள்.

சகுந்தலா சென்றுவிட்டாள். அவனையே மணப்பது, பணம் கொடுத்து மறைப்பது, தற்கொலை செய்துகொள்வது இந்த மூன்று வழிதான் இருக்கிறதா? தன் வாழ்க்கையே போனாலும் சரி. ஐநூறு பெண்களின் வாழ்க்கையைக் காப்பாற்றியாக வேண்டும். நான்காவது வாய்ப்பைத் தேர்ந்தெடுத்தாள் ராஜலட்சுமி.

செய்யாத திருமணத்தை எப்படி விவாகரத்து செய்வதென்று புரியவில்லை. அப்பா கொண்டுவந்த திருமணச் சான்றிதழை எடுத்துக்கொண்டு அட்வகேட் யாரையாவது விசாரிக்கலாம் என ஸ்கூட்டியில் கிளம்பினாள். அப்பாவுக்கு செய்யும் உதவி. அயோக்கியர்களைத் தோலுரிக்க வேண்டும். எங்கே, யாரைப் பார்க்கப் போகிறோம் என்ற இலக்கில்லாத பயணித்தாள்.

சமூக சேவகன் சேகர் பி.ஏ. பி.எல்.

கடந்த வாரத்தில் அவரைப் பற்றி ஒரு வார இதழில் படித்த நினைவு. மூளை எப்படித்தான் வேலைசெய்கிறதோ?

அசுவாரஸ்யமாகப் படித்த செய்தி. இப்போது சுருக்கென்று நினைவில் மோதியது. எத்தனை பெண்களுக்கு வாழ்வளித்தவர் என்று பட்டியலே போட்டிருந்தார்கள்.

எக்மோரின் இடுக்குச் சந்து ஒன்றில் இருந்தது அவருடைய அலுவலகம். தெரு டீக்கடையில் கேட்டபோது, “மாடிக்கு போம்மா” என வழிகாட்டினார்கள்.

இவ்வளவு தூரம் வந்துவிட்டு திடீரென தயக்கம் கால்களைப் பின்னால் இழுத்தது. அலுவலகம் முன் நின்று தன் அசட்டுத் துணிச்சலை பரிசீலித்தாள். மெல்ல அலுவலகத்தை நெருங்கினாள். அட்வகேட் முன்னாள் மூன்று பேர் அமர்ந்திருந்தனர். ராஜலட்சுமியை நிமிர்ந்து பார்த்தார் சேகர்.

“வாம்மா” என்றார்.

“சார் நான் வந்து..”

“தெரியும்... ராஜலட்சுமி. கரெக்ட்? அப்பா ஃபைவ் லாக்ஸ் கொண்டு வர்றேன்னாரே? உன் கிட்டயே கேஷ் கொடுத்து அனுப்பிச்சுட்டாரா?” என்றார்.

- ராணி வார இதழ், 2020

பொன்மகள் வந்தாள்

46

பழுது நீக்கும் பிரிவின் தென்கோடியில் இருந்து நடந்து வந்துகொண்டிருந்தான் முத்துக்குமார். நடையில் மெல்லிய தளர்வு தெரிந்தது. ஒருமாத விடுப்பில் இருந்து இன்றுதான் அலுவலகம் வருகிறான். நெருங்கி வரவர 'கண்டு கொண்டேன்' என்பது போல ஒரு புன்னகை.

"இப்ப பரவாயில்லையா?"

அவன் பதில் சொல்லவில்லை. 'பரவாயில்லை இல்லை' என்று சொல்வதற்குத் தயங்கியிருக்கலாம்.

விரும்புகிற வேறு எதையாவது பேசலாம் என்று அவசரமாக யோசித்துப் பார்த்தேன். "நம்ம யூனிட்ல ஒரு சேஞ்சும் இல்ல. எல்லாம் அப்படியேதான் இருக்குது" பேச வேண்டுமே என்பதற்காகச் சொன்னேன். அதற்கும் ஒரு புன்னகை.

சட்டைக்குள் அவன் காற்றோட்டமாக புகுந்து இருப்பது போல இருந்தது. உடலுக்கு இரண்டு பக்கமும் காற்று சுலபமாக நுழைந்ததால் சட்டை லகுவாக அசைந்து கொண்டிருந்தது.

"இளைச்சுட்ட."

"ஒரு வாரமாத்தான் வாய் வழியா சாப்பிடறேன். ட்ரிப்ஸ் ஏத்தி ஏத்தி சாப்படவே மறந்துட்டேன்." நகைச்சுவையாக சொன்னாலும் குரலில் பலவீனத்தால் மெல்லிய பரிதாபம் தொனித்தது.

எதையும் வித்தியாசமாக சொல்ல நினைப்பான். வார்த்தைகள் குறைவாகத்தான் வரும். சில நேரங்களில் நாம் கேட்ட கேள்விக்கு அவன் பதில் சொல்வதற்குள் நாமே இன்னொரு கேள்வியைக்

கேட்டுவிடுவதால் பல நேரங்களில் பதிலே சொல்ல மாட்டான். மிகவும் யோசித்து அரிதாகவே பதில் சொல்வான். அதுவும் பதில் போல இருக்காது புதிதாக ஒரு தகவல் போல இருக்கும்.

“தலைவரைப் பார்த்து ஒரு வணக்கம் சொல்லிட்டு வந்தர்றேன். ஒரு மாசமா ஆளையே காணோம்னு ரோல்லர்ந்து பேரை எடுத்திட போறார்.” சிரித்துக்கொண்டே கடந்து போய்விட்டான். தலைவர் என்பது ஜெனரல் மேனேஜரை.

அயல்நாட்டு கார் கம்பெனி சர்வீஸ் சென்டர். உலகப் புகழ் கார் எல்லாம் கம்பெனி என்றாலும் அதற்கேற்ற பிரச்சனைகள் இருக்கத்தான் செய்தன. அந்தக் கார்களை வாங்குபவர்களும் புகழ் பெற்றவர்களாக இருந்தனர். சொன்ன நேரத்துக்குக் கார் தயாராகவில்லை என்றாலோ, சொன்னபடி பழுது பார்த்துத் தரவில்லை என்றாலோ சட்டம் பேசுவார்கள். சேவைப் பிரிவில் எப்போதும் தொல்லைகள் அதிகமாக இருக்கும். மெக்கானிக் ஷாப்புகளில் நடக்கும் அதே சிக்கல்கள், சவால்கள். கொஞ்சம் நவீனம், ஏ.சி., யூனிஃபார்ம், கோட்டு சூட்டு போட்ட சூப்ரவைசர்கள், கம்ப்யூட்டர் பில்லிங்... மற்றபடி மெக்கானிக் ஷெட் வாசனையைத் தவிர்க்க முடியாது.

முத்துக்குமார் போன்ற உடம்புக்கு முடியாத மெக்கானிக்கை வைத்துக்கொண்டு அவர்களும்தான் என்ன செய்வார்கள்? பார்த்த நாளில் இருந்து அவன் அப்படித்தான் இருக்கிறான். அவனிடம் யாரும் பெரிதாகப் பேச மாட்டார்கள். அவனும் பேச மாட்டான். மீறி சில வார்த்தைகளைப் பேசுவது என்னிடத்தில்தான்.

லஞ்ச் பிரேக்கின் போது முத்துக்குமார் அருகில் வந்தான். சாப்பிட்ட களைப்பில் மெக்கானிக்குகள் சிலர் தினசரி பேப்பரை விரித்து படுத்திருந்தனர். சிலர் தம் அடிக்கும் நோக்கில் டாய்லெட்டை ஒட்டி உலவிக்கொண்டிருந்தனர். அவன் நெருங்கி வருவதை உணர்ந்து நான் எழுந்து உட்கார்ந்தேன்.

“தலைவர் கிட்ட பர்மிஷன் சொல்லிட்டேன். உடம்பு மறுபடி முடியல. ஸ்டன்ட் வெச்சு அனுப்பியிருக்காங்க. மிஷின்ல ஓடுது இதயம். முடியல. ரொம்ப இறைக்குது?”

“என்ன பண்ணுது?”

“டயர்ட்தான். உடம்பு இன்னும் கண்டிஷனுக்கு வரல. வந்ததும் வராததும் காருக்கு அடியில படுக்க வுட்டுட்டானுங்க. அதான் தகராறு பண்ண ஆரம்பிச்சுடுச்சு” சிரித்தான்.

“இப்ப வீட்டுக்குக் கிளம்பறயா?”

“கொஞ்சம் நீதான் வீடு வரைக்கும் வரணும்..”

"இப்பவா?"

உணவு நேரம் முடிவதற்கு இன்னும் அரைமணி நேரம்தான் இருந்தது. நான் கைகடிகாரத்தைப் பார்த்தேன்.

"பைக்கை ஒரு அழுத்து அழுத்தினா பத்து நிமிஷத்தில வீட்டுக்குப் போயிடலாம்."

"ஓலா புக் பண்ணி போயிடுப்பா."

"பேசிக்கிட்டே போகலாம்னுதான். வீட்டுக்கு வந்தா சூப்பரா ஃபில்டர் காபி கிடைக்கும்" என்றான்.

எனக்கு இருந்த வேலை நெருக்கடியில் வீட்டுக்கெல்லாம் வரவே முடியாது என்று சொல்லிவிட்டேன்.

"சரி. அந்த அந்த ஆட்டோ ஸ்டாண்ட் வரைக்கும் வாயேன்" என்றான்.

குரலில் உரிமையும் இரக்கமும் சேர்ந்து ஒலித்தன.

எழுந்து பின் பக்கத்தைத் தட்டியபடியே, "சரி வா" என்றேன்.

பைக்கில் ஏற்றிக்கொண்டு தெருவின் திருப்பத்தில் ஆட்டோ ஸ்டாண்ட் வரை சென்றேன். வண்டியை நிறுத்திவிட்டு இறங்கினோம். அவன் அவசரம் எதுவுமில்லைபோல பொறுமையாக இருந்தான்.

"அப்படியே ஒரு எட்டு வீடு வரைக்கும் வந்தா நல்லாருக்கும்" என்றான்.

ஆட்டோ ஸ்டாண்ட் வரை வந்தால் போதும் என்று அழைத்துவந்துவிட்டு மறுபடி அப்படியே வீட்டுக்கு வா என்பவனை நான் எரிச்சலாகப் பார்த்தேன்.

புதிதாகக் கல்யாணம் ஆனவன். இப்படியொரு உடம்பை வைத்துக்கொண்டு இவனெல்லாம் எதற்குத் திருமணம் செய்ய வேண்டும் என எரிச்சல் அவனுடைய தனி வாழ்க்கை வரை திரும்பியது.

"நான் தான் சொன்னனே... இன்னும் அரை மணி நேரம்தான் இருக்கு. நான் கொஞ்சம் ரெஸ்ட் எடுத்தா நல்லது. நீ ஒரு ஆட்டோ பிடிச்சு வீட்டுக்குப் போ."

தி.நகர் பக்கம் எங்கோ அப்பார்ட்மென்டில் இருக்கிறான். ஆட்டோவுக்கு நூறு ரூபாய்கூட ஆகாது. அதற்காக நம்மை டிரைவர் போல பாவிப்பது எரிச்சலில் எண்ணெய் ஊற்றியது. மேற்கொண்டு காட்டமாக ஏதாவது சொல்லிவிடுவேனோ என சங்கடப்பட்டான்.

தமிழ்மகன் | 357

அவன் கண்கள் கலங்கியிருந்தன. "என்னடா உடம்புக்கு முடியவில்லையா?" என்று கேட்டேன்.

"ஒரு காபி சாப்பிட வீட்டுக்குக் கூப்பிட்டா இவ்ளோ பிடிவாதம் பிடிக்கிறே... சரி."

"காபி சாப்பிட அவ்ளோ தூரம் வரணுமா? நீதான் பிடிவாதம் பிடிக்கிற."

"அப்புறம் ஃபீல் பண்ணுவே... மிஸ் பண்ணிட்டமேன்னு"

"காபிக்கா?... அட போப்பா."

போய்விட்டான். போயே விட்டான். அடுத்த இரண்டு நாட்களில் இறந்தே போய்விட்டான்.

அலுவலகமே சோகத்தில் மூழ்கி விட்டது. வேன் வைத்து மெக்கானிக்குகள் அனைவரும் போய் இறங்கினோம். ஆளுக்கு அம்பது ரூபாய் போட்டு பெரிய மாலையாக வாங்கி சாத்தினோம். இப்போதுதான் அவனுடைய கல்யாணம் நடந்த மாதிரி இருந்தது. காரைக்குடியில் நடந்தபோது அலுவலகத்தில் இருந்து யாருமே போகவில்லை. திருமணத்துக்கு அவன் அழைத்தவிதம் அப்படி. ஒரு செக்‌ஷனுக்கு ஒரு அழைப்பிதழ். யாரையும் தனிப்பட்ட முறையில் வாய் வார்த்தையாகவும் அழைக்கவில்லை. ஏதோ அவன் சுபாவம் என விட்டுவிட்டனர். இதோ அவன் அழைக்காமலேயே அனைவரும் மாலையோடு வந்துவிட்டோம். வாழ்வின் முரண் சுவைகளில் எல்லாமே பொருளற்றுப் போய்விடுகிறது.

அலுவலகத்தில் ஓர் ஆச்சர்யம் நடந்தது. முத்துக்குமாரின் மனைவிக்கு வேலை போட்டுக்கொடுத்தார்கள். தனியார் நிறுவனங்களில் இதற்கெல்லாம் சாத்தியமே இல்லை. முத்துக்குமாரின் மனைவி பி.காம் படித்திருப்பதாகவும் இந்த வயதிலேயே அவளுடைய வாழ்க்கை இப்படி ஆகிவிட்டதாகவும் மேனேஜர் பரிதாபப்பட்டிருக்கிறார். முத்துக்குமார் வீட்டிலிருந்து வேலை வேண்டும் எனக் கேட்டார்களா, மேனேஜரே மனது வைத்தாரா... எனத் தெரியவில்லை. பொன்மணி வேலைக்கு வந்துவிட்டாள். பில்லிங் செக்‌ஷனில் போட்டிருந்தார்கள்.

முத்துக்குமாரின் மரணத்தின்போதும் பார்த்துப் பேச, ஆறுதல் சொல்ல வாய்ப்பில்லாமல் போய்விட்டது. போய் இரண்டு வார்த்தை பேசிவிட்டு வரலாம் என்றுதான் போனேன். கம்ப்யூட்டரில் சர்வீஸ் பில் போட்டுக்கொண்டிருந்தவள் தலை உயர்த்திப் பார்த்தாள். நானும் பார்த்தேன். பேசவே தோன்றவில்லை. பார்த்துக்கொண்டே இருக்கலாம் போல பேரழகு. அவளுடைய எளிமையும் அவள் மீதிருந்த இரக்கமும் சேர்ந்து அதீத ஈர்ப்பை ஏற்படுத்தியது.

கல்லூரிப் பெண் தோற்றத்திலிருந்து இன்னும் மாறிவிடவில்லை அவள். அந்த சுடிதார், காதில் தொங்கிய சிறிய ஜிமிக்கி, அளவாய் தீட்டிய கண் மை. முத்துக்குமாருக்கு இப்படியொரு மனைவியா எனக் காரணமில்லாமல் மனதில் தீப்பிடித்தது. இன்னொரு முறை, இன்னொரு முறை எனப் பார்த்துக்கொண்டே இருந்தேன்.

"சார், பில் போடணுமா?" என்ற கேள்வியில் இன்னமும் குழந்தைத்தனம் இருந்தது.

"இல்லங்க. நான் முத்துக்குமாரோட ஃப்ரெண்ட். இளங்கோ..."

புருவம் உயர்த்தி, "உங்களப்பத்தி சொல்லியிருக்கார்" என்றாள்.

'என்னைப் பத்தியா?' மனதுக்குள் பட்டாம்பூச்சி சிறகடித்தது. நண்பனின் மனைவியிடம் என்ன நோக்கத்துக்காகப் பேசிக்கொண்டிருக்கிறோம் என யோசித்தேன். வாய்தான் ஒரே நேரத்தில் பல்வேறு விஷயங்களைப் பேச முடியாததாக படைக்கப்பட்டுவிட்டது. மனதுக்கு... அது ஒரே நேரத்தில் எத்தனை யோசிக்கிறது?

"நீங்க ஃபில்டர் காபி சூப்பரா போடுவீங்கன்னு அடிக்கடி சொல்லுவான். எத்தனையோ முறை வீட்டுக்குக் கூப்பிட்டான். வெரி கைண்டு பர்ஷன்." முத்துக்குமாரின் இரக்க குணத்தைச் சொல்வதற்காகவா இப்போது ஃபில்டர் காபி விஷயத்தைச் சொன்னேன்?

அவள், ஃபைலை எடுத்து டேபிளின் மீது வைத்துவிட்டு, "ஃபில்டர் காபியா?" என்றாள் ஆச்சர்யமாக.

"ஆமா."

"நான் இதுவரைக்கும் ஃபில்டர் காபி போட்டதே இல்ல. எனக்கு காபியும் பிடிக்காது" என்றாள்.

பச்சை பொய் சொல்வது போல் என்னைப் பார்த்தாள். இந்த வினாடியில் பொய் சொன்னது நானா, அவளா, முத்துக்குமாரா என்பது தேவையற்றதொரு சங்கடத்தை... தர்ம சங்கடம் என நன்றாகப் பெயர் வைத்திருக்கிறார்கள்... உருவாக்கியது. அதற்கு என்ன சொல்வது என்பது தெரியாமல் விழித்தேன். முதல் சந்திப்பிலேயே நம்பிக்கை இழந்துவிட்டேன்.

"அப்படியா... அவன்தான் சொன்னான்" அவள் அந்த பதிலில் நாட்டமில்லாமல் கம்ப்யூட்டரில் மூழ்கிவிட்டாள். முத்துக்குமார் சொன்னது பொய்யா, இவள் பொய் சொல்கிறாளா? அவன் எதற்கு அப்படி சொல்ல வேண்டும். இவள் எதற்கு மறைக்க வேண்டும். இந்த நாடகத்தில் தேவையில்லாமல் நான் ஏன் நம்பத்தகாதவன் பாத்திரம் ஏற்க வேண்டும்? முதல் சந்திப்பின் முதல் வாக்கியம்

இப்படியா நிகழ வேண்டும்? குழப்பமான மனநிலை. கேரேஜுக்குத் திரும்பினேன்.

அதன் பிறகு மனக்குரங்கு கிளைதாவி தவித்தது. அவளைப் பார்க்கும் போதெல்லாம் ஒரு வினா அவளை மறைத்தபடி நின்றது. பில்லிங் சம்பந்தமில்லாமல் வேறு எதையுமே பேச இயலாத நம்பகத்தன்மையற்ற ஒரு மனிதனாக அவளுக்குள் நான் சித்திரம் பெற்றிருப்பதாக உருவகித்தேன். அவள் அப்படி நினைத்தாளா என்று தெரியவில்லை. அவளுடன் பேச விஷயங்களற்ற மனிதனாக மாறிப்போனேன். அவள் ஒரு ஃபில்டர் காபியின் நறுமணமாக, நாக்கில் தீண்டும் சுவையாக தோன்ற ஆரம்பித்தாள்.

'உங்களைப்பத்தி சொல்லியிருக்கார் என்றாளே? முத்துக்குமார் என்னைப்பற்றி அவளிடம் என்ன சொல்லியிருப்பான். திருமணம் ஆன சமயத்திலிருந்தே இதய பிரச்னை உள்ள அவன், தன் முடிவை உணர்ந்திருக்க வேண்டும். ஏனோ தன்னை அவளுக்கு அறிமுகம் செய்துவைக்க நினைத்தான். என்னிடம் ஒப்படைக்க நினைத்தானோ?... இப்படி நினைக்கவே அச்சமாக இருந்தது.

ஒரு கணவன் அப்படிகூட நினைப்பானா? முத்துக்குமார் மனதில் என்ன இருந்தது? எதற்காகப் பிடிவாதமாக வீட்டுக்கு அழைத்தான்? அவளைப் பார்க்கும் போதெல்லாம் இதே சிந்தனையாக இருந்தது. அவள் இங்கு இரண்டு வருடங்கள் வேலை செய்தாள். எளிய முறையில் அவளுக்கு மறுமணம் நடந்தது.

அலுவலகத்திலிருந்து மிகக் குறைவான அளவே அந்தத் திருமணத்தில் கலந்துகொண்டோம். திருமணத்தில் கலந்துகொண்டு மெட்ரோ ரயிலில் திரும்பிக்கொண்டிருந்தோம். உடன் வேலை செய்யும் மகேஷ் என் பக்கத்திலிருந்தான்.

ஏதோ கை நழுவிப் போனதுபோல வருந்திக்கொண்டிருந்தேன். முத்துக்குமாரின் ஆசை என்னவாக இருந்தது? அதைப் புரிந்துகொள்ளாத பைத்தியக்காரனாக இருந்துவிட்டோமே... அன்று அந்த ஆட்டோ ஸ்டாண்டில் அவன் பிடிவாதமாக வீட்டுக்கு அழைத்தானே அதற்கு என்ன காரணம்? உடம்புக்கு முடியவில்லை என்பதற்கா அப்படி விரும்பி அழைத்தான்? மனதில் புறப்பட்டுக்கொண்டிருந்த கேள்விகள் பதில் இல்லாமல் முறிந்து விழுந்தன.

"என்னடா யோசனையா இருக்கே?" யோசனையைக் கலைத்தான் மகேஷ்.

"ஒண்ணுமில்ல... நீ எப்பவாவது முத்துக்குமார் வீட்டுக்குப் போயிருக்கியா?" என்றேன்.

“ஒரு முறை போயிருக்கேன். எங்க வீட்டு ஃபில்டர் காபி சூப்பரா இருக்கும்னு சொல்லி கூட்டிட்டுப் போனான்.”

ஒட்டு மொத்த மனக்குழப்பங்களும் ஒன்று திரண்டு நின்றன. மகேஷ் அடுத்து சொல்லப் போகிற தகவல்களில் அத்தனைக் குழப்பங்களுக்கும் விடை கிடைக்கப் போகிறது.

“பொன்மணிக்கு ஃபில்டர் காபி போடத் தெரியுமா?” என் கேள்வியில் மிகுந்திருந்த ஆர்வம் அவனை வியப்பில் ஆழ்த்தியது.

“என்னடா அவங்களுக்கு காபி போட தெரியறது ஒரு ராணுவ ரகசியமாடா... அப்படி கேக்கறே?”

“என்கிட்ட ஃபில்டர் காபி போடத் தெரியாதுன்னு சொன்னா... அதனால கேட்டேன்.”

“இருக்கலாம்” என்பதோடு நிறுத்திவிட்டான் மகேஷ். அவனாக ஏதாவது சொல்கிறானா எனக் காத்திருந்தேன். மெட்ரோவில் இருந்தபடி சென்னையின் அழகை தரிசிப்பதில் கவனம் செலுத்திக்கொண்டிருந்தான். மகேஷின் சட்டையைப் பிடித்து உலுக்கியாவது உண்மையை வெளியே எடுக்கும் உத்வேகம் ஊறிக்கொண்டிருந்தது.

“அப்ப முத்துக்குமார் வீட்ல ஃபில்டர் காபி சாப்பிட்டியா, இல்லையா?” சாதாரணமாகப் பேச்சு தொடுப்பது போல என் குரலைப் படுமுயற்சிக்குப் பிறகு தயார்படுத்தினேன்.

“சாப்பிட்டம்பா.”

“பின்ன ‘காபி போடத் தெரியாது’ன்னு சொன்னாங்கன்னு சொன்னப்ப இருக்கலாம்னு சொன்ன?”

“பொன்மணி போட்டுக்கொடுத்ததுன்னு சொன்னனா? முத்துக்குமாரோட அம்மாதான் காபி போட்டு கொண்டு வந்தாங்க.” என்றான் மகேஷ்.

மனதில் ஆக்கிரமித்திருந்த எல்லா கேள்விகளுக்கும் ஒரே பதிலாக இருந்தது அது. திருமணத்தில் எடுத்துக்கொண்ட செல்பி-யை காட்டினான். அதில் பொன்மணிக்கு அருகே முத்துக்குமாரின் அம்மாவும் இருந்தார்கள்.

- ராணி வார இதழ், 2021.

[துமரியா]

47

இந்தக் கதை எந்த ஆண்டில் நடக்கிறது, எந்த நாட்டில் நடக்கிறது என்பது எனக்கு அத்தனை துல்லியமாகத் தெரியவில்லை. இப்போதிருக்கிற அரசியல் தலைவர்கள் பலர் அப்போது சிலையாகவோ, புகைப்படமாகவோ மட்டுமே எஞ்சியிருந்தனர்.

பாராளுமன்றத்தின் மாடி அறையில் ஒரு பொறுப்பான பதவியில் இத்தனை அவ நம்பிக்கையோடு நின்று கொண்டிருப்பதற்கு வருத்தமாகத்தான் இருந்தது. அரசியல் நெருக்கடி. எதைக் கேட்டாலும் எனக்குத் தெரியாது என்பதையே பதிலாகச் சொல்ல வேண்டிய நிர்பந்தம். கூட்டணிக் கட்சிகளின் தொல்லை அதிகமாகிவிட்டது. எல்லாவற்றுக்கும் பணிந்து போக வேண்டிய கட்டாயம். பிரதமர் தன் தொப்பியைக் கழற்றி வைத்துவிட்டு கண்ணாடி வழியே பாராளுமன்ற ஜன்னலுக்கு மேல் இருந்த சூரியத் தடுப்பைப் பார்த்தார். அந்தப் புறாக்கள் இனப் பெருக்க வேட்கையோடு ஒன்றை நோக்கி ஒன்று மூச்சை இழுத்துவிட்டபடி உக்கும் கொட்டிக் கொண்டிருந்தன.

அறைக்குள் இருக்கும் குளிரைவிட வெளியே அதிகமாக இருக்கும் என்ற சிந்தனையை ஜன்னலோரத்திலேயே முடித்துவிட்டு இருக்கைக்கு வந்தார்.

குடியாட்சி பெற்று 12-வது பிரதமர் வரை நாடு ஓரளவுக்கு ஸ்திரமாகத்தான் இருந்தது. குறிப்பாக 13-வது பிரதமர் எதிர்க் கட்சிகளின் அத்தனைக் குற்றச்சாட்டுகளுக்கும் பணத்தாலேயே பதில் சொன்னார். அது ஒரு விபரீத ருசியை ஏற்படுத்திவிட்டது.

எதிர்க்கட்சிகள் தினம் குற்றம் கண்டு பிடித்தனர். அதுவுமின்றி அவர்களுக்கு சிரமம் வைக்காமல் நாட்டில் அத்தனைக் குற்றங்கள் இருந்தன. கமிஷன் வாங்காமல் எந்த ஒப்பந்தத்தையும் போட முடிவதில்லை. எவ்வளவு கமிஷன் வாங்கினாலும் எதிர் கட்சிகளுக்கு அதில் பாதிக்கு மேல் செலவிட வேண்டியிருக்கிறது. கமிஷன் வாங்கவில்லையென்றால் உடனே ஆட்சியைக் கலைத்துவிடுகிறார்கள். சரியானபடி கமிஷன் வாங்காததால்தான் கடந்த முறை ஆட்சியிலிருந்த கட்சி கலைக்கப்பட்டது என்பது கடைகோடி பிரஜைக்கும் தெரியும். இந்த சாதுர்யம்கூட இல்லாத இவனெல்லாம் எதற்கு ஆட்சிக்கு வர வேண்டும் என்று ஹேலோகிராமில் கார்ட்டூன் போட்டார்கள்.

அடுத்து வந்த பிரதமர்களிடமும் எதிர்க் கட்சிகள் அதிக குற்றச்சாட்டை வைத்தன. ஆள்வதைவிட குற்றச்சாட்டுகளுக்குக் கிடைக்கும் ஆதாயம் அதிகமாக இருந்தது. ஒரு கட்டத்தில் எல்லோருமே எதிர் கட்சியாக செயல்படவே விரும்பினர். வேறு வழியே இல்லாமல் ஜெயிப்பவர்தான் ஆட்சியை நடத்தித் தொலைக்க அடுத்து வந்த பிரதமர்களிடமும் எதிர்க் கட்சிகள் அதிக குற்றச்சாட்டை வைத்தன. ஆள்வதைவிட குற்றச்சாட்டுகளுக்குக் கிடைக்கும் ஆதாயம் அதிகமாக இருந்தது. ஒரு கட்டத்தில் எல்லோருமே எதிர் கட்சியாக செயல்படவே விரும்பினர். வேறு வழியே இல்லாமல் ஜெயிப்பவர்தான் ஆட்சியை நடத்தித் தொலைக்க வேண்டியிருந்தது. ஆட்சிக் காலங்களில் பிரதமருக்கான பிடிமானமே இல்லாமல் போய்விட்டது. பணம் பேசியது. லஞ்சமும் ஊழலும் பேசியது. பிரதமர் பேசுவதற்கு ஒன்றுஒன்றுமில்லாமலாகிவிட்டது.

தகாரிலும் புரிசாவிலும் நிலைமை கட்டுப்பாட்டில் இல்லை. இன்னமும் அந்தப் பகுதிகளில் கம்யூனிஷ முழக்கங்கள் இருந்தன. மூன்று மணிக்கு ராணுவ அதிகாரிகளுடன் முக்கியமான கூட்டம். இதுவரை அங்கு மூன்று ரயில்கள் கொளுத்தப்பட்டுவிட்டன. பாலங்கள் பல தரைமட்டமாகிவிட்டன. ராணுவத்தைக் களமிறக்குவதைத் தவிர வேறு வழியில்லை.

நடவடிக்கைகள் எப்படி அமைய வேண்டும் என்று திட்ட வரையறை செய்ய வேண்டியிருந்தது. இரண்டு முப்பது ஆகி விட்டது. உதவியாளர் ராணுவ அதிகாரிகள் வந்துவிட்டதையும் உள்துறை அமைச்சர் இன்னும் சில நிமிடங்களில் வந்துவிடுவார் என்று கூறிவிட்டுச் சென்றார். தன்னிறைவான கிராமங்களின் அவசியத்தைப் பற்றிய புத்தகத்தின் பக்கங்களை மீண்டும் படிக்க ஆரம்பித்தார் பிரதமர். நாட்டின் குடியாட்சிக்காகப் பாடுபட்ட மகத்தான தலைவர் எழுதிய நூல் அது. அவருடைய நிறைய

தமிழ்மகன் | 363

கொள்கைகள் நடைமுறை சாத்தியமில்லாமல் போய்விட்டன. மனச் சோர்வான நேரத்தில் அதைப் படிக்கும்போது நகைச்சுவை ஊற்றெடுக்கும்.

உதவியாளர் மீண்டும் வந்தார்..

"வந்தாச்சா?" பிரதமரின் குரலைக்காட்டிலும் சைகையால் கேட்டதை வைத்துத்தான் உதவியாளர் ஆமோதித்தார். உள்ளே வரச் சொல்லுங்கள் என்பதையும் மெல்லிய தலையசைப்பில் உணர்த்திவிட்டு தொப்பியைத் தலையில் பொருத்திக் கொண்டார்.

மொத்தம் ஆறு பேர் உள்ளே வந்து பிரதமருக்கு வந்தனம் சொல்லி, இருக்கையை நோக்கி அவர் கைகாட்டியதும் அமர்ந்தனர். ஒரு துண்டு அமைதிக்குப் பிறகு ஃபீல்ட் மார்ஷல் தொண்டையைச் செறுமினார். அறையில் இருந்த மீதி அனைவரும் அவரை நோக்க ஆரம்பித்தனர். அவர் ஆரம்பிக்கட்டும் என்ற வழிவிடல் அது.

"மக்கள் நிறைய பலியாவதைத் தவிர்க்க முடியாது. ஆனால் அதைப் பற்றி கவலைப்படாமல் தீவிரவாதிகளை ஒடுக்க வேண்டியிருக்கும். மூன்று ரயில்கள் இந்த இரண்டு மாதத்தில் தடயமில்லாமல் எரிந்து போயிருக்கின்றன. அதிலிருந்த மக்களோடு. காவல்துறையினர் யாரும் அந்தப் பிராந்தியத்தில் இனி இருக்க முடியாது. உயிர் பிழைத்து இருக்க வேண்டுமானால் காக்கி அணிந்த தாவரம் போல இருக்க வேண்டியிருக்கிறது. மக்களின் இயல்பு வாழ்க்கை அடியோடு பாதிக்கப்பட்டிருக்கிறது. மருத்துவம் இல்லை, கல்வி இல்லை, நல்ல குடிநீர் இல்லை, உணவு இல்லை... மக்கள் செத்துக் கொண்டிருக்கிறார்கள்... அல்லது அலை அலையாக பஞ்சம் பிழைக்க வெளியே தப்பிச் செல்கிறார்கள். நம்முடைய ஆபரேஷனில் சிலர் மடிய வேண்டியிருப்பது அவர்களின் நன்மைக்காக.... அதற்கு அனுமதிக்க வேண்டும்."

பிரதமர் உள்துறை அமைச்சரை நோக்கினார். "என்ன செய்யலாம்?"

"மக்களுக்குப் பாதிப்பு ஏற்படாமல் செய்ய முடியாதா... அதாவது முடிந்த அளவுக்கு..." அமைச்சரின் தொனியில் நம்பிக்கையில்லை. ஒரு கடமைக்காகத்தான் கேட்டார்.

"முடிந்த அளவுக்கு என்பதை நீங்கள் சொல்ல வேண்டியதே இல்லை. தேவையில்லாமல் ஒரு உயிரும் பிரியாது."

பிரதமர் நாட்டின் நிலையை விளக்க எதிரில் இருந்த குறிப்புக் காகிதங்களை கையில் எடுத்து வைத்துக் கொண்டுபேச ஆரம்பித்தார். "நாம் செய்து கொண்டிருக்கும் ஒப்பந்தப்படி ஆண்டுக்குக் குறைந்தபட்சம் எட்டாயிரம் டன் யுரேனியத்தை துமரியாவுக்கு

ஏற்றுமதி செய்ய வேண்டும். இரண்டு ஆண்டுகளுக்கு முன்பு நாம் மகத்தான சாதனையைச் செய்தோம். ஆஸ்திரேலியாவே அதிர்ந்துபோனது. அவர்களுடைய யுரேனிய சாம்ராஜ்ஜியம் பற்றி உங்களுக்குத் தெரியும். அந்த ஆண்டில் மட்டும் பனிரெண் டாயிரம் டன் அனுப்பி வைத்தோம். புரட்சியாளர்கள் தீவிரம் அதிகமானதும் கடந்த ஆண்டில் அது பாதியாகக் குறைந்தது. இந்த ஆண்டு சுத்தமாக வேலையே நடக்கவில்லை. யுரேனியம் மொத்தமும் பிரச்னையாளர்கள் இருக்கும் அந்த இடத்தில்தான் இருக்கிறது. இனி ஒரு கிராம் யுரேனியத்தை எடுக்க வேண்டுமா னாலும் எங்கள் எல்லோரையும் கொன்றுவிட்டுத்தான் எடுக்க முடியும் என்று சூளுரைக்கிறார்கள்."

"அவர்கள் நமக்கு எவ்வளவு காலம் அவகாசம் தருவார்கள்?" ஜெனரல் கேட்டார்.

"சொல்லப் போனால் அவர்கள் கெடு முடிந்துவிட்டது. அவகாசமே கொடுக்கவில்லை. கொடுக்கவும் மாட்டார்கள். கேட்கவும் முடியாது" அவகாசத்தைப் பற்றிய பேச்சுக்கே இட மில்லை என்பதைத்தான் பிரதமர் அப்படி உணர்த்துவதற்கு முயற்சி செய்தார்.

"ஒப்பந்தத்தை முறித்துக் கொள்வதற்கு ஏதாவது வழி இருக்கிறதா?" ஒப்பந்த ஷரத்துகள் பற்றி நன்றாகத் தெரிந்த அமைச்சரே இப்ப டியொரு கேள்வியைக் கேட்பது அனைவருக்குமே ஆச்சர்யமாகத் தான் இருந்தது. அமைச்சரே தொடர்ந்தார்.. "அணு ஒப்பந்தத்தோடு நம்முடைய இருநாட்டு நல்லுறவும் சம்பந்தப்பட்டிருப்பது தெரி யும். இருந்துட்டு வர்த்தக உறவுகள் பலவும் பாதிக்கும். நம் சொந்த மக்களேயே நாம் பலியாக்குவதைவிட அந்த பதிப்பு குறைவுதானே?"

"இல்லை மினிஸ்டர். துமரியாவைப் பற்றி அப்படி எடை போடதீர் கள். அமெரிக்காவைவிட மோசமானவர்கள். பெட்ரோல் இருந்தது வரை வளைகுடா நாடுகளுக்கு ராணுவத்தை அனுப்பி வைக்க ஏதாவது நொண்டி சாக்குகள் சொன்னார்கள் நினைவிருக்கிறதா? ஆப்கானிஸ்தான், ஈரான், ஈராக், எகிப்து... வரிசையாக எல்லா நாட்டிலும் தளவாடங்களைக் கொண்டு போய் நிறுத்தியது போல இங்கும் நடக்கும். அமைதி குலைந்து போய்விட்ட நாடுகளில் அவர்கள்தான் அமைதி ஏற்படுத்துவார்கள். புரிகிறதா? அவர்களின் அகராதியில் இருக்கும் அமைதி. நாடே ரணகளறியாகும். மறுபடி எழுந்திருக்க நூறு வருஷம் ஆகும். அல்லது எழுந்திருக்காமலேயே கூட போகலாம். சாம் மாமா மூக்கை நுழைக்க காரணங்களே தேவைப்பட்டதில்லை. துமரியா அவர்களையே மிஞ்சிவிட்டார்கள். அவர்கள் ஏற்படுத்தும் அமைதியைத்தான் எதிர்பார்க்கிறீர்களா?"

பிரதமர் கையை உயர்த்தி ஜெனரலைக் கட்டுப்படுத்தி, "அவர்கள் உள்ளே வந்து அமைதிப்படுத்துகிறவரை நாம் சும்மா இருக்கப் போவதில்லை. நம்முடைய போர் சாதனைகள் எல்லாம் எங்களுக்கு நினைவிருக்கின்றன" என்றார்.

அதுதான் பிரதமரின் சாதுர்யம். ராணுவத்தின் பெருமையை ராணுவத் தளபதியிடமே சொல்லுவது அவரை சட்டென கட்டுப் படுத்த உதவியது. "போர் என்றால் தயங்குபவர்கள் இல்லை. ரிஸர்வ் ட்ரூப்பையும் சேர்த்து இரண்டு கோடிக்கும் அதிகமான சிப்பாய்கள் எந்த நேரமும் தயாராக இருக்கிறார்கள். ஆனால் அதற்குத் தேவையிருக்குமானால் அது நாம் இப்போது திட்ட மிட்டிருக்கும் ஆபரேஷனைவிட அதிக பாதிப்புடையதாகத்தான் இருக்கும். முதல்கட்டமாக நாம் தீவிரவாதிகளை சரிக்கட்டுவது உத்தமம்" உப தளபதி முதல்முறையாகப் பேசினார்.

"நிலைமை போருக்கு உகந்ததாக இல்லை. ஏற்கெனவே ஆயுதம் வாங்குவதில் கமிஷன் வாங்கி எதிர் கட்சியாளர்கள் அத்தனைப் பேருக்கும் பலமுறை கொடுத்தாகிவிட்டது. நம்பிக்கை தராத ஆயுதங்கள். நாம் கட்டுப்படுத்த வேண்டியது உள்ளூர் பிரச்னையா ளர்களைத்தான். அவர்களுக்கு ஆரம்பம் முதலே யுரேனிய சுரங்கங் கள் அமைப்பதில் எதிர்ப்பு இருந்தது. பூமிக்குள் இருக்கும் மிகப் பெரிய பொக்கிஷம். நாட்டின் வளமே அதில்தான் புதைந்து கிடந் தது. நாடு அதை வெளிக் கொணருவதில் உறுதியாக இருந்தது. மக்க ளுக்கு பெரும் வேலை வாய்ப்பை ஏற்படுத்திக் கொடுத்தோம். ஒட்டு மொத்த மாநிலத்தின் வறட்சியை, வறுமையைப் போக்க இருபதாயி ரம் பேருக்கு வேலை கொடுத்துவிட்டால் மட்டும் போதாது. விரை விலேயே புதிதாக வேலையில்லாதவர்கள் உற்பத்தியாகிவிட்டார் கள். சொற்பம் பேர் வேலை தேடி வெளிமாநிலத்துக்குச் சென் றார்கள். பெரும்பகுதி காட்டுக்குள் இருக்கிறார்கள், தலைமறைவு பயிற்சி எடுத்துக்கொண்டு. நிலைமை கையை மீறிப்போய்விட் டது. அதன் பிறகு அங்கு வளர்ச்சித் திட்டங்கள் அமைப்பதும் கூட இயலாததாகிவிட்டது. முக்கியமாக 'பசுமை தகார் திட்டம்'. அதை அவர்கள் நம்ப மறுத்துவிட்டார்கள்."

அவர்களை நம்பிக்கை இழக்கச் செய்த துயர் குற்றம் என்ற சந்தேகம் பேசிக் கொண்டிருந்த பிரதமர் உற்பட ஏழு பேருக்கும் ஒரே நேரத்தில் உதித்தது.

"முதல் கட்டமாக ஐம்பது பட்டாலியன் களமிறங்க வேண்டி யிருக்கும்.. ஆரம்பமே அவர்களை கதிகலக்கச் செய்ய வேண்டும். மிரட்டலே போதும் பாதி உயிரிழப்பைத் தவிர்க்க செய்யும். அவர் கள கட்டை விட்டு வெளியே ஓட ஆரம்பித்துவிடுவார்கள்."

மார்ஷல் தனது போர்தந்திரங்களை விவரிக்க ஆரம்பித்தார். ஜன்னலுக்கு வெளியே அமைதிக்கான சின்னமான புறாக்கள் இரண்டு குதூகலமாகக் கொஞ்சிக் கொண்டிருப்பதையும் பார்த்தார். இனிய முரண்பாட்டை ரசித்தாலும் அவருடைய இஸ்திரிபோட்ட முறுக்கிய மீசைக்குக் கீழே புன்னகை தவழவில்லை.

விளக்கு வெளிச்சத்தில் கூட்டமாக உறங்கிக் கொண்டிருந் தனர். பெரிய குடிலில் தோராயமாக இருபது முதல் நாற்பது வயதினர். சிறிய கட்டிலில் தலைவர் அமர்ந்தபடி பேசிக் கொண் டிருந்தார். அவருக்கு அருகே மூவர் மட்டும் மரத் துண்டின் மீது கூர்மையான கவனத்துடன் செவிமடுத்துக் கொண்டிருந்தனர். நடுநிசி. வனப்பூச்சிகளின் ரீங்காரங்கள் கேட்டுக் கொண்டிருந்தன.

“நம்மை ஒடுக்க ராணுவம் வரப் போவதாக தகவல் வந்திருக்கிறது. பன்னாட்டு நிறுவனங்களின் நெருக்கடிதான் காரணம். அரசு எந்திரத்தன் மக்கள் விரோதபோக்குக்கு இன்னுமொரு அடையாளம்” என்றார் தலைவர்.

“நாம் இங்கிருந்து வேறு இடத்துக்கு இடம் பெயர வேண்டி யிருக்குமா?” ஒரு தோழர் கேட்டார்.

“விலை மதிப்பில்லா தியாகத்துக்குத் தயாராகவேண்டிய கட்டாயம். போராட வேண்டிய களத்தில்தான் நிற்கப் போகிறோம். ஆனால் காட்டுக்குள் இருக்க வேண்டியதில்லை. நாட்டுக்குள் இருப்போம். மக்களோடு மக்களாக. அதிகபட்சம் மூன்று பேருக்கு மேல் ஓர் இடத்தில் யாரும் இருக்கக் கூடாது. காட்டுக்குள் நம்மைத் தேடிவரும் ராணுவத்துக்கு ஒரு தடயமும் கிடைக்கக் கூடாது. பிரிந்து இருப்போம். உணர்வுகள் இணைத்துவைத்திருக்கும். ஆயுதங்களைப் பதுக்கி வைக்க இடம் தேர்வு செய்தாகிவிட்டது.”

மொத்தம் 40 குழுக்களாக தகாரின் பல்வேறு பகுதிகளில் இருப்பவர்களுக்கும் தகவல்கள் அனுப்ப வேண்டும். பல இடங்களில் குழந்தைகளும் சிறுவர்களும் இருந்தனர். பெண்கள் பெரும் அவதியிலும் உடல் பிணியிலும் குழந்தை பராமரிப்பையும் ஆயுதப் பயிற்சியையும் மேற் கொள்ள வேண்டியிருந்தது. கடந்த ஒரு மாதத்தில் மட்டும் போதிய மருத்துவ வசதியும் போஷாக்கும் இல்லாமல் பதினாறு குழந்தைகள் இறந்துபோய்விட்டன. நகருக்குள் சென்று வருவது ஒவ்வொரு முறையும் சில உயிரிழப்புகளை எதிர் கொள்ள வேண்டியிருந்தது.

மூவரில் தலைவருக்கு நெருக்கமாக அமர்ந்திருந்தவன் புரட்சிக் கூட்டத்தின் முக்கிய போராளி. கடந்த சில தினங்களாக அவனுக்குத் தொடர்ச்சியான இருமல். சளியோடு ரத்தமும் வெளிப்பட்டுக் கொண்டிருந்தது.

“நாம் நம் கோஷத்தைச் சற்று தளர்த்திக் கொண்டால் ராணுவ முற்றுகையை அவர்கள் ஒத்தி வைப்பார்கள் அல்லவா?” இருமலின் ஊடே அவன் சொன்னான்.

“நம் அச்சம் அவர்களை மேலும் ஆவேசமாக ஒடுக்குவதற்குத்தான் உதவும். இது நாம் உறுதியாக நம் நிலைப்பாட்டைச் சொல்ல வேண்டிய நேரம். செர்னோபிள், ஃபுகுஷிமா என்று எத்தனை ஆபத்துகள் வந்தாலும் ஆட்சியாளர்களுக்கு மக்கள் நலனைப் பற்றி ஒருபோதும் அக்கறை இருப்பதில்லை. லாபத்தை மட்டும் குறிவைக்கும் கேவலமான தரகர்களுக்கு நிகராக மாறிவிட்டார்கள். தமிழ்நாடு என்ற பிராந்தியத்தில் இரண்டாவது முறையாக சுனாமி வந்தபோது என்ன பயங்கரம்? அந்த மாநிலத்தின் இரண்டு பக்கமும் அணுக்கரு உலை. இரண்டும் அந்த நேரத்தில் நொறுங்கிவிடப் போகிறது உலகமே பதறியது... அப்படியாகியிருந்தால் அங்கு யாராவது மிஞ்சியிருப்பார்களா? அதன் பிறகும் புத்தி வரவில்லை... அந்த மாநிலத்திலேயே மூன்றாவது அணுக்கரு உலை துவங்கப் போகிறார்களாம். லாபம், அதைக் கொண்டு மேலும் லாபம்.. மனிதர்கள் அத்தனை பேரையும் கொன்று முடித்தப் பின்னும் அந்த வெறி அடங்காது. லாபம் முக்கியமா மனிதர்கள் நலன் முக்கியமா என்பதைத் தீர்மானிப்பதில் ஆட்சியாளர்களுக்கு எப்போதும் தடுமாற்றம் இருக்கிறது. அவர்கள் செய்கிற முட்டாள்தனத்தால் சாவதைவிட நாமே தேர்ந்தெடுக்கும் இந்த மரணம் மகிழ்ச்சியானது?”

விளக்கம் கேட்டவன் அமைதியாக இருந்தான்.

“நாம் எந்த ரயிலையும் எரிக்கவில்லை. பழியை நம்மீது போட்டு போராளிகளைத் தீர்த்துக் கட்டும் பணியை முடுக்கிவிடுவதற்காகத்தான்... மக்களிடம் நமக்கான விரோதத்தை வளர்ப்பதற்கு. பத்திரிகைகளும் அதை பூதாகரமாக்குகின்றன. ஜாக்கிரதையாக இருக்க வேண்டும்.. அனுபவப் பாடங்கள் ஏராளமாகப் பெற்றிருக்கிறோம். இன்று நம் ராணுவம்.. ஆட்சிகள் மாறும், காட்சிகளும் மாறும். மக்கள் நலன்தான் முக்கியம். நாளை ஐ.நா. ராணுவம் வரும்... அப்போது நம்நாடும் சேர்ந்து புழுங்க வேண்டியதுதான்.. ஸ்திரத் தன்மையில்லாத நாடு. உலக அமைதிக்கே பங்கமாக இருக்கிறது என்பார்கள்... மக்களுக்கான உண்மையான ஊழியர்களாக செயல்பட வேண்டிய கட்டாயம் இருக்கிறது. உயிரிழப்பைக் குறைத்துக் கொள்ளத்தான் நாம் பிரிகிறோம்... உரிமைகளைக் குறைத்துக் கொள்வதற்காக அல்ல. உலக நாடுகளையெல்லாம் தம் காலடியில் போட்டுக் கொள்ள நினைப்பவர்களுக்கு அப்போது ஆளுவதற்கு மண் இருக்கும். மனிதர்கள் இருக்க மாட்டார்கள்” தலைவரின் பேச்சு கிரீச் கிரீச் என்ற சுவர் கோழியின் சப்தத்துக்கு இடையே கேட்டுக்

கொண்டே இருந்தது. லாந்தர் விளக்கு வெளிச்சத்தில் கண்கள் மின்னிக் கொண்டிருந்தன.

ஃபீல்ட் மார்ஷல் உறுதியாக இருந்தார். மலை முகட்டில் இருந்தது அந்த ராணுவ தலைமையகம். பெரிய சுருட்டை வாயில் வைத்திருந்தார். ஜன்னல் கண்ணாடியை இறக்கி சாம்பலைத் தட்டும்போது பரவசமாகப் பார்த்தார் மார்ஷல் . மக்காக் குரங்கு ஒன்று மரக்கிளையில் தொங்கிக் கொண்டிருந்தது. கூர்ந்து பார்த்தபோது பதிலுக்குச் சிரிப்பது போல இருந்தது. மிக அழகான குரங்கு. இத்தனை நாள் இந்தப் பிராந்தியத்தில் மக்காக் எதையும் பார்த்ததில்லை. மிக தூரத்தில் நுரையால் செய்த மாலை போல அருவி தெரிந்தது. காட்டுத் தீ பூக்கள் கிழக்குப் பள்ளத்தாக்கு முழுதையும் செக்கச் சிவப்பாக்கியிருந்தன. இன்னும் இரண்டு மாதங்கள் சிவப்பாக இருக்கும் அந்தப் பகுதி, பின் பச்சைப் பசேலென மாறிவிடும். ஆண்டுக்கு ஒரு புத்தாடை.

ஜன்னலருகே இன்னும் ஐந்து நிமிடம் நின்றால் கவிஞனாகிவிடுவோமோ என்று அவருக்கு பயமாக இருந்தது. மீண்டும் அறைக்குள் நடந்து மறு எல்லைக்கு வந்தார்.

உள்ளூர் கலவரத்தை அடக்க உலக தாதா வந்துவிடாமல் அமர்க்களம் இல்லாமல் காரியமாற்ற வேண்டும். பிரச்னை கை மீறிப் போனால், போக வேண்டியதே இல்லை– அப்படிச் சொல்வதற்கு சந்தர்ப்பம் தந்தாலே போதும் உள்ளே நுழைந்துவிடுவார்கள். ஆற்றல் உற்பத்திக்கான ஒரே சாதனம் அணுக்கரு உலை என்று ஏற்றுக் கொண்டாகிவிட்டது. புரட்சியாளர்கள் இல்லை என்கிறார்கள். உலகில் பல நாடுகள் அணுக்கரு உலையை மூடிவிட்டன. துமரியாவிடம் குடுமியைக் கொடுத்தாகிவிட்டது. அப்படித்தான் ஆட்டுவான்.

பொறுப்பாக சமாளிக்க வேண்டியிருந்தது. முதல் கட்டமாக காட்டுக்குள்தான் வேட்டையை ஆரம்பிக்க வேண்டும்.

“பிரதமர் லைனில் இருக்கிறார்.”

டெல் திரையில் செயற்கை குரல் அறிவிப்புடன் பிரதமர் அலுவலக எண் ஒளிர்ந்தது.

“சொல்லுங்கள் திரு. பிரதமர் ..”

“அங்கிருந்து கேட்கிறார்கள். ராணுவ உதவி வேண்டுமா என்று..”

“நாம் நடவடிக்கை எடுக்கப் போவது அவர்களுக்கு எப்படித் தெரியும்?”

“நம்முடைய நடவடிக்கை பற்றி அவர்களுக்கு எதுவும் தெரியாது.. யுரேனியம் கிடைப்பது தாமதமாவதால் உதவி வேண்டுமா

என்கிறார்கள். ஆனால் உளவுத்துறையில் சில சந்தேகங்கள் தெரிவித்தார்கள். நாம் பேசும் எல்லா தகவல்களும் அவர்களுக்கு உடனுக்குடன் கிடைத்துவிடுகிறதாம்."

"எதை வைத்துச் சொல்கிறார்கள்?"

"நாம் அன்று பேசியது ஒரு அட்சரம் பாக்கியில்லாமல் அவர்களுக்குத் தெரிந்திருக்கிறது."

"நம் ஆறு பேரில் ஒன்று கருப்பாடு?"

"எனக்கு யார் மீதும் சந்தேகமில்லை. யாரை நம்புவதென்றும் தெரியவில்லை... இந்த மாதிரி நேரத்தில் பிரதமராக இருப்பது தண்டனை போலத்தான்.. அடுத்த முறையாவது எதிர்கட்சி வாய்ப்பு கிடைக்குமா என்று தெரியவில்லை" பிரதமரின் பேச்சில் ஆழ்ந்த வருத்தம் தெரிந்தது.

மீண்டும் சாம்பலைத் தட்ட ஜன்னலுக்கு வந்த போது மக்காக் மரக்கிளையில் உட்கார்ந்திருந்தது. மரக்கிளை ஒன்று முதுகில் கிழித்திருக்க வேண்டும். காயம் இரண்டு அங்குலத்துக்குக் கிழிந்து... பக்கு கட்டிப் போய் இருந்தது. இதுவரை ஒருமுறையும் அது சொறிந்து கொள்ளவில்... சட்டென்று தன் மேல் பாக்கெட்டில் இருந்த 'பென்மென்' ரிவால்வரை எடுத்து குரங்கை நோக்கிச் சுட்டார். குரங்கின் மேல்பாகம் பஞ்சுபோல பறக்க, சொத்தொன்று ஓர் எலக்ட்ரானிக் டிவைஸ் கீழே விழுந்தது.

துமரியாவுக்கு அடுத்த நாட்டை நோட்டம் பார்ப்பதில் அத்தனை ஆர்வம்... பிரதமருக்குப் போன் செய்து அந்த ஜன்னல் புறாக்களைச் சுட்டுவிடும்படி சொன்னார் மார்ஷல்.

- கல்கி 10.7.11

கிளாமிடான்

48

யோசனையின் ஊடே ஜன்னலோர மரக்கிளை லேசாக ஆடுவதைக் கவனித்தார் பேராசிரியர் எழிலரசு. காற்று அடிக்காமலேயே மரக்கிளை ஆடுவது வினோதமாகஇருந்தது. ஊன்றி பார்த்தபோது மரக்கிளை நகர்ந்தது மாதிரியும் தெரிந்தது. ஜன்னல் ஓரக் கிளையாக இருந்ததால் இன்னும் சற்று நெருங்கிப் பார்த்தார். நகர்ந்தது கிளையில்லை. கிளையின் மீதிருந்த ஓர் உருவம். மனிதன்.. பச்சோந்தி போல மரத்தின் நிறத்துக்கே மாறிப்போயிருந்தான். பேராசிரியருக்கு அதிர்ச்சியாக இருந்தது. "யாரப்பா அது?" என்றார்.

கிளையில் இருந்தவன் தன்னை யாரோ கவனித்து விட்டார்கள் என்ற அச்சத்தில் மீண்டும் மரத்தின் நடுக்கிளைக்குப் போய் மறைந்து கொண்டான்.

"களவுக்காரனோ, கலகக்காரனோ.. யாராக இருந்தாலும் அரசாங்கத்திடம் ஒப்படைக்க வேண்டியிருக்கும்... மரியாதையாக இறங்கி வா."

முகத்தை மட்டும் வெளியே காட்டி மிரள மிரள விழித்தான் மரத்தில் இருந்தவன்.

"ஓ.. நீ அந்தக் கிராமத்தான்தானே?... தப்பி வந்தவன் அல்லவா?" என்றபடி திரைக்காவலருக்குத் தகவல் தர எத்தனித்தார்.

திரைப் பொத்தானை அழுத்துவதற்குள் மரக்கிளையில் ஒரே தாவாகத் தாவி வந்து அவர் முன் வந்து நின்றான் அவன். கிராமத்தான் பற்றிக் கேள்விப்பட்டிருந்தாலும் இப்போதுதான்

நேரில் பார்த்தார் எழிலரசு. நகரத்தானைவிட பெரிதும் மாறுபட்டிருந்தான்.

"நான் தப்பி வந்தவன் அல்ல. தெரியாமல் வந்துவிட்டவன். திரும்பி கிராமத்துக்குப் போக உதவுங்கள்" என்றான். அவனுடைய உச்சரிப்பும்கூட வேடிக்கையாக இருந்தது.

நகரத்து ஆடையோ, நகரத்தின் நிறமோகூட இல்லாமல் இருந்தான். சொல்லப்போனால் சேற்றின் நிறத்தில் ஒரு கால் சட்டையும் மேல் சட்டையும் இருந்தது. தைக்கப்பட்டபோது அது வேறு ஏதோ நிறத்தில் இருந்திருக்க வேண்டும். சேற்றின் நிறம் அதற்கு அவர்களின் வேலை தந்த பரிசு. ஒரு வரலாற்றுப் பேராசிரியருக்கான அக்கறை விழித்துக் கொண்டது அவருக்கு. பார்த்ததுமே அவன் மீது பரிதாபம் பொங்கியது.

"மூன்று நாள்கள் ஆயிற்றே.. சாப்பிட்டாயா?" என்றார் பரிவோடு.

"இல்லை. எனக்கு பசிப்பதில்லை..." மேற்கொண்டு ஏதோ சொல்ல தயாரானவன் மாதிரி இருந்தாலும் எதுவும் சொல்லவில்லை.

எதற்கும் இருக்கட்டும் என்று குடுவை நீரை அவன் பக்கம் திருப்பினார். அவன் அதைக் குடித்தான் எனக் கூறுவதைவிட வாய்வழியாக உடலின் மேல் ஊற்றிக் கொண்டான் என்பதுதான் சரியாக இருக்கும். படுக்கையில் தூங்குமாறு சொன்னபோதும் தரையில்தான் படுக்கும் பழக்கம் என்றான். விவசாயியாக இருப்பதால் உள்ள தரம்குறைந்த வாழ்க்கையையும் அவன் புரிந்து கொண்டவனாகத் தெரியவில்லை. என்னை கிராமத்துக்கு அனுப்பி வைத்துவிடுங்கள் என்றான் லூப் வாக்கியம் போல. அதைத் தவிர வேறு நோக்கம் அவனுக்கு இல்லை. நகரத்துக்கும் கிராமத்துக்கும் இருக்கிற வித்தியாசம் "பரங்கி' திரைப்படத்துக்கும் "பரட்டை' திரைப்படத்துக்குமான வித்தியாசம் போல இருப்பதாகச் சொன்னான். நகரத்தில் அந்த இரண்டு படமும் திரையிடப்படவில்லை. பிரமிக்க வைக்கும் வித்தியாசங்களோடு கூடிய இரண்டு கிராம திரைப்படங்களை அவன் ஒப்பிட்டுச் சொல்வதாகத் தோன்றியது.

"என்ன நடக்கிறது அங்கே?... விவரிக்க முடியுமா?" என்றார் எழிலரசு.

"எங்கே?" கேள்வியின் ஆதாரமே புரியாமல் கேட்டான்.

"இல்லையப்பா இங்கே நாங்கள் வசதியாக வாழ்கிறோம். ஆரோக்கிய உணவு உண்கிறோம். சுகமாக இருக்கிறோம். நீங்கள் இது எதுவும் இல்லாமல் வாழ்வதாகத் தோன்றுகிறது. நீங்கள் என்ன சாப்பிடுகிறீர்கள்? உங்களை எப்படி நடத்துகிறார்கள்?" என்று விளக்கிச் சொன்னார்.

“நீங்கள் சொன்ன வாக்கியத்தில் எனக்கு சில சொற்கள் புரியவில்லை... வசதி, ஆரோக்கிய, சுகமாக.. இதெல்லாம் என்ன?”

அங்கு எப்படி நடத்துகிறார்கள் என்பது குறித்து அவனை எதையும் விவரிக்க வேண்டியதில்லை என்ற முடிவோடு வேறு விஷயங்களை எளிமையாகவும் ஒவ்வொன்றாகவும் கேட்க ஆரம்பித்தார். “நீ தினமும் என்ன வேலை செய்கிறாய்?”

“நெல் சாகுபடி பிரிவில்...” சற்றே வெறுமையாகப் பார்த்துவிட்டு “நெல் சாகுபடி.. நெல் சாகுபடி” என இருதரம் தனக்காகச் சொல்லிப் பார்த்துக் கொண்டான்.

“நெல் சாகுபடி சரி.... தினமும் வயலுக்குப் போய் என்ன செய்வாய்?”

ஆழ்ந்த யோசனையில் மூழ்கிப் போனான். நெல் சாகுபடி என்பதைத் தவிர வேறு விளக்கங்களை அவனிடம் யாரும் விசாரித்திருக்க மாட்டார்கள் போலும். பிறகு “பயிர் செய்கிறோம்” என்றான். திடீர் நினைவு ஏற்பட்டவனாக “நாங்கள் வயலுக்குப் போக மாட்டோம். வயலில்தான் நாங்கள் வசிக்கிறோம்”

“சரி. இங்கு எப்படி வந்தாய்?”

“ம்.. வந்து.. விளைபொருள் வண்டியில் மூட்டைகளை அடுக்கிவிட்டு.. வண்டியிலேயே தூங்கிவிட்டேன்... வண்டியை ஒரு இடத்தில் நிறுத்தினார்கள். நான் இறங்கிப் பார்த்தேன். கிராமம் காணாமல் போயிருந்தது. இது நகரம் என்று புரிந்தது. நான் தெரியாமல் வந்துவிட்டேன். தப்பி வந்தவன் அல்ல.” வெளிச்சத்தில் அவனை உற்று நோக்கினார். அவனின் உடலின் நிறமும்கூட தண்ணீரில் ஊறி பிசுபிசுப்புப் படர்ந்து இருந்தது.

“நெல் மூட்டையை வண்டியில் ஏற்றுவதும் உங்கள் வேலைதானா?”

“ஆமாம். உழவு செய்வது.. நாற்று நடுவது.. களையெடுப்பது.. கதிர் அறுப்பது எல்லாமே நெல் சாகுபடியாளரின் வேலைகள்தான்.”

“காய்கறிகள்...?”

“நான் தப்பி வந்தவன் இல்லை. என்னை கிராமத்துக்கு அழைத்துச் செல்லுங்கள்..”

“அதற்காகத்தான் கேட்கிறேன்”

“காய்கறிகள் தோட்டப் பயிர் பிரிவில். தென்னை சாகுபடி, வாழை சாகுபடி, நீர் பாசனப் பிரிவு எல்லாம் தனித்தனியாக இருக்கிறது” .. என்னிடம் இருக்கும் அத்தனைத் தகவலையும் சொல்லிவிட்டேன், இதற்கு மேல் கேட்காதீர்கள் என்பதாக இருந்தது அவன் பேச்சு.

உ.நா. சபையின் மனித மேம்பாட்டு அமைப்பு போன்றவை கிராமங்களில் இல்லை என்று திட்டவட்டமாகத் தெரிந்தது. நகர உ.நா.சபையில் இதை முறையிட்டால் என்ன என்று ஆவேசம் கொண்டார். அவனைப் படுத்துக் கொள்ளச் சொன்னார். மிக சோர்வாக இருந்தபோதும்கூட அவன் நின்று கொண்டுதான் இருந்தான். அமரவும் மறுத்தான். படுப்பது, உட்காருவது போன்றவை அவனுக்கு ஆடம்பரமான விஷயமாகவும் உயர் அதிகாரிகள் சம்பந்தபட்டதாகவும் இருந்தது. கிராமத்தில் எல்லோருமே இப்படித்தானா இல்லை அதிலும் ஏற்றத்தாழ்வுகள் இருக்கிறதா என்று தெரியவில்லை.

உயிரி தொழில்நுட்பப் பேராசிரியர் அமர்நாத் அவனை எல்லா பக்கமும் சோதித்தார். அடையாள மச்சத்தைத் தேடுவது மாதிரி அங்குலம் விடாமல் தேடினார். அந்த இடத்தைப் பரிசோதிக்கும்போதும் அவன் தேவைப்படும் அளவுக்குக் கூச்சம் காட்டவில்லை. அறுத்துவிடுவார்களோ என்ற தயக்கம் கலந்த பயம்தான் அதில் இருந்தது.

தொலைவிசாரணைத் திரையில் என்னவோ நேரடியாக ஒளிபரப்பிக் கொண்டிருந்தார்கள். "எது எது நேரடி ஒளிபரப்போ எவையெல்லாம் ஒத்திகை பார்த்து உருவாக்கப்பட்டவையோ?' மக்களை இளித்தவாயர்களாக நினைக்கிறார்கள்" என எழிலரசுவின் சலிப்பு தொடர்ந்தது.

"எல்லாவற்றையும் மீறி நேற்று ஒரு கிராமத்தான் நகரத்துக்கு வந்துவிட்டான். நீங்கள் எல்லாம் என்ன செய்கிறீர்கள்?" குடியரசுத் தலைவர் மிகுந்த ஆவேசத்தோடு கேட்டார்.

"கிராமத்திலிருந்து நகரத்துக்கு வரும் வழிகள் இரண்டுதான். அவை வாரத்துக்கு ஒரு முறைதான் திறக்கப்படும். அப்போது கண்காணிப்பு வாயிலில் தீவிரமான பரிசோதனை உண்டு. விளைபொருள்களைத் தவிர மனிதர்கள் யாரேனும் அந்த வழியாக வெளியேறினால் அவர்கள் கருகி இறந்து போய்விடுவார்கள். சக்தி வாய்ந்த மின்காணிகள் பொருத்தப்பட்டுள்ளன. யாரும் தப்பித்திருக்க வாய்ப்பே இல்லை."

"அப்படியானால் கிராமத்தில் ஒருவன் மூன்று நாள்களாக அடையாள அட்டை பதிக்காமல் இருக்கிறான். அவன் எங்கே போய் தொலைந்தான் என்று கிராமவாசிகளுக்கும் தெரியவில்லை. அவனுடைய பிரேதமும்கூட கிடைக்கவில்லை."

"கிராம காவலர்கள்...?"

"அவர்களிடமும் விசாரித்துவிட்டேன். சல்லடைபோட்டுத் தேடிவிட்டார்கள். காணாமல் போனவன் "கிராமத்தான் நெ.சா. லட்சத்து பதிமூன்று' துரிதமாகத் தேடுங்கள்."

“நாளைக்குள் நெல் சாகுபடிக்கு அவனை அனுப்பி வைக்கிறேன்.”

அந்த ஒளிபரப்பைப் பார்த்துவிட்டு கிராமத்தான் அதிர்ச்சியோடு தன் பழைய பல்லவியை ஆரம்பித்தான். “தப்பி வந்தவன் அல்ல, தெரியாமல் வந்தவன்.”

கிராமவாசிகள் கிராமங்களிலேயேதான் இருக்க வேண்டும் என்றும் நகரவாசிகள் நகரத்திலேயே இருக்க வேண்டும் என்றும் சட்டம் கொண்டுவரப்பட்டபோதுகூட அதற்கு அமோக வரவேற்பு இருந்தது.

பிறகு நடந்தது அப்படி லகுவாக இல்லை. கிராமத்து மக்கள் நிலத்திலும் நீரிலும் வெயிலிலும் கிடந்து உழலுவதும் நகரத்தில் நிழலிலும் நல்ல ஆரோக்கியமான சூழலில் வாழ்வதும் தவிர்க்க முடியாததாகிவிட்டது.

“நகரத்தில் வேறு உணவும் கிராமத்தில் வேறு உணவும் இருப்பதாகச் சில சதிகாரர்கள் சொல்லுவதை நம்பாதீர்கள்” என்று குடியரசுத் தலைவர் ஆண்டுதோறும் விழிப்புணர்வு நாள் கூட்டத்தில் முழங்குவார். அதனாலேயே சிலருக்கு அதில் சந்தேகம் வலுத்தது. ஆனால் யாரும் வெளிக்காட்டிக் கொள்வதில்லை. எல்லோருக்கும் சந்தேகமும் எந்தச் சந்தேகமும் இல்லையே என்ற பாவனையும் பழகிப் போயிருந்தது.

அமர்நாத், கிராமத்தான் முதுகில் ஓரிடத்தைச் சுட்டிக் காட்டி, “இங்கே பார்த்தீர்களா?” என்றார். அவர் சுட்டிய இடத்தில் அவன் உடலில் திட்டுத் திட்டாய் தோலின் நிறத்தில் மாற்றமிருந்தது. கொஞ்சம் சமூக அக்கறையும் அரசு அதிருப்தியும் கொண்ட சொற்ப நபர்களில் அவரும் ஒருவர் என்பதால் அவரிடம் விசயத்தை விளக்க அழைத்திருந்தார் எழிலரசு.

“சூரிய ஒளியில் நின்றால் எப்படி இருக்கிறது உனக்கு?” என்றார் அவனிடம் உறுதிப்படுத்திக் கொள்ளும்விதமாக.

“நாள் முழுக்க எனக்குச் சூரிய ஒளி தேவைப்படுகிறது. வேறு உணவுகூட இரண்டாம்பட்சம்தான். கடந்த இரண்டு ஆண்டுகளாக எங்களுக்கு இப்படி இருக்கிறது. இதற்காக எங்களுக்குத் தினமும் ஊசி போடுவார்கள்.. நாங்கள் இனிமேல் சூரிய ஒளிமூலமாகவே வாழ முடியும் என்கிறார்கள். எங்களுக்குத் தனியாக ஆகாரம்கூட தேவையில்லை என்று கூறுகிறார்கள்.” வகுப்பில் எழுப்பிக் கேள்வி கேட்கப்பட்ட மாணவன் போல சொன்னான்.

“இதனால் உனக்குக் கடினமாக இல்லையா?” என்றார்.

அவனுக்கு அதில் சொல்வதற்குக் கருத்து எதுவும் இன்றி வார்த்தையைக் கிரகிக்க முடியாமல் பார்த்தான். தரையில் சரிந்து படுத்துக் கொண்டான். மிகவும் களைத்திருந்தான்.

எழிலரசு பக்கம் திரும்பி, “கிளாமிடாமோனாஸ் பற்றிப் படித்திருப்பீர்கள். நகரும் தன்மையும் சூரிய ஒளியால் ஸ்டார்ச் தயாரிக்கவும் முடியக் கூடிய ஒரு செல் உயிரினம் அது. அது தாவரமா, விலங்கினமா என்பதை அறுதியிட்டு வரையறுக்க முடியாததைப் போல ஆறறிவு மனிதனையும் மாற்றியிருக்கிறார்கள்.”

“அடக் கொடுமையே... மனிதர்களைப் பச்சையம் மூலம் ஸ்டார்ச் தயாரிக்கும்படி செய்திருக்கிறார்கள். குளோரோ ப்ளாஸ்ட் தன்மையை விலங்குகளுக்கு ஏற்படுத்தும் விபரீத முயற்சி. கிராமத்து மனிதர்களுக்கு சாப்பாடுகூட இல்லாமல் சூரிய சக்தி மூலமாகவே இயங்கும் ஆர்கனிக் இயந்திரமாக்கும் அநியாயம்.”

“ஐய்யய்யோ அது எப்படி சாத்தியம்?”

“சாத்தியம்தான். கடந்த நாற்பது ஆண்டுகளாக எங்களுக்கு உத்தரவிடப்பட்டுள்ள ஆராய்ச்சியே அதுதான். விலங்குகளுக்கும், தாவரங்களுக்கும் ஒரே மாதிதரிதான் செல் அமைப்பு. இரண்டுக்குமே நியுக்கிளியஸ், சைட்டோப்ளாஸம், டி.என்.ஏ., ஆர்.ஏ. மைட்டோ காண்ட்ரியா, கோல்கி எல்லாம் இருக்கிறது. பொது தோற்றத்தில் விலங்கு சமாசாரம் கொஞ்சம் வட்டமாக இருக்கும். தாவர செல் செவ்வகமாக இருக்கும். தோற்றத்தைப் பொருத்து இரண்டுக்கும் ஒரு சதவீத வித்தியாசம்தான். தாவர செல்லின் முக்கிய வித்தியாசம் அதில் உள்ள குளோரோ ப்ளாஸம். அந்த வித்தியாசத்தை உடைப்பதற்குத்தான் இவ்வளவு ஆராய்ச்சிகள்.”

“அநியாயம்.”

“அதைத்தான் நானும் சொல்கிறேன்.”

“இதனால் என்ன நடக்கும்?”

“ஒன்று சொல்லட்டுமா? ஐநூறு கோடி ஆண்டுகளுக்கு முன்னால் பூமியில் ஒரு “ஒரு செல்“ விலங்கும் ஒரு “ஒரு செல்’ தாவரமும் தோன்றின. முதலில் தோன்றிய அந்த “ஒரு செல்’ தாவரத்தை அப்போது தோன்றிய “ஒரு செல்’ விலங்கு ஸ்வாகா செய்தது.. ஹேஸ்யம்தான். ஆனால் அதில் தர்க்கரீதியான வாய்ப்பு இருக்கிறது. எப்போதும் தாவரங்கள் விலங்குகளின் நலனுக்கானவை.”

“இதனால் அரசுக்கு என்ன நன்மை?”

“புரியவில்லை? கார்களைச் சூரிய சக்தியில் இயக்குங்கள் என்றால் இவர்கள் மனிதர்களையே சூரிய சக்தியால் இயக்கி லாபமடைய பார்க்கிறார்கள்”

“அது புரிகிறது.. அதற்காகப் பொன் முட்டை வாத்துக்களை இப்படி அறுத்துவிட்டால்.. இன விருத்தியைத் தொடர்வது எப்படி?”

“பதியன் போடுவார்களோ என்னவோ... எந்த அளவுக்குப்

போயிருக்கிறார்கள் என்று தெரியவில்லை. கொஞ்ச நாள்களாகவே தாவர செல், விலங்கு செல் வித்தியாசத்தைப் பகுத்தாயும் ஆராய்ச்சிக்குத்தான் என்னைப்பயன்படுத்திக்கொண்டிருக்கிறார்கள். ஆர்.என்.ஏ.வில்தான் அவர்களின் முழு கவனமும். எனக்கு எங்கோ உறைத்தது. ஆனால் இத்தனை மோசமாகப் போவார்கள் என்று யோசிக்கவில்லை. உ.நா. சபையும் இதற்கு உடந்தையாக இருக்குமா?"

"ஆமாம். பொல்லாத உலக நாடு சபை… " என்றார் எழிலரசு. எப்போதும் போல அரசு முயற்சிகளின் மீது தன் வெறுப்பை வெளிக்காட்டினார்.

"காலப் போக்கில் தாவரத்தன்மை அதிகமாகிவிட்ட காரணத்தால்தான் சாகுபடி விளைபொருள்களோடு கலப்படமாகி மின்காணிக்குத் தப்பி நகரத்துக்கு வந்து சேர்ந்திருக்கிறான்"அமர்நாத் அவருக்கே தெளிவுபடுத்திக் கொள்வது போல பேசினார்.

"அப்படியானால் இவன் மூளை, நரம்பு மண்டலம், இருதயம்.. ரத்தமெல்லாம்…?"

"இயற்கை இப்படித்தான் தன்னை தகவமைத்துக் கொள்கிறது. மியூட்டேஷன் என்று வைத்துக் கொள்ளுங்களேன். தவளை நீரிலும் நிலத்திலும் வசிப்பதில்லையா? ஆம்பிபியன் போல. ஆல்டர்நேட் எனர்ஜி போல. இரண்டிலும் இயங்கக் கூடியவனாக மாற்றியிருக்கிறார்கள்."

இவர்கள் அரசு கவனிப்பில் இல்லாதோர் பட்டியலில் இருந்ததால் அவர்களால் இவ்வளவு பேச முடிந்தது. இல்லையென்றால் இன்னேரம் நகரக் காவல் அதிகாரி வந்திருப்பார்.

நெ.சா. மனிதன் கண் இமைப்பது அசாதாரணமாக இருந்தது. வந்ததிலிருந்து இமைக்கவேயில்லையோ என்று நினைத்தார். இவனை எப்படியும் காப்பாற்ற வேண்டும் என்று நினைத்தவர், பிறகு இவர்களை என்று திருத்திக் கொண்டார். கிராமத்துக்குப் போகும் மரபு மருந்துகளில் "குளோரோ ப்ளாஸின்' அளவைக் குறைப்பதன் மூலம் இந்தக் கொடுமைக்கு விடிவு காணமுடியும் என்று தோன்றியது. மனித உடம்பில் ஒளிச்சேர்க்கை விகிதம் அதிகரிக்க, அதிகரிக்க இது சிரமம் என்றும் புரிந்தது. உலக கிராமம் முழுவதிலும் இப்படித்தானா? இங்குமட்டுமா? அல்லது தமிழ்க்குடியரசில் மட்டுமா?

நிலைகுலைந்து கிடந்த கிராமத்து நெ.சா. மனிதனை கவலையோடு பார்த்துவிட்டுப் புறப்பட்டார் அமர்நாத். "இப்போது என்ன பெயரில் இருக்கிறீர்கள்?" என்றார் கதவுப்பிடியை அழுத்தியபடி.

"ஏன் கேட்கிறீர்கள்? …எழிலரசு. பெயர் என்பது பதினாறு இலக்க

தமிழ்மகன் | 377

எண் என்று ஆகிப் போனபின்பு இது நம் மனத்திருப்திக்காகத்தானே? பாஸ்வேர்ட் மாற்றும் சந்தர்ப்பங்களில் எல்லாம் பெயரையும் மாற்றிக் கொள்வேன். ஆனால் எங்கள் வீட்டில் யாருக்கும் பெயர் விருப்பம் இல்லை..''

"எனக்கும்கூடத்தான்... சொல்லப் போனால் நீங்கள் ஒருவர்தான் என்னை அமர்நாத் என்று ஞாபகப்படுத்திக் கொண்டிருக்கிறீர்கள்... சரி வருகிறேன்."

காலை தேநீரோடு அவனை எழுப்ப முனைந்தார் எழிலரசு. அவன் இரவு கிடந்த வாக்கிலேயே படுத்துக் கொண்டிருந்தான் இன்னமும். அவனுக்கும் ஒரு பெயர் சூட்டலாம் என்ற ஆவல் எழுந்தது எழிலரசுவுக்கு. மெல்லத் தொட்டு உலுக்கிப் பார்த்தார். அவன் சில்லென்று நிலைக்குத்திப் போய் இருந்தான். நாடித்துடிப்பு சுத்தமாக இல்லை. தோல் மரத்துப் போய்... சரியாகச் சொல்வதானால் மரப்பட்டையாய்ப் போயிருந்தது.

அசைவற்றுக் கிடந்தான். இறந்துவிட்டான்... அப்படி அவர் முடிவு செய்த தருணத்தில் அவன் கண் பாவைகள் சற்றே அசைந்ததைக் கவனித்தார். திடுக்கிட்டுப் போனார். பிணம் பார்க்கிறது என்ற அச்சம் எழுந்து அடங்கியது.

"உயிர்.... இருக்கிறது' நிதானமாக முணகினார்.

நேரம் கடத்தாமல் அவனை வேகமாக உலுக்கினார். அவனுடைய கரங்கள் மரத்தின் கிளைபோல ஆடியது. வேகமாக அவனைப் பற்றி இழுத்தபோது தரையில் பதிந்திருந்த அவன் முதுகுக்குக் கீழ் சல்லி வேர்கள் தென்பட்டன.

-2008-இல் ஆழி பதிப்பகம் - அமரர் சுஜாதா அறக்கட்டளை
நடத்திய போட்டியில் ரூ.20 ஆயிரம் பரிசு பெற்ற சிறுகதை

சாலை ஓரத்திலே வேலையற்றதுகள்

49

‘ஒரு ரூபாய் வைத்துக்கொண்டு ஒரு கோடி சம்பாதிப்பது எப்படி?’ புத்தகத்தின் கவர்ச்சியான தலைப்பில் ஒரு கணம் மலைத்துப் போனான் அருண்.

அனிச்சையாய் பாக்கெட்டைப் பார்க்க, அக்கா செலவுக்குக் கொடுத்துவிட்டுப் போன பணத்தில் இரண்டு ரூபாய் மீதமிருந்தது.“தெர் ஃபோர் டூ குரோர்ஸ்’ அருண் நூலகத்துக்கு வந்தால், வழக்கமாய் “உடலுறவுச் சிக்கல், குழந்தை பிறக்கவில்லையா?’ போன்ற புத்தகத்தை எடுத்து வைத்துக்கொண்டு ரகசியமாய் படிப்பான். அல்லது ஆங்கிலப் பத்திரிகையில் வேலை தேடுவான். நூலகம் பலருக்கும் இந்த விதத்தில் பயனாக இருந்தது. சிலர் வெகு நேரமாய் எதாவதொரு பத்திரிகையை வைத்துக் கொண்டு குனிந்து கொண்டிருப்பார்கள். அவர்கள் விடும் மெல்லிய குறட்டையை நூலகர் மட்டுமே இனம் கண்டு, “தூங்காதீங்க சார்...” என்று எழுப்புவார்.

முதன் முறையாக ஒரு ரூபாயில் வாழ்வில் உயர்வடையும் ஒரு புத்தகத்தைக் கண்டெடுத்த பிரமிப்பில் அருண் வேகமாகப் படித்துக் கொண்டிருந்தான். லட்சாதிபதியாகவாவது ஆகிட முடியாதா என்ற ஆசை!

அருண் படிப்படியாக முன்னேறிக் கொண்டிருந்த நேரத்தில் நூலகர் ஜன்னலை அடைத்து, லைட்டையும், பேனையும் நிறுத்தி தடுத்தார்.

காலை 8.00 முதல் 11.00 வேலை நேரம் என்று போர்டில் இருந்தாலும் வழக்கத்தில் 10.30-க்கு கதவடைப்புப் பணிகள் தொடங்கிவிடும்.

புத்தகத்தை அப்படியே டேபிளின் மீது போட்டுவிட்டு வந்தால் இரண்டு அபாயங்கள் உண்டு. ஒன்று, மாலையில் முதலில் வந்த வேறு ஒரு வாசகர் கையில் அந்தப் புத்தகம் கிடைக்கப் பெற்று, அவர் கோடீஸ்வரனாகிவிடுவார். அல்லது லைப்ரரியன் புத்தகத்தை எதோ ஒரு புத்தக இடுக்கில் சொருகி வைத்துவிட்டார் என்றால் பிறகு இந்தப் புத்தகத்தைத் தேடி எடுக்க முடியாமல் போகலாம்.

அருண், அதை மறுபடி மாலையில் வந்து படிக்கும் ஆசையில், 'என்சைக்ளோபீடியா'வில் ஒளித்து வைத்துவிட்டு வெளியே வந்தான்.

முன்பெல்லாம் ஆப்படி நூலகத்தை மூடிவிடும்போது மாலை வரை நேரத்தைக் கழிப்பதில் பெரிய அவஸ்தை இருந்தது. நித்தியானந்தன் சைக்கிள் கடை வைத்ததிலிருந்து அந்தப் பிரச்சனை இல்லை.

"அதோ போறது யார் தெர்தா?" என்பான் நித்தி.

"சுருட்டு புடிக்றானே அந்த ஆளா?"

"அட... பச்சப் புடவ.."

"ஆங்... அமா.."

"அது யார் தெரிதா?"

நினைவுக்கெட்டியவரை அந்தப் பெண்ணைத் தேடிவிட்டு, "யாரு?" என்றான் அருண்.

"நம்ப சம்பத் இல்ல..? ஒருவாட்டி கோலி முழுங்கிட்டானே."

"ஆமா..."

"என்னா ஆமா.. அவன் தங்கச்சிடா... இப்ப கல்யாணம் ஆயிட்ச்சி."

"எப்ப?"

"அதாயி ரெண்டு வருஷமாச்சி."

"குட்டி யானை மாரி இருக்குது?"

"மாக்கெட்டுக்கு போவுது... இப்ப வரும் பாரு..." சம்பத்தின் தங்கச்சி வருவதை எதிர்பார்த்திருப்பது ஒரு வேலை. அடுத்து, அருண், "சம்பத் இப்ப என்ன பண்றான்?" என்று கேட்டான்.

பேச்சின் நடுவே சூடாக டீ. அதுவும் இன்றைக்கு யார் கணக்கில் டீ என்பதற்கு பெயர் எழுதி சீட்டுக் குலுக்கிப் போடுவார்கள். அருண் பெயர் வந்தாலும் நித்தியானந்தன் தான் கொடுப்பான். அப்புறம் தந்துவிடுவதாகப் பேச்சு!

அதன்பிறகு மதிய சாப்பாட்டுக்காக நித்தியானந்தன் வீட்டுக்குப்

போவான். அவன் சாப்பிட்டுவிட்டு வரும்வரை கடையை அருண் பார்த்துக் கொள்வான். தெருவில் சளைக்காமல் பெண்கள் போய்க் கொண்டிருந்தார்கள். எதிர்த்த வீட்டில் ஒரு பெண் ஜன்னலோரமாய் அடிக்கடி வந்து விட்டுப் போவாள். இடையே வாடகை சைக்கிள் கேட்டு வருபவனின் பெயரையும், நேரத்தையும் குறித்துக்கொண்டு, சைக்கிள் விட்டவனிடம் காசை வசூலிப்பதும், காற்றடிக்கச் சொன்னால் 'ஆளில்லை' என்பதுமாக நேரம் கழிய நித்தியானந்தன் வந்து விடுவான்.

இன்று மணி இரண்டாகியும் வரவில்லை.

டீக்கடை குமார், "நித்தி, இன்னுமா வரலை?" என்றார்.

"வரலை."

"நீங்க வேணும்னா சாப்பிட்டு வாங்க. நான் பாத்துக்றேன்."

"பரவால்ல... பசி எடுக்கலை.."

"இண்டர்வியூக்கு போனீங்களே, என்ன ஆச்சி?" என்றார் குமார்.

"எந்த இண்டர்வியூ?""

"போன வாரம் டைப் அடிச்சு எடுத்துப் போனீங்களே?""

"அதுவா? மூவாயிரம் ரூபா டெபாசிட் பண்ணணுமாம்."

"எவ்ளோ தரேன்றான்?"

"முன்னூர் ரூபா தர்றேன்றானுங்க. பஸ் செலவுக்கே சரியா பூடும் போலருக்குது. அதுவும் எங்கே? திருவான்மியூர்ல, தண்டையார் பேட்டைலதான் எனக்கு வர்ற வேலைலாம். பக்கத்திலனாக்கூட பரவால்ல..."

"ப்ச்" என்றார் குமார்.

"ஒண்ணு செய்றியா சொல்லு."

"ம்.."

"ஒரு மூவாயிரம் ரூபா தோது பண்ணிக்கோ. என்னை மாதிரி ஒரு டீக்கடை போட்டுக்கோ... என்னா சொல்றே?"

அருண் யோசித்தான்.

மூவாயிரம் இருந்தால் மூவாயிரம் கோடி சம்பாதிக்கலாம் என்று சொல்ல நினைத்தான்.

"பார்க்கலாம்" என்றான்.

"வேணும்னா சொல்லு... "பாலாஜி லக்கி சென்டர்' இருக்குதில்ல..."

"பஸ் ஸ்டாண்டிலயா?"

"நல்ல இடம்." ஒருவன் 'கிளிங்' என்று சைக்கிள் பெல்லை அடித்து அழைத்தான்.

"சைக்கிள் வேணும்" என்றான். அருணுக்கு ஆள் தெரியவில்லை என்பதுகூட பிரச்சினையாய் இல்லை. இவ்வளவு அலட்சியமாய் சைக்கிள் கேட்டதுதான் எரிச்சலாய் இருந்தது.

"ஆள் தெரியாது."

"எதிர் வீடு" என்றான் அவன்.

"எதிர் வீடா? உன்னை பாத்ததே இல்லையே?"

"ஊர்ல இருந்து வந்திருக்கேன். எங்க மாமா வீடு இது..."

"யாரையாவது சொல்லச் சொல்லு."

அவன் ஜன்னலருகே போய், "மாமி, மாமி" என்று குரல் கொடுக்க, அவன் மாமியும், அதன் பின்னால் அந்தப் பெண்ணும் ஜன்னலில் தோன்றினர். மாமி, அருணை, "எம்பா சைக்கிள்" என்று அறிமுகப்படுத்திக் கொண்டாள். அருண், அவனிடம் பெயரை விசாரித்துக் கொண்டு, "ரெண்டாம் நம்பர் சைக்கிள் எடுத்துக்க. நல்லா போவும்" என்று சிபாரிசு பண்ணினான்.

ஜன்னல் பெண், சண்முகநாதன் சைக்கிளில் எறிப் போகிற அழகைப் பார்த்துவிட்டுத்தான் மறைந்தாள். நித்தியானந்தன் உண்ட மயக்கத்தில் அப்படியே தூங்கி விட்டதாகச் சொல்லி "சாரி" என்றான். என்ன சாரி? அருண் பொறுமையாகக் கிளம்பி வீட்டுக்குப் போனான். வீட்டுக்குப் போவதில் அம்மா மட்டுமே சற்று ஆறுதலான விஷயம்.

அருணின் அம்மா, "வேளா வேளைக்கு ஒழுங்கா சாப்பிட்டா தானே?" என்று வருந்தினாள்.

"பெரிய ஷிப்ட்டு வேலைக்குப் போய் கழட்டிட்டு வர்றானே.. சோத்த போட்றி.." என்றார் அருண் அப்பா வஞ்சப் புகழ்ச்சியாய்.

தினம், தினம்தான் என்றாலும் சற்றே மனஸ்தாபம் அதிகரித்து உடனடியாய் சாப்பிட உட்காராமல், காலையில் துவைத்துப் போட்டு விட்டுப் போன சர்ட்டையும், பேண்ட்டையும் மடித்து வைக்க ஆரம்பித்தான். "சைக்கிள் கடைல வேலை செய்யறதுக்கா படிக்க வெச்சேன்? உன்னாட்டம் புள்ளைல்லாம் இப்பிடியா இருக்குது? சுரணை இருக்கறவன்தான்டா சுயமா சம்பாதிச்சு வாழணும்னு நினைப்பான்."

அருணின் அம்மா இடையில் குறுக்கிட்டு, "வேலைதான் கிடைக்கலையே, சும்மா திட்டிக்கினு இருந்தா என்னா பண்ணுவான்" என்று ஆதரவு காட்டினார். மறுபடி சைக்கிள் கடை.

"லைப்ரரிக்கு கிளம்பறோம்டா.. ஒரு ரூபாய் இருந்தா ஒரு கோடி

சம்பாதிக்கலாம்னு ஒரு புக் படிச்சுக் கிட்டிருக்கேன்.. என்னதான் சொல்றான்னு பார்த்துட்டு வந்திடறேன்... கொஞ்சம் சைக்கிள் தர்றியா?" என்றான் அருண்.

"உனக்கு கோடீஸ்வரன் ஆகணும் அவ்ளோதானே?" தனுஷ் படத்துக்கு டிக்கெட் கேட்ட மாதிரி சாதாரணமா சொன்னான் நித்தியானந்தன். "என்கூட ஒரு தபா திருப்பதி வரைக்கும் வர்றியா பொட்டலம் வாங்கித் தர்றேன். சும்மா இந்தக் கைக்கு அந்தக் கை... ஒரு மாசத்தில லட்சாதிபதி ஆகிடலாம். சாமர்த்தியம் இருந்தா தீபாவளிக்குள்ள கோடீஸ்வரனாய்டுவே.."

"பொட்டலம்னா?"

"கஞ்சா..."

"எவ்ளோ செலவாகும்?" என்றான் அருண்குமார்.

- குங்குமம், 2006.

இல்

50

சுவாமிநாதன் எப்போது 11 மணி ஆகும் எனக் காத்திருந்தார். அவருடைய மருமகள் பரபரப்பாக வெளியே கிளம்பும் நேரம் அது. அவள் ஏன் பரபரப்பாகிறாள் என்பதை சில நாட்களாகவே கவனித்துவந்தார். யாருடனோ வெகு நேரம் பேசுகிறாள். கிசு கிசு எனப் பேச்சு. அப்புறம் சிரிப்பு. கண்றாவி.

வாட்ஸ் அப்பில் எதாவது மெசெஜ் போட்டபடியே இருக்கிறாள். போனில் 'டிங்' எனச் சத்தம் வந்ததுமே அவள் முகத்தில் ஒரு பரவசமும் ஆர்வமும் ஊற்றெடுக்கும். சாப்பிட்டுக் கொண்டிருந்தாலும் முதல்வேலையாக போனை எடுத்துப் பார்ப்பாள். செய்தியைப் படிக்கும்போதே முகத்தில் ஒரு புன்சிரிப்பு.

யார் அவன்?

சுவாமிநாதன் எரிச்சலாக இதைக் கண்காணித்துக் கொண்டிருந்தார். மனைவி இறந்துபோன பின்புதான் மகன் ரகுநாதனுக்குக் கல்யாணம் செய்துவைத்தார். பார்த்துப் பார்த்து நடந்த திருமணம். ஆன் லைனில் பதிவு செய்து அங்கும் இங்கும் விசாரித்து எத்தனைப் பாடு.

ரகுநாதன் தெளிவாகச் சொன்னான். "எனக்கு அம்மா இல்லை. அப்பாவை நன்றாகக் கவனித்துக்கொள்கிறவளாக இருந்தா போதும்."

எவ்வளவு நல்ல மகன்? இப்படி வந்து வாய்த்திருக்கிறாளே? புருஷன் அலுவலகம் போனதுமே போனும் கையுமாக அலைகிறாள்.

எவனுடனோ பேசுகிறாள். பழகுகிறாள். செய்தி பரிமாறுகிறாள். 'பாவம்டா ரகு நீ... உன்னைப் பாழுங்கிணற்றில் தள்ளிவிட்டேன்.'

தினமும் 11 மணிக்கு ரக்ஷிதா வெளியே கிளம்புவாள். அப்புறம் இரண்டு மணிக்குத் திரும்பி வருவாள். "சாப்டீங்களா?" என்பாள் ஒரு பேச்சுக்கு. சாப்பாடு போடும் பழக்கமே இல்லை. என் அப்பாவை நன்றாகப் பார்த்துக்கொள்ள வேண்டும் என்ற ஒரே கோரிக்கையை நிறைவேற்ற வந்தவள் இல்லை. தினமும் சொல்லிவைத்தது மாதிரி கிளம்பிவிடுவாள்.

இன்று அவள் எங்கே போகிறாள் எனப் பின் தொடர்ந்து சென்று கண்டுபிடிக்க வேண்டும். ஒவ்வொரு நாளும் ஸ்கூட்டியில் பறந்து செல்வதால் அவளைப் பிந்தொடர முடிவதில்லை. இன்று அவள் கிளம்புவதற்கு முன்பே கிளம்பிச் சென்று தெரு முக்கில் காத்திருக்க வேண்டும். அங்கே மறைந்திருக்க டீக்கடை ஒன்று உண்டு. ராஜசேகர் வந்து காத்திருப்பதாகச் சொன்னான். அவனுடைய பைக்கில் ஏறி, பின்தொடர்ந்தால் அவள் செல்லும் இடத்தைப் பிடித்துவிடலாம். அப்புறம் ரகுவிடம் ஆதாரத்துடன் சொல்லிக்கொள்ளலாம். இதுதான் திட்டம்.

10.30 மணிக்கே அவசர வேலையாக வெளியே செல்வதாகக் கிளம்பினார் சுவாமிநாதன். பழுப்பேறிய வேட்டியும் சட்டையும்தான் அவருடைய எப்போதைக்குமான உடை. அரசு அலுவலகத்தில் வேலை பார்த்த நாளில் இருந்து... இப்போது வரைக்கும். பிரத்யேகமாகக் கிளம்ப வேண்டிய அவசியம் இல்லை.

"அப்போ சாப்பாடு?" என்றாள்.

"வெளியே சாப்பிட்டுக்கிறேன்."

"காலையிலேயே சொல்லியிருக்கலாம்ல? உங்களுக்காகத்தானே சமைச்சேன்?" அலுப்பு தெரிந்தது பேச்சில்.

"இல்லம்மா... திடீர்னுதான்... பென்ஷன் விஷயமா பேங்க்ல வரச் சொன்னாங்க. லைஃப் சர்டிபிகேட் கொடுக்கணுமாம்." எப்படியோ சமாளித்தார்.

"சரி. நான் ரெண்டு மணிக்குத்தான் வருவேன்."

'அதான் தெரியுமே?' என மனத்திலும் "சரிம்மா" என உதட்டிலும் சொன்னார்.

தெரு வெறிச்சோடிக் கிடந்தது. மெல்ல நடந்து டீக்கடையை அணுகினார். ராஜசேகர் தயாராக அமர்ந்திருந்தான்.

"தினமும் போறாளா?" என்றார்.

"பையன் காலையில கிளம்பிப் போயிட்டான்னா அதற்கப்புறம் போனுதான் சிரிப்புதான். ஃபேஸ்புக்ல வேற சாட்டிங்."

“ஒருவேளை உன் பையன்கிட்டத்தான் பேசிக்கிட்டு இருப்பாளோ?”

“நீ ஒருத்தன். அதெல்லாம் செக் பண்ணாமயா சொல்லுவேன்? அந்தப் பையன் பேரு ராகவன். படிக்கிற போதில இருந்தே பழக்கம்னு தெரியுது.”

“அண்ணன் தம்பியா இருக்கப் போறானுங்க... எதுக்குச் சொல்றேன்னா... ஒரு பொண்ணுமேல சந்தேகப்படுறது ஈஸி.”

“ராஜசேகர்... அவ என் மருமவ. அதனாலதான் புழுவாட்டம் துடிச்சுக்கிட்டு இருக்கேன். ரெண்டு மாசமா கவனிச்சுட்டுத்தான் முடிவெடுத்தேன். உன்கிட்ட மட்டும்தான் சொல்லியிருக்கேன். சில போட்டோல்லாம் பார்த்தேன்... ஒரு முறை அவ சாட் பண்ணப்ப. அதெல்லாம் பார்த்தா நீ தாங்க மாட்டேடா.”

“சரி விடு. இப்ப என்ன இன்னைக்கு கன்ஃபார்ம் பண்ணிடுவோம். பையன்கிட்ட நானே நாசூக்கா சொல்றேன். நல்ல எடமா பார்த்து ரகுக்குக் கல்யாணத்தை முடிப்போம்.” தேற்றுவிதமாகச் சொன்னார் ராஜசேகர்.

“ரக்ஷிதா மேல உயிரையே வெச்சிருக்கான். என்னத்தைச் சொல்றது. வேலைக்குப் போறது. பொண்டாட்டிக்கு அட்சய திருதைக்குச் செயின் வாங்கித் தர்றதுன்னு இருக்கான்... தேவதையாட்டம் தாங்குறான். அவனால தாங்க முடியுமான்னு தெரியலை.”

“நான் நாசூக்கா சொல்றேன்டா... நீ கவலைப்படாத.”

“அதோ வந்துட்டா... ஃபாலோ பண்ணு. கொஞ்ச தூரத்திலயே போ.”

“சரி சரி. நீயும் ஹெல்மெட் போட்டுக்கோ.”

இரண்டு ஹெல்மெட் கொண்டு வந்திருந்தான். ராஜசேகர் சாமர்த்தியமானவன். புத்திசாலி. நம்பிக்கையானவன். அவள் வேகமாக சென்றுகொண்டிருந்தாள். ராஜசேகர் 50 மீட்டர் இடைவெளியில் விட்டுக்கொடுக்காமல் பின் தொடர்ந்தான். ஒரு மாலுக்குள் நுழைந்தாள். கீழே பூமிக்கு அடியில் இரண்டு மாடி இறங்கிய பின்னர்தான் பார்க்கிங். மெதுவாக அவளுக்கு அடையாளம் காட்டாமல் செல்ல வேண்டியிருந்தது. “பாத்துறப் போறா” என்றார் சுவாமிநாதன். “பார்த்துட்டாலும் அவதான் பயப்படணும். பெசாம இரு. நீதான் ஹெல்மெட் போட்டிருக்கியே.”

அங்கேயே லிப்ட் இருந்தது. அதில் புகுந்தாள். லிப்ட் கதவு மூடியதும் இரண்டாவது மாடி எண் ஒளிர்ந்தது. “ரெண்டு” என்றார் சுவாமிநாதன்.

“டேய் அது அடோமேடிக்கா நிக்கும். ஒரு மாடிவிட்டு ஒரு மாடி நிற்கும்.”

காத்திருந்தனர். ஆறாவது மாடிக்குப் பிறகு மீண்டும் கீழே வந்தது. “ரெண்டு, நாலு, ஆறு... மூணு இடத்தில நிக்குது. சரி நீ இங்கயே இரு. நான் அந்த மூணு மாடியிலயும் ஒரு ரவுன்டு பார்த்துட்டு வர்றேன்.”

“நா வந்தா பார்த்துடுவான்னு நினைக்கிறீயா?”

“புரிஞ்சிக்கிட்டா சரி.”

ராஜசேகர் வேகமாக லிப்ட் பிடித்து இரண்டாவது மாடிக்குப் போனார். சில பல துணிக்கடைகள்... மொபைல் கடைகள்... கம்ப்யூட்டர் கடைகள்... இந்த மாடியில் அவர்களுக்கு வேலையில்லை போல, ராஜசேகர் வேகமாக நான்காவது மாடிக்கு வந்தார். ஹோட்டல்கள், ஐஸ்கிரீம் கடைகள், பல்பொருள் அங்காடிகள் என நிறைந்திருந்தது. ஓர் ஐஸ் கிரீம் கடை அநியாயத்துக்கு இருட்டாக இருந்தது. ஒவ்வொரு டேபிளுக்கு மேலேயும் ஒரு மின்மினிப் பூச்சி அளவுக்கு வெளிச்சம். அந்த மாதிரி இடத்தில்தான் அவர்கள் இருக்க முடியும். துணிச்சலாக அந்த ஐஸ்கிரீம் கடைக்குள் நுழைந்தார். கடையில் இருந்த மெல்லிய பையன் ஒருவன்... “யார் வேணும் சார்!” என்றான் மெல்லிய குரலில்.

“என்னைப் பார்த்தா ஐஸ் சாப்பிடறவன் போல தெரியலையா?”

அவன் ஒரு டேபிளைக் காட்டினான். இருட்டில் ஒரே ஒரு ஜோடி மட்டும் தட்டுப்பட்டது. மெனு கார்டைப் பார்ப்பது போல அவர்களைக் கவனித்தார். அது சுவாமிநாதனின் மருமகள்தான். ஒட்டி உரசி உட்கார்ந்திருந்தாள். அவனுடைய வலது கை விரலும் இவளுடைய இடது கை விரலும் கோத்துக்கொண்டிருந்தன. போனில் மெசெஜ் பார்ப்பது போல அவர்களை ஒரு போட்டோ எடுத்தார். “அவர்களுக்குச் சந்தேகம் வருவதாவது... அவர்கள் இந்த லோகத்திலேயே இல்லை” சுவாமிநாதன், ‘எப்படி எடுத்தே?’ எனக் கேட்டால் சொல்வதற்கான பதிலும் இப்போதே மனசுக்குள் உருவாகிவிட்டது.

“வெனிலா இருக்கா?” என்றார் மெல்லிய பையனிடம்.

“ம்” என்றான்.

“குடு.”

வேகமாகச் சாப்பிட்டுவிட்டு வெற்றியோடு வந்தார். தவிப்போடு காத்திருந்தார் சுவாமிநாதன். “நீ சொன்னது சரிதான். கட்டிப்பிடிச்சுக்காத குறைதான்.”

சுவாமிநாதன், "இப்பவாவது தெரியுதா? நான் என்ன பாடுபட்டேன்னு."

"போட்டோ பார்க்கிறீயா?"

"அந்தக் கண்றாவியெல்லாம் என்கிட்ட காட்டாதே." சுவாமிநாதன் அதற்பிறகு பேசவே இல்லை. பைக்கில் அமைதியாக வந்தார். ராஜசேகர் அதனாலேயே நிறைய ஆறுதல் சொல்ல வேண்டியிருந்தது. வீட்டை நெருங்கிய தருணத்தில், "என்னை அந்த பார்க்ல இறக்கிவிட்டுட்டுப் போ" என்றார் சோகமான குரலில்.

"ஏண்டா?"

"அவ ரெண்டு மணிக்குத்தான் வருவேன்னு சொல்லிட்டா."

"இப்ப 12 தானே ஆகுது?"

"பரவால்ல நீ போ."

பார்க் இருந்த தெருவின் முனையிலேயே இறங்கி நடந்தார். பார்க்கையும் மூடிவிட்டார்கள்.

உட்காரவும் இடமில்லை. காம்பவுண்டு சுவர் மீது சாய்ந்து நின்றார். அவருக்கு அழுகையாக வந்தது. வேட்டியை மடித்து, தலையைக் குனிந்து கண்களைத் துடைத்தார். மீறி பொங்கியது. ரகு பொறுமையானவன். அதிர்ந்து பேசாதவன். யாரையும் ஒரு வார்த்தை பேசமாட்டான். அவனுக்கு இப்படி ஒரு பொண்டாட்டியா? ராஜசேகர் காட்ட நினைத்த படத்தையெல்லாம் அவர் ஏற்கெனவே பார்த்துவிட்டார். ஒரு முறை லேப்டாப்பை அப்படியே டேபிளின் மீது வைத்துவிட்டு பாத்ரூம் போனாள். அவர்களின் சாட் எல்லாவற்றையும் படித்தார். குமட்டியது. பரிமாறிக்கொண்ட போட்டோக்கள் ஏன் பார்த்தோம் என கூச்சமடைய வைத்தன. பாத்ரூம் கதவு திறக்கும் சத்தம் கேட்டதும், ஒன்றும் தெரியாதது போல சோபாவில் வந்து உட்கார்ந்துவிட்டார்.

சாட் செய்யும் போதுதான் அவள் முகத்தில் எத்தனை சந்தோஷம்... நிலையான ஒரு புன்னகையுடன் ஒரு மணி நேரம் அதிலேயே கிடந்தாள். கல்யாணமாகி ஒரு மாதத்திலேயே இதைச் சுவாமிநாதன் கண்டுபிடித்தார். அப்படியானால் அது கல்யாணத்துக்கு முன்னாடியே நெருக்கம் ஓடிக்கொண்டிருக்கிறது. பாவி. ஒரு வார்த்தை சொல்லியிருந்தால் இந்த அசிங்கமே இல்லையே? வீட்டில் சொல்ல பயந்திருக்கிறாள். இங்கே கண்டிக்க ஆள் இல்லை எனத் தெரிந்ததும் ஆட்டம் போடுகிறாள். பேப்பரில் தினசரி வரும் இந்த மாதிரி உறவுப் பிரச்னைகளை நினைத்து அஞ்சினார். அப்படி எந்த அசிங்கமும் நேராமல் முள்ளில் சிக்கிய சேலையை எடுப்பதுபோல எடுக்க நினைத்தார். கல்யாணம் அன அன்று காலில் விழுந்து

வணங்கியபோது ஜென்ம சாபல்யம் நிறைவேறியதுபோல பூரித்து நின்ற தருணத்தை நினைத்துப் பார்த்தார். அவருக்கு அழுகை அதிகமாகியது. அதைத் துடைப்பதையும் நிறுத்திவிட்டார்.

ரகுராமனிடம் பேச வேண்டும். முதலில் ராஜசேகர் பேசட்டும். அவன் சாதுர்யமாகப் பேசத் தெரிந்தவன். பிறகு அவளை அனுப்பிவைக்கிற வேலையைப் பார்க்க வேண்டும். அடுத்த கல்யாணத்தை உடனே நடத்த வேண்டும்... சுவாமிநாதன் வேகவேகமாக மனதில் நடத்தி முடித்தார்.

ரகுவின் அலுவலகத்துக்கே போய் பேசினார் ராஜசேகர். கேன்டீனில் வைத்து பொறுமையாக நடந்தவை அனைத்தையும் சொன்னார். குனிந்த தலை நிமிரவே இல்லை. "கடைசியாகச் சரி அங்கிள்... அப்பா கிட்ட பேசிக்கிறேன்" என மட்டும் சொன்னான்.

இரவு வீட்டுக்கு வந்ததும் ஏதாவது பேசுவான் எனக் காத்திருந்தார் சுவாமிநாதன். அவன் எதுவும் பேசவில்லை. சாப்பிடாமலேயே படுத்துவிட்டான். மறுநாள் காலை குளிப்பதும் டிபன் செய்வதும் டிரஸ் மாற்றுவதுமாக அமைதியாகவே இருந்தான். அவளும் அமைதியாகவே இருந்தாள். இது வழக்கத்துக்கு மாறானது. இரவு அவர்களுக்குள் சச்சரவு ஆரம்பித்திருக்க வேண்டும். கிளம்பி வாசல் வரைப் போனவன், "அப்பா" என்றான்.

"கொஞ்சம் வாங்க."

சுவாமிநாதன் சட்டையை எடுத்து மாட்டிக்கொண்டு காத்திருந்தவர் போல போனார். கார் முன் கதவைத் திறந்து, "உட்காருங்கப்பா" என்றான். காரில் ஏறும்போது, ரக்ஷிதாவைப் பார்த்தார். அவள் காரணம் புரியாமல் தவிப்பது தெரிந்தது.

கார் சத்தம் மட்டும் கேட்டது. "அந்தப் பையனைப் பத்தி விசாரிச்சேன்." இப்படித்தான் ஆரம்பித்தான் ரகு.

"காலேஜ் படிக்கிறச்சே பழக்கமாம். அடுத்த மாசம் அமெரிக்கா போயிடுவானாம்."

"அடுத்த மாசம் போயிடுவாங்கிறதால விட்டுட முடியுமா ரகு?... அசிங்கமில்லையா? அவளை என்ன பண்ணலாம் சொல்லு?"

"ராஜசேகர் சார்கிட்ட சொல்லி நீங்க அசிங்கப்படுத்தியதைவிட இது ஒண்ணும் அசிங்கமில்லை." காரைச் செலுத்தும் திசையில் இருந்து திரும்பாமல் இறுக்கமாகச் சொன்னான்.

சுவாமிநாதன் எதிர்பார்க்கவில்லை. "இல்லப்பா... அவன் யார்கிட்டயும் சொல்லமாட்டான். என்னோட வெல்விஷ்ஷர்."

"உங்களுக்குச் சரி... எனக்கு? இப்ப என்ன... அவளை டிவோர்ஸ் பண்ணச் சொல்றேளா?"

"பின்ன எப்படி?"

"அவனைத்தான் கட்டணும்னு நினைச்சா. அவ வீட்ல சம்மதிக்கல. என்ன பண்ணுவா பாவம்? அவனும் இவ நிலைமைய புரிஞ்சுண்டு ஸ்டேட்ஸுக்கு வேலை தேடி கிளம்பிட்டான். எல்லாம் நல்லபடியா முடிஞ்சிருக்கும். இப்பிடிக் கெடுத்துட்டேளே?"

"நான் என்னப்பா பண்ணேன்?"

"உங்களை யார் டமாரம் அடுக்கச் சொன்னது? அப்படியே தெரிஞ்சா மொதல்ல என்கிட்ட சொல்லியிருக்கணும். இப்ப ஒரே வீட்ல இருந்துண்டு உங்க முகத்தில அவ எப்படி முழிப்பா?"

என்ன சொல்ல வருகிறான் என்பதைப் புரிந்துகொள்ளும் முன்பே காரை ஓர் ஓரமாக நிறுத்தினான். அந்த இடத்தில் 'தெரஸா முதியோர் இல்லம்' என்ற போர்டு கண்ணில் பட்டது.

-2018.

[துவிஜன்]

51

என்னுடைய இரண்டு நண்பர்களைப் பற்றிச் சொல்வதற்காகத்தான் இந்தக் கதை. அதில் முதல் நண்பன் இந்த இகபர உலகத்தில் அவ்வளவு முக்கியமானவனாக நினைக்கத்தக்கவன் அல்ல. அவனைப் பற்றி இரண்டாவதாகச் சொல்கிறேன். இப்போது இரண்டாவது நண்பனைப் பற்றி...

அவன் மிகப் பெரிய சோதிடன். சோதிடனானது எனக்கு சமீபத்தில்தான் தெரியும். என்றாலும் அதை வைத்துத்தான் அவனை உங்களுக்கு அறிமுகப்படுத்த முடியும். சொன்னதும் உங்களுடைய நண்பரா என்று ஆச்சர்யப்படுவீர்கள். அவனைச் சந்திப்பதற்கு நேரம் வாங்கித் தரச் சொல்லி என்னை நச்சரிப்பீர்கள்.. கருணாமூர்த்தி. அவரா என்று நீங்கள் ஆச்சர்யமாகலாம். நான் ஒருமையில்தான் பதில் சொல்வேன். ஆம் அவனேதான்.

எந்தப் பிரச்சினையோடு போனாலும் அவனிடம் உடனடியாகத் தீர்வு இருந்தது. வயிற்றில் அடிக்கப்பட்டவர்கள், முதுகில் குத்தப் பட்டவர்கள், அதிர்ஷ்டம் கெட்டவர்கள், வாழ்ந்து கெட்டவர்கள், தீராத வியாதியாளர்கள், தீராத பகையாளிகள், கல்யாணம் தள்ளிப் போனவர்கள், குழந்தை தள்ளிப் போனவர்கள்.. என நெருக்கியடிக்கும் கூட்டம். பிரச்சினையைச் சொல்ல வருகிறவர்கள் சொல்லிக் கொண்டிருக்கும்போது இது போன்ற துக்கங்களை எல்லாம் ஏற்கெனவே பலமுறை எதிர் கொண்டவன் போல தீர்க்கமாக உள்வாங்கிய நோக்கில் தலையை ஒரு ஸ்பிரிங் ஆக்ஷன் போல மேலும் கீழும் அசைத்துக் கேட்டுக் கொண்டிருப்பான். எதிர்முனையில் பேரதிர்ச்சியான செய்திகளை மிகுந்த நடுக்கத்தோடு

சொல்லும்போதும் கண்ணை மூடிய நிலையிலேயே மறக்காமல் ஒரு புன்முறுவலைத் தவழவிடுவான்.

முதன் முதலாக அவன் சோதிடனாகிவிட்டதாகத் தகவல் தெரிந்த போது நம்பவே முடியவில்லை. வீட்டுத் திண்ணையில் உட்கார்ந்து பாக்கு இடித்துப் புகையிலை போட்டுக் கொண்டிருக்கும் உங்கள் பாட்டி மறுநாள் பல்கலைக் கழக துணை வேந்தராகிவிட்டதாகச் சொன்னால் என்ன அதிர்ச்சி ஏற்படுமோ, அது ஏற்பட்டது. அவனால் எப்படி சோதிடனாக முடியும் என்றேன். சோதிடராவதற்கும் குடும்பப் பாரம்பர்யம் இருக்க வேண்டும் என்பதாகவும் ஒரு எண்ணம் இருந்தது. இவனோ காரல் மார்க்ஸ் பாசறையில் இருந்தவன். பத்தாண்டு இடைவெளியில் எப்படி ஒரு தோழர், சோதிடராகிவிட மாறிவிட முடியும்?

அவன் சோதிடன் ஆனது எனக்கு முதலில் சிரிப்புமூட்டும் விஷயமாகத்தான் இருந்தது.

ஆரம்பத்தில் இத்தகவலை என்னிடம் சொன்னபோது நான் கேலியாக ஏதோ கமெண்ட் அடித்தேன். போன் நம்பர் வாங்கி அவனிடம் நேரடியாக அந்தக் கிண்டலைத் தெரிவிக்கலாம் என்று நினைத்துத் தொடர்பு கொண்டேன். “உன்கிட்ட வருகிறவர்களுக்கு நல்ல காலம் பிறக்கிறதோ இல்லையோ, உனக்குப் பிறந்தாயிற்று” என்று சொன்னால் அவனும் ரசிக்கும்படியாக இருக்கும் என்று யோசித்து வைத்திருந்தேன். மறு முனையில் “நீங்கள் ஏற்கெனவே பதிவு செய்தவரா?’ என்று கேட்டார்கள். “நான் அவருடைய நண்பர்’ என்று சொன்னேன். ‘மாலை ஆறு மணிக்குப் பேசுங்கள்’ என்று பெயரைக் குறித்துக் கொண்டார்கள். அப்போதே கிண்டலடிக்கும் எண்ணம் எல்லாம் குறைந்து போய்விட்டது. இயல்பாகப் பேசினால் மட்டும் கிண்டல் அடிக்கலாம் என்று யோசித்துக் கொண்டேன். மிகவும் ஆத்மார்த்தமாகப் பேசும் சந்தர்ப்பமாக அமைந்தால் ‘என்னடா இது கூத்து?’ என்று சொல்லலாம் எனவும் சீரியஸாக பேசினால் “எப்படி இந்த ஞானம் வந்தது’ என்று கேட்கலாம் எனவும் மனம் ஒத்திகை செய்ய ஆரம்பித்துவிட்டது.

அங்கு போகும் முன்னர் அந்த இடத்தை மஞ்சள், குங்குமம், தாயத்துகள், பெரிய சாமி படங்கள் என்றுதான் கற்பனை செய்து வைத்திருந்தேன். நான் யோசித்து வைத்திருந்த எதுபோலவும் இல்லாமல் இருந்தது அது. மஞ்சள், குங்குமம் பார்த்திராத நாகரீக முகத்துடன் ஒரு பெண் வரவேற்பறையில் அமர்ந்திருந்தாள். அவளைப் பார்ப்பதற்காக வந்தது போலவே இருந்தது அவளுடைய வியப்புகள் வெளிப்படுத்தின. அவள் என்னைப் பார்த்து ரொம்ப நாள் பழகியவள் போல் சிரித்தாள். என் நினைவுகளில் அவளைப் பற்றிய ஒரு தடயமும் இல்லை. எங்கே பார்த்திருக்கிறோம் என்று

அவசர அவசரமாக நினைவோட்டிப் பார்த்தேன். தபால் கொடுக்க வந்தவர், தண்ணீர் சுத்திகரிப்பு எந்திரம் விற்பனை செய்ய வந்தவன் எல்லோருக்கும் அதே மாதிரி சிரிக்கவே, கொஞ்சம் ஏமாற்றமாக இருந்தது.

அறை குளிரூட்டப்பட்டிருந்தது. அவளுக்கு எதிரே பிரபல மருத்துவமனைகளில் காத்திருப்பவர்கள் மாதிரி வரிசையாகக் கோர்க்கப்பட்டிருந்த நாற்காலிகளில் மக்கள் அமர்ந்திருந்தனர். சத்தம் போட்டு பேசவும் தயக்கம் இருந்தது. அப்படி யாரோ மெல்ல பேசினாலும் அதில் வல்லின மெய் எழுத்துகளை மட்டும் ஓரளவுக்குக் கேட்க முடிந்தது.

'புதுப்பித்துக் கொள்ளாத மனிதன் எழுதப்படாமலேயே மங்கிப் போய்விட்ட காகிதத்துக்குச் சமம்.'

– எமர்சன்

என்று ஒரு பொன்மொழி சட்டம் செய்யப்பட்டு மாட்டப் பட்டிருந்தது. எமர்சன் அப்படி சொல்லியிருப்பாரா என்று திடீரென்று சந்தேகித்தேன்.

அதற்குள் என்னை உள்ளே அழைத்தார்கள்.

வரிசையில் இருந்தவர்களையெல்லாம் விட்டுவிட்டு என்னை முதலில் அழைத்தான் என் நண்பன். எவ்வளவு மரியாதை வைத்திருக்கிறான் என்று நான் வியக்க, அதை நான் உணர்கிறேனா என்பதில் அவனும் கவனமாக இருந்தான். தலைக்கு மேல் ஓரடி உயர்ந்து இருக்கும் சாய்மானம் உள்ள நாற்காலியில் பிறைவட்டம் போல் அசைந்தபடி பேசினான். சாஃப்ட் வேர் கம்பெனி எம்டி போல இருந்தான். என்னைப் பார்த்து அவன் ஏதாவது கமெண்ட் அடித்தால் கேட்டுக் கொள்ளலாம் போல இருந்தேன். 'தணிகாசலம் வரவில்லையா?' என்றான். தணிகாசலம் என்பது நான் இரண்டாவதாகச் சொல்லப் போகிற முதல் நண்பன்.

ஆள் மழமழவென வேறு தோல் போர்த்தியது மாதிரி இருந்தான். பட்டுச் சட்டை அணிந்து நெற்றியில் சந்தனம், விபூதி தீற்றியிருப்பான் என்ற என் எதிர்பார்ப்பும் வீணாகிப் போனது.

"என்ன சாப்பிட்றே?' என்று கேட்டபடி பொத்தானை அழுத்தினான். அழுத்திய விரலை எடுப்பதற்குள் கதவைத் திறந்து கொண்டு ஒருவன் வந்தான்.

டேபிள் வெயிட்டை சுழற்றிவிட்டபடி, "அந்தக் காலத்தை மறக்கவே முடியாதில்ல?" என்றான். மனிதன் வசதி வந்துவிட்டால், வசதியாக இல்லாமல் இருந்த காலத்தை 'அந்தக் காலம்' என்று சொல்கிறான்.

தமிழ்மகன் | 393

நிறைய அமைச்சர்களோடு போட்டோ எடுத்து மாட்டி வைத்திருந்தான். சினிமா நட்சத்திரங்கள் சிலருடனும் போட்டோ இருந்தது.

எல்லாவற்றிலும் இவனுடன் போட்டோ எடுத்துக் கொள்ள அவர்கள் விரும்பியதுபோல ஒரு தோற்றம் இருந்தது. நண்பரின் முக பாவனை அப்படியானது.

சீரியஸாகவும் இயல்பாகவும் இருந்தது அவனுடைய பேச்சு. "காரல் மார்க்ஸ், லெனின், ஏங்கெல்ஸ்னு நமக்கு எவ்வளவு கனவு.. இல்ல?" சிரித்தான்.

அதெல்லாம் கனவாக– பழங்கதையாக மாறிவிட்டதா என உறுதியாகத் தெரியவில்லை. தெரிந்திருந்தாலும் அதற்காக அவசரப்பட்டுச் சிரிக்கிற அளவுக்கு தைரியம் இல்லை. எதிரில் இருப்பவர் சிரிப்பதற்காக பதிலுக்குச் சிரித்துவிடக்கூடாது என்பதில் வைராக்கியமாக இருந்தேன்.

"தணிகாசலம் மாறிட்டானா இல்லையா?" மாறித்தான் இருப்பான் என்ற நம்பிக்கையோடு கேட்டான். கண்களில் 'எல்லாம் அவ்வளவுதான்.. இதில் என்ன கேள்வி வேண்டியிருக்கிறது' என்ற கேலி இருந்தது. அவன் பழனிக்கு மொட்டைப் போடப் போயிருக்கிறான்... சபரிமலைக்கு மாலை போட்டிருக்கிறான் என்று ஆதரவாக பதில் வரும் என்ற எதிர்பார்ப்பு அவன் கண்களில் இருந்தது. தணிகாசலம் அப்படித்தான் இருக்க வேண்டும் என்று விரும்பிய வேகத்திலேயே அதை நம்பவும் செய்தான்.

உடனடியாக அவனுடைய ஆர்வத்தைச் சாகடிக்கத் தோன்றவில்லை. "அப்பிடியேதான் இருக்கான்" ஏனோ அவன் இதைக்கேட்டு அதிர்ச்சியடைந்துவிடக்கூடாது என்று ஒருவித அலட்சியம் தொனிக்குமாறு சொன்னேன். அவன் கண்ணை மூடி ஸ்பிரிங் போல தலையை மேலும் கீழும் ஆட்டி உள்வாங்கிக் கொண்டான்.

"லேட் மேரேஜ். பொண்டாட்டி ஸ்கூல் டீச்சரா வேல பாக்குது.. இவன் இன்னமும் ஜோல்னா பை. மங்களூர் பீடி.. பைல 'அணு ஆயுத ஒப்பந்தம் தேவையா'னு ஒரு அறிக்கை.."

நண்பன் தன் நிலைமைக்குச் சற்றும் பொருந்தாத அந்த உலகுக்கு ஒரு கணம் போய்விட்டு வந்ததை அவன் முகக் குறிகள் மூலம் உணர்ந்தேன்.

"ஒரு மசால்வடை டீ குடிச்சுட்டு படுத்துத் தூங்கியிருக்கோம்ல?"

நானும் என்ன சொல்வதென்று தெரியாமல் "அது ஒரு காலம்" என்று கூறிவிட்டேன்.

இரண்டு பேருக்குமே தணிகாசலம் பற்றிய பேச்சிலிருந்து வெளியே வருவதற்கு பிரயாசைப்பட்டோம். சிறிது நேரம் பேசாமல் இருந்து வேறு தலைப்புக்கு மாறுவதற்கு விரும்பினோம்.

அவன் சோதிடக் கலையைப் பற்றி பேச ஆரம்பித்தான்.

"நாம் பிறக்கும் நேரத்தில் இருக்கும் நட்சத்திர, கிரக நிலைக்கு ஏற்பத்தான் நம் வாழ்க்கை அமையும். அப்போதைய கிரகங்களின் ஆதிக்கம் நம் வாழ்க்கையை வடிவமைக்கிறது. இது முழுமையான விஞ்ஞானம். பெயரில் ஒரு உயிர் எழுத்தைச் சேர்த்துக் கொள்வது, கை ரேகை எல்லாமே பொய். ஆனால் கிரகங்களின் ஆட்சி மெய்யானது. எனக்கு சோதிடம் கற்பித்தவர் பெரிய மகான். பத்து பைசா காசு வாங்க மாட்டார். அவருக்கு எல்லோருடைய தலையெழுத்தும் டி.வி.யில் பார்க்கிற மாதிரி தெரியும். ஆனால் யாருக்கும் எதுவும் சொல்லமாட்டார். எல்லாம் விதியின் படி நடக்கும், மாற்ற முடியாது என்பார். அதற்கு பிராயசித்தமும் இல்லை என்பார். ஒரு எலுமிச்சை பழத்தை எடுத்து பிழிந்துவிடுவதால், கோயிலில் தீபம் ஏற்றினால் விதி மாறிவிடுமா என்ன.. விதி வலியது என்பது அவருடைய தீர்மானம்.

ஒரு முறை அவரைப் பார்க்க வந்த ஒரு குடும்பத்தினர், வீட்டுக்குக் கிளம்ப காரில் எறியபோது.. இதில் இரண்டு பேர்தான் வீடு போய் சேருவார்கள் என்றார். காரில் ஆறு பேர் கிளம்பிப் போனார்கள். எனக்கு திக் என்று இருந்தது. தடுத்திருக்கலாமே என்றேன். சூரியனும் வியாழனும் சுற்றுவதைத் தடுக்க முடிந்தால் இதைத் தடுக்கலாம் என்றார். விழுப்புரம் பக்கத்தில் ஆக்ஸிடென்ட். இரண்டு பேர்தான் பிழைத்தார்கள்.'- இப்படியாகச் சொல்லிக் கொண்டு போனான்.

தணிகாசலமாக இருந்தால் இன்னேரம் எழுந்து ஒரு அறைவிட்டுவிட்டு பீடி கொளுத்திக் கொண்டு போயிருப்பான். "பணக்காரனா பொறக்கறது அவன் தலைவிதி. ஏழையா பொறந்தது என் தலைவிதி. சமத்துவம் வந்துடணும்னு நினைக்காதே.. இதானே சொல்ல வர்றே.. ஏமாந்தா எடுத்து வாயில வெச்சுடுவியே?" என்று கேட்டிருப்பான்.

நான் பேசாமல் இருந்தேன். "நீ என்ன ராசி?" என்றான்.

"அட விடுப்பா" என்று என் குரலில் பாசாங்கு அதிகமாக இருந்தது. "சிம்ம ராசி.."

"நட்சத்திரம்?"

"அட... பூரம்."

தலையை ஆட்டி கண்கள் சொருக தியானித்தான்... அதாவது இருந்தான்.

"பிறந்த நாள்.. நேரம் தெரியுமா?"

சொன்னேன். பிறந்த இடம் எது என்றான். சென்னையில் மயிலாப்பூர் என்பதையும் சொன்னேன்.

பெரிய சைஸ் கம்ப்யூட்டர் டிஜிட்டல் மானிட்டர் போல இருந்த திரையை ஒளிரச் செய்து அறை விளக்குகளை அணைத்தான்.

திரையில் அண்டசராசரமும் தெரிந்தது. கிரகங்கள், சூரியன், நட்சத்திரம்.. கொஞ்ச நேரம் பார்த்தால் நம்பிக்கை வந்துவிடும்போல இருந்தது. நீ பிறந்த போது கிரகங்களின் நிலை எப்படி இருந்தது என்பதை இப்போது இதில் என்னால் உருவாக்கிக் காட்ட முடியும் என்றான். இருபத்தேழு டிகிரி துல்லியத்தில் சொல்வது கம்ப்யூட்டரால் சாத்தியமாகியிருக்கிறது..

பேசியபடியே 1964 டிசம்பர் 24-ம் தேதி இரவு 10.53 மணிக்கு கிரகங்கள் எப்படியிருந்தன என்று காட்டினான். அதாவது நான் பிறந்த நேரத்தில்.

அறையின் குளிரும் இருட்டும் திரையில் தோன்றிய காட்சியும் சேர்ந்து சிலிர்க்க வைத்தது. ஏதோ ரகசியம் அவிழ்ந்து கொண்டது மாதிரி நெஞ்சு அடித்துக் கொண்டது.

"சரிப்பா லைட்டை போட்டுடு" என்றேன் தைரியமாக.

அவன் இதற்கு மேல் நீ தாங்க மாட்டாய் என்பதாக ஒரு சிரிப்பு சிரித்துவிட்டு விளக்கை எரியவிட்டான்.

"தணிகாசலம் இதையெல்லாம் நம்ப மாட்டான்" என சம்பந்தமில்லாமல் சொன்னேன்.

"இதில் இருக்கிற விஞ்ஞானத்த என்னவிட அவனாலதான் நல்லாத் தெரிஞ்சுக்க முடியும். அவன ஒருவாட்டி அழைச்சுட்டு வா.."

அவன் வரமாட்டான். கூப்பிட்டால் காறித்துப்புவான்.

"போன எலக்‌ஷனுக்கு கட்சிக்காரங்க வந்து எல்லாருக்கும் ஆயிரம் ரூபா கொடுத்தாங்க. குடுக்க வந்தவனை செருப்பைக் கழட்டி அடிச்சி அனுப்பிட்டான்.. டி.வி. குடுக்குறேன்.. செல் போன் தர்றேன் வந்தவனுங்களையும் சட்டைய பிடிக்காத குறை. அவ்வளவு ஏன்.. நம்ம முதலமைச்சர்ங்க மழை வெள்ளத்தால பாதிக்கப்பட்டவங்களுக்கு ரெண்டாயிரம் கொடுத்தபோதும் சண்டதான்... இத்தனைக்கும் அன்னைக்கு சாப்பாட்டுக்கே வழியில்ல.. என் கிட்டதான் அம்பது ரூபா கடன் வாங்கிக்கிட்டு போனான்..." என்று தணிகாசலத்தைக் குறைத்து மதிப்பிடாதே என்பதாக இதைச் சொன்னேன்.

"சமஸ்கிருதத்தில் துவஜன் என்பார்கள். தாயின் வயிற்றில் பிறப்பது ஒரு ஜனனம். இரண்டாவது ஜனனம் நம் ஞானத்தால் உருவாவது. துவி என்றால் இரண்டு. ஜெர்மனியில் ஜுவை என்றால் இரண்டு, டிரை என்றால் மூன்று. ஏங்கெல்ஸின் மூல நூல் ஒன்றில் படித்திருந்தேன். சமஸ்கிருதத்தில் துவி என்றால் இரண்டு.. த்ரி என்றால் மூன்று என்கிறார்கள். அட தணிகாவிடம் சொன்னால் ஹிட்லர் போற்றிய ஆர்யன்.. இங்குள்ள ஆரியன் என்று கட்டுரை எழுதுவான்.. ஞாபகமாக சொல்ல வேண்டும் என்று மனதில் குறித்துக் கொண்டேன்.) ஜன் என்றால் ஜனனம்.. முதல் ஜனனத்தின் கிரகப் பலன்கள் எப்படி இருந்தாலும் நம் இரண்டாவது ஜனனத்தினால் அதை மாற்றிவிட முடியும். என்னுடைய குருநாதர் பிறப்பின் பலனை மாற்றவே முடியாது என்றார். நான் மனிதர்களை மீண்டும் ஒரு நல்ல தருணத்தில் பிறக்க வைக்கிறேன்... நல்ல பலன்களை அடைய வைக்கிறேன். ஒரு செயற்கை நட்சத்திர மண்டலத்தை உருவாக்கி அவை நம்மீது பிரயோகிக்கும் ஆற்றலை மீண்டும் செலுத்துகிறேன்." நான் திகைத்துப் போய் பார்க்கிறேனா என்று அவன் கவனித்தான்.

"இந்த அறைக்குப் பின்னால் உள்ள தோட்டத்தில் பிரம்மாண்ட அரங்கில் அந்தச் செயற்கைமண்டலம் இருக்கிறது. தணிகாசலத்தையும் அழைத்துவா. இருவருக்குமே இரண்டாம் பிறப்பை அளிக்கிறேன். ஆட்சியை இழந்தவர்கள் வருகிறார்கள். மீண்டும் ஆட்சியைப் பிடிக்கிறார்கள். கூட்டணி அமைப்பதற்கு தருணம் கேட்கிறார்கள்.. எல்லாமே பலிக்கிறது... மூன்று படம் ஓடாமல் போன ஹீரோ என்னிடம் வந்த பின்பு மகத்தான வெற்றிப்படத்தைக் கொடுத்தார்... நான் சொல்வது ஏதோ அதிர்ஷ்டவசமாக நடப்பதாக நினைத்தாலும் தற்செயலாக நினைத்தாலும் காரண காரியங்களோடு நடப்பதாக நினைத்தாலும் அதனால் எனக்கு வருத்தமில்லை. நாம் மூவரும் எட்டு ஆண்டுகளுக்கு மேல் ஒரே அறையில் தங்கியிருந்து கஷ்டப்பட்டவர்கள் என்பதால் சொல்கிறேன்.." வியாக்யான தொனியில் பேசிக் கொண்டு போனான்.

விவாதம் எதுவும் செய்யாமல் வெளியே வந்துவிட்டேன். இருக்கும் கொஞ்ச காலத்துக்கு மார்க்ஸியவாதியாகவே இருந்துவிட்டுப் போய்விடலாம் என்று தோன்றியது.

தணிகாசலத்திடம் என்னுடைய அனுபவத்தைச் சொல்வதற்கே பயமாக இருந்தது. கருணா ஒரு முனையில் என்றால் தணிகா மறுமுனையில் இருந்தான். என்னைப் போன்ற நடுவாந்திர ஆசாமிக்குத்தான் பிரச்சினையே. ஒரே பாசறையில் இருந்த மூவர், மூன்றுவிதமாக இருந்தோம். மறு ஜென்மம் எடுத்துவிட்டவன் கருணா மட்டும்தான்.

என்னைப் பார்ப்பதற்காக கம்பெனி வாசலில் வந்து காத்திருந்த தணிகாசலம், “என்ன தோழர் எப்படி போகுது வாழ்க்கை’ என்றார். நான் கருணாவைப் பார்த்துவிட்டு வந்ததைப் பற்றி சொல்லலாம் என்ற முடிவுக்கு வந்தேன். குறுக்கும் நெடுக்குமாக அவனைப் பற்றி யோசித்துப் பார்த்தேன். எங்கிருந்து ஆரம்பித்தால் ஓரளவுக்காவது காது கொடுத்துக் கேட்பான் என்று ஒத்திகை பார்த்தேன். எங்கிருந்து ஆரம்பித்தாலும் தணிகாசலம் ஓவென சிரிப்பான் என்றே தோன்றியது.

வழக்கம் போல டீ சாப்பிட நின்றோம். கண்ணாடி டம்ளரை வாயருகே கொண்டு போனதும் ஏதோ திடுமென ஞாபகம் வந்தது மாதிரி பீடியைக் கொளுத்திக் கொண்டான். டீயை உறிஞ்சிய வேகத்தில் “பானுமதி இப்ப மூர்த்திகூட வாழப் போயிட்டாப்பா” என்றான். பானுமதி அவனுடைய மனைவி. அவள் மூர்த்தியோடு ஓடிப் போய்விட்டாள்.

அதிர்ச்சியாக எப்ப, எதுக்கு என்று கேட்க நினைத்தேன். வெகு நாள்களாக இருவருக்கும் இருந்த மனக்கசப்பும் ஆறுதல் சொன்னாலும் விரும்ப மாட்டான் என்பதும் தெரியும். தலையைத் தொங்கப் போட்டுக் கொண்டு நின்றிருந்தேன். “சேலம் போயிட்டு தோழர் ஆறுமுகத்தைப் பார்க்கப் போறேன்.. லிப்ரன் கமிஷன் அறிக்கையையும் வோரா அறிக்கையையும் வெச்சு ஒரு புத்தகம் போடலாம்னு திட்டம்...”

நான் புரிந்து கொண்டு நூறு ரூபாய் எடுத்துக் கொடுத்தேன். இவனை ஏன் என் முதல் நண்பன் என்று சொன்னேன் என்று எனக்கு அறுதியாகத் தெரியவில்லை. சோதிட நண்பனுக்கு முன்னால் பழக்கமானவன் என்பதாக இருக்கலாம். அதைத் தவிரவும் மனதிலும் எப்போதும் இவனுக்கு முதலிடம் இருந்தது.

முதல் நண்பனைப் பற்றிச் சொல்வதற்கு பெரிதாக ஒன்றுமில்லை. ஒருவரியில் சொல்லிவிடலாம்.

மாற்றம் ஒன்றுதான் நிலையானது என்ற கருத்தில் இருந்து அவன் மாறவே மாட்டான்.

இருவாட்சி - பொங்கல் சிறப்பு வெளியீடு- 2010

காஸ்மிக் திரை

52

"இந்தச் செய்திகளை எல்லாம் மக்கள் நம்புகிறார்களா?" ஹாசினி வெறுப்புடன் கேட்டுவிட்டு, இடதுகை மணிக்கட்டில் கட்டியிருந்த ஆல்ஸ்ட்ரிப்பைப் பார்த்தாள்.

"நம்புகிறார்களா எனத் தெரியாது, ஆனால் விரும்புகிறார்கள் ஹாசினி. இதை நீ நம்பித்தான் ஆக வேண்டும்."

அங்கு இருந்த ஆறு பேரும் ஆழ்ந்த மௌனத்தில் இருந்தனர்.

"ஹாசினி, சீக்கிரம் முடிவெடு. செய்திப் பிரிவு தயாராகி விட்டது. மொத்தம் 20 நிமிடங்கள்தான். அதில் நான்கு க்ளிப்பிங்ஸ். நீ பேசப்போவது ஐந்து நிமிடங்கள்கூட இருக்காது." ஹாசினி மீண்டும் ஆல்ஸ்ட்ரிப்பைப் பார்த்தாள். உலக நேரம், பால்வீதி புள்ளியின் நான்காம் பரிமாணம், உடம்பின் டெம்பரேச்சர் வரை காட்டியது. ரிக்கார்டர், ஹாஸ்பிட்டல், ஆயுதம் எல்லாமே அதுதான்.

"எதற்கு மீண்டும் மீண்டும் அதைப் பார்க்கிறாய்?"

அப்படிப் பழகிவிட்டது. ஹாசினி தலைமுடியைக் கோதிக் கொண்டாள். வேண்டாத விருப்பத்துடன் சம்மதம் தெரிவிக்கும் ஒரு பாவனை அதில் தெரிந்தது. பெண் அடையாளங்களுக்கான இடங்களில் மட்டும் செப்பு உடை அணிந்திருந்தாள். ஆண்களுக்கு அந்த அவசியம் இருக்கவில்லை.

பிடிவாதமாக அவளுடைய செய்தி வாசிப்பைப் பயன்படுத்த நினைப்பதை அறவே வெறுத்தாள். பூமி மட்டத்தில் இருந்து 60 அடி ஆழம். எல்லா அறைகளும் ஒன்றுபோல அமைக்கப்பட்டு அதற்குள்தான் மக்கள் வசிக்கிறார்கள் என்கிறார்கள். செய்தி வாசிப்பு அறையில் இருந்து புவியை தரிசிக்க ஒரு ஜன்னலும் இல்லை. புவி இப்போது எப்படி இருக்கும் என யாருக்குமே தெரியவில்லை. என்னதான் காஸ்மிக் புயல், நியூட்ரான் குண்டு என அச்சுறுத்தினாலும் புவியைப் பார்க்கும் ஆசை மட்டும் போகவே இல்லை. ஆண்டுக்கு ஒருமுறை ஓஸா விண்வெளித்தளம் வெளியிடும் புவிக்கோளத்தின் படங்கள்தான் மக்களுக்கு ஒரே புவி தரிசனம். கருகிய நெடிதுயர்ந்த கட்டடங்கள், ஆங்காங்கே புகை, மை பூசிவிட்டது போன்ற மலைகள், சகதிகள், ஒரே ஜீவராஜன்களாக கரப்பான்பூச்சிகளின் மொய்ப்பு... இவற்றை வெவ்வேறு வகைகளில் படம் எடுத்து கேலக்ஸி கேலரியில் வெளியிடுவார்கள். இன்னும் ஆயிரம் ஆண்டுகளாவது ஆனபிறகுதான் புவியை மனிதர்கள் நேரடியாகப் பார்க்க முடியும். அதுவரை கதிர்வீச்சு இருக்கும் என உறுதியாகக் கூறிவிட்டார்கள்.

கேலக்ஸி டூரிஸத்திலேயே தடைசெய்யப்பட்ட பகுதி என்ற பட்டியலில் இருந்தது பூமி. நியூக்ளியர் போருக்குப் பின்னர் அது வாழ உகந்ததாக இல்லை என்பது யுனிவர்ஸல் மேப்பிலேயே குறிக்கப்பட்டு விட்டது. டார்க் ஏரியா. மூடிய விண்கலத்தில்தான் பயணம். புவியைப் பார்ப்பதுகூட ஆபத்தானது. கதிர்வீச்சின் அபாயம் அப்படி. எல்லாம் ஆன்ட்ரமீடாகாரர்கள் வந்தபிறகுதான்.

ஹாசினியுடன் அவளுடைய காதலன் ஹாசன் வந்திருந்தான். கணவன்-மனைவி பெயர்கள் இப்படி விகுதியில் மட்டும் மாற்றம் செய்யப்படும் வழக்கத்தைக் கொண்டிருப்பதால், சமீபத்தில் அப்படி பெயரை மாற்றியிருந்தனர். ராணி என்றால் ஆண்பால் விகுதி ராணன். ராஜா என வைக்கக் கூடாது. ராஜாவுக்கு ராஜி. கேலக்ஸி குடும்பத்தின் தலைவன், பெயர்களை நீக்குவதில் குறியாக இருந்தான். அவனுக்குப் பெயர் ஒன். அடுத்த லெவல்களில் டு, த்ரி... அவன் அன்ட்ரமீடா வாசி. அவன் என்பதுகூட பழக்கதோஷத்தில்தான். அது! அதுகளின் அத்துமீறலை ஒழிக்க வேண்டும் என்பதில் செய்திப்பிரிவில் தனியே ஒரு சதிப்பிரிவே செயல்பட்டுவருகிறது.

இப்போது ஹாச ஜோடியுடன் மற்றும் நால்வர் வந்திருந்தனர். புவிச் செய்தியாளர்கள்... சதியாளர்களும்கூட. பூமி மீட்புப் போராளிகள். அவர்களுடன் மிக எளிமையான டிரான்ஸ்மீட்டர் கருவி. பல்குச்சி அளவுக்கு. செய்தி பரப்புப் பணிக்காக.

"சரி, இப்போது நான் என்ன செய்ய வேண்டும்?" என்றாள்.

“ஏற்கெனவே 100 முறை சொல்லிவிட்டோம். செய்தி வாசிக்க வேண்டும்” ராணன் சொன்னான்.

“இதற்கெல்லாம் விடிவே இல்லையா? எவ்வளவு நேரம்?”

“அதுவும் 10 முறை... சரி. 20 நிமிடங்கள்.”

“எத்தனை நாளைக்கு?”

“ஒரு வாரத்துக்கு.”

ஹாசினி மனதுக்குள் பல்லைக்கடிப்பது வெளியே கேட்டது. செய்தி வாசிப்பது அவளுக்கு மிகவும் சாதாரணமான விஷயம்தான். ஆனால், வாழ வழியற்ற பூமியில், மனிதர்கள் எல்லாம் 60 அடி ஆழத்தில் அபயம் தேடிக் கிடக்கும் அவலத்தில் இருக்கும் மக்களுக்குச் செய்தி வாசிப்பது பெரும்துன்பம். அதுவும் செய்திகள் அனைத்தும் கற்பனை. மக்கள் செய்திகளுக்காக ஏங்கிப்போய் கிடக்கிறார்கள் என்பதற்காக இட்டுக்கட்டிச் சொல்லும் செய்திகள்.

ஹாசினி தன் விரிந்த கூந்தலை நெற்றிக்குப் பின்னே தள்ளிவிட்டு, அது மீண்டும் முகத்தின் மீது வந்து விழுவதற்குள் இன்றைய செய்திச் சுருக்கங்களை ஒருமுறை பார்வையிட்டாள். ஃப்ரிவ்யூ ரன்னரில் செய்திகள் திருப்தியாக இருந்தன.

“ரெடி?” - கட்டைவிரலை உயர்த்தினாள் ராக்ஷி.

தயார் என்பதை ஹாசினி எப்போதும் கண்களைச் சிமிட்டி தெரிவிப்பாள்; தெரிவித்தாள். கேமரா இயங்க ஆரம்பித்ததன் அடையாளமாக, பல்குச்சியின் கொண்டையில் சிவப்புப் புள்ளி தெரிந்தது. செய்திகளை வாசிக்க ஆரம்பித்தாள் ஹாசினி.

“ ‘துள்ளுவார் துள்ளட்டும்’ முப்பரிமாணத் திரைப்படத்தின் தொடக்க விழா, தமிழகத்தின் திரை நகரமான நெல்லை மாவட்டத்தில் இன்று நடைபெற்றது.

விழாவைத் தொடங்கிவைத்துப் பேசிய பொழுதுபோக்குத் துறை அமைச்சர் ரெமோ, “முப்பரிமாணங்களில் பழைய நடிகர்களை மீண்டும் உருவாக்க முடிவது மகிழ்ச்சி அளிக்கிறது. என்றாலும், இன்னொரு புறம் அவர்களைக் கொச்சைப்படுத்துவதை ஏற்றுக்கொள்ள முடியாது” என்றார்.

எம்.ஜி.ஆர்., தனுஷ், புரூஸ் லீ இணைந்து நடிக்கும் அந்தப் படத்தின் வெளியீட்டு விழாவில் அமைச்சர் இவ்வாறு கருத்து தெரிவித்தார். முதலில் இதற்கு புருஸ் லீ-யின் ஆறாம் தலைமுறை வாரிசு ஒருவர் எதிர்ப்பு தெரிவித்தார். தனுஷின் கொள்ளுப்பேத்தி ஒருவரும் தங்களிடம் அனுமதி பெறவில்லை என வழக்கு தொடுத்தார். இப்போது அந்தப் பிரச்னைகள் பேச்சுவார்த்தையின் மூலம் தீர்க்கப்பட்டு, இன்று படப்பிடிப்பு ஆரம்பமானது.

அந்த விழாவில் அமைச்சர் மேலும் பேசியதாவது:

'தனுஷ், இருபதே நிமிடங்களில் ஆங்கிலமும் தமிழும் கலந்த பாடல் புனையும் திறன் பெற்றவராக இருந்தார் என்பதுதான் உண்மை. அதை வைத்து அவர் சீன மொழியும் பல்கேரிய மொழியும் கலந்த பாடல்களைப் புனைந்ததாகச் சொல்லி இருப்பது சரியில்லை. அவருக்கு சீன, பல்கேரிய மொழிகள் தெரிந்திருப்பதற்கான ஆதாரங்கள் இல்லை. எம்.ஜி.ஆர்., அநீதிகளைத் தட்டிக்கேட்டார் என்ற தகவலையும், அவர் அண்ணாவின் சீடர் என்பதையும் மட்டும் பிடித்துக் கொண்டு அவரை அண்ணா ஹஜாரேவின் சீடரான கெஜ்ரிவால் என தவறாகச் சித்தரித்திருக்கிறார்கள். அதுவும் தவறு' என்று அமைச்சர் ரெமோ கூறினார்.

'மகாத்மா காந்தியை ஸ்டன்ட் காட்சியிலும் புத்தரை நடனக் காட்சியிலும் காட்டுவது உங்கள் தொழில்நுட்பத்தின் சாதனையா?' என சிலர் கேள்வி எழுப்ப, இயக்குநர் மனுஷ்காந்த் பதிலடி கொடுத்துள்ளார்.

'மகாத்மா காந்தி ஸ்டன்ட் காட்சியில் தோன்றினார். ஆனால், சண்டை வேண்டாம் என்று வலியுறுத்துவதற்காகத்தான் அந்தக் காட்சியைப் பயன்படுத்தினோம். புத்தர் நடனம் ஆடியது அவர் சித்தார்த்தனாக இருந்தபோதுதான் என்பதையும் நினைவு படுத்த விரும்புகிறேன்.' இருவரின் கருத்துக்களுக்கும் சராசரியாக ஒரு லட்சம் கைதட்டல்கள் விழுந்துள்ளன.

அடுத்த செய்திக்கான புதிய புன்னகையுடன் ஹாசினி மீண்டும் திரையில் தோன்றினாள். "புவி காக்கும் நாளை ஒட்டி இன்று இந்தியாவில் ஒரே நாளில் ஒரு பில்லியன் செயற்கை மரங்கள் நடப்பட்டன. கடந்த இருநூறு ஆண்டுகளாக நிலவிவந்த புவி வெப்பமயப் பிரச்னை, இதனால் முடிவுக்கு வந்தது. 'உலகின் பல பகுதிகளிலும் இன்று செயற்கை மரங்கள் நட்டு இருப்பது குளோபல் வார்மிங் பிரச்னையை முடிவுக்குக் கொண்டுவந்துவிடும் என்று நம்பிக்கை தெரிவித்துள்ளனர்' என தட்பவெப்பத் துறை அமைச்சர் மைக்கேல் இன்று மரம் நடும் விழாவைத் தொடங்கிவைத்துப் பேசினார்.

'செயற்கை மரங்கள், நாட்டின் பிரதான சாலை ஓரம் முழுவதுமே நடப்பட்டன. உடனடியாக செயற்கை மரங்கள் ஆக்ஸிஜனை வெளியிட ஆரம்பித்தன. உலக ஆக்ஸிஜன் அளவு மூன்று புள்ளிகள் உயர்ந்திருப்பதாகவும் தகவல்கள் வெளியாகியுள்ளன. இந்தத் தாவரங்கள் இயற்கையான தாவரங்களைவிட வேகமாக ஆக்ஸிஜன் தயாரிக்கக்கூடியவை. சூரிய சக்தியின் மூலம் சோலார் கன்வெர்ஷன் முறையில் கார்பன்டை ஆக்ஸைடை இவை ஆக்ஸிஜனாக மாற்றும்.

ஸ்டார்ச் முறையைவிட வேகமாக இது நடப்பதால் இன்னும் சில தினங்களில் உலக தட்பவெப்பம் சீராகும் எனத் தெரிகிறது' என்று அமைச்சர் உறுதிபட தெரிவித்தார்.

'காற்று வரி செலுத்த நாளையே கடைசி தினம்' என்று அரசு எச்சரித்துள்ளது. வரி செலுத்தாதவர்களுக்கு நாளை முதல் சுத்திகரிக்கப்பட்ட காற்று நிறுத்தப்படும்' எனவும் சுகாதாரத் துறை அதிகாரி ராகேஷ் தெரிவித்தார்.

'2147- ம் ஆண்டு இந்தத் திட்டத்தின் முதல் அறிவிப்பு வந்த நாளில் இருந்து இதை நாங்கள் கடுமையாக எதிர்த்துவருகிறோம். நாடு சுதந்திரம் அடைந்து 200 ஆண்டுகள் கழித்து நாம் கண்ட பலன் இதுதானா?' என மக்கள் போராட்டம் நடத்தினர். இயற்கையாகக் கிடைக்கும் ஒரு பொருளுக்கு வரி செலுத்துவதை மக்கள் ஏற்றுக்கொள்ளவில்லை. காற்று வரித் துறை அதிகாரி லியாண்டர், 'இந்தப் போராட்டமே வேடிக்கையாக இருக்கிறது. தண்ணீருக்கும் மின்சாரத்துக்கு நிலத்துக்கும் வரி செலுத்தும்போது ஏன் இந்தக் கேள்வியைக் கேட்கவில்லை. அவையும் இயற்கையாகக் கிடைப்பதுதானே? நிலம் இயற்கையாக அமைந்ததுதான்... வரி செலுத்துகிறோமே. இயற்கையாக இருப்பவற்றுக்கு எதற்கு வரி என்பது சரியான வாதம் அல்ல. சொல்லப்போனால் இயற்கையாகக் கிடைப்பவைக்குத்தான் வரி செலுத்த வேண்டும்' என தெரிவித்துள்ளார்.

'அடுத்து நாம் காண இருப்பது, செய்தி சிலவரிகளில்...'

(திரையில் அடுத்து வர இருக்கும் செய்திகள் பற்றிய துண்டுக் காட்சிகள் ஓடுகின்றன.)

ஹாலோகிராம் ஆசிரியர்கள்

"எந்த இடத்திலும் என்ன பாடத்தையும் படிக்கும் வசதி. நமக்கு பாடம் கற்பிக்கும் ஆசிரியர் கம்ப்யூட்டரில் ஹாலோகிராம் பட்டனைத் தட்டியதும் ஆசிரியர் தோன்றுவார். கண்டிப்புடன் நடக்கும் ஆசிரியரை கன்ட்ரோல் செய்ய முடியும். ஆசிரியர்களின் செயல்திறன் போதவில்லை என்று மாணவர்கள் போராட்டம்.

பருவகால இயந்திரம்

வீடுகளில் நாம் விரும்பும் பருவகாலத்தை உருவாக்கிக்கொள்ளும் இயந்திரங்களுக்கு மக்களிடையே பெரும் வரவேற்பு. குளிர்காலம், மழைக்காலம், கோடைக்காலம் எல்லாமே ஒரு நொடியில் உருவாக்க முடியும். இந்த நற்கால இயந்திரம் நாளை முதல் விற்பனைக்கு வருகிறது.

...இத்துடன் செய்திகள் நிறைவடைந்தன."

கேமராவின் சிவப்பு விளக்கு அணைந்த மறுவிநாடி, குலுங்கிக் குலுங்கி அழ ஆரம்பித்தாள் ஹாசினி. சொன்ன செய்திகள் அத்தனையும் பொய். இது ஒரு பிழைப்பா என்ற அக அறம் அவளைச் சீண்டியது.

காஸ்மிக் புயல்களால் மக்கள் பூமிக்கு அடியில் வாழ நேர்ந்த பின்னர், தொலைக்காட்சி செய்திகள் ஒரு முடிவுக்கு வந்துவிட்டன. செய்திகளுக்கு அடிமையாகிவிட்ட மக்களைத் திருப்திப்படுத்துவதற்காக ஸ்பேஸ்ஷிப்களில் வசிக்கும் செய்தியாளர்கள் வாரத்துக்கு ஒருமுறை வந்து இப்படி செய்திகள் யோசிக்க வேண்டும். அதற்காக செய்தித் துறையினருக்கு மாதம் 3,000 உணவு மாத்திரையும், 30 லிட்டர் நீரும் சலுகை சம்பளமாக வழங்கப் படுகிறது.

ஹாசனுக்கு அவளை எப்படித் தேற்றுவது என்றே தெரியவில்லை. 21-ம் நூற்றாண்டின் இரக்கச் சொச்சம் அவளிடம் அதிகமாகவே இருந்தது. எத்தனையோ மருத்துவர்களைப் பார்த்தாகிவிட்டது. அவளிடம் இருந்து இரக்கத்தை அப்புறப்படுத்தவே முடியவில்லை. ஓய்வு அறைக்கு வந்ததும் ஆளுக்கோர் உணவு மாத்திரையும், 50 எம்.எல் நீரும் எடுத்துக் கொண்டனர்.

அது பூமியின் பங்கர் அறை. ஸ்பேஸ் ஷிப்பில் இருந்து டிரான்ஸ்மிட் செய்வதில் சில சிக்கல் இருப்பதால் பூமிக்கு வந்து செய்தி வாசிக்கவேண்டிய நிர்பந்தம். இன்னும் சில நாட்களில் இந்தத் தொல்லை இருக்காது. அங்கு இருந்தே ஏமாற்றலாம். ஹாசினி ஏப்பம்விட இருந்த நேரத்தில், பூமியைக் குடைந்து யாரோ உள்ளே வருவது போன்ற விநோத ஓசை கேட்டது. “நீ கேட்டாயா?” என ஹாசனைப் பார்த்துக்கேட்டான் ப்ரியன். ஹாசன் ஆமாம் என தலை அசைத்தான்.

யாரோ எதையோ இடித்துத் தள்ளுவது போன்ற ஓசை. எல்லோரும் உற்றுக் கேட்பதை உணர்ந்து கொண்டதுபோல அதுவே அடங்கிவிட்டது. பிரமையாக இருக்கலாம். அல்லது யாரோ எதையோ உடைத்துக் கொண்டிருந்தால்தான் என்ன? அன்றைக்கான உறக்க ஆணை பிறப்பிக்கப்பட்டதும் அனைவரும் தனித்தனியாகப் படுக்கைத் தொட்டிகளுக்குள் அடங்கினர். ஹாசன், ஹாசினிக்கு மட்டும் விதிவிலக்கு.

மூன்றாவது நாள் செய்தி வாசிப்புக்குப் பிறகு அறைக்கு வந்தபோது அந்தச் சத்தம் அதிகமாகவே கேட்க ஆரம்பித்தது. அதையும் பிரமை என ஒதுக்கிவிட யாருக்கும் மனசு வரவில்லை. விநோத விலங்காக இருக்குமோ? டிராகன், கொரில்லா படங்களில் பூமிக்கு அடியில் இருந்து எழுந்துவரும் ஜீவராசிகள் நினைவுக்கு வந்தன. சினிமா கண்டுபிடித்த நாளில் இருந்து இதே கதைதான். செல்லுலாய்டில் இருந்து அல்ட்ராவுக்கு மாறியதுதான் புதுசு.

ஹாசினியின் ஆல்ஸ்ட்ரிப், அது ஓர் உயிரினம்தான் என்பதை உறுதிப்படுத்தியது. சிவப்புக் கதிர்வீச்சு தெரிகிறது. உயிரினத்தின் அசைவும் தெரிகிறது. "ஹாசன் இனி தாமதிக்க வேண்டாம். ஷிப்புக்கு தகவல் தெரிவிக்கலாம். அங்கு உள்ள குண்டூசி மண்டையர்கள் பார்த்துக் கொள்வார்கள்" ப்ரியன் பதறினான். ஆன்ட்ரமீடா ஜீவராசிகளுக்கு அவன் அப்படித்தான் பெயரிட்டிருந்தான்.

அறையை நெருங்கி வந்துவிட்டது தெரிந்தாலும், ஹாசினி எதற்காகவோ காத்திருந்தாள். அது விலங்காக இருக்க முடியாது என்பது அவளுடைய திண்ணம். 'அந்த உயிரினம் கையில் ஒரு பலமான ஆயுதம் வைத்திருக்கிறது. அதைக்கொண்டுதான் இடிக்கிறது. ஆயுதம் பயன்படுத்தும் விலங்கு... மனிதன் ஒன்றுதான். ஒரு மனிதன்தான் நம்மை நெருங்கி வருகிறான்.'

"என்ன ஹாசினி யோசனை?"

"நம்மை நோக்கி வருவது ஒரு மனிதன். நீங்கள் ஆல்ஸ்ட்ரிப் கட்டுவதை அவமானமாகக் கருதுகிறீர்கள். இதைப் பாருங்கள்... நம்மை நெருங்கிக்கொண்டிருப்பது 23 ஜோடி குரோமசோம் செல் கொண்ட உயிரினம். அதாவது மனிதன்."

"என்ன ஹாசினி சொல்கிறாய்? நாம் தங்கியிருக்கும் இடத்துக்கும் மனிதக்கூடத்துக்கும் வெகுதூரம். இங்கே மனிதர்கள் வருவதற்கு வாய்ப்பே இல்லை!"

"இந்தப் பக்கம் இருந்துதான் சத்தம் வருகிறது. வாருங்கள் நாமும் இங்கிருந்து இடிப்போம்."

"வேண்டாம் ஹாசினி" என்ற குரலுக்கு ஆதரவு இல்லை. மற்ற எல்லோருமே சத்தம் வந்த இடத்தை நோக்கி சுவரை இடிக்க ஆரம்பித்தனர். தொம்... தொம்... சுவரின் ஓரிடத்தில் சரிந்தது. சிறிய ஓட்டை.... ஓ... இப்போது வெளிப்புறம் இருக்கும் மண் உள்ளே சரிந்தது. ஆஹா... வெளிச்சம்... ஒரு மனிதன் தெரிந்தான்.

அவனுடைய தலை, அந்த ஓட்டை வழியே எட்டிப்பார்த்தது. உழைத்து, உழைத்து உரமேறிய உடம்பு. கருப்பன். கண்கள் தீர்க்கமாய்ப் பார்த்தன. அவனுடைய உலர்ந்த உதடுகள் அசைந்தன. "நீங்கள்தான் செய்திப் பிரிவினரா?"

ஹாசினியை, திரையில் பார்த்திருக்கக் கூடும். இப்போதும் பார்த்தான். அதனால் யாரும் அவன் கேள்விக்குப் பதில் சொல்ல வேண்டியிருக்கவில்லை.

"நீங்கள்?"

"நான் சோழ நாட்டில் இருந்து வருகிறேன். இங்கே என்னை கேலக்ஸியில் காட்டும் கருவி எதுவும் இல்லை அல்லவா? (ஹாசினி ஆமோதித்தாள்) நாங்கள் விரும்பாத செய்திகளை எங்கள்

மீது திணிக்கிறீர்களே அதைத் தடுக்கத்தான் வந்தேன். சற்றும் உண்மைக்குப் பொருந்தாத செய்திகள். நீங்கள் உருவாக்குபவற்றுக்குப் பெயர் செய்தி அல்ல." அவன் அவசரமாகப் பேசினான். கதிர் வீச்சு, எரிந்துபோன நகரம் என்ற அச்சுறுத்தல்களை மீறி எப்படி வந்தான்?

"நீங்கள் பூமிக்கு அடியில் வசிப்பதாகவும் செய்திகளுக்கு அடிமையாகிப்போய் அதற்காக ஏங்குவதாகவும் சொன்னார்களே?"

அவன் அந்த ஓட்டையின் வழியே உள்ளே வந்தான். அறையை இளக்காரமாகப் பார்த்தான்.

"உங்களுக்கே தெரியாமல்தான் இந்தத் தவற்றைச் செய்கிறீர்கள் என்பது எங்களுக்கும் தெரியும். நீங்கள் பூமி மீட்புப் போராளிகள் என்பதும் தெரியும். நாங்கள் விரும்புவதை நீங்களோ, நீங்கள் விரும்புவதை நாங்களோ அறிந்துகொள்ள வழி இல்லாமல் செய்து விட்டார்கள். நீங்கள் எங்களைப் பற்றி நினைத்துக் கொண்டிருப்பது எதுவுமே உண்மை இல்லை."

"எங்களைப் பற்றி எப்படித் தெரியும்?, ஏன் அப்படிச் செய்தார்கள்?"

"தெரியும். போராளிப் பிரிவினர் பலமாக இருக்கிறார்கள். பிரபஞ்சத்தில் பூமி போன்ற சில கோள்களில்தான் உயிர்த் தேவையைப் பூர்த்தி செய்யும் இயற்கை ஆதாரங்கள் இருக்கின்றன. ஆன்ட்ரமீடா பால்வீதியில் இருக்கும் ஜீவராசிகள் வாழ உகந்த அத்தனை கோள்களுக்கும் பூமியில் இருந்துதான் உணவும் உடைகளும் தயாராகின்றன. பூமியையே அவர்களின் காலனி ஆக்கிவிட்டார்கள். பூமியைச் சுரண்டி பிரபஞ்சத்துக்குப் பங்கிடுகிறார்கள்."

"இங்கே காஸ்மிக் புயலும் நியுட்ரான் குண்டும்..."

"பூமி மீது யாரும் கவனம் செலுத்தாமல் இருப்பதற்காகச் செய்யப்பட்ட கற்பனை. பூமிதான் பிரபஞ்சத்துக்கே ஆதாரம் என்பது தெரிந்துவிட்டால் சுலபமாக இதை யாராவது ஆக்ரமித்துவிட முடியும். அதனால் யுனிவர்ஸை முதலில் பூமியில் இருந்து தனிமைப்படுத்திவிட்டார்கள். பூமியில் வாழும் 700 கோடி பேரும் இப்போது கேலக்ஸி தலைவருக்கு அடிமைகள்... பூமியில் இருப்பவர்களின் நிலைமை இதுதான்" அவனுடைய அழுக்கு உடையைக் காட்டினான்.

"உச்."

"உங்களைப் போன்ற தொழில்நுட்ப ஜீவன்களை மட்டும் ஸ்பேஸ்ஷிப்புக்குக் கொண்டுபோய் வைத்திருக்கிறார்கள். பூமியில் இருப்பவர்களை மேய்க்க. நீங்கள் உயர்மட்ட அடிமைகள்."

"காலனி ஆதிக்கத்தை ஒழிப்பது எப்படி?" - ஹாசினி.

"நீங்கள் நினைத்தால் பூமியில் மனிதர்கள் இயற்கைச் சூழலில்தான் இருக்கிறார்கள் என்பதை கேலக்ஸிக்கு உணர்த்த முடியும். நீங்கள் செய்தியாளர்கள்..."

"நீங்கள் உணவு, உடை தயாரிப்பதை நிறுத்தலாமே?" ஹாசினி கேட்டாள்.

"நிறுத்தினால் சித்ரவதைக்கு ஆளாவோம். அடங்க மறுத்தால் கொல்லப்படுவோம்."

அனைவரும் ஒருவரை ஒருவர் பார்த்துக்கொண்டனர்.

"இதற்கு என்ன செய்வது?"

"இங்கு இருந்து தயாரித்து அனுப்பும் உணவுப் பொருட்களில் எரிவசம்பு கலந்து அனுப்புகிறோம். எரிவசம்பு அவர்களுக்கு அலர்ஜி. விரைவில் ஆன்ட்ரமீடாவாசிகளின் தோல்கள் உரிய ஆரம்பித்துவிடும். மனிதர்களை ஒன்றும் செய்யாது. அதைச் சொல்லிவிட்டுப் போகத்தான் வந்தேன்."

"அவர்கள் வேறு இடத்தைத் தேடிப் போக முயற்சி எடுப்பார்கள். நல்ல யோசனை. உணவும் நீரும் நம்மிடம் இருக்கும் வரை அவர்கள்தான் நம்முடைய அடிமைகள்." ராண்டன் கண்கள் பிரகாசித்தன.

சர்வலோக மொழிபெயர்க் கருவியை அணைத்துவிட்டு ஹாசினி கேட்டாள், "நீங்கள் தமிழில்தான் பேசுகிறீர்களா... சோழ நாடு எனச் சொன்னதால் கேட்கிறேன்?"

"ஆமாம்."

ஹாசினிக்கு தமிழைக் கேட்பது பரவசமாக இருந்தது. மின் அலை மாற்றி ஒலிக்கருவியில் மட்டுமே கேட்டு வந்த தமிழ்... யார் எந்த மொழியில் பேசினாலும் கேட்பவர் மொழிக்கு மாற்றித் தரும் கருவி.

"நான் கிளம்புகிறேன். இன்னும் இருந்தால் என் நடவடிக்கையைக் கண்டுபிடித்து விடுவார்கள்." அவன் எந்த ஓட்டை வழியாக வந்தானோ அந்த வழியே வெளியேறினான்.

ஹாசினி அவன் தலை மறைவதற்குள் அவசரமாகக் கேட்டாள், "நீங்கள் என்ன தொழில் செய்கிறீர்கள்?"

"உணவு மாத்திரை தயாரிப்புப் பிரிவில் இருக்கிறேன். சோழ நாடு சோறுடைத்து..." அவன் திரும்பிப் பார்க்காமலேயே சொல்லிவிட்டு வேகமாக அகன்றான்.

- ஆனந்த விகடன், 2016.

ஔவை

53

ஓர் ஆணும் பெண்ணும் நண்பர்களாக இருப்பதில் பல்வேறு இடையூறுகள் இருப்பதை நான் அமுதாவிடம் விளக்கியிருக்கிறேன். அவற்றை ஒரு பொருட்டாகவே அவள் மதிக்கவில்லை. அமுதா, என்மீது அளவுகடந்த அன்பும் மரியாதையும் வைத்திருந்தாள். ஆரம்பித்தில் அதை நான் உணரவே இல்லை.

ரயில் சினேகம் போல இதை ஆபீஸ் சினேகம் என்று நினைத்திருந்தேன். அவள் அப்படி நினைக்கவில்லை. அவள்மீது மரியாதை செலுத்திக் கொண்டிருந்ததை எல்லாம் நான் ரொம்ப நாளாகக் கவனிக்காமல் இருந்து விட்டது, இப்போது வருத்தமாக இருக்கிறது.

நான் சுழலில் சிக்கிய சிறிய மரத்துண்டு போல அவளுடைய நட்பில் இழுத்துச் செல்லப்பட்டேன்.

"சார்... யுனிவர்சிட்டி வரைக்கும் போயிட்டு வரலாமா?" என்றாள். அவளுடைய வண்டியில் இருந்த மழைக்கோட்டை எடுத்துக்கொண்டு என்னுடைய ஸ்கூட்டரிலேயே வந்தாள்.

அவளுடைய ஹெட் ஆஃப் த டிபார்ட்மென்ட் வகுப்பெடுத்துக் கொண்டிருப்பதாகத் தெரிவித்தார்கள். வகுப்பு முடிந்து அவர் வரும்வரை நீண்ட படிக்கட்டுகளில் அமர்ந்து காத்திருந்தோம். மழை தூறிக் கொண்டிருந்தது. மழைக்கோட்டுக்குள் ஒடுங்கிக்கொண்டு ஒருவரை ஒருவர் பார்த்துக்கொண்டோம்.

எதிர்பார்க்காத தருணத்தில், "சொல்லுங்க சார்" என்றாள்.

எதைப் பற்றியாவது சொல்லிக்கொண்டே வந்து, அதைப் பாதியில்

நிறுத்திவிட்டேனா என்று அவசரமாக நினைவுபடுத்திப்பார்த்தேன். நான் அப்படி நினைப்பதைப் புரிந்துகொண்டவள் போல, "ஏதாவது சொல்லுங்க சார்" என்றாள், கன்னத்தில் கையூன்றி என்னைக் கூர்மையாகக் கவனித்தபடி.

"நிகலாய் கோகலின் 'ஓவர் கோட்' மாதிரி நாமே ஆளுக்கு ஒண்ணு மாட்டிக்கிட்டு இருக்கோம்" என்றேன்.

"அது யாரு நிகலாய் கோகல்?"

நான், நிகலாய் கோகலின் எழுதின 'மேல் கோட்டு' சிறுகதை பற்றிச் சொன்னேன். அவள் விழுந்து விழுந்து சிரித்தாள்.

பெண்கள் மட்டும் மிகவும் நம்பிக்கை உள்ளவர்களிடம் மட்டும் தான் இப்படி மனம் விட்டு சிரிக்கிறார்கள். இங்கிதம் பார்க்காமல், நாசுக்குக்கான முனைப்பில்லாத சிரிப்பு அது. சிரிப்பைக் கட்டுப் படுத்திக்கொண்டு, "அப்புறம்?" என்று ஆர்வமாகக் கேட்டாள்.

மேல் கோட்டு பற்றியில்லாமல், அங்கு பட்டாணி விற்றுக் கொண்டிருப்பவனைப் பற்றிச் சொன்னாலும் அமுதா ஆர்வமாகக் கேட்டாள். இது அமுதாவின் சுபாவம்.

நேரமாகிக்கொண்டிருந்தது. அவளுடைய மேடம் வகுப்பெடுத்துக் கொண்டிருந்த இடத்துக்கே சென்றோம். பெண்பால் புலவர்கள் பற்றி பாடம் நடத்திக்கொண்டிருந்தார் அவர்.

"ஔவையார் என்ற பெயரில் பல பெண்பால் புலவர்கள் இருந்தார்கள். அதியமானிடம் நெல்லிக்கனி பெற்ற ஔவை வேறு. முருகனிடம் 'சுட்ட பழம் வேண்டுமா சுடாத பழம் வேண்டுமா' என்று கேட்ட ஔவை வேறு. சங்க காலத்தில் காதலைப் பற்றி பாடிய ஔவைகளே அதிகம். ஆக, ஔவைகள் என்றால் பாட்டி என்ற எண்ணம் வருவதைத் தவிர்க்க வேண்டும். நிறைய இளம் ஔவைகள் இருந்திருக்கிறார்கள்..."

வகுப்பு நடந்துகொண்டிருந்த அறையின் வராண்டாவில் நடைபோட்டவாறு இருந்தோம்.

"நிஜமாகவா சார்?"

"ஆமா" என்றேன்.

"நான் என்ன கேட்டேன். நீங்க எதற்கு ஆமா'னு சொன்னீங்க?" என்று சிரித்தாள்.

"ஔவைதானே?"

"சாரி சார். நான் ஏதோ நச்சரிக்கறதால சும்மாவாவது 'ஆமா'னு சொல்லிட்டீங்களோன்னு நினைச்சேன்."

"உங்களைப் போய் நச்சரிக்கறதா நினைப்பேனா?"

“நினைக்க மாட்டீங்க. ஆனா, நான் நச்சரிக்கிறேன்னு எனக்கே தெரியும்.”

“அமுதா, ஔவை நல்லா இருக்கணும்ணு நெல்லிக்கனி கொடுத்த அதியமான் கதையில ஔவையை சின்னப் பெண்ணா கற்பனை செய்து பாருங்களேன்.”

“நல்லா இருக்குல்ல?” என்று வியந்தாள்.

“சங்க காலத்தில் இவ்வளவு பெண்பால் புலவர்கள் வேறு மொழிகளில் இருந்தார்களா’னு தெரியல. இங்க இவ்வளவு பேர் இருந்ததிலே இருந்தே பெண்கள் ரொம்ப சுதந்திரமா இருந்தாங்கன்னு தெரியுது. ஔவையும் அதியமானும் இன்டலக்சுவல் ஃப்ரெண்ட்ஸாஇருந்திருக்க வாய்ப்பிருக்குனு தோணுது.”

“இன்னைக்கு இங்கு வராம போயிருந்தா. இந்த அருமையான விஷயம் பத்தி பேசாமப் போயிருப்போம் இல்லையா?”

நான் சொல்லுகிற விஷயத்தைக் கேட்டு அளவுக்கு அதிகமாகவே வியந்தாள் அமுதா. அவள் என்மீது வைத்திருக்கிற அன்பும் மரியாதையும் என்னைக் கவனத்துடன் பேசவைக்கும். ஆழம் தெரியாமல் காலை வைத்துவிட்ட மாதிரி அஞ்சவும் செய்கிறேன் சில நேரம். அவளுடைய வியப்புக்கு உகந்த விஷயங்களைப் பேச வேண்டும் என்றும், அவள் என்மீது நம்பிக்கைக்கு உரியவனாக என்னைத் தகவமைத்துக்கொள்ள வேண்டும் என்றும் நான் ஓயாமல் போராடுகிறேன்.

சட்டென்று மேகம் கவிழ்ந்து, வடிகட்டிய சூரிய ஒளி, வளாகம் முழுதும் சூழ்ந்தது. அமுதா, மேடத்தைப் பார்த்து பட்ட மேற்படிப்பு முடித்து பட்டம் பெறுவதற்கு விண்ணப்பிப்பது குறித்துப் பேசிவிட்டு வந்தாள்.

அவளை ஹாஸ்டலில் கொண்டுபோய்விடும்போது நன்கு இருட்டிவிட்டது.

திடீரென்று அவளுக்கு மாப்பிள்ளை தேர்வாகிவிடவே, ஆபீஸ்விட்டும் ஹாஸ்டலைவிட்டும் அவள் விலகிக்கொள்ள வேண்டியிருந்தது. எனக்கு அந்தத் திடீர் தனிமை உலுக்கிவிட்டது. ஆறுமாதம் ஹாஸ்டல் நேரம் தவிர மற்ற நேரமெல்லாம் என்கூட நிழல்மாதிரி வியாபித்திருந்தவள் ஏற்படுத்தியிருந்த தாக்கம்.

இடையில், ஊரிலிருந்து அவள் “எனக்கும் ரொம்ப கஷ்டமா இருக்கு சார்” என்று போன் செய்தபோது, ஆணும் பெண்ணும் நண்பர்களாக இருப்பதில் உள்ள இடைஞ்சலைப் பற்றி விசனப்பட்டேன்.

அவள் வருத்தப்பட்டது எனக்கு மேலும் வருத்தமாகிவிட்டது.

“அதனால என்ன சார். நான் வந்து உங்களைப் பார்க்கிறேன்.”

எனக்கு கண்களில் நீர் கோத்துக்கொண்டது.

"அமுதா, நீ ஏன் ஆம்பளையா பிறக்காமப் போனே? என்ன இருந்தாலும் நாம முன்னமாதிரி பேசிக்க முடியும்னு நினைக்கிறியா?"

கொஞ்சமும் நாகரிகம் இல்லாமல் நான் உணர்ச்சிவசப்படுவதை என்னால் கட்டுப்படுத்த முடியவில்லை.

"முடியும் சார். நாம எப்பவும் போல இருக்கலாம் சார்... கொஞ்ச நாளாகும் அவ்வளவுதான்."

அமுதா, அவளுடைய திருமண அழைப்பிதழை எடுத்துக்கொண்டு என் வீட்டுக்கு வந்தாள். அவளுடைய கணவராகப் போகிற அதிர்ஷ்டசாலியும்கூட வந்திருந்தார்.

என் மகளுக்கு கரடி பொம்மை, ஸ்வீட் என்று வாங்கிவந்திருந்தாள்.

அவர் என்னுடன் கைகுலுக்கி அறிமுகம் செய்துகொண்டார்.

"என்னுடைய ஒரு ஃப்ரெண்ட் வீட்டுக்கு இவங்க வரணும்னும், இவங்களோட ஒரு ஃப்ரெண்ட் வீட்டுக்கு நான் வரணும்னும் ஒப்பந்தம். என்னுடைய ஒரே ஒரு ஃப்ரெண்ட் இவர்தான்னு சொன்னாங்க. அதான் உங்களை இன்வைட் பண்ண நானும்கூட வந்தேன்" என்றார்.

"ஹாஸ்டல் வெறுப்புக்கெல்லாம் சார்தான் ஒரே ஆறுதல்" என்றாள் அமுதா குறுக்கிட்டு.

என் கண்கள் கலங்கின. என் நல்ல தோழிக்கு நல்ல கணவர் கிடைக்கப் போகிறார் என்று பூரித்தேன்.

என் மனைவி டீ எடுத்துக்கொண்டு வந்தாள். எங்கள் வீட்டில் உபசரிப்பு என்றால் டீ தான். இரண்டுபேருமே டீ குடிக்கும் பழக்கம் இல்லாதவர்கள் என்று எனக்குத் தெரியுமாதலால், நான் அதைத் தடுத்துப்பார்த்தேன்.

அமுதா, "இருக்கட்டும் சார், நான் சில வேளைகளில் டீ குடிப்பேன்" என்றபடி "சொல்லுங்க சார்" என்றாள்.

நான் எதை எங்கிருந்து தொடங்குவது என்று புரியாமல், "கார்ட்டூன் படங்கள்ல டாம் அண்ட் ஜெர்ரி எனக்கு ரொம்பப் பிடிக்கும். சி.டி இருக்கு பாக்றீங்களா?" என்றேன்.

"போடுங்களேன்" அதிர்ஷ்டக்காரர்தான் சொன்னார்.

பூனையை எலி தொடர்ந்து வெறுப்பேற்றிக்கொண்டிருந்தார். மனம்விட்டு சிரித்தாள். "பிரில்லியன்ட் காமெடி.." என வியந்துகொண்டே, அமுதா தன் ஹாண்ட் பேகிலிருந்து எதையோ எடுத்து என் கையில் திணித்தாள்.

நெல்லிக்காய்.

- ஆனந்த விகடன், 2003.

காலபிம்பம்

54

கொஞ்ச காலமாகத்தான் இப்படியெல்லாம். நான் காலமில்லாதவனாக மாறிவிட்டதாக ஓர் உணர்வு. காலமில்லாதவனுக்குக் கொஞ்ச காலம் ஏது?

பைக்கில் சென்றுகொண்டிருக்கும்போதுதான் முதன் முதலில் இத்தகைய உணர்வு ஏற்பட்டதாக ஞாபகம். ரெட்ஹில்ஸிலிருந்து காரனோடைக்குப் போகும் வழியில் இப்படி ஏற்பட்டது. காரனோடையிலிருந்து ரெட்ஹில்ஸ் போகிறோமா அல்லது ரெட்ஹில்ஸிலிருந்து காரனோடைக்குப் போய்க் கொண்டிருக்கிறோமா என்ற குழப்பம். சுமார் 35 ஆண்டுகளாகப் போய் வந்து கொண்டிருக்கிற ஒரு சாலையில், எனக்கு இப்படி ஒரு குழப்பம் ஏற்பட்டது அசாதாரணமாகப்பட்டது.

வீட்டுக்கு வந்ததும் ஜானகிராமனைச் சந்தித்து சொன்னேன். "ஞாயிற்றுக் கிழமை அடிச்சது தெளியலையா" என்று அவன் அடித்தக் கிண்டலுக்கு நானும் சேர்ந்து சிரித்துவிட்டு மறந்துவிட்டேன்.

அடுத்தும் அதே அனுபவம். ஆனால், இந்த முறை திசைக் குழப்பத்தோடு நான் போய்க்கொண்டிருப்பது இன்றிலா...நேற்றிலா என்ற குழப்பம். எதிரில் வரும் லாரி, பஸ், சைக்கிள்காரன் எல்லோரையும் மலைத்துப்போய் பார்க்கிறேன். இவர்கள் எல்லாம் நேற்று மனிதர்களா... நாளை மனிதர்களா என்று அலைபாய்ந்தது மனம்.

இந்த முறை ஜானகிராமனிடம் சொல்வதற்குப் பயமாக இருந்தது. மனைவியிடம் சொன்னேன். "இந்த மாதிரி புக்கையெல்லாம் படிச்சா

இப்படித்தான் உளறுவீங்க” என்று ‘கேஸ் ஹிஸ்ட்ரி ஆஃப் சிக்மண்ட் ஃப்ராய்டை’க் காண்பித்தாள். அதில், லெஸ்பியன் பற்றியும் ஹோமோ செக்ஸ் பற்றியும்தான் நிறைய அலசியிருந்தார். அதற்கும் நேற்று மனிதர்களுக்கும் சம்பந்தமிருப்பதாகத் தெரியவில்லை.

சைக்யாட்ரிஸ்ட் மீதிருந்த அவநம்பிக்கை காரணமாக மாற்று மார்க்கங்கள் குறித்தே யோசிக்க ஆரம்பித்தேன். “பெரியபாளையம் பக்கத்தில் ஒரு முனீஸ்வரன் கோயில் இருக்கிறது. தாயத்து மந்திரித்துக் கட்டினால் நான்கு வாரத்தில் எப்பேர்பட்ட பேயும் தலைதெறிக்க ஓடிடும்’ என்றான் கருணாகரன். இந்த மாதிரி அதீத குழப்பங்களுக்கு யாரை அணுகுவது என்பதற்கே வழி தெரியாத நிலையை முதன் முறையாக உணர்ந்தேன். இத்தகைய மனப் பிம்பங்கள் இப்போதுதான் உலகத்தில் முதன் முறையாக ஏற்படுகிறதா? இல்லை எல்லா விஷயத்திலும் பின் தங்கியிருப்பதுபோல இந்தப் பிரச்சனைகளும் அதற்கான தீர்வுகளும் இந்தியாவில் இன்னும் எட்டப்படவேயில்லையா? நான்தான் பலிகடாவா?

“அதெல்லாம் ஒன்றும் இல்லை. சரியாகத் தூக்கமில்லையென்றால் இப்படி ஆவது சகஜம்தான்” என்று தேற்றினாள் அலுவலகத் தோழி. இதில் சற்றே நியாயம் இருப்பதாக ஏற்று, ஒரு வாரம் நகர்ந்தது.

இந்த முறை மேலும் வித்தியாசமான கால ஊர்வலம். என்னுடைய பொது மேலாளர், எங்களின் போட்டியாளர்கள் மேற்கொண்டுவரும் புதிய உத்திகள் பற்றியும் அதை எதிர்கொள்வது சம்பந்தமாகவும் பேச அழைத்திருந்தார்.

நீரேற்று மோட்டார் வகைகளில் சப் மெர்ஸிபள் மோட்டார்களுக்குத்தான் அதிக மவுசு ஏற்பட்டிருப்பதையும் விரைவில் அரை குதிரைத்திறன் மோட்டார்களும் உருவாக்குவது நல்லது என்றும் கூறிக்கொண்டிருந்தேன்.

“எப்படிச் சொல்கிறாய்?” என்றார்.

“சென்னையில் குடிநீர் தட்டுப்பாடு நாளுக்கு நாள் அதிகரித்துவருகிறது. எல்லார் வீட்டிலேயும் ஒரு 6 அங்குல போர் போட்டு நீர் எடுக்கவேண்டிய நிர்பந்தம் ஏற்பட்டிருக்கிறது. சென்னையின் இட நெருக்கடி அப்படி. அதனால்...” இப்படி நான் சொல்லிக்கொண்டிருக்கும்போதுதான் அந்த நிலைமை ஏற்பட்டது. என் பொது மேலாளர், எனக்கு ஐந்து வயது சிறுவனாகவும் 90 வயது கிழவராகவும் கணப்பொழுதில் மாறி மாறித் தோன்றினார்.

அவருடைய முன் வழுக்கையும் தொப்பையும் ப்ரெஞ்ச் பேட் தாடியும் ரேமண்ட் சூட்டும் சட்டென மறைந்து அரை நிஜார் போட்டு பாப்கார்ன் சாப்பிட்டுக்கொண்டிருக்கும் ஒரு சிறுவனாக அவரைப் பார்த்தேன். தொண்டு கிழமாக அப்பல்லோ

ஹாஸ்பிட்டல் ஸ்ட்ரெச்சரில் இருப்பதாக இன்னொரு தரிசனம். இதென்ன விபரீதம் என்று தோன்றியது. அலுவலக ரிஸப்ஷனிஸ்ட் ஜட்டி அணிந்த குழந்தையாகவும், 50 வயது பெண்ணாகவும் 75 வயது மூதாட்டியாகவும் ஏடாகூடமாகத் தோன்றி மறைந்தபோது, எனக்கு ஏற்பட்டிருக்கும் அடுத்த சங்கடத்தைத் தெள்ளத்தெளிவாகப் புரிந்துகொள்ள முடிந்தது.

இது, தூக்கக் குறைவினால் அல்ல.

நிலை கொள்ளாமல் தவித்தது மனசு. அஞ்சுவதா, மகிழ்வதா என்று தெரியவில்லை. யாரிடம் சொன்னாலும் புரிந்துகொள்ள மறுக்கிறார்கள். நாள்போக்கில் நானாகவே யாரிடமும் இதைப் பற்றி சொல்ல வேண்டாம் என்று தவிர்த்துவிட்டேன். சாலையில் நடக்கும்போது, கரன்ட் பில் கட்டும்போது, டி.வி பார்க்கும்போது என்று எந்தச் சமயம் என்று இல்லாமல் நான் கால ஊஞ்சலில் ஆடிக்கொண்டிருந்தேன்.

ஒரு நப்பாசைதான்... மேடவாக்கம் மனநோய் மருத்துவமனைக்குச் சென்று அவுட் பேஷன்ட் க்யூவில் நின்று டாக்டரைச் சந்தித்தேன். குடியை நிறுத்த, பதற்றம் குறைய, தூக்கமில்லாமல் தவிப்பதைத் தவிர்க்க என பைத்தியம் என்று ஓரங்கட்டுவதற்கு முந்தைய நிறைய பிரிவுகள் இருக்கத்தான் செய்தன.

டாக்டர், “என்ன செய்கிறது” என்றார்.

“காலம் குழப்பமா இருக்கு. உதாரணத்துக்கு...”

“ஏம்பா டீ சொன்னனே...” என்றார் கதவுப்பக்கம் பார்த்து.

“சொல்லுங்க.”

அந்த அவகாசத்தில் வார்த்தைகளை இன்னும் கொஞ்சம் சரிசெய்து, “எனக்கு கொஞ்ச நாளா விநோத பிரச்சனை சார். மூன்று காலங்களும் ஒரே நேரத்தில தெரியுது.”

“மூன்று காலம்னா?”

“உதாரணத்துக்கு நீங்கள் குழந்தையில் இரண்டாவது படிக்கிற சிறுவனாக எப்படி இருந்தீர்கள் என்று தோன்றுகிறது. கொஞ்ச நேரத்தில் ரிட்டையர்ட் ஆகி பார்க்கில் வாக்கிங் போய்விட்டு ஓர் ஓரமாக உட்கார்ந்திருக்கிற முதியவராகத் தெரிகிறீர்கள். இதோ, எதிரில் இப்போதிருக்கிற மாதிரியும் தெரிகிறீர்கள். குழந்தையின் புன்னகையும் முதியவரின் முகச் சுருக்கமும் ஒரே...”

எந்தவித சலனமும் காட்டாமல் ஏதோ எழுதினார். அதே நிலையில், “எவ்ளோ நாளா?” என்று தெரிந்துகொண்டு “மூணாவது கவுன்டர்ல காட்டுங்க” என்று ரசீது கொடுத்தார்.

“நீங்கள் சரியாக உள்வாங்கிக்கொண்டீர்களா? என்னை நிமிர்ந்துகூட பார்க்காமல் சீட்டு கொடுக்கறீர்களே?”

“இங்கு வருகிறவர்கள் எல்லாரும் நமக்கு மட்டும் ஏதோ விபரீதமாக நடப்பதாக நினைக்கிறார்கள். நான் உங்களை மாதிரி ஒரு நாளைக்கு 100 பேரை பார்க்கிறேன்.”

“நிஜமாக என்னை மாதிரி 100 பேர் இருக்கிறார்களா..? அது போதும் எனக்கு. எனக்கு மட்டும்தான் இப்படி இருக்கிறதென்று நினைத்து பயந்துவிட்டேன்.”

என்ன நினைத்தாரோ, யோசனையாகப் பார்த்தார். “என்ன நடக்குது உங்களுக்கு... முழுசா சொல்லுங்க” என்றார்.

“போன வாரம் கிருஷ்ண ஜெயந்தி. வீட்ல கட்டில்ல படுத்துகிட்டு ஏதோ யோசித்துக்கொண்டிருந்தேன். ‘கண்ணன் பிறந்தான் எங்கள் கண்ணன் பிறந்தான்’னு ரேடியோவில் பாட்டு. திடீரென்று கண்ணன் இறந்த காட்சி ஞாபகம் வந்தது. பாரதப் போரும் பகவத்கீதையும் உலகுக்குத் தெரிவித்த மகா உண்மைகளின் அசை போடலோடு கண்ணன் ஒரு வனத்தில் படுத்திருக்கிறார். கால்மேல் கால் போட்டு படுத்தபடி காலாட்டிக் கொண்டிருக்கிறார். அவருடைய கால் கட்டை விரலைப் பார்த்து, வேடன் ஒருவன் பாம்பென்று நினைத்து அம்பெய்துகிறான். கண்ணன் எதிர்பார்த்திருந்த தனக்கான முடிவை ரசித்து புன்னகையுடன் கண்ணை மூடுகிறான். கண்ணன் இறந்துவிட்டான் என்ற செய்தி அறிந்து மதுராவே கொந்தளிக்கிறது. கொன்ற வேடனைக் கொலை வெறியோடு துரத்துகிறது.”

“கற்பனை உலகில் சஞ்சரிக்கிற இந்த மனநோய், நீங்கள் நினைக்கிற மாதிரி ரொம்ப புதுசானது இல்லை. டான் க்விக்ஸாட் படித்திருக்கிறீர்களா?”

“அவன் கதைக்கும் எனக்கும் முக்கிய வித்தியாசம் இருப்பதாக நினைக்கிறேன். நான் எந்த விஷயத்திலும் மூன்று காலங்களோடு ஊடாடுகிறேன்.”

“ஈ.எஸ்.பி சம்பந்தமாக ஏதாவது புத்தகம் படித்தீர்களா?”

“இல்லையே... எனக்கு அதில் நம்பிக்கை இல்லை.”

“எல்லாவற்றையும் முன்கூட்டியே கணித்துவிடுவதாக ஏதாவது சம்பவம் நடந்திருக்கிறதா?”

“அதையெல்லாம் நான் கவனிக்கவில்லை. அது சோதிடம் பார்ப்பதுபோல ஆகிவிடும்.”

“எதிர்காலத்தை முன்கூட்டியே திறந்து பார்த்துவிடுவதில் மனிதனுக்கு ஒரு ஆசைதான். அது மாதிரி உங்களுக்கு ஏதாவது

இருக்கலாம். நீங்கள் மூன்றாவது கவுன்டருக்குப் போய் மாத்திரை வாங்கிச்செல்லுங்கள். தேவைப்பட்டால் அடுத்த மாதம் வாருங்கள்."

டாக்டருக்கு அதற்கு மேல் பொறுமையில்லை. மூன்றாவது கவுன்டருக்குச் செல்லாமலேயே வெளியே வந்தேன். பெசன்ட் நகரில் ஆன்மிக ஞானி அஷ்வகோஷ் வந்திருப்பதாக அங்கு செல்லும் பஸ் ஒன்றிலேயே சின்னதாக போஸ்டர் ஒட்டியிருந்தார்கள். அவர் யாரென்று எனக்குத் தெரிந்திருக்கவில்லை. ஆனால், அந்தப் போஸ்டரில் என்னைக் கவரும் அம்சம் ஒன்று இருந்தது. அவர், முக்காலமும் உணர்ந்தவர் என்று போட்டிருந்தது. அமைதியான தூய்மையான குளிர்ச்சியான பழங்கால வீடு அது. அங்கே நடமாடிக்கொண்டிருந்தவர்கள் பலரும் வெள்ளை உடையில் பாரமான மனதைச் சுமந்தபடி பொறுமையாக நடந்துகொண்டிருந்தார்கள். மாலை 6 மணிக்குதான் அவருடைய பிரசங்கம் என்றார்கள். நான் அவரைத் தனிமையில் சந்திக்க வேண்டும் என்றேன். 'நீங்கள் ஈஷா யோக சம்பூர்ணா முடித்தவரா?' என்றார்கள். அவர்கள் கேட்பது பற்றி எனக்கு ஒன்றும் புரியவில்லை.

"வருகிற வழியில் பரங்கி மலையைப் பார்த்தேன். கண நேரத்தில் அது அங்கு தோன்றாத காலத்தையும், தோன்றிப் பின் இல்லாமல்போன காலத்தையும் பார்த்தேன். எனக்கு பயமாகவும் பரவசமாகவும் இருக்கிறது. அதை ஞானியிடம் பகிர்ந்துகொள்ள வேண்டும்."

முடிவெடுக்கும் திறன் கொண்ட வேறு ஒருவர் வந்தார்.

ஆழ்ந்து பார்த்தார், வெள்ளுடை தரித்து நரைத்த தாடியும் தாழ்ந்து நோக்கும் பார்வையும் கொண்ட அந்த ஆஸ்ரமவாசி, "இங்கே அமர்ந்திருங்கள். சுவாமிகள் பார்க்க விரும்பினால் அழைக்கிறேன்" என்றார்.

நான் அமர்ந்திருந்தேன்.

20 நிமிடங்கள் கழித்து உள்ளே அழைக்கப்பட்டேன். சற்றே இருளும் குளுமையுமான அறை. எங்கிருந்து கசிகிறது என்பதைத் தெரிந்துகொள்ள முடியாத நீலநிற ஒளிக்கிரணம் வியாபித்திருந்தது.

"ஆங்கிலத்தில் பேசுவீர்களா?"

தலையசைத்து, "என்னையும் கடந்து நான் இயங்குகிறேன். நான் என்பது இந்த உடலுக்கு வெளியிலும் செயல்படுவதாக உணர்கிறேன். அதாவது, நான் இந்த அறைக்கு வெளியிலும் பிரக்ஞை கொள்கிறேன்."

"அறைக்கு வெளியில் நடக்கும் சம்பவம் உங்களுக்குத் தெரிகிறதா?"

"இடத்தைப் போலவே காலமும் எனக்கு ஒரு பொருட்டாக

இல்லை. மனித இனம் தோன்றிவிட்டதா? ராஜராஜசோழன் காலமா? என்பதெல்லாம் ஒரு பொருட்டாக இல்லாத மனநிலை ஏற்படுகிறது. பொதுவாக வெளியே என்ன நடக்கிறதோ அது மனப்புயல் பிம்பமாகச் சுழல்கிறது. வெளியே யாரோ சிலர் உங்களைப் பார்க்க வருகிறார்கள். சோனியா காந்தி, காங்கிரஸ் உயர் மட்டக் குழுவினருடன் பேச்சுவார்த்தை நடத்துகிறார். குடகுமலையில் ஒரு ஆதிவாசி தேனெடுத்துக்கொண்டிருக்கிறான். கங்கையில் மீன்கள் துள்ளுகின்றன. சாதிக் கலவரம் நடந்துகொண்டிருக்கிறது. அலுவலகத்தில் யாரையோ யாரோ புறம் பேசுகிறார்கள். நியூஜெர்ஸியில் ஒரு சாலை விபத்து. எங்கோ எதற்கோ சதித் திட்டம் தீட்டுகிறார்கள். ராக்கெட் விடுகிறார்கள். இன விடுதலைக்காகப் போராடுகிறார்கள். தங்கள் மொழியே சிறந்தது என்கிறார்கள். வரதட்சணை, சினிமா ரசிகன், இன்டர்நெட்...டிசம்பர் 6, செப்டம்பர் 11 எல்லாமே அந்தச் சுழலில் துகள்கள் போல சிக்கிச் சுழல்கின்றன."

ஞானி சிரித்தார். "ஒன்றின் ஒரு கோடி மாயத்தோற்றங்கள்" என்றார்.

"ஒரு கணத்தில் ஒரு யுகம்... ஒரு யுகத்தில் ஒரு கணம்" என்றேன். அவர் என்னைப் புரிந்துகொள்வது தெரிந்தது.

நெருங்கி வந்து தோளில் வாஞ்சையுடன் தொட்டார்.

"இணையத்தை எடுத்துக்கொள்ளுங்கள். அதில் எல்லாம் இருக்கிறது, பரமாத்மா போல. நாம் அதன் பலகோடியில் ஒரு துகளைத் துய்க்கும் ஜீவாத்மாக்கள்..."

ஞானி மீண்டும் சிரித்தார். "உங்களுக்கு கடவுள் நம்பிக்கை இல்லை, அப்படித்தானே?"

"ஆமாம்."

"உங்களைப் போன்ற ஒருவரைத்தான் தேடிக்கொண்டிருந்தேன். என்னுடன் அமெரிக்கா வருகிறீர்களா ஆஸ்ரம வேலைகளுக்கு?" என்றார்.

"நானா?"

"முக்காலம் உணர்தல் என்பதே அறியாமைதான். நான்கு காலம் உணர்ந்தவர் நீங்கள்... நான்காவது காலமான இடைதூரம் பிடிபட்டிருக்கிறது உங்களுக்கு."

நான் ஆச்சர்யமாக அவரைப் பார்த்துக்கொண்டிருந்தபோது, அவர் புன்னகையுடன் வெளியே சென்றார். தியான அமைதியா, மயான அமைதியா என்று புரிபடவில்லை.

- உயிர் எழுத்து, 2007.

கடைசி புத்தகம்

55

மானுடத்துக்கான கடைசிப் புத்தகத்தை யாரோ எழுதிவிட்டார்கள் என்று மிக ரகசியமாகப் பேசிக்கொண்டார்கள். ஆனால், அவ்வளவு உறுதியாக யாருக்கும் அதைப் பற்றி தெரிந்திருக்கவில்லை. எழுதியது யாரென்றோ, எந்த தேசத்தவர் என்றோ, எந்த மொழியினர் என்றோ ஒரு தகவலும் தெரியாமல்... அதே சமயத்தில் மிகத் தீவிரமாகப் பரவிக்கொண்டிருந்தது இந்தச் செய்தி.

லிபர்ட்டி சிலை மிகப் பிரகாசமாக ஒளிர்ந்து கொண்டிருந்தது. நானிருக்கும் குடியிருப்பில் இருந்து அதை மிக நன்றாகப் பார்க்க முடிந்தது. 64-வது மாடியில் இருந்து பார்த்தால், அந்த சுதந்திர தேவி ரொம்ப குட்டை. இங்கிருப்பவர்களுக்கு உலகின் அத்தனை தகவல்களும் முதலாவதாகத் தெரிந்துவிடுவதாகச் சொல்வது உயர்வு நவிற்சியாக இருக்கக்கூடும்.

“உருவாவது எந்த இடமாகவும் இருக்கலாம். அதை முதலில் முழுதாக அனுபவிப்பது நாங்கள்தான். ஏனென்றால் நாங்கள் அமெரிக்கர்கள்” என்ற போலி இறுமாப்பு பலருக்கு இருந்தது. ஆனால், இந்த மாதிரி செய்தியை அப்படி நினைத்து கோட்டை விட்டுவிடக்கூடாது என்பதில் கவனமாக இருந்தேன்.

ஸ்டீபனுக்கு, அந்தப் புத்தகம் இருக்குமிடம் தெரிந்துவிட்டது என்று எனக்கும் சந்தேகம். அவனுடைய நடவடிக்கைகள் முழுவதுமாக மாறிவிட்டன. இன்டெர்நெட்டில் அதிக நேரம் செலவிடுகிறான். தேடுகிறான். சலித்துக்கொள்கிறான். தனிமையை விரும்புகிறான். வழக்கமாக அவன் அப்படியிருப்பவன் அல்ல. பெண் வேட்கை

மட்டுமே பிரதானமாகக் கொண்டு ஒழுகுபவன். சதா நேரமும் கம்ப்யூட்டர், நூலகம், தனிமை என்று மாறிப் போய்விட்டான். கேட்டால், 'பரீட்சை நெருங்கிவிட்டது. இன்னும் தாமதித்தால் நான் என் பண்ணைவீட்டுக்கு மூட்டை கட்டவேண்டியதுதான்' என்கிறான். என்னமாய் சமாளிக்கிறான் பாருங்கள். அவனுடைய திடீர் தாடியும் கண்களின் தீட்சன்யமும் அந்தப் பொய்யை வெளிச்சம் போட்டுக் காட்டின. உண்மையில் மிகப் பெருவாரியான மக்களுக்கு இந்தச் செய்தியின் முக்கியத்துவம் புரியவில்லை.

அவர்கள் பசி, பட்டினி, வறுமை அல்லது வறுமையை ஒழித்தல், எந்தக் கட்சி ஜெயிக்கும், பெட்ரோல் தட்டுப்பாடு என்பதைப் பற்றி பேசிக்கொண்டிருந்தார்கள். மக்கள் இப்படி அன்றாடப்பாட்டுக்கு அவதிப்படுவது இன்று நேற்று ஏற்பட்ட பழக்கமா? புறக்கணிக்கப்பட்ட பழத்தை உண்ட கணத்திலிருந்தோ, சிந்திக்க ஆரம்பித்த நாள் முதலோ பட்டுக்கொண்டிருப்பது. பிறவியைக் கடப்பது... அவர்களுக்கு முன்னோர் போட்ட பாதையில் போவதுபோல பழக்கமாகிவிட்ட ஒன்று. யாரோ சிலர்தான் காலந்தோறும் ஞானத்தைத் தேடி அலைந்து திரிகிறார்கள். அவர்களில் சிலர் அதைக் கண்டெடுக்கிறார்கள். இன்னும் மிகச் சிலர்தான் அதனால் பயனடைகிறார்கள்; பயனளிக்கிறார்கள். ஜன சமுத்திரம் ஒரு போக்கில் அசைந்தாடிக்கொண்டிருக்கிறது. ஞானத்தைத் தேடும் கூட்டமோ சிறு துளிகளாகச் சிதறிவிழுகிறது. சிறுதுளிதான் பெருவெள்ளம். பெருவெள்ளம் மீண்டும் ஜன சமுத்திரத்தில் கலந்துவிடுகிறதோ... எதற்கு இந்தக் குழப்பம்? அதைத் தெளிவிக்கும் அருமருந்தாகத்தானே அந்த கடைசிப் புத்தகம் இருக்கிறது என்கிறார்கள். அதன் பிறகு யாரும் புத்தகம் எழுதத் தேவையிருக்காது என்று உறுதியாகப் பேசிக்கொண்டார்கள். புத்தகங்கள் வாயிலாக எதை இத்தனை 1000 ஆண்டுகளாகத் தேடிக்கொண்டிருக்கிறார்களோ... அதற்கெல்லாம் சேர்த்து ஒரே ஒரு புத்தகமாக அதைத் தந்திருக்கிறார்கள். யார்?

ஸ்டீபனைத் தொடர்ந்து கண்காணிப்பது விறுவிறுப்பாக இருந்தது.

அவன் சரியாகச் சாப்பிடுவதில்லை. சரியாகத் தூங்குவதுமில்லை. இரவும் பகலும் படித்துக்கொண்டிருந்தான். பாடப்புத்தகங்கள்தான் கையில் இருக்கின்றன. ஆனால், அந்தப் புத்தகங்களின் ஓரத்தில் சங்கேத மொழியில் அவன் குறித்து வைப்பவை யாருக்கும் புரிவதில்லை. சில வரிகளை அடிக்கோடிடுவதையும் யாரும் சந்தேகிக்கவில்லை. வழக்கமாக பரீட்சைக்குப் படிக்கிறவர்கள் செய்வதுதான் என்று நினைக்கிறார்கள். சமையல்கலை புத்தகத்தின் ஒரு ஓரத்தில் அவன்,'அதே புத்தகம்' என்று குறித்து வைத்திருந்ததைப் பார்த்தேன். ஹோட்டல் நிர்வாகப் புத்தகத்தில் அவன்

அடிக்கோடிட்டிருந்த வரிகள் என் சந்தேகத்தை வலுக்கச்செய்தன. 'இறுதி ஆண்டு' என்ற வார்த்தைகளும் 'புத்தகம்' என்ற வார்த்தையும் வெவ்வேறு வண்ண மையினால் அடிக் கோடிடப்பட்டிருந்தன. இதில், ஆண்டு என்பது திசைதிருப்புவதற்காக என்பது எனக்கு சட்டெனப் புரிந்தது. இதைவிட முக்கியமாக, மலேசியாவில் உள்ள ஒருவனுடன் அடிக்கடி கடிதத் தொடர்பில் இருந்தான். இ-மெயில் வேறு. கேட்டால், அங்கிருக்கும் ஹோட்டல் ஒன்றில் வேலை தேடுகிறேன் என்கிறான். அந்த மலேசிய நண்பனின் இ-மெயில் முகவரியை நான் எப்போதோ தெரிந்துகொண்டேன் என்பது ஸ்டீபனுக்குத் தெரியாது. இதுதான் அவன் கடைசிப் புத்தகத்தைத் தேடும் லட்சணம். ஸ்டீபனைப் போல கடைசிப் புத்தகத்தைத் தேடுபவனில் ஒருவன்தான் அந்த மலேசிய நண்பன் என்பதும் எனக்குத் தோன்றியது. நிச்சயம் கடைசிப் புத்தகத்தை எழுதியவனாகவோ அல்லது அதை வைத்திருப்பவனாகவோ இருப்பான் எனத் தோன்றவில்லை. ஏனென்றால் அவனுடைய இ-மெயில் முகவரி, 'புத்தகப் புழு' என்று தொடங்கியது. புத்தகங்களைத் தேடுபவன்தான் புத்தகப்புழு. எழுதியவனோ, அந்த புத்தகத்தைக் கண்டெடுத்தவனோ புழு என்று பெயர் வைத்திருக்க மாட்டான். நான் தைரியமாக அவனுக்கு ஒரு மெயிலை அனுப்பினேன். மிகவும் சுருக்கமாக.

'அந்தப் புத்தகத்தை உங்களுக்குத் தெரியுமா?' இதுதான் நான் அனுப்பிய செய்தி. ஒரே ஒருவரி. அவனைத் தூக்கிவாரிப் போடச் செய்திருக்கும் அது.

'யார் நீ என்று தெளிவுபடுத்தினால் நல்லது. என்னிடம் நீ கேட்கும் 'அந்த'ப் புத்தகம் எதுவும் இல்லை.'

இஸ்மாயில் எனப் பதில் வந்தது சில நொடிகளில். ஒவ்வொரு எழுத்தின் இடையிலும் ஊடுருவும் கண்கள் உட்கார்ந்திருப்பதை உணர்ந்தேன். நீ புத்தகத்தைப் பற்றி சொல்வதாக இருந்தால் நான் என் தொலைபேசி எண்ணைத் தருவேன் என மீண்டும் செய்தி அனுப்பினேன்.

எந்தப் புத்தகம் என்றான் தெரியாதவன் போல. என்னை விவரம் தெரியாதவன் என்று நீ சந்தேகிப்பது நியாயம்தான். முதலெழுத்தை மட்டும் சொல்கிறேன். 'க'. இப்படி ஒரு செய்தியை அனுப்பினேன்.

இனி மறைப்பதற்கு ஒன்றுமில்லை என அவன், 'புத்தகத்தைப் பற்றி சொல்கிறேன், போன் நம்பரைச் சொல்' என்று செய்தி அனுப்பினான். கடைசிப் புத்தகத்தைப் பற்றி சிறு குறிப்பாவது கிடைக்காதா என்ற பேராவல் எழுந்தது உள்ளுக்குள். போனில் அவன் கடுமையாகப் பேசினான்.

"ஏன் என் உயிரை எடுக்கிறாய்? என்னிடம் அப்படி எதுவும் இல்லை... நீ என்ன மடையனா? இனிமேல் அந்தப் புத்தகத்தைப் பற்றி என்னிடம் பேசாதே" என்று பொரிந்து தள்ளினான்.

"உலகக் காப்பியங்கள், குவாண்டம் தியரி, கண்டுபிடிப்புகள், வாழ்க்கைத் தத்துவங்கள், உலக அதிசயங்கள், மாற்று எரி பொருள், கடந்த காலம், நிகழ் காலம், வருங்காலம் எல்லாமும் அதில் அடக்கமா? இவையெல்லாம் அல்லாத வெறொன்றா?" என்ற என் கூர்மையான கேள்வி, என்னுடைய தாகத்தை அவனுக்கு உணர்த்தியிருக்க வேண்டும்.

"உனக்காகப் பரிதாபப்படுகிறேன்". அதோடு அவனுடைய தொடர்பு முறிந்து போனது. அவன் என் காரணமாகவே அவனுடைய செல்போன் நம்பர், இ-மெயில் முகவரி ஆகியவற்றை மாற்றிக்கொண்டுவிட்டான்.

ஸ்டீபன் என்னுடைய நடவடிக்கைகளைக் கண்டு சுதாரித்து விட்டதாகத் தெரிந்தது. அவன் என்னைவிட்டு விலகிச்செல்ல ஆரம்பித்ததோடு, நான் அவனை மறைமுகமாகப் பின் தொடர்வதைச் சிலரிடம் புகாராகத் தெரிவித்திருந்தான். சில நெருங்கிய நண்பர்கள் என்னைச் சந்தித்து, இப்படியெல்லாம் நடந்துகொள்ளக்கூடாது என்றனர். நான் அப்போது ஸ்டீபன் கடைசிப் புத்தகத்தைத் தேடிக்கொண்டிருப்பதை அவர்களிடம் சொல்லவில்லை. அதில் இரண்டு பிரச்சனைகள் இருந்தன. கடைசிப் புத்தகத்தைப் பற்றி அவர்களும் தெரிந்துகொள்வார்கள். போட்டி அதிகமாகும். அதைவிட குழப்பம் அதிகமாகும்.

இரண்டாவது, ஸ்டீபன் இன்னமும் அழுத்தமாக மாறிவிடுவான். அதன் பிறகு ஒரு விஷயத்தையும் தெரிந்துகொள்ள முடியாமல் போய்விடும். நூலகத்தில் அவனருகில் அமர்ந்து மெல்லிய குரலில் ஜாடைமாடையாக, "மொத்தம் அது எத்தனை பக்கம்' என்றேன். கொஞ்ச நேரம் புரியாதவனாக நடித்தான். பின்னர் சுதாரித்து, கையில் இருந்த "உணவு ஓர் ஆயுதம்" என்ற புத்தகத்தைத் திருப்பிப் பார்த்துவிட்டு, 326 பக்கம் என்றான். எத்தனை நாளைக்கு இந்த நாடகம் என்று தெரியவில்லை. அதுதான் கடைசிப் புத்தகம் என்றால் அதன் பிறகு யாரும் புத்தகம் எழுதவேண்டிய அவசியமே இருக்காது. அது, இன்றுவரை வந்த அத்தனை புத்தகங்களின் இறுக்கத்தோடும் வரப்போகும் யுகங்கள் தரும் செய்திகளின் சாறு நிரம்பி இருக்கும் என்றும் யூகித்தேன். ஆனால், அது என்ன மொழி? எழுதியவர் எந்த தேசத்தவர்? எத்தனை பக்கங்கள் கொண்ட நூல் அது. உண்மையில் அது வழக்கமான புத்தகங்கள் போன்ற அளவில் இருக்குமா? சித்திரகுப்தனின் பேரேடு போல அளவில் பெரியதா? சொல்லுக்குள் காப்பியங்களைச் சுருக்கித் தரும் விந்தையா? இல்லை... அதைப்

படிக்கும்போது வார்த்தைகளுக்குள் இருக்கும் விஸ்வரூபத்தைக் கண்களுக்குப் பதில் மனம் உள்வாங்குமா? எனக்குச் சோர்வாக இருந்தது. இந்தச் சோர்வுக்கு மருந்து, அந்தப் புத்தகத்தைக் கண்ணால் காண்பதன் மூலம்தான் கிடைக்கும் என்று தெரிந்தது.

மாலை நியூயார்க்கின் பிரதானமான "புல்லின் இதழ்" குடியறைக்குச் சென்றேன். இந்தியர்களும் வந்து பருகிச்செல்லும் இடம் அது. நான்காவது சுற்றில் புத்தி கிறுகிறுத்துக் கிடந்தபோது, எனக்கு இரண்டு டேபிள் தள்ளி ஒருவன் இப்படிச் சொன்னது கேட்டது.

"அந்த ஒரு புத்தகமே போதும்."

அவன் ஆங்கிலத்தில் சொன்னாலும் அந்த உச்சரிப்பு இந்தியத் தன்மையுடன் இருந்தது. நான் தள்ளாடிச் சென்று, 'அது என்ன புத்தகம்' என்றேன். அவனும் கண்கள் சொருக, "எந்தப் புத்தகம்?" என்றான். "அந்த ஒரு புத்தகமே போதும் என்றீர்களே 'அது' ". அவன், ஹா... ஹாஹ்... ஹா என்று சிரித்தான்.

"நிச்சயமாக அதைத் தெரிந்துகொள்ள வேண்டுமா?" என அவன் நண்பர்களைப் பார்த்தான். அவர்களும் சிரித்தனர். நான் தனியாக வந்திருப்பது தெரிந்து உடன் அமரச் சொன்னார்கள். பரஸ்பர அறிமுகம். சித்தார்த், கணேஷ், ராம், பகதூர் சிங். நால்வரும் மென்பொருள் பொறியாளர்கள்.

"அதை ஏன் பதிப்பிக்காமல் இருக்கிறார்கள்?" என்றேன்.

"விரைவில் பதிப்பிக்க இருக்கிறார்கள்" சித்தார்த் உறுதியாகச் சொன்னான்.

அனைவரும் மௌனமாக அடுத்த சுற்றைக் குடித்து முடித்தோம்.

எனக்குள் பெரும் சூறாவளி. இவ்வளவு நெருங்கியாகிவிட்டது. இனி கண்ட கண்ட புத்தகங்களுக்காக மரங்களை அழிக்கவேண்டியிருக்காது. இந்தப் புத்தகம்தான் சிறந்தது என்று நோபல், புக்கர் பரிசுகள் தேவையிருக்காது. எல்லாம் கையடக்கமாக ஒரே புத்தகத்தில் இடம்பெறப்போகிறது. தாவோயிஸம், நிஹிலிஸம், ஜென், யின்யாங், டாடாயிஸம், மார்க்ஸிஸம், சர்வ மதக் கோட்பாடுகள், ஜாவா, ஐன்ஸ்டைன், ரிச்சர்ட் ஃபெய்ன்மேன், மார்க்வெஸ், இஸபெல் அலன்டே, டால்ஸ்டாய், கான்ட், மகாபாரதம், தம்மம், குருநானக், கன்பூசியஸ், ஜேம்ஸ் பாண்ட், காத்தரீனா ஜூலி, புளியங்குடி, ஐபாட், இன்டல், கூகுள், ஆப்ரிக்கா, நைல், லெமூரியா.... எல்லோரும் எழுந்தனர்.

"அதில் எல்லாம் இருக்கிறதா?" என்றேன்.

"எதில்?" என்றான். போதை உச்சந்தலையில் குடியிருந்தது.

“சரி, நாளைக்கு வருகிறீர்களா இங்கு?” என்றேன். அவர்களின் அலுவலக முகவரியோ செல்பேசி எண்ணோ வாங்கிக்கொள்ளாமல் போனது பெரிய தவறு. மறுநாள் அவர்கள் வரவில்லை. தொடர்ந்து பல நாட்கள் சென்று பார்த்தும் அவர்கள் வரவேயில்லை. பல மென்பொருள் நிறுவனங்களுக்கு போன் செய்துபார்த்தேன். கடலில் பெருங்காயம் கரைத்த மாதிரி அவர்கள் கரைந்துபோயிருந்தார்கள். கைக்கு எட்டியது மூளைக்கு எட்டவில்லை. ஷேர் மார்க்கெட்டில் சரிந்தவன் மாதிரி நிலைகுலைந்துபோனேன். ‘கடைசிப் புத்தகம்’ பற்றி எனக்கொரு கருத்துருவம் கிடைத்தது. மரம் என்றதும் எனக்கு மாமரமோ, புளியமரமோ தேக்கு மரமோ, நாற்காலியோ ஞாபகத்துக்கு வருவதற்கு முன் கட்டுமரம் ஞாபகத்துக்கு வரும். அது, கடலில் இருக்கும் மரம். கடலில் மிதக்கும் மரம். அப்படியான ஒரு கருத்துரு.

கடைசிப் புத்தகம், கறுப்பு அட்டை போட்டிருக்கும். சுமார் 100 பக்கங்களுக்குள்தான் இருக்கும். எழுதியவரின் பெயரோ, புத்தகத்தின் பெயரோ அட்டையில் இடம் பெற்றிருக்காது. அதைப் படித்தால் புத்திசாலி ஆவது முக்கியமில்லை. மகிழ்ச்சியாக இருக்கும். புத்திசாலி ஆவதன் நோக்கம் மகிழ்ச்சியாக இருப்பதுதானே? அதனால் நேரடியாக நோக்கம் நிறைவேறும்.

எல்லாப் புத்தகங்களும் நோக்கத்தை அடைவதற்கான படிநிலைகளைச் சொல்கின்றன. சில படிகள் உயரமானவை. அந்தப் படிக்கே படி தேவைப்படும் அளவுக்கு. சில எங்கெங்கோ வேறு மாடிகளுக்குக் கொண்டுசென்று விட்டுவிடுபவை. சில, எத்தனை முறை ஏறினாலும் அதே அச்சுறுத்துகின்றன. சில, நடக்க நடக்க முன்னேறி அந்த இடத்துக்குக் கொண்டுவருபவை. சில சுழற்படிக்கட்டுகள்... கிறுகிறுக்க வைத்துச்செல்வது போல தோற்றமளித்து, கீழே தள்ளிவிடுபவை. ஒவ்வொரு எழுத்தும் இலக்கை நோக்கியதாக இருப்பதுதான் கடைசிப் புத்தகத்தின் சிறப்பு என்றும் தோன்றியது. ஆனால், அது என்ன மொழியில் எழுதப்பட்டிருக்கும் என்பதில் கருத்துரு எதுவும் ஏற்படவில்லை. ஸ்டீபனோ, இஸ்மாயிலோ, சித்தார்த்-கணேஷ்- ராம்- பகதூர் சிங்கோ பார்த்திருக்கிறார்கள். சிக்கல் என்னவென்று அவர்களால் அதைச் சரியாகச் சொல்ல முடியவில்லை. அல்லது கிடைத்தற்கரிய ஞானத்தை இன்னொருத்தருக்கு அநாயாசமாகத் தாரை வார்த்துத் தருவதில் அவர்களுக்கு யோசனை இருக்கலாம். கடைசிப் புத்தகத்தாலும் இந்த அற்பத்தனங்களை அகற்ற முடியாதா என்ன? புத்தகத்தின் எல்லையைத் தொட்டவர்களுக்குத்தானே அந்த ஞானம் கைகூடும்? இவர்கள் எல்லாம் புத்தகத்தை அறிந்தவர்கள் மட்டுமே. படித்தவர்கள் அல்ல.

கருத்துருவின் அடுத்த கட்டம் இது. படித்தால்தான் அது கைகூடும். படிக்காமல் இருக்கும்வரை... அது நாய் பெற்ற தெங்கம் பழம்தான்.

நகரின் மிகப் பெரிய புத்தகக் கடை அது. நான் அதற்குள் பிரவேசித்தேன். இலச்சினை அணிந்த கடைச் சிப்பந்தி என்னை அணுகி, எனக்கு உதவும் குரலில், என்ன புத்தகம் வேண்டும் என்றான்.நான் சற்று கிண்டலாகவே, “கடைசிப் புத்தகம்” என்றேன்.

அவன் சிந்தித்துப்பார்த்துவிட்டு, “யார் எழுதியது?” என்றான். நான் பதில் சொல்லாமல் நகர்ந்தேன்.

யார் எழுதியதாம்? என்ன கேள்வி இது. ரிச்சர்ட் ஃபோர்ட் என்றோ குப்புசாமி என்றோ ஒரு பெயர் இருக்க வேண்டும் என்ற அவசியம் கடைசி புத்தகத்துக்கு உண்டா? அட, ஒரு கறுப்பு அட்டையிட்ட புத்தகம் அங்கே இருந்தது. நினைத்ததுபோலவே, அதன் மேல் புத்தகத்தின் பெயரோ, எழுதியவரின் பெயரோ இல்லை. 100 பக்கங்களுக்கும் அதிகம் இல்லாத கனம்தான். நான் புத்தகத்தின் இரண்டு பக்க அட்டையையும் திருப்பிப்பார்த்தேன். கறுப்பு அட்டையைத் தவிர விலைக்கான கோடுகள் மட்டும் இருந்தன. உள் பக்கங்கள் எந்த மொழிக்கும் சொந்தமற்று இருந்தது. ஒவ்வொரு பக்கமும் பிரபஞ்ச வெளியின் கருப்பொருளாக ஆகஷ்கரித்தது. வார்த்தைகள், இலக்கணங்கள் பொருளிழந்து போன அமைதியின் பிரசங்கமாக இருந்தது. சட்டென மூடினேன்.

கோடி யுகங்கள் கடந்தோடி முடிந்தது மாதிரியும் இருந்தது. யாருமே சீண்டாமல் ஓர் ஓரமாக அது இவ்வளவு நாளாக இருந்திருக்கிறது. நான் விநாடியில் பரபரப்படைந்துவிட்டேன். படபடப்பாக இருந்தது. இதயம் தாவி தொண்டைக்குழிக்குள் வந்துவிட்டதுபோல இருந்தது. கவுன்டரில் கொடுத்தபோது, “இது மட்டும்தானா?” என்றான். “இதற்குமேல் வேறெதுவுமே தேவையிருக்காது, யாருக்கும்” என்றேன். குரல் குழறி யாருடையதோ போல ஒலித்தது.

வரி கோடுகள் அற்ற 100 பக்க நோட்டு ஒன்று, ‘விலை ஒரு டாலர்’ என அவனுடைய கம்ப்யூட்டரில் ஒளிர்ந்தது. புத்தகத்தை வாங்கிக்கொண்டு வேகமாக பெருமிதமாக அறையை நோக்கி நகர்ந்தேன்.

- 2009.

வார்த்தையுள் ஒளிந்திருக்கும் கிருமி

56

சொல்லப்போனால் நான்கு நாட்களும் அவர்களுக்கு ஒரு சிங்கமும் கிடைக்கவில்லை. "அஸ்ஸாமில் சிங்கம் இருப்பதாக யார் சொன்னார்கள்" என்றான் ஆல்பர்ட். "ஆப்பிரிக்காவைவிட்டால் குஜராத்தின் கிர் காடுகளில் சில எஞ்சியிருக்கின்றன. அஸ்ஸாமில் இருந்தவற்றை எப்போதோ வேட்டையாடி முடித்துவிட்டார்கள்" என்றான். மற்ற மூவருக்கும் நப்பாசை.

கிழக்கு இமயமலை அடிவாரத்தின் அடர்த்திபற்றி கேட்டிருந்தாலும் பிரம்மபுத்ராவின் பேரிரைச்சலோடும் குளிரோடும் அதை அனுபவிக்கும்போது பிரமிப்பாகவும் அச்சுறுத்துவதாகவும் இருந்தது. துணைக்கு திஸ்பூரிலிருந்து இரண்டு பேர் வந்திருந்தார்கள். இவர்களின் கேமரா, சமையல் பாத்திரங்களை இறக்கி வைப்பதும் மீண்டும் ஏற்றுவதும் அவர்களின் வேலை. ஆங்கிலம் அவர்களுக்கு நன்றாகவே தெரிந்திருந்தது. கிரிஸ்டியன் மிஷனரிகள் செய்த உருப்படியான வேலை. கீழ்படிதலுள்ள நம்பிக்கையான ஆசாமிகள். ஆனால், அதிகமாகப் புகையிலைப் பயன்படுத்தினார்கள். வந்த அன்று, ஆல்பர்ட் அதை ஒரு இழு இழுத்துவிட்டு 5 மணி நேரம் பிணம் போல கிடந்தான்.

கெய்தாச்சூ சோமாலியாவைச் சேர்ந்தவன். பிரெய்ன் மற்றும் வில்லியம் இருவரும் சிட்னியிலிருந்து வந்தவர்கள். ஆல்பர்ட், லண்டன். கெய்தாச்சுவுக்கு ஆப்பிரிக்கக் காடுகளில் இருந்த பரிச்சயம் இங்கு பயன்படும் என்று நினைத்தது பயனளிக்கவில்லை. சமவெளிக் காடுகளுக்கும் மலைக்காடுகளுக்கும் அதிக வித்தியாசம் இருந்தது. எதிர்பார்த்ததைவிட அதிககுளிர். ஆற்றின் இரைச்சல், காட்டின்

தீராத அடையாளம்போல எப்போதும் கேட்டுக்கொண்டேயிருந்தது. நம்பிக்கை இழந்தவனாகவும் குளிர் தாங்க முடியாதவனாகவும் வில்லியம் அடிக்கடி குடித்துக்கொண்டிருந்தான். ஜீப்பை நிறுத்திவிட்டு ஓர் உச்சிப் பகுதியில் நின்று பார்த்துக் கொண்டிருந்த போது, பைனாகுலரை ஆல்பர்ட்டிடம் கொடுத்து அங்கே பார் என்றான். அந்த இடம் காய்ந்த புல் புதராக இருந்தது. அதன் மஞ்சள் நிற அசைவு சிங்கத்தை ஞாபகப்படுத்துவதாக இருந்தது. பைனாகுலரை எவ்வளவு சரிப்படுத்திப் பார்த்தபோதும் அங்கு சிங்கம் இருப்பதற்கான அடையாளம் தெரியவில்லை. இந்த லட்சணத்தில், மேற்கொண்டு போனால் டாக்குமென்ட்ரி எடுத்தது மாதிரிதான்.

பைனாகுலரில் பார்த்தபடி நாலாபக்கமும் சுழன்றான் ஆல்பர்ட். சற்றும் எதிர்பாராதவிதமாக அவன் கால் இடறினான். அது ஓர் அதள பாதாளம். சேற்றில் சறுக்கி மரக்கிளைகளில் சிக்கி, பாறைகளில் மோதி, அவன் அந்தக் கானகத்தின் இருண்ட பகுதியில் குற்றுயிரும் குலையுயிருமாகத் தூக்கி வீசப்பட்டான். அதிகமாகக் குடித்திருந்ததாலும் நிறைய காயங்களினாலும் அவன் மூர்ச்சையாகிக் கிடந்தான். அவன், நான்கு நாட்களாக எதற்கு ஆசைப்பட்டானோ அது அவனுக்கு பத்தடி சமீபத்தில் இருந்தும் அவன் நினைவின்றிக் கிடந்தான். அவன் தூக்கி ஏறியப்பட்டது ஒரு சிங்கத்தின் குகை வாசலில். சிங்கமும் அவனுக்காகவே காத்திருந்தது போல தலையை லேசாக உயர்த்திப் பார்த்துவிட்டு அவனாக எழுந்திருக்கட்டும் என்று காத்திருந்தது.

இரவு முடிந்து பகல் பொழுது தன் கிரணங்களால் கானகத்தின் இருட்டுக்குள் நூலென நுழைந்தது. ஆல்பர்ட் முனகலோடு கண்களைத் திறந்தான். ஈரமான இடத்தில் அவன் உடல் நனைந்து, பழுத்து நடுங்கிக்கொண்டிருந்தது. சற்று தள்ளி, தன் கண்களைச்சற்றே திறந்து அவன் பக்கம் திரும்பியது சிங்கம். பதறிப்போய் எழுந்திருக்க நினைத்தான். அவனால் முடியவில்லை. காலிலோ, முதுகிலோ பயங்கரமான காயம் இருப்பதை உணர முடிந்தது. மார்பிலும்கூட வலித்தது. நிம்மதியாக கூவிக் கதறவேண்டும் என்று அவன் நினைத்தான். அந்த வலிக்கு அப்படி அழுதால்தான் ஆறுதலாக இருக்கும். எதிரில் இவ்வளவு பெரிய சிங்கம் உட்கார்ந்திருக்கும்போது அது எப்படிச் சாத்தியம்? நாம் மயக்கத்தில் இருந்தபோதே நம்மை இது சாப்பிட்டிருக்கலாமே என்று தோன்றியது. அப்படியே சிங்கத்தின் கண்களைப் பார்த்துக்கொண்டிருந்தான். அது, பெரிய கொட்டாவிவிட்டது. சாப்பிட வாயைத் திறந்ததாக அஞ்சித் தரையில் சில அங்குலம் நகர்ந்தான் ஆல்பர்ட்.

சிங்கம் எழுந்து அவனை நோக்கி வந்தது. ஆறடி நீளம் இருக்கும் என்று தோன்றியது. அருகில் வந்து, "பார்த்து வரக்கூடாது?" என்றது.

பேசியது சிங்கம்தானா இல்லை பிரமையா... விழுந்த அதிர்ச்சியில் சித்தம் கலங்கிவிட்டதா என்று சந்தேகமாக நகர்ந்து குகைச்சுவற்றில் சாய்ந்து உட்கார்ந்தான்.

சிங்கம் உட்பக்கம் திரும்பி, "இவருக்கு ஏதாவது சாப்பிட கொடு" என்றது. நிச்சயமாக பிரமை இல்லை. சத்தியம். நிஜம். தெளிவாக ஆங்கிலம் பேசுகிறது சிங்கம். வாட்டிய நீர்வாத்து இறைச்சியை இழுத்து வந்து வைத்தது ஒரு பெண் சிங்கம். பெரிதும் சிறிதுமாக வேறு சில சிங்கங்கள் அங்கே இருப்பது அப்போதுதான் தெரிந்தது.

வாட்டிய இறைச்சி, கணவனுக்குக் கட்டுப்பட்ட பெண் சிங்கம், ஆங்கிலம்... எல்லாமே தலைவெடிக்கும் புதுமையாக இருந்தது.

"உனக்கெப்படி ஆங்கிலம் தெரியும்?" என்றான் ஆல்பர்ட்.

"மனிதர்களின் பேராசையைப் புரிந்துகொள்ள எனக்கு வேறு வழி தெரியவில்லை. இந்த பாழாய்ப் போன மொழியைக் கற்க நான்பட்ட பாடு கொஞ்ச நஞ்சமல்ல. எதற்காக மனிதன் இவ்வளவு வெறியனாக இருக்கிறான் என்பது எங்கள் வன விலங்குகள் எதற்குமே புரியாமல் இருந்தது. ஓயாமல் மனிதன் காட்டின்மீதே குறியாக இருக்கிறான். போகிற போக்கில் எங்கள் இனத்தை வெட்டிச் சாய்க்கிறான். சுட்டுப் பொசுக்குகிறான். மரங்களை வெட்டுகிறான். காட்டு நிலங்களை அகழ்ந்து கனிம வளங்களைச் சுரண்டுகிறான். அணைகள் கட்டுகிறான். காடு, மனிதனுக்கு பைத்தியக்காரன் கையில் கிடைத்த வெடிகுண்டு போல இருக்கிறது. சாப்பிட்டுக்கொண்டே கேள்... என்னை காட்டு ராஜா என்று காலமெல்லாம் நீங்கள் உங்கள் குழந்தைகளுக்குக் கதை சொல்லிவருகிறீர்கள். என்ன பிரயோஜனம்? ஒரு ராஜா செய்யக்கூடிய எந்தப் பணியையும் என்னை செய்யவிடுவதில்லை நீங்கள். கையையும் காலையும் கட்டிப்போட்டுவிட்டு காட்டாற்றில் நீந்தச் சொல்கிறீர்கள். உங்களின் வாழ்நிலங்களில் நாங்கள் வந்தால் நீங்கள் அனுமதிப்பதில்லை. உங்கள் வாழ்நிலம் என்று சொல்வதே தவறுதான். அதுவும் எங்கள் வாழ்நிலம்தான். அதாவது, நம்முடைய வாழ்நிலங்கள். என்ன நடந்தது? மெல்ல மெல்ல அவற்றை நீங்கள் உங்களுடையது என்று ஆக்கினீர்கள். இப்போது அதையும் வைத்து வாழத்தெரியாமல், எங்கள் நாடு.. உங்கள் நாடு என்று அதிலும் பிரிவினைகள். என் வீடு, உன் வீடு என்று நாட்டுப்பிரச்சனைகள்... பாகப்பிரிவினைக் கொலைகள். எப்படியோ உங்களுக்கான இடத்தில் வாழ்ந்துவிட்டுப் போங்கள். இங்கே ஏன் வருகிறீர்கள் என்பதுதான் என் கேள்வி. ஒரு காட்டு அரசன் இதைக்கூட கேட்கக் கூடாதா?"

நீர் வாத்தின் இறைச்சி லகுவாக உள்ளே இறங்கிக்கொண்டிருந்தது.

தமிழ்மகன் | 427

உப்பில்லாதது பெரிய குறையாகத் தெரியவில்லை. சிங்கம் மிக நியாயமான கேள்வியாகக் கேட்டுக்கொண்டிருந்தது. வெறுமனே தலையை மட்டும் அசைத்துக்கொண்டிருந்தான்.

“அதோ தெரிகிறதே... அது பாக்சைட் ஆலை. இதோ இந்தப் பக்கம், புனல் மின் நிலையம். காட்டை இப்படி வளைத்துப் போட்டுவிட்டீர்கள். நீங்கள் எங்கு போகிறீர்களோ அங்கெல்லாம் சாலை போட்டு கறுப்பு நிறத்தில் அது என்னம்மா..? ம்ம்... தார் சாலை போடுகிறீர்கள். சகிக்கவில்லை. அது காட்டைக் கிழிக்கிற மாதிரி இருக்கிறது. எங்கள் பாதையில் அது குறுக்கிட்டால் ஒழிய, அதில் நாங்கள் காலை வைப்பதில்லை. வைக்கும்போது உடம்பே கூசுகிறது. நீங்கள் சாலை போடுவதை எங்களுக்கு உதவி செய்வதாக நினைக்கிறீர்களா இரவு நேரங்களில் நாங்களும் அதைப் பயன்படுத்திக்கொள்வோம் என்று நினைத்தால் அது தவறு. அது எங்களின் வழி அறுக்கும் இம்சை. நீங்கள் எங்கள் வலியை, எங்கள் கோரிக்கையை எப்போதும் புரிந்துகொள்ள முயற்சித்ததே இல்லை. அதனால்தான் நாங்கள் உங்களுக்குப் புரியவைக்கிற மாதிரி உங்கள் மொழியையே கற்க நினைத்தோம். இங்குள்ள பழங்குடி மக்களுக்கு மருத்துவ சேவையும் கல்வியும் தருவதற்காக 10 ஆண்டுகளுக்கு முன்பு குழு ஒன்று வந்தது'. ஸ்டீபன் ஜார்ஜ்தான் தலைவர். நல்ல மனிதர். எங்கள் பிரச்சனையைப் புரிந்துகொண்டு எங்களுக்கு மொழியைக் கற்பித்ததோடு, கடைசி வரை எங்களுடனே வாழ்ந்து மறைந்தார்” பேசிக்கொண்டே... அது பார்த்த திசையில் பூக்களால் அலங்கரிக்கப்பட்ட மண் மேடு தெரிந்தது.

சிங்கக் குட்டிகள் சற்றே சிநேகமாகி ஆல்பர்ட்டின் மேல் வந்து உட்கார்ந்து விளையாட ஆரம்பித்தன. அவன் கையில் கட்டியிருந்த வாட்ச், அணிந்திருந்த பூட்ஸ் போன்றவற்றை வினோதமாகப் பார்த்தன.

“அவருக்கு அடிபட்டிருக்கிறது. தொந்தரவு செய்யாதீர்கள். கொஞ்சம் உடம்பு சரியானதும் நம் மூலிகைக் குளத்தில் குளிக்கவையுங்கள்” குட்டிகளுக்கு ஆணையிடுவது போலவும் அறிவுறுத்துவது போலவும் இருந்தது அது.

பரவாயில்லை... இருக்கட்டும் என்று மடியில் எடுத்து வைத்துக்கொண்டான்.

“எங்களுக்கெல்லாம் பெயர் வைப்பதற்காக ஸ்டீபன் முயற்சி செய்தார். நாங்கள் அதை ஏற்றுக்கொள்ளவில்லை. எங்கள் அனைவருக்கும் ஓர் அடையாளம் இருக்கிறது. நாங்கள் வாசனை களாலும் உருவங்களாலும் வனத்தின் ஒவ்வொரு விலங்கையும் அறிந்து வைத்திருக்கிறோம். முதலைகள், கிளிகள், யானைகள்

எல்லாமே வாசனையால் சப்தத்தால் அடையாளமாகிவிடும். பெயர் புதிய குழப்பமாக மாறிவிடும் என்று விட்டுவிட்டோம். தீயிலிட்டு உண்பதுகூட ஸ்டீபன் ஏற்படுத்திய பழக்கம்தான். பச்சையாகச் சாப்பிடுவது அவருக்கு ஒத்துக்கொள்ளவில்லை. அவருக்காக ஏற்படுத்தப்பட்ட பழக்கம் அப்படியே எங்களுக்கும் தொற்றிக்கொண்டுவிட்டது. ஆனால் நாங்கள் உப்பிடுவதில்லை. இந்த உப்புக்கு மயங்கித்தான் எங்கள் குரங்குகள் உங்கள் நகரத்துக்கு இடம்பெயர்ந்து பிச்சைக்காரனைப் போலவும் வழிப்பறிக்காரனைப் போலவும் வாழத் தொடங்கியிருக்கின்றன." சிறு அமைதிக்குப் பிறகு சிங்கம் தொடர்ந்தது.

"எங்களை சர்க்கஸ்களில் சாட்டையால் அடித்து வாயைத் திறக்கச்சொல்லி துன்புறுத்துகிறீர்களே... நியாயமா? சிங்கங்கள் வாயைத் திறந்து காட்டுவதைப் பார்ப்பதற்கு ஒரு கூட்டம். உங்கள் ரசனையும் புரியவில்லை. வாயைத் திறந்தால் வேறு என்ன இருக்கும் என்று எதிர்பார்த்து சர்க்கஸ் பார்க்க வருகிறீர்கள்? மிருகக்காட்சி சாலையில் இன்னொரு கொடுமை, பத்துக்குப் பத்து கூடத்தில் அடைத்துவைத்து, அதிலேயே நாங்கள் மூத்திரம் பெய்து, அதிலேயே சாப்பிட்டு, அங்கேயே இனப் பெருக்கம் செய்து... எல்லாம் கேள்விப்பட்டேன். எங்களைச் சிறைச்சாலையில் அடைத்துவைத்துப் பார்ப்பதில் என்ன சுகம் கிடைக்கிறது உங்களுக்கு? உங்களுக்குத்தான் தலையெழுத்து... எவனையாவது குற்றம் புரிந்தான் என்று சொல்லி சிறையில் அடைத்துவைப்பீர்கள். நான் கேட்கிறேன், குற்றம் என்றால் என்ன? நீங்களாக இது இவனுக்குச் சொந்தம் என்று வரையறுக்கிறீர்கள். அதன் பிறகு, அதை இன்னொருத்தன் எடுத்துப் பயன்படுத்தினால் குற்றம் என்கிறீர்கள். அதற்குத் தண்டனை சிறை. இதுவரைக்கும் என் நாடு என்கிறீர்கள். அதை ஒருவன் மீறினால் சிறை. நீங்கள் எங்களுடன் இருந்த காலம்வரை எல்லாம் எல்லாருக்கும் பொதுவானதென்றும் அடையும் முயற்சியுடைவர் அதைச் சாப்பிடும் உரிமையுள்ளவர்களாகவும் இருந்தோம். உங்கள் சித்தாந்தங்களால் எவ்வளவு கலவரங்கள், போர்கள், வழக்குகள், பிரச்சனைகள், படுகொலைகள், நிம்மதி இன்மைகள், நோய்கள், பித்தலாட்டங்கள், துரோகங்கள். நீங்கள் நினைத்தால் உங்களுக்கு இருக்கும் வசதிக்கு இன்னும்கூட நன்றாக வாழலாம் என்று ஏன் புரியவில்லை?"

ஆல்பர்ட் அமைதியாக இருந்தான்.

"என்னுடைய பேச்சில் இலக்கணப் பிழை அதிகமாக இருக்கிறதா? நான் பேசுவது புரிகிறது இல்லையா?"

"நன்றாகப் புரிகிறது. பதில் சொல்ல முடியாமல்தான் அமைதியாக இருக்கிறேன். கலாசாரம், பண்பாடு, பழக்கவழக்கம் என்று எங்கள்

தலையில் சுமத்தப்பட்டதன்படி நாங்கள் எங்கள் வாழ்க்கையை ஒழுகுகிறோம் அல்லது அதில் மாற்றம் வேண்டும் என்று போராடுகிறோம். திருமணங்கள் இப்படி இருக்க வேண்டும் என்று ஒரு விதி இருக்கிறது. அதைப் பேணுகிறோம். அல்லது அப்படி இருக்க மாட்டோம்... இப்படித்தான் வாழ்வோம் என்று எதிர் கலாசாரம் செய்வோம். எங்களுக்கு போதிக்கப்பட்ட மகிழ்ச்சிகளை நாங்கள் தொடர்ந்து அனுபவித்துவருகிறோம். யாராவது புதிய மகிழ்ச்சிகளை அறிமுகம் செய்கிறார்கள். அப்படித்தான் மிருகக் காட்சி சாலையில் விலங்குகளை அடைத்துவைத்துப் பார்க்கிற மகிழ்ச்சியும். நீங்கள் வருந்த வேண்டாம். காலப்போக்கில் அதை நாங்கள் உணர்ந்து, அத்தகைய இடங்களை அகற்றிவிடுவோம். எங்கள் தேவைகளும் பாதுகாப்பு உணர்வும் எங்களைக் காட்டு வளங்களைத் தேடிவரச் செய்திருக்கிறது. பயமும் நல்ல நோக்கமும் அதிகமாகும்போது அது சரியாகிவிடும்" என்றான் ஆல்பர்ட்.

"எனக்கு நம்பிக்கை வரவில்லை. மனிதர்களின் ரசனை, அவர்களின் வாழ்க்கை பற்றிய பயத்தால் மேலும் சுருங்கிக்கொண்டிருக்கிறது. குயுக்தி நிரம்பியதாகவும் பொய்மை நிரம்பியதாகவும் மாறிக்கொண்டிருக்கிறது. இவர்கள் போகிற பாதையில் தரமான மகிழ்ச்சிக்கு வாய்ப்பே இல்லை. அப்படியொரு அனுபவத்தை அவர்களால் இனி அடையாளம் காணவும்கூட முடியாது. அது அவர்களின் முன்னால் காட்டுப் பழம்போல ஒதுக்கப்பட்டு புறம்தள்ளப்படும்." சிங்கம் யோசனையில் ஆழ்ந்தது. ஆல்பர்ட் வலியால் ஏற்பட்ட காய்ச்சல் காரணமாகக் கண்கள் சொருகினான்.

அடுத்த இரண்டு நாட்களில் மூலிகைக் குளத்தின் குளியல் காரணமாகவோ, சிங்கங்கள் அடையாளம் காண்பித்த சில தழைகளை உண்டதாலோ வலி குறைந்து சற்றே நடமாடக்கூடியவனாக மாறியிருந்தான். பிரம்மபுத்ராவின் கிளைஆறு போல இருந்தது அது. அவ்வளவு ஆவேசமில்லாத நீரோட்டம். சில்லென்ற குளியலும் துவைத்துக் காயப்போட்டு புதிதாக அணிந்த உடையும் அவனைப் புத்துணர்வாக்கியது. உடன் துள்ளிகுதித்து வந்த சிங்கத்துக்கு ஐந்து அல்லது ஆறு வயது இருக்கும்.

"உங்களால் எப்படி ஆங்கிலம் கற்றுக்கொள்ள முடிந்தது?" என்றான் அவற்றிடம்.

"அதான் பெரியப்பா தெளிவாகச் சொன்னாரே... ஸ்டீபன் மாமாவைப் பற்றி."

"இருந்தாலும் எனக்கு ஆச்சர்யமாகத்தான் இருக்கிறது."

"எங்களால் ஆங்கிலம் பேச முடியும் என்று நீங்கள் நம்பிக்கை வைத்தீர்களா? எப்போதாவது அதைக் கற்பிக்க வேண்டும் என்று விரும்பினீர்களா? என்னமோ பலமுறை சொல்லித்தந்து எங்களுக்கு

வராமல் போனது போல கேட்கிறீர்களே.... பிறந்ததும்உங்களையும் காட்டுக்குள் கொண்டுவந்து போட்டால், ஓநாய் பையன் போலத்தான் வளருவீர்கள் தெரியுமா?”

ஆல்பர்ட் சிரித்தான்.

“ஏற்கெனவே உங்களுக்கு சர்க்கஸில் தரும் பயிற்சியை மட்டும் நீங்கள் ஏற்றுக்கொள்கிறீர்களா?”

“வாயைத் திறந்து பற்களைக் காட்டச்சொல்வது ஒரு பயிற்சியா?”

பேசியபடி குகை வாசலை நெருங்கினர்.

சிங்கராஜா, ஆல்பர்ட்டைப் பார்த்து, “இப்போது பரவாயில்லையா?” என்றது.

உள்ளே இருந்து வாட்டிய முயல் கறியை இழுத்துவந்து போட்டது ஒரு குட்டிச் சிங்கம்.

“முடி நீக்கப்படாமல் இருக்கும். பார்த்துச் சாப்பிடு” என்றபடி, “ஏதோ தீவிரமாகப் பேசிக்கொண்டு வந்தீர்களே” என்று விசாரித்தது.

“எல்லாம் நம் ஆங்கிலம் பற்றித்தான்” என்று போட்டு உடைத்தது குட்டி.

“கற்பவருக்கும் அதில் ஆர்வம் இருக்கும்பட்சத்தில் எதுவும் சாதாரணம்தான்.” சற்று சாய்ந்து படுத்துக்கொண்டு, “ஆனால் விலங்குகள் எதுவும் எதையும் கற்க விரும்புவதில்லை. தன் முனைப்பும் விலங்குகளின் பரிணாமத்துக்கு ஒரு காரணம்தானே? தான் இப்போது இருக்கிற நிலையிலேயே இருக்க விரும்பும் விலங்குக்கு அடுத்த கட்டங்கள் அர்த்தமற்றவையாகிவிடும். ஒரு தேனீ தேனெடுப்பதில் அலாதி ஆனந்தம் கொள்கிறது. அது, கேரட் சாப்பிட ஒருபோதும் விரும்பியதில்லை. நாங்கள் மான் சாப்பிடுகிறோம். ஒருபோதும் மான் பிரியாணி சாப்பிட விரும்பியதில்லை. அப்படி ஆசைப்பட்டவுடன் அடுத்தகட்டம் ஏற்படுகிறது. அதற்கு விலையாக நாங்கள் எங்கள் இயல்பான மகிழ்ச்சியை இழக்கிறோம். மனிதர்களின் பகுத்தறிவு அதற்கான சவால்களைத் தொடர்ந்து சந்தித்தாக வேண்டியிருக்கிறதல்லவா?”

ஆல்பர்ட்டுக்கு சிங்கம் பற்றிய பயம் சுத்தமாக இல்லை. மிகச் சரளமாக அவற்றுடன் பேசவும் பழகவும் ஆரம்பித்திருந்தான்.

சிங்கம் தொடர்ந்தது. “உங்கள் வார்த்தைகள் இன்னும் செப்பனிடப்பட வேண்டியிருக்கிறது.”

ஆல்பர்ட், “உண்மைதான். ஆரம்பக் கோளாறுகள் அப்படியே தொடருகின்றன. உதாரணத்துக்கு, பி.. யூ.. டி..ஃபுட் எனப்படுகிறது. ஆனால், பி.. யூ..டி.. பட் என.”

"நான் அந்த மாதிரி கோளாறுகளைச் சொல்லவில்லை. மொழியை நீங்கள் வசதிக்கேற்றவாறு வளைக்கிறீர்கள். சொல்லப்போனால் உங்கள் தவறுகளில் இருந்து தப்புவதற்காக அதை அதிகம் பயன்படுத்துகிறீர்கள். வசியம் செய்கிறீர்கள். விலங்குகளிடம் அந்த போலித்தனம் ஒருபோதும் இல்லை."

ஆல்பர்ட் அமைதியாக இருந்தான். சிங்கம் முகட்டில் நின்று பருவகாலச் சூழலை அளந்தது. திரும்பி வந்து, "நாளைக்கு உன்னை இரும்பு வாராவதியில் விட்டுவிட்டு வந்துவிடுகிறேன். நீ அங்கிருந்து திஸ்பூர் செல்வதற்கு லாரிகள் கிடைக்கும்" என்றது சிங்க ராஜா.

"நான் நகருக்குச் சென்றதும் நிச்சயம் உங்கள் உரிமைக்காகப் போராடுவேன்" அவனுடைய கண்கள் பனித்திருந்தன.

"வேண்டவே வேண்டாம். இப்படியான பேசும் சிங்கங்களைப் பார்த்ததாக நீ யாரிடமும் சொல்லக்கூடாது. எங்களைப் பிடித்துப்போய் கூண்டில் அடைத்து டி.வி. கேமரா முன் பேசவைத்து கொடுமைப்படுத்த ஆரம்பித்துவிடுவார்கள். அதைவிட வேறு நரகம் இருக்க முடியாது. முடிந்தால் காட்டை நம்பித்தான் காட்டு விலங்குகள் இருக்கின்றன என்பதைச் சொல். அது போதும்."

ஏழு சிங்கங்களும் சேர்ந்து சென்று ஆல்பர்ட்டை வழியனுப்பிவைத்தன. தடுமாறி, கால்தாங்கி திரும்பித் திரும்பி பார்த்தவாறே அவன் நடந்து சென்றான். சிங்கங்களின் கண்களில் நீர் அரும்பியது முதல் முறையாக. ஆல்பர்ட் மெல்ல அவற்றின் கண்களில் இருந்து மறைந்தான். அடுத்த நாளே ஆல்பர்ட், சிங்கங்களைப் பிடிக்க பெரும் பட்டாளத்தோடு வந்தான். ஆனால், அந்தக் குகையில் சிங்கங்கள் இல்லை. அதற்கான தடயமேகூட இல்லை. சக நண்பர்களின் பெரும் ஏளனத்தோடு ஆல்பர்ட் காட்டைவிட்டு போனான்.

- 'உயிர்மை' டிசம்பர் 2010

மீன்மலர்

57

"இசையின் இயற்பியல் கூறுகள்" என்றான் அவன்.

கல்லூரி முதல்வருக்கு அவன் சொல்வதன் அர்த்தம் புரியவில்லை.

"இன்னும் கொஞ்சம் விளக்கமாகச் சொல்ல முடியுமா?" என்றார்.

"72 மேள கர்த்தா ராகங்கள் இருப்பதை அறிவீர்கள். அது பற்றித் தெரியவில்லை என்றாலும் பிரச்சனை இல்லை. அவற்றின் பெர்முடேஷன் காம்பினேஷனில் எத்தனையோ லட்சம் இசைக் கோர்வைகளை உருவாக்க முடியும். ஜன்ய ராகத்தில் எவற்றையெல்லாம் பூர்வாங்க ராக மேளகர்த்தாக்களாகவும் எவற்றையெல்லாம் உத்தராங்கமாகவும் பாவிக்கலாம் என்பதை அறிவியல்ரீதியாக கணக்குகளாக ஆய்வு செய்தேன். ஒவ்வொரு ராகத்துக்கும் ஒரு எண். எல்லாவற்றையும் கணிதக் கோட்பாடுகளாக மட்டுமே பார்த்தேன். எத்தனையாவது லட்சத்து ராகம் என்பதைச் சொன்னால் போதும் அந்த ராகத்துக்கான லட்சணங்கள் என்ன என்பதை..."

"அது இல்லை, மிஸ்டர் ரவி... இந்த ஆய்வினால் என்ன பயன் என்று இன்னும் நேரடியாகச் சொல்ல முடியுமா?"

"மிகச் சிறந்த இசை மேதைகள் எல்லாம்கூட எல்லா மேளகர்த்தா ராகங்களிலும் சிரத்தை எடுத்துக்கொள்ள மாட்டார்கள். அதாவது, நன்றாகக் கைவரும் ராகங்களில் மட்டுமே தங்களை

வெளிப்படுத்திக்கொள்ள விரும்புவார்கள். மனிதர்களுக்கு சில எல்லைகள் உண்டு. சிலருக்கு, சில ராகம் மிகவும் ரம்மியமாக இருக்கும். வேறு சிலருக்கு, வேறு ராகங்கள் அப்படி அமைந்துவிடும். பாடுபவர்களுக்கு மட்டுமல்ல, கேட்பவர்களுக்கும் இப்படியான எல்லைகள் உண்டு. ஆனால், நம்முடைய விருப்பு வெறுப்புகளை மீறி உலகில் இத்தனை இசை முடிச்சுகள் இறைந்து கிடக்கின்றன. நதியின் சலசலப்பில், பறவைகளின் குரலோசையில், கோயில் மணியின் ஓசையில்... இதையெல்லாம் ஒரு ஃபார்முலாவில் அடக்க முடிந்தால், கணினி மூலமாகவே அத்தனை ராகங்களையும் பெற முடியும். உதாரணத்துக்கு 75 ஆயிரமாவது ஜன்ய ராகம் கேட்க வேண்டுமா... ஜஸ்ட் 75 ஆயிரம் என்பதற்கான எண்ணை அழுத்திவிட்டு 'என்டர்' தட்டினால் போதும். அதைக் கேட்க முடியும். இது, இந்த ஆய்வின் நேரடிப் பயன். இதைத் தொடர்ந்து பலருக்கு இசை ஆய்வு செய்வதற்கு இதைப் பயன்படுத்த முடிவது அடுத்த பயன்கள்."

முதல்வர் 'கோட்டை' சற்றே இழுத்துவிட்டுக் கொண்டு அடுத்த கேள்விக்குத் தயாரானார். ரவியும் தயாராகத்தான் இருந்தான்.

சற்றும் எதிர்பாராத கேள்வியாக, "நீங்கள் எவ்வளவு சம்பளம் எதிர்பார்க்கிறீர்கள்?" என்றார்.

"இன்டர்வியூ முடிந்துவிட்டதா...எனக்கு வேலை கொடுப்பதென்று முடிவு செய்துவிட்டீர்களா?" என்றான் ரவி.

அவன் முகத்தில் மிகுந்த ஆர்வம் தெரிந்தது.

"வேலை தருவதில் சிக்கல் இல்லை, நீங்கள் எதிர்பார்க்கும் சம்பளம்தான் இப்போது தடையாக இருக்குமோ என்று நினைக்கிறேன்."

"அடுத்த ஆண்டில் கனடாவில் எனக்கு வேலை கிடைத்துவிடும். அது, இசை ஆய்வுப் பணி. இந்தியாவில் கற்பனை செய்ய முடியாத சம்பளம். அதுவரை டயாபடீஸ் அம்மாவைப் பாதுகாக்கிற சம்பளம் தேவை. அவ்வளவுதான்."

"சரி. நான் பார்த்துக்கொள்கிறேன். இன்னும் சில கேள்விகள்."

"இன்னுமா?"

"உங்களுக்குத் தெரிகிறதா என்று பார்ப்பதற்காக அல்ல, எனக்குத் தெரிந்து கொள்வதற்காக."

சிரித்தான்.

"இங்கிருந்துதான் பேச ஆரம்பித்திருக்க வேண்டும்... இசை என்றால் என்ன?"

ரவி உண்மையிலேயே அதிர்ச்சியடைந்தான்.

முதல்வர் மறுபடி தொடர்ந்தார். "பேரதிர்ச்சி ஏற்படுத்தும் கேள்வியைக் கேட்டுவிட்டேன்."

"எதற்காக அப்படிக் கேட்டீர்கள்?" என்றான் நிதானமாக.

"உண்மையாகத்தான் கேட்கிறேன். என்னால் இசையை ரசிக்க முடியவில்லை. அதைப் புரிந்துகொள்வதில் எனக்கு மிகுந்த சந்தேகங்கள் இருக்கின்றன. எல்லோரும் இசையை ஏன் ரசிக்கிறார்கள் என்பதே எனக்குப் புரியவில்லை. மியூசிக் அகாடமி, நாரதகான சபா போன்றவற்றில் மிக முக்கியமானவர்கள் கச்சேரிக்கெல்லாம் போய் வந்தேன். என்னால் மெய் மறந்து கரைந்துபோக முடியவில்லை. அப்படி என் முன் இருப்பவர்களைப் பார்த்தால் நடிக்கிறார்களோ என்ற சந்தேகம் வருகிறது. ஆனால், நான் உண்மையாகவே ரசிக்க முயற்சி செய்தேன். நிறைய கேசட்டுகள் வாங்கிக் கேட்டேன். இசையை ரசிப்பது எனக்கு சவாலான விஷயமாகிவிட்டது."

ரவி... "படித்தவர், பாமரர் அனைவரையும் இசை மயங்க வைக்கிறது என்கிறார்கள். ஆடு மாடுகள்கூட வேணு கானத்தில் மயங்குவதாகச் சொல்கிறார்கள். சேக்ஸ்பியர் "மெர்ச்சென்ட் ஆஃப் வெனிஸி'ல் இசை இல்லாத மனிதனை ராஜ துரோகி என்கிறார்" என்றான்.

"அப்படியானால், இது என் ரசிப்புக்கு ஏற்பட்ட சவால் இல்லை; இசைக்கு ஏற்பட்ட சவால் என்பதுதான் சரியாக இருக்கும். இசை என்றால் என்ன?" முதல்வர்.

"உங்கள் சந்தேகங்களைக் கேட்டுக்கொண்டே வாருங்கள். ஏதாவது ஓர் இடத்தில் தெளிவு கிடைக்கலாம். இசை என்றால்... கேட்ட மாத்திரத்தில் மனதில் சந்தோஷத்தைப் பரவச் செய்யும் இனிய த்வனிகளின் சேர்க்கை."

"இனிய த்வனிகள் என்றால்..?"

"ட்ராஃபிக் ஜாம் இரைச்சலை ரசிக்க முடிகிறதா உங்களால்..?"

"எரிச்சலாக இருக்கிறது."

"குயிலோசை?"

"அது அவ்வளவு எரிச்சலாக இல்லை..."

"கோயில் மணி?"

"சகித்துக்கொள்ள முடிகிறது."

ரவி, அமைதியாக முதல்வரைப் பார்த்தான். "சரி. சினிமா பாடல்கள் கேட்பீர்களா?"

“சில பாடல்களைப் பாடுகிறேன். அதுகூட ரேடியோவிலும் டி.வி-யிலும் திரும்பத்திரும்ப கேட்டு, பாடல்வரிகள் பிடித்துப் போய் அதை உச்சரிக்கிறேன், அவ்வளவுதான். ஏதோ ஒரு கட்டத்தில் இசையின் சூட்சுமம் பற்றிக் கொள்ளும் என்ற என் ஆசை நிறைவேறவே இல்லை. அந்த வரிகளைத் திரும்பச் சொல்கிறேன் அவ்வளவுதான்.”

“குறிப்பாக எந்தப் பாடல்..?”

“ஏட்டில் எழுதி வைத்தேன். எழுதியதைச் சொல்லி வைத்தேன்’. அல்லது ‘சின்னச்சின்ன ஆசை...’, ‘தென்பாண்டிச் சீமையிலே தேரோடும் வீதியிலே...”

“இது போதும். உங்கள் மனதில் இசை இருக்கிறது. பாட்டரி வீக். ஷெல்ஃப் எடுக்கவில்லை. தள்ளிவிட்டுதான் ஸ்டார்ட் செய்ய வேண்டும்”–சிரித்தான்.

“நீங்களே சொன்னீர்கள். சிலருக்கு சில ராகம் மிகவும் பிடிக்கும் என்று. இசை என்பது கேட்பவரைப் பொறுத்ததுதானா?”

“அதிலென்ன சந்தேகம்..? யாரும் அற்ற சபையில் நாற்காலிகள் மட்டும் இசையை ரசிக்குமா? கேட்பதற்கு மனிதர்கள் இருந்தால்தான் நாதத்துக்குப் பெருமை. ரசிப்பவர்கள் இருந்தால்தான் இசை என்று ஒன்று இருக்க முடியும்.”

“அதுசரி. என்னைப் போன்ற 100 பேர் ஒரு சபையில் உட்கார்ந்திருந்தால் அந்தக் கச்சேரி நடந்தென்ன பயன்?”

ரவி சிரித்தான். இப்படி ஒரு ஆசாமியிடம் மாட்டிக்கொண்டோமே என்ற சிரிப்பு.

“சிரித்தாலும் பரவாயில்லை. நான் என் சந்தேகங்களைக் கேட்டுவிடுகிறேன். இசையைக் கேட்டதால் பசுக்கள் நன்றாகப் பால் கறந்ததாகவும் பயிர் நன்றாக வளர்ந்ததாகவும் அம்ஷவர்த்தினி பாடியதால் மழை பெய்ததாகவும் அக்பர் அரசவையில் தான்சேன் என்ற இசைஞன் ராகம் பாடி தீபம் ஏற்றியதாகவும் தியாகய்யர் பிலஹரியில் பாடி, இறந்த பிராமணனை உயிர்ப்பித்ததாகவும் கூறுவதெல்லாம்... இறந்தவனுக்கும் மேகங்களுக்கும் ரசிக்கும் மனது இருக்கிறதா?”

“சப்த ஸ்வரங்கள் என்பதை சிரநாஸி முனிவரின் ஏழு குழந்தைகள் என்கிறார்கள். இசைக்கு ஒரு தெய்வீகத் தன்மை இருப்பதைச் சொல்லும் நம்பிக்கைகள். இப்போது, இறைத்தன்மை குறித்த நம்பிக்கைகளை விட்டுவிடுவோம்.”

முதல்வர் சிரித்தார். “பயிர் செழித்து வளர்ந்ததும் பசு பால் கறந்ததும்?”

“அது விஞ்ஞானரீதியாக மெய்ப்பிக்கப்பட்டிருக்கிறது. ரம்மியமான ஒலிகள் மகிழ்ச்சி அளிக்கின்றன. மகிழ்ச்சி ஆரோக்கியம் தருகிறது...”

“ரம்மியமான ஒலி என்பதைத்தான் என்னால் ஏற்றுக்கொள்ள முடியவில்லை. உதாரணத்துக்கு, எனக்கு லட்டு மிகவும் பிடிக்கிறது. என் மகனுக்கு லட்டு பிடிக்கவேயில்லை. பிட்ஸா என்றால் உயிர். ஒன்று பிடிக்கிறது அல்லது பிடிக்கவில்லை என்பது பழக்கத்தால் ஏற்படுகிறது. ரம்மியமா, இல்லையா என்பதும்கூட. அமெரிக்காவிலிருந்து வருகிறவனுக்கு நம்மைப் போல் எண்ணெய்க் கத்திரிக்காய் குழம்பை வளைத்துக்கட்டி சாப்பிட முடியுமா? அல்லது நாம்தான் பர்கர் சாப்பிட்டு உயிர் வாழ்ந்துவிட முடியுமா?”

“மேலை நாட்டிலிருந்து நம்மைப் பார்த்து ஆச்சர்யப்படுகிறவர்கள் அதிகரித்து வருகிறார்கள்.”

“அமெரிக்கன் எம்பஸி வாசலில் விசா கேட்டு காத்திருப்பவர்கள் அதைவிட அதிகரித்திருக்கிறார்கள். பழகினால் சில பிடித்துப்போகின்றன. ராமகிருஷ்ணர் கதை ஒன்றில், மீன்காரிகள் ஒரு சந்தர்ப்பத்தில் ஒரு பூக்காரியின் வீட்டில் தங்க வேண்டியிருக்கும். இரவெல்லாம் பூ வாசத்தால் அவர்களால் தூங்கவே முடியாமல் போகும். கடைசியில் மீன் கூடையை முகத்தில் மூடிக்கொண்டு தூங்குவார்கள். மீன் வாசனை பிடிக்கிறவர்களுக்கு மலர் வாசனை பிடிக்கவில்லை. மலர் பிடிக்கிறவர்களுக்கு மீன் பிடிப்பதில்லை. அழகு குறித்த பார்வையும் இப்படித்தான். சீனப் படம் பார்த்தால் எல்லா நடிகையும் வித்தியாசமில்லாமல் ஒரே மாதிரி இருப்பதுபோல தோன்றுகிறது. ஆனால், அந்த ஊரில் கேட்டால் இவளைவிட இவள்தான் அழகி என ஒருத்தியை அடையாளம் காட்டுகிறார்கள். சிநேகா அழகியா, சாண்ட்ரா புல்லக் அழகியா என்றால் நமக்கு சிநேகா, அமெரிக்கனுக்கு சாண்ட்ரா புல்லக்.”

“இங்கே கர்னாடிக்... அங்கே வெஸ்டர்ன் மியூசிக் என்று இருப்பது போல. அதனால் என்ன சொல்ல வருகிறீர்கள்?”

“ருசி, அழகு, வாசனை, இசை எல்லாமே நாமே கற்பித்துக்கொண்டவை, சமீப காலங்களாக. அதாவது சில ஆயிரம் ஆண்டுகளாக. அதற்கு முன் அப்படியில்லை.”

“சரி. அதற்கும் இசையை ரசிக்க முடியவில்லை என்பதற்கும் என்ன சம்பந்தம்?”

“அதற்கு சொல்லப்படுகிற புனிதத் தன்மை. நீங்கள் இயற்பியல் பேராசிரியர். விஞ்ஞானபூர்வமாகச் சொல்லுங்கள். சூத்திரங்களை உள் வாங்கிக் கொண்டால், கம்ப்யூட்டரும் ஓர் இசை மேதையாக முடியும் அல்லவா?”

“அப்படிச் சொல்ல முடியாது. ஒன்றைப் போல தத்ரூபமாகப் பிரதியெடுக்க புகைப்படம் போதும். ஆனால், ஓவியத்தின் தேவையும் இருக்கிறதல்லவா? படைப்பின் சூத்திரம் அங்குதான் இருக்கிறது. நீங்கள் சொல்லும் புனிதத் தன்மைக்கும் மேலேயே அதற்கு நாம் மரியாதை செய்யவேண்டியிருக்கிறது. படைப்புத்திறனும் கலையும்தான் மனிதனை விலங்குகளிலிருந்து தொடர்ந்து வித்தியாசப்படுத்திக் காட்டுகிறது. அழகும் நகாசும்தான் மனிதனைத் தொடர்ந்து வாழவும்வைக்கிறது. நாம் இப்போது இசை மீது காட்டிவரும் பக்தியும்கூட குறைவுதான்.”

“என்ன?” என்றார் உள்ளே நுழைந்த ப்யூனிடம். ஏதோ விசிட்டிங் கார்டைக் காட்டினான். முதல்வர் அலுப்புடன் அதை நோக்கிவிட்டு, “நீங்கள் சற்று வெளியே இருக்கிறீர்களா? பேசி அனுப்பிவிட்டு அழைக்கிறேன்.”

ரவி, வெளியே வந்து அமர்ந்தான்.

முதல்வர் பேசி அனுப்பிவிட்டு, தன்னை ஆயாசப்படுத்திக் கொள்ளும் விதமாக எதிரில் இருந்த லால்குடியின் வயலின் கேசட்டைத் தட்டிவிட்டு கண் மூடி கேட்டார். ஏதோ தடை நீங்கியது போல உணர்வு. படைப்பின் சூத்திரம் புரிபட்டது போல தகிப்பு. ரம்மியம், ரசனை கைகூடிவிட்டது. நட்சத்திரங்களுக்கிடையே பிரயாணிக்கிற தரிசனம். எங்கிருக்கிறோம் எனும் நிலை மறந்த மயக்கம். ஆஹா... சூட்சுமம் பற்றிக்கொண்டது.

பியூனை அழைத்து ரவியை வரச் சொன்னார்.

“அவர் அப்போதே போய்விட்டார். இந்தச் சீட்டை உங்களிடம் கொடுக்கச் சொன்னார்.”

முதல்வர் வாங்கிப் பார்த்தார்.

“இசையில் ஏராளமான சந்தேகங்கள் எனக்கு உருவாக்கியதற்கு நிஜமாகவே நான் நன்றி சொல்லிக்கொள்கிறேன். ஒவ்வொன்றும் நியாயமானவை. நான் உங்களுக்குச் சொன்ன சமாதானங்கள் எல்லாம் பொருத்தமானவை அல்ல. எனக்கே சந்தேகம் உள்ள துறையில் நான் பாடம் நடத்துவது சரியல்ல. சந்தேகம் தீர்ந்த பிறகு சந்திக்கிறேன்.”

- புதிய பார்வை, 2009.

நோக்கம்

58

அலை அடிக்கும் கடலோரம் ஆயாசமாக அமர்ந்தான் ராமன். கடல் கடந்து வருகையில், தண்ணீருக்கு தவித்துப் போய்விட்டாள் சீதை. நடுவிலே இளைப்பார வசதியில்லா வெயில். சிவனை பூஜித்துப் புறப்படுவதாக எண்ணம் ராமனுக்கு. லட்சுமணன் இந்தப் பிராந்தியம் பாதுகாப்பானது தானா? காட்டுவிலங்குகள் தாக்கக்கூடிய இடமா என்பதிலேயே கவனமாக இருந்தான்.அவன் சற்று தள்ளி நின்றவாறு இலங்காபுரி நோக்கி பார்வையிட்டுக் கொண்டிருந்தான். வானரங்கள் அங்கும் இங்கும் மரத்தடிகளிலே களைப்பாறிக்கொண்டிருந்தன.

மணல் வெளியில் ஊற்றெடுத்து, சீதாபிராட்டிக்கு சுரைக்குடுவையில் நீர் முகர்ந்து கொடுத்தான் ஹனுமன். அமர்ந்து நீரைக் கையேந்திக் குடித்தாள் சீதா.

அவள் அருந்திய இடத்தில் மணலில் சிந்திய நீர், திட்டாகப் பரவி நின்றது. அதைக் கையால் அள்ளித் திரட்டி குழவி போலாக்கினாள் சீதா. மணலில் விளையாட விரும்பாத மனிதர் உண்டா? இல்லை எனத் தெரியும். கடவுளும் இல்லையென்று சிரித்துக்கொண்டான் ராமன்.

“ஏன் சிரிக்கிறீர்கள்? மிதிலா புரியிலோ, அயோத்தியிலோ கடற் கரையே இல்லை. இப்போது விட்டால் பிறகு எப்போது இப்படி கடற்கரையில் விளையாட முடியும்? பாற்கடலில் பாம்பே கதி...”

“சிரித்தது உன் விளையாட்டைப் பார்த்தல்ல. சிவபூஜையில் ஈடுபட விரும்பினேன். திரும்பிப் பார்த்தால் நீ லிங்கேஸ்வரனை கையில் ஏந்தியிருக்கிறாய்?”

“இல்லை... ராமநாதீஸ்வரன்” ஹனுமன் உரிமையோடு பெயரிட்டான். ராமனிடம் அதே மாறாத புன்னகை.

சற்றைக்கெல்லாம் “ஓம் நமசிவாய... ஓம் நமசிவாய...” ராமனின் உதடுகள் மென்மையாக உச்சரிக்கத் தொடங்கின. இமைகள் மூடியிருந்தன. ஒருக்களித்து அவனருகில் அமர்ந்து, நிஷ்டையில் ஆழ்ந்தாள் சீதா. மனிதப் பிறவியெடுத்து வந்து இறைவன் தன்னைத்தானே வணங்கி மகிழும் நாடகத்தை ரசித்துக் கொண்டிருந்தான் ஹனுமன். அவனுடைய இமைகளும் மெல்ல திரையிட்டன. ராமனின் மென்குரல் மட்டும் ஏகாந்த வெளியெங்கும் பரவி ஓடிக்கொண்டிருந்தது. யுகங்களே கரைந்து கழிந்தது போல காலம் கடந்து கரைபுரண்டுகொண்டிருந்தது. மூவருமே பிரபஞ்ச மெங்கும் வியாபித்து பொருளற்ற ஓர் உருவாய் எங்கும் நிறைந்து கிடப்பதாய் நினைத்தான் ஹனுமன். அக்கணமே பிரபஞ்சத்தின் ஒரு துளியாய் எங்கோ ஒரு புள்ளியாக மாறியும் தோன்றியது.

“இரவு இங்கேயே தங்கி காலை அயோத்தி நோக்கிப் புறப்படுவோமா?” ராமன் குரல் குளிர்த் தென்றல் போல தழுவியது. சீதையும் லட்சுமணனும் ஹனுமனும் ஆமோதித்தனர்.

காலை -

வானரங்களுக்கு விடைகொடுத்து அனுப்பிவிட்டு, நால்வரும் வடதிசை நோக்கி பிரயாணத்தை ஆரம்பிக்க இருந்த நேரத்தில், இந்த வனாந்தரத்தில் லிங்கத்தை அப்படியே விட்டுவிட்டுப் போவது உசிதமில்லையெனத் தன் வாலால் சுழற்றி இழுக்க எத்தனித்தான் ஹனுமன். மணல் லிங்கம்தானே என்ற அசிரத்தை அவன் வால் வழியே வெளிப்பட்டது. லிங்கம் உறுதியாக இருந்தது. அதீத ஆவேசத்துடன் இழுத்துப் பார்த்தான். அசைவதற்கான அறிகுறியே இல்லை. அட, மணலுக்கு இத்தனை வலிமையா?

மானிட அவதாரமாயினும் முக்காலம் உணர்ந்த ராமன், இந்தச் செயலை ரசித்துக்கொண்டிருந்தான். ஹனுமன் ஆவேசத்துக்கு வால் அறுந்ததுதான் மிச்சம்.

அறுந்த வாலை மீண்டும் ஒட்டவைத்தபடி ராமன் கேட்டான். “எதற்கிந்த ஆவேசம் ஹனுமான்?”

வெட்கித் தலைகுனிந்து, “வழிபடும் நோக்கம் முடிந்தபின்பு, வழியில் இப்படியொரு விக்ரகம் இருக்க வேண்டாமே என்று நினைத்தேன். இந்த மணல் திட்டை அகற்றிவிடலாம் என்று...”

“லங்காபுரிக்குச் செல்வதற்காகப் பாலம் அமைத்தோம். அதற்கான நோக்கமும் முடிந்துவிட்டது. இனிமேல் பாலம் அவசியமா என்று நினைத்தாயா?”

ஹனுமன் அலைகளுக்கிடையே கோடுபோல கிடந்த கடற்பாதையைப் பார்த்தான். எத்தனை உழைப்பு... எத்தனை உழைப்பு... எவ்வளவு பாறைகள், எவ்வளவு மணல் குவியல், எத்தனை ஆக்ரோஷமாக உருவானது இந்தப் பாலம். இதையும் இந்த மணல் லிங்கத்தையும் ஒன்றென்பதா?

“பிரபு, நீங்கள் என்ன சொல்கிறீர்கள்? இந்த லிங்கமும் இறைவன்தான் என்பதை அறியாமல் இல்லை. இந்த ஆளரவமற்ற மணல் பூமியில் பராமரிக்க யாருமின்றி ஈசனை விட்டுச்செல்வதை விரும்பாமல்தான் அதை அகற்ற எண்ணினேன். அது அறியாமல் செய்த பாபம்தான். அதற்காக, நல்ல நோக்கத்துக்காக உருவான பாலத்தைக் களைய நினைப்பதுபற்றி யோசிக்க முடியுமா? எதற்காக இரண்டையும் ஒப்பிட்டீர்கள் என்று எனக்கு விளக்க வேண்டும்” தலைவணங்கி வினவினான் ஹனுமன்.

“எந்த நோக்கத்துக்காக எது உருவாக்கப்பட்டதோ, அது நிறைவேறியவுடன் உருவாக்கப்பட்ட அம்சம், நோக்கத்துக்கு விரோதமாக மாறிக் கொண்டிருப்பதை நீ கவனிக்கவில்லையா? இறைவன் சிருஷ்டியில் எல்லாமே அவன் நோக்கத்துக்கு விரோதமாக மாறிக்கொண்டுதான் இருக்கிறது?”

“என்ன சொல்கிறீர்கள் பிரபோ...?”

“பதறாதே வாயு புத்ரா... இதோ இந்த வில் எதற்காக சிருஷ்டிக்கப் பட்டிருக்கிறது?”

“பாதுகாப்புக்கு...”

“யாருடைய பாதுகாப்புக்கு?”

“பிரபோ என்னைச் சோதிக்காதீர்கள்... வில்லை சிங்கமும் புலியுமா பிரயோகிக்கின்றன. மனிதன்தான் பிரயோகிக்கிறான். அவனுடைய பாதுகாப்புக்குத்தான்...”

“மனிதர்களை அழிக்கவும் அதே வில்லைத்தான் மனிதன் பயன்படுத்துகிறான். நடப்பது திரேதா யுகம். துவாபர யுகத்தில் ஆயுதத்தின் நோக்கம் காத்துக் கொள்வதில் இருந்து அழித்துக்கொள்வதற்காக என்று மாறிவிடும். கலியுகத்தில் ஆயுதம் செய்வது, அதை விற்பது அதை விற்பதற்கான வாய்ப்புகளை உருவாக்குவது, அதற்கான சந்தையை ஏற்படுத்துவது, அப்படியான அரசியல் சூழலை நியாயப்படுத்துவது, புதிய ஆயுதங்கள் உருவாக்கும் சிந்தனையாளர்களை உருவாக்குவது, போர் செய்வது, போர் செய்யாமல் இருப்பது குறித்து விவாதிப்பது, அமைதிக்காகப் போராடுவது, போராடாமலேயே அழிப்பது, அழியாமல் இருப்பதற்கான அறிவியல் கண்டுபிடிப்புகளை நிகழ்த்துவது... என ஆயுதத்தை மையப்படுத்திதான் உலகமே இயங்கும்...”

"எதிர்காலம் எப்படி இருக்கும் என்று எனக்குத் தெரிய வேண்டாம். இந்த லிங்கமும் இந்தப் பாலமும்... நோக்க முரண்களாக மாறிப் போகுமா?" கலக்கத்துடன் கேட்டான் காற்றின் மைந்தன்.

சுற்றுமுற்றும் பார்த்தான் ராமன். வனவிலங்குகள் ஏதும் தாக்க வருமோ என்பதில் கவனமாக இருந்தான் லட்சுமணன். சீதா தேவி, போகும் தூரம் எண்ணி மரநிழலில் துயில்கொண்டிருந்தாள்.

"இந்தப் பாலம் வேண்டுமாவேண்டாமா என கலியுகத்தில் விவாதம் பிறக்கும். அப்போது, நாம் பேசிக்கொண்டது போல அத்தனை எளிமையான விஷயமாக இது இருக்காது."

சபர்மதி ஆஸ்ரமத்தில் நேரு, படேல் இருவருமே மகாத்மா காந்தியிடம் தீவிரமாக விவாதித்துக்கொண்டிருந்தனர்.

"சுதந்திரத்தை அடைவதுதான் நம் நோக்கமாக இருந்தது. அதற்காகத்தான் இந்தப் பேரியக்கம். சுதந்திரம் கிடைத்ததுமே நாம் அதை கலைத்துவிடுவதுதான் சரி. இதில் எனக்கு மாற்றுக் கருத்து இல்லை."

"ஏற்றுக்கொள்கிறோம். இப்போது ஆட்சி அமைப்பது யார்? புதிதாக ஒரு கட்சியைத் தொடங்கி, அதை மக்கள் மத்தியில் பதியச் செய்து, ஆட்சியைப் பிடிப்பது சாத்தியமா?" நேரு தன் குல்லாவைக் கழற்றி கையில் வைத்துக் கொண்டு தலையைத் தடவிக்கொண்டார். அவருடைய வழுக்கைத் தலை வியர்த்திருந்தது.

"இப்போது சாத்தியமில்லை போல தோன்றும். பின்னர், இதே கட்சி நூறு கட்சிகளாகச் சிதறுண்டுபோகும். காங்கிரஸ் பேரியக்கம், வேறு அற்ப காரணங்களுக்காக - தனிமனித விருப்பு வெறுப்புகளுக்காக வெவ்வேறு தலைமையில் துண்டுபட்டு நிற்கும். அப்போது, மக்கள் தங்களுக்கு பாடுபடப் போகிறவர்கள் யார் என்று தீர்மானிக்கத்தான்போகிறார்கள். அதை இப்போதே செய்துவிட்டால், காங்கிரஸுக்கு நற்பெயர் மிஞ்சும்." காந்தி தீர்மானமாகச் சொன்னார். நேரு, படேலைப் பார்த்தார். தனித் தனி ராஜாங்கமாகச் சிதறுண்டு கிடந்த மாநிலங்களை ஒன்றுசேர்த்த இரும்பு மனிதர் படேல், மகாத்மாவின் தர்மத்தையும் நேருவின் நியாயத்தையும் மனத்தராசில் நிறுத்திப்பார்த்தார். விவாதம் முற்றுப்பெறாமலேயே பிரிந்தனர்.

இந்தியச் சுதந்திரம் இந்து,முஸ்லிம் கலவரத்துக்கிடையே பிறந்தது. காந்தி, கசப்பான சூழலில் எல்லோரையும் போல அவராலும் சுதந்திரத்தை அனுபவிக்க முடியவில்லை. தில்லியில் நேரு சுதந்திரக் கொடியை ஏற்றும்போது, கல்கத்தாவில் வகுப்புக் கலவரம் நடந்துகொண்டிருந்த பகுதியில் அவர் அமைதிக்காகப் போராடிக்கொண்டிருந்தார்.

பாகிஸ்தானிலிருந்து அகதிகளாக இந்தியா வந்தவர்கள், இந்தியாவிலிருந்து அகதிகளாக பாகிஸ்தான் சென்றவர்கள் என நாட்டில் ரத்த ஆறு ஓடியது. இரு தரப்பு இழப்புகளுக்கும் அவர் வருந்தினார். "பாகிஸ்தான் சென்று, அங்குள்ள இந்துக்களுக்கு ஆறுதல் சொல்லலாம் என்றால், இங்கும் முஸ்லிம்கள் பாதிக்கப் பட்டுக்கொண்டிருக்கிறார்களே... நான் எந்த முகத்தோடு பாகிஸ்தான் இந்துக்களுக்கு ஆறுதல் சொல்ல முடியும்?" உலக உத்தமரின் பேச்சில் அதீத வருத்தம் வெளிப்பட்டது.

பிர்லா மாளிகையில் ஓய்வெடுத்துக்கொண்டிருந்த மகாத்மா மீது சிலருக்கு கோபம். ஒருவன் மாளிகைக்கே வந்து குண்டு வீசிவிட்டுப் போனான். அவர், இந்துக்கள் மீதுமட்டும் பரிவு காட்ட வேண்டும் என்பது அவனுடைய ஆசை. அடுத்த சில நாட்களில், பாகிஸ்தானிலிருந்து வந்திருந்த அகதிகள் காந்தியைச் சந்தித்தனர். கூட்டத்தில் இருந்த ஒரு கோபக்கார இளைஞன்,"உங்களால்தான் நாங்கள் இப்படி ஆனோம். நீங்கள் பேசாமல் இமயமலைக்குப் போய்விடுங்கள்" என்று கத்தினான். அவனை சமாதானம் செய்து அழைத்துப் போனார்கள்.

"வெள்ளையனை இந்தியாவைவிட்டு வெளியேற்றுவதற்காகப் பாடுபட்டவரை இந்தியாவைவிட்டு வெளியேற்றப் பார்க்கிறார்களே..." பிரார்த்தனைக் கூட்டத்துக்கு வந்த புண்ணியவான் ஒருவர் மனம் நொந்து புலம்பினார்.

மறுநாள் ஜனவரி 30, 1948. உலகப்பிதா காந்தியை முஸ்லிம்களுக்கு ஆதரவாகச் செயல்படுகிறார் என்ற காரணத்துக்காக, கோட்சே என்பவன் சுட்டுக் கொன்றுவிட்டான். இறக்கும்போது, 'ஹேராம்' என்றபடி தரையில் சாய்ந்தார் மகாத்மா.

"இந்தப் பூமியில் இப்படியொரு மகாபுருஷர் ஒருவர் வாழ்ந்தார் என்பதை வருங்காலத் தலைமுறையினர் நம்புவதுகூட சிரமமானதாக இருக்கும்" என்றார் விஞ்ஞானி ஆல்பர்ட் ஐன்ஸ்டீன்.

"சுதந்திரத்துக்குப் பிறகு காங்கிரஸ் இருக்கக்கூடாது என்றார் காந்தி. அவரையே இருக்கக்கூடாதுனு சொல்லிப்புட்டான் நம்ம ஆளு. இந்தியாவுக்கு காந்திதேசம்னு பெயர் வைக்கச்சொல்லி தலையங்கம் எழுதப்போறேன்" என்று தம் தோழர்களிடம் கூறிக்கொண்டிருந்தார் பெரியார்.

மனிதனுக்குத்தான் திரேதாயுகம், கலியுகம் எல்லாம். மகாவிஷ்ணுவுக்கு..? ஹனுமனை அழைத்துச் சொன்னார்: "ராம அவதாரத்தில் சொன்னது ஞாபகம் இருக்கிறதா? பூலோகத்தில் நடப்பதைப் பார்த்தாயா?"

"கொடுமை... இறைவனுடைய நோக்கம் என்று ஒன்று இல்லையா? எல்லாமே மனிதர்களின் செயலாக அல்லவா இருக்கிறது?"

தமிழ்மகன்

“இறைவன் நோக்கமற்றவன். இல்லையென்றால் கொலைகளுக்கும் பூகம்பத்துக்கும் மதக் கலவரங்களுக்கும் அவன் பொறுப்பேற்க வேண்டியதாகிவிடும். மனித சாபம் பொல்லாதது ஹனுமான்.”

“அப்படியானால் இறைவனின் வேலை?”

“இறைவனாக இருப்பதுதான்.”

மகாவிஷ்ணுவின் மாறாத புன்னகை.

ஹனுமன், “சரி நான் கிளம்புகிறேன்” என்றான்.

“நாளை வா... இன்னொரு காட்சி இருக்கிறது.”

“சரி.”

வாயு மகன் விரைந்தான்.

அரசு உறுதியாக இருந்தது. “சேது சமுத்திரத் திட்டம் நிறைவேறியே தீரும். சேது மணல் திட்டு பகுதியில் 300 மீட்டர் பகுதியை ஆழப்படுத்துவதன் மூலம் கப்பல் போக்குவரத்து நடைபெறும். இந்தியா முன்னேறும். இது ஒரு தொலை நோக்குத் திட்டம். சற்றேறக் குறைய 150 ஆண்டுகளாகவே சேது சமுத்திரத் திட்டத்தை நிறைவேற்ற பல அரசுகள் போராடி வந்திருக்கின்றன. எங்கள் ஆட்சியில் இது நிறைவேறுகிறது என்பதுதான் இவர்களின் ஆத்திரத்துக்குக் காரணம்.”- முதல்வர் அறிக்கை சூடாக இருந்தது.

“இந்து மக்களின் புனிதச் சின்னமான ராமர் பாலத்தை இடித்தால் கலவரம் வெடிக்கும். உலகமெங்கும் இருக்கும் ஹிந்துக்களின் புனிதச் சின்னமான இதை இடிப்பதால், இவர்கள் அரசியல் செல்வாக்கு சரிந்துவிட்டது. உடனே ஆட்சியைக் கலைக்க வேண்டும். மறு தேர்தலுக்கு உத்தரவிடவேண்டும்.” -எதிர்க் கட்சிகளும் ஹிந்து அமைப்புகளும் பதில் அறிக்கை வெளியிட்டன.

“ராமேஸ்வரம் பகுதியில் கப்பல் போக்குவரத்து துவங்குவதன் மூலம் மீனவர்கள் ஆழ்கடலுக்குச் சென்று அந்தமான் நிக்கோபார் பகுதிவரை சென்று மீன் பிடிக்கலாம். சர்வதேச கப்பல்கள் வருவதால் கோடிக்கணக்கான ரூபாய் வருவாய் கிடைக்கும். தமிழகம் சிங்கப்பூராகும். அதை ராமர் கட்டினார் என்பதற்கு ஒரு ஆதாரமும் இல்லை. சின்னச்சின்ன மணல் திட்டுகள்... அவ்வளவே.”- ஓர் அறிஞர்.

“கப்பல் வந்தால் ராமேஸ்வரம் கடற்பகுதி பவழப் பாறைகள் பாதிக்கப்படும்.பல கடல் உயிரினங்கள் செத்து மடியும். அதில் சிறிய கப்பல்கள் மட்டுமே செல்ல முடியும். சர்வதேச கப்பல்கள் அவ்வளவு குறைந்த ஆழத்தில் பயணிக்க முடியாது.” - தினமணி நாளிதழ் கட்டுரை வெளியிட்டது.

மதுரை மாட்டுத்தாவணி பேருந்து நிலையத்தில் இருவர்.

“நாட்டின் பாதுகாப்புக்கு ஆபத்துனு கடற்படை அதிகாரி சொல்லியிருக்கிறாரு. அப்படியிருந்தும் இந்தத் திட்டத்தை அமல்படுத்துவதில் முதல்வருக்கு ஏன் இவ்ளோ அக்கறை? இதனால பல கோடி கொள்ளை அடிக்கலாங்கிற திட்டம்தான் அது.”

“அதான், ஒரு ஆபத்தும் இல்லன்னு அமைச்சர் சொல்லிட்டாரே. திட்டம் முடிவாகி ரெண்டு வருஷம் கழிச்சி எதிர்த்துக் குரல்கொடுக்கிறாங்களே... இவனுங்களுக்குப் பங்கு சரியா வந்து சேரலைனு இப்படி தகராறு பண்றானுங்களோ என்னமோ?”

“என்ன பிரபோ, இந்தக் காட்சிகளைப் பார்க்கவா என்னை வரச் சொன்னீர்கள். பெருங்கவலையாக இருக்கிறது. அப்போதே இந்தப் பாலத்தை அகற்றியிருக்கலாம் என்று தோன்றுகிறது.”

“கடவுளாகவே இருந்துவிடுவதுதான் கவலையை மறப்பதற்கு ஒரே வழி.” விஷ்ணு புன்னகைத்தார். நெடுங்காலமாய் படுத்துக்கொண்டே இருக்கும் அவருக்கு கால்களைப் பிடித்துவிட்டு பணிவிடை செய்துகொண்டிருந்தாள் மகாலட்சுமி.

“ஏன் இப்படி காலை அழுத்திக்கொண்டிருக்கிறீர்கள் தேவி?” என்று ஹனுமன் பேச்சை மாற்றினார்.

“பார்க்கிறாய் அல்லவா, சினிமாவிலும் காலண்டரிலும் என்னை இப்படித்தான் படம் போடுகிறார்கள். எனக்கும் அதைப் பார்த்து அதே பழக்கம் வந்துவிட்டது.” தேவி சிரித்தபடியே, “உள்ளங்கையில் இருந்து பொற்காசுகளாகப் பிரவகிப்பதற்கு இது எவ்வளவோ மேல். வேறு என்னதான் செய்வதென்று எனக்கும் புரியவில்லை.”

இறைவியின் கிண்டலை ரசித்தபடி அங்கிருந்து புறப்பட்டான் ஹனுமன்.

“அந்த இடத்துக்கு நேரே, வானத்திலேயே பெர்னூலியா சற்று நேரம் நின்றது. அது ஒரு விண் கப்பல்.

“இவ்வளவு பணம் கட்டி வந்து பார்த்துவிட்டுப் போவது நாகரிகமாகிவிட்டது. குளோபல் வார்மிங், நிலப்பரப்பை சுருக்கிவிட்டபின், மூழ்கிப்போன ஏராளமான கடற்கரைகளைக் காட்டி பணம் சம்பாதிக்க ஆரம்பித்துவிட்டார்கள்” முதியவர் வேண்டா வெறுப்பாகப் பேசினாலும் கோயிலின் கோபுரம் தெரிகிறதா என்று பார்த்தார். ஆழ்கடலில் எல்லாமும் ஒரே மாதிரிதான் தெரிந்தது.

“பூம்புகாரை கடல் கொண்டபோது, செட்டியார் வம்சத்தினர் நீரே இல்லாத மேடான இடத்தில் குடியேற விரும்பி, சிவகங்கை பகுதிக்குப் போய், பத்துப்படி உயரத்தில்தான் வீட்டையே

கட்டினார்கள். அவர்கள் கணித்தபடி இப்போது கடல், சிவகங்கைப் பகுதி வரை வந்து நிற்கிறது. இதோ, இதுதான் ராமேஸ்வரம். சென்ற முறை வந்தபோது ஓரளவுக்குத் தெரிந்தது" என்றார் கைடு. கீழே, கடலில் வழக்கமான கப்பல் ஒன்று சென்றுகொண்டிருந்தது.

நாராயணன் அப்போதும் கடவுளாகவே இருந்தார்.

- யுகமாயினி, 2008.

[நோவா]

59

"நண்பர்களே வணக்கம்.

உலகம் மாகாணக் கூட்டமென்பதால், அனைத்து மொழியினருக்குமான மாற்றுக் கருவியை எல்லோர் இருக்கையிலும் பொருத்துவதில் கூட்டம் சற்றே தாமதப்பட்டுப்போனது. சீன மொழியில் இருந்து உருது மொழிக்கும் ஜார்ஜிய மொழியில் இருந்து குஜராத்தி மொழிக்கும் மாற்றம் செய்வதில் சிற்சில இலக்கணக் குறைபாடுகள் இன்னமும் தவிர்க்கப் படவில்லை. உதாரணத்துக்கு, சில இலக்கணப் போலிகளையும் (தசை-சதை) சில ஆகு பெயர்களைப் (பிரான்ஸ் தங்கம் வென்றது) புரிந்துகொள்வதில் சில மின்புரி தவறுகள்... அடுத்த உலக மாகாணக் கூட்டத்துக்குள் இவற்றைச் சரி செய்துவிட முடியும் என்று நம்புகிறேன். சரி, இப்போதைய கூட்டம் அது பற்றியதல்ல." சற்றே அமைதிக்குப் பிறகு அனைவருக்கும் ஏற்கெனவே அதைப் பற்றி தெரியும் என்றாலும் ஒரு முன்னோட்டம் போல சொல்ல வேண்டிய தம் கடமையை நிறைவேற்றினார் சர்வதேச தலைவர்.

"இன்றைய மாநாடு, ஒருவர் பற்றி இன்னொருவர் கொள்ளும் அபிப்ராயம் பற்றியது. அதாவது, ஒரு அபிப்ராயத்தை அவர் இல்லாத நேரத்தில் மற்றவர்களிடம் பரப்புவது சம்பந்தமானது. இது, மனித சமுதாயத்தில் மிகக் கொடிய வன்மமாக இருந்திருக்கிறது. இப்போது இது புழக்கத்தில் இல்லையாயினும், அப்படியான குணம் நான்காம் உலகப் போருக்குக் காரணமாகிவிடக்கூடாது என்பதுதான் இம் மாநாட்டின் நோக்கம். இங்கு கூடியிருக்கும்

மனித வள, மொழியியல், மனவியல் அறிஞர்கள் யாருக்காவது அதைப் புரிந்துகொள்ள முடிந்ததா...விளக்க முடியுமா? யென்சான் நீங்கள்..?"

ஜப்பானிய மொழியியல் அறிஞரான அவர்தான் இந்தக் கூட்டத்துக்கே (கூட்டம் என்பதுகூட பொருத்தம்தான். ஏறத்தாழ 170 பேர்... மூன்றாம் உலகப் போருக்குப் பிறகு மீந்தவர்களுக்கான பிரதிநிதிகள் மட்டுமே அங்கு இருந்தனர்) காரணமானவர். கடந்த காலங்களில் நிறைய போர்களுக்கு இதுதான் காரணமாக இருந்தது என்று கண்டுபிடித்தவர் அவர்தான். ஆரம்ப விளக்கம் சிறப்பாக இருந்தால், அதைச் சார்ந்து மற்றவர்களும் தெளிவுபடுத்த முடியும் என்று அவர் நினைத்தார். நிதானமாகவும் தெளிவாகவும் பேச ஆரம்பித்தார் யென்சான்.

"ஒருவர் பற்றி இன்னொருவர் பெருமையான அபிப்ராயங்களைச் சொல்வதைப் புகழ்வது என்று சொல்கிறார்கள். அதற்காக ஒரு காலத்தில் பலரும் ஏங்கியதாகத் தெரிகிறது. ஒருவருக்கு எவ்வளவு புகழ் இருக்கிறது என்பது மிகவும் முக்கியமாக இருந்தது. வாய் மார்க்கமாகவோ, எழுத்து மூலமாகவோ ஒருவரை ஒருவர் இப்படிச் செய்துகொண்டார்கள். தாம் நிறைய புகழப் பெற வேண்டும் என்ற பேராசைதான் வன்முறைக்குக் காரணமாகிவிட்டது."

"அந்தக் காலத்தில் அப்படி ஒரு ஆசை இருந்தது உண்மைதான். ஆனால், அதனால் போர்கள் எப்படி உருவாகும்? சகமனிதர்களை வெட்டிச் சாய்ப்பதும் கொல்வதும் எங்கே வந்தது?" என்ற சந்தேகத்தையும் கூடவே அவருடைய விளக்கத்தையும் முன் வைத்தார் பிரெஞ்சு மனவியல் அறிஞர் வார்னே பிரான்கோ.

"ஒருவரைப் பற்றி ஒருவர் நல்ல அபிப்ராயங்கள் சொல்வது இப்போதும் சில சமயங்களில் கடைபிடிக்கப்படுகிறது. சென்ற மே மாதத்தில் நாமும் அப்படிச் செய்தோம்..."

"நாமா?" என்றார் தலைவர் சற்றே திகைப்புடன்.

"ஆமாம். செவ்வாய் கிரகத்தில் வளிமண்டலம் உருவாக்குவதில் நம் விஞ்ஞானிகள் நிறைவுக்கட்டத்தை அடைந்தபோதும் இதே உலக மாகாணப் பிரதிநிதிகள் சேர்ந்து உணர்ச்சிவசப்பட்டதை நான் கண்ணுற்றேன். இப்போது, இங்கு இருக்கும் கேப்ரியேல், அந்த விஞ்ஞானிகளை "மறுபுவிகண்ட மாண்பர்கள்' என்று விளித்தார். ஆனால், அது புகழ் வார்த்தைதான். சென்ற நூற்றாண்டின் பழக்க தோஷமாக இருக்க வாய்ப்பிருக்கிறது."

கேப்ரியேலுக்கு ஆச்சர்யம் தாளவில்லை. "அப்படியா சொல்கிறீர்கள்? அது ஊக்க வார்த்தை வகைப்பட்டதுதானே?"

“நிச்சயமாக இல்லை. அவர்கள் வேலையை அவர்கள் செய்தார்கள். அதிகபட்சமாக அவர்களைப் பார்த்து, நிறைவாகச் செய்தீர்கள் என்றுதான் சொல்லியிருக்க வேண்டும். என்னுடைய ஆய்வில், கடந்த காலங்களில் வெளியூருக்கு சுற்றுலா போய்விட்டு வந்த அரசியல் தலைவர்களையெல்லாம் தமிழகத்தில் ‘மலேயா கண்ட மாவீரனே’ என்று பாராட்டி வரவேற்றி ருக்கிறார்கள். இதைப் போல நம் தலைவர் வெளிநாடு போய் வரும்போது பாராட்ட வேண்டும் என்ற ஆசையில்,‘உலக நாடுகளின் ஒளிவிளக்கே’ என்று மிகைப்படுத்திப் புகழ்ந்தார்கள். இதனால் இந்தக் குழுவினருக்கும் எதிர்க் குழுவினருக்கும் ஆவேசமும் கோபமும் வன்மமும் ஏற்பட்டதாகத் தெரிகிறது.

பிரான்கோவின் வாதத்தில் இருக்கும் நியாயத்தை உணர்ந்து,“அந்தக் காலத்தில் ராக்கெட் மூலம் விண்வெளிக்குச் சென்று வரும் முறை இருந்தது. அதைப் பொருண்மை ஆற்றல் முறையினால் ராக்கெட் இல்லாமலேயே சென்றுவரும் முறையைக் கண்டுபிடித்ததால், சற்று உணர்ச்சி வசப்பட்டுவிட்டேன். மறுபுவிகண்ட மாண்பர்கள்’ என்ற வாக்கியத்தைத் திரும்பப் பெற்றுக்கொள்கிறேன்” என்றார் கேப்ரியேல்.

“இதுகுறித்து மாற்றுக் கருத்து இருப்பவர்கள், சிற்றுண்டி இடைவேளைக்குப் பிறகு பகிர்ந்துகொள்ளலாம்” தலைவர் திரையில் இருந்து மறைந்தார்.

எல்லோரும் அரங்கத்தின் வெளியே நீண்ட காரிடாரில் நடைபோட்டபடி ஏறத்தாழ ஒரு முடிவுக்கு வந்துவிட்டவர்கள்போல நடைபழகிக் கொண்டிருந்தார்கள். உலகம் என்பது அந்த 45 மாடி கட்டடத்துக்குள் சுருங்கிவிட்டது, சகலருக்கும் வருத்தமூட்டுவதாக இருந்து, சமீபகாலங்களில் அதற்காக வருத்தப்படும் பழக்கத்தில் இருந்து மீண்டுவிட்டார்கள். காடுகள், மலைகள், அருவிகள், மலர்கள், எல்லாமே திரையில் பார்த்து ரசிக்கும் சமாசாரங்கள்தான். ‘டூன்மேன்’ அமைப்பினர், கிராஃபிக்ஸ் இயற்கைக் காட்சிகள் உருவாக்கி, செயற்கைப் பறவைகளையும் விலங்குகளையும் உருவாக்கியிருப்பதால், போருக்கு அடுத்த ஐந்தாம் தலைமுறைக்கு செயற்கை ரசிப்பு மட்டுமே தெரிந்தது. மிகவும் பிடித்தும்போனது. சரியாகச் சொன்னால், இந்த ‘நோவா கப்ப’லில் மனிதர்கள் மட்டுமே சேகரிக்கப்பட்டிருந்தனர்.

“என்ன... புரதச் சட்னியும் வைட்டமின் ஆப்பமும்தானா?” என்று நெருங்கிவந்த ஆப்பிரிக்க மரபியல் அறிஞரான முப்பட்டோவைப் பார்த்து, ஏதோ நினைவில் இருந்து விடுபட்டவராகச் சிரித்தார், இந்திய ஆன்மிக இயலாளர் குப்தா.

“ஆழ்ந்த யோசனையில் இருக்கிறீர்கள் போலிருக்கிறதே?” என்ற முப்பட்டோவின் கையில் கார்போ கூழும் சிட்ரிக் தொக்கும் இருந்தன.

“இது, இந்தியர்களின் மரபுரீதியான செயல்தானே?” சாதுர்யமாக அவருக்குப் பதிலளித்து, பதில் சிரிப்பும் செய்தார்.

“தலைவர் இதை இவ்வளவு பெரிய விஷயமாகப் பாவிப்பதற்கு வேறு ஏதேனும் காரணம் இருக்குமா? எப்போதோ வழக்கொழிந்துபோன இந்தப் பாராட்டு வார்த்தைகள் குறித்த கருத்தரங்கு, எந்தவிதத்தில் பயனளிக்கும் என்று நினைக்கிறீர்கள்?”

குப்தா மீண்டும் சிந்தனையில் ஆழ்ந்தார். “இடைவேளைக்குப் பிறகு இது குறித்துப் பேசலாமென்று இருக்கிறேன். உங்கள் கருத்தையும் சொல்லுங்கள். மற்றபடி ஆப்பிரிக்க-இந்திய இனவரலாறு ஆய்வு எப்படி இருக்கிறது?”

“நியூஸிலாந்திலும் இந்தியாவிலும் ஆப்பிரிக்காவிலும் பாம்புகள் குறித்தும் லிங்க வழிபாடுகுறித்தும் போதுமான ஆதாரங்கள் கிடைத்துள்ளன. இந்த மூன்று பகுதி பழங்குடிகளிடம் இருக்கும் பெயர் ஒற்றுமைகள் ஆச்சர்யமானவை. கிளியோ பாத்ரா, துங்கபாத்ரா, கங்கா காங்கோ என... மனிதர்கள் எல்லோரும் ஒரே இடத்தில்தான் இருந்திருக்கிறார்கள், இப்போது நாம் இருப்பது போல.”

அரங்க நுழைவாயில் விளக்குகள் ஒளிரவே... அனைவரும் உள்ளே செல்ல ஆரம்பித்தனர்.

திரையில் தலைவர் “ஆரம்பிக்கலாம்” என்றார்.

குப்தா ஆரம்பித்தார். “அபிப்ராயங்கள் சொல்வதில் இரண்டு விதங்கள் இருப்பதை அறிகிறேன். ஒருவரைப் பற்றி இன்னொருவர் அவர் இல்லாத நேரங்களில் அபிப்ராயம் சொல்வதில் சில சிக்கல்கள் இருக்கின்றன. ஆரம்ப அமர்வில் சொல்லப்பட்ட அபிப்ராயங்கள் அனைத்தும் ஒருவர் மற்றவரை மிகைவூக்கப்படுத்துவது சம்பந்தமானதாக இருந்தது. இதில் நான் இன்னொரு கருத்தையும் முன்வைக்க விரும்புகிறேன். அதாவது, ஒருவகையில் அதற்கு முரண்படுவதாகவும் இது இருக்கும். அப்படி அபிப்ராயம் தெரிவிப்பதில் குறைவூக்கம் செய்யும் தன்மைகளும் இருந்தன என்பதுதான்.”

“புதிதாக இருக்கிறதே... குறைவூக்கமா? சக மனிதர் ஒருவரை இன்னொருவர் எதற்காகக் குறைவுபடுத்த வேண்டும்?” தலைவர் ஆச்சர்யத்தோடு கேள்வியை முன் வைத்தார்.

குப்தாவின் முகம் சலனமற்று இருந்தது. லேசான வருத்தமும்

அதில் தென்படுவதை அவருடைய மனவோட்டமானியின் ஊசலாட்டத்தை வைத்து அனைவருமே அறிந்தனர். ஒருவருடைய மனவோட்டத்தைப் புண்படுத்தும்விதமாக யாரும் செயல்படும் சமயத்தில், அதை அறிந்து அந்தச் செயலை மாற்றிக்கொள்ளும் பொருட்டுதான் அக்கருவியே அனைவரின் இருக்கையிலும் இணைக்கப்பட்டிருந்தது. தலைவர் நெகிழ்வோடு, "தாங்கள் வருத்தமுறுவதாக அறிகிறோம்" என்றார்.

"வருத்தம் இந்த ஆய்வின் பொருட்டுதான். குறைவூக்கம் குறித்து நாம் தெரிந்துகொள்ள வேண்டாம். ஒரு மனிதனை எதற்காக அவருடைய நிஜமான தன்மையைவிட குறைத்து மதிப்பிட வேண்டும் என்று கேட்டீர்கள். அது, அந்தக் காலத்தில் இருந்த போலி குணத்தின் விளைவு."

தலைவர் தீர்மானமான குரலில், "குப்தா, அது தெரிந்துகொள்ளக்கூட தகுதியற்ற விஷயம் என்று சொல்கிறார். அத்தகைய மோசமான விஷயத்தைத் தெரிந்துகொள்வதில் எனக்கும் உடன்பாடில்லை. உங்கள் வாக்குகளை அளிக்கலாம்."

அப்படியான, போலியான குணம் பற்றித் தெரிந்துகொள்வதில் உண்மையிலேயே உறுப்பினர்களுக்கு ஆர்வம் இருக்கத்தான் செய்தது. 97 விழுக்காடு தெரிந்துகொள்ள விரும்புவதாக பட்டனை அழுத்தினர்.

"நீங்கள் கூறலாம்" என்றார் தலைவர் குப்தாவை நோக்கி.

"என் கடமையை முடிந்த அளவு தெளிவாகச் செய்ய விரும்புகிறேன்" என்று குப்தா ஆரம்பித்ததிலிருந்தே அது, சிரமமானதொரு விஷயமென்று அனைவரும் அதைப் புரிந்துகொள்ள ஆயத்தமாயினர்.

"குறைவூக்கம் என்ற வார்த்தை இன்றைய நாகரிக உலகத்தில் உருவாக்கப்பட்ட வார்த்தை. அக்காலங்களில் ஒருவரை ஒருவர் மறைவாக குறைத்து மதிப்பிட்டனர். அப்படிச் செய்துகொள்வதில் அவர்களுக்கு ஒருவித ஆனந்தம் இருந்தது. அதை அக்காலங்களில் அவதூறு சொல்லுதல் என்பார்கள்." அமைதியாக அரங்கைப் பார்த்தார் குப்தா. எல்லோர் முகத்திலும் 'அதில் ஆனந்தம் இருக்க முடியுமா?' என்றகேள்வி.

குப்தா தொடர்ந்தார். "புறம்கூறல், இல்லாததும் பொல்லாததும் சொல்லுதல், போட்டுக்கொடுத்தல், வதந்தி பரப்புதல், வத்தி வைத்தல்..."

"என்ன பட்டியல் இது?" தலைவர் இடைமறித்தார்.

"இப்படியெல்லாம் அதைச் சொல்லுவார்கள். நான்

சிறுவயதாக இருக்கும்போது, என் தாத்தா இந்த வார்த்தைகளைப் பிரயோகித்ததைக் கேட்டிருக்கிறேன். என் மனதில் இன்றும் அவை பசுமையாக இருக்கின்றன. ஆனால், இப்படிச் சொல்வதால் என்ன நன்மை என்று என்னாலும் விளங்கிக் கொள்ள முடியவில்லை. அக்காலத்தில், கிறிஸ்து என்பவரை முன்னிறுத்தியும் திருவள்ளுவர் என்பவரை முன்னிறுத்தியும் இன்னும் சிலருடைய பெயரிலும் ஆண்டுகள் கணக்கிடப்பட்டன. அவர்கள் கணக்குப்படி ஏறத்தாழ கி.பி 2200 வரை இது புழக்கத்தில் இருந்திருக்கிறது. என் தாத்தாவுக்கே அவை சொல்லக் கேள்விதான். அவர் அவற்றைப் பிரயோகித்தவராகத் தெரியவில்லை. அப்படி, ஒருவரை ஒருவர் குறை சொல்லிக்கொண்டு, அதனால் ஏற்பட்ட விரோதத்தால் அவதியுற்றுவந்தனர்."

"முதலில், அதில் ஆனந்தம் இருந்ததாகக் கூறினீர்கள் குப்தா" என்று ஞாபகப்படுத்தினார் ஒரு சீன அறிஞர்.

"அதைப் புரிந்துகொள்வதில் சிரமம் இருக்கிறது. இப்படிப் புறம்கூறுவதால் ஆரம்பத்தில் காரணமற்ற மகிழ்ச்சியும், பிறகு அதனால் இருவருக்குள்ளும் மன வருத்தமும், தொடர்ச்சியாக விரோதமும் ஏற்பட்டிருக்கிறது."

"புறங்கூறுவதால் ஏதேனும் சம்பந்தப்பட்ட நபருக்கு ஆதாயம் இருந்ததா?" என்றார் சிலி நாட்டு தொல்லியலாளர்.

"ஆதாயம் இருக்க வேண்டும் என்ற அவசியமில்லை. ஆதாயம் கிடைத்தால் கூடுதல் உற்சாகத்தோடு செயல்படுவார்கள்."

"நம்பவே முடியவில்லை. ஆதாயம் இல்லாமலும் இதைச் செய்வார்களா? ஏதாவது உதாரணம் சொல்ல முடியுமா?"

"உதாரணம் சொல்லுகிற அளவுக்கு எனக்கு விவரம் போதாது. யூகத்தின் அடிப்படையில் சொல்வதென்றால்... ஒருவர், ஒரு குறிப்பிட்ட வேலைக்கு லாயக்கானவரா என்று இன்னொருவரிடம் அபிப்ராயம் கேட்டால், "அவனுக்கு என்ன தெரியும். மண்ணாங்கட்டியும் அவனும் ஒன்றுதான். பல சந்தர்ப்பங்களில் அவன் மேலதிகாரியிடம் அவமானப்பட்டதை நான் பார்த்திருக்கிறேன்' என்று தீர்மானமாகச் சொல்லிவிடுவார்கள். ஆனால், அவன் அந்த வேலைக்கு மிகவும் பொருத்தமானவனாக இருப்பான். மேலதிகாரிகளும் அவன்மீது மிகுந்த மரியாதை வைத்திருப்பார்கள். ஆனால், மாற்றிச் சொல்லிவிடுவார்கள். அந்தப் பதவியைத் தான் அடைய வேண்டும் என்ற எண்ணமோ, அதற்கான தகுதியோ இல்லாதவரும் அப்படி அபிப்ராயம் சொல்லும் நடைமுறை இருந்தது."

"உண்மைக்கு மாறானதைச் சொல்வார்கள். அப்படித்தானே?

அதாவது, அந்தக் காலத்தில் பொய் என்று ஒரு வார்த்தை உண்டே...."

"சரியாகச் சொன்னால் பொய்தான். ஆனால், பொய் என்பது பயத்தின் காரணமாக ஏற்பட்டது. அதிகாரியின் திட்டுகளில் இருந்து, கணவரின் திட்டுகளில் இருந்து தப்பிப்பதற்காகச் சொல்லப்படுவது. ஆனால், இந்தப் பொய்யில் மன மகிழ்ச்சி ஏற்பட்டதாகத் தெரிகிறது. ஒருவரைப் பற்றி மிகையாகவோ, முற்றிலும் மாறாகவோ சம்பந்தப்பட்ட நபர் இல்லாத நேரத்தில் அவரைப்பற்றி அப்படிச் சொல்லியிருக்கிறார்கள்" இரண்டுக்குமான வித்தியாசத்தை ஓரளவுக்கு விளக்கினார் குப்தா.

அரங்கமே சிரிப்பலையில் அதிர்ந்தது. "சம்பந்தப்பட்ட நபர் இருக்கும் நேரத்தில் எப்படி நடந்து கொள்வாராம்?" சிரிப்பினிடையே கேள்வியைப் போட்டார் தலைவர்.

"குறைகூறிய அதே நபர், யாரைக் குறையாகக் கூறினாரோ அவரை வலிய அழைத்து, "என்னிடம் இப்படி உங்களைப் பற்றி அபிப்பராயம் கேட்டார்கள். நானும் நீங்கள்தான் உலகிலேயே திறமைசாலி என்று சொன்னேன். அந்தப் பதவி நிச்சயம் உங்களுக்குத்தான்' என்று ரகசியமாகவும் பெருமையாகவும் சொல்லுவார்கள்."

"குப்தா, இத்துடன் உங்கள் கற்பனையை நிறுத்திக்கொள்ளுங்கள். எங்களுக்கெல்லாம் சிரித்து சிரித்து வயிறு புண்ணாகிவிட்டது. புறம்கூறும் மனிதன் இப்படி இரண்டுவிதமான மனநிலையில் எவ்வளவு சிரமப்பட்டிருப்பான். புறம் பேசப்பட்டதால் பாதிக்கப்பட்டவனைவிட, புறம்கூறியவனை நினைத்தால்தான் எனக்குப் பரிதாபமாக இருக்கிறது. எதற்காக வன்மமும் போரும் ஏற்பட்டது என்ற நம் ஆராய்ச்சி இவ்வளவு கேலிக்கூத்தாக முடியும் என்று யாரும் எதிர்பார்க்கவேயில்லை" என்றார் தலைவர். அவர் சொல்வது போல எல்லோர் மனவோட்ட மானிகளும் ஆயிரம் மகிழ்ச்சிப் புள்ளிகளைத் தாண்டியிருந்தன. மிகவும் வேடிக்கையான ஆராய்ச்சியாக இருப்பதால், இதை இத்துடன் முடித்துக்கொள்ளலாம் என்ற கருத்துக்கு 100 சதவிகித வாக்கு விழுந்ததால், கூட்டத்தை அத்துடன் கலைத்துவிட்டு எழுந்தனர்.

தூரத்தில் இருக்கும் ஒருவரை உபயோகமற்றவர், மண்ணாங்கட்டி என்று அபிப்ராயம் சொல்வதும், கிட்டே வந்ததும் திறமைசாலி, புத்திசாலி என்பதுமான விளையாட்டை தன் பேரக் குழந்தைகளுக்கு கற்றுத்தந்து மன மகிழ்ச்சி ஏற்படுத்தப்போவதாகச் சொல்லிக்கொண்டிருந்தார் முப்பாட்டோ.

குப்தாவுக்கு அது விளையாட்டான விஷயமாகத் தெரியவில்லை. குழந்தைகள் நெஞ்சில் நஞ்சை விதைப்பதாகத் தெரிந்தது.

- வார்த்தை மாத இதழ், 2008.

பழையன புகுதலும்

60

வாக்கியத்தின் குறுக்கேதுருத்திக்கொண்டிருந்த வார்த்தை மாதிரி இருந்தது அவரைப் பற்றிய ஞாபகம். ஒரு வார்த்தையை ஆதாரமாக வைத்துக் கொண்டு, வாக்கியத்தையே மாற்றியமைப்பதில்லையா சில சமயம்? எல்லாவற்றையும் விட, முக்கியமாக அவரையே நினைத்துக் கொண்டிருக்கிறேன். ஸ்பென்ஸர் ப்ளாஸாவில் சறுக்கு மாடிப்படியில் ஏறிக் கொண்டிருந்தபோது, எதிர்ப்புறம் இறங்கிக்கொண்டிருந்தார் அவர். எங்கோ பார்த்தமாதிரி இருக்கிறதே என்று நான் பார்த்தபோதே... அவர் என்னைப் பார்த்த பார்வையிலும் அதே தவிப்பை அவதானித்தேன். நாங்கள் இருவரும் நின்று நிதானித்து ஞாபகப்படுத்திக்கொண்டு புன்னகைக்கும் நேரம் வரை பொறுத்திருக்கவில்லை வழுக்கிச் செல்லும் படிக்கட்டு. அவர் ஒரு முனையிலும் நான் ஒரு முனையிலுமாக எதிரெதிர் திசையில் சேர்க்கப்பட்டோம்.

அவர் போயேவிட்டார், கடைசி வரை திரும்பிப் பார்த்தவாறே.

யாராக இருக்கக்கூடும் அவர்?

ஏறிய முன்னெற்றியும் புருவத்தின் மேல் இருந்த தழும்பும் சட்டென ஒரு பரிச்சயத்தை நினைவுபடுத்தியது.

ரொம்பப் பழகினவர்தான். ஆனால், பார்த்து ரொம்பநாள் ஆகிவிட்ட ஆசாமி என்பதைப் புரிந்துகொள்ள முடிந்தது. நின்று கேட்டுவிட்டிருக்கலாம் என்ற தவிப்பு, நேரத்தோடு சேர்ந்து அதிகரித்துக்கொண்டிருந்தது.

வாங்கிய மறுநாளே பழுதாகிப்போய்விட்ட என் செல்பேசியைத் திருப்பிக் கொடுத்து, புதிய ஒன்றை வாங்கிச்செல்வதற்காக நான் வந்திருந்தேன்.

விலை உயர்ந்த செல்பேசி. ஆனால், கடைக்காரன் அதை எடுத்துக்கொண்டு வேறு ஒன்றைத் தர சம்மதிக்கவில்லை. கொடுத்துவிட்டுச் செல்லுமாறும் பழுதுபார்த்துத் தருவதாகவும் சொன்னான். சுளையாக 10,000 ரூபாயை வாங்கிக்கொண்டு இப்படி அலைய வைப்பதைக் குறித்து ஒரு மூச்சு அழுதுவிட்டு, ஓடிடும் மாடிப்படியில் இறங்கி வந்தபோது... அவரைப் பற்றிய ஞாபகம் காந்தப் புலத்துக்குள் வந்துவிட்ட குண்டூசி மாதிரி வந்து ஒட்டிக் கொண்டது. எனக்கும் அவரை ஞாபகப்படுத்திக்கொள்ள வேண்டும் என்ற ஆசை பிரதானமாக இருந்தது. இன்று நான் செய்வதாக இருந்த மற்ற வேலைகளுடனோ, தேவைப்பட்டால் அவற்றையெல்லாம் நிறுத்திவிட்டோ அவரைக் கண்டுபிடிக்கலாம் என்று ஆசைப்பட்டேன். எனக்கு இன்று ஓய்வுநாள்தான். அவரைக் கண்டுபிடிப்பது பயனுள்ள வேலையாக இருக்கக்கூடும்.

அப்புசெட்டியார் பள்ளிக்கூடத்தில் ஆறாம்வகுப்புசேர்ந்ததிலிருந்து அத்தனை வகுப்புத் தோழர்களையும் யோசித்துப்பார்த்தேன்.

ராஜேந்திரன், திருமூர்த்தி, வாசுதேவன், சங்கர், சேகர், கண்ணன் வாத்தியார் என்று நினைவு, பால்ய ஞாபகங்களாக மாறிக்கொண்டிருந்த நேரத்தில், நானே வலுக்கட்டாயமாக அந்த ஞாபகங்களிலிருந்து விடுவித்துக்கொண்டேன். நிச்சயம் பள்ளித் தோழராகஇருக்கமுடியாது. கடைசியாகவேலைபார்த்த நிறுவனத்தில் பணியாற்றியவராக இருக்கலாம் எனப் பலரையும் நினைவுபடுத்திப் பார்த்தேன். சுத்தம். அவர் யாரிடமும் ஒப்பிடமுடியாமல் நழுவிக் கொண்டிருந்தார். எனக்கு அவரைக் கண்டுபிடிக்கிற ஆர்வம் மெல்ல மெல்ல சவாலாக மாறிக்கொண்டிருந்தது.

தொண்டைக்குள் மாட்டிக்கொண்ட மீன் முள்ளாக, பல்லிடுக்கில் திக்கிக் கொண்ட மாம்பழ நாராக என்னை வேறு சிந்திக்கவிடாமல் தன் வசமாக்கிக் கொண்டார்.

வாழ்க்கையில் எதிர்பட்ட மனிதர்கள் அனைவரையும் வேகமாக ஓட்டிப் பார்த்தேன். கல்லூரி, வேலைபார்த்த இடம், வேலை தேடிய இடம், வாய்த்த அதிகாரிகள், பால் பூத் வரிசையில் நிற்கையில் பழக்கமானவர்கள், சக பயணிகள், கம்பெனி வாசல் டீக்கடைக்காரன், உறவினர்கள், கல்யாணம் – கருமாதி சடங்குகளில் பார்த்தவர்கள், சினிமா தியேட்டரில் வம்பு சண்டை செய்தவன், அவசரத்துக்கு ஸ்கூட்டரில் லிஃப்ட் கொடுத்தவன் , நண்பர்கள், விரோதிகள், துரோகிகள்... அட! அடப்பாவி... அவனா?

அடக் கொடுமையே... வாழ்க்கையில், 'உன்னை செத்தாலும் நினைத்துப்பார்க்க மாட்டேன்' என்று யாரைப் பார்த்துச் சொன்னோமோ அவனா? தண்டையார் பேட்டையில் இருக்கும் போது, ஒரு சலூனில் சவரம் செய்துகொள்வதற்காக வந்திருந்த நாங்கள் இருவரும் அவசரத் தேவை நண்பர்களானோம். சவரம் செய்துகொண்டு எழுந்தபோது, பாக்கெட்டில் சுத்தமாகக் காசே இல்லை. வேறு சட்டையை மாற்றிப் போட்டுக்கொண்டு வந்தது தெரிந்து, ஒருமாதிரி தட்டுத் தடுமாறி கடைக்காரரிடம் விஷயத்தைச் சொன்னேன். கடைக்காரன் என்னை ஏற இறங்கப் பார்த்துவிட்டு, நம்பலாம்தான் என்று முடிவெடுப்பதற்குள் அடுத்து சவர நாற்காலியில் துண்டைத் தட்டிவிட்டு உட்கார்ந்தவாறே, "பரவால்ல சார்... நான் குடுத்திர்றேன். அடுத்த தடவை கொடுங்க" என்று அறிமுகமாகி, நாளாவட்டத்தில் ரியல் எஸ்டேட் பிஸினஸ் செய்யும் அவர் என் பூர்வீக வீட்டை விற்றுத்தர முயற்சி எடுத்துக்கொண்டதும் ஜிவ்வென்று ஒரு நொடியில் ஓடியது.

ஞாபக மணல், விரலிடுக்கில் நழுவிக்கொண்டிருந்தது.

என் தங்கைக்குத் திருமண ஏற்பாடு. உமாவுக்கு முடிந்த கையோடு எனக்கு என்று பேச்சு. வீட்டை விற்றுத்தான் எல்லா ஏற்பாடும் செய்ய வேண்டியிருந்தது. காமராஜ் கூட்டிவந்த பார்ட்டிக்கு வீட்டைப் பிடித்துப் போனது. வருகிற புதன்கிழமை ஒரு லட்சம் அட்வான்ஸ் தந்துவிடுவதாகவும். அடுத்த இரண்டு மாதத்தில் கிரயம் செய்வதாகவும் சொல்லிவிட்டுப் போய்விட்டார். கல்யாணப் பத்திரிகை அச்சடித்தவனுக்கு ஆரம்பித்து 20 பவுன் நகை, கட்டில், பீரோ, வீட்டுச் சாமான்கள் எல்லாம் வீட்டைவிற்றால்தான். கல்யாணச் செலவுக்கு ஒரு லட்ச ரூபாய் போக, மீதி 3 லட்சம் கையில் நிற்கும். மீதி பணத்தை பாங்கில் ஃபிக்ஸட் டெபாஸிட் போட்டு வைத்துவிடலாம் என்பது தாத்தாவின் திட்டம். நகையாக வாங்கி வைத்தால் பின்னாடி விற்றுக்கொள்ளலாம் என்பது அம்மா சொன்னது. ஏதாவது கடை வைக்கலாம் என்பது எனக்குத் தோன்றிய யோசனை.

"கன்ஸ்ட்ரக்ஷன்ல போட்டீங்கன்னா மூணே மாசத்தில டபுளாக்கிடலாம்" என்றான் காமராஜ். சவரக்கடையில் கேட்காமலேயே ஐந்து ரூபாயை எடுத்துக் கொடுத்து, காலத்தினால் செய்த உதவியை நினைத்துப்பார்த்தேன்.

"மீதி 3 லட்சத்தில கொளத்தூர் பக்கமா ஒரு இடம் வாங்கி வீடுகட்டி வித்தோம்னா, ரெண்டு பங்கா லாபம் கிடைக்கும். அரை கிரவுண்டு... ஒண்ணரை லட்சம், வீடுகட்றதுக்கு ஒரு ஒண்ணரை லட்சம்... ஏன் ரெண்டே முக்கால்லயே முடிச்சிர்லாம். அரை கிரவுண்டு வீடு இப்போ, தாராளமா அஞ்சரை ஆறு போகுது.

வெரட்டி வேலைய முடிச்சா, மூணுமாசத்துல வீட்ட எறக்கிடலாம்.”

திட்டம் சரியாகத்தான் இருந்தது.

இரண்டு பங்கு லாபம் வேண்டாம். 50,000 அதிகமாகக் கிடைத்தாலும் லாபம்தானே? 3 லட்சம் லாபம் கிடைக்கும் என்று சொல்லும் இடத்தில் அம்பதாயிரமாவது நிச்சயம். கிடைக்கும் என்று சொன்ன லாபத்தில் ஆறில் ஒரு பங்கு. பெரிய மனுஷன் பெயரை வைத்திருக்கிறான். சொன்னபடி நடந்துகொள்வான் என்றும் தோன்றியது. நல்ல உழைப்பாளி. நம்பகமான ஆள். போதாதா?

“சரி. ஜாக்கிரதையா இறங்கணும்.”

“நம்பி பணம் குடுக்கிறீங்க. நீங்க சொல்லணுமா?”

“எனக்கு 3 லட்சம்கூட வேணாங்க. 50,000 போதும்.”

சிரித்தான்.

“ 50,000 போதுமா?... சரி, நான் ஒரு 50,000 போட்டு ஒரு லட்சமா தர்றேன். மீதி 2 லட்சம் எனக்கு போதுமா” மறுபடி சிரித்தான். நான் போதும் என்று தலையாட்டினேன். “என்ன சார், இந்தக் காலத்தில இப்படி இருக்கீங்க? டீல் படி உங்களுக்கு 2 லட்சம், எனக்கு ஒரு லட்சம் சார். இப்படித்தான் எல்லாருக்கும் பண்றேன்.”

“இப்படி நிறைய கட்டி வித்திருக்கீங்களா?”

“பழனி ஆண்டவர் கோயில் தெருவுல சீனிவாசன் தெரியுமா..? அட, முன்னாடி கவுன்ஸிலரா இருந்தாரே? விபூதி பட்டை.... குங்குமம்...”

அவன் குறிப்பிட்டவர் யாரென்று எனக்குத் தெரியவில்லை.

“அது பரவால்லங்க. மூணு மாசத்துல பணம் திரும்பிடுமா? ஏன்னா வீட்ல சமாளிக்க முடியாது.”

“சார் கல்யாண செலவைப் பாருங்க. மீதி பாங்க்ல இருக்கிற மாதிரி என்கிட்ட இருக்கட்டும். பிக்ஸட்ல போட்டா மூவாயிரம்கூட குடுக்க மாட்டான். நான் ரெண்டு லட்சம் தர்றேன் போதுமா? வாங்கிற இடத்தை உங்க மேலேயே ‘பவர்’ பண்ணிக்கோங்க. வீடுகட்டும்போது, கூட இருந்து வேலை செய்றவனுங்களுக்குப் பணம் செட்டில் பண்ணுங்க.. யாராவது ஏமாத்திட முடியுமா? வீடு உங்க பேர்ல இருக்கு. பணமும் உங்ககிட்ட இருக்கு. நான் ஓடி ஆடி லாபம் சம்பாதிச்சுத் தரப்போறேன். அதுக்கு ஒரு பங்கு கூலி . பணம் போட்ட உங்களுக்கு ரெண்டு பங்கு லாபம்.”

பேச்சுக்காக ஒரு சந்தேகம் கிளப்பலாம் என்றால்கூட வாய்ப்பே தரவில்லை.

"கண்டிப்பா சேர்ந்து பண்ணுவம் சார்."

மூன்றே மாதத்தில் விற்ற வீட்டைவிட, பெரியவீடாக வாங்கிவிடவேண்டும் என்று மனதில் ஒரு அவசர சவால்.

வீட்டில் போய் விஷயத்தைச் சொன்னபோது, யாரும் ரசித்ததாகத் தெரியவில்லை.

"ஏண்டா... மூணு லட்சத்துக்கு வீட்டை முடிச்சுட்டு ஆறுலட்சம்னு சொன்னா வாங்கிறவன் என்ன இளிச்சவாயனாடா? வாங்கிறவன் அங்க மனை விலை என்னா, கட்டுமானத்துக்கு எவ்வளோ புடிக்கும்னு கணக்கு போடமாட்டானா? எல்லாரும் கால்குலேட்டர் வெச்சிருக்கான்டா உன்னாட்டம். அப்பிடியே எவனோ ஆறுலட்சம் குடுத்தாலும், அப்பிடி விக்கிறதுதான் நியாயமா?" என்றார் தாத்தா.

காமராஜைப்போய் சந்தேகிக்கிறார்களே என்று வருத்தமாக இருந்தது.

"ஆறு லட்சம் இல்லைனாலும் அம்பதாயிரம் கிடைச்சாலும் லாபம் தானே?" என் ஆசையை வெளியிட்டேன்.

"அதெல்லாம் வேண்டாம்பா" சின்னதாக மறுத்தார் அம்மா.

அப்பா எதுவும் பேசவில்லையென்றாலும், வில்லிவாக்கத்தில் புது வீடு மூன்று லட்சத்தில் விலைக்கு வருவதாகச் சொல்லி, அதற்கான வில்லங்க சான்றிதழ் வாங்கும் வேலையில் இறங்கினார் அடுத்த நாளே. தாத்தாவுக்கு வில்லிவாக்கம் வீடு முழு சம்மதம். "மூணு மாசத்தில் வில்லிவாக்கத்தில் வாங்கிப்போடுகிற வீடே அம்பதாயிரம் விலை ஏறிடும். நீ போட்ட கணக்குப்படி" என்றார் தாத்தா என்னிடம் கண் சிமிட்டி.

விஷயத்தைச் சொல்லிவிட இரண்டு நாள்களாக காமராஜைத் தேடினேன்.

ஆள் அகப்படவில்லை. மூன்றாம்நாள் பார்த்தபோது, "செந்தில் நகர்ல கார்னர் ப்ளாட் முக்கா கிரவுண்ட் விலைக்கு வருது. ரொம்ப சீப்பா பேசி முடிச்சிருக்கேன். ரெண்டு ரூபா. கார்னர் ப்ளாட் வீடுனா ஏழு ரூபாய்க்கு கண்ணை மூடிக்கிட்டு வாங்குவான்" கண்களில் பெருமிதம் பூரிக்கச் சொன்னான் காமராஜ்.

எப்படி விஷயத்தை உடைப்பதென்று புரியவில்லை. இவ்வளவு சொன்ன பிறகும் நான் மௌனமாக இருப்பது அவனுக்கே உறைத்திருக்க வேண்டும்.

"என்ன யோசிக்கிறீங்க? எதுவா இருந்தாலும் சொல்லுங்க" என்றான்.

சொன்னேன்.

கையை முதுகுக்குப்பின்னால் இறுக்கிக்கட்டிக்கொண்டு வானத்தை அண்ணாந்து பார்த்து மூச்சை இழுத்துவிட்டான். கால்கள் விரைத்து அகட்டி நின்றான். மனுஷன் முறுக்கிக்கொண்டான் என்பதைக் கண்கூடாகப் பார்த்தேன். எல்லாவற்றையும் சொன்னபிறகும், "சரி. எனக்கின்னா சொல்றே?" என்று பிரத்யேகமாகக் கேட்டான். அழுத்தம் திருத்தமாக ஒருமுறை கேட்டுக்கொள்வதைப் போல.

"அதான் சொல்லிட்டனே..."

"சரி. நீ போ." திடீரென அவன் ஒருமையில் விளித்தது ஒரு மாதிரியாக இருந்தது. "அப்ப புதன்கிழமை அட்வான்ஸ் கொடுக்க காலைல ஒம்போது மணிக்கு வரேன்னு சொல்லியிருக்காங்க. வந்துருவீங்களா?"

நான் இல்லாத பக்கமாகத் திரும்பிக்கொண்டு தலையசைத்தான்.

வருகிறவர்களுக்கு கேசரியும் காபியும் செய்வதாக ஏற்பாடு. நடுவீட்டுத் தரையில் பெரிதாக துப்பட்டா விரித்து, சாமி படத்துக்கு விளக்கேற்றி வைத்திருந்தாள் உமா. என்னென்ன டிசைனில் என்னென்ன நகைகள் வாங்க வேண்டும் என்று அவளுக்குக் கனவு.

அட்வான்ஸ் கொடுக்க வருகிறவர், வரும்போது சாப்பிட்டுக் கொள்வதாக தாத்தாவும் அப்பாவும் சொல்லிவிட்டதால், எல்லோரும் அதே முடிவைப் பின்பற்றினோம். காமராஜ் கோபத்தில் வராமல் இருந்துவிடுவான் என்று பார்த்தேன். சரியாக எட்டரைக்கெல்லாம் வந்துவிட்டான்.

ஒரு லட்சம் என்பது சேர்ந்தாற்போல பார்த்ததில்லை யாரும். 10 நூறு ரூபாய் கட்டுகள். சின்ன ப்ரீஃப்கேஸில் ஒருமுறை அடுக்கிப்பார்க்க வேண்டும். அப்படியாக சினிமாவில் பார்த்தது. "ஐநூர் ரூபாயா இருந்தா ரெண்டே கட்டுதான்" என்று உமா சொன்னபோது, அப்படியெல்லாம் ஆகிவிடக்கூடாது என்று மனதுக்குள் விரும்பினேன்.

பட்டுப்புடவை பத்தாயிரத்துக்கு குறையக்கூடாது என்பது சம்பந்தி வீட்டாரின் வேண்டுகோள். அவர்கள் குடும்பத்தில் முதல் இரண்டு மருமகளும்கூட அப்படித்தான் அணிந்து வந்தார்களாம். அதில் அவ்வளவாக உடன்பாடு இல்லை போல உமா அலுத்துக்கொண்டாள். மருமகள் முறுக்கு. கல்யாண வீடு என்றால் இப்படியான இரு தரப்பு முறுக்கல்களுக்கும் பஞ்சம் இருக்காது. எப்படியோ கல்யாணம் முடிந்தால் அடிவயிற்று நெருப்பை இறக்கி வைத்துவிடலாம் என்ற திருப்தி அம்மாவுக்கு.

ஒன்பதரை ஆகி, பத்தை நெருங்கிக்கொண்டிருந்தது. காமராஜைப் பார்த்து தாத்தா கேட்டார். "வந்துருவாங்கல்ல?"

“போன் பண்ணி பார்க்றேன்” என்றேன்.

“நீ சாப்பிட்றேம்பா...” என அம்மா காமராஜை வேண்ட, “எல்லாரும் வந்திடட்டும்” என்று எழுந்தான். நானும் எழுந்து “போன் பண்ணிட்டு வந்திட்றேன்” என்றபடி வெளியே வந்தேன்.

போன் போட்டதும் யாரோ பெண்மணி எடுத்தார். “அப்சல் சார் இல்லீங்களா?”

“வெளியே போயிருக்காரு.”

வைத்துவிடப் போகிறார்கள் என்ற அவசரத்தில், “ஒரு நிமிஷங்க. தண்டையார் பேட்டையில இருந்து பேசறேன். எங்க வீட்டை வாங்கறதுக்கு அட்வான்ஸ் கொடுக்க வர்றேன்னாரு...”

“அவர் திருத்தணிக்கில்ல போயிருக்காரு..”

“இல்லங்க.. ஒம்போது மணிக்கு இங்க வர்றேன்னு சொல்லியிருக்காரு. வீட்ல சரியா கேட்டுச் சொல்லுங்க. எல்லாரும் வெயிட் பண்றோம்.”

“நேத்துஅப்படித்தான் சொல்லிக்கிட்டிருந்தாரு. அப்புறம் அதில ஏதோ மாத்தமாயிடுச்சுன்னு சொல்லிட்டுப்போனாரு.”

“இல்லங்க. இது...”

“நீங்க மீடியேட்டர் ராமுகிட்ட பேசுங்க...”

“நம்பர் இருக்குங்களா?”

குறித்துக்கொண்டேன்.

அடுத்து, ராமு நம்பரை அழுத்துவதற்கு முன் காமராஜைப் பார்த்தேன். “இன்னா கேன்சலாமா?” என்றான் சந்தோஷமாக.

“ஏன் இப்படி சொல்றாங்கன்னு புரியலையே...”

இவன் எதுக்கு இவ்வளவு சந்தோஷமாகக் கேட்கிறான். கேசரி செய்து வைத்துவிட்டு சாப்பிடாமல் காத்திருப்பவர்களுக்கு என்ன பதில் சொல்வது?

“சரி. நாளைக்கு நேர்ல போய் பேசிக்கலாம் விடு.” புன்னகை மாறாமல் சொன்னான்.

“இல்ல. மீடியேட்டர் ராமு நம்பர் கொடுத்திருக்காங்க. பேசிப் பார்க்கலாம்.”

“அவன் யார்யா குறுக்க. வுடு நாளைக்கு காலைல முடிச்சிர்லாம்” காமராஜ் காத்திருந்தவன் மாதிரி, சொன்னதையே சொன்னான்.

நான் அவசரமாக ராமுவின் எண்ணைச் சுழற்றினேன். ரிஸீவரைப் பிடுங்கி வைப்பதில் அவசரமாக இருந்தான் காமராஜ். “நாளைக்குப் பாத்துடுவோம்.”

“ஹலோ... ராமு சாருங்களா? நான் தண்டையார் பேட்டைல இருந்து பேசறன் சார்... அப்சல் சார் இன்னைக்கு அட்வான்ஸ் தர்றேன்னு சொன்னாரு. எல்லாரும் வெயிட் பண்றோம்...”

“இன்னாய்யா விளையாட்றியா? என்னமோ நேத்து ஆளனுப்பி இப்ப வீட்டை விக்றதா இல்லனு சொன்னியாமே?”

“ஸார்... நான் ஏன் சார் அப்படிச் சொல்றேன். பெரியவங்கள்லாம் வெயிட் பண்றாங்க சார். அப்படி சொல்லியிருந்தா வெயிட் பண்ணிக்கிட்டு இருப்பமா சார்?”

“காமராஜ்தான் வந்து சொன்னாருப்பா. முதல்ல விக்கிறதா இல்லனு சொன்னாரு... அப்புறம் 5 லட்சம் தந்தாதான் கொடுக்க முடியும்னு சொன்னதா சொன்னாரு... அப்புறம் அவரே அந்த வூடு அந்த வெல போகாதுனு சொல்றாரு. நான் சொன்னேன்னு சொல்லிடாதீங்கன்றாரு... “நீ யார் பக்கம் பேசறே எழுந்து வெளிய போ”னு அனுப்பிட்டோம். இந்த டீலிங்கே வேணாம்னு திருத்தணில ஒரு மாந்தோப்பு வாங்கறதுக்குப் போயிட்டாரு.” தேவையில்லாமல் விளக்கம் கொடுத்துக்கொண்டிருப்பதாக நினைத்தானோ, என்னவோ துண்டித்துவிட்டான்.

“ரிஸீவரை இப்படி மூட்டை மேல வெச்சுட்டுப்போறியே... அதனாலதான் நான் யாருக்கும் போன் தர்றதில்ல” மளிகைக் கடை நாடார் சத்தம் போட்டதும்தான் ரிஸீவரை ஒழுங்காக வைத்தேன். சூழ்நிலைக்குப் பொருந்தாத புன் சிரிப்புடன் நின்றுகொண்டிருந்தான் காமராஜ். அவனே சொல்லட்டும் என்பதுபோல விரக்தியாக நின்றிருந்தேன். ஒருவேளை வந்து அட்வான்ஸ் கொடுத்துவிடுவார்களோ என்ற சந்தேகம் இருந்ததால்தான் வந்ததாகச் சொன்னான்.

“கொட்டினாத்தான் தேளு... இல்லாட்டி புள்ளபூச்சிதான். அதான் கொட்டினேன்” என்று ஏதோ ஆரம்பித்தான். புள்ள பூச்சி என்றால் என்னவென்று அப்போது நான் அறிந்திருக்கவில்லை. தேள் தெரியும். ‘கொட்டிவிட்டேன்’ என்று சொல்வது புரிந்தது.

அவனை ஞாபகப்படுத்துவதற்காக நான் பட்ட அவஸ்தையைவிட மறப்பதற்கு பல மடங்கு பிரயத்தனத்தனப்பட வேண்டியிருக்கிறது இப்போது.

- ஆனந்த விகடன் தீபாவளி மலர், 2007.

அம்மை

61

“நம்ம ஸ்கூல்லதான் படிச்சீங்களாமே... சொன்னாங்க” என்றார் தலைமை ஆசிரியர்.

நான் சிரித்துக்கொண்டேன். “ஆமா... டென்த் பப்ளிக் எக்ஸாம் வர்றதுக்கு ஒரு வாரம் முன்னாடி நின்னுட்டேன்” அதை உறுதிப்படுத்துவது மாதிரி சொல்லிச் சிரித்தேன்.

“என்ன, அம்மை போட்டுடுச்சா?” தலைமையா

சிரியர்களுக்கு யார், யார் எதற்கு விடுமுறை எடுப்பார்கள் என்பதில் ஒரு தீர்மானம் இருக்கத்தான் செய்தது.

“நின்னுட்டேன். மறுபடியும் இங்க வருவேன்னு நினைச்சுக்கூட பார்க்கல.”

“என்ன கருணாகரன் ஸார். எவ்ளோ பெரிய பிசினஸ் மேன் நீங்க? இவ்வளவு சாதாரணமா நின்னுட்டேன்னு சொல்லிட்டீங்களே... படிச்சிருந்தா இன்னும் பெரிய ஆளா ஆகியிருப்பீங்களே.”

“அப்படியெல்லாம் இல்ல சார்... என்னமோ எனக்கு அப்படி ஒரு வைராக்கியம். சொல்லப்போனா, படிக்காம போனதாலதான் இந்த பிசினஸ் எல்லாம்.”

தலைமையாசிரியருக்கு அதற்கு மேல் அதை விசாரிப்பது நாகரிகமில்லை என்று தோன்றியது. தண்ணீர் டாங்க் புதுப்பித்தல் சம்பந்தமான கான்ட்ராக்ட் எடுத்தவிதத்தில் செக் வந்திருந்தது. அதைக் கொடுப்பதற்குத்தான் நேரில் அழைத்திருந்தார் தலைமையாசிரியர்.

செக்கை வாங்கிக்கொண்டு, “ஹெட் மாஸ்டர்னா எனக்கு

இப்பகூட பயம் சார்” என்று சிரித்தேன்.

“பசங்களோட எதிர்காலம் நல்லா இருக்கணும்னுதான் கொஞ்சம் கெடுபிடியா இருக்கிறோம். என்ன எழுந்துட்டீங்க?”

“கிளம்பறேன். நிறைய வேலை இருக்கு..” வெள்ளை அரைக் கை கதர் சட்டை கசங்காமல் எழுந்தேன். அது, நான் சொன்ன பேச்சை கேட்பது போல இழுத்துவிட்ட இடத்தில் நின்றது. வாசல் வரை வந்து வழியனுப்பிவிட்டு தலைமையாசிரியர் உள்ளே போகவும், நான் தண்ணீர் தொட்டி வரை சென்று ஒரு பார்வை பார்த்தேன். உடற்பயிற்சி வகுப்பு மாணவர்கள், முன்பு போல கால்பந்தை இஷ்டம் போல உதைத்துக்கொண்டிருந்தனர். மாணவிகளில் சிலர், ஊதா தாவணியில் தண்ணீர் குழாய் அருகே மரத்தடியில் குழுமி இருந்தனர்.

பரீட்சைக்கு ஒரு வாரம் முன்பு நிற்பதற்கு அம்மை வருவது மட்டும்தான் காரணமாக இருக்க முடியுமா? உண்மையான வேறு காரணம் இருந்ததால், நீண்ட நாட்கள் கழித்து அதை நினைத்துப்பார்ப்பதற்கு சந்தர்ப்பமாகவும் அங்கேயே நின்று, பள்ளி வளாகத்தைப் பார்வையால் அளந்தேன். வறண்ட ஞாபகங்கள் துளிர்ப்பதுபோல இருந்தது. ‘டென்த் பி’ வந்ததும் கண்கள் அங்கேயே சற்று நின்றது. வகுப்பறை சுருங்கிவிட்டது மாதிரி இருந்தது. ஏன் மைதானமே சிறியதாகத்தான் தெரிந்தது இப்போது. மனக் கிணற்றில் மூடிபோட்டு மறைத்துவைத்திருந்த நினைவுகளை மெல்லத் திறந்தேன். அதைத் திறக்கும்போது, யாராவது பார்த்துவிடுவார்களோ என்ற அனிச்சை காரணமாகச் சுற்றிலும் பார்த்துக்கொண்டேன்.

கவனிப்பாரற்ற அமைதியும் புங்க மர நிழலும் அவருடைய நினைவுகளை வரவேற்றன. 20 ஆண்டுகளுக்கு முந்தைய மீனா, அவர் மனதில் ஊதா தாவணியோடு வந்து நின்றாள்.

“கர்ணா, நானும் உன்கூட வரட்டுமாடா?” புது சைக்கிள், புது காக்கி பேன்ட் , புது பை... எனக்கே ஊரைக் கடப்பதற்கு வெட்கமாக இருந்தது. ஊருக்குள் புது ட்ரெஸ் போட்டுக்கொண்டு போவது வெட்கம் பிடுங்கித் தின்னும் விஷயம். அதிலும் பேன்ட் வேறு. யாருமில்லாத நேரமாகப் பார்த்து கடந்துவிட வேண்டும் என்று நினைத்துக் கொண்டிருந்தபோதுதான் மீனா இப்படிக் கேட்டாள். உச்சந்தலையில் போய் இடித்தது வெட்கம். மீனாவைப் பின்னால் உட்கார வைத்துக்கொண்டு போவதா? இத்தனைக்கும் அவள் ப்ளஸ் ஒன். பத்தாவதில் ஒரு சப்ஜெக்ட் ஃபெயிலாகி மீண்டும் எழுதி பாஸ் ஆகி, இப்போது ப்ளஸ் ஒன் சேர்ந்திருந்தாள். இரண்டு வயது மூத்தவள். அவளைப் பார்த்து வெட்கம் வரவேண்டியதில்லைதான்.

“பொட்டை பொண்ணு நடந்து கஷ்டப்படுது... சைக்கிள்லதான் கூட்டிக்கிட்டுப் போயேன்.”

அம்மாவின் அதட்டலான சிபாரிசால் உடனடியாகச் சம்மதித்துவிட்டேனே தவிர, பள்ளிக்குப் போகும்போதும் வீட்டுக்குத் திரும்பும்போதும் அவளை எப்படிப் புறக்கணிப்பது என்பது சம்பந்தமாக தினமும் ஒரு மணிநேரம் நான் யோசிக்கவேண்டியிருந்தது. கடைசி பெல் அடித்ததுமே சைக்கிளை எடுத்துக்கொண்டு, பள்ளிக்குப் பின்னால் இருக்கிற வேலி வழியாக நுழைந்து, பின்பக்க வழியாக தப்பிச்சென்றும் பார்த்தேன். அவள், அடுத்த நாளில் இருந்து அந்தப் பக்கமாக வந்து நின்று, “ஏன் இந்தப் பக்கமா போறே?” என்றாள்.

நான் அவளைத் தவிர்ப்பது நிஜமாகவே அவளுக்குத் தெரிவில்லையா... நடிக்கிறாளா என்று தெரியவில்லை. ஆனால், தவிர்ப்பது தெரிந்தால் மனம் வருந்துவாளோ என்றும் இருந்தது. இப்படியாக, நான் மீனாவின் டிரைவராகிப் போனது, மாணவர்கள் மத்தியில் புயலைக் கிளப்பிவிட்டது.

கணேசன், “மீனாவ லவ்வடிக்கிறியா?” என்று நேராகவே விசாரித்தான்.

வெட்கம், புறக்கணிப்பு எல்லாம் மெல்ல மறைந்து, அவளைச் சுமந்து செல்வது எனக்குப் பெருமைக்குரிய விஷயமாக மாறியிருந்தது. சக மாணவர்களின் விபரீதமான கற்பனைகளுக்கு மேலும் வலு சேர்ப்பது போல என்னுடைய பையையும் அவளிடமே கொடுத்து, பின்னால் உட்கார வைத்தேன். சில நேரங்களில் ரொம்ப சகஜம் போல அப்படி இப்படி தொட்டுப் பேசுவதும்கூட நடந்தது.

வீட்டுக்கும் பள்ளிக்கும் சுமார் 4 கிலோ மீட்டர் தூரம் இருந்ததால், நடுவே கொய்யாப் பழம் வாங்கி உப்பு மிளகாய்த்தூள் தடவி சாப்பிட்டுவிட்டுப் போவதும்கூட சில நேரங்களில் தொடர்ந்தது.

ஒரு மழைநாளில் ஆளவரவமற்ற சாலையில் தெப்பலாக நனைந்து சைக்கிள் மிதித்துக்கொண்டிருந்தேன். பனஞ்சாலை. சாதாரணமாகவே அங்கு யாரும் தென்பட மாட்டார்கள். அவள், “ரொம்ப குளிருது கர்ணா” என்றபடி சட்டென்று முதுகின் மேல் சாய்ந்துகொண்டாள். காதல் மனது கொண்டவர்களுக்குத்தான் அதில் உள்ள உரிமையான உணர்வு புரியும். பூமி உருண்டையை நெம்புகோலும் இல்லாமல் புரட்டிப்போடும் தெம்பு வரும். இனம் பிரிந்த ஒரு பரவசம் ஏற்பட்டு, மெல்லிய மின்சாரம் பாய்ந்த மனிதன் போல இருந்தேன்.

மாணவர்கள் கிண்டலடிப்பதை நான் விரும்ப ஆரம்பித்திருந்தேன். எல்லாமே மிக இயல்பாக மனதில் அரங்கேறியது. இதே மாதிரி

மீனாவையும் அவளுடைய தோழிகள் கிண்டல் செய்வார்கள் என்றும், அவளும் அதைக் கேட்டு மகிழ்வாள் என்றும் நினைத்தேன். ஆனால், அவள் மனதைப் புரிந்து கொள்வது சவாலான விஷயமாக இருந்தது. தினமும் சைக்கிளில் சுமந்து செல்கிறேன் என்பதற்கான பாசம் மட்டும்தானா அது என்ற கவலை எனக்கு இருந்தது. அவளை அத்தனை சுயநலமியாக யோசிக்கவும் மனசு வரவில்லை. காதல் வந்துவிட்டால் இப்படித்தானே?

அன்று பத்தாம் வகுப்பு 'பி' பிரிவில் ஆசிரியர் யாரும் வரவில்லை. ஆசிரியர் இல்லாத வகுப்பு என்றால் அதனுடைய உற்சாகத்துக்கு எல்லையே இருக்காதுதானே? சப்தம் பொறுக்கமுடியாமல், தலைமையாசிரியர் வந்து "இன்னும் பரீட்சைக்கு ஒரு வாரம்தான் இருக்கு. படிக்காம என்னடா இது சத்தம்.இது யார் வகுப்பு?" என்றார்.

முன் பெஞ்சில் நான்தானா அமர்ந்திருக்க வேண்டும்? தலைமையாசிரியரும் என்னைத்தானா கேட்க வேண்டும்.

"திருமூர்த்தி சார் வகுப்பு சார்."

"எங்கடா அவரு?"

"லேபுக்கு போய்ட்டு வர்றேன்னு சொன்னார் சார்."

"போய் கூட்டிக்கிட்டு வாடா."

நான்தான் ஓடினேன். "ப்ளஸ் டூ பசங்கள் மட்டும்தான் லேபுக்குள் வரலாம்' என்பது எழுதப்படாத விதி. சாரை கூப்பிடுகிற அவசரத்தில் கதவை வேகமாகத் தள்ளினேன். கதவுக்கு மறுபக்கம் சட்டென திறந்துவிடாதபடி செங்கல் ஒன்று வைக்கப்பட்டிருந்தது.

ஆனால், நான் தள்ளிய வேகத்துக்கு அந்தச் செங்கல்லால் ஈடு கொடுக்க முடியவில்லை. சரக்கென்று திறந்துகொண்டது. லேப் யாருமில்லாமல் இருந்தது.

குடுவைகள் வைக்கப்பட்டிருந்த மேஜைக்கு மறுபக்கத்தில் இருந்து திருமூர்த்தி சார் எழுந்தார். ஆயாசமாகப் படுத்திருந்தார் போலும். என்னைப் பார்த்ததும் "எறுமைமாடே மெதுவா வரத்தெரியாது…" பேன்ட்டை சரி செய்தபடியே, அங்கே போட்டுவைத்திருந்த சட்டையை எடுத்து அவசரமாக மாட்டிக்கொண்டு, மூச்சிறைக்க ஓடிவந்தார். கொத்தாக என் சட்டையைப் பிடித்து இழுத்துக்கொண்டு வெளியே வந்தார். அங்கிருந்த புங்க மரத்தில் நுனிக் கிளையை உடைத்து, விளாசு விளாசு என்று விளாச ஆரம்பித்தார். எதற்காக அடிக்கிறார் என்று புரியவில்லை.

"சார்...சார்... ஹெட் மாஸ்டர் கூப்ட்டார் சார்" என்று அழுகையினூடே சொல்ல எத்தனித்தேன்.

“வாயைத் திறந்தே தொலைச்சுப்புடுவேன் தொலைச்சு” என மேலும் ஒரு டஜன் அடி விழுந்தது.

வகுப்பறை வரை இழுத்துக்கொண்டே வந்தார்.

ஓடியாந்த வேகத்தில “பியூரெட்டை உடைச்சிட்டு இருப்பான் சார்” திருமூர்த்தி சார் ஹெட் மாஸ்டரிடம் இப்படி சொன்னார்.

“சரி, சரி கிளாஸ பாருங்க” என்றபடி தலைமையாசிரியர் போய்விட்டார்.

“டேய், நீ கிளாஸுக்குள்ள வரக்கூடாது. ஓடிப் போடா வீட்டுக்கு. ராஸ்கல்” என்றார் திருமூர்த்தி சார்.

வகுப்பு முடிவதற்கு சற்று நேரம் முன்னதாகவே, “சார் நான் உள்ள வரலாமா?” என்றேன்.

“உன்னத்தான் வீட்டுக்குப் போடான்னு சொன்னனே...”

“வீட்டுக்குப் போறதுக்குத்தான் சார். என் பை உள்ள இருக்கு சார்.”

பையை எடுத்துக்கொள்ள அனுமதித்தார்.

அன்று பெல் அடிப்பதற்கு முன் மீனா இல்லாமலேயே கிளம்பினேன். அதன்பிறகு பள்ளிப் பக்கம் போகவில்லை.

“என்ன சார் இன்னுமா இங்க இருக்கீங்க?” தலைமையாசிரியர் பின்னால் வந்து நின்று கேட்டார்.

“திடீர்னு ஸ்கூல் ஞாபகம் வந்துடுச்சு.”

“யாருக்கெல்லாம் படிக்க ஆசையோ அவங்களுக்குதான் மேற்கொண்டு படிக்க முடியாம போயிடும். அம்மை போடாம இருந்தா படிச்சிருப்பீங்க” என்றார் ஆறுதல்போல.

“ஆமா. அம்மை போட்டதுதான் தப்பா போச்சு” பதில் பேச்சுக்காக ஏதோ சொன்னேன்.

எத்தனை முறை ஞாபகப்படுத்தும்போதும் புங்க மரத்தடியில் திருமூர்த்தி ஆசிரியர் அடித்துக்கொண்டிருந்தபோது... மீனா, லேபிலிருந்து வெளியே ஓடிய காட்சியை மட்டும் நினைத்துப் பார்க்கவும் மறுத்துவிடுவேன் நான்.

– தினமணி கதிர், 2007.

புண்ணியவதி

62

தாத்தா, பழம்போல இருந்தார். மரக் கட்டிலில் அமர்ந்து கிண்ணத்தில் பொரி சாப்பிட்டுக் கொண்டிருந்தார். எண்பத்தைந்தாவது வயதிலும் அவருக்கு சில பற்கள் இருந்தன. பார்வை மங்கி விட்டதால், குத்துமதிப்பாக ஓரிடத்தை நோக்கியபடி பேசினார்.

"ஹலோ யங் கேர்ள்... பொரி சாப்பிடு" என்று பொரியேந்திய கையோடு காற்றில் துழாவினார். நான், அவர் கையைப் பற்றி அதை வாங்கிக்கொண்டேன். ஏனோ எனக்கு கண்களில் நீர் துளிர்த்தது.

"இங்கிலீஷ் நல்லா பேசுவியா?"

"பேசுவேன் தாத்தா..."

"வந்ததிலிருந்து பேசலையே?"

"நீங்களும்தான் பேசலை."

மடக்கிவிட்டதை ரசிப்பதுபோல சிரித்தார்.

"இந்தக் காலத்துப் பசங்களுக்கு இங்கிலீஷ் அறிவு கம்மிதான். அவன் என்னமா பேசுவான் தெரியுமா? அவன் பேரு... அட என்னம்மா, இது என் பேரையே மறந்துபோய்விட்ட மாதிரி... 'சி.எம்'மா கூட இருந்தானே ரெண்டு வருஷம்? "

"அறிஞர் அண்ணாவா?"

"ஆங்... எங்க காலேஜ் ஸ்டூடண்ட்தான். இங்கிலீஷ்ல அடுக்கு மொழி பேசுவான். பிற்காலத்துல அண்ணா ரொம்பப் பிரபலமாகி காலேஜ் ஃபங்ஷன்ல பேசுவதற்கு வரும்போதெல்லாம், புரொஃபஸர்

ராவ் சாகேப் ஆர்.கிருஷ்ணமூர்த்தில்லாம் 'மை பாய்'னு அண்ணாவைக் கூப்பிடுவார். இத்தனைக்கும் கிருஷ்ணமூர்த்தி பிராமின். அண்ணா, பெரியார் கட்சி." ஞாபகப் பின்னல்கள் அறுந்துவிடாமல் இருக்க, அவசர அவசரமாகக் கூறுவது மாதிரி இருந்தது.

தாத்தா, மிகவும் கஷ்டப்பட்டு படித்து, தனியாக எதிர்நீச்சல் போட்டு முன்னுக்கு வந்தவர். படிப்பு வாசனையைத் தன் குடும்பத்தில் முதன்முதலாக அறிமுகப்படுத்தியவர்.

"என்னமோ என்மேல உங்க அப்பனுக்கு கோபம். நீ இங்க வந்திருப்பது அவனுக்குத் தெரியுமா?"

"தெரியாது. ஆனா, ஒண்ணும் சொல்ல மாட்டார் தாத்தா."

"உடம்பு எப்படி இருக்கு அவனுக்கு?"

"அப்படியேதான் இருக்கு."

"இருமலும் சளியுமா இருக்கிறதா சொன்னாங்க. இப்பவும் சிகரெட் பிடிக்கிறானா?"

"இல்ல தாத்தா."

அவ்வளவு பெரிய வீட்டில் தாத்தா மட்டும்தான் இருந்தார். சாப்பாடெல்லாம் மாதக் கட்டணம் வாங்கிக்கொண்டு ஒரு அம்மா சமைத்துக் கொண்டு வருகிறார். துணிமணி துவைத்துப்போடுவது, தண்ணீர் பிடித்து வைப்பது இத்யாதி வேலைக்கெல்லாம் சேர்த்து, அந்த அம்மாவுக்கு சம்பளம். பீரோவைத் திறந்து செலவுக்கான பணம் எடுப்பதுவரை அந்த அம்மாவுக்கு உரிமையிருந்தது.

"தேவகி செத்து 10 வருஷமாச்சு. அவகூட வாழ்ந்ததே கனவு மாதிரி ஆகிடுச்சு" என்று பாட்டியைப் பற்றி நினைவு கூர்ந்தார்.

"உங்கிட்ட சொல்றதுக்கு என்னம்மா. எப்ப உங்கப்பனுக்கு கல்யாணம் பண்ணி வெச்சாளோ அப்பத்துலர்ந்து என்கிட்ட தாம்பத்தியம் வெச்சுகிட்டதில்ல. என்னமோ அப்படியொரு 'பிரின்ஸிபிள்' அவளுக்கு. 25 வருஷம் சன்யாசி மாதிரிதான் வாழ்ந்தா."

தாத்தா எதைப்பற்றி பேசினாலும் அதைப் பற்றி கேட்டுக்கொண்டே உட்கார்ந்திருக்க வேண்டும் போல இருந்தது.

வீராப்பும் தொனியும் அற்று, அலங்காரம் இல்லாமல் வந்து விழும் அனுபவ உண்மைகளை, சும்மா செவி சாய்த்துக்கொண்டிருப்பதே நிம்மதியளிப்பதாக உணர்ந்தேன்.

"ஏம்மா, நீ கல்யாணம் பண்ணிக்க வேண்டியதுதானே? இப்ப என்ன ஏஜ் உனக்கு?" என்றார்.

“இல்லை தாத்தா. நான் படிக்கப்போறேன்.”

“அதுக்கும் இதுக்கும் என்னம்மா. கல்யாணம் பண்ணிக்கிட்டு கூடத்தான் படிக்கலாம்? நா படிக்கலையா?”

“உங்க காலம் வேற. இப்ப, கூட படிக்கிறவங்கள்லாம் கிண்டல் பண்ணுவாங்க.”

“எது நல்லதோ அது எல்லாம் கிண்டலாப் போச்சு.”

பொரி கிண்ணத்தை வைத்துவிட்டு, “போதும்மா. கொஞ்சம் தண்ணிகுடு” என்றார்.

பானையில் இருந்த தண்ணீரைக் கொண்டுவந்து கொடுத்தேன்.

“ஹாட் வாட்டர் இருக்குமே... சரி பரவால்ல” அதையே குடித்தார்.

“உங்கப்பன் மேல எனக்கு கோபம்லாம் இல்லம்மா. இன்னொரு பொண்ணுகூட தொடர்பு வெச்சிருக்கான்னு தெரிஞ்சதும், “இனிமே என் முகத்தில முழிக்காதடா, போயிடு’ன்னு சொல்லிட்டேன். ரோஷக்காரன். அப்ப போனவன்தான். அந்தப் பொண்ணுக்கு குழந்தை குட்டி எதுவும் கிடையாதாமே...”

“ஒரே ஒரு குழந்தை பொறந்து இறந்துடுச்சு தாத்தா. அப்புறம் குழந்தை வேணாம்னு முடிவு பண்ணிக்கிட்டாங்களாம். போன வருஷம் அவங்களும் இறந்துட்டாங்க.”

“ச்சோ... தெரியாதே” என்றார் தாத்தா.

“அதுக்கப்புறம் உங்கப்பா என்னைப் பார்க்க வந்ததில்ல. 30 வருஷமாச்சு அவனைப் பார்த்து. “முகத்தில முழிக்காதடா’னா என்ன அர்த்தம்னு இப்ப யோசித்துப் பார்த்தா வேடிக்கையா இருக்கு. ஒரே வார்த்தைக்கு அத்தனை வலிமை. என்னமோ அது வலிமை மாதிரிகூட தெரியல. ‘முழிச்சா’ என்னன்னு நினைக்கும்போது அதற்கு அவசியம் இல்லாமப் போயிருக்கும். தயக்கம் இருந்திருக்கும். அப்புறம் அதுவே பழக்கமாயிடும். வாழ்க்கையே ஒரு பழக்கம்தானேம்மா?”

வார்த்தை ஜோடனைக்காக ரொம்ப சிரமப்படாமல் இதைச் சொன்னார். “கல்யாணம் பண்ணி வெச்சு அஞ்சு வருஷமா குழந்தை பொறக்காம இருந்தது. குழந்தை பெத்துக்கணும்னு இப்படி கல்யாணம் பண்ணக்கிட்டான். இதெல்லாம் உனக்குத் தெரிஞ்சிருக்கும். ஏதோ தாத்தா சொல்றார்னு கேட்டுக்கிட்டு இருக்கே. இல்லையா மீனா?” என்றார்.

நான் முதலில் தலையசைத்தேன். தாத்தா பார்வைக்கு நான் ஆமோதித்தது தெரிந்திருக்காது என்பதை உணர்ந்து, “ஆமா” என்று சிரித்தேன்.

என் தங்கம். கிழவன் சொல்றதைச் சொல்லட்டும். கேட்டு வைப்போம்னு கேட்டுக்கிற?"

"இல்லை தாத்தா. இது வரைக்கும் அப்பா சொன்னதைத்தான் கேட்டிருக்கேன். நீங்க எப்படிச் சொல்றீங்கன்னு பார்க்கிறேன்."

"யார் பக்கம் நியாயம் இருக்கு?" குழந்தைத்தனமான குதூகலத்துடன் சவால் விடுவதுமாதிரி கேட்டார்.

"இதில இரண்டு பக்கம் இருக்கிற மாதிரியே தெரியலை. இரண்டும் ஒரே பக்கம்தான்."

"பிரில்லியன்ட் கேர்ள். அந்தந்த இடத்தில் இருந்து பார்த்தால்தான் புரிஞ்சுக்க முடியும்" என்றார். "இதில் காலத்தையும் இடைவெளியையும் மறந்துவிடக்கூடாது" என்று ஆங்கிலத்தில் சொன்னார்.

ஆழ்ந்த யோசனையில் சிறிது நேரம் இருந்தார். நான் அவர் கட்டிலில் இருந்த திருமூலர் நூலை எடுத்து மெல்ல இங்கும் அங்குமாகப் புரட்டி, படித்துக் கொண்டிருந்தேன்.

கண்தான் தெரியவில்லையே... அப்புறம் எதுக்கு புத்தகத்தை வைத்திருக்கிறார் என்று புரியவில்லை.

"உன்னோட சித்தி இறந்துபோனது தெரியவே தெரியாதும்மா. புண்ணியவதி... அவ முகத்தை ஒரு தடவைகூட பார்த்ததில்லை" என்று கண்களைத் துடைத்துக்கொண்டார்.

மூடிய மேல் துண்டுக்குள் அவர் உடல் குலுங்குவது தெரிந்தது.

— *தினமணி கதிர்*, 1997.

அமரர் சுஜாதா

63

இறந்து போனவரிடமிருந்து இன்று எனக்கொரு இ-மெயில் வந்திருந்தது. அதுவும் எழுத்தாளர் சுஜாதாவிடமிருந்து. முதல்கட்டமாக பேரதிர்ச்சிக்கு ஆட்பட்டேன். எனக்கு வேறு வழி தெரியவில்லை. அதிர்ச்சியும் பயமும் அடைவது மட்டும்தான் இதைப் பற்றி ஆராய்வதற்கான முதல்படியாக இருந்தது. பேசாமல் சற்று நேரம் அதிர்ச்சியில் உறைந்து போய் உட்கார்ந்திருந்தேன். அப்படி செயலிழந்து இருப்பது ஏன் என்று எனக்குத் தெரிந்தது. மூளையின் செயல்பாடுகள்பற்றி 'தலைமைச் செயலகம்' என்ற தலைப்பில் சுஜாதா எழுதியிருந்த புத்தகத்தில்தான் அதைப் பற்றியும் படித்திருந்தேன். மூளைக்கு செய்திகளைக் கடத்தும் ஆக்ஸன்கள், நியூரான்கள் பற்றியது அது. செய்திகளை எடுத்துச்செல்லும் ஆக்ஸன்கள் அறுந்துவிடுவதால்தான், அதிர்ச்சி எற்படும் நேரங்களில் நாம் ஒன்றும் புரியாமல் திகைத்துப்போய் நிற்கிறோம் என்று அவர் எழுதியிருந்தார். அறுந்த தொடர்பு இணைகிறவரை அமைதியாக இருப்போம் என்று காத்திருந்தேன். நிதானமாக சுதாரிப்பு ஏற்படுவதை உணர்ந்தேன்.

இறந்துபோனவர்கள், மெயில் அனுப்பும் வசதி எதையும் பில்கேட்ஸ் ஏற்படுத்தித் தந்ததாகக் கேள்விப்படவில்லை. பிறகு, வேறு என்ன சாத்தியக் கூறுகள் இருக்க முடியும் என்று யோசித்தேன்.

எதையும் விஞ்ஞானபூர்வமாக அணுகிய மனிதரிடமிருந்து இப்படி ஒரு அமானுஷ்ய நிகழ்வா என்ற கிளைச் சிந்தனை வேறு.

போன ஆண்டு கடிதங்கள் எல்லாம் இந்த ஆண்டு கையில் கிடைப்பது மாதிரி எங்கெல்லாமோ சுற்றிவிட்டு, இந்த இ-மெயில் இப்போதுதான் கம்ப்யூட்டருக்குக் கிடைத்ததா? என்ன அபத்தம். அப்படி வாய்ப்பே இல்லை.

வாசகர்களுக்கு நான் ஒரு விஷயத்தை இந்த இடத்தில் பகிர்ந்து கொள்கிறேன்.

நான் எழுதிய சிறுகதை ஒன்றை என்னுடைய தோழிக்கு நேற்று மின்னஞ்சல் செய்தேன். அதுதான் விஷயம். தோழியின் பெயரும் சுஜாதா. ஏதோ பெயர் குழப்பத்தில் எழுத்தாளர் சுஜாதாவுக்கு என்கதையை அனுப்பிவிட்டேன். தோழி மறுபடி போன் செய்து, கதை எனக்கு வரவில்லையே... மீண்டும் அனுப்ப முடியுமா என்று கேட்க, இ-மெயிலை மறுபடி திறந்தபோதுதான் இந்த அதிர்ச்சி. என் கதையைப் படித்துவிட்டு சுஜாதா எழுதியிருந்த பதில் இ-மெயில். இதோ அது:

கதை வித்தியாசமாக இருந்தது. இறந்தவர்கள் பற்றி யோசிப்பது மனிதனின் இயல்பான தேடல் குறித்தது. இறந்தவர்கள் என்ன ஆகிறார்கள் என்பதுதான் எல்லா எழுத்துக்கும் ஆதார ஸ்ருதி. எல்லோரும் இறக்கப் போகிறவர்கள்தானே... எதற்காக சண்டை போட்டுக்கொள்கிறீர்கள் என்ற அடிப்படையில் சிலர் எழுதுகிறார்கள். இறவா புகழை அடைய வேண்டும் என்பதற்காகச் சிலர் எழுதுகிறார்கள். சாகிறவரை அடுத்தவர்களுக்கு தொந்தரவு தராமல் நிம்மதியாக வாழ்ந்துவிட்டு சாகவேண்டும் என்பதற்காகச் சிலர் எழுதுகிறார்கள். சாவு என்ற ஒன்று இல்லையென்றால் எழுத்துக்கே அவசியமிருக்காதோ என்று தோன்றுகிறது. சாவைப் பற்றி வந்த உருப்படியான கதை. ஆனால், ஆறு மாதங்கள் உருண்டோடின போன்ற பதங்களுக்கு வேறு வாக்கியங்களை உருவாக்கலாம்.

– சுஜாதா

மேற்படி கடிதத்தில் சுஜாதாவின் வார்த்தைப் பிரயோகம் இருப்பது உண்மைதான். ஆனால், தமிழ் எழுத்தாளர்களில் நிறையபேர் அவரைப் போல எழுதுகிறவர்கள் இருக்கத்தான் செய்கிறார்கள். அப்படியாராவது என்னை கிண்டல் செய்யும்நோக்கோடு எழுதியிருந்தால்... அவர்களுக்கு சுஜாதாவின் மின்னஞ்சலின் ரகசிய குறியீட்டு எண் தெரிந்திருக்க வேண்டுமே? அவருடைய உதவியாளர் யாருக்காவது பாஸ்வேர்டை சொல்லிவைத்திருந்திருப்பாரோ?

அவருடன் நெருங்கிப் பழகியிருந்த சிலரிடம் கேட்டேன். சைபர் கிரைம் பற்றி ஆரம்பத்திலேயே எச்சரித்தவர் அவர்தான். பாஸ்வேர்டை எவ்வளவு பாதுகாப்பாக வைத்திருக்க வேண்டும்

என்பதில் அவருக்கு இருந்த கவனம் பற்றிச் சொன்னார்கள். அதுவுமில்லாமல், பாஸ்வேர்ட் யாருக்காவது தெரிந்துபோக வாய்ப்பிருப்பதால்... அதை அடிக்கடி மாற்றிக்கொண்டே இருப்பவர் அவர் என்றும் சொன்னார்கள்.

என்னுடைய கம்ப்யூட்டரை சர்வீஸ் செய்வதற்கு வரும் ஆசாமியைத் தொடர்புகொண்டு, நடந்த கதையை எல்லாம் சொல்லி விளக்கம் கேட்டேன்.

"அவருடைய பாஸ்வேர்ட் தெரிந்திருந்தா அதை வைத்து வேறு யாராவது அனுப்ப முடியும் சார். இல்லாட்டி சான்ஸே இல்லை" என்று ஒரே வரியில் வைத்துவிட்டார்.

சரி என்று நானும் விட்டுவிட்டேன். அந்தத் தருணத்தில்தான் அவருடைய கணேஷும் வஸந்த்தும் மூளைக்குள் புகுந்து ஒரு ஜிவ்வு ஜிவ்வினார்கள்.

மறுபடி சுஜாதாவுக்கே இன்னொரு இ-மெயில் அனுப்புவது என்று தீர்மானித்தேன்.

என்ன இருந்தாலும் தமிழகத்தின் மிகப் பெரிய எழுத்தாளரான அமரர் சுஜாதாவின் பெயரில் இப்படி விளையாடுவது நியாயமே இல்லை. இது அவருக்கு செய்யும் அவமானம். இந்த விளையாட்டைத் தொடராதீர்கள்.

– தமிழ்மகன்

இ-மெயில் அனுப்பிவிட்டு, சில விநாடிகளில் இன்னொரு பதில்இ-மெயில் சுஜாதாவிடமிருந்து.

இறந்த ஒருவரை வைத்து இப்படியெல்லாம் விளையாடக்கூடாது என்ற உங்கள் அபிப்ராயம் சரிதான். ஆனால், இறந்த ஒருவர்தான் உங்களிடம் இப்படியெல்லாம் விளையாடுகிறார் என்பதை நீங்கள் நம்பித்தான் ஆக வேண்டும். நம்ப வைப்பதற்கு என்னிடம் ராஜ இலச்சினையோ, முதுகு மச்சமோ இல்லை. பேசாமல், இறந்த ஒருவரால் எப்படி இ-மெயில் அனுப்ப முடியும் என்று யோசியுங்கள். கண்டுபிடிக்கிறீர்களா பார்க்கலாம். உங்களுக்கு 24 மணி நேரம் கெடு.

– சுஜாதா

வாசகர்களே, தலையைச் சுற்றுகிறதா இல்லையா? இந்த ஒரு நாளில் நான் என்ன செய்ய முடியும்? இன்னும் சிலரிடம் சொல்வதைத் தவிர. அதைத்தான் செய்துகொண்டிருக்கிறேன். சுஜாதா எழுதிய கடைசி வாக்கியம்வரை உற்சாகமும் துள்ளலும் தொடர்ந்துகொண்டுதான் இருந்தது. ஆனால், இறந்த பின்னுமா? அவர் எழுதிய 'காலமானவர்' கதை ஞாபகம் வந்தது. ஏதாவது

காலக் குழப்பம் ஏற்பட்டு, தேதி மாறிப்போய் எல்லாமே நடந்து கொண்டிருக்கிறதா? மனிதர் கருட புராணம் எல்லாம் படித்தவர். அந்த மாதிரி சூட்சுமம் ஏதாவது கைவரப் பெற்றுவிட்டாரா?

விஞ்ஞானமும் வேதாந்தமும் ஏதோ ஒரு புள்ளியில் ஒன்று சேர்வதாகவும் எழுதியிருக்கிறார். ஆனால், இருக்கிறவர்களை யெல்லாம் விட்டுவிட்டு என்னை எதற்கு இந்தப் பரீட்சைக்குத் தேர்வுசெய்தார் என்று தெரியவில்லை. இதையெல்லாம் தாங்கும் சக்தியோ, போராடிக் கண்டுபிடிக்கும் திராணியோ இல்லாதவன் நான்.

வாலி, மணிரத்னம், ஷங்கர், கமல்ஹாசன், அப்துல்கலாம், மதன், ராவ் என்று அவருக்கு நிறைய நெருக்கமான ஆட்கள் இருக்கிறார்கள். அந்த மாதிரியாருக்காவது இப்படி ஒரு இ-மெயில் வந்திருந்தால், அது நாடு தழுவிய செய்தியாகவோ, உலகு தழுவிய செய்தியாகவோ இருந்திருக்கும்.

வேதாந்தம், அமானுஷ்யம், சக்திக்கு அப்பாற்பட்ட விஷயம் போன்ற வஸந்த் பாணி விஷயங்களையெல்லாம் அப்புறப்படுத்திவிட்டு, கணேஷ்போல இந்த விஷயத்தைக் கையாள்வோம் என்று முடிவுசெய்துகொண்டேன். எனக்கு சுஜாதா எழுதிய 'கொலையுதிர் காலம்' நாவல்தான் இப்படி முடிவெடுக்க உதவியது. விஞ்ஞானம்... விஞ்ஞானம்... எனக்குத் தெரிந்து விஞ்ஞான நோக்கோடு விஷயத்தை எதிர்கொள்பவர் கோவர்தன்தான். பெங்களூருவில் இருக்கிறார். இன்னும் 6 மணி நேரமே இருக்கும் அவகாசத்தில் அவருடைய ஆலோசனையை நாடினேன்.

மனிதர் எப்போதும் போல மும்பை செல்வதற்காக ஏர் போர்ட்டில் காத்திருந்தார். விஷயத்தை உள்வாங்கிக்கொண்டார்.

"அது, எழுத்தாளர் சுஜாதாவின் இ-மெயில்தானா என்று தீர்மானியுங்கள். நான் என் வேலையை முடித்துவிட்டு உங்களைத் தொடர்புகொள்கிறேன்." ரத்தினச் சுருக்கமாக இவ்வளவுதான் சொன்னார்.

அவர் சொன்ன முக்கியமான சந்தேகத்தைத் தெளிவுபடுத்திக் கொள்ள சுஜாதாவின் நண்பர்கள் சிலரை அணுகினேன். அட்சரம் பிசகினாலும் தவறாகிவிடும் என்பதால், எழுத்து எழுத்தாகக் குறித்துக்கொண்டேன். முகவரி சரியாகத்தான் இருந்தது. அது, சாட்சாத் சுஜாதாவின் இ-மெயிலே தான். அவசரப்பட்டு இரண்டொரு தரம் கோவர்தனுக்கு போன் செய்தபோதும் முக்கியமான கூட்டத்தில் இருப்பதாகவே செய்தி வந்தது. தவிப்பு தாளவில்லை எனக்கு. இரண்டு நாளாக இதே வேலையாக இருக்கிறேன். யாருமே இதை ஒரு முக்கியமான விஷயமாக எடுத்துக்

கொள்ளவில்லையே என்று இந்த பொறுப்பற்ற உலகத்தின்மீதே கோபமாக இருந்தது.

சரியாக, மாலை அவரே தொடர்புகொண்டார்.

"இ-மெயில் சரிதானா?"

"மிகச் சரியாக இருக்கிறது."

"வேறுயாருக்காவது அவருடைய இ-மெயில் பாஸ்வேர்டு தெரிந்திருக்க வாய்ப்பிருக்கிறதா?"

"அதையும் விசாரித்துவிட்டேன். அந்த விஷயத்தில் படு ரகசியம் காத்திருக்கிறார்."

"அப்படியானால் ஒரே ஒரு வாய்ப்புதான் இருக்கிறது. ஆட்டோ இன்டலிஜென்ஸ் புரோகிராமிங்."

"சில இ-மெயில் பார்த்திருப்பீர்கள். கடனட்டைக்கான தொகை ரூ... கிடைத்தது. நன்றி அல்லது எங்கள் வலைதளத்தில் உங்களைப் பதிவு செய்ததற்கு நன்றி என்று தயார் நிலை வாக்கியங்களோடு சில கடிதங்கள் வருவதைப் பார்த்திருப்பீர்கள். அப்படியானது."

"ஆனால், நான் எழுதிய கதையைப் படித்துவிட்டு விமர்சித்திருக்கிறாரே?"

"ஆயிரக் கணக்கான கதைகளைப் படித்ததன் மூலம் எல்லாவற்றையும் ஒரு ஃபார்முலாவுக்குள் அவரால் கொண்டு வரமுடிந்திருந்தால், கம்ப்யூட்டரேகூட உங்கள் கதையைக் கணிக்க முடியும். அதாவது அந்த மாதிரி புரோக்ராம் செய்ய முடியும்."

"ரொம்ப நன்றி கோ..."

ஓட்டமாய் ஓடி சுஜாதாவுக்கு அடுத்த மெயிலைத் தட்டினேன்.

'கண்டுபிடித்துவிட்டேன் ஐயா. இதுதானே விஷயம்?' என்று.

அடுத்த நிமிடம். 'வெரிகுட்' என்றொரு மெயில் ஒன்று அவரிடமிருந்து வந்தது. அடுத்த விநாடி கம்ப்யூட்டர் பட்டென்று அணைந்துவிட்டது. என்னடா இது... எல்லாம் கூடிவருகிற நேரத்தில் இப்படி ஆகிவிட்டதே என்று பதறிப் போய் மீண்டும் கம்ப்யூட்டரை ஏற்றினேன்.

வேகமாக இ-மெயிலைத்திறந்தேன்.

சுஜாதா... அட, அவர் அனுப்பிய இ-மெயிலேஇல்லையே... அனுப்பிய மெயில் பட்டியலிலும் இல்லை. பெற்றுக்கொண்ட பட்டியலிலும் இல்லை.

இதுவும் அவர் வேலைதானா?

- தினமணி கதிர் 9.3.2008

அது இது

64

ஒரு கிலோ மீட்டர் தூரத்தில் இருந்து பார்த்தாலும் பளிச்சென்று தெரிகிற மாதிரி,'வெங்கடேஷ்வரா என்ஜினீயரிங் காலேஜ்' என்று ஆங்கிலத்தில் பித்தளை போர்டு வைத்திருந்தார்கள். கல்லூரியின் முகப்பு பிரமாண்டமாக இருந்தது. பெற்றோர்கள், தங்கள் பிள்ளை இங்கே படிப்பதை விரும்பத் தூண்டுவதாக இருந்தது அது. சில பெற்றோர்களும்கூட தாங்கள் மாணவர்களாக மாறிவிடுவதற்கு ஆசைப்படுமாறு இருந்தது. கந்தசாமிக்கு நிச்சயமாக இல்லை. பையனைப் படிக்கவைக்கவே பணம் போதுமானதாக இல்லை. அந்த ஆசையை யோசிக்கக்கூட வசதியில்லை.

"அப்ளிகேஷன் எவ்வளவு சார்?" என்றார் கந்தசாமி. கவுன்டர் வழியாகப் பணம் வாங்குபவரின் வழுக்கைத் தலை மட்டும்தான் தெரிந்தது.

"போர்டுல எழுதியிருக்கு பாருங்க. 1,000 ரூபா."

கையில் அவ்வளவு பணம் இல்லாமல் போய், அவமானம் ஏற்பட்டுவிடுமோ என ஒரு கணம் பயந்துபோனார். கையில் என்னமோ 1,200 ரூபாய் இருக்கத்தான் செய்தது. அவசரமாக எடுத்துக் கொடுத்தார்.

"அப்ளிகேஷனுக்கா 1,000 ரூபா?" பதில் வேண்டிய கேள்வியாக ஆரம்பித்து தனக்குத்தானே முனகிக்கொண்டார். தவறாக எதை யாவது வாங்கிவிடப் போகிறோம் என்ற தடுமாற்றம் கந்தசாமிக்கு.

"எலெக்ட்ரானிக்ஸுக்குத்தானே?" என்று உறுதிப்படுத்திக் கொண்டார்.

"எல்லா சப்ஜெக்டுக்கும் ஒரே அப்ளிகேஷன்தான்."

எங்கே மாற்றி வாங்கிச்சென்று வீணாகிவிடுமோ என்று கடைசி நிமிடத்தில் சுதாரித்து கேட்டுவிட்டதில் அவரை அவரே மெச்சிக்கொண்டார்.

அப்ளிகேஷன் இந்த விலையா? அந்தக் காலத்தில் என் மொத்த கல்லூரி படிப்புக்குமே இவ்வளவு ஆகவில்லையே என்று அவர் யாரிடமும் சொல்லுவதில்லை. அந்த மாதிரி பேச்சுக்களை இக்காலப் பிள்ளைகளோ, மனைவிகளோகூட ரசிப்பதில்லை. சொல்லப்போனால், எரிச்சல் ஏற்பட்டு சீறிவிழுகிறார்கள்.

"சார், அப்ளிகேஷன் வாங்குறது பெரிசில்ல. இப்பவே சீட்டு புக் பண்ணி வைக்கணும். எலெக்ட்ரானிக்ஸ் சீட்டு ரொம்பக் கம்மி. ஏற்கெனவே 36 பேரு புக் பண்ணிட்டாங்க. உங்களுக்கு கவர்மென்ட் கோட்டாவுல கிடைக்கும்னு நம்பிக்கை இருந்தா விட்டுடுங்க."

"புக் பண்றதுக்கு எவ்ளோங்க?"

"ஃபிப்டி."

இன்னொரு 50 ரூபாயை எடுத்துக் கொடுத்தார்.

அந்த 50 ரூபாயை கவுன்டரில் இருந்தவர் கள்ள நோட்டுபோல இப்படியும் அப்படியும் பார்த்துவிட்டு, "50,000 சார்." பட்டென சப்தம் எழுப்பி வெளிப்பக்கமாக வைத்தார்.

எரிச்சலடைந்துவிட்டார் கவுன்டரில் இருந்தவர். கந்தசாமிக்கு, ஐம்பது ஆயிரமா என்று இன்னொரு முறை ஊர்ஜிதப்படுத்திக் கொள்ள வேண்டும் என்று தோன்றியது. ஆனால், அவருக்கு அது மேலும் எரிச்சல் ஏற்படுத்திவிடும் என்று தோன்றியதால், சற்று தள்ளி வந்து தயங்கி நின்றார். "என்னைக்குள்ள புக் பண்ணணுங்க?" என்றார். விருப்பமிருந்தால் பதில் சொல்லுங்கள் என்ற தொனியில்தான் கேட்டார்.

"36 பேர் பண்ணிட்டாங்கன்னு சொன்னனே?"

அவர் சொல்கிற ஒவ்வொரு தகவலும் மிக முக்கியமானவையாகவும் இரண்டாவது முறை சொல்ல முடியாத தங்க வார்த்தையாகவும் ஒரு கர்வம் இருந்தது. பையன் சேர்ந்தால் இந்தக் கல்லூரியில்தான் சேருவேன் என்று கூறியிருந்தான். மூன்றாவது ஆண்டு முடிப்பதற்குள்ளாகவே வேலை நிச்சயம் என்றான். அவனுடைய நண்பன் ஒருவனின் அண்ணன் இந்தக் கல்லூரியில் படித்து அமெரிக்காவில் வேலையில் சேர்ந்து, அங்கு அவன் செலவு போக மீதி ஒரு லட்ச ரூபாயை மாதம் வீட்டுக்கு அனுப்பிவைக்கிறானாம்.

பேங்க்கில் கடைசி கடைசியாக ஒரு 50,000 ரூபாய் இருந்தது. ஆனால், இங்கிருந்து 40 கிலோமீட்டர் தூரத்தில் இருக்கும் பேங்குக்கு

போய் வருவதற்குள் சீட் காலியாகிவிடுமே..? அதுவும் இல்லாமல், இனிமேல் போய் வருவதென்றால் பேங்க் மூடிவிடுவானே...அட, இந்த யோசனை இவ்வளவு நேரமாக வராமல் போய்விட்டதே. ஆத்திர அவசரத்துக்குப் பணம் எடுப்பதற்காக ஏடிஎம் கார்டு வாங்கி வைத்திருந்தார் கந்தசாமி. ஆனால், அதைப் பயன்படுத்துவதற்கான ஆத்திர அவசரம் எதுவும் அவருக்கு ஏற்பட்டதில்லை.

“சார், இத வெச்சி கட்ட முடியுமா?” காசாளர் கார்டை வாங்கிப் பார்த்துவிட்டு, “அம்பதாயிரம் இருக்கா பாங்க்ல?” என்றார்.

“ஃபீஸ் கட்றதுக்குத்தான் ரெடி பண்ணி வெச்சிருந்தேன்.”

“சரி. உங்களுக்கு கவர்ன்மென்ட் கோட்டாவுல இங்க இடம் கிடைச்சுட்டா ஃபீஸ்ல அட்ஜஸ்ட் பண்ணிடுவோம். போதுமா?”

இங்கேயே இடம் கிடைத்துவிட்டால் எல்லாமே திருப்திகரமாக அமைந்துவிடும். சரக்கென்று ரசீதைக் கிழித்து கையில் கொடுத்தான்.

கல்லூரி, பொட்டல்காட்டில் அமைந்திருந்தது. எப்பாடுபட்டாவது கல்லூரிக்குள் வந்து விழுந்துவிட்டால், அங்கே சகல வசதியும் அனுபவிக்கலாம். மினி தியேட்டர், ஹாஸ்பிட்டல், ஹோட்டல், நீச்சல்குளம், இன்டெர்நெட் எல்லாம் வைத்திருந்தார்கள். கல்லூரியில் சேருகிற வரை இப்படி இரண்டு பஸ் பிடித்து இரண்டு கிலோ மீட்டர் நடந்துதான் கல்லூரியை அடைய வேண்டியிருக்கும். அதன்பிறகு, பிரமாதமான பஸ் உண்டு. வீட்டருகே வந்து கூட்டிச்செல்வார்கள். பஸ்ஸுக்கு தனி சார்ஜ். கொள்ளைதான். ஆனால், பணம் இருக்கிறவர்களுக்கு சின்ன மீனைப் போட்டு பெரிய மீனைப் பிடிக்கிற வசந்தகால தூண்டில் விளையாட்டு.

“என்ஜினீயர் மாப்பிள்ளை. என்னமோ நம்ம சுந்தரும் அப்படியொரு என்ஜினீயர் மாப்பிள்ளை ஆகிவிட்டால் போதும். ஏன் என்ஜினீயர் ஆகிவிட்டாலே போதும்.”

ஒரு தகப்பனாக, தனக்கான பொறுப்பை மிகச் சரியான நேரத்தில், மிக கவனமாக நிலைநாட்டிய பெருமை இருந்தது. பையனுக்கு கல்லூரியில் விண்ணப்பம்தான் வாங்குவதற்குக் கிளம்பினார். ஆனால், கல்லூரியில் இடமே கிடைக்க எல்லா ஏற்பாடும் முடித்துவிட்டோம் என்ற திருப்தி. “பையன் வந்தா சீட் கிடைச்சுடுச்சுனு சொல்லு. இங்க அங்க அல்லாடிக்கிட்டு இருந்தான்” என்று மீனாட்சியிடம் பெருமிதமாகவும் திருப்தியாகவும் கூறினார். “என்னமோ இவ்வளவு செலவு செய்றோம். நல்லா படிச்சா சரி” இது மீனாட்சியின் எதிர்வினை.

மத்தியானம் 3 மணிக்கு மேல் வீட்டுக்குப் போய் சாப்பிட்டுவிட்டு கொஞ்ச நேரம் அப்படியே கண்ணயர்ந்த நேரத்தில் சுந்தரின் குரல் கேட்டது.

“யாரு வெங்கடேஷ்வரா’ல அப்ளிகேஷன் வாங்கச்சொன்னது?”

ஏதோ பெரிய தவறு நடந்திருப்பது உறைத்து கண்ணைக் கசக்கிக்கொண்டு, “வெங்கடேஷ்வரா காலேஜ்ல தாம்பா வாங்கினேன்” என்றார் கந்தசாமி.

“அதான் ஏன் அங்க வாங்கினீங்கன்னுதான் கேக்றேன்.”

‘ஏன் பையன் காலையில் ஒரு மாதிரியும் மாலையில் ஒரு மாதிரியும் பேசுகிறான்’ என்று சந்தேகமாகிவிட்டது.

“நீதானே ராஜா அங்க வாங்கிட்டு வரச் சொன்னே?”

“நான் சொன்னது ஸ்ரீ வெங்கடேஸ்வரா காலேஜ். வெங்கடேஸ்வரா காலேஜைத் தாண்டி உள்ள போகணும். இது வேஸ்ட் காலேஜ். நான் போகமாட்டேன்.”

“சீட் புக் பண்ணணும்னு அம்பதாயிரம் வேற கட்டிட்டம்பா.”

அலட்சியமும் திகைப்பும், என்ன அவசரம் என்பதுமாக ஒரு பார்வை பார்த்தான் சுந்தர். “அங்க சேர்றதுக்கு நாலு எருமை மாடு வாங்கி மேய்க்கலாம். போன வருஷம் முழுசும் ஸ்ட்ரைக். மேனேஜ்மென்ட்ல ஏகப்பட்ட ஊழல். இடம் ஆக்ரமிச்சு பில்டிங் கட்டினதுக்காகப் பின்னாடி நாலு பில்டிங்கை இடிச்சுத் தள்ளிட்டாங்க. லேப் வசதியெல்லாம் அதில போச்சு. என்கிட்ட ஒரு வார்த்தை கேட்டுட்டு செய்றதுக்கு என்னப்பா?”

“அங்க ஒரே பேர்ல ரெண்டு காலேஜ் இருக்கும்னு எவனுக்குத் தெரியும்பா?” அப்பாவைப் பார்க்க சுந்தரத்துக்கே பாவமாக இருந்தது. “எல்லா காலேஜூம் ஒண்ணுதான். அதே புக்குதான். அதே நோட்டுதான். படிக்கிற பையன் எங்க இருந்தாலும் படிச்சுடுவான்” என்று அம்மா இரண்டு பேருக்கும் பொதுவாக ஒரு தீர்வு சொன்னாள்.

“காலேஜே இடிச்சுப் போட்டுட்டு ஸ்ட்ரைக்ல கிடக்குதுங்கிறான். என்னமோ புரியாம பேசறியே...” காரணமில்லாமல் அம்மாவை சமையல் கட்டுக்குத் துரத்தினார் அப்பா.

“திருப்பிக் கேட்டா தந்துடுவானா?” நம்பிக்கையே இல்லாமல் பையனிடம் கேட்டார் கந்தசாமி.

“யானை வாய்ல போன கரும்புதான்.” சுந்தருக்கு தன் வேறு வாசல்களை அப்பா அடைத்துவிட்டாரே என்ற இயலாமையும், இனி கேம்பஸ் இன்டர்வியூவில் வேலை கிடைத்து வெளிநாட்டுக்குப் போவதென்பது முடியாது என்றும் கவலை ஆக்கிரமித்துக்கொண்டது. சட்டையை மறுபடி மாட்டிக்கொண்டு, நண்பர்களைப் பார்க்க புறப்பட்டான்.

கந்தசாமி கண்ணை மூடித் தியானித்து,'அருட்பெருஞ்சோதி தனிப் பெரும் கருணை' என்று மனதுக்குள் பிரார்த்தித்தார். லூகாஸில் வேலை பார்த்து ஓய்வுபெற்ற அன்று, நண்பர்கள் டாக்ஸியில் கொண்டுவந்து இறக்கிவிட்டுவிட்டுச் சென்றபோது, இதே மாதிரி ஒரு வெறுமையும் ஆறுதல் தேவையும் கந்தசாமிக்கு ஏற்பட்டது.

பயமெனுமோர் கொடும்பாவிப் பயலேநீ யிதுகேள்

பற்றறவென் றனைவிடுத்துப் பனிக்கடல்வீழ்ந் தொளிப்பாய்

காலையிலேயே போய் காசாளர் கவுன்டரில் நின்றுவிட்டார் கந்தசாமி. பத்தே காலுக்கு கவுன்டரைத் திறந்த காசாளர், சந்துவழியாகப் பார்த்து, நட்பு புன்னகைப் புரிந்தார்.

"பையன் வேற காலேஜில சேரணும்னு நினைக்கிறான். புக்கிங்கு கட்டின பணத்தைத் திருப்பித் தந்துட்டீங்கன்னா புண்ணியமா போய்டும்."

அவன், கம்ப்யூட்டர் கடையில் ஆட்டுக் கறி அரை கிலோ கேட்டதுமாதிரி ஒன்றும் புரியாமல் பார்த்தான். "அதெல்லாம் தரமாட்டாங்க. காலைல வந்து வம்பு பண்ணாதீங்க."

"அப்ளிகேஷனுக்குக் கொடுத்த 1000 ரூபாகூட வேண்டாங்க. எனக்கு வெளியூருக்கு மாத்தலாயிடுச்சுன்னு வெச்சுக்கங்க... நான் எப்படி இங்க சேர்க்கறது."

"தரமாட்டாங்க. உங்ககிட்ட கொடுத்த பில்லுலயே போட்டிருக்குப் பாருங்க. வாங்கியே தீரணும்னு நினைச்சா ஆபீஸ் ரூம்ல போய் கேட்டுப்பாருங்க" இது, தலைவலியைத் திருப்பிவிடும் பாணி.

காரணமில்லாமல் ஏ.டி.எம் கார்டை எடுத்துப் பார்த்தார். நேற்று ஒரு மிஷினில் வைத்து ஒரு இழுப்பு இழுத்து 50 ஆயிரத்தை எடுத்துக்கொண்டது ஞாபகம் வந்தது. அதேமாதிரி ஒரு இழுப்பு இழுத்து, கொடுத்த பணத்தை நம்மிடமே இழுத்துக்கொள்ள முடியுமா என்று யோசித்தார். பேங்கில் அதற்கு வசதி இருக்குமா என்று நம்பிக்கையில்லாத எதிர்பார்ப்பு ஏற்பட்டு அடங்கியது.

அலுவலக அறையில் ஐந்து பெண்களும் மூன்று ஆண்களும் தீவிரமாக கம்ப்யூட்டரில் மூழ்கியிருந்தனர். கேட்டால் பதில் சொல்கிற மாதிரி இருந்த ஒரு பெண்ணைத் தேர்ந்தெடுத்து, விஷயத்தைச் சொன்னார் கந்தசாமி. இந்தமாதிரி விஷயத்தை முதன்முதலாக வாழ்க்கையில் எதிர்கொள்கிற தோரணையில், "நீங்க எங்க போய் முறையிட்டாலும் பணத்தை திருப்பித் தரமாட்டாங்க. மேனேஜ்மென்ட் ரூல் ஸார்" என்றாள்.

மற்ற ஏழு பேரும் கந்தசாமியை அதிசயமாகப் பார்த்தனர். அதில் ஒருவர், "சீட் புக்கிங் பொறுத்துதான் நாங்க எவ்ளோ வேகன்ஸி இருக்குனு முடிவு செய்றோம். இப்படி ஒவ்வொருத்தரும்

புக் பண்ணிக்கிட்டும் கேன்சல் பண்ணிக்கிட்டும் இருந்தா, காலேஜ் ரன் பண்ண முடியுமா? நியாயத்தைச் சொல்லுங்க."

"என் நியாயத்தையும் பாருங்க."

"என்ன நியாயம்? சொல்லுங்க."

"பையன் வேற காலேஜில சேரணும்னு சொல்றான்."

"பசங்களுக்கு நாமதான் எடுத்துச்சொல்லணும்."

"இல்ல சார். அவன் வேற கோர்ஸ் சேரணும்னு நினைக்கிறான். அதான்."

"அதுக்கப்புறம் உங்க இஷ்டம். நேத்து வந்து சீட்டு கேட்பீங்க. இன்னைக்கு மனசு மாறுவீங்க. இது என்ன காலேஜா? கட்பீஸ் கடையா வேற கலர் மாத்திக்குடுங்கன்னு கேட்கறதுக்கு... அதுகூட சரிதான். வேற டிபார்ட்மென்ட் மாத்திக்கணும்னாகூட சொல்லுங்க. மேலிடத்தில பேசி மாத்தித் தர்றதுக்கு ஏற்பாடு பண்றேன்."

"ரூபாயை திருப்பித் தர்றதுக்கு ஏற்பாடு செஞ்சிடுங்க சார்."

"வயசுல பெரியவரா இருக்கீங்க. ஒரு தடவை சொன்னா புரிஞ்சுக்க மாட்டேங்கிறீங்களே?"

"ஓனர் எங்க இருப்பார்னு சொல்லுங்க? அவர் கிட்ட கேட்டுப் பார்க்கிறேன்."

பொறுமை இழந்தவன் மாதிரி ஒருவன் ஆவேசமாக எழுந்தான். "ஓனர் தானே வேணும்? மெல்போர்ன் போங்க. அங்கதான் இன்னும் 10 நாளுக்கு இருப்பாரு" என்றான்.

'எங்க இருக்கு மெல்போர்ன்' என்று கேட்க நினைத்தவர், அது பக்கத்து ஊர் பெயர் மாதிரி தெரியாததால், "பத்து நாள் கழிச்சுத்தான் வருவாரா?" என்றார் தன் அடக்க உணர்வை வெளிப்படுத்தும்விதமாக. தன்னை சண்டை போட வந்தவராக நினைக்க வேண்டாம் என்பதை தன் உடற்பணிவு மூலமாகவும் தொடர்ந்து வெளிப்படுத்திக்கொண்டிருந்தார். பணத்தோடு வீட்டுக்குப் போய் இந்தப் பிரச்சனையில் இருந்து தன்னை விடுவித்துக்கொள்ள வேண்டும் என்று அவர் விரும்பினார். மனரீதியாகவும் அது பெரிய சுதந்திரத்தைத் தரும் என்று நினைத்தார். அவர் கேட்ட கேள்விக்கு யாரும் பதில் சொல்லாதபோதும் "சரிங்க. பத்து நாள் கழிச்சு வந்து பார்க்கிறேன்." யாரும் இதற்கும் செவி சாய்க்கவில்லை.

பதில் சொல்லுவான் போல தெரிந்தவன் வெளியே நின்றிருந்த செக்யூரிட்டி மட்டும்தான்.

"இந்த காலேஜ் ஓனர் யார்னு தெரியுமா உங்களுக்கு?"

தமிழ்மகன் | 481

செக்யூரிட்டி இந்தப் பக்கம் அந்தப் பக்கம் பார்த்துவிட்டு, "மின்னாடி மினிஸ்டரா இருந்தாரே உமாபதி... அவரோட காலேஜுங்க இது."

"அவருடைய வீடு எங்க இருக்குனு சொல்லமுடியுமா?" என்றபோது, அதெல்லாம் தெரியாதுப்பா போ... போ. என்றவனிடம் கந்தசாமி வலிந்து தன்னுடைய பிரச்சனையைச் சொல்லி முடித்தார். 50,000 ரூபாய் என்பதன் அர்த்தமும் வலியும் தெரிந்தவனாயிருந்தான் அவன். முகவரியைச் சொன்னான். "பெசாம காலல விழுந்திடுங்க. அவனுக்கின்னா, அம்பதாயிரம் பிஸ்கோத்து மாரி. நம்ம கஷ்டத்துக்கு மேல ஒரு அம்பதாயிரம் போட்டுகூட தர்லாம். அவ்ளோ ரூபா இருக்கு. மனசு இருக்கணுமே?" என்று ஆறுதலும் உபாயமும் சொன்னான்.

வெயில் உருக்கியது. தார் சாலை, மனிதர்கள், மனசுகள் எல்லாம்தான் உச்சி வெயில் நேரத்தில் உருகின. இரண்டு பஸ் பிடித்து ஜன நெருக்கடியில் கசகசப்பாகி, தி.நகர் வந்து சேர்ந்தார். சோர்வாகவும் சற்று தள்ளாட்டமாகவும் இருந்தது. எப்படியும் பணத்தை திரும்பப் பெற்றுவிட வேண்டும் என்பதில் தீவிரம் மட்டும் அவருக்கு அதிகமாகிக்கொண்டிருந்தது.

தி.நகரில் வீட்டைக் கண்டுபிடித்து, அங்கிருக்கும் செக்யூரிட்டியிடம் மாரடித்து விஷயத்தைச் சொன்னபோது, ஒருவழியாக அங்கிருக்கும் அலுவலகத்தில் ஒருவனைச் சந்திக்க அனுமதி கிடைத்தது. எதற்கும் இருக்கட்டும் என்று அவன் காலிலும் ஒரு முறை விழுந்து வைத்தார் கந்தசாமி. "படாத பாடுபட்டு சம்பாரிச்ச பணம்யா. குருவி சேர்க்கிறமாரி சேர்த்து கட்டிட்டன்யா." உணர்ச்சிபூர்வமாக நடித்து பணத்தை எப்படியாவது வாங்கிவிட வேண்டும் என்றுதான் அப்படிப் பேசினார். ஆனால், தொடர்ந்து அவரால் நடிக்க முடியவில்லை. நிஜமாகவே அழ ஆரம்பித்துவிட்டார். படபடப்பாக இருந்தது. உட்காரவைத்து குடிக்கத் தண்ணீர் கொடுத்தான்.

"பெரியவரே பணம் திருப்பித் தரணும்னா, போர்டு மீட்டிங்ல வெச்சுதான் முடிவு பண்ணுவாங்க. இவர் மட்டுமே ஓனர் கிடையாது. மொத்தம் எட்டு டைரக்டர்ஸ் இருக்காங்க. அத்தனை பேரும் ஒத்துக்கிட்டாதான் பணத்தைத் தரமுடியும், புரிஞ்சுதா?" சட்டத்தையும் நியாயத்தையும் கலந்து அவருக்குப் பதில் சொன்னான் அவன்.

"நீங்க மனசு வெச்சா வாங்கித் தந்துடுவீங்க. ஒரு 10,000 எடுத்துக்கிட்டு மீதிய குடுத்தாகூட போதுங்க."

"பெரியவரே, அதான் சொல்லிட்டன் இல்ல. லஞ்சம் குடுக்கிறியா எனக்கு?"

“லஞ்சம் இல்லீங்க. டொனேஷனா எடுத்துக்கங்க, காலேஜிக்கு.”

“சரி. லெட்டர் எழுதிக் குடுங்க. பில் ஜெராக்ஸ் எடுத்து அட்டாச் பண்ணிடுங்க. ஐயா வெளியூர் போயிருக்காரு வந்தா சொல்றேன்.”

பையனை இந்தக் கல்லூரியிலேயே படிடா என்று கட்டாயப் படுத்திச் சொல்லிவிட்டால் என்ன? எதற்கு இந்த ரோதனை? மீனாட்சி சொன்னது மாதிரி படிக்கிற பையன் எந்தக் காலேஜில் படிச்சாலும் மார்க் எடுத்தா வேலை கிடைத்துவிடப்போகுது என்று யோசித்துப்பார்த்தார். இப்படி பணத்துக்காக அலைகிறவர்களிடம், சரஸ்வதி எப்படி இருப்பாள் என்றும் மறுபடி மனதை மாற்றிக்கொண்டார். தெரு முனையில் ஜெராக்ஸ் எடுத்துக் கொண்டு மறுபடி அமைச்சர் வீட்டுக்கு வந்தபோது, நான் கொடுத்துவிடுகிறேன் என்றுசெக்யூரிட்டி வாங்கி வைத்துக்கொண்டான்.

மறுபடி எப்ப வந்து பார்க்க வேண்டும் என்று கேட்டுக்கொள்ளாமல் வந்துவிட்டோமே என்று இருந்தது. உள்ளே போய் மறுபடி கேட்க முடியாது என அவரும் தீர்மானமாகத் தெரிந்து வைத்திருந்ததால், அந்தக் கேள்வியை செக்யூரிட்டியிடமே கேட்டுக்கொண்டார்.

வீட்டருகே இருக்கும் மந்திரியின் கட்சியைச் சேர்ந்த வட்டச் செயலாளரிடம் ஒரு வார்த்தை சொல்லிவிட்டுப் போகலாம் என்று நினைத்தார். ஐந்தாயிரம் கொடுக்கிறேன் என்றால் ஒருவேளை முடித்துத் தருவான். பாதி பணம் திருப்பி வந்தால்கூட மீதி நகை நட்டை விற்று அவன் விரும்புகிற காலேஜில் சேர்த்துவிடலாம். பாதி பணத்தைத் திருப்பித் தந்தால் போதும் என்று சொல்லிவிடலாம்.

“அப்பா அப்ளிகேஷன் வாங்கின காலேஜிலதான் சேர்ந்திடேம்பா’ என்று சுந்தருக்கு நிறையபேர் அறிவுரை சொன்னார்கள்.

‘அவன் தலைல எந்த காலேஜ்னு எழுதியிருக்கோ அதுதான் கிடைக்கும்’ என்றும் விளக்கங்கள் கிடைத்தன.

“பெரியவங்க உனக்கு கெட்டது செஞ்சுட மாட்டாங்கப்பா. எது செஞ்சாலும் நல்லதுக்காகத்தான் இருக்கும். இவ்வளவு நாள் வளர்த்தவங்களுக்கு உன்னை எந்த காலேஜில சேர்க்கணும்னு தெரியாதா?” என்றார் சுந்தரிடம் மீனாட்சியின் அண்ணன்.

தவறு செய்துவிட்ட மாதிரி அவர் முன்னால் சுந்தர் தலை கவிழ்ந்து அமைதியாக இருந்ததைப் பார்த்தபோது, கந்தசாமிக்கு குற்ற உணர்வாக இருந்தது.

- வார்த்தை 2008

காதல் தேனீ

65

1

“பொண்டாட்டி ஞாபகமா...? லாரி வந்து நிக்கறது கூட தெரியலையா?”என்று காலையில் ஆறுமுகம் கேட்டது குபீர் குபீரென ஞாபகத்துக்கு வந்துவிட்டுப் போனது.

கஸ்தூரியைப் பார்த்து பத்து நாளாகிவிட்டன. இன்றாவது அவள் வீட்டுக்கு சென்று வர வேண்டும் என்று நினைத்திருந்தேன். முடியாது போலிருக்கிறது. லாரி நிறைய வேர்க்கடலை வந்து இறங்கியிருக்கிறது. இரவு பகலாய் கடலை உடைத்து சீக்கிரத்தில் பருப்பை பொன்னுசாமி நாயகருக்கு அனுப்பியாக வேண்டும். வேர்க்கடலை சீசன் வேற. ஒரு மாதத்துக்கு வேலை ’டைட்’டாக இருக்கும்.

கஸ்தூரி வீட்டில் இல்லாததையே காரணமாக வைத்து ’மில்’லுக்கு காவல் இருக்கச் சொல்லி விட்டார்கள். அப்பாவுக்கு வெளிவேலைகள், கொடுக்கல் வாங்கல். அண்ணன் பம்ப் - செட்டுக்கு காவல். வேலைக்காரனை நம்பி விட முடியாது. நாளைக்கு பத்து படி பருப்பு திருடினான் என்றால் லாபத்தில் குறிப்பிடும்படியாய் சரிவு தெரியும். இவ்வளவு உஷாராய் இருக்கும் போதே திருடு போகிறது.

ஆறுமுகம் சாப்பாடு கொண்டு வந்து வைத்தான். “சாப்பாடுய்யா” என்றான். “யோவ்... என்னாச்சு உனக்கு? போய் தான் பாத்துட்டு வந்துடேன். பொண்டாட்டிய வுட்டுட்டு ஒரு வாரம் தாக்குபிடிக்க முடியலையா?”என்று சிரித்தான்.

“ஆறுமுகம்... கிண்டலா?... வீட்ல அப்பா இருந்தாரா பாத்தியா?” சொன்னாரு. நாளைக்கு இரண்டு லோடு வந்து இறங்கும் போலகிது“

“நாளைக்கா..? சொன்னாரா?”

“நாளைக்கு, நாளண்ணைக்கு வரும்னாரு“

நடுவில் ஒரு நாள் போய்விட்டு வந்து விடலாம் என்று இருந்தேன். நிச்சயமாய் ஒரு மாதம் கழிந்தால்தான் ஒருநாள் இடைவெளியாவது எதிர் பார்க்கலாம்.

“இப்ப இங்க வரேன்’னாரா?”

“இல்ல படுத்துட்டாரு...”

“...ம்... நீ சாப்டியா?...” என்றபடி காரியரை அருகே இழுத்து திறந்தேன்.

“யோவ் சுந்தரம்...” என்று ஆறுமுகம் ஆரம்பித்தான்.

“சாப்பிடும்போது பேசாம இருய்யா.”

“நீ பாட்டுக்கு சாப்புடு... நா ஒரு பக்கம் பேசிங்கடக்றேன்” சிரித்துக் கொண்டே, “இங்கதான் இவ்ளோ வேலைங்க இருக்குதே... உம் பொண்டாட்டிய வர சொல்லி ’லட்டர்’ போடக் கூடாது?” என்றான்.

ஆறுமுகம் நான் பிறக்கும் முன்பிருந்தே எங்கள் வீட்டில் படியாள். பாடுபடுவதற்கு சற்றும் தயங்காதவன். அவனுக்கு ரகசியங்கள் என்றால் உயிர். எங்கள் வீட்டு ரகசியங்களை, அம்மாவிடமோ, அப்பாவிடமோ, அண்ணன், அண்ணியிடமோ ஏமாந்த சமயத்தில் என்னிடமோ வாயைக் கிளறி வரவழைத்து விடுவான்.

கஸ்தூரிக்கும் அண்ணிக்கும் நடந்த சண்டை இன்னும் ஆறுமுகத்துக்குத் தெரியாமலிருக்க நியாயமில்லை. திருமணமாகி ஐந்தாறு மாதமாகியும் கூட அவள் வீட்டின் எந்த வேலையிலும் ஈடுபடவில்லை. வழக்கப்படி ஊரில் கிடைத்த அனைத்து வார சஞ்சிகைகளையும் வாங்கி வைத்துக் கொண்டு புரட்டிக் கொண்டிருந்தாள். எனக்கு சாப்பாடு போடுவதே கஸ்தூரிக்கு ஒரு மாபெரும் பணியாக இருந்தது.

அன்றைக்கு அம்மாவும் ஏதோ கல்யாணத்துக்குப் போயிருந்தார்கள். அண்ணி அடுப்பில் புகைந்து கொண்டிருக்க, கஸ்தூரி ஃபேனுக்கு அடியில் பத்திரிகை புரட்டிக் கொண்டிருந்திருக்கிறாள்.

துவைக்கப் போட்டிருந்த துணிகளும் கழுவப் போட்டிருந்த பாத்திரங்களும் அப்படியே இருந்தன. நிச்சயமாய் ஒரு ஆளால் முடியாத வேலைகள். அண்ணி, கஸ்தூரியே உணர்ந்து வருவாள் என்று எதிர்பார்த்து கடைசியில், “உங்க வீட்லயும் இப்டிதான்

உக்காந்துக்குனு இருப்பியா?" என்று கேட்டிருக்கிறாள்.

அவ்வளவுதான்.

கஸ்தூரி அன்றே ஊருக்குக் கிளம்பிப் போகிற அளவுக்கு அது எப்படி சண்டையாக மாறியது என்பது கடைசி வரை யூகம் பண்ண முடியவில்லை.

ஆனால், ஆறுமுகத்துக்கு என்னைவிட துல்லியமாய் இப்போதைக்கு இது தெரிந்து போயிருக்கும். என்னைத் தூண்டி இன்னும் கொஞ்சம் எக்ஸ்ட்ரா விஷயங்கள் சேகரிக்கிற ஆவலில் அவன் இருந்தான்.

"இன்னய்யா பேச்சே காணோம்?.."

"சாப்பிட்றேன்'னு சொன்ன இல்ல?"

"சரி" என்று முற்றுப்புள்ளி வைத்து விட்டது போல் ஒரு பீடியை எடுத்துக் கொளுத்திக் கொண்டான். சீக்கிரத்தில் சபதத்தை மறந்து, "நீயாவது நல்ல மாதிரி நாலு வார்த்தை சொல்லி இட்டாற கூடாது?" என்றான்.

"நாலு வார்த்தை என்ன, நானூறு வார்த்தை சொன்னாலும் அது வரும்'னு தோணலை."

"ஆம்பளை பேசற பேச்சாயா இது? கழுத்துமேல நாலு சாத்துனா தன்னால வருது."

"அடிக்கல்லாம் முடியாது, கைபட்டுச்சோ 'டைவர்ஸ்' பண்ணிடும்."

"பண்ணட்டுமே... அவங்க சொத்தை பாத்தா நாம கல்யாணம் பண்ணோம்?"

ஆறுமுகம் இப்படி வேலைக்காரன் என்பதையும் மறந்து என் மேல் உரிமை கொண்டாடுவது மகிழ்ச்சியாக இருந்தாலும், இது அவன் பேசி தீர்க்கிற விஷயமில்லை என்று பட்டது.

"சரி வுடுய்யா 'டிரைவர்' வந்தாச்சா... பத்து மணிக்கு 'கரண்ட்' வந்ததும் மிஷின் ஓடியாகணும். நான் தூங்கிட்டாலும் உஷாரா இரு.".

"அத நான் பாத்துக்குறேன். ஒரு பொண்டாட்டி எதுக்குயா அத சொல்லு..?" விசாரணை கூண்டில் நிற்பவனை விசாரிக்கும்படி இருந்தது கேள்வி.

"..."

ஆறுமுகம் எனது மௌனத்துக்குப் பிறகு எதையோ சொல்ல நினைத்து, "... பொண்டாட்டி'னா புருஷன் வீட்ல இருந்தாதான்

அழகு" என்று நாகரிகமாக முடித்தான்.

"...."

"நீ பாட்டுக்கு சாமியார் மாதிரி இங்க இருக்கிற. அதும் பாட்டுக்கு அங்க கிடக்குது. எப்படிதான் ஆகறது இந்த கதை..?"அக்கறையாய் குழப்பினான். "நீ, பொய்னா நினைச்சுக்கோ, மெய்'னா நினைச்சுக்கோ... என்னால பொண்டாட்டிய வுட்டுட்டு ஒரு நாள் கூட இருக்க முடியாது. வெக்கம் வுட்டு சொல்றேன்."

ஆறுமுகம் வெட்கம் விட்டு சொல்ல முடிந்தது. நான் படித்த படிப்பு எனக்கு எல்லாவற்றையும்விட மேலாய் நாகரிகத்தை, கௌரவத்தை போதித்திருக்கிறது. உண்மையிலேயே பிரிந்திருப்பது எனக்கும்தான் பிரயத்தனமாய் இருக்கிறது. முறையிடக்கூடிய கஷ்டமா இது? என்னால் மனைவி இல்லாமல் இருக்க முடியவில்லை என்பது உண்மையாய் இருந்தும், சொல்லுவது முடியாது. நாகரிகம் உயிரை விட முக்கியம். மகிழ்ச்சியைவிட கௌரவம் பாதுகாக்கப்பட வேண்டும்.

"எனக்கு மாத்திரம் பிரிஞ்சி இருக்கணும்'னு ஆசையா ஆறுமுகம்?" என்றேன்.

"பின்னே? கிளம்பு."

"விளையாட்றியா? நூறு மூட்டை பருப்பு உடைக்க வேண்டியது இருக்குது தெரியுமா?"

"நான் பாத்துக்றேன் போய் வாய்யா. டிரைவர், நானு, சம்பத்து, மாணிக்கம் நாலு பேர் போதாதா? எட்டரை மணிக்கு கடைசி பஸ் புடிச்சா 'நைட்'டு பொண்டாட்டியாண்ட ஜாலியா இருந்துட்டு. காலைல ஏழு மணிக்கெல்லாம் வந்துடேன். யாருக்கு தெரியப் போவுது?"

"மெய்யாவா சொல்றே?"

"போய் வரணும்'னு நினைக்கறே இல்ல? கிளம்பு..."

மாமியார் வீடு பதினைந்து பதினாறு கிலோ மீட்டர் தூரத்தில்... சுலபமாய் போய் விட்டு வரலாம் என்று தோன்றியது. வேட்டியைப் பார்த்தா சுமாராக இருந்தது. சட்டை ஓ.கே. மனசு வேகமாக கஸ்தூரியைப் பார்க்கத் தயாராகி விட்டது. ஐநூறு ரூபாயை எடுத்து சட்டையில் வைத்துக் கொண்டேன். இத்தனை நாளைக்கப்புறம் பொண்டாட்டியைப் பார்க்கப் போகிறோம் என்ற நினைப்பே மிலிட்டரிகாரனுக்கு லீவ் கிடைத்தது மாதிரி 'ஜிவ்' என்று இருந்தது. பைக் வீட்டில் நிற்கிறது. வண்டியிருந்தால் கொஞ்சம் வசதியாக இருந்திருக்கும்.

“வரட்டுமா?” என்றேன் ஆறுமுகத்திடம்.

“ஜமாய்ச்சிடு. காலையில் பொண்டாட்டியும் உன் கூட கிளம்பி வந்துட போவுது பாரு” கண்களை சிமிட்டினான்.

ஆளரவமற்ற பஸ்ஸில் கடகடக்க சென்று வள்ளியூர் கூட்டு ரோடில் இறங்கினேன். கடைசி பஸ்ஸைப் பார்த்துவிட்டு மூடும் நோக்கத்தில் இருந்தன. சில கடைகள், கொஞ்சம் ஸ்வீட், பழங்கள் வாங்கிக் கொண்டு வள்ளியூர் கூட்டு ரோட்டில் இருந்து அச்சிறுபாக்கத்துக்கு மூன்று கிலோ மீட்டர் வழியில் யாராவது பைக்கில் வந்தால் சமயத்தில் லிஃப்ட் கொடுப்பார்கள். இல்லையென்றால் நடைதான். தவளைகளின் சத்தங்களில் நடந்தேன். தை மாத பனிக்காற்று!

கஸ்தூரிக்கு வெளிப்படையாகப் பேசுவது பிடிக்கும். நாசூக்காக சில விஷயங்களைச் சுற்றி வளைத்துப் பேசினால்கூட ’இப்ப என்ன சொல்ல வர்றீங்க?’ என்று திடுக்கிடுகிற மாதிரி கேட்டு விடுவாள்.

‘பொண்ணு பார்க்க’ போன நாளிலேயே இப்படித்தான். எல்லாருமாகச் சேர்ந்து ’பொண்ணும் மாப்பிளையும் ஒரு முறை பேசிக்கட்டும்பா!... இந்த காலத்தில் அவங்க சம்மதம்தானே முக்கியம்’ என்று பெரிய மனசு பண்ணி இருவரையும் பேச வைத்தனர்.

ரொம்ப தவிப்போடு தலையைக் கோதுவதும் பாக்கெட்டில் மடித்து இருந்த கர்சீப்பை எடுத்து மீண்டும் மடித்து வைப்பதுமாக இருந்தேன். அவளுக்கும் வெட்கம் பிடுங்கித் தின்றது. ஒரு முறை நிமிர்ந்து பார்த்துவிட்டு குனிந்து கொண்டாள். ஏதோ பேசப் போவது போல தொண்டையைச் செறுமிவிட்டு அமைதியாகவே இருந்தேன் நான். அவள்தான் முதலில் பேசினாள்.

“இதுவரை எத்தனை பொண்ணு பார்த்தீங்க?”

“இதுக்கு முன்னாடி அம்மா, அப்பாதான் பார்த்தாங்க. நானும் வந்தது இதுதான் முதல்முறை.”

“என்னைப் பிடிச்சிருக்கா?”

“ம்.”

எதிர்பாராவிதமாக, “பார்த்ததும் என்னை எப்படி பிடிச்சுப் போச்சு?” என்றாள். தத்துபித்து என்று எதையோ சொல்லிவிட்டு தப்பிக்க வேண்டியதாகிவிட்டது. ஊர் நெருங்கிவிட்டது. உஷார் பார்ட்டி நாய்கள் சில தூரத்தில் வரும் போதே குரைக்க ஆரம்பித்தன. பதினோரு மணி இரவில் வீட்டை அடைந்தாயிற்று!

என்னவோ, ஏதோ என்று எழுந்து வந்தார் மாமனார். கடமையே என்று கொஞ்ச நேரம் பேசினேன். இந்த வருஷம் மழை தப்பிப்

போய் அறுவடையும் தப்பிப் போய் விட்டதாகச் சொன்னார் "நெல்லு புரோக்கர் தங்கராஜ் பொண்ணு கல்யானம் என்னைக்கு தெரியுமா?"என்றார். கஸ்தூரி எழுந்து வந்து காப்பாற்றுவாள் என்று எதிர்பார்த்தேன். மாமியார் எழுந்து வந்து "வாப்பா"என்றாள் தூக்கக் கலக்கத்தில். அர்த்த ராத்திரியில் ஏதோ சமைப்பதற்குத் தயாரான அவரிடம் நான் சாப்பிட்டு விட்டுத்தான் வந்தேன் என்பதை நம்ப வைத்தேன். கஸ்தூரி வருவதாக இல்லை. மாடியில் இருக்கும் அறை திறந்து விட்டார்கள். அந்த அறையை என் திருமணத்துக்குப் பிறகு உருவாக்கியிருந்தார்கள். ஒரு வழியாய் படுக்கையில் சாய்ந்த போது எவ்வளவோ நிம்மதியும் எதிர்ப்பார்ப்புமாய் இருந்தது.

கஸ்தூரி ஆழ்ந்த தூக்கத்திலிருந்து எழுந்து வந்தாள். முகத்தில் பிரியமாய் ஒரு சிரிப்பும் கூட இல்லை. பக்கத்தில் படுத்து நிம்மதியாய் தூங்க ஆரம்பித்தாள்.

மெல்ல அவளைத் திருப்பி, "கஸ்தூரி" என்று எழுப்பியபோது, கண்களைத் திறந்தாள். சிறிது நேரம் பார்த்தாள்... "ஏன் வந்தே இப்போ?"

2

அவளின் கேள்வி இடியாய் இறங்கியது. லேசாய் சுயமரியாதை சேதமானதால் வலித்தது. 'ஏன் வந்தாய்' - இதை நான் எதிர் பார்க்கவே இல்லை. பதிலாய் என்ன பேசுவதென்று தவிப்பாய் இருந்தது.

கஸ்தூரி எவ்வளோ கஷ்டப்பட்டு வந்திருக்கேன் தெரியுமா?"

"அதுதான் ஏன்'னு கேக்றேன்."

எப்படியாவது மனைவியின் பக்கத்தில் போய் விழுந்துவிட்டால் போதுமென்றிருந்தது, மூன்று கிலோ மீட்டர் குளிரிலும், இருட்டிலும் நடக்கும் போது. ஆனால் ஏன்?...

"என் மேல் அன்பு அதிகமாகி புறப்பட்டு வந்ததா நம்பறதுக்கு நா ரெடியில்லை" என்றாள்.

"ஏன் இப்படி பேசறே?.."

"பின்ன என்ன?... பாதி ராத்திரில இப்படி வந்தா என்ன அர்த்தம்? உன் மூஞ்சை கண்ணாடி'ல பாரு. எழுதி ஒட்டி வெச்சிருக்குது எதுக்கு வந்தேன்னு."

"நல்ல மாதிரி கொஞ்சம் பேசலாமா? நான் காலைல 'பர்ஸ்ட்' பஸ்ஸுக்கு போயாகணும். 'மில்'லுல இருந்து யாருக்கும் தெரியாம வந்துட்டேன், அதான்..."

"யாருக்கும் தெரியாமயா?"

“...”

“குட்... நல்ல மாதிரி அதாவது அன்பா பேசணும். அதுக்குதான் இப்ப பதறியடிச்சுகிட்டு வந்திருக்கீங்க...?”

“...”

“அன்பு... பாசம்... பொம்பளைங்கள ’எக்ஸ்பிளாயிட்’ பண்றதுக்காகவே ஆம்பளைங்க வெச்சிருக்கிற வார்த்தைகள்.”

எக்ஸ்பிளாய்ட்.... சுரண்டல், எனக்கு அப்போதே அங்கிருந்து போய்விடலாம் போல இருந்தது.

ஒரு போர்வையும், தலையணையும் எடுத்துக்கொண்டு வராண்டாவில் போட்டு படுத்தேன்.

போதும் சுட்டுக்கொண்டது! நாவினால் சுட்டது. என்ன தைரியத்தில் அவள் இவ்வளவு பேசினாள் என்பது ஆச்சரியமாய் இருந்தது. ’அது’க்காகத்தான் வந்திருக்கான் என்ற அலட்சியமா? காலையில் எழுந்து சும்மா ஒரு சிரிப்பு சிரிச்சா மறுபடி சரியாகி விடுவான் என்ற ஆணவமா? இத்தோடு பேசவே போவதில்லை என்ற முடிவோடா?.. ‘டிவோர்ஸ்’ பண்ண எண்ணமா?... பின்..?

சுட்டுக் கொண்டது, இப்போது சுடர் விட்டு எரிந்தது. இவ்வளவு அவமானமும் ஒருவனுக்கு நேருமா? மனைவி லைஃப் பார்ட்னர் கூடி தொழில் செய் என்பார் பாரதி. வாழ்க்கையைக்கூட கூடி நடத்த முடியவில்லை. கணவன், மனைவி, பார்ட்னர். லாபமும், நஷ்டமும் அனைவரையும் சாரும். லாபத்தில் மட்டுமே பங்கு கொள்பவன் பங்குதாரன் இல்லை.

தொழில் முறையான உலகம் வாழ்க்கையையும் அப்படியே பார்க்க வைக்கிறது. ஆதி மனிதன், வாழ்க்கையைத் தொழிலாய் நிர்வகிக்க வேண்டியது இருக்கவில்லை.

ஆரம்பம் முதலே இவள் இப்படித்தான் இருக்கிறாள். திருமணம் ஆனால் எல்லோரும் குறைந்த பட்சம் ஒரு வருடமாவது சந்தோஷமாக இருக்கிறார்கள். விதவிதமாய் துணிகள் அணிந்து கொள்கிறார்கள். அடிக்கடி சினிமா பார்க்கிறார்கள். கோவிலுக்குப் போகிறார்கள். குழந்தை பெற்றெடுக்கிறார்கள். அதன் பிறகும் நன்றாய் இருக்கிறவர்களும், சுமாராய் இருப்பவர்களும், சண்டை போட்டுக் கொள்கிறவர்களுமாய் அவர்களே மாறுகிறார்கள். என் விஷயத்தில் முதல் நாள் முதலிரவிலேயே மாபெரும் துன்பத்தை சுவைத்தாயிற்று.

சோர்வால் கண்கள் மூடிக் கொண்டாலும் தூக்கம் வருவதாகத் தெரியவில்லை.

"தூங்கிட்டீங்களா?"

கஸ்தூரி தான்.

"...."

"பனி'யா இருக்குதே உள்ள படுக்கக் கூடாது?"

"பரவால்ல..."

"கோவமா?"

"இவ்வளவு பேசினப்புறம் யாருக்கும் கோவம் வராம இருக்காது... எனக்குதான் இன்னும் வரல..."

அருகே அமர்ந்தாள். மேலே சாய்ந்தாள். இருவரும் சிறிது நேரம் பேசிக்கொள்ளவில்லை.

"நாம நல்லா இருக்கணும் கஸ்தூரி..."

சிரித்தாள். "நல்லாதான் இருக்கோம்?"

"உண்மையிலேயே நல்லா.."

"எப்படி?"

"நம்ம வீட்ல வேலை செய்யற ஆறுமுகம்கூட சந்தோஷமா இருக்கான். இந்த வயசிலயும்..."

"கரெக்ட்.... 'ஆறுமுகம் எப்படி சந்தோஷமா இருக்கான்'னு யோசிச்சு பாத்தீங்களா?"

யோசித்தேன். வேலை செய்கிறான். கூலி வாங்குகிறான். சில சமயம் குடிக்கிறான். சில சமயம் குடும்பமாய் 'டென்ட்' டுக்கு போய் 'எங்க வீட்டு பிள்ளை'யை ஏழாவது முறையாய் பார்த்து விட்டு வருகிறான்.

"தெரியலை... ஆனா..."

"எவ்ளோ கூலி வாங்கறான்..?"

"டெய்லி பதினைஞ்சு ரூபா. சாப்பாடு... ...ம்... காருக்கு மூணு மூட்டை நெல்."

"அவம் பொண்டாட்டி...?"

"எப்பவாவது களையெடுக்க, நாத்து நட போவா..."

"சரி... பசங்க?"

"மூணு."

"அவங்க சம்பாதிக்கறது போதுமா?"

"ஏதோ... 'நாட் பேட்'..."

"ஸோ, பணம் அவ்ளோ முக்கியமில்லை சந்தோஷத்துக்கு" கதையாக

தமிழ்மகன் | 491

வளர்த்தினாள்.

“எனக்கு ’டீடெய்லா’ சொல்ல வேண்டியதில்லை. ’சிம்பிளா’ சொன்னாவே புரியும்.”

“சிம்பிளா சொல்றேன். அவன் ’ஃபிரியா’ இருக்கான். அதான் அவனுடைய சந்தோஷத்துக்குக் காரணம்...”

“நாம மட்டும்?”

நீங்க உங்க அப்பாவுக்கு பயந்துகிட்டு இருப்பீங்க. நான் உங்க அம்மாவுக்கும், அண்ணிக்கும்... ஏன் எல்லோருக்கும் பயந்தாச்சு.”

“யார் சொன்னது?”

“சொல்ல வேண்டியதில்லை. அவங்க எதிர்பாக்கிறது அதுதான்“

“ஓ. கே. இனி நீ ’ப்ரியா’ இருக்கலாம். நான் கேரன்டி.”

“முடியாது. அவங்கல்லாம் என்னை பாக்கற பார்வையே சரியில்லை. நா சரியா வேலை செய்யலை... எனக்கு எங்க வீட்ல பழக்கம் இல்ல... அதுக்காக கண்ணாலேயே ஊசி மாதிரி குத்தறாங்க.”

“கொஞ்ச நாளானா சரியா போய்விடும்...”

“எப்படி சரியா போயிடும்..? இன்னும் கொஞ்ச நாள்ல மெட்ராஸ்’ல படிச்சுகிட்டு இருக்கிற உங்க தம்பிக்குக் கல்யாணம்... இன்னும் கொஞ்ச சுமை. இன்னும் கொஞ்ச நாளானா இன்னும் மோசமாகப் போயிடும்..”

நீண்ட மௌனம்.

“என்ன பண்ணலாம்?” என்றேன்.

சற்று நிதானித்து, “நீங்க எங்கயாவது ஒரு வேலை தேடிக்கங்க. தனியா போயிட்லாம்” என்றாள்.

நான் பயந்து போனதை உணர்ந்தேன். உடலின் இரத்த ஓட்டங்கள் வேகப்பட்டு, லேசாய் வியர்த்து, “கஸ்தூரி...” என்று ஏதோ துவங்கினான்.

“சொல்லுங்க” என்றாள் இயல்பாய்.

“தனியா போனா உனக்கு வீட்டு வேலைகள் இன்னும் அதிகமாகும்.”

“பரவால்ல... நான் பாத்துக்குறேன்.”

இன்னும் கொஞ்சம் யோசித்து, “வேலை அவ்வளவு சுலபமாய் கிடைக்காது” என்றேன்.

“அது வரைக்கும் எங்க வீட்ல இருங்க.”

அவளுக்கு அவள் வீட்டில் நான் வேண்டும். அதற்கான அழகான, பிழையற்ற திட்டத்தை அவள் தயாரித்தாகிவிட்டது. நானும் முடிவாய் சொல்ல வேண்டியதற்காகத் தயாரானேன்.

“கஸ்தூரி... எந்தவித கட்டுப்பாடும் இல்லாம நீ எங்க வீட்லயே இருக்கலாம். ஏதாவது பிரச்சனை'னா அங்கேயே பேசி தீர்த்துக்கலாம் ஆனா... நீ சொன்னது முழுக்க உன் சுயநலமா தெரியுது. ஐம் சாரி...”

என் மார்பில் கோலம் போட்ட அவளது விரல்களை மெல்ல விலக்கிக் கொண்டாள்.

3

“ஹவ் ஈஸ் லைஃப்?” என்றபடி படு உற்சாகமாய் மில்லுக்குள் நுழைந்தார் ரத்னவேலு சார். என் கணக்கு வாத்தியார். பள்ளிப் பருவத்திலிருந்தே எங்களுக்குக் குடும்ப நண்பராகி, ஒரு வழியாக எனக்கும் நண்பராகிப் போனவர். உற்சாகமென்றால் அப்படி ஒரு உற்சாகமான மனிதர். உற்சாகப் பிரியர்.

“என்ன ‘டல்’லா இருக்கே?”

“ஒண்ணுமில்லை சார் வேலை...”

“அப்பப்பா... என்ன வெயில்... உங்க வொய்ப் எப்படி இருக்காங்க?”

“...ம்...”

“என்னது ‘ம்’... ரெண்டு பக்கமும் ஈக்குவேஷன் டேலி ஆகுதா?” என்றார்.

மனிதர் ஏதோ முகக்குறிப்பை உணர்ந்து விட்டார் என்று தோன்றியது. அவசரமாக சரி பண்ணிக் கொள்ள முயன்றேன். “டேய் ஆறுமுகம்... சாருக்கு டீ சொல்லு” என்றேன்.

சிரித்தார்.

“புதுப் பொண்டாட்டி... இன்னும் வீட்டு ஞாபகம் போயிருக்காது, நாற்றைப் பிடுங்கி வயல்ல நட்டுட்ட மாதிரிதான். 'செட்' ஆகறதுக்கு கொஞ்சநாள் ஆகும். அதைப் பெருசா நினைச்சுக்கக் கூடாது. எல்லாம் சரியாயிடும்... என்ன நான் சொல்றது?” என்றார்.

“இல்ல சார்... அவளுக்கும் அண்ணிக்கும் பிரச்சினை. தனியா குடித்தனம் போகலாம்ங்கிறா...?

அனைத்து சங்கதியையும் ஒரு நொடியில் விளக்கிக் கொண்டவர் மாதிரி கண்களைக் குவித்து, “வயல்ல நட்டதை எடுத்து பூத் தொட்டியில நடணும்னு சொல்றாங்க” என்றார்.

“இதுக்கெல்லாம் நானெப்படி தலையாட்ட முடியும் சார்?” நிதானமாக சற்றே யோசித்தார்.

"அதாம்பா பொம்பளை, நேத்து வரைக்கும் அவளுடைய சொந்தம், வீடு, பழக்க வழக்கம்லாம் வேற. இன்னைக்கு உங்க வீட்டுக்கு வந்ததும் திடீர்னு கொஞ்சம் புது உறவுகள். உங்க வீட்டுப் பழக்க வழக்கத்துக்கு மாறணும். இது எவ்வளவு பெரிய மாற்றம்? பூனையிலிருந்து புலி 'எவலூட்' ஆன மாதிரி சேன்ஞ். அதுக்கு அவங்க கேட்கிற கைமாறுதான் இது. நீ அவங்களுக்கு மட்டுமே சொந்தமா இருக்கணும்னு எதிர்பார்க்கிறாங்க. ஆண்களுக்குப் பொம்பளை இஷ்டத்துக்கு ஆடணுமா'னு ஈகோ... அதுதான் எல்லார் வீட்டு பிரச்சினையாவும் இருக்கு" கஸ்தூரி விஷயத்தை சமூகப் பிரச்சினை ஆக்கினார்.

"ஈகோலாம் இல்ல சார் எனக்கு. பெண்களுக்கு எல்லாமே புது உறவு, புது வீடு, புது பழக்க வழக்கம்னு சொன்னீங்க. அதுக்காக அவங்க இங்க வந்ததும் என்னோட சொந்தம், வீடு எல்லாத்தையும் விட்டுட்டு ஓடணுமா?... விட்டுக் கொடுக்கறதுதானே வாழ்க்கை?... இப்படி பதிலுக்கு பதில்னா எப்படி சார்?"

"இல்ல சுந்தரம்... மனுஷன்ல மட்டுமில்ல, அனிமல் கிங்டம்'ல இருந்தே ஆண்தான் ஆதிக்கம் செலுத்துது. நேத்து நேஷனல் ஜியாகரபி சேனல்ல பார்த்தேன். ஒரு ஆண் சிங்கம், அதனோட கூட்டத்துக்கு ராஜாவா இருக்கு. அந்தக் கூட்டத்தில் இருக்கிற பெண் சிங்கத்துக்கெல்லாம் வாரிசு தனக்குப் பிறந்ததா இருக்கணும்னு நினைக்குது. அதே கூட்டத்தில் இருக்கிற சில ஆண் சிங்கங்கள், பெண் சிங்கத்துகிட்ட உறவு வெச்சுக்க விரும்பினா போச்சு. ராஜா அதை உண்டு இல்லைனு பண்ணிடுது. அடுத்த ஜெனரேஷன் சிங்கம் ஜெயிச்சுட்டா. கிழச்சிங்கம் ஒதுங்கிக்குது. புதுசா வந்த சிங்க முதல் வேலையா குட்டி சிங்கங்களைக் கடிச்சி குதறிவிட்டுடுது. ராஜா ஆனதும் முதல் வேலையே தன்னோட வாரிசை உருவாக்கறதுதான்... இதுக்கு என்ன சொல்றே?"

என் சொந்தக் கதையைக் கூட மறந்து "நிஜமாவா சார்?" என்றேன்.

"ஆமாம்பா.. ஆணாதிக்கம்ங்கிறதுதான் இயற்கையான விஷயம்னு தோணுது. மனிதனும் ஏறத்தாழ மிருகம்தானே? பெண்ணுரிமை பேசினாலும் ஓவர் நைட்ல சமம் ஆகிட முடியாதில்லையா? சக்தி பெரிதா? சிவன் பெரிதானு கடவுளுக்கே சண்டை வந்ததா இல்ல திருவிளையாடல் சொல்லுது?"

"சரி சார்... சக்தி பெருசா, சிவன் பெரிசானு என்னோட அம்மா-அப்பாவுக்கோ, என் அண்ணன் - அண்ணிக்கோ பிரச்சினை வரலையே... இப்ப இவளுக்கு மட்டும் என்ன வந்தது?"

ஆறுமுகம் டீயைக் கொண்டுவந்து கொடுத்து விட்டு இந்தப் பேச்சையெல்லாம் கவனிக்காதவன் போல் அங்கேயே எதையே

நோண்டிக் கொண்டு 'பாவ்லா' காட்டிக் கொண்டிருந்தான்.

"உங்கம்மாவும் அண்ணியும் சகிச்சுகிட்டு இருக்காங்கன்னு அர்த்தம். இல்லை அவங்க போராட்டம் இன்னும் வெளியே தெரிய ஆரம்பிக்கலை."

ரத்னவேலு சார் எழுந்தார்.

"கழுத்துக்கு மேல வேலை. இன்னைக்கு ஸ்கூல் லீவு, 'பக்ரித்'. மார்க்கெட்டுக்கு கிளம்பினேன். இன்னைக்காவது நமக்கு பிடிச்ச மாதிரி காய்கறி வாங்கி சமைக்கலாம்னுதான் சரி... பேசி நல்ல முடிவா எடுங்க. ஆம்பளைங்க விட்டுக் கொடுத்துதான் போகணும். அதுதான் குடும்பத்துக்கு நல்லது" என்றபடி, கைப்பையை கக்கத்தில் வைத்துக் கொண்டு நடையைக் கட்டினார்.

4

'நூற்றி இருபத்தேழு மூட்டை' என்று ஆளுக்கொருதரம் எண்ணிவிட்டு லாரியை அனுப்பி வைத்த பிறகு சற்றே நிம்மதி. இனி மேல் இவ்வளவு வேலைகள் இருக்காது. மாதத்துக்கு ஒரு 'லோடு' வந்தால் அருமை. மீதி லோக்கல் கடலைகள் ஒரு மூட்டை இரு மூட்டை சேர்த்து வைத்து உடைத்தால் ஒரு மாதத்தில் இருபது மூட்டைகள் வரும்.

ஓய்வு.

அதுதான் பயமாக இருந்தது. நினைவுகள் பற்றிய பயம். கஸ்தூரியைப் பற்றி ஞாபகம் ஏற்பட்டு விடக் கூடாதே என்கிற ஜாக்கிரதை உணர்வு. மனசு மாறிவிடக் கூடாதே... சரணாகதி ஆகிவிடக்கூடாது என்கிற ஈகோ...

இது போதாதென்று அம்மாவும், 'கஸ்தூரியைப் போய்ப் பார்த்துவிட்டு வாடா' என்று நச்சரிக்கிறார்கள். அம்மாவுக்கு லேசாய் என்னவோ புரிந்திருக்கிறது. தொடர்ந்து இவ்வளவு நாளாய் நான் போய் வராதது இயல்பு மாறி இருப்பதாய் உணர்ந்து இருக்கிறார்கள்.

"இல்லம்மா அவ வரமாட்டா" என்று கூட சொல்லி விட்டேன்.

"வராட்டி போறா... போய்ப் பார்த்துட்டு வா" என்கிறார்கள்.

"பார்த்து விட்டு மட்டும்' வர முடிந்தால் பரவாயில்லை. உடம்பு என்னை ஜெயித்து விடக்கூடாதே என்று பயமாக இருந்தது. அல்லது உடம்பு ஆசைக்காக மறுபடி 'வாங்கிக் கட்டிக்' கொள்ள நேருமோ என்றும் பயம்!

வேலைகள் அதிகமாக இருந்ததைக் காரணம் காட்டி இத்தனை நாளாய் இரண்டு மாதமாய் ஓட்டியாயிற்று. அவர்களுக்கு புத்தி

தமிழ்மகன் | 495

எங்கே போனது? அழைத்து வந்து விட வேண்டியதுதானே?

அப்பாவைப் பற்றி பிரச்சினை இல்லை. ஒரே ஒரு முறை மட்டும் 'வேலைதான் இல்லையே... போயிட்டு வாயேண்டா' என்றார். அத்தோடு விட்டுவிட்டார். நச்சரிக்கவில்லை.

இரவு சாப்பிட்டு முடித்து களத்தில் பெஞ்சின் மீது உட்கார்ந்ததும் அம்மா வந்து எதிரில் நின்றார்கள்.

"நாங்க என்ன கஸ்தூரிக்கு வேலையா வெக்கிறோம். அதும் பாட்டுக்கு படிக்குது. இஷ்ட மிருந்தா எதாவது செய்யுது... இல்லாட்டி படுத்துக்குனு தூங்குது... காலேஜி படிச்சுக்கிட்டு இருந்த பொண்ணு வேலை'லாம் செய்து பழக்கம் இருக்காது'னு தெரியாதா?..." என்று நீளமாய் பேசினார்கள்.

"சரிம்மா... அண்ணன் எங்கே?" என்றேன்.

"அவஞ்சாப்பட்றான். என்னடா சொல்றே?... நல்ல மாதிரி சொல்லி இட்டுக்குனு வாயேண்டா..."

நல்ல மாதிரி சொல்லியாச்சு... நாம் தனித்தனியாய் உடைந்தால் தான் அவள் வருவாள். அவளுக்கு சுதந்திரம் வேண்டுமாம்... புரியுமா உனக்கு..? அதான் அப்பவே காந்தி தாத்தா வாங்கி குடுத்துட்டாரே! என்பாய்.

"சரி" என்றேன்.

அண்ணி தூணில் சாய்ந்து கொண்டு கேட்டுக் கொண்டிருந்தாள்.

"நா கோவமாகூட எதுவும் பேசல..." என்று அண்ணி வருத்தப்பட்டாள்.

அண்ணியைப் பற்றித் தெரியும். அண்ணி இந்த வீட்டுக்கு வந்த சீக்கிரத்தில் அம்மாவுக்கு முக்கால்வாசி பாரம் குறைந்தது. கடந்த ஏழு வருடத்தில் முகம் சுளித்துப் பார்த்ததில்லை. சத்தமாய் பேசியதில்லை. இன்னமும் இப்போதான் கல்யாணம் செய்து கொண்டு வந்தது மாதிரி இருப்பாள். அண்ணி இப்படி கோபித்துக் கொண்டு அம்மா வீட்டுக்கு போயிருந்தால் கூட ஒரு நியாயம் இருந்திருக்கும்.

"எனக்குத் தெரியும் அண்ணி... நீங்க எதுவும் சொல்லியிருக்க மாட்டீங்க..." என்றேன்.

அதற்குள் அண்ணன் சாப்பிட்டு விட்டு 'பம்ப்-செட்' சாவியை எடுத்துக் கொண்டு, சாவகாசமாய் 'வரட்டுமா?' என்று கிளம்பினான்.

"அண்ணா" என்றான்.

"ம்?" என்று நின்றான்.

“நா போறேன்... நீ வீட்ல படுத்துக்க” என்றேன்.

“வேணாண்டா... அங்க கட்டிலும் இல்ல... ஒரு பாத்தாலியும் இல்ல...”

கட்டில் இல்லாமல் அவனால் மட்டும் படுக்க முடிகிறதென்றால்...

“இப்படி குடு சாவியை” என்று கிட்டத்தட்ட பிடுங்கிக் கொண்டேன்.

“டேய்... துப்பட்டியாவது எடுத்துப் போடா... ஒரே பனியா இருக்குது... போம் போதுகூட ஆறுமுகத்தையும் கூட்டிகிட்டு போ...” என்று கரிசனமாய் அறிவுறுத்தினான்.

இவர்களை விட்டு தனியே போவது பற்றி என்னால் எப்படி சிந்திக்கமுடியும்? ‘கஸ்தூரிக்கு இஷ்டமிருந்தா வந்து இருக்கட்டும். இல்லாட்டி அவ வீட்லயே இருக்கட்டும்’ என்றது மனசு.

வெளியே வந்தபோது இருட்டில் வாசலில் ஆறுமுகத்தின் மனைவி லட்சுமி நின்றிருப்பது தெரிந்தது!

“என்ன இங்க நிக்கறே?” விசாரித்தேன்.

ஒன்றும் பேசவில்லை.

“என்ன விஷயம்?” நான் சற்றே நெருங்கியபோது அவள் தலையைக் கவிழ்த்துக் கொண்டாள்.

“அம்மா” என்று உட்புறமாய் குரல் கொடுத்தேன்.

“என்னாயா?”

என்றபடி எழுந்து வெளியே வந்து, “ஏய்... இன்னா இங்க நிக்கறே?” என்று அவளை திண்ணை பக்கமாய் அழைத்து விளக்கு வெளிச்சத்தில் நிறுத்தியபோது, தாறுமாறாய் என்னவோ நடந்திருப்பதை எல்லோராலும் யூகிக்க முடிந்தது.

அவள் உதடு வீங்கிப் போய் ரத்தம் கட்டியிருந்தது. அழுது கொண்டிருந்தாள்.

“என்னாடி ஆச்சு உனக்கு?... சொன்னாதானே தெரியும்?” என்று அம்மா அலுத்துக்கொள்ள, முந்தானையிலும் ரத்தம் படிந்திருப்பதை அண்ணி கண்டு பிடித்தாள்.

அவசரமாய் எல்லோரும் சூழ்ந்து கொள்ள விசும்ப ஆரம்பித்தாள்.

“குடிச்சிட்டு வந்து ஒரே கலாட்டா பண்ணிங்கடக்குது...” என்று ஆரம்பித்து ’ஆனவரைக்கும் பசங்களையும் என்னையும் நவுத்திப்புடுது...” என்றாள். “இனிமேல் அந்த ஆம்பளையோட சேர்ந்து வாழ முடியாது. தூங்கும் போது தலையில கல்லைத் தூக்கிப் போட்டுடுவான்!”

“எதுக்கு அடிச்சான் இப்படி?” என்றான் அண்ணன்.

“கள்ளுக் கடையில் எண்பது ரூபாய் பாக்கி இருக்குது, கம்மலை கழட்டிக் குட்றி’ன்ச்சி... இப்பதானே மூட்டுக்குனு வந்தோம். இன்னும் ஒரு வாரம் கூட ஆவலையே’ன்னு... தரமாட்டேன்னு சொன்னேன்...”

“இப்போ எங்க இருக்கிறான் அவன்...?...த்...”அண்ணன் நாக்கை மடித்துக் கொண்டு ஆவேசமானான்.

“டேய்... சும்மார்றா... அதான் குடிச்சிட்டு இருக்கிறான்’னு சொல்றாளே... காலை’ல பாத்துக்கலாம்.”

“பொம்பளைய அடிக்கிறவன் ஒரு மனுசனா..? இப்பவே நாலு சாத்து சாத்திட்டு வர்றேன். மீதிய காலைல பாத்துக்கலாம்...”

அண்ணனை சமாதானப்படுத்துவதே பெரும்பாடாய் இருந்தது.

அண்ணி ஒரு பாயையும், போர்வையையும் திண்ணையில் கொண்டு வந்து போட்டு அவளைப் படுக்க வைத்தாள். அதன் பிறகு நான் ‘பம்ப் செட்’ நோக்கிப் போனேன்.

‘அவளை விட்டுட்டு ஒரு நாள்கூட இருக்க மாட்டேன்’னு சொன்னவனா இப்படி....? போதை தெளிந்ததும் சரியாகி விடுவான் என்றிருந்தது. அவன் செயலைப் பார்த்தால் அடிப்பதற்காகவே குடித்து விட்டு வந்தது மாதிரி இருந்தது. குடிக்காமல் இருந்திருந்தால் அவனால் அடித்திருக்க முடியாது. ஆறுமுகம் அவ்வளவு முரடன் இல்லை. என்னுடைய இருபத்தைந்து வயதில் ஆறுமுகம் இவ்வளவு பெரிய ரகளையை இப்போதுதான் செய்திருக்கிறான்.

ஆறுமுகம் இன்னும் மில்லுக்கு வரலை என்பதை சம்பத் மூலம் அறிந்தேன். வேலைகள் எதுவும் கூட இருக்கவில்லை. கட்டிலில் போய் படுத்தேன்.

தினமும் குடித்து விட்டு அடித்துக் கொண்டிருக்கிற ஜாதியில்லை ஆறுமுகம். ‘மிஷின்’ டிரைவர் வேண்டுமானால் அந்த லிஸ்டில் சேர்ந்தவன். ஒரு நாளேனும் அவன் பொண்டாட்டியை அடிப்பதை நிறுத்தியதில்லை. அவனுக்கு எப்படித்தான் தினம் ஒரு காரணம் கிடைக்கிறதோ தெரியவில்லை.

குடித்ததும் அவனது பரம எதிரி அவனது மனைவிதான். சாப்பாட்டுத் தட்டை திடீரென்று முகத்தில் அடிப்பான். அவளும் அதையெல்லாம் பெரிதுபடுத்திக் கொள்வதில்லை.

‘சனியனே... பேசாம படு...’ என்று இழுத்துப் போய் பாயில் போடுவாள். முனங்கிக் கொண்டு தூங்கினாலும் தூங்குவான். மீறினால், அவளும் துடைப்பக்கட்டையை எடுத்துக் கொண்டு

இரண்டு போடுவாள். அவனும், ஒரு கூடையையோ, முறத்தையோ தூக்கிக் கொண்டு கேடயமாய் பயன்படுத்துவான். சமயத்தில் இரண்டு பேருமே குடித்திருப்பது போல தோன்றும். திடீரென்று சமாதானம் ஆகிவிடுவார்கள்.

சமீபத்தில்கூட அவளுக்கு ஒரு குழந்தை பிறந்தது. இவ்வளவு சண்டையில் அது ஒரு ஆச்சர்யமான விஷயம்.

ஆறுமுகம் அப்படியில்லை.

யாரோ கனைப்பது கேட்டது. ஆறுமுகம்தான். திரும்பிப் பார்த்து விட்டு மறுபடி படுத்துக் கொண்டேன். கட்டிலில் அருகில் வந்து குத்துக்காலிட்டு அமர்ந்தான். கண்கள் பழமாய் சிவந்திருந்தன.

அவனே, “அப்பா இல்லையா?” என்று ஆரம்பித்தான்.

“தெரியாது.”

வெடுக்கென்று நான் முடித்ததால் பேச்சு மறுபடி அறுந்தது.

“அது உங்க வூட்லயா இருக்குது?”

தலையசைத்தேன்.

சிறிது நேரம் பொறுமையாய் உட்கார்ந்திருந்து, விரல்களை சொடுக்கு எடுத்தான், பின் ஏதோ நினைத்தவனாய் எழுந்தான்.

“உக்காரு...” என்றேன்.

எதிரில் சுவரோரமாகப் போய் நின்றான்.

“எங்க வீட்லயா இருக்குது’னு கேட்டுட்டு நீ பாட்டுக்கு போயிக்னே இருந்தா என்ன அர்த்தம்...?”

“...”

“பெரிய வீரன்’னு நெனப்பா?”

“நானா உங்க வூட்டுக்கு அனுப்பிச்சேன்?”

“நீ பண்ணியிருக்கிற வேலைக்கு அது எங்கயாவது கிணத்துல விழுந்து சாவாம எங்க வீட்டுக்கில்ல வந்திருக்கிறது...?”

“அப்படித்தான் சாவ சொல்லு...”

“இதோ பார் ஆறுமுகம்... இதெல்லாம் நல்லால்ல.”

“புருஷன்கிட்ட மட்டு மரியாத இல்லாத பொண்டாட்டி இருந்தா இன்னா! செத்தா இன்னா? எனக்கின்னா வந்தது?”

“என்னா பண்ணிட்சி அது?” அவனிடத்தில் அவனைப் போலவே பேசுவதுதான் நல்லது.

“கள்ளுக் கடைல பாக்கி நிக்கிது... கம்மலை குட்றி...

சொர்ணவாரி'ல மூட்டுல்லாம்'னு சொன்னேன். அது தப்பா... இவள்லாம்..?" என்று பற்களைக் கடித்தான்.

"குடிக்கிறதுக்கு கம்மல் கேக்குதா உனக்கு? ..எந்த பொம்பளை குடுப்பா...? போய் இன்னும் ரெண்டு கிளாஸ் குடிச்சிட்டு வா'ன்னு கம்மலைக் கழட்டிக் குடுக்கணுமா?..."

"புருஷங்காரன் எனக்கில்லாத அக்கறை அவளுக்கின்னா...? நா மாத்திரம் குடும்பத்த அழிச்சின்னும்'னா இருக்கிறேன். என்னமோ அவதான் குடும்பத்த தலைமேல தூக்கி வெச்சிருக்கிற மாதிரி இல்ல பேசறா..."

"இத பார்... ஊரெல்லாம் தெரியறதுக்கு முன்னாடி பொண்டாட்டிய இட்டுக்குனு வூட்டுக்குப் போ..."

"இனிமே அது முடியாதுயா... அவகிட்ட, ஒரு இருபது ரூபா குடுத்து அவ ஆத்தா வூட்டுக்குப் போவச் சொல்லு... என் சம்பளத்தில் கழிச்சிக்கோ... அவ்வளவுதான்..."

"அவ்வளவுதானா?"

"அந்த பொம்பளை இனிமே என் வூட்டுக்குள்ள நுழையக் கூடாது..."

"ஏய்... பைத்தியக்காரன் மாதிரி... இதெல்லாம் ஒரு பிரச்சினையா..."

"உனுக்கு சின்ன விஷயமா இருக்கும்... கல்யாணம் ஆயி இவ்ளோ நாள்ல ஒரு வாட்டியாவது கை நீட்டி அடிச்சிருக்கனா அவளை...? இந்த அளவுக்கு ஆயிருக்குதுன்'னா உண்மையிலேயே நா எவ்வளவு கெஞ்சியிருப்பே'னு யோசிச்சுப்பாரு... கழுதை... மானம் போவுதடி ஒரு மாசமா கேட்டுங்கடக்கிறான்... குட்ரீ'னா இல்லாத தகராறுல்லாம் பண்றா... எம்மானத்த வுட, அவளுக்கு கம்மல் பெரிசா?..."

கடைசியில் மானம், தமிழ் மண்ணில் ஜாஸ்தி... பக்கத்து நாட்டு மன்னன் பெண் கொடுக்க மறுத்து விட்டானா... உடனே மானம்... நாட்டின் மானமே போனது மாதிரி போர், ஆயிரம் உயிர்கள் பலி...

'நான் எழுதிய தமிழ்ப் பாட்டில் குற்றமா?' நெற்றிக்கண்ணைத் திறக்குமளவுக்கு மானம்... கடவுளுக்கே..

நேரில் வந்து திருமணம் அழைப்பிதழ் வைக்கவில்லையா? உடனே மானம் போய் விடும்.

கேட்டதும் அம்பது ரூபாய் கைமாத்தாகத் தரவில்லையா? உடனே கௌரவக் குறைச்சல்.

இவ்வளவு மானமும், ரோஷமும் தேவைதானா? இல்லை,

தேவைப்படும் போது மட்டும் தேவையா?

பத்து பதினைஞ்சு வருஷம், வேலைக்காகப் படிச்சு, பட்டம் வாங்கினா... வேலையில்லை. எவ்வளவு அலைந்தாலும் இல்லை. மந்திரி பிள்ளை, கூடவே படித்தவன் மக்கு... அவனுக்கு மட்டும் வேலைகிடைக்கிறது... எப்படி? அது புரிகிறது. எவ்வளவு பேர் மானம் போனதாய் நினைக்கிறார்கள்? கிடைக்க வேண்டியது கிடைக்காமல் போனால்... என்ன அர்த்தம்? உனக்கு சேர வேண்டியது... உனக்கு இல்லை. போடா என்கிறான்.

ரோஷம் பொத்துக் கொண்டு வர வேண்டிய நேரத்தில் வருவதில்லை. தனிமனித ரோஷம் வருகிறது. கூட்டாக ஒரு சமூகமே அவமானத்துக்கு ஆளாகும் போது வருவதில்லை.

இவ்வளவு நேரம் நான் பேசாமல் இருந்ததைப் பார்த்து, "நீயே சொல்லு... நியாயமா அவ பண்ணது?" என்றான்.

"புருஷன், பொண்டாட்டிக்குள் என்னய்யா பெரிய மானம்...?"

"நல்லாகீதுயா நீ சொல்ற நியாயம்... நீ போய் உம் பொண்டாட்டிய இட்டுக்குனு வாயேன் பார்க்கலாம்."

"நானா வேணாண்னேன். அவதான் எதுக்கு வந்தே'னு கேக்றாளே?"

"அதுக்குதான் வந்தேன்'னு சொல்றதுதானே...? உனக்கு மாத்திரம் மானம் பெரிசு..."

சுருக்கென்று குத்தினான்.

"சரி... ஃபர்ஸ்ட் நீ உன் பொண்டாட்டிய கூட்டிகிட்டு வீட்டுக்குப் போ... அப்புறம் நான் போய் என் பொண்டாட்டிய கூட்டிகிட்டு வரேன்" என்று சொல்லி விட்டு ஆறுமுகத்தைப் பார்த்தேன்.

உண்மையிலேயே நான் இப்படி சொன்ன நேரத்தில் அவன் முகத்தில் ஒரு பிரகாசம் தோன்றி மறைந்ததைக் கவனித்தேன். பூரிப்பு, ஆச்சர்யம், மகிழ்ச்சி போன்ற உணர்வுகளெல்லாம் கலந்த 'பாவத்'தை அவனிடம் கண்டேன். நாங்கள் இணைவதில் இவனுக்கு இப்படி ஒரு நிம்மதியும், மகிழ்ச்சியும் இருக்க முடியுமா? என்றிருந்தது.

"சத்தியமாவா?" என்று என் எதிரில் அவனது வலது கையை நீட்டினான்.

"சொல்லிட்டன் இல்ல?... அவ்வளதான்... நீ கிளம்பு..." என்றேன்.

"இதோ கிளம்பறேன்" என்றபடி ஆவேசமாய் எழுந்தான். லுங்கியை அவிழ்த்து உதறி இறுக்கிக் கட்டினான். தலையில் கட்டி வைத்திருந்த துண்டை அவிழ்த்து தோளில் போட்டுக் கொண்டான்.

என்னைத் திரும்பிப் பார்த்து விட்டு வேகமாக நடந்தான்.

என்னுடைய கல்லூரியில் செல்வகணபதி பேராசிரியரை மறக்க முடியாது. பாடம் நடத்துவது அவருக்கு சாக்லெட் சாப்பிடுவது மாதிரி - அப்படி நடத்துவார். குறுக்கும் நெடுக்குமாய் நடந்து கொண்டிருப்பார். இருக்கையில் உட்காருவதில்லை. எல்லா வகுப்பிலும் அப்படித்தான்.

"இந்த அறைக்குள்ள பாம்பு இருக்குன்னு தெரிஞ்சா இங்க யாராவது நிம்மதியா படுத்துத் தூங்க முடியுமாய்யா?" என்பார் திடீரென்று. ஏதோ அரட்டையில் இருந்த கடைசி 'பெஞ்சும்' கூட கலங்கிப் போகும்.

"என்ன எல்லோரும் பேசாம இருக்கீங்க..? சந்தானம் நீ சொல்லு... பாம்பு கூட படுத்துக்கிட்டு தூங்கறதுக்கு ரெடியா?"

"ப்ளாஸ்டிக் பாம்பா இருந்தாகூட முடியாது சார்..."

"ஆங்... மனசுக்குள்ள கோபத்தை வைத்துக் கொண்டு பழகறவங்ககிட்ட வாழறது - பாம்பு கூட படுத்துக்கொண்டு தூங்கறதுக்கு சமம்... வள்ளுவர் சொல்றார்..."

இப்படித்தான் நடத்துவார். நாங்களும் பரிட்சைக்காகப் படித்து வைப்போம். இப்பொழுது அதிகமாய் புரிந்தது. வலிக்க, வலிக்க புரிந்து கொள்ள முடிந்தது. ஒருவருக்கொருவர் பாம்பாய் இருப்பதை பாம்புடன் வாழ்வதை பூரணமாய் புரிய முடிந்தது.

இரண்டாயிரம் வருஷம்.. மை காட்... இன்றைக்குமா அச்சாக பொருந்தும்? அவர் காலத்தில் ட்ரெயின் இல்லை, கரண்ட் இல்லை, டி.வி. இல்லை, கம்ப்யூட்டர் இல்லை, இவ்வளவு தூரம் வந்தாயிற்று. வள்ளுவர் இன்னமும் சொல்லிக் கொடுக்கிறார்.

6

கடலை சீசன் ஏறத்தாழ முடிந்து விட்டது.

சிமெண்ட் தரையில் கரித்துண்டால் கோடு கிழித்து இரண்டு இரண்டு பேராய் ஆடு புலி ஆட்டம் ஆடிக்கொண்டிருந்தார்கள்.

ஆறுமுகம் சொன்னபடி அவன் மனைவியை வீட்டுக்கு அழைத்துப் போய்விட்டான். என்னிடம் சவால் விட்ட ரோஷத்தில் மனைவியிடம் காட்டிய ரோஷம் போய்விட்டது. நான் எந்த ரோஷத்துக்கு என் மனைவியிடம் காட்டி வரும் ரோஷத்தை விட்டொழிப்பது?

"ஆட்டத்து நடுவுல கடன் கேட்டா எப்பிடிடா... ஆட்டம் சோபிக்காதுடா..." என்று சூதாட்டத்துக்கான பொன்மொழியை

உதிர்த்துக் கொண்டிருந்தான் ஆறுமுகம்.

நகரத்துப் பேரிசைச்சலில் அவசரத்தில் அநாதையாய் விடப்பட்ட நிலவு போல நான் மிதந்து கொண்டிருந்தேன்.

அப்பாடா...

ரத்னவேலு சார் வந்து கொண்டிருந்தார். தூரத்தில் அவர் வருவதைப் பார்ப்பதற்கே ஆறுதலாக இருந்தது.

எதிரில் வந்து அமர்ந்ததும் அவரிடமிருந்து பிராந்தி நெடி வீசியது.

“சாரிப்பா... காலையிலேயே ‘சாப்பிட்டுட்’டேன். ச்சும்...” என்று அலுத்துக் கொண்டார்.

“ஏன் சார் இப்படி?” என்றேன்.

மௌனமாக இருந்தார்.

“ஆம்பளைங்கதான் விட்டுக் கொடுத்துப் போகணும்னு சொன்னேன். எவ்வளவுதான் விட்டுக் குடுக்கறது சொல்லு?” என்றார் போன மாசம் பேசியதன் தொடர்ச்சியாக.

“உங்க வீட்லயும் பிரச்சினையா சார்?”

“அதான் சொன்னனே... இந்தியா தழுவிய பிரச்சினை. உலகம் தழுவிய பிரச்சினைனு சொல்லமாட்டேன். பல நாட்ல காபி சாப்பிட்ற மாதிரி டெய்லி டைவர்ஸ் பண்ணிகிட்டு இருக்கான். இந்தியாவுல மனஸ்தாபம் லெவலோட முடிஞ்சு போயிடுது. உங்கம்மாவும் அண்ணியும் சகிச்சிகிட்டு இருக்காங்க அல்லது அவுங்க போராட்டம் வெளிய தெரிய ஆரம்பிக்கலைனு சொன்னேன் இல்ல... அப்புறம் எங்க வீடு மட்டும் விதிவிலக்கா?”

சொல்லட்டும் என்று காத்திருந்தேன்.

“என் வீட்டுக்காரி அவ தம்பிக்கு ஒரு வேலைபார்த்து வைக்கச் சொல்லியிருந்தா. நானும் என் லெவலுக்கு... அவன் லெவலுக்கு ஏத்த வேலையா தேடிக்கிட்டுத்தான் இருந்தேன். ஒண்ணும் சரியா அமையலை. பேங்க் வேலை மாதிரி கிடைக்கணும்னு அவளுக்கு ஆசை.”

“சரி... என்ன படிச்சிருக்கான்?”

“எட்டாவதில மூணுமுறை பெயிலாயிட்டான். அதுவும் கணக்கு பாடத்தில் பூஜ்ஜியம்...”

“...ம்...?”

“இந்த நேரத்தில் நம்ம ஸ்கூல்லயே டீச்சர் வேலைக்கு சேரணும்னு லாரி டிரைவர் மகாதேவன் பையன் கேட்டுகிட்டிருந்தான்.”

“சேர்ந்துட்டான்னு கேள்விப்பட்டேனே?”

“அதான். அவன் என்ன வந்து பார்த்த நேரம், கரஸ்பாண்டன்ட் ஸ்கூலுக்கு வந்திருந்தார். பையன் டீச்சர் ட்ரெயினிங் முடிச்சு எல்லாத்திலயும் ஃபர்ஸ்ட் கிளாஸ்ல பாஸ் பண்ணியிருக்கிற விஷயத்தை எடுத்துச் சொன்னேன். அப்படியா... வரச் சொல்லுங்கன்னார்... பையன் இங்கிலீஸ்ல பொளந்து கட்றான். கரஸுக்குப் புடிச்சி போச்சு... ஜாயின் பண்ணிட்டான். முடிஞ்சுதா?”

எனக்கு சிரிப்பு ஆரம்பமாகிவிட்டது.

“அதான்... என் தம்பிக்கு ஒரு வேலை பாருய்யானா முடியாதுங்கிற எவனெவனுக்கோ வேலை பார்த்து வைக்கிறயே’னு எதிர்றா... மனுஷனுக்கு ஒரு நேரம் போல இருக்குதா? உன் தம்பி படிப்புக்கு அங்க ‘கேட்’ திறந்து விட்ற வாட்ச்மேன் வேலைகூட வாங்கித்தர முடியாதுனு சொல்லிட்டேன்.”

“என்ன சாரி இதைக் கூடவா புரிஞ்சுக்க முடியாது?... வீண் தகராறு பண்றாங்க.”

“ரெண்டு நாளா வீடு வீடா இல்ல. தலையை விரிச்சுப் போட்டுக்கிட்டு குடிமுழுகிப் போன மாதிரி படுத்துக்கிடக்கறா. நான் தான் சமைக்கிறேன். நான்தான் மாவாட்றேன். நான் தான் துணி துவைக்கிறேன்.”

“ச்சும்.”

“புதுசில்லப்பா... அவளை சந்தோஷமா வெச்சிருக்கணும்னு நானே இதையெல்லாம் அப்பப்ப செய்றதுதான். அவ கோவமா இருக்கும்போதும் அதையே செய்றேன். ஒரு பொம்பளை நினைச்சா குடும்பத்தை என்ன வேணா பண்ணலாம். அவங்களை பகைச்சுக்காம இருக்கறதுதான் நமக்கு சேஃப்.”

பெண்கள் சக்தியின் வடிவம்.

தேன் கூட்டில் ராணி தேனீக்குதான் மதிப்பு. அது எங்கே குடியிருக்கிறதோ... அங்குதான் தேன் கூடு அமையும், அதை மட்டும் வேறோர் இடத்துக்கு எடுத்துச் சென்றால் மற்ற எல்லா வேலைக்கார தேனீக்களும் தானாக கூடவே வந்து விடும்.

பெண்களை ஓயாமல் சந்தோஷமாக வைத்திருக்க ஆண்கள் கடமைப் பட்டிருக்கிறார்கள். பல நூறு ஆண்டுகளாய் அவர்களை அடிமைப்படுத்தி வைத்திருந்ததற்காக இந்தக் காலகட்டத்து ஆண்கள் ரொம்பத்தான் அவதிப்படுத்தப்படுகிறார்கள்.

“செக்ஸும் சாப்பாடும் தான் மனுஷனுக்கு முதல் தேவை. இது ரெண்டும் பொம்பளை இல்லாம முடியுமாப்பா?” என்றார்.

ஆசிரியர் மாணவனிடம் பேசுகிற விஷயம் இது?

“இம்சை... ஆனா அவங்க இல்லாம என்னால இருக்கவே முடியாது... ஒரு உண்மை . செக்ஸையும் சாப்பாட்டையும் மீறி பொண்டாட்டி கிட்ட வேற ஏதோ ஆறுதல் இருக்கவேதான், மனுஷன் மறுபடி மறுபடி அவகிட்டமட்டும் சரணாகதி ஆயிட்றான்... அதை பொம்பளைங்க தெரிஞ்சோ தெரியாமலோ புரிஞ்சி வெச்சிருக்காங்க... நான் சொல்றது ஏதாவது புரியுதா..?” என்று சிரித்தார்.

எங்கிருந்தோ ஆறுமுகம் அலறி அடித்துக் கொண்டு ஓடி வந்தான். தடுக்கி விழாத குறையாக டேபிளைப் பிடித்துக் கொண்டு நின்றான்.

“...சுந்தரம்... உன் சம்சாரம் பூச்சி மருந்து குடிச்சிடுச்சாம்பா... ஆஸ்பத்திரில போட்டு வெச்சிருக்குதாம். உடனே கிளம்பு” என்றான்.

15

நர்சிங் ஹோம் வாசலில் மாமனார், மாமியார், அப்பா, அம்மா, அண்ணன், அண்ணி இன்னும் கொஞ்சம் சொந்தக்காரர்கள் என்று குழுமியிருந்தனர். குழம்பியும் இருந்தனர். அண்ணி தான் ஓவென்று தேம்பித் தேம்பி அழுது கொண்டிருந்தாள். கஸ்தூரி இப்போது உடம்பு தேவலாம் என்றார்கள்.

“என்னடா இதெல்லாம்..? உங்களுக்குள்ள என்ன பிரச்சினைனு பெரியவங்க கிட்ட சொல்றதில்லையா?” என்றார் அப்பா.

“மாப்பிள்ளை மேல தப்பு இல்லைங்க” என்றார் மாமனார்.

“அதில்லைங்க. தனியா இருக்கணும்னு பிரியப்பட்டா தனியா இருந்துட்டுப் போகட்டும். என்ன பக்கத்திலேயே இன்னொரு வீடு கட்டிக் குடுத்துட்டா போகுது. சொன்னாதானே தெரியும்.”

தனிக் குடித்தனம் போற அளவுக்கு என்ன பிரச்சினை வந்து விட்டது என்று யாரும் யோசிக்கக் கூடத் தயாரில்லை. இவ்வளவு ஆன பிறகு ‘அதுதான் சரி’ என்று முடிவெடுத்து விட்டார்கள்.

அண்ணி நிலைமை புரியாமல், என்னாலதான் இவ்வளவும்” என்றார்.

“கொஞ்சம் பேசாம இருங்க அண்ணி, கல்யாணத்துக்கு முன்னாடியே அவ தனியா இருக்கணும்னு முடிவு பண்ணிட்டா. நீங்க ஒரு சாக்கு கிடைச்சீங்க. உங்க மேல பழி விழுந்துடுச்சு. அவ ஆசைக்காக இப்ப குடும்பமே பிரிஞ்சாகணும், அவ்வளவுதான்” என்றேன்.

மாமனாரும் மாமியாரும் மௌனமாக இருந்தனர்.

கூட்டுக் குடும்பத்தின் பிரச்சினைகளை சகித்துக் கொண்டு

சந்தோஷித்துக் கொண்டு போவதில் நவீன உலகத்துக்குப் பொறுமை இல்லை. இவர்களுக்கு உள்ளங்கையில் உலகத்தைச் சுருக்கிக் கொள்ள வேண்டும். வெளியில் ஓட்டலில் போய் சாப்பிட, தன் குழந்தைகளை மட்டும் நன்றாகப் படிக்கவைக்க, தங்கள் ரசனைக்கு ஏற்ப வாழ என்று இவர்களுக்கென்று ஒரு சாம்ராஜ்ஜியம் வேண்டும். குடும்பத்தில் ஒவ்வொரு பெண்ணும் 'சென்டர் பிகர்' ஆக இருக்க நினைக்கிறார்கள். சென்ற தலைமுறையில் இல்லாத புதிய பிரச்சினை இது.

இதைத்தான் எல்லா டி.வி. சீரியல்களும் மெகா காவியங்களாகப் படைத்துக் கொண்டிருக்கிறார்கள். மூன்றாம் உலக நாடுகள், பின்லேடன், கங்கை – காவேரி இணைப்பு, காஷ்மீர் பிரச்சினை. இவையெல்லாம் இவர்களுக்கு கால்தூசு பெறாத விஷயம். இவர்களுக்கென்று விஷேமாக தினம் ஒரு போராட்டம் இவர்கள் மனதுக்குள்.

“மாப்பிள்ளை உங்களுக்கு இஷ்டமில்லைனா, கஸ்தூரி வேணா எங்க வீட்லேயே இருக்கட்டும்... கொஞ்ச நாள் பொறுத்து நானே அவளை சமாதானம் செஞ்சு அனுப்பி வைக்கிறேன்” மாமியார் சமாதானமாகப் பேசினார்.

“அடடா... சும்மா இருங்க. தனியா வெச்சுட்டா எல்லாம் சரியா போய்டும்... டேய் நீ போய் கஸ்தூரிய பார்த்துட்டுவா” என்று முற்றுப்புள்ளி வைத்தார் அப்பா.

அண்ணன் மரத்தடியில் குத்துக்காலிட்டு அமர்ந்து குனிந்த தலை நிமிராமல் இருந்தான். தனிக்குடித்தனம் அவனை ரொம்பத்தான் குழப்பியிருக்கும். ஒரே இடத்தில் தனித்தனியாக ஒரு குடும்பம் வாழ்வது அவனைப் பொறுத்தவரை மிகப் பெரிய அவமானம். ஊரில் இனி தலைநிமிர்ந்து வாழ முடியுமா என்னும் அளவுக்கு அவன் பாதிக்கப்பட்டிருப்பான். அவனை எனக்கு நன்றாகத் தெரியும். தம்பியை கண்ணில் வைத்துப் போற்றுபவன். சென்னையில் ஹாஸ்டலில் தங்கிப் படித்துக் கொண்டிருக்கும் போது, வாரத்துக்கு ஒரு முறை வந்து அம்மா கொடுத்தனுப்பும் பலகாரங்களையும் செலவுக்குப் பணத்தையும் கொடுத்து விட்டுப் போவான். ஏதோ தம்பியை நட்டாற்றில் தவிக்க விட்டு விட்டுப் போவது மாதிரி பிரிந்து போவான்.

நான் கையாலாகாதவனாய் அங்கிருந்து அகன்று கஸ்தூரி இருந்த அறையை நோக்கி நகர்ந்தேன்.

அயர்ந்து தூங்கிக் கொண்டிருந்தாள் கஸ்தூரி. உதடுகள் எல்லாம் வெந்து போயிருந்தன.

பிடிவாதக்காரி... ஆனால் பாவமாக இருந்தது. இப்படித்தான் வாழுவேன் என்று வரட்டு வீம்பு பிடித்துக் கொண்டு தன்னையும்

இம்சித்துக் கொண்டு சுற்றியிருப்பவர்களையும் இம்சிக்கிறாளே என்ற கோபமும் கொஞ்சம் கொஞ்சமாகத்தான் அவளை மாற்ற வேண்டும் என்ற ஏக்கமும் எழுந்தது.

நர்ஸ் ஒருத்தி அறைக்குள் நுழைந்து ட்ரிப்ஸ் ஒழுங்காக இருக்கிறதா என்று பார்த்துவிட்டு, என்னை ஒரு முறை ஏறிட்டாள்.

“நீங்கதான் சுந்தரமா?”

“ஆமா...”

“உங்களை டாக்டரம்மா பார்க்கணும்னு சொன்னாங்க.”

“...”

“லஞ்சுக்கு கிளம்பறதுக்கு முன்னாடி பார்த்துடுங்க.”

நிறைய குழந்தைகள் படம் மாட்டிய வராண்டாவைக் கடந்து டாக்டருக்காகக் காத்திருந்தேன். ஒரு குழந்தை சொட்டு மருந்து சுவைத்த கசப்பில் கதறிக் கொண்டிருந்தது.

கணவன்கள் எல்லாம் சொல்லி வைத்தது மாதிரி குழந்தைகள் சுமக்கும் மனைவிகளுக்கு தூக்குத்தூக்கிகள் போல பாசாங்கு செய்து கொண்டிருந்தனர்.

“நெக்ஸ்ட்” என்று அழைத்தது டாக்டரின் இனிமையான குரல்.

நான் உள்ளே சொல்றேன்.

அவசரப்பட்டு டாக்டர் இல்லையா என்று கேட்டுவிடத் துணிந்தேன். ரொம்ப அழகிய சின்ன டாக்டர்.

“நா கஸ்தூரியோட ஹஸ்பண்ட்” என்றேன்.

“ப்ளீஸ் ஸிடவுன்.”

ஏதோ நடிகையை ஞாபகப்படுத்தினார்கள். ’மீரா ஜாஸ்மினுக்கு’ சொந்தமா என்று கேட்க நினைத்தேன்.

“என்ன பண்றீங்க?” என்றார்.

“கடலை உடைக்கிற மில் இருக்கு. அதைப் பாத்துக்குறேன். விவசாயமும் இருக்கு.”

“வெரிகுட்... கஸ்தூரி ஃபேமிலியும் விவசாயம்தான் இல்ல?”

“ஆமா.”

“உங்களை ஏதாவது வேலைக்குப் போகச் சொல்றாங்களா?”

“ஆமா.”

“ஏன் உங்களுக்கு எங்கேயாவது வேலைக்குப் போகப் பிடிக்கலையா?”

“என்னோட அப்பா என்னை போஸ்ட் கிராஜுவேட் வரைக்கும் படிக்க வெச்சார். இன்னும் படிக்கிறதுனாலும் படிடான்னுதான் சொன்னார். பட் ஒன் கண்டிஷன்ல“

“என்னது?”

“எவ்வளவு வேணா படி. ஆனா வேலைக்கு மட்டும் போயிடக் கூடாதுன்னு சொல்லித்தான் படிக்க வெச்சார். விவசாயம் பார்க்கணும். இதை விட்டுட்டு ஏதாவது கம்பெனில சேர்றதா இருந்தா இப்ப படிச்சத வெச்சே சேர்ந்துக்கோன்னு பி.ஏ. படிக்கும் போதே சொல்லிட்டார்.”

“நல்லாருக்கே” என்று ஆச்சர்யப்பட்டார் (மீரா ஜாஸ்மின்) டாக்டர்.

“திடீர்னு எங்கயாவது வேலைக்குப் போகச் சொன்னா எப்படி?... எங்க மில்லுலயே 40 பேர் வேலை பாக்குறாங்க. விவசாயம் வேற... இதையெல்லாம் விட்டுட்டு நான் ஒரு சைக்கிள் டிஃபன் பாக்ஸ்ல சாப்பாடு கட்டிக்கிட்டு வேலைக்குப் போன எங்க வீட்ல எல்லாரும் ரத்தக் கண்ணீர் வடிப்பாங்க. டாக்டர்.”

“...”

“கஸ்தூரி அதைத்தான் விரும்பறா. எங்க வீட்டைப் புரிஞ்சுக்கிறது ரொம்ப சிம்பிள், கஸ்தூரி ஏன் இப்படிப் பிடிவாதம் பிடிக்கிறானு தெரியலை.”

“புதுசா வந்த கஸ்தூரி, சடனா உங்க மொத்த வீட்டினரையும் திரும்பிப் பார்க்க வைக்க முயற்சி பண்றா. நமக்கு இங்க இம்பார்டன்ஸ் இல்லாமல் போயிடுமோன்னு பயப்பட்றா... பெண்களுக்கே உரிய சுவாரஸ்யமான குணங்கள் இருக்கு. நீங்க ஒரு மாதிரி நினைக்கறதை அவங்க அப்படியே ரிவர்ஸ்ல பார்ப்பாங்க. நீங்க இப்படி ஒருத்தரை ஒருத்தர் சார்ந்து இருக்கிறதே அவங்க ’அன் சேஃப்பா’ இருந்திருக்கலாம்.”

“அது எப்படிங்க மேடம்?”

“இன்ட்யூஜ்வாலிட்டி இல்லைனு .நினைச்சிருக்கலாம். ஐ திங்க் ஸோ... ஏன்னா மெடிக்கலா ரொம்ப ஆராய்ச்சி பண்ணினா ஆணும், பெண்ணும் தனித்தனி முருகங்கள். டிஃபரண்ட் அனிமல்ஸ். ஆண்களுக்கு தாடி மீசை முளைக்குது. பெண்களுக்கு மெனோபாஸ்... உடலியல் ரீதியாகவும் உளவியல் ரீதியாகவும் இரண்டு தரப்பினருக்கும் முழுக்க முழுக்க வித்தியாசமான இரண்டு குணங்கள் இருக்கின்றன...”

“அதனால எனக்கு நல்லதா பட்ற ஒண்ணு அவங்களுக்குக் கெட்டதா படுமா மேடம்?”

“ஆப்-கோர்ஸ் சில சமயங்கள அப்படி ஆகிடும்.”

“...”

“யோசிச்சுப் பார்த்தா ஒவ்வொரு பெண்ணும் இந்த உரிமைகளைத் தன் கணவன்கிட்டதா எடுத்துக்கறா. அவ என்ன எரிச்சல் அடைஞ்சாலும் நீங்க தாங்கிக்கிட்டு அவளைப் பொறுத்துப் போகணும்னு நினைக்கிறா, நாகரிகம் வளர வளர இது இன்னும் அதிகமாகிக்கிட்டு இருக்கு. ஆண்கள் பெண்களுக்கு ஒரு பெட் அனிமல் போல இருக்கணும். அவங்கதான் உங்களைக் கொஞ்சணும். அவங்கதான் உங்களை அதட்டணும். அதே சமயத்தில் உங்களை உங்க அப்பா அதட்டினாலோ, உங்க அக்கா கொஞ்சிட்டாலோ கூட அவங்களுக்குப் பொறுத்துக்க முடியாது. இது பெண்களுக்குப் பெண்கள் சிற்சில விதியாசங்களோட இருக்கும். உளவியல் சமாசாரம். நான் உன்னையே நம்பி வந்துட்டேன். இனிமே நீதான் எனக்கு எல்லாமே’னு கொஞ்சம் மூர்க்கமாகத் தெரிவிக்கிறாங்க.”

“நீங்களும் இப்படித்தானா டாக்டர்?” என்றேன்.

சிரித்தார். “நா ஓரளவுக்கு பரவால்ல. என்னோட வீட்டுக்காரர் எங்கயாவது என்னைப் பற்றி புலம்பிகிட்டிருக்கக் கூடும்.”

“என்ன மேடம் இது. இதுக்கு என்னதான் வழி?”

“பாசத்தைக் காட்டிதான் ஜெயிக்கணும். உன் கட்டளைப்படிதான் நான் செயல்பட்றேன்னு அவங்களை நம்ப வெச்சிடணும்... தட்ஸ் ஆல்..!”

“ராணி தேனீ கிட்ட, வேலைக்காரத் தேனீ போல...”அன்னைக்கு ரத்ன வேலு சார் சொன்னதை சொன்னதோடு சேர்த்துக் கூட்டி இரண்டால் வகுத்துக் கொண்டேன்.

“தாங்க் யூ மேடம், நான் பாத்துக்குறேன்” என்று எழுந்தேன்.

8

இரண்டு நாளில் எவ்வளவோ பரவாயில்லை. பாலோ, அரிசி கஞ்சியோ சாப்பிடுகிற அளவுக்குத் தேறிவிட்டாள். எல்லோரிடமும் எதுவுமே நடக்காததுபோல் பேசினாள்.

ஊரார் என்ன நினைப்பார்கள் என்றெல்லாம் கவலைப்படாதவளாய், படிக்கிறதுக்கு ஏதாவது வீக்லீஸ் வாங்கிவர்றீங்களா?” என்று கடைக்குத் துரத்துகிறாள்... எல்லோரும் எவ்வளவு பயந்து போனோம் என்பதை அவள் உணரவேயில்லை.

ஏனென்றில்லாமல் மிகவும் கவலையை உணர்ந்தேன். அழ வேண்டும் போல் இருந்தது. திருமணமாகி எட்டு மாதத்தில் இப்படியெல்லாம் நடந்து விட்டதை வரிசையாய் நினைத்தேன்.

நர்சிங் - ஹோமைச் சுற்றியுள்ள விசாலத்தில் அடர்த்தியாய், பெரிதாய் இருந்த மகிழம்பூ மரத்தடியில் சாய்ந்து உட்கார்ந்து கொண்டேன்.

“ஹலோ.”

கஸ்தூரி.

“ஏய்... நீ ஏன் எழுந்து வந்தே?”

“...”

சாப்பிடாமல் இருந்திருந்ததால், கண்ணெல்லாம் சற்றே உள்ளே போய் இருந்தது. உதடெல்லாம் தோலுரிந்து வதங்கியிருந்தது. பக்கத்தில் அமர்ந்து ஆழமாய் பார்த்தாள்.

எவ்வளவோ பேச வேண்டும் போல் இருந்தது. அறைக்குள் எப்போதும் பெரிய கும்பலாய் நின்று கொண்டு யாராவது ஒருவர் வருத்தப்படுவதும் ஆறுதல் சொல்வதுமாய் இருந்ததில் எதுவுமே பேச முடியாமல் போனது.

“எதுக்கு இப்படி பண்ணே கஸ்தூரி..?”

“நீயா வரமாட்டேன்’னு தோணுச்சி. அதுக்காகத்தான் இப்படி பண்ணேன்” தெள்ளத் தெளிவாய்ச் சொன்னாள்.

“ஏய்!” என்று அலறினேன்.

“நா சாகமாட்டேன்’னு தெரியும்... எங்க வீட்ல இத விட பவர் ஃபுல் பூச்சி மருந்தெல்லாம் கூட இருந்திச்சு... செலக்ட் பண்ணிதான் சாப்பிடேன்..”

“மை காட்... எதுக்கு?”

“நீ என்னைப் புரிஞ்சுக்கணும்.”

“...”

“எப்பயாவது என்னைப் புரிஞ்சுக்கணும்’னு நினைச்சியா நீ?”

ஏதோ தீர்மானத்தோடுதான் அவள் பேசுவதற்கு வந்திருக்கிறாள். என்னையும் அறியாமல் ஆவலாய் நிமிர்ந்து உட்கார்ந்தேன்.

“கல்யாணம் பண்ணது எதுக்கு? உங்க வீட்ல வந்து சமைக்கறதுக்கும், துணி துவைக்கறதுக்குமா?... உனக்கு பகலெல்லாம் மில்லுல வேலை இருக்கும், தோட்டத்துல வேலை இருக்கும். நைட்டு மட்டும்தான் நா தேவை...”

மன்னிப்பு கேட்பது மாதிரி தலை குனிந்து கொண்டேன்.

“அது என் வீடு’னு எனக்கு எப்படி அக்கறை வரும்?...”

“ஐம் சாரி...”

“சாரி எனக்கு வேணாம், உன்னைப் பத்தி எனக்கும், என்னைப் பத்தி உனக்கும் தெரிஞ்சாகணும்.”

எப்படி.... எங்கிருந்து ஆரம்பிப்பது போல் பார்த்தேன்.

“ஓ.கே. எப்படி’னு சொல்லு...” என்றேன்.

அவள் மேல் விழுந்த ஒரு மகிழம் பூவை எடுத்து அக்கறையாய் முகர்ந்து விட்டு, “ரொம்ப லேட்டா யோசிக்கிறோம். ஆனாலும் ஒரு வழியிருக்கு... நாம காதலிக்கணும்.”

இந்த நிலையிலும் வறட்சியாய் சிரிக்க முடிந்தது. “சரி” என்றேன்.

“காதல்’னா என்ன?” என்றாள்!

சிறிய தேடலுக்குப் பின் “பரஸ்பரம் விட்டுக் கொடுத்தல்...” என ஒப்பித்தேன்.

“இல்லை.”

சிக்கனமாய் மறுத்தாள். “பரஸ்பரம்’னா மீனிங் என்ன?”

“ஒருத்தருக்கு ஒருத்தர்...”

“அடிக்கிறேன்னு வெச்சிக்கோ... நா பேசாம விட்டுக் குடுக்கணும்... இல்ல? காதலும் ‘கல்லானாலும் கணவன்’ கதையா இருக்கே...”

“ச்சேச். சே...” என்று மறுத்தேன்.

“யார் தப்பு செய்றவங்களோ அவங்கதான் விட்டுக் குடுக்கணும். அத விட்டுட்டு பரஸ்பரம்னா என்ன அர்த்தம்..?” என்றாள் விளக்கமாய். “பரஸ்பரமாம் பரஸ்பரம்... ஏதோ கெமிஸ்ட்ரில வர்றாப்ல இருக்கு.”

“...”

“நீ சொன்னது தியரி... ப்ராக்டிகலா எந்தெந்த விஷயத்துக்கு, யார், யார் விட்டுக்குடுக்கறது?... நாளைக்கே நீ வேற ஒரு பொண்ணை... ஃபார் எக்சாம்பிள்... இந்த விஷயத்தில் யார் விட்டு குடுக்கிறது?... எப்படி விட்டுக் குடுக்கணும்...?”

“காதல் பத்தி கேட்டுட்டு... நீ பாட்டுக்கு கல்யாணத்துக்கப்புறம் நடக்கற விஷயத்தில் இருந்து ’எக்சாம்பிள்’ சொல்றே...”

“எனக்கு வாழ்க்கை ஃபுல்லா காதலிக்கணும்...”

“ஓ.கே. ஓ.கே. நீயே சொல்லு.”

“வாழ்க்கைனா என்ன?...”

“இது உன் முறை” என்று சிரித்தேன். உண்மையா இருக்கறது... எது தப்பு, எது சரி’னு நம்மால கண்டுபிடிக்க முடியும். அதை விட்டுட்டு, விட்டுக் குடுக்றேன்’னு தியாகம்’லாம் பண்ண வேண்டியதில்லை...

அடிக்கடி தியாகம் பண்ணா வாழ்க்கையே வெறுத்துடும்...”

சிரித்தேன். பேசியதில் எவ்வளவோ சந்தோஷமாக இருந்தது. அவளை, அள்ளி, எடுத்து நிறுத்தினேன். மனசு, ’வாழவைத்த காதலுக்கு ஜே!’ பாடியது. அவள் சொல்வதையெல்லாம் நிரந்தர தத்துவங்களாக ஏற்றுக்கொள்ள நான் தயாராகவில்லை. அட சாதாரணமாக ஏற்றுக்கொள்ளவும் கூட மனசில்லை. அவளை அவள் போக்கிலேயே வாழ விடுவதற்கு போதுமான தைரியம் எனக்கு ஏற்பட்டது. என் குறித்து அவளுக்கும் அது ஏற்பட வேண்டும்.

“கஸ்தூரி... கேன்டீன்’ல காபி சாப்பிட்டு போகலாமா?” என்றேன்.

“எனக்கு இன்னமும் தொண்டையெல்லாம் புண்ணா இருக்கு, கூல்ட்ரிங்ஸ் ஏதாவது இருக்குமா?”

“இருக்கும்... கூல்ட்ரிங்ஸே சாப்பிடுவோம்...”

“நோ. உங்களுக்கு காஃபி, எனக்கு கூல்ட்ரிங்க்..”

எனக்குக் கூல்ட்ரிங் குடிக்க மனமிருந்தும் அவளுடைய சந்தோஷத்துக்காக காபி குடிக்க முடிவு செய்தேன்.

அவள் ஜெயிக்கட்டும். வாழ்க்கை என்பது விட்டுக் கொடுத்தலா? இல்லை விட்டுப் பிடித்தலா?

விட்டுக் கொடுத்து, விட்டுப் பிடிக்கிற விநோதம்!

குங்குமச் சிமிழ், 2002

பிரபஞ்சக் கைகுட்டை

66

"வான் விஞ்ஞானத்தில் தொடர்ந்து மூன்றாவது தலைமுறையாக ஆய்வு செய்து வரும் குடும்பத்தின் பிரதிநிதி என்பதற்காகவே உங்கள் பெயரை நோபல் பரிசுக்குழுவுக்குச் சிபாரிசு செய்யலாம்" என்று விக்டர் பால் சொன்னான்.

கிண்டல் செய்கிறானா, புகழ்ந்தானா? என்று சுதாரிப்பதற்குள் சுற்றியிருந்தவர்கள் பெருமிதமாகப் புகழ்ந்து கையில் இருந்த கோப்பைகளை உயர்த்தி "ரகுநாத்தின் ஆய்வு வெற்றி பெற" என்று சியர்ஸ் சொல்லிக் குடிக்க ஆரம்பித்து விட்டார்கள்.

விக்டர் பால் மரபியல் விஞ்ஞானத்தில் செயற்கை டி.என்.ஏ.வை இயற்கை டி.என்.ஏ.விடமிருந்து வேறுபடுத்தும் கூறுகளில் முக்கியமான ஆய்வுகள் செய்தவன். அதைக் கொஞ்சம் தீவிரப்படுத்தினால் ஒருவேளை இயற்கையாகவே செயற்கை மனிதனைத் தயாரிக்க முடியும். கொஞ்சம் மிச்சமிருக்கும் அந்த ஆராச்சியின் எல்லையை எட்டப் போகும் திமிர் விக்டரிடம் இருப்பதாக விஞ்ஞானிகள் பரவலாக அபிப்ராயப்பட்டார்கள்.

ரகுநாத்தின் ஆராய்ச்சி என்ன என்பதற்கு முன்னால் ரகுநாத்தைப் பற்றித் தெரிந்து கொள்வது நல்லது. அவருக்கு 54 வயது. திருமணம் பற்றியெல்லாம் தம் வாழ்வின் பெரும்பகுதி வரை கவனமற்று இருந்தார். நாற்பத்தி சொச்சம் வயதில் பிடிவாதமாகத் திருமணம் செய்து வைக்கப்பட்டார். அநியாயத்துக்கு ஒல்லி. விஞ்ஞானக் கூட்டங்களில் ஐன்ஸ்டைன் மாதிரி யாராவது வேகமாக அவரை

நோக்கிப் புகைவிட்டால் ஒடிந்து போகச் சாத்தியம் உண்டு. ஆனால் ஒல்லிக்கும் அவரது வைராக்கியத்துக்கும் முடிச்சுப் போட முடியாது. சாப்பிடுகிற இரண்டு துண்டு ரொட்டி அந்த வைராக்கியத்துக்கே செலவாகிவிடும்.

தான் பணிபுரியும் இந்திய வானியல் துறையில் அவர் செய்து கொண்டிருக்கும் ஆய்வு, அவர் தனிப்பட்ட முறையில் செய்து கொண்டிருக்கும் ஆய்வின் துணையம்சம்தான். ஆராய்ச்சியின் பெரும் பகுதியை மிகவும் ரகசியமாக வைத்திருப்பதற்குக் காரணமே அது பூரணமான பின்பே அறிவிக்கப்பட வேண்டும் என்பதற்காகவே.

ரகுநாத்தின் தாத்தா காலத்தில் இருந்தே வான் விஞ்ஞானத்தைத்தான் குறிக்கோள் போல பயின்றார்கள்.

ரகுநாத் ஐந்து வயதாக இருக்கும்போது நட்சத்திரங்களைக் காட்டி நிறைய தகவல்களைச் சொல்லியிருக்கிறார். நிலாவில் ஆயா வடை சுடும் கதையைக் கேட்க வேண்டிய வயதில் “உனக்கு ஆண்ட்ரமீடா பத்தி சொல்றேன் கேளுடா” என பேரனுக்குப் புரியவில்லை என்றாலும் ஆவேசமாகச் சொல்ல ஆரம்பித்துவிடுவார் ரகுநாத்தின் தாத்தா.

ரகுநாத்தின் அப்பா கிருஷ்ணகுமார் ஆன்ட்டிகிராவிட்டியில் குறிப்பிடத்தக்க ஆராய்ச்சிகள் செய்து ஆனால் சாதனை செய்ய முடியாமல் போனவர். வேற்றுக் கிரகம் அவருடைய லட்சியம். பிக் பாங் தியரியில் நிறையவாதங்கள் செய்து விஞ்ஞானக் கழகங்களிடம் அதிருப்தி சம்பாதித்தவர்.

“படித்து டாக்டராகப் போகிறாயா? வக்கீல் ஆகப் போகிறாயா?” என்று குழந்தைகளிடம் கேட்கப்படுகிற சம்பிரதாயமான கேள்விக்கு, “அஸ்ட்ரோ பிஸிகிஸ்ட்” என்று பதில் சொன்ன போது ரகுநாத்துக்கு வயது எட்டு.

ரகுநாத்தின் கனவுகள் ரகசியமானவே. ஆன்டிகிராவிட்டிக்கான கண்டுபிடிப்புகளோடு, பிளாக் ஹோல் சித்தாந்த்தையும் இணைத்து விட்டால் மனிதன் ஒளி வேகத்தில் பிரயாணிக்க முடியும் எத்தனை ஒளியாண்டு தூரத்தில் இருக்கும் நட்சத்திரத்தையும் சுலபத்தில் அடைந்துவிட முடியும் என்பது அவருடைய ஆராய்ச்சியின் அடிப்படை.

பதினெட்டாம் நூற்றாண்டின் பெர்பெச்சுவல் மோட்டார்ஸ் சித்தாந்தத்தோடு இவருடைய ஆய்வை ஒப்பிட்டு சில அறிவியல் சஞ்சிகைகள் கேலி செய்தபோதும் தன் ஆராய்ச்சியின் சில சிக்கலான கட்டங்களை அவர் தாண்டிவிட்டது பலருக்குத் தெரியாது.

உடல் திராணிக்கான இரண்டு மாத்திரைகளைக் கொண்டு வந்து

வைத்துவிட்டு ரகுநாத்தின் மனைவி “ராஜிக்கு ரெண்டு நாளாக உடம்பு சரியில்லை. ராமநாதன்கிட்ட கூட்டிட்டுப் போனால், உங்கள் பையன் கெமிக்கல்ஸ்லதான் உயிர் வாழ்றான். கொஞ்சம்கூட சத்தே இல்லை’ என்கிறார்” என வருத்தப்பட்டாள்.

“சிந்தடிக்கை ஆர்கனிக்கா மாத்தறதா சொல்றானே அவனைத்தான் கேட்கணும்” என்று விக்டர் பாலைச் சமயம் பார்த்துப் பழி தீர்த்துவிட்டது மாதிரி பதில் சொன்னார் ரகுநாத்.

குழப்பமாக அங்கிருந்து புறப்பட்டு, “அறிவியல்லயே பேசறீங்க” என்றாள்.

அவள் சொல்ல வந்ததைப் புரிந்து கொள்ளும் அவகாசம் இல்லாமல் தன் குச்சி போன்ற கைகளினால் கணிப்பொறியின் தட்டச்சுக்கு நோகாமல் ஏதோ தட்ட ஆரம்பித்தார். “ரிச்சர்ட் ஃபெய்ன் மென் இருந்திருக்கணும் இப்ப. அவன்தான் லாயக்கு” என்றார்.

அவர் சொன்னதைக் கேட்க அவள் அங்கே இல்லை.

உதகையில் இப்படி ஒரு ஆய்வுக்கூடம் இருப்பது பலருக்கு} மன்னிக்க யாருக்கும் தெரியாது. அது ரகுநாத் குடும்பத்தாரின் தனிப்பட்ட சொத்து. தலைமுறை தலைமுறையாக தோற்று வருவதாகக் கொண்டாலும் மெல்லிய வெற்றியின் சேகரிப்புக் கூடமாக அதைப் பராமரித்து வந்தார் ரகுநாத்.

“சும்மாதானே இருக்கே? செத்த வாயேன்” மாதிரிதான் பத்ரியை அங்கு அழைத்து வந்திருந்தார் ரகுநாத். வந்த இரண்டு நாள்களா ரகுநாத் பெரிய ஜெனரேட்டர் மாதிரியான வஸ்துவுடன் கம்ப்யூட்டர் இணைப்புகள் கொடுப்பதும் திடீரென்று ஞாபகம் வந்தவராகப் பேப்பரில் எதையோ கிறுக்குவதுமாக இருந்தார். இந்த இரண்டு நாள்களில் ஒரு பாக்கெட் பிஸ்கெட்டைக் கூட அவர் முழுதாகச் சாப்பிடவில்லை. அந்த வீட்டில் இருந்த ஒரே ஒரு வேலைக்காரன் மணியடித்ததும் வந்து. பிஸ்கட் பாக்கெட்டைப் பிரித்து வைப்பது தண்ணீர் கொண்டு வந்து வைப்பது மாதிரியான காரியங்களை உடம்பு நோகாமல் முடித்துவிட்டுப் போனான்.

பத்ரி அவனை அழைத்து, “உனக்கும் பிஸ்கட்தானா?” என்றான்.

“நானே தனியா சமைச்சுக்கிறேங்க” ‘நல்லவேளையா’ என்பதை மறைபொருளாக உணர்த்தினான்.

பத்ரி, முந்தைய சந்தர்ப்பங்களில் அங்கே கொண்டு வரப்பட்டிருந்த பத்திரிகைகளை ஒரு அட்சரம் விடாமல் படித்து வெறுப்பாகிப் போய், “என் மாமா பையனுக்குத் திங்கக் கிழம கல்யாணம். போயிட்டு இன்னொரு சமயம் வர்றேனே” என்று நழுவப் பார்த்தான்.

ரகுநாத் பதறாமல், "இதோ முடிந்துவிட்டது" என்று அருகில் வந்து அமர்ந்தான்.

"இன்னும் சில நிமிடங்களில் நான் விண்வெளியில் பிரயாணிக்கப் போகிறேன். நான் இந்த அறைக்குள் சென்று கதவைச் சாத்திக் கொண்டதும் நான் சொல்லிவிட்டுப் போகிற சில பொத்தான்களை இந்தக் கீ போர்டில் அழுத்தினால் போதும்" என்று பெரிய அளவு குளிர்பதனப் பெட்டி போல இருந்த அறையைக் காட்டினார்.

பத்ரி அதிர்ச்சியில் உறைந்துபோய், இந்த விளையாட்டுக்கு நான் வரவில்லை என மனதுக்குள் பின் வாங்கினான். "கல்யாணம் முடிஞ்சு.." என்று ஏதோ ஆரம்பித்து, "நல்லா யோசிச்சு முடிவு செய் ரகு" என்றான்.

"பத்ரி, நான் டைமிங் எல்லாம் செட் பண்ணிட்டேன். உடனே நான் சொல்வதைப் புரிந்து கொள்ள தயாராகு" ரகு ஒருவித தீர்மானத்தோடு சொன்னார்.

ரகு நோய்வாய்பட்ட கிழட்டு வில்லன் மாதிரி தோன்றினான் பத்ரிக்கு.

"இதோ இருக்கே இந்த அறைதான் ஆன்ட்டி கிராவிட்டி சேம்பர். அதுக்குள்ள நான் போனதும், இந்த கீ போர்ட்ல ஏ எழுத்தை அழுத்து. அறைக் கதவெல்லாம் சுத்தமா மூடியாச்சு. பயணத்துக்குத் தயாரா... ஆம்... இல்லைனு மானிட்டர்ல வாசகம் தெரியும். அப்போ நீ ஓய் என்ற எழுத்தை அழுத்தினா போதும். இதே மாதிரி அடிக்கடி ஆம், இல்லை வரும்போதெல்லாம் நீ ஒய் எழுத்தை அழுத்தினா போதும். அதற்கான புரோகிராம் எல்லாம் நான் பண்ணி வெச்சிருக்கேன். கொஞ்ச நேரத்தில நான் திரும்பி வந்துடுவேன். பயப்பட்றதுக்கு ஒண்ணுமேயில்லை..."

"ரகு, நல்லா யோசிச்சுக்க. வேணும்னா அந்த வேலைக்காரனை அனுப்பி சோதனை பண்ணு. நீயெதுக்கு?"

"சொன்னா நம்ப மாட்டே. அவன் போன வாரம் போய்ட்டு வந்தவன்தான். "எல்லா நட்சத்திரத்தையும் பாத்துட்டேன் சார். சூப்பர் சார். இன்னொரு ரவுண்டு போய்ட்டு வந்துடட்டுமா'ன்னு கேட்கிறான். அவனுக்கு அவ்வலவு ஆசை இருக்கும்போது எனக்கு எவ்வளவு ஆசையிருக்கும்? என் மேல அக்கறையிருந்தா நீ வேணா போய்ட்டு வா."

பத்ரி எச்சில் விழுங்கினான்.

"பயப்படாதே. அவனுக்கு ஒய் அழுத்தறதுக்குத் தெரிஞ்சிருந்தா உன் உபகாரம் எதிர்பார்த்திருக்க மாட்டேன். சரி பேச நேரமில்லை. நான் போய்ட்டு வரேன். தயார்தானே?" என்றார் ரகுநாத்.

"எந்தப் பக்கமா போவே?" எதற்கும் இருக்கட்டுமே என்று ஒரு கேள்வியைக் கேட்டு வைத்தான் பத்ரி.

"உன் ஒருவனுக்காவது கொஞ்சம் இதைத் தெரிந்து கொள்வதில் விருப்பமிருப்பதில் சந்தோஷம்."

"எல்லா பொருளுக்கும் எதிர்ப் பொருள் இருப்பதாகக் கருதிக் கொண்டு பௌதீகத்தில் சில யூகங்களை விவரிப்பதைக் கேள்விப்பட்டிருப்பாய். அதாவது "பொருள் அற்ற பொருள்' கணிதத்தில் சொல்ல வேண்டுமானால் தலைகீழி. ஈர்ப்பு சக்தியின் தலைகீழியே உருவாக்க முடிந்துவிட்டால் எந்தப் பொருளையும் எடையற்றதாக்கிவிட முடியும் கூடவே நாம் ஒளிவேகத்தில் பிரயாணிக்கிற வசதியும் கை கூடினால் பிரபஞ்சம் கைக்குட்டை அளவுதான்.

ஒளிவேகத்தில் பிரயாணிக்கக் கூடுதல் சக்திக்காக ஒரு பிளாக் ஹோலை காந்த அலை வரைபடத்தின் மூலம் கண்டுபிடித்தேன். பிளாக் ஹோல் என்பது நட்சத்தின் ஒரு நிலை.. தெரியுமில்லையா பத்ரி?"

பத்ரிக்கு அப்போது அவன் பெயரே மறந்து போயிருந்தது.

ரகுநாத் கவலைப்படாமல், "ஒளி உமிழ் திறனை இழந்தபின் நட்சத்திரங்கள் இந்த நிலையை அடைகின்றன. அப்போது அதன் ஆகர்ஷணம் பல கோடி மடங்கு அதிகரித்துவிடும். தன் சுற்றுப்பட்டில் உள்ள நட்சத்திரங்களைக்கூட அவை ஈர்த்துத் தன்னோடு ஐக்கியப்படுத்திக் கொள்கின்றன. அத்தனையும் மிக அடர்த்தியான கோளமாக இருக்கும். அடர்த்தியென்றால் அப்படியொரு அடர்த்தி. ஒரு மயிரிழையளவு பிளாக் ஹோல் துகளை உன் மீது வைத்தால் நீ நசுங்கிப் போய்விடுவாய். அத்தனை அடர்த்தியாக இருக்கும். டாப்ளரின் இரண்டாம் அலைகள் பற்றிய விதியோ, ஹாப்பிளின் நட்சத்திரங்கள் பற்றிய கருதுகோள்களையோ நீ அறிந்திருந்தால் என் ஆராய்ச்சியைப் பகிர்ந்து கொள்ள ஒரு வாய்ப்பாக இருந்திருக்கும்.

பரவாயில்லை அதெல்லாம் எதற்கு? ஒரு பிளாக் ஹோலைக் கண்டுபிடித்தேன். நான் கண்ட பிளாக் ஹோலின் விசேஷம் என்னவென்றால் அந்த பிளாக் ஹோலில் ஒரு மெகா துவாரம் இருப்பதுதான். எ பிளாக் ஹோல் வித் ஹோல் ஹா..ஹா.. அந்தத் துவாரத்தை நோக்கிப் பிரயாணிக்க முடிந்தால்?

நினைத்துப் பார்க்கவே பிரமிப்பாக இருக்கிறது. விருட்டென்று பாய்ந்து அந்த வேகத்தில் இந்தப் பிரபஞ்சத்தை வலம் வந்துவிடலாம்... சரி நேரமாகிவிட்டது. ஜெனரேட்டர் தயார் என்று சமிக்ஞை செய்கிறது பார்."

ரகுநாத் அந்த அறையை நோக்கி நகர்ந்தார்.

பத்ரி தொடர்ந்து ஒய் என்ற எழுத்தை அழுத்திக் கொண்டிருந்தான்.

சில நிமிடங்களுக்குப் பிறகு ரகுநாத் அந்தக் குளிர்ப்பதன அறையில் இருந்து வெளியே வந்தார். அவர் முகத்தில் பிரமாதமான மகிழ்ச்சி ரேகைகள்.

தன் உதவியாளனிடம், "பத்ரியைச் சமாளிக்கிறதுக்குள்ள போதும் போதும் என்று ஆகிவிட்டது. உண்மையில் அவன் உட்கார்ந்து இருந்ததுதான் ஆன்ட்டிகிராவிட்டி சேம்பர். அவனைத்தான் இப்ப விண்வெளிக்கு அனுப்பியிருக்கேன். பத்ரி என்றாவது ஒரு நாள் திரும்பி வருவான். அன்றுதான் என் ஆராய்ச்சியின் மகிமை தெரியும். விக்டர்பால் அப்போது முகத்தை எங்கே வைத்துக் கொள்கிறான் பார்ப்போம்" என்றார்.

பத்ரி இருந்த அறையை உதவியாளன் எட்டிப் பார்த்தான். அது யாருமற்று மௌனமாக இருந்தது. சொல்லப்போனால் அது அவனுக்கு அதிர்ச்சியாகக் கூட இல்லை.

உதவியாளன் தன் அறைக்குப் போய் சாக் பீஸ் எடுத்து ஏற்கெனவே இருந்த ஐந்து கோடுகளுக்குப் பக்கத்தில் ஆறாவதாக ஒரு கோடு போட்டான்.

தினமணி கதிர் - 1997

வீடு

67

முன் குறிப்பு: இதை நீங்கள் கதை என்று நினைத்துவிட்டால் என் இதயம் வெடித்துவிடும்.

– ஒரு பரிதாபத்துக்குரிய நிருபன்

நான் அப்போது தினமானியில் நிருபர் வேலை பார்த்துக் கொண்டிருந்தேன். காலை ஒன்பது மணி. ஒரே ஒரு அட்டண்டர் மட்டும்தான் வந்திருந்தார்.எனக்குகாலைஎழுமணிக்குஅப்படியொரு அஸன்மெண்ட். உலக அழகி ஜெனிபர் தமிழ் சினிமாவில் நடிக்கும் படத்தின் பூஜை. "என்க்கு டமில் புட்க்கும்ட என்று அவர் திருவாய் மலர்ந்ததை முதல் பக்கத்தில் கட்டம் கட்டிப் போட வேண்டியிருக்கும் என்ற யோசனையில் அவர் சொன்ன வரியை அப்படியே நோட்ஸ் எடுத்துக் கொண்டு வந்திருந்தேன். (என்க்கு டமில் புட்கும்).

அலுவலகம் வந்த இரண்டாவது நிமிடத்தில் வேலை முடிந்துவிட்டது.

சென்னை ஏப்.18.

உலக அழகி ஜெனிபர் 'என்க்கு டமில் புட்க்கும்' என்று கூறினார். அவர் நடிக்கும் 'நானும் பெண்தான்' படத்தின் ஆரம்ப விழா சென்னையில் செவ்வாய்க்கிழமை நடைபெற்றது.

பிரபல இயக்குநர் பரமேஷ்வர் இப் படத்தை இயக்குகிறார் இதில் ஜெனிபர் தமிழில் சொந்தக் குரலில் பேசி நடிக்கப் போவதாகத் தெரிவித்தார். தொடர்ந்து அவர் 'என்க்கு டமில் புட்க்கும்' என்று கூறினார்.

அவ்வளவுதான் செய்தி. ஏப்.18 தானே என்றும் செவ்வாய்க்கிழமை தானே என்றும் ஒருமுறை சரி பார்த்துக் கொண்டேன்.

டெலி பிரிண்டர் சத்தம் டகடக டகடக டர்ர் அட்டண்டர் பி.டி.ஐ. செய்திகளைச் சன்னமாகக் கிழித்து அடுக்கிக் கொண்டிருந்தார்.

அப்போதுதான் அந்த போன் வந்தது.

சோம்பலாக எடுத்து “ஹலோ.”

“தமிழ்மகன்தானே?”

“ஆமா... நீங்க?”

“பெற்றோர் இட்ட பெயரா?”

“நானே சூட்டிக்...” சே “நீங்க யாரு?”

“நான் யாருன்னு சொன்னால் நீங்க விளையாட்டா எடுத்துக்கக் கூடாது.”

“நான் யாரா இருந்தாலும் விளையாட்டா எடுத்துக்க மாட்டேன். நீங்க யாரு?”

“என் பெயர் திருவள்ளுவன்.”

“சரி.”

அடுத்து அவர் சொன்ன வரிகளில்தான் நாம் விளையாட்டாக எடுத்துக் கொள்ளும் விஷயம் இருந்தது.

“திருக்குறள் எழுதினேனே, அந்தத் திருவள்ளுவன். தெய்வப்புலவர் செந்நாப் போதர், பொய்யா மொழிப் புலவர் என்றெல்லாம் சொல்கிறீர்களே அந்தத் திருவள்ளுவன்.”

“காலங்கார்த்தால!”

“நீங்கள் நம்பவில்லையா?” என்றது மறுமுனை குரல்.

“சாமி.. ஆளைவிடுங்க” பக்கத்தில் படபடத்துக் கொண்டிருந்த காலண்டரில் திருவள்ளுவர் ஆண்டு 2060 என்று போட்டிருந்தது.

“வள்ளுவரா இருந்தா இரண்டாயிரத்து அறுபது வயசாயிருக்கணும், இப்ப உங்களுக்கு. ஏங்க இப்படிக் காலைல?”

“இரண்டாயிரத்து அறுபது இல்ல தம்பி. அதுக்கும் மேல. போனவாரம் புக் பாய்ண்ட்ல திருவள்ளுவர் இருந்திருந்தால்’னு ஒரு கட்டுரை வாசிச்சீங்களே... அதுக்கப்புறம்தான் உங்களை ஃபாலோ பண்ண ஆரம்பிச்சேன்.”

புக்பாயிண்ட், ஃபாலோ போன்ற உச்சரிப்புகளைக் கவனித்தேன். திருவள்ளுவருக்கு ஆங்கிலம் தெரியுமா?

“புக் பாயிண்ட், ஃபாலோ எல்லாம் பேசிப் பழகிவிட்டது தம்பி” என்றார் என் நினைவுகளுக்குச் சவுக்கடி போல.

“நீங்க யார் ஸார்? எங்கிருந்து பேசறீங்க?”

“உங்கள் முதல் கேள்விக்கு நான் ஏற்கெனவே பதில் சொல்லிவிட்டேன். இரண்டாவது கேள்விக்குப் பதில்: இப்பவும் (அழுத்தமாக) மயிலாப்பூர்ல இருந்துதான் பேசறேன்.”

இந்த மாதிரி ஆசாமிகளை அவர்கள் வழியிலேயே போய் அடிப்பதுதான் சரி.

“சரி நான் என்ன பண்ணனும் திருவள்ளுவர்?”

“நான் பிறந்த ஆண்டைத் தவறாகச் சொல்கிறார்கள். இருந்துவிட்டுப் போகட்டும். என் குறளுக்குத் தப்புத் தப்பாக வியாக்யானம் சொல்கிறார்கள்; நடுவே “திரிக்குறள்’, “திருக்குறள்’வில்லங்கம் வேறு. இதுவும் பரவாயில்லை. ஏதோ காலமாற்றத்துக்குப் பொருத்தமான உதாரணம் சொல்கிறார்கள் என்றுவிட்டுவிடலாம். இடைச் செறுகலாக நிறைய குறள்களைச்சேர்த்துவிட்டார்கள். என் வாழ்நாளில் இதைத் திருத்திவிட்டுப் போகணும். அதுதான் என் ஆசை. நீங்கள்தான் உதவ வேண்டும்.”

“யாருமே நம்ப மாட்டாங்களே.. நீங்கதான் திருவள்ளுவர் என்பதற்கு என்ன எவிடன்ஸ்... சாரி.. சே... ஆதாரம்?”

“எவிடன்ஸ்னாவே புரியும் தம்பி. நிறைய ஆதாரம் இருக்கிறது. நேரில் வந்தால் காட்டுவேன்.”

“எங்க தங்கி இருக்கீங்க?”

அட்டண்டர் செல்வராஜ் வந்து “சார் இன்னொர் லைன்ல போன் வந்திருக்கு. எடிட்டோரியல் பேஜ்ல பல்கலை மானியம் பயன்தருமா? கட்டுரை போட்டம்ல, அதபத்தி பேசணுமாம்” என்றார்.

“அப்புறம் பேசச் சொல்லுங்கப்பா... நீங்க சொல்லுங்க. உங்க அட்ரஸ்?”

“என் நண்பன் பூங்குன்றன் சொன்னது மாதிரி ‘யாதும் ஊரே யாவரும் கேளிர்.’ நீங்கள் என் அறைக்கு வரவேண்டாம். பழைய புத்தகக் கடைபோல இருக்கும். ட்ரைவ் இன் உட்லண்ட்ஸ் ஹோட்டலுக்கு வருகிறீர்களா? ஒரு கோப்பை தேநீர் பருகியது போலவும் இருக்கும். அடையாளம் கதர் வேட்டி, கதர் சட்டை”

நான் ஒரு மாதிரி குழப்பமாகக் கிளம்பினேன். போட்டோகிராபரை வரச் சொல்லலாமா... “திருவள்ளுவரா ஹ..ஹ.. ஹா ” என்று

சிரிப்பானோ என்று தயக்கமாக இருந்தது. திருக்குறளிலும் வள்ளுவரிலும் எனக்கு இருக்கும் தாகம் அவனுக்கு இருக்குமா?

நான் கிளம்பும் போது பிரேமாவும் காயத்ரியும் எதிரில் வந்தார்கள். ஹாஸ்டல்வாசிகள். ஹாஸ்டலில் பொங்கல் சாப்பிட்டு முடித்ததும் தினமானி. "என்ன ஸார் வந்ததும் கிளம்பிட்டீங்க?"

"போய்ட்டு வந்து சொல்றேன்."

ட்ரைவ்- இன் ஹோட்டலில் கதர்வேட்டி, சட்டையுடன் ஒரே ஒருவர்தான் தென்பட்டார். மா நிறம். ரப்பர் செருப்பு போட்டிருந்தார். கக்கத்தில் ஒரு மஞ்சள் பை. சிலைகளில் இருப்பது போல குடுமியோ, அந்த நீளத்துக்குத் தாடியோ, அகன்ற நந்தி முகமனைய மார்போ இல்லை. வயசு? கணிக்க முடியவில்லை. ஐம்பதில் இருந்து எண்பதுக்குள் ஒரு வயது.

என்னைப் பார்த்ததும் புன்முறுவல்.

"தேநீர்?" என்றார்.

தயாராக டோக்கன் வாங்கி வைத்திருந்தார்.

"உங்க நேரத்தை அதிகம் எடுத்துக்க மாட்டேன்."

"பராவால்ல சொல்லுங்க."

"இடைச் செறுகல் திருக்குறள் பற்றியெல்லாம்கூட அப்புறம் பேசுவோம். வாசுகி போனப்புறம் "வீடு' (வீடு பேறு) என்ற அதிகாரத்தை எழுத ஆரம்பித்தேன். இங்கில்லை. இமயத்துக்குப் போய்ட்டேன். எழுதி முடித்து இறங்கி வருவதற்கு நாளாகிவிட்டது. அதற்குள் நான் இறந்துவிட்டதாக முடிவு செய்துவிட்டார்கள்."

"அடடா..."

"திரும்பி வந்தபோது களப்பிரர் காலம். சொல்வதற்கு ஏற்ற சூழ்நிலை இல்லை. கிழித்துக் கொளுத்திப் போட்டுவிடுவார்களோ என்ற பயம். அப்படியேவிட்டுட்டேன். நேரம் வரட்டும் என்று பிற்கால சோழர்கள் காலத்தில் ராஜராஜ சோழனைப் பார்த்து சொல்லலாம் என்று நினைத்தேன். அவர் சிவ பக்தர். என்னை சமணர் என்று ஒதுக்கும் வாய்ப்பு இருந்தது. அப்புறம் வந்தவர்களும் பொதுவாக சமணர் என்றால் கழுவேற்றுவது, சுண்ணாம்புக் காலவாயில் போடுவது என "சமய'ப் பிரச்னையில் தீவிரமாக இருந்தனர்."

"நடுவில் யார் கிட்டயும் சொல்ல முடியலையா?"

"இன்னொரு காரணம். என்கிட்ட இருக்கும் ஓர் அபூர்வ மூலிகை. இமயத்தில் கண்டெடுத்தேன். அதைச் சாப்பிட்டால் நூறு ஆண்டுகள் வெறும் காற்றைப் புசித்து காற்றில் கரைந்து

காற்றாகவே வாழலாம். மீண்டும் உருவம் வரும். தேவைப்பட்டால் வாழலாம். இல்லை காற்றோடு காற்றாக...”

“அப்படியா?”

“மீண்டும் வந்த போது விஜயநகர பேரரசு. தமிழகம் முழுவதும் தெலுங்கு ஆட்சி. அப்புறம் வந்தபோது நவாபுகள்! ஒன்றும் பலிக்கவில்லை. மீண்டும் வந்து பார்க்கிறேன். பிரிட்டீஷ் காரர்கள். இர்வின் பிரபு காலத்தில் வந்தேன். அதோடு இப்போதுதான் வருகிறேன். காந்தியைக்கூட சுட்டுவிட்டார்கள் என்று கூறுகிறார்கள்” என்று வருத்தப்பட்டார்.

“எல்லாம் சரிங்க. இப்ப நீங்கதான் திருவள்ளுவர் என்பதற்கு...?”

“எவிடன்ஸ்..?”

“ஆமா!”

“இருக்கிறது தம்பி. நான் எழுதின வீடு அதிகாரம் அப்படியே இருக்கிறது. கார்பன் டெஸ்ட் எடுத்துப் பார்த்தீர்கள் என்றால் இரண்டாயிரம் வயசு தெரியும்.”

மஞ்சள் பையில் இருந்த ஓலைச் சுவடியை எடுத்துப் பிரித்தார். பழுத்துக் காய்ந்து போயிருந்தது சுவடி. பழைய தமிழ் எழுத்துக்கள். எனக்கு ஒன்றும் புரியவில்லை. அக்கம் பக்கத்தில் இருக்கும் எல்லோரையும் கூவி அழைத்து 1331– வது குறளைப் படித்துக் காட்ட வேண்டும் என்று பரபரப்பாக இருந்தது.

எழுத்துக்களின் தலைக்கு மேல் புள்ளி வைக்கிற வழக்கம் அப்போது இல்லை.எழுத்துக்களின் வடிவங்களைப் பார்த்தபோதே இது ஆயிரம் ஆண்டுகளுக்கு முந்திய சமாச்சாரம் என்று தெரிந்தது.

ஐயோ... என்ன ஒரு ஸ்கூப் செய்தி... கட்டம் கட்டிப் போட வேண்டியது ஜெனிபர் தமில் பேசும் செய்தி அல்ல.. திருவள்ளுவர் பற்றியது.

“சார்.. ஸாரி... ஐயா. வாங்க தினமானிக்குப் போகலாம்” என்றேன். திருவள்ளுவரை ஸ்கூட்டரில் ஏற்றிச் சென்ற பெருமை எனக்குக் கிட்டட்டும்.

“இல்லை தம்பி. அவசரப் படாதே இந்த முதல் குறள் ஏட்டை உன்னிடம் தருகிறேன். இதைப் பரிசோதித்து, காலம் கண்டு உங்கள் பத்திரிகையில் பிரசுரியுங்கள். அதிகாரிகளும் மக்களும் ஏற்றுக் கொண்டால் நானே உங்கள் அலுவலகம் வருகிறேன்.”

ஒரே ஓர் ஓலையை மட்டும் தனியாக எடுத்தார்.

“இதில் என்ன எழுதியிருக்கிறீர்கள்?”

“இம்மையும் மறுமையும் வேண்டாவாம் யாக்கைக்குத்

தம்மையே உணர்வார் தலை.”

“ஆஹா...”

குறித்துக் கொண்டேன்.

“நாளை தினமானியில் இதுகுறித்து செய்தி வெளியானால் உலகம் என்னை ஏற்றுக் கொண்டது என்று கொள்வேன். இல்லையேல் இந்த மூலிகை உண்டு. அடுத்த நூற்றாண்டில் என்னைப் புரிந்து கொள்வோரைத் தேடுவேன்.”

“அடுத்த நூற்றாண்டு அவசியமே இல்லை. இதோ இன்றே இந்த உலகத்துக்குப் புரிய வைக்கிறேன். “யாமறிந்த புலவரிலே வள்ளுவன் போல்...’ நாளைக்கு நியூஸ் பார்த்ததும் வந்துடுங்க ஐயா.”

“நியூஸ் வரவில்லை என்றால் காற்றிலே கரைந்து போவேன்.”

இதைவிட வேறு என்ன செய்தி வேண்டும். சுவடியைப் பத்திரமாக வைத்துக் கொண்டேன்.

ஸ்கூட்டரை எடுத்துக் கொண்டு பறந்தேன். நாளை உலகமே என்னைக் கொண்டாடப் போகிறது. என்னைச் சுற்றி வெப்பம். இல்லை.. ஏதோ கதிர் வீசிக் கொண்டிருந்ததை உணர்ந்தேன்.

ஆசிரியர் அறையைத் திறந்து “ஸார்” என்றேன் ஆர்வம் பொங்க.

“என்னப்பா?”

எங்கிருந்து ஆரம்பிப்பது என்று புரியவில்லை.

மேல் பாக்கெட்... ஐயோ... சுவடியைக் காணவில்லை. வந்த வேகத்தில் வழியில் எங்கோ விழுந்திருக்க வேண்டும். என்ன கொடுமை!

“என்னப்பா பேயறைஞ்ச மாதிரி நிக்கிறே?”

“இல்ல சார் ஒரு நியூஸ்...” இப்படிச் சுவடியைத் தொலைத்ததைச் சொன்னால் கண்டபடி திட்டுவார்.

“என்ன நியூஸ்?”

“உலக அழகி ஜெனிபர் “என்க்கு டமில் புட்கும்னு...”

ஆனந்த விகடன் - 2004

கடவுள் தொகை

68

“கடவுள் இருக்கிறாராப்பா?” என்றான் மகன். பொதுவாக இந்த வயசில் இப்படியான எண்ணம் தோன்றும் என்று நினைக்கிறேன். பத்தாம் வகுப்பு படிக்கும் நேரத்தில்தான் எனக்கும் அப்படியான சந்தேகம் எழுந்தது.

பால் போடாமல் போய்விட்ட பால்காரனிடம் சண்டை போட்டுவிட்டு அப்படியே இன்றைக்கான பாலை வாங்கிக் கொண்டு வருமாறு சொல்லிக் கொண்டிருக்கும் மனைவியின் எரிச்சல் இந்தக் கடவுள் சர்ச்சையால் மேலும் அதிகமாகும் என்று தோன்றியது. பையன் கேட்ட கேள்விக்கும் நான் அதற்கு பதில் அளிப்பதற்குத் தயாராவதையும் அவள் கவனித்துவிட்டாள். அந்த கவனிப்பில் ‘ஆரம்பிச்சிட்டீங்களா?’ என்ற முறைப்பும் இருந்தது.

“பால் வாங்கிட்டு வரலாம் வர்றீயா?” - பையனை அழைத்துக் கொண்டு வெளியே வந்தேன்.

“கடவுள் இப்ப என்னப்பா செய்வாரு?” என்றான் ஆர்வமாக.

“நிச்சயமா பால் வாங்கிட்டு வர போய்க்கிட்டு இருக்க மாட்டாரு” சிரித்தான்.

“எப்ப கேட்டாலும் கடவுள் பத்தி சரியாகவே சொல்ல மாட்டேங்கிறியேப்பா... அவர் காபி சாப்பிடுவாரா?” குரலில் அலுப்பு தெரிந்தது.

“எனக்கும் சரியா தெரியலைப்பா... காபி சாப்பிடுவாரா? வெண் பொங்கல் சாப்பிடுவாரா? பிட்சா சாப்பிடுவாரான்னுலாம் கேட்கக்

கூடாது. சாமியை நீ உன்னை மாதிரி ஸ்கூல் போய்ட்டு வர்றவர்னு நினைச்சியா? அவரை நம்ம ஸ்கேல்ல அளக்கக் கூடாது... புரியுதா? அது நம்ம கற்பனைகளுக்கு அப்பாற்பட்டது."

"எல்லாரும் கும்பிட்றாங்களே?"

"நீயும் கும்பிடேம்பா."

"எதுக்குக் கும்பிடணும்?"

"நல்லா படிப்பு வரணும்னு கும்பிடு."

"அப்ப படிக்க வேண்டியதில்லையா?"

பால்காரனிடம் விவரத்தைச் சொல்லி பால் பாக்கெட் வாங்கிக் கொண்டு திரும்ப ஆரம்பித்தோம்.

"ஒண்ணுமே சொல்ல மாட்டேங்கிறியேப்பா."

"என்னடா?"

"சாமி கும்பிட்டா பாஸ் ஆகிட முடியுமா? படிக்க வேண்டியதில்லையா?"

"நம்ம முயற்சியும் இருக்கணும். கடவுள் நம்பிக்கையும் இருக்கணும்."

"சாமி கும்பிடாமயே நல்லா படிச்சா பாஸாக முடியாதா?"

"பெசாம வாடா... இதப்பத்தியெல்லாம் ஆராய்ச்சி பண்றதுக்கு இன்னும் அனுபவம் வேணும்."

பையன் போட்ட அதட்டல் காரணமாகவோ, பதிலில் சற்றே சமாதானமாகியோ அமைதியாக வந்தான். அடுத்து அவன் ஏதோ யோசித்து கேள்வி ஆரம்பிக்கும் போது நல்லவேளையாக வீடு வந்துவிட்டது.

"அப்பாவும் புள்ளையும் இப்படி அன்ன நடை போட்டுகிட்டு வந்தா நேரமாகுதில்ல" என்று மனைவிகாட்டிய வெறுப்பில் அவனும் அல்ஜீப்ரா படிக்கப் போய்விட்டான். ஏதோ அவள் போடுகிற இப்படியான அதட்டிலில்தான் குடும்பமே நடப்பதாக எனக்கு நம்பிக்கை வந்துவிட்டது. இல்லாவிட்டால் நானும் குழம்பி, குடும்பத்தையும் குழப்பி விடுவேனோ என்று பயம் வந்துவிட்டது எனக்கு.

எதிலும் தீர்மானமான அபிப்ராயம் ஏற்படுவதில்லை. எது நல்லது என்பதில் ஏகப்பட்ட குழப்பம். இருக்கிறதா இல்லையா குழப்பம். வேண்டுமா வேண்டாமா என்பதில் குழப்பம். அதிகமா கம்மியா என்பதில் குழப்பம்.

போன வாரம் இருந்திருந்து சட்டை எடுக்கப் போய் எந்த நிறம்

எடுப்பது என்பதில் ஏகப்பட்ட குழப்பம்.

வெளிர் நீல சட்டை விரும்புபவர்கள் உண்மையை நேசிப்பவர்களாக இருப்பார்கள் என்று படித்திருந்ததால் நான் அந்த நிறத்தில் எடுத்துக் கொள்ளலாம் என்று ஆசைப்பட்டேன். மனைவியோ “அழுக்குத் தாளாது வீட்டில மஞ்சள் கலர்ல தண்ணி வருது... ஒரு தடவை துவைத்ததும் இந்தக் கலரே இருக்காது. பெசாம நம்ம தண்ணி ஏத்தா மாதிரி செம்மண் கலர்ல எடுத்துக்கங்க” என்றாள்.

அவள் சொல்வதில் நியாயம் இருந்தது. அதிலும் வெளிர் நீலத்தில் செம்மண் நிறமும் கலந்து என்னை வேறொரு குணவானாகக் காட்டுவதையும் தவிர்க்கலாம். செம்மண் நிறம் என்பது ஏறத்தாழ நரேந்திர மோடியை ஞாபகப்படுத்த, “இன்னும் கொஞ்சம் டார்க்கா இருந்தா நல்லது” என்றேன்.

அவன் சிவப்பு நிறத்தை எடுத்துப் போட்டான். அது கம்யூனிஸ்ட் அடையாளமாக இருந்தது. இது பரவாயில்லை. மார்க்ஸ், ஏங்கெல்ஸ், லெனின் தோரணையில் அதை நான் என் மீது போர்த்திப் பார்த்த போது, “இதையா எடுத்துக்கப் போறீங்க?” என்ற மனைவியின் கேள்வியில் எதிர்ப்பு வெளிப்பட்டது.

“ஏதோ ஒண்ணு...” எந்தவித நோக்கமும் இல்லாமல்தான் இதை நான் தேர்வு செய்தேன் என்பதைப் போல் அலட்சியமாகச் சொன்னேன்.

“ஏதோ ஒண்ணுனு சொல்லாதீங்க... காசு என்ன மரத்திலா காய்க்குது?... ஆள் பாதி... ஆடை பாதி. ட்ரஸ்ஸுதான் முக்கியம். உங்க நிறத்துக்கு ஏத்ததா எடுத்துக்கங்க” ஆடைவிஷயத்தில் நாம் இவ்வளவு அலட்சியமாக இருக்கக் கூடாது என்று நானே ஒரு கணம் வருத்தப்பட்டேன். அவளுடைய பேச்சில் பொதிந்திருந்த அக்கறைதான் அதற்குக் காரணம்.

கடைக்காரன் வேறொரு உத்தி சொன்னான். “பேண்டுக்கு மேட்சா எடுத்துக்கங்க சார்...”

இருவரும் ஒருவரை ஒருவர் பார்த்துக் கொண்டோம். ஏனென்றால் நாங்கள் எடுக்கப் போனது ஒரே ஒரு சட்டை மட்டுமே. வெறும் சர்ட் மட்டும் எடுப்பது நாகரீகமற்ற செயலோ? இப்போது இந்தச் சூழ்நிலையை எப்படி சமாளிப்பது. தரமான துணியாக இல்லை என்று சாக்கு போக்கு சொல்லி வெளியேறி விடலாமா? இல்லை போனால் போகிறது என்று ஒரு பேண்டையும் எடுத்துவிடலாமா? உண்மையில் நம்மிடம் உள்ள பேண்டுகள் எல்லாம் கேசவன் கல்யாணத்துக்கு முந்தையவை. கடைசியாக கேசவன் கல்யாணத்துத்தில்தான் சம்பந்தி சீர் என்று எனக்கும் ஒரு

பேண்ட் சர்ட் எடுத்துத் தந்தார்கள். கேசவனுக்குக் கல்யாணமாகி என்ன ஐந்து வருஷம் இருக்குமா? அதற்கு மேலேயே இருக்கலாம். அவனோட பையனே இப்ப மூணாவது படிக்கிறானே... அஞ்சு வயசுல ஒண்ணாவது சேர்ந்திருந்தாக்கா இப்ப... எட்டு வயசு... இப்பல்லாம் நாலு வயசிலயே ஒண்ணாவது போட்டுட்றாங்க. என்னோட கணக்கு வாத்தியாருக்கு சர்க்கஸ் புலினு பேரு. எப்பப் பார்த்தாலும் ஆ..ஆ...ஆ...வ்வ்வ் கொட்டாவி விடுவாரு. சர்க்கஸ்ல புலி வாயைத் திறந்து காட்டச் சொல்லி ரிங் மாஸ்டர் குத்தும் போது அப்படித்தான் திறக்கும். பாவம் புலிகள். முண்டந்துறைல ஒரு தரம்...

"பார்த்துக்கிட்டே இருந்தா எப்படி? ஏதாவது ஒரு கலர் எடுங்க."

நான் சட்டென்று பச்சை நிறத்தில் பெரிய பெரிய கட்டமாகப் போட்ட சட்டையைத் தேர்ந்தெடுத்தேன்.

"இது என்ன லுங்கி மாதிரி."

நமக்கு சட்டை எடுக்கக்கூடத் தெரியவில்லையே என்ற வருத்தமும் மனைவி என்னை மிகவும் ஆட்சி செய்வதாக ஏற்பட்ட எரிச்சலும் சேர்ந்து கொண்டது. இத்தகைய உணர்வுகளால் நான் மேலும் அமைதியாகிவிட்டேன்.

"இதப் போட்டுக்கங்க." கருப்புச் சட்டையில் கிளிப்பச்சை நிறத்தில் பூப் போட்ட சட்டையை எடுத்துத் தீர்மானமாக என் முன் நீட்டினாள். அது மாதிரி சட்டையை நான் என் வாழ்நாளில் போட்டதே இல்லை. நமக்குப் பழக்கமே இல்லாத சட்டைப் பொருந்துமா என்று தெரியவில்லை. இப்படித் திடீர் என்று வித்தியாசப்படுத்திக் காட்டினால் நன்றாகத்தான் இருக்கும் என்றும் தோன்றியது.

இவ்வளவு கதையும் எதற்காகச் சொல்கிறேன் என்றால் எனக்கு எதிலுமே தீர்மானமான முடிவுகள் இருந்ததில்லை... கடவுள் உட்பட.

சட்டையைத் தேர்ந்தெடுப்பதிலாவது ஏதோ ஒரு சட்டையைத் தேர்ந்தெடுத்தே தீர வேண்டிய நிர்பந்தம் இருக்கிறது. கடவுள் விஷயத்தில் அவர் இல்லாமலேயே இருப்பதிலும் சங்கடம் எதுவும் இல்லாததால் சட்டையைவிட மேலும் ஒரு வாய்ப்பு அதிகரித்துவிட்டது.

மனித நாகரீகத்தில் மனிதர்களைவிட அதிகமான கடவுள் தொகை இருந்திருப்பதாகப் படிக்கிறோம். ஒவ்வொரு நூற்றாண்டிலும் விதம்விதமான கடவுள்கள். ஒவ்வொரு பிராந்தியத்தில் ஒவ்வொரு கடவுள். கொஞ்சமாவது மனிதன் மனசாட்சிக்குப் பயப்படுகிறான் என்றால் அது கடவுள் என்ற சித்தாந்தம் இருப்பதால்தான் என்றார்

என் நண்பர். அப்படியானால் அப்படி ஒரு சித்தாந்தம் இருப்பது நல்லதுதான் என்று நான் முடிவெடுத்திருந்த நேரத்தில்தான் இந்தியாவில் எங்கு பார்த்தாலும் எங்கள் கடவுளே சிறந்தவர் என்பதை நிரூபிக்கும் பொருட்டு குண்டு வெடிப்புகளும் ரயில் எரிப்புகளும் நடந்தது. கடவுள் சித்தாந்தம் இருப்பதால்தான் வன்முறைகள் நடப்பதாக நான் நண்பரிடம் வாதிட்டேன்.

"இது பரவாயில்லை. மதம் மட்டும் மக்களை இப்படி ஆவேசமாகக் கட்டி வைக்கவில்லையென்றால் பொம்பளைக்காகவும் பொருளுக்காகவும் அடிச்சுக்கிட்டு மனித இனமே அழிஞ்சு போயிருக்கும். பரவால்ல சார்.. ஒரு பாபர் மசூதி... இரட்டை கோபுரம்னு சின்னச் சின்ன விஷயத்தோடு முடிஞ்சிடுது..." என்றார். சரி கடவுள் சித்தாந்தமும் ஒரு பக்கம் இருந்துட்டுதான் போகட்டுமே நமக்கென்ன என்று விட்டுவிட்டேன்.

இப்போது மகன் ஆரம்பிக்கிறான்.

இரவு படுக்க வந்த பிறகு "கடவுள் தூங்குவாரா? அவருக்கும் கனவு வருமா? அப்துல் கலாம் கனவு காண சொல்றாரே... கடவுளும் காணுவாரா?"

"மனிதர்கள் மாதிரியே கடவுளைப் பொருத்திப் பார்க்கக் கூடாதுனு சொன்னேனா இல்லையா?"

"பின்னே?"

"அவருக்கு உருவமில்லை, பெயரும் இல்லை. அவர்னு சொல்றதே இல்லை. அதாவது அவர் என்பதே இல்லை. ஆணல்லன், பெண்ணல்லன் அல்லாது அலியுமல்லன்னு பாடி வெச்சிருக்காங்க."

"பார்க்க முடியுமா?"

"கண்டவர் விண்டிலர்.. விண்டவர் கண்டிலர்... பார்த்தவர்கள் சொல்வதில்லை... பார்த்ததாகச் சொல்றவங்க பார்த்ததே இல்லை."

"அதனாலதான் நீ பார்த்ததா சொல்ல மாட்டறீயா?"

"......"

இந்த முறையும் மனைவிதான் என்னைக் காப்பாற்றினாள். "ஏய்... பெசாம தூங்குங்க... குழந்தைங்க குழந்தைங்களா பேசணும். முன்னேர் சரியா போனா பின்னாடி வர்ற ஏரும் சரியா வரும்."

அதன் பிறகு யாரும் பேசிக் கொள்ளவில்லை. ஆனால் தூங்கிவிட்டோம் என்று சொல்வதற்கில்லை. மகன் வெகு நேரம் புரண்டு கொண்டிருந்தான். குழந்தையை நாம் சரியாக வளர்க்கத் தெரியவில்லையோ என்று கவலையாக இருந்தது.

அவன் குட்டி சாமியாராகவோ, குட்டி நக்ஸலைட்டாகவோ

ஆவது பொருத்தமில்லாததாக இருந்தது.

பத்தாவதில் நல்ல மார்க் எடுத்தால்தான் ப்ளஸ் ஒன் சேர்த்துக் கொள்வேன் என்று பள்ளியின் தாளாளர் சர்க்குலர் அனுப்பியிருந்தார்.

தினமும் பிள்ளையார் பூஜை செய்யச் சொல்லி, திருப்பாவை முப்பதும் ஒப்பிக்கச் சொல்லலாமா? மகன் மீது கடவுளைத் திணிப்பது சரியா? சின்னக் குழந்தையை இப்படி இம்சைக்கு ஆளாக்கிவிட்டோமே... மற்ற குழந்தைகள் மாதிரி கிரிக்கெட் பேட் கேட்டு அடம்பிடித்தால் எவ்வளவு நன்றாக இருக்கும் என்று நானும் புரண்டு கொண்டிருந்தேன்.

காலையில்தான் அமைதியாகத் தூங்கிக் கொண்டிருந்ததாக நினைத்த என் மனைவிதான் இரவெல்லாம் ஆடாமல் அசையாமல் மனதுக்குள்ளாகவே புரண்டு கொண்டிருந்தது புரிந்தது.

“என்ன நினைச்சுகிட்டிருக்கீங்க மனசுல... இதென்ன வீடா மடமா?... ராத்திரியெல்லாம் குழந்தைகிட்ட என்ன பேசறீங்க... பைத்தியக்காரனாக்கிடுவீங்க போலருக்கே... நாளையிலிருந்து நீங்கதான் குழாய்ல போய் தண்ணி புடிச்சுகிட்டு வரணும். ரேஷன் கடைக்குப் போகணும்... கரெண்ட் பில் கட்டணும்... காய்கறி வாங்கியார்றது... கேபிள் டி.வி. சரியா தெரியலைனா போய் சொல்லிட்டு வர்றது... ஒட்ரை அடிக்கிறது எல்லாம் நீங்க ரெண்டு பேரும்தான் செய்யணும்... சும்மா இருந்து இருந்து கொழுப்பேறிப் போச்சி ரெண்டு பேருக்கும். கடவுள் ஆராய்ச்சி பண்றீங்களா? கடவுள் ஆராய்ச்சி...” ... பொரிந்து தள்ளினாள்.

நான் கிணற்றில் இருந்து தண்ணீர் சேந்துகிற வேலையைச் செய்தேன். அவன் பிஸிக்ஸ் புத்தகத்தைப் பிரித்து வைத்துக் கொண்டு உட்கார்ந்திருந்தான். பள்ளிக் கிளம்பியவனின் நெற்றியில் விபூதி வைத்து “கண்டதையும் நினைச்சு மனசைக் குழப்பிக்காதடா... நல்லா படி” என்று தலைவாரிவிட்டாள்.

நான் அவன் பேனாவில் இங்க் இருப்பது தெரியாமல் மேலும் இங்க் ஊற்றி... தரையைத் துடைக்கத் துணியைத் தேடினேன்.

“நான் துடைச்சுக்கிறேன் விடுங்க... இந்த மாதிரி விதண்டா வாதம் பேசிக்கிட்டிருந்தா நான் எங்க போவேன்” என்றாள்.

அவனைப் பள்ளிக்கு அழைத்துச் சென்றேன். சைக்கிளில் இருந்து இறக்கிவிட்டுவிட்டு “நல்லா படிப்பா” என்றேன். என் குரலே எனக்கு வேறு மாதிரி கேட்டது. அவன் என்னை ஏற இறங்க பார்த்தான்.

"சரிப்பா."

"இப்போதைக்குக் கடவுள் இருக்கார்னு வெச்சுக்கோ. அதுக்கு மேல கேட்காதே... யோசிக்காதே."

பரிதாபமாகப் பார்த்தான்.

"நல்ல மார்க் எடுத்தாத்தான். நல்ல வேலை கிடைக்கும். நீ சம்பாரிச்சாத்தான் வீட்டு மேல வாங்கின கடனை அடைக்க முடியும். அம்மாவுக்கு அந்தக் கஷ்டம்தான்."

"சரிப்பா" என்று பள்ளிக்குள் நுழைந்தான். குழந்தையின் கழுத்தில் நுகத்தடி சுமத்திய வலி.

தெருமுனை முருகனுக்குச் சந்தனாபிஷேகம் நடந்து கொண்டிருந்தது. எனக்குக் கண்ணீர் வந்தது. சுலபத்தில் அடக்க முடியவில்லை.

உயிர் எழுத்து - 2008.

எதிர்மென் அரக்கன்

69

அவசரமாக அழைத்தார் அதிகாரி. குரலில் சுவாரஸ்யம் தெரிந்தது. "ஜெயகாந்தனும் ஜெயமோகனும் சேர்ந்து ஒரு கதை எழுதியிருக்கிறார்கள். இப்போதுதான் கேள்விப் பட்டேன். எப்படியாவது அந்தக் கதையைக் கண்டுபிடித்துத் தருவது உன் பொறுப்பு" என்றார்.

அவர் இப்படிச் சொல்வதற்கு முன்பே, வேறொரு ஆசாமி தந்த தகவல் மூலம் இந்த இருவரும் சேர்ந்தெழுதிய கதையை த் தேட ஆரம்பித்து முடியாமல் விட்டுவிட்டேன். அப்படி ஒரு கதை இருந்தால் அதிகாரியிடம் சொல்லலாம்; இல்லையென்றால் அப்படியே அமுக்கிவிடலாம் என்றுதான் ரகசியமாக தேடிப்பார்த்தேன். மீண்டும் எனக்கே அந்தத் தலைவலி. சுமார் ஒரு நூற்றாண்டுக்கு முன்பு வாழ்ந்த அவர்கள்பற்றிய எல்லாச் செய்திகளையும் புரட்டிப் பார்த்துவிட்டேன். இல்லை, அப்படி ஒரு கதை இல்லவே இல்லை.

அந்தக் காலத்தில் கம்ப்யூட்டர் உதவியோடு எல்லாவற்றையும் சுலபமாகக் கண்டுபிடித்துவிடுவார்கள். எது சுலபமோ அதுவே கஷ்டத்தையும் கொடுத்துவிட்டது. இப்போதோ ஒவ்வொரு புத்தகமாகத் தேட வேண்டியிருக்கிறது. இருந்த சஞ்சிகைகள், நூல்கள், ஆவணங்கள், பஸ் டிக்கெட்டுகள் எல்லாமே முக்கியம். காகித வடிவில் எது தென்பட்டாலும் பொக்கிஷம். எல்லாவற்றிலும் தேடியாகிவிட்டது. இருவரும் சேர்ந்து எழுதிய கதையும் இல்லை; குறிப்பும் இல்லை.

அலைவரிசை மார்க்கமாக ‘அவர்கள்’ செலுத்திய ‘எதிர்மென் அரக்கன்’ என்னும் வைரஸ் நேர்மென் பொருள் கத்தியின்றி, ரத்தமின்றி உலக ராஜ்ஜியங்கள் எல்லாவற்றையும் ஒரே நாளில் சாய்த்துவிட்டது. இரட்டை கோபுரம் தாக்கப்பட்டதைப் போல வேறு ஏதோ வெடிவிபத்தை எதிர்பார்த்துக் கொண்டிருந்தவர்களுக்கு இது பேரிடி. அமெரிக்கா மட்டுமின்றி உலகில் வல்லரசுகளென வாலாட்டிக் கொண்டிருந்த ஜப்பான், சீனா, 2020-யில் வல்லரது கனவு கண்டு கொண்டிருந்த இந்தியா எல்லாமே புஸ்...

இப்படி இடர்வருமென யாருமே எதிர் பார்க்கவில்லை. திடும் என பிரபஞ்சமே இருண்டுவிட்டது. மதவாத அடிப்படைவாதிகளுக்குக் கணிப்பொறி மீதும் இணையத்தின் மீதும் இப்படியொரு கோபம் இருக்கும் என யாரும் கவனம் கொள்ள வாய்ப்பே இல்லாமல் போய்விட்டது.

“மைக்ரோ சிப்கள் தந்த மதிப்பில் பேப்பர்களுக்கான மரங்கள் வெட்டப்படுவது மாபெரும் குற்றம் என்று இயக்கம் ஆரம்பித்தார்கள். புதிதாகப் புத்தகங்களே உருவாக்கக் கூடாது என்று சர்வேச அளவில் தடைபோட்டார்கள். இப்போது என்ன ஆயிற்று? – குப்பை என்று மைக்ரோ சிப்புகளையும் டிஸ்க்குகளையும் உலகம் முழுதும்திட்டிக் கொண்டிருக்கிறார்கள்... எதிலும் அவசர முடிவு... அதை நடைமுறைப்படுத்துவதில் அத்தனை தீவிரம்... பொறுமையே இல்லை” என்று பொதுவாக எல்லா விஞ்ஞான வளர்ச்சி குறித்தும் கவலை தெரிவித்தார், உடன் பணியாற்றும் முத்துவேலர்.

அவருடையில் வேதனையில் ஆழமான நியாயமிருக்கிறது.

“சென்ற செப்டம்பரில் ‘தினமானி’யில் ஒரு கட்டுரை வெளியானது. கத்திரிக்காயைப் பற்றி... உலகிலேயே பிரயோஜனமில்லாத ஒரு காய்கறி உண்டென்றால், அது கத்திரிக்காயாகத்தான் இருக்கும் என்று விளாவரியாக எழுதியிருக்கிறார்கள். இதோ இந்த ஆகஸ்ட்டில் கத்திரிக்காய் ஒன்றுதான் கேன்ஸருக்கான ஒரே மருந்து. அதைத் தொடர்ந்து உட் கொண்டவர்களுக்கு கேன்ஸர் வருவதில்லை என்கிறார்கள். இத்தனைக்கும் இரண்டையும் எழுதியது ஒருவரே” என்று அலுத்துக் கொண்டார்.

“பாவம் கத்திரிக்காய்.அதற்கு என்ன தெரியும்?” என்றபடி “இந்த விஷயத்துக்கு ஜெய விஷயத்துக்கு ‘ஒரு பிரிகாரம் சொல்லுங்கள்” என்றேன்.

நண்பர் சற்றே சோர்ந்தபடி யோசித்துவிட்டு திடீரென்று பிரகாசித்தார். “புலித்தேவரிடம் பார்த்திருக்கிறேன். ஜெயகாந்தன் படைப்புகள் முழுத் தொகுதி, ஜெயமோகன் படைத்தவை முழுத் தொகுதி... இரண்டுமே அவரிடம் இருப்பதைப் பார்த்திருக்கிறேன்.”

தமிழ்மகன் | 533

இரவே குரோம்பேட்டையில் இருக்கும் புலித்தேவரின் வீட்டுக்கு மின் புயல் மூலம் கிளம்பினோம். உதவும் மனநிலையில்தான் இருந்தார் அவர். ஆனால் புத்தகங்களை எடுத்துச் செல்லக் கூடாது. அங்கேயே பார்த்துவிட்டு தந்துவிட வேண்டும். என்ற கண்டிப்புடன்தான் அந்த உதவி. கம்ப்யூட்டர் அழிவுக்குப் பின் இலக்கிய ஆய்வாளர்கள் அவரைத் தொல்லைப்படுத்த ஆரம்பித்திருப்பது தெரிந்தது. நானும் முத்துவேலரும் ஆளுக்கொரு நூலை ஆராய்ந்தோம்.

இரண்டு பேரில் யாருடைய நூலிலாவது இந்த இருவரும் சேர்ந்து எழுதிய கதை தொகுக்கப்படாமலா போயிருக்கும்?... எங்கள் கண்கள் ஆர்வ மிகுதியால் பக்கங்களை அள்ளிக் குடித்தன. ஆயிரக்கணக்கான பக்கங்களை அங்குலம் விடாமல் அளந்துவிட்டன கண்கள். இல்லை... இல்லவே இல்லை.

“நாட்டுடமை ஆக்கப்பட்ட பின்பு பதிப்பித்த நூல்களில் லாப நோக்கமும் கலந்துவிடுவதால் பல கதைகளை சுருக்கியும் வெட்டியும் அல்லது முழுவதுமாக நீக்கியும் விடுகிறார்கள். நாட்டுடமைக்கு முந்தைய இவர்களின்நூல்களைத் தேடினால் ஒரு வேளை கிடைக்கலாம்” என்று வழி சொன்னார் புலித்தேவர்.

நள்ளிரவு இருவரும் சென்னை திரும்பும்போது சூப்பர் மார்க்கெட் ஆகிவிட்ட மீனம்பாக்கம் நிலையத்தைப் பார்த்தோம்.

“மீனம் பாக்கம் எவன் பெயரிட்டானோ? கடைசியில் மீன் மார்க்கெட்டாகவே மாறிவிட்டது. விமானநிலையத்தை வேலூருக்கு மாற்றியபின் இந்தப் பகுதியே பொலிவிழந்து போய்வட்டது இல்லையா?” என்றார் நண்பர். இந்தப் பகுதியைக் கடக்கும் ஒவ்வொரு முறையும் அவர் சொல்வதாகத் தோன்றியது.

என்றாவது மீண்டும் கம்ப்யூட்டர் உபயோகத்துக்கு வந்துவிடும் என்ற கனவும் பகல் கனவாகிவிட்டது.

பில்கேட்ஸுக்குப் பிறகு கம்ப்யூட்டர் சாம்ராஜ்ஜியத்தின் மன்னராக விளங்கிய ஜேம்ஸ் வில்லியம்ஸ், கம்ப்யூட்டரை சரி செய்வதற்கு பதில் கல்லுடைப்பதற்குக் கற்றுக் கொள்ளலாம்’ என்று அலுப்புடன் பேட்டி கொடுத்தார் போன வாரம்.

மீண்டும் மருத்துவம், கணக்கியல், பத்திரிகை துறை, தகவல் தொழில் நுட்பம் அனைத்துமே ஒரு நூற்றாண்டு காலம் பின் தங்கிவிட்டது.

நான் அச்சுத்துறையியல் பணியில்தான் வேலைபார்த்து வருகிறேன். பல்கலைக் கழகத்தின் ஒரு பிரிவாக இது செயல்படுகிறது. மொழிகுறித்த ஆய்வுக் கட்டுரைகள் பதிப்பிப்பது எங்கள் துறையின் வேலை. பழைய ஈய அச்சுக் கோப்பு முறையில் புத்தகங்களை

அச்சிட்டு வருகிறோம்.

மீண்டும் அழைத்தார் அதிகாரி. "முடிந்ததா?" என்றார். நான் என்னத்தைச் சொல்ல?

அக் காலத்தில் வந்த சினிமா விமர்சனம் ஒன்றின் முடிவில் "கமலஹாசன்- ரஜினிகாந்த் சேர்ந்து நடித்த படம் நீ... ஜெயகாந்தன் -ஜெயமோகன் சேர்ந்து எழுதிய கதை நீ" என்ற பாடல் பிரமாதம்' என்று எழுதிய இருந்த வரிதான் என் அதிகாரிக்குக் கிடைத்த ஆதாரம். வேறு எதில் இந்த வரி இடம் பெற்றிருந்தாலும் அலட்சியப்படுத்திவிடலாம். தினமானியில் வந்திருப்பதால் அது தவிர்க்கமுடியாத ஆய்வுப் பொருளாக இருக்கிறது என்றார் அதிகாரி.

"அவர்கள் இருவரும் சேர்ந்து எதுவும் எழுதியதாகத் தெரியவில்லை. ரஜினிகாந்த், கமல்ஹாசன் சேர்ந்து நடித்தார்களா என்று தெரியவில்லை. இரட்டிப்பு சிறப்பு கொண்டவன் (ள்) என்று புகழ்வதற்காக அந்த நாளில் ஒரே துறையில் பிரபலமாக இருந்த இருவரையும் சேர்த்து இப்படி புகழ் எழுதியிருக்கலாம். அந்த நாட்களில் ஒரு பெண்ணை இப்படியெல்லாம் கற்பனையாகப் புகழ்ந்து வர்ணிப்பது புழக்கத்தில் இருந்தது" என்று முற்றுப் புள்ளி வைத்தேன்.

மூன்றாம் நாள் ரஜினிகாந்த்- கமல்ஹாசன் இணைந்து நடித்த படங்களின் பட்டியல் மட்டுமின்றி அவர்கள் இருவரும் தோன்றும் "என்னடி மீனாட்சி நீ சொன்னது என்னாச்சு?' என்ற பாடல் காட்சியைக் கொண்டு வந்து திரையிட்டுக் காண்பித்தார்.

அதன் பிறகு ஜெயகாந்தனும் ஜெயமோகனும் சேர்ந்து கதை எழுதியிருக்க வாய்ப்பில்லை என்று சொல்ல முடியாமல் போனது எனக்கு. அதிகாரியோ இருவரும் சேர்ந்து கதை எழுதியிருப்பதற்கான வாய்ப்புகள் அதிகம் இருப்பதற்கான ஆதாரங்களை அடுக்கிக் கொண்டே போனார். அந்த நாட்களில் இரண்டு புகழ்மிக்க எழுத்தாளர்கள் ஒரு வித்தியாசத்துக்காகச் சேர்ந்து எழுதும் வழக்கம் இருந்தது என்றார். "புஷ்பா தங்கதுரை என்பவரும் இந்துமதி என்பவரும் ஒரு தொடர்கதையை எழுதியிருக்கிறார்கள். அதற்கும் முந்தைய கால கட்டத்தில் இளங்கோவடிகள் எழுதிய 'சிலப்பதிகாரம்' என்ற காப்பியத்தைத் தொடர்ந்து அதன் தொடர்காப்பியமான "மணிமேகலை'யை சீத்தலைசாத்தனார் எழுதினார்' என்றார். இரண்டாயிரம் ஆண்டுகளுக்கு மேலாகத் தமிழர்களிடம் இப்படியொரு பழக்கம் இருந்தது என்பதைக் குறித்து நீண்ட ஆய்வுக் கட்டுரை ஒன்றை எழுதுமாறும் என்னை நிர்பந்தித்தார். எனக்கு வேலையே அதுதான். கிடைக்கும் இலக்கிய ஆதாரங்களின் அடிப்படையில் கட்டுரை எழுதுவது, அல்லது

ஆதாரங்களைத் தேடி அலைவது இதுதான் என் வேலை.

கம்யூட்டர் நிரந்தரமானதென நம்பி ஏராளமான தாள் ஆதாரங்களை அலட்சியப்படுத்தியிருந்தனர். உலகமே இ} புத்தகங்கள் படிக்கும் நிலைக்கு மாறிப் போயிருந்ததால் புத்தகம் வைத்திருப்பவரை ஆதிமனிதன் போல பாவித்தனர். புலித்தேவரின் புத்தகப் பித்தைக் கிண்டலடித்து இ} புத்தகங்களின் நிறைய கட்டுரைகள் வெ ளியாகின. “மின்கொன்றை’இதழில் அவருடைய பரம்பரையையே கொச்சைப்படுத்தி எழுதியிருந்தார் ஜெயசாந்தன். இப்போதோ அந்த ஆதி மனிதர்தான் அதிமுக்கிய மனிதராகிவிட்டார்.

மின்கொன்றையையோ சாந்தனையோ குறை சொல்லி என்ன பயன்? நடுவர்க்கத்தினருக்கு அரசு வழங்கும் ‘இல்’களில் குறுந்தகடுகளுக்கே இடம் இருப்பதில்லை. இதில் புத்தகத்தை எங்கே வைப்பது?

கண்கெட்ட பிறகு சூரிய நமஸ்காரம். ஒழித்துப் போட்ட நூல்களில் இருந்த வாழ்க்கையைத் தேடுகிறார்கள். வழக்கம்போல ஐரோப்பிய நாடுகளில்தான் இதுபோன்ற மீள் நவீனத்துவ இலக்கியம் ஆரம்பமாகியது. ‘டிராகுலா’வை எழுதிய பிராம் ஸ்டாகருக்கும் ஆஸ்கர் ஒயில்டுக்கும் ஒரே பெண்ணைக் காதலிப்பது தொடர்பான ஏதோ பிரச்சினை இருந்ததாக ஒருவரிச் செய்தி கிடைத்தது. அதைப்பிடித்துக் கொண்டு ஆஸ்கார் ஒயில்ட் தம் காதலியை அபகரித்துவிடுவாரோ என்ற கவலையில்தான் அவரை டிராகுலா போன்ற கதாபாத்திரத்தில் பிராம் ஸ்டாகர் சித்திரித்தார் என்றும் ஆஸ்கார் ஒயில்டும் ஒரு டிராகுலா வகையைச் சேர்ந்தவரா என்றும் ஆய்வுகள் செய்து வருகிறார்கள்.

கணிப்பொறியுகம்இப்படி திடுதிப்பென முடிவுக்குவந்துவிட்டதால் இலக்கியம் சம்பந்தமான எல்லாமே எங்களுக்கு ஆதாரமாகின. நேற்று முக்கரும்பு அருகே (திருவல்லிக்கேணி பின்னாலில் ‘ட்ரிபில் கேன்’ ஆகி, அதை இப்படி தமிழ்ப்படுத்திவிட்டார்கள்.) ஒருவர் நடைபாதையில் எஸ்ராவின் பவுண்டு வால்யூம் என்னிடம் இருக்கிறது என்று பேசிக் கொண்டு போனார். எனக்கு எஸ்ராபவுண்டும் எஸ்.ராமகிருஷ்ணனு(எஸ்.ரா.)ம் ஞாபகத்துக்கு வந்தார்கள். சடாரென மின்னல் வெட்டியது.

‘உபபாண்டவம்’ எழுதியது ஏஸ்ரா பவுண்டா, எஸ். ராமகிருஷ்ணனா? என்றெல்லாம் இல் அடையும் வரை குழப்பம் நீடித்தது எனக்கு. நல்லவேளை என் அதிகாரி அருகில் இல்லை. இருந்திருந்தால் நிச்சயம் அது ஒரு ஆய்வுக்கட்டுரை ஆகியிருக்கும்.

சண்டே இன்டியன் - 2008

சோறியம்

70

விஷுவல் டெலிஃபோன் சிணுங்கியது. பத்மனாபன் ரிமோட்டை அழுத்திவிட்டுக் காத்திருந்தான்.

திரையில் கிர்ணிப் பழ முகத்துடன் ரிச்சர்ட் ஸ்டோன்.

"காலை வணக்கம் பத்மனாபன்.. உனது புத்திசாலித் தனத்துக்கு ஒரு பரீட்சை வைக்கப் போகிறேன்" என்றான்.

"காத்திருக்கிறேன்" என்றான் பத்மனாபன்.

"இன்னும் ஒரு மாதத்துக்குள் தஞ்சாவூர் பெரிய கோவில் தரைமட்டம் ஆக வேண்டும்."

ஆடிப் போனான் பத்மனாபன். எதற்காக என்று கேட்கக் கூடாது. ஏன்? எதற்கு என்று கேள்வி கேட்காமல் இருப்பதற்குத்தான் பத்மநாபனுக்கு மாதந்தோறும் அவ்வளவு ரூபாய் சம்பளமாகத் தரப்பட்டு வருகிறது. எள்ளென்றால் எள்ளாக இருக்க வேண்டும். எண்ணெய்யாக மாறினாலும் தவறுதான்.

கடந்த மூன்று ஆண்டுகளாக அமெரிக்க உளவுத்துறையின் கைக்கூலியாக இருந்த அனுபவத்தின் அடிப்படையில் அவர்கள் என்ன ஆணையிட்டாலும் "ஏன்?" என்று கேட்காமலேயே ஒரு சில விஷயங்களை பத்மனாபனால் யூகித்துவிட முடியும்.

ஆனால்.. தஞ்சைப் பெரிய கோயில்?

"முதல்முறையாகக் குழம்புகிறாய்" என்றான் ஸ்டோன்.

"குழப்பமில்லை.. புரிந்துகொள்ள முடியவில்லை."

"தஞ்சைக் கோயிலைத் தரைமட்டம் ஆக்க வேண்டும் என்று கூறியது புரியவில்லை?"

"எதற்காக என்பது?"

"ஒப்பந்தத்தை மீறுகிறாய்."

"மன்னிக்க வேண்டும்."

"பரவாயில்லை, முடித்துவிடுவீர்கள் இல்லையா?"

"முடிக்கிறேன்."

"ஞாபகம் இருக்கட்டும்... ஒரு மாதத்தில்."

"இந்த அவகாசம் போதும். இந்தியர்களைக் கோயில் விஷயங்களில் ஏமாற்றுவது சுலபம். உதாரணம் அயோத்தியா பிரச்சினை."

"நல்லது. முடித்துவிடு."

திரை இருண்டது.

குருக்கள் லேசாகச் செருமிக் கொண்டு பேசத் தொடங்கினார்.

"நீங்க சொல்றதெல்லாம் நிஜம்தான். இந்தக் கோயிலும் விருத்தியாகல, இங்கே வந்துட்டுப் போனவாளும் விருத்தியாகல. இதைக் கட்டின சோழர் காலத்திலேர்ந்து அப்படியேதான் இருக்கு. சோழர்கள் ஆட்சி இழந்ததே இதனாலதானோ என்னவோ? யார் கண்டா? எங்க பாட்டனார் காலத்தில் எம்.ஜி.ஆர்.னு ஒருத்தர் முதல்வரா இருந்தார். இங்க வந்துட்டுப் போனப்பறம்தான் சிக்ல படுத்தார். கருணாநிதினு ஒருத்தரும் அப்படித்தான். ராஜராஜன் விருது வாங்கிட்டு அப்படியே ஆட்சிய விட்டுப் போய்ட்டார். அத்தோட அந்த விருதும் போச்சு. அந்தக் கதையெல்லாம் எதுக்கு? போன வருஷத்திலே என்ன ஆச்சு? ஜெர்மன்ல இருந்து நாலு பேரு கோபுரத்தை ஆராய்ச்சி பண்றேன்னு வந்தா. உச்சிலேர்ந்து விழுந்து மண்டை நொறுங்கி செத்தா. பாபம் பிடிச்ச கோயில்னு நல்லா தெரியறது. நானும் நீங்களும் நினைச்சு என்ன பண்ண முடியும் சொல்லுங்கோ?"

"ரொம்ப நல்லா சொன்னீங்க. பாவம் பிடித்த கோயில்.. இதையே தலைப்பா வெச்சிடலாம்" என்றார் பாரத் அப்சர்வர் பத்திரிகையின் தலைமை நிருபர்.

"பேஷா வையுங்கோ.. ஆனா என் பேர் வேண்டாம். ஒரு குருக்கள் சொன்னார்னு சொல்லுங்கோ போதும்."

தலைமை நிருபருடன் வந்த புகைப்படக் கலைஞர் முழு கோபுரத்தை கேமிராவுக்குள் அடக்க முயற்சி செய்து கொண்டிருந்தார்.

“இடித்துவிட்டு வேறு இடத்தில் வேண்டுமானால் கட்டிவிடலாம். மக்கள் ஆதரவு இல்லாமல் எந்தக் கலைப் பொக்கிஷத்தையும் நம்மால் பாதுகாக்க முடியாது. நம்மிடம் உள்ள விஞ்ஞானக் கருவிகள் மூலமாக அந்தக் கோயிலின் ஒரு தூணுக்குக்கூட பாதிப்பு ஏற்படுத்தாமல் பெயர்த்தெடுத்து வேறொரு இடத்தில் கோயிலை நிர்மாணிக்க முடியும்” என்ற நாடாளுமன்ற உறுப்பினர் விஷ்ணு சர்மாவின் பேச்சுக்கு எதிர்ப்பு தெரிவித்துப் பேசியவர்கள் மிகவும் சொற்பம்.

“ஒரு மூட நம்பிக்கையைக் காரணம் காட்டி வரலாற்றுச் சான்று ஒன்றைத் தரைமட்டம் ஆக்குறதை நாங்கள் எதிர்க்கிறோம்” என்று பெரியார் கட்சி கண்டித்தது. வெகுசன பத்திரிகைகள் கிண்டலடித்தன.

“பெரியார் கட்சி ஆத்திகத்தில் அடியெடுத்து வைக்கிறது...”

சொல்லி வைத்தாற் போல எல்லாப் பத்திரிகைகளிலும் பெரிய கோவில் பற்றிக் கட்டுரைகள், விவாதங்கள்.

பொதுமக்கள் பிரதிநிதிகள் குழு ஒன்று அமைக்கப்பட்டது. 12 பேர் கொண்ட குழுவில் கோவிலைத் தகர்க்கலாமா என்று கருத்துக் கணிப்பு எடுக்கப்பட்டது.

பெரிய சாதனைகள் பல செய்துவிட்டு வயதாக முடங்கப் படுத்துக்கிடக்கும் பெரியவர் மாதிரி இருந்தது அந்தக் கோவில். முடிவெடுத்த வினாடியில் வேண்டாம் என்று புறம் தள்ளிவிட முடியாத சங்கடம் இருக்கத்தான் செய்தது. பிரம்மாண்டமான கோயில், கட்டிடக் கலைக்குச் சவால்விடும் கோபுரம். கோயிலைச் சுற்றி அகன்ற மதில். அதன் மேல் நந்தி, சிவலிங்கம்... எதற்காக இத்தனை நுணுக்கமாக ஓர் அரசன் கோவில் கட்டினான்; அதற்கு ஏன் மக்கள் வரவேற்பில்லாமல் போனது? மாடுகளும், ஆடுகளும் காக்கைக் குருவிகளும் அணிலும் ஓணானும் வெவ்வாலும் குடியிருக்கவா இத்தனை பெரிய கோவில்?

ஆனாலும் என்ன குழுவில் வந்தவர்களில் கோவிலை இடக்க வேண்டாம் என்று சொன்னவர்கள் மூன்று பேர்தான்.

“கடவுள் என்று ஒன்று உண்டோ இல்லையோ... கட்டிடக் கலைக்காகவாவது இது பாதுகாக்கப்பட வேண்டும். தோஷம் உள்ள கோவில் என்பது வேடிக்கையாக இருக்கிறது” என்றனர் அந்த மூவரும்.

“எவ்வளவோ உயிர்களையும் ராஜ்ஜியங்களையும் பலி வாங்கிய கோவிலை வேடிக்கையாக நினைக்கவில்லை” என்றனர் மற்றவர்கள்.

“நாங்கள் வேடிக்கை என்றது பலியானவர்களை அல்ல; அது

தோஷம் உள்ள கோயிலாக இருந்தால் நீங்கள் வேறொரு இடத்தில் உள்ள கோயிலுக்குப் போங்கள். சரித்திரக் கால மனித உழைப்பைப் பாழ்படுத்துவதை நாங்கள் ஏற்றுக் கொள்ளவில்லை.”

பிரதிநிதிகள் குழு இவ்வாறு விவாதித்துக் கொண்டிருந்தது.

விஞ்ஞானப் பத்திரிகை ஒன்று ஐ.ஐ.டி.யின் இயற்பியல் துறை தலைமைப் பேராசிரியரைப் பேட்டி கண்டு வெளியிட்டது.

“ராஜராஜ சோழன் கோயிலுக்குச் சென்று வந்த பலர் ஏதாவதொரு இழப்பைச் சந்திப்பதாகச் சொல்வது மூடநம்பிக்கையா? ஏதாவது விஞ்ஞானம் இருக்கிறதா?”

“இயற்பியல் எல்லா இயற்கை நிகழ்வுக்கும் காரணம் தேடுகிறது. ஆப்பிள் தலையில் விழுந்தாலும் பூமியில் விண்கள் வந்து விழுந்தாலும் பனி உருகினாலும் எல்லாவற்றையும் காரண காரியமாகப் பார்க்கிறது. பிரபஞ்சத்தின் எல்லாச் செயல்களுக்கும் விஞ்ஞானபூர்வமாக விளக்கம் இருந்தே தீர வேண்டும். அந்தக் கோவிலைப் பர்றி யோசிக்கும் போது, அங்கிருக்கும் காந்தவிசைச் செறிவு மனிதனைப் பாதிக்கக் கூடியதாக இருக்கலாம்.”

“கதிர்வீச்சும் காந்தவிசையும் மனிதனின் உடலைப் பாதிக்கலாம். பதவி இறக்கம் செய்யுமா?”

“ஒவ்வொரு மனிதனுக்கும் அவன் பிறந்த நேரத்தை ஒட்டி ஜோடியாக் நட்சத்திர ஆளுமை இருப்பதைச் சொல்லவில்லையா? அது போல இருக்கலாம்.”

“அதாவது ராசி?”

“பழமைவாதிகள் ராசி என்கிறார்கள். நாங்கள் கதிர்வீச்சு என்கிறோம். இவ்வளவுதான் வித்தியாசம்.”

“இன்னும் ஐந்து நாள்கள்தான் இருக்கின்றன பத்மனாபன்” ரிச்சர்ட் ஸ்டோன் நினைவுபடுத்தலில் கிண்டல் அதிகம் தொனித்தது.

“முடித்துவிடுவேன்.”

“வீராப்பு பேசாதே...”

“எங்கள் உதவி எது வேண்டுமானாலும் கேள். உடனடியாக அனுப்பி வைக்கிறேன்.”

“எதுவும் வேண்டாம்.”

“நம்புகிறேன்.”

இந்தியா முழுவதுமே ராஜராஜ சோழன் கோவிலைச் சபிக்கும்படி ஆகிவிட்டது.

“பெரிய கோவிலைச் சுற்றிப் பார்த்துவிட்டு வந்த மத்திய அமைச்சர் மாரடைப்பால் மரணம்..’

மத்திய மந்திரி முன்னாள் நடிகர் என்பதால் கலவரம் அதிகமாக இருந்தது. ரசிகர்கள் கோவிலில் நுழைந்து இடித்துத் தகர்க்க ஆரம்பித்தனர். போலீஸ், ராணுவம் என்று கோவில் முழுக்கக் கண்ணீர் புகையாக இருந்த நேரத்தில்... கோவில் கோபுரம் தானாகவே சரிந்து விழ ஆரம்பித்தது.

"வெல்டன் பத்மனாபன். எப்படி இரண்டே நாளில்?..."

"மத்திய மந்திரிக்கு மாரடைப்பு வரவழைத்தேன். கோவிலில் நடந்த கலவரத்தில் உயர்ந்தபட்ச ஒலியலைகளைச் செலுத்திக் கோபுரத்தை வீழ்த்தினேன்."

"வெரிகுட். என்ன பரிசு வேண்டுமோ கேள்..."

"நிச்சயமாக?"

"நிச்சயம்."

"இப்போதாவது சொல்லுங்கள். எதற்காக இவ்வளவும்?"

"சொல்லிவிடுகிறேன். அந்தக் கோவில் இருக்கும் பிரதேசத்தின் கீழே நூறு மீட்டர் ஆழத்தில் ஒரு தனிமம் இருக்கிறது. மெண்டலீஃப் தனிம அட்டவணையின் புதிய குழந்தை இது. ஜப்பானியர்களை வீழ்த்த நாங்கள் அதை முதலில் பெற்றாக வேண்டும். அதற்காகத்தான் இவ்வளவு அவசரப்பட்டுவிட்டோம்."

"அந்தத் தனிமத்துக்கு என்ன சிறப்பம்சம்?"

"கதிர்வீச்சுத் தன்மை கொண்ட தனிமம் இது. யுரோனியம் மாதிரி. அந்தத் தனிமம் அந்தக் கோயிலுக்கு அடியில் செயற்கைக் கோள்கள் சத்தியம் செய்கின்றன"

பத்மனாபன் "இன்ட்ரஸ்டிங்" என்றான்.

"அதற்கு என்ன பெயர் வைக்கலாம் என்று ஒரு க்ளூ கொடுக்கிறாயா?... ஏனென்றால் இது முழுக்க முழுக்க உன்னால் கிடைத்த வெற்றி..."

பத்மனாபன் சோழா என்று வைக்கலாமா என்று யோசித்தான்.... சோழநாடு சோறுடைத்து... என்று சம்பந்தமில்லாமல் ஞாபகம் வந்தது... சோறு.. "சோறியம்" என்றேன்.

ஸ்டோன், "சோறியம்.. நைஸ் நேம்" என்றான்.

அசுரன் மாத இதழ், 1991.

மொத்தத்தில் சுமாரான வாரம்

71

ஞாயிற்றுக்கிழமை

சுகமும், துக்கமும் மாதிரி குழாயில் தண்ணீர் வராத நாள், தண்ணீர் வருகிற நாள் ஆகிவிட்டது. தண்ணீர் வராத நாள்தான் சுகம். நிம்மதியாய்த் தூங்க முடிகிற நாள். அவசரஅவசரமாய் எட்டு மணிக்கெல்லாம் தூங்க முயன்று, அறைகுறையாய் நடு இரவில் விழித்து, ஏழு குடித்தனங்களுக்குள் போட்டியிட்டுப் பம்ப்பைப் பிடிக்க வேண்டிய அவசியமற்ற நாள்.

அதன்படி இன்று துக்கநாள்.

அதிகம் தூங்கிவிட்டோமோ எனப் பயந்து எழுந்து பக்கத்தில் படுத்திருந்தவளை உசுப்பிவிட்டு, விளக்கைப் போட்டதில், சமீபத்தில் பனிரெண்டு மணியாகியிருந்தது. கடிகாரத்தின் பக்கத்திலே காலண்டர். பனிரெண்டுதான் ஆகிவிட்டதே என நினைத்து, கையோடு கையாய் நேற்றைய நாளை “விசுக்’ கென அலட்சியமாய் கிழித்...அட! சிவப்பு நிறத்தில் ஞாயிற்றுக்கிழமை மாயத்துளிராய் மகிழ்ச்சி. முதலிலேயே தெரியாமல் போனதே என்று இருந்தாலும், இப்படி எதிர்பாராத அதிர்ச்சியாய் அமைந்து போனதால் மகிழ்ச்சியோடு மகிழ்ச்சி. முதலிலேயே தெரிந்திருந்தால் மட்டும் என்ன செய்திருப்பான் என்று தெரியவில்லை.

“பம்ப்’பை அடிக்கிற சத்தம் இன்னமும் கேட்கவில்லை. இன்று நாம்தான் முதலில் அடிக்கப் போகிறோம் என்ற பேராசையோடு தயாரானான் கணேசன்.

மாலதி உசுப்பிவிட்டும் எழுந்திருக்காமல் இருந்தாள்.

"மாலு..."

"...ம்?" என்றாள்.

"சீக்கிரம்."

"போய் 'லைன்' போடுங்க வரேன்" கனவுபோல் பேசிக்கொண்டிருந்தாள்.

"லைன்' லாம் தேவை இல்ல... இன்னைக்கி நாமதான் "பர்ஸ்ட்' ... இன்னும் யாரும் எழுந்துக்கல."

"டயம் இன்ன இப்ப?..." என்று கடிகாரத்தின் பக்கம் தலையைத் திருப்பி கண்களைத் திறந்தாள்.

"பன்னெண்டுதான் ஆச்சி... அப்புறம் அட்சிக்கிலாம் படுங்க" என்று போர்வையை இழுத்துப் போர்த்தியவள் போர்வையை அவசரமாய் தூர வீசினாள். போர்வையில் ஈரம்.

குழந்தை சில்லென்ற பரப்பில் தூங்கிக் கொண்டிருந்தான். எழுந்து அவனை வேறொரு இடத்தில் சுடச்சுடப் படுக்க வைத்துவிட்டு, "மூத்திரம் பேஞ்சிட்டு இருக்கானே... தூக்கி வேற இடத்தில் படுக்க வெச்சா என்ன?" என்று முறைத்தான்.

"நா கவனிக்கலையே."

"கவனிக்க மாட்டீங்க.... அப்புறம் சளி புடிச்சா அவஸ்தைப் பட்றது யாரு...?"

"சரி...சரி ஜனங்க எழுந்துட்டா ரிஸ்க்."

புடவையை முழுவதுமாய் இடுப்பிலிருந்து எடுத்து மறுபடி கொசுவ ஆரம்பித்தாள். பார்த்துக் கொண்டு நின்றிருந்தவனை, "நீங்க போய் அடிங்க, வரேன்" என்றாள்.

இரண்டு நாளைக்குமாகச் சேர்த்து இருபத்தைந்து குடங்களாவது அடிக்க வேண்டியிருந்தது. வெள்ளிக்கிழமை, அமாவாசை என்று விசேஷங்கள் வந்துவிட்டால், இரவோடு இரவாய் வீட்டைக் கழுவி, அண்டா, 'பைலர்' என்று எடுத்துப் போட்டு துலக்க அதிகமாய் ஐந்து குடம்.

மூன்று குடம் அடிப்பதற்குள் மோகன்தாஸும் அதற்கடுத்து லட்சுமிபதியும் வந்து 'லைன்' போட்டுவிட்டு, "யார் ஆட்சிக்கு வந்தாலும் நம்ம, நிலம மாறப்போறதில்ல" என்று நடு இரவில் அரசியல் பேசினார்கள்.

"எங்க சார்... இருவரும் எம்ஜார் ஸ்டைல்ல அரசி குடுக்றேன், முட்டை குடுக்றேன்னு ஆரம்பிச்சிட்டாரே?" என்றார் லட்சுமிபதி.

“கிருஷ்ணா ப்ராஜக்ட் விஷயமா, என்டியார் கிட்ட பேசியிருக்காரே... என்னமோ ‘கிருஷ்ணா வாட்டர்’ வந்துட்டா பிரச்னை வுட்டுது...”

மோகன்தாஸ் ஆந்திரா பக்கமாகப் பிரச்னையைத் திருப்பினார்.

“தண்ணி பூண்டிக்கி வந்து, ரெட்ஹில்ஸ்ல லிங்க் பண்ணுவாங்க இல்ல சார்?...” என்று கணேசன் தெரிந்த விஷயத்தையே சும்மானாலும் கேட்டு வைத்தான்.

“யெஸ்...யெஸ்... பூண்டில இருந்து ‘ரெட்ஹில்’ஸுக்கு ஆல்ரெடி கனெக்‌ஷன் இருக்குது... பட்’ மோகன்தாஸ் அரசியல் விஷயங்கள் பேசும்போது இப்படியாகத் துண்டு, துண்டாய் ஆங்கிலம் பேசுவார். அப்போதுதான் தேர்ந்த அரசியல் நிபுணர் மாதிரி இருக்கும் என்று அவர் முடிவுடன் இருந்தார்.

கீதாவின் அம்மா ஒரு குடத்தைக் கொண்டு வந்து ‘லைன்’ -ல் போட்டுவிட்டுப் படுக்கப் போனார்.

கணேசனுக்கு மூச்சு முட்டி, வேர்த்துப் போய் மயக்கம் வருகிற கட்டத்தில் மாலதி, “இந்தக் குடத்தோடு அவ்ளதான்” என்றாள்.

“நீங்க உஷாரா எழுந்து சீக்கிரமா முடிச்சிட்டிங்க...” என்று மோகன்தாஸ் அன்பாகப் பொறாமைப் பட்டார்.

அடுத்து மோகன்தாஸ் தம்பதியர் தண்ணீர் பணியில் ஈடுபட, மகேஷ் அம்மா குடவரிசையில் குடத்தைக் கொண்டு வந்து வைத்தாள்.

கணேசனும், மாலதியும் முழுவதுமாக விழித்துவிட்டிருந்தாலும், மறுபடி தூங்குகிற மாயையை ஏற்படுத்திக் கொண்டு, பம்பின் தாளலயத்தில் தூங்க முயன்றார்கள்.

வாசல் எப்போதும் காலையில் பரபரப்பாக இருக்கும். வலது புறம் வரிசையாய் மூன்று குடித்தனங்களும் இடது புறம் வரிசையாய் நான்கு குடித்தனங்களும் போக, இடையில் இருந்த நீளமான வெளி, வாசல் என்றழைக்கப்பட்டது. அதன் கடைசியில் வலது, இடது புற வீடுகளின் இடைப் பகுதியில் பாத்ரூமும் அதன் பக்கத்தில் துணி வைக்க, பாத்திரம் துலக்க என்று கொஞ்சம் இருக்கும்.

வாசலில் நெரிசலாய் இருந்தது.

யாராவது ஒருவர் போய்க் கொண்டும், வந்து கொண்டும் இருப்பார்கள். குளித்துவிட்டுப் போகிறவர்கள், குளிக்கப் போகிறவர்கள், துணி காயப் போடுகிறவர்கள், பாத்திரம் கழுவுகிறவர்கள், முன் பக்கம் மீட்டர் “பாக்ஸ்’ பக்கத்தில் சைக்கிளை நிறுத்துகிற இடத்தில் – கொஞ்சம் மண்ணெண்ணை எடுத்துப் போய்

வைத்துக் கொண்டு சைக்கிளைத் துடைக்கிறவர்கள், அல்லது அதன் எதிரே கக்கூஸுக்கு 'பக்கெட்'டை எடுத்துக் கொண்டு ஓடுகிறவர்கள் இப்படியாக இருக்கும் காலைப் பொழுது. சகலரும் எத்தனை மணிக்குத் தூங்க ஆரம்பித்திருந்தாலும் அல்லது தூங்கவில்லை என்றாலும் காலை என்பது இப்படித்தான் இருக்கும்.

பெண்களில் யாருக்கேனும் ஜவ்வரிசி வத்தல், முறுக்கு வத்தல் போடுகிற ஆசை ஏற்பட்டு விட்டால், அவ்வாசை உடனடியாய் அனைவருக்கும் பரவி, அடுத்தடுத்த நாட்களில் வாசலெல்லாம் வேட்டியாய், வேட்டியெல்லாம் வத்தலாய் பிழியப்படும். ஒரு வாரம், பத்து நாள் ஒரு கூத்துப் போல முடியும்.

வெய்யில் காலம் வந்து இவ்வளவு நாளாகியும் யாரும் அது பற்றி யோசிக்காததை ஒரு முறை லட்சுமிபதியும், கணேசனும் ரகசியமாய்ப் பேசிக் கொண்டார்கள்.

"என்னங்க ராஜேஷ் அம்மா... முடிஞ்சிட்ச்சா?" என்று மாலதியைக் கேட்டுவிட்டு பக்கெட்டில் புடவையை அலசுகிறேன் பேர்வழி என்று மூர்க்கமாய், முக்கிமுக்கி எடுத்தாள் வசந்தியம்மா. – அதாவது வசந்தியோட அம்மா.

"ஒரு வேலையும் முடியலைங்க..." என்று பச்சையாய் புளுகிவிட்டு, "மார்க்கெட் போகும்போது கொஞ்சம் கூப்புடுங்க..." என்றாள் மாலதி.

வசந்தி அம்மா ஒருவித சீரியலோடு "டி.வி.ல. திரைமலர் போயிடுமே..." என்றாள்.

"திரைமலர் முடிஞ்சதும் போலாங்க."

"இன்னிக்கின்னா படம்?"

"சாயங்காலமா?" என்று யோசித்து, "நல்லதங்காள்" என்றாள் மாலதி.

"அட, இல்லங்க வேற இன்னமோ சொன்னாங்க... பாடும் பறவைகளோ, பறவைகள் பல விதமோ... என்னமோ ஒண்ணு. பறவைனு வரும்."

"அதெல்லாம் புது படம்... இப்ப போடமாட்டாங்க" என்று மாலதி உறுதியாய் மறுத்தாள்.

வசந்தியம்மா கொஞ்சம் சத்தமாய் "ஏங்க... முரளியம்மா..." என்றழைக்க வீட்டு சொந்தக்காரியான அவள் தலையை மட்டும் வெளியே நீட்டி, "என்னதுங்க" என்று கேட்டாள்.

"டி.வி.ல இன்னைக்கு இன்னா படம்?"

"மத்யான படமா? சாயங்காலப் படமா?"

“இன்னிக்கு ரெண்டு படமா?” என்று வாசலே வியக்க, வேலைக்குப் போகிறவள் என்ற காரணத்தால் அவ்வளவாக வாசலில் வந்து அரட்டை அடிக்காத கீதா கூட உள்ளே இருந்து வெளிப்பட்டாள்.

“மத்யானம் சில நேரங்களில் சில மனிதர்கள், சாயங்காலம் ஏதோ சிவாஜி படம்...” முரளியம்மாவின் வீட்டில்தான் டி.வி. இருந்ததால் எல்லோரும் தேவ வாக்காய் நம்பினார்கள்.

கீதா, லட்சுமிபதியைப் பார்த்து, “சில நேரங்களில் சில மனிதர்கள்” ஜெயகாந்தன் எழுதின ஸ்டோரிதானே சார்?” என்று வாசல் ஜனங்களிலிருந்து வித்தியாசமாய் டி.வி. மீது ஆர்வம் கொண்டாள்.

அவ்வளவெல்லாம் தெரிந்திராத லட்சுமிபதி, “ஸ்ரீ காந்த் நடிச்சது...” என்று சொல்லிவிட்டு பாத்ரூமில் புகுந்தார்.

டீ.வி. விஷயங்களால் உற்சாகம் புரண்டதால் எல்லோரும் ஜாலியான மன நிலையில் இருக்க, திரைமலர் வேறு நெருங்க, “ஒரு வேலையும் முடியலை” என்று சலித்துக் கொண்டாள் வசந்தியம்மா.

மாலதி, “வசந்தி என்ன பண்ணுது?” என்றாள்.

“எங்கன்னே தெரியலை... ஃப்ரண்ட் வூட்டுக்குப் போயிட்டு வரேன்னு போனாள். அவளை ஆறாவதோடு நிறுத்தில்லாம்னு பாக்றேன்....”

“அட படிக்கட்டும்... பத்தாவது வரைக்கும் படிக்க வைங்க” என்று எல்லை வைத்தாள் மாலதி.

“ஒரு வேலைக்கும் பிரயோஜனம் இல்லீங்க?”

“படிக்கறதுக்குப் போயிருப்பா...”

“வேலைனாதான் படிப்பு ஞாபகம் வரும்... டி.வி. வைக்கட்டும்... எங்க இருந்தாலும் வராளா; இல்லையா? பாருங்களேன்.”

“திரைமலர் எட்டுக்குத்தான...? எட்டாயிருக்குமே” என்றபடி மாலதி உள்ளே போய் கடிகாரத்தைப் பார்த்து விட்டு வர, அதற்குள் முரளியம்மா வாசலுக்கு வந்து, “திரைமலர் போட்டாச்சு... ரஜினிது” என்று சொல்லிவிட்டு ஓட்டமாய் உள்ளே போனாள்.

வாசல் ஆவேசமாய் முரளி வீட்டில் நுழைந்தது.

“டி.வி.னா ஏன் இப்பிடி ஓட்றீங்க?” என்று கேட்டபடி, டவலை முதுகின் மேல் விரித்துக் கொண்டு டி.வி. பார்க்கப் போனான் கணேசன்.

திங்கட்கிழமை

‘உங்கள் விருப்ப’த்தில் இரண்டாவது பாட்டும் போட்டு விட்ட நேரம். 8.40 -க்கு லேடீஸ்- ஸ்பெஷல் உண்டு. அதைப் பிடித்தாக

வேண்டும். அது அவ்வளவு சொகுசானது என்றல்ல. இரண்டு வருடமாய் இப்படி ஒரு பழக்கம் ஏற்பட்டாகிவிட்டது. கீதாவுக்கு.

அடுத்து வருகிற பொது பஸ்களில் ஏறினால், ஆடவர்களின் அழுத்தமும், அடர்த்தியும் அதிகமாக இருக்கும். முதுகில் வந்து ஒருவன் மூச்சு விட்டுக் கொண்டிருப்பதாலோ, அவசர, 'பிரேக்'கின் போது, அளவுக்கதிகமாய் ஒருவன் மேலே சாய்வதாலோ, காலைச் சீண்டுவதாலோ, ஏற்படுகின்ற எரிச்சலை, கோபமாய் ஒரு முறை திரும்பிப் பார்ப்பதன் மூலம் சரி செய்ய முடியும்.

இருந்தாலும் லேடீஸ்}ஸ்பெஷலை விட்டுவிட்டதாகத் தெரிந்தாலே ஏதோ அசம்பாவிதம் நடந்துவிட்டது மாதிரி கீதாவுக்கு வேர்க்க ஆரம்பித்துவிடும். கால்மணி, அரை மணி லேட்டாகப் போனாலும் கோபிக்காத 'ப்ரைவேட்' நிறுவனம்தான். சைக்காலஜிக்காக அன்றைய பொழுது அவஸ்தையானதாய் மனம் முடிவு கட்டிவிடும்.

கல்யாணம் பற்றிப் பேசிக் கொண்டிருந்த நேரத்தில் அப்பா இறந்துவிட, அவர் வேலை செய்த, 'புரஜெக்டர் ஆபரேட்டர்' வேலைக்காக தியேட்டர் ஓனர் மூவாயிரம் கொடுத்தான். இவ்வளவு பெரிய தொகையைப் பார்க்க அப்பாவுக்குக் கொடுத்து வைக்கவில்லை.

கம்மலை மீட்டது போக மீதியிருந்த பணத்தில் இரண்டு மாத வாழ்க்கையை ஓட்ட முடிந்தது.

உடன் படித்த தோழியின் மூலம் ஏகப்பட்ட அலைச்சலுக்குப் பின் கிடைத்த 'ஸ்டோர் கீப்பர்' வேலையால் அப்பா ஸ்தானத்தை அடைந்தாள். 'பொம்பளை' அப்பா.

கீதாவோடு வேலை செய்த பெண்களில் ஒருத்தி கணவன் ஸ்தானத்தில் இருந்தாள். கணவனுக்கு சீட்டாடிக் களைத்துப் போனால், குடித்துவிட்டு உதைப்பது என்பது போன்ற வேலைகள் இருந்தன.

நல்லவேளையாய் லேடீஸ் ஸ்பெஷலைப் பிடித்து, டிக்கெட் எடுக்கும் நேரத்திற்குள் சித்தி வினாயகர் கோவிலை பஸ் கடக்கவே, "ஒரு ஆர்ட்ஸ் காலேஜ்" என்று சொல்லிக்கொண்டே கன்னத்திலும் போட்டுக் கொண்டாள்.

திங்கட்கிழமையின் அவசரம் தவிர்க்க முடியாதது. ஒரு நாள் விடுமுறையை அனுபவித்ததாலோ என்னவோ திங்கட்கிழமை காலையில் - அது மதியம் வரை கூட நீடிக்காது - ஒருவித துரிதம் நிலவும். எல்லோரும் இது எங்கே? அது எங்கே? என்று குதிப்பார்கள். டைப் அடிப்பார்கள். போட்டுப் பார்த்துவிட்டு தப்பு கண்டுபிடிப்பார்கள்.

கீதாவுக்கு அப்படியில்லை மந்தமான ‘ஸ்டோர்கீப்பர்’ வேலை. எவ்வளவு பேப்பர்கள், எத்தனை “இங்க் பாட்டில்கள், எத்தனை பென்சில், கார்ப்ன் பேப்பர், ஸ்டேப்ளர் பின், டைப்ரைட்டிங் ரிப்பன் கொடுக்கப்பட்டது என்பதைக் கணக்கு வைக்க வேண்டும். எது எது தீர்ந்தது போய்விட்டதென்று தெரிவிக்க வேண்டும். வந்தவற்றைக் கணக்குப் பார்க்க வேண்டும்... வாரப் பத்திரிகை படித்துக் கொண்டே செய்கிற வேலைகள்.

இண்டர்காமை அழுத்தி சுஜாவை அணுகினாள். “நாலு நாளாச்சு. இன்னும் இந்த வாரம் குமுதம் எனக்கு வரலை” என்று தெரிவித்தாள் கீதா.

“வந்ததும் வராததும் என்ன குமுதம்? மானேஜர் பொண்டாட்டிக்கிட்ட சண்டை போல இருக்குது. கத்துது கிழம்... ஒரு மணி நேரம் கழிச்சு வரேன்” வைத்துவிட்டாள்.

பதினொன்றே காலுக்கு வந்தாள் சுஜா.

“கவர்மெண்ட் வேலையா பாத்துக்கிட்டு போயிடணும்டி” என்றாள்.

“என்னாச்சு இன்னைக்கு?”

“கொஞ்சம்கூட மரியாதையே இல்லாம பேசினார்.”

“யாரு.”

“மானேஜர்.”

“என்னவாம்?”

“அதான் சொன்னனே... பொண்டாட்டி சண்டதான்.”

“இந்த வயசுல என்னவா இருக்கும்?” என்று சிரித்தாள் கீதா.

“திட்டினாரா?”

“எதுக்குன்னு இல்லாம எல்லாத்துக்கும் கத்தல்.... கேசுவலா நடக்கற விஷயத்தையெல்லாம் பெரிசு பண்ணி, ஆபீஸ் நேரத்தில எதுக்கு சிரிக்கிறீங்கன்னு கேக்குது... பியூன் சின்னசாமி பீடி பிடிச்சதுக்கு போட்டு கன்னத்துல அறைஞ்சிருக்கு....”

“அதுக்கு என்ன ப்ராப்ளமோ...வுடு.”

சுஜா, எதிரில் இருந்த வார இதழை லேசாய் புரட்டி, “நதியும் கரையும் படிச்சிட்டியா?” என்று தொடர்கதைப் பற்றி விசாரித்தாள்.

“இன்னும் இல்ல.”

“ராஸ்கல்... கடைசில என்ன பண்ணாந் தெரியுமா?... கல்யாணத்துக்கு அம்மாகிட்ட பர்மிஷன் கேட்டுட்டு வரேன்னு

ஊருக்குப் போனான் இல்ல..?"

"ஆமா..."

"அவங்க அம்மாவுக்குப் பயந்து அத்தை பொண்ணையே கட்டிக்றேன்னு சொல்லிவிட்டான்..."

"அடப் பாவமே..."

"அம்மாகிட்ட பர்மிஷன் கேட்டுட்டு காதலிச்சிருக்கணும்... நைன்டி நைன் பர்சண்ட் இப்படித்தான் இருக்கானுங்க. காதல்னாவே பயமா இருக்கு... நீ யாரையாவது "லவ்' பண்றியா?" என்றாள் அறைந்தாற்போல்.

"ச்சேச்சே..."

"அதானே காதலிக்கறதுக்கு நமக்கு ஏது நேரம்?... உன் தம்பிய மெக்கானிக் ஷெட்ல விட்டயே எப்படி இருக்கான்?..."

"சரியா போமாட்றான்... அடிக்கடி லீவ். ரெண்டு ரூபா கெடைச்சா சினிமா. ரஜினி ரசிகர் மன்றத்துக்கு போஸ்டர் ஒட்டறது. எப்படி ஆவான்னு தெரிலை."

"எங்க அண்ணன் சம்பாதிக்கிற பணம், அவன் 'சைட்' அடிக்கறதுக்கே பத்தல. முந்நூர் ரூபால ஷு வாங்கி இருக்கான். வாடகை எப்படிக் குடுக்கறதுனு நா தவிக்றேன்..."

"ச்சூ... எம்ப்ளாய்மென்ட்ல ரிஜிஸ்டர் பண்ணிட்டியா?"

"எனக்கு வேலைக்குப் போற ஐடியாவே இல்ல... எங்கப்பா "எக்ஸ்பயர்ட்' ஆனதும்தான் பண்ணேன்."

"ஆள் தெரிஞ்சா பதிவு பண்ண மூணா நாள்கூட ஆர்டர் வருது. நமக்குப் பத்து வருஷமானாலும் வராது" என்று எழுந்தாள் சுஜா,

"கொஞ்ச நேரம் இருடி.... ரொம்ப வெறுப்பா இருக்கு..."

"வேணாம்பா, கிழவனுக்கு நா பதில் சொல்ல முடியாது. "லஞ்ச்'ல பார்ப்போம்..." மறைந்து போனாள் சுஜா.

கீதா இண்டர்காமில் ஆபரேட்டரிடம் ஒரு நம்பரைச் சொல்லிக் காத்திருந்தாள்.

"ஹலோ..."

"ஹலோ... எம் எல் டி லிமிட்டெட்?"

"யெஸ்."

"குட் யூ கால் மிஸ்டர் பாஸ்கர்?"

"பிளீஸ் லைன்ல இருங்க" இருந்தாள்.

“ஹலோ பாஸ்கர் இயர்.”

“நான் கீதா.”

“ஹெள டூ யூ டூ?”

“ஒரு வாரமாச்சு பாத்து” என்றாள்.

“மார்க்கெட்டிங்ல போட்டுட்டாங்க... எப்ப எந்த ஊருக்குப் போக வேண்டியிருக்கும், தெரிலை... ‘இன்பார்ம்’ பண்றதுக்குக் கூட டயம் இல்ல... சாரி.”

“உங்கம்மாவுக்கு நம்ம விஷயம் சொல்லிட்டிங்களா?”

“என்ன திடீர்னு எங்கம்மா...? அவுங்க உயிரோட இல்ல.”

“ஐம் சாரி... ஏன் முதல்லயே சொல்லல?”

“பழய விஷயம். நானே எங்கம்மாவ பாத்ததில்ல.”

“அப்பா?”

“அரோக்கோணத்தல இருக்கார்” கீதா ஏதோ கேட்க நினைத்தாள்.

“சரி. ஈவனிங் பாப்பமா?” என்றாள்

“ஓ.கே.”

பாஸ்கர் ரிஸீவரை வைக்கும் சத்தம் கேட்டதும், ரிஸீவரை மெல்ல வைத்தாள் கீதா.

செவ்வாய்க்கிழமை

“நா அக்கா வீட்டு வரைக்கும் போயிட்டு வந்திர்றேன் பாமாயிலும் சர்க்கரையும் வாங்கி வெக்கிறியா?” என்று கேட்டுவிட்டு -மகேஷ் அதற்குச் சம்மதம் தெரிவித்து விட்டது போல்- ஐம்பது ரூபாய் எண்ணிக் கொடுத்தாள் பங்கஜம்.

“எனக்கொரு வேலை இருக்குதுமா” என்றாள்.

“ரேஷன் வாங்கறதுக்கு இன்னிக்கிதான் கடைசி நாளு. உன் வேலைய நாளைக்கி வெச்சிக்கோ... சீக்கிரமா போய் லைன்ல நில்லு. அப்புறம் ஆயிடும்” என்று சொல்லிவிட்டு ஒயர் பையில், அக்கா வீட்டுக்குக் கொண்டு போக வேண்டிய சில சமாச்சாரங்களை எடுத்து அடுக்கிக் கொண்டிருந்தாள்.

“வேலை விஷயமா போறேம்மா... இன்னிக்கி போனாத்தான்...”

“ரேஷன் வாங்கிட்டுப் போய்வா...”

“ஏழு மணிக்கி அங்க இருக்கணும்.”

“சரி... போய்ட்டு வந்து வாங்கு...”

“வர்றதுக்கு எவ்ளோ நேரமாகும்னு தெரில.”

“லேட் ஆகிற மாதிரி இருந்தா. நாளைக்கி வர்றேங்கனு தன்மையா சொல்லிட்டு வா, நானும் இன்னிக்கி வர்றேன்னு சொல்லிட்டு வந்துட்டேன்... எல்லோரும் திருவேற்காடு கோயிலுக்குப் போறோம். எல்லாரும் காத்துக்குனு இருப்பாங்க.”

“அம்மா.”

“என்னடா.”

“அங்க செவ்வாய்க்கிழமை, செவ்வாய்க்கிழமைதான் ஆள் எடுப்பாங்க.. நா போகணும்.”

“அப்பன்னா அடுத்த வாரம் போ. இல்லாட்டி வேற யாரையாவது ஏற்பாடு பண்ணு. டெய்லி சுத்தரியே கண்டவன் கூட.... இந்த வேலைசெய்யச் சொல்வான் பார்க்கலாம்?” என்று கோபம் ஆனார்கள்.

மகேஷ் பேண்டை எடுத்து ஆவேசமாய் நுழைந்தான். சட்டை போட்டான். ‘ட்ரங்க்’ பெட்டியைத் திறந்து ‘ப்ளஸ் டு’ படித்த அடையாளக் காகிதங்களின் பிரதிகளை எடுத்துக் கொண்டான். ஒரு நோட்டில் வைத்துக் கொண்டு, “நா வரேன்” என்றான்.

பங்கஜம் “வீட்டுக்கு ஒரு பைசாவுக்கும் பிரயோஜனமில்லை” என்று விளக்கிக் கொண்டிருந்ததைப் பாதி கேட்டான், மீதியை யூகித்துக் கொண்டே வெளியே போனான்.

அது வாகனங்களுக்கான உதிரிப் பாகங்கள் செய்யும் நிறுவனம். இருநூறு, முன்னூறு பேர் வேலைக்கு இருந்தார்கள். தொண்ணூறு சதவீதம் பேர் தற்காலிக வேலையாளர்கள். சி.எல். மூன்று மாதத்திற்கொருமுறை நிறுத்தி விடுவார்கள். பாதிப்பேர் துன்பம் தாளமுடியாமல் ராஜினாமா செய்வார்கள். சிறிது அஜாக்கிரதையாக இருந்தால் உயிரையே பாதிக்கும் வேலைகள். எப்படியும் வாரத்திற்கொரு முறை ஆளெடுத்தாக வேண்டும். குறைந்து போனவர்களைக் கூட்டுகிற நாள் செவ்வாய், எல்லாம் தெரிந்து கொண்டுதான் மகேஷ் வந்திருந்தான். மகேஷ் எண்ணிவிட்டான். இவனோடு சேர்த்து மொத்தம் பதினேழுவர். நிறைய பேர் லுங்கியில் இருந்தார்கள்.

பேசிக் கொண்டிருந்த விதமும் இவனுக்குத் தோதாய் இல்லை. யாருடனும் பேசவில்லை. அவர்கள் பேசுவதைக் கேட்டுக்கொண்டிருந்தான்.

“மச்சி கெடைக்குமா?”

“பாக்கலாம். போன வாரம் பாஞ்சிபேர் எடுத்தாங்களாம்.”

“பாஞ்சி பேரா?... எத்தினி பேர் வந்தாங்க?”

“இன்னா ஒரு முப்பது பேர் இருக்கும்... இன்னிக்கிப் பரவால்லயே... அன்னைக்கி நீ வந்திருந்தே...எள்சிட்டிருப்பே.”

“ஏன்?”

“குமார கேட்டுப்பாரு, ஒரு மணி நேரம். செமையா எள்சிட்டான்.”

மகேஷுக்கு நிம்மதி. ஐந்தே பேரை எடுத்தாலும் நமக்கு வேலை உண்டு என்று தீர்மானமானான்.

அங்கு வந்திருந்தவர்களில் ‘டீசென்ட்’ விஷயத்தில் முதல் மார்க் போட்டுக் கொண்டான். நோட் புக்கின் பக்கங்களைக் கட்டை விரலால் சர்ர் சர்ர்’ என்று நீவினான். ப்ள்ஸ் டு படித்த சான்றிதழின் நகலை நம்பிக்கையோடு பார்த்தான்.

மோகன்தாஸ் சாரோட முயற்சியால் தொகுதியின் மாணவர் அணி அமைப்பாளரைப் பிடித்து, மாவட்ட அணிச் செயலாளர் வரைக்கும் போனான் மகேஷ்.

“இப்படி மொட்டையா வந்து வேலை வேணும்னு கேட்டா எப்பிடி?”

“....”

“எம்ப்ளாய்மெண்ட்ல பதிவு பண்ணியிருக்கியா?”

“எண்பத்ரெண்ல பண்ணன் சார்.”

“அங்க எவனையாவது பிடிச்சி ‘இண்டவியூ கார்ட்’ வாங்கினு வா... அப்புறம் பாக்லாம்” என்று சொல்லிவிட்டான். மறுபடி கட்சி பிரமுகர் தயவில் எம்ப்ளாய்மெண்ட் ஆபிஸில் ஆளைப்பிடித்து விசாரித்ததில், முன்னூறு ரூபாய்க்குக் குறைந்து பண்ணுவதில்லை என்று பிடியாய் இருந்தான்.

இதற்கு மேல் மோகன்தாஸ் என்ன செய்வார்?

முன்னூறு ரூபாய் இருந்தால், எம்ப்ளாய்மெண்டில் இருந்து கார்ட் வரவழைக்கலாம். இப்போதிருக்கும் அரசியல் பிரமுகர்களின் அறிமுகத்தால் வேலைக்குச் சேர்ந்துவிடலாம். மகேஷை நம்பி முன்னூறு ரூபாய் தருகிற அளவுக்கு வீடு இல்லை. இந்த நேரத்தில்தான் கோபி சொன்னான். இப்படி ஒரு கேஷுவல் லேபர் ஐடியாவை.

வாட்ச்மேன் கேட்டைத் திறந்து எல்லோரையும் உள்ளே வந்து நிற்கச் சொன்னான். நிற்கச் சொன்ன இடத்தில் மண்ணெல்லாம் கறுப்பாய் - இரும்புச் சத்து நிறைந்து இருந்தது. கறுப்பு நிறத்தில் காக்கி உடையில் இருந்த ஒருவன் கடந்து போனான்.

மேனேஜர் பளீரென்ற வெள்ளை சஃபாரியில் வந்தார்.

"எத்தனை பேர்?"

செக்யூரிட்டி, பதினேழு பேர் சார்" என்றான்.

"ம்...பன்னெண்டு பேர் போதும்... அஞ்சுபேர் அதிகம் இல்ல.." என்று கணக்குப் போட்டார்.

"நீ இப்பிடி வா... ம் நீ... நீ... நீயும் வா...." என்று ஒவ்வொருவராய் அழைத்தார். தனியே வரச் சொன்னவர்களை வீட்டிற்கு அனுப்பவா, வேலைக்குச் சேர்க்கவா என்பது புரியவில்லை.

மகேஷ் சற்றே முன்னே வந்து "சார்" என்றான். மேனேஜர் கூர்ந்தார்.

பவ்வியமாய் அருகில் போய், நோட் புக்கைப் பிரித்து, "சர்டிபிகேட்' டை நீட்டினான். மேனேஜர் வாங்கி கவனமாகப் பார்த்தார்.

அனைவரும் மகேஷையே பார்த்துக் கொண்டிருந்தார்கள். மகேஷுக்குச் சற்றே பூரிப்பாய் இருந்தது. எல்லோரையும் அலட்சியமாய் விரலால் வரச் சொல்லிக் கொண்டிருந்த மேனேஜருக்குப் பக்கத்தில்தான் ஒரு கௌரவமான நிலையில் நின்று கொண்டிருப்பதாய் உணர்ந்தான்.

"மேனேஜர் சான்றிதழைக் திருப்பிக் கொடுத்தார்."

"இந்த மாரி வேற யாராவது சர்டிபிகேட்லாம் கொண்டாந்திருக்கீங்களா?... அப்படி இருந்தா அவங்கள்லாம் கையைத் தூக்குங்க..." என்றார்.

யாரும் தூக்கவில்லை.

மெதுவாய் மகேஷ் பக்கம் திரும்பி, "சரிப்பா... உருப்படியா வேற வேலை ஏதாவது பார் போ..." என்றார்.

"சார்....?"

"இந்த வேலைக்குப் படிப்பு அவசியம் கெடையாது அதுக்குச் சொல்றேன்..."

"வேல வேலக்கி ட்ரை பண்றேன் சார்... அதுக்கு தான்..."

மேனேஜர் கவனிக்கவில்லை. ஒரு நான்கு பேரைத் தனியே அழைத்து வெளியேற்றினார்.

"இத பாருங்க... இங்கயே சேர்ந்து பர்மனன்ட் ஆய்ட்லாம்னுலாம் கனவு காணாதீங்க... மூணு மாசத்துக்கப்புறம் வீட்டுக்கு அனுப்பிச்சிருவோம். அப்புறம், எல்லாச் சிப்டும் வந்தாகணும். இல்லாட்டி எடுத்துருவோம். முதல் வாரம் சம்பளம் தரமாட்டம்...

கடைசில தான் தருவோம். ரெண்டாவது வாரத்ல இருந்து ஆடாமாடிக்கா சம்பளம் வரும். ஒரு நாளைக்கி பன்னெண்டு ரூபா... ஓ.டி.செய்தா பத்து ரூபா"

மகேஷ் மேனேஜருக்குப் பின்னால் நின்றிருந்தான்.

"நாலு, நாலு பேரா நில்லுங்க" என்றார் எதிரில் இருந்த பன்னிருவரை.

நின்றார்கள்.

"இவங்க 'ஏ' சிப்ட். இது 'பி' இது 'சி'.." என்று செக்யூரிட்டியைப் பார்த்துச் சொன்னார். "பேரெல்லாம் எழுதிக்கய்யா" என்றார்.

மேனேஜர் திரும்பியதும், "சார்" என்றான் மகேஷ்.

"நீ இன்னும் போலையா?" என்றார்.

"வேற ஒரு வேலைக்கு ட்ரை பண்றான் சார்... அதனாலதான்..."

"வெரிகுட்..." என்று சொல்லிவிட்டு வேகமாகப் போய்விட்டார்.

மகேஷ் அவர் போவதையே பார்த்துக்கொண்டு சிறிது நேரம் புரியாமல் நின்றிருந்தான்.

வாட்ச்மேன் காத்திருந்து பார்த்துவிட்டு "வாய்யா வெளிய" என்றான் கேட்டைத் திருந்து வைத்தபடி.

புதன்கிழமை

மற்ற விரலையெல்லாம் மடக்கிக் கொண்டு கட்டை விரலை மட்டும் வாயருகே நீட்டி, "கிடைக்குமா?" என்றார் பழனிச்சாமி.

வாசு நாயகருக்குப் புரிந்தாலும் ஊர்ஜிதமாகத் தெரிந்து கொள்வதற்காக, "கள்ளா? சாராயமா?" என்றார்.

"சாராயம்தான்" என்றார் அப்படியும் அப்படியும் பார்த்துக் கொண்டு.

"அந்தப் பழக்கம் உண்டா?"

"ஆட்டோ ஓட்றவங்களுக்கு அது இல்லாம முடியாதே" என்றார் தீர்மானமாக.

"இங்க ஏகப்பட்ட பேர் காச்றாங்க."

"காய்ச்சர்தா? ஆந்திரா சரக்கு கிடைக்காதா?"

"இத்தாண்ட எந்தச் சரக்கும் ஒண்ணும் பண்ண முடியாது... ஒருவாட்டி சாப்டு பாரேன்" வாசு நாயகர் தெம்பாக நடந்தார்.

வானம் பார்த்த பூமி. சுற்றிலும் அடையாளத்துக்கும் பச்சை இல்லாத வயல்கள். நான்கு மணி வெய்யிலும்கூட இவ்வளவு

சூடாக இருந்தது. பழனிச்சாமி குத்தகைப் பணம் வாங்குவதற்காக வருடத்துக்கு ஒருமுறை வருவார். வருடத்தில் இரண்டாவது முறையாக வந்ததன் காரணம் அந்த ஒரு பயணத்தையும் நிறுத்திவிடுவதற்காகத்தான். அவசரமாய் நிலத்தை விற்றுவிட்டு சொந்தமாக ஆட்டோ வாங்கிக் கொள்வதாகத் திட்டம்.

வருஷத்துக்கு நான்கு மூட்டை நெல் என்ற கணக்கில் நிலத்தை வாசு நாயகரிடம் குத்தகைக்கு விட்டிருந்தார் பழனிச்சாமி. மூட்டைக்கு இன்ன ரேட் என்று பழனிச்சாமி வந்ததும் எண்ணி வைத்துவிடுவார் வாசு நாயகர். நேர்மை, நாணயம் இவற்றையெல்லாம் அவர் நம்பி வந்தார்.

“கொஞ்ச நாள் கழிச்சு வித்தா கொஞ்சம் வெல ஏறும்” அபிப்ராயம் சொன்னார் வாசு.

“எங்க ஏறுது? எங்கப்பன் காலத்துல இருந்த மாதிரிதான் இருக்குது.”

“உம்..” என நின்று மறுத்துவிட்டு, மேற்கொண்டு நடந்தார். “உங்கப்பா காலத்துல ஒரு செண்ட் ஏழு ரூபா... இப்ப என்ன வெல தெரியுமா?”

“எவ்ளோ?”

“எர் நூர் ரூபா.”

“ஒரு செண்ட்டா?”

“ஆமா..” என்றார் ரகசியம்போல்.

பழனிச்சாமி இவ்வளவு எதிர்பார்க்கவில்லை. ஒரு ஏக்கரும் பத்து செண்டும்... நூற்றிப்பத்து செண்ட்டுகள்... இருபத்தி ரெண்டாயிரம். சேட்டிடம் இருபதாயிரம். கொஞ்சம் நகை விற்கலாம். சொந்தமாக ஆட்டோ வாங்க போதும்...

“வருஷத்துக்கு நாலுமூட்டை.... ஆட்டோ வாங்கினா கேரண்டியா டெய்லி நூர் ரூபா நிக்கும் கைல.”

“வாஸ்தவம்தான். ஆனா நிலத்துக்கு மதிப்பு ஏறிக்னே இருக்குதே? ஆட்டோ அப்படி ஏறுமா?”

“இப்ப பொழைக்கறது எப்படி? வெல ஏர்றத பாத்துக்னு இருந்தா வயிர் ரொம்பிடுமா?”

பழனிச்சாமி இப்படிக் கேட்டுவிடவே வாசு நாயகர் மேற்கொண்டு பதில் சொல்வதற்குக் கொஞ்சம் யோசித்தார்.

“விக்கறதால எனக்கொன்னும் இல்ல... வேணும்னா நாளைக்கேகூட ஏற்பாடு பண்றேன். ரோட்டுமேல இருக்கிற நிலம்.

இப்பவே கம்பெனிகாரனுங்க வந்து கேட்டுட்டுப் போறானுங்க. ஐநூர் ரூபா வெல வித்தாதான் குடுக்கறதுனு ஊரே ஸ்ட்ராங்கா இருக்குது. உங்ககிட்ட இப்ப இருநூர் ரூபாய்க்கு வாங்கி அடுத்த வருஷம் ஐநூர் ரூபாக்கு வித்தா நாளைக்கு ஏண்டா சொல்லலன்னு கேட்றகூடாது. அதுக்குத்தான் சொல்லிட்டேன் ”

பழனிச்சாமி யோசித்தார்.

“கேரண்டியா அடுத்த வருஷம் ஐநூறு விக்கும்னா காத்துக்குனு இருக்கலாம்”

“விக்கும்.”

மோசமான முள்வேலிகளைக் கடந்து ஏறி நின்று “”ஆட்டோ எவ்ளோ?” என்றார்.

“அம்பதாயிரம் வெச்சா அருமையான வண்டி.”

“இப்ப வித்தா அவ்ளோ வராதே?”

“அஞ்சு பைசா வட்டிக்கி சேட்டு கிட்ட கேட்ருக்கேன்.”

“வட்டிக்கிலாம் வாங்கி என்னாத்த பண்ணுவே? வேணாம்.. வேணாம். கொஞ்சம் பொறுத்து விக்கலாம். நல்ல வெலவந்தா நானே சொல்றேன்.”

பழனிச்சாமி பேசவில்லை. அப்போது ஆட்டோ விலையும் ஏறிவிடுமா? என்ற யோசனை.

ஏரிக்கரையின் பனைமர வரிசையில் ஒருவன் வெளிப்பட்டான்.

“ரெண்டு பேருக்கும் குட்றா” என்றார் வாசு அவனைப்பார்த்து.

புதரில் முப்பத்தைந்து லிட்டர் கேனில் இருந்து ஒரு தகர டப்பாவில் ஊற்றி ஆளுக்கொரு டம்ளர் நீட்டினான்.

பழனிச்சாமி, “எவ்ளோ?” என்று பாக்கெட்டில் கையைவிட்டவாறு கேட்டார்.

“ரெண்டு பேருக்கும் சேத்து எட் ரூபா.”

“உறையே மூன் ரூபாதான்” என்றார் பழனி.

“சாப்டீங்களே.. இது எப்பிடி? ஒறை எப்படி?”

“நீயே காச்சுவியா?”

“காச்சுவேன். அதுக்கெல்லாம் கொஞ்சம் துட்டு வேணும். வாங்கியாந்து விக்றேன்.”

“காச்சறதுனா எப்பிடி?” ஆர்வமாக விசாரித்தார் பழனி.

“வேணாம் சார். அதெல்லாம் சொன்னா வெறுத்துடுவீங்க.”

“அட சொல்லுப்பா... இனிமேபட்டு நா எங்க வெறுக்கறது?”

கொஞ்சம் தயங்கி “இன்னா ரெண்டு மூட்டை வெல்லம். அழுகல் பழம் ஒரு புட்டுக்கூடை. அப்புறம் பாமா பாஸ் அரை மூட்டை” என்று சொல்லிக் கொண்டு போனான்.

“அடப்பாவி பயிருக்கு வாங்கி போட்ற மாதிரி இருக்குதே” என்றார் வாசு.

“பழனி, பாமா பாஸுனா என்ன?”

“பயிறுக்குப் போட்ற மருந்து. பாஸ்பேட்டு..”

“சொல்லாதப்பா... போலிஸ் பிரச்னைலாம் எப்பிடி?”

“காச்சும்போது வந்தா அம்பதோ நூறோ வாங்கினு பூடுவான்.”

“புடிக்க மாட்டானா?”

“அதெப்படி புடிச்சுடுவான்? அவனை வெட்டி அடுப்புல போட்ற மாட்டாங்களா?”

பழனிச்சாமி சிரித்தார்.

“ஒருவாட்டி உள்ள தள்ளி இடி இடினு இடிச்சாத்தான்டா புத்திவரும்” என்றார் வாசு பெருமிதமாகச் சிரித்துக் கொண்டே.

“துன்றதுக்கு எதனா இருக்குதா?” என்று விசாரித்தார் பழனி.

“இருக்குது. உங்களுக்கு அதெல்லாம் வேணாம்” என அவனே நல்லெண்ணம் கருதி தவிர்த்தான். தூரத்தில் கூர்ந்து பார்த்துவிட்டு “உங்க வாய் முகூர்த்தம் பலிச்சுடுச்சு. இன்னிக்கு இன்னா கிழம?” என்றான் வாசுவை.

“புதன்கிழம.”

“இன்னிக்கி எதுக்கு வரான் போல்சு?”

“போலீசா? எதா வர்றான்?” என்றார் பழனி.

“வர்ற சனிக்கிழமதான் மாமூல். இன்னிக்கும் வர்றாம்பாரு...”

“சரி நாங்க வர்றோம்” என்று இருவரும் நடந்தார்கள். “எங்க போலீஸ் காணமே?” என்றார் பழனி.

“நம்ம கண்ணுக்கெல்லாம் தெரியாது. இதே லைன்ல இருக்கவனுக்குத்தான் அதெல்லாம் தெரியும்.”

ஆட்டோ ஓட்டும் போதுதான் எஃப்.சி. பண்ணிட்டியா, டாக்ஸ் கட்டிட்டியானு உயிரெடுப்பானுங்க. இங்கே கூடவா? என்று நினைத்துக் கொண்டே நடந்தார்.

“போலீஸ் மேலயே மரியாதை போய்ட்து” என்றார் பழனி.

“இன்னா பண்றது ஏதோ இல்லாத கொறைதான் அவனுக்குத் தேவையான்து கெடச்சிட்டா ஏன் இப்டி பண்றான்? திருடங்கூட எதுக்காகத் திருட்றான்?” என்று கடைசியில் ஒரு கேள்வியைக் கேட்டார், போலீஸைத் திருடனுக்கு ஒப்பிடும் பிரக்ஞை இல்லாமலேயே.

வியாழக்கிழமை

சரியாக நான்கு மணி சுமாருக்கு முதல் தேதி அதன் முழு அர்த்தத்தையும் அடைந்தது. சம்பளம் கைக்குக் கிடைத்த மறுவினாடி ஒவ்வொருவருமே மேஜை அறையைத் திறந்து வைத்து அதனுள் இரண்டு கைகளையும் வைத்துக் கொண்டு சற்றே மறைவாய்-பணத்தை எண்ணினார்கள்.

ரயில்வே துறையின் அந்த எளிய அறையில் லட்சுமிபதியோடு சேர்த்து ஆறுபேர் இருந்தார்கள். வரிசைக்கு மூன்றாய் இரண்டு வரிசை மேஜைகள். இவர்கள் வரைக்கும் ஒரு பிளைவுட் தடுப்பு. ஆறுபேருமே அப்படித்தான் எண்ணினார்கள். எண்ணிக் கொண்டே ஒருவரை ஒருவர் பார்க்க நேர்ந்ததால் சிரித்துக் கொண்டார்கள்.

பிடித்ததெல்லாம் போக லட்சுமிபதியின் பே ஸ்லிப்பில் போட்டிருந்த தொகை ஆயிரத்து முன்னூற்று இருபத்தொன்று. இது அப்படியே முழுசாக வந்து சேர வேண்டும் என்ற மனைவியின் கண்டீஷனை மீறியே ஆகவேண்டிய நிர்ப்பந்தத்தில் இருந்தார் அவர்.

காலையில் ஆபிஸுக்கு வந்ததும் சங்கீதராவ் நூறு ரூபாய் கைமாற்றாய் கேட்டிருந்தார். எத்தனையோ முறை கொடுத்து உதவியிருக்கிறார். முடியாது என்று சொல்ல முடியவில்லை. அதுவும் பொண்டாட்டி ஆஸ்பத்திரியில் இருப்பதாலும் உறவினர் வந்துவிட்டதாலும் சமாளிக்க முடியாமல் கேட்டிருந்தார். சொசைட்டியில் லோன் போட்டிருப்பதால் பத்து தேதிக்குள் கிடைத்துவிடும் திருப்பித் தருகிறேன் என்று வேறு சொன்னார்.

மனைவி சொல்லை மீறி நூறு ரூபாய் தாளைத் தனியே எடுத்து மேல் பாக்கெட்டில் வைத்தார். மீதியை பாண்ட் பாக்கெட்டில் வைத்தார்.

இப்படி ஒவ்வொருவரும் முதல் தேதி பணத்தை இந்தப் பாக்கெட்டுக்கும் அந்தப் பாக்கெட்டுக்கும் மாற்றி வைப்பதும்கூட முதல் தேதியின் சகஜம்.

சரியான நேரத்தில் நுழைந்தார்கள் கூட்டமாக ஐந்து பேர். கையில் நீண்ட லிஸ்ட்.

லட்சுமிபதி "என்னது?" என்றார்.

"நம்ம அக்கௌண்ட் சேக்ஸன் எழுமலை பொண்ணுக்கு இந்த மாசம் கல்யாணம் இல்ல..." என்று நினைவுபடுத்தினார் ஒருவர்.

இது வழக்கம். அலுவலக ஊழியர் வீட்டில் திருமணம் என்றால் அதற்கு எல்லோருமாகச் சேர்ந்து பணம் போட்டு ஒரு பிரஸர் குக்கரோ- பெரும்பாலும் அதுதான்- அல்லது டேபிள் ஃபேனோ வாங்கி 'அன்பளிப்பு ரயில்வே ஊழியர்கள்' என்று பெயர் போட்டுக் கொடுப்பது நெடு நாளைய நடைமுறை.

லபக் முதல் தேதியில் பிடித்துவிட்டார்கள்.

லட்சுமிபதி பத்து ரூபாயை பேண்டிலிருந்து எடுத்துக் கொடுத்து "எம் பேரை டிக் பண்ணிடுங்கப்பா" என்றார்.

இப்படி யாராவது ஒருவர் கல்யாணம் செய்வதும் ரிடையர்ட் ஆவதும் அதற்கான பணம் சேகரிப்பதும் முதலீடு செய்வது மாதிரி அனைவரும் பணம் கொடுப்பதும் சராசரியாய் எல்லா மாதமும் நிகழும்.

பஸ் ஸ்டாப்பில் நின்ற போது "கட்ச்சி டிக்கெட் சார். சீக்கிரம் சார்" என்று சீட்டாடுபவன் மாதிரி விசிறியாக லாட்டரி சீட்டை நீட்டினான் ஒருவன்.

லட்சுமிபதியின் கட்டுப்பாடெல்லாம் குலைந்தது. காலையிலேயே பேப்பரில் இந்த வாரம் எப்படி? இருக்கும் என்று தனுசு ராசியில் போட்டிருந்ததை மனப்பாடமாய் படித்திருந்தார்.

கணவன் மனை உறவு அன்புடையதாக இருக்கும் என்பதற்கும் கீழ் "மொத்தத்தில் சுமாரன வாரம் அதிர்ஷ்ட எண் 1' என்று போட்டிருந்தான்.

லாட்டரி சீட்டை ஆர்வமாகப் பார்த்தார். எல்லாச் சீட்டிலும் முதல் இலக்கம் ஒன்று. முதல் பரிசும் ஒரு லட்சம் இன்று தேதியும் ஒன்று. எல்லாமே கூடி வந்தது.

"எத்தினி டிக்கெட் இருக்கும்?"

"எட்டு சார். கண்டிப்பா அடிக்கும் சார்."

"என்னைக்கு குலுக்கல்?"

"இன்னைக்கு நாளைக்கு ரிசல்ட். நாளைக்கு நெறைஞ்ச வெள்ளி. லட்ச ரூபா உங்களுக்குத்தான் சார்."

இப்படிப்பட்ட நல்ல டிக்கெட்டை அவன் வைத்துக் கொள்ளாமல் நமக்கேன் கொடுக்கிறான் என்றெல்லாம் லட்சுமிபதியால் யோசிக்க முடியவில்லை.

வாங்கிக் கொண்டார்.

'ஒண்ணாந்தேதி சம்பளத்தைச் சாமி படத்தாண்ட வச்சிட்டு செலவு பண்ணனும்னு எத்தினா வாட்டி சொல்லி அனுப்பிச்சேன்?' என்று மனதில் திட்டினாள் மனைவி.

'ஒரு லட்சம் வேண்டாம். அம்பதாயிரம் இருந்தா போதும் பொண்ணு கல்யாணத்தை முடிச்சிட்லாம். நாளைவரை காத்திருக்கணும்.'

'போன வாரம்கூட மெட்ராஸ்தான் ஒருத்தன் லக்கா அடிச்சுக்குனு போனான்.' பரிசுத் தொகையில் கல்யாணத்தை முடித்துவிட்டால் ரிடையர்ட் ஆகிற பணத்தில் வீட்டைக் கட்டி விடலாம் என்று திட்டம் தீட்டினார்.

பணம் எடுத்தே எடுத்தாகிவிட்டது. ஓட்டலுக்குப் போய் ஒரு தோசையும் காப்பியும் சாப்பிடலாம் என்று நினைத்து கீதா கஃபேவில் நுழைந்து ஃபேன் சுற்றுகிற இடமாகப் பார்த்து அமர்ந்தார்.

வீட்டு வாடகை, மளிகை, ரேஷன், பஸ் பாஸ், பால் அட்டை போன்ற ஆயுள் தண்டனைகள் போக ஜுரம், சளி, விருந்தினர் வருகை, கோவில், பயணம் போன்ற லாக்-அப் விஷயங்கள் சர்வர் வருவதற்குள் தோராயமாக ஒரு கணக்குப் போட்டு மிரண்டார்.

சர்வர் "என்ன சார் வேணும்" என்றான்.

லட்சுமிபதி கல்யாண வயதில் இருக்கிற பெண்ணையும் பையனையும் உத்தேசித்து "ஒரு காப்பி மட்டும் கொடுப்பா" என்றார் நிதானமாய்.

வெள்ளிக்கிழமை

"அப்பா பேப்பர் கேட்டார்" என்றாள் லட்சுமிபதியின் மகளான மகேஸ்வரி.

"படிச்சிட்டு முரளிக்கிட்ட குடுத்தனுப்பறேன்" என்று சொல்லிவிட்டு தினகரனின் நான்காவது பக்கத்திலிருந்து ஐந்தாவது பக்கத்தைத் திருப்பினார் மோகன்தாஸ்.

தினகரனின் ஆரம்பநாள் முதல் விடாப்பிடியாகப் படித்துவருபவர் மோகன்தாஸ். எக்காரணம் கொண்டும் வேறு பத்திரிகை வாங்கியதில்லை. எம்.ஜி.ஆர். இறந்த செய்தியை எல்லாப் பத்திரிகையிலும் போட்டாலும் தினகரன் பார்த்த பின்பே நம்பினார்.

பத்தாவது ப்ளஸ் டூ போன்ற தேர்வு முடிவுகளும் அப்படியே. கலைஞர் பேச்சென்றால் பரீட்சைக்குப் படிப்பது போல படிப்பார். தினமும் இலவசத்தில் லட்சுமிபதியும்- ஜனதா ஆதரவாளராக

இருந்தும்கூட படிப்பார். என்.ஜி.வோ-வைப் பற்றிச் செய்தி வந்தால் மட்டும் கணேசன் வாங்கிச் சென்று படிப்பார். மற்றபடி மதிய நேரத்தில் பெண்கள் டி.வி. நிகழ்ச்சிகள் பற்றி அலசிவிட்டு சமையல் குறிப்பு படிப்பார்கள்.

மோகன்தாஸ் வீட்டில் சாமிபடங்களைவிட அண்ணா, பெரியார் என்று தலைவர்கள் படங்கள் அதிகம். மனைவிக்கு தெய்வ வழிபாடென்றால் இவருக்குத் தலைவர் வழிபாடு.

“எப்பிடினா ஒழி” என்று சட்டென்று எழுந்து வேட்டியை உதறிக் கட்டிக் கொண்டு சட்டையை எடுத்துப் போட்டுக் கொண்டார் மோகன்தாஸ்.

“நான் ஒழிஞ்சாத்தான் உங்களுக்கு நிம்மதி. ஒழிஞ்சி போறேன். நாளும் கிழமையுமா சாபம் குடுத்திட்டீங்களே.. எனக்கு வோணும்” நிமிடத்தில் கண்ணீர் கொப்பளித்தது.

“எல்லாம் பாப்பானுங்க பண்ண வேலை. தமிழனை அழிச்சதே அவனுங்கதான்” முணகிக் கொண்டே வெளியே போனார் மோகன்தாஸ்.

லட்சுமி மூக்கை சிந்திக் கொண்டு கத்திரிக்காயைப் போட்டு சாம்பாரும் மோரும் மட்டும் செய்து வைத்துவிட்டு யாருடனும் பேசாமல் கோபமாய்ப் படுத்துக் கிடந்தாள்.

பதினோரு மணி சுமாருக்கு பழனிச்சாமியின் மனைவி நாகபூஷணம் உள்ளே வந்து. “என்னாங்க வெளிய தலை காட்டல இன்னிக்கி?” என்றாள்.

லட்சுமி படுத்துக் கொண்டே “ஒண்ணுல்லங்க” கண்களைத் துடைத்துக் கொண்ட போதே சுவாரஸ்யம் ஏதோ இருக்கிறதுபோல மேற்கொண்டு அக்கறையாக விசாரிக்க ஆரம்பித்தாள்.

கேட்பதற்கு இப்படியாராவது வரமாட்டார்களா என்று ஏங்கிக் கொண்டிருந்த லட்சுமி தன் கணவர் நல்ல நாளும் போதுமாக இப்படிச் சாபம் கொடுத்த கதையைச் சொன்னாள்.

“அட, நீங்க ஏன் இதையெல்லாம் பெரிசு பண்ணிக்கிறீங்க? சினிமாவுக்கு வர்றீங்களா போவலாம்?” என்றாள்.

“யார் யார் போறீங்க?”

“நானும் ராஜேஷ் அம்மாவும். நீங்களும் வாங்களேன். வூட்லயே இருந்தா இன்னும் கஷ்டமாத்தான் இருக்கும்”

“நா வர்ல. போயிட்டு வாங்க.”

அதற்குள் மாலதி வந்து “மகாலட்சுமில புதுப்படம் போட்ருக்கான்... பிரபுது” என்றாள்.

லட்சும் "இன்னா படம்?" என்றாள்.

"கலியுகம்."

"காத்தால படமா?"

"டயமாய்டுச்சிங்க. சீக்ரம்."

"நா சும்மா கேட்டேன். நீங்க போய்ட்டு வாங்க" தன் வருத்தத்தைச் சட்டென விட்டுவிடமுடியாத தயக்கம் இருந்தது.

"அட கிளம்புங்க, டயமாச்சின்றேன்..." மாலதி மறுபடி உசுப்ப, எழுந்து உட்கார்ந்து "டிக்கெட் கெடைக்காதுங்க.. இப்பவே பதினொன்னு ஆய்ட்ச்சி" என்றாள் லட்சுமி.

"வாங்கில்லாம் வாங்க."

மறுநிமிடத்தில் மூவரும் தயார். போகும்போது கீதாவின் அம்மா எதிர்ப்பட, "சினிமாவுக்கு வர்றீங்களா?" என்றனர் போகிற போக்கில். நிச்சயம் வரமாட்டார்கள் என்ற தைரியம். இவர்களைவிட கீதா அம்மா வயதில் மூத்தவர். வசந்தியின் அம்மாவுக்கும் நாகபூஷணத்துக்கும் முறைவாசல் விஷயத்தில் சண்டை என்பதால் வசந்தி அம்மாவைக் கூப்பிடவே இல்லை. அதே போலத்தான் ராஜேஷ் அம்மாவுக்கும் மகேஷ் அம்மாவுக்கும்.

அவர்கள் தனி செட்டாகப் போவார்கள்; அநேகமாக நாளைக்கு.

சனிக்கிழமை

வசந்தி கணக்கில் கொஞ்சம் வீக். கணக்கு வாத்தியாரோ உடல் ரீதியாக மிகவும் ஸ்ட்ராங். என்ன நடக்கும்? கணபதி வாத்தியார் அடிக்க ஆரம்பித்தால் நிறுத்துவதற்கு மறந்துவிடுவார் அவ்வளவுதான்.

வெள்ளிக்கிழமை மாலை அநேகமாகக் கடைசி பீரியட் சர்குலர் வரும். சனிக்கிழமை பற்றிய செய்தி வாசிக்கப்படும். அப்படி வாசிக்கப்பட்டது.

"சனிக்கிழமை பள்ளி நாளென்றால் ஐந்து பீரியட் நடக்கும். பள்ளியின் ஏகோபித்த விருப்பம் எதுவாக இருக்குமென்றால் கணபதி வாத்தியார் வகுப்பு ஆறாவது பீரியட், ஏழாவது பீரியட் என வரும் வார நாளின் டயம் டேபிளை வேண்டுவதாக இருக்கும்."

வசந்தியின் வகுப்பு செவ்வாய்க் கிழமைக்கு ஏங்கியிருந்தபோது "புதன்கிழமை அட்டவணைப்படி வகுப்புகள் நடக்கும்' என்று வாசித்து முடிக்கப்பட்டது.

புதன்கிழமை கணபதி வாத்தியார் மூன்றாவது பீரியட்.

புதன்கிழமை ஒரே ஒரு சௌகர்யம் இருந்தது. இரண்டாவது மணியில் ஆங்கிலம். ஜோக்கர் வாத்தியார் வகுப்பு. ஜோக்கர் வாத்தியார் வகுப்பென்றால் கிராஃப் வரைவதற்கும் மேப் ட்ராயிங் புக்கைப் பிரித்து பசிபிக் கடலுக்கு நீல வண்ணம் தீட்டுவதற்கும் இன்னபிற ஆங்கிலம் சம்பந்தப்படாத வேலைகளுக்கும் பாத்ரூம் போய் வருதலுக்கும் வசதியாக இருக்கும். ஜோக்கர் வாத்தியார் வகுப்பென்றால்தான் எல்லோருக்கும் பாத்ரூம் போகிற ஆசை வரும்.

கணபசி அப்படியில்லை. ஒருமுறை மிகவும் உண்மையாக பாத்ரூம் முட்டவே எழுந்து பர்மிஷன் கேட்ட சுந்தரியை அடியோ அடியென்று அடித்ததில் அவள் பயந்து போய் நடு வகுப்பில் சிறுநீர் கழித்து வெட்கம் தாளாமல் பள்ளியைவிட்டு நின்று போனாள். டி.சி. வாங்கக் கூட வரவில்லை.

வாத்தியார் என்ற பெயரில் அவர் நடத்தி வந்த வன்முறைக்குப் பள்ளியில் பணிபுரியும் சக ஆசிரியர்களின் பாராட்டும் அதிகம்.

"கணபதி சாரோட கிளாஸ்தான் ரொம்ப கொய்ட்" என்பார் ஹெட்மாஸ்டர்.

சுதந்திர தினம் போன்ற நாள்களில் பள்ளி மைதானத்தில் நடக்கும் விழாவில் பள்ளிக்கூடமே அவர் பேச்சுக்குக் கட்டுப்பட்டுக் கிடக்கும். காக்கையின் கரைதலும் பேச்சாளரின் சுதந்திர தின அறிவுரையும் மட்டும் அங்கே ஒலி அலைகளை ஏற்படுத்துவனவாக இருக்கும்.

கணபதி புறநானூறு என்றால் ஜோக்கர் (நிஜப் பெயர் ஜெ.கே. ராமன்- ஜெ.கே.ஆர். என அழைக்கப்பட்டு ஜோக்கர் என மருவினார்.) புதுக்கவிதை.

"எல்லோரும் கவனிங்க" என்று அடிக்கடி குரல் கொடுத்துவிட்டு அவர் பாட்டுக்கு இங்கிலீஷ் புத்தகத்தைப் படித்துக் கொண்டு போவார். ரொம்பவும் கோபம் வந்து விட்டால் "பெஞ்சு மேல ஏறி நில்லு.." என்பார். கணபதி வாத்தியாரோடு ஒப்பிடுகையில் இவர் புறக்கணிக்கத் தக்கவர்.

முதல் பீரியடின்போது செவன்த் பி செக்ஷன் வாசலில் ஏழு பெண்கள் முட்டி போட்டுக் கொண்டிருந்ததை வசந்தி ஆறாம் வகுப்பு ஜன்னல் வழியாகப் பார்த்தாள். 'கணபதி சார் வந்துட்டாரா?' என்று விசாரித்துத் தெரிந்து கொள்ள வேண்டியதில்லை.

பனிரெண்டாவது வாய்ப்பாட்டை இருபது முறை எழுதிக் கொண்டு வரச் சொல்லியிருந்தார். பதினான்கு முறைதான் எழுதியிருந்தாள்.

இரவு ஒளியும் ஒலியும் பார்ப்பதற்கு முன்பு கொஞ்சம் எழுதினாள்.

தமிழ்மகன் | 563

பவர் கட் ஆனதால் தூங்க நேர்ந்து மூன்று மணிக்குக் காலை தண்ணீர் நாளாக அமைந்து -அம்மா தலைவாறும்போது கொஞ்சம் எழுத முடிந்தது.

ஜே.கே.ஆர். பீரியட்டைதான் நம்பிக் கொண்டிருந்தாள். பத்து பதினைந்து நிமிடங்கள் போதும். முதலில் வரிசையாக 1,2,3.. என இருபது வரை எழுதிக் கொள்ள வேண்டும். அடுத்து இண்ட்டு.... இண்ட்டு... இண்ட்டு. அடுத்து வரிசையாக ஈக்குவல் குறி. அதற்கடுத்துதான் வாய்ப்பாட்டைப் பார்த்து எழுத வேண்டும். வசந்தி சுலபமாக வாய்ப்பாடு எழுதும் வழி இதுதான்.

முதல் மணி முடித்து அடுத்த வகுப்பு துவங்க, ஆவேசமாக நிறையப் பெண்கள் அவரவர்க்கு இடப்பட்ட கணிதக் கட்டளைகளை முடிக்க ஆயத்தமாயினர்.

ஜே.கே.ஆர். வரவேயில்லை. எந்த வகுப்பிலும் ஆசிரியர்கள் நுழையவில்லை. பள்ளிக்கூடம் காட்டுக் கூச்சலாக இருந்தது.

எல்லா ஆசிரியர்களும் மந்தையாகப் பேசிக் கொண்டு போனார்கள். ஸ்டாப் ரூமில் நுழைந்தவர்கள் சிறிது நேரம் கழித்து வெளியே வந்தார்கள்.

ஆசிரியர்கள் வகுப்புகளில் நுழைய ஆரம்பித்த பின் படிப்படியாகச் சத்தம் குறைந்தது. ஜே.கே.ஆர். வந்தார் வழக்கத்தைவிட நிதானமாக.

“நம்ம கணபதி சாரோட அப்பா இறந்துட்டாராம். இப்பதான் நியூஸ் வந்தது..”

வகுப்பு ஒருமாதிரியாக முழித்தது.

“முதல்ல ஒரு பெல் அடிக்கும் எல்லோரும் எழுந்து நிக்கணும். அவருக்கு மௌன அஞ்சலி செலுத்தறதுக்காக. அப்புறம் ஒரு பெல் அடிக்கும் உக்காரணும்.”

பெல் அடித்தது. நின்றார்கள். அடுத்த பெல் அடிப்பதற்கு அரைமணி நேரம் ஆகிவிட்டதுபோன்ற உணர்வு. வசந்திக்குப் பின்னால் யாரோ - மல்லிகாவாக இருக்கலாம் - குபுக் என்று சிரித்த சப்தம் கேட்டது. வசந்திக்கும் சிரிப்பு வந்தது. அடக்கிக் கொண்டாள்.

அடுத்த பெல்.

சலசலப்போடு அமர்ந்தனர்.

வசந்தி மெல்லத் திரும்பி “நீ தான சிரிச்ச?” என்று மல்லிகாவை விசாரித்தாள்.

“அப்ப இன்னிக்கி வரமாட்டாரு” பூரித்தாள் குமுதா.

“இன்னும் ஒரு வாரத்துக்கு நம்மளை வாய்ப்பாடே கேட்கமாட்டாரு” என்று தெம்பூட்டினாள் அங்கயற்கண்ணி.

ஏறத்தாழ எல்லா வகுப்பிலும் லீவு போல பேசிக் கொண்டார்கள்.

“அவங்க வீட்ல வாரம் ஒர்த்தர் செத்துட்டா கணபதி சார் அடிக்கவே மாட்டார் இல்ல?” என்று யோசனை சொன்னவளைப் பார்த்து, “ச்சீ பாவம்டீ” என்றாள் வசந்தி.

கணையாழி - 1989

தி.ஜானகிராமன் நினைவுக் குறுநாவல் போட்டியில் தேர்வானது.

இரண்டு கடிதங்கள்

72

"என்ன அண்ணாச்சி படிப்புல மூழ்கிட்டாப்ல இருக்கு. பரீட்சையா எழுதப் போறீரு?"

அண்ணாச்சி படித்துக் கொண்டிருந்த பக்கத்தின் முனையை ராக்கெட் செய்வது மாதிரி மடித்துவிட்டு "எல்லாம் உன்னாலதான். நேத்தே சப்ளை பண்றேன்னு சொல்லிப்புட்டு இன்னமும் ரெடி பண்ணித்தராம இருக்கே. எந்தா நேரம் உம்மூஞ்சை பார்த்துக்கிட்டு ஒக்காந்திருக்கிறது? ஏதாவது பேப்பர் வாங்கியாவது படிக்கலாம்னு போனா ஒருத்தன் ரோட்டோரத்தில் பழைய பொஸ்தகமா போட்டு ஒக்காந்திருந்தான். பத்து ரூபானு ஒண்ணு புடிச்சாந்தே?"

"என்ன பொஸ்தகம் அது?"

இப்படிக் கேட்டதும்தான் படிக்கும் புத்தகத்தின் பெயரைத் தெரிந்துக் கொள்ள வேண்டும் என்ற நோக்கம் ஏற்பட்டு, புத்தகத்தை அப்படியே கவுத்துப் போட்டு "ம்.. பாற்கடலாமில்ல?...லா.ச.ரா.." என்று புத்தகத்தை எழுதியவரின் பெயரையும் சேர்ந்தே படித்தார். "எழுதினவம் பேரா இருக்கும். சீக்கிரம் கட்டய்யா.. பத்து லென்த் ஆறங்குலம் பைப்பு, இம்ப்ளேர் நெட்டு 15, ஸிக்ஸ்டீன் எம்.எம். போல்ட்-நெட்டு..."

"அண்ணாச்சி எத்தனை வாட்டி சொல்லுவே.. எல்லாம் பை நிமிட்ல ரெடியாய்டும். நீ அப்படிப் படிச்சுக்கிட்டே இரு.. டீ சொல்றேன்."

"ஆமா... செந்நீரா ஆறு டீ யாச்சு" அலுத்தபடி புத்தகத்தில் ஊன்ற ஆரம்பித்தார். கதை என்னமோ அவரை ஆர்வமாகத்தான்

ஈர்த்தது. ஒரு பக்கம் படிப்பதற்குள் டீயும் மசால் வடையும் வரவே, அதைச் சாப்பிட்டுவிட்டு எண்ணெய் கையை எங்கே துடைப்பது என்று உத்தேசிப்பதற்குள் "அண்ணாச்சி ரெடி" என்றான் கடைக்காரப் பையன். வண்டிக்காரனைப் பிடித்துப் பூக்கடையில் இருந்து முகப்பேரில் இருக்கும் தம்முடைய கடைக்குப் பேரம் பேசி சாமான் 'செட்'டையெல்லாம் ஏற்றிவிட்டு, இருவரும் போய் முன்கூட்டியே செய்ய வேண்டிய ஏற்பாடுகளைச் செய்ய ஓடிக் கொண்டிருந்தபோதுதான் புத்தகத்தை கடையிலேயே வைத்து விட்டு வந்துவிட்டதை உணர்ந்தார். அவருக்குள் ஒரு நடை ஓடிப் போய் புத்தகத்தை எடுத்துவந்து விடலாமா என்ற எண்ணமும் அட அடுத்த வாரம் வரும்போது எடுத்துக்கலாம் என்ற எண்ணமும் குழப்பிக் கொண்டிருக்கையில் பஸ் வந்துவிட்டது.

கடைக்குப் போன கையோடு, "ஏந் தம்பி என்னோட பொஸ்தகத்தை அங்கயே வெச்சுட்டு வந்துட்டேன். எடுத்து வெய்யி. அடுத்த வாரம் வர்றப்ப வாங்கிக்கிறேன்" என்றார்.

"அண்ணாச்சி புக் எதுவும் இங்க இல்லையே... நான்கூட நீங்க படிச்சுட்டா நான் கொஞ்சம் படிக்கலாமேனு நினைச்சேன். கோட்டைவுட்டீங்களா? எவன் அடிச்சுட்டுப் போயிட்டான்னு தெர்லயே."

"நல்லா இருந்ததே கதைனு பார்த்தேன். முடிக்கிற நேரத்துல... அந்தப் பொஸ்தகம் பேரு ஞாவகம் இருக்கா உனக்கு?"

"ம்ம்... ஞாபகம் இல்லையே அண்ணாச்சி."

"எழுதின ஆளு பேரு?"

"நீதானே வெச்சிருந்தே. நா கையாலும் தொடலையே.... பேர் மாதிரி இல்லையே. ஏதோ இன்சில் மாதிரில்ல படிச்ச..... ரா'னு முடிஞ்சது மாதிரி ஞாபகம்."

"ஆமாமாம்... கண்டுப்பிடிச்சிடலாம் விடு... பொஸ்தக கடைல கேட்டுப் பாக்றேன்... எல்லாம் ஒழுங்கா வந்து எறக்கிட்டுப் போய்ட்டான்... லெதர் வாஸர் வாங்காம வந்துட்டேன். சரி... அடுத்த வாரம் வர்றேன்."

அண்ணாச்சிக்கு கதையைப் படித்துக் கொண்டிருக்கும்போதுகூட அதை அப்படி நேசித்துப் படிக்கவில்லை . இனி அது நம்மிடம் இல்லை என்றதும் கூட்டுக்குடும்பத்தில் மாட்டிக்கொண்டு ஒரு பெண்படும் வேதனையை நினைத்து கொஞ்சம் வருந்தவும் செய்தார். "இன்னும் சாந்தி முகூர்த்தம்கூட முடியலையே... சும்மா தெரிஞ்சோ, தெரியாமலோ இப்படியும் அப்படியும் இடிச்சுக்கிட்டதுதான் புருஷங்கிட்ட அவ கண்ட சுகம். ஆபிஸ் விஷயமா புருஷன்

வெளியூர் போய்ட்றான். தலைதீபாவளிக்குக்கூட வீட்ல இருக்க முடியல அவனால. மாமியார்காரி என்னடான்னா கிணத்துத் தண்ணிய சமுத்திரமா அடிச்சிக்கிட்டு போயிடப் போகுதுங்கிறா ஐயருவூட்டுக் கதை. கடைசியில் அந்தக் கதை என்னாச்சு என்ற முடிவை யாராவது சொல்லிவிட்டால் கூட போதும் என்று இருந்தது. அவருக்கிருந்த நட்பு வட்டாரத்தில் இதைப் பற்றி பேசவும் முடியாது. எல்லாம் இரும்பு வியாபாரி, சிமெண்ட் வியாபாரி.

மறுநாள் திருமங்கலம் பொய்விட்டுத் திரும்பிக் கொண்டிருக்கும் போது 'என்.சி.பி.எச். புத்தகத் திருவிழா' என்று புத்தகக் கடையைப் பார்த்தார். ரொம்ப நாளாக அது அங்கு இருந்த தடயம் அவருக்குப் பதிவாகியிருந்தாலும் ஆச்சரியமாகப் பார்த்தார். புல்லட்டை நிறுத்திவிட்டு உள்ளே நுழைந்தார். அவர் படித்த புத்தகத்தின் அங்க அடையாளங்களோடு ஒரு புத்தகமும் அவருக்குத் தெரியவில்லை. ஆனால் அதே மாதிரி சாயலில் நிறைய புத்தகங்கள் இருந்தன. அதை எதையும் வாங்கிவிட்டு புரியுமோ, புரியாதோ என்று பயந்தார்.

"என்ன ஸார் வேணும்?" என்றார் கடைச் சிப்பந்தி.

"எனக்கு ஒரு புக் வேணும். அதுதான் இங்க இருக்கான்னு பாக்கேன்."

"என்ன 'புக்'கு பேர் சொல்லுங்க."

"அதைத்தானே மறந்துட்டு முழிக்கேன்."

"தமிழ் புக்குதானே?"

"நா வேறென்னத்த கண்டேன்?"

"எழுதினவர் யார்னு..."

"ஏதோ.. 'ரா'னு முடிஞ்சாப்ல ஞாவகம்... அவர் பேரு."

"ஓ.. அவர்தா இருக்கு ... இருக்கு" என்று அவர் ரெண்டு அடுக்குத் தள்ளி ஒரு புத்தகத்தை எடுத்துவந்தார்.

"சேகுவேரா கடிதங்கள்... இதில்லையே தம்பி. அந்த புக்கும் லெட்டர் மாதிரிதான் எளுதியிருந்தது... ஆனா..."

"கடிதம்னா இதுதான். 'ரா'ல முடியுதுன்னா இது தவிர கி.ரா. கடிதங்கள்னு ஒரு புக் இருக்கு பாக்கறீங்களா?"

"இல்ல வேணாம். இதையே பில் போடுங்க. கேட்டதுக்கு ஆசையா கொண்டாந்து காம்பிச்சீங்க..."

"சேகுவேரா பத்தி நிறைய பப்ளிஷர் போட்டிருக்காங்க. அதனாலே நீங்க இவரோட வேற ஏதாவது புக்கைப் பாத்திருப்பீங்க. இதுவும் பிரமாதமான புக் நெஞ்சை உருக்கிடும்."

“அதேதான். நெஞ்சை உருக்கிறாப்லதான் இருந்துச்சு அதுவும் அதான் தேடி வந்தேன். சரி குடுங்க, இதுவும் அவர் எழுதினதா இருந்தா சந்தோஷம்தான்.”

பில் போட்டு புத்தகத்தை வாங்கிக் கொண்டு வெளியே வந்தார். வெளியே வந்ததும், சௌந்தரபாண்டி புல்லட்டில் பறந்து கொண்டியிருப்பதைக் பார்த்து முகத்தை மூடிக் கொண்டார். ‘தலைவரு புக்கெல்லாம் வாங்கிப் படிக்கிறார்ப்பா’ என்று பரிகாசம் செய்வான்.

இரவு சாப்பிட்டு முடித்து வெத்தலை பாக்கும் சார்மினார் சிகரெட்டுமாக மாடிக்கு வந்து புத்தகத்தைப் பிரித்தார். படிக்கப் படிக்க இது வேற ஏதோ சங்கதி என்று புரிந்தது. இது வெளிநாட்டில் நடந்த போர்கள் புரட்சிகள் என்று போனது. பொண்டாட்டி புள்ளை குட்டியைப் பார்க்காம காட்டிலும் மேட்டிலும் கஷ்டப்பட்டுக் கொண்டிருக்கிற ஒருத்தன் தம் குழந்தைகளுக்குக் கடிதம் எழுதறாப்லலாம் இருந்தது. குளிர்ல காட்டிலும் மழையிலும் துப்பாக்கியைத் துக்கிக்கிட்டுப் போறானுங்க. யார்கிட்ட சண்டைக்குப் போறாங்க. சண்டை போட்டுட்டு என்ன பண்ணப் போறாங்க... ஒண்ணும் புரியல. ஆனா லட்சிய வெறி. குதிரை கறி சாப்பிட்டது பத்தியெல்லாம் எழுதியிருந்தான். விவசாயிங்களுக்கு அதுதான் எல்லாம். அதை அடிச்சு சாப்பிடணும்னா முடியுமா? சில பேர் சாப்பிட மாட்றாங்க. அந்த ரா வேற. இந்த ரா வேற. அவரு மோர்ஞ்சாதம். இது குதிரைக் கறி. அது வேற லெட்டரு... இது வேற லெட்டரு.

சிமெண்ட் தட்டுப்பாடுபற்றியும் டி.எம்.டி. கம்பிகளின் விலையேற்றம் குறித்தும் தினமானி நாளிதழ் அவ்வப்போது கட்டுரை வெளியிடுவதால் அண்ணாச்சி அந்த நாளிதழை வாங்க ஆரம்பித்திருந்தார். அதில் கட்டிடம் சம்பந்தமான சமாசாரங்கள் தவிர வேறு சில துறைகளையும் தொட்டுச் சென்றனர். அதைப் படித்துக் கொண்டிருந்த போது ஒரு எழுத்தாளர் தம் பேட்டியில் சு.ரா., கு.ப.ரா., லா.ச.ரா., கிரா. போன்ற எழுத்தாளர்கள் பற்றி குறிப்பிட்டிருந்தார். தாம் படித்த பொஸ்தகத்தின் எழுத்தாளர் இரண்டு எழுத்துக்களுக்கு மேல் உள்ளவராக நன்றாக ஞாபகம் இருந்தால் சு.ரா., கி.ரா. இருவரையும் நீக்கி விட்டு கு.ப.ரா., லா.ச.ரா. இருவர் மீதும் கவனத்தைக் குவித்தார். கடைசில் வாடிக்கையாளர் யாரும். துணிச்சலாக தினமானிக்குப் போன் போட்டார்.

போனை எடுத்தவரிடம் “கு.ப.ரா., லா.ச.ரா. போன் நம்பர் கிடைக்குமா ஸார்” என்றார்.

மறுமுனையில் ரிஸீவரை சரியாக மூடாமலேயே “கழுத்தறுப்புங்க” என்று கேட்டது. “எதுக்கு ஸார் அவங்க நம்பரு?”

தமிழ்மகன் | 569

“அவங்க கிட்ட ஒரு டவுட் கேக்கணும்.”

”அவங்க ரெண்டு பேருமே செத்துப் போயிட்டாங்க ஸார்.”

கடையில் அடிபம்பு வாஸர்’ இருக்கா என்று கேட்டு ஒரு பெண்மணி வந்து நின்றாள். “இருங்கம்மா... தர்றேன். இல்ல ஸார் இங்க. இந்த ரெண்டு பேர்ல ஐயர் வூட்டு கதை எளுதறது யாரு ஸார். அதான் என் டவுட்டு.”

“ரெண்டு பேருமே ஐயர் கதை எழுதறவங்கதான்” சொன்ன வேத்தில் ரிஸீவரை வைத்துவிட்டார்கள்.

அண்ணாச்சியும் ரிஸிவரை வைத்துவிட்டு “சொல்லுமா?” என்றார் பெண்மணியிடம்.

“ஐயர் கதை எழுதறவர்னு சொன்னீங்களே என்னது? சுஜாதா, பாலகுமாரன், ஜெயகாந்தன் எல்லாமே ஐயர் கதை எழுதியிருக்கா. என்ன விஷயம்? சொல்லுங்களேன், தெரிஞ்சா சொல்றேன்.”

அண்ணாச்சி தயங்கி அந்தப் பெண்ணைப் பார்த்தார். ஐயர் வீட்டுப் பெண் போலதான் இருந்தது.

“ஒரு பொண்ணு தம் புருஷனுக்கு லெட்டர் எழுதறா. அது ஒரு கூட்டுக் குடும்பம். புருஷனும் பொஞ்சாதியும் இப்பத்தான் கல்யாணமானவங்க. இன்னும் சரியா பேசக்கூட இல்ல. புரிஞ்சுதுங்களா... தீபாவளி... தல தீபாவளி. ஆனா புருஷன் வேலை விஷயமா வெளியூர் போயிட்றான். இப்படிப் போகுது கதை.”

“பாற்கடல்னா அது?”

“ஆமாம்மா... அதேதான். பட்டுனு சொல்லிட்டியே ரெண்டு நாளா கிடந்து தவிக்கிறேன். பாதிக் கதை படிச்சேன். கடைசில என்னாச்சுனு தெரிஞ்சிக்கலாம்னு.”

“அதுவா? அதான் தலைப்பிலே சொல்லிட்டாரே... பாற்கடல்னு. குடும்பம்னா அதில ஆலகால விஷமும் இருக்கும், அமிர்தமும் இருக்கும்னு முடிச்சுட்டார்.”

“ஐய்யய்யோ... அப்பிடியா?” அதிர்ந்தார் அண்ணாச்சி.

கடைப்பையன் வந்து அடிபம்பு வாஷரை எடுத்துக் கொடுத்து காசை வாங்கி கல்லாவில் போட்டான். சேகுவேரா கடிதங்களைத் தொடையில் தட்டிப் படிக்க ஆரம்பித்தார் அண்ணாச்சி.

- தினமணி கதிர், 2007.

சவீதா முத்துகிருஷ்ணன் சிந்தனைகள்

73

என் மகள் கொண்டு வந்த அந்தச் சிறிய புத்தகம் குழந்தைகளுக்கான குட்டிக் கதைகள் அடங்கிய புத்தகமாத்தான் இருக்கும் என்று நினைத்தேன்.. ஆனால் பள்ளியிலிருந்து கொண்டு வரப்பட்டதிலிருந்து என் மகளால் படிக்கப்படாமல் டேபிளின் மீதே மூன்றுநாள்களாகக் கிடந்ததால் ஒரு வேளை அது பெற்றோர்களுக்கான புத்தகமோ என்று தோன்றியது. இரவு சாப்பாடு முடிந்து தூங்குவதற்கு முந்தைய ஒரு அசமந்தமான நேரமாக இருந்ததால் அந்தப் புத்தகத்தைக் கண்ணுற்றேன்.

பெற்றோர்-ஆசிரியர் கூட்டத்தில் அந்தப் புத்தகம் வெளியிடப்பட்டது. அந்தப் பள்ளியின் தாளாளர் எழுதிய புத்தகம் என்றும் அதற்காகக் குழந்தைகள் எல்லோரும் தலா 25 ரூபாய் கொண்டு வர வேண்டும் என்றும் கூறப்பட்டிருந்தது.

ஆசிரியர்களைச் சந்திப்பது என்பது நான் குழந்தையாக இருக்கும்போதிலிருந்தே படிக்காமல் போய்விட்டதால், ஒவ்வொரு முறையும் எப்படியாவது அந்தக் கூட்டங்களைத் தவிர்த்து விடுவேன். குழந்தைகளின் படிப்பு மேம்படுவதற்காக அவர்கள் சொல்கிற ஒவ்வொரு உத்தியையும் மீற வேண்டும் என்று தோன்றுவதுதான் முதல் காரணம். உதாரணத்துக்கு 'தினமும் இரவு 10 மணிவரை படிக்க வேண்டும். காலையில் நான்கு மணிக்கு எழுந்திருந்து படிப்பைத் தொடர வேண்டும்' என்பது குழந்தைகள் படிப்பதற்கான ஓர் உத்தி.

"நானெல்லாம் படித்த காலத்தில் பள்ளிக்கூடத்தில் படித்ததோடு சரி" என்று மனைவியிடம் சொல்வேன்.

“அதான் இப்படி இருக்கிறீங்க” என்பாள் வெடுக்கென.

“வீட்டில் இத்தனை மணி நேரம் படிப்பதற்குப் பள்ளிக்கூடம் எதற்காக?”

“பசங்க நல்லா படிக்கறதுக்குத்தான்.”

“கொஞ்சமாகப் படித்தால் போதும்.”

“நல்லது என்றாலே பிடிக்காது.”

ஒவ்வொருவருக்கு ஒவ்வொரு விஷயம் நல்லதாக இருக்கிறது. எனக்கு நல்லதாக இருப்பது பெரும்பாலும் கெட்டது என்பது என் மனைவியின் சுலப அபிப்ராயம்.

காய்கறி கடையில் ஒருமுறை கூடையில் தக்காளியின் மேல் உருளைக் கிழங்கைப் போட்டால் தக்காளி நசுங்கிவிட வாய்ப்பிருக்கிறது என்றேன். நான் அப்படிச் சொன்னதற்காகவே அடியில் இருந்த உருளைக் கிழங்கை எடுத்து தக்காளியின் மேல் போட்டுவிட்டு “ஒண்ணும் நசுங்காது” என்று சொன்னாள்.

இப்படியான எண்ண ஓட்டத்தோடுதான் அந்தப் புத்தகத்தை எடுத்தேன். புத்தகத்தின் தலைப்பு ‘சவீதா முத்துகிருஷ்ணன் சிந்தனைகள்’.

சவீதா மெட்ரிகுலேஷன் பள்ளியின் தாளாளர் முத்துகிருஷ்ணன் எழுதிய சிந்தனைத் துளிகள் என்பது புரிந்தது. குழந்தைகள் படிப்பைக் குறித்த உத்திகள் அதில் இருக்கும் என்று நான் நம்பினேன். ஆனால் அதில் அப்படியில்லை.

உழைத்தால் உயர்வு கிட்டும், உண்மை பேசு , அன்பே சிறந்தது, கூடி வாழந்தால் குடி உயரும், எளியவர்க்கு உதவினால் தர்மம் தலை காக்கும் என்ற ரீதியில் அவர் பக்கம் பக்கமாக எழுதித் தள்ளியிருந்தார். இது எதிர்ப்பார்க்காத திருப்பம். என்னால் நம்பவே முடியவில்லை. மனித இனம் தோன்றிய காலம் தொட்டுச் சொல்லப்பட்டு வருகிற அத்தகைய அறிவுரைகளை ஒரு மனிதன் தம்முடைய சிந்தனைகளாகச் சொல்லிக் கொள்வதும் புத்தகமாகப் பிரசுரிப்பதும் மிகப் பெரிய அநீதியாக இருந்தது.

பள்ளி மாணவர்கள் 848 பேரும் அந்தப் புத்தகத்தை விலை கொடுத்து வாங்கியிருக்கிறார்கள். யாருக்குமே இந்த அக்கிரமத்தைத் தட்டிக் கேட்க முடியவில்லையா என்பது மேலும் அதிர்ச்சியாக இருந்தது எனக்கு. ஒரே நாளில் 848 பிரதிகள் விற்பது என்பது தமிழ் நூல் உலக வரலாற்றில் ஒரு மகத்தான சாதனை. சொல்லப் போனால் முதல் சாதனையாகவும் இருக்கும் என்று நினைத்தேன்.

ஒரு சிறுகதை தொகுதி வெளியிட்டுவிட்டு நூலக ஆணை

கிடைக்கப் பெறாமல் அந்த ஆயிரம் பிரதிகளையும் வீட்டின் இண்டு இடுக்குகளில் வைத்து கரையானுக்குப் பாதி, அன்பளிப்புக்கு மீதி என்று அவதிப்பட்டவனுக்குத்தான், சவிதா முத்துகிருஷ்ணன் என்ற எழுத்தாளனுக்குள் ஒளிந்திருக்கிற சாமர்த்தியம் தெரியும்.

"என்னது ... என்ன அநியாயம்?"

"அவன் பண்ணினதும்தான் அநியாயம்" என்று மனைவி தொலைக்காட்சி சீரியலைப் பார்த்து ஏதோ சொன்னாள். நான் மனதுக்குள் நினைத்தது வாய்வழி முனகலாகவே வெளிப்பட்டிருக்கிறது என்பதைச் சுதாரித்து உணர்ந்தேன். டி.வி. யில் வேறு ஏதோ அநியாயம் நடந்து கொண்டிருக்கிறது போலும்.

"இந்தப் புத்தகத்தை ரமேஷ் வீட்டிலும் வாங்கினாங்களா?"

"எந்தப் புத்தகம்?"

"சவீதா முத்துகிருஷ்ணன் சிந்தனைகள்."

அப்போதுதான் ஞாபகம் வந்தவளாக என் கையில் இருந்த புத்தகத்தை கவனமாகப் பார்த்தாள். புத்தகத்தைப் பார்த்த அதே பாவனையில் என் முகத்தைப் பார்த்தாள். மனிதர்கள் அஃறிணையைப் பார்ப்பதற்க்கும் உயிருள்ள ஜீவன்களைப் பார்ப்பதற்கும் அவர்களுக்கே தெரியாமல் வித்தியாசத்தை வெளிப்படுத்துகிறார்கள் என்பது அந்த ஷணத்தில் எனக்குப் புரிபட்டது. அவள் என்னையும் அந்தப் புத்தகத்தையும் சம நோக்கில் ஏறிட்டதை அவதானித்தேன். இந்தப் புத்தகத்தை வைத்துக் கொண்டு அப்படியென்ன பொல்லாத சந்தேகம் உங்களுக்கு என்ற எரிச்சலும்கூட அதில் இருந்தது.

"எல்லோரும்தான் வாங்கியாகணும்."

"சட்டமா?"

"உங்ககிட்ட பேசி ஜெயிக்கமுடியாது."

"ரமேஷ் அப்பா இந்தப் புத்தகத்தைப் பார்த்தாரா?"

"அதெல்லாம் எனக்குத் தெரியாது."

ரமேஷ் வீடு எங்கள் வீட்டுக்கு இரண்டு வீடு தள்ளிதான். நான் நேராகவே ரமேஷ் வீட்டுக்குப் போய் அவருடைய அப்பாவைத் துணைக்கு அழைத்தான். அவர் மேற்படி புத்தகத்தை அவர் வீட்டில் இருந்த இரண்டே புத்தகங்களான விநாயகர் அகவல், திருப்பாவை ஆகியவற்றுக்கு அடுத்துப் பாதுகாப்பாக வைத்திருந்தார். புத்தகத்தின் சைஸ் காரணமாக அங்கு அடுக்கியிருக்கலாம்.

விஷயத்தை விளக்கி, காலம் காலமாக புத்தரும் ஔவையாரும் திருவள்ளுவரும் இரண்டாயிரம் ஆண்டுகளாகச் சொல்லிக்

கொண்டிருப்பதை ஒரு மனிதர் தன்னுடைய சிந்தனைகளாகப் புத்தகம் எழுதி வெளியிட்டிருப்பதுடம் அதை வாங்கியே ஆக வேண்டும் என்று 25 ரூபாய் வேறு வாங்கிவிட்டதைச் சொன்னேன்.

“பரவாயில்லை விடுங்க. எவ்வளவோ செலவு பண்றோம். வீட்டில் புக்குனு ஒண்ணு இருக்கிறது நல்லதுதானே?” என்றார். இரண்டே புத்தகங்கள் உள்ள தம் பூஜையறை நூலகத்தில் மூன்றாவதாக இப்படியொரு புத்தகம் சேர்ந்த மகிழ்ச்சி அவர் முகத்தில் தெரிந்தது.

அவருக்கும் மெகா சீரியல் கவலைதான் அதிகமாக இருந்தது. “இவ்வளவுக்கும் காரணம் இந்த இன்ஸ்பெக்டர்தான்” என்றார் டி.வியைக் காட்டி. எதிரில் ரத்தமும் சதையுமாக நின்று கொண்டிருக்கும் மனிதனைவிட தொலைக்காட்சி மனிதர்கள் எப்படி முக்கியமாகிப் போனது என்று என் கவலை திசை மாற இருந்த நேரத்தில் சவீதா முத்துக் கிருஷ்ணன் சிந்தனைகளை முதலில் முடிப்போம் என்ற உறுதிக்கு வந்தேன். ஒரே நேரத்தில் இரண்டு சிந்தனைகளை அசைப் போடக்கூடாது என்பது ஒரு ஜப்பானியரின் தத்துவம். அது ஜப்பானியர்தானா.... அவர்களாவது ஒரிஜினலாக யோசித்தார்களா... இல்லை இதோ இந்த சவீதா... போல்த்தானா?

மக்களின் அறியாமை, அலட்சியம், கொடுமை கண்டு பொங்காத மனநிலை, சகிப்புத் தன்மை, அக்கறை இன்மை எல்லாமுமாகச் சேர்ந்து என்னுடைய ஆவேசத்தை அதிகப்படுத்தியது. இதற்காக சுப்ரீம் கோர்ட் வரைகூட சென்று வாதாடுவது என்று தீர்மானித்தபோது மணி இரவு பனிரெண்டைக் கடந்துவிட்டது.

காலை பள்ளிக்கூடத்துக்குள் நுழைந்து பள்ளியின் தாளாளர் அறையை நோக்கி வேகமாக நடைப்போட்டான். தாளாளரின் கார் பிரம்மாண்டமாக நின்றிருந்தது. சில வாரங்களுக்கு முன்பு அவர் வார இதழ் ஒன்றுக்கு அளித்த பேட்டி நினைவுக்கு வந்தது. வேலை ஏதும் கிடைக்காமல் தாம் பட்ட கஷ்டத்தையும் பிறகு பள்ளிக்கூடம் தொடங்க முடிவெடுத்து வாழக்கையில் முன்னேறியது பற்றியும் அவர் அதில் கூறியிருந்தார். ‘வாழ்கையில் வென்றவர்கள்’ என்ற தன்னம்பிக்கைத் தொடரில் அது வெளியாகியிருந்தது. இரவு ஏற்பட்ட ஆவேசம் சற்றும் குறையவில்லை எனக்கு. அவருடைய காரைப் பார்த்ததும் அது அதிகரித்தது என்றுதான் சொல்ல வேண்டும்.

நான் தாளாளர் அறை நோக்கி வேகமாக நடைப்போடுவதைப் பார்த்த காவலாளி படுவேகமாக வந்து என்னைத் தடுத்தான். “யாரைப் பார்க்கணும்?”

“கரஸ்பாண்டன்ட்.”

“அதெல்லாம் சாயங்காலம் நாலு மணிக்கு மேலதான். கிளம்புங்க”

“வழி விடுய்யா.”

“யோவ் நில்லுய்யா” என்றான் அதே மரியாதையுடன்.

எங்கே கழுத்தைப் பிடித்து வெளியே தள்ளிடுவானோ என்று சற்றே தயக்கமாக இருந்தது. அவமானப்படுத்திவிட்டான் என்றால் பிறகு எல்லாமே ஏடாகூடமாகிவிடும்!

சட்டென என் விசிட்டிங் கார்டை எடுத்து நீட்டினேன்.

இரவு நேரங்களில் வீடு திரும்பும்போது போலீஸ்காரன் சந்தேககேஸ் என்று மடக்கினால் காட்டுவதற்காக அச்சடித்து வைத்திருந்த விசிட்டிங் கார்டு. அதைப் பார்த்து அவன் உடனடியாக மரியாதை கொடுத்தான் என்று சொல்ல முடியாது. என் பெயருக்கு முன்னால் எழுத்தாளர் என்று அதில் போட்டிருந்தேன். “இதைச் சொல்ல வேண்டியதுதானே? என்னமோ புர்ர்ருனு போறீயே? இங்கயே நில்லு கேட்டுட்டு வந்து சொல்றேன்” என்றான்.

நெடிய வாயில் கதவுகளுக்கு உட்புறமாக நின்றிருந்தபோதும் கேட்டுக்கு வெளியே நிற்கும் ‘தயக்க தோரணை’யைத் தவிர்க்க முடியவில்லை. உங்கள் அனுமதி எல்லையைத் தாண்டி வந்துவிடவில்லை என்ற ஓர் அடக்கத்தை உடல்மொழியால் காவலாளிக்கு உணர்த்த முயற்சித்துக் கொண்டிருந்தேன்.

சுவர் கரும்பலகையில் சவீதா முத்துக் கிருஷ்ணன் சிந்தனை என்று குறிக்கப்பட்டு கீழே கலர் சாக்பீஸில் எழுதியிருந்த வாசகம்.

நல்ல மனிதர்களே நாட்டுக்குத் தேவை

இது அந்தப் புத்தகத்தில் இல்லை. அடுத்து அவர் வெளியிடப்போகும் சிந்தனை தொகுதிக்கானதாக இருக்கலாம். எத்தனைத் தொகுதிகள் வெளியிட்டிருக்கிறாரே?

விசிட்டிங் கார்டுக்கு நல்ல மரியாதை இருந்தது. போன வேகத்தில் காவலாளி வந்து அழைத்தான். காவலாளியிடம் அலட்சியத்தைக் காட்டிவிட்டு தாளாளர் அறைக்குள் நுழைந்தேன். அவரைத் தவிர அங்கு மூன்று பேர் இருந்தார்கள். இருவர் பணியாட்கள். அவருடைய சிந்தனைகள் நூலின் வெளியீட்டு விழா படத்தைப் பெரிய சைஸில் ஃபிரேம் போட்டு, அதைச் சுவரில் மாட்டுவதற்கான வேலை நடந்து கொண்டிருந்தது.

“வாங்க, எழுத்தாளர், இந்த போட்டோவை இங்கே மாட்டலாமா பாருங்கள்" என்று அபிப்ராயம் கேட்டார் தாளாளர். முரட்டு உருவம். பில்டிங் மேஸ்திரி ஆறுமுகம் ஞாபகத்து வந்தார் விபூதியும் குங்குமமும் நெற்றி நிறைய ஆக்ரமித்திருந்தன. அவருக்கு எதிரில் வேறொருவர் உட்காந்திருந்தார். விரலை அவர் பக்கம் நீட்டி “இவர்

தான் கவிஞர் கவிமுகிலன்" என்றார் என்னைப் பார்த்தவாறு. "இவர்..." என்றபடி என் விசிட்டிங் கார்டில் பெயரைத் தேடினார். நான் கவிமுகிலனையும் அந்தப் போட்டோவில் அவர் புத்தகம் வெளியிட்டுக் கொண்டிருப்பதையும் பார்த்துவிட்டு, விஷயத்துக்கு வந்தேன்.

"உங்களோட புத்தகத்தைப் பார்த்தேன்."

அவருடைய மேஜை அறையைத் திறந்து அவருடைய புத்தகத்தை எனக்கு அன்பளிப்பாகத் தருவதற்கு எத்தனித்தவர், நான் இப்படிக் கூறியதும் அதை மறுபடி உள்ளே வைத்துவிட்டு "எப்படி இருந்தது சொல்லுங்க" என்று பெருமிதம் பொங்கப் பாராட்களைப் பெறுவதற்காகக் காத்திருந்தார்.

அந்தச் சூழ்நிலையை எதிர் கொள்ள முடியாமல் தவித்தேன்.

"உண்மை பேச வேண்டும் என்பதும் உழைத்து முன்னேற வேண்டும் என்பதும் எப்படி உங்களுடைய சிந்தனையாகும்?" என்றேன் ஒரு திடீர் உந்துதலில்.

அந்த அறையில் இருந்த நான்கு பேருமே அதிர்ச்சியுடன் திரும்பிப் பார்த்தனர். தாளாளரும் இதை எதிர்பார்க்கவில்லை. போட்டோ மாட்டிக் கொண்டிருந்தவர்களுக்கு என்ன சைகை செய்தாரோ... இருவரும் வெளியேறினர்.

"நீ மட்டும் என்ன பிரமாதமா எழுதிட்டே?" ஒருமையில் கேட்டார்.

"நான் உங்களைவிட சிறப்பா எழுதுவேன் என்று நிரூபிப்பதற்காக வரவில்லை. எழுத்தாளர் என்ற முறையிலும் வரவில்லை. என் குழந்தையிடம் இந்தப் புத்தகத்தைக் கொடுத்து 25 ரூபாய் வாங்கியிருக்கிறீர்கள். இந்தப் புத்தகத்தை வாங்குவதில் எனக்கு உடன்பாடில்லை."

"இப்ப என்ன 25 ரூபாய் வேண்டுமா?" என்றபடி ஆவேசமாக பர்ஸை எடுத்து ஒரு நூறு ரூபாய் தாளை எடுத்து முன் வீசினார்.

"எனக்கு 25 ரூபாய் தந்தால் போதும்" என்றேன்.

"பில் கவுண்டரில் போய் வாங்கிக்க" என்றபடி இண்டர்காமில் தகவல் சொன்னார்.

"நீ போகலாம்... வயிற்றெச்சல் கிராக்கிங்க."

"புலவர்களுக்குள் சச்சரவு ஏற்படுவது சகஜம்தான்... கம்பனுக்கும் ஒட்டக்கூத்தனுக்கும் ஏற்படாத சச்சரவா?" தாளாளர் முன் அமர்ந்திருந்தவர் சமாதானம் செய்து கொண்டிருந்தார்.

- *தினமணி கதிர், 2008.*

ஜெயந்தி

74

மாமியார் மருமகள் சண்டை வருவதற்கு ஏகப்பட்ட காரணங்கள் இந்த உலகில் உண்டு. ஆனால் வைஜெயந்தி என்ற பெயரால் ஒரு பிரளயம் ஏற்பட வாய்ப்புண்டா? சண்முகம் வீட்டில் ஏற்பட்டது.

சண்முகத்தின் தங்கை பெயர் வைஜெயந்தி. டெலிபோன் இன்டெக்ஸ் புத்தகத்தில் அவள் பெயரை 'வி' என்ற ஆங்கில எழுத்துக் குறிக்கும் இடத்தில் குறித்து வைப்பது நியாயந்தானோ? நாத்தனாரின் பெயரை அங்குதான் எழுதி வைத்திருந்தாள் அர்ச்சனா. சண்முகத்தின் அம்மாவுக்கு அந்தத் தர்க்க நியாயங்கள் புரியவில்லை .

"ஏண்டி உன் அம்மா, அண்ணன் பெயரையெல்லாம் முதல் பக்கத்தில எழுதிட்டு என் பொண்ணு பேரை கடைசிப் பக்கத்தில் எழுதியிருக்கே" என்று ஆரம்பித்தார். அர்ச்சனாவுக்குகூட இந்தக் கேள்வி கேட்கப்பட்ட ஆரம்ப நிமிடத்தில், ஏதோ தவறாக அப்படி எழுதிவிட்டோமோ என்ற அச்சம்தான் முதலில் ஏற்பட்டது. வள்ளியம்மாவின் குரல் தீட்சண்யம் அப்படி. கொஞ்ச நேரம் கழித்துதான் அண்ணாவின் பெயர் 'அன்பு' என்பதே உறைத்தது.

அர்ச்சனாவுக்குக் கோபமும் சிரிப்பும் சேர்ந்து வந்தது. இந்த இரண்டின் கலவை ஒருவித அலட்சியப் போக்கை அவளிடம் ஏற்படுத்தியது. பதில் சொல்ல விருப்பமே இல்லாமல் முந்தானையை மட்டும் ஒரு உதறு உதறி இடுப்பில் சொருகிக் கொண்டு இரண்டு மாதங்களுக்கு முந்தைய வார இதழை எடுத்து வைத்து வாசிக்க ஆரம்பித்தாள்.

இதன் பிறகு என்ன நடந்திருக்கும் என்று விவரிக்க

வேண்டியதில்லை. இந்திரா காந்தி-மேகனா காந்தி ஜோடியிலிருந்து இசக்கியம்மா - காந்திமதி ஜோடி வரைக்கும் இது சற்றேக் குறைய மனஸ்தாபமாகவோ, வார்த்தை வெடிப்புகளாகவோ ரசாயன மாற்றமடையும். இங்கே வார்த்தை வெடிப்பு.

இந்தச் சச்சரவுகளுக்குச் சற்றும் சம்பந்தமே இல்லாத - அந்த நேரத்தில் அவனுடைய மேலாளரிடம் ஏதோ அவசர ஆவணத்தைக் கண்டெத்துக் கொடுக்க முடியாத பரிதவிப்பில் ஏச்சும் பேச்சும் வாங்கிக் கொண்டிருந்த - சண்முகம், இவர்களின் பேச்சில் சிக்கி மேலும் வதைபட ஆரம்பிந்தான்.

ஒன்றுமில்லை "வரட்டும் அவன்" என்று வள்ளியம்மா பெருமூச்சோடு ஆவேசப்பட்டார். அவருடைய முந்தானையை அவரும் உதறினார், சொருகினார்.

"வந்தா என்ன பண்ணிடுவாராம்?"

"வாலை ஒட்ட வெட்டச் சொல்றேன்... இரு... இரு."

"எங்க குடும்பத்தில் யாருக்கும் வாலெல்லாம் இல்ல... எத்தனையோ லட்சம் வருஷமா நாங்க வால் இல்லாமத்தான் இருக்கோம். உங்க குடும்பத்தைப் பத்தி எனக்குத் தெரியாது" என்று பரிணாம இலக்கணப்படி அர்ச்சனா ஏதோ சொன்னாள். பதிலுக்குத் திட்டுகிறாள் என்று உத்தேசமாகப் புரிந்து கொண்டு வள்ளியம்மாவும் "லட்சம் வருஷமா வாலில்லாமத்தான் இருக்கோம்" எனப் பதிலடி கொடுத்தாள்.

கோடி ஆண்டுகளுக்கு முன்னால் குரங்குகளே கிடையாது என்பது தெரிந்ததால் அர்ச்சனாவால் மேற்கொண்டு தம் மாமியாரிடம் பேசி ஜெயிக்க முடியாது என்ற முடிவுக்கு வந்தாள். தான் படித்தவள் என்ற முழு நம்பிக்கை அர்ச்சனாவுக்கு உண்டு. அதை நிலைநாட்டுவதில்தான் அவளுக்குப் பழைய வார இதழே பரவாயில்லை என்ற படிக்க ஆரம்பித்தாள்.

தட்டில் மத்தியானம் சாப்பாட்டைப் போட்டு வைத்த போதும் வள்ளியம்மா சாப்பிடவில்லை. அர்ச்சனா அதைப்பற்றிக் கவலைப் படாமல் சாப்பிட்டுவிட்டுப் படுத்தாள். வள்ளியம்மா மகன் வருகிற வரைக்கும் சாப்பிடாமல் இருக்க வேண்டும் என்ற வைராக்கியத்தோடு ஈ மொய்க்கும் தட்டுக்குப் பக்கத்திலேயே சுருண்டு படுத்துக் கொண்டாள்.

அன்று பார்த்து சண்முகம் மிகவும் தாமதமாகத்தான் வீட்டுக்கு வந்தான். அம்மா ஏதாவது கோபம் பொருட்டு சுருண்டு படுத்திருக்காங்களா? எப்போதும் போல் ஏழு மணிக்கெல்லாம் தூங்கி விட்டார்களா என்று சந்தேகிக்க அவனுக்கு அவகாசம்

இல்லை. விட்டால் நின்று கொண்டே தூங்கிவிடும் அளவுக்கு சோர்வு அவனுக்கு.

சண்முகத்துக்குச் சாப்பாடு போட்டபடி, “கோடி வருஷமா எங்க குடும்பத்தில வாலில்லாம இருக்கோம்கிறாங்களே எனக்குத் தெரிஞ்ச வாலில்லாத டைனோஸார் கேள்விபட்டதே இல்ல" எனப் பேச்சைத் தொடங்கினாள் அர்ச்சனா. இப்படி மொட்டை ராஜா குட்டையில் விழுந்தான். கதையாக ஆரம்பித்தது அர்ச்சனாவின் வழக்கம். அதிலும் மாமியாரைப் பற்றி இப்படி ஜாடையாக ஆரம்பிக்கும் ஒரு வழக்கம்மட்டும்தான் உண்டு.

சண்முகம் திடுக்கிட்டு சுருண்டு கிடந்த அம்மாவையும் அவருக்குப் பக்கத்தில் உலர்ந்து ஈ மொய்த்துக் கிடந்த சாப்பாட்டுத் தட்டையும் பார்த்தான்.

“என்னது டைனோஸார்?”

“உங்கம்மாதான் சொன்னாங்க. உங்க குடும்பத்தில் கோடி வருஷமா வால் கிடையாதுன்னு. ஏதாவது அர்த்தமிருக்கா பாருங்க... இப்படித்தான் பேசறாங்க”

“புரியற மாதிரிதான் சொல்லேன்?”

“நீங்க வந்ததும் என் வாலை ஒட்ட நறுக்கறேன்னு சொன்னாங்க. மனுஷனுக்கு ஏது வாலு? மனுஷனுக்குக் குறைஞ்சது லட்சம் வருஷமா வால் கிடையாது... அதாவது வாலில்லாமப் போனதாலதான் அவன் மனுஷன்...”

“இன்னும்கூட எனக்குப் புரியல. என்ன பிரச்சனை?” எனக்குந்தான் புரியல.”

சண்முகத்தின் அம்மா படுத்திருந்த இடத்தில் இருந்து குபுக் என்று ஒரு விம்மலும் மூக்குறிஞ்சலும் கேட்டது.

“அம்மா நீயாவது சொல்லேன்...”

“நான் என்னடாப்பா சொல்றது? என்னை எங்கயாவது ஆசிரமத்தில சேர்த்துடு...” சொல்லி முடிப்பதற்குள் குபுக் என்று இன்னொரு டம்ளர் கண்ணீர் பொங்கி முந்தானைக்குப் போனது.

“இதெல்லாம் என்னங்க?” என்றாள் அர்ச்சனா.

“யாராவது சொன்னாத்தானே பிரச்சனை என்னன்னு தெரியும்?”

“உலகமே புரியாதவங்களா இருக்காங்க. அதுதான் பிரச்சனை” என்பதை ஆங்கிலத்தில் சொல்லிவிட்டு, “நான் பாம்பேல வளர்ந்தவ. எனக்கு மாமியார் முன்னாடி கால் மேல கால் போட்டு உட்கார கூடாதுனு தெரியாது. அதுக்கு என்ன பிரச்சனை பண்ணாங்கன்னு

உங்களுக்குத் தெரியும்தானே? அதுமாதிரிதான் இதுவும். ஸில்லி" என்றாள்.

"இன்னைக்கு என்ன நடந்தது?"

"ஏபிசிடி'ல'வி' எத்தனாவது எழுத்து?"

உண்மையிலேயே சண்டையின் ரிஷிமூலம் தெரிந்து கொள்வதில் ஒரு கணம் தீவிர ஆர்வப்பாட்டான் சண்முகம். சண்டை ஒரு சுவாரஸ்யமான புதிராக இருப்பதும் இயல்பானதாக இருப்பதும் அவனைச் சொர்விலிருந்து விடுவித்தது. ஆனால் இத்தகைய தருணத்தில் இறுக்கமாக இருக்க வேண்டும் போல் முகத்தை வைத்துக் கொண்டான். அந்த இறுக்கமான ஆர்வத்தோடு மனதுக்குள்ளேயே கூட்டி 22-வது எழுத்து என்றான்.

ஏதோ அந்த இருபத்து ரெண்டோட இன்னொரு இருபத்து ரெண்டைக் கூட்டி இரண்டால் வகுக்கவும் என்று சொல்வாள் என்று எதிர்ப்பார்த்தான். அவளோ அந்த விடையை விட்டுவிட்டு 'உங்கம்மா 'வி' தான் இங்கிலீஸ் எழுத்துல முதல்ல வரணுங்கிராங்க"

அம்மாவுக்கு அப்படியொரு மொழி ஆர்வம் இருக்க வாய்ப்பே இல்லை என்று அவனுக்குத் தெரியும். அப்படி அம்மா ஆசைப் பட்டால் அர்ச்சனாவும் மல்லுக்கு நின்று அதற்குத் தடையாக இருக்க மாட்டாள் என்பதும் சண்முகத்துக்குத் தெரியும்.

அம்மாவிடமும் நியாயம் கேட்கிற தொனியில் 'வி'தான் முதல்ல வரணும்னு சொன்னியாம்மா?" என்றான் நம்பிக்கையே இல்லாமல்.

"இல்லாததும் பொல்லாததும் சொல்றாப்பா... நான் அதெல்லாம் சொல்லவே இல்ல."

"வைஜெயந்தினா ஆல்பபெட் பிரகாரம் கடைசியிலதான வரும். ஏன் முதல்ல வரலைனு கேட்கிறாங்க."

"ஏன் அர்ச்சனா இதெல்லாமா பிரச்சனை? அவங்க ஏதோ தெரியாமச் சொல்றாங்க."

"அதுக்குப் பொண்ணு பொறந்தப்பவே அனுசுயா, அன்பரசினு வெச்சிருக்கணும்." மாமியார் பக்கம் திரும்பி, "ஏன் வைஜெயந்தினு வெச்சீங்க?" என்றாள்.

வள்ளியம்மாவுக்குச் சுத்தமாகப் புரியவில்லை. காலையில் என்ன நடந்தது என்பதைத்தான் சொல்கிறாளா வேறெதாவது புதிதாகக் கதைகட்டுகிறாளா என்று குழம்பிப் போனார். "என் பொண்ணுக்கு என்ன பேர் வைக்கணும்னுலாம் நீயோண்ணும் சொல்ல வேண்டியதில்லை" என்றார் வெடுக்கென்று.

பிரச்சனை வேறொன்றாக மாறுவதற்குள் சண்முகம் சுதாரிக்க

வேண்டியிருந்தது. அகரவரிசைப்படி ஒரு பெயர் எந்தெந்த இடத்தில் இடம் பெறுகிறது என்பதைப் பற்றி அம்மாவிடம் விளக்கிக் கூற ஆரம்பித்து, பாதியில் ஏற்பட்ட அயர்ச்சியால் "இனிமேல் இந்த மாதிரி விஷயத்துக்கெல்லாம் சண்டை போடாதே அர்ச்சனா" என்று முடித்துவிட்டான்.

"என்கிட்ட ஏன் சொல்றீங்க? உங்க அம்மாகிட்ட சொல்லுங்க. உலகத்தில் என்ன நடக்குதுனு தெரியாமப் பேசறாங்க. எனக்கு அது எரிச்சலா இருக்கு. அதுதான் பிரச்சனை."

"அதுதான் பிரச்சனைனு தெரியுதில்ல? அப்புறம் அதை சமாளிக்கிறதில என்ன கஷ்டம்?"

"அவருக்கு முன்னாடியே போய் சேந்திருக்கணும். வேண்டாம்பா என்னை யாரும் சமாளிக்க வேணாம்....நான் என் பொண்ணு வீட்லயே போய் இருந்துகிறேன்."

"அம்மா... உன்னைச் சமாளிக்கிறதைப்பற்றி சொல்லல, பிரச்சனையைச் சமாளிக்கிறதப்பத்தி."

"ரெண்டும் ஒண்ணும்தாம்பா" என்று தம் சிறிய துணி மூட்டையை கையில் எடுத்துக் கொண்டார். அர்ச்சனாவுக்கு ஏன் எரிச்சல் வருகிறது என்று சண்முகத்துக்கு நன்றாகப் புரிந்தது.

"காலைல பேசலாம் படும்மா."

இரண்டு பேரின் கண்களிலும் சண்முகம் யார் பக்கம் என்பதைத் தெரிந்து கொள்கிற தவிப்பு இருந்தது. ஜெயிக்கப் போவது யாரு என்று உரசிப் பார்க்கிற உத்தி. அதைத் தெரிந்து கொள்வதற்காகத்தான் சண்டையை ஆரம்பிக்கிறார்களா என்பதும் பல்லாயிரம் ஆண்டு கேள்வி.

இந்தப் பிரச்சனையை எந்த இடத்தில் இருந்து களைவது... மொட்டை மாடியில் சிகிரெட் கொளுத்தி நடந்தான். சென்ற தலைமுறையாக இருந்தால் "அடிச் செருப்பாலே நாயே" என்று இடுப்பில் நாலு உதை உதைத்துப் பொண்டாட்டியை ஒரு மூலையில் உட்கார வைத்திருப்பார்கள். இப்போது மனைவியின் கன்னத்தில் அறைந்தால் ஓராண்டு சிறை. அம்மாவின் கடைசி காலம் நிம்மதியாக இருக்க வேண்டும் என்று மகன் எதிர்பார்ப்பது நியாயமும் கடமையாகவும் இருக்கிறது. ஆனால் அம்மாவின் நிம்மதி எந்தக் கிளி வயிற்றுக்குள் ஒளிந்திருக்கிறதோ?

அர்ச்சனா மாடிக்கு வந்து, "நல்லா தூங்கறாங்க. குறட்டை வேற" என்றாள்.

"எப்படியாவது பிரச்சனையில்லாம பார்த்துக்கக் கூடாதா?"

“உலகம் புரியணும்னு சொல்றியே... அது என்ன? பிகார்ல இருக்கிற ராம்நாத் யாதவ்ங்கிறவனோட கொலை வழக்கப்பத்தி தெரிஞ்சிக்கிறதா? இல்ல கலிபோர்னியாவில் இருக்கிற ராபர்ட்டோட கள்ளக்கடத்தல் விவகாரத்தைப் பத்தித் தெரிஞ்சுக்கிறதா? இதோ இந்த நேரத்துல உலகத்தில் ஏதோ ஒரு மூலையில் நடந்த விபத்தில் இறந்து போன ஐந்து வயசு சிறுமிக்காக வருத்தப்பட்றதா?... சொல்லு அர்ச்சனா? இது எதுவுமே நம்ம உலகத்துல இல்ல. நம் உலகத்தில சோமாலியா பஞ்சம் இல்ல... ஜப்பான் பூகம்பம் இல்ல... உலகம்னு நாம சொல்லிக்கிட்டிருக்கிற ‘நம்ம உலகத்தில் இப்ப 600 கோடி பேரா இருக்காங்க? மிஞ்சிப்போனா சில பத்து பேர்கள்... அல்லது சில நூறு பேர்கள்.”

அர்ச்சனா கையை மேலே உயர்த்தி உடலை முறித்துச் நக்கலாக சிரித்தாள்.

“இதுக்கு போயா இவ்வளவு தீவிர சிந்தனை.... வந்து படுங்க. பொம்பளைங்க அப்படித்தான். அதிலேயும் மாமியார் மருமகள்னா இப்படி ஏதாவது இருந்துகிட்டுத்தான் இருக்கும். இதில ஆம்பளைங்க யார் பக்கமும் நிற்காம இருந்தாலே பாதி பிரச்சனை சரியாகிவடும்.”

சிகரெட்டைப் பிடுங்கி தூர எறிந்தாள். “நாட்டின் அதிபர்கள், பிரதமர்கள் பட வேண்டிய சிந்தனையெல்லாம் நமக்கு எதுக்கு? அதுவும் இந்தியாவில் இருக்கிற என்னைப் போன்ற பெண்ணுக்கு எதுக்கு?” என்றபடி கீழே இறங்கினாள்.

நைட்டியில் மொட்டை மாடியின் நிலவொளியில் அவள் சொல்வது தேவவாக்கு போல இருந்தது.

அவள் சொல்வதை அப்பாவித்தனமாக நம்புகிறவனைப் போல பாவனை செய்து கொண்டு அவளுக்குப் பின்னால் வருவது அவளுக்குப் பூரிப்பாக இருந்தது.

கூடத்தில் அம்மா நிம்மதியாகத்தான் தூங்கிக் கொண்டிருப்பதாத் தெரிந்து சண்முகத்துக்கு.

- தினமணி தீபாவளி மலர், 2008.

ஹூம்

75

உயிரைக் கீறும் ஓசையாக இருந்தது அது. சொல்லப் போனால் மற்றவர் யாருக்கும் அப்படி ஓசை ஏற்பட்டதாகக் கேட்டிருக்கக்கூட வாய்ப்பில்லை. சுற்றிருந்த இருபது முப்பது பேரில் ஒருவருக்குமா கேட்டிருக்காது என்று சந்தேகமாக எல்லோரையும் மிரள மிரள பார்த்தேன். இறந்துபோன அப்பாவின் உணர்ச்சியற்ற முகம் என்னைக் கேலியாகப் பார்ப்பது போல இருந்தது. ஆனால் அவர்தான் ஹீனசுரத்தில் முனகியது போல இருந்தது எனக்கு.

அப்பா இறந்துவிட்டார் என்று எனக்கு உறுதியாகக் தெரிந்தது. இல்லையென்றால் அவரை இப்படி எல்லாச் சடங்கும் முடிந்து சுடுகாடு வரை தூக்கி வந்து விறகுக் கட்டை மேல் கிடத்தியிருக்க மாட்டோம் என்பது புரியாமல் இல்லை. ஆனால் நான் கேட்டது அப்பாவின் குரல்தான்.... அதில் சந்தேகம் இல்லை.

அப்பா இறந்துவிட்டார் என்று உறுதி செய்தது யார்... சொல்லப்போனால் யாரும் இல்லை. உடம்பு சில்லிட்டு இருந்தது. நாடித் துடிப்பே இல்லை என்பது பக்கத்து வீட்டு செட்டியார்தான் அம்மாவின் அழுகையைப் பார்த்துவிட்டு அவசரத்துக்குச் சொன்னது. சொல்லக்கூட இல்லை. உதட்டைப் பிதுக்கி பெருமூச்சு விட்டார். எல்லோரும் அதையே உறுதியான முடிவாக ஏற்றுக் கொண்டோம். 77 வயதில் அப்பாவின் உடம்பு வாகுக்கு நாடித் துடிப்பு என்பதே எளிதில் தெரிந்து கொள்ள முடியாததாகத்தான் இருந்தது. கையால் பார்த்தெல்லாம் அந்தத் துடிப்பைத் தேர்ந்த டாக்டரால்தான் இனம் காண முடியும். கையால் தொட்டுப் பார்த்து இப்படி முடிவுக்கு வந்தது சரிதானா?

"முன்னையிட்ட தீ ...தம்பி இப்படி வந்து நில்லு... முகத்தைப் பாத்துக்கோ... முன்னையிட்ட தீ முப்புரத்திலே... இப்படி வா.. அன்னையிட்ட தீ அடிவயிற்றிலே...." பண்டாரம் தோளுக்கு மேல் தண்ணீர் பானையைத் தூக்கி வைத்துச் சுற்றி வரச் சொன்னார்.

அப்பா என்னை எங்கே அழைத்துச் சென்றாலும் டாக்ஸியிலோ, ரிக்ஷாவிலேதான் அழைத்துச் செல்வார். தியேட்டர் என்றால் பால்கனி. சர்க்கஸ் என்றால் முன் வரிசை சோபாவில் முதன் முதலில் புத்தகக் கண்காட்சிக்கு அழைத்துச் சென்றதும், லைப்ரரிக்கு அழைத்துச் சென்றதும் அப்பாதான். குழந்தைகளுக்குச் செல்லம் கொடுப்பது எப்படி என்று போட்டி வைத்தால் அப்பாவை அடித்துக் கொள்ள ஆள் இருக்க மாட்டார்கள். முதுமைக்கே உரிய இயலாமையும் எரிச்சலும் அவரை கடைசிக் காலங்களில் மாற்றி விட்டது. இருந்தாலும் அப்பாவை அந்த முதுமைக்கான இலக்கணத்தில் அடக்க முடியாது. அப்பா குழந்தைத்தனமாகத்தான் இருந்தார். மைதானத்தில் கிரிக்கெட் ஆடும் பசங்களோடுதான் சகவாசம். தேர்ட் அம்பயர் வேலையெல்லாம் பார்ப்பார். கடைசிவரை நடமாட்டம் இருந்தது. அடிக்கடி லோ பிரஷர் என்று கண்ணை மூடிக் கொண்டு மயக்கத்தில் படுத்திருப்பார். மீண்டும் உற்சாகமாகிவிடுவார். நாடி ஒடுங்கிப் படுத்து கிடப்பார். அல்லது கம்பளி போர்த்திக் கொண்டுதான் உலாவல். 'டாக்டராவது கீட்ராவது... வயித்த வெட்டிப் பார்க்கணும். கிட்னிய மாத்திப் பார்க்கணும்னு ஏதாவது சொல்லுவானுங்க. லூஸுப்பசங்க' என ஒரே போடாகப் போட்டதில் நாங்களும் வசதியாக விட்டுவிட்டோம். இப்போது இறந்து விட்டாரா.. அல்லது அப்படியான சோர்வால் ஏற்பட்ட உறக்கமா என்று தெரியவில்லை.

இப்போது பாடையில் இருந்து இறக்கி வைத்தபோது வலியோடு முனகிய சப்தம் கேட்டதே... யாருக்குமே கேட்கவில்லையா? அதிகாலையில் அம்மாவின் அலறல் சத்தம்... அப்பா மூச்சு பேச்சு இல்லாம கிடக்கிறார்டா'...நான் ஓடிவருகிறேன். அப்பாவின் தலை ஈஸி சேரில் சாய்வுப் பட்டையில் இருந்து சரிந்து ஒரு பக்கமாய் கீழே தொங்கிக் கொண்டிருக்கிறது. பதட்டமாக இருக்கிறது... அப்பாவுடன் புரூஸ் லீ படம் பார்த்தது ஞாபகம் வருகிறது. கட்லெட் வாங்கித் தந்தது ஞாபகம் வந்தது.

பண்டாரம் நிறுத்தி பானையில் இரண்டாவது ஓட்டை போடுகிறார். முதுகில் சில்லென்று வழியும் நீர். முன்னூறு நாள் சுமந்து ...டிங் டிங்..டிங் டிங்...

பதட்டத்தோடு தலையை நிமிர்த்தி வைத்துவிட்டு "அப்பா அப்பா" என்கிறேன் அவர் முகத்தருகே சென்று. அது அப்பாவை எழுப்புவதற்கா, கதறலா என்று எனக்கே புரியவில்லை . அப்பாவின்

மரணத்துக்காக அழுவது இதுதான் முதல் முறை. இந்த மாதிரி அழுவதை அப்பா விரும்புவாரா என்ற திடீர் சந்தேகம். ஐயோ கடைசியில் இறந்தெ போய்விட்டாரா? பயம் தொற்றுகிறது... இரவு ஃபேனை போடுடான்னா லைட்டைப் போட்டுட்டுப் போறியே' என்று கடைசியாகச் சொன்னது நினைவு வருகிறது. எரிச்சலோடு லைட்டை நிறுத்தி விட்டு ஃபேனைப் போட்டது ஞாபகம் வருகிறது. கடைசிக் கட்டளை... கொஞ்சம் மகிழ்ச்சியாக அவருடைய ஆசையை நிறைவேற்றியிருக்கலாமோ என்று காலம் கடந்து தோன்றுகிறது. பையன் பின்னாலேயே தூக்கிக் கலக்கத்தில் எழுந்து வந்து 'அப்பா பிஸ்கட் வேணும் என்கிறான். "பெசாம இருடா" என்று அதட்டுகிறாள் மனைவி. என்னையும் அறியாமல் கண் கலங்கி. "தாத்தா நம்மைவிட்டுப் போய்ட்டாருடா" என்கிறேன் மகனை அணைத்துக் கொண்டு. மகன் 'எங்கே போய்ட்டார்?" போல என் அப்பாவைப் பார்க்கிறான்.

மூன்றாவது சுற்று... பானையில் பெரிய ஓட்டையாக விழுந்திருக்க வேண்டும். தண்ணீர் குபுக்கென்று வழிந்துவிட்டு நின்றுவிட்டது. புண்ணியதானம் பண்றவங்களாம் பண்ணலாம்... புண்ணியாதானம் பண்றவங்களாம் பண்ணலாம்... அவசரமாக ஒரு தோராய வரிசை... எல்லோரும் ஆளுக்கு நாலணாவோ, எட்டணாவோ சொம்புத் தண்ணீரில் போட்டு நமஸ்கரித்துப் புண்ணியம் தேடினர்.

அப்பா முகம் தூங்கும் போது இப்படித்தான் இருக்கும்... வாயில் வெற்றிலையை நுணுக்கி சொருகி வைத்திருந்ததுதான் வித்தியாசம்... அவர் வெற்றிலை போடுகிறவர் அல்ல. எப்போதாவது மீன் குழம்பு சாப்பிட்டால் சாஸ்த்தரத்துக்கு ரெண்டு வெற்றிலை போட்டுக் கொள்வார். அப்பாவுக்கு இன்னும் உயிர் இருக்கிறதா? காலையில் இருந்து இத்தனை களேபரத்தில் எழுந்திருந்திருக்க மாட்டாரா? பையன் பென்சிலைக் கீழே போடட்டாலே "என்னடா சத்தம்... கொஞ்ச நேரம் தூங்க விட்றியா? என்பாரே... இவ்வளவு புகை... இத்தனை அழுகை... என்னதான் லோ பல்ஸாக இருந்தாலும் இப்படி மயங்கிக் கிடக்க முடியுமா? குளிப்பாட்டும்போது எழுந்திருந்திருக்க மாட்டாரா?

"புண்ணியாதானம் பண்றவங்களாம் பண்ணலாம்... முகத்தப் பாக்கறவங்கலாம் பார்க்கலாம்" கையில் வரட்டியுடன் பண்டாரத்தின் அவசரம். வெளியே இன்னொருவரின் பிணம் வந்துவிட்டதாம். பக்கத்து மேடையில் அடுத்த உடலை ஏற்றி வைத்து, 'முன்னை இட்ட தீ... முன்னூரு நாள் சுமந்து' பாட வேறொரு பண்டாரம் தயாராக இருந்தார். அந்தப் பிணத்துக்குப் புண்ணியாதானம் செய்யவும் முகத்தைப் பார்க்கவும் இன்னொரு பானையில் தண்ணீரும் எல்லாம் சேர்ந்து குழப்பமாகத் தெரிந்தது.

கடைசியாக நாம் ஒருமுறை சோதித்துப் பார்க்காமல் விட்டு விட்டோமே... நெஞ்சோடு காதை வைத்துக் கேட்டால் மூச்சுவிடுவது தெரியாதா?... பக்கத்தில் நின்றிருந்த செல்வத்திடம் நமக்கு வந்த சந்தேகங்களைச் சொல்லலாமா?

“முடிங்க சீக்கரம்... இருட்டுதில்ல... வெளிய வெய்ட் பண்றாங்களே... உங்களை மாதிரிதானே இருக்கும் அவங்களுக்கும்?” சுடுகாட்டுப் பணியாள் குழுமியிருந்தவர்களைப் பார்த்து மொத்தமாகக் குரல் கொடுத்தான். எல்லோரும் துரிதமாக இருப்பதாகச் சற்றே அசைந்து கொடுத்தனர்.

அதுதான் சாக்கென்று வரட்டியை அப்பாவின் முகத்தில் மூடுவதற்குத் தயாரானான். என் கை அனிச்சையாக அவனைத் தடுத்தது. என்னை ஆறுதலாகத் தாங்கிக் கொள்வது போல செல்வம் தோளோடு இழுத்து அணைத்துக் கொண்டான். எரிப்பதைத் தடுப்பதா? எழுவதா? என்ற குழப்பத்தில் இறைவன் விட்ட வழி என்று துணைக்குக் கடவுளைச் சேர்த்துக் கொண்டேன்.

ஏதாவது ஒரு அதிசயம் நடந்து அப்பா எழுந்து உட்கார்ந்து கொள்ளமாட்டாரா?

கடந்த ஆண்டில் ஒருமுறை அப்பாவுக்கு லோ பல்ஸ் ஆகி மூர்ச்சை ஆனபோது ஹாஸ்பிடல் கூட்டிப்போய் கரண்ட் ஷாக் வைத்து எழுப்பினோம். "இன்னும் கொஞ்ச நேரம் இப்படியே இருந்திருந்தா அவ்ளதான்." என்றான் அந்தப் பயிற்சி டாக்டர் உயிரைக் காப்பாற்றிய பெருமிதத்துடன். ஆனால் அப்போது மூச்சு ஏறி இறங்குவது நன்றாகத் தெரிந்ததே....

அப்பாவின் கால் மாட்டில் கற்பூரம் வைத்து, தீப்பெட்டியை நீட்டிக் கொளுத்தச் சொன்னார். கொளுத்தினேன். திரும்பிப் பார்க்காமல் போயிடுங்க...

பாடையை இறக்கி வைக்கும் போது வலியோடு மெலிதாக முனகியது அப்பாதான். ஏற்கெனவே அவர் உடம்பு முடியாமல் இருந்தபோது, காரில் ஏற்றும்போது இப்படி முனகியிருக்கிறார். அப்பாவின் குரல் மகனுக்குத் தெரியாதா?

ஐயோ... உயிரோடுதான் அவரை எரித்து விடுகிறோமோ? அவசரமாக அப்பாவை நோக்கித் திரும்பினேன். "டேய்..டேய் வாடா" செல்வம் வெளியே இழுக்க... “சார் திரும்பிப் பார்க்காம கூட்டிட்டுப் போங்க” பண்டாரமும் வெட்டியானும் அதட்டலுடன் வலியுறுத்த செல்வம் இன்னும் வேகமாக வெளியே இழுத்தான்.

“பாடைக்கும் பூவுக்கும் ரெண்டாயிரம்தான் சார் குடுத்தாரு... இன்னும் ஐநூறு ரூபா தரணும்...” என்று குறுக்கிட்டவனை

“தருவாங்க இருப்பா” என்றபடி செல்வம் என்னைப் பார்க்க நான் சுந்தரத்தின் பக்கம் திரும்பி ஜாடைக் காட்டினேன். ஐநூறு ரூபாயை வாங்கிக் கொண்டு, "டெத் சர்டிபிகேட் நானே வாங்கித் தந்துட்டமா... அதுக்குத் தனியா ஐநூர் ரூபா ஆவும்” என்றான் மறித்தவன்.

இவர்கள் எல்லாம் யார்? அப்பா இறந்த அரை மணி நேரத்தில் எப்படித் தகவல் தெரிந்து வந்தார்கள். இவர்களிடம் கொடுக்கிற காசு நியாயமான தொகைதானா...?

என் பதிலை எதிர்ப்பார்க்காமல் “காலைல வாங்க. அஸ்தி எடுத்து வெக்கிறேன்” என்றான்.

பண்டாரம் ஓடிவந்து “பதினாறாம் நாள் காரியத்துக்கு முன்னாளே ராத்திரி வந்துடுவேன். பசு மாட்டுக்குச் சொல்லிடுங்க... இந்தாங்க லிஸ்ட்டு நானே வாங்கியாந்துடட்டுமா, நீங்க வாங்கி வெக்கறீங்களா?”

“எவ்வளவு தரணும்?”

“நானே வாங்கியாறதுக்கா? மூவாயிர் ரூபா குடுங்க” கொடுக்கச் சொல்லி மறுபடி சைகை. “எரியுதா?”

“ஆமா சார்... நாங்க பாத்துக்றோம் கிளம்புங்க. காலைல அவர்களைக் கொண்டாந்து கொடுக்கச் சொல்றேன் அஸ்திய... நீங்க போங்க.”

“நீ செல்வம் பைக்ல வந்துடுப்பா” யாரோ சொன்னார்கள்.

உயிரோடுதான் கொளுத்திவிட்டோமா? சுடுகாட்டுக்கு வந்து எரித்துவிட்டு வீட்டுக்குக் கிளம்பும்போமு இது என்ன கொடுமையான சிந்தனை? இருக்காது. தலையில் எண்ணெயும் சீக்காயும் தேய்க்கும்போதே உறைந்து போய் கிடந்ததே உடம்பு.. ஹூம்’ என்ற அப்பாவின் முனகல் பிரமையா?

“போலாமா?” என்றான் செல்வம்.

தயாரானபோது அவனுடைய பைக் கீழே சிரித்து கிடந்ததைப் பார்த்து அலுத்துக் கொண்டான். “ஜனங்களுக்கு என்ன அவசரமோ..... சுடுகாட்டுக்கு வந்துகூட.”

“ஹூம்” பைக்கை ஒரே மூச்சில் தூக்கி நிமிர்த்தினான். செல்வத்திடம் அப்பாவின் அதே ‘ஹூம்’,

பாடையில் இருந்து அப்பாவை இறக்கும்போது எனக்குப் பக்கத்தில் இருந்தவன் செல்வம்தான். இவன்தான் இப்படி குரலெழுப்பினானோ?

“போகலாம். வேஷ்டி மாட்டிக்கப் போகுது. ஒரு பக்கமா

உக்காந்துக்க. காலை வெச்சுட்டியா?"

"ம்."

எல்லோரும் தலா பைக்கிலோ, நடந்தோ அவரவர் வீட்டை நோக்கிப் புறப்பட்டனர். செல்வம் பைக்கைக் கிளப்பினான்.

மனம் விட்டு அழுவதற்கு மனமும் நேரமும் இப்போதுதான் அமைந்தது எனக்கு. பைக்கின் பின்னால் அமர்ந்து முழுசாக அழுதேன். அப்பா முதன் முதலில் என்னை இப்படி ஸ்கூட்டரில் ஸ்கூல் அழைத்துப் போனதில் இருந்து ஞாபக வெள்ளம் கரை புரண்டது. காலில் சுளுக்கு பிடித்த போது அப்பா அவர் மடியில் என் காலை எடுத்துக் கொண்டு இரவெல்லாம் அழுத்திக் கொண்டிருந்த அடுத்த சம்பவம். அவருடைய கைச் சூடு நேற்றுவரை என் உடம்பில் பதிந்த ஞாபகம்.... ஆவர் கடைசியாக என்னைத் தொட்ட இடம் என்னிடம் இருந்தது. அப்பா எங்கே?..

எனக்கென்னவோ அது அப்பாவின் குரல் மாதிரிதான் இருக்கிறது இப்போதும்.

- தினமணி கதிர், 2007.

கன்று

76

சாப்பிட ஓட்டலுக்குள் நுழைந்த நேரத்தில் அந்தச் சிறுமியைப் பார்த்தேன். அவள் கையில் சின்ன பர்ஸ் இருந்தது. அந்த அடையாளம் மட்டுமே நினைவுத் துளிர்போல மனதில் இருந்தது.

ஓட்டலுக்குள் போன பிறகு அவளை மறந்துவிட்டேன். சாப்பாடு பற்றிய நினைவுகளை அசைபோடுவது உலகையே மறக்க வைப்பதாகத்தான் இருக்கிறது.

வந்த ஐந்த நிமிடத்தில் சர்வருக்கும் சாப்பிட வந்தவருக்கும் சண்டை வராத டேபிள்கள் எத்தனை எண்ணிக் கொண்டிருந்தேன்.

ரேஷன் கடை ஊழல், பெனிஃபிட் பண்டு மோசடி, போன ஆண்டு கட்டிய பாலம் இடிந்து 100 பேர் பலி, கன்னாபின்னாவென்று கணக்குக் காட்டும் எலக்ட்ரிசிட்டி மீட்டரைச் சரிபார்த்துத் தருவதற்கு லஞ்சம், டிரைவிங் லைசென்சைக் காட்டிய பிறகும் பைக் சாவியை எடுத்துப் பாக்கெட்டில் போட்டுக் கொண்டு ஏடாகூடமாக விசாரிக்கும் போலீஸ்... இப்படிக் கோபப் படவேண்டிய எத்தனையோ இடங்களில் மக்கள் காட்டும் பொறுமைகள் எல்லாம் ஹோட்டல் டேபிள்களில் வந்த பின்புதான் ஆவேசமடைகின்றன போலும்.

“யார்யா இந்த டேபிள்?”...சாப்பிட வந்த அரைமணி நேரமாச்சு... ஒரு ஆளும் ஏன்னு கேக்க மாட்டேன்றீங்க....’ ’கேட்டாதான் தண்ணி வெப்பியா...? ’யோவ் சாம்பார்.... ஆளு இருக்கிறது தெரியலையா?’, ’இன்னும் சாப்பாடே வரல அதுக்குள்ள வந்து ’மோரா சார்’ங்கிறியே... எங்கேயா உங்க ஓனரு?... எவ்வளவு எரிச்சல்கள்... எவ்வளவு மிகையான வார்த்தைப் பிரயோகங்கள்.

ஏதிரில் இருப்பவர் இலையைப் பிடுங்கிக் கொள்வாரோ என்ற அச்சத்தோட சாப்பிடுகிறார்கள். கைகளிலும் கண்களிலும் தெரிகிறது அவசரமும் அச்சமும். இவ்வளவு வெறித்தனமாக ஏன் சாப்பிடுகிறார்கள் என்று எனக்குப் புரியவில்லை. இந்த ஒரு பிறவியை மக்கள் எப்படியெல்லாம் வாழ்கிறார்கள் என்று கவனிப்பதற்கு ஒதுக்கிவிட்டு அடுத்தப் பிறவியில் இருந்து வாழலாமா எனத் திடீரென நினைத்தேன். ஏதோ தத்துவத்தின் அடிப்படையில் அடுத்த பிறவி என ஒன்று இல்லாமல் போனாலும் பெரிய பாதகம் இல்லை போலத்தான் தோன்றியது.

இந்த ஓட்டல் ஏதோ துவையலுக்கோ, ரசத்துக்கோ, அப்பளத்துக்கோ பேர் போன ஓட்டல் என்றார்கள். எனக்கு எல்லா ரசமும் ஒன்றுதான். புளிக்கரைசலால் செய்யப்படுவது. இது இனிப்பு, இது புளிப்பு, இது காரம் என்று சொல்லத் தெரியுமே தவிர இது சுவை, இதில் சற்று குறைவு என்றெல்லாம் வகை பிரிக்கத் தெரியாது. எனக்கு ஆபிஸுக்கு பக்கத்தில் இருக்கிற ஓட்டல் என்ற காரணத்துக்காகச் சாப்பிட்டுக் கொண்டிருக்கிறேன். கல்லூரிப் படிப்புக்குப் பிறகு ஒரே வருடத்தில் இரண்டாவது வேலை இது. காலை ஆறுமணிக்கே வீட்டை விட்டுக் கிளம்பினால்தான் பத்து மணிக்காவது ஆபிஸுக்குப் போக முடியும் என்ற இடைவெளி. ஆறு மணிக்குச் சமைத்ததை அம்மா தந்த சாப்பாடாக இருந்தாலும் மத்தியானத்தில் சாப்பிடவா முடியும்?

வெளியே வந்தேன். சிகிரெட் கொளுத்திக் கொண்டு வெயில் இல்லாத இடமாகத் தேடினேன்.

சூரியன் ஓட்டலுக்கு நேர் மேலே இருந்தது. எந்தப் பக்கத்திலும் நிழலே இல்லை. ஓட்டலின் சுவரில் நிழலாலேயே பெயிண்ட் அடித்த மாதிரி ஒட்டிக் கொண்டிருந்தது. இப்படியான தருணத்தில் ஆல்பெர் காம்யூவின் அந்நியன்போல யாரையாவது சுட்டுவிட முடியுமா நம்மால் என்று இருந்தது. யோசனை வேறு பக்கம் திரும்பியது. துப்பாக்கியை ஒருமுறை தொட்டுப் பார்க்கும் சந்தர்ப்பமாவது கிட்டுமா? துப்பாக்கி இல்லாவிட்டால் போகிறது. உருட்டுக் கட்டையை எடுத்து ஒருத்தன் நடுமண்டையில் அடிக்க முடியுமா?...

இப்படியான ஒரு ஆயாசனை சந்தர்ப்பத்தில்தான் அந்தச் சிறுமியை மறுபடி பார்த்தேன். அவள் நடைபாதை மேடையில் அமர்ந்து காலை சாலையில் தொங்கவிட்டபடி வெயிலில் அமர்ந்திருந்தாள். அவள் கையில் சிறிய மணிபர்ஸ்ஸின் உட்புறத்திறப்பில் சிறிய கண்ணாடி. அதில் அவளுடைய முகத்தைப் பார்த்துக் கொண்டிருந்தாள். அவளுடைய உலர்ந்து போன சிக்கடைந்த சிகையை விரல்களால் பின்பக்கம் தள்ளிவிட்டாள். பின்னர் முன் நெற்றியில் சிறிய முடிக் கற்றையை விரல்களால் சுருட்டிவிட்டுக் கொண்டாள். அவளுடைய

முகம் அவளுக்கு வியப்புக்குரிய விஷயமாக இருந்திருக்க வேண்டும். தன் மூக்குத்தியைத் திருகி அதில் பொறித்த உருவத்துக்கு ஏற்ப இப்படித்தான் இருக்க வேண்டும் போல நிலைப்படுத்தினாள். மெல்ல தன் நுனி நாக்கால் அக்கண்ணாடியைத் தொட்டாள். கண்ணாடியிலிருந்த நாக்கும் அவளுடைய நாக்கைத் தொட்டது. அவள் பூரிப்பான புன்னகையோடு அதை உள்வாங்கிக் கொண்டு அதே வேகத்தில் இதை யாராவது பார்த்துவிட்டார்களா என்று கவனித்தாள். அதை நான் கவனித்துவிட்டேன் என்பது அவளுக்கு அதிர்ச்சியாகவும் வெட்கமாகவும் இருந்தது. சட்டெனத் திரும்பிக் கொண்டாள். வித்தியாசமாக எதுவும் நடந்துவிடவில்லை எனக் காட்டிக் கொண்டு இயல்பாக பர்ஸை மூடினாள்.

நான் அவளுடைய நடவடிக்கைகளை பார்த்துவிட்டேன் என்பது அவளுக்கு புரிந்துபோனது. ஆனால் நான் காட்சிகளை உள்வாங்கி கொள்ளாமல் கவனக் குவிப்பு எதுவும் இன்றி சும்மா வெறித்துக் கொண்டிருந்ததாகத்தான் இருக்கும் என அவள் எதிர்ப்பார்த்தாள். அவள் எதிர்பார்த்தது உண்மைதானா என்பதைச் சரிபார்த்துக் கொள்வதில் அவளுக்கு தவிப்பு இருந்தது. மீண்டும் நான் அவளைக் கவனிக்கிறேனா என்ற ஓரக்கண்ணால் பார்த்தாள். நான் அவளைத் தான் கவனித்துக் கொண்டிருந்தேன். அவளுக்குத் தேவையற்ற சங்கடத்தை ஏற்படுத்திவிட்டது. உடனே அவள் அங்கிருந்து ஓட்டலின் மறு முனைக்குப் போய் கையேந்திப் பிட்சை கேட்க ஆரம்பித்தாள். அவள் கையில் தட்டு ஒன்றும் இருந்தது. அவள் பிச்சைக்காரி என்பது எனக்கும் அப்போதுதான் தெரிந்தது.

அதிகபட்சம் பதிமூன்று வயசு இருக்கலாம். சரியான ஆகாரம் சாப்பிடாதவளாக உணர்ந்து பதினான்கு வயதாகவும் இருக்கலாம் என்று கணித்தேன். போதிய கவனிப்பு இருந்தாள் அவளுடைய நிறத்துக்கு இன்னும் அழகாகவே இருப்பாள். யாருடைய இரக்கம் காரணமாகவோ வழங்கப்பட்டிருந்த அந்தப் பாவாடை-சட்டையும் கூட அவளுக்குப் பொருத்தமாகத்தான் இருந்தது. அவள் அடிக்கடி என்னை ஓரக்கண்ணால் பார்க்கிறாள் என்று தெரிந்தது. கன்றுக்குட்டிக்கு காதல் என்பார்களே அதற்குச் சற்று முந்தைய உணர்வு என்று சொல்லலாம் அதை. அந்த உணர்வு எனக்கானதா? அவளுக்கானதா? என்பது அவ்வளவு சர்ச்சைக்குரிய விஷயமில்லை. இருந்தாலும் அதை இருவருக்குமானதாகத்தான் நான் நினைக்கிறேன்.

வெயில் உக்கரமாக இருந்தது. கூட்டமும் கடை வாசல் பக்கமாகவே குழுமிவிட்டது. கடையில் தொங்கவிடப்பட்டிருந்த படுதாவும் புகைபிடிப்பு வஸ்துகளும் மக்களை இந்தப் பக்கமாக நகர்த்திவிட்டது. அந்த சிறுமி இருந்த இடத்தில் யாருமே இல்லை.

யாருமில்லாத இடத்தில் அவளால் பிச்சையும் எடுக்க முடியாதே. ஆனால் அவள் இந்தப் பக்கம் வராமல் இருப்பதற்கு நான் இருப்பதுதான் காரணமா என்பதை அறிந்த போது வருத்தமாக இருந்தது. அவள் கண்ணாடியில் பார்த்து அலங்காரம் செய்து கொள்வதைக் கவனித்து விட்டதற்காக அவள் வெட்கம் அடைந்திருப்பாளோ என்பதைத் தெரிந்து கொள்ளவும் ஒருவேளை நாம் இருக்கும் வரை இந்தப் பக்கம் வரவே மாட்டாளோ என்பதை உறுதிப்படுத்திக் கொள்ளவும் நான் இன்னொரு சிகிரெட்டை வாங்கிக் கொளுத்திக் கொண்டேன்.

உண்மையில் அவள் என்னை அடிக்கொருதரம் ரகசியமாகப் பார்த்துக் கொண்டுதான் இருந்தாள். நான் இருக்கும் பகுதி நோக்கி வருவதில் தயக்கமும் இருந்தது. அவள் அடுத்த முறை பார்த்தபோது அவளுடைய இத்தனை செய்கையையும் உள்வாங்கிக் கொண்டதன் அடையாளமாக ஒரு புன்னகையைச் சிந்தினேன்.

அவளுக்கு அது தன்னை நோக்கித்தானா என்ற சந்தேகம் வந்துவிட்டது. திடுக்கிட்டு வேறு யாருக்கானதோ என்று பதறினாள். அவளைப் போன்றவளைப் பார்த்து இதற்கு முன் யாரும் புன்னைகயைச் சிந்தியிருக்க வாய்ப்பில்லை. ஒரு புன்னகையை எதிர் கொள்ள முடியாமல் அவள் தடுமாறினால். எச்சில் விழுங்கி விழித்தாள். அது எனக்கு மேலும் சிரிப்பை ஏற்படுத்தியது. தன் மீதான இப்படியொரு கவனத்தை அவள் பெரிதும் விரும்பினாள்போல் தெரிந்தது. இதற்கு முன்னால் இப்படியொரு நிகழ்வு அவளுக்கு ஏற்பட்டிருக்குமோ என்று உறுதியாகத் தெரியவில்லை. நான் நடந்து கொண்டது அவளுக்குப் பெருமையாகவும் கூச்சமாகவும் இருந்திருக்க வேண்டும். சில்லறைகள் இல்லாத தட்டில் விரலால் கிறுக்கி, எந்தப் பாதிப்பு ஏற்படாதவளாகக் காட்டிக் கொண்டாள்.

நட்ட நடு வெயிலில் நடந்து கொண்டிருந்த இந்த நாடகம் வேறு யாராலும் கவனிக்கப்படுகிறதாவெனப் பார்த்தேன். நகரத்து நிலவுபோல பார்ப்பவர் அற்றுதான் இருந்தது.

நான் நினைத்தது தவறு. வேறொரு ஜீவன் அவளைக் கவனித்துக் கொண்டுதான் இருந்தது. ஆவேசமாக வந்த பெண்மணி, அந்தச் சிறுமியின் கையில் இருந்த தட்டைப் பிடுங்கி அதாலேயே அவளுடைய தலையில் ஒரு அடி போட்டுவிட்டு “இன்னாடீ பண்ணீங்கீறே இம்மா நேரமா இங்க?” என்றாள்.

இப்படியொரு அவமானத்தை என் எதிரில் எதிர்கொண்டது அதிர்ச்சியாகத்தான் இருந்திருக்கும் அவளுக்கு. ஆனால் அப்படியான செம்மையான உணர்வுகளையெல்லாம் வெளிப்படுத்திப் பழக்க மில்லாதவளாக அவள் இருந்தாள். அவமானப் படுவதை அவள்

முதல் முறையாக வெளிப்படுத்த வேண்டியிருந்தது. அடி வாங்கிய அடுத்த கணம் அவள் என்னைப் பார்த்தாள். சிக்னல் விழுகிறவரை சிக்னல் விளக்கைப் பார்த்துக் கொண்டிருக்கிற கவனமும் ஆயாசமும் கலந்த பார்வை அது.

"கூட்டம் அங்கு நிக்குது.. இங்க இன்னா பன்றே?" என்றபடி முடியைப் பிடித்து இழுத்து கடை இருந்த பக்கம் நோக்கித் தள்ளினாள்.

அவள் அவசரமாகத் தன் தலைமுடியைச் சரி செய்து கொண்டாள்.

"அப்பிடிக்கா போடீன்றல்ல?" என்றபடி தான் வைத்திருந்த கைக் குழந்தையையும் அவள் தோள் மீது சார்த்தினாள். எச்சில் ஒழுகிக் கொண்டிருந்த குழந்தையின் வாயைத் தான் பாவாடை முனையால் துடைத்துவிட்டு, நன்றாக தோளில் சாய்த்துக் கொண்டு லெசாகக் குலுங்கி தயாரானாள். நானிருந்த பக்கம் நோக்கித் தட்டேந்தி எந்திரத்தனமாக வந்தாள்.

- தினமணி கதிர், 2007.

பத்தினி

77

"ஹலோ ..."

"ஹலோ ..."

"சரியா கேட்குதா?"

"விட்டு விட்டுக் கேட்குது... நீங்க யாரு?"

"சுத்தம்... நான்தான் ஸார்...வினோ பேசறேன்... வினொதினி"

"ஓ... நீங்களா? குரல் வேற மாதிரி இருந்துச்சு" "என்ன ஸார் அதுக்குள்ள மறந்துட்டீங்க?"

"குரல் சரியா கேட்கல. நேரம் கழிச்சு கேட்கறதால... எப்படி இருக்குது பாரீஸ்?"

"அதுக்கென்ன...? அமோகமா இருக்கு."

"அப்புறம்?"

"அவ்வளவுதானா. பேசியாச்சா எல்லாத்தையும்...? "அப்படி இல்ல சொல்லுங்க.."

"பொண்ணு எப்படி இருக்கா?"

"என்ன ஸார்....பிஸயா இருக்கீங்களா?"

"சே.... நான் நிஜமாத்தான் கேட்டேன். இருங்க வண்டியை ஓரமா நிறுத்திக்கிறேன்."

"ஓ..ட்ராவல் பண்றீங்களா?"

"நோ ப்ராப்ளம். ஓரமா நிறுத்திட்டேன். சொல்லுங்க."

"உங்க கிட்ட ஒரு விஷயம் சொல்லணும் ஸார்."

“ஒரு மூணு மாசம் டேலி கத்துக் கொடுத்தாலே ஸார் ஆகிட்டேன் நான்.”

“இல்லேனா?”

“சித்தப்பா, மாமானு கூப்பிட்டிருப்பீங்க..... ஒருவேளை சிந்திச்சிருந்தா...”

“ஸார்ர்..”

“என்னமோ சொல்லணும்னு சொன்னீங்க.”

“இங்க நல்ல குளிர். நடுராத்திரி... அங்க?”

“இங்கு கொஞ்சம் குளிர்... நடுராத்திரி இல்ல... இந்த மாதிரி தட்ப வெப்பம் பத்தி பேசத்தான் கூப்பிட்டீங்களா?”

“இல்ல ஸார் எப்படி ஆரம்பிக்கறதுனு தெரியல...”

“பிரச்சனையா?”

“இம்சையா இருக்கு ஸார்.”

“ரொம்ப திட்றாரா?”

“ரொம்ப அடிக்கிறார்.”

“திட்றாருனு தானே சொல்லியிருந்தீங்க...”

“ரொம்ப முக்கியம்.. பெருமையான விஷயத்தை மறைச்சுட்ட மாதிரி..”

“சரி இந்த ராத்திரியில என்ன பண்றீங்க.... அவர் இல்லையா?”

“பால்கனியல உட்கார்ந்து குடிச்சாரு ...அப்படியே வாந்தி. அங்கேயே தூக்கம்..”

“பிரான்ஸ் போனாலும் மக்களோட மனசு மாறலையே” “இங்க வந்தா மாறிடும்னு யார் ஸார் சொன்னாங்க.. இங்கயும் சண்டை எல்லாம் இருக்கு ப்ரெஞ்ச்ல போட்டுக்கறாங்க.”

“அடிக்கறதும் உண்டா அங்கே?”

“இல்லாமே..? விஷுக் விஷுக்னு கோர்ட்டுக்குப் போயிட்றாங்க... நாம கொஞ்சம் ஸ்லொ.... அதிலும் நான்... சான்ஸே இல்ல.”

“சமாளிச்சுக்கிட்டு இருக்க முடியுமானு உங்களுக்கே தெரியுதா? “அந்த நம்பிக்கை எப்பவோ போயிடுச்சு.”

“அப்ப நீங்களும் கோர்ட்டுக்குப் போயிட வேண்டியதுதானே?”

“பந்தாவா வெளிநாட்ல கட்டிக் கொடுத்தாங்க... இப்ப வாழா வெட்டியா வந்து சேர்ந்துட்டானு பேசுவாங்க. அம்மாவும் அப்பாவும் ரொம்ப வருத்தப்படுவாங்க. நானும் எந்த முகத்தோட வெளிய போறதுனு தெரியலை.”

“அதுக்காக?”

“உங்க கிட்ட யோசனை கேட்டா இப்படிச் சொல்றீங்களே?”

“கோர்ட்டுக்குப் போகணும், இல்ல அடங்கிப் போகணும், அடங்கிப் போகவும் முடியாதுனு சொல்றீங்களே?”

“நான் அடங்காம ஆடறேனா?”

“நான் அந்த அர்த்தத்திலே சொல்லலே... ஸாரி வினோ.”

“ஆம்பளைங்க.... எந்த அர்த்தத்தில் பேசினாலும் அது பொம்பளைங்களுக்கு எதிரா அமைஞ்சுடுது ஸார்.. அது எப்படி?”

“ஐயோ ....சார்... நான் கொஞ்சம் குடிச்சிருக்கேன். நானும் சொல்லிக்கிறேன்.”

“வினோ இது என்ன கெட்டப் பழக்கம்... எவ்வளவு நாளா?”

“அவர் அடிச்சுட்டு குடிச்சுட்டு தூங்கின பிறகு அவர் வைக்கிற மிச்சத்தைக் குடிச்சுட்டு தூங்கிடுவேன்.”

“அய்யோ ... ஏன் இப்படியெல்லாம்?”

“தாங்க முடியல ஸார்... சே..”

“ப்ளீஸ் அழாதீங்க...”

“அம்மா அப்பாகிட்ட சொன்னா பிரச்சனை வேற மாதிரி போய்டும்... அதான் உங்க கிட்ட சொல்லி அழுதா கொஞ்சம் பாரம் இறக்கி வெச்ச மாதிரி இருக்கும்.”

“ஸார்?”

“சொல்லுங்க.”

“உங்களை வீணா டார்ச்சர் பண்றேன்.”

“அவர் கிட்ட பொறுமையா எடுத்துச் சொன்னீங்களா?”

“எப்பவாவது நல்ல மூட்ல இருக்கும் போது சொல்லுவேன். நம்ம குழந்தை எதிர்காலத்த பாருங்க. எங்கயோ தூரத்திலிருந்து உங்களையே நம்பி வந்திருக்கேன், எனக்கு உங்களை விட்டா வேற யாரு இருக்காங்கன்னு சொல்லுவேன்... அன்னைக்கு நைட்டுதான் அடி கடுமையா இருக்கும். என்னை நம்பியாடி இருக்கே... பின்ன அவன்கூட எதுக்குடி அப்படிச் சிரிச்சுச் சிரிச்சு பேசினேனு பக்கத்து வீட்டுக்காரனோட சம்பந்தப்படுத்திப் பேசவாரு.”

“வேறெதாவது காரணம்...?”

“என்னோட அப்பா சுத்த கஞ்சப் பிசினாரினு சொல்லுவாரு... உன்னை வெச்சி காப்பாத்தணும்னு எனக்கு என்ன தலையெழுத்து...

இந்தப் பொண்ணு எனக்குத்தான் பொறந்ததா... இப்படி அந்தந்த நேரத்துக்கு ஏதாவது ஸ்பெஷலா அவருக்குக் காரணம் கிடைக்கும்...."

"ஏய்...நான் ஓரமாத்தான் நிக்கறேன்... நீ பாத்துப் போய்யா."

"என்ன ஸார்... நான் வேணா அப்புறம் பேசட்டுமா?"

"போய்ட்டான். யாராவது நிம்மதியா ஒரு ஓரமா இருந்தா சிலருக்குப் பிடிக்காது. அவனை வம்புக்கு இழுப்பாங்க... இவன் மட்டும் எந்தப் பிரச்சனையும் இல்லாம இப்படி போன் பேசிக்கிட்டு இருக்கானேனு... உங்க வீட்டுக்காருக்கும் இந்த மாதிரிதான் ஏதோ மனப் பிரச்சனை... டாக்டர்கிட்ட கூட்டிட்டுப் போய் காட்டுங்களேன்."

"என்னையாடி பைத்தியம்னு சொன்னேனு கலாட்டாவாகிடும் ஸார்."

"அவங்க அப்பா அம்மாவுக்கு விளக்கமா ஒரு லெட்டர் எழுதுங்களேன்."

"இவரோட தங்கச்சி கல்யாணத்துக்குப் பணம் தராததுக்கே நான்தான் காரணம்னு நினைக்கிறாங்க..... இவரு குடுச்சுட்டு கூத்தடிக்கறதுக்கு நான் மாட்டிக்கிட்டது அவருக்கும் வசதியா போச்சு. ஆமாம்மா இவ சரியில்லைனு என்னைக் காட்டி விட்டுட்டாரு."

"அந்த விளக்கத்தையும் சேர்த்து எழுதுங்க."

"இல்ல ஸார்....அவங்க நீங்க நினைக்கிற மாதிரி இல்ல. சொல்லப் போனா இவர் எவ்வளவோ பரவால்ல அவங்களைவிட"

"இருக்கிற எல்லா வழியும் அடைச்சுட்டீங்க...சாகற வரைக்கும் சமாளிச்சுத்தான் ஆகணும்."

"யார் கிட்டயும் பேசக்கூடாது..ன்னார். பேசறதை நிறுத்திட்டேன். ஜன்னல்ல நின்னு பார்க்கக் கூடாதுன்னார் பார்க்கறதை நிறுத்திட்டேன். டி.வி.பார்த்தா தப்பு, புத்தகம் படிச்சா தப்பு... இதெல்லாம் பார்த்துதான் இப்படி ரைட்ஸ் பேசறேனு சண்டை.... தையும் நிறுத்தியாச்சு. குழந்தை அழுதா தப்பு. சைட் டிஷ் சரியா இல்லைனா அடி. ஷூவுக்கு பாலீஸ் சரியா இல்லைனு உதை... போதும் சார், சமாளிச்சது..."

"அழாதீங்க... மனசைத் தளரவிட்டுடாதீங்க... குழந்தை முகத்தைப் பாருங்க...."

"ஏதோ போதைல புலம்புறாரு..."

"அய்யோ முழிச்சுக்கப் போறாரு.."

“அரை டம்ளர் சாப்பிட்டவளை இப்படித் தள்ளாடிக்கிட்டு இருக்கேன். ஃபுல் பாட்டில் சாப்பிட்டுட்டு கவுந்து கிடக்கிறாரு...”

“சரி போய் படுங்க...”

“சார் நீங்க பேசுங்க... பால்கனி வழியா ஒரு பட்டாம்பூச்சி வந்து என் கையில உட்கார்ந்திருக்கு. அதனாலதான் அசையாம மெதுவா பேசறேன். இந்த ராத்திரியில என்னை மாதிரி வழி தவறிப்போய் வந்திருக்கு... புதுச்சேரில இருந்தப்ப பயாலஜி ப்ராக்டிகலுக்காகப் பட்டாம்பூச்சி பிடிச்சது ஞாபகம் வருது. ஒவ்வொண்ணையும் அட்டையில் குண்டூசி குத்தி இம்சை படுத்தினேன். இப்ப என் வீட்டுக்காரரர் என்னைப் பண்றா மாதிரி...”

“சரி... நீங்க போய் தூங்குங்க...”

“போங்க சார் பறந்துடுச்சு... ஒருமுறை எபெல் டவர்ல டின்னர் சாப்பிட அழைச்சுட்டுப் போனார். பாதியில் சண்டை. என்னை அங்கயே விட்டுட்டு சர்ருனு காரெடுத்துக்கிட்டுப் போயிட்டார். கையில காசும் இல்ல. வழியும் தெரியாது. நிலைமையயை எடுத்துச் சொன்னேன். ஹோட்டல் ஆர்டரர் பரிதாபப்பட்டு சாப்பிட்ட பில்லையும் கொடுத்து டாக்ஸி பிடிச்சு வீட்டுக்கு அனுப்பி வெச்சான்... கொஞ்சநாள் எனக்கும் அவனுக்கும் முடிச்சுப் போட்டு சித்ரவதை ஓடுச்சு. ஸார் பத்தினினா என்ன ஸார்...?”

“.... விடு வினோ... எப்படியாவது இங்க புறப்பட்டு வந்துடு... அதுக்கு வழி இருக்கா பாரு.”

“எதுக்கு பொண்டாட்டிகளுக்கு இந்த மாதிரி கட்டுப்பாடு?”

“தன்னுடைய சொத்தைக் தனக்குப் பிறந்த குழந்தைதான் அனுபவிக்கணும் மனுஷனுடைய சுயநல வெறி... ஏக்கம்... ஆசை... பொண்டாட்டி வேற ஒருத்தன் குழந்தையைச் சுமந்துடக் கூடாதுனு இப்படிக் கற்பு.. ஒழுக்க வெறி.. நளாயினி... சீதை.... ராமன்கூட சந்தேகப்பட்டு நெருப்பில் இறக்கிவிடலையா?”

“சந்தேகம் ஊருக்கு வந்தது... அவருக்கு வரலை. சந்தேகத்தைத் தீர்த்து வைக்கறதுக்காகத்தான் அப்படிச் செஞ்சார்னு சொல்லுவாங்க.”

“அதான் சொல்றேன்.... பல்லாயிரக்கணக்கான ஆண்டு பிரச்சனை இது... மனசைத் தளரவிட்டுடாதீங்க... இங்க எப்படியாவது திரும்பி வந்துடுங்க.”

“குடி போதைல நல்லா தூங்கிக்கிட்டிருக்காரு... எங்களுடையது பதினாலாவது மாடி ஸார்... இங்கிருந்து பார்த்தா பொம்மைக்கார் மாதிரிதான் தெரியுது எல்லாமே... விழுந்தா எழும்புகூட தேறாது...”

“ப்ளீஸ்... போய் படுத்து தூங்குன்னு சொல்றேன் இல்ல...”

“சரியான இருட்டு... பாரீஸே தூங்கிக்கிட்டு இருக்கு. எது நடந்தாலும் காலைலதான் தெரியும்.”

“வினோ என் மேல வெச்சிருக்கிற மரியாதை உண்மைனா உள்ள போங்க. பெசாமே படுத்துத் தூங்குங்க. நான் இங்க இருந்து ஏதாவது முயற்சி எடுத்து உங்களைக் காப்பாத்த பாக்றேன்.... அவசரப்பட்டு எதுவும் செஞ்சுக்காதீங்க.”

“ஸார் நீங்கதானே சொன்னீங்க... சாகறவரைக்கும் சமாளிச்சுத்தான் ஆகணும்னு.... சமாளிக்க முடியாத நிலை வந்தாச்சு... அப்ப நான் என்ன பண்ணனும்?”

“அய்யோ நான் வேற அர்த்ததிலே சொன்னேன்...”

“ஆம்பளைங்க அர்த்தமும் பொம்பளைங்க அத்தமும் வேற ஸார்...”

“தயவு செய்து புரிஞ்சிக்க....”

“இனிமே புரிஞ்சுக்க ஒண்ணும் இல்ல ஸார்...”

“ஐயோ ப்ளீஸ்... சொன்னா கேளு.”

“ஒரு மணி நேரமா பாக்றேன்... யார் கிட்டயா பேசிக்கிட்டிருக்கே... போலீஸ் கூப்பட்றதுகூட தெரியாம?”

“ஸார் நல்ல நேரத்தில் வந்தீங்க. ஒரு பொண்ணு தற்கொலைக்கு முயற்சி பண்ணிகிட்டு இருக்கா.... எப்படியாவது காப்பாத்துங்க ஸார்...”

“போலீஸா இருந்தாலும் போன்ல எப்படியா காப்பாத்தறது? ஹலோ... ஹலோ... யாரும் பேசலையே... தடக் புடக்னு ஏதோ சத்தம் கேட்குது... நாற்காலியை நகற மாதிரி....”

“அதான் ஸார்... பதினாலாவது மாடியில் இருந்து கீழே குதிக்க நாற்காலிய நகத்றா ...”

“வீடு எங்க?”

“பாரீஸ்ல.”

“பூக்கடைப் போலீஸுக்குச் சொல்றேன்...”

“ஸார் அந்த பாரீஸ் இல்ல...ப்ரான்ஸ்...”

“ப்ரான்ஸா? ஹலோ... ஹலோ யாரும் பேசலையா... ஏதோ பொம்பளை குரல் கேட்குது... இரு.. இரு.”

“ஸார்... சாகறவரைக்கும் பிரச்சனை தீராதுனு சொன்னீங்க.... நீங்க சொன்னதோட அர்த்தம் புரிஞ்சுது... என்னோட புருஷனைத் தூக்கி மாடியில இருந்து கீழ போட்டுட்டேன். ஸார்....ஸார்.. கேட்குதா?”

– தினமணி கதிர், 2009.

ஒரு தேர்தல் ஒரு பரிசு

78

இரண்டு பின்னங்கால் மட்டும் வெளியே தெரிவதை நான்தான் முதலில் பார்த்தேன். பசு கன்று போடப் போவதை ஓடிப்போய் தங்கச்சி வீட்டுக்காரரிடம் சொன்னேன்.

கொஞ்ச நேரத்தில் விஷயம் வீடு முழுவதும் பரவி, ஓடி வந்து பசு கன்றுப் போடப் போவதைப் பார்த்தார்கள். தங்கையின் மாமியார், 'தலைச்சன் கன்னுனா கொஞ்சம் கஷ்டமாத்தான் இருக்கும்' என்று ஆவேசமாகப் புறப்பட்டு வந்தாள்.

அதற்குள் அக்கம்பக்கத்துப் பசங்களெல்லாம் வந்து வேடிக்கை பார்க்கத் துவங்கியிருந்தார்கள். மாமியார்க்காரி முந்தானையை இழுத்துச் சொருகிக் கொண்டு பசங்களை விரட்டினாள். பசங்கள் சற்று தூரம் ஓடிப்போய் நின்றுகொண்டு மறுபடியும் பார்த்தார்கள்.

"ஆம்பளைங்க கூடத்தான்... ஏன் இங்க நிக்கறீங்க? வீட்டுக்குள்ள போங்க" என்றாள்.

"சரி, சுந்தரம் நீங்க வீட்டுக்குள்ள போங்க. நானும் சேர்மனும் இன்னைக்கு வேலூர் வரைக்கும் போறோம். நம்ம ஊருக்கு பஸ் வர்றதுக்காக ஏற்பாடு பண்றதுக்குத்தான்... நா வர்றவரைக்கும் இரு. போயிடாமே" என்றார்.

சுந்தரத்தோட தங்கை கல்யாணியைத்தான் முருகேசன் ஆறு மாசத்துக்கு முன்பு கல்யாணம் பண்ணினார். ஊர் பிரசிடென்ட் எலெக்ஷனில் கடச்சுட ஜெயித்திருக்கிறார். முருகேசன் கும்பிடுகிற

மாதிரி படங்கள் இன்னும் சுவர்களில் வெளுத்துப் போய் இருக்கின்றன.

"ஊருக்கு பஸ் வருமா? எப்போ?" இவ்வளவு மகிழ்ச்சியாகச் சுந்தரம் கேட்டதற்குக் காரணம், இப்போதுகூட பத்து கிலோ மீட்டர் நடந்தேத்தான் வந்திருந்தார்.

"எல்லாம் உங்க தங்கச்சி வந்த ராசிதான்." முருகேசன் புன்சிரித்தார்.

"நீங்க பிரசிடென்டா ஆனதாலே இதெல்லாம் நடக்குது" என்றார் சுந்தரம். தம்மை இன்னும் கொஞ்சம் புகழ்வார் என்று முருகேசன் எதிர்ப்பார்த்தார்.

சுந்தரம் அதற்குமேல் பாராட்டுவதாக இல்லை.

"சரி. எனக்கு டயம் ஆவுது. நா போய்ட்டு வந்துட்றேன்" என்ற முருகேசன் கிளம்பினார்.

கல்யாணி வந்து, "வாண்ணா சாப்பிடு" என்று அழைத்தாள்.

சுந்தரம் வீட்டுக்குள் நுழைவதற்க்கு முன்னால், பசுவைப் பார்த்தார். உட்கார்ந்து கொண்டிருந்த பசு எழுந்து நின்றது

"அகைன்ஸ்ட்டா நின்னது யாரு?" இட்லி சாப்பிட்டுக்கொண்டே கேட்டார் சுந்தரம். "நம்ம முருகேஷுதான் ஜெயிச்சது" மாமியார் லக்ஷ்மி பெருமித்தப்பட்டாள். சுந்தரத்துக்கு சங்கடமாகப் போய்விட்டது. "அப்படியா...? ஆமா, எதிர்த்து நின்னது யாரு? என்றார்.

அவ்வளவுதான். எப்படித்தான் அந்த அம்மாளின் முகத்தில் திடீரென்று அப்படி ஒரு விவகாரம் ஏற்பட்டதோ தெரியவில்லை . "அவன்தான் .... சிங்காரம்?" என்றாள்.

"நம்ம சிங்காரமா...?"

"கழுதை... ஜாதி புத்தய காமிச்சிடுச்சு பாத்தியா?" என்றாள்.

சிங்காரம் சேரியைச் சேர்ந்தவன். ஒன்றாவது முதல் பி.யு.சி வரை முருகேசனும், சிங்காரமும் ஒன்றாகவே படித்தார்கள். முருகேனுடைய படிப்பு சம்பந்தமான அத்தனை சந்தேகங்களையும் சிங்காரத்திடம் தீர்த்துக் கொள்ள வேண்டியிருந்தது. அதற்குப் பிராய்ச்சித்தமாக அவ்வப்போது கடனுதவி செய்ய வேண்டியிருந்தது.

படிப்பு முடிந்ததும் நட்பெல்லாம் முருகேஷனுக்கு அவ்வளவாக அவசியம் இல்லாமல் போனது. அப்படியே பழக வேண்டும் என்று நினைத்தாலும் ஊர்க் கட்டுமானங்களை மீற வேண்டியிருந்தது.

ஊரைப் பகைத்துக் கொண்டு சிங்காரத்திடம் பேசி

சாதிக்கப்போவது ஒன்றுமில்லை என்றும் முருகேசன் நினைத்தான். இவர்கள் பேசுவதைப் பார்த்துவிட்டு, ‘என்னடா வேலை உனக்கு அவன்கிட்ட?” என்று ஊர்ப் பெரியவர்கள் யாராவது கேட்டால், சிங்காரம் என்னோட ஃப்ரண்ட் என்று சொல்வதற்க்குக் கூச்சமாக இருந்தது. ‘சும்மாதான்... படிச்சிக்குனு இருந்தோம்’ என்று எதையாவது சொல்லிச் சமாளித்து வந்தான்.

இந்த மாதிரி சமயத்தில் ஊராட்சி மன்றத் தலைவர் தேர்தல் வந்தது.

பத்து மணிக்கு ஒருமுறை பசுவைப் போய்ப் பார்த்தார். இன்னமும் அப்படியேதான் இருந்தது. வெளியே தெரிந்த முன்னங்கால் குளம்புகள் லேசாக ஆடின.

செய்திகள் முந்தித் தருகிற ஒரே நாளிதழான அது இந்த ஊருக்குப் பதினொரு மணிக்கு வந்து சேர்ந்தது. சுந்தரம் செய்திகளைப் புரட்டினார். தமிழ் சினிமா மாதிரி நான்கு கொலை, இரண்டு கற்பழிப்பு, ஒரு எம்.எல்.ஏ.ஊழல்.... அதற்குள் மதியச் சாப்பாடு, சாப்பிட்டுவிட்டு தனியாக மாடியில் போய்ப் படுத்தபோது, கல்யாணி ஒரு தம்ளர் மோர் கொண்டு வந்து கொடுத்துவிட்டு மிகவும் ரகசியமாக அவளுடைய நாத்தனார் எப்படிக் கொடுமைப்படுத்துகிறாள் என்று விளக்கினாள்.

கொஞ்ச நாளானால் சரியாகிவிடுவாள். நாமொன்றும் செய்வற்கில்லை என்று நினைத்துக்கொண்டே உறங்கிப் போனார்.

நான்கு மணிக்கு எழுப்பி காப்பி கொடுத்தார்கள். (மண்ணெண்ணெய் வாசனை) முருகேசன் வரவில்லை என்று தெரிந்தது. இனி பொறுப்பதில்லை என்று ஊருக்குக் கிளம்ப ஆரம்பித்தார்.

கல்யாணி தனியாக வந்து அம்மாவை ஒருமுறை வரச் சொன்னாள். நாத்தனார் கொடுமைகளை அம்மாவிடம் சொன்னால் நல்ல விளைவுகள் ஏற்படும் என்று நம்பினாள்.

“முருகேசன் வர்ற வரைக்கும் இரேம்பா” என்றாள் லக்ஷ்மி.

“அவசரமா வேலை..... இன்னொருமுறை வந்து...” என்று சொல்லிக்கொண்டே வந்தபோது.. அந்தப் பசு.

காலையில் பார்த்த அதே மாதிரியே அவஸ்தைப்பட்டுக் கொண்டிருந்தது. “இன்னுமா போடலை?” பசங்கள் யாரும் காணவில்லை. வெறுப்படைந்து போய்விட்டிருக்கிறார்கள். “இது கிடேரி பசு... அதான் கஷ்டப்படுது” என்றாள் லஷ்மி.

“கிடேரின்னா ?’

“அப்படின்னா இதான் பர்ஸ்ட்டு கன்னு போடுதுன்னு அர்த்தம்.”

தூண் மறைவிலிருந்து கல்யாணியின் நாத்தி சொன்னாள். அவளுக்கும் சுந்தரத்துக்கும் திருமணம் செய்துவிட வேண்டும் என்றும் ஒரு பேச்சு வார்த்தை நடந்தது. என்ன ஆயிற்றோ தெரியவில்லை.

“இப்ப என்னா பண்றது?” என்றார் சுந்தரம்.

“டேன்ஜர்-தான்” என்றாள் மறுபடியும் அவள். ‘எது எடுத்தாலும் ஒரு ரூபா’ மாதிரி கட்டையான குரல். எதற்காகவோ அவளுக்கு மணிமொழி என்று பெயர் வைத்திருக்கிறார்கள்.

பக்கத்தில் எங்காவது வெர்ட்டினரி ஹாஸ்பிடல் இருக்கிறதா என்று தெரியவில்லை.

“கன்னு உள்ளயே செத்துடுச்சி போல இருந்தது” லஷ்மியம்மாள் மேலும் பயமுறுத்தினாள்.

யோசிக்க யோசிக்கப் பசுவுக்குக் கஷ்டம் அதிகரித்துக் கொண்டிருக்கிறது என்று உணர்ந்தார் சுந்தரம்.

“மாட்டாஸ்பத்திரி பக்கத்தில் எங்கயாவது இருக்குமா?” மறுபடியும் மணிமொழிதான் “ம்” என்றாள்.

“எங்கே?” என்ற சுந்தரம் பதட்டத்துடன் கேட்கவும், அவள் வெட்கப்பட்டுக் கொண்டு உள்ளே ஓடினாள். அவள் அம்மா உள்ளே போய் விசாரித்துக் கொண்டு வந்து, “சோழவரத்தில் இருக்குதாம்பா.... இப்ப டயமாயிடுச்சு, போறதுக்குள்ள மூடிடுவான்” என்றாள்.

“பின்னே எப்படி..?” - ‘இவ்வளவு நேரம் என்ன செய்தீர்கள் முண்டங்களே?” என்று கேட்பதற்குப் பதில் இப்படிக் கேட்டார்.

“மாட்டு வைத்தியமெல்லாம் அவன்தான் செய்வான்” என்று மெதுவாக

முணகினாள்.

“யாரு?”

“யாரு... அந்த நாகன்தான்.”

“எங்க இருக்கு அவர் வீடு?”

“அட வேணாம்ப்பா அவன் வரமாட்டான்.”

“பரவால்ல சொல்லுங்க.”

“இனிமே என் வீட்டுப் பக்கமே வராதடான்னு நாக்க பிடுங்கிக்கினு சாகற மாதிரி கேட்டுட்டேன்.”

"எதுக்கும் நா கூப்பிட்டுப் பாக்கறேன்."

"நம்ம சிங்காரத்தோட அப்பன்தான்" என்றாள்.

சிங்காரத்தின் வீட்டுக்கு நான் போயிருக்கேன். சேரியில் நுழைந்ததும் ஐந்தாவது வீடோ? ஆறோ?

ஆறுதான். நல்லவேளை நாகன் வீட்டில் இருந்தார். "வாப்பா, வாப்பா" என்று பதறி எழுந்து திண்ணையைத் துடைத்து உட்கார வைத்தார்.

"நாங்க இன்னாப்பா பாவம் பண்ணோம்? எங்களை இந்தப் பேச்சு பேசிப்புட்டாங்களே" என்றார்.

"சிங்காரம் இல்லையா?"

"இப்போ அம்பத்தூர்ல வேலை செய்றான்" என்றார்.

"மாடு ஒண்ணு கன்னு போட முடியாம அவஸ்தை படுது... நீங்க கொஞ்சம் வந் பாருங்க" என்றார் சுந்தரம்.

"பாத்தாப் போச்சு.... நம்மகிட்ட இன்னா இருக்குது? நம்ம முருகேஸு எலக்ஷன்ல நிக்குதுனு தெரிஞ்சிருந்தா நாங்க ஏம்பா நிக்கப் போறோம்? பர்ஸ்ட்டு சாமிப்பிளைதான் நிக்கறதா சொன்னாங்க. உனக்குத் தெரியாதா அவரப்பத்தி? ஆளு பணம்னா கொலைக்கூடப் பண்ணுவாரு."

"முருகேஸும் நா நிக்க மாட்டேன்னு சொல்லிடுச்சி. சரிதான்னு சேரில் இருக்கவங்கெல்லாம் ஒண்ணா சேந்து சிங்காரத்தை நிக்கச் சொன்னாங்க... அப்புறம் பாத்தா முருகேஸு எதிர்த்து நிக்குது... இன்னா... பண்றது? போஸ்டர்லாம் அடிச்சாச்சு. போனா போது... வாபஸ் பண்ணிலாம்னு பாத்தா சேரி ஆளுங்கவுடலை. ஊரைவிட சேரிலதான் ஜனம் தாஸ்தி அந்தக் தைரியம்...."

"அந்தக் கதையெல்லாம் அப்புறம் பேசிக்கலாம். சீக்கிரம் வாங்க காலைல இருந்து..."

"சரி சரி" என்று எழுந்து வெளியே வந்தார்.

"நாங்க உங்க உப்புத் தின்னு வளர்ந்தவங்க... உங்களுக்குக் கேடு நினைப்பமா? யாரோ முருகேசைக் கெடுத்துட்டாங்கப்பா. அதுவே வூட்டுக்கு வந்து ஜாதி, கீதில்லாம் பாக்காம மோர் இருந்தா எடுத்தான்னு கேட்குமே..." என்று நொந்து கொண்டே நடந்தார்.

"யாரும் கெடுக்கலை முருகேசன் சரியாயிடுவான்" என்றார் சுந்தரம்.

"எலக்ஷன் நெருங்க, நெருங்க சேரி ஆளுங்களுக்கெல்லாம் சாராயம் வாங்கியாந்து ஊத்திக்கினு பொம்பளைங்களுக்கு ஜாக்கெட் துண்டு

வாங்கியாந்து குடுத்து... ம்.... வாபஸ் பண்றதுக்கும் முடியாம போச்சி. நேரா முருகேஸ¬கிட்ட போய், நாங்களும் உனக்கே பிரச்சாரம் பண்றேம்னு சொன்னோம். 'ஏன்டா... தோத்தறப் போறோம்னு பயந்துட்டியா?'னு கேட்குதுப்பா" கண்களைத் துடைத்துக் கொண்டார்.

வீடு நெருங்கியதும் "ஒரு நாலணாவுக்கு விளக்கெண்ணெய் வாங்கியாறச் சொல்லு. ஒரு தாம்புக்கயிறு இருந்தா எடுத்துக்குனு வா..." துண்டை எடுத்து இடுப்பில் கட்டிக் கொண்டு துரிதகத்தில் இயங்கினார்.

பசுவின் பின்கால், முன் கால் இரண்டையும் கயிற்றில் இறுக்கிக் கட்டி மெதுவாகப் பசுவைக் கீழே தள்ளினார். விளக்கெண்ணெய்யை எடுத்து கன்று சுலபமாக வெளியே வருவதற்காக துவாரத்தில் நன்றாக பூசினார்.

"பொன்னியம்மா நல்லபடியா ஆயிட்டா கற்பூரம் கொளுத்தரண்டி" என்று வேண்டிக்கொண்டார். கையை உள்ளே நுழைந்து... ப்பா.... சுந்தரத்துக்கு உடம்பெல்லாம் ததுக்கி வியர்வை கொட்டியது. பசுவின் கழுத்தைப் பலமாகப் பற்றிக் கொண்டிருப்பது சுந்தரத்தின் வேலை.

கன்றின் தலையை வெளியே இழுத்தாகிவிட்டது. கன்று சப்புக்கொட்டியது.

"கன்னுக்கு உயிரு இருக்குதுப்பா. நல்லபடியா முடிஞ்சுது.." வெளியே இழுத்து அதன் நாக்கை நீரால் நனைத்தார். ஆண் மகவு.

பசுவை அவிழ்த்து விட்டதும் துள்ளியெழுந்து கன்றை நக்க ஆரம்பித்தது. நாகனிடம் யாரும் பேசவில்லை .

"ஏம்மா, மூத்திரப்பை விழுந்ததும் பின்னால் கொஞ்சம் சுடு தண்ணி ஊத்துங்கோ" என்றார்.

பத்து ரூபாய் எடுத்துக் கொடுத்தார் சுந்தரம்.

"என்னங்க இது... ச்சும் என்று மறுத்தார். "ஊருக்கு வரும்போது வந்து பாருப்பா" என்றார்.

போய்விட்டார்.

சுந்தரத்துக்கும் நேரமாகிவிட்டது. அவசர அவசரமாகக் கிளம்பி தெருப்பக்கம் வந்து வேகமாக நடந்தபோது சண்முக நாடார் கடையில், "நாலணாவுக்கு கற்பூரம் குடு நாட்டாரே" என்று நாகன் சந்தோஷமாகக் கேட்டது சுந்தரத்தின் காதில் விழுந்தது.

– கல்கி, 1986. அமரர் கல்கி சிறுகதைப் போட்டியில் பரிசு பெற்றது.

கூட்டத்தின் கடைசியில் ஒருவன்

79

கூட்டத்தின் கடைசியில் காத்திருந்தான் மைகேல். எல்லோருக்கும் உளவியல் சம்பந்தமான பிரச்சனைகள் இருந்தன. மைக்கேலுக்கு அடுத்து அமர்ந்திருந்தவர் 'பணம் சாப்டா பசியாறுமாடா?' என்பதையே திரும்பித் திரும்பச் சொல்லிக் கொண்டிருந்தார். அவருக்குப் பக்கத்தில் இருந்தவர் அவரைக் கட்டுப்படுத்தச் சிரமப்பட்டார். மைக்கேலுக்கு மறுபக்கம் அமர்ந்திருந்தவர் அடிக்கடி டயம் கேட்டுக் கொண்டிருந்தார். அரை நிமிடத்துக்கு ஒருமுறை அவர் நேரம் கேட்டபோதும் அலுத்துக் கொள்ளாமல் சொல்வது தம் கடமை என்று நினைத்தான் மைக்கேல். ஒருவர் திடீரென்று திமிறி ஓடும் முயற்சியில் அடிக்கடி ஈடுபட்டார். சிலர் அமைதியாக இருந்தாலும் அவர்களுக்குள் ஒரு மௌனப் புயல் அடித்துக் கொண்டிருப்பதை உணர முடிந்தது.

காத்திருப்பவர்களுக்கான டோக்கன் எண் அட்டையை வழங்கிக் கொண்டிருந்த பெண்மணி "உங்க பேஷண்ட் இப்ப வந்துடுவாங்களா?" என்றாள் மைக்கேலிடம்.

"நான்தான் பேஷண்ட்."

இருக்கவே முடியாது எனத் திகைத்தாள். மிக நேர்த்தியாக முடிவெட்டி பிரெஞ்ச்பேட் தாடி வைத்து சீராக உடை உடுத்திய நாகரீக மனிதனை என்ன மாதிரியான வியாதிக்குள் அடக்குவது என அவள் குழம்பினாள். அந்தப் பெண் கேள்வியோடு பார்த்துவிட்டு அவனுக்கு ஒரு சலுகைபோல மருத்துவரைப் பார்க்க சீக்கரமெ

அனுமதி தந்தாள்.

டாக்டர் பரதன் நகரின் பிரசித்தி பெற்ற மன நல மருத்துவர். போதை மருந்துக்கு அடிமையானவர்கள், தேர்வு நேரத்தில் மாணவர்கள் மனநிலை உள்ளிட்ட கட்டுரைகளை பத்திரிகையில் எழுதுவோர் அவரிடம் கருத்து கேட்டு எழுதுவார்கள். அவரும் சளைக்காமல் ஆறுமாதங்களுக்கு ஒருமுறை இத்தகைய மனோ நிலைகள் பற்றி கருத்து கூறி வருவார்.

“மிஸ்டர் மைக்கேல்?”

“யெஸ்?”

“உங்கள் பிரச்சனை என்னவென்று சொல்ல முடியுமா?”

“என்னுடைய பிரச்சனை எளிமையானதுதான்” என்று தயங்கிச் சிரித்தவன், “ஒரு வேளை கடினமானதாகவும் இருக்கலாம்” என்று முடித்தான்.

டாக்டரும் நாகரிகமாகப் புன்னகைத்துவிட்டு “சொன்னால்தான் முடிவு செய்யமுடியும்?”

என்னை ஒரு ரஜினிகாந்துக்கோ, விஜயகாந்துக்கோ ரசிகனாக்கி விட்டால் போதும்.”

டாக்டர் பத்திரிக்கையில் அடிக்கடி பேட்டி கொடுக்கிற பழக்கம் உள்ளவராக இருந்ததால் மைக்கேல் சொன்னது அவருக்குள் இப்படி கொட்டை எழுத்தில் ஒலித்திருக்க வேண்டும். சுதாரித்துக்கொண்டு “சுவாரஸ்யமான பிரச்சனைதான்” என்றார்.

“இப்படி ஆரம்பித்தால்தான் சுவாரஸ்யமாக இருக்கும் என்று உணர்ந்தேதான் சொன்னேன்.”

சரித்தார். ரஜினிகாந்துக்கு ரசிகராவது ஒரு டாக்டரிடம் முறையிடும் விஷயமாகத் தெரியவில்லை.”

“ரஜினியை ரசிக்கவிடாமல் என்னைப் பல்வேறு விஷயங்கள் ஆக்ரமித்துவிடுகின்றன. அதுதான் என் பிரச்சனை.”

“எதனால் அப்படி?”

“இப்ப வரும்போது பஸ்ஸில் இடம் காலியாக இருந்தும்கூட ஒருத்தன் ஒரு பொண்ணுமேலே வேணும்னே உரசிக்கிட்டு வந்ததைப் பார்த்தேன்... ஏன் இப்படி நடந்து கொள்கிறார்கள் என்று வருத்தமாகிவிட்டது. சாலையில் இசை வாத்தியம்போல ஹார்ன் அடித்துக்கொண்டு போகிறார்கள். எல்லோரையும் நிறுத்தி எதற்காக இப்படி ஹார்ன் அடிக்கிறீர்கள் என்று கேட்க வேண்டும் போல தோன்றுகிறது. ஆட்டோவில் கூடுதல் இரைச்சல் ஏற்படுவதற்காக சைலன்ஸரில் ஏதோ தகடு வைக்கிறார்கள் என்று அறிந்தேன்.

மனசு பதறுகிறது ஐயோ."

டாக்டர் இத்தகைய கேஸ்களை நிறைய அலசியவர் போலத்தான் தலையை ஆட்டினார்.

"உங்களுக்கு சமூக அக்கறை அதிகமாக இருக்கிறது. எல்லாம் ஒருநாளில் மாறிவிட வேண்டும் என்று அவசரப்படுகிறீர்கள். நாம் எல்லோரும் விலங்கிலிருந்து வந்தவர்கள் அநிமல் நேச்சர் நம் எல்லோரிடமும் இருக்கிறது. சிலருக்கு கொஞ்சம் கூடுதலாக இருக்கிறது. நீங்கள் கொஞ்ச நாள் டி.வி. பார்க்காமல் இருங்கள். பத்திரிக்கையும் படிக்காதீர்கள். எல்லாம் சரியாகிவிடும்" என்றார்.

"நான் மட்டும் படிக்காமல், பார்க்காமல் இருந்தால் போதாது. மக்களும் பார்க்காமல் இருந்தால்தான் இது சாத்தியம்."

"மற்றவர்களைப் பற்றி அதிகம் அலட்டிக் கொள்ளாதீர்கள். உங்களை மட்டும் யோசியுங்கள்."

"மைக்கேல் டாக்டருக்குத் தன் நிலையையை விவரிக்க முடியாமல் தவித்தான்.

"டாக்டர் நீங்களாவது என்னைப் புரிந்து கொள்ள வேண்டும். மக்களுக்குச் செய்தியைச் சார்ந்துதான் வாழ்க்கையே. ஓயாமல் செய்திகள் நாடி அலைகிறார்கள். 'என்ன ஸார் கும்பகோணம் டிராஜிடியைக் கேட்டீங்களா' என்று சகஜமாக விசாரித்துவிட்டு அதை வளர்த்துகிறார்கள். அது மாதிரி நிகழாமல் இருக்க யோசனைகள் பரிமாறிக் கொள்கிறார்கள். நாடே சுத்த மோசம் என்கிறார்கள். அதே வேகத்தில் டி.வி. டிராமா பற்றி கொஞ்ச நேரம் பேசுகிறார்கள். யாருக்கும் நிஜமான அக்கறை இல்லை. அந்த டீச்சரைத் தூக்கில் போட வேண்டும் என்கிறார்கள். கும்பகோணம் பள்ளிக் குழந்தைகளின் சாவுக்குக் காரணமான டீச்சரையா? அல்லது மெகா சீரியலில் வரும் டீச்சரையா என்று தெரியவில்லை. இப்படியா இருப்பார்கள்? குடிநீருக்காக விழுந்து அலைகிறார்கள். 'நேத்து அதிகாரிகள் எல்லாம் புழல் ஏரியைப் பார்த்துவிட்டு தண்ணி குறைவா இருக்கறதால இனிமே மூணு நாளுக்கு ஒரு தரம்தான் தண்ணி விட்றதா முடிவு பண்ணியிருக்காங்கலாம்' என்று பேசிக் கொள்கிறார்கள். செய்திகளைப் படித்துவிட்டுத்தான் அப்படி பேசுகிறார்கள். நீங்களே சொல்லுங்கள். அதிகாரிகள் ஆண்டுதோறும் கோடை காலத்தில் இப்படி ஏரியை எட்டிப் பார்ப்பதும் நீர் குறைந்துவிட்டதைக் கண்டுபிடிப்பதும் பிறகு மூன்று நாளுக்கு ஒருதரம் தண்ணீர் திறந்துவிடுவதும் நியாயமா சொல்லுங்கள். மக்களுக்குப் பேசுவதற்கு ஏதோ செய்தி வேண்டும் என்பதற்காகப் பேசுகிறார்கள். இந்தச் செய்திகளுக்குப் பின்னால் இருக்கிற விபரீதம் என்னைப் பாடாப்படுத்துகிறது. இரவெல்லாம்

தூக்கம் வராமல் தத்தளிக்கிறேன். என்னால் முடியவே இல்லை. நான் மட்டும் பேப்பர் படிக்காமல் இருந்தால் மட்டும் இது சாத்தியமா? மக்கள் எல்லோரும் இந்த அபத்தைச் செய்திகளைப் பேசாமல் இருந்தால்தானே சாத்தியம்?"

டாக்டர் அவனைச் சற்று விபரீதமாகப் பார்த்தார். பெருந்தன்மையாகப் பார்ப்பதாகவும் இருந்தது.

"எனக்கு இந்த மாதிரி எண்ணங்களெல்லாம் இல்லாமல் செய்ய வேண்டும். செய்திகள் எல்லாம் மிகையாகவோ அல்லது தவறாகவோ இருக்கறது. 'உடலுறவுக்குத் தடையாக இருந்ததனால் பச்சைக் குழந்தை கொலை' என்று போடுகிறார்கள். இதெல்லாம் நிஜமா? எனக்கு வேண்டாம் ஸார். இந்தச் செய்திகளின் நம்பகத்தன்மையை ஆராயும் திராணி போய்விட்டது எனக்கு. ரஜினி படம் எப்போது வரும் என்பது மாதிரியான லேசான கவலைகளைத் தாருங்கள். அது போதும்.

டாக்டர் முகத்தில் தீவிரம் கூடியது. "ஒழுங்காகப் பசிக்கிறதா? என்றார். "குறிப்பிட்டு சொல்லும்படியாக எதுவும் இல்லை. சில நேரங்களில் பசித்து சாப்பிடுவேன். சில நேரம் சாப்பிட வேண்டிய நேரம் என்பதற்காகச் சாப்பிடுவேன்."

மைக்கேலுக்கு வைத்தியம் பார்க்க வேண்டும் என்று முடிவெடுத்தவர் போல தலையை மேலும் கீழும் அசைத்தார். நிறைய கேள்விகள் கேட்டு கேஸ் இஸ்ட்ரி எழுதிக் கொண்டார்.

"எங்கள் மருத்துவமனையில் அனுமதியாக வேண்டுமானால் உங்கள் சார்பாக யாராவது கையெழுத்துப் போட வேண்டும். நீங்கள் தனியாக வந்திருக்கிறீர்கள். உங்கள் உறவினர் யாரையாவது நாளை அழைத்து வர முடியுமா?" என்றார்.

"சரி."

மைக்கேலின் உறவின் முறை வட்டாரம் ஊழல் புரியாதவர்கள் பட்டியல் போல குறுகியதுதான். அவர்களும் தூத்துக்குடி பகுதியில் இருக்கிறார்கள். சென்னையில் அவன் ஈடு இருக்கும் உறவினன் என்றால் அது சார்லஸ் ஒருவன்தான். தனக்கு ஏற்பட்டிருக்கும் இத்தகைய இன்னலை அவனுக்கு விளக்குவதற்கே மைக்கேலுக்குப் பெரும்பாடாக இருந்தது. "உனக்கென்னடா பிரச்சனை, ஏன் இப்படி மனசைக் குழப்பிக்கிறே?" என்றான். மைக்கேல் எம்.என்.சி. அந்தஸ்துள்ள கடன் வழங்கும் நிறுவனத்தில் காசோலையில் கையெழுத்திடும் தகுதியாளனாகப் பணியாற்றுகிறவன். 'இப்படிப் பைத்தியக்கார ஹாஸ்பத்திரியில் வைத்தியம் பார்த்துக் கொள்வது வெளியில் தெரிந்தால் அது அவனுடைய பணி சம்பந்தமான நெருக்கடிகளுக்கு வழி வகுக்கும்' என்றும் கூறினான். மைக்கேல்

அந்த வேலை பற்றிக் கவலையில்லை என்றான்.

தானாகவே முன்வந்து தன் நிலை குறித்து விவரித்தற்காகப் பெருமைப்பட்டார் டாக்டர். மைக்கேலுக்கு அடக்கமான சிறிய அறையை ஒதுக்கியிருந்தார். இரண்டாவது மாடியில் சில அறைகள் சிறைகள் போலவே இருந்தன. அதனுள் இருந்தவர்கள் கம்பிகளைப் பிடித்தபடி சோர்ந்துபோய் பார்த்துக் கொண்டிருந்தனர். முதல் மாடியில் மிதவாதிகள்... மைக்கேலைப் பொருத்தவரை மற்ற அறையில் இருப்பவர்கள் போல் பச்சைநிற அங்கியை அவன் அணிய வேண்டியதில்லை என்றும் டாக்டர் கூறியிருந்தார். சுலபமான சில யோகா பயிற்சிகள் சொல்லிக் கொடுத்தார்கள். இரவு நிம்மதியாக உறங்குவதற்கு சில மாத்திரைகள் கொடுத்தார்கள்.

இரவு இரண்டு மணிவாக்கில் ஏதோ சலசலப்பு கேட்டு விழித்தான். சற்றே பிரச்சனைகளிலிருந்து விலகியிருப்பதில் மைக்கேலுக்கு ஒரு சுகம் இருந்தாலும் சமூகத்திலிருந்து ஒதுங்கியிருப்பது தீர்வல்ல என்றும் சமூகத்தை எதிர் கொள்ளத் தயங்குவது அவமானமாகவும் தோன்றியது. இப்போது சலசலப்பு அதிகமாகக் கேட்டது. யாரோ அலரும் சப்தமும் சிலர் ஓடுவது போலவும் யூகிக்க முடிந்தது. மைக்கேல் எழுந்து வெளியே வந்தான். பச்சை நிற அங்கி அணிந்த நோயாளி ஒருவரை ஐந்தாறு சேவகர்கள் சுவர் ஓரமாகத் தள்ளி அழுத்திப் பிடித்துக் கொண்டிருந்தனர். நோயாளி பயந்துபோய் குண்டுகட்டாக அமர்ந்திருந்தார்.

மைக்கேல் “ஏன் அவரைக் கஷ்டப்படுத்துகிறீர்கள்?” என்றான்.

சேவகர்கள் மைக்கேலே ஆச்சர்யமாகப் பார்த்தனர். ‘இந்த நேரத்தில் எப்படி வெளியே வந்தாய் நீ?’ என்பதான ஆச்சர்யம்.

“விடுங்கள் அவரை” என்றான்.

அலட்சியத்துடன் மைக்கேலின் கையைத் தட்டிவிட்டான் ஒருவன். மைக்கேல், “அவரை என்னிடம் விடுங்கள் சமாதானப்படுத்துகிறேன். முரட்டுத்தனம் வேண்டாம்” என்று சொல்லிக் கொண்டிருக்கும்போதே ஒருவன், “நீ எப்படி வெளியே வந்தே? மாத்திரை போட்டியா இல்லையா?" என்றான்.

“வெளியே வருவதற்க்கு தடை எதுவும் சொல்லவில்லையே..... மாத்திரை போட்டுக் கொண்டனே?”

“பச்சை கவுன் எங்கே ?’ “டாக்டர் வேணாம்னு சொல்லிட்டாரு.”

“சேவகர்கள் ஒருவரை ஒருவர் நமட்டுச் சிரிப்புடன் பார்த்துக் கொண்டனர். “டாக்டர் சொன்னாரா? அப்படினா நீ டாக்டராதான் இருக்கணும். நாளைல இருந்து டாக்டர் ட்ரஸ் போட்டுக்க... இப்ப இந்த ட்ரஸ்ஸைப் போட்டுக்க” அங்கே மாட்டி வைத்திருந்த பச்சை

கவுனை எடுத்து வந்து கொடுத்தான். அது பெனாயில் வாசனை அடித்தது.

“விளையாட்டில்லை.... டாக்டர் தான் சொன்னார்...”

“சரி.. சரீய்.. எல்லாம் காலைல பேசிக்கலாம். முதல்ல நீ இதப் போடு”

“இதை அணிந்து கொள்வதில் பிரச்சனை எதுவும் இல்லை. ஆனால் டாக்டர் அனுமதிச்சதை நீங்க ஏன் மறுக்கிறீங்க? அதுவுமில்லாம என்னை ஒருமையில் அழைக்கிறதும் சரியில்லை.”

எதிரில் நின்றிருந்தவன் ஆழ்ந்த பெருமூச்சு விட்டான். இவனை இப்படி டீல் செய்யக்கூடாது என்ற தலையசைப்பு.

சுவரோரமாக ஒடுங்கி உட்கார்ந்திருந்த நோயாளியை ஓர் அதட்டல் போட்டு அங்கேயே இருக்கச் சொல்லிவிட்டு, எல்லோரும் மைக்கேல் பக்கம் திரும்பினார். ஒருவன் சட்டென மைக்கேலின் முஷ்டியை முறுக்கி பின்பக்கம் மடித்தான். ஒருவன் அப்படியே தலையை அழுத்தி “பெசாம உட்காரு” என்றான்.

அதற்குள் ஒருவன் வேகமாகப் பச்சை அங்கியை எடுத்து பதில் மைக்கேலைச் சொருகினான்.

தன்னைத் தவறாக நடத்துவதைப் புரிந்து கொண்டு மைக்கேல் சுதாரிப்பதற்குள் அவனுடைய லுங்கியை நட்ட நடுஹாலில் அவிழ்த்தெறிந்தான் ஒரு சேவகன். இந்தக் களேபரத்தில் ஒடுங்கி உட்கார்ந்திருந்தவன். அஞ்சி ஓட ஆரம்பித்தான். சேவகர்களின் கோபம் இரட்டிப்பாகிவிட்டது. மைக்கேலை இழுத்தபடியே ஓடியவனை விரட்ட ஆரம்பித்தனர். எதிர்பார்க்காத இந்த வன்முறையினால் வசமிழந்து போனான் மைக்கேல். நிறைய சிராய்ப்புகளால் வலி பொறுக்க முடியாமல் திமிறினான். அதற்குள் ஒருவன் அவனை அவசரப்பட்டு அடிக்கவும் செய்தான்.

“என்ன நடந்தது மைக்கேல்?" என்றார் டாக்டர்.

மைக்கேல் ரொம்பவும் தொய்ந்து போயிருந்தான். இரவு நடந்த களேபரம், அதன் பிறகு போட்ட இன்ஜெக்ஷன் எல்லாம் அவனை எதையுமே சிந்திக்கவிடாமல் செய்தன. பிரயத்தனப்பட்டுப் பேச வேண்டியிருந்தது.

“அந்த நோயாளியிடம் அவர்கள் கொஞ்சம் மனிதாபிமானத்தோடு நடந்து கொண்டிருக்கலாம். அதனால்தான் பிரச்சனையே.”

“நேற்று நீங்கள் செய்த குளறுபடியால் அந்த நோயாளி மருத்துவமனையை விட்டே ஓடிவிட்டார். அதனால்தான் உங்களிடம் அப்படி நடந்து கொள்ள வேண்டியதாகிவிட்டது.”

இல்லை... என்னிடம் அப்படி நடந்து கொண்டால்தான் அவர் ஓட வேண்டியதாகிவிட்டது.”

“இரண்டும் ஒன்றுதான். காவல்துறையில் கம்ப்ளெண்ட் செய்திருக்கிறோம். இனி இப்படிப்பட்ட விஷயங்களில் தலையிடாதீர்கள்” என்றார். அவருடைய குரலில் உஷ்ணம் தெரிந்தது. இரண்டும் ஒன்றா என்பதைப் பற்றி யோசிக்க திராணியில்லாமல் இருந்தான் மைக்கேல்.

அவனை அறைக்கு அனுப்பிவிட்டு வெளியே அமர்ந்திருந்த சார்லஸை அழைத்தார். “நல்லவேளை நல்ல நேரத்தில் இங்கே அனுமதித்தீர்கள். இல்லையென்றால் அவர் ஸ்பிலிட் பர்ஸனாலிட்டியாக மாறுவதற்கு வாய்ப்பிருந்தது. நேற்று தூங்குவதற்கு சப்ரஷன் டேப்ளட்ஸ் ஹெவி டோஸ் கொடுத்திருந்தேன். இரண்டு மணிக்கெல்லாம் எழுந்து உட்கார்ந்து கொண்டு இந்தப் பாடு படுத்தியிருக்கிறார். அவருக்கு எவ்வளவு நாளா இப்படியிருக்கு?"

காட்சிகள் எப்படி மாறுகின்றன. நான் எங்கே அனுமதித்தேன். அவன் தானாக வந்துதானே அனுமதியானான் என்பதை சார்லஸ் சொல்லவில்லை.

“எப்படி?”

“இந்த மாதிரியான சோஷியல் டிப்ரஷன்... சமூக கவலை?’

“சின்னவயசிலிருந்தே நாடு நல்லா இருக்கணும்னு சொல்லுவான் சார்.”

- குங்குமம், 2003.

எட்டாயிரம் தலைமுறை

80

எட்டாயிரம் தலைமுறைக்கு முன்னால் எங்கள் பரம்பரையில் நிகழ்ந்த கதை இது. வெளியில் சொல்ல வெட்கப்பட்டோ, இதையெல்லாம் யாரும் நம்ப மாட்டார்கள் என்றோ எங்கள் குடும்ப வாரிசுகள் அன்றி வேறு யாருடனும் இதைப் பகிர்ந்து கொள்வதில்லை. எட்டாயிரத்து ஒன்றாம் தலைமுறையில் இது வெளியுலகுக்குத் தெரிய வருகிறது.

ராமானுஜர் தனக்குப் புண்ணியம் கிடைக்கவில்லை என்றாலும் பரவாயில்லை என்று சொர்கத்துக்குப் போகும் மந்திரத்தை கோபுரத்தில் ஏறி மக்களுக்குச் சொன்னது போல நானும் சொல்லும் முடிவுக்கு வந்துவிட்டேன்.

முந்தாநாள் கிடைத்த இந்திய சுதந்திரத்தைப் பற்றியே ஆளாளுக்கு முரண்பாடுகள் சொல்லிக் கொண்டிருக்கும்போது இந்த எட்டாயிரம் தலைமுறைக் காதலில் எத்தனைக் கண்கள், காதுகள், மூக்குகள் ஜோடிக்கப்பட்டிருக்கும் என்று பயப்பட வேண்டாம். இதில் மூதாதையரின் சொந்தக் கற்பனைகளோ, சொந்தச் சரக்கோ கலந்திருக்க வாய்ப்பில்லை. அதனால் அவர்களுக்கு எந்த ஆதாயமும் இல்லை என்பதோடு நான் அறிந்த வரை என் தாத்தா என் அப்பாவிடம் சொல்லியதைத்தான் சத்தியமாக உங்களிடம் பகிர்ந்து கொள்ளப் போகிறேன். ஓர் உண்மை இந்தச் சுயநல உலகத்தில் மூன்று தலைமுறையாக ஒரே மாதிரியாக இருப்பதே அசாதாரணம். அப்படியிருக்க இதற்கு முந்தைய அப்பழுக்கற்ற மனிதர்களின் யுகத்திலும் அதற்கும் முந்தைய மொழியே உருவாகாத காலத்திலும் எந்தக் கற்பனையும் கலப்படமாகியிருக்காது என்றே உறுதியாகத் தோன்றுகிறது.

விஷயத்துக்கு வருகிறேன்.

என் தாத்தா தன் ஏழாயிரத்து தொள்ளாயிரத்து தொன்னூற்று ஒன்பதாவது தலைமுறையில் இந்தக் கதையை என் அப்பாவிடம் சொல்லிக் கொண்டிருந்த போது நான் ஒட்டுக் கேட்டுவிட்டேன். ஒரு தலைமுறைக்கு முப்பது ஆண்டுகள் என்று கணக்கிட்டாலும் இருபத்து நான்கு ஆயிரம் ஆண்டுகள் முந்தைய கதை இது.

சொல்லப் போனால் அப்போது தமிழ் மொழிகூட எழுத்துக்களை உருவாக்கியிருக்கவில்லை. எழுத்து என்ன எழுத்து? தமிழன் ஒரு கோடு போடுவதற்க்குக்கூட அறிந்திருக்கவில்லை. காட்டெருமை ஒன்றை இழுத்து வந்தபோது மண் புழுதியில் ரத்தத்தால் ஏற்பட்ட கோடு அந்தக் கூட்டத்தில் இருந்த ஒருவனுக்குப் பிரமிப்பை ஏற்படுத்தியது. விரலால் காட்டெருமை ரத்தத்தைத் தொட்டு குகையிலும் இங்கும் அங்கும் கோடுகள் போட்டான். அவனுக்குப் பிரமிப்பு தாளவில்லை. திகைத்துப் போய் அந்தக் கோடுகளைப் பார்த்துக் கொண்டிருந்தான். ரத்தத்தை இப்படி விரயமாக்குவதற்காக சக கூட்டாளியின் கோபமான கர்ஜனைக்கு ஆளானவன் அவன். அந்த கர்ஜனையை தமிழ் கர்ஜனை என்றுதான் இன்று நினைக்கத் தோன்றுகிறது.

மொழியோ, ஆடையோ, கலாபூர்வமான சிந்தனைகளோ இன்றி அந்தக் கூட்டத்தினர் வாழ்ந்த பிரதேசமோகூட எது என்று இன்று அறுதியிட்டுக் கூற முடியவில்லை. ஹரப்பா, மொஹஞ்சதாரோ பகுதியா அதற்கும் மேலே இருக்கும் பிராந்தியமா என்று தெரியவில்லை.

நல்ல நிலவொளியில் காட்டெருமை இறைச்சியைப் புசித்துவிட்டு குகைவாசலில் ஆளுக்கொரு தினுசாகத் மல்லாந்திருந்த வேளையில் எதிர்ப்பாறையில் சாய்ந்திருந்த இளம்பெண் புது தினுசாகத் தெரிந்தாள் நம் கதாநாயகனுக்கு. நிலவொளியின் ஒளிவிளிம்பாகத் தெரிந்தாள் நாயகி.

ஆரம்பத்தில் எதேச்சையாகப் பார்த்த அவனுக்கு அந்தப் பெண்ணின் ஒளிவளைவுகளில் ஏதோ வசீகரம் ஏற்பட்டு மீண்டும் மீண்டும் பார்த்தான். இதற்கு முன்பெல்லாம் பசி நேரத்தில் அகப்படும் ஏதோ கிழங்கு வகைகளோ, முயலோ அவனை அப்படிப் பார்க்கத் தூண்டியிருந்தாலும் இது வித்தியாசமான பார்வை என்பது அவனுக்குப் புரிந்தது. மற்றவர் யாரும் தம்முடைய நடவடிக்கையை வித்தியாசமாகப் பார்க்கிறார்களோ என்றும் சுற்றும் முற்றும் பார்த்துக் கொண்டான். இனப்பெருக்க வேட்கை போன்ற வழக்கமான உணர்வுகள் போல் அவள்மீது தாவாமல் வெறுமனே ‘ஏக்கப் பார்வை’ பார்த்துக் கொண்டிருக்க வேண்டும்

என்பது அவனது நோக்கமாக இருந்தது. (லவ் அட் ஃபர்ஸ்ட் ஸைட்... சாயாகச் சொல்லப்போனால் ஃபர்ஸ்ட் ஃபர்ஸ்ட் அடிக்கப்பட்ட ஃபர்ஸ்ட் ஸைட்- இது என் சொந்தச் சரக்கு) இப்படி அடிப்படைக்குறிகள் வருவது என் மூதாதையர்களால் பயன்படுத்தப்பட்டவை அல்ல எனக் கொள்க.

இது என்ன மாதிரியான உணர்வு என்பதை அவனது மூளையால் இனம்காண முடியாமல் மகா அவஸ்தையோடு திடீரென்று கத்தினான். ஒருவிதமான ஊளை. முனித சமூகத்துக்கு முற்றிலும் புதியது அது. காலைப் பின்னிக் கொண்டு பாறை மீது சாய்ந்திருந்த பெண்ணுக்கு இந்த ஊளைச் சத்தம் தன் பொருட்டு எழுந்துதான் என்பது புரிந்து, சட்டெனத் திரும்பிப் பார்த்தாள்.

அவளுடைய தோரணையும் நிலவொளி அவள் மீது ஏற்படுத்தியிருந்த ஒளித்தடயமும் நம் கதாநாயகனைப் பாடாய்படுத்தியது. அவளை... அவள் இருக்கும் காட்சியை எப்படியாவது பதிவு செய்ய வேண்டும் என்ற பொருள்படும்படியான ஒன்று அவன் மூளையில் ஒரு சலனத்தை ஏற்படுத்தியது. சிந்தனையின் அழுத்தத்தால் திணறினான்.

(அவளை எழுதுகோலால் கவிதையாக வடிக்கவோ, இசைக் கருவி கொண்டு சங்கீதமாக வாசிக்கவோ, தூரிகைக் கொண்டு ஓவியமாக்கவோ அவன் நினைத்திருக்கக்கூடும்.)

ஆவேசமாக ஒரு கூரான கல்லை எடுத்தான். மிகுந்த சிரமப்பட்டு அவன் அமர்ந்திருந்த பாறையின் மேல் பெருக்கல் குறி போல ஒன்றைக் கீறினான். அந்தப் பெருக்கல் குறிக்கு மேலே வட்டம் போட்டான். அவள் அமர்ந்திருக்கும் காட்சியைத்தான் அப்படிப் பதிவாக்கினான்.

அவள் அடைந்த பூரிப்பில் தலை, தாடி, வயிறு என்று பல இடங்களில் தானே பிராண்டிக் கொண்டான்.

ஒரு பெண்ணின் அழகைக் கண்டு மயங்கி மனிதன் படைத்த முதல் படைப்பு அது. மனிதன், கல் ஆயுதங்களைப் பயன்படுத்தத் தெரிந்த தொழிலாளியாகி, இப்போது கலைஞனாகவும் மாறிவிட்டான் என்பதைக் கொண்டாடத் தெரிந்த அவனுடைய சகக் கூட்டம் மிதப்பமான குறட்டையில் அயர்ந்து கிடந்தது.

நம் நாயகனின் படைப்பு சார் பூரிப்பில் ஏற்பட்ட குதியாட்டம் நாயகிக்கு 'இது என்னடா இம்சை' என்பது போன்ற கவன ஈர்ப்பை ஏற்படுத்தியது. அவள் அப்படியே முட்டிப் போட்டு நகர்ந்தவாறே நம் நாயகனை நெருங்கி, அவன் பாறையில் ஏற்படுத்தியிருந்த படைப்பை, சித்திரத்தைப் பார்த்தாள்.

அவள் கண்களில் திகைப்பு. அவன் படைத்தது என்ன என்று புரிந்துவிட்டது அவளுக்கு. முதல் வாசகி. முதல் ரசிகை, முதல் விமர்சகி.

(எத்தனையோ இஸங்களாக, இலக்கிய சர்ச்சைகளாக, காப்பியங்களாக தமிழும் அதன் இலக்கியங்களும் கால ஓட்டத்தில் செய்யவிருக்கிற அதி அற்புதமான மாற்றங்களை யூகிக்க முடியாத ஆதி மனித ஆச்சர்யம் அது.)

பாராட்டும் விதத்திலோ, நன்றி தெரிவிக்கும் பொருட்டோ பூனைபோல அவனை உரசினாள் அவள்.

மறுநாள் காலை...

குகை வாசல் முட்புதற்களை அகற்றிக் கொண்டிருந்தான் நாயகன் அந்த மனிதக் கூட்டம் வசித்து வந்த குகைப் பகுதியில் நிரந்தரமான ஒரு பெருந் தொல்லை நிலவி வந்தது. விலங்குகளிடமிருந்து ஏற்பட்ட தொல்லையைவிட கொடுமையானதாக இருந்தது அது. எந்த விலங்கும் ஒருமுறைக் கல்லால் அடித்துக் கொல்லப்பட்ட பின் மீண்டும் உயிர் கொண்டு வருவதில்லை. அந்த இனம் படாத பாடுபட்டுக் கொண்டிருந்தது முட் செடிகளால். எவ்வளவு வெட்டியெறிந்தாலும் மீண்டும் மீண்டும் துளிர்ந்து வந்தன. குகையைச் சுற்றி புதர் மண்டிக் கிடக்கும் அந்த முட் செடிகளால் நம் வசிப்பிடம் இன்றி அழிந்துவிடும் அபாயமிருப்பதாக சைகளால் சொல்லியிருந்தாள் அவர்களின் குழுத் தலைவி. (அப்போது தாய்வழி சமூக அமைப்பு நிலவியது.) குழுவுக்காகச் சிந்திப்பது அவள்தான். மற்றவர்கள் அந்தச் சிந்தனையைப் புரிந்து கொண்டு செயல்படுகிறவர்களாக இருந்தார்கள். ஆகவே பசியாறுதல், இனப் பெருக்கம் செய்தல், ஓய்வெடுத்தல் போன்ற இயல்பான உணர்ச்சிகளோடு தீ மூட்டுதல், முட் செடிகளை அழித்தல் போன்ற கடமைகளும் அவர்களுக்கு இருந்தது. இந்த இனக் கரிசனம் காரணமாக உந்தப்பட்டு புதர்களை வேரடி மண்ணாக அழித்துக் கொண்டிருந்தான் நாயகன்.

நம் நாயகியும் அங்கே வந்து சேர்ந்தாள். அந்தப் பெருக்கல் குறி ஓவியம் அவன் மீது அவளுக்கு மரியாதையை ஏற்படுத்தியிருந்தது. எதிர் பார்க்காத வண்ணம் அவனை நோக்கி பற்களைக் காட்டினாள். நம் நாயகனுக்கு அது ஓநாயின் சீற்றத்தை ஞாபகப்படுத்தியது. பயந்துதான் போனான். ஆனால் காலையில் புதிதாகப் பார்ப்பதற்கு அடையாளம் போல அப்படிச் செய்தாள். பதிலுக்கு நாயகனும் அப்படிச் செய்தான். (பிற்காலங்களில் இச் செய்கைக்குப் புன்னகை என்று பெயரிட்டனர்.)

நாயகன் வெட்டியெறிந்த செடிகளில் வண்ணமயமான ஒரு பகுதி

அவளை வசீகரித்தது. அது அந்த முட் தாவரத்தின் பூ என்பதை அவர்கள் அறிந்திருக்கவில்லை. அவள் இன்னும் சற்று நெருங்கி வந்து அந்தப் பூக்களை மட்டும் தனியே கிள்ளி எடுத்தாள். கை நிறைய பூக்களோடு அவள் நிற்பது அவனுக்குப் பயங்கரமான கிளர்ச்சியை உண்டு பண்ணியது. மீண்டும் ஒரு சித்திரம் தீட்டும் நிலைக்கு அவன் தள்ளப்பட்டான். உடனே அவளை அந்தப் பூக்களோடு குகை வாசலுக்கு இழுத்து வந்தான். அவன் இனப் பெருக்க வேட்கைக்காக இழுக்கவில்லை என்று புரிந்தது அவளுக்கு. அவன் இழுவைக்கு ஏற்ப எடுத்து சித்திரம் கீறத் தொடங்கினான்.

மிகத் திருப்திகரமாக உருவான கீறல். அவனாலேயே நம்பமுடியவில்லை . ஒரு சிறிய வட்டமும் அதிலிருந்து கீழ் நோக்கி அமைந்த ஒரு கோடும் போட்டிருந்தான். அந்தக் கோட்டின் மையத்தில் இருந்து குறுக்காக ஒரு கோடு இழுத்தான். அவனாலேயே நம்ப முடியவில்லை . மிகத் தத்ரூபமாக அமைந்துவிட்டது. இதில் வியப்புக்குறிய விஷயம் என்னவென்றால் அந்த ஓவியத்தை நம் நாயகியும் புரிந்து கொண்டதுதான். பிரமிப்பின் எல்லையில் ஒருவித பரவசம் ஏற்பட்டு இருவரும் ஒருவரை ஒருவர் பார்த்துக் கொண்டனர். ஒருவழியாகக் கீறி முடியும் தறுவாயில்தான் தங்களைச் சுற்றி நம் இன மக்கள் சூழ்ந்து நின்று கொண்டிருப்பது அவர்களுக்குத் தெரியவந்தது.

இன மக்களின் கண்களில் மிரட்சியும் பரிதவிப்பும் தெரிந்தது.

தலைவி மிகுந்த ஆவேசத்துடன் ஒரு கல்லை எடுத்து நாயகன் மீது ஏறிந்தாள். சுற்றி நின்றிருந்த மற்றவர்களும் சற்றே யோசித்து ஆளுக்கொரு கல்லை கையில் ஏந்தினர். தங்கள் குல எதிரியாகக் கருதி வந்த முட்செடியின். ஒரு பகுதியை ஒரு பெண் கையில் சுமந்து கொண்டிருப்பதும் அதை ஒருவன் குகையில் சித்திரமாகத் தீட்டிக் கொண்டிருப்பதும் ஒரு பேராபத்தின் முன் அறிவிப்பாகத் தோன்றியது அவர்களுக்கு.

எல்லோரும் சொல்லி வைத்தது மாதிரி கற்களை ஏறியத் தொடங்கினர். உருட்டுக்கட்டைக் கொண்டு அவர்களைக் கொன்றுவிடும் நோக்கத்தில் சிலர் பாய்ந்தனர். பூக்களை வைத்திருந்த நாயகனுக்கும் நாயகிக்கும் தங்களுக்கு ஏற்பட்டிருக்கும் பேராபத்து புரிந்து ஓட ஆரம்பித்தனர்.

தங்கள் கூட்டத்தைவிட்டு வெகுதூரம் ஓடினர். வேறொரு குகையில் வாழ்க்கையைத் தொடங்கினர். முட் செடியைப் பயிரிட்டு மகிழ்ந்தனர். பிற்காலங்களில் அது ரோஜா என்று பெயர் பெற்றது. இப்போதும் காதலின் அடையாளமாகப் போற்றப்பட்டு வருகிறது.

புதுக் குகையில் வாழ்க்கையைத் தொடங்கிய அவர்களுக்கு

ஒரு குழந்தை பிறந்தது. அந்தக் குழந்தைக்கு *(8000 மைனஸ் 1 தலைமுறை)* ஏகப்பட்ட சைகைகளின் மூலமாகவும் சித்திரக் கோட்டு ஓவியங்கள் மூலமாகவும் தங்கள் கதையைச் சொன்னான் நம் நாயகன். தொடர்ச்சியாக இந்தக் கதை ஒவ்வொரு தலைமுறைக்கும் சொல்லப்பட்டது.

இந்தக் கதையின் அடையாளமாகத்தான் எங்கள் வீட்டுத் தொட்டியில் ஒரு ரோஜா செடி இருக்கிறது எப்போதும். இப்படி ரோஜா வளர்ப்பவர்களின் அனைவருமே அந்தப் பரம்பரையில் வந்தவர்கள்தான்.

திண்ணை டாட் காம், **2001.**

அடுத்த பக்கம் பார்க்க

81

பாவம்... இன்னும் சொல்லவில்லை. சொன்னால் இடிந்து போகும். வந்ததிலிருந்து தவித்துக் கொண்டிருக்கிறது. முப்பது முத்தம் கணக்காயிருக்கிறது. "வீணையடி நீ எனக்கு" என்று பாட்டு பாடுகிறது.

'ஆடி மாதம். ஒரு மாத அஞ்ஞாத வாசம். உன்னையும் என்னையும் பிரித்து இன்றோடு முப்பதாறு நாட்கள். உன்னைப் போல் நானும் கணக்கு வைத்திருக்கிறேன் கண்ணா... நீ நேற்று வந்திருக்க வேண்டும். முப்பத்தாறோடு இன்னொரு மூன்று நாள்களைக் கூட்டிக்கொள்.

தாழ்வாரத்தில் இருந்து பார்க்கிறபோது அது படித்துக் கொண்டிருப்பது தெரிகிறது. பாவம், வெகுநேரமாகப் படித்துக் கொண்டிருப்பது மாதிரி பாசாங்கு செய்து கொண்டிருக்கிறது. செண்பகத்துக்கு தன் கணவனுக்கு இன்னும் சற்று நேரத்தில் தரப்போகிற ஏமாற்றத்தை நினைத்து கொஞ்சம் சிரிப்பாகவும் இருந்தது.

செண்பகம் மாட்டுத் தொழுவத்தில் எரிந்து கொண்டிருந்த விளக்கை அணைத்துவிட்டு பழக்கடை கதவு பூட்டப்பட்டு விட்டதா? என்று பார்த்தாள். வழக்கமாக இதையெல்லாம் அவள் பார்ப்பதில்லை. செண்பகத்தின் அம்மா பார்த்துக் கொள்கிற வேலைகள். நேரம் கடத்துவதற்காக இதையெல்லாம் செண்பகம் செய்து கொண்டிருந்தாள். வழக்கமாகக் காலையில் தேய்க்கிற பாத்திரங்ளையும் எடுத்துப் போட்டு இப்போதே தேய்த்தாகிவிட்டது.

கட்டிலறைக்குப் போகாமல் இருக்க இன்னும் ஏதேனும்

வேலைகள் இருக்குமா? என்றும் பார்த்தாள். அது மூடிதான் இருந்தது.

ஏற்கனவே, அவள் அம்மாவும் அப்பாவும் தூங்கியாற்று. ஒன்பதாகிவிட்டது. 'தான் மட்டும்தான் இப்போது ஊரில் விழித்துக் கொண்டிருப்பவளோ' என்று கூட தோன்றியது.

மெல்ல கட்டில் இருந்த அறைப் பக்கம் வந்து நின்றாள்.

சந்திரன் காத்திருந்தவன் மாதிரி நிமிர்ந்தான். "முடிஞ்சுதா?... இன்னும் வேலை பாக்கியிருக்கா?" என்றான்.

செண்பகம் இன்னமும் வாசல் படியைப் பிடித்துக் கொண்டே நின்றாள். "நீ இன்னும் தூங்கலையா?" என்றாள். அதற்குள் அவளுக்குச் சிரிப்பு வந்தது.

சந்திரன், "விளையாட்றாயா?" என்றான்.

"இல்லப்பா... நிஜம்தான். நீ ஏன் தூங்கல?'

கொஞ்ச நேரம் பார்த்தான். "ஏன் தூங்கலையா? இங்க வா சொல்றேன்" என்று எழுந்தான்.

இன்னும் சொல்ல முடியவில்லை. சந்திரன் எழுந்து வந்து பலாத்காரமாய்த் தூக்கிக் கட்டிலில் போட்டான்.

"ஹேய்... நா சொல்றது..." என்று ஆரம்பித்தவளை முத்தத்தால் அடக்கினான்.

பிறகு "சொல்லு? என்றான்.

"நா இன்னைக்கு கீழ படுத்துக்கிறேன். நீ மட்டும் கட்டில்லபடுத்துக்க...."

முகம் வாடிப் போய்விட்டது. இன்னேரம் அதற்குப் புரிந்திருக்க வேண்டும். இருந்தாலும் சைகையிலேயே... 'ஏன்?' என்றது.

தலையில் எண்ணெய் தேய்ப்பது மாதரி பாவனை செய்தாள். இடுப்பைச் சுற்றியிருந்த சந்திரனின் கைகள் இறுக்கத்தைக் தளர்த்தின. புரிதாபமாய் செண்பகத்தின் முகத்தைப் பார்த்தான்.

"ஹேய்?... பொய்தானே?"

செண்பகத்துக்கு மிகவும் பரிதாபமாய் இருந்தது. சிரிப்பு வரவில்லை . சரிப்புக்கு நடுவே "நிஜமாத்தான்" என்றாள்.

அப்படியே சரிந்து தலையணையில் விழுந்தான்.

பேச்சில்லை.... 'வீணையடி...' பாட்டில்லை. சரிப்பில்லை. அசையாது படுத்திருந்தான்.

செண்பகம் தலைமாட்டில் தட்டில் இருந்த அதிரசத்தை இவன்

பக்கம் எடுத்து வைத்து “சாப்பிடு” என்றாள்.

சந்திரன், ஏமாற்றத்தை மறைக்க முயன்று “ஏற்கனவே அஞ்சு சாப்டாச்சு” என்றான்.

செண்பகம் எழுந்து விளக்கை அணைத்துவிட்டு ஃபேன் ரெகுலேட்டரை மூன்றுக்குத் திருப்பிவிட்டு வந்து படுத்தாள்.

அரைமணி நேரமாய்த் தூங்குவதற்கு முயன்று, ‘சர்ட்டிலிருந்து சிகிரெட்டையும், தீப்பெட்டியும் எடுத்துக் கொண்டு மாடிக்குப் போனான். எத்தனை சிகிரெட் எடுத்துக் கொண்டு போவது என்று தெரியவில்லை. அரைமணி நேரம் கழிச்சு திரும்பி வந்தான். மறுபடியும் புழக்கடை கதவைத் திறந்து வெளியே போனான். இன்னொரு அரை மணிநேரம்... பக்கத்தில் வந்து படுத்தான்.

செண்பகம் "கோவமா?" என்றாள்.

“சேச்சே... வயிறு ஒரு மாதிரியா இருந்தது... அதான் வெளிய போயிட்டு வந்தேன். தலைவலி வேற... நீ ஏன் தூங்கலை?"

செண்பகத்துக்குத் தூக்கம் சொக்க ஆரம்பித்தது.

ஏதோ மாடு ஒன்று கத்துவது மாதிரி கனவு கூட வந்தது. திடுக்கிட்டு எழுந்தாள். பக்கத்தில் மறுபடியும் சந்திரன் இல்லை. பாத்திரம் தேய்க்கிற இடத்தில் யாரோ ஓக்களிப்பது கேட்டது, செண்பகம் விளக்கைப் போட்டுவிட்டு, பார்த்தபோது... சந்திரன்.

“என்னாச்சு?” என்று ஓடிப்போய் அவன் காதை இரண்டு கைகளாலும் அழுத்திக் கொண்டு கேட்டாள்.

“ஒண்ணுமில்லை ... வாந்தி... நீ தூங்கறதானே?... அதர்சம் ஒத்துக்கலை...” என்றான்.

“ஹாஸ்பிடலுக்குப் போலாமா?"

“ச்சம்... அதெல்லாம் ஒண்ணும் வேணாம்" என்று முடிப்பதற்குள், ‘இன்னாப்பா ஆச்சு?” என்று பெரிய ரூமில் இருந் செண்பகத்தின் அப்பாவும் அவருக்குப் பின்னால் புடவையைச் சரி செய்து கொண்டு அம்மாவும் தோன்றினார்கள்.

“ஒண்ணுமில்லை.... ஒண்ணுமில்லை” என்று சுதாரித்து எழுந்தான் சந்திரன்.

“இவருக்கு வயிறு சரியில்லை” என்று வெளியே போய்விட்டு வந்தாரு. படுத்து கொஞ்ச நேரம் கூட ஆகலை, அதுக்குள்ள வாந்தி... அதர்சம் ஒத்துக்கலை" என்று விளக்கினாள் செண்பகம்.

‘ஒண்ணுமில்லை’னு சொல்லிக் கொண்டிருக்கும்போதே செண்பகம் இந்த அளவுக்கு விளக்கிக்கொண்டிருப்பது எரிச்சலாக

இருந்தது.

"அஜீர்ணமாயிட்டு இருக்குது! சோடா வாங்கியாறட்டுமா மாப்பிள்ளை?"

"இந்த ராத்திரிலையா?"

"அட, கதவ தட்டினா எடுத்துக் குடுப்பான்."

"வேணாம்... வேணாம் காலைல பாத்துக்கலாம். நீங்க போய்ப் படுங்க "

ராத்திரியில் இப்படிப் பலரும் தன் விஷயமாய் கவலைப்படுவது பிடிக்காமல் 'விருட்'டென்று போய் கட்டிலில் படுத்துக் கொண்டான்.

"ஏதாவது மாத்திரை சாப்டா நல்லது" என்றாள்.

"கொஞ்ச நேரம் சும்மா இருக்க மாட்டியா?... 'அனாசின்' மாத்திரை தவிர வேற மாத்திரை வெச்சிருக்கானா உங்க ஊரு கடையில?"

வயிறு மறுபடி கலக்கியது. காலும் தேய்ந்து போய் கண்ணும் கிறுகிறுத்தது. தலைவலி பின் மண்டை முழுவதும் பரவியிருந்தது. கழுத்தை இப்படியும் அப்படியும் சொடுக்க தலையையே சுழற்றிப் போட்டது மாதிரி சத்தம்.

"தைலம் தேய்க்கட்டா?" என்று நெற்றியில் கை வைத்தவள், "ஜுரம் கூட காயுதே" என்றாள்.

"வேணாம்... வேணாம்" என்று எழுந்தான். மீண்டும் வயிற்றைக் கலக்கியது.

பட்டென்று கக்கூஸில் நுழைந்து கொள்ள முடியாத பட்டிக்காடு... ஆற்றங்கரை... தேங்கிய நீர். நீர் இருக்கிற இடமாகத் தேடி அமர வேண்டும். எழுந்திருக்கவே பிரயத்தனப்பட்டாலும்... போய்த்தானே ஆக வேண்டும்?

"வெளியே போறீங்களா?" என்றாள்.

"உம்."

"நானும் வரட்டுமா?"

"ச்சும்.. நீ தூங்கு...?"

புழக்கடை வரை சென்று விட்டவனிடம் ஓடி வந்து 'டார்ச் லைட்' டைக் கொடுத்தாள். "பாம்பு கீம்பு கிடக்கும்" என்றாள்.

ஸ்டார்ச் லைட் டைப் பிடுங்கிக் கொண்டு வேகமாக நடந்தான். வீடுகளைத் தாண்டுகிற வரை நாய்கள் தின்று விடுகிற மாதிரி சூழ்ந்து நின்று குரைத்தன.

யாரோ ஒருத்தர் “யாருப்பா அது?” என்றார்.

“குப்பனா?”

சந்திரன் பதில் சொல்லவில்லை, ஆற்றில் போய் அமர்ந்தபோது அப்பாடா என்றிருந்தது. ‘வீணையடி நீ எனக்கு ... ச்சே என்ன பாட்டு இது இந்த நேரத்தில். காலையில் வாயில் நுழைந்து கொண்ட பாட்டு விடவே இல்லை.

பஸ்ஸில் புழக்கடையில் ... பஸ்ஸை விட்டு நடக்கையில், படிக்கையில்... படுக்கையில்.... முயன்று வேறு பாட்டாவது பாட வேண்டும் என்று பஸ்ஸில் சங்கல்பம் எடுத்த போதும் மறுபடியும் இதே ... எங்கே பிடித்தோம் இதை?... உம்.. ‘மிண்ட் பஸ்டேண்டில் டீக்கடை ரேடியோவில்... தூங்கி எழுந்தாலொழிய போகப் போவதில்லை.’

வீட்டை நெருங்கிக் கொண்டிருந்தபோது யாரோ எதிரில் வருவது அடர்த்தியான கருப்பாய் தெரிந்தது. டார்ச்சை அந்த உருவம் நோக்கித் திருப்பினான். செண்பகம். “எங்க?”

கூசிய கண்ணை முழங்கையில் மூடிக்கொண்டு, “இப்ப தேவலாமா?” என்றாள்.

“எங்க இன்றல்ல?”

“மலர் அக்கா வூட்டுக்காருக்குக்கூட பேதி’னு நேத்து ஆஸ்பத்திரி போயிட்டு வந்தாங்க... ‘மாத்திரை இருக்குதா’னு கேட்டுப் பாக்றேன்.”

‘சுள்’ளென்று எரிச்சல் பரவியது. ‘மானத்தை வாங்குகிறாள்.’ “எனக்குப் பேதியாகிறது ஊர்புல்லா தெரியணும் அதானே?” என்றான். “மலரக்கா ஜென்னல் ஓரமாகத்தான் படுத்துக்குனு இருக்கும். ‘ஜன்னல்’ல்லையே தட்டி வாங்கியாறேன்... நீ போ’ என்றாள். கொஞ்ச நேரத்தில் ஜன்னலைத் தட்டி, “அக்கா... மலரக்கா...” என்று செண்பகம் அழைப்பது கேட்டது.

சந்திரன் வேகமாய் அந்த இடத்தைவிட்டு அகன்றான். ‘வாங்கி வரட்டும். கழுதை.. சொன்னா கேக்கிறாளா? வரட்டும், வீசிஎறிகிறேன். என் திமிர்? சொல்லிக்கொண்டே இருக்கிறேன் போய் தட்றாளா...?

வீடு அதைவிட மோசமாக இருந்தது. மாமனாரும் மாமியாரும் நடு ராத்திரியில் ‘தந்தி’ வந்தவர்கள் மாதிரி இடிந்து உட்கார்ந்திருந்தார்கள். வீட்டில் எல்லா லைட்டுமே எரிந்து கொண்டிருந்தது. உள்ளே நுழைவதற்கே கூச்சமாக இருந்தது.

போதாத குறைக்கு, உள்ளே நுழைந்ததும், மாமனார் பதறி எழுந்து “பேதியா மாப்பிள்ளை ?” என்றார். “அதெல்லாம் ஒண்ணுமில்லங்க...”

“அட ரெண்டு வாட்டி போனீங்களாமே சொல்லியிருந்தா, கூட வந்திருக்க மாட்டேன்?”

பேதியாவதைப் போய் யாராவது ஊரெல்லாம் சொல்லிக் கொண்டிருப்பார்களா? அதுவும் மாமனார், மாமியார் முன்னால் சொல்வார்களா? பேதியானால் ஆனது மாதிரி போகிறது... இவர்களுக்கென்ன ராத்திரியில்?

மாமனார் “அதிர்சத்தை வாரி வாரி வெச்சிருப்பா... அதான்... அதர்சம்னா ஒண்ணு, ரெண்டு மரியாதை... சோறா அது?” என்று மாமியாரைக் கேட்டுவிட்டு ‘ஓம வாட்டர்’ வாங்கியாந்து வெச்சியிருக்கேன். குடிங்கோ” என்றார்.

“ஓம வாட்டரா?”

“ஆமா... அஜீரணத்துக்கு அத வுட்டா வேற வைத்தியம் கிடையாது” என்று தீர்மானமாகச் சொன்னார். “நாடான எழுப்பி வாங்கியாந்தேன்.”

சந்திரன் கட்டிலில் போய் படுத்தான். ‘ஊருக்கேதான் தெரிந்துவிட்டது! நாராயணசாமி மரும்புள்ளக்கி பேதியாம்’ என்று காலையில் டீக்கடையில் பேசிக் கொள்ளப் போகிறார்கள். இவளைச் சொல்ல வேண்டும். இவளால்தான். காலையில் டவுனுக்கு போய் சந்தடியில்லாமல் வைத்தியம் பார்த்துக் கொண்டிருக்கலாம். எல்லாம் கெட்டது.

அவசரமாய் உள்ளே வந்த செண்பகம் “இது நல்ல மாத்திரையா பாருங்க...?” என்று மாத்திரை பட்டையை நீட்டினாள்.

“டமாரம் கட்டிக்குனு அடிக்கிறதுதானே? ச்சே... இப்படியா அசிங்கப்படுத்தாது?”

அவனது கோபத்தை மதிக்காமல் “நல்ல மாத்திரையானு பாருங்கன்னா?” என்றாள்.

சந்திரன் திரும்பிப் படுத்துக் கொண்டான்.

“இதல கோச்சிக்கறதுக்கு என்னா இருக்கு ... நம்ம உடம்பு. நம்ம பாத்துக்கறோம். ஊருக்குத் தெரிஞ்சா என்ன?”

“அதான் விடிஞ்சதும் போய் எல்லாருக்கும் சொல்லிட்டு வா.”

கொஞ்ச நேரம் பேசிக் கொள்ளவில்லை. தூக்கம் வரவில்லை. அசதியாகவும், எரிச்சலாகவும் இருந்தது. சந்திரன் எழுந்து பார்த்த போது, பெரிய ரூமில் விளக்கை அணைத்துவிட்டது தெரிந்தது. மாடியில் போய் கொஞ்ச நேரம் உலாவலாம் என்றிருந்தது. தூக்கம் வந்தபின் படுத்தால் போதும் என்று நினைத்தான்.

எழுந்தான். “மறுபடியும் போறீங்களா?” சந்திரன் பதில்

சொல்லவில்லை . நடந்தான். "போறதானா பேக்கடை'ல போங்க."

'அசிங்கம்... அசிங்கம் என்றால் என்னவென்றே இவர்கள் குடும்பத்துக்கு தெரியாதா?... இந்த மாதிரி நிலைமை ஒருத்தனுக்கு எவ்வளவு எரிச்சலா இருக்கும்னு புரிஞ்சிக்க முடியாதா? ச்சே...

"எனக்கு வர்ல" மாடியில் ஏறினான்.

இருட்டும் ஈரக்காற்றும் பிசைந்து கொண்டு இருந்தது. அமாவாசை போய் நான்காவது நாள். நடக்க முடியாமல் ஒரே சோர்வாக இருந்தபோதும் உலவினான். வாய் 'வீணையடி நீ எனக்கு' என்று முணுமுணுத்துக் கொண்டிருப்பதை உணர்ந்தான்.

'அடுத்த வரி... மீட்டும் விரல் நானுனக்கு ...யார் வீணை? யார் விரல்? பொம்பளை... வீணை. ஆம்பளை விரலா? பொம்பளை ஜடம். ஆம்பளை ஜீவனா? ச்சே... யாரோ ஒருத்தர் வீணை... யாரோ விரல்... இந்த நேரத்தில் இது வேறயா?"

எக்கச்சக்கமாய் குளிரியது. உடம்பு அனலாய் கொதித்தது. படிக்கட்டில் இறங்கிய போது செண்பகம் சால்வையை எடுத்து கொண்டு மேலே வருவது தெரிந்தது. சந்திரன் இறங்கி வருவது கண்டு நின்றாள்.

திரும்பி அறைக்குள் வந்து படுத்தனர். செண்பகம் விரோதமாய் கட்டிலின் மறுகோடியில் போய் முதுகைக் காட்டி படுத்துக் கொண்டாள்.

'எல்லாம் இயற்கை செய்கிற சதி இவள் என்ன செய்வாள்' என்று தேற்றிக் கொண்டான் சந்திரன்.

சந்திரன் டேபிளின் மீதிருந்த ஓம வாட்டரை எடுத்துப் பார்த்தான். குடித்ததும் தெம்பாய் இரண்டு 'ஏப்பம்' வரும் என்பதை நினைக்கவே கிளுகிளுப்பாய் இருந்தது. மாத்திரை பட்டையை எடுத்துப் பெயரைப் பார்த்தான். 'ஸ்டேப்ரோ பாராக்சின்.' பரவாயில்லை அவசரத்துக்குப் போட்டுக் கொள்ளலாம்.

பெருமிதமாய் செண்பகத்தைத் திரும்பி பார்த்துவிட்டு மாத்திரை ஒன்றைப் போட்டுக் கொண்டான். ஒரு மொணறு 'ஓம வாட்டரை' குடித்தான்.

கட்டிலில் படுத்து அவள் வரை உருண்டு போனான். செண்பகம் அசையாமல் படுத்திருந்தாள்.

"செல்லி..." மெல்ல கூப்பிட்டான். திரும்பியவளின் கண்களில் ஈரம் துடைத்து விட்டான்.

- தினமணி கதிர், 1988.

கற்றதனால்

82

“அப்புறம்?” என்றேன்.

“அட, எல்லாத்தையும் விளாவாரியாச் சொல்லணும் உனக்கு... அப்புறம் அவ்வளவுதான்” என்றான் சிதம்பரம்.

“அடச்சீ... அப்புறம் இன்னா ஆச்சு சொல்லுடா?”

அர்த்தமாய் என்னைக் கூர்ந்துவிட்டு “பீடிக்கு ஒரு ரூபா தர்றியா” என்றான்.

“ம்...”

சிதம்பரம் சுற்றிலும் ஒரு நோட்டம் பார்த்துக் கொண்டு, வடிகட்டிய குரலில், “நைட் ஒம்போது மணிக்கு அவன் வாழைத் தோப்புக்கா போறதைப் பார்த்தேன். கொஞ்ச நேரங்கழிச்சு அந்தப் பொண்ணு...”

“நைட்ல்யா?”

“பகல்லகூடத்தான் நடக்குது. அதுக்கு வேற இடம் இருக்குது.”

“அது எங்கடா?”

“இன்னா நீ...? நானும் வந்ததில இருந்து பாக்றேன். கிளறிக்கினே இருக்கியே. பட்டணத்தில் நீ பாக்காத ஆளா?”

பட்டணத்தில் பார்க்கத்தான் முடியும். பத்து பேராய்ச் சேர்ந்து நின்று கொண்டு போகிற, வருகிற பெண்களுக்கு மார்க் போடமுடியும். கவலையே இல்லாமல் தொளதொளவென்று பனியன் போட்டுக்கொண்டு ஆறடி உயரத்தில் செவேல் என்று போய்க் கொண்டிருக்கும் மேற்கத்திய பெண்கள் தாராளமாய்

எண்பது, தொண்ணூறுரென்று மார்க் வாங்கியிருக்கிறார்கள். இந்தியப் பிரஜைகள் எங்களின் அளவு கோலில் ஐம்பதைத் தாண்டியதில்லை.

பஸ்ஸில் அவசரத்தில் இடித்துவிட்டதாகப் பாசாங்கு செய்வோம். ஹாஸ்டலில் நடிகைகளின் படங்களை ஒட்டி வைப்போம். எனது சர்வீஸில் வேறு ஒன்றும் முடிந்ததில்லை. முடிய வைக்கத் தைரியமில்லை.

“பட்டணத்தில் இந்த அளவுக்கு முடியாதுடா... சரி சொல்லு” என்றேன்.

“காது குத்தறியே..? சரி துட்டு குடு. நிறைய வேல நடக்குது பழனிக்கிட்ட சொல்லு நாளலர்ந்து மாட்டுக்கு நா தண்ணி காட்ட மாட்டேன். கதயா இருக்குதே? மாட்டைப் புடிச்சிக்கட்டிட்டுப் போய்க்கினேகிறாரு ஐயா... மாட்டுக்காரன் தானே மாட்டுக்கு தண்ணி காட்டணம்?”

“பழனிகிட்ட சொல்றேன்... அப்புறம்?”

“என்னது அப்புறம்? உனக்கு வேற வேல கிடையாது. மாட்டுக்குத் தவுடு வெக்கணும்... ஐய துட்டு குடு.. நாளிக்குச் சொல்றேன்” என்றான்.

சிதம்பரம் சுவாரஸ்யம் இழந்துவிட்டான். இனி சொல்ல மாட்டான். சமயத்தில் அப்படி லேசாக உலுக்கினால் போதும் கதையாகக் கொட்டுவான். ஐம்பது வயசு ஆறுமுக நாயகரிலிருந்து பதினைஞ்சு வயது குமார் வரைக்கும் சொல்லுவான்.

அவனை அனுப்பினேன்.

மணி மூன்றிருக்கும். மேகத்தின் அடர்த்தியால் ஆறு மணி மாதிரி இருந்தது. உடம்பு சூடாக இருந்தது. கிளைமேட் காரணமாகவா சிதம்பரம் சொன்னா சாமாச்சாரங்கள் காரணமாகவா தெரியவில்லை.

பம்ப் செட்டிலிருந்து வெளியே வந்து சிறுநீர் கழிந்துவிட்டு சுற்றிலும் பார்த்தேன். அரை கிலோ மீட்டர் சுற்றுப் பரப்புக்குப் பச்சை. வரப்பில் நோக்கமில்லாமல் மெல்லச் சுற்றிக் கொண்டு வந்தபோது கொஞ்ச தூரத்தில் வளையல் சத்தம் கேட்டது. புல்லறுக்கும் சத்தம். எங்கிருந்து வருகிறதென்று கண்டுபிடிக்க முடிந்தது.

அவள் புல்லறுத்துக் கொண்டிருந்த வரப்பில் நானும் நடக்க ஆரம்பித்தேன். சிதம்பரம் சொன்ன கதைகள் என்னை முடுக்கி விட்டுக் கொண்டிருப்பதாக உணர முடிந்தது. இருந்தாலும் திரும்பிச் சென்று விட முடியவில்லை.

புல்லறுத்துக் கொண்டிருந்தவளின் பின்னால் போய்ச் சப்தமின்றி நின்றேன். கண்ணாடி இல்லாமலேயே என் முகம் சிவந்து போயிருப்பதை உணர முடிந்தது. லப் டப் ஓசைதான் பிரதானமாக இருந்தது.

திடுக்கிட்டவள் மாதிரி திரும்பிப் பார்த்தாள். "அப்பப்பா... யாரோனு பயந்துட்டேன்" என்று ஒதுங்கி நின்றாள்.

"புல்லறுக்கிறியா?" என்றேன். எனக்குள்ளே வேறு எவனோ புகுந்துகொண்டு பேசுவது மாதிரி இருந்தது.

"பார்த்தாயா தெர்லயா?" என்று சிரித்து விட்டு மறுபடி அறுக்க ஆரம்பித்தான்.

நானும் நடக்க ஆரம்பித்தேன். அவளை விட்டு விலக, நல்ல வாய்ப்பு நழுவி விட்டது மாதிரி இருந்தது. சட்டென்று திரும்பி அழைக்கலாமா என்றிருந்தது.

பம்ப் -செட்டில் யாருமில்லை. இனி யாரும் வருவதற்கும் இல்லை. இதெல்லாம் ஊரில் சகஜமாக நடக்கிறதென்று சிதம்பரம் உறுதியாகச் சொல்கிறான்.

ஒருமுறை கனைத்துக் கொண்டேன். எங்கே கூப்பிட்டு விடுவேனோவென்று எனக்கே பயமாக இருந்தது.

பயப்படாமல் கூப்பிட்டுக் பார்க்கலாமா? நீ கூடவா இப்படி? என்று அவள் கேட்டுவிட்டால்? ச்சே... அப்படியெல்லாம் கேட்பதற்கு அவளுக்குத் தெரியாது. ஊரில் யாரிடமாவது சொல்லி விடுவார்களா?

எனக்கும் அவளுக்கும் இடைவெளி அதிகரித்துக் கொண்டிருந்தது. சட்டென்று கால்களை நிறுத்த முடியவில்லை. கால் ஒருபுறமும், மனசு மறுபுறமும் நடந்து கொண்டிருந்தது.

மழை சடசடவென்று தூற ஆரம்பித்தது. வேகமாக செட்டை நோக்கி ஓடினேன்... அதானே மழைக்கு ஒதுங்குவதற்கு இதை விட்டால் வேறு எந்த இடம் இருக்கிறது? அவளும் இங்கு தான வந்தாக வேண்டும்.

திரும்பிப் பார்த்தேன். அவளும் ஓடிவருவது தெரிந்தது. கயிற்றுக் கட்டிலில் உட்கார்ந்து ஆசுவாசப்படுத்திக் கொண்டேன்.

மழை பிடித்துக் கொண்டால் யாரும் வருவதற்கில்லை. திக்திக்கென்றிருந்தது.

இன்னும் சிறிது நேரத்தில் உள்ளே நுழைவாள். எப்படிப் பேச்சை ஆரம்பிக்க வேண்டும் என்று உடனே தயாரிக்க முடியவில்லை.

ஒரு பத்து ரூபாய்த்தாளை எடுத்துக் காட்டலாமா? வேறு நல்ல

யோசனையாய்த் தோன்றவில்லை. நாகரிகமாய் ஏதாவது? இதில் நாகரிகம் என்ன வேண்டியிருந்தது?

காலேஜில் பெண்களை வசியம் பண்ண சில உத்திகளை கணேசன் சொல்லியிருக்கிறான். ஒன்றுமே ஞாபகத்துக்கு வரவில்லை.

யாரோனு பயந்திட்டேன் என்றாளே... அப்படியென்றால் நான் என்றால் பயப்பட மாட்டாளா? வரட்டும்...

மழை சோவென்று பொழிந்து கொண்டிருந்தது.

இன்னும் என்ன செய்றா?

மெல்ல வாசல் பக்கம் போய் எட்டிப் பார்த்தபோது தொப்பலாக நனைந்தபடி பக்கத்திலிருந்த மரத்தடியில் நின்றிருந்தாள். கையிரண்டையும் மார்புக்குக் குறுக்கே இறுக்கமாகக் கட்டிக்கொண்டு கால்களைச் சேர வைத்தபடி குளிரிக்கொண்டிருந்தாள்.

பதினேழு வயதிருந்தால் அதிகம். ஏன் இப்படித் தயங்குகிறாள் என்று தெரியவில்லை. நானும்தான்!

கட்டிலில் அமர்ந்து ஏதோ வார இதழை இப்படியும், அப்படியும் திருப்பினேன். மனது இன்னும் என்னிடம் வந்து சேரவில்லை.

புத்தகத்தைப் புரட்டுவதை நிறுத்திவிட்டுக் கூர்ந்து கவனித்தேன். சடசடவென்று சேறு தெறிக்க ஓடிவருகிற சத்தம் கேட்டது. எழுந்து நின்று கொண்டேன்.

“அப்பாடி” என்று ஓடிவந்து நின்றவர் முருகேச முதலியார்.

நல்லவேளையாகத் தப்பித்தோம்!

“இன்னாப்பா நீ மட்டுந்தான் இருக்கியா?” என்றார்.

“ஆமா.”

“பட்டணத்துல படிச்சியே... அங்கேயே ஒரு வேலை பாத்து சேர்ந்துடக்கூடாது?... எங்க பொழைப்புதான் நாய்ப் பொழப்பா இருக்குது. மழைல மோட்டார் பத்திக்கப் போதுனு ஓடியாந்தேன்... நீ ஏன் நிறுத்தாத இருக்குறே... நிறுத்திடு” என்றார்.

அவள் போய் விட்டிருப்பாளா?

“பி.ஏ... தானே?” என்றார்.

“ஆமா.”

“வேலைக்கு டிரையல் பண்ணியா?” என்றார்.

“ட்ரை பண்றேன்...”

“அப்பப்பா... இன்னா குளிரு” என்று வாசல் பக்கம் போய் நின்றவர், அது யாரு? நம்ம ஏழுமலை பொண்ணு இல்ல?”

அப்போதுதான் கவனித்தவன் மாதிரி பாவனை செய்தேன்.

"ஏம்மா மீனாட்சி..." என்று உரக்கக் கூப்பிட்டுவிட்டு, "இன்னாப்பா நீ? மழைய நனைஞ்சிங்கடக்குது பேசாம இருந்திட்டியே?..." என்று என்னிடம் கேட்டார்.

மறுபடியும், அவள் பக்கம் திரும்பி, "உள்ள வாம்மா" என்றார் அவள் வருவது தெரிந்து.

"அதுதான் படிக்காத பொண்ணு... நீ மட்டும் தனியா இருக்கிறேன்னு வெக்கப்படுது... படிச்சவன் உனுக்கின்னா வெட்கம்? உள்ள வந்து நில்லும்மானு சொல்றதானே?... இடி கிடி உழுந்தா என்னா ஆவறது?" என்றார் பதற்றமாய்.

"சாரி. நா கவனிக்கல" என்றேன்.

- தாய் வார இதழ், 1988.

அக்கா

83

மனசு கூடத் திரிந்து போய்விடுகிற அளவுக்குக் குப்பென்று அடிக்கிற புளித்த வீச்சத்தைத்தான் தாங்கிக் கொள்ள முடியவில்லை. வேலையில் சேர்ந்த அன்று பயங்கரமாக வாந்தி எடுத்தேன்.

முதலாளி கூப்பிட்டு "ஒத்துக்கலைனா வீட்டுக்குப் போயிருப்பா" என்றார்.

வாந்தி எடுத்ததற்காக வேலையிலிருந்து அனுப்பி விடுவார்களோ என்று பயமாக இருந்தது. என்னுடன் இன்னும் மூன்று பேர் அந்தச் சாராயக் கடையில் வேலை செய்து வந்தார்கள். அவர்கள் எல்லாம் இலவசமாகக் குடிக்க முடிவதையே ஒரு பாக்கியமாகக் கருதிக் கொண்டிருந்தார்கள்.

எனக்குத்தான் அந்தப் புளித்த நாற்றமே பெரிய போதையாகவும், தாள முடியாத தலைவலியாகவும் இருந்தது.

போதாத குறைக்கு 24 மணி நேரக் குடிகாரன் நாராயணன் வந்தால், சாராயத்தைவிட அதிகமாகவே நாற்றமடிப்பான்.

இன்னொரு சங்கடமும் உண்டு. எங்கப்பா வேலை செய்யறே? என்று யாராவது கேட்டுவிட்டால், இந்த எட்டாம் நம்பர் கடையை எடுத்துச் சொல்லி விளக்குவதற்குள் உடம்பும் உள்ளமும் தத்தளித்துப் போகும்.

அக்கா சாப்பாட்டுக் கூடையைத் தூக்கிக் கொண்டு ஓடுவதைப் பார்க்கையில் இது எவ்வளவோ மேல்தான். சின்ன வயசில் தனபாக்கியத்தோடு (அப்போதெல்லாம் பேர் சொல்லித்தான்

கூப்பிடுவேன்) நானும் சாப்பாட்டுக் கூடை தூக்கிக் கொண்டு போயிருக்கிறேன்.

சாப்பாட்டுக் கூடை என்றால் பஸ்ஸில் ஏற்றிக் கொள்ள மாட்டார்கள். சந்தடிச் சாக்கில் ஏற்றிவிட்டாலும் விசலடித்துக் கீழே இறக்கி விடுவார்கள். அக்கா பல்லைக் காட்டி, அப்படி இப்படிச் சோக்கெல்லாம் காட்டி, பஸ் பிடிப்பாள். கண்டக்டர்களின் கிண்டல்களைச் சகித்துக் கொள்வாள்.

லேட் ஆனதால் ஆபீஸர்களிடம் திட்டு வாங்கி, அவர்கள் வைக்கிற மிச்ச மீதியைத் தின்று சே... எட்டாம் நம்பர் கடை கிட்டத்தட்ட கோயில். நாற்றம்தான் நகர வேதனையாக இருக்கிறது. மற்றபடி ஒரு டீக்கடையில் வேலை செய்வது மாதிரிதான்.

குடிகாரர்களைக் கிண்டல் செய்வது முதலாளிக்குப் பிடிக்காது. எவ்வளவு போதையில் இருந்தாலும், அவர்களிடம் மரியாதையாக நடந்து கொள்ள வேண்டும் என்று அடிக்கடி சொல்லுவார்.

இருந்தாலும் சிரிக்காமல் இருக்க முடிவதில்லை. போதை ஏற, ஏற அவர்கள் வேறொரு மனுசனாக மாறுவதைப் பார்த்து ஒரு புன்முறுவலாவது வராமல் போகாது. ஆறுமுகம் போதை ஏறிவிட்டால், ஏதோ சொல்லப் போவது போல் கையையும் காலையும் உதறிக் கொண்டே வந்து ஆள் காட்டி விரலை நீட்டி, சிறிது யோசனைக்குப் பிறகு “பச்’ என்று அலுத்துக் கொண்டு போய் விடுவான். அவனால் ஒரு வாக்கியம்கூட அமைக்க முடியாது. பச் என்பதைக் கூட ஏதோ ஏப்பம்போல விடுவான்.

அப்பா ஒரு தினசு. “எங்கடா போனே?’ என்று கேட்க ஆரம்பித்தாரானால், அதையே வெவ்வேறு வகையாகக் கேட்டு உயிரை வாங்கி விடுவார். அக்காதான் எப்படியோ சமாளித்துத் தூங்க வைக்கும்.

மில் சம்பளம் அவருக்குப் போதுவதில்லை. மாதா மாதம் லோன் போடுவார். எனக்கு டி.பி. என்று சொல்லி ஆஸ்பத்திரிக்கு அழைத்துப் போய்க் காண்பித்து லோன் வாங்கியிருக்கிறார். டி.பி. தான் என்று சர்டிபிகேட் கொடுக்கும் வரை என்னை இருமச் சொல்லிக் கொண்டிருந்தார். ஒன்றும் தெரியாத வயசு. அப்பா தன் முயற்சியில் வெற்றி பெற வேண்டும் என்பதுதான் என் நோக்கமாக இருந்தது. டி.பி.யா? அதைவிட மோசமான வியாதியா? என்று சந்தேகம் வரும் அளவுக்கு இருமினேன்.

அக்காவுக்குக் கல்யாணம் என்று கூட சொல்லி லோன் வாங்கிவிட்டார். லோன் அப்ளிகேஷனோடு கல்யாண அழைப்பிதழ் ஒன்றையும் இணைக்கச் சொல்லியிருந்தார்கள். யாரோ ஒருத்தன்

பெயரை மணமகன் என்று போட்டு ஒரு பத்து அழைப்பிதழ் அடித்துக் கொண்டு வந்தார்.

மில்லில் சமர்ப்பித்த ஒரு அழைப்பிதழ் போக மீதி அழைப்பிதழெல்லாம் வீட்டில் இங்குமங்குமாக இறைந்து கிடந்தது. பிறகு ஒன்றையும் காணவில்லை. ஒருமுறை அகஸ்மாத்தாக அக்காவோட பெட்டியில் அவற்றைப் பார்த்தேன்.

அக்காவுக்குக் கல்யாண அழைப்பிதழ் அச்சடித்து எட்டு வருடத்துக்கு மேல் ஆகிவிட்டது. கல்யாணம்தான் இன்னமும் ஆகவில்லை. மூன்று வருஷத்துக்கு முன்னால் அம்மா சீக்கில் விழுந்து செத்துப் போன போது அப்பா அவசரமாய் டெத் சர்டிபிகேட் வாங்கி லோன் போட்டார். அக்காதான் எல்லாமாக இருந்து கவனித்துக் கொண்டாள். விடாப்பிடியாக என்னைப் பத்தாவது வரை படிக்க வைத்ததும் அக்காதான்.

காலை முதல் இரவு வரை மாடாக உழைத்தாள். ஒரு சீக்கென்று படுத்தவில்லை. திடீரென்று அவளுக்கு ஒன்றானால், வீடு அதோ கதிதான். இப்படி பத்து மணிக்கு ஷிப்ட் முடிந்து வீட்டுக்குப் போனதும், திடுக்கென்று விழித்து சாப்பாடு போட வருவாள்.

மணி பத்தாகப் பத்து நிமிடம் இருந்தது. குடிகாரர்கள் தீவிரமாக வர ஆரம்பித்தார்கள்.

ராமலிங்கம், “டேய் கணேசா, சினிமாவுக்குப் போலாம் வரியா?” என்றான்.

“என்ன படம்?”

“ரஜினி...”

“பச்... எனக்குத் தூக்கம் வருது.”

பழனியும், சுரேந்தரும் வந்ததும், கடையை ஒப்படைத்து விட்டு வீட்டுக்குக் கிளம்பினேன். நாற்றமின்றித் தூங்க வேண்டும் என்று வெறியாக இருந்தது.

தெரு வெறிச்சோடி போயிருந்தது. கார்ப்பரேஷன் விளக்குகள் ஆர்வமின்றி ஒளி வீசின. தெரு நாய் ஒன்று குரைத்துக் கொண்டே ஓடிவந்து வாலாட்டியது.

திடீர் பாசம். நாய்க்கு ஒரு பொறையாவது வாங்கித் தர வேண்டும் என்று தோன்றியது. கடைதான் ஒன்றுகூடத் திறந்திருக்கவில்லை. வீட்டின் அருகே டீக்கடை ஒன்று திறந்திருக்கும். நாய் கொஞ்ச தூரம் என்னைப் பின்பற்றிவிட்டு, நம்பிக்கையிழந்து திரும்பிவிட்டது.

‘ஜூ’ என்று கூப்பிட்டாலும், அது அவநம்பிக்கையோடு திரும்பிப் பார்த்துவிட்டு எதிர்திசையில் போய்க் கொண்டிருந்தது.

வீட்டுத் திண்ணையில் அப்பா படுத்திருந்தார். அவரிருந்த கோலத்தைப் பார்த்து அவர் நிதானத்தில் இல்லை என்பது புரிந்தது.

“சாப்டாச்சாப்பா?” என்றேன்.

எங்கேயோ கேட்ட குரல் போல பார்த்தார். திடுதிப்பென்று என்னிடம் பேச வேண்டும் போல் சிரமப்பட்டார்.

”உங்க அக்கா வன்ட்டாளா?” என்றார்.

“எங்க போயிருக்குது?” என்றபடி வீட்டைப் பார்த்தேன். விளக்கேற்றப்படாமல் இருந்தது. இவ்வளவு வயசில் இதுதான் முதல்முறையாக, வீட்டில் விளக்கெரியாமல் இருப்பதைப் பார்க்கிறேன்.

அப்பா எதுவும் சொல்லாமல் இமைக்காமல் பார்த்தார். முறைத்தார் போலவும் இருந்தது. கண்களிரண்டும் குங்குமமாய்ச் சிவந்திருந்தது. திண்ணையைச் சுற்றிலும் பீடித்துண்டுகளாக இறைந்து கிடந்தன.

“எங்க போயிருப்பா...?” போயிருக்கிற இடம் அவருக்குத் தெரியும் போல கேட்டார். “”உடம்பு திமிரெடுத்தா சும்மா இருக்குமா... கெடந்து அலையறா... எங்க போவா...? போவட்டும்”

திகைத்துப் போனேன். பயம் பரவியது. என்ன சொல்கிறார்?

“அவ கிடக்றா வுட்றா” என்றார். “அவ போனா போறா. சனியன் ஒழிஞ்சிதுன்னு வுடு.”

அப்பா சொல்வது எந்த அளவுக்கு உண்மையென்று உணர முடியவில்லை. அக்கா இப்படிச் செய்திருப்பாள் என்று நம்ப முடியவில்லை. அக்கா செய்தது சரியா...?

“நீ போய் சாப்புடு” என்றார்.

அங்கிருந்து அகன்றால் போதும் என்றிருந்தது. உள்ளே நுழைந்து ட்ரங்க் பெட்டியின் மீது சாய்ந்து உட்கார்ந்தேன்.

“.... தப்பா?’ என்று தீர்மானிக்க முடியவில்லை. அக்கா யாரிடமாவது ஏமாந்துவிட்டாளா? யாருடன் போனாள் என்று தெரியவில்லை. அதைப் பற்றியெல்லாம் முடிவெடுப்பதற்குக்கூட அவளுக்கு யாருமில்லாமல் போய்விட்டது. திரும்பி வந்து விட்டால் நன்றாக இருக்குமே என்று இருந்தது.

அவளுக்கு ஒரு கல்யாணம் செய்து வைக்க வக்கில்லாமல் போய் விட்டது. எனக்கு இருபத்தி நாலு என்றால்.. என்னைவிட அஞ்சு வயசு பெரியவள் என்று அம்மா சொல்லியிருக்கிறாள்... அப்படியென்றால் இருபத்தி ஒன்பது. அக்கா வயசுப் பொண்ணுங்களெல்லாம் மூன்று குழந்தை பெற்றுவிட்டார்கள்.

பவானியோட பையன் ஆறாவது படிக்கிறான்.

மணி பத்தரைக்கு மேல் இருக்கும் போல் தோன்றியது. சினிமா விட்டுப் போகிற ஜனங்களின் பேச்சுக் குரல்கள் கேட்டன.

கருவாட்டுக் குழம்பும், கொஞ்சம் சோறும் மட்டும் இருந்தது. அப்பா சாப்பிட்டாரா? என்று தெரியவில்லை. இருமிக்க கொண்டிருந்தார். தற்கொலை முயற்சி மாதிரி பீடி பிடித்துக் கொண்டு இருந்தார்.

பசித்தது. சாப்பிட பிடிக்கவில்லை. வயிற்றுக்குள் திராவகத்தை ஊற்றியதுபோல எரிந்தது. திடீரென்று அக்கா வந்து "ஏண்டா இன்னும் சாப்பிடாம இருக்கறே?" என்று கேட்டால்...

இனி எப்படி வாழ்வதென்று குழப்பமாக இருந்தது. அக்கா வரவே மாட்டாள் என்று நினைப்பது பக்கென்றிருந்தது. கண் கலங்கியது. என்கிட்ட கூட சொல்லிக்காம போறதுக்கு எப்படித்தான் மனசு வந்திச்சோ?

பாயை விரித்துப் போட்டேன். தலையணை காணவில்லை. ட்ரங்க் பெட்டிக்கு அந்தப் பக்கம் இருக்கலாம். அக்காவின் துணிமணிகள் எதையும் காணவில்லை.

எங்க போனேக்கா?

"கணேசா..." என்று சத்தமாகக் கூப்பிட்டார் அப்பா. எதிரில் போய் நின்றேன்.

"சாப்டியா?" என்றார்.

"ம்..."

அபபாவும் நிலை குலைந்து போயிருந்தார்.

"சாப்டியா நீ?" என்றார்

"சாப்டம்பா."

"அப்ப எனக்கும் போட்றா... நீ சாப்ட்டாதான் நானும் சாப்புடுவேன்..."

"......"

"நமக்கு யார்றா இருக்கறாங்க" என்று கலங்கினார். எனக்கும் அழுகை பொத்துக்கொண்டு வந்தது. உள்ளே நுழைந்து, சட்டியில் சோற்றைப் போட்டு குழம்பூற்றிக் கொண்டு வந்து அவர் முன்னால் வைத்தேன்.

"உண்டை புடிச்சித் தரேன் சாப்ர்றியா...?"

"நா சாப்டம்ப்பா..."

"உங்க அக்கா..." என்று ஆரம்பித்து எதுவும் முடிக்காமல் விட்டுவிட்டார். சோற்றைப் பிசைந்து கொண்டே இருந்தார்.

"நா போறேம்ப்பா..."

"எங்கடா வேலைக்கா...?"

"ஆமா... நைட் ஷிப்டு..."

"சரி இதை உள்ளே எடுத்துப்போய் வெச்சிடு" என்று சாப்பிடாமலே கை கழுவிக்கொண்டார்.

சாராயக்கடை நோக்கி நடந்தேன். பாலாஜி டீ ஸ்டாலில் நின்று டீ குடித்தேன். நாளையிலிருந்து யார் சமைப்பார்கள் என்று தெரியவில்லை. அக்கா நிஜமாகவே வரமாட்டாளா?

டீ சாப்பிட்டு விட்டு வெளியேறும்போது இரண்டு பொறைகள் வாங்கிக் கொண்டேன்.

- சுஜாதா மாத இதழ், 1989.

முன்னாள் தெய்வம்

84

தூரத்தில் லாந்தர் விளக்கின் வெளிச்சம் மினுக், மினுக் என்று தள்ளாடியது.

“வர்றாங்க சாமீ. நீங்க போயி படுங்க” என்றபடி இனி எல்லாம் சரியாகிவிட்டது என்பதுபோல், இடுப்பில் கட்டியிருந்த துண்டை உதறிக் கையில் சுருட்டி வைத்துக் கொண்டான் சுடலை. கோபத்தின் உச்சத்தில் இருந்தார் பெருமாள் ரெட்டியார். சுடலையின் இந்த சால்ஜாப்புக் கெல்லாம் சமாதானமாகி விடுகிற நிலையில் இல்லை அவர்.

“சவுட்டு மண்ணு ஓட்ட வேண்டிய நேரத்தில் சினிமா கொட்டாய்ல படம் பார்த்துட்டு வர்றானுங்களே... பொறுக்கலுங்க. வரட்டும்...”

லாந்தர் விளக்கு வெளிச்சத்தோடு, இப்போது மாட்டு வண்டி மணிச் சத்தமும் கேட்டது. மாட்டு வண்டி நிதானமாக வந்தது. அடியாட்கள் இரண்டு பேரும் வண்டியிலிருந்து இறங்கி, நடந்து வந்துகொண்டிருந்தனர். ‘திருட்டுத்தனமா சினிமா பார்த்துட்டு வர்றவனுங்க இவ்வளவு பொறுமையா வரமாட்டாங்களே’ கண்களைத் தீட்டிக் கொண்டு பார்த்தார் ரெட்டியார்.

“என்னடா லேட்டு?” என்று கேட்டுக் கொண்டே மீண்டும் துண்டை இடுப்பில் கட்டிக் கொண்டு வண்டிக்கு எதிரே வந்து நுகத்தடியைப் பிடித்து வண்டியை நிறுத்தினான் சுடலை.

வண்டிக்காரன் பதற்றத்துடன் முன்னால் ஓடிவந்து, “மண்ணெடுக்குற இடத்தில் சாமி சிலை கெடைச்சது ரெட்டியாரே” என்றான்.

“என்னடா சொல்றே?” வண்டியின் பின்புறம் சென்று ஒருவித பக்தி பயத்துடன் நோட்டமிட்டார் பெருமாள் ரெட்டியார்.

உத்தேசமாக மூன்றடி உயரமுள்ள கருங்கல் சிலை . அம்பாள்! ‘ஆத்தா’ என்று கன்னத்தில் போட்டுக் கொண்டார்... “கீழ் எறக்கி வையுங்கடா... டேய் இந்த இடத்தைச் சுத்தமா பெருக்குங்கடா” படபடவென கட்டளையிட்டார் ரெட்டியார். “வீடு கட்ட ஆரம்பிச்ச நேரம்... ஆத்தா என்னைக் கோயில் கட்ட ஆணையிட்டிருக்கா” என்று அவருக்குள்ளேயே முணுமுணுத்துக் கொண்டார்.

“இல்ல ரெட்டியாரே... புதுவாயல்காரனுங்க எங்க ஊர் எல்லைல தான் சிலை கிடைச்சது. அதனால இது எங்களுக்குத்தான் சொந்தம்னுட்டாங்க. நான் விடல. இது ரெண்டு ஊரு எல்லை. இது எங்களுக்குத்தான் சொந்தம்’னு சொல்லி எடுத்துக்கிட்டு வந்துட்டேன். அவனுங்க பெரிய மனுஷங்களோட புறப்பட்டு வர்றோம்னு சொல்லியிருக்கானுங்க.”

“விடக்கூடாது ரெட்டியாரே” என்று ஆவேசமாகக் குரல் கொடுத்தான் சுடலை.

அம்பாள் சிலையை இப்போதைக்குப் பிள்ளையார் கோவிலிலேயே வைத்திருப்பதென்றும் வருகிற சம்பா பட்டத்துக்குள் அம்பாளுக்குத் தனியாகக் கோவில் கட்டுவதென்றும் ஊரின் பெரிய தலைக்கட்டுகள் ஐந்தாறு பேர் முடிவெடுத்து முடிப்பதற்கும் புதுவாயல்காரர்கள் ஜலஜலவென்று இரண்டு மாட்டு வண்டியில் வந்து இறங்குவதற்கும் சரியாக இருந்தது.

வீட்டுத் திண்ணையிலேயே ரெண்டு ஜமுக்காளத்தை விரித்துப் போட்டு வந்தவர்கள் அனைவரையும் உட்காரச் சொன்னார்.

புது வாயல்காரர்கள் சார்பாக மாரியப்ப ரெட்டியார் பொறுமையாகப் பேசினார். “சிலை கிடைச்சது எங்க ஊரு எல்லைல. ஏதோ பெருமாள் ரெட்டியார் படியாளுங்களாச்சேன்னு வம்பு பண்ணாம கொடுத்தனுப்பிச்சோம்.”

“இப்ப என்னாங்கறீங்க?” என்றார் பெருமாள் ரெட்டியார்.

“எங்க ஊரு எல்லைல கிடைச்சது எங்களுக்குத்தான் சொந்தம்னு சொல்றோம்.”

“மொதல்ல அது உங்க ஊரு எல்லை இல்லை. ரெண்டு ஊருக்கும் பொது எல்லை. பொறம்போக்கு நிலம். நாங்க மண்ணெடுக்கும்போது கிடைச்சிருக்கு... ஆத்தா எங்க ஊருக்கு வரணும்னு விருப்பப்பட்டிருக்கா. இல்லாட்டி போன வாரம் முழுக்க பள்ளிக்கூடம் கட்ட உங்க ஊருக்கு மண்ணெடுத்துக் கிட்டிருந்தீங்களே... அப்ப கிடைச்சிருக்க மாட்டாளா?” கூர்மையாக

ஒரு கேள்வியைப் போட்டார் பெருமாள் ரெட்டி.

இதே விஷயத்தை இரு தரப்பினரும் மூன்று மணி நேரமாகப் பேசிக் கொண்டிருந்தார்கள். பெருமாள் ரெட்டியாரின் சம்சாரம் அந்த இரவு நேரத்திலும் ஒரு அண்டா நிறைய காபி போட்டுக் கொண்டு வந்து கோயிலுக்குப் பக்கத்தில் வைத்தாள்.

“டேய் சுடலை ... எல்லாருக்கும் காபி குடுடா.”

மாரிமுத்து ரெட்டியார் ரோஷமாக, “காபி இருக்கட்டும். இதுக்கு ஒரு நியாயத்தைச் சொல்லுங்க...” என்றார்.

இந்த நேரத்தில்தான் ஒருவிதமாக முறுக்கிக் கொண்டு, கண்களை அகல விரித்துக் கொண்டு நிற்க முடியாமல் ஆடினான் சுடலை.

“டேய் சுடலை” என்று அவனை உசுப்பினார் பெருமாள் ரெட்டியார்.

“டேய்... பொன்னியம்மாடா நானு... உங்களையெல்லாம் எல்லைல நின்னு காக்கறதுக்காக வந்தேன்டா... டேய் ரெண்டு ஊருக்கும் எல்லைல எனக்குக் கோயில் கட்டுங்கடா...” சுடலை மீது சாமி வந்திருப்பதை ஒரு வினாடி தாமதத்தில் புரிந்து கொண்ட அனைவரும் கன்னத்தில் போட்டுக் கொண்டனர்.

ஊர் எல்லையில் கோயில் கட்டுவதில் இரு தரப்பினருக்குமே மாற்று கருத்து இல்லை. புதுவாயல்காரர்களும் சந்தோஷமாகக் காப்பி குடித்துவிட்டுக் கிளம்பினர்.

“டேய் சுடலை, உம்மேல சாமி வருமா?” என்று விசாரித்தார், பெருமாள் ரெட்டியார்.

“இதுதான் முதத் தடவை ரெட்டியாரே!””

அடுத்த தடவைகளில் தேர்ந்த சாமியாடி ஆகியிருந்தான் சுடலை. ஊர் எல்லையில் பொன்னியம்மன் கோயில் கட்டி முடித்ததும் 5 நாள் திருவிழா. கோவிலுக்கு ஆடு, கோழி பலியிடக்கூடாது என்று சாமியாடி அறிவித்ததுகூட சுடலைதான். ஆத்தாவுக்குக் காவு கொடுப்பது பிடிக்காமல் போனதில் ஜனங்களுக்குச் சின்ன ஏமாற்றம் இருந்தாலும் சுடலை மேல் வந்து சொல்லிவிட்டாளே என்று மனதைத் தேற்றிக் கொண்டனர்.

திருவிழாவில் முதல் நாளன்று பொங்கல் பானைகளோடு ஊரே திரண்டு நின்றது. உடம்பெல்லாம் மஞ்சளும், குங்குமமுமாக ஆவேசமாக இருந்தான் சுடலை. உடுக்கையின் லயத்துக்குத் தலையைச் சுழற்றி சுழற்றி ஆடிக் கொண்டிருப்பது சாமானிய வேலையாக இல்லை. இயல்பாகவே அவன் திடகாத்திரமானவன். ஒரு கையில் வேப்பிலைக் கொத்தும், இன்னொரு கையில் பிரம்பும்

வைத்துக் கொண்டிருந்தான் சுடலை. பம்பை, உடுக்கைக்காரர்களும் அவன் முன்னே செல்ல ஊரே எல்லைக் கோயிலுக்குத் திரண்டது.

எல்லையை நெருங்க, நெருங்க எதிர் திசையில் இருந்து இன்னொரு உடுக்கைச் சத்தமும் கேட்டது. புதுவாயல்காரர்களும் பொங்கல் வைக்க வந்து கொண்டிருந்தனர். எந்த ஊருக்கு முதல் மரியாதை என்பதுபோல் கூட்டத்தினுள் பேச்சு எழுந்தது. இந்த நேரத்தில் சற்றும் எதிர்பார்க்காத விதமாக சுடலை, எதிரே வரும் கூட்டத்தை நோக்கி ஓட ஆரம்பித்தான். சுதாரித்து அவனைப் பின் தொடரக்கூட முடியவில்லை. அப்படியொரு ஓட்டம்.

புதுவாயல் சார்பாகச் சாமியாடிக் கொண்டு வந்தவனை உலுக்கிப் பிடித்து "யாருடா நீ? சாமின்னு சொல்லி ஊரை ஏமாத்தறயா?... உன்னை..." தலைமுடியைப் பிடித்து ஒரு சுழற்று சுழற்றி கையில் இருந்த பிரம்பால் விளாச ஆரம்பித்தான்.

இரண்டு ஊர் மக்களும் திகைத்துப் போய்விட்டனர். இப்படியும் நடக்குமா என்றிருந்தது இரு தரப்பினருக்கும். விளாசிய விளாசலில் கதிகலங்கிப் போய் ஒரு ஓரமாக நின்று விட்டான். புதுவாயலுக்காகச் சாமி ஆடிக் கொண்டு வந்தவன்.

"பொன்னியம்மா இங்கே இருக்கேன்டா... எவனாவது ஏடாகூடமா பண்ணீங்க.... தொலைச்சுருவேன்..."

புதுவாயல் சார்பாக மாரிமுத்து ரெட்டியார் இரண்டடி முன்னே வந்து "மன்னிச்சிடு தாயே" என்று கற்பூரத்தை ஏற்றி சுடலையின் உள்ளங்கையில் வைத்தார். தகதகவென எரியும் கற்பூரத்தோடு மூன்று முறை சுற்றி வாய்க்குள் போட்டுக்கொண்டான் சுடலை. அதற்குப் பிறகு, யார் மீதும் பொன்னியம்மா சாமியாட வருவதில்லை.

அடுத்த 25 வருஷத்துக்கு பொன்னியம்மா என்றால் அது சுடலை என்று ஆகிவிட்டது.

பெரிய குங்குமப் பொட்டு, உடம்பெல்லாம் விபூதி என மணம் வீசும் மனிதனாகிப் போனான் சுடலை. உழுவதும் மருந்தடிப்பதும், களையெடுப்பதும் அவனுக்கு உகந்த தொழிலாக இல்லாமல் போனது. கோயில், கும்பாபிஷேக வேலைகள், நன்கொடை வசூல் என்று ஒருவித அறப்பணியில் கவனம் செலுத்த ஆரம்பித்து விட்டான்.

கோயிலுக்கு முன்னால் இருந்த புறம்போக்கு நிலத்தில் மின்சார வாரிய துணை மின்நிலையம் வந்ததும் கோயிலுக்கு மவுசு குறைந்து போனது. சப் ஸ்டேஷன் வந்ததால் ஊருக்கு நிறைய பம்ப் செட் இணைப்பும் ரைஸ் மில்லும், சில கம்பெனிகளும் இயங்க ஆரம்பித்தன. கோயிலுக்கு இரண்டு பக்கமும் வரிசையாக ஃபேக்ட்டரிகள்.

காது குத்துவதற்குப் பிரார்த்தித்துக் கொண்டவர்கள் மட்டும் எப்போதாவது கோயிலுக்கு வந்தார்கள். சுடலையும் கோயிலுக்குச் சற்றுத் தள்ளியிருந்த ப்ளாஸ்டிக் பைப் செய்யும் கம்பெனியில் வாட்ச்மேனாகச் சேர்ந்து விட்டான். எல்லாம் மருமகள் வந்த ராசி!

கோயிலுக்குள் சீட்டாடிக் கொண்டிருந்தவர்களைப் பார்த்து சுடலை ஒரு சமயம் ஆவேசமாகச் சாமி வந்து ஆடியபோது, "இன்னா பெருசு... சும்மா இருக்க மாட்டியா?" என்று கழுத்தைப் பிடித்துத் தள்ளிவிட்டனர். அதன்பிறகு சுடலை மீது சாமி வருவதில்லை.

பொன்னியம்மாளும் அந்தக் கோயிலைவிட்டு வெளியேறிவிட்டதாகப் பேசிக் கொண்டார்கள்.

- குமுதம், 2000.

அரிதிற் கடத்திகள்

85

சதாசிவம் பக்கத்தில் இருந்த கிளிமார்க் பையைத் திறந்து, மல்லிகாவின் திருமணப் போட்டோ, திருமண அழைப்பிதழ், சில ஜிராக்ஸ் காப்பிகள் ஆகியவற்றை ஒருமுறை தேவையில்லாமல் பார்த்துவிட்டு மறுபடி முன்பு போலவே எங்கோ வெறித்தபடி நின்றார். சற்றுத் தூரத்தில் கோர்ட் வராண்டா சற்றுச் சுவரின் அருகே, தத்தமது கணவன்மார்களிடம் ஜீவனாம்சம் கேட்டு வழக்குத் தொடுத்திருந்த வேறு சில பெண்களிடம் ஏதோ பேசிக் கொண்டிருந்தாள் மல்லிகா.

"உங்க வீட்டுக்காரர் வந்திருக்காரா?"

"அதோ... செவப்புச் சட்டை போட்ருக்கானே... அவன்தான்!"

மல்லிகாவை அடுத்திருக்கிற மூன்று பெண்களை நினைத்தபோது சதாசிவம் சற்றே திகிலும், அவநம்பிக்கையுமாக இருந்தார்.

கல்யாணமாகி ஒரு மாதம்கூட மல்லிகா கணவன் வீட்டில் இல்லை. முதலிரவன்றே, "நீ இதுவரைக்கும் அபார்ஷன் பண்ணியிருக்கியா?" என்று கேள்வி கேட்ட கணவன் அவன்.

கதறிக் கதறி அழுது கொண்டு வந்தவளைத் தேற்றி அனுப்புவதைத் தவிர வேறு வழி தெரியவில்லை சதாசிவத்துக்கு. போனவள் சரியாய் ஒரு மாதம்... ஒரு மாதத்தில் மொத்தம் எத்தனை வினாடிகள் உண்டோ அத்தனை நரகங்களையும் தாங்கிக் கொண்டு வாழ்ந்து பார்த்தாள்.

642 | 100 சிறுகதைகள்

அப்பாவும், அண்டை வீட்டாரும் சொல்லி அனுப்பியிருந்த அறிவுரைகள் எதுவுமே அவளுக்குப் பலன் தரவில்லை. சிரிக்கவோ, நடக்கவோ உட்காரவோ... கூட அவனது அனுமதியை எதிர்பார்க்க வேண்டியிருந்தது. அவளது ஒவ்வொரு அசைவுக்கும் அவனிடமிருந்து எதிர்ப்புகள் வந்தன.

மல்லிகா படித்த படிப்புக்கு அவன் ஒரு மனநோயாளி என்பதை உணர்வதற்கு வெகு நேரம் ஆகவில்லை. ஆனால் ஒரு குடும்பம் ஆணின் கண்ட்ரோலில் இருக்க வேண்டும் என்று நினைக்கிற சமூக அமைப்பில், அவனது பைத்தியக்காரத்தனங்களுக்கு ஒரு அங்கீகாரம் இருந்தது.

பகல்களைவிட மல்லிகாவின் இரவுகள் ரணமானவை. ஒரு பாட்டில் சாராயத்தை அவள் வாயில் சாய்த்து, ஏதாவது உளறுகிறாளா என்று குரூரமாய்ப் பரிசோதிக்கிற கொடுமை நிறைந்த இரவுகள்.

ஓடிசலான அப்பாவுக்கும், தங்கைகளுக்கும் தான் ஒரு சுமையாய் போய்விடக்கூடாதே என்ற பயமும், இனி ஒவ்வொரு இரவும் நமக்கு இப்படித்தான் என்று தயார்படுத்தி விடுகிற சகிப்புத் தன்மையும் மல்லிகாவை ஒரு மாதம் வரை வாழவிட்டன.

நடு இரவில் ரயில் தண்டவாளத்தில் படுக்க வைத்து, "நீ நிஜமாகவே பத்தினியா இருந்தா... ரயில் வரும்போது எழுந்திருக்கக்கூடாது" என்று அவன் கடைசியாய்ப் போட்ட கண்டிஷனுக்கும் அவளைச் சம்மதிக்க வைத்தது அதுதான்.

பனியின் காரணமாகத் தண்டவாளங்கள் சில்லிட்டுப் போயிருந்தன. கணுக்காலில், கண்டை சதையிலும் ஊசியாய் ஏறியது குளிர். மல்லிகாவுக்கு ஏனோ துளியும் பயமாகவே இல்லை. இப்படி ஒரு வனாந்தரத்தில் நட்சத்திரத்தைப் பார்த்தபடி மல்லாந்து படுத்திருப்பது கொஞ்சம் நிம்மதியாகக்கூட இருந்தது. ஏதோ ஒரு திசையில் ரயில் வருவதற்கான அறிகுறியாகத் தண்டவாளத்தில் அதிர்வுகள் ஏற்பட்டன. அவளுக்கு ஆறாம் வகுப்பு அறிவியல் பாடம் ஞாபகம் வந்தது. உலோகங்கள் நற்கடத்திகள்... அலோகங்கள் அரிதிற் கடத்திகள்...

"யாருப்பா... அது?"

தூரத்தில் வந்த யாரோ இருவர் குரல் கொடுத்தனர்.

"வீட்ல ஆயிரந்தான் பிரச்னை வந்தாலும் அதற்காக இப்படியா ரயில் தண்டவாளத்தில் வந்து படுத்துக்கிறது? நீங்களே கொஞ்சம் புத்திமதி சொல்லுங்கள் இவளுக்கு... என்று அந்தர் பல்டி அடித்தான் மல்லிகாவின் கணவன்.

தமிழ்மகன் | 643

இலவசச் சட்ட ஆலோசனை தந்த அட்வகேட் மாலதியிடம் இதையெல்லாம் சொன்னபோது, “எப்படி இவ்வளவு நாளா செத்துப் போயிடலாம்னு தோணவே இல்ல உனக்கு?” என்று ஆச்சிரியப்பட்டார்.

“சரியாயிடுவார்னு நினைச்சேங்க்கா...”

“எதுக்காக இப்படி ஒரு சந்தேகம் வந்தது அவனுக்கு?” என்றார்.

“கல்யாணத்துக்கு வந்திருந்த அவனது ஃபரண்ட்ஸ் எல்லாருமே என்னை ரொம்ப அழகா இருக்கறதா சொன்னாங்களாம். இவ்வளவு அழகான் பெண்ணை நமக்கு எப்படிக் கட்டிக் கொடுத்தாங்கன்னு காம்ப்ளக்ஸ் அவனுக்கு.”

நீதிபதி கேட்கும்போது, “அவன் ஒரு மெண்ட்டல்... அவன் கூட வாழ முடியாதுன்னு அடிச்சிச் சொல்லிடு...” என்றார் மாலதி.

“சரிக்கா..”

அவள் தன்னையே மலை போல நம்பிக்க கொண்டிருப்பது பரிதாபமாக இருந்தது மாலதிக்கு. மிஞ்சிப் போனால் இருப்பதேழு வயதிருக்கும். பி.ஏ. வரைக்கும் படித்தவள். அரசு உத்யோகத்தில் இருந்தவள்... இன்னும் என்ன குறை..? குறையே அதுதான்!

“இந்த காம்ப்ளக்ஸ்னாலேயே என்னை வேலையை விட்டு நின்னுட சொல்லிட்டாங்க்கா... திடீர்னு தாம்பரம் வரைக்கும் போயிட்டு வரலாம் வான்னு பஸ்ல கூட்டிட்டுப் போவான். அங்க இருந்து திரும்பி வரும்போது அவனுக்கு மட்டும் டிக்கெட் எடுத்துப்பான். எனக்கு எடுக்க மாட்டான். ஒருமுறை கண்டக்டர் பார்த்துட்டு... ஏம்மா, டிக்கெட் வாங்கிட்டியான்னு கேட்டுட்டாரு... அவன் பாட்டுக்கு இடிச்ச புளி மாதிரி உக்காந்திருக்கான்.... “என்னங்க கண்டக்டர் டிக்கெட் கேக்கறாரு’ன்னு ஒரே போடா போட்டுட்டான். கண்டக்டர் என்னை என்ன கேள்வி கேட்டான் தெரியுமாக்கா...? இவனும் கூட சேர்ந்துகிட்டு, இப்படீல்லாம் வேற வழிப்பறி பண்றாங்களான்னு கேக்கறான். கிண்டி வரைக்கும் நடந்தே வந்தேங்க்கா..”

மாலதி கொடுத்த தைரியத்தில் மல்லிகா குடும்ப வழக்கு மன்றம் வந்து ஜீவனாம்சம் கோரிக் காத்திருந்தாள்.

யாரோ, “ஜட்ஜ் வந்துட்டாரு” என்று பரபரப்பாய்ச் சொல்லிவிட்டுப் போனார். மல்லிகாவும், சதாசிவமும் அருகருகே வந்து நின்று கொண்டனர். நீதிபதியிடம் எதை எதையெல்லாம் சொல்ல வேண்டும் என்று அவசரமாக அச்சுக் கோர்த்தாள் மல்லிகா.

“மல்லிகா...மல்லிகா...மல்லிகா...”

மல்லிகா, முந்தானையில் முகத்தைத் துடைத்துக் கொண்டு கூண்டுக்கு ஓடினாள்.

எவ்வளவு கூறினாலும் பொறுமையாய்க் கேட்கிற சாந்தமான முகம் நீதிபதிக்கு. இது மூன்றாவது விசாரணையாக இருந்தும் கூட மிகவும் பொறுமையாக விசாரித்தார் அவர்.

"உங்க வீட்டுக்காரர் இப்ப முன்னைப்போல இல்லம்மா... அவர் செய்த தவறுக்கெல்லாம் உன் கால்ல விழுந்து மன்னிப்பு கேட்கவும் தயாரா இருக்கார்..." என்றார்.

......

மல்லிகா சதாசிவத்தைப் பார்த்தாள்.

"இந்த விஷயத்தில் முடிவெடுக்க வேண்டியது நீதான்... நீ அவர் மேல காட்டுகிற அத்தனைக் குற்றத்தையும் அவரே ஒத்துக்கிட்டாரு. ஏதோ ஒரு வெறியில அப்படியெல்லாம் நடந்துகிட்டதா சொல்லி ஓ... ன்னு அழுறார். நீ ஏன் அவருக்கு இன்னொரு வாய்ப்பு தரக்கூடாது..?"

"...."

"இரும்மா அவரைக் கூப்பிடறேன்... ரெண்டு பேரும் மனம் விட்டுப் பேசுங்க... அப்புறம் உன் பதிலைச் சொல்லு..."

"வந்தான். பாதியாய் இளைத்துப் போயிருந்தான். நிமிர்ந்து பார்க்கத் திராணியில்லாமல் கண்ணைக் கசக்கிக் கொண்டான்.

"என்னப்பா சொல்றே?"

"அவ பிரிஞ்சுப் போயிட்டா... நான் செத்துருவேன்... சார்."

"என்னம்மா சொல்றே?"

மல்லிகா இப்படியாகும் என்று கொஞ்சமும் எதிர்பார்க்கவே இல்லை. படித்தவர்கள் சபை அவளது ஆமோதிப்புக்காக காத்திருப்பது அவளைச் சங்கடப் படுத்தியது. முடிவெடுக்க நேரம் வேண்டும் என்று கேட்டுக் கொண்டாள்.

சதாசிவம், "யோசிக்கிறதுக்கு என்னம்மா இருக்கு... மாப்ளதான் மன்னிப்பு கேட்டுக்கிட்டாரே...?" என்றார் தன் ஜென்ம சாபல்யம் அடைந்த பூரிப்போடு.

கோர்ட் சம்பிரதாயங்கள் முடிந்து வெளியே வந்ததும், "உங்களுக்கு ஆட்சேபணை இல்லேன்னா மல்லிகாவ இப்பவே வீட்டுக்குக் கூட்டிட்டு போறேன் மாமா..." என்றான்.

"இதில் என்ன ஆட்சேபணை வேண்டிக் கிடக்குது? தாராளமாகக்

கூட்டிட்டுப் போங்க..." என்று பஸ் ஸ்டாப் வரை வந்து வழியனுப்பினார். "வரேன் மாப்ளே..." என்று கையெடுத்துக் கும்பிட்டார்.

பஸ் நெரிசலாக இருந்தது. பெண்கள் இருக்கை ஒன்று காலியாக இருக்கவே, மல்லிகா அமர்ந்து கொள்ளட்டுமா? என்று பர்மிஷன் போல அவனைப் பார்த்துவிட்டு இருக்கை நோக்கி நகர்ந்தாள்.

அவன் கண்டக்டரிடம் திரும்பி மெல்லிய குரலில் "கிண்டி ஒரு டிக்கெட் கொடுங்க" என்றான்.

- மின்மினி வார இதழ், 1990.

நேசம்

86

திடுக்கிட்டு விழித்தபோது கதவை யாரோ தட்டிக் கொண்டிருப்பது கேட்டது. எழுந்திருக்க மனம் இன்றி இன்னொரு முறை தட்டுகிறார்களா என்று காத்திருந்தான் சிவா.

நாய்களும் குலைக்காத அமைதி, இப்படிப்பட்ட அமைதி சாத்தியப்பட வேண்டுமானால், நேரம் இரண்டு மணியாய் இருக்கலாம்.

இந்த முறை கதவு தட்டப்பட்டு கூடவே, "சிவா... ஆ" என்ற குரலும் கேட்டது.

கேட்ட குரல் போல இருந்தும், யூகிக்க முடியவில்லை. விளக்கைக் கூடப் போடாமல் ஜன்னலைத் திறந்தான்.

எதிரிலிருக்கும் டீக்கடை மூடப்பட்டிருந்தது. திறந்த ஜன்னலுக்கு எதிரே வந்து நின்றபடி ஒருவன், "இன்னா சிவா... நல்ல தூக்கமா?" என்றான்.

யாரென்று தெரியாமலேயே... "ஆ...ங்" என்றான் சிவகுமார்.

விஜயா படுக்கையில் புரண்டு, "யாருங்க. அண்ணாவா?" என்றாள்.

சிவகுமார் பெருத்த அவசரமாய் நினைவுபடுத்தி பார்த்தான். உறவினர்கள், நண்பர்கள், தெரிந்தவர்கள்... ஒருவரும் தாடி வைத்திருப்பதாய் நினைவில்லை.

"அட்ரஸ் கண்டுபிடிக்கறதுகுள்ள போதும், போதும்னு போச்சப்பா."

சிவகுமாருக்கு திடீரென்று யாரென்று புரிந்து போய், "மணி... நீயா? அடையாளமே தெரியலை? இரு கதவு திறக்கறேன்" என்று

பரபரப்பாகிக் கதவைத் திறந்து தெருவுக்கே வந்து கையைப் பிடித்துக் குலுக்கினான்.

"ஊரில் இருந்து எப்ப வந்தே?"

"மெட்ராஸ்ல தாம்ப்பா இருக்கேன்."

"நிஜமாவா?" என்று கேட்டபடி உள்ளே அழைத்து, கதவைத் தாழிட்டு, நடையின் விளக்கைப் போட்டான்.

பரபரப்பாய் அறையின் டியூப்லைட்டைப் போட்டு விட்டுப் பார்த்தபோது சுவரில் மணி 11.20–

"பத்து மணிக்குக் கிளம்பினேன்."

"எங்க இருந்து?" நாற்காலியை இழுத்துப் போட்டு உட்கார வைத்தான்.

"வள்ளுவர் கோட்டம் இல்ல... அதுக்குப் பக்கத்துலதான்... ஒரு ரூம்ல தங்கியிருக்கிறேன்."

"யார் ரூம்ல?"

"சினிமா டைரக்டர்து."

"பேரு?"

"பழனிராஜ்."

"எத்தன படம் எடுத்திருக்கிறாரு?"

"அட!... அவரால ஒரு படம்கூட எடுக்க முடியாது சிவா... அதவுடு. எப்படியிருக்றே... எங்க வேல செய்ற?"

"நா அங்கேயேதான் வேல செய்றேன்... பர்மனன்ட் பண்ணிட்டான். ஆயிரத்தி நூர் ரூபா தரான்."

மணி சிரித்தான்.

"எப்படி இருக்கிறே சிவான்னு கேட்டா ஆயிரம் ரூபா தரான்றியே... எப்படி இருக்கே?" என்றான் மறுபடி.

"பாதி ராத்திரில வந்துருக்கே. நான்தான் உன்னை விசாரிக்கணும். சாப்டியா?"

"பரவால்ல சிவா... பையன் எப்படியிருக்கான்? பேரென்ன சொன்னே?"

"முத்துக்குமார்... டீக்கடை இருந்தா பன்னாவது வாங்கி தருவேன், இந்த ராத்திரில ஏன் வந்தே...?"

"நானா கிளம்பினேன்...? கிளம்பிப் போக சொன்னாங்க" என்று சிரித்தான்.

"ரூமைக் காலி பண்ணச் சொன்னாங்களா?"

“அதவிடு சிவா... நாளைக்குப் போய் சரி பண்ணி விடுவேன்.”

கல்லூரி வாழ்விலிருந்தே இப்படித்தான்... பேச்சுக்குப் பேச்சு “சிவா”... எல்லா உணர்ச்சிகளையும் அழுத்திக் கொண்டு ஒரு சிரிப்பு.

சிவா எழுந்து சமையல் அறையில் எதையோ உருட்டி விட்டுத் திரும்பி வந்தான்.

“சோத்ல தண்ணி ஊத்திட்டாங்க.”

“சாப்பாட்லாம் பிரச்சனை இல்லை சிவா, நீங்க வேஸ்ட்டா வொர்ரி பண்ணிக்காதீங்க...”

விஜயா எழுந்து வந்து, “பிழிஞ்சி போடட்டுமான்னு கேளுங்க... இப்பதான் தண்ணி ஊத்தினேன்” என்றாள்.

மணி, “நலந்தானே?” என்றான் விஜயாவை.

இப்படிக் கேட்டதால் விஜயாவிற்குச் சிரிப்பு ஏற்பட்டு, “ம்...” என்று சொல்லிவிட்டு அவசரமாய் உள்ளே போனாள்.

“எவ்வளவு நாளா அங்க தங்கியிருக்க?”

“ரெண்டு மாசமாச்சு சிவா.”

“சாப்பாட்டுக்கு என்ன பண்றே?”

மணி இதற்குப் பதில் சொல்லவில்லை. எல்லாம் பேசியானது போல் எதிரில் கிடந்த பழைய தந்திப் பேப்பரை எடுத்துப் படிக்கத் துவங்கினான்.

மணியின் சொந்த ஊர் திருப்பத்தூர். ஹாஸ்டலில் தங்கிப் படித்தான். மூன்று வருடத்தில் மறந்துகூட ஊர்ப்பக்கம் போகவில்லை.

சுரணையற்ற மெஸ் சாப்பாட்டையும், தனிமைச் சிறை மாதிரி இருந்த அந்த மக்கிய ஹாஸ்டலையும் அவன் விரும்பி விடுகிற அளவுக்கு அவனது வீட்டு நிலைமை இருந்தது.

நாற்பது பேர் கொண்ட கூட்டுக் குடும்பம் இப்போதைய அவசர யுகத்தில் கூட்டெல்லாம் சாத்தியமில்லை என்பது புரிந்தும், குடும்பத்தை உடைக்கிற அவலம் நாம் இருக்கிறவரை நிகழ்ந்துவிடக்கூடாதென்று நோக்கம் கொண்ட மணியின் அப்பா... மூத்தவர். அவருக்கு இளையவர்கள் மூவர் ஆளுக்கு அரை டஜன் வாரிசுகள் என்று சராசரியாகக் கொண்டாலும், அவர்களில் பாதி பேருக்குத் திருமணமாகி இனப்பெருக்கம் செய்திருந்தார்கள்.

மணிக்கும் போன ஆகஸ்ட்டில் திருமணம் நடந்தது.

சிவா, “ஒய்ப்பையும் கூட்டிக்கிட்டு வந்துட்டியா?” என்றான்.

"இல்லை..." என்றான் நிதானமாய்.

"என்னது இல்லையா?... ஊர்ல இருந்து வந்து ரெண்டு மாசமாச்சுன்றே... கல்யாணமான மறுநாளே வந்துட்டியா?"

மணி வேகமாக எழுந்து சிவாவின் வாயைப் பொத்தினான். "மெதுவா கேளேம்பா."

"சண்டையா?" என்றான் மெதுவாய்.

"அதெல்லாம் ஒண்ணுல்ல எங்க ஊர்ல இருந்து யாராச்சும் என்னைத் தேடி வந்தாங்களா?"

"இல்லையே."

"நல்லதாப் போச்சு."

"ஏய்... என்ன விஷயம்னு ஏதாவது சொல்றியா?"

"ஏன் சிவா அவசரப்படறே...? நைட்டு ஃபுல்லா இங்கதானே இருக்கப்போறேன். நிதானமாப் பேசலாம்... அப்பா அம்மால்லாம் சௌக்கியம்தானே?"

சிவா சலித்துக் கொண்டான்.

"நல்லாருக்றாங்க... விஷயத்த சொல்லுய்யா."

"மாடிக்கு போய் படுத்துக்கலாமா?"

சிவா யோசித்தான். 'ஏடா கூடாமாய் ஏதோ நடந்திருக்கிறது. மாமியார் மருமகள் சண்டை... சொத்தைப் பிரிக்கச் சொல்லிச் சண்டை... கல்யாணம் பண்ண ஒரு மாதத்தில் ஓடி வந்திருக்கிறான் என்றால்...? இன்னும் சிக்கலான சண்டை ஏதோ நடந்திருக்கிறது. ஹாஸ்டலில் இருந்து ஊருக்கு அனுப்பி வைக்கும்போதே பெரும்பாடாய் இருந்தது.

"எங்க வீட்ல அன்பு பாசம் இதுக்கெல்லாம் இடமே இல்ல சிவா... ஏன்... ஒருத்தர் முகத்திலையும் இயற்கையான சிரிப்பையே பார்க்க முடியாது. வீட்ல இருக்கிற பெண்களுக்கெல்லாம் நாள் முழுக்க சமைக்கிற வேலை. ஆம்பளைங்களுக்கு, பத்து ஏக்கர் நிலம் பம்ப்-செட்டோட வெலைக்கு வருதான்னு பாக்கிற வேலை. இல்லாட்டி பஸ்-ஸ்டேன்ட் பக்கமா நாலு கிரவுண்டு வாங்கிப் போட்டா பின்னாடி நல்ல விலைக்கு விக்கலாம்... இப்படி... நாள் முழுக்க பணம் பண்ற வேலை."

"தனித்தனியா சொத்தைப் பிரிச்சிட்டா...?"

"முடியாது சிவா... இன்னும் கொஞ்சம் பணம் சேர்த்துட்டா... ஒரு தியேட்டர் கட்டி விடலாம்னு ஐடியால இருக்காங்க... பிரிச்சிட்டா சொத்தினுடைய வீரியம் கொறஞ்சிடும். அவங்களுக்கு ரெண்டே

ரெண்டு எண்ணம்தான் வாழ்க்கைல. ஒண்ணு பணம் சேக்கறது. இன்னொன்னு சேத்த பணத்தை அதிகப்படுத்தறது” சிரிப்பான்.

மூணு வருஷக் கல்லூரி வாழ்க்கையில் ஊரிலிருந்து பணம் வருவதில் ஒரு சமயத்திலும் தாமதம் இருந்ததில்லை.

“பணம் மட்டும் கரக்டா வருதே?”

“படிச்ச மாப்பிள்ளைனு சொல்லி எவன் கிட்டயாவது நூறு சவரன் பிடுங்குவானுங்க... சின்ன மீனைப் போட்டுப் பெரிய மீன் பிடிப்பானுங்க...”

அவன் வீட்டைப் பற்றி ஒரு முறையும் பெருமைப்பட்டுக் கொண்டதில்லை.

“ஒவ்வொரு மனுசனும் ஒவ்வொரு தூண்டிலைப் போட்டுட்டு ஒக்காந்திருக்கானுங்கப்பா...”

சிவா உடனே இப்படிக் கேட்டான்.

“அது சரி... நம்ம முரளி காதலிக்காக உயிரே தருவேன்றானே... உயிர் என்ன சின்ன மீனா?”

மணி பெரிதாகக் கைதட்டிச் சிரித்தான்.

சிவா உள்ளே போய் ஒரு பாயையும், இரண்டு தலையணையைம் அக்குலில் இடுக்கிக் கொண்டு வந்தான்.

மொட்டை மாடியின் நட்ட நடுவே, பாயை விரித்து, தலையணையைப் பொருத்துவதற்குள், சர்ர்... எனத் தீக்குச்சிக் கிழித்தான் மணி.

“பீடியா பிடிக்கிறே?”

“ஆமா... ஒரு கட்டு நாப்பது பைசா...”

“ச்சே...”

“என்னையா பண்றது... சிகரட் விக்கிற வெலைல இதுதான் வசதி.”

“சரி சொல்லு ஊர்ல என்னாச்சு?”

மணி, வேறெதொ பேச இருந்தவன், சிவா இப்படிக் கேட்டதில் சட்டென்று அதை நிறுத்திக் கொண்டு விஷயத்தைக் கோர்வைப்படுத்துவது போல் பீடியை ஆழமாக உறிஞ்சினான்.

“என் பெட்டிக்குள்ள உன்னுடைய அட்ரஸ் எங்கயாவது இருக்கறதுக்கு ‘சான்ஸ்’ இருக்கு... என் பெட்டிய யாராவது கிளறி சப்போஸ் உன் அட்ரஸூம் கிடைச்சா... என்னைப் பத்தி தெரிஞ்சுக்கறதுக்கு இங்க வரலாம்...”

“ஊர்ல இருந்தா?”

“ஆமாம்... அப்படி யாராச்சம் வந்தா நாங்க நல்லாருக்கறதா சொல்லணும்...”

‘நாங்கன்னா...?”

“நானும் என் ஒய்ஃபும்.”

“...ஒய்ஃப்?”

“இப்ப அவ என் ஒய்ஃப் இல்ல... பெங்களூர்ல வேறு ஒருத்தர் கூட இருக்கிறா...”

சிவா அதிர்ந்து எழுந்து அவன் தோளைக் குலுக்கி “சினிமாவுக்கு ‘ஒன்லைன்’ எதாவது எழுதிறியா?” என்றான்.

எப்போதும் போன்ற குரலில், “உண்மையாதான் சிவா... கல்யாணமான மறு வாரமே எனக்கு அவ வேற ஒருத்தரைக் காதலிச்ச விஷயம் தெரிஞ்சு போச்சு... நம்ம நாட்டு வழக்கப்படி காதலர்களை அவசர அவசரமாப் பிரிச்சு எனக்குக் கட்டி வெச்சிருக்காங்க... ஒரு நாள் ‘மன்னிச்சுக்க’ சொல்லி ஒரு லட்டர் எழுதி வெச்சிட்டு கிளம்பிப் போயிட்டா...” இந்த இடத்தில் மணி சிறிது நிறுத்தினான்.

சிவாவோ அறையப்பட்டவன் மாதிரி சிந்தனை இயக்கம் இழந்து கிடந்தான்.

“விஷயம் வெளிய தெரியறதுக்கு முன்னாடி... நானும் வீட்டை விட்டுக் கிளம்பிட்டேன். அவ எழுதின லட்டரைக் கிழிச்சுப் போட்டுட்டு ‘எங்களுக்கு இந்த வீட்டில் இருக்க விருப்பமில்லை. எங்காவது போய்ப் பிழைத்துக் கொள்கிறோம். எங்களைத் தேட வேண்டாம்’னு ஒரு லட்டர் எழுதி வெச்சிட்டேன்... இப்ப நானும் அவளும் ஒண்ணா இருக்கிறதாதான் எல்லாரும் நினைச்சுக்குனு இருக்காங்க... நா செய்தது சரிதானே சிவா...?”

சிவா பிரயோசிக்க நினைத்த வார்த்தைகள் உதட்டருகே மூர்ச்சையாகிப் போகவே, ஆகாயம் நோக்கி வெறித்தான்.

மணி இயல்பாய், “எங்க வீட்ல தேட ஆரம்பிச்சிட்டாங்கன்னு நினைக்கிறேன்... தினத்தந்தி பேப்பர்ல கால் பக்கத்துல ஒரு விளம்பரம் கொடுத்திருக்காங்க ‘எங்க இருந்தாலும் உடனே தகவல் கொடுக்கும்படி. அதான் சொல்ல வந்தேன்... அப்படியவங்க உங்கிட்ட விசாரிக்க வந்தா... எங்க ரெண்டு பேரையும் ஒரு தியேட்டர்ல பார்த்ததா சொல்லு... நல்லா இருக்கிறதா சொல்லு... நாங்க நல்லா இருக்கறதுக்கு நீ ஒரு சாட்சி மாதிரியும் இருக்கும்... சொல்லுவியா சிவா?” என்றான்.

- அரும்பு மாத இதழ், 1988.

இரக்கம்

87

ஏற்கெனவே ஒருவன் செத்துப் போயிருந்தான். எத்தனையோ பேர் செத்துப் பிழைத்திருந்தார்கள்.

இப்பேர்பட்டவர்களைப் பிழைக்க வைப்பதற்காகவே எங்கோ வேலை செய்து வந்த கம்பவுண்டர்கள் எல்லாம் கூட்டு ரோட்டில் 'டாக்டர் கடைகள்' வைக்கத் துவங்கியிருந்தார்கள். எவனாவது ஒரு டாக்டரின் பெயரை போர்டில் போட்டுவிட வேண்டியது. சற்றே விவரமான ஆள், டாக்டரையெல்லாம் விசாரித்தால், 'வெளியே போயிருக்கார்...' என்று என்னமோ அப்பத்தான் வெளியே போனது மாதிரி சொல்வார்கள்.

தலைவலி, வயிற்றுவலி, சேற்றுப்புண், சீதபேதி இத்யாதி விஷயங்களுக்குத் தயாராய் சில ஊசி மருந்துகளை வைத்துக் கொண்டு, வெறியோடு குத்துவதற்குக் காத்திருந்தார்கள். பூச்சி மருந்து அடித்து மயங்கி விழுந்தவனென்றால் லட்டு மாதிரி. எழுநூறு ரூபாய் வசூலிக்கிறார்கள்.

"எங்க காலத்துல எப்ப இப்பிடியாகியிருக்கும்? அப்ப இல்லாத பூச்சில்லாம் இப்ப எங்கிருந்து வந்தது? எல்லாம் கலி கலி" என்று தலையில் அடித்துக் கொண்டார் சரவண ரெட்டி.

களை எடுத்துக் கொண்டிருந்ததால் இடுப்பு பிடித்துக் கொண்டதை நிவர்த்தி செய்யும் பொருட்டு, "அப்பல்லா பூச்சே அடிக்காதா?" என்று கேட்டபடி நிமிர்ந்து நின்றான் ஒருவன்.

"வெறப்பாடு முடிஞ்சா, வேலை முடிஞ்சாப்பல. ஆறு மாசம் கழிச்சு வந்து அறுக்க வேண்டியதுதான்."

“இப்ப மூணுமாசத்துல இல்ல அறுக்கிறம்...? அதுக்கேத்த, செவரெட்சணை செய்றோம்...”

இன்னொருத்தன், “ரெட்டியாரே நெறைய பூச்சி...” என்றபடி கொத்தாகப் பயிரைப் பிடுங்கிக் காண்பித்தான்.

நன்றாய் முளைத்திருந்த பயிர், கதிர் விடும் நேரத்தில் பழுத்துத் கருகியிருந்தது.

“எல்லாத் தலைலயும் அப்படிதான்” என்று இன்னொருவன் எழுந்து நிற்க, ரெட்டியார் உஷாராகி, “பேச்சுக் குடுத்தா போதுமே... கத பேசிக்கிட்டே கூலி வாங்கிடுவீங்களே” என்றார்.

அந்தப் பக்கமாய் போய்க் கொண்டிருந்த ஆறுமுக ரெட்டி, “வேலையைக் கவனிங்கடே” என்றபடி அருகில் வந்தார்.

சரவண ரெட்டி, “பரவால்யா பயிறு?” என்றார்.

“எங்க?” என்று சப்புக் கொட்டினார் ஆறுமுகம்.

“எவ்ளோ நட்டுருக்கே?”

“தெரியாத்தனமா ஏழு ஏக்கர் நட்டுப்புட்டேன். பூச்சி ஏறிங்கியிருக்குது. போட்ட நெல்லு வருமான்னுருக்குது.”

“ என்னமோ மருந்து சொல்றாங்களே அடிச்சியா?”

“எக்காளக்ஸ்... செவின்... பூச்சி என்னமோ சாவுது... அடிக்கிற ஆளும்ல சேந்து செத்துப் போறான்?”

“நானும் அதாம் பாக்றேன்... நேத்து அப்டி நான் இங்கிருந்து பாக்றேன்... அதோ முதலியார் தலைல சிங்காரம் ஸ்பிரேயர்ல மருந்தடிக்கிறான். ரெண்டாவது ரவுண்ட்ல தண்ணியடிச்வனாட்டம் இப்படியும் அப்படியும் ஆடினான். அப்புறம் பாத்தா... மிஷினையெல்லாம் அப்படியே போட்டுட்டு வரப்ல போய்ப் படுத்துட்டான்.”

“ஐயோ, அப்புறம்...? இவ்ளோ நடந்திருக்கு. எனக்குத் தெரியாதே.”

“நா ஒரே ஓட்டமா ஓடுறேன். அதுக்குள்ள என்னடாது திடீர்னு சத்தத்தையும் காணம். ஆளையும் காணம்னு பாதி பேர் ஓடியாற...”

“ஆ...ங்.”

“ஆளு வரப்ல மூச்சு பேச்சில்லாம கிடந்தான். தூக்கிப் போய்க் களத்து மேட்ல போட்டு, மூஞ்சில தண்ணிய அடிக்கவும், ஆளு அப்பிடி இப்பிடி எழுந்து குந்தினான்.”

“அப்ப பொழச்சிட்டான்?”

“பொழச்சிட்டான், பொழச்சிட்டான்... நம்ம மாணிக்கம் என்ன சொன்னான் தெரியுமா?”

“எந்த மாணிக்கம்?”

“அட! நம் புளிமூட்டை...”

“ஆங்...ஆங்...”

“டே சிங்காரம் அப்படியே காலைப் பரப்பிக்குனு படுடா.. கண்ணைத் தெறக்காதே... முதலியார் கிட்ட ஆயிர் ரூபா கறந்திடலாம்ன்றான்...”

“அதிலியும் முதலியார்தாங் குடுப்பாரு...”

“பண்ணன கலாட்டால முதலியார் ஆடிப் போயிட்டான் பர்ஸ்டு... அப்புறம் உஷாராயி பத்ரூபா செலவுக்குக் குடுத்து விட்டான்...”

ஆறுமுக ரெட்டி “கிக், கிக்” என்று சிரித்தார். “கல்லுல நாறு உரிப்பானே முதலி” என்றார்.

“ச்செரி... அதாம் பயமாயிருக்கு. எங்க நம்ப நெலத்தில பூச்சி மருந்து அடிக்கப் போயி மண்டையப் போட்டான்னா... போனாப் போகுது ரெட்டியாரே ரெண்டு ஏக்கரா அவங்க குடும்பத்துக்கு எழுதி வெச்சிடுன்னு சுளுவா சொல்லிடுவானுங்களே?”

“ஏன்... இதே மாணிக்கமே ஆரம்பிச்சி வெப்பான்.”

மொத்தத்தில் மருந்தடிக்கத் தோதாய் ஒருவனும் இல்லை. ஒரு நாளெல்லாம் ஒரு ஏக்கர் அடிக்கிறவன்தான். அதுவும் நான்கு நாள் சேர்ந்தாற்போல் அடித்தால் ஒருநாள் மயங்கி விழுந்தார்கள். குருவி உட்கார பனம்பழம் விழுந்த கதையாய் நமக்கு வேலை செய்யும்போது செத்துப் போய்விடக் கூடாதே என்பது ஒவ்வொருவரின் அந்தரங்கப் பிரார்த்தனையாய் இருந்தது. ஆத்தூர் செல்வத்தைப் பற்றி, அதோ அவதாரம் எடுத்து வந்தவன்போல் பேசிக் கொண்டார்கள். இவ்விஷயம் சரவண ரெட்டி காதிலும் அவ்வப்போது விழுந்தது. படியாளை அனுப்பி அழைத்து வரும்படி சொன்னார். வந்தான்.

செல்வம் என்பவன் இஸ்திரி போட்டது மாதிரி பட்டையாய் உயரமாய் இருந்தான். இத்தனை முறை புயல்கள் வந்தும் அவன் ஒடிந்து விழாதது ஆச்சரியமாய் இருந்தது. சரவண ரெட்டி இப்படித் துவங்கினார்.

“ஆத்தூரா நய்னா நீ?” என்றார்.

அவன் பணிவாய்ப் பதில் சொல்ல விரும்பி சதா நேரமும் கூன் போட்டவன் மாதிரி நின்றிருந்தான்.

“ஒரு நாளிக்கு எத்தினி ஏக்கர் அடிப்பே?”

“உங்களுக்கு எவ்ளோ அடிக்கணும் சொல்லுங்க?” என்று திருப்பிக் கேட்டான்.

“இன்னா ஒரு பத்து ஏக்கர்னு வெச்சுக்கயேன்.”

"அப்ப ரெண்டு நாளு" என்றான்.

"அடேங்கப்பா சாமர்த்தியகாரன்... ஏன் நய்னா... உனக்கு மயக்கம், கியக்கம் வராதில்ல?" என்று கேட்டு வைத்தார்.

"நமக்கு அதெல்லாம் வராதுங்க" என்றான் பன்மையில்.

"செரி... எப்ப வர்ரே சொல்லு..?"

சற்றே யோசனையாய் கன்னப் பகுதியில் தேய்த்து விட்டுக் கொண்டான். "முக்யமா ரெண்டு பேருக்கு அடிக்க வேண்டியிருக்கு. காவனூர்ல செல்லமுத்து நாயகர்க்கும். வரத நாயகருக்கும். பொண்டாட்டி செத்து போனதால எல்லாம் டிலே ஆயிட்ச்சி."

"ஐய்யய்யோ எப்ப?" என்றார் சரவண ரெட்டி.

"கிர்த்திகை வந்துதே... அன்னைக்கு மறுநா..." இதைச் சொல்லும்போது அவன் குரல் கம்மிப் போய் விட்டது.

"முழுகாம இருந்தா..." என்று ஆரம்பித்தவன், முகத்தை வேறு பக்கம் திருப்பிக் கொண்டு, லூங்கியால் கண்களைத் துடைத்துக் கொண்டான். திடீரென்று இப்படி அழுகை வந்துவிட்டது அவனுக்கே சங்கடமாக இருந்திருக்க வேண்டும்.

கிருத்திகை போய் பத்து நாள்கூட ஆகியிருக்கவில்லை. தாஜா பண்ணி நாறைக்கே மருந்தடித்துவிட வேண்டும் என்று எண்ணியிருந்த சரவண ரெட்டிக்கும் அதிர்ச்சியில் என்ன பேசுவதென்று யோசனையிலாழ்ந்தார். உண்மையில் இருவருமே இப்படி ஒரு சூழல் ஏற்படும் என்பதை எதிர்பார்க்கவில்லை.

"...ம்... என்ன ஒடம்புக்கு?" என்றார் சரவண் ரெட்டி.

"மஞ்சக் காமலைன்ட்டு பொன்னேரிக்கு போய் செம்புக் கம்பில சூடு வெச்சுக்குனு வந்தா, வெரல்ல..."

"வெரல்லியா?"

விரலில் சூடு வைத்துக் கொண்டால் அதன் வழியே உடலில் இருக்கிற மஞ்சள் எல்லாம் வெளியே வந்து மஞ்சட் காமாலை போய் விடுவதாக ஒரு நம்பிக்கை உண்டு. அதுவும் ஆள்காட்டி விரலில்தான் சூடு வைப்பார்கள். இதெல்லாம் சரவண ரெட்டிக்குத் தெரியாமலிருக்க நியாயமில்லை. ஏதோ அவன் திருப்திக்காகக் கேட்டார்.

"ஆமா.." என்றான்.

"மஞ்சக் காமாலன்னா கீழாநெல்லிதான் அதுக்கு வைத்தியம்..." என்று ஒரு மாதிரியாய் விஷயத்தைத் திருப்பினார். "அப்போ... அவங்க ரெண்டு பேருக்கும் முடிச்சிட்டு வரேன்றியா?"

“ரெண் நாள்ல முடிச்சிடுவேன்.”

“முடிச்சுட்டே வா” என்று அனுப்பி வைத்தார்.

செல்வம் போனதும் படியாளைக் கூப்பிட்டு, “ஏண்டா, கூமுட்டை.... பொண்டாட்டி செத்துப் பத்து நாள் தா ஆகுதுன்றான், சொன்னியாடா?” என்றார்.

“அப்படியா...? இன்னாவாம் ஒடம்புக்கு?” என்றான்.

“அடிங்... போடா, நாள கழிச்சு வரேன்னு சொல்லியிருக்கேன்... போயீ... சேட்டு கிட்ட பத்து ஏக்கருக்குத் தேவையான மருந்துனு கேளு... அவனே குடுப்பான். எவ்ளோ தண்ணில கலக்கணும். என்னம்மா அடிக்கணும்னு விசாரிச்சுக்குனு வா” என்றார்.

“துட்டு கேட்டா?”

“கணக்ல எழுதச் சொல்லுடா... அடுத்த வாரத்ல வரேன்னு சொல்லு... ரசீது வாங்கினு வா.”

“சரி.” சரவண ரெட்டியார் யோசனையாய் “ஏண்டா” என்று போய்க் கொண்டிருந்தவனை நிறுத்தினார்.

“நம்மகிட்ட வேல பார்க்கும்போது செத்துத் தொலையப் போறாண்டா.”

“ஒண்ணும் சாவ மாட்டான்... ஒரு கிளாஸ் ஊத்திக்குனு வன்ட்டான்னா, உயிர் போனா கூட அவனுக்குத் தெரியாது. அதும்பாட்டுக்கு வேல நடக்கும்” என்றான் தீர்மானமாய்.

உடம்பே குலுங்கச் சிரித்தார் ரெட்டியார்.

நிழலும், பேச்சுத்துணையும் நாடி வந்த ஆறுமுக ரெட்டியார். “செல்வம் செத்து போயிட்டானாமல்?” என்றபடி சரவண ரெட்டி பக்கத்தில் உட்கார்ந்தார்.

“அடடே.... எப்ப?”

“நேத்து.”

“நெனச்சேன்... நெனச்சேன்... செல்லமுத்து நாயகருக்கில்ல அடிக்றாப்ல சொன்னான். நாயகர் வசமா மாட்டினாரா?”

“அட நீ ஒண்ணு... ஆளு தூக்குமாட்டி செத்துப் போயிருக்கான்.”

சரவண ரெட்டி திருப்தி அடைந்தவராய் “அப்போ மருந்தடிச்சதால சாகலே?” என்றார். பின்னர், திடீரென்று ஞாபகம் வந்தவராய் “ஐய்யய்யோ எதுக்குச் செத்துப் போயிட்டானாம்?” என்று விசாரித்தார் வருத்தமாய்.

- சத்யா மாத இதழ், 1989.

இன்டர்வியூ

88

இன்று எனக்கு முதலிரவு. பால் டம்ளருடன் உள்ளே நுழையப்போகிறவளிடம், முதன் முதலில் எப்படி நடந்துகொள்ள வேண்டும் என்று யோசித்தேன். 'முகூர்த்தப் பத்திரிக்கை' எழுதிய நாளிலிருந்தே நான் இதுபற்றி யோசித்துக்கொண்டுதான் இருக்கிறேன்.

யோசித்து வைத்திருந்ததெல்லாம் மறந்துபோய்விட்டது. எவனோ எழுதிய அந்த கவிதைதான் அடிக்கடி ஞாபகம் வந்துகொண்டிருந்தது.

'முதன் முதலாய்

முதலிரவில் சந்தித்தது...

அது முதலாய்

இரவொன்றே

வாழ்க்கையாகி...'

'ச்சே... அப்படித்தான் ஆகிவிட்டது நம் வாழ்க்கை. முதலிரவுக்கு முன்னரே சந்திக்க வேண்டுமானால் காதலித்தாக வேண்டும். இதை எழுதியவன் என்ன காதலித்துதான் கல்யாணம் பண்ணிக்கணும்ங்கிற ஜாதியைச் சேர்ந்தவனா?...'

கீதாதான் ஞாபகத்துக்கு வந்தாள். இரண்டு வருடங்களுக்கு முன் எங்கள் வீட்டுக்கு குடித்தனம் வந்தவர்கள்.

ப்பா... அவ்வளவு அழகான பெண். எங்கள் வீட்டுக்கு குடித்தனம் வந்ததே எனக்கு பெரிய சந்தோஷமாக இருந்தது. அவளுடைய தாவணி, கொடியில் உலர்த்தியிருப்பதைப் பார்க்கும்போதெல்லாம்

குறுகுறுவென்று ஒரு திருட்டு சந்தோஷம் வந்து என்னைப் பாடாய்ப் படுத்தும்.

அவள் அம்மாவை தூது அனுப்பி, ஜெயகாந்தன் புக்ஸ் ஏதாவது இருக்கிறதா... என்று கேட்டாள். அவளே நேரில் வந்து கேட்டுவிட்டது மாதிரி பூரித்துப்போனேன்.

நான் புத்தகம் படிப்பவன் என்பது அவளுக்கு எப்படித் தெரிந்தது? அப்படியானால், அவளும் என்னை கவனித்துக்கொண்டுதான் இருந்தாளா?

அப்படியானால்... கொஞ்ச நேரத்தில் எவ்வளவு கனவுகள்?

அப்புறம், அப்புறம்...

'எந்த காலேஜ்?', 'என்ன டிபார்ட்மெண்ட்... 'சிவப்பு ரோஜாக்கள்' பார்த்துட்டீங்களா? இத்யாதி.

ஒரு நாள், ரொம்ப தைரியமாக ஒரு காரியம் செய்தேன். காதல் குறித்து சில வரிகளை 'இதுவரை நான்' புத்தகத்தில் 'அண்டர் லைன்' செய்து கொடுத்தேன். பயப்படுகிற மாதிரி எதுவும் நடக்கவில்லை.

மாறாக, நான் விட்டுவிட்ட வேறு சில வரிகளையும் 'அண்டர் லைன்' பண்ணிக்கொண்டு வந்து கொடுத்தாள். இன்னும் கொஞ்சம் தைரியம் வளர்ந்தது. நெக்ஸ்ட்டு ஸ்டெப்...

அவளுடைய கல்லூரி பஸ் ஸ்டாப்பில் போய் நின்றேன்.

'கொத்து' பெண்களில் ஒருத்தியாக அவளும் வந்தாள். என்னைப் பார்த்ததும் குப்'பென்று தவித்துப்போனாள். வீட்டில் சகஜமாகப் பேசிக்கொண்டிருந்தவர்கள். இந்தச் சமயத்தில் என்ன பேசுவதென்றே தோன்றாமல்... ச்சும் கொட்டிக்கொண்டிருக்கக்கூடாது என்று பட்டது.

ஜான்சன் தங்கதுரை- அவள் அப்பா. சேலத்துக்கு மாற்றலானார். போகும்போது, அழுதுவிட்டு முகவரியைக் கொடுத்துவிட்டுப் போனாள். கடிதம் போடுவதற்குத்தான் பயமாக இருந்தது. ஒரே முறை கிறிஸ்துமஸ் வாழ்த்து அனுப்பினாள். நானும் வாழ்த்தினேன் பொங்கல் வந்தபோது. அவ்வளவுதான்.

கோழைத்தனமாக நடந்துகொண்டதை இப்போது நினைத்தாலும் எனக்கே என்மேல் வெட்கமாக இருந்தது.

ஜன்னல் வழியாக வெளியே பார்த்தேன். சாலை சோர்ந்துபோய் இருந்தது.

"ஊரைப் புரிஞ்சிக்கிட்டேன்... உலகைத் தெரிஞ்சிக்கிட்டேன்."

யாரோ சைக்கிளில் பாடிக்கொண்டு போவது ஈனமாகக் கேட்டது.

தமிழ்மகன் | 659

நாராயணன் நாயர் டீக்கடையைப் பூட்டிவிட்டு, ஒரு முறை பூட்டை இழுத்துப் பார்த்துவிட்டு, வீட்டுக்குக் கிளம்-ச்சே, வீடு ஏது அவனுக்கு? இவனை மாதிரியே இரண்டு மூன்று வியாபாரிகள் ஒன்றாகச் சேர்ந்து ஒரு அறையை வாடகைக்கு எடுத்துக்கொண்டு வசித்துவருகிறார்கள், சங்கர் பிள்ளை தெருவில்.

மனைவிகள் ஏதோ ஊரில் இருக்கிறார்கள். வருடத்துக்கு ஒரு முறை சென்று வருகிறான். கணவன் - மனைவி உறவை நிலைநாட்டுவதெல்லாம் அவ்வப்போது எழுதிக்கொள்கிற கடிதங்கள், மணியார்டர்கள் மூலமாகத்தான். எப்படித்தான் முடிகிறதோ.

டக் - கதவைத் திறந்துகொண்டு அவள் வருகிறாள். நான் கொஞ்ச நேரம் ஜன்னலையே வெறித்துக்கொண்டிருந்தேன்.

முதன் முதலில்

முதலிரவில்

நமது சந்திப்பு...

மனக் கவிதையை அப்படியே விட்டுவிட்டு திரும்பினேன். கையில் உள்ள பால் டம்ளரில் ஏதோ விசேஷமாகக் கண்டுவிட்ட மாதிரி அதையே பார்த்துக்கொண்டு நின்றாள். நாணம்.

மெல்ல கன்னத்தைத் தொட்டு என் பக்கம் திரும்பினேன். கடந்த சில நிமிடங்களில் நிகழ்ந்த எனது நினைவுகளையெல்லாம் சாம்பலாக்குகிற மாதிரி ஒரு வெளிச்சம். 'இவ்வளவு நேரம் இவளையா மட்டமாக நினைத்துவிட்டோம்' என்று மானசீகமாய் 'சாரி' சொல்லிக்கொண்டேன்.

டம்ளரை வாங்கி 'பெஞ்சின்மீது வைத்துவிட்டு, அவளை இழுத்து அணைத்தபோது, அவள் காதோரத்தில் வட்ட வட்டமாய்த் தடித்துப்போயிருப்பது தெரிந்தது. அந்தத் தடிப்புகள் கழுத்துப் பகுதியிலும் தொடர்வது தெரிந்தது. கன்னத்தைக் காட்டி...

"என்ன இதெல்லாம்?" என்றேன்.

நான் கேட்ட தொனி அவளை பயமுறுத்தியிருக்க வேண்டும். என் முகத்தை தயக்கத்தோடு நோக்கினாள்.

"கேட்கிறேனில்ல?"

"அலர்ஜி."

"என்ன அலர்ஜி?"

"..........."

"ச்சும்..."

"மென்சஸ் முடிஞ்சு கொஞ்ச நாள்ல இப்படி ஆகும்."

"என்ன வியாதியோ தெரியவில்லை. தண்டு தண்டா வீங்கிப்போயிருக்கிறது. நான் என்ன இளிச்சவாயனா? இப்படி மூடி மறைச்சிட்டா தெரியாதா... ரெண்டுல ஒண்ணு பார்த்திர்றன்'.

"இதையேன் கல்யாணத்துக்கு முந்தியே சொல்லலே?"

"சொல்லிட்டம்."

"எப்ப?"

"உங்க அப்பாகிட்ட. அவருதான் 'கல்யாணம் ஆயிட்டா சரியாயிடும்'னு சொல்லிட்டாரு."

மொத்த கோபமும் எங்கப்பா மீது திரும்பியது.

மறுபடியும் ஜன்னல் அருகே சென்று வெளியே வெறித்தேன். சேலத்தில் இருக்கும் கீதாவுக்கும், எனக்காக கட்டிலில் காத்திருப்பவளுக்குமாக மனசு அலைபாய்ந்தது.

எங்கோ சேலத்தில் என்னைப் போலவே இந்த நேரத்தில், ஒரு ஜன்னல் கம்பிகளைப் பிடித்தபடி என்னையே நினைத்துக்கொண்டிருப்பாளா கீதாவும்? நீண்ட யோசனைக்குப் பிறகு, ஜன்னலை விட்டுத் திரும்பினேன்.

கட்டிலில் அவள் இல்லை. அவள் தரையில் படுத்து தூங்கிக்கொண்டிருந்தாள்.

அதற்காக இவள் என்ன செய்வாள்? இவளைப் பழிவாங்குவது எந்த விதத்தில் நியாயம்?

காதலா... நியாயமா?

காதலியா... மனைவியா? என்ற மனக் கொக்கிகள் மழுங்கின.

கசந்துபோன நினைவுகளா? எதிரில் இருக்கும் இளமையா?

கேள்வி, மிக எளிமையாக என் முன் நின்றது.

எழுப்பினேன்.

- தினமணி கதிர், 1988.

பென்டியம் மனிதர்கள்

89

"மூன்று லட்ச ரூபாய் சம்பளத்தை உதறித் தள்ளிவிட்டுப் போகிறேன் என்கிறீர்களே.. அது கூட எப்படியோ போகட்டும். உங்களைப் போன்றவர்கள் இந்தப் பதவியை தவிர்ப்பது நாட்டுக்குப் பேரிழப்பு அல்லவா?" மல்ஹோத்ரா நிஜமான வருத்தத்துடன் கேட்டார்.

சமீபத்தில்தான் தன் நாற்பதாவது வயதைக் கடந்த ராகுல் விஸ்வநாத் மிகக் குறுகிய காலத்தில் மரபணு சோதனை ஆய்வுக்குழுவின் தலைவராகப் பொறுப்புக்கு உயர்ந்தான். வேலையில் ஏனோ ஆர்வம் குறைந்துவிட்டது. இஷ்டம் போல ஆய்வுக்கூடத்துக்கு வருவான். யாராவது மடக்கித் திட்ட வேண்டும் போலத்தான் எந்த வேலையிலும் பொறுப்பில்லாமல் இருந்தான். ஆனால் யாரும் அவனை அப்படித் திட்டாமாலேயே இன்று ராஜினாமா கடிதம் கொடுத்துவிட்டான்.

"என்னுடைய வாழ்வில் மிக்க அக்கறை உள்ளவர் என்பதால் ஒன்று சொல்கிறேன். இங்கு செய்து வரும் எல்லா ஆராய்ச்சிகளும் எனக்குக் குப்பையாகத் தோன்றுகின்றன. இதனால் ஒரு பிரயோஜனமும் இல்லை. இந்த ஆண்டு மத்திய அரசு ஒதுக்கிய 1200 கோடி ரூபாயும் எள். பாழுங்கிணற்றில் போட்டுவிடலாம். போதுமா? இந்த மடத்தனத்துக்கு நானும் உடந்தையாக இருக்க விரும்பாமல்தான் விலகிக் கொள்கிறேன்."

இத்தனை கடுமையான விமர்சனத்தை மல்ஹோத்ரா எதிர்பார்க்கவில்லை.

"மிஸ்டர் விஸ்வநாத்... தீர்மானிக்கும் பொறுப்பில் உள்ள

உங்களைப் போன்றவர்கள் இப்படிப் பேசக் கூடாது. என்ன மாதிரி ஆராய்ச்சிகள் செய்யப்பட வேண்டும் என்று நீங்கள் கருத்து தெரிவிக்கலாமே?”

“மரபியல் சோதனையில் நாம் மிகவும் பின் தங்கியிருக்கிறோம். ஐரோப்பிய நாடுகளின் சாதனைகளை எட்ட வேண்டுமானால் இன்னுமொரு 25 ஆண்டு உழைப்பு தேவை. அப்புறம்தான் டாலி மாதிரி ஒரு ஆட்டுக்குட்டி செய்வோம். மரபு அணுவில் சர்க்கரை நோயை அகற்ற அதற்கடுத்து 20 ஆண்டுகள் இப்படியே போனால் மூளைத் தகவல் பதிவிறக்கம் செய்ய இன்னுமொரு 100 ஆண்டு ஆகிவிடும். யாராவது செய்துவிட்ட சாதனையைச் செய்து பார்க்கவே நமக்கு இன்னும் ஆற்றல் போதவில்லை.”

“உங்களைப் போன்றவர் என்ன செய்யலாம் என்று சொல்லலாமே?” மல்ஹோத்ரா தாடியை ஆயாசமாகத் தடவி விட்டுக் கொண்டார்.

விஸ்வநாத் தன் பிரெஞ்ச் பேடு செவ்வகத்திந் நடுவே சிரித்தார்.

“நாம் ஆசைப்படுவதையெல்லாம் செய்து பார்த்துவிடுகிறமாதிரியா இருக்கிறது நம் சமூக அமைப்பு? அது எப்படி இருக்கிறதோ அதில் ஒரு அங்கமாக வாழ்ந்துவிட்டுப் போய்விடுவதுதான் மரியாதைக்குரியதாக இருக்கிறது. நாம் மாற்ற நினைத்தால் புரட்சிக்காரன், கலகக்காரன், சமூகவிரோதி என்று அகராதியில் நிறைய வார்த்தைகளை இதற்காகவே உருவாக்கி வைத்திருக்கிறார்கள். வேண்டாம் நான் என்ன செய்ய விரும்புகிறேன் என்பதை ஏற்றுக் கொள்ளவோ, புரிந்துகொள்ளவோகூட இங்கு யாரும் இல்லை.”

“நிச்சயம் நான் இருக்கிறேன்.”

“அப்படியானால் என் ராஜிநாமாவை ஏற்றுக் கொண்டதாக கையெழுத்துப் போட்டுவிட்டு என் வீட்டுக்கு ஒரு நடை வாருங்கள் சொல்கிறேன்.”

விஸ்வநாத் பதவி விலகியது தினமானி நாளிதழில் எட்டாம் பக்கத்தில் ஒற்றைப் பத்தி செய்தியாக வெளியானது. அதற்காகத்தான் காத்திருந்தது மாதிரி விஸ்வநாத் வீட்டுக்குப் போனார் மல்ஹோத்ரா.

பகட்டு தெரியாத எளிமையான வீடு. பெயருக்கு ஒரு தோட்டம் இருந்தது. குறுக்கே கொடிகட்டி துணி காயபோட்டிருந்தார்கள். பழைய டீசல் கார் ஒன்று சேறுகூட துடைக்கப்படாமல் இருந்தது. ரொம்ப விவரிக்காமல் சொல்ல வேண்டுமானால் பிழைக்கத் தெரியாதவன் என்று பெரிய எழுத்தில் எழுதி ஒட்டியிருந்தது.

“இதுதான் எனக்கு இனி சோதனைக் கூடம்” என்று விஸ்வநாத் தன் இரண்டு கைகளையும் விரித்து அறிமுகப்படுத்துவது போல தன் வீட்டைக் காண்பித்தார்.

குஷன் மீது இருந்த செஸ் போர்டை நகர்த்தி வைத்துவிட்டு உட்காரச் சொன்னார்.

"அசப்பில் வீடுபோலவே இருக்கிறது" என்றார் மல்ஹோத்ரா. அது பாராட்டல்ல, குத்தல்.

மனைவி விவாகரத்துப் பெற்றுச் சென்றுவிட்டதால் தன் இரண்டு குழந்தைகளையும் தன்னுடனே வைத்திருந்தார் விஸ்வநாத். பெண்ணுக்கு பத்து வயது. பையனுக்கு எட்டு வயது. அப்பாவைப் பார்க்கவும் யாரோ வந்திருக்கிறார்கள் என்ற ஆச்சர்யத்தில் அவர்கள் ஹாலுக்கு வந்தனர்.

"குழந்தைகள் பள்ளிக்குப் போகவில்லையா?"

"என் ஆராய்ச்சியின் முதல் கட்டமே எல்லா பள்ளிக் கூடங்களையும் மூட வேண்டும் என்பதுதான். அது முடியாது என்பதால் இவர்களைப் பள்ளியில் இருந்து நிறுத்திவிட்டேன். ஏதோ என்னால் முடிந்தது..."

"என்ன சொல்கிறீர்கள்... ஏன் இந்த விஷப்பரீட்சை?"

"ஐந்தாம் வகுப்பு படிக்கும் குழந்தைக்கான எந்தக் கேள்வியையும் அவளிடம் கேட்கலாம். ஏனென்றால் அவள் இப்போது படிக்க வேண்டியிருந்தால் ஐந்தாம் வகுப்புதான் படிப்பாள்.

இல்லையா இதோ இந்தப் புத்தகத்தில் எந்தப் பக்கத்தில் எந்தக் கேள்வி வேண்டுமானாலும் கேட்கலாம்" என்றார்.

அவர் காட்டியது என்ஸைக்கிளோ பீடியா பிரிட்டானிகாவின் 16-வது வால்யூம்.

ஏதோ பக்கத்தைத் திருப்பி வீராப்புக்காகக் கேட்டு வைத்தார். கேட்டு முடிப்பதற்குள் பதில் வந்தது. மல்ஹோத்ராவின் வியப்பை ரசித்தபடி "நீங்கள் உங்கள் அறைக்குப் போங்கள்" என்று குழந்தைகளை விடுவித்தார். அவை பொம்மை ரிமோட் கார் போல நடந்தன.

"என்ன அவர்களையே பார்த்துக் கொண்டிருக்கிறீர்கள்?"

மல்ஹோத்ரா குழந்தைகள் புகுந்த அறையிலிருந்து கண்களை விடுவித்து "குழந்தைகளை என்ன செய்கிறீர்கள்?" என்றார்.

"மூளையின் ஆற்றலில் ஒரு சதவீதத்தைக் கூட மனிதர்கள் பயன்படுத்துவதில்லை என்று உங்களுக்குத் தெரியும்தானே? பில்லியன் கணக்கான மூளைச் செல்கள் இருக்கின்றன. அதில் ஒவ்வொன்றிலும் இரண்டு லட்சம் தகவல்களை சேகரித்து வைக்க முடியும். ஆனால் என்ன நடக்கிறது? யாருக்கும் அவர்கள் வீட்டு போன் நம்பர் கூட ஞாபகம் இருப்பதில்லை. உலகில் உள்ள

அத்தனை போன் நம்பரையும் சேமிக்க முடியக் கூடிய மூளை ஏன் ஓரிரு நம்பரோடு முடிந்து போகிறது?” போன முறை பெட்ரோலிய அமைச்சராக இருந்தவர் யார் என்றால் ஏன் தடுமாற்றம்? இந்த எல்லா பிரச்சினையையும் தீர்த்து வைக்கப் போகிறேன்.””

மல்ஹோத்ரா குழந்தைகளை என்னடா செய்கிறாய் படுபாவி என்ற முகக்குறியை மாற்றாமல் கேட்டுக் கொண்டிருந்தார்.

“ஒலி அலைகளின் குறிப்பிட்ட அலை வரிசையில் மனித மூளை ஸ்தம்பித்து நிற்கிறது. அதுதான் மூளையைப் பயன்படுத்துவதற்கான சரியான தருணம். கிட்டத் தட்ட கம்ப்யூட்டர் ஹார்ட் டிஸ்க் போல அது தகவல்களைப் பதிந்து கொள்ளத் தயாராக இருக்கிறது. அப்போது கீர்த்தனையைப் பாடினால் அது டிவிடி போல பதிந்து போகிறது. ஒரு புத்தகத்தின் பக்கத்தைக் காட்டினால் அது ஸ்கேனர் போல அதாவது ஒரு புகைப்படம் போல பதிந்து போகிறது... அடுத்து எப்போது கேட்டாலும் அந்தப் பக்கத்தின் தகவல்களைத் திரும்பச் சொல்ல முடிகிறது. பரிட்டானிகா என்ஷைக்ளோபீடியாவின் 26 வால்யூம்களையும் அப்படி என் மகளுக்குப் பதித்துக் கொண்டிருக்கிறேன். இப்போது 16 முடித்துவிட்டேன். சிம்பிள்...”

“அடப்பாவி மனிதர்கள் பாட்டரியால் இயங்குவதாக நினைத்துவிட்டாயா? உடம்பில் ஓடுவது ஒயர்கள் இல்லை, நரம்புகள்... ரத்தமும் சதையும் வேறு... சிலிக்கான் சிப்புகள் வேறு”

“அடிப்படை ஒன்றுதான். இதில் எந்தச் சிக்கலும் இல்லை. என் மகள் அனிதா வழக்கம் போலத்தான் இருக்கிறாள். அதையும் சோதித்துவிட்டேன். இட்லி, சப்பாத்தி சாப்பிடுகிறாள். டி.வி. பார்க்கிறாள்... காலண்டரி கிழிக்கிறாள் எல்லாமே சரியாகத்தான் இருக்கிறது.”

“பையன்?”

“நல்ல கேள்வி... மனிதர்கள் என்று பொதுவாகச் சொல்வதே தவறுதான். ஆண்கள் வேறாகவும் பெண்கள் வேறாகவும் இருக்கிறார்கள். ஆண்களுக்கு வேறு மாதிரியும் பெண்களுக்கு வேறு மாதிரியும் போதிக்க வேண்டியிருக்கிறது. பள்ளிக் கூடங்களில் ஆண்களுக்கும் பெண்களுக்கும் வேறுவேறுவிதமாகப் போதிக்க வேண்டியிருப்பதன் அவசியம் இருக்கிறது.”

“எப்படி?” கேள்வியில் ஆர்வத்தைவிட விபரீதத்தைத் தெரிந்து கொள்ளும் நோக்கம்தான் அதிகம் தொனித்தது.

“ஆண்களின் மூளை லாஜிக் சம்பந்தப்பட்டதாக இருக்கிறது. மேற்கே இத்தனை கிலோ மீட்டர் தூரம் சென்றால் பூந்தமல்லி வரும் என்று தெரிந்து விட்டால் அது சைதாப்பேட்டை மார்க்கமாகச்

செல்வதா, வடபழனி மார்க்கமாகச் செல்வதா, பூந்தமல்லி நெடுஞ்சாலையில் செல்வதா என்று மூளையில் ஒரு கணக்கு உருவாகிவிடுகிறது. புறப்படும் இடம், ட்ராபிக்ஜாம் பொருத்து எந்தச் சாலையில் செல்வது என்று ரூட் உருவாகிவிடும். பெண்களுக்கு வடபழனி மார்க்கம் வழியாகப் பழகிப் போனால் அதிலேதான் செல்கிறார்கள். அல்லது அதையேதான் விரும்புகிறார்கள்."

"எத்தனை பேரிடம் கணக்கெடுத்தாய்?"

"பார்த்தாயா?... ஒரு உதாரணத்துக்குத்தான் சொல்கிறேன். அதற்காக பூந்தமல்லி செல்லும் பெண்ணையெல்லாம் விசாரிக்க முடியுமா? நான் சந்தித்தப் பெண்களின் பொது குணத்தை வைத்துச் சொல்கிறேன்... ஏனென்றால் அந்த முழுப் பாதையும் ஒரு புகைப்படம் போல மனதில் இருக்கிறது. அதில் சென்றால் இந்த இடத்தில் இந்தக் கடை இருக்கும், இந்த இடத்தில் ஒரு பூக்காரி இருப்பாள், இந்த இடத்தில் ஒரு மரம் விழுந்து கிடக்கும், இந்த இடத்தில் ஒரு சிவப்புக் கட்டடம் இருக்கும் என்று முழுப்பாதையையும் அவர்கள் மூளையில் போட்டோ எடுத்துவிடுகிறார்கள். ஆண்களுக்கு இலக்குதான் முக்கியம் "பூந்தமல்லிதானே... எட்டு மணிக்குள்ள வந்திட்றேன்' என்கிறார்கள். அவர்கள் மூளையில் நேரடியாக பூந்தமல்லி விரிகிறது.""

"பையனை என்ன செய்தாய்?"

"நீ என்ன வந்ததிலிருந்து குற்றவாளி போலவே பேசுகிறாய்? நான் செய்வது சமூகத்துக்கு நல்லது என்று புரியவில்லையா உனக்கு?"

"முயற்சி செய்கிறேன். சொல்"

"உதாரணத்துக்கு செஸ் போர்டில் எத்தனை லட்சம் நகர்வுகள் செய்ய முடியும் என்று நிகழ்தகவு கணக்கு இருக்கிறது. இதை என் இரு குழந்தைகளுக்கும் அந்த அலைவரிசையில் சொல்லிக் கொடுத்தேன். பெண் ஏறத்தாழ எல்லா நகர்வுகளையும் சித்திரம் போல உள்வாங்கிக் கொண்டாள். நீ வேண்டுமானால் விளையாடிப்பார். நான்காவது நகர்வில் வீழ்த்தப்படுவாய்... ஏன் காஸ்ப்ரோ, விஸ்வநாதன் ஆனந்த்... யாரை வேண்டுமானாலும் அழைத்து வா... அவர்களுக்கும் அதே கதிதான். என் மகளை யாரும் ஜெயிக்க முடியாது. பையன் அவனாக ஆட ஆரம்பிக்கிறான்... அதனால் தோற்றுப் போகிறான். லாஜிக் கூர்மையாவதற்கு வேறு முறையைக் கையாள இருக்கிறேன்."

மல்ஹோத்ரா கிட்டத் தட்ட இங்கிருந்து தப்பித்தால் போதும் என்ற மனநிலையில் இருந்தார். நம்மை ஒரு அறையில் போட்டு பரிசோதிக்க ஆரம்பித்துவிடுவானோ என்ற அச்சம் கண்களில் தெரிய ஆரம்பித்தது.

“நீ சொல்வதைப் பார்த்தால் பார்த்தால் எல்லோரும் பென்டியம் ஃபோர் கம்ப்யூட்டர் மாதிரி ஒரே மாதிரி ஆகிவிடுவார்களே...?”

“எல்லோரும் ஒரே திறன் உடைய இசை வித்வான்களாக இருப்பார்கள், எல்லோரும் உயர்ந்த தரத்தில் கவிதை எழுதுவார்கள், சுருக்கமாகச் சொன்னால் எல்லோரும் ஒரே மாதிரி புத்திசாலியாக இருப்பார்கள். சமத்துவம்தானே வேண்டும்?”

மல்ஹோத்ராவுக்கு நல்லது மாதிரிதான் தோன்றியது. “வாழ்த்துகள் விஸ்வநாத்... நான் கிளம்பறேன்...”

குழந்தைகளை அழைத்து “மாமாவுக்கு டாடா சொல்லுங்க” என்றார் விஸ்வநாத்.

குழந்தைகள் கால்களைக் கழுத்துவரைத் தூக்கி மேலும் கீழும் ஆட்டினார்கள். மல்ஹோத்ரா திடுக்கிட்டு பின் நகர்ந்தார்.

விஸ்வநாத் மெல்ல புன்னகைத்து குழந்தைகளை நோக்கி “பின்னங்கால் அல்ல, முன்னங்கால்...” என்றார்.

குழந்தைகள், காலை இறக்கிவிட்டு கைகளால் “டாடா” என்றனர். கட்டளையின் படியான நகர்வு தெரிந்தது.

“சில நேரங்களில் இந்த மாதிரி சின்னக் குழப்பங்கள் ஏற்பட்டுவிடுகின்றன. பதிவிறக்கத் தவறுகள்தான் காரணம்.. சரியாகிவிடும்” விஸ்வநாத் சாதாரணமாகச் சொன்னார்.

“ஓ அப்படியா?” மல்ஹோத்ரா ஆச்சர்யப்பட்டார் என்று சொல்ல முடியாது அதில் மெல்லிய அலறல் ஒளிந்திருந்தது.

காரை சாலைக்குத் திருப்பியதும் முதல் வேலையாக போலீஸ் கமிஷனருக்குப் போன் போட்டார் மல்ஹோத்ரா.

“ஸார் இரண்டு குழந்தைகளை உடனடியாகக் காப்பாற்ற வேண்டும். முகவரியா..? ம் குறித்துக் கொள்ளுங்கள்...”

- தினமணி கதிர், 2008.

[ஆக்‌ஷன் சென்டிமென்ட் கலந்த நட்பின் கதை]

90

"என் தலைவரை வேணும்னே கேவலப்படுத்தறே" என்று பொருமினான்.

தன்னுடைய தலைவரை ஒருவன், தன் கண் முன்னாலேயே இழிவுபடுத்துவதைத் தாங்கிக்கொள்ள முடியாத துயரத்தில் அவன் கண்களி நீர் திரண்டது. அதாவது கொட்டாவி வரும் நேரத்தில் திரளும் அளவுக்கு.

மணிக்கு, இந்த அளவுக்கு கோபத்தை ஏற்படுத்திவிட்டு, மிகச் சாதாரணமாக இருந்தான் மூர்த்தி.

ஆண்கள் மட்டும் இருக்கும் குடியிருப்பு வளாகம் அது. காலையில் டீ பையன் வந்துபோன நேரம், சிகரெட் பிடித்துக்கொண்டிருந்தார்கள்.

இப்படியொரு சூழலில்தான் மணியின் தலைவரை மூர்த்தி அவமதித்துவிட்டான்.

"டேய்... அவனையெல்லாம் தலைவர்னு சொல்லிக்கிட்டு... எந்தக் கட்சிக்குடா தலைவர் அவன்? சினிமாவுல நடிக்கிறவன் எல்லாம் தலைவரா?" மூர்த்தி, எந்தவித ஆவேச உணர்வுமின்றி, ஏதோ வார சஞ்சிகையைப் புரட்டியபடியே இப்படிச் சொன்னான்.

மூர்த்தியின் இத்தகைய போக்கில் ஆணவமும் ஏளனமும் புதைந்திருந்ததை உணர்ந்து, மணிக்கு மேலும் ஆத்திரமாக வந்தது. இதற்கு செமத்தியான பதிலடி கொடுக்க வேண்டும் என்று மணியின் உதடுகள் துடித்தன.

"த பார் மூர்த்தி, நீ வேணும்னே வம்பு பண்றே. அப்புறம் நானும் உங்க ஆளைக் கிண்டல் பண்ணுவேன்."

“என்னடா கிண்டல் பண்ணுவே, தமிழ்நாட்டுக்கு ஆஸ்கார் அவார்டு கிடைக்கப்போறதே எங்க ஆளாலதான்டா.”

“அதுக்குத்தான் இங்கிலீஷ் படத்த காப்பியடிச்சுப் படம் எடுக்கிறாரா? ஆஸ்கார்லாம் சொந்தமா யோசிச்சுப் படம் எடுக்கிறவனுக்குத்தான் கொடுப்பான்.” மணி, தனக்கு திருப்தியளிக்கும் வகையில் ஒரு போடு போட்டதாக நினைத்தான்.

விவாதத்தை விவாதம் மூலமே தீர்க்க வேண்டும் என்பதை உணர்ந்தே இருந்தாலும்... மூர்திக்கு மணியின் பொறுப்பற்ற பேச்சு முதல் முறையாக ஆத்திரத்தைக் கிளப்பியது.

கையில் இருந்த வார சஞ்சிகையை விருட்டென்று வீசியெறிந்தான். அது, மணியின் முகத்தருகே உரசியபடி பறந்து டீ கிளாஸ்மீது விழுந்தது. டீ கிளாஸ் டேபிளின்மீது சாய்ந்து, இப்படியும் அப்படியும் உருண்டு, ஒரு கட்டத்தில் கீழே விழுந்து நொறுங்கியது. அப்படி அது நொறுங்க வேண்டும் என இருவருமே விரும்புவதுபோல அதனை ஆர்வமாக நோக்கினர்.

“பேசிக்கிட்டிருக்கும்போதே ஏண்டா கையை நீட்றே?” என்று மணி ஓடி வந்து மூர்த்தியின் சட்டையைப் பிடித்துத் தூக்க...

இந்த அமளியில் பக்கத்து அறை ஆடவர்கள் எல்லாம் அறைக்குள் வந்துவிட்டனர்.

வயதில் மூத்தவரான மகாதேவன்தான் இருவரையும் பிரித்துவிட்டு, “என்னப்பா ரெண்டு பேரும் ஒரே ஊர்க்காரங்க. ஒரே எடத்துல வேலை செய்றீங்க. ஒரே ரூம்ல தங்கியிருக்கீங்க. அப்புறம் இப்படி சண்டை போட்டுக்கிட்டா எப்படி?” என்று சமாதானம் சொன்னார்.

மணிக்கு, ஆவேசத்தில் மூச்சிறைத்தது.

“இனிமே இவன் என் ரூம்ல இருக்க வேண்டியதில்லை. வேற ரூம் பார்த்துக்கிட்டு போகச் சொல்லுங்க” என்றான்.

“நான் ஏண்டா போகணும்? நீ போடா!” என்றான் மூர்த்தி.

“நாந்தானடா உன்னை மெட்ராஸுக்கு கூட்டிக்கிட்டு வந்தேன். நான்தானடா உன்னை வேலையில் சேர்த்துவிட்டேன். இல்லாட்டி நீ இங்க வந்திருக்க முடியுமா?”

“இவர் பெரிய கொலம்பஸு. புதுசா மெட்ராஸுக்கு வழி கண்டுபிடிச்சு கூட்டிக்கிட்டு வந்தாரு. போடா...” என்று இத்தனை சண்டையிலும் கொலம்பஸ் பெயரை உதாரணமாக்கிப் பேச முடிந்ததை நினைத்து, கூடியிருந்தவர்களை ஒரு பார்வை பார்த்துக்கொண்டான்.

கூடியிருந்தவர்களுக்கு சண்டையைப் பிரித்துவிடுவதைவிட, இந்தச் சண்டையில் இவர்களின் பின்னணித் தகவல்கள் இன்னும் சில வெளிப்படும் என்ற எதிர்பார்ப்பு அதிகமிருந்தது.

"அட என்னப்பா, ஒரே ஊர்ல பொறந்து வளர்ந்துட்டு..." என்று கிளறினார் ஆறுமுகம்.

"ஒரே ஊரா இருந்து என்ன சார்? இது அவன் ஜாதிப் புத்தி சார். ஒண்ட வந்த எடத்துக்கு ரெண்டகம் பண்றதுதான் இவங்க குடும்பத் தொழிலு." மணி, இந்தத் தகவலை போன மாதம் நடந்த சண்டையின்போதே சொல்லிவிடலாமா என்று நினைத்தான். அன்று சண்டை போதிய அளவுக்கு வலுக்காததால் தவிர்த்துவிட்டான்.

"எதுக்குடா குடும்பத்தலாம் இழுக்குற?" என்று மூர்த்தி திமிறிக்கொண்டு பாய்ந்தான். மணியும் தாக்குவதற்கு கைகளைத் தயார்படுத்திக் கொண்டான்.

ரொம்பவும் விரசமாவதற்குள் கூடியிருந்தவர்கள் ஆளுக்கு நால்வராய்ப் பிடித்துக்கொண்டு, எதிர் எதிர் திசையில் தள்ளிக்கொண்டு போயினர்.

நான்கு பேர் மூர்த்தியைப் பக்கத்து அறைக்கு அரிசி மூட்டை மாதிரி இழுத்துக்கொண்டு போயினர்.

மணியைக் கட்டில்மீது உட்காரவைத்து, "எதுக்குப்பா காலைல சண்டை? என்ன நடந்தது?" என்றார் மகாதேவன்.

மணி கொஞ்ச நேரம் பேசவில்லை. நடந்ததையெல்லாம் கோர்வைப்படுத்துகிறானா அல்லது பேசவே விரும்பவில்லையா என்று தெரியவில்லை.

இதுவரை இருந்த ஆக்ரோஷத்தன்மை மறைந்து, நிதானமான குரலில் மணி விளக்கம் தரத் துவங்கினான்.

"இன்னிக்கு என் தலைவருக்குப் பொறந்தநாள் சார்." இந்த வாக்கியத்தை முடிப்பதற்குள், மணியின் கண்களில் நீர் திரண்டுவிட்டது.

"வேணும்னே அவர் காலண்டர் மாட்டி வெச்சிருக்கிற பக்கம் காலை நீட்டி உட்கார்ந்துக்கிட்டிருந்தான். காலை வேற பக்கமா வெய்டான்னு சொன்னேன்..."

"எவனோ ஒரு நடிகனுக்காக இப்படியா?" என்று மகாதேவன் ஆச்சரியப்பட்டார். ஆனால், மணி இந்த முறை ஆத்திரப்படவில்லை.

"இருக்கட்டும் சார்... யாரோ ஒரு நடிகர்னே வெச்சுக்கங்க. எனக்கு அவரைப் பிடிச்சிருக்கு. இவன் வேணும்னே அவர மட்டம்தட்றது

மட்டும் நியாயமா? நான் என்னைக்காவது அவங்க ஆளப்பத்தி அவன்கிட்ட வம்புக்குப் போயிருக்கனா?” என்று மனித உணர்வு மதிக்கப்பட வேண்டும் என பேசிக்கொண்டுபோனான்.

மனிதான் தன் மாமா மூலம் மருந்துக் கடையில் வேலை கிடைத்து முதலில் சென்னைக்கு வந்தவன். மணியை அப்போதே மகாதேவனுக்கு நன்றாகத் தெரியும்.

“நானும் மூர்த்தியும் இந்நேரம் ஏரியில் குளிச்சுக்கிட்டு இருப்பம் சார். மூர்த்தி உள் நீச்சலில் கில்லாடி. மூர்த்தி எப்பப் பார்த்தாலும் படிச்சுக்கிட்டே இருப்பான் சார்.” என்றபடி மூச்சுக்கு முந்நூறு தரம் மூர்த்தி புராணம் பாடிக்கொண்டிருப்பான் மணி.

‘இந்த வேலைய வுட்டுட்டு மறுபடி ஊருக்கே போய்விடப்போகிறேன்’ என்று ‘வீட்டு ஜுரம்’ போல ‘நட்பு ஜுரம்’ கண்டு புலம்பிக்கொண்டிருந்த வேளையில்தான், மூர்த்தியே சென்னைக்கு வர விரும்புவதாகக் கடிதம் எழுதியிருந்தான். மணியின் பிரயத்தனங்களால் மூர்த்திக்கும் அதேபோல ஒரு மருந்துக் கடையில் வேலை கிடைத்தது.

ஆரம்பத்தில் அறையில் பொழுது போகாமல் ஆளுக்கொரு நடிகருக்கு வக்காலத்து வாங்கிப் பேசிக்கொண்டிருப்பது வழக்கமாக இருந்தது.

இதற்குள் டீ பையன் இன்னொரு ரவுண்டு டீ பரிமாறிவிட்டுப் போய்விட்டான்.

மணி, ஒரு பெருமூச்சு விட்டுக்கொண்டு எழுந்தான். அவனுக்கு வாழ்க்கையில் எல்லாமே புரிந்துபோனது மாதிரி இருந்தது. தன் தலைவர் நடித்த ஒரு படத்தில், தலைவருக்குத் தம்பியாக நடிப்பவனே ஏமாற்றி சிறையில் தள்ளும் காட்சி ஞாபகம் வந்தது.

‘அண்ணன் என்ன, தம்பி என்னடா’ என்று மனம் சோகத்தில் பாடியது. ஒரு சிகரெட்டைப் பற்றவைத்துப் புகைத்தான்.

மூர்த்தி வேகமாக உள்ளே வந்து தன் துணிமணிகளை எடுத்து கட்டிலுக்குக் கீழே இருந்த சூட்கேஸில் திணித்துக்கொண்டு,

“மகாதேவன் சார், நான் மகேஷ் ரூம்ல தங்கிக்கறேன் சார். நான் வரேன் சார்” என்று விருட்டென்று புறப்பட்டுப் போனான்.

போன மாதம் சண்டை வந்தபோதும் மகேஷ் அறையில்தான் மூர்த்தி சில நாட்கள் தங்கியிருந்தான்.

- தினமணி கதிர், 1997.

இருட்டில் வந்தவன்

91

பஸ்ஸை விட்டு இறங்குவதற்கே பயமாக இருந்தது. பூசி மெழுகியதுபோல இருட்டு. சென்னையில் எங்கு தேடினாலும் இவ்வளவு அடர்த்தியாய் இருட்டு கிடைக்காது.

"பேசாம ஹாஸ்டலுக்கே போயில்லாண்டா... இப்படி அன்டைம்ல போனா நல்லாருக்காது." ரவி பயந்து போயிருப்பது தெரிந்தது.

"பஸ் இருக்கான்னு பார்ப்போம். இல்லன்னா, ஹாஸ்டல் போயிடுவோம்..."

டயம் கீப்பிங் ஆபீஸ் என்ற பெயரில் தகரக் கூண்டு ஒன்றில் அலுவலகம் செயல்பட்டுக்கொண்டிருந்தது. ஆபீஸர் சட்டையின் அனைத்து பட்டன்களையும் கழற்றிவிட்டு, பனியன் தெரிய ஊழியம் செய்து கொண்டிருந்தார். அவரெதிரில் இருந்த டேபிளில் நாங்கள் வந்த பஸ்ஸின் கண்டக்டர் உட்கார்ந்திருந்தார்.

கண்டக்டர் பரிதாபப்பட்டு, "இது பல்லவன் டிரான்ஸ்போர்ட். டவுன் பஸ்லாம் பட்டுக்கோட்டை அழகிரி... எங்களுக்கும் அதுக்கும் கனெக்ஷன் கிடையாது. டீக்கடைல விசாரிச்சுப் பாருங்க!" என்றார், ஒரு டிரான்ஸ்போர்ட்டிலிருந்து இன்னொரு டிரான்ஸ்போட்டுக்குப் பெண்ணெடுக்க மாட்டார்கள் போலிருந்தது.

காமாட்சி ஸ்வீட் ஸ்டாலிலோ, கேரளா முட்டைக் கடையிலோ விசாரித்தபோது, டி41 பேருந்தை எங்கள் ஜென்மத்தில் பார்த்ததில்லை என்பது போல விழித்தார்கள்.

அவசியமும் அவசரமுமாய் ஹாஸ்டலுக்குப் போய்ச் சேர்ந்துவிட வேண்டும் என்று தீர்மானித்துக் கொண்டிருந்தபோதுதான் அவன் வந்தான்.

வசதியாய் அவன் வயதை 20 என்று போட்டுக்கொண்டால், பெரிய தவறொன்றும் நேர்ந்ததாக ஆகாது. தலைமுடியை எண்ணெய் வடிய வடிய படியவைத்திருந்தான். டிபன் பாக்ஸை ஒரு சினிமா வார இதழின் நடுப்பக்கத்தில் பதுக்கி வைத்திருந்தான். படிப்பதற்கு கொண்டு செல்வதாகத் தெரியவில்லை. பிளாஸ்டிக் செருப்பு போட்டிருந்தான். சிகரெட் பிடித்துக்கொண்டு பரபரப்பாய் வந்தான்.

"நீங்க வந்து எவ்ளோ நேரம் ஆவுது?" என்றான்.

"அஞ்சு நிமிஷம் இருக்கும்."

"பூட்டிருக்கும்" என்று சொல்லிக்கொண்டு சிகரெட்டை தரையில் போட்டு நசுக்கினான்.

"41ஆ... நீங்க கேக்கறது..." என்றேன். 41ஐ இவர்கள் தெரிந்திருக்க நியாயமென்ன என்பது போல பார்த்தான்.

"நாங்களும் அதுக்காகத்தான் நிற்கிறோம். இங்க யாருக்கும் தெரியல" என்றேன்.

ரவி, "ஏய்... பாரீஸ் போற பஸ் ஒண்ணு கிளம்புது... போயிர்லாம்" என்றான் இடையே.

அவன், "போயிருக்கும்... இன்னும் போகலனா, ஊராளுங்க யாராவது இருப்பாங்களே?" என்று சுற்றிலும் பார்த்தான்.

"அடுத்த பஸ் எப்போ?"

"இதோட ஓம்பது மணிக்குத்தான்."

"ஓம்போதுக்கா?" என்று நான் மிரண்டபோதும், உணர்ச்சியே இல்லாமல், ஒம்போதின்றது ஒன்பதரைகூட ஆகும்" என்றான்.

"ஹாஸ்டல் போறதுக்காவது பஸ் இருக்கா பாரு" என்றேன்.

"சொன்னா கேட்டியா? அதுவும் போயாச்சு" என்று சலித்தான் ரவி.

"ஏன்... நீங்க எங்க போகணும்?" என்றான் அவன். சற்று யோசித்து, "அகரம்" என்றேன்.

"அகரமா?" என்று பிரகாசமாய் கேட்டுவிட்டு, "அப்போ நீங்க கேசவன்கூட படிக்கிறவங்களா?" என்றான்.

"ஆமா" என்றுகூட சொல்லாமல் இருவரும் ஒரே நேரத்தில் அவனைக் கூர்ந்தோம்.

"அதானே, நம்ம ரூட்டுக்கு புதுசா இருக்குறாங்களேன்னு பாத்தேன்" என்று களிப்போடு சொன்னான்.

"நீங்க ஒம்பது மணி வரைக்கும் காத்துக்குனு இருப்பீங்களா?"

"ஹாங்..." என்று ஒருவித ஏளனத்தோடு மறுத்துவிட்டு, "இதப் பாத்தா முடியுமா? வேற பஸ் புடிச்சி போயிடுவேன்" என்றான்.

"வேற பஸ் இருக்கா?"

"வேறனா கூட்ரோட்ல எறங்கி நடக்கணும்."

"எவ்வளவு தூரம்?"

"இன்னா ஒரு ரெண்டு கிலோ மீட்டர் இருக்கும்..."

நம்பி போகலாம் போல இருந்தது. எங்கள் உயரத்தில் ஒரு பிடி கம்மியாயிருந்தான். தோற்றத்தைக் கண்டு பயப்படுவதற்கு எதுவும் இல்லை.

ஏதோ ஒரு நெல்லூர் வழி என்று போட்ட பஸ்ஸில் ஏறினோம். ஆட்கள் அதிகமில்லை. அனைவருமே கடைசியில் இறங்க வேண்டியவர்களாய்த் தோன்றினார்கள்.

அவன், டிக்கெட் எடுப்பது மாதிரி பாக்கெட்டில் கையை விட்டு துழாவிக்கொண்டு, "நா எடுக்கிறேன்... நா எடுக்கிறேன்" என்று பாவனை செய்தான்.

"எங்கனு சொல்லுங்க நா எடுத்தர்றேன்."

"ஜனப்பஞ்சத்திரம் கூட்டு ரோடு" என்றான் கண்டக்டரை நோக்கி.

பஸ் இருட்டில் பாய்ந்துகொண்டிருந்தது. ஹெட்லைட் வெளிச்சம் சாலையில் துணிச்சலாய்ப் பரவி வழி காட்டியது. ரெண்டு பக்கமும் தூங்குமூஞ்சி மரங்கள். ஹோவென்றிருந்தன. யார் நட்டார்களோ பாவம் அசோகர் மாதிரி பேர் வாங்க முடியவில்லை.

"ஜன்னலை மூடிடவா" என்றான் பின் சீட்டிலிருந்து.

ரவி ஏதோ பேச வேண்டும் என்பதற்காக, "ஸ்பெக்ட்ராஸ்கோபி படிச்சிட்டியா?" என்றான்.

அவன் எழுந்து நின்று, "இறங்கணும்" என்று எங்களைப் பார்த்துக்கொண்டு, கண்டக்டருக்கு கேட்பது மாதிரி சொன்னான்.

விசிலுக்குப் பயந்து பஸ் நின்ற இடத்தில் ஒரு பெட்ரோல் பங்க். பக்கத்தில் டீக்கடை. எதிர்புறத்தில் அக்கு வேறு ஆணி வேறாய்க் கழற்றிய டிராக்டரை தீப்பந்த வெளிச்சத்தில் பழுதுபார்த்துக் கொண்டிருந்தார்கள்.

பஸ் அகன்றதும் அடுத்து என்ன என்பது மாதிரி ஒரு வெறுமை.

“டீ சாப்ல்லாம்” என்று நகர்ந்து, “மூணு டீ” என்றான். “பண் சாப்பட்றீங்களா?” என்றான்.

வேகமாகத் தலையசைத்து மறுத்தோம்.

அவனுக்கு கடைக்காரனைப் பழக்கம் போல இருந்தது.

“பஸ் போய் எவ்ளோ நேரமாகுது?” என்று விசாரித்தான்.

“கவனிக்கலையே” என்று கடைக்காரன் எங்களை கவனித்துக்கொண்டே சொன்னான். நாங்கள் யாராய் இருக்க முடியும் என்று எடைபோட்டான்.

எங்களோடு வந்தவனோ... காலையும் தோளையும் குலுக்கிக்கொண்டு சர்ட்டெல்லாம் நசுங்காமல் இருக்கிறதா என்று சரிபார்த்துக்கொண்டான்.

கடைக்காரனைவிட இவன் எந்த விதத்தில் பரிச்சயமானவன் என்பதையெல்லாம் யோசிக்க முடியவில்லை. அவன் எப்போது கிளம்பலாம் என்று சொல்வான் எனக் காத்திருந்தோம்.

தார்ச்சாலையில் சிறிது நடந்து, சற்றும் நம்பிக்கை தராத ஒரு இருட்டான செம்மண் சாலையில் திரும்பும்போது, ஏனோ நானும் ரவியும் ஒருவரை ஒருவர் பார்த்துக்கொண்டோம். வெகு நேரமாக யாருமே எதுவுமே பேசிக்கொள்ளவில்லைபோல தோன்றியது.

“உக்கும்...” கனைத்துக்கொண்டு, “டெய்லி இப்படித்தான் வருவீங்களா?” என்றேன்.

பெரும்பாலும் இப்படித்தான். “நைட் சிப்ட் செய்யும்போது தொந்தரவு கிடையாது. டே சிப்ட்டுனா இப்படியாயிடும்.”

கேள்விகள் வரிசையாய்க் கிடைத்துவிட்டன.

“எங்கே வேலை செய்றீங்க?”

“அம்பத்தூர் எஸ்டேட்ல.”

“டெய்லி அம்பத்தூர் போயிட்டு வர்றீங்களா?”

“என்ன பண்றது... ஊர்லயும் வேலை இல்ல. இதோட அறுப்பு வந்தாதான். அதுவரிக்கும் ஏதோ ஒரு வேலை...”

“அப்போ... டெம்பரரியா போயிட்ரிக்கீங்களா?”

“ச்சும்...”

கேக்கலாமா வேண்டாமா என்று யோசிக்காமல், “எவ்ளோ குடுக்குறாங்க?” என்றேன்.

அவன் பதில் சொல்லத் தயங்கினான். இதன் மூலம் தன் கௌரவம் பாதிக்கப்படும் என்று நம்பினான் போலும்.”என்னா

குடுக்கிறான்?" என்று அவனே சொல்லிக்கொண்டான். சிறிது நேரம் கழித்து, "ஒரு நாளைக்கு பன்னெண்ட்ரூவா…" என்றான்.

"அப்போ… மாசம் ஒரு முன்னுத்தம்பது வாங்குவீங்க…"

"அவ்ள தர மாட்டான். ஞாயிற்றுக்கிழமை லீவு. மாசத்துல ஒரு நாலு நாள் லீவு போடுவேன்… வீட்டு வேலைக்கு."

நான் ஏன் இப்படியெல்லாம் பேசிக்கொண்டு வருகிறேன். என்பது மாதிரி ரவி ஒரு முறை பார்த்தான்.

"அப்போ பஸ் செலவுக்கே சர்யாப் போவுமே..?"

"நீங்க என்னமோ சொல்றீங்க… இந்த வேலைக்கி எங்க வூர்ல எத்தினி பேர் ரெடியா இருக்கறான் தெரியுமா?"

"அப்பிடியா? வேலை ஈஸியா இருக்குமா?"

"அப்பிடிலாம் கிடையாது. கஷ்டந்தான். போன மாசம், இரும்ப கால போட்டுக்னேன். சுண்டுவிரல் நசுங்கிப்போச்சு…"

"இத பாருங்க" என்பது போல இருட்டிலேயே காட்ட முயற்சி செய்தேன். "கம்பெனில இருந்து ஒரு பைசா கூட தர்ல. சும்மா டின்ச்சர் தடவி வூட்டுக்கு அனுப்பிச்சிட்டான். எனக்கு 20 ரூபா செலவு."

"ஏன் எல்லோரும் கம்பெனில சேர்றாங்கன்னு கேட்டீங்கன்னா… டெய்லி கலெக்டர் மாதிரி பேன்ட் போட்டுக்குனு போலாம். வெட்டு வெட்டுனு வூர்ல சுத்தறதவிட, பஸ்ல ஒரு ரவுண்டு வர்லாம். பஸ்னாலே ஒரு ஆசைதானே..?

ரவி இடையில், "இன்னும் எவ்ளோ தூரம்?" என்றான்.

"வந்தாச்சு. இப்பிடியே வரப்ல போனா சீக்கிரமா போயிரலாம். ச்சம் வேணாம். வழி நல்லா இருக்காது. இந்தப் பக்கம் போலாம்…" என்று அழைத்துப் போனான். அவன் சொன்ன நல்ல வழியே எங்களுக்கு மோசமாகத்தான் இருந்தது. "பஸ் கிடைச்சிருந்தா சர்… னு போய் இறங்கிட்டு இருக்கலாம்."

மணி என்னவோ 8.10 தான் ஆகியிருந்தது. இருட்டுதான் ஒரேயடியாய் அச்சுறுத்தியது. தலைக்கு மேலே வெறும் நட்சத்திரங்களாய் இறைந்து கிடந்தன. மக்கள் எவ்வளவுதான் அவமதித்தும்கூட, நிலா அழகாகவே உதித்திருந்தது. நட்சத்திர கலப்படமாய் சில மின்மினிகள். தூரத்தில் பம்ப்செட் விளக்கு வெளிச்சங்கள். பதினெட்டாம் நூற்றாண்டுக்குள் போய்க்கொண்டிருக்கிற பிரமை.

சட்டென்று ஒரு திருப்பத்தில் வீடுகள் தெரிந்தன. சின்னதும் பெரிதுமாய் சில வீடுகள் வெளியே நீட்டிக்கொண்டும், சில வீடுகள் உள்ளே அடங்கியும் இருந்தன.

"அதோ அந்த வீடு" என்றான்.

காலையில் கேசவன் பஸ் ஸ்டாப் வரை வந்தான். இரவு எங்களோடு வந்தவனும் அங்கு நின்றிருந்தான். சும்மானாலும் சிரித்தேன். எங்களுக்கு பஸ்ஸை பார்க்கிற ஆவல் அதிகமாக இருந்தது. காலை வெயிலில் பனை மர நிழலில் அதிகபட்சம் நால்வர் வரை நிற்க முடிந்தது.

"டீ சாப்டலாமா?" என்றேன்.

கேசவன் சற்றே யோசித்துவிட்டு, "சரி" என்றான். டீக்கடைக்காரன் ஏதோ கேட்டான். அதற்கு கேசவனும் சங்கேதமாய் ஏதோ சொன்னான்.

"என்னடா?" என்றேன்

"ஒண்ணில்ல சார்... இருக்கிறது ஒரே ஒரு டீக்கடை, ஊராளுங்களும் குடிக்கறாங்க. அதான் பிரச்சனை இல்லாம சில்வர் கிளாஸு கண்ணாடி கிளாஸு... தனித்தனியா வெச்சிட்டேன்...' என்றான், கடைக்காரன் ரகசியமாய்.

அதற்குள் பஸ் வந்துவிட, இருட்டில் வந்தவன் கண்ணாடி தம்ளரை வைத்துவிட்டு தப்பித்து ஓடுபவன்போல ஓடினான்.

இன்னுமா?

- சுஜாதா மாத இதழ், 1989.

பையன்

92

உள்ளே நுழைந்ததும், பயமும் வரக்கூடாத இடத்துக்கு வந்துவிட்ட அருவருப்பும் ஏற்பட்டது. அம்மாவுக்குத் தெரிந்தால் அடிப்பார்கள் என்று தோன்றியது.

சங்கர், அவன் அப்பாவின் கையை அனிச்சைச் செயலாய் கெட்டியாகப் பிடித்துக்கொண்டான். அப்பா ஈவிரக்கம் இல்லாமல் அவன் கையை உதறிவிட்டு, மேற்கொண்டு நொண்டியபடி நடந்துகொண்டிருந்தார். மறுபடியும் முயன்று அவர் கையைப் பிடித்தபோது, "பேசாம வாடா" என்று முறைத்தார்.

மெல்லிய வெளிச்சத்தில், வட்டமான டேபிளைச் சுற்றி ஆங்காங்கே தீவிரமாய் சீட்டாடிக்கொண்டிருந்தனர். ஆவேசமாய் சிகரெட் பிடித்துக்கொண்டிருந்தார்கள்.

"சில பேர், வாங்க சார்... என்ன கால்ல அடி? யார் இது பையன்?" என்று கேட்டுவிட்டு, பதிலை எதிர்பாராமல் சீட்டில் கவனமாய் இருந்தனர்.

"ஸ்கூட்டர்ல போகும்போது எதிர்க்க எர்ம்மாடு ஒண்ணு வந்துடுச்சி. ஸ்லோ பண்ணிட்டு காலை கீழே வெக்கலாம்னு பாத்தப்ப, பின்னாடி ஒரு வேன்" என்று தேவை இல்லாமல் அப்பா அவர்களுக்கு விளக்கிக் கொண்டிருப்பது சங்கருக்கு எரிச்சலாய் இருந்தது.

ஹாஸ்பிட்டலுக்குப் போகலாம் என்று சொல்லிவிட்டு, அப்பா இங்கே வந்துவிட்டது, அவனுக்குப் பெரிய இழப்பாய் இருந்தது. டி.வி-யில் இந்நேரம் மிக்கி அண்டு டோனால்டு ஓடிக்கொண்டிருக்குமா?

“இங்க உட்கார்” என்று ஒரு நாற்காலியைக் காட்டிவிட்டு, அப்பா சற்று தள்ளி யாருடனோ புஸுபுஸு என்று பேசினார். அந்தக் கிருதா வைத்த மனிதன் எங்கிட்ட இல்லையே என்று கையை விரித்துவிட்டு, ராவ் வந்தால் வாங்கித்தருகிறேன் என்பது மாதிரி ஏதோ சொல்லிக்கொண்டிருப்பதைப் புரிய முடிந்தது.

சங்கர் அமர்ந்திருந்த நாற்காலிக்கு முன்னால் சுவரில் தலைவர்கள், சம்பிரதாயமாகத் தொங்கவிடப்பட்டிருந்தனர்.

அந்த இடம், இதுவரை பரிச்சயம் இல்லாத ஓர் அமைதியில் இருந்தது. போர்க்களத்தில் பதுங்கியிருப்பவர்கள் மாதிரி பயந்து புஸுபுஸுத்தனர்.

திடீர் என்று இங்கே போலீஸ் நுழைந்தால் நம்மையும் அல்லவா சேர்த்துப்பிடித்துக்கொண்டு போவார்கள் என்று பயந்தான் சங்கர்.

மறுபடி அவன் அப்பாவைத் துழாவியபோது, மூன்றாவது டேபிளில் விசிறி மாதிரி சீட்டைப் பிடித்துக்கொண்டு அதிர்ஷ்டத்தை எதிர்பார்த்துக்கொண்டிருப்பது தெரிந்தது. அப்பாவிடம் சொல்லிவிட்டு வீட்டுக்குப் போயிடலாமா என்று யோசித்தான்.

குறுக்கே போனால் கோபம் வரும் என்று பேசாமல் இருந்தான்.

எல்லோரும் சீட்டைக் கீழே போட, டேபிளின் மேல் இருந்த சின்னச்சின்ன வண்ண டோக்கன்களை ஒருவர் மட்டும் ஆசையாய் தம் பக்கம் சேகரித்துக்கொண்டார். அவர்தான் வென்றவர் போலிருக்கிறது. ஒவ்வொரு ப்ளாஸ்டிக் டோக்கனும் எவ்வளவு மதிப்போ! பத்தா... இருபதா... நூறா?

மறுபடி ஒருவர் சீட்டுகளை எடுத்து நம்பிக்கையோடு குலுக்கினார். ஒவ்வொருவரின் முன்னும் ஒவ்வொன்றாய் இறைத்துக்கொண்டு வந்தார். அதை மறுபடியும் விசிறி மாதிரி வைத்துக்கொண்டு அனைவரும் தீவிரமானார்கள். அனைத்து டேபிள்களிலும் தொடர்ச்சியாக இப்படி நடந்துகொண்டிருந்தது.

ஒருவன் எழுந்து வந்து சங்கரின் முன்னால் அமர்ந்து, “நீ சீனிவாசன் சாரோட சன்னா?” என்றான்.

“ஆமாம்” என்று தலையசைத்தும் “வாட் இஸ் யுவர் நேம்” என்று கேட்பான் என்று சங்கர் தயாராக இருந்தான்.

அப்பாவின் நண்பர்களுக்கு அதுவொரு பொதுவான கேள்வி.

அவன், “ஹார்லிக்ஸ் சாப்பிடறியா?” என்று கேட்டுவிட்டு, சங்கர் வேண்டாமென்று சொன்னதைப் பொருட்படுத்தாமல், அங்கிருந்த அழைப்பு மணியை அழுத்தி ஒருவனை வருவித்து, ஹார்லிக்ஸ் என்று கட்டளையிட்டான்.

“எத்தினியாவது படிக்கிறே?” என்றான்.

“ஒன்பதாவது.”

“எம் பையன் எய்த்” என்று அறிவித்தான்.

எந்த ஸ்கூல்? என்ன ரேங் என்று மேம்போக்காக விசாரித்துவிட்டு, ஹார்லிக்ஸ் வந்ததும் குடிக்கச் சொல்லிவிட்டு அகன்றான்.

அப்பாவின் நண்பர்களின் கேள்விகளில் இருக்கிற செயற்கைத் தன்மை சங்கருக்கு நிறைய நேரம் எரிச்சலை ஏற்படுத்தும்.

சங்கருக்கு அங்கிருப்பவர்களின் தீவிரமான மௌனம் பயத்தை அதிகரித்த்து. அசோகன், நம்பியார் மாதிரி யாராவது அஹா அஹா என்று சிரித்துக்கொண்டு, அந்த வால் பேப்பர் ஒட்டியுள்ள சுவர் விலகியதும் உள்ளிருந்து வெளிப்படுவார்கள் என்று பயத்தோடு எதிர்பார்த்தான்.

மறுபடி அப்பாவைப் பார்த்தான். இந்த முறை அப்பா சீட்டை குலுக்கிக்கொண்டிருந்தார். இப்போதைக்கு வர மாட்டார் என்று தோன்றியது. அப்பா இதில் என்னதான் சுகம் கண்டார் என்று யோசித்தான்.

இழந்திருக்கிறார், கடன்பட்டிருக்கிறார்... வேலையிலிருந்து நிற்கும்போது கிடைக்கும் பணத்தைச் சொல்லி கடன்பட்டிருக்கிறார்.

விருந்தாளிகள் வந்துவிட்டால் அம்மாவுக்கும் தர்மசங்கடம். எங்க அவரு? என்று அவர்கள் கேட்க, ‘வெளியே போயிருக்கார்’ என்று அம்மா சமாளிக்க, அப்பா மூன்று நாட்கள்கூட வீட்டுக்கு வராமல் இருந்துவிடுவதுண்டு.

அப்பா என்னதான் சுகம் கண்டார்... என்று புரியவே இல்லை.

எவ்வளவு சொத்து, நகைகளை இவர்களில் யார்தான் அப்பாவிடமிருந்து ஏமாற்றியிருப்பார்கள் என்று எல்லோரையும் விரோதமாய்ப் பார்த்தான்.

அனைவருமே இரவும் பகலும் தோற்றுக் கொண்டிருப்பவர்களாகவே தெரிந்தனர்.

இரண்டாவது டேபிளில் இருந்த மஞ்சள் கலர் சபாரி அணிந்திருப்பவனும், நான்காவது டேபிளில் இருந்த ஒரு கூலிங் கிளாஸ் காரனும் சற்று போஷாக்காய் இருந்தனர். ஆடுபவர்களின் பலவீனங்களைப் பயன்படுத்தி வட்டிக்குக் கொடுப்பவர்கள் என்று எழுதி ஒட்டியிருந்தது.

இவர்கள் இருவரும் ஒழிந்தால், கிளப்பில் இருப்பவர்களில் சிலராவது உருப்படுவார்கள் என்று மானசீகமாய் இருவருக்கும் சமாதி கட்டினான்.

கட்டைச் செருப்பு போட்டுக்கொண்டு நிறைய பேர் வருவது மாதிரி சப்தம் கேட்டது.

ஒருவேளை போலீசா?

வந்தது, ஹை ஹீல்ஸ் அணிந்த இரண்டு பெண்கள். சங்கருக்கு ஆச்சரியமாய் இருந்தது.

பெண்கள் கூடவா? இவர்களையெல்லாம் இவர்கள் வீட்டில் அடிக்க மாட்டார்களா?

ஆடிக்கொண்டிருந்தவர்கள் எல்லாம் ஒருமுறை பெண்களைத் திரும்பிப் பார்த்து புன்னகையால் வரவேற்றனர்.

வந்தவள், “யாரிது… சின்னப் பையன்கோலாம் நம்ப கிளப்புக்கு வர்றாங்க?” என்று கோணல் மாணலாய்த் தமிழ் பேசிக்கொண்டு எதிரே வந்து அமர்ந்தாள்.

“நம்ம சீனிவாசன் சாரோட சன்” என்று யாரோ பெரிய மனது பண்ணி அவளுக்கு சங்கரை அறிமுகம் செய்தனர்.

மற்றவள், ஹேண்ட் பேக்கைத் திறந்து லிப்ஸ்டிக்கை எடுத்து உதட்டின் நிறத்தை அடர்த்தி செய்துவிட்டு, சிகரெட் பிடிக்க ஆரம்பித்தாள்.

போகிற போக்கு சரியில்லை போல பட்டது. இங்கிருந்து போய்விட வேண்டும் என்று பூரணமாய் உணர்ந்தான். அம்மாவுக்கு, நாம் இங்கே வந்தது தெரிந்தால் நிச்சயம் அடிப்பார்கள் என்ற உணர்வு அதிகரித்தது.

இன்றைக்குப் பார்த்துதான் போலீஸ் நுழையப்போகிறது. லட்டி பிய்ந்துபோகிற அளவுக்கு அடி விழப்போகிறது.

மாநகராட்சிப் பள்ளியின் சன் ஷேடுக்குக் கீழே, இடிந்துபோன ஜில்லா கிளை நூலகத்தின் அழுக்கு கலந்த நிழலில் எல்லாம் சீட்டு விளையாடிக் கொண்டிருக்கிற சிலரைப் போலீஸ், அவர்களின் கைகளைப் பின்புறமாக லுங்கியாலோ, கைக்குட்டையாலோ இறுக்கிக் கட்டிவிட்டு, அடியோ அடி என்று அடித்துக்கொண்டிருப்பது சங்கருக்கு ஞாபகத்துக்கு வந்தது.

“வாட் இஸ் யுவர் நேம் பாய்?” என்றாள், வெள்ளை நிறத்துடன் பறந்து காணப்பட்டவள். சங்கருக்கு எரிச்சலாய் இருந்தது. அலட்சியமாய் குனிந்திருந்தான்.

“ஹேய்… வாட் இஸ் யுவர் நேம்?” என்றாள் மறுபடி சற்று உரக்க.

என் பெயரைத் தெரிந்துகொண்டு என்ன செய்யப்போகிறாய்? என்று கேட்க வேண்டும்போல இருந்தது.

“இங்லீஷ் தெரியாதா?” என்றாள். மறுபடி குனிந்துகொண்டான்.

“ஃபா... இன்னா ரோஷம்... பின்ன, பேரைச் சொல்ல மாட்டேங்கிறியே...”

“டேய், என்னடா பிகு பண்றே... சொல்டா” என்றாள் லிப்ஸ்டிக் போட்டிருந்தவள்.

பளார் என்று ஓர் அடி முதுகில். சற்றும் எதிர்பாராத நேரத்தில் விழுந்தது. திரும்பிப் பார்த்தான், அப்பா.

“மடையா, நானும் எவ்ளோ நேரமா பாக்கறேன். பெரியவங்க கேட்டா என்னமோ திமிரா ஒக்காந்துக்கினு இருக்கியே..? சொல்டா...” என்றார்.

கோபமும் அவமான உணர்ச்சியும், தேம்பலுமாய்... “சங்...கர்” என்றான்.

“என்ன சார் நீங்க... குழந்தைகிட்ட போய்...” என்று ஒருவர் அப்பாவை அடக்க,

“என்ன திமிர்? மேடம் கேக்றாங்க, முறைச்சிகுனு உட்கார்ந்துக்குனு இருக்கிறானே... எங்க இருந்து இவ்ளோ திமிர்!”

“இந்த மாதிரி பையன் எனக்கிருந்தா, ஹாஸ்டல்ல கொண்டு போய் விட்டுடுவேன்” என்று சொல்லிவிட்டு, அந்தப் பெண்கள் ஏதோ டேபிளில் போய் கலந்துகொண்டனர்.

நாலைந்து பேர் அப்பாவை விலக்கி அழைத்துக்கொண்டுபோய் சீட்டைத் தொடர வைத்தனர்.

கண்களில் நீர் முட்டிக்கொண்டு நின்றது. தேம்புவதை எவ்வளவு கஷ்டப்படுத்தியும் நிறுத்த முடியவில்லை.

“நீலிக் கண்ணீர் விட்றதில பெரிய ஆள். அங்க அழுதுக்குனு இருந்தா மறுபடியும் ஒதவாங்குவே” என்றார் அப்பா.

அம்மா அழும்போதும் நீலிக்கண்ணீர் என்றுதான் சொல்லுவார்.

யாரோ இரண்டுபேர் “நல்ல பையனா இருக்கணும்... அப்பாவுக்கு கோபம் வர்ற மாதிரியா நடந்துக்கிறது?” என்று சங்கரை சமாதானப்படுத்திவிட்டுப் போனார்கள்.

மறுபடி அமைதியாகிவிட்டது. சங்கருக்கு அவசியமும் அவசரமுமாய் வீட்டுக்குப் போய்விட வேண்டும் என்று தோன்றியது. அப்பாவுக்கு கோபம் ஆறியிருக்குமா? என்று சந்தேகமாக இருந்தது.

தைரியமாய்ப் போய் அப்பாவின் அருகில் நின்றான்.

“என்னடா?” என்றார்.

அதற்குள், ஆடிக்கொண்டிருந்த ஒருவர்... "ஏன் சார் பையனை எல்லாம் கூட்டியாந்து கலாட்டா பண்றீங்க?" என்றார்.

"சரி, வீட்டுக்குப் போறியாடா?" என்றார் அப்பவே.

தலையாட்டினான்.

"பஸ் தெரியுமா?"

"தெரியும்."

"நெம்பர் என்னா சொல்லு."

"தெரியும்" என்றான் மறுபடி.

"நெம்பரை சொல்லுடான்னா..." என்று அப்பா கோபமானார்.

"சரி சார். நானும் கிளம்பறேன். அப்படியே, உங்க பையனையும் பஸ்ல ஏத்தி விட்டுர்றேன்" என்று ஒருவர் ஆட்டத்தின் நடுவே இருந்து எழுந்திருந்தார்.

அப்பா அவரை... "உங்களுக்கு என்ன சார் அவசரம்? பியூன்கிட்ட சொன்னா போய் பஸ்ல ஏத்திவிட்டுட்டு வர்றான்" என்றான்.

அவர், "இருந்து என்ன பண்ணப்போறேன். அவ்வளவுதான்" என்றார் பாக்கெட்டைத் தடவிக் காட்டியபடி.

"அட என்னா சார். உங்களாண்ட இல்லாத பணமா? போலீஸ் உத்தியோகம். சும்மா ஒரு ரவுண்டு வெளிய போய் வந்தா போதாதா? சைக்கிள்ல பெல் இல்லாதவன், பிரேக் இல்லாதவன் எவ்ளோ பேர் போறான். ஒரு நாளைக்கு நூறு, இருநூறு சம்பாதிக்கிறீங்க இப்பிடியே. எங்களாட்டமா?" என்று ஒருவர் நொந்துகொண்டார்.

"அட நீ வேறப்பா" என்றபடி நாற்காலியில் இருந்து எழுந்து, உடம்பை இப்படியும் அப்படியுமாக முறுக்கி சரி செய்துகொண்டார். போலீஸ்காரரர் என்று சொல்லப்பட்டவர்.

சங்கர், அவருடன் மீளமுடியாத அதிர்ச்சியோடு நடந்தான்.

படங்களில் தலைவர்கள் இன்னமும் அப்பாவித்தனமாய்ச் சிரித்துக்கொண்டிருந்தனர்.

- தினமணி கதிர், 1988.

வாய்ப்பு

93

காரை ஆன் செய்து நியூட்ரல் கியரிலேயே இரண்டு முறை உறுமிவிட்டு நிறுத்தினான் மாரிமுத்து.

பக்கத்துக் கடை நாயர் மும்முரமாக டீ போட்டுக்கொண்டிருந்தார். சைக்கிள் கடை பாபு பஞ்சர் ஒட்டிக்கொண்டிருந்தான். அந்த கூட்டுச் சாலையின் காலை நேரத்துப் பரபரப்பில் இப்படி சோம்பேறித்தனமாய் காருக்குள் அமர்ந்திருப்பதற்கு மாரிமுத்துவுக்கு வெட்கமாக இருந்தது.

பெரிய வேலைவாய்ப்பு இருக்கிறதென்ற மூடநம்பிக்கையில் டிரைவிங் லைசென்ஸ் வாங்கினான் மாரிமுத்து. எஸ்.எஸ்.எல்.சி படிப்போடு இதையும் சேர்த்து எம்ப்ளாய்மென்ட் எக்சேஞ்சில் பதித்தான். மூன்று வருடம் கழித்து நம்பிக்கையோடு போய் புதுப்பித்துவிட்டு வந்தான்.

ஜீவாதான் பொட்டில் அறைந்தது போல கேட்டான்.

"உன்னை மாதிரி எவ்வளவோ பேர் டிரைவிங் லைசென்ஸ் வாங்கி வெச்சிருக்கான் தெரியுமா?"

"................"

"இந்த உலகத்துக்கே டிரைவர் சப்ளை பண்ணலாம்."

வாகனங்களைவிட, எத்தனையோ மடங்கு டிரைவர்கள் வருடந்தோறும் தயாராவதைச் சொன்னான்.

பின் ஜீவாவேதான், “பிரைவேட் டாக்ஸி ஓட்ட விருப்பமா?” என்று கேட்டான்.

அவன் விருப்பப்படுவதற்கெல்லாம் ஒன்றும் இல்லை. பஞ்சாயத்து யூனியன் சேர்மன், இரண்டு கார்கள் வைத்திருந்தார்.

பெட்ரோல் பங்க்கை ஒட்டிய மரத்தடியில் காத்திருக்க வேண்டும். கார் ஓடினாலும் ஓடாவிட்டாலும் தினமும் ஐந்தோ பத்தோ கொடுத்துவிடுவார். யாராவது பூந்தமல்லிக்கோ திருவள்ளூருக்கோ பத்திரம் பதிவு செய்ய கோர்ட் விஷயமாக என்று அழைத்தால், சாப்பாடெல்லாம் வாங்கிக்கொடுத்து, பத்து ரூபாய்க்குக் குறையாமல் கொடுப்பார்கள்.

மூன்று நாளாய் யாரும் பத்திரம் பதிவு செய்யவில்லை, கல்யாணம் செய்யவில்லை.

“மெட்ராஸ்ல போய் செய்றியா?” என்று சேர்மன் விசாரித்தார்.

“டிராஃபிக் பயமா இருக்கு.”

“அட, பழகினா சரியாயிடும்.”

யோசனையாய் நின்றான்.

“ஒண்ணாந்தேதி, டாண்ணு 600 ரூபா தருவான். இன்னா சொல்றே?”

“யோசிச்சு சொல்றேன் சார்.”

“இரண்டு வருஷமாச்சு. மாரிமுத்து யோசிக்கவும் இல்லை, சொல்லவும் இல்லை.

“டேய் மாரி, டயம் இன்னா பார்றா” நாஸ்டா கடை மாஸ்டர் கேட்டார்.

“பதினொன்ர.”

மரத்து நிழல் இப்போது காரைக் கடந்து, தேவையில்லாமல் பஞ்சாயத்துக் குழாய்க்கும் டீக்கடைக்கும் போய்விட்டிருந்தது. மாரிமுத்து, காரை எதிர்புறத்து மரநிழலில் நிறுத்தினான். வீட்டிலிருந்து அவசர அவசரமாகப் புறப்பட்டு வந்து, காரை நிழல் பார்த்து நிறுத்தவா?

பாரதி பஸ் சர்வீஸில் இருந்து இறங்கிய நான்கு பேர் மாரிமுத்துவை நிமிர்ந்து உட்காரும் நிலையை ஏற்படுத்தினார்கள்.

ஏக நகைகள் அணிந்த தாவணி போட்ட பெண், புஷ்டியான பையன் மற்றும் அவர்களின் பெற்றோர் போன்ற தம்பதிகள். அந்த ஏரியாவுக்கு சம்பந்தம் இல்லாத சிவந்த குடும்பம். இறங்கிய வேகத்தில் வெயிலைச் சகித்துக்கொண்டு கூல்டிரிங்ஸ் குடித்தார்கள்.

சுற்றுப்பட்டில் வேடல்தான் சற்றே பணம் புழங்கும் கிராமம். அந்த ஊருக்கு அவ்வப்போது இப்படிப்பட்ட விருந்தினர்கள் வருவதுண்டு.

மாரிமுத்து கதவைத் திறந்து வெளியே வந்து, "வேடல் போகணுமா சார்" என்றான்.

"ஆமா" என்றார் ஆச்சரியமாய்.

"கார்ல போயிடலாம் வாங்க சார்."

"ஏகாம்பர முதலியார் அனுப்பிச்சாரா?"

"இல்ல சார் இது ப்ரைவேட் சார்."

கணவனும் மனைவியும் சற்றே யோசித்தார்கள். கடத்திக்கொண்டு போய்விடுவானோ என்று குசுகுசுவென்று பேசினார்கள்.

"நாங்க வர்றதா லட்டர் போட்டிருக்கோம். வண்டி அனுப்பறதா சொல்லியிருந்தாங்க. அவங்க வேற வேஸ்ட்டா வந்து திரும்பிப் போவாங்க."

மாரிமுத்து வற்புறுத்தவில்லை. மறுபடியும் காரினுள் புகுந்து, வைப்பர் நன்றாக வேலை செய்கிறதா என்று பார்த்தான். என்ன செய்வது? அது நன்றாகத்தான் வேலை செய்தது. மாரிமுத்து இப்படியாக சோதித்துக் கொண்டிருந்தபோதுதான், காரை இடித்துவிடுவதுபோல ஒரு டிராக்டர் வந்து நின்றது.

டிராக்டரை ஓட்டி வந்தவன், வேடல் போகக் காத்திருந்த குடும்பத்தினரை "ரொம்ப நேரமாச்சா?" என்று விசாரித்தான்.

"இப்பதான் வந்தோம்" என்றனர்.

"நா கலைலயே வன்ட்டேன். டிராக்டரை பேங்க் வாசல்ல நிறுத்தியிருந்தேன்..."

மாரிமுத்து காரின் கதவை டம் என்று சாத்திவிட்டு வந்தான். "கார் நிக்குதே... கண் தெர்ல?" என்றான் கோபமாய்.

டிராக்டர் ஓட்டிவந்தவன், "இன்னா இப்போ...? இடிச்சா கேளு" என்று அநாயாசமாய்க் கூறிவிட்டு, சிவந்த பெண்ணை ஒரு முறை ஏறிட்டான்.

"இந்தத் தெனாவெட்டெல்லாம் நம்மலாண்ட வெச்சிக்காத. தள்ளி நிறுத்ரா..." என்று மாரிமுத்து எகிற, டீக்கடை, பூச்சி மருந்துக் கடையில் இருந்தவர்களெல்லாம் வந்து விலக்கிவிட வேண்டியதாயிற்று.

நாஸ்டா கடை மாஸ்டர் தோள் மேல் கை போட்டு அழைத்துப்போய் சமாதானப்படுத்தினார்.

"இல்ல மாஸ்டர். இவன் திமிர்லாம் நம்மலாண்ட வேவாது. பணம் வெச்சிருந்தா அவன் வீட்டோட வெச்சிக்கணும்."

மாஸ்டர், "சரி வுட்றா... நமக்கும் ஒரு காலம் வரும்" எனும் ரீதியில் பிரச்சனையை முடித்தார்.

"ஒண்ணாவுதே, சாப்ட்டியா?"

"இருக்கட்டும் மாஸ்டர்" என்றான்.

"அட! காசில்லைனா அப்புறம் குடு. பரோட்டாவா... தோசையா?" என்றான்.

"தோசை" என்றான் மாரிமுத்து.

இனி ஒரு கிராக்கியும் வராது என்கிற முடிவில் வெல்டிங் கடை வாசலில் டிராக்டர் கலப்பைமீது போய் அமர்ந்தான்.

"கல்கண்டு எங்கடா?" என்றான்.

வெல்டிங்காரன் "தெர்ல" என்றான்.

"ஏய் கேக்றன்ல?"

இரும்பு காப்பு போட்ட மாபெரும் கூலிங்கிளாஸை நிமிர்த்தி, "உன்னை மாதிரி ஆயிரம் பேர் வர்றான். எவன் எடுத்திட்டு போனான்னு பாத்துக்கிட்டா இருக்க முடியும்?" என்றான்.

இருவருமே அதை ஒரு சிரிப்பாகப் பேசிக்கொண்டனர்.

மாரிமுத்து உள்ளே போய் சாமி படம் ஸ்டாண்டில் தேடி ஒரு பாட்டுப் புத்தகத்தை எடுத்தான். "மூன்றெழுத்தில் என் வாழ்விருக்கும்... கடமை... கடம..." என்று பாடினான்.

"ரெண்டு நாளாவே சும்மாதான் வந்து போறியா?" என்று விசாரித்தான் வெல்டிங் கடைக்காரன்.

மாரிமுத்து, "வெறுத்துப் போதுடா... ஒரு சில வாட்டி ஃபுல் டைட்டு. ஒரு சில வாட்டி ஒரு கிராக்கியும் வரமாடேங்குது. மூணு நாளா வீட்ல இருந்து அவசர அவசரமாய்ப் புறப்பட்டு வந்து இங்க உட்கார்ந்துட்டு போறேன்."

"போன வாரம் என்ட்ரி எண்ணை குடிச்சிட்டு சாவ பொழைக்க ஒரு கேஸை எடுத்திட்டு போனியே, அது பொழைச்சுதா?"

"இருவது நிமிஷத்துல ஹாஸ்பிட்டல்ல கொண்டுபோய் வுட்டேன்... என்னான்ற? 60 கிலோ மீட்டர் ஸ்பீட்ல பறந்தது வண்டி."

"அது ஒரு ஸ்பீடா?"

"நம்ம காருக்கு அதுவே ஓவரு... வண்டில ஏத்தும்போதே தேறாத

தமிழ்மகன் | 687

கேஸ்ன்ட்டாங்களே... எக்ஸ்ட்டா எனக்கு ஒரு அம்பது ரூபா குடுத்தாங்க."

"பரவால்லடா நீ."

"என்ன பரவால்ல..? தம்பி பீஸ் கட்டறதுக்கு அம்பது ரூபா கேக்றான். கொடுக்க முடியல. வாட்ச விக்துட்லாம்னு பாக்றேன்.

அதே சமயம்–

அலறியடித்தபடி நாயர் ஓடிவந்துகொண்டிருந்தார்.

மாரி... காலைல வந்தாங்களே... அந்தப் பொண்ணுக்கு ஆக்ஸிடென்ட் ஆயிட்ச்சி!

"ஐயோ! எப்டி?" என்றான் வெல்டிங் கடைக்காரன்.

"டிராக்டர்ல போகும்போதாம்..."

பெண்ணின் பின் தலையில் இருந்து ரத்தம் வழிந்துகொண்டிருந்தது. சிவந்த குடும்பம் பதற்றமாய் நின்றிருந்தது.

"கொஞ்சம் சீக்கிரமா ஓட்டுப்பா" என்று வண்டியில் ஏறியபடியே கூறினர் பெற்றோர்கள்.

மாரிமுத்து காரை ஆன் செய்துவிட்டு, கிளம்பும் முன் வெல்டிங் கடைக்காரனைப் பார்த்துப் புன்னகைத்தான்.

– சுஜாதா மாத இதழ், 1989.

இதுவும் தோல்விதான்

94

திடீரென்று எங்கள் வீட்டுக்கு வருகைதந்த அவளைப் பார்த்ததும் எனக்குத் தோன்றிய முதல் உணர்வு, அவளைக் காதலிக்க வேண்டும் என்பதுதான்.

காதல் உணர்வுகளைக் கொஞ்ச நேரத்துக்கு அப்படியே அமுக்கிவிட்டு, வந்தவள் யாரென்று பார்த்தபோது, என்னிடம் எட்டாவது வரை டியூஷன் படித்து-பெரியவள் ஆகிவிட்டதால் நின்றுவிட்ட மோகனா.

எப்படி இருக்கிறீங்க? என்று அழைப்பதா... இப்பவாவது நாலாவது வாய்ப்பாடு நல்லா வருதா? என்று உரிமையாக ஆரம்பிக்கலாமா... போன்ற சிந்தனை உபாதைகளைக் கடந்து,

"என்ன மோகனா..." என்றேன்.

அமைதியைக் காக்கும் ஐ.நா சபைங்கிற தலைப்புல எங்க பள்ளிக்கூடத்துல ஒரு கட்டுரைப் போட்டி வைக்கிறாங்க. அஞ்சு பக்கத்தில் ஒரு கட்டுரை எழுதித் தர்றீங்களா?" என்றாள்.

முன்பெல்லாம் என்னை அண்ணா என்று கூப்பிட்டுக்கொண்டிருந்தாள். இப்போது அப்படி அவள் அழைத்துவிட்டால், அதற்காக நான் மிகவும் வருந்துவேன்.

"ஐ.நா சபை பற்றியா?" என்றேன்.

"ஆமா."

"அடையார்ல இருக்குதே அதுவா?"

"அதில்ல. அது பிரம்ம ஞான சபை."

உனக்குத் தெரியுதா என்று தெரிஞ்சுக்கத்தான் அப்படிக் கேட்டேன் என்று சமாளித்துக்கொண்டு, ‘நாளை வா எழுதி வைக்கிறேன்’ என்று ஒரு வழியாக அவளை அனுப்பிவிட்டு ஐ.நா சபை பற்றியும் அவளைப் பற்றியும் கலப்படமாக வெகுநேரம் சிந்தித்தேன்.

ஐ.நா சபை எப்போது தோன்றியது. என்னென்ன சேவைகள் செய்தது என்பவற்றுடன், “யாதும் ஊரே யாவரும் கேளிர்” என்ற வரியைப் பற்றி கொஞ்சம் புகழ்ந்து-இரண்டு திருக்குறளைத் தேடிப்பிடித்து, எழுதி முடித்துவிட வேண்டும்.

பதினாறிலிருந்து இருபதுக்குப் பயணம் செய்துகொண்டிருக்கிற எல்லா பெண்களையுமே தூரத்தில் வரும்போது எனக்கும்-என்னைப்போன்றோருக்கும் மிகவும் பிடிக்கும். அருகில் வந்துவிட்டபின், மூக்கு வளைவுகளோ... வாயை எவ்வளவுதான் இழுத்து மூடினாலும் வெளியே எட்டிப்பார்க்கும் பல்லோ உள்ளுக்குப் போன கண்களோ ‘இஞ்சி மரப்பே’ என்பது மாதிரி குரலோ அவர்களிடம் இருக்கும். பிடிப்பதில்லை.

சில பெண்களைத் தினமும் பார்த்துக்கொண்டிருக்க நேர்வதால் (வேறு வழியில்லாமல்) பிடிக்கும்.

மோகனா அப்படியில்லை. எனக்குப் பிடித்திருந்தது. இன்றுதான் அவள் கட்டுரை வாங்கிச் செல்ல வருவதாகச் சொல்லியிருந்தாள்.

குளித்துவிட்டுத் தயாராகிவிட்டேன்.

இரண்டாம் உலகப்போருக்குப் பிறகு, 23 நாடுகள் இணைந்து ஐ.நா சபையைத் துவக்கியது என்கிற ஒரே வரியைக் கொண்டு ஐந்து பக்கக் கட்டுரையை முடித்தாகிவிட்டது.

இவளைக் காதலிப்பது நல்லதா... நடக்கக்கூடியதா? தர்மமா... என்றெல்லாம் யோசிப்பதற்கு நிறைய நேரம் இருந்தது.

அப்போது பி.யூ.சி படித்துவிட்டு வேலையில்லாமல் கட்பீஸ் கடையில் ஜாக்கெட் கிழித்துக்கொண்டிருந்தேன். நான்தான் அவளுக்கு 12 ஆம் வகுப்பு சேருவதற்கு அப்ளிகேஷன் வாங்கிவந்து கொடுத்தேன். அப்போதெல்லாம் எனக்கு இந்த எண்ணம் தோன்றவில்லை.

எனக்கென்னவோ அவள் திடீரென்று ஒரு நாள் சாயங்காலம்தான் அழகாக மாறிவிட்டாளோ என்று தோன்றியது. ஆக, அழகானவள். காதலிப்பது நல்லது.

இப்போது நிரந்தரமாக வேலை செய்கிறேன். வீட்டையெல்லாம் எதிர்த்துக்கொண்டு காப்பாற்ற முடியும் - நடக்கக்கூடியது.

தர்மமா என்பதுதான் தெரியவில்லை.

நான் அவளது டியூஷன் வாத்தியார். ஒரு காலத்தில் அண்ணா என்று விளிக்கப்பட்டிருக்கிறேன்.

நான்கு வரியில் ஒரு காதல் கடிதம் வரைந்து கட்டுரையின் நடுவில் வைத்துக்கொண்டேன்.

9.05 பஸ்ஸை விட்டுவிட்டால் அப்புறம் தொடர்ந்து பெண்கள் பஸ் தான். அதோடு 9.40-க்குதான் பஸ். வேலைக்கு நேரமாகிவிடும். போகிற வழியில் அவள் வீட்டுக்கே சென்று கொடுத்துவிடலாம் என்று கிளம்பினேன்.

மோகனாவின் அம்மாதான் இருந்தாள்.

"என்னப்பா வேலை கிடைச்சுடுச்சா?" என்றாள்.

"ம், பாங்க்ல."

"எவ்வளவு செலவு ஆச்சி?" என்றாள்.

"செலவு கம்மிதான். தெரிஞ்சவரு" என்றேன்.

மோகனாவின் வாத்தியார் என்ற முறையில் காபியெல்லாம் கொண்டு வந்து உபசரித்தார்கள். மகளுக்குக் காதல் கடிதம் கொண்டுவந்திருப்பது தெரிந்தால்..?

"வி.சி.ஆர் புதுசா?" என்றேன்.

மோகனா உள்ளே இருக்கிறாளா என்று தெரியவில்லை. பாத்ரூமில் சள சள என்று சத்தம் வந்துகொண்டிருந்தது. ஒருவேளை குளித்துவிட்டு ஈரமாக வருவாளா? என்பது தெரியவில்லை.

"ஆமாம்ப்பா... 'என்டர் தி டிராகன்' இருக்குது. பார்க்கிறியா?" என்றாள்.

வேலைக்கு நேரமாச்சு. "மோகனா இல்லையா?" என்றேன். எந்த வித சந்தேகமும் வராத வகையில் மிகவும் சாதாரணமாக தன் மாணவியைப் பார்க்க வந்த மாதிரி கேட்டேன்.

"ஏன்?"

"இல்லை... ஒரு கட்டுரை எழுதித் தரச் சொல்லி, பள்ளிக்கூடத்துல என்னவோ போட்டியாம். அதான்..."

"கொடுத்துவிட்டு போப்பா. வந்ததும் கொடுக்கிறேன்" என்றாள்.

"இன்னும் கொஞ்சம் எழுத வேண்டியிருக்குது. சாங்காலாம் கொடுத்துடுறேனே."

வேர்த்து விறுவிறுத்துச் சமாளித்து வெளியே வந்தேன்.

இரண்டு மணிக்கு அப்பா எனக்கு போன் பண்ணினார்.

“டேய் ரவி, உன் மாமா வந்து போனான்டா. கல்யாணத்தை இந்தத் தையில் வைச்சிக்கலாமானு கேட்டேன்” என்றார்.

“எந்த மாமா?” என்று நான் சற்று கோபமாகவே கேட்டேன். எனக்குப் பக்கத்தில் இருந்த மேனேஜர், “மெதுவா பேசுப்பா. நாலு பேர் வேலை செய்யற இடம்” என்று கடிந்துகொண்டனர்.

மானேஜர் திட்டியதெல்லாம் அப்பாவுக்குக் கேட்க வாய்ப்பில்லை.

“அட, ஆலந்தூர்ல இருக்கானே, அவன்டா... கிருஷ்ணமூர்த்தி...” என்றார் பூரிப்போடு.

“இப்ப எதுக்குப்பா எனக்கு...” என்றேன்.

“என்னடா பொம்பளை மாதிரி பேசறியே? ம்... மோட்டார் சைக்கிள் வாங்கித் தர்றானாம். வீடு எழுதி வைக்கிறானாம்... ஒரே பொண்ணுதான்டா அவனுக்கு...” என்று பேசிக்கொண்டு போனார். அப்பா பக்கத்தில் யாரும் இல்லை என்று நினைக்கிறேன்.

“சரி, வீட்டுக்கு வந்து பேசிக்கலாம்” என்று போனை வைத்தேன்.

மோட்டார் சைக்கிள் இருந்தால் வசதிதான். தினமும் 9.05 பஸ்ஸுக்காகக் காத்திருக்க வேண்டியது இல்லை.

பேங்க்கில் வேலைபார்த்து, சென்னையில் வீடு வாங்குவது என்பது நடக்காத காரியம்.

எனக்கு என்னவோ டியூஷன் சொல்லிக்கொடுத்த பெண்ணைப் போய் காதலிக்கிறேன் என்று சொல்வது தர்மமே இல்லை என்று பட்டது. இது நடக்காது. நல்லதும் இல்லை.

அந்த ஐ.நா சபை கட்டுரையிலிருந்து நான் எழுதிய நான்கு வரி கடிதத்தை மெல்ல உருவி, சத்தமின்றிக் கிழித்தேன்.

- ராணி, 1986.

சதி

95

நடுரோட்டில் புது மாப்பிள்ளை பரிதாப சாவு என்று பேப்பர்காரன் கொச்சையாக எழுதியிருந்தான் பரிதாபப் பட்டது மாதிரி தெரியவில்லை. ஏதோ கிண்டல் செய்கிறாற்போல இருந்தது. எப்படித்தான் இப்படியொரு நடையை எல்லாப் பத்திரிகைக்காரனும் பின்பற்றுகிறானோ தெரியவில்லை.

பொண்டாட்டிக்குபூவாங்கிக்கொடுப்பதற்குக்கூட வெட்கப்படுகிற அளவுக்கு புது மாப்பிள்ளை. கல்யாண லீவுக்குப் பிறகு வேலைக்கு வந்த அன்று மதிய சாப்பாட்டுக்குப் பிறகு ஒரு தம் அடித்துவிட்டு வருகிறேன் என்று போனவன், பஸ் மோதி மரணமானான். ஆபீஸை ஒட்டியே ஆயிரம் கடைகள் இருக்கும்போது, ஏன் சாலை மாறினான் என்பது தெரியவில்லை. ஒருவேளை அலங்காரில் டிக்கெட் புக் பண்ணச் சென்றானோ என்னவோ... என்னிடம் ஒன்றும் சொல்லவில்லை. பொண்டாட்டியோடு சினிமாவுக்குப் போவதைச் சொல்வதற்குக்கூட கூச்சப்படுவான்.

மனைவியோடு ஒரே ஒரு முறை சினிமாவுக்குப் போயிருக்கிறான். ஒருநாள் வாழ்ந்திருக்கிறான். எண்ணி எத்தனை வார்த்தை பேசியிருக்கிறான் என்பது தெரியவில்லை.

அவன் பேசுவதைச் சொல்லுங்கள். மூர்த்தியும் பேசுவானானு ஆபீஸே கலவரப்படும்போதும் அவன் அதில் ஐக்கியப்பட மாட்டான்.

சுவாரஸ்யமாய் ஒரு விஷயத்தை ஆரம்பிப்பார்கள்.

“இன்னிக்கு ரங்கராஜன் சாருக்கு ஒரு இளிச்சவாயனும் கிடைக்கல போலருக்கு. வெத்தலை பாக்கு வாங்கித் தர்றதுக்கு!”

என்று வீண் பேச்சு ஆரம்பமாகும். இந்த மாதிரி துவங்கும்போது சமயத்தில் மூர்த்தி புன்னகை பூப்பதுண்டு. மெல்லிசாய்... பல்கூட தெரியாமல் விஷயம் வளரும். 'மனுஷன் 50 வருஷமா வெத்தலை பாக்கு போட்றான். இதுவரைக்கும் அஞ்சு வாட்டிகூட அவனா வாங்கியிருக்க மாட்டான்" என்பார்கள்.

ஆபீஸ் அதிரும்.

ரங்கராஜன் பன்னீர் புகையிலையைப் பல்லிடுக்கில் அடக்கிக்கொண்டு, கொழ கொழவென்று பேசுவதை நடித்துக் காட்டுவான் ஒருவன்.

சம்பளத்தோடு ஒருநாள் விடுமுறை மாதிரி கழியும். அரசாங்க உத்தியோகம்.

மூர்த்தி கலந்துகொண்டதில்லை. ஆரம்பத்தில் ஈடுபடுகிறவன் மாதிரி லேசாகப் புன்னகைத்து, விஷயம் அத்துமீறிப் போவதை சீக்கிரத்தில் உணர்ந்துவிடுவான்.

கும்பலாக இல்லாமல் இரண்டுபேராக இருப்பது அவனுக்குப் பேசுவது வசதி. மெதுவான குரலில் தூய்மையான நடையில் பேசுவான்.

பொண்டாட்டியிடம் பேசியிருக்க வாய்ப்பே இல்லை. மாமியார் வீட்டிலும் சரி, மூர்த்தி வீட்டிலும் சரி ஏகப்பட்ட மெம்பர்ஸ். இரண்டு பேராக இருந்தது இரவு நேரம் மட்டுமே. என்ன பேசியிருப்பான்.?

இந்த அளவுக்குப் பொறுமையானவன் சாலை விபத்தில் செத்துப்போனது அநியாயம். ஆக்ஸிடன்ட் ஆன அரை மணி நேரத்தில் எங்களுக்கெல்லாம் செய்தி எட்டியது. நிச்சயமாக மூர்த்தியாக இருக்க முடியாது என்றே ஒவ்வொருவரும் உறுதியாக இருந்தோம்.

நாலைந்து பேர் வேகமாக எழுந்து போனோம். போலீஸ்காரன் சவத்தை மூடியிருந்த துணியை விலக்கி அடையாளம் கேட்டான். முகத்திலிருந்து அடையாளம் கண்டுபிடிக்க வாய்ப்பே இல்லை. சுருள் சுருளாய் அவன் தலைமுடி இருந்தது. கல்யாணத்துக்கு எடுத்த புதிய சட்டையும் பேன்ட்டும் தெரிந்தது. முகம் மட்டும்தானா ஒருவனுக்கு அடையாளம்?

நட்ட நடுச்சாலையில் நின்றுகொண்டு ஏகாம்பரம்,

"கொஞ்சநேரத்துக்குமுன்னம்கூடநல்லாபேசிக்கினுஇருந்தானே..." என்று வருத்தப்பட்டான். அவன் 'நல்லா பேசினதில்லை' என்று ஏகாம்பரத்தை மறுக்க எனக்கு விருப்பமில்லை.

அனைவரும் குசுகுசுவென்று பேசினார்கள். யாருக்கும் வருத்தம்கூட இன்னும் வரவில்லை. அதிர்ச்சிதான் இருந்தது.

இடித்த பஸ் ஓரமாய் வெறிச்சோடிப்போய் நின்றிருந்தது. பஸ்ஸில் பயணம் செய்துகொண்டிருந்தவர்கள் எல்லாம் கூடியிருந்தனர்.

என்னை ஒரு கார்காரன், "வேடிக்கை பாக்கறவன் ஓரமா நின்னு பாருயா..." என்று சொல்லிவிட்டுப்போனான். ரோஷம் வரவில்லை. ஸ்தம்பித்து நின்றிருந்தேன்.

மஞ்சள் கோட்டுக்கு சற்று தள்ளி விழுந்துகிடந்தான். இரண்டு கைகளும் அவன் உடலுக்குக் கீழே மடங்கிக் கிடந்தது. சாகும்போதும் அடக்கமாகச் செத்திருப்பதாகத் தோன்றியது.

"டிரைவர் மேல தப்பில்லப்பா... நின்னுக்கினே இருந்தவன் திடீர்னு ஓடினான்" என்றான் ஒருவன்.

ஏகாம்பரம், "போன வாரம்தான் கல்யாணம் ஆச்சு. ச்சுச்" என்று அவரிடம் வருந்தினான்.

எல்லாவற்றுக்கும் மேலாய் அவன் இறந்துவிட்டான்.

போலீஸ் தரப்பினருக்கு முன் நாங்கள் நான்கு பேர் மூர்த்தியின் வீட்டுக்குப் போனோம். மூர்த்தியின் அப்பா, ரிட்டயர் ஆனதற்கு அத்தாட்சியாய் அந்த வீடு இருந்தது. தளம் போட்ட மேல் பகுதியில் ஒரு போர்ஷன் கட்டும் எண்ணத்தில் இரும்புக் கம்பிகள் துருத்திக்கொண்டு நின்றன. காலிங் பெல்லை அழுத்திவிட்டு காத்திருந்தோம்.

மூர்த்தியின் அப்பா கண்ணாடியைப் பொருத்திக்கொண்டு, "யார் வேணும்?" என்றார்.

"மூர்த்தி."

"அவன் வேலைக்குப் போயிருந்தானே..?"

நாங்கள் ஒருவரை ஒருவர் பார்த்துக்கொண்டோம்.

"நாங்க ஆபீஸ்ல இருந்துதான் வர்றோம்."

"ஆபீஸுக்கு வரலையா..?" என்று கேட்டுவிட்டு, உள்பக்கம் திரும்பி, "ஏம்மா ஜானகி... மூர்த்தி இன்னைக்கு ஆபீஸ் போலயா?" என்றான். "போனார் மாமா" உள்ளே இருந்து பதில் வந்தது.

மறுபடி அவர் சந்தேகமாகத் திரும்பி, "எந்த மூர்த்தியைச் சொல்றீங்க..? எந்த ஆபீஸ்ல கேட்டாங்க?" என்றார்.

அவர்கள் சற்றும் எதிர்பார்க்காததை எப்படிச் சொல்வதென்று தயங்கினோம்.

"சரி உள்ள வாங்க" என்றார்.

போனோம்.

"எங்கள் முகங்களில் போதிய கவலை இல்லையோ?" என்று

தயக்கமாக இருந்தது. "நீங்கள்லாம் யாரு? மூர்த்திகிட்ட என்ன சொல்லணும்னு சொல்லுங்க."

தயங்கினோம்.

"என்கிட்ட சொல்ல தயக்கமா இருந்தா ஒரு லட்டர்ல எழுதிக்கொடுங்க.வந்ததும் கொடுக்கறேன். ஜானகி, பேப்பரும் பேனாவும் கொண்டாம்மா..."

கொண்டுவந்தாள். இன்றுதான் திருமணமானவள் மாதிரி இருந்தாள். 17 வயதிருக்கலாம். கல்யாணக் களையில் 20 மாதிரி இருந்தாள். பாவாடை தாவணி போட்டுவிட்டால், பத்தாவது படிக்க அனுப்பலாம்.

எந்தவித உணர்வுல் இல்லாமலேயே பேப்பரையும் பேனாவையும் வாங்கிக்கொண்டோம்.

"காப்பி போடும்மா" என்று மருமகளை அனுப்பினார்.

அவள் வருவதற்குள் சொல்லிவிடுவது நல்லதெனப் பட்டது. சொன்னேன்.

கிழவனார் ஸ்தம்பித்தார். எங்கள் ஆறுதல்களை அவர் மதிக்கவில்லை. எதுவும் பேசாமல் எங்களையே வெறித்தார்.

பத்து நாட்கள் கழித்து இப்போதுதான் கவலையாக இருந்தது. இப்போதுதான் உணர முடிந்தது. ஏகாம்பரம் முதுகில் சீண்டி, ஆள்காட்டி விரலை வாசல் பக்கம் காட்டினான்.

மூர்த்தியின் அப்பா!

எழுந்துபோய் வரவேற்றேன்.

ஏற்பட்ட அதிர்ச்சியில் இன்னும் கண்களில் ஏமாற்றம் இருந்தது.

"நேத்து ஆபீஸ்ல இருந்து லட்டர் வந்தது. கணக்கு வழக்கெல்லாம் பாக்கறதுக்கு" என்றார்.

ஆடிட்டிங் விங்ஸ் அழைத்துப்போனேன்.

"நீங்கதான் மூர்த்தியோட அப்பாவா?"

தலையாட்டினார்.

"ஐ...ஆம் வெரி சாரி..." என்று வருந்தி இடைவெளிக்குப் பிறகு, போன வருஷம் உங்க மேலதான் நாமினேஷன் போட்டிருக்கார். இன்னும் ரெண்டு நாள்ல டி.டி ரெடியாயிடும்.

கிழவனார் கனைத்துக்கொண்டார். "கல்யாணம் பண்ணிக்காம செத்துப்போயிருந்தா, நா இவ்ளோ கஷ்டப்பட மாட்டேன்" மேல் துண்டால் கண்ணைத் துடைத்துக்கொண்டார். "ம்... போன மாசம்

பிளஸ்டூ படிச்சிக்குனு இருந்த பொண்ணு, இந்த மாசம் விதவை. இந்தப் பணம் அவளுக்குத்தான் சேரும்" என்றார்.

"லீகல் மேரேஜ்தானே?"

"ஆமா."

"அப்படீனா, அவங்களுக்கும் இதுல ரைட்ஸ் இருக்கு. இன்னொரு விஷயம்... அவங்களுக்கு வேலைக்கு சேர விருப்பம்னா சொல்லுங்க. ரெக்ருட்மென்ட் போர்டுல சட்டமே இருக்கு. நாங்கள்லாம் பிரஷர் கொடுத்தா சீக்கிரமாகவே ஒரு வேலைக்கு ஏற்பாடு பண்ண முடியும். பிளஸ் டூ வரைக்கும் படிச்சிருக்காங்களா?"

"முடிக்கலை" என்றார்.

"பரவால்ல... டைப்பிங்?"

"தெரியல... கேட்டுச் சொல்றேன்" என்றார்.

கிழவனார் கிளம்பிப்போன 10 நிமிஷத்தில் பாலசுப்ரமணியம் வந்தார்.

"போய்ட்டாரா..?" என்றார்.

"ஆமா... என்ன?"

"குடைய வெச்சுட்டுப் போய்ட்டாரே..."

எதற்காகவோ குடையை வாங்கி இப்படியும் அப்படியும் திருப்பிப் பார்த்தேன்.

"சரி... நா போகும்போது குடுத்திர்றேன்" என்று வைத்துக்கொண்டேன்.

சீனிவாச நகருக்கும் ஜெகநாத நகருக்கும் இடையில் நான்கைந்து கி.மீ இருந்தாலும் போகிற வழி.

ஆட்டோ பிடித்துக்கொண்டு போனேன்.

மூர்த்தி வீட்டு வாசலில் ஜனத்திரளை போலீஸ்காரர்கள் அடக்கிக்கொண்டிருந்தார்கள். ஆட்டோவிலிருந்து இறங்கி, நுனிக்காலில் நின்றபடி எட்டிப்பார்த்தேன். மூர்த்தியின் அப்பாவோ அம்மாவோ, ஜானகியோ கண்ணில் படவில்லை.

போலீஸ்காரன் லட்டியை ஜிவ்'வென்று வீசியதில் ஜனங்கள் பரவலாக நின்றார்கள். அருகில் வந்து நின்ற பையனை "என்ன..." என்றேன்.

"ஜானகி அக்கா, கிஷ்னால் ஊத்தி கொளுத்திக்கிச்சாம்" என்றான்.

- தினமணி கதிர், 1988.

ஜிட்டு

96

"தலைவர் எப்படி இருக்காரு?" மருத்துவமனை காரிடாரில் இரண்டு பேராக, மூன்று பேராக முகம் பார்த்து நின்றிருந்த அமைச்சர்களில் ஒருவர்தான் இப்படிக் கேட்டார். பவானி ராமச்சந்திரன் பதில் சொல்லவில்லை. தான் ஆழ்ந்த கவலையில் இருப்பதாகக்காட்டிக்கொண்டார். காதிலேயே விழாதது போலவும் பதில் சொல்லும் நிலையில் இல்லை போலவும் காட்சியளித்தாள்.

கேள்வி கேட்ட அமைச்சர் முத்துச்செல்வனைப் பார்வையால் இடறிவிட்டு வேறு திசையில் கண்ணீர் ததும்பும் கண்களுடன் ஏக்கமாக நோக்கினாள். முத்துச்செல்வனுக்கு சற்று அவமானமாகத் தான் இருந்தது. வழக்கமாகத் தன்னைப் பார்த்தால் கூழைக்கும்பிடு போட்டு, "நம்மளை எல்லாம் மறந்துடாதீங்கண்ணா" என அவளாகவே வம்படியாக வந்து பேச்சுக்கொடுப்பவள்தான். அப்போதெல்லாம் கண்டுகொள்ளாமல் கடந்துபோனவர்தான் முத்துச்செல்வன். இந்த அசாதாரண சூழ்நிலையைப் பயன்படுத்திப் பழிவாங்கிவிட்டதாக நினைத்தார்.

கடந்த மூன்று மாதங்களாகவே முதல்வர் சீரியஸாக இருக்கிறார். படுத்தப்படுக்கை. நான்கு பேர்கொண்ட அமைச்சர் குழு மட்டும்தான் உள்ளே சென்று அவரைப் பார்த்துவிட்டுவர அனுமதி. அதுவும் டாக்டர் அனுமதித்த பின்னர்தான். இந்த முறைதான் முதல்வரே, 'பவானியை வரச் சொல்லுங்கள்' எனச் சொன்னதாக மருத்துவர்கள் சொன்னதால், அனுப்பிவைத்தார்கள். உடன் சென்ற அமைச்சர் குழுவினரை முதல்வரே கொஞ்சம் வெளியே இருங்கள் என அனுப்பிவிட்டார். 'சாகிற வயசுல என்ன

(ரகசியம்) வேண்டிக்கிடக்கு?' என்ற அமைச்சர்களின் மனக்குமுறல் முதல்வருக்கும் கேட்டிருக்கும்தான்.

முதல்வர், மருத்துவர்களின் தீவிர கண்காணிப்பில் இருந்தார். மருத்துவமனை வராண்டாவில் அமைச்சர்கள் இறுதி அறிவிப்புக்காகக் காத்திருந்தனர். ஈரல் பாதிப்பு... கூடவே மஞ்சள் காமாலை. தேறுவது கஷ்டம் என சம்பந்தப்பட்டவர் உட்பட எல்லோருக்கும் தெரிந்துவிட்டது. அடுத்த முதல்வர் யார் என்பதைத்தான் அமைச்சர்கள் மௌனமாக முடிவெடுத்துக்கொண்டிருந்தனர். முதல்வருக்கு ஆயிரம் பிறை கண்ட வயது. மனைவி மட்டும்தான். குழந்தைகள் இல்லை. ரத்த உறவென்று மனைவி மட்டும்தான் உடனிருந்து கவனித்துவந்தார். இரண்டு நாட்களாக அவருக்கும் உடம்பு முடியாமல் போய் பக்கத்திலேயே இன்னொரு அறையில் படுக்கப்போட்டுவிட்டார்கள். மருத்துவமனையில் ஒரு மாடி முழுக்க அரசு ஆக்கிரமிப்பில் இருந்தது. யாரை உள்ளே அனுப்புவது என்பது மருத்துவர்கள் கையில்தான். அமைச்சர்கள் எல்லோரும் கீழ் தளத்தில் வராண்டா வரை வரலாம். யாரையும் அதைத்தாண்டி உள்ளே அனுமதிக்கவில்லை. கடைசியாக அனுமதிக்கப்பட்டது பவானி ராமச்சந்திரனைத்தான். பவானி அழைக்கப்படுவது இது இரண்டாவது முறை. இரண்டாம் மாடிக்குப் போய் முதல்வரைப் பார்த்துவிட்டு வந்தாள். 'தலைவர் உடல்நிலை எப்படி இருக்கிறது?' என்றால் சொல்லிவிட்டுப் போக வேண்டியதுதானே? அதைக்கூடச் சொல்ல முடியாத ஆழ்ந்த வருத்தத்தில் இருப்பதாக என்னமாக நாடகமாடுகிறாள் என அமைச்சர்கள் எல்லோருமே 'ள்' விகுதியோடுதான் நினைத்தனர்.

பவானி அழகி. நல்ல சிவப்பு. உதட்டுக்கு மின்னும்படியான ஒரு லிப்ஸ்டிக் பூசியிருப்பாள். 56 வயது என்பது மனுத்தாக்கலின்போது அவராகச் சொன்னதால்தான் தெரிந்தது. தலையில் எப்போதும் அப்போதுதான் பூத்த மல்லிகைப் பூசரம் ஒன்று கூந்தலோடு சேர்ந்து தொங்கும். நெற்றியில் பெரிய சைஸ் சிவப்பு பொட்டு. அதற்கு நேர் மேலே பைக் சாவி துவாரம் அளவுக்குச் சிறிய மெல்லிய கோடு போல சந்தனம், வகிடு ஆரம்பிக்கும் இடத்தில் குங்குமம். கட்சியில் நெருக்கமான சிலர் 'குத்துவிளக்கு' என அழைப்பார்கள். இருபது வயதில் இருந்து கட்சியின் பல்வேறு பொறுப்புகளில் இருந்து அங்குலம் அங்குலமாக உயர்ந்து, அவமானங்கள், ஏமாற்றங்கள், முதல்முறையாக செய்தித்தாளில் இடம்பெற்ற சந்தோஷங்கள்... என முதல்வரின் நேரடி பார்வையில் நெருங்கிப் பேசுபவளாக உயர்ந்தாள். கவுன்சிலர் ஆன நாளில் இருந்தே முதலமைச்சர் கனவும் அவளோடு பயணித்தது. மேடையில் பேசுவதற்காக அக்கறையாகக் குறிப்பெடுத்துக்கொள்வாள். தன்னுடைய பேச்சு தனித்துவமாக இருக்க வேண்டும் என்ற அக்கறை பவானிக்கு

தமிழ்மகன் | 699

எப்போதும் இருக்கும்.

அவள் பேச்சில் புத்திசாலித்தனம் தெரியும். அதற்குக் காரணம் அவள் சொல்லும் மேற்கோள்கள். சாக்ரடீஸில் இருந்து சாணக்கியன் சொல் வரை வந்து விழும். சில நேரங்களில் யாரோ சொன்னதை தானே சொல்வதாகவும் பிரமிக்க வைப்பாள்.

கடந்த முறை பொதுப்பணித் துறை அமைச்சர் பதவி கொடுத்ததும்தான் ஏறத்தாழ துணை முதல்வர் போல வலம்வர ஆரம்பித்தாள்.

முதல்வரின் விசுவாசப் பாத்திரம் ஆனாள். அந்த விசுவாசத்துக்கு வெளியே வேறு பெயர். முதல்வரை வளைத்துப்போட்டு விட்டாள் என்றெல்லாம்கூட பேசினார்கள்.

பொதுப்பணித் துறை காசு புழங்கும் இடம்... கொட்டும் இடம். தினமும் லட்சக்கணக்கான ரூபாய்கள் பவானியைக் கடந்து செல்லும்... பவானி வழியாக செல்வதும் உண்டு. பணம் புரளப் புரள ஆளே மாறிப்போனாள். அளவாகச் சிரித்தாள். யாருக்கெல்லாம் மரியாதை தர வேண்டும் என்ற பட்டியல் சுருங்கிப்போனது. அவசியம் உணர்ந்து அந்தப் பட்டியலில் மேலும் சுருக்கவும் மாற்றங்கள் செய்யவும் தயங்கவில்லை. யாரெல்லாம் வணக்கம் வைத்தால் பதில் வணக்கம் வைக்க வேண்டும்... யாருடைய சிரிப்புக்கெல்லாம் பதில் சிரிப்பு சிரிக்க வேண்டும் என்பதில் கறாராக இருந்தாள். 24 மணி நேரத்தில் இந்த முடிவுகளை எந்த சந்தர்ப்பத்தில் எடுக்கிறாள் என்பதை அவளுடன் 24 மணி நேரமும் இருப்பவர்களாலும் யூகிக்க முடியாது. முதல்வரை எந்த நேரத்திலும் எந்த முன்னறிவிப்பும் கொடுக்காமல் சந்திக்கக் கூடிய அதிகாரம் இருந்ததால், இரண்டு பேரில் யாராவது ஒருவர் இடத்தைக் காலிசெய்தால்தான் கட்சியில் அடுத்த மாற்றம் நிகழும் என எதிர்பார்த்திருந்தனர் பலரும்.

பவானியை, முதல்வர் தனியாக அழைத்ததற்கு ஒரு காரணம் இருந்தது. உள்ளே நுழைந்தவள், முதல்வரைக்கூட கவனிக்காமல் அந்த அறையின் பாதுகாப்பு ஏற்பாடுகளைத்தான் கவனித்தாள். "வா பவானி!" தலைவர் இப்படிச் சொன்னதும் "வணக்கம் தலைவரே என்பாள்" உடனடியாக. சில நேரங்களில் இவள் முதலாவதாகவும் அவர் அதைத் தொடர்ந்தும் இப்படிச் சொல்வார்கள். இப்போது தலைவர் சொன்னார். ஆனால், பவானி பதில் சொல்லவில்லை.

முதல்வர் மொத்த சக்தியையும் திரட்டி, "தீர்ப்பு எப்படி இருக்கும்னு நினைக்கிறே?" என விஷயத்துக்கு வந்தார்.

"ரெண்டு பேருமே ஒண்ணா உள்ள போறாப்பல இருக்கும் தலைவரே..." சிரித்தாள்.

“என்னடீ திமிரா பேசுறே... முடியாமப் படுத்துட்டதாலே குளிர்விட்டுப்போச்சா?”

“என்ன தலைவரே... நான் இருந்தா குளிருக்கு இதமா இருக்கும்னு நீங்கதான சொல்வீங்க?”

“ஏய்!” முதல்வர் எழுந்திருக்க முயன்றார். தலை, தலையணையில் இருந்து எழவில்லை. சற்றே அசைந்தது. ‘த்தூ’ என்றார்.

“அவசரப்பட்டு உங்க மேலேயே துப்பிக்கிட்டீங்க தலைவரே!”

கையில் இருந்த பஸ்ஸரை அழுத்தி யாரையோ அழைக்க நினைத்தார். பவானி, “வந்ததுமே அதில இருந்து பேட்டரியை எடுத்துட்டேன்... நான் சொல்றதைக் கேளுங்க. ரெண்டு பேரும் ஜெயிலுக்குப் போனா நம்ம ரெண்டு பேருக்கும் கெட்ட பேரு... கட்சிக்கும் கெட்ட பேரு. எல்லாத்தையும் காப்பாத்தணும்னா ஒரு வழி இருக்கு.”

முதல்வர் பார்த்துக்கொண்டே இருந்தார்.

“நம்ம மேல இருக்கிற ஊழல் வழக்கு, கிட்டத்தட்ட முடிவுக்கு வந்துடுச்சு. ரெண்டு பேரும் உள்ள போறதுன்னு முடிவாகிடுச்சு. நீங்கதான் முதல் குற்றவாளி. நான் உங்களுக்குத் துணை போனதா குற்றச்சாட்டு. ஆனா, சட்டத்தில குற்றவாளி இறந்துபோனா குற்றமும் இறந்துபோயிடும்.”

முதல்வருக்கு முகத்தில் அச்சம் உறைந்து நின்றது. கண்கள் வெளிறியிருந்தது. அனிச்சையாகக் கதவுப் பக்கம் பார்த்தார். அது அவரைவிட இறுக்கமாக மூடிக்கிடந்தது. “நீ போகலாம்” என்று தன் பழைய உதாரில் சொல்லிப் பார்த்தார்.

பவானியும் கிண்டலாக, “நீ போகலாம்” என மிமிக்ரி செய்தாள். “வெளிய போறது எப்பன்னு நான்தான் முடிவுசெய்யணும்.” அது மிரட்டுவதுபோல இருந்தது.

“நீங்க கூப்பிடுவீங்கன்னு எனக்குத் தெரியும். அதான் முதல்ல எல்லாவற்றையும் ரெடி பண்ணிவெச்சிருந்தேன்” என ஹாண்ட் பேகில் இருந்து ஒரு சிறிய இன்ஞெக்‌ஷன் சிரெஞ்சை எடுத்து, அதில் இருந்த மருந்தை அவர் கையில் சொருகியிருந்த மருந்தேற்றும் சாதனத்துக்குள் அழுத்தினாள்.

“உங்களுக்குச் சிறப்பான கல்லறை கட்டுவேன். தியாகி பட்டம் சூட்டுவேன். கவலையே படாதீங்க... உங்களுக்குப் பெரிய விழாவெல்லாம் எடுப்பேன். அதுக்கு நீங்க இல்லாம இருக்கணும் இல்லையா?... ரெண்டு நாள் மயக்கத்தில இருப்பீங்க... அப்புறம் நிரந்தர உறக்கம்... யாராலும் கண்டுபிடிக்க முடியாது... ஏன்னா இது ஏற்கெனவே உங்களுக்கு கொடுத்துக்கிட்டு இருக்கிற

மெடிஷன்தான்... என்ன கொஞ்சம் டோஸ் அதிகம். அப்படியே பிரச்னை வந்தாலும் ஹாஸ்பிடல்காரங்கதான் மாட்டுவாங்க. கண்டுபிடிக்க வேண்டியவங்களே அவங்கதான்... அவங்க ஏன் வெளிய சொல்லப்போறாங்க?" முதல்வரின் கண்கள் சொருக ஆரம்பித்தன. கைப்பட டைப் செய்து வைத்திருந்த முதல்வரின் லெட்டர் பேடில் அவருடைய கைரேகையைப் பதித்தாள். அந்தக் கடிதத்தில் என்ன எழுதியிருந்தது என்பது படிக்காமலேயே புரியும்.

முதல்வர் அறையில் இருந்து இப்படியாக பவானி வெளியே வந்த நேரத்தில்தான் முத்துச்செல்வன் கரிசனமாக விசாரித்து அவமானப்பட்டார்.

உச்சி வெயிலிலும் தொண்டர் கூட்டம் அப்பியிருந்தது. எமன் அவர்கள் கையில் சிக்கினால் பிணமாகத்தான் போக முடியும். ஹாஸ்பிடல் வாசலில் வடையும் பீடியும் உணவாக உண்டு நான்காவது நாளை ஓட்டிக்கொண்டிருக்கும் தொண்டன் ஒருவன் கத்தினான்: "தலைவர் எப்ப வெளியே வருவாரு? கடவுளே... என் உயிரை எடுத்துக்கிட்டு தலைவர் உயிரைக் காப்பாத்து."

அடுத்த சில மணி நேரத்தில் வேகவேகமாக வாகனங்கள் ஹாஸ்பிடலை முற்றுகையிட்டன. பூக்கூடைகள், மாலைகள்..!

கனத்த பெண் ஒருத்தி மார்பில் அடித்துக்கொண்டு அழுதாள். "அய்யோ எஜமான்!" ஹாஸ்பிடல் கேட்டில் டமார் டமார் என இடித்துக்கொண்டு அழுதாள். கண்ணீரும் வியர்வையும் ரத்தமுமான கசகசப்பு.

கவர்னரைச் சந்தித்து பொறுப்பு முதல்வர் பதவியேற்க வேண்டும். அமைச்சர்களுள் யார் முதலில் ஆரம்பிப்பது என்பதாக சின்னப் பார்வை விசாரிப்பு. எல்லோரும் மேலே போட்டிருந்த நான்கு முழ வேட்டி அளவுக்கான வெள்ளைத் துண்டுகளால் வாயைப் பொத்திக்கொண்டு அழுகையை அடக்க முயன்றுகொண்டிருந்தனர். பவானி முதல்வரின் கையெழுத்திட்ட கடிதத்தின் நகலைக் காட்டினாள். கடித நகலையும் அவளையும் பார்த்துவிட்டு அமைச்சர்களும் சிலர் ஒருவரை ஒருவர் பார்த்துக்கொண்டிருந்தனர். சில அமைச்சர்கள் அதுபற்றித் தெரிந்தவர்கள் போல இருந்தனர். "பொதுச் சேவையிலும் தன்னலம் கருதாதத் தொண்டிலும் கட்சியைக் கட்டிக் காப்பாற்றும் திறனும் ஒருங்கே பெற்ற திருமதி பவானி ராமச்சந்திரனே கட்சியை வழி நடத்தத் தகுதியானவர். இதை என் மனப்பூர்வமாகச் சொல்கிறேன். அமைச்சர்கள், நிர்வாகிகள், தொண்டர்கள் அனைவரும் பவானி ராமச்சந்திரனுக்கு ஆதரவு தெரிவிக்க வேண்டும்." முத்துச்செல்வன் வாய்விட்டுப் படித்துவிட்டு, "என்னம்மா தலைவரைப் பார்க்கப் போனது

இதுக்காகத்தானா?" என்றார். அதாவது என்ன உல்டாலங்கடி வேலை செய்தே என்பதாகக் கேட்டார். "தலைவர் முடிவு செஞ்சா நான் என்ன பண்ண முடியும்ணா? இந்த லெட்டரைக் கொடுக்கத்தான் கூப்பிட்டேன்னு சொன்னார்."

தலைவர் மறைவுச் செய்தி கேட்ட சில நிமிடங்களில் எந்த ரசாபாசமும் வேண்டாம் என அமைச்சர்கள் நினைத்தனர். ஆத்திரத்தை அடக்கிக்கொண்டு அழ வேண்டியிருந்தது. தலைவரின் ஆசையை நிறைவேற்றுவது நம் கடமை என கணீரென பவானிக்கு துணை நின்றார் செல்வநாயகம். இந்து அறநிலையத் துறை அமைச்சர். இன்னும் சில அமைச்சர்களும், எம்.எல்.ஏ-க்களும் அவள் இருந்த பக்கமாக ஓரம்கட்டி நின்றனர்.

அடுத்த முதல்வரை உடனடியாக அறிவிக்க வேண்டிய நெருக்கடி. கவர்னர் மாளிகையில் இருந்து அடுத்தடுத்து நடவடிக்கைகள்... போன்கள், ஃபேக்ஸ்கள்! அனைவர் முகத்திலும் எரிச்சல் பூசிய சோகம்...

'சரி நடப்பதுபோல நடக்கட்டும்... அப்புறம் பார்த்துக்கொள்வோம்' என்பதாக வலது கை விரல்களால் காற்றை இருதரம் நகர்த்திவிட்டுக் காரில் ஏறினார் முத்துச்செல்வன்.

தொலைக்காட்சியில் இரவு 9.40 மணி சுமாருக்கு, 'பவானி ராமச்சந்திரன் முதல்வர் பொறுப்பு ஏற்றார்...' என எழுத்துக்கள் ஓட ஆரம்பித்தன.

முதல்வராகப் பதவியேற்ற மூன்றாம் நாளிலேயே இப்படியொரு பிரச்னை வரும் என பவானி ராமசந்திரன் நினைக்கவேயில்லை. ஃபேஸ்புக், ட்விட்டர், வாட்ஸ் அப் என அத்தனை அஸ்திரங்களும் அவளைத் தாக்கின.

"மலை உச்சியில இருந்து உன்னைத் தள்ளிவிட்டா, அப்ப என்ன செய்வே?" அந்தக் குரல் தெளிவாகக் கேட்டது. அது பவானியின் குரல். விடியோவில் பவானியும் அவளுடைய மகளும் இருந்தனர். மகள் கலங்கிய கண்களுடன் அந்தச் சின்ன வினாடிகளிலேயே இரண்டு தரம் துப்பட்டாவால் கண்களைத் துடைத்துக்கொள்வது நன்றாகவே தெரிந்தது. பெற்ற மகளை ஒரு தாய் இப்படி மிரட்ட வேண்டிய கட்டாயம் என்ன? வாட்ஸ் அப்பில் வந்த இந்த வீடியோ, சில நிமிடங்களில் சானல்களில் திரும்பத் திரும்ப ஒளிபரப்பப்பட்டு, "மகளைக் கொலை செய்தாரா முதல் அமைச்சர்?" என விவாத மேடைகள் எல்லாம் அரங்கேறின.

எல்லாம் ஒரு நாளில் மாறிவிட்டது. கடந்த ஆண்டு அமைச்சர் பவானியின் மகள் கொடைக்கானலில் மலையில் இருந்து கார் விபத்து ஏற்பட்டு பள்ளத்தாக்கில் சிக்கி, சிதைந்த உடல்கூட

கிடைக்காமல் போனது இந்திய அளவில் பரிதாபத்துடன் பேசப்பட்டது. இந்த நேரத்தில் இந்த வாட்ஸ் அப் வைரல், அது உண்மையான விடியோதான் என ஆதாரத்துடன் நிரூபிக்க வழிசெய்துவிட்டது.

அமைச்சரவைக் கூட்டம். பவானியைக் கட்சியைவிட்டு நீக்கியதோடு அடிப்படை உறுப்பினர் பதவியில் இருந்தும் நீக்குவதாக அறிவித்தது. போலீஸ் விசாரணையைத் தொடர்ந்து விசாரணை கைதி என அவர் விளிக்கப்பட்டார். முத்துச்செல்வனுக்கு இது எதிர்பாராத திருப்பம். அவர், முதல்வர் பதவிக்கு சிபாரிசு செய்யப்பட்டார். சொந்த செல்வாக்கும் சாதி எம்.எல்.ஏ-க்களின் பலமும் அதிகமாகவே இருந்தது.

பவானி சொன்னாள்: "என் மகளை நான் கொல்லவில்லை. அந்த விடியோ முன்னும் பின்னும் வெட்டப்பட்டு காட்டப்பட்டிருக்கிறது. என் பொண்ணு டெல்லிக்குப் படிக்க போனப்ப நான் அங்கே எப்படி தனியாக இருப்பேன்னு கலங்கினா. அப்போ அவளுக்கு நான் அறிவுரை சொன்னேன்.

'எதையும் முன் முடிவு எடுக்காதே. மலையில் இருந்து தள்ளிவிட்டா என்ன செய்வே? அப்போ அங்கிருந்து விழுந்துடாம இருக்க என்ன செய்யணும்னு இப்பவே சொல்ல முடியுமா? அந்த நேரத்தில அங்கிருக்கிற ஏதோ ஒரு மரக்கிளைய, ஒரு செடியின் வேரைப் பிடிச்சுக்கிட்டுக் காப்பாத்திக்க மாட்டே? அப்படித்தான் லைஃப். முன் முடிவோடு எதையும் அணுகக் கூடாது... டெல்லி போய் பாரு. மெட்ராஸைவிட ஜாலியா இருக்கும்.' இதுதான் நான் சொன்ன அறிவுரை. இத்தனைக்கும் இது யாரோ ஒருவர் சொன்னதாக ஒரு பத்திரிகையில் துணுக்கா போட்டிருந்தாங்க. எப்பவுமே மேடையில் பேசறதுக்கு அப்படிக் குறிப்பெடுப்பேன். மேடையில் பேசுவதற்காக எடுத்துவெச்சிருந்த குறிப்பைத்தான் எம் பொண்ணுக்குச் சொன்னேன். சட்டத்தின் மீது எனக்கு நம்பிக்கை இருக்கு. நான் வெளியே வருவேன்" பவானி கண்ணீர் மல்க ஒரு டி.வி-யில் சொல்லிக்கொண்டிருந்தாள்.

"காதலிச்சதுக்காக தம் பொண்ணையே கொன்னுட்டாளாம்" என்றுதான் அவளைப் பார்த்து மக்கள் சொன்னார்கள். சில நேரங்களில் சிலர் சொல்வது காதிலேயே ஏறாது. அவர்களைப் பார்த்ததும் மக்கள் ஒரு கருத்தைச் சொல்ல ஆரம்பிப்பார்கள்.

பவானி சிறைக்கு அனுப்பப்பட்ட நாளில், முத்துச்செல்வனுக்கு டோல்கேட்டில் வழிமறிக்கும் பலகை சட்டென மேலே கையை உயர்த்தி வழிவிட்டதுபோல இருந்தது. நிறைய பேர் நேரில் வந்து வாழ்த்திவிட்டுப் போனார்கள். ஒருவர் ஒரு புத்தகத்தைப்

பரிசளித்தார். அந்தப் புத்தகத்தை எதேச்சையாகப் புரட்டி ஒரு இடத்தில் பார்த்தபோது 'மலையில் இருந்து விழும்போது எதையாவது பற்றிக்கொள்வது பற்றி' சில வரிகள் இருந்தன. பவானி சொன்ன பொன்மொழியோ என பயந்துபோன முத்துச்செல்வன், அவசரமாக அந்தப் புத்தகத்தின் தலைப்பைப் பார்த்தார்.

'அறிந்தவற்றில் இருந்து விடுதலை' எனப் போட்டிருந்தது. அதை தன் டேபிள் ட்ராவில் போட்டு மறைத்தார் புதிய முதல்வர். புத்தகத்தை எழுதியவரின் பெயர் ஜெ.கிருஷ்ணமூர்த்தி என்றிருந்தது.

- 2015

நானும்தான்

97

பதினோராவது மாடியின் உச்சியில் நின்றிருந்தாள் நாகபூஷணம். காற்று ஜிவ் ஜிவ் எனச் சுழன்றடித்தது. கட்டியிருந்த சேலை படபடத்தது. கீழே பார்த்தபோது பயம் போய், ஒரு சுவாரஸ்யம் சேர்ந்துகொண்டது. 'ஒரு நொடியில் எல்லா பாவங்களும் ரத்தக் கூழாகிவிடும். பாவம், சுத்தம், அச்சம், கற்பு எல்லாமும் ரத்தசகதியில் கலந்துவிடும்.' நாகபூஷணம், 'குதிச்சுட்டா எல்லாம் சரியாபூடும்' என மட்டும்தான் நினைத்தாள். கதைக்குத்தான் மேற்படி விவரணை தேவையாக இருக்கிறது.

நேற்று தளம் ஊற்றினார்கள். மேல் பகுதியில் பாத்தி கட்டி நீர் நிரப்பியிருந்தார்கள்.

சூரியன் கிடைமட்டத்துக்கும் கீழே இறங்கிவிட்டதால் நீர் இளம்சூடாக மாறியிருந்தது. மாடியில் யாருமில்லை. எல்லோரும் கீழே இருக்கிறார்கள். இன்னும் கொஞ்ச நேரத்தில் எல்லோரும் கிளம்பிவிடுவார்கள். அப்போது குதித்தால் யாருக்கும் தெரியாது. செக்யூரிட்டிகள் இருப்பார்கள். அவர்கள் பார்த்துவிட்டுப் போலீஸுக்கும் வீட்டுக்கும் தகவல் சொல்வார்கள். அப்புறம் என்ன நடக்கும்? நாகபூஷணத்தின் அப்பா போதையில் இருந்தால் காலையில்தான் விஷயம் எட்டும்.

சிவகாமி, அழுவாள். 'நல்லாத்தானே பேசிக்குனு இருந்தா. இப்பிடி பண்ணிபுட்டாளா பாவி' என்பாள். நீரின் சூடு குறைவதை உணர முடிந்தது. காலை நீரில் அலையவிட்டு, நகத்தில் ஒட்டியிருந்த சிமென்ட் காரையைத் தேய்த்துக் கழுவினாள். ஒரு சினிமாவில்

கடலில் குதித்து சாக முடிவெடுத்த பெண் ஒருத்தி, மேக்அப் போட்டுக்கொள்வது நினைவுக்கு வந்தது. ‘அழுக்கா இருந்தா இன்னா இப்போ?’ என உள்ளே ஒரு குரல் ஒலித்தது. இன்னும் ஓரடி முன்னே வைத்தாள். கட்டடத்தின் விளிம்புக்கு இன்னும் சில அடிகள்தாம் இருந்தன. அந்தக் கட்டடம் ஒவ்வொரு மாடியாக வளர்ந்தபோது... செங்கல்லையும் சிமென்ட் கலவையையும் தூக்கிச் சுமந்தபோது அது தனக்காகத்தான் வளர்கிறது என நினைக்கவே இல்லை. எல்லாக் கட்டடமும் கட்டி முடித்தபின் இன்னொருவருக்குச் சொந்தமாகிவிடும். அங்கிருந்து இன்னொரு கட்டடத்துக்குக் கிளம்புவாள். இது..? இவளுக்கான கடைசி கட்டடம்.

12 வயதிலிருந்து சித்தாள் வேலை. அம்மாவின் ரவிக்கையையே பின் குத்தி மாட்டிக்கொண்டு, அம்மா புடவையையே இரண்டாகக் கிழித்து தாவணியாக்கி... முதன்முதலாக சித்தாள் ஆனபோது பூரித்துப்போனாள். அயப்பாக்கத்தில் ஓர் ஆஸ்பத்திரி கட்டுமான வேலை. ஆஸ்பத்திரிகாரரர்களுக்கு ஏரியை ஒட்டி இடம் இருந்தது. அங்கேயே கொட்டாய் போட்டுக் கொடுத்திருந்தார்கள். வேலைக்குப் போனதும் மேஸ்திரி, “இன்னா வயசுடி உனுக்கு?” என்றார். அம்மா 18 வயசு எனச் சொல்லச் சொல்லியிருந்தது. சொன்னாள். மேலும் கீழுமாக வயதை ஆராய்ந்தார். “த பாரு... சின்ன பசங்களை வேலைக்கி வெச்சா என்னை வூட்டுக்கு அனுப்பிடுவாங்கோ...”

“அய்ய போன ஆடியோட 17 முன்ஜிச்சி... பாத்தா தெர்ல?” என்று தைரியமாகச் சொன்னாள் நாகபூஷணத்தின் அம்மா. அனுமதியாக எடுத்துக்கொண்டு இன்னொரு முறை பார்த்தார். “சரி போடி.”

உண்மையிலேயே 18 வயது ஆகும்போது நாகபூஷணத்தின் அம்மா இல்லை. ஆஸ்துமா என்றார்கள். தூசு இல்லாமல் இருக்க வேண்டும் என்றார்கள். எந்த நேரமும் சிமென்டும் மணலும் பறக்கிற இடத்தில் தூசு மட்டும்தான் இருந்தது. அவளுடைய அப்பாவுக்கு ‘பெரியாளு’ வேலை. தினமும் தூங்குவதற்கு குவாட்டர் அடிப்பார். காலையில் வேலை செய்வதற்கு இன்னொரு குவாட்டர்.

நன்றாக இருட்டிவிட்டது. சாலையில் வாகனங்கள் லைட் போட்டுக்கொண்டு நகர்ந்தன. இன்னும் ஓரடி எடுத்து வைத்தாள். சத்தமில்லாமல் சாக இதுதான் நேரம். திடீரென யோசித்து இரண்டு கால்களுக்கும் இடையில் பாவாடையை இணைத்துப் பின் குத்தினாள். கோக்குமாக்காக விழுந்து உடை விலகிவிட்டால்? பின் குத்தி நிமிர்ந்த நேரம், பின்னாலிருந்து ஏதோ சத்தம் கேட்டது. யாரோ நடந்து வருகிற சத்தம். அவர்கள் வருவதற்குள் குதித்துவிடலாம் என்பதையும் மீறி, வருவது யாரென்ற ஆர்வம் அதிகமாக இருந்தது. நின்று படிக்கட்டு தொடங்கும் இடத்தைக் கூர்ந்து பார்த்தாள். மேஸ்திரியா?

பேன்ட் சட்டை போட்ட இளைஞன்... சூப்ரவைஸர் ஜானகிராமன்.

"யார்மா... இந்த நேரத்தில?" என்றான்.

பதில் சொல்லலாமா? குதிக்கலாமா?

"ஒண்ணுல்ல சார்!"

அவன் யாரென்று நெருங்கிவந்து பார்த்தான். நாகபூஷணம் இன்னும் ஒரு எட்டு விளிம்பை நோக்கி வைப்பதற்குள் அவன் வேகமாக அருகே வந்துவிட்டான்.

"என்ன பண்றே இங்க?"

"சும்மாதான் பராக்கு பாக்லாம்னு."

"மொதல்ல கீழ இறங்கு. உங்க ஆளுங்க எல்லாமே போய்ட்டாங்க. பராக்கு பாக்குறியா பராக்கு. விழுந்தியன்னா ஒரு எலும்பு தேறாது."

மேற்கொண்டு திட்டு வாங்க திராணியின்றி கீழே இறங்கினாள். அவன் ஒரு சிகரெட்டைப் பற்ற வைத்துப் புகைக்க ஆரம்பித்தான். நாகபூஷணம், 'தைரியமா சாகக்கூட முடியலையே?' எனப் படிகளில் இறங்கினாள்.

இன்னும்ஒருவாரம்தாமதித்தாலும்வயிறுகாட்டிக்கொடுத்துவிடும். பாவிங்க... மூணு பேரு. இதே மாதிரி ஒரு பொழுது போன நேரம். கொத்தனார்கள் எல்லோரும் ஒன்றாகத்தான் கிளம்பினார்கள். காரில் கிளம்பிக்கொண்டிருந்த இன்ஜினீயர் சுரேந்தரன், "ரெண்டாவது மாடியில என் செல்போனை வெச்சுட்டு வந்துட்டேன். ஓர் எட்டு எடுத்துட்டு வர்றீயா?" என்றான். "நீங்க போங்க. இதோ வந்துடும்" என மற்றவர்களை அனுப்பிவைத்தான். செல்போனை புடவை முந்தானையில் சுத்தமாகத் துடைத்துக் கொடுத்தாள். "மண்ணாயிட்சி சார்."

"பிரியாணி சாப்புட்றியா நாகு?" எனப் பாசமாகத்தான் கேட்டான் அந்த இன்ஜினீயர்.

"வேணாம்... சார்" - மறுத்துவிட்டு காரைக் கடந்தபோது, "உங்கப்பனுக்கு ஒண்ணு எடுத்துட்டுப்போ" என்றான். காரை நெருங்கிய தருணம் கைக்குட்டையால் முகத்தை லேசாகத்தான் மூடினான். கண்கள் செருகி அப்படியே காரினுள் சாய்ந்தாள். அந்த அப்பார்ட்மென்ட் கட்டடத்தை ஒட்டி, டூ பெட்ரூம், த்ரி பெட்ரூம் மாதிரி வீடுகள் கட்டி வைத்திருந்தார்கள். கட்டப்போகும் வீடு எப்படி இருக்கும் என்பதை விளக்குவார்கள். அதில் ஒரு பெட்ரூமில் இருந்துதான் மயக்கம் தெளிந்து அவள் வெளியே வந்தாள். மூன்று பெட்ரூம். மூன்று பேர்.

பத்தாவது மாடியில் யாருமில்லை. அங்கிருந்து குதித்தாலும் சாகலாம்தானே என யோசனை தட்டியது. சூப்ரவைஸர் வந்துடுவாரோ என மேலே ஒரு பார்வை பார்த்தாள். இந்த முறை வேகமாக தளத்தின் விளிம்பை நோக்கி நடக்க ஆரம்பித்தாள். சற்றும் எதிர்பாராத நேரத்தில் கலவை ஏற்றிச் செல்லும் லிஃப்ட் இயங்கும் சத்தம் கேட்டது. கரகரவென நாரச ஓசை. அவள் நின்ற ஓரத்தை ஒட்டி லிஃப்ட்டுக்கான இரும்புக் கயிறுகள் மேலே ஏறின. அப்படியே நின்றாள். லிஃப்ட் 11-வது மாடியில் இருந்து கீழே இறங்கியது. சூப்ரவைஸர் ஜானகிராமன்தான் அதில் இறங்கினான். 10-வது மாடியில் நாகபூஷணம் நிற்பதைப் பார்த்து லிஃப்டை நிறுத்தி இறங்கிவந்தான்.

"இன்னாமா நெனைச்சுக்கிட்டிருக்க நீ?" இனிமேல் பராக்கு பார்ப்பதாகச் சொல்ல முடியாது. வேறு என்ன சொல்வதென அவளுக்குத் தெரியவில்லை. கள்ளத்தனம் கண்டவன் போல கூர்ந்து பார்த்தான்.

இந்தப் பழி வேறயா? அப்படியே அசைவற்று நின்றாள். அருகே வந்து, "மடியில என்னது?" என்றான்.

"அய்யா... மடியில ஒண்ணுமில்ல. கீழ குதிச்சி செத்துட்லாம்னு வந்தேன்... என்னை வுட்ருங்க" என தற்கொலையின் எல்லையை நோக்கி எத்தனித்தாள்.

2

வனிதா பஸ்ஸைவிட்டு இறங்கி, சாலையைக் கடப்பதற்கு முன் தலையைத் திருப்பி இரண்டு பக்கமும் பார்த்தாள். எல்லாம் விதிப்படிதான் நடக்கும் என்றால் இந்த ஜாக்கிரதைக்கு ஓர் அர்த்தமும் இல்லை. ஆனாலும், அப்படிப் பார்த்ததால் அவளுக்கு விதியின்மீது நம்பிக்கையில்லை என்று சொல்ல முடியாது. விதியை நொந்துகொண்டுதான் பார்த்தாள்.

சாலையைக் கடந்ததும் எதிர்ப்புறம் இருந்தது ஒரு சிறிய சந்து. அவள் வேலை செய்யும் கார்மென்ட் அங்கிருந்து சில நூறடி தூரத்தில் அந்தச் சந்துக்குள்தான் இருந்தது.

இன்று ரமேஷிடம் தெளிவாகப் பேசிவிட வேண்டும் என ராத்திரி முதலே முடிவெடுத்திருந்தாள். ஆனாலும், விடியலில் வெளிச்சத்தைப் பார்த்தபின் அந்தத் திட்டம் உள்ளே போய் ஒளிந்துகொள்வது அவளுக்கே தெரிந்தது. வெளிச்சம்கண்டு அஞ்சுவதா உறுதி? வைராக்கியத்தையும் மனோதிடத்தையும் அடிக்கடி சேர்த்துவைத்து இறுக்கி கயிறாக்கி நெஞ்சில் நிலைநிறுத்த வேண்டியிருந்தது.

சந்துக்குள் நடந்தபோது அவருடைய உடன் பணித் தோழிகள் சிலரும் சேர்ந்துகொண்டனர்.

ரமா கேட்டாள்... "வனிதா இன்னிக்கு அவன்கிட்ட தெளிவா பேசுடீ" என்று கிசுகிசுத்தாள்.

"உம்" என்ற வனிதாவின் குரல், அவள் காதுக்கே கேட்கவில்லை.

"சொல்றது புரியுதா?" என்றாள் ரமா.

வனிதா, இந்த முறை தலையசைத்தாள்.

வாயிலை நெருங்கியதும் அமைதிக்கான எல்லைபோல எல்லோருமே பேசுவதை நிறுத்தி டைம் ஆபீஸில் அட்டையைப் பதிந்துவிட்டு, கார்மென்ட் செக்‌ஷனுக்குள் இயந்திரம்போல நுழைந்தனர். ஒரே சீரான ஓய்வில்லாத நெருக்கடியான டைலரிங் வேலை. ஒவ்வொரு நாளும் யாருக்கு இவ்வளவு டீஸர் என்பதை ரமேஷ்தான் முடிவுசெய்வான். சூப்பர்வைசர், மேனேஜர் என எப்படி வேண்டுமானாலும் அவனை மதித்துக்கொள்ளலாம். அது அவனை மதிக்கிறவர்களின் பாடு. சிலருக்கு அவன் எம். டி மாதிரியும்தான். அஞ்சுவதுபோல மதித்தால் அவனுக்கு இன்னும் பிடிக்கும். அதற்கேற்ப அவனுடைய கிரீடத்தில் இறகுகள் ஏறிக்கொள்ளும். வனிதா, அவனைக் காதலன் அந்தஸ்து கொடுத்ததுதான் இப்போது பிரச்னை.

ஒரே சீரான உடம்பு. உடை நேர்த்தி. ரோல்ட்கோல்டு வாட்ச். முனை மின்னும் ஷூ. நடைக்கேற்ப அதிர்ந்து அடங்கும் சீராக வெட்டப்பட்ட தலைமுடி என ஒட்டு மொத்தமான ஒரு கட்டுக்கோப்பு அவனிடம் இருந்தது. அது அவளுக்குப் பிடித்தது. அந்த கார்மென்ட் வேலையில் தலையைக் கவிழ்ந்து மெஷினில் கவனம்செலுத்தும் நூறு பெண்களில் தலைநிமிர்ந்து பார்க்க வைத்தவள் அவள்தான். ஆரம்பத்தில் அவள் ரமேஷிடம் எந்த ஈடுபாடும் காட்டவில்லை. ஓர் அதிகாரி என்ற இடைவெளி மட்டும்தான் அவளிடம் இருந்தது. அந்த இடைவெளியைப் போக்குவது ரமேஷுக்குக் கடினமாக இருந்தது. எதேச்சையாக அவள் நிமிர்ந்தபோது அவசரமாகச் சிரித்தான். ரமேஷ் ஆளுடைய பார்வைக்காக ஏங்குவது தெரிந்தது.

அவனாகவே வந்து, "என்ன மேடம் இன்னிக்கு செம ஜாலியா இருக்கீங்க...?", "என்ன வனி கண்டுக்கவே மாட்றீங்க?" என்றெல்லாம் தூண்டிலாகப் பேசிக்கொண்டிருப்பான். அவள் எளிதில் சிக்கவில்லை.

வனிதாவுக்கு ஒரே ஓர் எச்சரிக்கை உணர்வு இருந்தது. 'நம்ம தகுதிக்கு அப்பாற்பட்டவன்' என்பதுதான். அவன் அதிகபட்ச

கனவாக இருந்தான். அவன் இறங்கிவந்தான். ஓவர் டைம், அதிக ஆர்டர் என்று அவளுக்குச் செல்ல சிக்னல்கள் கொடுப்பதற்கு அவனுக்கு வாய்ப்பு இருந்தன.

ஞாயிற்றுக்கிழமைகளில் ஐஸ்க்ரீம் சாப்பிட, சினிமாவுக்குப்போக, கடற்கரையில் காற்று வாங்க, மால்களில் உலவி மகிழ... காதலுக்கு போதுமான இடங்கள் இருந்தன.

ஒருமுறை புதுச்சேரியில் அன்னை ஆசிரமம் போய் வரலாமா என்று அக்கறையாக அழைத்தான். குளோபல் கோயிலுக்குப் போக வேண்டுமானால் ஒருநாள் முன்னரே விண்ணப்பிக்க வேண்டும் என்று சில விதிமுறைகள். ஒருநாள் தங்கியிருந்து பார்த்து விட்டுப் போகலாமா என்ற அவனுடைய கேள்வியில் ஆன்மிகம் மட்டும்தான் தெரிந்தது. வீட்டுக்குப் போன் செய்து கம்பெனியில் டூர் அழைத்து வந்திருப்பதாகச் சொல்லி சமாளித்தாள். ஹோட்டலில் தங்கினர்.

சென்னை வந்த பிறகு ரமேஷின் போக்கில் மாறுதல். கொஞ்சம் விலகி இருப்பது போலவே இருந்தது. திரும்பத் திரும்ப வலிந்து போன் செய்து பேச வேண்டியிருந்தது. புதுச்சேரி தங்கலுக்குப் பிறகு வனிதாவுக்கு ரமேஷ் வேறுமாதிரி இருந்தான். அவளோ அதற்குப் பிறகுதான் ரமேஷ்மீது தீவிர காதலாக இருந்தாள்.

இந்த முறை போன் செய்தால் ஒரு தடவை “ஹலோ என்ன விஷயம்?” என்றான். ஒருமுறை, “சும்மா டிஸ்டர்ப் பண்ணாதே. எம்.டி கூட இருக்கேன்” என்று அலுத்துக்கொண்டான்.

இந்த நேரத்தில்தான் ரமா, அமில ரகசியத்தை காதில் ஊற்றினாள்.

“ரமேஷுக்கு அடுத்த மாசம் கல்யாணமாம்டீ.”

வனிதாவுக்கு ஒன்றும் புரியவில்லை. இதை எப்படி நேராகக் கேட்பது என்றுதான் நினைத்தாள். கேன்டீன் பக்கம் காத்திருந்து அவனைப் பிடித்தாள். “கேள்விப்பட்டேன்... உண்மையா?” என்றாள்.

“என்னத்தைக் கேள்விப்பட்டே... வேலை நேரத்தில இங்கே என்ன பண்றே?” என்ற தொனியில் சூப்பரவைசர்தான் இருந்தான்; ரமேஷ் இல்லை.

“ரமேஷ்... உங்களுக்குக் கல்யாணம்னு சொன்னாங்க” என்றாள்.

“ஆமா” என்று சர்வ சாதாரணமாகச் சொல்லி கடந்தான். வேகமாகச் சென்றவன், நின்று திரும்பி, “பேர் சொல்லி கூப்பிடற வேலையெல்லாம் வெச்சுக்காதே” என்றான் கட்டளைக்குரலில்.

3

ஜன்னல் வழி நிலவு மட்டும்தான் துணை என நினைத்தாள் நித்யா. உண்மையில் தனக்கு யாருமே இல்லையா என ஓர் உடனடி

கவலை அவளை வெறுமையில் ஆழ்த்தியது.

அந்தச் சின்னஞ்சிறு கிளினிக்கில் இன்னும் இரண்டு பேஷன்ட்டுகள்தான் டாக்டரைப் பார்க்கக் காத்திருந்தனர். கைக்குழந்தையோடு இருந்த பெண்ணிடம் 'அடுத்து நீதான்' என்பதை ஜாடையில் மட்டும் சொன்னாள். அந்தப் பெண் சிரித்தாள். நித்யா அந்தக் குழந்தையின் கன்னத்தருகே காற்றைக் கிள்ளி முத்தமிட்டு, "போலியோ ட்ராப்ஸ் குடுத்தாச்சா?" என்றாள். அதற்குள் பேஷன்ட் வெளியே வர, அந்தப் பெண் தலையாட்டியபடியே உள்ளே போனாள். இப்போது இன்றைய கடைசி நோயாளி மட்டுமிருந்தார். அறுபது வயது மதிப்பு. "இதுக்கப்புறம் வீட்டுக்குப் போய் சமைக்கணுமா?" என்றார். விளக்கம் கொடுக்க வேண்டாம் என நினைத்தாளா, சோர்வா எனக் கோடு கிழித்து அறிய முடியவில்லை. இத்தகைய தருணங்களில் நித்யாவிடம் பொதுவாக ஒரு பதில்தான்... சிரிப்பு.

நகரத்துக்குச் சற்றே தள்ளியிருந்த அந்த கிளினிக்கில் ஒவ்வொரு நாள் மாலையும் எட்டு பேர் சராசரி நோயாளிகள். கிளினிக்கை ஐந்து மணிக்கெல்லாம் வந்து திறந்துவைப்பது, வருகிறவர்களுக்கு வரிசைப்படி சிகரெட் அட்டை டோக்கன்களை வழங்குவது, மருந்து வழங்குவது, டாக்டர் போனதும் கிளினிக்கைப் பூட்டிக்கொண்டுக் கிளம்புவது என எல்லாவற்றையும் பார்த்துக்கொள்வாள்.

இப்போது சமையல் பற்றி விசாரித்த பெரியவரும் போய்விட்டார். டாக்டர் மட்டும்தான். உள்ளே போய், டாக்டர் குடித்துவைத்த காப்பி கோப்பையைக் கழுவி, ஃப்ளாஸ்க்கில் இருந்த மீதி காபியை ஊற்றி அவருக்குத் தந்தாள்.

"உட்காரும்மா. பொண்ணு எப்படியிருக்கு?"

"சக்கர வண்டி வாங்கிக் குடுத்தப்புறம் பரவால்ல சார்... அவளே முடிஞ்ச வரைக்கும் பாத்துக்குறா."

டாக்டர் ஏதோ பேச விரும்பி சற்றே அவளை நோக்கி அக்கறையுடன் பார்த்தார். நித்யா கைகட்டி உட்கார்ந்து கேட்கட்டும் எனக் காத்திருந்தாள்.

"உன் ஹஸ்பண்ட் இப்ப எங்க இருக்கான்... கடைசியா எப்ப பார்த்தே?"

அவரிடம் அரைகுறையாகச் சில உண்மைகளை மட்டும் சொல்லியிருந்தாள். 'புருஷன் விட்டுட்டு ஓடிட்டான். இளம் பிள்ளைவாதத்தால் கால் சூம்பிப் போன குழந்தையை வெச்சுக்கிட்டு கஷ்டப்படுறேன் டாக்டர்... எனக்கு ஒரு வேலை குடித்தீங்கன்னா பொழைச்சுக்குவேன்' என்பதை மட்டும் சொல்லியிருந்தாள்.

“திருச்சில.”

“திருச்சியிலயா?”

“அஞ்சு வருஷத்துக்கு முன்ன. அப்ப கூடத்தான் இருந்தான். குழந்தைக்கு மொட்டையடிக்கறதுக்காக திருச்செந்தூர் கூட்டிக்கிட்டுப் போனான். திடீர்னு ஆளக் காணோம். பீடி பிடிக்கப் போயிருக்கும்னுதான் நினைச்சேன். காலைல இருந்து சாயங்காலம் வரைக்கும் உக்காந்திருந்தேன். ஒரு டீயும் பன்னும்தான் சாப்பாடு. இருட்டிப்போச்சு. குழந்தையைத் தூக்கிட்டுப்போயி கடல்ல குளிப்பாட்டிக் கூட்டிக்கிட்டு வந்தேன். அவன் வரவே இல்ல.”

“அப்பப் போனவன்தானா?”

“மூணு நாளு அங்கேயே கோயில் ஓரத்தில் படுத்துக்கிடந்தேன். குழந்தைய மடியில வெச்சுக்கிட்டு அழுதேன். சில பேர் பிச்சைக்காரின்னு காசு போட்டாங்க. சில பிச்சைக்காரங்க, ‘இது எங்க இடம் எழுந்து போடீ’ன்னாங்க... வந்துட மாட்டானான்னு ரொம்ப காத்துட்டு இருந்தேன். செத்து போலாம்னு குழந்தையைத் தூக்கிட்டு கடல்ல இறங்கினேன். கொஞ்சதூரம் தண்ணிக்குள்ள நடந்தேன். கடல் தண்ணியும் கண்ணீருமா உப்பு உரைக்குது. மடியில் இருந்த குழந்தை மட்டும் சந்தோஷமா சிரிச்சுக்கிட்டு இருந்துச்சு. அப்படியே தண்ணியில முங்கினேன்... குழந்தை அம்மா அம்மான்னு அலறுது. நான் தண்ணிக்குள்ள தம் கட்டிக்கிட்டு இருந்தேன். அப்ப ஓர் அலை அடிச்சுது. கையில இருந்த குழந்தை நழுவி கரைக்குப் போயிடுச்சு. நான் மட்டும் கடலுக்குள்ள அடுச்சுக்கிட்டு போனேன். அப்பத்தான் பயந்துட்டேன். குழந்தையை விட்டுட்டு செத்துடக் கூடாதுன்னு எப்படியோ அலையில இருந்து தப்பிச்சுக் கரைக்கு வந்தேன்.”

டாக்டர் அதிர்ச்சியோடும் சோகத்தோடும் கவனிக்க ஆரம்பித்தார்.

“ஒரு பொண்ணு அநாதையா அழுதுகிட்டு இருந்தா பார்க்கிற ஆம்பளைங்களுக்குப் பரிதாபம்தான் வரும்னு தப்பா நினைச்சுட்டேன். வேற எண்ணம்தான் அதிகமா வருது. ஓர் ஆள் வந்தான். ‘ஏம்மா அழுற... சாப்பிட்டியா’னு அக்கறையா விசாரிச்சான். ரோட்டுக் கடையில இட்லி வாங்கித் தந்தான். அங்கே யார்கிட்டயோ பேசினான். போனவன் கொஞ்ச நேரம் பொறுத்து வந்தான். மறுபடியும் ஏதோ என்னைப் பார்த்து ரகசியமா பேசுனாங்க. எதுவும் தப்பா இருந்துடக் கூடாதுன்னு திருச்செந்தூர் முருகன் கோபுரத்தைப் பார்த்து வேண்டிக்கிட்டேன். இட்லி வாங்கித் தந்தவன் இளிச்சிக்கிட்டே கிட்டவந்து குழந்தையை வாங்கிக்கிட்டான். ‘நான் பாத்துக்குறேன். நீ இவன்கூட போ’ன்னான்.

எனக்குப் புரிஞ்சுக்கிச்சு. குழந்தைய பிடுங்கிட்டு ஓட்டமா ஓடினேன். பஸ் ஸ்டாண்டுல ஏதோ ஒரு பஸ்ல ஏறி உக்காந்துட்டேன். கையில காசு இல்ல. பஸ் கண்டக்டர் வந்து டிக்கெட் கேக்கறாரு. 'இந்த பஸ்ஸு எங்கே போவுதுன்னு கேட்டேன். மெட்ராஸுன்னு சொன்னார். காதுல இருந்த கம்மலைக் கழற்றி... 'இத வெச்சுக்கிட்டு யாராவது எனக்கு ஒரு டிக்கெட் எடுத்துக்கொடுங்க'னு சொன்னேன். அழுதேன். கண்டக்டர் இறங்கிப் போம்மான்னு கத்தறாரு. அப்பத்தான் ஒரு பெரியவர் எனக்கு டிக்கெட் எடுத்துக்கொடுத்து, இங்கே கூட்டியாந்தாரு."

"உன் புருஷன்?"

"பஸ் திருச்சி வந்தப்ப அவனைப் பார்த்தேன். பஸ் ஸ்டாண்ட்டுல நல்ல கூட்டம். அந்தப் பெரியவர் எனக்கும் என் பொண்ணுக்கும் டீ வாங்கித் தந்தார். அப்ப, ரோட்ல போலீஸ் அவனை அடிச்சு இழுத்துக்கிட்டுப் போனாங்க. ஏதோ பொம்பளைச் செயினை அறுத்துட்டான்னு தெரிஞ்சுது."

"பச்" என்றார் டாக்டர்.

"நீங்க எதுக்கு டாக்டர் பீல் பண்றீங்க... என் விதி."

"பொண்ணுக்கு இப்ப என்ன வயசு?"

"பதினாறு ஆவுது. பாவி ரெண்டு சொட்டு போலியோ ட்ராப் விட்டிருந்தா அவளுக்கு இந்த நிலைமை இல்ல. தெரியாமப் போச்சு. அவளை விட்டுட்டு சாகவும் மனசில்ல. சாகடிக்கவும் மனசில்ல."

"கடவுள் இருக்கார்மா..."

"தெர்ல டாக்டர். அவ இருக்கிற வரைக்கும் நான் இருப்பேன். இல்லன்னா, நான் இருக்கிற வரைக்கும் அவ இருப்பா."

டாக்டர் மெல்ல எழுந்தார். நித்யா அமர்ந்திருந்த நாற்காலிக்குப் பின்புறமாக வந்து நின்றார். நித்யாவின் தோளின் இருபுறத்தும் தன் இரண்டு கைகளை வைத்து அழுத்தினார். அவள் சுதாரித்து எழுந்துவிடாதபடியான அழுத்தம்.

"நான் இருக்கிறேன் நித்யா" என்றார்.

4

கவர்னர் எப்போது வருவார் என்று தெரியவில்லை. மீனாட்சி தவிப்புடன் காத்திருந்தாள். சாலை எச்சரிக்கைத் தன்மையோடு இருந்தது. நூறு மீட்டருக்கு ஒரு போலீஸ்காரரர். அதுதான் கணக்கு. அந்த இடைவெளியில் நிழல் வேண்டும் என்பது கணக்கில் இல்லை.

நிழலற்ற ஒரு நூறாவது மீட்டரில் அவள் நின்றிருந்தாள். உச்சி வெயில் மண்டையைப் பிளந்தது. மீனாட்சி சற்று ஓரம் பதுங்கி

அந்தப் பெட்டிக்கடையின் கூரை நீட்சியில் சொற்ப நிழல் தேட முனைந்தாள். வெயிலின் கடுமை எஸ்.ஐ ஆறுமுகத்தைவிட அதிகமாக மிரட்டியது. கடைக்காரனிடம், "வாட்டர் பாக்கெட் இருக்கா?" என்றாள். எடுத்துக் கொடுத்தான். காலையில் இருந்து இவள்படும் வேதனையை உணர்ந்திருந்தான் அவன். "ஸ்டூல் வேணுமாக்கா?" என்றான்.

"ரோந்து வர்ற நேரத்தில உக்காந்திருந்தா போச்சு." பாக்கெட் ஓரத்தைப் பல்லால் கடித்துத் துப்பிவிட்டு, வாய்க்குள் கொஞ்சம் தண்ணீரைப் பீய்ச்சிக்கொண்டு கொஞ்சம் முகத்துக்கும் பீய்ச்சினாள். கைக்குட்டையால் துடைத்தபடி மீண்டும் சாலையில் வந்து நின்றாள்.

வைஜயந்தி ஐ.பி.எஸ் மாதிரி கனவு மட்டும் நிறைய இருந்தது. ஆயுதப்படை பிரிவில் பெண் காவலர்களுக்கு அதிகபட்ச வாய்ப்பு இவைதாம்... அமைச்சர்கள், கவர்னர்கள் வருகையில் சாலை ஓரங்களில் காவல் நிற்பது, கோயில் திருவிழாக்கள், சாதி சங்க ஊர்வலங்கள், நீதிகேட்டுப் போராட்டம்... இங்கெல்லாம் ஒரு காக்கிச்சட்டை பிரதிநிதியாக நிற்க வேண்டியதுதான்.

எங்கே டியூட்டி போடுவார்கள், என்ன வேலை என்பது அன்றைக்குத்தான் தெரியும். தொழிலாளர் போராட்டமா, ஊர்வலமா, தேர்த் திருவிழாவா என்பதெல்லாம் அன்றன்றைக்கான அரசு – மக்கள் கள நிலவரத்தைப் பொறுத்தது. இன்றைக்கு கவர்னர் பந்தோபஸ்து.

கவர்னர், பல்கலைக்கழகப் பட்டமளிப்பு விழாவில் பேசிவிட்டு மீண்டும் திரும்பி வருகிற வரை அந்த இடத்தில் இருக்க வேண்டும். தண்ணீர் குடித்த கொஞ்ச நேரத்தில் தண்ணீரை வெளியேற்ற வேண்டிய நெருக்கடி இருந்தது அவளுக்கு. சாதகமான ஹோட்டல், வங்கி, மால் எதுவும் அருகில் இல்லை. இன்னும் சிறிதுதூரம் கடந்து போனால் ஒரு பள்ளிக்கூடம் உண்டு. அங்கே நீர் கழிக்கலாம். அதற்குள் ரோந்து இன்ஸ்பெக்டர் வந்து விடுவாரோ என்று பயமாக இருந்தது.

சப் இன்ஸ்பெக்டர் சரியான முசுடு. டூட்டி போடும்போதே யாரெல்லாம் அவருக்கு அடிமை என்பதை அளந்து அறிந்து தேர்வு செய்யும். அடிமைகளுக்கு உடல்நோகாத வேலையாகப் போடும். தான் உண்டு தன் வேலை உண்டு என நேர்மையாக நடந்துகொண்டால், சிக்கல்தான். அதனுடைய சுண்டைக்காய் அதிகாரத்தைப் பயன்படுத்தி, இப்படி வேகாத வெயிலில் காயப்போடும். 'போடட்டும் பரவாயில்லை' என விட்டுவிட்டாள். லலிதா ஒருமுறை சொன்னாள். "இந்த மாதிரி வெயில்ல வேகறதே பரவாயில்லை" என்று.

தமிழ்மகன் | 715

மீனாட்சி எதிர்பார்த்த அல்லது எதிர்ப் பார்க்காத அந்த ஆபீஸ் டியூட்டி ஒருநாள் அமைந்தது. எஸ்.ஐ ரொம்ப முறையாக, நல்லவிதமாகத் தன் வேலையை ஆரம்பித்தார். மீனாட்சிக்கு ஆபீஸிலேயே வேலை என்றார் அவருக்கே மகிழ்ச்சியாக. எல்லாம் நல்லபடியாகத்தான் போய்க்கொண்டிருந்தது.

12 மணி சுமாருக்கு "மீனாட்சி" என்றார். அழைப்பில் அப்படியோர் ஆபீஸர் தோரணை.

"சார்" என்றபடி எதிரில் போய் நின்றாள். எஸ்.ஐ நிமிர்ந்து பார்க்கவில்லை. தீவிரமாக ஒரு மனுவைப் படித்துக்கொண்டிருந்தார்.

மீனாட்சி மறுபடியும் அவளுக்கு மட்டுமே கேட்கும்படியாக "சார்" என்றாள். அழைப்பது யார் என்ற யோசனையோடு தலை உயர்த்தினார். மீனாட்சிதான் தன் முன் நிற்கிறாள் என்பதைக் கவனிக்காமல் பணியாற்றிய பாவனை. இப்போதுதான் அவள் வந்ததைக் கவனித்த தோரணையில் விரைப்பாக ஏறிட்டுப் பார்க்க விரும்பியவர், தன் முயற்சியை மீறி, சற்றே இளித்தார்.

"அதோ அந்த ஃபைலை எடு" என்றார்.

அது அவருக்குப் பின்னே இருந்தது. அவர் அமர்ந்திருந்த நாற்காலிக்கும் அந்த ஃபைலுக்கும் அரை அடி இடைவெளிதான் இருந்தது. அந்த ஃபைலை அவரே எடுப்பதைவிட சுகமான வழி இல்லை. மீனாட்சி அந்த இடுக்குக்குள் எந்த அளவு தன்னை இடுக்கிக் கொள்ளமுடியுமோ இடுக்கி, அந்த ஃபைலை எடுக்க எத்தனித்தாள்.

எஸ்.ஐ அவளுக்காகக் கொஞ்சம் நாற்காலியை நகர்த்தி, அப்படி நகர்த்தும்போது அவருடைய தொடையை அவளுடையதோடு இடிக்கச் செய்தார். அவருடைய பார்வை மீனாட்சியின் முகக் குறிப்பைக் கவனிக்கத் தவறவில்லை. ஃபைல் எடுத்துவிட்டு நகர்ந்து அவளுக்கு எதிர்ப்புறம் வந்து நிற்க...

எஸ்.ஐ-யும் கூடவே வந்து அவளை வெளியே செல்லவிடாதவாறு கைகளைச் சுவரில் வைத்து மறித்து, அணைக்கட்டி நின்றார்.

"எனக்கு இதெல்லாம் பிடிக்கலை சார்."

"இங்கே வேலை செய்வது பிடிக்கலையா?"

"இல்ல சார்... நீங்கள் தொட்டது" என்றாள்.

"எதேச்சையா பட்டதெல்லாம் உனக்கு வில்லங்கமா தெரிஞ்சா போலீஸ் வேலைக்குச் சரிப்பட்டு வர மாட்ட..."

"மன்னிச்சுங்க சார்."

"போ... போய் வேலையைப் பாரு" என்று விரட்டினார்.

மீனாட்சி மிரண்டபடி வெளியே வந்த அதே நேரத்தில் ஏ.சி வித்யாதரன் உள்ளே நுழைந்தார். எஸ்.ஐ-யையும் மீனாட்சியையும் ஒரேநேரத்தில் பார்த்தார். இருவரின் முகக் குறிப்புகளும் அவருக்குப் புரிந்திருக்க வேண்டும்.

"என்னய்யா நடக்குது? பொண்ணுங்க கிட்ட எப்படி நடக்கணும்னு தெரியாது?" என்றபடி எஸ்.ஐ-யின் முன்னால் அமர்ந்தார்.

"ஐயா ஒண்ணும் இல்லங்க..."

மீனாட்சிக்கு உயிர் வந்ததுபோல இருந்தது.

"உன்னைப் பத்தி நிறைய கம்ப்ளைன்ட் வந்துகிட்டே இருக்கு. பார்த்து நடந்துக்க."

"வேண்டாதவங்க கிளப்பிவிடுறாங்கய்யா."

"விவகாரம் விசாகா கமிட்டிக்குப் போனா வேற மாதிரி ஆகிடும் பார்த்துக்க."

"அப்படிப்பட்டவன் இல்லைங்கய்யா."

ஏ.சி டீ கோப்பையை வைத்துவிட்டு எழுந்தார். "சரி நாளைக்கு அவளை என் ஆஃபீஸுக்கு டியூட்டி போடு" என்றார் மீனாட்சியைப் பார்த்து. அதிகாரமும் ஆசையும் கலந்த ஆண்களின் கண்களில் சமீபகாலமாக ஒரு வெறித்தனத்தை அவள் உணர ஆரம்பித்திருந்தாள். பயம் இன்னும் பரவியது.

5

சைலஜா லிஃப்டில் ஏறி, நான்காவது மாடிக்கான பட்டனை அழுத்த இருந்த நேரத்தில் 'வெயிட்' என வந்தான் தருண். அவளுடைய டீம் லீடர். சைலஜா புன்னகைத்து, அவனுடைய வருகைக்காக வழிவிட்டுக் காத்திருந்தாள். 13 பேர் செல்லலாம் எனப் பொறிக்கப்பட்ட அகலமான லிஃப்ட். "இதைக்கொஞ்சம் பிடி" - தருண்குமார் அவன் கையில் இருந்த ஃபோல்டரைக் கொடுத்தபோது படக்கூடாத இடத்தில் பட்டான். விஸ்தாரமாக இடமிருந்தும் நான்கு மாடி தூரத்துக்குள் அவன் இரண்டுமுறை சர்வ இயல்பாகத் தோள்மீது சாய்ந்தான்.

லண்டன் புராஜெக்டுக்கு இன்ஜினீயர்களைத் தேர்வு செய்யும் பொறுப்பு அவனுக்கு வழங்கப் பட்டிருந்தது. அவனுடைய கோரைப் பற்கள் வெளியே தெரிய ஆரம்பித்தது அதன் பின்புதான்.

எட்டு சாஃப்ட்வேர் இன்ஜினீயர்களைத் தேர்வு செய்ய வேண்டும். சைலஜாவுக்கு எட்டில் ஒருவராகத் தேர்வாக எல்லா அடிப்படைகளும் இருந்தன. ஆனால், கிடப்பில் வைத்திருந்தான்.

"சி.இ.ஓ-வுக்கு லிஸ்ட் அனுப்பிட்டேன்" என்று மட்டும் சொன்னான். அதில் அவள் இருக்கிறாளா என்பதைச் சொல்ல வில்லை. இரண்டு முறை போய் கேட்டு விட்டாள். உற்றுப் பார்த்துவிட்டு, அப்படியே வேறு பேச்சுக்குத் திரும்பி விட்டான்.

ரேகா, "அவன் நினைச்சா செலெக்ட் பண்ணி அனுப்ப முடியும். சி.இ.ஓ சைன் பண்ணுவார். அவ்வளவுதான். சான்ஸை விட்டுடாதே" என்றாள்.

சான்ஸை விடாமல் இருக்க ஆபீஸில் சொல்கிற உத்திகள் ஜீரணிக்கக் கூடியதாக இல்லை. சைலஜாவைவிட்டுவிட்டு ரேகாவைத் தேர்ந்தெடுத்ததற்கு அதுதான் காரணம் என்றார்கள். தருண் பணக்காரன். கச்சிதமான இளைஞன். முப்பது வயதின் தொடத்தி லேயே டீம் ஹெட்டாக வந்தான். நல்ல சம்பளம்தான் என்றாலும், அதைவிட நல்ல சம்பளம் வாங்குகிறவர்களையும்விட உயர் கார் வைத்திருந்தான். பி.எம்.டபிள்யூ. 40 லட்ச ரூபாய்க்கு மேல். பவர் ஹவுஸ் பக்கத்தில் நீச்சல் குளம் உள்ள ஆடம்பர அப்பார்ட்மென்ட்டில் இருப்பதாக ரேகாதான் சொன்னாள். மேலும் சில தகவல்கள் சொன்னாள். அது பிரமிக்க வைப்பதற்குப் பதில் பயமுறுத்தியது. அப்பார்ட்மென்ட்டை அவள் அவ்வளவு புகழ்ந்தாள். உலகப் புகழ்பெற்ற மதுபானங்களையே அவன் அருந்துவான் என்றும் சொன்னாள். ஒவ்வொரு பாட்டிலின் விலையும் பத்தாயிரத்துக்கு மேல் என்பது சைலஜாவுக்குத் தேவையான தகவலாக இல்லை.

"நீ மட்டும்தான் என் அப்பார்ட் மென்ட்டுக்கு வரலை."

சைலஜா யோசிப்பது அவனுக்குத் தெரிந்துவிட்டதோ?

"வர்றேன் சார். அடுத்த முறை ரேகா வரும்போது வர்றேன்."

"ரேகா வரும்போது நீ எதுக்கு?" என்றான். லிஃப்ட் நான்காவது மாடிக்கு வந்துவிட்டது. இனிமேல் புரிந்துகொள்வதற்கு எந்த அகராதியும் தேவையில்லை.

அவனிடம் ஃபோல்டரைக் கொடுத்து, அவனுக்கு வழிவிட்டு, வெளியே வந்தாள். அவனுடைய கேபினைக் கடந்து தன் இருக்கையில் அமர்ந்தாள். அவனுடைய ஒரு வார பெட்ரோல் செலவு, அவளுடைய சம்பளம். லண்டன் வாய்ப்பு பெரிய விஷயம். கனவு. கடன்கள், கல்யாண செலவு, வாழ்க்கைத் தரம் எல்லாவற்றுக்கும் பயன்படும்.

சிஸ்டத்தை உயிரூட்டியபோது, தேம்ஸ் நதி படம்தான் டெஸ்க்டாப்பாக இருந்தது. எப்படியும் லண்டன் வாய்ப்பு கிடைத்துவிடும் என நம்பியிருந்தாள். எட்டு பேர் பட்டியலில்

முதல் ஆறு பேருக்கு மெரிட் மதிப்பெண் இருந்தன. அடுத்த இரண்டு பேரில் ரேகாவும் சைலஜாவும். கொஞ்சம் ஒப்பேற்றி அனுப்ப வேண்டிய லிஸ்ட். அதுவும் இல்லாமல் பெண்கள்.

தருண் டீம் லீடராக உயர்ந்தபோது, சைலஜா கைகொடுத்து வாழ்த்தினாள். கைகுலுக்கி முடிந்த பின்பும் அவன் கையை விடாமல் பிடித்திருந்தான். விருட்டென்று இழுத்துக்கொள்ள முடியவில்லை. அவனாகப் பிடியைத் தளர்த்துகிற வரை நாகரிகம் கருதி பொறுமையாக இருக்க வேண்டியிருந்தது. அவன் ஏதோ பேச்சு சுவாரஸ்யத்தில் கையை விடுவதற்கு மறந்துவிட்டவன் போல இருந்தான். அந்தப் பாராட்டு விழாவில் இன்னும் பலரும் இருந்தனர். அத்தனை பேரும் பார்த்துக்கொண்டிருக்கிறார்களோ என மிரண்டு எல்லோரையும் பார்த்தாள். ஏனோ எல்லோருமே தருணைத்தான் பார்த்தார்கள். அவன் கையைப் பார்க்கவில்லை.

தருண் மெல்ல அவனுடைய ஆள்காட்டி விரல் நகத்தால் உள்ளங்கையில் சுரண்டுவது தெரிந்தது. சைலஜா திகைத்துப் போய் தருண் முகத்தைப் பார்த்தாள். அவன் எல்லோருக்கும் புன்னகைத்ததுபோல அவளைப் பார்த்தும் புன்னகைத்தான். வலுக்கட்டாயமாகத்தான் கையை மீட்க வேண்டியிருந்தது. இப்போது அப்பார்ட்மென்ட்டுக்கு ஏன் வரவேயில்லை என்கிறான்.

ஷிப்ட் முடிந்து கிளம்பும்போது, எப்படித்தான் மூக்கில் வியர்த்ததோ? “ஹாய் கிளம்பிட்டியா?” - தருண் வேகமாக வந்து சேர்ந்தான். இவள் கிளம்புவதற்காகவே அவன் தருணம் பார்த்துக்கொண்டிருந்ததை உணர முடிந்தது.

“கார்ல ட்ராப் பண்ணவா?”

“பரவால்ல சார்!”

இப்போதும் லிஃப்டுக்காக வேறு யாரும் காத்திருக்கவில்லை. யாராவது வந்தால் நன்றாக இருக்குமே என நினைத்தாள். லிஃப்ட் கீழே இருந்தது. மேலே வந்துகொண்டிருந்தது. “லண்டன் போகிற ஆசையில்லையா?” என்றான்.

“ட்ரீம் சார்!”

லிஃப்ட் கதவு திறந்தது. இருவரும் உள்ளே சென்றனர்.

கிரவுண்ட் ஃப்ளோரில் கதவு திறந்தபோது சைலஜா கண்களைத் துடைத்தபடி வெளியேறியதை எந்த சர்வைலன்ஸ் கேமராவும் அறியவில்லை.

6

தனுஜாவுக்கு கிளிசரின் போடாமலேயே கண்ணீர் கொட்டியது.

‘ரெடி டேக்’ எனச் சொல்வதற்கு முன்பே அழுதுகொண்டிருந்தாள். அது ஒரு விளம்பரப் படம். ஜவுளிக் கடை விளம்பரத்தில் நடித்துக் கொண்டிருந்தாள். தனுஜா அழுவதற்கான காரணத்தை நான்கு வரிகளிலும் சொல்லலாம்; நாவலாகவும் சொல்லலாம். இப்போதைக்குக் கீழே உள்ள பாராவில்...

அவள் ஒரு மாடல். விளம்பரப்பட நாயகி. ஒரு வருட கான்ட்ராக்ட். மொத்தம் ஆறு ஷூட். ஆறு ஒரு நிமிடப் படங்கள் முடித்துத் தர வேண்டும் என்பது கான்ட்ராக்ட்டில் முக்கிய ஷரத். இப்போது 11 மாதங்கள் ஆகி, ஐந்து விளம்பரப் படங்கள் முடித்த நிலையில் கான்ட்ராக்டில் இருந்து விலகவேண்டிய நெருக்கடி. தமிழகத்தின் முன்னணி நடிகருக்கு ஜோடியாக நடிக்க வாய்ப்பு. கான்ட்ராக்ட் படி இன்னும் ஒரு மாதம் இருக்க வேண்டும். ஆனால், படக்குழுவினர் இந்த ஒரு மாதத்தில் படப்பிடிப்பை முடித்துவிட வேண்டும் என்கிறார்கள்.

பிறந்த வீட்டைவிட்டுப் புகுந்த வீடு செல்லும் பெண், தாயை அணைத்துக் கண் கலங்குவதும், பின்பு தாயின் ஒரு பட்டுச் சேலையின் கதகதப்பின் துணையோடு செல்வதும் விளம்பரத்தின் தீம்.

கிளிசரின் போடாமலேயே அவளுக்குக் கண்ணீர் வரக் காரணம், டைரக்டர் தன்வீர். “இன்னொரு ஷூட் முடிக்காமல் அனுப்ப முடியாது” என உறுதியாகச் சொல்லிவிட்டான். தொடர்ச்சியான அவளுடைய விளம்பரப் படங்களைப் பார்த்துவிட்டு, அவள் சினிமா வாய்ப்புகள் வரத் தொடங்கின. ஆரம்பத்தில் இரண்டு புதுமுகங்கள் பேசினார்கள். “இல்லை சார்... ஒரு வருடம் கான்ட்ராக்ட் இருக்கிறது. இப்போது நடிக்க முடியாது” என்று சொல்லித் தவிர்த்து வந்தாள்.

இது தமிழ் சினிமாவின் நான்கு உச்ச நட்சத்திரங்களில் ஒருவருடன் நடிப்பதற்கான வாய்ப்பு. பெரிய சம்பளம்... பெரிய புகழ்... பெரிய வாசல்... பெரிய உலகம்... பெரிய திரை... இப்படி அகன்ற சொர்க்கம்.

தன்வீர் பிடிவாதமாகச் சொல்லிவிட்டான். “இது முறையல்ல. வேண்டுமானால் ஜவுளிக் கடை உரிமையாளரிடம் பேசுகிறேன்” என்று சொல்லியிருந்தான். தனுஜாவே நேரடியாக ஜவுளிக்கடை முதலாளியிடம் பேசிவிடலாமா என யோசித்தாள்.

ஜவுளிக்கடை முதலாளி ரொம்ப தங்கம். பார்க்கும்போதெல்லாம் அன்பாகப் பேசுவார். அவரிடம் நிலைமையைச் சொன்னால், சாதாரணமாக ஒப்புதல் தருவார். தன்வீரை மீறிப் பேசுவது சரிதானா என்கிற தயக்கம்தான். அவன்தான் விளம்பரப் பட உலகில் முதல் வாய்ப்பு தந்தவன். தர்மம் சார்ந்த ஒரு தயக்கம் மட்டும்தான்.

விளம்பரக் குழுவின் மேனேஜர் ராம்குமார் தனியாக வந்து காதைக் கடித்தார். "நாளை காலை வரை பொறுத்திருங்கள். தன்வீரைச் சமாதானப்படுத்த முடியுமா என்று பார்க்கிறேன்" என்றார்.

நாளை மாலை வரைதான் சினிமா குழுவும் நேரம் கொடுத்திருந்தது. இந்த மாத இறுதியில் அந்தப் படக்குழு ஜெர்மனியில் பாடல் காட்சிகளை எடுக்க இருந்தது. இந்த சான்ஸை விட்டால் இன்னொரு கதவு திறக்குமா என்று சொல்ல முடியாது. சினிமா என்பது குதிரைப் பந்தயம்... புகழ் இருப்பவர்கள் மீது கட்டப்படும் பந்தயம். அதிர்ஷ்டம் கதவைத் தட்டும்போது அரவணைத்துக் கொள்ள வேண்டும். நாம் அழைக்கிற நேரத்தில் வருவதற்கு அதிர்ஷ்டம் என்ன அட்டெண்டரா?

"காலையிலேயே முதலாளியிடம் பேசி விட்டேன். தன்வீருக்குத் தெரிந்தால் காரியம் கெட்டுவிடும். பதில் வரும்வரை பொறுமையாக இரு" என்று சொன்னார் ராம்குமார்.

'மாலை 5 மணிக்கு போன் செய்கிறேன்' என்று சொல்லியிருந்தார் பட டைரக்டர். நேரம் ஓடிக்கொண்டே இருந்தது. ராம்குமாருக்கு போன் செய்தபோது, 'முதலாளி தன்வீரிடம் பேசிவிட்டுச் சொல்கிறேன் என்று சொல்லிவிட்டார்' எனக் குண்டைப் போட்டார். "வேறு வழி இல்லை... அடுத்த மாசம் வேற ஒரு சான்ஸ் கிடைக்காமலா போயிடும்? வெயிட் பண்ணுமா" என்றார்.

பட இயக்குநர் சொன்னபடி மாலை 5 மணிக்கு போன் செய்தார். "என்ன சொல்றீங்க?"

"ரெண்டு மணிநேரம் டைம் தரமுடியுமா?" - ஓர் அசட்டு தைரியத்தில் அவகாசம் கேட்டாள்.

தனுஜாவின் அப்பா, கார் டெக்கர் கடை வைத்திருந்தார். அம்மா வீட்டு நிர்வாகி. ஒரே பெண். மாடலிங் உலகைக் கலக்க வேண்டும் என்கிற ஆசையோடு அலங்கரிக்கப்பட்டு வளர்க்கப்பட்டவள் தனுஜா. ஃபேஷன் ஷோ, கேட் வாக்... இப்படியாக வளர்ந்தாள். தன்வீர் மூலம் விளம்பரப் பட வாய்ப்புகளும் கிடைத்தன. அடுத்து? அவள் எதிர்பார்த்த கனவு... லட்சியம்... பெரிய திரை. கையருகே வானம் நழுவுகிற ஏக்கம் மனதை வாட்டியது.

ஒரு முடிவுடன் தைரியமாக ஜவுளிக்கடை முதலாளியைப் பார்க்கக் கிளம்பினாள். ஐயா மாடியில் இருப்பதாகச் சொன்னார்கள். வணக்கம் சொல்லி எதிரில் அமர்ந்து, வந்த காரணத்தைச் சுருக்கமாகச் சொன்னாள்.

"தன்வீர் சொன்னாரு."

"அந்தப் பட ஷூட்டிங் போயிட்டு வந்துகூட நம்ம ஷூட்டை முடிச்சுக் கொடுத்துடுவேன் சார்."

"எனக்கு இதப் பத்தியெல்லாம் தெரியாதும்மா. தன்வீர்தான் ஒத்தக்கால்ல நிக்கறார்."

"நீங்க ஒரு வார்த்தை சொன்னா..."

"நீ முதல்ல என்கிட்ட பேசி இருக்கலாமே... எவ்ளோ நல்ல வாய்ப்பு? இப்ப அவர் பேச்சை கேட்காம நான் முடிவெடுக்கிற மாதிரி ஆகிடும். சரி, நான் பாத்துக்கிறேன்."

"ரொம்ப நன்றி சார்" - கண்கலங்கிப் போனாள் தனுஜா.

தன்வீருக்கு அவள் எதிரிலேயே போன் போட்டு பேசினார். "ரொம்ப நன்றி சார்" என்றாள் மீண்டும்.

"சினிமா தம்பிக்கிட்ட சொல்லிடு... படத்தில நடிக்கிறேன்னு" - பொறுப்பாக, அக்கறையாகச் சொன்னார்.

"ஆமா சார். அவங்க வெயிட் பண்றாங்க." உடனே கால் ரிஜிஸ்டரில் போய் இயக்குநரின் எண்ணை அழுத்தி, 'நடிக்க சம்மதம்' என்றாள். "நாளைக்கே கான்ட்ராக்ட் சைன் பண்ணிடலாம்" என்றார் இயக்குநர். தனுஜாவின் முகத்தில் சந்தோஷத்தின் உச்சம்.

"நான் வரேன் சார்!" என்று கிளம்பினாள்.

"என்னம்மா இவ்ளோ பண்ணியிருக்கேன், கண்டுக்காம போறியே?!" என்றார் முதலாளி.

7

"**சா**ர்... இதை சுரபுன்னைனு சொல்லுவாங்க. இந்த மாதிரியான காடு இந்தியாவில் ரெண்டு இடங்கள்லதான் இருக்கு. இன்னோர் இடம் சுந்தரவனக்காடுகள். இதுதவிர, தாய்லாந்திலும் தென் அமெரிக்காவிலும் இருக்கு. அலையாத்திக் காடுன்னு பொதுவா சொல்லுவாங்க. சுனாமி வந்தப்ப, இந்த அலையாத்திக் காடுதான் இந்தப் பகுதியைக் காப்பாத்துச்சு" - பிச்சாவரம் கழிமுகத்தின் படகோட்டி சொல்லிக்கொண்டே வந்தார்.

அருள்மொழி எல்லாவற்றையும் கேட்டுக்கொண்டே தன் ஃபைவ்-டி கேமராவில் படம்பிடித்துக் கொண்டிருந்தாள். விஷ்ணு, வேகமாகக் குறிப்பெடுத்தபடி இருந்தான்.

"வேர்களே கிளைகளாகவும் கிளைகளே வேர்களாகவும் மாறிக் கொள்ளும் விநோதமான மரம். இடையிடையே சின்னச்சின்ன இலைகளோடு இருக்கே... அதுதான் தில்லை மரம். அதனாலதான் இந்த ஊருக்கு 'தில்லை'னு பேர் வந்தது. உப்பு நீர்லதான் வளரும். உப்பை நீக்கிட்டு நல்ல நீரை மட்டும் உறிஞ்சிக்கும் தன்மை இதுக்கு

இருக்கு. எவ்வளவு மாசு இருந்தாலும் இந்த இலையில் அது ஒட்டாது. எப்பவும் பச்சைப் பசேல்னு பளிச்சுனு இருக்கும்."

"அருள், நாம ரெண்டு பேரும் ஒரு போட்டோ எடுத்துக்கலாமா?" என்றான் விஷ்ணு.

டி.வி சேனல் ஒன்றுக்காக அவுட்சோர்சிங் முறையில் இப்படியான நிகழ்ச்சிகளைத் தொகுத்துத் தரும் நிறுவனம் ஒன்றில் அவர்கள் இருவரும் பணியாற்றினர். விஷ்ணுவுக்கு அருள்மீது ஒருவித 'இது' இருந்தது. அதைச் சரியாக வெளிப்படுத்த முடியாமல் தவித்தான்.

"எடுத்துக்கலாம் சார். யாரு எடுப்பாங்க?"

"செல்போன்ல எடுத்தா போதும். வரலாறு முக்கியமாச்சே. இதோ இவரு எடுப்பாரு" எனப் படகு ஓட்டுபவரைக் காட்டினான்.

படகு ஓட்டுகிறவர் போட்டோ எடுத்துவிட்டு, "சார் கொஞ்சம் இன்டீரியர் போய் காட்டலாமா? எக்ஸ்ட்ரா எனக்குக் கொஞ்சம் தர வேண்டியிருக்கும்" என்றார்.

"அதப்பத்தி பரவால்ல... எங்களுக்கு நிகழ்ச்சி நல்லா வரணும், அதுதான் முக்கியம்" – விஷ்ணு செலவைப் பற்றி கவலைப்படாமல் அக்கறையாகச் சொன்னான்.

"போய்க்கொண்டிருந்த இடத்தில் ஓர் இடத்தில் புதர்களுக்கு இடையில் அமைந்திருந்தது அந்தத் தண்ணீர்ப் பாதை. இருளாகவும் மரங்கள் கவிழ்ந்தும் இருந்தது. படகை அந்த வழியில் செலுத்தினார்.

அடர்ந்த தில்லை மரங்கள் கவிந்த அந்தப் பாதையில், படகு ஓட்டுநர் வெளிநாட்டுப் பறவைகள் சிலவற்றைக் காட்டினார். அருள்மொழியின் கேமராவுக்குக் கொள்ளை விருந்தாக ஃபிளமிங்கோ பறவைகளும் விதவிதமான நாரைகளும் ஏராளமாகக் காட்சியளித்தன.

"இது, எம்.ஜி.ஆர் தீவு. 'இதயக்கனி' படத்தோட ஷூட்டிங் இங்கே நடத்தினார். சூர்யா தம்பி கார்த்திக்கூட இங்கே வந்து நடிச்சாரு. தெலுங்கு பட ஷூட்டிங் எடுத்திருக்காங்க" என ஒவ்வோர் இடம் வந்ததும் சினிமாக்காரர்களின் அடையாளங்களோடு சொல்லிக் கொண்டே போனார்.

இருவரும் கரைக்கு வந்தபோது, பிச்சாவரம் காடு வனத்துறைக் கட்டுப்பாட்டுக்கு வந்து விட்டது தெரிந்தது. ஆறு மணிக்குப் பிறகு டூரிஸ்டுகள் யாரும் அனுமதிக்கப்படுவதில்லை.

கார் டிரைவர், "அடுத்து எங்கே சார்?" என்றபடி கதவைத் திறந்துவிட்டார்.

"சென்னைக்குத்தான்..."

கார் பண்ருட்டியைக் கடந்து கொண்டிருந்தது. ஓரிடத்தில் காரை நிறுத்தி, "சார்... ரெண்டு நிமிஷம் இதோ வந்துடறேன்" என்றபடி டிரைவர் வேகமாகப் போனார். விஷ்ணு, அருள்மொழி மட்டுமே காருக்குள் இருந்தனர். காருக்குள் இருட்டு. விஷ்ணுவுக்கு அந்தத் தனிமை ஒரு துணிச்சலைக் கொடுத்திருக்க வேண்டும்.

"இங்கெல்லாம் வந்தா ஒரு நா தங்கி ஷூட் பண்ணிட்டுப் போனா இன்னும் பக்காவா இருக்கும். இப்படி அவசரப்பட்டு ஒரே நாளில் எடுக்கிறதுல பிரயோஜனமே இல்லை" என்றான்.

"சன் ரைஸ்ல இருந்து சன் செட் வரைக்கும் சூப்பரா எடுத்துட்டோம். தங்கி எடுக்க என்ன சார் இருக்கு?" என்றாள்.

விஷ்ணுவின் ஒரே நோக்கம் தங்கிச் செல்வது மட்டும்தான். அருளிடம் இன்னும் கொஞ்சம் பேசினால் வழிக்குக் கொண்டு வந்துவிடலாம். ஆனால், அவள் சர்வ ஜாக்கிரதையாக இருப்பது தெரிந்தது. மரியாதை நிமித்தமாக 'சார்' தவிர நெருங்கி வருவது இல்லை.

தனியாக அவனுடன் இருப்பது சங்கடமாக இருந்தது. வேண்டுமென்றே நெருங்கி நெருங்கி அமர்ந்து எரிச்சலூட்டிக் கொண்டிருந்தான். உரிமையாக தோளுக்கு மேலாகக் கையைப் போட்டு பேச ஆரம்பித்தான். இன்னும் கொஞ்ச நேரத்தில் என்ன செய்வானோ என அச்சம் குடியேறியது. "எங்க டிரைவர் இன்னும் ஆளை காணோமே?"

"ஏதாவது இயற்கை உபாதை இருக்கும்" என்று விஷ்ணுவே ஒரு காரணத்தைச் சொன்னான்.

பக்கத்தில் அதற்கான இடம் இருக்கிறதா? யோசித்தான். டிரைவர் ஒரு வழியாக வந்து சேர்ந்தார்.

சனிக்கிழமை என்பதால் புதுச்சேரி மார்க்கத்தில் டிராஃபிக் அதிகமாக இருந்தது. விக்கிரவாண்டி வந்து சேரும்போது, மணி ஒன்பது ஆகிவிட்டது.

விஷ்ணு, "டிபன் சாப்பிடலாமா?" என்று கேட்டான்.

பசி ஒருபக்கம் இருந்தாலும், சாப்பிட்டால் இன்னும் நேரம் ஆகிவிடுமோ என்று பயமாக இருந்தது அருள்மொழிக்கு.

இருட்டை விரட்ட ஆண்களோடு இருக்கிற பெண்களுக்குப் பதற்றமும், பெண்களோடு இருக்கிற ஆண்களுக்குத் தைரியமும் வருவது கொஞ்சம் கொஞ்சமாகத் தெரிய ஆரம்பித்தது.

அந்த ஹோட்டல் வாசலில் பிரமாண்டமாக கவிந்திருந்த இருளில், அவர்கள் கார் மட்டும் அநாதையாக நின்றுகொண்டிருந்தது.

கார் அருகே சென்றபோது, டிரைவர் எங்கிருந்தோ வேகமாக வந்து கையில் வைத்திருந்த நீண்ட பலகையால் விஷ்ணுவின் தலையில் ஓங்கி அடித்தான். விஷ்ணு சுருண்டு விழுந்தான். அதிர்ந்துபோனாள் அருள்மொழி. செத்தானா, இருக்கிறானா எனத் தெரியவில்லை. கத்தலாமா, வேண்டாமா தெரியவில்லை. கிழக்கா, மேற்கா தெரியவில்லை. இரண்டு தாண்டலில் அவளுடைய துப்பட்டா அவன் கையில் சிக்க, அதை அப்படியே சுருட்டி அவள் வாயில் திணித்தான். கை கால்களைக் கட்டி காரில் தூக்கிப் போட்டான். காரை ஸ்டார்ட் செய்தபோது கிளம்பவில்லை.

டிரைவர் வேகமாக பேனட்டைத் திறந்து பார்த்தான். பேட்டரி நல்ல நிலையில் இருந்தது. மீண்டும் ஸ்டார்ட் செய்தான். ஹோட்டலுக்கு இன்னொரு கார் வந்து நிற்பது தெரிந்தது.

டிரைவர் கேஷுவலாக இருப்பதுபோல சற்று தள்ளி வந்து புகை பிடிக்க ஆரம்பித்தான். காரில் இருந்தவர்கள் இறங்கி உள்ளே சென்றதும் மீண்டும் காருக்கு வந்தான். மீண்டும் பேனட்டைத் திறந்து சரிசெய்து பார்த்தான். இன்னொரு முறை ஸ்டார்ட் செய்து பார்க்கலாம் என்று காரின் கதவைத் திறந்தபோது, அந்தப் பெண் இல்லை.

அரசுப் பேருந்து ஒன்றைக் கைகாட்டி ஏறி, அந்தக் குளிரில் வியர்வையில் நனைந்தபடி விஷ்ணுவும் அருள்மொழியும் ஆசுவாசமாக அமர்ந்தனர். “அவன் அடிச்சதும் மயக்கமாகிட்ட மாதிரி விழுந்துட்டேன். அங்கே இருந்த ஒரு கந்தல் துணியை எடுத்து சைலன்ஸரில் அடைச்சுட்டேன். அதான் கார் கிளம்பலை. நல்லவேளையா இன்னொரு கார் வந்தபோது வேகமா காரைத் திறந்து உன்னைக் கூட்டிட்டு வந்துட்டேன்” என்றான் விஷ்ணு.

‘விஷ்ணுகிட்ட இருந்து டிரைவர் காப்பாத்தினானா, டிரைவர்கிட்ட இருந்து விஷ்ணு காப்பாத்தினானா’ என அருள்மொழிக்குப் புரியவில்லை.

8

அந்த வீட்டுவசதி வாரிய வளாகத்தில் ‘ஏ, பி, சி, டி’ தொடங்கி ‘எம்’ வரை வரிசையாகக் கட்டடங்கள் இருந்தன. ஒவ்வொன்றிலும் நான்கு மாடிகள். ஒவ்வொரு மாடியிலும் இரண்டு வீடுகள்.

இரண்டாவது சனிக்கிழமை தந்த கூடுதல் விடுமுறையால் காலையில் இருந்தே அசமந்தமாகப் படுக்கையில் புரண்டுகொண்டிருந்தாள் ஷைலஜா. புத்தகக் காட்சியில் ஆசையாக வாங்கிப் படிக்க நேரமில்லாமல் போட்ட புத்தகங்கள், தூக்கிக் கொஞ்சப்படாத குழந்தை போல ஏக்கத்துடன் கிடந்தன. ஜாடி ஸ்மீத் எழுதிய ‘வொய்ட் டீத்’ பத்தாவது பக்கத்தில் கவிழ்ந்து படுத்திருந்தது.

லண்டனுக்குப்போகிற கனவின் மிச்சம் அந்தப் புத்தகத்தை வாங்கிய ஆவலில் தொக்கிக்கிடந்தது. இன்றைய லண்டனின் பின்னணியில் எழுதப்பட்ட பெஸ்ட் செல்லர் நாவல் அது. லண்டன் கனவு, மெள்ள சாத்தியமாகப் போகிற மகிழ்ச்சியோடு பார்வைக்குத் தெரியாத சோகமும் அவளுக்குள் இருந்தது.

வழக்கமாக இரண்டாவது சனிக்கிழமைகளில் கிளினிக் விடுமுறை. மகளைக் குளிப்பாட்டி தலைமுடிக்கு சாம்பிராணி போட்டு ஜன்னல் ஓரத்தில் வெயில்படும் படியாக உட்காரவைத்துவிட்டு, சமையல் வேலைகளைக் கவனித்துக்கொண்டிருந்தாள் நித்யா. குழந்தை செல்வி, ஜன்னல் வழியே சாலையில் நடந்துகொண்டிருப்பவர்களைப் பார்த்தாள். தலை முதல் இடுப்பு வரை கன்னிப் பெண்ணாகவும் இடுப்புக்குக் கீழே பச்சைக்குழந்தையாகவும் இருந்தாள் செல்வி. இரண்டு சொட்டு போலியோ மருந்து கொடுக்காமல் போன கவலை நித்யாவைக் குற்ற உணர்வுக்கு ஆளாக்கியது. கிளினிக் வேலையைவிட்டுவிட்டு வேறு என்ன செய்வதெனவும் தெரியவில்லை. பொழுதெல்லாம் மகளைப் பார்த்துக்கொள்ள முடிகிற வேலை. மாலையில் சென்று இரவு எட்டரைக்கெல்லாம் திரும்பிவந்துவிடலாம் என்பதுதான் அதில் இருக்கிற வசதி. டாக்டர் தருகிற தொல்லையைப் பொறுத்துக்கொள்வதும் அதனால்தான்.

வயிற்றில் ஒரு குழந்தையையும் சுமந்து கொண்டு சிமென்ட் கலவை நிறைந்த பாண்டு சுமப்பது சிரமமாக இருந்தது. பிள்ளை பிறக்கிற வரை வேலைக்குப் போக வேண்டாம் எனச் சொல்லிவிட்டான் ஏழுமலை. அவன்தான் நாகபூஷணத்தின் நிலைமையை அறிந்து கோயிலில் வைத்துத் தாலிகட்டி பொண்டாட்டியாக்கிக் கொண்டான். கல்யாணத்தன்றே மூன்று மாதங்கள். புதிதாக வந்த கொத்தனார் அவன். திண்டிவனத்தைச் சேர்ந்தவன். மாடியிலிருந்து குதித்து உயிரைவிட இருந்தவளைப் பார்த்து, கைபிடித்துக் காப் பாற்றியவன். "இனி உன்மேல எந்த ஆம்பளை கைவைக்கிறான்னு பாத்துடறேன்" என தைரியம் தந்தவன். சனிக்கிழமை என்றால் கூலி கொடுக்கிற நாள். வரும்போதே அல்வா, மல்லிகைப்பூ என அமர்க்களப்படுத்துவான்.

வனிதா இப்போது கார்மென்ட் வேலையை விட்டுவிட்டாள். செல்போன் விற்கும் நிறுவனம் ஒன்றில் வேலை கிடைத்துவிட்டது. வாடிக்கையாளர் வரும்போது கைகூப்பி வணங்கி, என்ன மாதிரி செல்போன் வேண்டும் என விசாரித்து, அவர்கள் பட்ஜெட்டுக்குட் பட்ட போன்களை எடுத்துக் காண்பித்து விளக்க வேண்டும். இப்போதுதான் சேர்ந் திருந்ததால் இங்கு என்ன மாதிரியான சிரமங்கள் வரும் என்பதில் இன்னும் தெளிவு பிறக்கவில்லை. கடையில் வேலை செய்கிற ஆண்கள், வாடிக்கையாள ஆண்கள்

யாருடைய முகங்களையும் அவள் ஒரு சில விநாடிகளுக்கு மேல் பார்ப்பதில்லை. பார்ப்பதில்தான் பிரச்னை ஆரம்பிக்கிறது என்பது அவளுடைய சமீபத்திய கண்டுபிடிப்பு. செல்போன்களைப் பார்த்தபடியே பெரும்பாலும் பேசுகிறாள். செல்போன்களால் சிட்டுக்குருவிகளுக்கு ஆபத்து இருக்கிறதோ, இல்லையோ தனக்கு ஆபத்து இல்லை என அவள் நினைத்தாள்.

அத்தனை ஆசையாக போலீஸ் வேலைக்குச் சேர்ந்தவள் எதற்காக ஒரு நாளில் அடம்பிடித்து வேலையைவிட்டு நின்றாள் என வீட்டில் யாருக்குமே சொல்ல மறுத்துவிட்டாள் மீனாட்சி. படித்துமுடித்துவிட்டு, வேலைக்கும் போக மாட்டேன் என்பவளுக்கு வீட்டில் தரப்படும் உடனடி தண்டனை, திருமணம். அன்று மாலை அவளைப் பெண் பார்க்க பத்து பதினைந்து பேர் வருவார்கள். ஏன் போலீஸ் வேலைக்குப் போக விரும்பவில்லை எனக் கேட்பார்கள். எப்போது பார்த்தாலும் வெயிலிலும் மழையிலும் பந்தோபஸ்துக்குப் போடுகிறார்கள். அவளுக்கு உடம்புக்கு ஒப்புக் கொள்ளவில்லை என லாஜிக்கான ஒரு பதிலை அப்பா சொல்வதாகச் சொல்லியிருந்தார். நம்பும்படியாக அதைச் சொல்வதொன்றே அவளுடைய நோக்கமாக இருந்தது. ஜன்னல் வழியாகச் சாலையைப் பார்த்தாள். போலீஸ் ஜீப் ஒன்று போய்க்கொண்டிருந்தது. அவசரமாக அதைத் தவிர்த்துவிட்டு, உள்ளே வந்து படுத்தாள்.

சுவிட்சர்லாந்து குளிரில் பாடல்காட்சியில் நடித்துவிட்டு இப்போதுதான் சென்னை திரும்பியிருந்தாள் தனுஜா, இதற்குத்தான் ஆசைப்பட்டோமா என்ற விரக்தியின் உள்ளே இருந்தாலும் பெரிய ஹீரோ படத்தில் நடிக்கிற புகழ் வெளிச்சம் அவள்மீது விழுந்ததில் அது காணாமல் போயிருந்தது. அந்த வீட்டுவசதி வாரிய காம்ப்ளெக்ஸ் வீட்டில்தான் அவளுடைய தோழி ரமா வீடு இருந்தது. அவளைப் பார்க்கத்தான் வந்திருந்தாள். ரமா வீட்டினருக்கு ஆச்சர்யம். "படம் ரிலீஸ் ஆன பிறகு இப்படி வருவியா தனு?" என வாய்விட்டுக் கேட்டு செல்ஃபி எடுத்துக் கொண்டனர். ரமா கேட்டாள்: "ஹீரோ எப்படி? ரொம்ப ஹம்பள் பர்ஸன் இல்ல?" என்றாள், தன் சினிமா துணுக்கு படித்த ஞானத்தில். தனுஜா ஒன்றும் சொல்லவில்லை. "பச்" என்றாள்.

வீடியோ கிராபர் அருள்மொழி, அந்த டாக்ஸி டிரைவரை போலீஸில் பிடித்துக்கொடுத்தாள். அவனைச் சிறைக்கு அனுப்பியது பெண்களிடம் தவறாக நடப்பவர்களுக்கு ஒரு பாடம் என டி.வி சேனல்கள் புகழ்ந்தன. ஏனோ விஷ்ணு பற்றி அவள் யாரிடமும் சொல்லவில்லை. சில விநாடிகளில் குற்றம்புரிவதில் இருந்து தப்பித்தவன். நாகரிகமாக நழுவிவிட்டவன். வேறு ஒரு நல்ல வேலையில் சேர்ந்துவிட வேண்டும் என்பது அவளுடைய லட்சியம்.

'நல்ல' வேலை எது என்பதில்தான் சிக்கல் அதிகம் இருந்தது.

மாலை ஏழு மணிக்கு எல்லா டி.வி-யிலும் #metoo பற்றி பரபரப்பாகச் செய்திகள் ஓடின. பாலியல்தொல்லைக்கு ஆளான பல பிரபல பெண்கள் தங்களுக்கு ஏற்பட்ட பாதிப்புகளைச் சொல்லிக்கொண்டிருந்தார்கள். பத்தாண்டுகளுக்கு முன் நிகழ்ந்த தொல்லைகளை எல்லாம் சொல்லிக்கொண்டிருந்தார்கள். அந்த வீட்டுவசதி வாரியத்தின் ப்ளாக்கில் இருந்த நாகபூஷணம், வனிதா, நித்யா, மீனாட்சி, ஷைலஜா, தனுஜா அருள்மொழி என அனைவருமே ஒரே நேரத்தில் பார்த்துக் கொண்டிருந்தனர். தங்களால் இப்படி எதுவும் செய்து நியாயம் பெற முடியாதா என அவர்கள் மனத்தில் ஓடிக்கொண்டிருந்தது. அப்படி இன்னும் எத்தனைப் பெண்கள் நினைத்திருப்பார்களோ என்பதைத்தான் அவர்களால் கணிக்க முடியவில்லை.

- அவள் விகடன், 2018.

தமிழ் எந்தன் உயிருக்கு நேர்

98

“தமிழரசியும் வர்றாளா?”

“அவ வராம... சாரிப்பா, அவங்க வராம இப்ப எந்த கவியரங்கம் நடக்குது? அது அவங்க படிக்கிற காலேஜ் வேற...”

‘வர்றாளா’ என்றவன் பெயர் சக்திவேல். பதில் சொன்னவன் அருள். இருவரும் மாநிலக் கல்லூரியில் தமிழ் எம்.ஏ., மாணவர்கள். பல்கலைக்கழக நூலகத்தில் மேய்ந்துவிட்டு நேப்பியர் பாலத்தில் நடந்துகொண்டிருந்தார்கள்.

சக்திவேல் மதுரைக்கு டிக்கெட் எடுத்திருந்தான். மதியம் ஒரு மணிக்கு வைகை எக்ஸ்பிரஸ். ஐந்து மணிக்கு, சென்னை மீனாட்சி கல்லூரியில் கவியரங்கம். சக்திவேலுக்கு இதைவிட நெருக்கடியான நிலைமை இந்த நிமிஷம் வரை ஏற்பட்டது இல்லை. அப்பாவுக்கு மைல்டு அட்டாக் என்பதால் அவசரப் பயணம்.

ஆனால், கவியரங்கத்துக்கு தமிழரசியும் வருகிறாள் என்பது தெரிந்தபின்பு, அது அவசரப் பயணமாகத் தெரியவில்லை. சக்திவேல் நிதானமாக யோசித்து, டிக்கெட்டை கூவத்தில் எறிந்தான். கூவத்தில் டிக்கெட் விழுந்த இடத்தில் ஏற்பட்ட நீர் வளையத்தை அதிர்ச்சியோடு பார்த்தான் அருள்.

“ஏண்டா இப்படி பண்ணே?”

“எங்கப்பாவுக்கு ஒண்ணும் ஆகாது.”

“உனக்கு தமிழரசி பைத்தியம் பிடிச்சுப் போச்சு.”

சக்திவேல் அமைதியாக வந்தான். “பைத்தியம்லாம் இல்ல”

என்றான்.

"சரி... தமிழரசி பிடிச்சுப் போச்சு."

"தமிழுக்கும் என்னைப் பிடிச்சுப் போகணும்... அதுக்கு வழி சொல்லுடா."

"எவ்வளவு கஷ்டப்பட்டு டிக்கெட் எடுத்தோம்.. ச்சே" என்றான் அருள்.

"டேய்... தமிழுக்கு வழி சொல்லுடா."

அருள் அலுப்புடன், "தமிழுக்கு வழி தமிழ்தான்."

"என்னடா சொல்றே...?"

"இதோ பார் நண்பா. அவளுக்கு தமிழ்னா உயிர். சாரிடா. அவங்களுக்கு தமிழ்னா உயிர்..."

"பரவால்ல சொல்லு."

"அண்ணினு சொல்லட்டுமா இனிமே?... சரி. அண்ணிக்கு தமிழ் மேல் உயிர். உனக்கு தமிழ் மேல உயிர்... அதாவது உனக்கு தமிழரசி மேல. ரெண்டு பேரும் தமிழ் மேல உயிரா இருக்கிறதால..."

"இருக்கிறதால?"

"நீ கவியரங்கத்தில கலந்துக்கிட்டு அவங்களைத் தமிழால் வெல்லணும்."

"வென்றுட்டா போச்சு.."

சக்திவேல் எந்த அளவுக்குக் காதல் வயப்பட்டிருக்கிறான் என்பதை அருள் நன்கு அறிவான்.

வெளிப்பார்வைக்கு சாதாரணமாகத் தெரிந்தாலும் ஏறத்தாழ 24 மணி நேரமும் அவளைப்பற்றியே யோசிப்பதும் பேசுவதுமாக சக்திவேல் மாறிப்போயிருந்தான். ஒரு ரூம் மேட்டுக்கு இதைவிட அவஸ்தை இருக்க முடியாது.

காலையில் எழுந்து மேன்ஷன் வாசல் நாயர் கடையில் முதல் டீ குடிக்கும் போதில் இருந்து இரவில் அதே நாயர் கடையில் சூடான பால் குடித்துவிட்டு வந்து படுக்கிற வரை எதாவது ஒரு சந்தர்ப்பத்தில் எப்படியாவது அவளை நினைத்துக்கொள்வான். அதைப் பகிரவும் செய்வான்.

ஒரு நாள் திருவல்லிக்கேணி குளத்தில் தாமரைப் பூவைப் பார்த்துவிட்டு அதில் அவள் முகம் தெரிவதாகச் சொன்னான்.

"நீ ரொம்ப ஓவரா போய்க்கிட்டிருக்கே" என்று அருள் கடிந்துகொண்டபோது, "நான் உண்மையத்தான்டா சொல்றேன்"

என்றான்.

"அவள் தன் தலையிலே செந்தாமரையைச் சூடினாள்... இப்போது அவளுக்கு இரண்டு பக்கம் முகம்" என்றான்.

"உன்னை மதுரகாளி அம்மன் கோயிலுக்குக் கூட்டிக்கிடுப் போய் மந்தரிச்சாத்தான் சரிபட்டு வருவே."

சங்க காலத் தலைவன் கூற்று.. பாங்கன் கூற்று இப்படி 20-ம் நூற்றாண்டிலும் தொடர வேண்டுமா என்று கேட்டுப் பார்த்துவிட்டான்.

இருப்பினும் அருளிடம் அடிக்கடி அவளைப் பற்றியே பேசி வருகிறான். அவளை வர்ணிப்பதற்காக நிறைய காகிதங்களை வீணாக்குகிறான். இதோ இப்போது ஹார்ட் அட்டாக் வந்த அப்பாவைப் பார்க்கப் போகாமல் கவியரங்கத்துக்கு...

நடந்துகொண்டிருந்தவன் திடீரென்று "ஐயோ" தலையைப் பிடித்துக்கொண்டு 'எல்லாம் போச்சு' என்பதாக அப்படியே நின்றான்.

"என்னடா?"

"கவியரங்கத்தில் கலந்துக்கப் பெயர் கொடுக்கலையே... அப்பாவுக்கு இப்படி ஆனதுல எல்லாமே மறந்துபோச்சு." ஒவ்வொரு கல்லூரிக்கும் ஒருவர்தான் கலந்துகொள்ள முடியும் என்று தகவல் பலகையில் தெளிவாகப் போட்டிருந்தார்கள். பதிவுசெய்ய இன்றே கடைசி தினம்.

அப்படியே கல்லூரியை நோக்கித் திரும்பி நடந்தான். ஓடினான் என்பதுதான் சரி. அருளையும் இழுத்துக்கொண்டு தமிழ்த் துறைத் தலைவர் முன்னால் மூச்சிரைக்க நின்றபோது, அவர் அதிர்ச்சி குண்டைத் தூக்கிப் போட்டார்.

"இப்பத்தான் வள்ளியப்பன் கிளம்பிப் போனான். அவனுக்குப் பங்கேற்க சான்று அளித்துவிட்டேனே?" என்றார் பேராசிரியர்.

'வள்ளியப்பன் எல்லாம் ஒரு ஆளா? தமிழரசிக்கு நிகராகக் கவி பாட மாநிலக் கல்லூரியில் தகுதியான ஆள் இல்லையா? என்னடா இது பாண்டிய நாட்டுக்கு வந்த சோதனை... வெட்கம்' என்று திருவிளையாடல் படத்து பாலையா ஒரு கணம் சக்திவேலின் வேதனைக்கு உருவம் கொடுத்தார்.

"ஐயா வள்ளியப்பன் கவியரங்கத்துக்குப் போகவில்லை என்று சொல்லிவிட்டான்" அருளுக்குத்தான் இப்படி ஒரு தைரியம் வரும். ஒரு முன் யோசனையும் இல்லாமல் புளுக ஆரம்பித்துவிட்டான் அருள். படாரென்று ஆரம்பித்துவைத்தான் அந்தப் பொய்யை.

பொய் அதுவாக ஓர் இடத்தில் முடிந்தால்தான் உண்டு. சக்திவேல் சற்றே திடுக்கிட்டு, தமிழுக்காகப் பொய் சொன்னால் தப்பில்லை என்று சுதாரித்துக்கொண்டான்.

"இப்போதுதானே சான்றளித்தேன்... அதற்குள் எப்படி?" என்றார்.

"வயிறு சரி இல்லை என்று சொன்னான் ஐயா" அருள் அடுத்த பொய்யைத் துணைக்கு அழைத்தான்.

"ஆமாம் ஐயா. திடீரென்று இப்படி ஆகிவிட்டது... அதனால் நான் கலந்துகொள்ளலாம் என்று நினைக்கிறேன்."

"சரியாகத் தெரிந்துகொண்டு வந்து சொல்லுங்கள். ஒரே கல்லூரியில் இருந்து இரண்டு மாணவர்கள் போனால் நன்றாக இருக்காது... வேண்டாம்"

"இல்லை ஐயா. வள்ளியப்பன் இருக்கிற நிலைமையில் இரண்டு நாட்களாவது ஆகும் எழுந்து நடமாட.. பாவம் ஐயா. இரண்டு மூன்று தடவை ஆகிவிட்டது. இப்போதுதான் ஆட்டோவில் ஏற்றி அனுப்பி வைத்தோம்"

"தானியில் செல்லும் அளவுக்கா?"

"ஆமாம்."

ஐயா அரை சந்தேகத்தோடு பங்கேற்பதற்கான இன்னொரு சான்றிதழ் எழுதித் தந்தார். "தனசேகரிடம் சொல்லி மறக்காமல் கல்லூரி முத்திரையைப் போட்டுக்கொள்ளுங்கள்" என்று நினைவுபடுத்தினார்.

அனைத்துக் கல்லூரி மாணவர்களுக்கான் கவியரங்கம் அது. இரண்டு தலைப்பு கொடுத்திருந்தார்கள். ஒன்று 'எழுமின் விழிமின்...' இன்னொரு தலைப்பு 'தமிழ் எந்தன் உயிருக்கு நேர்'. சக்திவேல் வேறு எந்தத் தலைப்பைத் தேர்ந்தெடுப்பான்?

"நண்பா நீ போய் கவிதை எழுது... நான் போய் வள்ளியப்பனை கிளியர் பண்ணி வைக்கிறேன்" அருள் வேகமாக மீனாட்சி கல்லூரிக்குக் கிளம்பினான்.

சக்திவேல் கல்லூரிக்குள் நுழையும்போது... சரியாக மணி ஐந்து. வள்ளியப்பன் தென்படுகிறானா என அரங்கத்தைப் பார்வையால் வருடினான். அருள் மட்டும் தென்பட்டான். கட்டைவிரலை உயர்த்தி, 'தடை ஏதும் இல்லை' என்றான்.

சக்திவேல் பெயரைப் பதிவு செய்துவிட்டு அருளை நோக்கி வந்தான். "எப்படிடா?" என்றான்.

"அன்பாத்தான் சொல்லி பார்த்தேன். 'அதெப்படி? நான்தான் மொதல்ல வந்தேன்.. ஐயா கிட்ட சொல்லிடுவேன்'ன்னு

சொல்லிக்கிட்டு இருந்தான். அப்புறம் முடியலை. 'இன்னும் ரெண்டு நிமிஷத்தில இங்கிருந்து நீ கிளம்பிலைன்னா கத்திய எடுத்து கழுத்துல சொருகிடுவேன்... அப்புறம் ஜென்மத்துக்கும் கவிதை வாசிக்க முடியாது'ன்னு சொல்லிட்டேன். நிஜமாவே கழிவறை நோக்கித்தான் ஓடினான். அப்புறம் ஆளைக் காணோம். 40 பக்க நோட்டு ஃபுல்லா கவிதை எழுதி வெச்சிருக்காம்பா... கவிதை வெறியனா இருக்கான்... அண்ணி வந்தாச்சு.. மொத வரிசைல அவங்க பக்கத்துல போய் உக்காரு. நீ போ... வெளுத்துக்கட்டு..." மகிழ்ச்சியாக அனுப்பிவைத்தான்.

அன்று சக்திவேல் கவிதை வாசிக்கவில்லை... காதல் வாசித்தான்.

"தமிழே.. நீ உடனிருந்தால்

இமயம் எனக்கு தூசு...

நிலவும் செல்லாக் காசு.

தமிழே... நம்மை எதிர்க்கும் வம்சம்

ஆகுமே துவம்சம்..

தமிழுக்கு சக்தி உண்டு;

(இந்த வரியை இரண்டு முறை சொன்னான்.)

தலைமுறையைக் காக்கும் வென்று..."

-இப்படி போனது கவிதை. அத்தனை சிறப்பான கவிதை இல்லைதான். ஆனால், வரிக்கு வரி கைதட்டல் விழுந்தது. அது தமிழரசிக்கான கடிதம். முதல் பரிசு சக்திவேலுக்குத்தான். இரண்டாம் பரிசு தமிழரசிக்கு. இருவரும் மேடையில் பரிசு வாங்கும்போது மரியாதை நிமித்தம் சிரித்துக்கொண்டனர்.

"உங்களுக்குத்தான் முதல் பரிசு கொடுத்திருக்க வேண்டும்" என்றான் தமிழரசியிடம். அவள் உதடு பிரியாமல், வார்த்தையை வீணாக்காமல் மௌனத்தால் பேசினாள். 'பரவாயில்லை' என்று அதற்கு அர்த்தம். அப்படிப் பேச அவளால்தான் முடியும். உதடுக்குப் பதிலாகக் கண் சிரித்தது. இந்தச் சிரிப்பே ஒரு கவிதைதான். ஒவ்வொரு கவியரங்க மேடையிலும் இந்தப் பரிசுக்காகத்தானே அவன் மேடை ஏறுகிறான். சென்றமுறை அவளுக்கு முதல் பரிசு. சக்திக்கு இரண்டாம் பரிசு.

எந்த மேடையிலும் முதல் இரண்டு பரிசுகளை இவர்களில் ஒருவர் தட்டிச் செல்வது எழுதாத சட்டம். மேடையைவிட்டு இறங்கி, வீட்டுக்குக் கிளம்பும்போது அவளிடம் இருந்து இன்னுமொரு சிரிப்பு கிடைக்கும்.

தமிழரசியின் அப்பா ஒரு தமிழ் வாத்தியார். இந்தி எதிர்ப்புப்

போராட்டத்தில் பங்கெடுத்து சிறையில் இருந்தவர். போலீஸ் தடியடி வாங்கியவர். கி.ஆ.பெ.விஸ்வநாதம், இலக்குவனார், தேவநேய பாவாணர் வழி வந்தவர்.. என தமிழரசியின் குடும்ப வரலாற்றை சிறுகுறிப்பு வரைந்தான் அருள்.

"அதனால..?"

"அதனால தமிழை வெச்சுத்தான் அண்ணியைக் கவரணும்."

"எல்லா கவியரங்கத்திலும் அதைத்தானே செய்கிறேன்?"

"கைத்தட்டலுக்கு பண்றதைச் சொல்லலே"

சக்திவேல் முகம் வாடிவிட்டது.

ஆகஸ்ட் 28, 1986.

சக்திவேலும் அருளும் கல்லூரி தகவல் பலகையில் அந்த அறிவிப்பைப் பார்த்தனர். இந்த ஆண்டு முதல் தமிழ் வழிக் கல்வி பாடமுறை நிறுத்தப்படுவதாகவும் இதுவரை இயற்பியல், வேதியியல் போன்ற இளங்கலை அறிவியல் பாடங்களைத் தமிழில் படித்துவந்த மாணவர்கள் இனி ஆங்கில வழியில் பாடங்களைப் படிக்குமாறு கோரப்பட்டிருந்தது.

"ஒப்பம்... கல்லூரி முதல்வர்" எழில் அறிவிப்பின் கடைசி வாசகத்தை ஏளனமாகப் படித்தான்.

"என்னடா இது அநியாயம்? என்ன நினைச்சுக்கிட்டு இருக்காரு எம்ஜிஆரு" என்றான் சக்தி.

மாடிப் படிகளில் வேகமாக ஏறினான். முதல்வர் அறை.

"தமிழ்வழிக் கல்விக்கு முழுக்குப் போடுவது கல்லூரி முதல்வரோட ஆணையா? தமிழக முதல்வரோட ஆணையா?"

"அதுக்கு என்ன இப்ப?... அதைத் தெரிஞ்சு என்ன பண்ணப் போறே?"

"எந்த முதல்வரா இருந்தாலும் எதிர்ப்போம்."

"நீ யார்?" என்றார் முதல்வர். தெரிந்துகொள்வதற்காகக் கேட்கப்பட்ட கேள்வி அல்ல அது. அதைக்கேட்க நீ யார்? என்பது.

சக்திவேல் தயங்கவில்லை. "முதுகலை தமிழ் படிக்கிறேன். சக்திவேல்."

"உனக்கெல்லாம் பதில் சொல்ல வேண்டிய அவசியம் இல்லை. வெளியே போ." கூடவே பியூனுக்கான பெல்லை அழுத்தினார். சக்திவேல் ஒரு தீர்மானத்தோடு அவரைப் பார்த்து சிரித்தான்.

கீழே இறங்கிவந்தான். கல்லூரியின் முன் இருந்த புல்வெளியில்

அமர்ந்தான். "என்ன நண்பா இங்க வந்து உக்கார்ந்துட்டே.." மனோவும் வந்து சேர்ந்தான்.

"தமிழ் வழிக் கல்வியை நீக்கிட்டாங்க. அதை எதிர்த்து உண்ணாவிரதம் இருக்கப் போறேன்... நீங்க யூனியன் செகரட்ரி கிட்ட சொல்லிடுங்க."

அடுத்த சில மணி நேரத்தில் பரபரப்பு கூடியது. தமிழ் பேராசிரியர்கள் சூழ்ந்து, வாழ்த்து சொன்னார்கள். உண்ணாவிரதப் பந்தல் தயாரானது. பேனர் கட்டப்பட்டது. ஒயர் இழுத்து இரண்டு குண்டு பல்பை பந்தலில் தொங்கவிட்டார்கள். முதல் நாள் இரவு சக மாணவர்கள் உடன் இருந்து பேசிக் கொண்டிருந்தார்கள். சக்திவேல் காலையில் இருந்து பச்சை தண்ணீர்கூட குடிக்கவில்லை. வாடிப் போயிருந்தான். நண்பர்களின் அரட்டைகளுக்கு இடை இடையே புன்னகை மட்டும்தான்.

மூன்றாம் நாள் சுருண்டு படுத்துவிட்டான். பேராசிரியர்கள் வந்தபோது எழுத்து உட்கார சிரமப்பட்டான். தமிழ் பேராசிரியர்கள் கவலையோடு அருகில் சற்று நேரம் அமர்ந்திருந்தனர். 'போதும் அமைச்சரைச் சந்தித்து நடவடிக்கை எடுக்கச் சொல்லலாம்' என்றனர்.

சக்திவேல் பிடிவாதக்காரன். 'அமைச்சரை இனி நாம் சென்று சந்திக்கக் கூடாது. அமைச்சர் நம்மை வந்து சந்திக்க வேண்டும்' என்றான். அவன் உதடுகள் உலர்ந்து தோல் உரிந்து பார்ப்பதற்குப் பரிதாபமாக இருந்தது. ஆனால், அதன் மூலம் பிரயோகித்த புன்னகை உறுதியாக இருந்தது. அன்று மாலை செய்தித்தாளில் 'உண்ணாமல் உறங்காமல் தமிழுக்காகப் போராடும் மாணவர்' என்று தலைப்பிட்டு, புகைப்படத்துடன் செய்தி வெளியிட்டிருந்தார்கள். பாயில் சுருண்டு கிடக்கும் போர்வை மாதிரி இருந்தான் சக்திவேல்.

செய்தியைப் பார்த்துவிட்டு பல கல்லூரியில் இருந்தும் மாணவர்கள் வந்து பார்த்துவிட்டுச் சென்றனர். விரோதக் கவியாக இருந்த வள்ளியப்பன்கூட மனம் இளகிவிட்டான். பந்தலில் சக்திவேலின் அருகிலேயே அமர்ந்திருந்தான். மீனாட்சி கல்லூரியில் இருந்து தமிழரசியும் அவளுடைய தோழிகளோடு வந்தாள். சக்திவேலை பார்த்ததும் அவளுடைய கண்களில் கண்ணீருக்கான ஆயத்தம் தெரிந்தது.

அருள், "உட்காருங்க... யார் சொல்லியும் கேட்கலை.. நீங்க சொல்லிப் பாருங்க" என்றான். அந்த நேரத்தில் அவளுக்கு அது பெருமிதமாகவும் இருந்தது.

சக்தியின் முகத்தருகே குனிந்து தமிழரசி, "சக்தி" என்றாள்.

அசைவே இல்லை. மெல்ல அவன் தோளில் கைவைத்து மெல்ல உலுக்கி, "சக்தி" என்றாள்.

சக்தி மெல்ல கண்ணைத் திறந்தான். அவள் அப்போதும் அவனுக்காகக் கண்களால் சிரித்தாள். "எப்ப வந்தீங்க?" வெகுநேரமாக ஈரம் இல்லாமல் ஒட்டிப்போய் இருந்ததால், உதடுகள் பிரியும்போது எரிச்சலாக இருந்தது. நாக்கு வறண்டு, கண்கள் சொருகி... அவனால் அதற்கு மேல் பேச முடியவில்லை.

"இப்பத்தான்."

சக்தி நிமிர்ந்து உட்கார நினைத்தான். அது அவன் சக்திக்கு அப்பாற்பட்டதாக இருந்தது. முடியவில்லை தமிழரசிக்கு அதற்கு மேல் கண்ணீரைக் கட்டுப்படுத்த முடியவில்லை. உயர்த்த நினைத்த அவனுடைய தலையை தன் மடியில் வாங்கிக்கொண்டாள்.

அருள், "போதும்னு சொல்லுங்க... நீங்க சொன்னா கேட்பான்" என்றான் மறுபடியும்.

அவள் சொன்னாள்: "நானும் இவர்கூட சேர்ந்து உண்ணா விரதத்தைத் தொடர்வேன்."

மறுநாளே 'தமிழில் அறிவியல் பாடநூல்கள் கிடைக்க ஆவன செய்யப்படும்' என்று அமைச்சர் அறிவித்திருந்தார்.

அவர்களுடைய காதல் அப்படித்தான் ஆரம்பித்தது.

சமீபத்தில் சக்திவேலின் மகளுடைய திருமணத்தில் நீண்ட நாட்களுக்குப் பிறகு அருள் அவர்களைச் சந்தித்தான். இப்போதும் அவர்கள்தான் மணமக்கள் போல இருந்தனர். அப்படி ஒரு ஜோடிப் பொருத்தம்.

"அண்ணா வாங்க... சமஸ்கிருத வாரத்துக்கு எதிர்ப்பு தெரிவிச்சு கையெழுத்து வேட்டை நடக்குது.. நீங்களும் கையெழுத்துப் போடுங்க" என்றாள் தமிழரசி. கவரில் போட்ட பணத்தை மணமகளிடன் நீட்டியபோது, "மொய் எழுதுற சடங்கெல்லாம் இல்லை. உங்க கையெழுத்துதான் எங்களுக்கு மொய்" சக்திவேல் இறுக அணைத்துக்கொண்டான்.

சக்தி நிஜமாகவே தமிழுக்காகத்தான் உண்ணாவிரதம் இருந்தானா என்ற சந்தேகம் மட்டும் பாங்கன் அருளுக்கு இன்னமும் இருந்தது.

- தமிழ் ஸ்டூடியோ டாட் காம், 2010.

மகா பெரியவர்

99

மேன் கெட்ஸ் அண்டு ஃபர்கெட்ஸ்..
காட் கிவ்ஸ் அண்டு ஃபர் கிவ்ஸ்

"சங்கராச்சாரியாரா?"

"ஆமாம் அவர்தான்."

"அஞ்சலி, எரிச்சல் பட்டுவிடாதே. போன நூற்றாண்டின் இறுதிப் பகுதியில் இறந்துபோன ஒருவர் சுமார் அறுபது ஆண்டுகள் கழித்துத் திரும்பி வந்திருக்கிறார் என்பதில் ஆச்சர்யமும் விபரீதமும் கலந்திருக்கிறது. அதனால்தான் திரும்பத் திரும்பக் கேட்கிறேன்."

தென்மண்டல விண்வெளி ஆய்வின் தலைமை விஞ்ஞானி துளசிதாஸின் குரலில் கட்டுக்கடங்காத தவிப்பு தெரிந்தது.

"எனக்கு எரிச்சல் எதுவும் இல்லை."

"சரி, அங்கேயே இரு. உடனே வருகிறேன்."

அஞ்சலிக்கு மலைப்பாகத்தான் இருந்தது. கடந்த ஆறு வருட உழைப்புக்குக் கிடைத்த வெற்றி. நன்றாக நினைவிருக்கிறது. 2046ம் ஆண்டின் ஜனவரி மாதத்தின் ஒருநாள் வேகா நட்சத்திர மண்டலத்தில் இருந்து கிடைத்த முதல் சமிக்ஞையை அப்போதுதான் எதிர் கொண்டாள்.

இதே துளசிதாஸிடம் அது குறித்துப் பேசினாள். "மிகவும் பலவீனமான சமிக்ஞையாக இருக்கிறது. வழக்கமான காஸ்மிக் அலைகள்தான் என்று அலட்சியப்படுத்த முடியவில்லை."

"ஐ.ஐ.எஸ்.டி.யில் படிக்கும் காலத்தில் யூ.எஃப்.ஓ. பற்றி நிறைய படித்தாயா?... ஒரு கண்டுபிடிப்பைத் தெரிவிப்பதற்கு முன்னால் ஆயிரம் முறை ஊர்ஜிதப்படுத்திக் கொள்ள வேண்டும்...

புரிந்ததா?” என்று கண்டிப்புடனான அறிவுரையை வழங்கிவிட்டுப் போய்விட்டார் துளசிதாஸ்.

ஆனால் இப்போது அதி ஆர்வத்துடன் கதவைக்கூட தட்டாமல் உள்ளே நுழைந்தார்.

“வேகாவிலிருந்து வந்த சங்கராச்சாரியாரைக் காண்பி.”

பிக்ஸல் புரோ டீகோடிங்கில் பதிவு செய்திருந்த உருவத்தை கம்ப்யூட்டர் மானிட்டரில் ஒளிர விட்டாள்.

20}ம் நூற்றாண்டில் வாழ்ந்த பெரியவர், குத்துக்காலிட்டு அமர்ந்திருக்கும் வயதானவர். கனத்த மூக்குக் கண்ணாடி. உடம்பின் மேலே சாற்றி வைக்கப்பட்ட தண்டம். சந்திரசேகரேந்திர சரஸ்வதி சுவாமிகள்.

துளசிதாஸ் முதலில் அவரையும் அறியாமல் கன்னத்தில் போட்டுக் கொண்டார். இது அனிச்சையாக நடந்தது. பிறகு சற்றே தன் நிலை உணர்ந்தார். சுதாரித்து மீண்டும் ஒருமுறை கன்னத்தில் போட்டுக் கொண்டார். அவருக்கு அதைத்தவிர வேறு வழி தெரியவில்லை.

“எப்படி இது சாத்தியம்?” என்றார்.

“அறுபது ஆண்டுகள் கழித்து சங்கராச்சாரியார் தோன்றியிருப்பது ஒரு ஆச்சர்யம்தான். ஆனாலும் யாராக இருந்தாலும் 60 ஆண்டுகள் கழித்து மீண்டும் வந்திருப்பது எப்படி என்பதுதான் பெரிய ஆச்சர்யம்.” அஞ்சலியின் விளக்கத்தைப் துளசிதாஸ் அவ்வளவாகப் புரிந்து கொள்ளவில்லை.

“யெஸ்... யெஸ்...” என்று யோசித்தார்.

ஆறு ஆண்டுகளாகத் தான் பட்ட சிரமங்களை ஆய்வின் விவரங்களைச் சுட்டிக் காட்டினாள். மேசை நிறைய டி.ஓ.டி. பேழைகள்... காஸ்மிக் பதிவிறக்கக் கிறுக்கல்கள்.

“இதைக் கொஞ்சம் சுருக்கி, கோர்வையாகக் கொடுத்தால் போதும். இந்தியாவுக்குக் கிடைத்த மகத்தான வெற்றி இது. சர்வதேச விஞ்ஞானக் கழகத்திடம் ஆய்வை சமர்ப்பிக்கலாம். அட சர்வதேசமும் இனி இந்தியாவுக்குள் அடக்கம். எல்லா பயலும் ஆடிப்போயிடுவான். எங்கேயோ போய்ட்ட நீ” என்று தொடர்பில்லாமல் ஏதேதோ பேசிக் கொண்டு போனார்.

“சார் எனக்கும் ஆச்சர்யமாகத்தான் இருக்கு. ஆனால் அவர் ஏன் வேகா நட்சத்திரத்தில் இருந்து காட்சி தர்றார்னுதான் புரியலை. அதைக் கண்டுபிடிச்சதும்தான். இந்த ஆய்வு பூர்த்தியாகும்” உறுதியாகக் கூறினாள் அஞ்சலி.

“தெய்வ கடாட்சம் இருக்கு உனக்கு. உன்னால முடியும்” என்றார் துளசிதாஸ்.

2

"**சு**மார் ஐம்பது வருடங்களுக்கு முன்னால் வாழ்ந்த ஒருவர் இப்போது மீண்டும் ஒளியலைகளாக வந்திருக்கிறார். அவர் வேறு கிரகம் எதிலாவது வாழ்ந்து வருவதற்குச் சாத்தியம் இருக்கிறதா?" கேள்வியின் துவக்கத்திலேயே பேச்சுப் பதிவு கருவியை இயக்கிவிட்டுத்தான் இந்தக் கேள்வியை ஆரம்பித்தான் கௌதம்.

"இல்லை. அவர் இங்கேயே இறந்து போய் விட்டார்."

"அப்படியானால் இவர் வேறு ஒருவரா?"

"இருக்க வாய்ப்பில்லை."

"அவர் இங்கு வாழ்ந்த நேரங்களில் ஒரு சாரார் அவரைக் கடவுளாகத் தொழுதிருக்கிறார்கள். ஒருவேளை அவர் கடவுளாக இருந்து மறுபிறவி எடுத்திருப்பதாக நம்புகிறீர்களா?"

அஞ்சலி சிரித்தாள். "அப்படியிருக்க வாய்ப்பில்லை."

"இப்படி நீங்கள் மறுப்பதற்கு ஏதாவது ஆதாரம் உண்டா?"

"அந்த ஒளியலைகள் தானாகவே எனது மானிட்டருக்கு வந்து சேர்ந்து விடவில்லை என்பதே எனது மறுப்புக்கு ஆதாரம். பரவலாக ஓடிக் கொண்டிருந்த ஒரு ஒளியலையை எதேச்சையாக நான் கவனித்தேன். மேலும் அத்தகைய சிகா ஹெர்ட்சில் வரும் ரேடியோ அலைகளை நாங்கள் ஆராய்ச்சிக்கு எடுத்துக் கொள்வதில்லை. நானாக வலிந்து சென்றுதான் அதை ஆய்வுக்கு எடுத்துக் கொண்டேன். பண்பிறக்கம் செய்து பார்த்தேன். ஆக கடவுள், தேவையற்றதாகக் கருதப்படும் ஒரு அலைவரிசையில் அணுகியிருக்கமாட்டார். அதுவுமில்லாமல் வருகிறவர் நேரடியாக பூமிக்கு வந்திருக்கலாம்."

"அப்படியானால் இது யாரோ செய்கிற சதி வேலை என்கிறீர்களா?"

"இந்த அளவுக்கு காஸ்ட்லி சதி செய்ய முடியுமா என்று தெரியவில்லை. சங்கராச்சாரியார் வருகையையொட்டி யார் இப்போது ஆதாயம் அடைய நினைக்கிறார்களோ அவர்களால் இவ்வளவு பெரிய திட்டம் தீட்ட முடியுமா என்பது சந்தேகமே. எதேச்சையாக நடந்ததை அவர்கள் பயன்படுத்திக் கொண்டார்கள் என்பதுதான் உண்மை."

"அப்படியானால் இந்த விவகாரத்தில் தெய்வீகத்தன்மை எதுவும் இல்லை என்று உங்களால் உறுதியாக சொல்ல முடியுமா?"

"சொல்ல முடியும். ஆனால் ஜனங்கள் நம்ப வேண்டுமே? உலகில்

உள்ள அத்தனை மொழிகளிலும் சந்திரசேகரேந்திர சரஸ்வதி சங்கராச்சாரியின் வாழ்க்கை வரலாறு புத்தகங்களாகவும், டி.ஓ.டி. களாகவும் வெளிவந்து விட்டன. ஷங்தரோ பிஸிக்ஸ் என்று புதிய துறை உருவாக்கப்பட்டுள்ளது. புதிய கல்வி.. புதிய பதவிகள்.. "

"உலகமே சங்கராச்சாரிதான் கடவுள் என்ற முடிவுக்கு வந்து விட்டது. இனி எதை சொல்லி விளங்க வைப்பது?"

"இதைப் புரிந்து கொள்ள வேண்டும் என்று விரும்புகிறவர்களுக்குச் சுலபமாக விளக்கிவிட முடியும். நமக்குக் கிடைத்திருக்கும் ஒளியலைகள் வேகா நட்சத்திர மண்டலத்திலிருந்து வருபவை. வேகா நட்சத்திரம் இங்கிருந்து 24 ஒளியாண்டு தூரத்தில் உள்ளது. அதாவது அங்கிருந்து புறப்படும் ஒளி நம்மை வந்து அடைவதற்கு 24 ஆண்டுகள் ஆகின்றன. கடவுளாக இருந்தாலும் இதைவிட வேகமாக இங்கு வந்து சேர முடியாது. ஆக அதன்படியே தான் இங்கு சங்கராச்சாரியார் உருவமும் வந்து சேர்ந்திருக்கிறது. இரண்டாவதாக 24 ஆண்டுகள் பயணம் செய்து வந்தவர், நேரடியாக நம் மானிட்டருக்கோ, உலகில் உள்ள அத்தனை டி.வி. பெட்டிகளுக்கோ தோன்றியிருக்கலாம். அப்படி செய்யவில்லை. நாமாக இழுத்துப் போட்டு ஆராய்ந்ததால் தான் காட்சியளிக்க ஆரம்பித்தார். மூன்றாவதாக இந்த ஒளியலைகளை நான் எதேச்சையாக ஆராய்ந்ததாகச் சொன்னேன். அப்படியானால் எத்தனை ஆண்டுகளாக அந்த ஒளியலைகள் வந்து கொண்டிருக்கின்றன என்பது தெரியவில்லை. கடவுள் கேட்பாரற்று ஆண்டாண்டு காலமாக இருந்திருக்கிறார்..."

"இதில் கடவுள் தன்மை எதுவும் இல்லை என்று இந்திய விஞ்ஞானக் கழகத் தலைவர் பஞ்சாபகேசன் கூற மறுக்கிறாரோ?" என்றான் கவுதம்.

"மாறாக இதைக் கடவுள் என்று அறிவிக்க முயன்று வருகிறார். பிரதமரும், ஜனாதிபதியும் கூட இதற்கு துணை நிற்கிறார்கள். ஸ்காட் இதை ஒப்புக் கொள்ளவில்லையெனில் உலக விஞ்ஞானக் கழகத்தின் அங்கத்தினர் பொறுப்பில் இருந்து விலகுவதாகவும் இருக்கிறார். அதுதான் ஏனென்று புரியவில்லை. இது சரியில்லை. உலகில் உள்ள அத்தனை ரேடியோ அலை ஆராய்ச்சி நிலையங்களும் இந்த ஆராய்ச்சியில்தான் இருக்கின்றன. கூடிய விரைவில் கடவுள் தோன்றியதற்கானக் காரணம் புரிந்துவிடும். தேவை கொஞ்சம் அவகாசம் மட்டுமே. இந்த நேரத்தில் என்னுடைய பேட்டி வெளிவருவதும் பிரச்னையைப் பெரிதுபடுத்திவிடும் என்றே தோன்றுகிறது" என்றாள்.

"உண்மைதான். நீங்கள் கூறியதை ஒரு பேட்டியாகப் பிரசுரிக்காமல்

நானே எழுதிய ஒரு கட்டுரையாக எழுதுகிறேன். இந்த விஷயத்தில் உங்கள் பெயர் வெளிவராமல் இருப்பதே நல்லதென்றுபடுகிறது."

"மிகவும் நன்றி" எழுந்தாள் அஞ்சலி.

கவுதம் மிகக் குளிர் அறையில் இருந்து வெளிப்பட்டு மிதக் குளிரில் இருந்த நீண்ட நடையில் நடந்தான். அவன் நடந்து கொண்டிருந்த நடையின் இருபுறமும் ரேடியோ ஆராய்ச்சி சம்பந்தமான பல்வேறு விஞ்ஞானிகளின் அறைகள் அமைந்திருந்தன. அவற்றைக் கடந்து வரவேற்பு அறைக்குள் வந்தபோது ஆளுயர சங்கராச்சாரி படம் ஒன்று தங்க ஃப்ரேம் போடப்பட்டு, நான்கைந்து பேர் இறக்கி வைத்துக் கொண்டிருந்தார்கள். பணத்தைப் பொருளை ஒரு பொருட்டாக மதிக்காத எளியவரை இத்தனை ஆடம்பரப்படுத்திக் கொண்டிருப்பதைப் பார்க்க வேதனையாகத்தான் இருந்தது.

"இந்த இடத்தில் மாட்டுங்கள்" என்று ஒருவர் ஆணையிட்டுக் கொண்டிருந்தார். விஞ்ஞானக்கூடத்தை ஏதோ அம்மன் தேவஸ்தானம் போல அவர் நினைப்பதாகத் தோன்றியது. கவுதம், தாம் ஒரு பொறுப்புமிக்க பணியை செய்யப் போவதாகத் தீர்மானமாக உணர்ந்தான்.

3

பஞ்சாபகேசன் அனுப்பிய லேசர் டிஸ்க்கைப் பலமுறை போட்டுப் பார்த்து விட்டார் ஸ்காட். திரையில் தோன்றிய ஆசாமி பற்றி அவரால் ஒரு முடிவுக்கும் வரமுடியவில்லை. தெளிவற்ற பிம்பமாக அந்த உருவம் திரையில் தோன்றியது. கனத்த கண்ணாடி அணிந்து கொண்டு உட்கார்ந்திருந்த அல்லது சரிந்திருந்த அந்தப் பெரியவரை தெய்வம் என்று விளிக்க தயக்கம் இருந்தது அவருக்கு! வாழும் காலத்தில் மிக எளிமையாக வாழ்ந்தவர் என்பது மட்டும் தெரிந்தது. அத்வைத மடத்தின் தலைவராக இருந்தவர் என்பதும் வெறும் தரையில் படுத்து உறங்கி, சுவையில்லாத உணவை உண்டு பிரம்மச்சர்யம் பூண்டு அருளாசி வழங்கியவர் என்பதாக விவரம் தெரிந்தது. என்றாலும் இந்தியாவின் தென் மூலையில் என்றோ வாழ்ந்த அவர், மீண்டும் வேற்றுகிரகத்தில் இருந்து எப்படி ஒளியலைகளாக வந்தார் என்பதை அவரால் யூகிக்கவே முடியவில்லை. கீழை நாட்டு அமானுஷ்யங்கள் பற்றி அவருக்கு அளவுக்கு அதிகமாகவே சொல்லப்பட்டிருந்தது. அவருடைய தர்க்க ரீதியான மூளை எல்லாவற்றுக்கும் கேள்வி கேட்டுக் கொண்டிருந்ததே தவிர பிரமிக்க வேண்டும் என்று தோன்றவில்லை.

ஏற்கெனவே லண்டன் அறிவியல் கழகப் பிரதிநிதிகளுடன் கலந்து பேசி, அந்த ரேடியோ அலைகளை மேலும் ஆய்வு செய்யும்படியும், உலகின் பல பாகங்களில் இருக்கும் ரேடியோ அலை ஆய்வு

மையங்களிடம், அவர்களுக்கு இதுபற்றி கிடைக்கும் ஒவ்வொரு செய்தியை உடனுக்குடன் தெரிவிக்கும்படி விண்ணப்பித்தும் இருந்தார்.

4

அஞ்சலிக்கு மாலை நேரப்பணி என்பதால், அலுவலக நூலகத்தில் சமீபத்திய சஞ்சிகைகளை மேலோட்டமாகப் புரட்டிக் கொண்டிருந்தாள். சொல்லி வைத்தாற்போல எல்லா பத்திரிகைகளும் வெளிக்கிரக சங்கராச்சாரி பற்றி விதம்விதமான யூகங்களை வெளியிட்டிருந்தன.

ஒரு பத்திரிகை, மகா பெரியவர் வாழ்ந்த காலத்தில் ஒவ்வொரு தீபாவளி மலரின்போதும் அவருடைய படத்தை அட்டையில் வெளியிட்டதாகப் பெருமிதமாக எழுதியிருந்தது. 'சங்கராச்சாரி சுவாமிகளும் நாமும்' என்ற அந்த ஆய்வுக்கட்டுரைக்கு அந்தப் பத்திரிகை பதினைந்து பக்கங்கள் செலவிட்டு இருந்தது.

இன்னொரு பத்திரிகையோ, காஞ்சி மடத்தின் பிரமுகர் ஒருவரிடம் இருந்து 'பிரபஞ்சம் தழுவிய ஆன்மா' என்று தொடர் கட்டுரை வெளியிட்டுக் கொண்டிருந்தது. பாரத முனிவர்கள், அடிக்கடி உடலை ஒரு இடத்தில் போட்டுவிட்டு ஆன்மாவை மட்டும் சுமந்து கொண்டு மேல் உலகம் சென்று வரும் வழக்கம் உடையவர்கள். அதேபோல் நம் சங்கராச்சாரி அவர்களும் பலமுறை மேல் உலகம் சென்று வந்தவர். இப்போது உடல் என்னும் சட்டையை இங்கேயே கழற்றி எறிந்துவிட்டு நட்சத்திரத்திலேயே தங்கிவிட்டார் என்ற ரீதியில் போய் கொண்டிருந்தது அந்தக் கட்டுரை.

அவளுக்கு முன்பிருந்த அக்ஸஸ் கார்ட் சிஸ்டம் சிவுக்கென்று உயிர் பெற்று "அஞ்சலிக்கு பிரத்யேக செய்தி" என்றது. மானிட்டரில் அஞ்சலி விசாரணைக்கு விளிக்கப்பட்டிருக்கும் செய்தி பிரகாசித்துக் கொண்டிருந்தது. விஞ்ஞான முறைப்படி விஞ்ஞானத்தை ஒழித்துக்கட்ட முடிவெடுத்திருக்கிறார்கள் என்று நினைத்து சிரித்தாள்.

லேசாக இருளில் மூழ்கிக் கிடந்தது அந்த விசாரணை அறை. அஞ்சலி உள்ளே நுழைந்த போது ஏழெட்டு இருள் உருவங்கள் மட்டும் தெரிந்தன. சில வினாடிகளுக்கு முன்பு ஏதோ திரையிடப்பட்டு பார்த்ததற்கான அறிகுறியாக புரஜெக்ட்டரும், திரையும் தெரிந்தது. விளக்கு வெளிச்சம் அதிகரிக்கப்பட்டது. உதிரி உதிரியாக சோபாக்கள் இறைந்து கிடக்க, அதில் விஞ்ஞானிகள் சரிந்து உட்காந்திருந்தனர்.

"நான் எதற்காக விசாரிக்கப்படுகிறேன் என்பதை யாராவது

விளக்கும்படி கேட்டுக்கொள்கிறேன்" என்றாள் அஞ்சலி.

நீருபூத்த நெற்றியுடன் இருந்த ஒருவர், லேசாக கனைத்துக் கொண்டு, தன் முன்னால் இருந்த ஒரு வெண்தாளை கையில் எடுத்து முகத்தை மறைத்துக் கொண்டு படிக்க ஆரம்பித்தார். சட்டென திரும்பிப் பார்ப்பதற்கான வசதி குறைவோடு இருந்தது அவருடைய தலை. ஒவ்வொரு முறையும் அவர் தன் முழு உடலோடும்தான் தலையையும் திருப்பினார்.

"நமது துறை சம்பந்தப்பட்ட பல விஞ்ஞான கண்டுபிடிப்புகளை நீ வெளிநபர்களோடு பகிர்ந்து கொள்வதாகத் தகவல் வந்திருக்கிறது... ஒப்புக் கொள்கிறீர்களா?"

"எத்தனை நாட்களாக நான் வெளிநபர்களோடு பகிர்ந்து கொள்வதாக நினைக்கிறீர்கள்?"

"கடந்த ஒரு மாதமாக" என்று சட்டென்று பதில் சொன்னார் விஜயராகவன்.

"இந்த ஒரு மாதத்தில் நாம் கண்டுபிடித்தது சங்கராச்சாரி விவகாரம் ஒன்றுதான். பகிர்ந்திருந்தால் இதைப் பற்றித்தான் நான் பகிர்ந்திருக்க வேண்டும்" என்று அஞ்சலியே நேரடியாக விசயத்திற்கு வந்தாள்.

"சங்கராச்சாரி விவகாரம் என்று கூறுவதை நான் ஆட்சேபிக்கிறேன். அவர் நமது கடவுள், நம்மோடு வாழ்ந்து இப்போது வேறொரு கிரகத்தில் இருந்து அருள்பாலிக்கும் தேவன்" என்று ஒருவர் ஆவேசமாக குரல் கொடுத்தார்.

பைப் புகைத்துக் கொண்டிருந்த ஒருவர், "பதட்டப் படாதே அஞ்சலி, இந்திய விஞ்ஞானக் கழகத்திலேயே உன்னைப் போல் சிலர் மட்டும் இப்படி விலகி சிந்திப்பதற்கு ஏதேனும் அந்நிய தலையீடு இருக்குமோ என்று சந்தேகிக்க வேண்டியிருக்கிறது" என்றார்.

"நல்ல ஜோடனை... நான்தான் முதல்முதலாக சங்கராச்சாரி வந்த அலை சமிக்ஞைகளைக் கிரகித்தேன். பிராஸஸ் செய்து மானிட்டரில் ஓட்டிப் பார்த்தேன். சங்கராச்சாரி எனக்குத்தான் தரிசனம் தந்தார் என்று கூறி கடவுளின் தூதுவனாக என்னை அறிவித்துக் கொண்டிருந்தால் கூட நீங்கள் இப்படி விசாரித்து இருக்கமாட்டீர்கள் அல்லவா?" என்று கேட்டாள் அஞ்சலி.

"ஆகாத கதை" என்று ஒருவர் அலுத்துக் கொள்ள மற்றவர்கள், அஞ்சலி இத்தனைத் தெளிவாக வாதாடுவாள் என்று எதிர்ப்பார்க்காதக் குழப்பத்தில் ஆழ்ந்தனர். அஞ்சலியும், கவுதமும் பேசிக் கொண்டிருந்ததைக் காரணம் காட்டி எப்படி நடவடிக்கை

எடுப்பது என்று அவர்களுக்குப் புரியவில்லை.

"திரையில் கவுதமுடன் என்ன பேசிக் கொண்டிருக்கிறாய் என்று கூற முடியுமா?" என்றனர்.

"சங்கராச்சாரி விஷயத்தில் மக்கள் மிகவும் அறியாமையில் உழல்வதாகப் பேசிக் கொண்டிருந்தோம்" என்றாள்.

"சங்கராச்சாரி கடவுள் இல்லை என்கிறீர்கள்?" தீர்மானமாக நேருக்கு நேராகக் கேட்டான் ஷிவ்ஷங்கர்.

"ஆமாம்."

"ஒன்றைப் புரிந்துகொள்ளுங்கள். சங்கராச்சாரி சென்ற நூற்றாண்டிலேயே மக்களால் கடவுளாக ஏற்றுக்கொள்ளப்பட்டவர். இப்போது வேற்று கிரகத்தில் இருந்து மீண்டும் வந்திருப்பது அவர் கடவுள்தான் என்பதற்கு ஒரு ஆதாரமாக இருக்கிறது. அதனால் இந்தியா மட்டுமின்றி உலகம் முழுவதுமே சங்கராச்சாரியை பின்பற்றத் துவங்கியிருக்கிறார்கள். நீங்கள் இல்லை என்று நிரூபித்துவிட்டு இதுபற்றி எந்த பத்திரிகைக்கு வேண்டுமானாலும் பேட்டி கொடுங்கள். நாங்கள் தடுக்கவில்லை."

"அவ்வளவுதானே..?" மேசையின் மீது இருந்த வேற்று கிரக சங்கராச்சாரி அடங்கிய வீடியோ கேசட்டை திரையிட்டாள். டி.வி. திரையில் சங்கராச்சாரி...

"இவரைத்தானே கடவுள் என்கிறீர்கள்? இந்த வீடியோ டெக்குக்கு செல்லும் மின்சாரத்தை தடுத்துவிட்டால் திரையில் இருக்கும் கடவுள் காணாமல் போய்விடுகிறார். இதிலிருந்து இந்த கடவுளுக்கு சுயமாக சக்தி கிடையாது என்பது புரியவில்லையா?" என்றாள்.

"உன்னை இப்படி பேச வைப்பதும் அவரின் செயல்தான்" என்றார் பைப் விஞ்ஞானி.

"ஆமாம்... இதோ.." என்று அங்கிருந்த ஒரு பேப்பர் வெயிட்டை எடுத்து டி.வி. திரையின் மீது எறிந்தாள். பிக்சர் டியூப் சிதறியது. இதுவும் அவரது செயல்தான்" என்று கூறிவிட்டு ஆவேசமாக வெளியேறினாள்.

நீண்ட காரிடாரில் நடந்து லிஃப்ட்டை நெருங்கினாள். தன் அடையாள அட்டையை லிஃப்ட் ஆக்ஸஸ் காமிரா முன் நீட்டினாள். லிஃப்ட் கதவு திறக்கவில்லை.

மாறாக, "உங்களுக்கு அனுமதியில்லை' என்றது.

5

இந்திய தலைநகரின் பிரதான ஓட்டல். ஏதோ ஒரு அளவுகோல்படி

அதனை ஐந்து நட்சத்திர ஓட்டல் என்றார்கள். மற்றவற்றோடு ஒப்பிட்டால் பத்து நட்சத்திரம் வழங்கலாம்.

அந்த அறையில் மொத்தம் ஏழு பேர் இருந்தார்கள். வெளிச்சமும் பதப்படுத்தப்பட்டது மாதிரி தான் இருந்தது. அனைவருமே தம்தமக்குப் பிடித்தமான தங்கநிற போதை திரவங்களைப் பருகிக் கொண்டிருந்தனர். இந்திய விஞ்ஞானக் கழகத்தின் துணைத் தலைவர் அக்ஷய், பிரகாஷ் தவிர மீதம் இருந்த ஐந்து பேரும், நாட்டி தலை எழுத்தை முடிவெடுக்கும் பொறுப்புகளுக்கு நெருக்கமானவர்கள். ஜனாதிபதியின் நேர்முக உதவியாளர் கிஷன், சமயத் தலைவர் ஹரிஷங்கர் மற்றும் பிரதமரின் ஒரே மகன் பிரதாப் சிங்.

பிரகாஷ், ஒரு ஐஸ் சதுரத்தை கிஷனின் கோப்பைக்குள் போட்டு விட்டு ரகசியமாகச் சிரித்தான்.

பழம் நழுவி பாலில் விழுந்த மாதிரி இருக்கு என்று பதிலுக்கு சிரித்தான் கிஷன்.

கிஷன சொல்வதைப் பார்த்தால் பிரசிடெண்ட் நூறு சதவீதம் ஆதரவாக இருப்பார் என்று தோன்றுகிறது. அப்பாவும் அப்படியே. இருவருமே கடந்த ஒரு வாரமாக காஞ்சி மடத்தில்தான் ஆலோசனை செய்து கொண்டிருக்கிறார்கள். இன்னும் ஒரு மாதத்திற்குள் இந்தியாவை சங்கராலயா என்று பெயர் மாற்றும் விழா ஒன்றை டில்லியில் கோலாகலமாக நடத்தி விடுவார்கள். சங்கராச்சாரியார் கடவுளா, இல்லையா என்று முடிவாவதற்குள் இதெல்லாம் நடந்தாக வேண்டும். இந்தப் பெயர் மாற்றத்தால் மட்டும் நமக்கு பெரிய நன்மை விளைந்துவிடப் போவதில்லை. இதே சூட்டில் நாம் இட்டது சட்டமாக வேண்டும்... அதைப் பற்றித்தான் யோசித்துக் கொண்டிருந்தேன்" என்றான் பிரதாப் சிங்.

"நாட்களை கடத்தாமல் விரைவில் பெயர் சூட்டு விழாவுக்கான தேதியைக் குறிப்பது உங்கள் கையில்தான் இருக்கிறது " என்று கிஷன், பிரதாப் சிங் இருவரையும் நோக்கி சொல்லி தள்ளாடிக் கொண்டே கைகளை உயர்த்தினான் பிரகாஷ்.

"இருவரும் கவலையை விடுங்கள்" என்றனர் ஒருமித்த குரலில்.

6

தொலைநோக்கிப் பேசியின் மணி சிணுங்கவே, அஞ்சலி திரையை ஏற்றினாள். கவுதம்.

"ஹலோ கவுதம். எதிர்பார்க்கவே இல்லை."

"இப்படி சொல்லாமல் கொள்ளாமல் இரண்டு நாட்களாக

வீட்டிலேயே இருப்பீர்கள் என்று நானும் எதிர்பார்க்கவில்லை" கவுதம் குரலில் கடுப்பு.

"நான் விடுமுறையில் இருப்பதாக யார் கூறினார்கள்?" என்றாள் அஞ்சலி.

"ஏன் உங்கள் அலுவலகத்தினர்தான் கூறினார்கள். இரண்டு நாளாக இதே பதில். பிறகு மீனா என்பவர்தான் உங்கள் தொலைநோக்கி எண்ணைக் கொடுத்தார்."

"நல்லது. ஆனால், நான் விடுப்பில் இல்லை. என்னை தற்காலிக வேலை நீக்கம் செய்திருக்கிறார்கள். விரைவில் நிரந்தர வேலை நீக்கம் செய்து விடுவார்கள் என்று நினைக்கிறேன்" தொடர்ந்து அஞ்சலியின் விரக்தி சிரிப்பின் சில துளிகள்.

"எதற்காக?"

சொன்னாள்.

"சங்கராச்சாரி ஏற்படுத்தியிருக்கும் பரபரப்பு மக்களை மிகவும் திசை திருப்பிவிட்டது... தயவுசெய்து வேற்றுக் கிரகத்தில் இருந்து சங்கராச்சாரி தோன்றியதற்கு என்னதான் காரணம் என்று கண்டுபிடி" அஞ்சலி.

"கவுதம் அது எத்தனை சுலபமில்லை. நான் பணியாற்றிக் கொண்டிருக்கும் போதாவது வேறேதும் ரேடியோ அலைகளோ, சமிக்ஞைகளோ வருகிறதா என்று ஆராய முடிந்தது. இந்த சங்கராச்சாரியின் உருவத்தையும் தொடர்ந்து விதவிதமாக பகுத்தாய முடிந்தது. இப்போதோ நான் வீட்டில் இருக்கிறேன்"

7

ஸ்காட்டுக்கு ஒன்றுமே புரியவில்லை. இந்தியாவில் இருந்து வந்த கோரிக்கைகள் அவருக்கு நகைப்பையும் வேதனையையும் ஏற்படுத்தியது. அவரை எதற்காக கடவுள் என்றும், அவதாரம் என்றும் கூறுமாறு கட்டாயப்படுத்துகிறார்கள் என்பது புரிந்துகொள்ள முடியாததாக இருந்தது. அதுவும் விஞ்ஞானிகளே இப்படி ஒரு விஷயத்தை வலியுறுத்துவது அவருக்கு மிகுந்த அவமானமாக இருந்தது.

சங்கராச்சாரி தோன்றும் லேசர் டிஸ்க்கை நூறாவது முறையாக ஆய்ந்தார். வயது முதிர்ந்த ஒரு மனிதர். பழுப்பேறிய அகன்ற துணி அவர் உடல் முழுதும் சுற்றப்பட்டிருந்தது. கண்களில் தடித்த சோடாபுட்டி கண்ணாடி. அவரைச் சுற்றிலும் ஏதோ அசைவுகள். கூடவே ஏதோ இரைச்சல். எத்தனை முறை போட்டுப் பார்த்தாலும் இதில் எந்த மாற்றமும் இல்லை. அலுத்துப் போனார் ஸ்காட். ஒரு பேச்சு இல்லை, ஒரு செய்தி இல்லை. கடந்த நூற்றாண்டில்

இருந்த ஒரு மனிதர் அவர் கடவுளாகவே இருக்கட்டும் } மீண்டும் இப்படி தோன்றுவதற்கு என்ன காரணம் இருக்க முடியும்? அவரது திட்டம் என்ன?

ஸ்காட் இன்னொரு விதமாகவும் ஆராய்ந்து பார்த்தார். பரமாச்சாரியார் என்று அழைக்கப்படுகிற அவரைப் பற்றி இருபதாம் நூற்றாண்டின் பிற்பகுதியில் வெளிவந்த அனைத்து நூல்களையும், சஞ்சிகைகளையும் அவர், டெலிபேக்ஸ் மூலம் ரெக்கார்ட் செய்து தடயம் கிடைக்கிறதா என்று பார்த்தார். ஒரு பிரயோஜனமும் இல்லை.

சென்ற நூற்றாண்டின் பிற்பகுதியில் அந்த மனிதருக்கும் அவருக்கு அடுத்த நிலைகளில் இருந்த சங்கராச்சாரிகளுக்கும் ஒரு சாராரிடம் பயங்கரமான மவுசு இருந்திருக்கிறது. அதுவும் சில தமிழக பத்திரிகைகள் அவரை கடவுள் என்றும் அவரைப் பார்ப்பதே ஒரு வரம் என்றும் மாய்ந்து மாய்ந்து எழுதியிருந்தன. ஆனால் தமிழகத்தில் மட்டுமே செல்வாக்குமிக்கவர் என்ற முடிவுக்கும் வரமுடியவில்லை. இந்தியாவின் ஜனாதிபதிகள், பிரதமர்கள், மத்திய மந்திரிகள், மாநில முதல்வர்கள், ஆளுநர்கள், உயர் அதிகாரிகள், வங்கி அதிகாரிகள், பத்திரிகைகாரரர்கள், எழுத்தாளர்கள் என்று பெருங்கூட்டமே அவருக்கு முன்னால் கைகட்டி வாய் பொத்தி நின்றிருப்பது புரிந்தது.

அவரது குழப்பத்திற்கு விடுதலை தருவது போல தொலைநோக்கிப் பேசி கிணுகிணுத்தது.

பட்டனை அழுத்திவிட்டு ஸ்கிரீனில் தோன்றுபவரை உற்று நோக்கினார் ஸ்காட். அது அவருக்குத் தெரியாத முகமாக இருந்தது.

நல் மாலைப்பொழுது... நான் ஐக்கிய ஐரோப்பாவின் பிரதமரின் நேர்முக உதவியாளர் பேசுகிறேன். நாளைக்காலை பிரதமரின் இல்லத்திற்கு வரவும். மிக முக்கியமான விஷயம் குறித்து உங்களிடம் விவாதிக்க வேண்டியிருக்கிறது.

ஸ்காட் “எது குறித்து என்று தெரிவித்தால் நலம்” என்றார்.

“கடவுள் குறித்து... சந்திப்பு ஏற்பாடுகள் பற்றி உங்கள் உதவியாளரிடம் ஏற்கனவே தெரிவித்துவிட்டோம்” திரை இருண்டது.

பிரதமரின் செயலாளர்கள் இருவர், ஸ்காட், மற்றும் ஸ்காட்டின் உதவியாளர் என்று மிகச் சிலர் மட்டுமே அந்த அறையுனுள் அனுமதிக்கப்பட்டிருந்தனர். இறைச்சியினால் ஆன பல்வகை உணவுப் பண்டங்கள், பாலாடைக்கட்டி, புரத ஐஸ்கிரீம் என்று உபசரிப்புகள் நடந்து கொண்டிருப்பதைப் பார்த்து பொறுமை

இழந்து போனார் ஸ்காட்.

"கடவுள் பற்றி அரசு எதற்கு கவலைப்பட வேண்டும்?" ஸ்காட் பேச்சைத் துவக்கி வைத்தார்.

பிரதமரின் செயலாளர்கள் இருவரும் ஒரே நேரத்தில் தொண்டையைக் கனைத்துக் கொண்டு பேசுவதற்கு தயாரானார்கள். பின்பு அவர்களாகவே மானசீக ஒப்பந்தம் செய்து கொண்டவர்களாக ஒருவர் தனது இருக்கையில் சாய்ந்து உட்கார்ந்தார். அதாவது இன்னொருவரை பேச அனுமதித்ததற்கான அர்த்தம் அது.

"கடவுள் பற்றி அரசு கவலைப்பட வேண்டிய கட்டம் நெருங்கியாயிற்று" என்று ஆரம்பித்தார். "சங்கராச்சாரி என்பவரை கடவுள் என்று அறிவிக்கும்படி, இந்தியா உங்களிடம் கோரிக்கை விட்டிருந்தது அல்லவா? இப்பொழுது அந்தக் கோரிக்கை மிரட்டலாக மாறியிருக்கிறது."

"மிரட்டலா?"

"ஆமாம். ஆரம்பத்தில் இந்தியாவின் கோரிக்கையாக மட்டும் இருந்தது. இப்போது கீழ்திசை உலகநாடுகளின் ஒட்டுமொத்த உத்தரவாக மாறியிருக்கிறது."

"உத்தரவிடுவதற்கு அவர்கள் யார்?" ஸ்காட் கேள்வியில் அதிர்ச்சி.

"ஸ்காட்... இதில் அதிர்ச்சியடைவதற்கோ, ஆத்திரப்படுவதற்கோ ஒன்றுமில்லை. கீழ்திசை உலக நாடுகள் ஐக்கிய ஐரோப்பாவுடன் ஏகப்பட்ட வர்த்தக உறவுகள் வைத்திருப்பது உங்களுக்குத் தெரியும். செவ்வாய் கிரகக் கட்டுமானப் பணியில் இருந்து சாதாரண ஸ்டாப்லர் பின் வரை அவர்கள் நம்மையே நம்பியிருக்கிறார்கள்."

ஸ்காட் சிரித்தார். "நம்மையே முழுதாக சார்ந்திருக்கிற நாடுகளின் நிபந்தனைக்கு நாம் ஏன் பயப்பட வேண்டும்?"

"இன்னொரு விதமாகப் பாருங்கள் ஸ்காட். அந்த நாடுகள்தான் நம்முடைய பிரதான சந்தை. ஒருவகையில் நாம் அவர்களை சார்ந்திருக்கிறோம்."

ஸ்காட் மேவாயில் மணிக்கட்டை ஊன்றி தாம் நிலைமையை உணர்ந்திருப்பதைத் தெரியப்படுத்தினார்.

பிரதமரின் செயலாளர் தொடர்ந்தார். "இன்னும் ஒரு வாரத்திற்குள் சங்கராச்சாரியைப் பற்றி ஒரு முடிவுக்கு வரவில்லையென்றால் வர்த்தக கலாச்சார உறவுகளை முறித்துக் கொள்வோம்" என்று கூறியிருக்கிறார்கள்.

ஸ்காட், தன்னிடம் பிரதமரின் செயலாளர்கள் என்ன எதிர்பார்க்கிறார்கள் என்பதை தெரிந்து கொள்ள விரும்பினார்.

“அதற்கு நான் என்ன செய்ய முடியும் சொல்லுங்கள்?”– ஸ்காட்.

“சங்கராச்சாரியை கடவுள் என்று அறிவிப்பது பற்றி..!”

“உங்களிடம் இருந்து இப்படி ஒரு நிர்பந்தம் வரும் என்று நான் எதிர்பார்க்கவில்லை” வருத்தப்பட்டார் ஸ்காட்.

“அப்படியானால் ஒரு வாரத்திற்குள் அவர் கடவுள் இல்லை என்பதை விஞ்ஞானபூர்வமாக நிரூபிக்கவாவது முயற்சி செய்யுங்கள்” என்று விரைப்புடன் எழுந்தனர் இரண்டு செயலாளர்களும். சற்று நிதானித்து “இல்லையென்றால் நாங்களாகவே முடிவை அறிவிக்க வேண்டியிருக்கும்” என்று கூறிவிட்டு சரசரவென்று செயலர்கள் வெளியேறினர்.

8

திரையில் தோன்றிய சங்கராச்சாரியை சில நிமிடங்கள் நிதானமாகப் பார்த்தாள் அஞ்சலி. திடீரென்று ஏதோ தோன்றியவளாக சங்கராச்சாரிக்கு பின்னணியில் தோன்றிய மங்கலான வண்ணக் குழைவுகளின் மீது கவனம் செலுத்தினாள். கம்ப்யூட்டருக்கு ஆணைகள் பிறப்பித்து, அந்த வண்ணக்குழைவு பிரதேசத்தில் இருந்து ஒவ்வொரு சதுர செ.மீ. பரப்புகளை திரையில் தோற்றுவித்து ஆராய்ந்தாள். குழப்பமான பிம்பங்கள். ஒவ்வொரு சதுர செ.மீ. பரப்பும் குழம்பியது. சங்கராச்சாரியின் பின்னால் ஏதோ துணியால் ஆன திரை இருப்பது போல தெரிந்தது. ஒரு சதுரத்தில் சுத்த வெள்ளை, இன்னொரு சதுரத்தில் இன்னொரு நிறம்.

சுடச்சுட ஒரு டீ வரவழைக்கும்படி ரோபோவிடம் கூறிவிட்டு சற்றே அயர்ந்தாள். கம்ப்யூட்டரை ஆட்டோ பிராஸசில் போட்டு வைத்திருந்ததால், அதுவாகவே ஒவ்வொரு சென்டி மீட்டரையும் திரையில் உருவாக்கியும் ஒரு ஐந்து நிமிட இடைவேளைக்குப் பிறகு மீண்டும் அடுத்த செ.மீட்டரை தோற்றுவித்துக் கொண்டும் இருந்தது.

ஒரு வாரகால அவகாசம். அதற்குள் விஞ்ஞான விளக்கம் அளித்ததாக வேண்டும். ஒரு ஆஸ்திரேலியாக்காரனுக்கோ, அமெரிக்கனுக்கோ இல்லாத அக்கறை நமக்கு நிச்சயம் வேண்டும். இல்லையேல் பேய்கள் அரசாள நாமே விட்டுக் கொடுத்ததாகிவிடும். இந்தியா முழுவதையும் தங்கள் சட்டைப் பாக்கெட்டுக்குள் வைத்திருக்கிற இவர்கள், நாளை உலகையே விழுங்கி ஏப்பம் விடுவதற்கும் கூட இது வாய்ப்பளித்துவிடும்.

ஸ்காட்டை எப்படியும் சந்தித்தாக வேண்டும். அங்கிருக்கிற விஞ்ஞான வசதிகள், ஒருவேளை இதற்கு விளக்கம் அளிக்கக்கூடும். இந்த நிலையில் அது சாத்தியமா? நிச்சயமாக இந்த ஒரு டிஸ்க்கை கோடி முறை திருப்பிப் போட்டுப் பார்த்தாலும் ஒரு ரகசியமும் அவிழப் போவதில்லை.

டீயைக் கொண்டு வந்து நீட்டியது ரோபோ. அதை வாங்கி டேபிளின் மீது வைத்துவிட்டு திரையை வெறித்தாள்.

வெள்ஷளையும் அல்லாத, கருப்பும் அல்லாத ஒரு நிறத்தில் சற்றே பிரகாசிக்கும் ஒருநிறம் திரை முழுவதும் வியாபித்திருந்தது. சரியாகச் சொல்லப் போனால், உலோகம் போல மின்னியது. ஏதோ ஒருஆதாரம் கிடைத்திருப்பதாக உள்மனது பதைத்தது.

தன்னிடமிருந்த கலர் பிரிண்ட் அவுட்டரைக் கொண்டு வந்து ஒவ்வொரு சதுர செ.மீட்டரையும் டிஜோபுரோமைட் பேப்பரில் பிரிண்ட் எடுக்கும்படி ஆணை பிறப்பித்தாள். ஒவ்வொரு சதுர செ.மீ.யும் ஒரு சதுர அடி வீதம் வந்து விழுந்தது.

ஏறத்தாழ ஐநூறு சதுர அடித்துண்டங்கள். ஒவ்வொன்றையும் அதற்கான இடங்களில் வைத்து ஒழுங்குபடுத்தினால் மிகப்பெரிய வரவேற்பறை முழுவதும் நிரவி வைத்த பின்னும் கொஞ்சம் மீதம் இருந்தது.

அருகில் இருந்து பார்க்கும்போது ஒன்றுமே தெரியவில்லை. தோட்டத்தில் இருந்த ஏணியைக் கொண்டு வந்து சுவரோரமாய்ப் போட்டு, ஏணியின் உச்சியில் ஏறி நின்று பார்த்தாள்.

ஆச்சர்யமாக இருந்தது. சங்கராச்சாரிக்குப் பின்னால் யாரோ ஒருவன் துப்பாக்கியுடன் நின்று கொண்டிருந்தான்.

திடுக்கிட்டாள் அஞ்சலி.

9

சங்கராச்சாரி சுடப்பட்டு இறந்தாரா? என்று அவளுக்கு திடீர் சந்தேகம் வந்தது.

கொன்றிருந்தால் யார் கொன்றிருப்பார்கள்? நூறு வயது மனிதரை கொலை செய்து என்ன சாதித்திருப்பார்கள்? அக்காலத்தில் சங்கராச்சாரிக்கு எதிரியாக இருந்தவர்கள் அல்லது சங்கராச்சாரியை கடவுள் என்று போற்றாதவர்கள் கொன்றிருந்தால் அது நிச்சயம் காந்தியாரின் படுகொலையை விட மிகப் பெரிய விசாரணையாக நடந்திருக்குமே... அப்படியானால் மூடி மறைத்திருப்பார்களா? உண்மையைப் பிரசவிக்கும் வலி... சிந்தனை சோர்வுடன் சோபாவில் சாய்ந்தாள்.

அதிர்ச்சியான திருப்பம். "நமக்குக் கிடைத்திருந்த ஒரு வார கெடுவை இதை வைத்தே இன்னும் கொஞ்ச நாட்களுக்கு நீட்டிக்கலாம்" என்றான் கவுதம்.

"எப்படி?" என்றாள் அஞ்சலி.

"சங்கராச்சாரி கொலை செய்யப்பட்டு இறந்திருப்பதாக சந்தேகிப்பதாக நம் விஞ்ஞான கழகத் தலைவருக்கும் ஜனாதிபதிக்கும் தகவல் தருவோம். கொலை செய்தவர்களைப் பழிவாங்கத்தான் இப்போது வந்திருப்பதாகக்கூட கொஞ்சம் கட்டுக்கதை அமைக்கலாம். இதனால் ஒரு வாரத்திற்குள் இந்தியாவுக்கு சங்கராலயா என்ற பெயர் மாற்றம் செய்யப் போவதைத் தள்ளி வைக்க முடியும். அதற்குள் ஸ்காட்டை சந்தித்து உதவி கோரலாம்" என்றான் கவுதம்.

10

ஸ்காட் அஞ்சலியின் கைகளைப் பற்றி நம்பிக்கையுடன் குலுக்கினார்.

"முதன்முதலாக சங்கராச்சாரியின் மின்காந்த அலைகளை ஆய்ந்தவர் என்பதற்காக எனது பாராட்டுக்கள்" என்று கொஞ்சம் நிறுத்தி, "அதே சமயத்தில் என் வேலைக்கு உலை வைக்க இருந்தவரும் நீங்கள்தான்" என்றார்.

"மின்காந்த அலைகளை இங்கிருக்கிற யாரோ ஒளிபரப்புகிற வாய்ப்பு இல்லை என்பதில் நான் உறுதியாக இருக்கிறேன்" என்று விஷயத்திற்கு வந்தாள் அஞ்சலி.

"நாங்களும் அதில் உறுதியாக இருக்கிறோம். சுமார் 25 ஒளியாண்டு தூரத்தில் இருந்து ஒருவர் மின் அலை சமிக்ஞை அனுப்புவதை கற்பனை செய்யவே முடியவில்லை. கடவுள் என்று சுலபமான முடிவுக்கு வந்துவிடுவது மனித இயல்பு. நாம்தான் இதற்கு விளக்கம் கொடுத்தாக வேண்டும். நாம் தாமதிக்கிற ஒவ்வொரு நாளும் மக்களை மூடநம்பிக்கையில் ஆழ்த்திவிடும் என்று அச்சமாக இருக்கிறது" என்று ஸ்காட் தமது நிஜமான கவலையைத் தெரிவித்தார்.

"எனக்கு நீங்கள் தரும் வாய்ப்பு, எனக்கு இதுவரையில்லாத பொறுப்புணர்வை ஏற்படுத்தியிருக்கிறது. நான் முதலில் இருந்தே ஆரம்பிக்க நினைக்கிறேன். அதாவது சாதாரணமாக விண்ணில் இருந்து வரும் மின் கதிர்களைப் பரிசோதித்துக் கொண்டிருந்த ஆய்வை துவங்க இருக்கிறேன். இங்கிருக்கிற ரேடியோ கதிர் ஆய்வு மையத்தில் இருக்கிற வசதிகள் பற்றிய விளக்கமும் அங்கிருப்பவர்களின் அறிமுகமும் எனக்கு இப்போது தேவை" என்றாள் அஞ்சலி.

“இப்போதே ஆரம்பிக்கிறீர்களா? நாளைக்கா?”

“இந்த விநாடியே.”

ஸ்காட் சிரித்துக் கொண்டே உள் தொலைக்காட்சி பேசியில் சில ஆணைகளைப் பிறப்பித்தார். கம்பி போல இருந்த ஒரு இளம்பெண், உள்ளே வந்து, “ஹல்லோ அஞ்சலி... அயம் எல்லி “என்றாள். ரேடியோ அலை ஆய்வு மையத்தில் மிகப் பிரம்மாண்டமான திரையில் சங்கராச்சாரிக்கு பின்புறமிருந்த துப்பாக்கியின் படம் பெரிதுபடுத்தப்பட்டிருந்தது.

“இந்த துப்பாக்கி 1990}களில் இந்தியாவில் கறுப்புப் பூனை படையினர் பயன்படுத்திய துப்பாக்கி ரகம் என்று தெரிய வந்திருக்கிறது. இன்னும் குறிப்பாகச் சொல்லப்போனால், அப்போது ஜனாதிபதியாக இருந்த சங்கர் தயாள் சர்மாவின் பாதுகாப்புக்கு நின்றிருந்தவரின் துப்பாக்கி இது” என்று அதிர்ச்சியான தகவலை அங்கிருந்தவர்கள் தெரிவித்தார்கள்.

11

“**ச**ங்கராச்சாரியால் வந்த குழப்பங்கள் போதாதென்று இப்போது சங்கர் தயாள் சர்மா வேறு வந்து சேர்ந்திருக்கிறார்” என்றான் கவுதம்.

“உண்மையில் சங்கர் தயாள் சர்மாவால் பாதி குழப்பம் தீர்ந்திருக்கிறது” அஞ்சலி பதற்றமற்ற குரலில் நிதானமாகச் சொன்னாள்.

“எப்படி அஞ்சலி?”

“சங்கராச்சாரி இப்போது எங்கோ இருந்து அருள் பாலிக்கிறார் என்பது இதனால் அடிபட்டுப் போகிறது. இது இருபதாம் நூற்றாண்டின் போது ஏதோ ஒரு சந்தர்ப்பத்தில் சங்கர் தயாள் சர்மா, சங்கராச்சாரியை சந்தித்தபோது எடுக்கப்பட்ட வீடியோ என்று தெளிவாகிறது. சங்கர் தயாள் சர்மா ஜனாதிபதியான ஒரு வருடத்திலேயே சங்கராச்சாரி இறந்து போய்விட்டார். ஆக இது 1993ஆம் ஆண்டில் எடுக்கப்பட்ட வீடியோவாகத்தான் இருக்கும்.”

“சரியான கணிப்பு. இப்போதே நான் நிஜம் பத்திரிகைக்கு இதுபற்றி எனது தொடர் கட்டுரையை ஆரம்பித்துவிடலாம் என்று நினைக்கிறேன்” என்றான் கவுதம்.

“குறிப்பெடுத்துக் கொண்டு வாருங்கள். இது எப்படி ஒளிபரப்பப்பட்டது என்ற உண்மை கண்டுபிடிக்கப்பட்டால் தான் உங்கள் கட்டுரை பூர்த்தியாகும்.”

“ஸ்காட்டிடம் இதுபற்றி பேசினேன். ஒருவேளை இந்தப் படம்

வேற்றுக் கிரகத்தின் - அதாவது வேகா மண்டலத்தில் இருக்கும் பிரஜைகள் கையில் கிடைத்திருந்து அதை அவர்கள் நமக்குத் தெரியப்படுத்துவதற்காக ஒளிபரப்பியிருப்பார்களோ என்றுகூடச் சிந்தித்துப் பார்த்தோம்."

"இது லாஜிக்."

"லாஜிக்தான் - ஒரே ஒரு முடிச்சு மட்டும் அவிழ்க்கப்பட்டு விட்டால்..."

"என்னது?"

"பெரிவரின் வீடியோ அவர்களுக்கு எப்படி கிடைத்திருக்கும்?"

அதே சமயம் தொலைநோக்கு பேசியின் ஒலி கிணுகிணுத்தது. திரையில் ஸ்காட்.

"அஞ்சலி, இரண்டு நாள்காக நீங்கள் ரேடியோ அலை பிரிவில் தீவிரமாக இருந்ததாக கேள்விப்பட்டேன். ஏதாவது முன்னேற்றம் தெரிந்ததா?" எதிர்பார்ப்பு அதிகம் தெரிந்தது ஸ்காட் குரலில்.

"தெரிந்தது. உங்களுக்கு அவகாசம் இருந்தால் சிலவற்றை நேரில் பேசலாம்" என்றாள் அஞ்சலி.

"மகிழ்ச்சியுடன்" என்றார் ஸ்காட்.

12

அறைக்குள் ஸ்காட் மட்டுமே அமர்ந்திருந்தார்.

"இதில் வேகா கிரகவாசிகள் நம்மிடம் தொடர்பு கொள்வதற்கு சங்கராச்சாரியைப் பயன்படுத்தியிருப்பார்கள் என்று கணிக்க முடிகிறது. சங்கராச்சாரியின் புகைப்படம் அவர்களுக்கு எப்படிக் கிடைத்தது என்பது நான் கேள்விக்குறி. அதைப் பற்றியும் இந்த கணத்தில் நான் ஒன்று யூகிக்கிறேன்" என்று நிறுத்தினாள்.

"என்ன?"

"சங்கராச்சாரியின் வீடியோ அவர்களுக்கு எப்படிக் கிடைத்தது என்பதையே சற்று மாற்றிச் சிந்திப்போம். இப்போது நமக்கு சங்கராச்சாரியின் உருவப்படம் எப்படி மின்காந்த அலைகள் வடிவத்தில் கிடைத்ததோ, அதே போல அவர்களுக்கும் மின்காந்த அலைகளாகவே கிடைத்திருந்தால்..?"

ஸ்காட் தனது புருவத்தை உயர்த்தி வியந்துவிட்டு, "யார் அனுப்பி யிருப்பார்கள் என்று கண்டுபிடிக்க வேண்டியிருக்குமே?" என்றார்.

"யாரும் தனிப்பட்ட முறையில் அனுப்பியிருக்க வேண்டிய அவசியம்கூட இல்லை. நாம் தொலைக்காட்சிகளுக்காகப்

பயன்படுத்தும் மின்காந்த அலைகளே அவர்களுக்குக் கிடைத்திருக்கலாம். தொலைக்காட்சிக்குப் பயன்படுத்தும் மின்காந்த அலைகள் கிடைமட்டத்தில் பலவீனமாகவும், நேர்க்கோட்டில் பல கோடி மைல்கள் செல்லும் திறனுள்ளவையாகவும் இருப்பது நம் கற்பனைக்குப் போதுமானதாக இருக்கிறது" என்றான்.

ஸ்காட் தனது இருக்கையில் இருந்து தாவி, அஞ்சலியின் கன்னத்தில் அழுத்தமாக ஒரு முத்தமிட்டார்.

"யுரேகா, யுரேகா என்று கத்திக் கொண்டு ஓட வேண்டும் போல இருக்கிறது அஞ்சலி."

"ஆனால்... இதை நிரூபிக்க நமக்கு அவகாசம் தேவை."

"இன்னும் என்ன நிரூபிக்க வேண்டும்?"

"பூமியில் தொலைக்காட்சியில் வந்த காட்சியை அவர்கள் நமக்கு திரும்ப அனுப்பி வைப்பதன் மூலம் அவர்களது இருப்பை நமக்கு உணர்த்துகிறார்கள் என்றுதானே நாம் கூறப்போகிறோம்?"

"ஆமாம்" உற்சாகப்படுத்தினார் ஸ்காட்.

அஞ்சலி எழுந்து சென்று ஸ்காட்டின் அறையில் இருந்த பிரம்மாண்ட டிஜிட்டல் மானிட்டரை உயிரூட்டினாள். சங்கராச்சாரி உருவம் திரையில் தோன்ற பின்புறத்தில் துப்பாக்கி கறுப்பாக தெரிந்தது. டிஜிட்டல் மானிட்டர் என்பதால் சங்கராச்சாரியைச் சுற்றி மற்றும் பலர் நிற்பது மங்கலாகத் தெரிந்தது. சரியாக ஏழு செகண்ட் நேரம் மட்டுமே ஒளிர்ந்து ஒரு செகண்ட் ஓய்வுக்குப் பிறகு திரை மீண்டும் ஒளிர்ந்தது. தலையசைத்துவிட்டு விடைபெற்றாள்.

13

அஞ்சலிக்காகவே ஒதுக்கப்பட்டிருந்த ஆய்வுக்கூடம் அது. அங்கிருந்த கருவிகள் அனைத்தும் ஒரு புள்ளிக்கு பின்னால் நூறு பூஜ்ஜியங்கள் அளவுக்குத் துல்லியமானவை. அஞ்சலி, மின்னணு தொலைநோக்கியில் வேகா நட்சத்திரத்தை வறட்டுத்தனமாக கொஞ்சநேரம் பார்த்தாள்.

கோடி கோடி கோடி.... மைல்களுக்கு அப்பால் இருக்கும் வேகா நட்சத்திரக் குடும்பத்தில் ஏதோ ஒரு கோளில் நம்மைப் போலவே ஜீவராசிகள் இருந்து நம்மை தொடர்பு கொள்ள விரும்புகிற அளவுக்கு வளர்ச்சி பெற்றிருக்கிறார்கள் என்று சிந்தித்துப் பார்க்கவே அஞ்சலிக்கு ஆர்வமாக இருந்தது.

பெரியவர் பூமிக்குப் பயணித்து வந்த ரேடியோ அலைகளுக்கு நெருக்கமான சில அலைவரிசைகளை அஞ்சலி பண்பிறக்கம் செய்து பார்த்தாள். அனைத்தும் விண்வெளியில் ஓயாமல் நிகழ்ந்து

கொண்டிருக்கும் காஸ்மிக் விளைவுகளாகவே இருந்தன. பெரியவர் உருவம் வந்த ரேடியோ அலைகள் ஒரு குறிப்பிட்ட சமிக்ஞையுடன் வந்தன. ஏழு விநாடிக்கு ஒருமுறை அலைகள் துடித்தன. அஞ்சலியை அந்த ரேடியோ அலைகள் கவர்ந்ததற்கு காரணமும் அந்த சமிக்ஞைதான். அப்படி வேறெதேனும் சமிக்ஞைகள் வருகின்றனவா என்பதில் அஞ்சலிக்கு ஆரம்பத்தில் இருந்தே ஒருவித தேடல் இருந்தது.

மூன்றுநாள் கெடுவுக்குள் அப்படியொன்றை தேடிக் கண்டுபிடித்து விட்டால்..? அஞ்சலி அதுதான் தாம் விஞ்ஞானியானதன் பலன் என்றுகூட எண்ணினாள்.

சுமார் 12 மணிநேரம் வெறும் டீயும், பன்றி இறைச்சி பொதிந்த சாண்ட்விச் மட்டுமே சாப்பிட்டுக் கொண்டு ஒவ்வொரு அலைவரிசையையும் அலசிக் கொண்டிருந்தாள். நிறைய சாட்டிலைட் தொலைக்காட்சிகளின் அலைகள் நீண்ட தூரத்தில் இருந்து வந்து கொண்டிருக்கும் அலைக்கதிர்களைப் பெருத்த இடையூறுக்கு உள்ளாக்கின. பல அலைக்கதிர் பகுத்தாயும் அளவுக்குத் திராணியற்றுப் போய் மிகவும் சோர்வாக பூமிக்கு வந்தன. அஞ்சலி அவற்றைப் பிடித்து பண்பிறக்கம் செய்வதற்கு மிகுந்த சிரமப்பட்டாள். ஸ்ஸ்ஸ்.... என்கிற ஓயாத இரைச்சல் அவளது மண்டையைக் குழப்பிற்று.

சோர்வில் நாற்காலியிலேயே கொஞ்சம் கண் அயர்ந்தாள்.

இந்தியா முழுசையும் கொளுத்திவிட்டு புதுசா ஒரு இந்தியா செய்யலாம் என்று கவுதம் சிகா வோல்ட் லேசர்களோடு புறப்படுகிறான். பக்கத்தில் அஞ்சலி நின்று கொண்டு ஒன்று, இரண்டு, மூன்று என்று எண்ணுகிறாள்.

ஒன்று என்று கூறி முடித்து ஒரு விநாடி இடைவெளியில் இரண்டு என்கிறாள். இரண்டு விநாடிகள் இடைவெளி கொடுத்தாள். இப்படியே மூன்றுக்கு மூன்று விநாடி. நான்குக்கு... நான்கு. பத்துக்கு பத்து விநாடி நேரம் கொடுக்க அஞ்சலி எத்தனிப்பதற்குள் மீண்டும் ஒரு விநாடியிலேயே பத்து என்கிறாள். மூன்று விநாடி இடைவெளியில் பனிரெண்டு. நான்கு விநாடி இடைவெளியில் பதிமூன்று...

நீ பாட்டுக்கு எண்ணிக் கொண்டே போனால் நான் எப்படி சுடுவதாம்? என்று கவுதம் விசுக்கென லேசர் துப்பாக்கியின் விசையை அழுத்த... அஞ்சலி திடுக்கிட்டு எழுந்தாள். எதிரே பண்பிறக்கக் கருவி ஏதேதோ ஓசை எழுப்பிக் கொண்டிருந்தது.

காற்றுப் பதனத்தையும் மீறி லேசாக வியர்வை அரும்புகள்.

கனவு வித்தியாசமாக இருந்தது. ஈரமான துணியால் முகத்தை அழுந்தத் துடைத்துக் கொண்டு மறுபடி நாற்காலியில் வந்து அமர்ந்தாள்.

கனவை மெல்ல அசைபோட்டாள்.

ஒரு விநாடி, இரண்டு விநாடி என்று இடைவெளி கொடுத்து ஒன்று, இரண்டு என்று சொல்லிக் கொண்டே வந்தவள், பத்துக்கு மட்டும் பத்து விநாடி இடைவெளி கொடுக்காமல் மீண்டும் ஒரு விநாடி இடைவெளி கொடுத்தது நியூமரிக்கல் குழப்பமாக இருந்தது.

பண்பிறக்க கருவியில் இருந்து வந்த ஓசையை ஒப்பிட்டுப் பார்த்தாள் ஆச்சர்யம்... சுற்றுப்புற ஓசைதான் கனவில் வெளிப்பட்டிருக்கிறது என்று புரிந்ததும், அஞ்சலிக்கு இனம் புரியாத மகிழ்ச்சி.

மீண்டும் பண்பிறக்க கருவியில் வெளிப்பட்ட சப்த, இடைவெளியையும், மானிட்டரில் தெரியும் அலைத்துடிப்புகளையும் ஒப்புமைப்படுத்திப் பார்த்தாள். அவள் நினைத்தது சரி.

ஒன்பது எண்ணிக்கை வரை ஒன்பது விநாடி இடைவெளி என்று வளர்ந்து, மீண்டும் ஒன்று இரண்டு என்று அலைத்துடிப்புகள் வந்தன. ஒன்பது முடிந்ததும் பழையபடி ஒன்றில் இருந்து ஆரம்பித்தது. ஸ்காட்டுக்கு இன்னொரு யுரேகா...

மிகவும் பலவீனமான அலைவரிசையாக இருந்தததால் அதை மானிட்டரில் தக்க வைப்பது சிரமமாக இருந்தது. 21.2002 சிகா ஹெர்ட்ஸ் அலைவரிசை அது. அதை அப்படியே வேவ்சேவ் யூனிட்டிற்கு அனுப்பி அலைத்துடிப்புகளை கொஞ்சம் துல்லியப்படுத்தினாள். மீண்டும் பண்பிறக்கம் செய்யும் பிராஸஸ் யூனிட்டில் செலுத்தி மானிட்டரை அட்ஜஸ்ட் செய்து திரையில் தோன்றி இருக்கும் வேற்றுக் கிரகவாசிகளின் அடுத்த செய்திகளை ஆவலுடன் எதிர்நோக்கினான்.

பெருத்த இரைச்சல். ஆ... ஊ என்று ஒரு சிலர் அலறும் சப்தம் முழுக்க ஏதோ புகை படிந்த மாதிரி தோன்றியது. திரை கொஞ்சம் பிரகாசமடைந்த போது யாரோ ஒருவன். அலறித் துடித்தபடி விழ... காமிரா ஒருவனை நெருக்கமாக காட்டுகிறது. அங்கே... புருஸ்லீ... நுன்ஜாக்கை சுழற்றி கக்கத்தில் இடுக்கியபடி கோபமாக வெறித்தார். அஞ்சலி தடாலடியாக ஸ்காட், மீனா, கவுதம், ரேடியோ பிரிவினர் அனைவருக்கும் இந்த மகிழ்ச்சியான தகவலை தெரிவித்தாள்.

14

விசாலமான அறையில் முதல்கட்ட விளக்கங்களை ஒருவருக்கொருவர் பகிர்ந்து கொள்வதற்காக குழுமினர்.

“இருபதாம் நூற்றாண்டின் கடைசி சில வருடங்கள் உலகம் முழுதும் புருஸ்லி நடித்த எண்டர் தி டிராகன் என்ற திரைப்படம் சக்கைபோடு போட்டது. குறிப்பாக உலகமெங்கும் தொலைக்காட்சியில் அந்தப் படம் ஒலிபரப்பாகியிருக்கிறது. ஆக, பூமியில் இருந்து பல்வேறு தொலைக்காட்சி நிலையங்கள் புரூஸ்லீயை ஒளிபரப்பின. வேகா மண்டலத்தில் வசிப்பவர்களுக்கு இவர் மிகவும் பிரபலமானவராகத் தோன்றியிருக்கலாம். உலகம் முழுமையும் அறிமுகமானவரும், ஐம்பதாண்டு காலம் வரைக்கும் ஞாபகம் உள்ளவருமான ஒருத்தரையே அவர்கள் நமக்காக திரும்ப ஒளிபரப்புகிறார்கள்” பெருமிதமாக விளக்கினாள் அஞ்சலி.

“சங்கராச்சாரியை எப்படி அவர்களுக்குப் பிரபலமானவராக தோன்றியிருக்கும்?” என்றார் ஸ்காட்.

“இந்தியாவில் அந்த நாள்களில் வாழ்ந்த பல பிரதமர்கள், ஜனாதிபதிகள், நீதிபதிகள், முதல்வர்கள், தேர்தல் கமிஷன் அதிகாரிகள் பலரும் அவரது காலில் விழுந்து சேவித்திருக்கிறார்கள். அதெல்லாம் டி.வி.யிலும் தொடர்ந்து ஒளிபரப்பானது. பிரமுகர்க்கெல்லாம் பிரமுகராக இருந்ததால் இவர்தான் இந்தியாவின் நிரந்தர பிரமுகர் என்று வேற்று கிரகத்தில் இருப்பவர்களுக்குத் தோன்றியிருக்கலாம். மற்றவர்கள் வருகிறார்கள்; போகிறார்கள். இவர் மட்டும் எல்லோரையும் மிஞ்சும் அதிகாரம் பெற்றவரோ என்று அவர்களுக்குத் தோன்றியிருக்கலாம்”

ஸ்காட், அடுத்த சில மணி நேரங்களில் விஞ்ஞான பிரமுகர்களைத் தொடர்பு கொண்டு, கான்ஃபரன்ஸ் ஏற்பாடு செய்து கொண்டிருந்தார்.

ஸ்காட்டின் செகரட்டரி வந்து உங்களுக்கு அஞ்சலியிடம் இருந்து தொலைபேசி வந்திருக்கிறது என்றாள்.

ரிசீவரை வாங்கி “ஹலோ” என்றார் ஸ்காட்.

“மேலும் ஒரு சமிக்ஞை கிடைத்திருக்கிறது” அஞ்சலியின் குரலில் பதற்றம்.

“என்ன?”

“டினோசர்... பிரம்மாண்டமான டினோசர்.”

“டினோசர்?” என்று கொக்கி போட்டார் ஸ்காட்.

"ஆமாம். ஸ்பீல் பெர்க் தயாரித்த ஜுராசிக் பார்க் படத்தில் இருந்து..."

15

வேகா கிரகத்தில் இருந்து வந்த டினோசார், புரூஸ்லீ போலவே சங்கராச்சாரியும் ஒரு அடையாளம் மட்டுமே.

ஸ்காட் சர்வதேச அளவில் விஞ்ஞானிகள் மற்றும் அரசியல் பிரதிநிதிகளின் கூட்டத்தை அவசரமாக அறிவித்தார். சர்வ பிரதிநிதிகளும் தத்தமது நாடுகளில் இருந்து லண்டனுக்குப் புறப்படும் அடுத்த விமானங்களிலேயே லண்டனுக்கு வந்து குவிந்தனர்.

அந்த சர்வதேச மாநாட்டில் அஞ்சலியும், கவுதமும் சங்கராச்சாரி பற்றியும் புரூஸ்லீயைப் பற்றியும், ஸ்பீல் பெர்க்கின் டினோசர் பற்றியும் விளக்கமான குறிப்புகளை வழங்கினார்.

சாட்டிலைட் டி.வி.க்கள் ஒட்டுமொத்தமாக ஒரே நேரத்தில் இந்தியாவின் பட்டிதொட்டியெங்கும் அஞ்சலியின் பேட்டியை ஒளிபரப்பின.

"பூமியில் இருப்பவர்களோடு வேகாவாசிகள் தொடர்பு கொள்ள விரும்புகிறார்கள் என்கிறீர்கள். ஆனால் நமக்கு அங்கிருந்து வருகிற சமிக்ஞைகள் எல்லாம் சங்கராச்சாரி, டினோசர், புரூஸ்லீ போன்ற போன நூற்றாண்டில் வாழ்ந்த அல்லது உருவாக்கப்பட்டவைகளாகவே இருக்க என்ன காரணம்?" - இது நிருபரின் கேள்வி.

வேகா கிரகம் இங்கிருந்து ஏறத்தாழ 24 ஒளியாண்டு தூரத்தில் இருக்கிறது. நமது டி.வி. நிலையங்களில் இருந்து புறப்படும் ரேடியோ அலைகள் வேகா கிரகத்தை அடைய 24 ஆண்டுகள் ஆகும். 24 ஆண்டுகளுக்கு முன் அவர்களுக்கு நாம் அனுப்பிய தொலைக்காட்சி } ரேடியோ அலைகள் கிடைக்கப் பெற்றிருக்கும். அதை அவர்கள் மீண்டும் நமக்காக ஒளிபரப்பியிருக்கிறார்கள். அது மீண்டும் பூமியை அடைய 24 ஆண்டுகள் பிடிக்கும். ஆக 48 ஆண்டுகளுக்கு முன்பு நாம் ஒளிபரப்பிய தொலைக்காட்சி நிகழ்ச்சிகளையே நாம் இப்போது சமிக்ஞையாகப் பெற முடியும் என்று விளக்கினாள் அஞ்சலி.

நிருபர்: வேற்றுக்கிரகவாசிகளுடன் தொடர்ந்து நாம் தொடர்பு கொள்வது எப்படி?

அஞ்சலி: யூகத்தின் அடிப்படையில் நிறைய ஆராய்ச்சிகள் செய்து கொண்டிருக்கிறோம். வேகா மண்டல வாசிகள் பேசும்... அதாவது ஒலி சமிக்ஞை செய்யும் சக்தியுள்ளவர்களா? மொழி போன்ற அறிவு உண்டா என்பதே இப்போது கேள்விக்குறியாக

இருக்கிறது. அவர்களின் தகவல் பரிமாற்றம் எத்தகையது என்பதை அறிவதற்கான முயற்சியில் இறங்கியிருக்கிறோம். அவர்களது சமிக்ஞைகளை நாம் கைப்பற்றியிருக்கிறோம் என்பது அவர்களுக்குத் தெரிந்தால்தான் மேற்கொண்டு பரிமாற்றங்கள் நிகழ்த்த முடியும். ஒருவேளை அவர்கள் மீண்டும் தமது அடுத்த குறியீடுகளை நமக்கு ஒளிபரப்பலாம். இந்த ஆராய்ச்சிகள் பயனளிக்க மேலும் 48 ஆண்டுகள் இடைவெளியில் நாம் அவர்களுடன் தொடர்பு வைத்துக் கொள்ள முடியும்.

நிருபர்: அதாவது நாம் அவர்களுக்கு தினமும் ஒளிபரப்ப, அவர்கள் நமக்கு தினமும் ஒளிபரப்ப வேண்டியிருக்கும் அல்லவா?

அஞ்சலி: ஆமாம். முதலில் அவர்கள் வாழ்க்கை முறை, தோற்றம் போன்றவை அறியப்பட வேண்டும்.

16

இந்தியாவின் பெயர் மாற்றத்துக்காக ஏற்பாடு செய்யப்பட்டிருந்த மெகா சைஸ் 'மகா பெரியவரி'ன் படம் பாராளுமன்றத்துக்கு முன்னால் பிரகாசமாக ஒளிர்ந்து கொண்டிருந்தது. இந்த எல்லா காட்சிகளையும் அவர் மௌனமாகப் பார்த்துக் கொண்டிருந்தார்.

— உண்மை வார இதழ், 1992.

அமில தேவதைகள்

100

இரண்டுபுறமும் மரங்கள் நிறைந்த நீண்ட சாலை. மந்தாகினி பாலிகிளினிக் செல்வதற்கான பிரத்யேக பாதை அது. சாயங்காலம் ஆறுமணிக்கே அமானுஷ்யம் நிலவியது. சருகுகள் இங்குமங்கும் நகர்ந்து சரசரத்துக் கொண்டிருந்தது.

ஆஷா இடது தோளில் தொங்கிக் கொண்டிருந்த தோல் பையை வலதுக்கு மாற்றிக் கொண்டு நடந்தாள். தனிமை உணர்வை தவிர்க்கும் பொருட்டு ஏதாவது பாட்டுப்பாட நினைத்தாள். எந்தப் பாடலையும் பாடுவதற்கு அசுவாரஸ்யப்பட்டு மேலும் வேகமாக நடக்க முடிவெடுத்தாள்.

தூரத்தில் கண்ணாடிச் சுவர்களால் அலங்கரிக்கப்பட்ட மருத்துவமனை கண்களுக்குத் தெரிய ஆரம்பித்ததும் சற்றே தெம்பு பிறந்தது அவளுக்கு.

சே இனி இந்த மாதிரி இடத்திற்கெல்லாம் தனியாக வரக்கூடாது என யோசித்தவள், தான் சிந்தித்த சொற்றொடரில் தனியாக என்ற வார்த்தையை அழித்தாள்.

கண்ணாடிக் கதவைத் திறந்தபோது காத்திருந்த மாதிரி ஹாஸ்பிடல் வாசனை உடம்பைத் தழுவிக் கொண்டது.

ஐந்து நட்சத்திர ஹோட்டல் வரவேற்பறை தோரணையில் இங்கும் அங்கும் ஒரு ஆணும் பெண்ணும் ஆழ்ந்த சிரிப்புடன் வரவேற்க காத்திருந்தார்கள். ஆஷா அவர்களை நிராகரித்து, லிஃப்டுக்குப் பக்கத்தில் இருந்த எந்த மாடியில் என்ன பிரிவு இயங்குகிறது என்ற பித்தளை பலகையைப் பார்வையிட்டாள்.

நான்காவது மாடியில் என்றிருந்த இடத்தின் அருகே கைனகாலஜி} ஆர் அண்டி செக்ஷன் என்ற பதங்கள் இடம் பெற்றிருந்தன.

நான்காவது மாடிக்கு விரைந்தாள். அங்கு அம்புக்குறி காட்டிய திசையில் நடந்து இருபக்கமும் தனித்தனி படுக்கை அறைகளாகப் பகுக்கப்பட்டிருந்த இடங்களைக் கடந்தாள்.

பாதை இரண்டாகப் பிரிந்த இடத்தில் ஆய்வகம் என்ற பித்தளை பொறிப்பு.

கதவைத் திறந்து உள்ளே நுழைந்ததும்தான் அதற்குள் ஏகப்பட்ட வெண் சட்டை மருத்துவர் மற்றும் இதர பணியாளர்கள் இருப்பது தெரிய வந்தது. இத்தனை பேர் இருக்கும் இடத்தில் இத்தனை அமைதி நிலவுவது இயற்கைக்கு விரோதம் போலவும் தவறு போலவும் இருந்தது.

"யெஸ்?" விளித்த பழுத்த வெள்ளுடை மூதாட்டியை அணுகினாள். அவள் பார்வை வழி தவறி வந்தவளை எதிர் கொள்வது போல இருந்தது.

"ஆஷா... அபாயின்ட்மென்ட் வாங்கியிருந்தேன்... நேத்து.. போன்ல" மிகுதியான பெயர்ச்சொற்களை அடுக்கியே வாக்கியத்தை முடித்தாள். மூதாட்டிக்கும் அதுவே போதுமானதாக இருந்தது.

கொஞ்சம் ரோபோ தன்மையோடு எதிரில் இருந்த கம்ப்யூட்டர் மானிட்டரை நோக்கிவிட்டு "தி. நகரிலிருந்து?" என்றாள். அந்த அம்மா உதடு பிரிக்காமல் பேசுவது ஆச்சர்யமாக இருந்தது.

உடனே அடையாளம் கண்டு கொண்டதற்காக ஆஷா நன்றியை புன்னகையாக தெரிவித்தாள்.

"24 வயசா?"

"..."

"படிக்கிறியா?"

"ஆமா?"

"ஏன்? தி.நகர்ல எந்த ஹாஸ்பிடலும் கிடைக்கலையா?"

"யாருக்கும் தெரிஞ்சிடக் கூடாதுன்னுதான்."

"கூட யாரும் வரலையா?"

"இல்லை."

"மகேஸ்வரி சொன்னாளேன்னுதான் உன்னை அட்மிட் பண்றேன். ரூம் நெம்பர் 4-பி ல போய் இரு. அப்புறம் கூப்பிட்டு அனுப்புறேன்."

"சரி மேடம்."

ஆஷா குற்ற உணர்வுடன் விடைபெற்று 4-பி இலக்கமிட்ட அறைக்கதவைத் திறந்து உள்ளே நுழைந்து, கதவு மூடிக் கொள்வதற்கு முன், வசமிழந்து அழுதாள். யாரும் வருவதற்குள் அழுது முடித்துவிட வேண்டும் என்ற அவசரமும் தொற்றிக் கொண்டது.

வீட்டுக்குத் தெரிந்தால் அவமானம் தாங்காமல் அனைவரும் செத்துப் போய்விடுவார்கள் என்பது பயத்தை ஏற்படுத்தியது. இரண்டு நாள் தங்கியிருந்து கலைத்துக் கொண்டு ஒரு தடயமும் இல்லாமல் ஹாஸ்டலுக்குப் போய்விடவேண்டும். ஹாஸ்டல் வார்டனிடம் அவசரமாகப் பொற்றோரைப் பார்த்துவிட்டு வரவேண்டியிருப்பதாக அனுமதி வாங்கியாயிற்று. யாருக்கும் தெரியாமல் மீண்டும் மிக இயல்பாகக் கல்லூரிக்குப் போகலாம். எல்லாம் நல்லபடியாக முடிய வேண்டும். கடவுளைப் பிரார்த்தித்துக் கொண்டாள்.

இவ்வளவையும் செய்துவிட்டு சுரேஷ் “ஸ்டேட்ஸ்ல ஆஃபர் வந்திருக்கு. இந்த நேரத்தில் உன்னைக் கட்டிக்கப் போறேன்னு சொன்னா ஆத்துல யாரும் சம்மதிக்க மாட்டா” என்று காரணம் சொன்னான். அபார்ஷனுக்கு ஆகிய செலவை அடுத்த மாசம் தருவதாகக் கடன் சொல்கிறான்.

கோழைத்தனமான செயலை எவ்வளவு துணிச்சலாகச் செய்கிறான், ராஸ்கல்.

இனி யாரிடமும் ஏமாறக்கூடாது உறுதிப்படுத்திக் கொண்டாள். வாஷ்பேஸினில் முகத்தைக் கழுவிக் கொண்டு கொஞ்சம் தன்னைப் புதுசு பண்ணுகிற முயற்சியில் இறங்கினாள்.

சல்வார் கம்மீஷஸ கழற்றிவிட்டு தயாராகக் கொண்டு வந்திருந்த நைட்டிக்கு மாறிய... அவன் கொடுத்த ப்ரா... திருட்டு நாய்... அவசரமாக ப்ராவைக் கழற்றி எறிய முற்பட்ட நேரத்தில் டொக்... டொக்.

“ஒன் செகண்ட்.”

லேசாக கதவைத் திறந்து முகத்தை மட்டும் காட்டி, “நைட்டிதான போடணும்?” என்றாள்.

பச்சை நிறத்துணியால் வாய்ப் பகுதியை மூடியிருந்த இரண்டு வெள்ளை அங்கி மனிதர்கள், “பரவாயில்லை. நாங்க உங்களுக்கு வேறு ஆடை கொடுப்போம், நீங்கள் எந்த ஆடையிலும் வரலாம்” என்றது வடிகட்டி வந்தது.

“நான் நைட்டிக்கு மாறிட்டேனே?”

“எதுவாக இருந்தாலும் பரவாயில்லை” கண்களில் குறும்பு தெரிந்தது. ஏன் பெண் நர்ஸ் யாரும் இல்லையா?

“சரியா போட்டுக்கிட்டு வந்திர்றேன்...”

“வந்துக்கிட்டே போட்டுக்கலாம்.. வாங்க.”

கிண்டலடிக்கிறார்களா, அவசரமாக அழைக்கிறார்களா.. யூகிக்க முடியாமல் அவர்கள் பேசுவதை வேடிக்கையாக தாம் எடுத்துக் கொண்டதாக மிரட்சியோடு சிரித்தாள்.

கண் இமைக்கும் நேரத்தில் சரேல் என இருவரும் உள்ளே நுழைந்தனர். பக்கத்தில் இருந்த ஏதோ துணியால் உடம்பைப் போர்த்திக் கொண்டு, “வாட் நான்சென்ஸ்.. நான் மகேஸ்வரி மேடம் கிட்ட கம்ப்ளைண்ட் பண்ணுவேன்”- கத்தினாள்.

அதற்குள் ஒருவன் பாக்கெட்டில் மருந்து நிரம்பிய சிரஞ்சை எடுத்து அவளது உடம்பில் அகப்பட்ட இடத்தில் குத்தினான்.

மற்றொருவன் வாயை அமுக்கி, மெல்ல அவளை ஸ்ட்ரெச்சரில் கிடத்த... அவளது நைட்டி முழுதுமாக நழுவி தரையில் விழுந்தது.

துரிதமாக அவள் கொண்டு வந்திருந்த பையை சுருட்டி அவளுக்கு அருகே ஒரு பக்கத்தில் போட்டான். ஒரு வெள்ளைத் துணியால் அவளை முழுதும் போர்த்தி தூக்கிக் கொண்டு வெளியேறும்போது ஆஷா முற்றிலும் மயங்கி கடைசி வார்த்தையாக “ராஸ்கல்ஸ்” என்று முணகினாள்.

சுமார் எட்டு மணி வாக்கில் 4-பி அறையைப் பார்த்துவிட்டு வந்த ஹாஸ்பிடல் பணியாள், “ அந்த ரூம்ல யாருமே இல்ல மேடம்” என்றான்.

பெரிய டாக்டர் எரிச்சலுற்று, “நல்லா பார்த்துட்டு வா.. பாத்ரூம்ல இருப்பா” விரட்டினாள்.

“அரைமணி நேரம் தேடறன் மேடம்.. அங்க யாருமே இல்ல. பாத்ரூம் திறந்துதான் கிடக்குது..”

“மனசு மாறி கிளம்பிப் போய்ட்டாளா?”

“தெரியல மேடம்.”

“ரூம்ல அவ கொண்டு வந்த பை இருந்ததா?”

“இல்லையே.”

“ஒழியட்டும்” சலித்துக்கொண்டு “இந்த மாதிரி லூஸுகளுக்கெல்லாம் மகேஸ்வரி எதுக்கு சப்போர்ட் பண்றா...” கர்சீப்பால் விசிறிக் கொண்டாள்.

“அந்த ரூம்ல இந்த சிரஞ் கெடந்தது மேடம்” சிப்பந்தி நீட்டிய ஊசியை ஏறெடுத்தும் பார்க்காமல், “சரியான போதை கேஸல இருப்பா.. எக்கேடாவது கெட்டுத் தொலையட்டும்.. அதை அந்த

பேஸ்கட்ல போட்டுட்டுப் போய் ஒரு காபி கொண்டுவா... கையை அலம்பிடு” அவன் கிளம்புவதற்குள் கடைசி வரியை உரக்கச் சொல்லி ஞாபகப்படுத்தினாள்.

2

கருப்பசாமியின் காவல்துறை அனுபவத்தில் இத்தனை விஞ்ஞான பூர்வமான பணியை எதிர்கொண்டதே இல்லை. இன்னமும் வீச்சரிவாள், அம்மிக்கல், பிளேடு இவற்றால் நடத்தப் பெறும் கொலைகளைத்தான் கேள்விப்பட்டிருந்தார்.

தடய அறிவியல் துறையில் இருந்து அவருக்குச் சமர்ப்பிக்கப்பட்டிருந்த அறிக்கையைக் கொண்டு எங்கிருந்து விசாரணையைத் துவங்குவதென்றே குழப்பமாக இருந்தது.

தலையைத் துண்டிப்பதற்கு சக்தி வாய்ந்த லேசர் ஒளிக்கற்றைப் பயன்படுத்தப்பட்டிருக்கிறது. இரத்தம் ஒரு சொட்டுகூட வெளியேறியிருக்க வாய்ப்பே இல்லை. கைரேகை தடயங்கள் இல்லை. கல்யாணம் ஆகாத ஆஷா கர்ப்பமாக இருந்தாள் என்ற செய்தி கொஞ்சம் கூடுதல் தகவலாக இருந்தது.

ஆஷாவின் தோழி ஈஸ்வரி சொன்ன ரகசியங்களைக் கொண்டு சுரேஷைத் தேடுவதில் கவனம் செலுத்தினார். சுரேஷின் மீது தொன்னாற்று ஐந்து சதவீத சந்தேகத்தைத் திருப்பினார்.

காதலித்தவன் இத்தனைக் கொடூரமாகக் கொலை செய்ததற்குக் காரணம் இருக்க வேண்டும். ரேடியேஷன் லேஸர் டெக்னாலஜி என்ற படிப்பெல்லாம் படித்தவன் என்று ஈஸ்வரி எந்தவித முன் திட்டமிடலும் இல்லாமல் சொன்னது அவருடைய சந்தேகத்தின் சதவீதத்தை உயர்த்தியது.

தொலைபேசி காலிங் பெல் போல அடித்தது.

முறுமுனையில் சப் இன்ஸ்பெக்டர் ராமசாமி. “சுரேஷைப் பிடிச்சுட்டோம்” என்றார்.

“நல்லது. ரொம்ப பயமுறுத்தாம இங்க கூட்டிட்டு வந்துடுங்க” தொலைபேசியை நிதானமாக வைத்துவிட்டு அந்த வினாடி முதலே சுரேஷுக்காகக் காத்திருக்க ஆரம்பித்தார்.

“வீட்ல திட்டுவாங்க” என்று காதலில் பின் வாங்கியவன் இவ்வளவு விஞ்ஞான பூர்வமாகக் கொலை செய்வதற்கு தயாராவானா? தன் வெளிநாட்டு வேலைக்குப் பாதகமாக அமைந்துவிடுவாள் என்று ஆள் வைத்துத் தீர்த்துக் கட்டியிருப்பானா? தலையை மட்டும் துண்டித்துவிட்டாள் அடையாளம் தெரியாது என்று நினைத்துவிட்டானா?

மறுபடி போன்.

ராமசாமிதான் பேசினார்.

"சாரி சார். வர்ற வழியில... எதிர்பார்க்கவேயில்ல சார்... ஓடற ஜீப்ல இருந்து கீழ குதிச்சுட்டான்."

"என்ன பேசறீங்க ராமசாமி? தப்பிச்சுட்டானா?"

"இல்ல சார்... எதிர்ல வந்த கார்ல மோதி..."

"உயிர் இருக்கா?"

"இருக்குது சார்" தன்னையும் அறியாமல் மகிழ்ச்சியாகத் தெரிவித்தார் ராமசாமி.

"எந்த இடம்?"

"ராயப்பேட்டை."

"ஹாஸ்பித்திரி இருக்கிற இடம்தான்... உடனே சேர்த்துட்டு கூடவே இருந்து பார்த்துக்கங்க.. நான் உடனே புறப்பட்டு வர்றேன்."

கருப்பசாமி ஹாஸ்பிடலை அடைந்தபோது தலை, கை, கால் என்று சர்வ பாகங்களும் பாதிக்கப்பட்டு வாயில் ஆக்ஸிஜன் திணிக்கப்பட்டு ரத்தம், குளூகோஸ் ஏற்றங்கள் சகிதம் இருந்தான்.

"ஒரு வாரத்துக்குப் பேச முடியாது" டாக்டர் தெளிவாகச் சொல்லிவிட்டார். இருந்த ஒரே தடயம் இப்படி ஒரு வாரத்துக்கு பயனில்லாமல் போனது ஏமாற்றமாக இருந்தது.

ராமசாமியை அழைத்து, "பிடிச்ச போது ஏதாவது சொன்னானா?" என்றார்.

"இல்லை சார்... ஆஷா கொலை விஷயமா உங்களை விசாரிக்க வேண்டியிருக்குனு சொன்னோம். 'நா கொல்லல சார்... காட் பிராமிஸ் சார்' என்று தலையில் கைய வெச்சு அழுதான்... ஸ்டேஷன்ல வந்து சொல்லுனு ஜீப்ல ஏத்திக்கிட்டு வந்தேன்... வீசா கூட வந்துடுச்சி சார்...னு புலம்பிக்கிட்டே இருந்தான். திடீர்னு எகிறி குதிச்சுட்டான்... ஐயிர் வூட்டு பையன்.. அதான் யோசனையா இருக்குது."

"என்ன யோசனை?"

"ஐயிர் பையன் கொல்லுவானானுதான்.."

"இதுக்குக்கூடவா ஜாதி?"

ராமசாமி பலமாக விவாதிக்க விருப்பமில்லாமல், ஸஸம் சைட் கோல் அடித்தார்: "இந்தக் காலத்தில யாரை நம்ப முடியுது சார்?"

"நமக்குக் கிடைச்ச ஒரே ஆதாரம் இவன். இவன்தான்

கொன்னானானு முடிவு பண்றதுக்கு இதுவரைக்கும் ஒரு ஆதாரமும் இல்லை.... விசாரிக்கணும்னா இன்னும் ஒரு வாரம் காத்திருக்கணும்.” சூழ்நிலையை அடுக்கிக் கொண்டே போனார் கருப்பசாமி.

“ஒருவிதத்தில பார்த்தா அமெரிக்காவுக்குப் போகணுங்கிறதுக்காக கருவைக் கலைக்கச் சொல்லியிருக்கான். அதுவே ஒரு கொலைதான சார்... ஆஷா பிடிவாதம் பிடிக்கவே கருவைச் சுமக்கறவளையும் சேர்த்தே கொன்னுட்டான்... பிஸிக்ஸ் படிக்கிறவன். லேசர் சம்பந்தமான படிப்பு. இதுவே எவிடென்ஸ்...”

“எலை சாயற பக்கம் குலை சாயற மாதிரி சாய கூடாதுய்யா... அவசரப்பட்டு முடிவுக்கு வந்துட்டா அப்புறம் அதிலயேதான் போவே... மொதலல எத்தனை பாஸிபிலிட்டி இருக்குனு பாரு. அப்புறம் முடிவுக்கு வா...”

“ஜூ.வி.ல கூட தலைகள் ஜாக்கிரதை.. தலை நகர் பயங்கரம்னு மாபியாவோட லிங்க் பண்ணி எழுதியிருந்தாங்க சார்... நக்கீரன்ல ஆயிரம் தலை வாங்கும் அக்கரகார தலைக்காரன்னு எழுதியிருக்காங்க...”

“எல்லாத்தையும் கலெக்ட் பண்ணிடுங்க.. ஏதாவது க்ளூ கிடைக்கும்.”

“சரி சார்.”

கருப்பசாமி வேலையில் கடும் சிரத்தை உள்ளவர். காக்கி சட்டை வேலையில் சேர்ந்த பின்பும் உடற்பயிற்சி செய்து வரும் மிகச் சில காவல் துறை அதிகாரிகளில் ஒருவர். நிறத்தைப் பார்த்துதான் பெயர் வைத்திருப்பார்கள் என்று உறுதியாகச் சொல்லாம். கைக்கெட்டும் தூரத்தில் குற்றவாளிகள் கிடைத்துவிட வேண்டும் என்ற சோம்பேறித்தனம் இல்லாதவர். சுரேஷின் மீது ஏற்பட்டிருக்கும் சந்தேகத்தை சற்றே தள்ளி வைத்துவிட்டு, கவனத்தை வேறுபக்கம் திருப்பினார்.

இருந்தாலும் யாரைச் சந்தேகிப்பது என்று பெரிய வெற்றிடமாக இருந்தது.

ராமசாமியிடம் சொன்ன வேலை டேபிளின் மீது குவிக்கப்பட்டிருந்தது. தமிழ்நாட்டில் புலன் விசாரிக்கும் இதழ்கள் இத்தனை இருக்கிறதா என்று ஆச்சர்யமாக இருந்தது. ஆஷாவின் தலையில்லாத உடலைப் போட்டு எல்லா பேப்பர்களிலும் பரபரப்பாகச் செய்தி வெளியிட்டிருந்தார்கள்.

சொல்லி வைத்தாற்போல எல்லா செய்தித்தாள்களிலும் புதுப் புதுக் கோணங்கள் இருந்தன. ஆஷாவின் கொலை செய்தி தவிர கடந்த வாரங்களில் வெளியான வேறு சில செய்திகளில் இருந்த

ஒற்றுமை அவரை வியப்பில் ஆழ்த்தியது.

கமிஷனர் அலுவலகத்துக்குத் தொடர்பு கொண்டு பி.ஆர்.ஓ.வுக்கு லைன் கேட்டார்.

"கடந்தவியாழக்கிழமை பிரஸ் மீட்ல இந்த ஒரு மாசத்தில மட்டும் பதினாறு இளம் பெண்கள் காணமல் போனதாக வந்திருக்கிறதே மணி?"– விசாரித்தார்.

"ஆமா சார்."

"அந்தப் பதினாறு பேரோட டீடெய்ல்ஸ் வேணும். போட்டோ, அட்ரஸோட..."

"ஒரு மணி நேரத்தில குடுத்தனுப்பறேன் சார்."

"தேங்க்ஸ் மணி."

நூல் கண்டில் சிக்கு ஏற்பட்டால் ஏதாவது முனையைப் பிடித்து இழுத்து முடிச்சை அவிழ்க்கிற வேலைதான் இது. சமயத்தில் மேலும் சிக்கல் ஏற்படுவதற்கு வாய்ப்புகள் அதிகம் இருந்தாலும் இழுத்துப் பார்த்தார்.

வெள்ளைத்தாளில் ஆஷோவோடு பதினேழு என்று எழுதி வைத்தார்.

மாலை. சுரேஷ் அனுமதிக்கப்பட்டிருந்த மருத்துவமனைக்குச் சென்றதும் அங்கு காவலுக்குப் போட்டிருந்த போலீஸ்காரன், அந்த மருத்துவமனையின் மகப்பேறு மருத்துவர் அவரைச் சந்திக்க விரும்புவதாகக் கூறினான்.

"சப் இன்ஸ்பெக்டர் எங்கே?"

"சுரேஷோட பேரன்ட்ஷஸ பார்க்கப் போனாரு."

"வந்ததும் என்னைக் கான்டாக்ட் பண்ண சொல்லு."

தலைமை மருத்துவரைப் பார்க்கக் கிளம்பினார்.

"என் பேர் மகேஸ்வரி" என்ற அறிமுகத்தோடு "ஆஷா இறந்து போனதா சொல்ற அதே நாள் இங்க வந்தா"அதிரடியாக ஈர்த்தார் அந்தப் பெண் மருத்துவர்.

"அப்படியா?" சற்றும் எதிர்பார்க்காக தகவலால் ஆர்வமானார் கருப்பசாமி.

"அபார்ஷன் பண்றதுக்காக."

"சரி."

"நா அபார்ஷன் கேஷஸயெல்லாம் ஒத்துக்கறதில்லை. வேற நர்ஸிங் ஹோமுக்கு அனுப்பி வெச்சேன்."

“எந்த நர்ஸிங் ஹோம்?”

“மந்தாகினி மெடிகல் ரிஸர்ஸ்ச் பவுண்டேஷன்.”

“பாலவாக்கம் பக்கத்தில..?”

“அதேதான்..”

“அங்க யார்கிட்ட அபார்ஷன்..”

“யார் கிட்டயும் பண்ணலைனுதான் போஸ்ட்மார்ட்டம் சொல்லுதே...”

“அதில்ல.. அவ யாரைப் போய் பார்த்தானு தெரிஞ்சுக்க முடியுமா?”

“அங்க போயிருக்கா... ஆனா அபார்ஷன் பண்ணிக்காம திரும்பிட்டா.”

“வேற ஏதாவது தெரியுமா?”

“அவ எந்த காலேஜ்ல படிச்சாங்கிறதுகூட பேப்பர்ல பாத்துதான் தெரியும்.”

கருப்பசாமி சிரித்தார். “தகவலுக்கு நன்றி.”

வெளியே வந்து ஜீப்பில் அமர்ந்தார். “பாலவாக்கம் போப்பா” என்றார் டிரைவரை நோக்கி.

3

மகேஸ்வரி சொன்னதைத்தான் அங்கும் சொன்னார்கள். அபார்ஷன் பண்ணிக் கொள்வதற்காக வந்தாள். ஆனால் திடுதிப்பென்று சொல்லிக் கொள்ளாமல் ஓடிவிட்டாள்.

கைனகாலஜி துறையின் தலைமை மருத்துவர் என அறிமுகப்படுத்தப்பட்ட கிழவி அனாவசித்துக்கு எரிச்சலுற்றாள்.

“சரியான போதை கேஸ்.. இப்ப நாங்க மாட்டிக்கிட்டு முழிக்கிறோம். ஹாஸ்பிடல் பேரைக் கெடுத்துட்டா.”

“போதை கேஸ்னு எப்படி சொல்றீங்க?”

“அவ ரூம்ல சிரெஞ் ஒண்ணு கிடந்தது.. அதையெல்லாம் பத்திரப்படுத்தி எடுத்து வெச்சு வர்றவங்களுக்கெல்லாம் நிரூபிச்சிக்கிட்டு இருக்க முடியுமா?”

“சரி கடைசியா ஆஷாவைப் பார்த்தது யாருன்னு சொல்ல முடியுமா?”

“நான்தான் பார்த்தேன்.. ரூம்ல போய் இருக்கச் சொன்னேன்”

ஹாஸ்பிடலில் இருந்து இன்ஸ்பெக்டரை அனுப்புவதில்தான்

அவளுடைய கவனம் முழுவதும் இருந்தது.தங்கள் மருத்துவமனை சந்தேகத்திற்கான இடமாக மாறுவது அவளை சிரமப்படுத்திக் கொண்டிருந்தது. துல்லியமும் சுத்தமுமாக இருப்பதை வெளிப்படுத்தும் விதமாக அவளுடைய நடவடிக்கைகள் இருந்தன. தேவையே இல்லாமல் தன் மேஜையை டிஸ்யூ பேப்பர் மூலமாக நான்காவது முறையாக சுத்தப்படுத்தினாள்.

"சிரெஞ் இருந்ததை யார் பார்த்தது?"

"நீங்க வீணா இங்க டயம் வேஸ்ட் பண்ணிட்டு இருக்கீங்க."

"பரவாயில்ல" என்றார் பெருந்தன்மையாக.

"நான் சொன்னது, எங்க டயத்தை."

கருப்பசாமி "இவ்வளவு நேரம் எங்களுக்கு ஒத்துழைப்பு தராததற்கு ரொம்ப நன்றி" என்று புன்னகையுடன் சொல்லிவிட்டு விருட்டென்று வெளியே வந்தார்.

"ஆஷா இதுவரைக்கும் வந்திருக்கிறாள். இங்கிருந்து புறப்பட்டுச் சென்றதும் காணாமல் போயிருக்கிறாள். சுமார் இருபது கி.மீட்டர் தூரம் வந்து ரகசியமாக அபார்ஷன் செய்து கொள்ள நினைத்தவள், திடீரென்று என்ன தீர்மானத்துக்கு வந்திருப்பாள்? வேறு யாராவது வந்து அழைத்துப் போயிருப்பார்களா? சுரேஷ்...? நிர்பந்தித்திருப்பார்களா? சுரேஷைத் தவிர வேறுயாரையும் சந்தேகப்படுவதற்குத் தோன்றவில்லை.... அல்லது தெரியவில்லை.

சுரேஷ் தேறுகிற வரை காத்திருக்காமல் வீணாக அல்லல்பட்டுக் கொண்டிருக்கிறோமா? ராமசாமி சந்தேகித்ததுதான் சரியா?

லிஃப்ட் பட்டனை அழுத்திவிட்டுக் காத்திருந்தார். கதவு திறக்கும் நேரத்தில் ஒரு வெள்ளுடை பணியாள் ட்ராலி ஒன்றைத் தள்ளிக் கொண்டு அவசரமாக நுழைந்தான்.

கதவு மூடிக் கொண்டது.

"சார் உங்ககிட்ட ஒரு தகவல் சொல்லணும்... அந்த சிரெஞ்சை எடுத்தது நான்தான்" மீண்டும் கதவு திறப்பதற்குள் சொல்லி முடித்துவிட வேண்டும் என்ற தவிப்பு தெரிந்தது அவனிடம்.

கருப்பசாமிக்குத் திகைப்பாகவும் மிகை ஆர்வமாகவும் இருந்தது. பயமுறுத்தாமல் தகவல் பெற வேண்டும் என்ற நிதானத்தோடு, "அது இப்ப உன்கிட்ட இருக்கா?" என்றார்.

"இல்ல சார்.. அப்பவே குப்பைக் கூடைல போட்டுட்டேன்."

"..."

"ஆனா.. கொஞ்ச நேரத்திலேயே அதைத் தேடிக்கிட்டு ஒருத்தர் வந்தாரு.."

“அதைத் தேடிக்கிட்டா?”

“ஆர் அண்ட் டி’ல வேல பார்க்கிற டாக்டர் சந்திரசேகர்.”

“ரிஸர்ச் டாக்டரா?” மேற்கொண்டு ஆச்சர்யப்படுவதற்குள் லிப்ட் தரைத் தளத்துக்கு வந்துவிட்டது. “அவ்வளவுதான் சார் தெரியும். நான் வர்ரேன் சார்” என்று ஏதும் நடவாததுபோல முகத்தை வைத்துக் கொண்டு நகர்ந்தான்.

ரிஸர்ச் அண்டு டெவலப்மெண்ட் பிரிவில் வேலை பார்க்கும் ஒரு டாக்டர் ஆஷா பயன்படுத்திய சிரெஞ்சைத் தேட வேண்டிய அவசியம் என்ன? அது முக்கிய தடயமா? ஆஷா காணாமல் போனது இங்கிருந்து புறப்பட்டபோதா? அல்லது இங்கிருந்தபோதா?

லிஃப்டுக்குப் பக்கத்தில் இருந்த பித்தளைப் பலகையைப் பார்த்தார். தாம் போய் வந்த மாடியிலேயேதான் ஆர் அண்டு டி பிரிவு செயல்படுவது தெரிந்தது.

மறுபடி லிஃப்டை பிடித்து மேலே விரைந்தார்.

“சார்... சார்.. பேஷண்டெல்லாம் இந்தப் பக்கம் வரக் கூடாது.” ப்யூன் ஒருவன் தடுப்பதற்காக அவசரப்பட்டான்.

“நான் பேஷண்ட் இல்லை. போலீஸ்.. டாக்டர் சந்திர சேகரை பார்க்க வேண்டும்.”

பியூன், முதல் கட்டமாக எப்படி அனுமதி மறுப்பது என்று யோசித்துவிட்டு, காரணம் போதாமல் “கொஞ்ச நேரம் இருங்க. கேட்டுட்டு வந்து சொல்றேன்” என தயங்கியபடி போனான்.

சில நிமிடங்களில் திரும்பி வந்து ஒரு விண்ணப்பப்படிவத்தை நீட்டி, “இதை ஃபில் அப் பண்ணுங்க சார்” என்றான்.

வந்திருப்பவரின் பெயர், பார்க்க விரும்பும் நபரின் பெயர், பார்க்க விரும்பும் காரணம், பணியாற்றும் மருத்துவமனை, நோயாளி பற்றிய குறிப்பு, நோய் சம்பந்தமான விவரம் என்று விண்ணப்பம் கருப்பசாமிக்கு பொருத்தமில்லாமல் இருந்தது.

பெயரை குறிப்பிட்டுவிட்டு, அருகிலேயே இன்ஸ்பெக்டர் என்று இடுக்கி இடுக்கி எழுதினார். பிறகு, பார்க்க விரும்பும் நபர் என்ற இடத்தில்.. டாக்டர் சந்திரசேகர். நோயாளி பற்றிய குறிப்பு என்ற இடத்தில்... ஆஷா காணாமல் போனது சம்பந்தமாக என்று எழுதினார்.

வாங்கிச் சென்ற ப்யூன் பந்து போல திரும்பி வந்து எரிச்சாலாக சொன்னான்.. “ஏன் சார் உயிர் எடுக்கிறீங்க.. ஆஷான்னா யாருனு தெரியாதுனு கத்தறார் சார். அவரு பெரிய டாக்டர் சார்.. தேவையில்லாம தொந்தரவு பண்ணா கோச்சுப்பாரு”

கருப்பசாமி நிதானமிழந்தார்.

"நீ டிஸ்டர்ப் பண்ணாத்தானே கோச்சுப்பாரு.. விடு நானே பண்ணிக்கிறேன்" ப்யூனை ஓரமாகத் தள்ளிவிட்டு உயரமான கண்ணாடிக் கதவை உதைத்துத் தள்ளிக் கொண்டு உள்ளே நுழைந்தார். உள்ளே சென்றவர் அதிர்ந்தார். எப்பேர்பட்டவர்களையும் அந்த இடம் பணியச் செய்துவிடும்போல இருந்தது. பளிங்கு சுத்தமும் குபீரென்ற அமைதியும் அவரது ஆவேசத்தை சட்டென தணித்துவிட்டது. ஒரு அரை வட்டம் போல இடம். அதில் மூன்று கதவுகள் இருந்தன.

சந்திரசேகர் என்று குறிப்பிட்டிருந்த அறைக்கதவை நோக்கி நடந்தார். வெளியே தள்ளிவிட்டு வந்த ப்யூன் மீண்டும் உள்ளே நுழைந்து இன்ஸ்பெக்டரின் கையை முரட்டுத் தனமாகப் பிடித்துக் கொண்டு "சொன்னா கேளுங்க சார்.. இதுக்குள்ள யாரும் வரக் கூடாதுனு சொல்லியிருக்காரு சார்" முகத்தில் மிரட்டலும் குரலில் கெஞ்சலுமாக கருப்பசாமியைப் பிடித்து இழுத்தான்.

கருப்பசாமி அவனை இழுத்தபடியே சந்திரசேகர் என்ற எழுத்திட்ட அறையைத் திறந்து கொண்டு உள்ளே நுழைந்தார்.

சுமார் நாற்பது வயது மதிக்கத் தக்க செக்க சிவந்த டாக்டர் ஒருவர் "வாட் நான்சென்ஸ்" என்றார்.

"ஆஷாவோட கொலை சம்பந்தமா உங்ககிட்ட கொஞ்சம் விசாரிக்கணும்" கருப்பசாமி தீர்மானமாகக் கொலை என்றே சொன்னார்.

"ஆஷான்னா யாருன்னு தெரியாதுன்னு சொல்லி அனுப்பிச்சேனே.. உங்களுக்கின்னா மூளை கெட்டுப் போச்சா? நான் கமிஷனர் கிட்ட பேசறேன்.."

"ஆஷா உங்களுக்குத் தெரியலைனா பரவாயில்லை.. அவ ரூம்ல இருந்த சிரெஞ்சை ரொம்ப பத்திரமா எடுத்து வெச்சிருக்கீங்க.. அது ஏன்னு தெரிஞ்சுக்கணும்."

சந்திரசேகர் வினாடியின் மெல்லிய இழை திடுக்கிட்டதை கருப்பசாமி கவனித்தார். விரலைச் சுண்டி, ப்யூனை வெளியே போகச் சொல்லி சமிக்ஞை செய்தார்.

"சொல்லுங்க.. அந்த சிரெஞ்சை வெச்சு என்ன பண்ண போறீங்க" அலட்சியமாகக் கேட்டார்.

"என்ன சிரெஞ்? எனக்கு ஒண்ணுமே புரியலை."

"நீங்களே உண்மையச் சொல்லிட்டா நல்லது" கருப்பசாமி தோராயமாக தன் விசாரணை ஆரம்பித்தாலும் இடியாப்பச்

சிக்கலில் கிடைத்த ஏதோ ஒரு நுனியைக் கெட்டியாகப் பிடித்துக் கொண்டார்.

சந்திரசேகர் கண்ணை மூடி பெரு மூச்சு விட்டுக் கொண்டார். இண்டர் காமை அழுத்தி, "வேகமாக வா" என்றார்.

சில வினாடிகளில்..

அதே அறையின் ஒரு சுவர் சட்டென்று விரிய, உடம்பெல்லாம் பச்சை பசேலென்ற அங்கி அணிந்திருந்த இருவர் வெளிப்பட்டு கருப்பசாமியை கேள்விக் குறியுடன் பார்த்தனர்.

சந்திரசேகர், "ஆஷா மர்டர் விஷயமா வந்திருக்காரு... இவரையும் பயன்படுத்திக்கிறதைத் தவிர வேறு வழியில்லை" என அபிப்ராயம் தெரிவிப்பது போல சொன்னார்.

இரண்டு பசுமைக்காரர்களும் தீர்மானமாக கருப்பசாமியை நெருங்க, ஏதோ வில்லங்கமாக நடக்கப் போவதை உணர்ந்து வேகமாக எழுந்தார்.

சந்திரசேகர் "ரொம்ப அலட்டிக்காதீங்க.. அப்புறம் கஷ்டமாகிடும்" ஊசி போட்டுக் கொள்ள அடம்பிடிக்கும் குழந்தைக்கு அறிவுரை போல சொன்னார்.

கருப்பசாமி திரும்பிப் பார்க்க... சந்திரசேகர் கைகளில் துப்பாக்கியோடு தீட்சண்யமாக நின்று கொண்டிருந்தார்.

4

சந்திரசேகரின் கையில் உள்ள துப்பாக்கியை ஒரு குபீர் பாய்ச்சலில் தட்டிவிட முடியும் என்று நினைத்தார் கருப்பசாமி. அப்படி எதுவும் முயற்சி பண்ண முடியாதபடி அவருக்கு இரண்டு பக்கமும் இரண்டு முரட்டு மருத்துவர்கள் நின்று கொண்டிருப்பதையும் கவனத்தில் கொள்ள வேண்டியிருந்தது.

இவரையும் யூஸ் பண்ணிக்க வேண்டியதுதான் என்ற வாக்கியத்துக்கு என்ன அர்த்தம்? ஆஷா போலவா?

பின்பக்கம் இருந்த இருவரும் ஆளுக்கொரு கையைப் பிடித்து அலேக்காக தூக்கி நிறுத்தினர். கருப்பசாமி பலியாடு போல அவர்களுடன் நடந்தார்.

சந்திரசேகர் ஒருவித அலட்டிய பெருமிதத்தோடு துப்பாக்கியை மேஜை அறைக்குள் போட்டுவிட்டு புன்னகைத்தார்.

அதே நேரம் அறைக்கதவை உடைத்துக் கொண்டு பாயாத குறையாக உள்ள வந்தார் சப் இன்ஸ்பெக்டர் ராமசாமி. கையில் துப்பாக்கி.

"ஹாண்ட்ஸ் அப்."

மூவரும் அவ்வளவு எளிதில் கையைத் தூக்கவில்லை. என்றாலும் பயந்து போய் நின்றார்கள்.

மறுநாள் பதினாறு கொலைகளைத் தாம்தான் செய்ததாக ஒப்புக் கொண்ட நிலையில் டாக்டர் சந்திரசேகர் அவருடைய மருத்துவமனையில் வைத்து விசாரிக்கப்பட்டார்.

மருத்துவமனையில் வைத்து விசாரித்ததற்குக் காரணமிருந்தது.

கொலை செய்யப்பட்டதாகக் கூறப்பட்ட பெண்கள் அனைவரும் மருத்துவமனையின் ரகசிய கேந்திரத்தில் இருப்பதாகக் கூறியிருந்தார் சந்திரசேகர்.

கொஞ்சம் குழப்பமாக காவல் அதிகாரிகள் அவர் அழைத்துச் சென்ற இடத்துக்கு நடந்தனர். மருத்துவமனையின் பாதாள அறை அது.

முன்னேறிய இயற்பியல் கூடமும் மருத்துவக் கூடமும் கலந்த இடம். கம்ப்யூட்டர் நெட்வொர்க் போல சில இடமும் மைக்ராஸ் கோப் கண்ணாடி சீசாவில் திரவங்கள், அமிலங்கள் அடங்கிய இடமும் கலந்து தெரிந்தது.

சட்டென்று ஒரு இடத்தில் நின்று, "இதோ இருக்காங்க பாருங்க" என்றார்.

அனைவரும் ஒரு கணம் திடுக்கிட்டு அவர் சுட்டிய இடத்தில் பார்க்க... வரிசையாக நீண்ட, நீண்ட கண்ணாடி சீசாவில் தண்டுவடத்தோடு கூடிய மூளைகள் மிதந்து கொண்டிருந்தன.

"இது ஹாஸ்பிடல்ல நர்ஸா இருந்த மேரி.." என்றார்.

எல்லோரும் அறையப்பட்டவர்கள் மாதிரி நின்று கொண்டிருந்தனர்.

"ஆனா இவ இப்ப மேரியில்ல, மகாலட்சுமி."

எல்லோரும் டாக்டர் சந்திரசேகரை குத்துமதிப்பாகத்தான் பார்த்தனர். மரைகழன்றுவிட்டதோ என்று உடனடியாக உறுதி செய்ய முடியாத தடுமாற்றத்துடனும் ஏதோ வினோதமாக நிகழ்ந்திருப்பதை எதிர்பார்த்தும் இருந்தனர்.

"இங்க பாருங்க.." மகாலட்சுமி என்று விளிக்கப்பட்ட சீசாவோடு பிணைக்கப்பட்ட கம்ப்யூட்டரை தொடங்கி வைத்து "உன் பெயர் என்ன?" என்றார்.

திரையில் சின்தஸைஸர் அலை அசைவுகள்.. கூடவே "ஹலோ என் பெயர் மகாலட்சுமி" என்ற குரல்.

"பார்த்தீங்களா? நான் சொன்னேன் இல்ல?" என்று சிரித்தார் சந்திரசேகர்.

"ஓ.கே. டார்லிங்."

திரையைவிட்டுத் திரும்பி, "புரியல இல்ல? இது மேரியோட ப்ரைன். ஆனா அவளோட ப்ரைன்ல இருந்த அத்தனை செய்தியையும் அழித்துவிட்டு அதில மகாலட்சுமியோட மூளையில் இருந்த தகவலை ஏத்தியிருக்கேன்... அதனால இப்ப இவ மகாலட்சுமியாயிட்டா.." பெருமிதமாகச் சொன்னார் சந்திரசேகர்.

அனைவரும் ஒருவரை ஒருவர் பார்த்து தைரியப்படுத்திக் கொண்டனர்.

"பயந்துடாதீங்க... உங்களுக்கு சிம்பிளா விளக்கிட்றேன். அப்புறம் ஆச்சர்யப்பட்டுப் போயிடுவீங்க. மனிதனுக்கு மரணமே இல்லாம இருந்தா உங்களுக்கெல்லாம் சந்தோஷம்தானே? அதுக்காகத்தான் கொஞ்சம் பேரை மரணமடையச் செய்ய வேண்டியதா போச்சு"

"இப்ப இதோ கருப்பசாமி இருக்காரு... இவரோட உடம்புல கருப்பசாமிங்கிறது யாரு? இவரோட கையா? காலா? இந்தத் தொப்பையா? இது எதுவுமில்ல. இவரோட மூளைதான் கருப்பசாமி. இன்னும் ஷார்ட்டா சொல்லணும்னா அவருடைய மூளையில் இருக்கிற ஞாபகங்கள்தான் கருப்பசாமி. இப்ப அந்த ஞாபகங்கள் அப்படியே இன்னொரு மூளைக்கு டீகோட் பண்ண முடிஞ்சா கருப்பசாமியும் அந்த மூளைக்கு ட்ரான்ஸ்பர் ஆகிடுவார். இப்ப மேரிய மகாலட்சுமி ஆக்கினது அப்படித்தான்..."

"......" – சந்திரசேகரைத் தவிர எல்லோரும்.

"இந்த மூளையெல்லாம் மிதக்கறதுக்கு ஒரு திரவம் பயன்படுத்தியிருக்கேன் பாருங்க. அதுக்குப் பேரு, செரிபுரோ ஸ்பைனல் ஃப்ளூயெட். இது நம்ம எல்லார் மூளையைச் சுத்தியும் இருக்கு. இந்த ஆராய்ச்சிக்காக இந்தத் திரவம் நிறைய தேவையா இருந்தது. அதுக்காகத்தான் இந்த காலேஜ் பொண்ணு மண்டையையெல்லாம் உடைக்க வேண்டியதா போச்சு."

கொலைகள் பற்றி உலகத்தில் உள்ள சட்டங்கள் பற்றியெல்லாம் கொஞ்சமும் அறிந்தே இராத ஞான சுன்யமாக இருந்தார் சந்திரசேகர். ஆராய்ச்சித் தேவைக்காக கொஞ்சம் மண்டைகளை உடைத்துவிட்டேன் என்கிறார்.

சந்திரசேகர் தொடர்ந்தார்.

"இதில பாருங்க. டெம்ரோல் லோப்தான் இந்த டீ கோடீங்ல ரொம்ப இம்பார்ட்டன்ட். ஆனா ப்ரைன்ல மத்த பகுதியவிட அதுதான் ரொம்ப காம்பிளிகேட்டட். இப்ப உங்ககிட்ட

ஸ்ரீபெரும்புதூர்னு ஒரு வார்த்தைய சொல்றேன்னு வெச்சுக்கங்க. ஆட்டோமேடிக்கா உங்களுக்கு ராஜீவ் காந்தி மர்டர், ஒத்தக்கண் சிவராசன், டைகர்ஸ், ராமானுஜர், நாமம் எல்லாம் வரிசையா விரியும். நம்ம ஞாபகத்தில திருபெரும்புதூர் என்பது வெறும் எழுத்துக்களால் மட்டும் ஆனது அல்ல. அது ஒரு கலவை. உங்களுக்கு அங்க ஒரு ஃப்ரண்ட் இருந்தா அவரும் அதில வந்துடுவார். அவரோட போன் நம்பர், அவரோட வழுக்கத்தலை... எல்லாமே ஸ்ரீபெரும்புதூரோட ஞாபகச் சிக்குல இருக்கு. மேரியோட ஞாபகப் பகுதிய எவ்வளவுதான் அழிச்சும்கூட சில நேரங்கள்ல மேரி இருந்துக்கிட்டுதான் இருந்தா. மேரிக்கு ஜான்சன் குடுத்த முத்தம் மகாலட்சுமியின் ஞாபக இடுக்குல சிக்கிடுச்சி. சில நேரங்கள்ல மகாலட்சுமி கர்த்தரேனு அழுவுறா. ஆனா இதையெல்லலாம் கொஞ்சம் கொஞ்சமா மாத்திடலாம். தாழ்த்தப்பட்ட பொண்ணான மேரி, பிராமின் பொண்ணு மகாலட்சுமியா மாறியிருக்கிறதால் ஏற்பட்டிருக்கிற சிக்கல் பல நேரங்கள்ல இடிக்குது. என்ன செய்றது? ஆயிரம் ஆயிரம் வருஷமா ஊறிப்போண சங்கதிங்க இல்லையா? இன்டர்னல் காம்ப்ளெக்ஸ்.”

க்ரைம் டி.ஸி.க்கு ஒரு கட்டத்தில் ஆத்திரம் தாளவில்லை.

“நான்சென்ஸ்.. 16 பெண்களைக் கொன்னுட்டு நீங்க என்ன புதுவகை பூசணிக்காய் கண்டுபிடிச்ச மாதிரி வியாக்யானம் கொடுக்கறீங்க?” என்றார்.

“என்ன... ஆஃப்ட்ரால் 16 யூஸ்லெஸ் பொண்ணுகளைக் கொன்னுட்டேன். ஆனா.. இந்த ஆராய்ச்சி சக்ஸஸ் ஆகிட்டா யாருக்குமே மரணமில்ல, புரிஞ்சுக்கங்க. ஆல்பர்ட் ஐன்ஸ்டீன், மகாத்மா காந்தி இவங்கல்லாம் இறக்கறதுக்கு முந்தி இதைக் கண்டுபிடிச்சிருந்தா, இப்ப அவங்களும் நம்மகூட இருந்து உலகத் தமிழ் மாநாடு பத்தியெல்லாம் கருத்து சொல்லியிருப்பாங்க.”

“போதும் நிறுத்துங்க... இந்த ஹாஸ்பிடலுக்கு சீல் வெச்சுட்டு.. இவரை கோர்ட்டுக்கு கொண்டு போங்க” துணை கமிஷனர் கொதித்துப் போனார்.

“நோ.. நோ அப்படியெல்லாம் பண்ணாதீங்க.. ஹாஸ்பிடலுக்கு சீல் வெச்சுட்டா அப்புறம் ஆக்ஸிஜன் கண்ட்ரோல் இல்லாம மகாலட்சுமி செத்துப் போயிடுவா... எஸ்.பி.எஸ். ப்ளூயட் டயாலிஸ் பண்ணனும்..” அவர் புலம்புவதை யாரும் சட்டை செய்யவில்லை.

சந்திரசேகரைக் கதறக் கதற இழுத்துக் கொண்டு போயினர்.

கருப்பசாமி ஜீப்பில் ஏறுவதற்கு முன் ராமசாமியை அருகில் அழைத்தார்.

"அதுசரி.. நீங்க எப்படி நேத்து சரியான நேரத்துக்கு வந்து என்னைக் காப்பாத்தினீங்க?" என்றார்.

"என்ன சார், எவ்வளவு நாளா உங்களுக்குக் கீழ வேல பாக்கறேன். உங்க தாட் என்னன்னு புரியாதா? நேத்து உங்க ஆபிஸக்ஷுக்குப் போயிருந்தேன். மர்மமா செத்துப் போன 16 பேரோட தகவல் உங்க டேபிள் மேல இருந்தது. அதில ஒண்ணு மேரியோட தகவல். மேரி, மந்தாகினி ஹாஸ்பிடல்ல ஒர்க் பண்ணின நர்ஸ்னு இருந்தது....

அப்புறம் சுரேஷ் அட்மிட் ஆகியிருந்த ஹாஸ்பிடலுக்குப் போனேன். அங்க நீங்க ஜீப்ல ஏறி உக்காந்து 'பாலவாக்கம் போப்பா'ன்னு நம்ம சென்ட்ரி காதுல விழுற மாதிரி சொல்லிட்டு போயிருக்கீங்க. உங்க ஐடியா புரிஞ்சுப் போச்சு. மந்தாகினிக்கு வந்ததும், நீங்க சந்தரசேகரைப் பார்க்கறதுக்காக பியூனை அடிச்சுத் தள்ளிட்டு உள்ள போனதா சொன்னாங்க. விஷயம் சீரியஸலயிடுச்சுன்னு நானும் துப்பாக்கியோட உள்ள பாஞ்சுட்டேன்" ஒரே மூச்சில் சொல்லி முடித்தார் ராமசாமி.

கருப்பசாமி சிரித்தார். "பேசாம ஆராய்ச்சிக்கு உன் மூளைய பயன்படுத்தியிருக்கலாம்."

ஜீப் பறந்தது.

- உஷா வார இதழ், 1993.